मुखपृष्ठामागची कहाणी

या पुस्तकाचे मुखपृष्ठ हे ज्या चित्रावरून केले आहे ते मूळचे चित्र जलरंगातील आहे. मार्च १९१५ मध्ये हे चित्र जीन जॅक्युस बर्नीबेलीकूर याने ते काढले आहे. राजस्थानातील संस्थानी सैन्यामधील एका घोडेस्वार सैनिकाचे ते चित्र असून, त्याला त्याने The gurrilla of Indian Troop असे नाव दिले. दुसऱ्या एका चित्राबरोबर हे चित्र मी विकत घेतले. ते एवढ्या किंमतीला मी घेतले की तो आकडा सांगताना मला आता खरोखरीच अवघडल्यासारखे वाटते. ती चित्रे बराच काळ लंडनमधील भारताच्या मिलिटरी ॲटॅचीच्या ड्रॉवरमध्ये धूळ खात पडली होती. १९५०च्या सुरुवातीला माझा थोरला चुलतभाऊ, की जो मला माझ्या भावापेक्षाही जवळचा वाटतो, हा रणगाड्यावरील तोफ चालवण्याच्या प्रशिक्षणासाठी इंग्लंडमध्ये गेला होता. त्याच्या नजरेस जेव्हा ती चित्रे पडली तेव्हा त्याने ती मिलिटरी ॲटॅचीकडून विकत घेतली. तेव्हापासून आम्हा दोघांत सतत त्या चित्राची 'नक्की मालकी' कोणाकडे यावरती अविरत वाद होत आलेले आहेत. नुकत्याच एका बेसावध क्षणी या माझ्या चुलतभावाने औदार्याच्या झटक्यात मला हे चित्र पुस्तकावरती वापरण्यासाठी आपली परवानगी दिली. बहुतेक त्याचे आता वय होत आल्याची ही एक खूण असेल. वयपरत्वे माणसे स्वभावाने मृदू व उदार बनत जातात. पण त्याच्या या कृतीमुळे या चित्रावरील आमच्या दोघांच्या सामाईक मालकीचे वर्तुळ पूर्ण झाले. माझ्या या थोरल्या चुलतभावाचे नाव आहे लेफ्टनंट जनरल हनुत सिंग. त्याला 'परम विशिष्ट सेवा पदक' मिळाले आहे. हा पुरस्कार सैन्यातील सर्वोच्च पुरस्कार समजला जातो. याशिवाय त्याला 'महावीर चक्र' हाही पुरस्कार प्राप्त झाला. परमविशिष्ट सेवा पदकाच्या खालोखालचा हा पुरस्कार आहे. हा पुरस्कार, शत्रूच्या सान्निध्यात असताना, मग तो जमिनीवरती असो, आकाशात असो वा समुद्रात असो, तिथे गाजवलेल्या शौर्याबद्दल दिला जातो. कधी कधी असे शौर्य दाखवताना आलेल्या मृत्यूनंतरही हा पुरस्कार दिला जातो.

असे हे चित्र मुखपृष्ठावर आल्यामुळे सबंध पुस्तकाला एक उठाव आला व देखणे स्वरूप प्राप्त झाले आहे. हे चित्र पुस्तकाला अगदी यथायोग्य व पूरक ठरले आहे. अजूनही माझा चुलतभाऊ या चित्रावरती "आपलीच खरी मालकी आहे" असे हटवादीपणे म्हणत असतो, पण मी तिकडे बिलकुल लक्ष देत नाही. या पुस्तकावरती हे चित्र शेवटी ९१ वर्षांनंतर, म्हणजे जवळजवळ एका शतकानंतर विराजमान झाले. अखेर या चित्राला त्याची योग्य जागा मिळाली.

– जसवंत सिंग

''सावधगिरीने व दबकत दबकत वावरणाऱ्या भारताने मे २००४ नंतर एकदम आत्मविश्वासपूर्वक दमदार पावले टाकीत चालायला सुरुवात केली. एका नव्या भारताचा उदय झाला होता. त्या भारताचा आवाज आता ऐकू येतो आहे. पुन्हा पुन्हा ऐकू येतो आहे!''

–जसवंत सिंग

पं नेहरू यांच्या प्रभावाखालचा सनातन समाजवादाचा काळ आणि आंतरराष्ट्रीय संबंधातील अलिप्ततावादाचा काळ संपला. रशिया व अमेरिका यांच्यातील शीत-युद्धाचाही काळ सरला. आता भारत नवीन काळातील आपली उद्दिष्टे शोधू लागला, आपली वैशिष्ट्ये पुन्हा नव्याने रचू लागला. त्या नवीन निर्णायक काळातील घटनांचा थरारक वेध या पुस्तकात जसवंत सिंग यांनी घेतला आहे. कारण ते त्या घटनांना साक्षीदार तर होतेच, शिवाय त्या घटना घडविण्यातही त्यांचा हात होता.

चीन, पाकिस्तान या दोन्ही देशांची मानसिकता जसवंत सिंग यांनी अचूक जोखली आहे. या देशांचे खरे स्वरूप त्यांनी वाचकांच्या समोर ठेवले आहे. कारगिल युद्धातील पाकिस्तानचा सहभाग, मुशर्रफ यांचे फोनवरील गुप्त संभाषण, लाहोरची बस-सेवा, आग्र्याची शिखर परिषद, चिनी आक्रमणाबद्दलचे भाष्य, चीनची हेतुपूर्वक दगलबाजी, वगैरे वाचून तर वाचकाला थक्क व्हायला होईल.

राजस्थानमधील वाळवंटी जिल्ह्यात श्री. जसवंत सिंग यांचा जन्म झाला. वयाच्या १९व्या वर्षी त्यांना सैन्यात कमिशन मिळाले. नंतर १९६२चे चिनी आक्रमण व १९६५चे भारत-पाक युद्ध यात त्यांनी भाग घेतला. सैन्यात पुढे उत्कर्षाची संधी असूनसुद्धा त्यांनी सैन्यातील नोकरीचा राजीनामा दिला. आणि राजकारणात प्रवेश केला. आजवर संसदेमध्ये ते सात वेळा निवडून गेले आहेत. १९९८-२००४ मधील भारतीय जनता पक्षाच्या आघाडीच्या सरकारमध्ये त्यांनी संरक्षण, परराष्ट्र व अर्थ अशी महत्त्वाची खाती सांभाळली होती.

भारताचे परराष्ट्र धोरण आणि राष्ट्रीय सुरक्षा या दोन विषयांचा अभ्यास त्यांनी जेवढा केला असेल, तेवढा अन्य कुणाचाही नसेल. या विषयातील ते तज्ज्ञ समजले जातात. सध्या ते राज्यसभेतील विरोधी पक्षांचे नेते आहेत. या शिवाय ते ऑक्सफर्ड आणि वॉरविक विद्यापीठात मानद प्राध्यापक म्हणून व्याख्याने देण्यास जातात. हार्वर्ड विद्यापीठात ते सिनीयर फेलो आहेत.

"आपल्याला वेळ कसा पुरतो?" असे विचारल्यावर ते उत्तर देतात, "आपण काम करायचे ठरवले तर वेळसुद्धा आपल्यासाठी प्रसरण पावत असतो."

हे त्यांचे सातवे पुस्तक आहे. अजून बरीच पुस्तके ते लिहिणार असून त्यातील काही निर्मितीच्या प्रक्रियेत आहेत.

अभिप्राय

थोडेसे रोचक, पण अपुरे अपुरे

अनेक अडथळ्यांना मागे टाकून मैत्रीचा नवा धागा कसा विणला गेला, याचे रोचक वर्णन व चीनबरोबरील 'व्यूहतंत्रात्मक चर्चे'चा तपशीलही पुस्तकात सविस्तर येतो.

तरी जसवंतसिंहांनी 'उगवत्या भारताच्या जयजयकारासाठी घातलेली साद' अपूर्ण असल्यासारखी वाटत राहते.

सकाळ, १६ सप्टेंबर, २००७

संघर्षमय काळाचा इतिहास

चीनशी संबंध सुधारणे, पाकिस्तानशी संबंध सुधारणे, पाकिस्तानशी संबंध सुधारणे याबाबतही या काळात बरेच काही घडले. त्याबद्दलही जसवंत सिंह यांनी केलेल्या प्रयत्नांची रूपरेखा या पुस्तकात आहे. आत्मकथनाच्या अंगाने हे पुस्तक लिहिले गेले आहे. शिक्षण, लष्करी सेवा, भारताची फाळणी, हिंदू धर्म, काश्मीर संघर्ष, भारत-चीन संघर्ष याबद्दल विवेचन आले आहे. सत्ताकारणाने अनेकविध अज्ञात कोपरे त्यामुळे उजळून निघाले आहेत.

दैनिक ऐक्य सातारा (झुंबर), १६ सप्टेंबर २००७

मागच्या अंगणातील दहशतवादाचे भूत

दैनिक प्रभात, २५-२-२००७

दोन नैतिक प्रश्न

तीन दहशतवाद्यांसाठी १६१ स्त्री-पुरुष व मुले यांचे अपहरण केलेल्या विमानाच्या सोडवणुकीसाठी तडजोड करायची का? ती काय करायची? निष्पाप लोकांचे प्राण वाचवायचे का अपहरणकर्त्या दहशतवाद्यांशी लढायचे? या दोन नैतिक प्रश्नांमध्ये जसवंतसिंग सापडले होते.

दहशतवाद्यांना सोडून आपल्या प्रवाशांना सुखरूप परत आणावे, या निर्णयाला कसे पोचावे लागले.

मंथन, रविवार, ११ फेब्रुवारी, २००७

आपल्या स्नेहीजनांना पुस्तके भेट द्या

ए कॉल टू ऑनर

उगवत्या भारताच्या
जयजयकारासाठी साद

जसवंत सिंग

अनुवाद
अशोक पाध्ये

मेहता पब्लिशिंग हाऊस

A Marathi Translation of Jaswant Singh's
A Call to Honour in Service of Emergent India
Originally Published in English by the author in association with
Rupa & Co, 7/16, Ansari Road, Daryaganj, New Delhi-2.

Translated into Marathi Language by Ashok Padhye

ए कॉल टु ऑनर / राजकीय

अनुवाद : अशोक पाध्ये

Email : author@mehtapublishinghouse.com

प्रकाशक : सुनील अनिल मेहता, मेहता पब्लिशिंग हाऊस,
१९४१, सदाशिव पेठ, माडीवाले कॉलनी, पुणे – ४११०३०.

मुद्रक : ट्रिनिटी अॅकॅडमी फॉर कॉर्पोरेट ट्रेनिंग लिमिटेड

मुखपृष्ठ : चंद्रमोहन कुलकर्णी

प्रकाशनकाल : जानेवारी, २००७ / जानेवारी, २००८ / नोव्हेंबर, २०१४ /
पुनर्मुद्रण : ऑगस्ट, २०२१

किंमत : ₹ ४५०

P Book ISBN 9788177668155
E Book ISBN 9789387789883
E Books available on : amazonkindle Apple Books Google Play Books

सो सब तव प्रताप रघुराई।
नाथ न कछुः मोरि प्रभुताई।।

तुलसीदासकृत रामचरितमानस, सुंदरकाण्ड

रघुवंशातील रामराया, हे सारे तुझ्या कर्तबगारीचे तेज आहे.
त्यात माझे काहीही नाही, काहीही नाही.

"non nobis Domine non nobis sed nomibi tyo da gloriam"

(ज्यू धर्मीयांची स्तोत्रे ११५:१)

हे प्रभो, केवळ आमच्यासाठी म्हणून नको,
पण तुझ्या नावासाठी, तुझ्या दयेसाठी,
तुझ्याजवळच्या सत्यासाठी आम्हाला उपकृत कर.

मी त्या ईश्वरावर माझा विश्वास ठेवला आहे आणि
पश्चात्तापदग्ध होऊन मी त्याला सामोरा जातो.

सूरा हूद ८८ वे कडवे (११.८८)

अनुवादकाचे निवेदन

हे पुस्तक प्रसिद्ध होण्याआधी जसवंतसिंग यांनी एक वार्ताहर-परिषद घेतली होती. 'आज तक' या चित्रवाणीला मुलाखत दिली. दुसऱ्याच दिवशी साऱ्या देशभर जसवंत सिंग यांच्या वक्तव्यामुळे खळबळ माजली. पुस्तक प्रसिद्ध झाल्यानंतरही तशीच खळबळ चालू राहिली. एका रात्रीत या पुस्तकाचे नाव देशभर झाले. पण हे पुस्तक तयार करण्यास मात्र अनेक दिवस लागले होते. ते काही एका रात्रीचे काम नव्हते. या पुस्तकात अनेक तपशील आहेत, नावे आहेत व असंख्य आकडे आहेत. ते अचूकपणे उतरवण्यासाठी त्यांनी कागदपत्रांचा आधार तर घेतलाच. परंतु मुळात जसवंतसिंग यांच्या स्मृतीत व रोजनिशीत त्या साऱ्या घटना रेखित झाल्या होत्या. त्यांनी अनेक संबंधित कागदपत्रे व छायाचित्रे स्वत:जवळ जपून ठेवली असणार. शिवाय वेळोवेळी अन्य कागदपत्रांचा अभ्यास केला. स्मृतीमध्ये साठवलेला इतिहास कागदावर जिवंत करण्यासाठी त्यांना कित्येक दिवस लागले. हे पुस्तक जरी जसवंत सिंग यांचे राजकीय आत्मचरित्र असले तरीही भारताच्या इतिहासाचा एक संदर्भग्रंथ म्हणून ठरले आहे.

वर्तमानकाळातील घटना आपल्या डोळ्यासमोर घडत असतात. पण उद्या याच घटना आपल्यापुढे इतिहास म्हणून उभ्या राहणार आहेत याची जाणीव आपल्याला नसते. आपण अनुभवत असलेला प्रत्येक क्षण हा दुसऱ्या क्षणी निसटून इतिहासात विलीन पावलेला असतो. भूतकाळ व भविष्यकाळ एवढे दोनच काळ आहेत. या दोन्हींच्या सीमारेषा जिथे एकमेकांना भिडतात ती रेषा अत्यंत पातळ आहे, बारीक आहे. रेषेला फक्त लांबी असते, रुंदी नसते. आपल्या दिसण्याच्या सोयीसाठी तिला आपण किंचित जाडी दिली आहे. आपण अशा वर्तमानकाळाच्या रेषेवर असतो. प्रत्येक क्षण आपल्या हातून निसटतो व त्याजागी दुसरा क्षण येतो. निसटणारा क्षण आपण पकडू शकत नाही. आपण तो फक्त कागदपत्रे व छायाचित्रे यामध्ये रेखित करून ठेवतो. अशा अनेक क्षणांचा संग्रह म्हणजे इतिहास!

'१९८४' या कादंबरीचा लेखक जॉर्ज ऑरवेल याने त्या कादंबरीतील राज्यकर्ते

इतिहासात ढवळाढवळ करीत असल्याचे दाखवले आहे. कारण शेवटी इतिहास कुठे असतो? तर कागदपत्रे, वृत्तपत्रे, छायाचित्रे, फिल्मस्, साऊंड ट्रॅक इत्यादींमध्ये. नको असलेला इतिहास पुसणे हे त्यामुळे फारच सोपे असते. ती नेमकी कागदपत्रे, छायाचित्रे आदि गोष्टी नष्ट केल्या की इतिहास नष्ट होतो व तो फक्त माणसांच्या स्मृतीत उरतो. माणसेच नष्ट केली की त्यांच्या स्मृतीमधील इतिहासही नष्ट होईल. किंवा माणसांचे 'ब्रेन वॉशिंग' केले की त्यांना तो स्मृतीमधला इतिहासही खोटा वाटू लागतो. ऑरवेलच्या कादंबरीत नको तो इतिहास विसरण्याचे प्रशिक्षण सर्व कार्यकर्त्यांना दिले जात असते. अनेकदा त्या काढून टाकलेल्या इतिहासाच्या जागी नवीन, खोटा, कृत्रिम व कल्पित इतिहास तयार करून ठेवला जातो.

क्रौर्याच्या जोरावर इतिहास पुसून टाकू पहाणाऱ्या राजकारणी लोकांच्या पार्श्वभूमीवरती इतिहासाचे खरेखुरे रेखन करणारे जसवंत सिंग यांच्यासारखे राजकारणी लोक पाहिले की बरे वाटते. मग त्यांना जसा तो इतिहास भावला तसे त्याचे चित्रण केले तरी काही हरकत नाही. कारण त्यामुळेच तो इतिहास किंवा त्या ऐतिहासिक घटना जिवंत राहू शकतात. इतिहासाचा अभ्यासक मग नि:पक्षपाती दृष्टिकोनातून त्याच इतिहासाचा नीट मागोवा घेऊ शकतो.

जसवंत सिंग यांनी भाजपप्रणीत सरकारमध्ये संरक्षण, परराष्ट्र व अर्थ अशा तीन खात्यांचे मंत्री म्हणून काम केले. सहा वर्षांच्या कालावधीत अण्वस्त्र-चाचणी, कारगिल संघर्ष, विमान-अपहरण वगैरे महत्त्वाचे प्रसंग अनुभवलेत. त्या प्रसंगाची अंत:स्थ गोटातील चक्षुर्वैसत्यं हकिगत आपल्याला त्यांच्या लिखाणातून कळते. त्याचबरोबर हेही कळते की या घटनांबद्दलची आपली माहिती किती तोकडी आहे. आपले निष्कर्ष व मते फक्त वृत्तपत्रातील माहितीवर आधारित असतात. तसेच, जसवंत सिंग हे राजनीतीमागचे जे सैद्धांतिक विवरण करतात, त्यामुळे आपले प्रबोधन होते. जसवंत सिंग ही व्यक्ती नुसतीच राजकारणी नाही तर ती एक विद्वानही आहे, भारताच्या भरभराटीची चिंता वाहणारी आहे आणि सामान्य भारतीयांच्या संस्कृतीचा व मानसिकतेचा अचूक वेध घेणारी आहे. राजकारणातल्या या नायकाच्या विविध पैलूंचे दर्शन या पुस्तकात होते.

इतिहासकाळात झालेले अन्याय, अपमान, अत्याचार हे अनेकदा शतकानुशतके

विसरणे शक्य नसते. त्या दु:खीकष्टी भावनांचे सल, संताप हे कित्येक पिढ्या आपल्या मनांवरती ओझ्यासारखे बसलेले असते. हे योग्य की अयोग्य हे सांगता येणे कठीण आहे. परंतु इतिहासाकडून आपल्याला खूप शिकता येते, खूप मार्गदर्शन होते, हे नक्की. काही भविष्यकालीन ध्येये साध्य करण्यासाठी भावना, सूड वगैरे गोष्टी उपयोगी पडत नाहीत. तसली ओझी टाळावीत. परंतु प्रतिपक्षाचे खरेखुरे स्थायी स्वरूप कसे आहे व कोणत्या चुका टाळता येतील याचे मार्गदर्शन मात्र इतिहासाकडून नक्की होत असते. परंतु असे दिसते की भारतातील सत्ताधारी हे नेहमीच इतिहासाचे भान विसरलेले असताता आणि त्यांच्यातील अति औदार्याची भावना नको तेव्हा डोके वर काढते. एकहजार वर्षांपूर्वी दिल्लीवर पृथ्वीराज चव्हाण राज्य करीत होता. त्याने महंमद घोरीचा सात वेळा पराभव केला. पण प्रत्येक वेळी पृथ्वीराज मागचा इतिहास विसरत होता. अन् महंमद घोरी मात्र मागच्या युद्धातील चुका आठवून त्या दुरुस्त करीत गेला. परिणामी तो जिंकला व परकीय संस्कृतीची सत्ता भारतावर सुरू झाली. या पार्श्वभूमीवर जेव्हा हल्लीची राजकारणी मंडळी 'इतिहासाचे ओझे टाकून दिले पाहिजे' अशा वाक्याचा सतत जो जप करतात, त्यांची कीव करावीशी वाटते. ओझे भावनांचे असते, विकारांचे असते, पण इतिहासाचे कधीही नसते. हिटलरही अशाच भावनांच्या आहारी गेला होता. एके काळी फ्रान्सने केलेल्या जर्मनीच्या पराभवाचे उट्टे त्याने काढले. पण भावनेच्या आहारी गेल्याने तो सारासार विवेकबुद्धी गमावून बसला. युद्ध कुठे थांबवावे हे त्याला कळेना. परिणामी तो शेवटी हरला. इतिहासापासून स्फूर्ती घ्यावी, चुका टाळाव्यात व उज्ज्वल भविष्यकाळ घडवण्याचे प्रयत्न करावेत.

उज्ज्वल इतिहास हा नेहमीच वर्तमानकाळात स्फूर्ती देतो, तर वाईट इतिहास हा आपल्याला सतत सावधानता शिकवित असतो. कोणत्या चुका टाळायच्या, तेही सांगत असतो. *जी जनता आपला इतिहास विसरते त्यांचा भूगोल बदलला जातो,* हेही पाकिस्तानच्या निर्मितीने आपल्याला शिकवले गेले आहे. जसवंत सिंग यांचे पुस्तक वाचताना आपण त्यांच्या डोळ्यांच्या कॅमेऱ्यामधून बघत आहोत असा भास होतो. आपल्याला ठाऊक असलेला इतिहास हा किती छोटा आहे नि खऱ्या इतिहासाची व्याप्ती किती मोठी आहे हेही कळून चुकते.

१ जानेवारी २००७ रोजी टाईम्स ऑफ इंडिया या वृत्तपत्राने पहिल्या पानावरती 'भारताविरुद्ध भारत' या मथळ्याखाली फक्त पंचवीसएक ओळी मोठ्या अक्षरात छापल्या आहेत. बाकी संपूर्ण पान कोरे ठेवले आहे. यावरून त्या पंचवीस ओळींच्या मजकुराला टाईम्सने किती महत्त्व दिले आहे ते दिसून येते. मला वाटते की, भारतीय वृत्तसृष्टीत महत्त्वाच्या विचारांना एवढे महत्त्व देण्याचे हे पहिलेच असे उदाहरण असावे. टाईम्स त्या मजकुरात जे म्हणते आहे, ते थोडक्यात असे आहे :

या देशात दोन भारत अस्तित्वात आहेत.

एका भारताला खेचत नेल्यामुळे त्याची दमछाक होते आहे. ज्या चांगल्या विशेषणांची खैरात या देशावर केली जात आहे, त्याला पात्र ठरण्यासाठी हा भारत धडपड करतो आहे.

तर दुसरा भारत हा पहिल्या भारताला सारखा खेचत पुढे नेतो आहे. हा दुसरा भारत म्हणतो की, "आम्हाला एक संधी द्या, म्हणजे आम्ही जे म्हणतो ते सिद्ध करता येईल." यावर त्याला सांगितले जाते की, "आधी तुम्ही सिद्ध करा, मग तुम्हाला कदाचित् संधी दिली जाईल."

एक भारत हा सर्वांच्या मनातल्या निराशेत, संभ्रमावस्थेत चाचपडतो आहे, तर दुसरा भारत हा सर्वांच्या उरातल्या आशेमध्ये भरून राहिला आहे.

एक भारत नेतृत्व करतो आहे तर दुसरा भारत त्यामागे ओढला जातो आहे.

इतिहास हा काही चांगला ड्रायव्हर नाही. कसलीही पूर्वसूचना न देता तो आपले वाहन एकदम वळवतो. तसली दुर्मिळ वेळ आता आली आहे. इतिहास लवकरच एक पान उलटणार आहे. गेली साठ वर्षे आपला देश उठून उभा राहून धडपड करतो आहे, अडखळतो आहे, पळतो आहे, मधेच पडतो आहे, धुळीने माखला जातो आहे. पण परत उठून उभा राहून लंगडत पुढे जाऊ बघतो आहे. हा देश प्रगती करीत आता काळाच्या एका कड्यापाशी येऊन ठेपला आहे. अपयशाच्या भीतीपेक्षा, या नवीन भारताची यशावरची श्रद्धा फार मोठी आहे. हा देश परकीय मालाच्या विक्रीवरती आता बहिष्कार घालत नाही, तर तो माल तयार करणाऱ्या कंपन्याच विकत घेऊ पहातो आहे.

पहिला भारत हा खालच्या खोल दऱ्यात भयचकित नजरेने पहातो आहे, तर

दुसरा भारत हा वरती आकाशाकडे पाहून म्हणतो आहे की, ''चला, हीच वेळ झेप घेण्याची आहे!''

जगाचे लक्ष नसले तरी हा दुसरा भारत चैतन्याने सळसळत उदयास येतो आहे!

टाईम्सच्या अंकातील या मजकुराच्या आधी श्री. जसवंत सिंग यांना ही जाणीव कितीतरी आधी झाली होती. कारण त्या उगवत्या भारताच्या जन्मासाठी त्यांनी व त्यांच्या सहकाऱ्यांनी जिवापाड मेहेनत घेतली होती. त्या मेहनतीच्या थक्क करणाऱ्या हकिगतीचे हे पुस्तक आहे.

असे हे पुस्तक वाचताना वाचक वेळोवेळी स्तिमित होईल व भारावून जाईल. सरतेशेवटी तो अंतर्मुख होऊन विचार करू लागेल. माझ्या मते हेच खरे या पुस्तकाचे यश आहे.

– अशोक पाध्ये

प्रास्ताविक

आपल्या दृष्टीला काळ आणि अंतर यांची जाणीव होते, असे आपल्याला सांगितले जाते. एखादी घटना किंवा अनेक घटना घडून गेल्यावर त्याबद्दल लिहिले तर त्या लिखाणात ताजेपणा येतो. यामुळे बहुतेक वेळा मूळ हेतूला बाधा पोचते हा भाग वेगळा. असे लिखाण एका विशिष्ट काळापर्यंत रेंगाळले की मग त्यावरती धूसरतेचा एक पडदा पडू लागतो. त्या घटनेबद्दलची स्मृती अंधुक होऊ लागते. आठवणींमधील पारदर्शकता जाते आणि केलेल्या वर्णनात ढोबळपणा येतो. मग लिखाण कधी करावे? किती लवकर किंवा किती उशिरा? यातील सुवर्णमध्य कुठे आहे? अन् हे ओळखणे हीच गोष्ट फार फार महत्त्वाची आहे. कारण लवकर लिहिले तर लिखाणाला ताजेपणाचा वास येतो, अन् उशिरा लिहिले तर लिखाणामधला प्रवाहीपणा कमी होतो. पण यावर कोणताही उपाय या जगात नाही. काळाची जाणीव ही एक संपूर्णपणे व्यक्तिनुसार बदलत जाणारी बाब आहे. मी तो सुवर्णमध्य ओळखण्याचा जास्तीत जास्त प्रयत्न केला. या पुस्तकात माझे आत्मचरित्र आहे, तसेच घटनांची जुनी स्मृतीचित्रेही आहेत. त्याचबरोबर त्या त्या घटनांचे मी केलेले विश्लेषणही आहे. या सर्वांचा नीट विचार करता हे पुस्तक नक्कीच एका वैशिष्ट्यपूर्ण प्रकारात मोडते, असे मला वाटते.

मे २००४ मध्ये भाजपच्या राष्ट्रीय लोकशाही आघाडीच्या (रालोआ) सरकारने, लोकसभेच्या निवडणुकीत, आपले बहुमत थोडक्यात गमावले. परिणामी सहा वर्षे चालवलेली भारत सरकारची खाती आम्हाला सोडावी लागली. आम्हाला ती सहा वर्षे ही सर्व दृष्टीने अत्यंत असामान्यरित्या आव्हानात्मक अशी गेली. आम्ही नेहमीची वाट सोडून एका वेगळ्या वाटेने गेलो. दिल्लीमधल्या आमच्या पहिल्या आघाडीच्या सरकारने सुनियोजितरित्या आपले काम यशस्वीरित्या करून देशाला दाखवले. तर आंतरराष्ट्रीय पातळीवर भारताचे परराष्ट्र धोरणाचे जहाज आम्ही वादळी हवेतून व अज्ञात समुद्रातून हाकारले. मे १९९८ मध्ये पोखरण येथे केलेल्या अणुस्फोटानंतरच्या परिस्थितीला यशस्वीरित्या तोंड देऊन आम्हीही त्यासाठी तुल्यबळ आहोत हे

दाखवून दिले. हा काळ संक्रमणाचा होता, देशाच्या परराष्ट्र धोरणातील बदलांचा होता, आपल्या गरजांच्या अग्रक्रमांची पुनर्रचना करण्याचा होता, देशाच्या दृष्टीची, स्वप्नांची नव्याने जुळणी करण्याचा होता. अन् सर्वात महत्त्वाचे म्हणजे भारताची जगातील स्थिती मध्यवर्ती आहे हे पुन्हा जाहीर करण्याचा काळ होता. ह्या काळात आमची कसोटी लागली होती व आमच्याकडून मोठमोठ्या अपेक्षा ठेवल्या गेल्या होत्या. असा हा काळ मोठा उत्साहवर्धक होता. याच काळाने सर्वांना आवाहन केले होते. उगवत्या भारताचा गौरव करण्याचे ते आवाहन होते, जयजयकार करण्यासाठी घातलेली ती एक साद होती!

रालोआ सरकारच्या कारकीर्दीत अनेक गोष्टींची पायाभरणी झाली. संरक्षण, परदेशनीती आणि आर्थिक धोरण यांचे मार्ग आखले गेले. त्या मार्गावरून वाटचाल सुरू झाली. आमच्या नंतर येणारे सरकारही याच मार्गावरून पुढे जात राहील अशीही आम्ही त्यात सोय करून ठेवली. प्रगतीच्या दृष्टीने आम्ही राष्ट्रीय उत्पन्न निर्देशांक (GDP) वाढविण्याच्या दिशेने खूप मजल मारली. अन् ही गोष्ट अनेक अडथळ्यांवर, प्रतिकूल घटकांवर मात करीत आम्ही साध्य केली. त्यातले काही अडथळे असे होते : २००१ सालामधला जबरदस्त भूकंप, २००२ ते २००३ या वर्षात पडलेला दुष्काळ (असा दुष्काळ गेल्या तीस वर्षांत पडला नव्हता), दुसऱ्या गल्फ युद्धामुळे (२००३ साली) उद्भवलेली तेलाची टंचाई, १९९९ मध्ये कारगिल येथे उडालेला संघर्ष, दहशतवाद्यांचे हल्ले (लोकसभेवर २००१ साली, कालचुक कॅम्पवर २००२ साली), या सर्वांवरती कडी म्हणजे अमेरिकेने लादलेले आर्थिक निर्बंध! परंतु अशा कित्येक अडथळ्यांवर व संकटांवर मात करीत रालोआ सरकारने आर्थिक प्रगती केली, सुधारणा केल्या, न्यायदानात उदारता आणली, देशाच्या मूलभूत रचनेमध्ये क्रांतीकारी सुधारणा (टेलिकॉम, इन्फोटेक, ग्रामीण भागात रस्ते, महामार्गांची वाढ) केल्या. चलनफुगवटा आटोक्यात ठेवला, परकीय गंगाजळी १२५ अब्ज डॉलर्सपेक्षा जास्त केली, अन् राष्ट्रीय उत्पन्न निर्देशांक हा ८.४ च्या वर नेला. या साऱ्या सुधारणा नक्कीच दखलपात्र होत्या, कौतुकास्पद होत्या. शिवाय Y2K संकटाला (म्हणजे ३१ डिसेंबर १९९९ रोजी रात्री १२ वाजता जगातील सर्व संगणक बंद पडणार, अशी उठलेली अफवा) दिलेले तोंड

इ. इ. बाबी आता विसरल्या गेल्या आहेत. पण रालोआ सरकारने मात्र मोठ्या धीराने सर्व संकटांवर मात करून प्रगती केली. आता आम्हाला हे सारे एका दिवसात घडले, असेच वाटते आहे.

ही प्रगती जोखण्यासाठी हे पुस्तक मी लिहिले काय? १९९८ ते २००४ या कालखंडातील घटनांची स्तुतीस्तोत्रे गाण्यासाठी हे पुस्तक लिहिले आहे काय? नाही! असले काही करण्यासाठी मी हे पुस्तक अजिबात लिहिलेले नाही किंवा केवळ घटनांची जंत्री देण्यासाठीही लिहिलेले नाही. त्या काळात मला आलेले काही अनुभव सांगण्यासाठी मी हे पुस्तक लिहिले आहे. सारेच अनुभव सांगायचे ठरवले तर त्यातून एक ग्रंथमालिका निर्माण होईल. अन् ते वाचण्यासाठी कोणापाशी तेवढा वेळही असणार नाही. त्यातून संगणकावर, झरझर वेबसाईट उघडून पाहिजे तो मजकूर चटकन उचलून घेण्याचा हा काळ आहे. शिवाय भारताचे राजकीय व आर्थिक स्वरूप बदलवून टाकणाऱ्या घटनांचा व आपल्याला वाटणाऱ्या भारताच्या स्वरुपाचा मी मागोवा घेण्याचा जरी प्रयत्न केला तरी या सर्व घटना पूर्णपणे सांगणे केवळ अशक्य आहे. मार्च १९९८ मध्ये सावधपणे व दबकत वावरणारा भारत हा मे २००४ मध्ये आत्मविश्वासपूर्वक जोमाने डोके वर काढणारा भारत झाला होता. त्याचा आवाज आता जगभर सारेजण कान देऊन ऐकू लागले होते. त्या उगवत्या भारताच्या आवाजाचा गौरव करण्यासाठी, वाचकांनीही तसा गौरव करावा असे आवाहन करण्यासाठी, मी हा पुस्तक-प्रपंच केला आहे. त्यातही मे १९९८ च्या भारलेल्या काळातील घटना मला अधिक महत्त्वाच्या वाटतात. आमच्याबरोबर कामे करणाऱ्या सर्वांच्या संघशक्तीनुसार आम्ही ते सारे साध्य केले. आमच्या या संघाचे नेतृत्व चतुर, विचक्षक, दूरदृष्टी असलेले, शांत चित्ताने वागणारे, अविचल असलेले अटलबिहारी वाजपेयी करत होते. मानवतावादी दृष्टिकोन ठेवणाऱ्या व खुल्या दिलाच्या अटलजींनी एका अंतर्बाह्य लोकशाहीवादी सरकारचे नेतृत्व केले होते. स्वतंत्र भारताच्या कारकीर्दीत असले सरकार आजवर झालेले नव्हते.

या पुस्तकाचा लेखक मी असल्याने आणि रालोआ सरकारमध्ये भारताच्या D, E व F खात्यांचा (डिफेन्स, एक्सटर्नल अफेअर्स व फायनान्स) कारभार मी हाताळल्याने माझ्या लिखाणात या खात्यांच्या विषयाबद्दल मजकूर येणार, पण

त्यातही परराष्ट्रनीतीबद्दल आणि भारताच्या सुरक्षेबद्दल अधिक मजकूर येईल. जरी अर्थशास्त्रीय सुरक्षा ही अग्रक्रमाची असली व ती सर्व प्रकारच्या धोरणांभोवतालची एक प्रकारची तटबंदी असली तरी, या पुस्तकात त्यासाठी मी फार जागा उपलब्ध करून दिलेली नाही. असे मी का केले? कारण त्या गुंतागुंतीच्या अर्थकारणाच्या धोरणाबद्दल काही समजावून सांगायचे झाल्यास ते खूप अवघड व कठीण ठरेल. शिवाय अशा विवेचनाबद्दल वाचकवर्गाला फारसे ममत्व नसते. तसल्या मजकुराची मोहिनी त्यांच्यावर पडत नाही. बिमल जालान हे अनेक वर्षे रिझर्व्ह बँकेचे गव्हर्नर होते. आता ते लोकसभेचे सदस्य आहेत. त्यांनी मला जे अनेकवार सुनावले आहे, त्याची येथे मला आठवण येते. अत्यंत शहाणपणाचा एक अमोल सल्ला ते मला देत आलेले होते. ते म्हणायचे, "रिझर्व्ह बँकेच्या गंगाजळीत पुरेसा साठा नेहमी असायला हवा. तसा जर तो नसेल तर अर्थस्थिती ताणली तरी नैसर्गिकरित्या पूर्वपदावर येण्याचा जो गुणधर्म आहे तो टिकणार नाही. मग त्या अभावी भारताची उद्यमशीलता, अर्थशास्त्रीय व व्यापारी प्रज्ञा यांचा काहीही उपयोग होणार नाही. मग आपले काय होईल, याचा विचार करा." जर तसे घडले असते तर आज आपले काय झाले असते?

त्या काळातील भारताचे परराष्ट्र धोरण राबविण्यासाठी आम्हाला क्रांतीकारी बदल घडवणे भाग होते. अन् त्यासाठी आम्हाला सर्वांना आवाहन करणे भाग होते. हे आवाहन ही त्या काळाची गरज होती, हेच आवाहन म्हणजे उगवत्या भारताचा जयजयकार करण्यासाठी घातलेली साद होती. आम्ही ते कसे डावलू शकू? आपत्ती व्यवस्थापनाच्या साऱ्या तंत्रांची बेरीज म्हणजे पराराष्ट्रनीती असते, असे नाही. तरीही सतत वाढती आव्हाने पुढे येणे हे व्यवस्थापनाच्या वाटचालीत इशाऱ्यांच्या पाट्या आहेत. त्या वाटचालीचा मी येथे मागोवा घेतला आहे. ती वाटचाल कधीच संपणार नाही असे भासत होते. त्यात मी सामील झालो होतो. ह्या मार्गाची नव्याने नीट आखणी करणे हे आमच्यापुढील काम होते. भूतकाळातील एका अव्यवहारी ध्येयवादापासून एका नव्या व अत्यावश्यक व्यवहारी मार्गाकडे आपल्याला वळायला हवे. आता एक अस्वस्थ, उत्सुक असलेले व धीर न धरणारे युग समोर येत आहे. आपले पूर्वापार चालत आलेले व अढळ असणारे शहाणपण आणि आपल्या

काळात आवश्यक असलेला द्वैतवाद या दोन्हींमध्ये आपण सापडलो होतो. बदल घडवण्याच्या या आवाहनाचा आपण सन्मान करणे भाग होते.

आमच्या या काळात आम्हाला एका अत्यंत गुंतागुंतीच्या व विरोधाभासयुक्त कोड्याला सामोरे जावे लागत होते. ते कोडे म्हणजे 'मोठ्या प्रमाणात जनसंहार करण्याचे अस्त्र आपण निर्माण करावे की नाही?' (इंग्रजीत याला Weapon of mass destruction असे म्हणतात. हा किती अनिष्टसूचक व गंभीर शब्दप्रयोग आहे!) आमच्यापुढे एक आव्हान उभे होते. ते म्हणजे आण्विक वर्णभेदाचाच भेद करणे. आपल्याला एक तुल्यबळ व वैध अशी सुरक्षा हवी होती. तशी मागणी करणे हा सर्वच राष्ट्रांचा एक नैसर्गिक व मूलभूत हक्क आहे, हे एक त्रिकालाबाधित सत्य आहे. पण हे आपल्या वागण्यात, मनात आणि बोलण्यात आपण कसे परिवर्तित करणार? अन् तेही आश्वासक व नेमस्तपणा सांगणाऱ्या शब्दांमध्ये. आपली आजवरची जी कोणत्याही बाजूला न झुकण्याची मध्यवर्ती भूमिका होती त्या भूमिकेचे अशा अस्त्रनिर्मितीमुळे काय होईल? त्यासाठी आपल्याला अण्वस्त्रधारी राष्ट्रांचे जागतिक पातळीवर बराच काळ चालवले जात असलेले दुहेरी मापदंडांचे निराकरण करायला हवे. एकीकडे या दुहेरी मापदंडामधला फोलपणा, लबाडी दाखवून द्यायची व त्याचवेळी आपण अण्वस्त्रधारी बनून त्या राष्ट्रांच्या पंक्तीत जाऊन बसायचे. म्हणजे शेवटी आपणही त्यांच्यावर टीका करीत तेच दुहेरी मापदंड व हक्क स्वीकारायचे? हा एक भलताच गुंतागुंतीचा तिढा होता. संकल्पना व तत्त्वज्ञान या पातळीवरती असलेले आव्हान आमच्यापुढे ठाकले होते. या अशा अगाध व गाढ आव्हानावर केवळ भारतच काही विवेचन करू शकेल असा माझा विश्वास होता आणि आहे. या आव्हानाचेही आम्हाला स्वागत करावे लागले.

या पुस्तकाच्या निर्मितीमागची ही कारणे आहेत, ही पार्श्वभूमी आहे. पण एवढेच काही नाही. जरी यात माझे थोडेसे आत्मचरित्र आले किंवा त्या काळातील व्यक्तिगत आठवणींचा मी आढावा घेतला असला, सरकारातील माझ्या सहा वर्षांच्या कालावधीचे मी विवेचन केले असले तरी, मी त्यातील विविध आव्हानांचे जे विश्लेषण केले आहे ते महत्त्वाचे आहे. भारताला त्या आव्हानांना तोंड का द्यावे लागले? अन् त्याच काळात का? त्या आधी किंवा त्यानंतर का नाही? कदाचित् त्याचे उत्तर असे असेल

की, आमच्या रालोआ सरकारने जो पूर्वापार चालत आलेला राज्यकारभाराच्या धोरणाचा साचा होता तो मोडला आणि आम्ही नवीन बदलाला तयार झालो. नवीन बदलाचे आम्ही प्रतिनिधीत्व केले. पोखरणमधील अणुचाचण्यांमुळे माझ्या देशाला, रालोआ सरकारला आणि वैयक्तिकदृष्ट्या मलाही राजकीय मुत्सद्देगिरीच्या वादळी समुद्रातून फार धैर्याने आमचे जहाज हाकारावे लागले. त्यासाठी आम्हाला बाहेरच्या संशयखोर जगाला भारताच्या अणुकार्यक्रमामागचे तर्कशास्त्र समजावून द्यावे लागले आणि सरतेशेवटी त्यांना भारताच्या दृष्टिकोनापर्यंत आणून ठेवावे लागले. हे करताना त्या वेळच्या परिस्थितीनुसार आम्हाला वाटचाल करावी लागत होती. त्या काळातील दहशतवाद्यांनी केलेल्या अमानुष व राक्षसी कृत्यांमुळे– मग ते न्यूयॉर्कमधले असो किंवा नवी दिल्लीतील असो– जी परिस्थिती आमच्यासमोर उभी राहिली त्याचा आम्ही पुरेपूर वापर करून घेतला. शीतयुद्धाच्या काळातील संकटमय व उथळ समुद्रातून बाहेर पडून एकविसाव्या शतकातील अथांग सागरात प्रवेश केला व त्यानुसार परदेश-संबंध ठेवले. आमच्या काळातील हे खरे मोठे व महत्त्वाचे काम होते. म्हणून अशा काळात जो नवीन भारत उदयास येऊ लागला त्याचा जयजयकार करण्यासाठी मी हे पुस्तक लिहून वाचकांना हाक मारली आहे, साद घातली आहे.

सोप्या भाषेत सांगायचे झाल्यास ह्या पुस्तकात माझी कारकीर्द, माझ्या कामगिऱ्या, माझे प्रतिसाद, मी केलेली संभाषणे, अनेकांशी केलेल्या चर्चा, माझे विचार आणि त्या त्या वेळच्या माझ्या भावना, हे सारे मी उलगडून दाखवले आहे. माझ्या कृतीमागची कारणे समजावून घेण्यासाठी माझ्यावर ज्या ज्या गोष्टींचा प्रभाव पडत आला, ज्यामुळे मी घडत गेलो त्या माझ्या व्यक्तिमत्त्वाचे व माझे या पुस्तकात दर्शन होणे हे अपरिहार्य आहे. माझ्या अंत:प्रेरणा, वैयक्तिक वागणूक, पक्षासाठी केलेली कामे आणि राष्ट्रासाठी केलेली कामे या सर्वांनी मिळून माझे वर्तन बनले आहे. त्या वर्तनामागचे प्रेरणास्त्रोतही मी येथे दाखवले आहे. माझे पूर्वायुष्य आणि माझ्या देशाचा अलीकडचा इतिहास यांची सांगितलेली पार्श्वभूमी ही येथे अनावश्यक लुडबूड करणारी वाटणार नाही. ती पार्श्वभूमी हा गोंगाट नसून एका तुतारीचा आवाज आहे. माझ्या मंत्रीपदाच्या कालावधीत तो आवाज सुरू झाला होता. खरोखरीच तो आवाज म्हणजे नवीन भारताचा गौरव करण्यासाठी केलेले एक आवाहन असे मला वाटते.

या पुस्तकाच्या नावाबद्दल मला येथे थोडेसे सांगितले पाहिजे. चोखंदळ वाचकांना या पुस्तकाचे नाव वाचून ताबडतोब चार्लस् द गोल यांच्या आठवणी असलेले पुस्तक नजरेसमोर येईल. त्या पुस्तकाचे नावही A Call to Honour असेच आहे. या पुस्तकाला ते नाव अत्यंत समर्पक बसते आहे. शिवाय त्यामुळे मी मानलेल्या नायकांनाही एक मूक आदरांजली वाहिल्यासारखे मला वाटते. द गोल हा एक लष्करी पेशाचा माणूस होता आणि त्याला राष्ट्रीय कर्तव्यांची जाण होती. तो अगदी सहजपणे उत्तर आयुष्यात सार्वजनिक जीवनाकडे वळला. द गोल यांच्या व माझ्या जीवनात अनेक बाबतीत साम्य आहे असे मला वाटते. मी ते साम्य शोधून माझ्याच व्यक्तिमत्त्वाचा वेध घेत आहे. द गोल हे चिरंतन ठरले आहेत. त्यांच्या त्या चिरंतनाला ह्या पुस्तकाचा मथळा म्हणजे एक आदरांजली ठरेल.

मी येथे जे जे काही लिहिलेले आहे त्याची संपूर्ण जबाबदारी माझ्यावरती पडणार हे उघडच आहे. मी ती जबाबदारी माझी एकट्याची आहे असे मानतो. अन् तशी ती एकट्याचीच असणार, नाहीतर आणखी कुणाची असेल? यात व्यक्त झालेले दृष्टिकोन माझे स्वत:चे आहेत. मी लिहिलेल्या प्रत्येक बाबीशी वाचक सहमत होतील असे नाही. तसे मतभेद रहाणारच. हे पुस्तक म्हणजे एका पक्षाची कागदपत्रे नव्हे. मी व्यक्तिगत पातळीवर लिहिलेले असताना त्यात पक्षाचा संबंध कुठे येईल? म्हणून म्हणतो की यातील लिखाणाला, त्यात व्यक्त केलेल्या दृष्टिकोनांना, मतांना, विश्लेषणाला फक्त मीच एकटा जबाबदार आहे. काही चुका, वेध घेण्यातले दोष, इत्यादिंनाही फक्त मीच जबाबदार आहे.

– जसवंत सिंग

अनुक्रमणिका

Please contact us at **Mehta Publishing House,** Pune 411030.
✆ +91 020-24476924 / 24460313 / Mob. No. 9545000513
Email : production@mehtapublishinghouse.com
Website : www.mehtapublishinghouse.com

भाग १

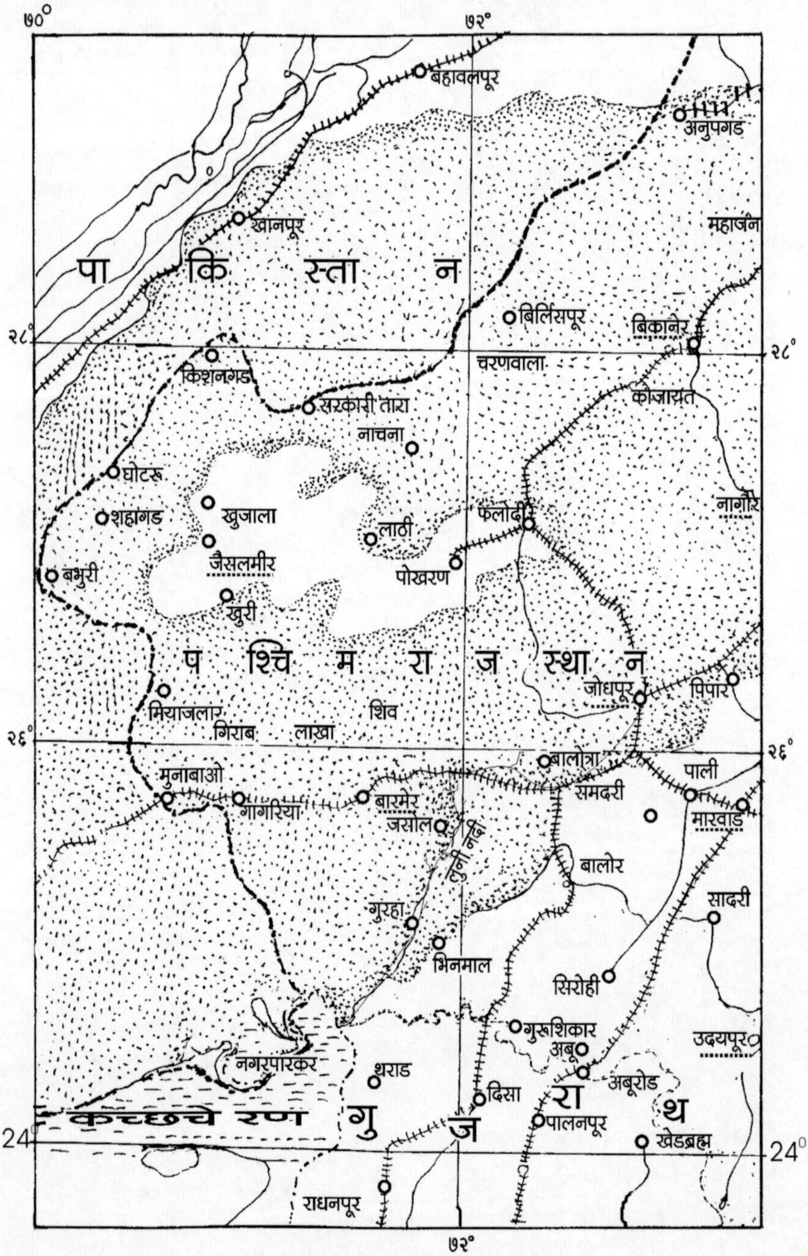

पश्चिम राजस्थानचा नकाशा

एक

उन्हातल्या भूमीच्या आठवणी

कुठून सुरुवात करायची? मी या प्रश्नावरती अडून थांबलो. लिहायला सुरुवात करण्यासाठी बसलो खरा, पण मला सुरुवात सुचेना. पास्कल नावाचा एक थोर गणितज्ज्ञ व शास्त्रज्ञ होऊन गेला. त्याचेही असेच व्हायचे. मला हे आठवल्यावरती थोडेसे बरे वाटले. मग मी जुन्या स्मृती चाळवू लागलो. त्या जुन्या आठवणींच्या विश्वात मी आश्रय घेतला. माझ्या मनाला त्यामध्ये स्वैर सोडून दिले. परंतु मला ज्या स्मृतींचे दर्शन होत होते, ती एक भूतकाळाची तात्पुरती व वरवरची झलक होती काय? भूतकाळातल्या अवकाशात विहार करताना कुठूनही कसेही स्मृतींचे अखंड तुकडे पुनःपुनः उगवत होते व मावळत होते. त्या अथांग अवकाशाच्या विस्ताराची कल्पना करता येत नव्हती. तिथे जीवनाच्या प्रवाहाची सतत भर पडत होती, पण शेवटी तो जीवनप्रवाह आटून शुष्क बनून जातो. म्हणजेच माणसाचा मृत्यू होतो. मृत्यू हे एक अंतिम सत्य आहे. भूतकाळाच्या अवकाशातील एक कृष्णविवर आहे, ब्लॅक होल आहे, एक शून्य[१] आहे. मर्यादेची कसलीही सीमारेषा नसलेल्या त्या पोकळीत जिवंत अस्तित्वाचा पूर्ण अभाव असतो. त्यातल्या कृष्णविवरात आपण एकदा शिरलो, की तिथून परतीचे मार्ग कायमचे बंद होतात का? जर आपण स्मृतींच्या अवकाशात भूतकाळात मागे जाऊन प्रवास करू शकतो, तर तसाच प्रवास आपल्याला वर्तमानकाळाच्या

---

१. *शून्य ही एक सनातन कल्पना आहे. ते अनादी व अनंत आहे. तसेच तिथे काहीही नाही. ऐतेरेय उपनिषदातील एक वाक्य पहा. त्या वाक्याचा खुलासा स्वामी चिन्मयानंद अशा शब्दात करतात : विश्वाचा आविष्कार होण्यापूर्वी सुरुवातीला फक्त 'स्व' अस्तित्वात होता. तो 'स्व' म्हणजे फक्त 'जाणीव' होती. त्याखेरीज काहीही नव्हते. ती 'जाणीव' अनंत होती, सर्वत्र व्यापून राहिली होती. त्यानंतर विश्वाचा उदय झाला. त्यावेळी कोणतेही क्रियाशील तत्त्व नव्हते की जीव नव्हता, फक्त तो परमेश्वर होता.*

पुढे जाऊन नाही का करता येणार?

माझ्या लहानपणी मी आईशेजारी उघड्यावर झोपायचो. आकाशात पसरलेले सारे तारकाविश्व पहायचो. त्यावेळी माझ्या मनात माणसाचा जन्म, मृत्यू आणि हे अथांग अंतराळातले विश्व याबद्दलचे विचार उमटायचे. ते विचार नेमके कोणत्या शब्दात मी करायचो, ते आता आठवत नाही. पण माझ्यासारखी लहान बालके हे असले विचार करू शकतात हे नक्की. भाषेच्या जन्माआधी विचार निर्माण झालेले असतात. विचार हा भाषेला शब्दांचे स्वरुप देतो. भाषा ही नेहमी विचारांची गुलाम असते. स्वच्छ चांदण्या रात्री वर पहात पहुडलो असताना हळूहळू वरचे ते तारकाविश्व खाली खाली येई. शेवटी ते एवढे खाली येई, की हात लांब केला तर त्या चांदण्यांना सहज स्पर्श करता यावा. त्यावेळी मला आढळे, की ह्या कोट्यवधी चांदण्या, तारे किती जवळ जवळ ठासून भरलेले आहेत. असे कधी यापूर्वी आपल्याला दिसले नव्हते की जाणवले नव्हते. त्यावेळी माझ्या मनात येई, 'या आकाशाच्या घुमटामध्ये मी म्हणजे केवळ एक ठिपका तर नाही ना?' डोळे उघडे ठेवून आकाशाकडे पहाताना मी आश्चर्याने भारावून जायचो. शेजारी माझी आई झोपलेली असायची. तिचा मंद श्वास मला ऐकू यायचा. वरचे आकाश अत्यंत सावकाश फिरत रहायचे. क्षितिजावर नवीन तारे उदयास येत. पण सप्तर्षी मात्र नेहमी दिसत रहात. ते कधी अदृश्य व्हायचे नाहीत. त्यांचा आकार मला लांब दांड्याच्या फावड्यासारखा वाटायचा. हे फावडे रात्रभर आकाश नांगरत सरकत असे. कशासाठी? पेरणी करण्यासाठी? नवीन ताऱ्यांची आकाशात निर्मिती करण्यासाठी? पण तो ध्रुव तारा मात्र अविचल असे. आपली जागा सोडायचा नाही. असे का? बाकीच्या चांदण्यांप्रमाणे तो का हलत नाही? त्यावेळी माझ्या मनात असे प्रश्न निर्माण होत असत. हे प्रश्न कालच्या स्मृतीमध्ये राहिले आहेत, का माझ्या आजच्या विचारांना त्यावेळच्या प्रश्नांची एक नक्षीदार झालर लाभलेली आहे? कदाचित दोन्हीही असेल. आजची भाषा ही नक्कीच कालची स्मृती असते.

माझा जन्म इ.स. १९३८ मध्ये जसोल नावाच्या एका खेड्यात झाला. हे खेडे राजस्थानात आजच्या जोधपूरपासून १०० किलोमीटरवरती पश्चिमेला आहे. सभोवतालच्या विस्तृत प्रदेशात हेच एक प्रमुख खेडे आहे. त्या भागाला 'मालानी' असे पूर्वापाररित्या लोक म्हणत आलेले आहेत. नकाशावर मात्र हा भाग 'बारमेर जिल्हा' या नावाने संबोधला गेला आहे. भारताचा सर्वात पश्चिमेकडचा हा जिल्हा. तो सिंध प्रांताला, म्हणजे पाकिस्तानला लागून आहे. माझे आजोबा हे जसोल

गावचे 'रावळ' होते. त्यांचे नाव जोरावर सिंग हे होते. त्यांचा उल्लेख गॅझेटमध्ये निर्विकारपणे 'रावळ जोरावर सिंगजी ऑफ जसोल, मारवाड, वॉज बॉर्न इन विक्रम संवत[२] १९३८' असा केला गेला आहे. मेजर सी.के.एम. वॉल्टर याने तो केला होता. वॉल्टर हा जोधपूर संस्थानात इंग्रजांचा रेसिडेंट म्हणून काम करीत होता. त्याच्या म्हणण्यानुसार 'मालानी' भाग हा राठोड वंशाच्या लोकांचे एक उत्पत्तीस्थान आहे. 'रावळ' हे एक बिरूद आहे आणि भारतातील अन्य बिरुदांपेक्षा ते सर्वांत जास्त जुने आहे. ते नुसते सरंजामशाहीशी जोडलेले नाही. जोधपूरच्या महाराजांचे ऑक्सफर्ड इथल्या शिक्षणकाळात झालेले मित्र जेव्हा जसोल गावाला भेट देण्यासाठी आले तेव्हा ते माझे चुलते रावळ अमरसिंगजी यांना भेटले. 'रावळ' हे बिरूद वारसाहक्काने त्यांच्याकडे आले होते. त्यांनी अमरसिंगजी यांना 'रावळ' म्हणजे काय?' असे विचारले. क्षणभर माझ्या चुलत्यांनी विचार केला व वैशिष्ट्यपूर्ण मोजक्या शब्दात म्हटले, "हे बिरूद काही प्रमाणात राजेशाही आहे व काही प्रमाणात धर्माशी जोडलेले आहे." असे हे बिरूद पश्चिम राजस्थानात वारसाहक्काने मिळते व वापरले जाते. मोठमोठे सरंजामदार किंवा विस्तृत जमिनींचे मालक यांना ते राजस्थानात दिले जाते. यापैकी काहीजणांच्या मालकीच्या जमिनी तर एवढ्या विस्तृत असतात की त्यापुढे भारतातील संस्थानिकांच्या संस्थानाचे क्षेत्रफळ कमी भरेल. दक्षिण भारतात मोठमोठ्या मठाधिकाऱ्यांना रावळ ही उपाधी लावतात.

रावळ जोरावर सिंग हे मालानी जहागिरदारांचे प्रमुख होते. पण हे जहागिरदार फक्त चौघेजणच होते व ते वयाने लहान होते. सिंध व कच्छमध्ये पसरलेल्या संपूर्ण वाळवंटी प्रदेशाचे स्वामित्व जसोलकडे येत होते. ते जोधपूरच्या संस्थानाचे मांडलिक नव्हते की त्याच्यावर अवलंबून नव्हते. उलट, जसोल हे राठोड घराण्याच्या ज्येष्ठ शाखेचे घर होते. कारण राठोडांच्या तरुण भावाने थोडीफार

---

२. *विक्रम संवत : या कालगणनेचे रूपांतर इसवी सनात करणे थोडेसे गुंतागुंतीचे आहे. परंतु ढोबळपणे असे म्हणता येईल की विक्रम संवत हे इसवी सनापेक्षा ५७ वर्षांनी जास्त असते. भारतात विविध कालगणना आहेत. त्यांना हजारो वर्षांचा इतिहास आहे. व्हायटेकरच्या इंग्रजी कालगणनेनुसार इसवी सन २००० हे वर्ष १) कलियुग कालगणनेनुसार ६००१ असेल. २) तर तेच वर्ष बुद्ध निर्वाण कालगणनेनुसार २५४४ असेल. ३) विक्रम संवत कालगणनेनुसार २०५७ असेल ४) शक कालगणनेत ते १९२२ असेल ५) वेदांग ज्योतिष कालगणनेनुसार ते १९२१ असेल ६) बंगाली सान कालगणनेनुसार ते १४०७ असेल; आणि ७) दक्षिणेतील कोल्लम कालगणनेनुसार ते ११७६ असेल. ह्या काही मोजक्या कालगणना पद्धती उल्लेखलेल्या आहेत. एकूण यादी खूपच मोठी आहे.*

मालमत्ता वारसा हक्काने घेतली व त्याने वेगळे होऊन आपले स्वत:चे एक स्वतंत्र संस्थान स्थापन केले. त्या संस्थानाचे नाव जोधपूर. नंतर बिकानेर संस्थानही असेच निर्माण झाले. पूर्वी फक्त जसोल संस्थान होते. पण इतिहासात नंतर अनेक अन्य संस्थानांचा उदय होत गेला.

माझ्याशी निगडित असलेल्या गावांपैकी 'खुरी' नावाचे एक खेडेगाव आहे. ते जैसलमीरपासून काही अंतरावरती आहे. हेही एक स्वतंत्र संस्थान होते. त्याची सरहद्द ब्रिटिश काळातील सिंध प्रांत व भागलपूर संस्थान यांना लागून होती. हे दोन्ही भूभाग आता पाकिस्तानात गेले आहेत. जैसलमीरला जायला रेल्वे नव्हती, रस्ता नव्हता किंवा अन्य काही मार्गाने ते बाहेरच्या जगाशी जोडले गेले नव्हते. जैसलमीरच्या त्यावेळच्या सत्ताधाऱ्याने याबाबतीत "ती एक विनाशकारी आधुनिकता आहे," असे उद्‌गार काढले होते. 'खुरी' हे गाव माझ्या आईचे, म्हणजे माझे आजोळ. तिचे वडील 'ठाकूर मूळसिंगजी' हे होते. जैसलमीरच्या पश्चिमेला ५० किलोमीटरवरती खुरी वसलेले होते. अर्थातच तिकडे जाण्यासाठीही रस्ता नव्हता.

जसोलमध्ये आम्ही एका भल्या मोठ्या विस्तीर्ण वाड्यात रहात होतो. त्या घराची निर्मिती कोण्या एका व्यक्तीने केली नव्हती, तर जणू काही खुद्द काळच वेळोवेळी ती करीत आलेला होता. घराच्या वास्तूमध्ये प्रत्येक पिढीत भर घातली जायची. त्यासाठी काही ना काही घटना, प्रसंग घडलेले असायचे. ती वास्तू अशा घटनांमुळे उत्क्रांत होत होत वाढत होती, विस्तार पावत होती. पण या सततच्या उत्क्रांतीमध्ये त्या वास्तूचे एक मध्यवर्ती व पायाभूत वैशिष्ट्य होते. ती त्या वास्तूची ओळख. ती 'मध्यवर्ती ओळख' वास्तुरचना शास्त्रानुसार नव्हती. वास्तूच्या काही भागात पडझड सुरू झाली तरी ते केवळ 'पुरातन भाग' म्हणून जपून ठेवलेले होते. तिथे कोणी रहात नसे की त्यात कोणाचाही वावर नसे. तर काही भागांकडे दुर्लक्ष होत गेल्याने ते ओसाड पडले होते व हळूहळू काळाच्या ओघात मोडकळीस येऊन कोसळत होते. आहे ते जतन करायचे व जमल्यास त्यात वाढ करायची, या प्रवृत्तीमुळे ती वास्तू जुनी, पुरातन व प्राचीन बनत जायची. मग साहजिकच त्या वास्तूला एक व्यक्तिमत्त्व प्राप्त होई, अधिकार प्राप्त होई व मोठे वय मिळत जाई. वय मिळाल्याने व ते सतत वाढत गेल्याने त्या वास्तूचे वैशिष्ट्य हळूहळू आविष्कारत जाई. त्या वास्तूचा दबदबा निर्माण होई व तिला डावलण्याचे कोणाच्याही मनात यायचे नाही. साऱ्यांनी मोठ्या आदराने तिला मान्यता देऊन तिचा स्वीकार केलेला असायचा. पण इतके असले तरी ती वास्तू कधीच परिपूर्ण बनली नाही. ती संपूर्णपणे बांधली गेली नाही. कारण आता एक अशी समजूत सर्वांच्यात होत गेली की, 'पाथरवटाच्या छन्नी व हातोड्यांचे आवाज या वास्तूत सतत होत रहाणे हे आता क्रमप्राप्त झाले आहे.'

जर वास्तू पूर्णत्वास नेली तर हे आवाज थांबतील. खरे सांगायचे तर ती वास्तू आम्हाला सल्ला देत होती की, ''बाळांनो, सतत रचना करीत रहा, बांधत रहा, हालचाली करीत जा, नेहमी वाढत जा!'' माझे आजोबा नेहमी आम्हाला म्हणायचे, की ''जर हालचाल केली नाही तर एखादे जनावर चरायला कसे जाऊ शकेल?'' म्हणून नेहमी गतिमानता धारण करा हा खरा अर्थ त्यामागे होता.

पंख फुटू लागलेल्या आमच्या कोवळ्या वयात या वास्तूच्या 'अस्तित्व आणि प्रतिष्ठा' यांचा मनावरती प्रभाव पडला होता. अशा या वास्तूच्या छायेखाली आम्ही वाढलो, लहानाचे मोठे झालो. जेव्हा केव्हा हा वाडा किंवा ती वास्तू सोडून आम्हाला बाहेरगावी जावे लागे, तेव्हा आम्ही त्या वास्तूला कधीही 'अलविदा' केले नाही, तिचा कायमचा निरोप घेतला नाही. कारण ती वास्तू आमच्या स्वत:च्या व्यक्तिमत्त्वात एवढी मिसळून एकरूप झाली होती, की आमची ती पहिली ओळख ठरत होती. सतत आम्हाला ती वास्तू सांगे की, ''बाळांनो, हालचाली करीत रहा, सक्रिय रहा, काही ना काही रचत रहा, बांधत रहा.'' नंतर जगात आम्ही कुठेही गेलो, कोणतेही काम किंवा जबाबदारी अंगावर घेतली तरी या वास्तूची एक आज्ञा आमच्याबरोबर असायची. *वास्तूचे नाव उज्ज्वल करा... लक्षात ठेवा!*

त्या आज्ञेबरोबर काहीही तपशील नव्हता. 'अमुक करा व तमुक करू नका' अशी कोणतीही यादी त्यासोबत जोडलेली नव्हती. 'ती वास्तू' असे म्हटल्यावर त्याबरोबर सारे काही आलेच. त्यामुळे जीवनाची वाटचाल करताना आपली कर्तव्ये, संकेत आणि मार्ग स्वच्छ समजायचे. अन् इतकेही करून एखाद्याला वास्तूचा गर्भित उपदेश अंत:प्रेरणेने जाणवला नाही तर त्याला कोणीही कसलाही उपदेश स्वतंत्रपणे केला तरी त्याचेही आकलन होणार नाही. त्या आज्ञेला, उपदेशाला अनुसरून आम्हीच आमचा तपशील वैयक्तिकरित्या ठरवित गेलो. त्यानुसार जगताना आनुषंगिक गोष्टी, जबाबदारी व आव्हाने पेलत गेलो. जीवन जगताना नेहमीच या वास्तूकडून येणारी ती सुप्त आज्ञा *सन्मान, धैर्य, निष्ठा, श्रद्धा...* असे शब्द आमच्या मनात रुजवायची. हे सारे 'लिहावे' की 'न लिहावे' अशा संभ्रमात असलो, तरीही आता मी ते सांगतो आहे. कारण सध्याच्या आपमतलबी जगात त्या शब्दांना वेडगळ ठरवले जाते, असे वाटते. आत्ताचे आपले जग हे अशा शब्दांना त्या मागच्या कल्पनांना वेडावते, त्यांचा उपहास करते. पण तरीही हे शब्द अद्याप प्रमाणभूत म्हणून ठाम उभे आहेत. हीच खरी आपली एकमेव संपत्ती आहे. अन् जर आपण ही संपत्ती टाकून दिली– ईश्वर करो व तसे न होवो– तर आपली सारी इज्जत, इभ्रत, प्रतिष्ठा, सन्मान धुळीला मिळतील. हे गमावल्यानंतर खाली काय उरेल?

पण मी हा गंभीर उपदेश न करता सरळ काय ते सांगितले पाहिजे, याची मला जाणीव आहे. तर जसोलमधल्या त्या वास्तूत माझा जन्म १९३८ साली झाला. पण माझ्या जन्माची नोंद घरी इसवी सनाप्रमाणे केली नाही. ती नोंद करण्यासाठी माझ्या आजोबांनी कुटुंबातील धर्मविधी नेहमी करणाऱ्या उपाध्यायांना, उर्फ पंडितजींना बोलावले. ते ज्योतिषीही होते. सर्व धार्मिक गोष्टी, घरातील जन्म, बारसे, विवाह, मृत्यू वगैरेंची नोंद ते ठेवीत. पण ती नोंद विक्रम संवत कालगणनेप्रमाणे करून ठेवीत. मला हे ठाऊक असण्याचे कारण नंतर अनेकदा निरनिराळे फॉर्मस् भरताना, सर्टिफिकेट्स मागताना, शाळेत प्रवेश घेताना माझी जन्मतारीख इसवी सनाप्रमाणे, ख्रिश्चन ग्रेगेरियन कालमापनानुसार लिहावी लागली. त्यावेळी विक्रम संवतमधल्या जन्मदिवसाचे रूपांतर मला इसवी सनात करून लिहावे लागे. अशा वेळी मूक संदर्भ म्हणून मला माझ्या जन्मकुंडलीकडे वळावे लागे. ती माझी जन्मकुंडली ऊर्फ पत्रिका एका मोठ्या कागदावर मोठ्या नक्षीदार अक्षरात रेखाटली होती आणि त्या कागदाची गुंडाळी करून ठेवलेली होती. मला त्या कागदावरची रेखाटने, गणिते आणि सांकेतिक शब्द हे सारे अगम्य होते. त्या कागदाच्या गुंडाळीला एका दोऱ्याने बांधलेले होते. तो दोरा एक पवित्र धागा समजला जायचा. त्याला 'मोली' म्हटले जायचे. आमच्या आईच्या ताब्यात आम्हा मुलांच्या गुंडाळ्या ऊर्फ जन्मकुंडल्या असायच्या. वर्षातून एकदा वर्ष प्रतिपदेच्या दिवशी त्या बाहेर काढल्या जायच्या. मग काही धार्मिक विधी झाल्यावर आमचे उपाध्याय ऊर्फ पंडितजी पंचांग पाहून गणिते करून सर्वांना वर्षफल सांगायचे. म्हणजे येणाऱ्या नवीन वर्षात काय काय घडामोडी घडणार त्याचे भविष्य वाचायचे. मला हे सारे खूप नंतर कळले. मी हे लिहित असताना याबद्दलची माझी स्मृती किंवा त्या स्मृतीचा अंश मनात जागृत झाला. माझ्या त्या वयातल्या सर्व स्मृती, घटना या कालक्रमानुसार जशा घडत गेल्या, तशा ओळीने आठवत गेल्या नाहीत. जणू काही कोठेतरी बंद कपाटात कोंडून ठेवलेल्या त्या आठवणी दारे उघडताच वाटेल तशा क्रमाने एका वेळी बाहेर उफाळून आल्या. मी लिहित असताना हे घडून आले. कदाचित त्या आठवणी बाहेर पडण्यासाठी बराच काळ धडपडत असाव्यात.

माझ्या त्या काळातील माझ्या वडिलांची स्मृती मला नाही. त्याबद्दल मला काहीही आठवत नाही. याचे एक कारण असे आहे, की त्या काळातले सार्वजनिक शिष्टाचार व वागण्याचे संकेत यानुसार सर्व बापमंडळी आपल्या मुलांचे सर्वांसमोर लाड तर करीत नसतच, पण त्याच्याबद्दलची साधी ओळखही दाखवायचे नाहीत. कदाचित आपल्या मुलींबद्दल ते असे जाहीरपणे वागत नसतील. पण मुलगे? छे:! बिलकुल त्यांची ओळख दाखवायचे नाहीत. आपल्या मुलाबद्दलची माया, ममता,

प्रेम, लळा, जिव्हाळा, काळजी यांचे जाहीर प्रदर्शन त्या काळात केले जाण्याचा प्रश्न त्यामुळे कधीच उद्‌भवला नाही. असे काही करणे म्हणजे मुलांचे लाड करून त्यांना दुबळे बनवण्यासारखे आहे असे मानले जायचे. ती एक अक्षम्य कृती मानली जायची. शिवाय माझे वडील सैन्यात होते. जोधपूर संस्थानच्या सैन्यात त्यांना कमिशन मिळालेले होते. आणि जोधपूर भालाईतांच्या (लान्सर) विभागात त्यांनी नोकरी केली होती. दुसरे महायुद्ध होणे हे त्या काळात अपरिहार्य बनले होते. मला ते नंतर अनेक वर्षांनी उमगले. माझे वडील युद्धावर गेले आहेत, असे मला सांगण्यात आले. प्रथम ते इराकमधील बसरा येथे गेले आणि नंतर जिथे जिथे महायुद्ध भडकले होते तिथे तिथे त्यांना पाठविण्यात आले. ते जेव्हा युद्धावरून परत आले तेव्हा आमच्या गावी आले. ''ते येऊन आपल्याला भेटतील,'' असे आमच्या आईने मला आधी सांगून ठेवले होते. बहुतेक ते १९४६ मध्ये आले असावेत असे मला वाटते. पण त्यानंतर त्यांना लवकरच परत जावे लागले.

वडील बराच काळ जवळ नसल्याने मला माझ्या दोन्ही आजोबांनी, म्हणजे आईच्या वडिलांनी व वडिलांच्या वडिलांनी, लहानाचे मोठे केले. त्यांनी माझी पूर्ण काळजी घेतली, माझ्यावरती माया केली. पण हे सारे बाहेरून अजिबात न दर्शविता. बोलावे कसे, वागावे कसे हे त्यांनी सांगितले. घोडे, उंट, वाळवंटातील प्राणी व पक्षी यांच्याबद्दलचे ज्ञान दिले. तलवार, बंदुका व तोफा कशा असतात, आपले कर्तव्य काय असते, कोणते काम हे अपरिहार्य असते, जबाबदारी म्हणजे काय, योग्य वर्तन म्हणजे काय, आपला भूभाग, देश व त्यांचा इतिहास काय आहे, निसर्ग आपले संकेत हे आकाश, वारा यांच्याद्वारे कसा देतो, एक ना दोन असंख्य गोष्टी व विषय शिकवले. माझे आजोबा हे वेगळ्या शतकातले होते. या विसाव्या शतकात जे एकदम बदल घडत होते, त्यांचे त्यांना आकलन होत नव्हते. शेवटी त्यांच्या स्वतःच्या शंकांची उत्तरे तेच शोधून काढत. त्यात त्यांना समाधान मिळालेले असायचे. पण आता त्यांच्या डोळ्यांसमोर त्या साऱ्या गोष्टी नाहीशा होत चालल्या होत्या, अन् त्याही चक्रावून टाकणाऱ्या वेगाने नाहीशा होत होत्या. आयुष्यात प्रथमच त्यांना आपल्यासमोर घडणाऱ्या घटनांवर आपला प्रभाव अजिबात पाडता येत नव्हता. त्यांना मूकपणे साक्षीदार व्हावे लागत होते. म्हणून मग ते आपल्याजवळचे सारे काही दुसऱ्यांना भरभरून देऊन टाकू लागले होते. आता मी व माझे दोन चुलतभाऊ असे आम्ही फक्त तिघेजणच त्यांच्या समोर वाढत होतो, मोठे होत होतो. मी या तिघातला सर्वांत लहान. त्या खेड्यात आम्ही तिघे लहानाचे मोठे झालो. पण मला बाकीच्या दोन्ही भावांपेक्षा आणखी एका गोष्टीचा लाभ झाला. माझ्या आजोबांनी, म्हणजे आईच्या वडिलांनी ठरवले की, वाळवंटातील सारे संकेत, सारे ज्ञान मला आत्मसात करायला लावायचे.

ज्या वास्तूत माझा जन्म झाला व मी लहानाचा मोठा झालो ती वास्तू एका टेकडीच्या पायथ्याशी चिकटून पण जरा उंचावरती होती. त्या वास्तूसमोर सारे खेडे पसरत गेले होते. काही मैल अंतरावर आता एक रेल्वे स्टेशन झालेले होते. आमचे खेडे व ही रेल्वे लाईन यामध्ये एक नदी वहात होती. तिचे नाव 'लुनी' होते. त्या नदीच्या बेभरवशाच्या वागण्यावरून तिला हे नाव मिळाले असावे. त्या नदीत पाणी क्वचितच असायचे. अन् असलेच तर ते न वहाता तिथे नुसते पडून असायचे. सारी नदी शुष्क व दगडगोट्यांनी भरलेली होती. थोडक्यात, ती नदी कायमस्वरुपी नव्हती की ती दुसऱ्या कोणत्याही नदीला जाऊन मिळत नव्हती. पावसाळ्यात ती वाहू लागे. पण प्रत्येक पावसाळ्यात तशी वहायची नाही. आम्ही म्हणायचो की तिची लहर लागली तरच ती वाहू लागते. जेव्हा पावसाळ्यातले चार महिने ती वहायची तेव्हा वाटेल तशी ती वहायची. तिचे पाणी आपला मार्ग सोडून कुठेही भरकटत जायचे. आज ज्या मार्गाने वहाते आहे तो मार्ग दुसऱ्या दिवशी तिचा नसायचा. पाणी कधी वाहेल व कोठून वाहेल याचा कधीच भरवसा नव्हता. अनेक ओढ्यांचे पाणी तिला जाऊन मिळायचे. वेडीवाकडी कशीही वळणे घेत ही नदी शेवटी कच्छच्या रणात जाऊन लुप्त होत असे. 'लुनी' चा अर्थ 'खारट-कडवी' असा आहे. त्या पाण्याच्या चवीवरून ते नाव पडले. या भागातील जमिनीखालचे पाणी भलतेच कडवट असते. इतके कडवट की उंटसुद्धा ते पाणी पीत नसत.

जसोलमध्ये जरी माझा जन्म झाला तरी नंतर नऊ-दहा वर्षांनी आम्ही गावाजवळच्या एका वाडीसारख्या वस्तीत राहू लागलो. ती मोठी वास्तू सोडल्यानंतर आम्ही येथे वस्ती केली. याचे कारण त्या वास्तूवरती आता रिवाजाप्रमाणे फक्त थोरल्या काकाचा हक्क शाबीत झाला होता. नऊ-दहा वर्षांचा होईपर्यंत मी जसोलमध्ये वाढलो. नंतर या वाडीमध्ये वाढलो. या वस्तीला एका खेड्याचा दर्जा होता. कधी कधी वर्षातले सहा महिने मी आजोळी असे. आजोळ 'खुरी' गावात होते.

जसोलमधल्या वास्तूच्या ज्या भागात माझा जन्म झाला व जिथे मी वाढलो, तो भाग आता कोसळला आहे. जसोल सोडल्यानंतर काही वर्षांनी मी ज्या खोलीत माझा जन्म झाला तिचा शोध घ्यायचा प्रयत्न केला. मला त्या वास्तूच्या स्त्रियांच्या वावरण्याच्या खोल्यांजवळ, म्हणजे 'जनाना' जवळ, एका कोपऱ्यातील खोली दाखवली गेली. त्या खोलीत हवेचे येणे जाणे फारसे नसल्याने तिथली हवा कुंद झालेली होती. माझ्या आईची बाळंतपणानंतरची सेवा करण्यास खेड्यातील एक बाई येथे यायची. त्या वास्तूचा हा भाग नंतर सोडून देण्यात आला. जनानामधील हा वास्तूचा भाग सर्वात जुना होता. माझी आजी येथेच रहात होती. या भागाला 'जनाना देवडी' असे म्हटले जायचे. येथे फक्त तिचीच हुकूमत चालायची. जनाना भागाचा संपूर्ण कक्ष हा एका उंच भिंतीने वेढलेला होता. त्यात संरक्षणापेक्षा खाजगीपणा

आणण्याचा हेतू अधिक होता. बोलावल्याखेरीज कोणीही या भागाकडे फिरकण्याचे धाडस करीत नसे. हा भाग फक्त स्त्रियांसाठी होता, लहान मुलांसाठी होता आणि काही गडी नोकरांसाठी होता. एवढेच लोक तिथे प्रवेश करू शकत होते.

या जुन्या कक्षाच्या प्रवेशद्वारात काही पायऱ्या चढून जावे लागे. मग वाळूच्या दगडांनी बांधलेली भिंत असे. भिंतीला दोन लाकडी पुरातन दारे लावली होती. दाराच्या लाकडांवरती पितळी नक्षीकाम जडवलेले होते. ही दारे उघडताना व लावताना एवढी मोठ्याने कुरकुरत आवाज करायची की जणू काही ती वेदनेने विव्हळत आहेत असे वाटायचे. त्यामुळे या दारांकडे लक्ष जाऊन मुले त्यांच्याशी खेळत बसत. तसेच, त्या दारांच्या आवाजाची भीतीही लहान मुलांना दाखवली जायची. जनाना भागातील मुलांच्या संख्येत दर वर्षी भर पडत जायची. मुले त्या दरवाजावर उभी राहून मागेपुढे झुलत. मग ती दारे मोठ्याने आवाज करीत कुरकुरत. त्या आवाजापाठोपाठ आतून कोण्या बाईचे तसे न करण्याबद्दलचे दटावणे ऐकू येई. पण मुले अशा दटावण्याला थोडीच दाद देतील? मग बऱ्याच वेळाने कोणीतरी आतून येऊन मुलांना एकदोन धपाटे घाले. मग भोकाड पसरल्याचे आवाज उमटत. परंतु काही वेळाने पुन्हा तोच खेळ मुले करायची. त्या खेळाला 'दरवाजांचा छळ' अशा अर्थाचे एक नाव पडले होते.

येथून आत गेले की एक सर्व बाजूंनी झाकलेली व्हरांड्यासारखी जागा होती. त्या जागेत कोपऱ्यात माझी आजी बसत असे. ती जागा फक्त तिचीच होती, खाजगीतली खाजगी होती. या जागेनंतर पुढे एक कमानीचा दरवाजा होता. जनाना भागात प्रवेश करण्याचा तो दरवाजा होता. त्यानंतर पुढे मोठे अंगण होते. येथे मात्र छप्पर नसल्याने खुले आकाश येथून दिसे. येथे हवा व प्रकाश भरपूर खेळत असे. या अंगणाच्या एका बाजूला उघड्यावरच्या स्वयंपाकघरांची रांग होती. उघड्यावर असल्यामुळे धूर, ठिणग्या वर हवेत निघून जाऊ शकत होत्या. एका बाजूला कोठीघरे होती व विरुद्ध दिशेला काही खोल्या होत्या. (मी त्या खोल्यात कधीही जाऊ शकलो नाही) प्रवेशद्वाराच्या बरोबर समोर एक मोठी खोली होती. त्या खोलीतल्या भिंतींवरती मोठमोठी चित्रे रंगवली होती. काही तसबिरी टांगलेल्या होत्या. या खोलीच्या आत आणखी काही भक्कम खोल्या होत्या. त्यात माझ्या आजीचा वावर असे. तिथे सहसा कोणाला प्रवेश नसे. फक्त मलाच लहानपणी आजी तिथे येऊ द्यायची. मी दिवसा, रात्री, कोणत्याही वेळी तिथे जाऊ शकत होतो.

अंगणाच्या एका बाजूला एक दगडी जिना होता. त्याला कठडा नव्हता. तो जिना वर छपराकडे जात होता. छपराला चारही बाजूने एक छोटी भिंत उभी केली होती. त्यानंतर परत एक व्हरांडा लागे. त्यावरही छप्पर होते. त्याच्यापुढे एक मोठी खोलीसारखी जागा होती. तिला छप्पर नव्हते, दरवाजे नव्हते. त्या पलीकडे आणखी एक खोली होती.

तिला मात्र दरवाजे होते. म्हणजे ती कोणाची तरी खाजगी खोली असावी. तिथे एक सज्जाही होता. तिथल्या दगडी भिंतीवर फार सुंदर नक्षीकाम कोरलेले होते. या सज्जातून बाहेर पाहिले की जसोल खेड्याचा एक संपूर्ण कोपरा दृष्टीस पडे. त्या पलीकडे असलेले विस्तीर्ण वाळवंटही नजरेस पडे. ते वाळवंट पार क्षितिजापर्यंत पसरलेले होते. तेथवर नजरेला कोणताही अडथळा न येता दृष्टी पोचे. या ठिकाणी माझी आई रहायची. त्या भव्य वास्तूचा हाच भाग सर्वात अप्रतिम असा होता. बहुधा माझे वडील परगावी असायचे. शिवाय जनानामध्ये पुरुष माणसांना दिवसाउजेडी प्रवेश करता यायचा नाही. कुटुंबातील पुरुषांचे वास्तव्य 'मर्दाना' भागात असायचे. वर्षातले बहुतेक दिवस आम्ही छपरावरती झोपायचो. हिवाळ्यात मात्र सज्जा असलेल्या त्या खोलीत झोपायचो. ह्या वास्तूचा हा भाग माझ्या स्मृतीमध्ये पक्का कोरला गेला आहे. येथे नेहमी उघड्यावर वावरण्याची गरज असे. अशा उघड्यावरच्या जागेत माझे मन व व्यक्तिमत्त्व फुलत गेले. येथे मला सारे काही खुले, मुक्त वाटत गेले होते. माझ्यातील 'स्व'त्वाची जाणीव मला अशा उघड्या जागेत होत गेली होती. माझी आई, तिच्या नोकर-स्त्रिया आणि मी एवढेच फक्त या जागेत रहात होतो, वावरत होतो. संपूर्ण वास्तूत सर्वत्र माणसे भरून राहिली होती. जनाना भागही त्याला अपवाद नव्हता.

निसर्गाच्या तालावर आम्ही जगत होतो. सूर्योदय, सूर्यास्त, ऋतू (आमच्या येथे तर आठ ऋतू होते) आणि निसर्गातील अन्य बदल यांच्यामुळे आमचे दैनंदिन व्यवहार ठरत होते. कोणतेही घड्याळ पाहून आमची कामे चालत नव्हती. माझ्या तीन मामेभावांपैकी सर्वांत मोठ्या भावाचे लग्न झाले तेव्हा मी पाच वर्षांचा होतो. त्याच्याबरोबर आता एक लाजरी व तरुण नवरी घरी आली होती. माझी आणि तिची तात्काळ गट्टी जमली. तिला माहेरची आठवण सतत येत असल्यानेही आमची मैत्री जमली असेल, असे मला वाटते. त्या लग्नात हुंडा व अन्य गोष्टींबरोबर एक जुने पण मोठे घड्याळही आमच्या घरात आले होते. आम्हाला ती एक नवीन वस्तू होती. जेव्हा ते घड्याळ भिंतीवरती टांगले गेले तेव्हा आमची उत्सुकता खूप वाढली, ताणली गेली. अजूनही ते घड्याळ त्याच जागी आहे. त्या जुन्या घड्याळावरून वेळ कशी ओळखायची ते मी प्रथम शिकलो.

काळाचे मापन करण्याची आमची पद्धत वेगळी होती. आमच्या पंचांगात महिने, सूर्यावर अवलंबून असणारे ऋतू, दक्षिणायन (आमच्याकडे त्यासाठी 'दक्षिणार्ध' म्हटले जाते) किंवा उत्तरायण (उत्तरार्ध), ग्रहांची भ्रमणे, पृथ्वीची उत्तर-दक्षिण आंदोलने वगैरे सारे काही दिलेले असे. दिवसांचे लहानमोठेपण होणे, भाजून काढणारा उन्हाळा व गरम वाऱ्यांचे येणे, त्यानंतर येणारा बहारदार व सुखद पावसाळा, मग भले तो येथे किती का थोडा पडत असू दे, हे सारे आम्हाला पंचांगावरून समजायचे. पावसाळ्यानंतर इथली जमीन थंड व्हायची. मग पुढचे ऋतू

व हवामानातील बदल संथ गतीने होत जायचे, जणू काही निसर्गाची गती आळसावलेली होत असे. पण त्याचबरोबर आश्चर्यकारकरित्या नवीन वनस्पतीसृष्टी जमिनीतून अहमहमिका करीत वर यायची. याच भूमीने पहिला मुसळधार पाऊन झेललेला होता. जमिनीत जिरल्यावर असंख्य सूक्ष्म बियांना धुमारे फुटले होते. इतके दिवस याच जीवनाच्या बिया झोपल्या होत्या. आता त्या गर्दी करून आपले कोंब वर पाठवू लागल्या. विश्वास ठेवा, पण सारे वाळवंट एका रात्रीत असे फुलून येते. सर्वत्र जादू झाल्यासारखी हिरवळ काही दिवसात दिसू लागते. अन् बघता बघता ही हिरवळ दाट होते. गाई-वासरे त्या हिरवळीवर चरू लागतात, मुक्तपणे बागडतात, बैल व सांड मंडळींच्या डोळ्यात तृप्तीचे भाव दिसू लागतात. (पण मला आमच्या किंवा जवळच्या गावात कुठेही म्हशी व रेडे मात्र दिसले नाहीत. मला याचे आश्चर्य वाटते.) चरून चरून गुराढोरांची पोटे तट्ट फुगतात व ती दुपारी रवंथ करीत समाधानाने बसलेली दिसतात. जो काही निसर्ग या भूमीवर होता तो अशा रीतीने अनेकपट वाढलेला असतो. नंतर आश्विन महिना सुरू होतो. त्या महिन्यात आत्ताचा निसर्ग बदलत आहे याची एक अस्पष्ट सूचना मिळते. उंच आकाशातून स्थलांतर करणाऱ्या मनोहर अशा बगळ्यांचे थवे ओरडत जाताना दिसतात. त्या क्रौंच पक्षांचे साद व प्रतिसाद वातावरणात उमटत. त्यानंतर काही दिवसातच ग्रे लॅग किंवा बार-हेडेड बदके उडत येतात. त्यांचे आवाज मात्र कर्कश्श असतात. त्यांचे थवे हे बाणाच्या टोकाची रचना धारण करून उडत असतात. ही रचनाही ते सारखी बदलत असतात. त्यामुळे 'आता हिवाळा येत आहे, सावधान!' अशी सूचना मिळते. येणारा हिवाळा हा गारठवून टाकणारा, भरपूर शिकार मिळण्याचा, सँड ग्राऊस व इंपिरियल ग्राऊस पक्षांचा असतो. या पक्षांना पोकुर्डी किंवा भटतितर असेही म्हणतात. उंट माजावर येतात, त्यांच्या तोंडाला फेस सुटतो, ते बेभान झालेले असतात आणि त्या उंटांवरती नियंत्रण ठेवणे कठीण जाते. अशा काळात लुनी नदीतून जाण्यासाठी मला तट्टू दिलेले होते. त्या तट्टावर खोगीर नव्हते. त्याच्या तशा उघड्या पाठीवर मी बसायचो व काही वेळातच खाली पडायचो. तट्टावर कसे घट्ट मांड ठोकून बसावे हे मी शिकत होतो. ते तट्टू माझा बालपणीचा अगदी जवळचा व लाडका मित्र होते. त्याच्यावर बसताना माझा शिक्षक मला सारखा म्हणायचा, "चल, बस, बस. नीट बस. पुढे सरकून बस. अरे एखाद्या पिठाच्या पोत्यासारखा बसू नकोस. अन् ढुंगणावर बसू नकोस. तुझ्या लंगोटावरती बस." घोड्यावर स्वार होण्याचे माझे हे पहिले धडे मी घेत होतो. माझे आजोबा हे एक उत्तम पट्टीचे घोडेस्वार होते. घोड्यांची देखभाल करण्यासाठी एका हलक्या आदिवासी जातीतल्या माणसाची त्यांनी नेमणूक केली होती. तो या अश्वारोहण प्रकारात तरबेज होता. अशा माणसाला 'हलक्या जातीतला किंवा शेड्यूल ट्राईबमधला,' असे आत्ताच्या काळात संबोधणे हे मला कसेतरीच वाटते. हा माणूस आमच्या घरी

नोकरी करीत होता. तो आमच्या कुटुंबापैकीच एक झाला होता. आम्ही आणि आमच्या गावातले माझ्या वयाचे सारेजण त्याला 'भैतलोजी बा' असे म्हणायचो. शब्दांमधले 'जी' हे अक्षर आदरार्थी आहे व 'बा' हे अक्षर वडिलधाऱ्यांसाठी म्हणून वापरलेले आहे. थोडक्यात 'भैतलो' हे फक्त त्याचे नाव होते. भैतलो ढोल इतका सुरेख वाजवायचा की साऱ्या पंचक्रोशीत तसा दुसरा कोणी नव्हता. आपला मोठा ढोल गळ्यात अडकवून, मुंडासे चढवलेले डोके एका विशिष्ट कोनात झुकवून तो अन्य कोणाचीही साथ न घेता वाजवत राही. पण त्याने लावून धरलेल्या तालावर सारी नोकर मंडळी पायाने ठेका धरीत, झुलत रहात व माना डोलवत रहात. तो सर्वांना अशा रीतीने जागच्या जागी खिळवून टाके.

तर असा हा 'भैतलोजी बा' हा माझा अश्वारोहणाचा शिक्षक होता. तो पूर्णपणे निरक्षर होता. त्याला यंत्रयुगाचा अजिबात स्पर्श न झाल्याने त्याची जाण नव्हती. तो कधी आयुष्यात आगगाडीत बसला नाही. पण कोणत्याही अबलख वारुवरती, पूर्ण वाढीच्या घोड्यावरती तो रोज आरुढ होऊन रपेट करे. अन् तेही घोड्यावर जीन, खोगीर वगैरे काहीही घातलेले नसताना. आपल्यामागे दोन-तीन घोडे ओळीने ठेवून त्यांचे लगाम हातात घेऊन त्या सर्वांना ओढ्यावरती किंवा जवळच्या विहिरीवरती पाणी पाजायला तो घेऊन जाई. अवखळ घोडी त्याच्या ताब्यात असताना मात्र निमूटपणे वागत असत. त्यांची ती पाणीयात्रा पहाण्याजोगी असे.

मला तो दिवस व वेळ आठवते आहे. त्या दिवशी मला प्रथम बागूरकडे पाठवले होते. 'बागूर' म्हणजे एक प्रशस्त गोठा. जिथे गाईगुरे बांधली जात; वैरण, चारा, गवत यांचा साठा केला जाई, धान्याचे कोठारही तिथेच असे, घोड्यांचे तबेले असत, अन् जनावरांसाठी लागणारे सर्व प्रकारचे सामानही येथेच ठेवलेले असायचे. हे बागूर खूपच प्रशस्त होते. त्या दिवशी तिथे एक बकरा मेजवानीसाठी कापला जाणार होता. ते पहाण्यासाठी मला तिथे उपस्थित रहायला फर्मावले होते. मी घरी आल्यावर आजोबांनी माझ्या बरोबरीच्या माणसाकडे माझी चौकशी केली. बकरा कापला जात असताना मी कसा वागलो, रडलो का नाही वगैरे त्याला विचारले. तेच प्रश्न नंतर मलाही त्यांनी विचारले. त्यांनी असे मला का विचारले ते त्यावेळी मला कळले नाही. परंतु खूप काळानंतर माझ्या लक्षात आले की रक्तपाताच्या दृश्याची मला सवय व्हावी म्हणून त्यांनी मला पाठवले होते. मी त्या दृश्याने अस्वस्थ झालो की नाही हे त्यांना बघायचे होते.

दिवसाचे आगमन व्हायचे ते विविध आवाजाने व्हायचे. त्या आवाजांचा क्रम नक्की कसा होता हे मला आता आठवत नाही. झाडलोट व साफसफाई करण्याचा तो पहिला आवाज होता का? का मोठमोठ्या रांजणात रवीने दही घुसळण्याचा आवाज असायचा? परंतु त्या घुसळण्याच्या आवाजात एक लय

असायची. त्या लयीत व पहाटेच्या अंधुक उजेडात मी पुन्हा झोपेच्या गुंगीत जायचो. दही पहाटेच का घुसळले जाते? कारण पहाटे हवा सर्वांत थंड असते आणि थंड हवेत घुसळल्यास लोणी चांगले जमून वर येते. एका उखळीत मसाल्याचे जिन्नस कुटण्याचे काम चाले. मसाले साठवून वापरण्याची त्या काळात पद्धत नव्हती. रोज स्वयंपाकात लागणारे मसाले सकाळी कुटून तयार केले जायचे. शिळे मसाले वापरणे हे त्या काळातील लोकांना कल्पनेतसुद्धा पटायचे नाही. शिवाय मसाल्याचे जिन्नस अनेक असतात. प्रत्येक पदार्थासाठी मसाल्याच्या जिनसांचे वेगवेगळे प्रमाण असायचे. अशा त्या मसाला कुटण्यामुळे वातावरणात त्यांचा एक मंद वास तरळत रहायचा. पहाटेच्या वेळी कोणीतरी उठून स्तोत्रे म्हणायचे व त्यावेळी उदबत्ती लावायचे. मग दोन्हींचा एक मिश्र सुगंध वातावरणात पसरायचा. जात्यावर धान्य दळायचे काम शक्यतो दुपारी चालायचे. त्या आवाजानेही डुलकी लागायची. उंटांच्या पाठीवर लादलेल्या पखाली पाण्याने भरून पहाटेच्या आधी असलेल्या अंधारात आणल्या जायच्या. 'जनाना देवडी'च्या बाहेरील प्रवेशद्वारावरती मग उंटावर बसलेला माणूस ओरडून 'पाणी आले' असे जाहीर करायचा. त्यानंतर घरातील नोकर मंडळीत मोठीच गडबड उडून जायची. पाणी घेण्याची ही खेप जर चुकली तर पुढची खेप एक तासाने होई. कारण पुन्हा नदीवर जाऊन गोडे पाणी पखालीत भरून आणण्यास त्या उंटवाल्याला एक तास सहज लागे. त्या कातडी पखाली खूप मोठ्या असायच्या व उंटाच्या पाठीवर दोन बाजूंनी दोन पखाली सोडलेल्या असायच्या. त्यामुळे त्यांचा तोल सांभाळला जायचा; नाहीतर त्या खाली पडण्याची शक्यता होती. बादलीने पाणी घेऊन ते प्रत्येक पखालीत समसमान ओतावे लागायचे. हाताने पाणी भरण्याची ही क्रिया अत्यंत कंटाळवाणी होती. मग तो उंटवाला चिलीमीचा एक झुरका मारायचा. थोडेसे इकडे तिकडे करून परतायचा. असे अनेक उंटवाले तिथे पाणी भरण्यासाठी पहाटे जमलेले असत. सकाळ झाल्यावर बागूरमध्ये धार काढलेले ताजे दूध यायचे. तिथे काम करणारा एक नोकर एका भल्या मोठ्या चरवीतून ते आणायचा. चरवी कसली, तो तर एक हंडा होता, असेच म्हटले पाहिजे. आपल्या डोक्याला बांधलेल्या मुंडाशावर ती मोठी चरवी उर्फ तो हंडा ठेवून तो यायचा.

मी जागे होऊन डोळे उघडले की सकाळच्या तिरप्या सूर्यकिरणात धुळींचे कण बागडताना मला दिसायचे. मी माझ्या बिछान्यात आरामात पहुडून ते बघत रहायचो, येणारा आजचा दिवस कसा असेल याची दिवास्वप्ने बघायचो. खरंच, काय तो सबंध दिवस होता! बालपणातील सुखाला खरोखरीच अंत नाही! अन् बालपणातल्या काळाला एक वेगळीच मिती असते. नंतर जसजसे आयुष्य पुढे पुढे सरकू लागते, अनुभव येत रहातो, तसतशी ही मिती आक्रसत जाते आणि

वेगाने नाहीशी होऊन जाते. कदाचित बालपणानंतर घड्याळे आपल्या आयुष्याचा वेळ दर सेकंदाला खाऊन टाकत असतील, अन् तेही अधाशासारखे.

सकाळनंतर दुपार उगवायची ती कंटाळवाणी असायची. जमिनीवरून उष्णतेच्या लाटा हवेत शिरू लागत. सावल्या आक्रसत लहान होत जात. सर्वत्र हालचाली मंदावत जायच्या. आमच्या त्या अवाढव्य वास्तूमधील अविरतपणे चालणाऱ्या धांदलीही बंद व्हायच्या. नोकरचाकर आपापली कामे थांबवायचे. आरामात आडवे होऊन ते आपसात गप्पागोष्टी करू लागायचे, जांभया द्यायचे आणि झोपा काढू लागायचे. माझी आई आळसावून मला झोपायचा आग्रह करे. उगाच इकडेतिकडे करून मी खोड्या करू नये अशी तिची इच्छा असे. सर्वत्र सामसूम होत जाई. त्या शांततेत फक्त झुडुपांमधून वहाणाऱ्या वाऱ्याचा आवाज ऐकू येई. हा वारा वाळूवरूनही वाही आणि त्यावेळी त्यातल्या कणांमधून जाताना आवाज करे. या वाऱ्यामुळे सर्व वाळूच्या थरांवरती छोट्या छोट्या लहरी उमटत. कबुतरे मात्र न झोपता इमारतीच्या कुठल्या तरी आडोशाला बसून गुटुर्रघुम् असे आवाज आपल्या घशातून काढीत बसत. हे दृश्य छताच्या कोपऱ्यात, भिंतीला असलेल्या पट्टीवर, अशा ठिकाणी जागोजागी दिसे. नर कबुतरे आपल्या माद्यांचा अनुनय करीत. आपल्या मानेने त्यांच्या माना घासीत. तर माद्या आपली नाखुषी व्यक्त करून नरांना साथ द्यायच्या नाहीत. मी सज्ज्यात बसून बाहेरचे दृश्य बघत राही. बाहेरचे आवाजही टिपत राही. जसजशी दुपार उलटत जाई तसतशा सावल्या लांबत जात. सूर्य पश्चिमेकडे कलू लागे. मग फेरीवाल्यांच्या फेऱ्या सुरू होत. प्रथम येई तो बांगडीवाला, मग सोनार येई, कधीकधी गंधी येई. 'गंधी' म्हणजे अत्तरे विकणारा. जनानामधल्या बायकांना बांगड्या, दागिने व अत्तरे यांचा लोभ असल्याने ते आपला माल त्यांना विकण्यासाठी येत. अशाच एका दुपारी, माझे कान टोचले गेले. नक्की कोणी टोचले ते मला आठवत नाही. पण टोचले जात असताना मला वेदना झाल्याचे आता आठवत नाही. नंतर लवकरच इतर मुलांप्रमाणे माझ्या कानात डूल घालून ते सुशोभित केले गेले.

संध्याकाळ उतरायची ती भरपूर दूध व पाणी घेऊनच. घरातले पाणी व दुभते पुन्हा भरले जायचे. मग तासाभरात दिवेलागण व्हायची. कंदील नुकतेच अवतरले होते. ते वाऱ्यावादळातही विझायचे नाहीत. सर्व दिवे एका ठिकाणी आणून पेटवले जायचे. बहुतेक त्यामुळे दिव्यातल्या तेलात बचत होत असावी, असे माझ्या बालमनाला वाटे. मग कोणीतरी अनेक कंदील एकत्र गोळा करून दोन्ही हातात पकडे. अंधारातून प्रगट होत तो माणूस प्रत्येक खोलीत जाऊन एकेक कंदील ठेवे. जाता जाता तो प्रत्येकाला अभिवादन करीत, आमच्या पूर्वजांच्या नावे काहीतरी पुटपुटत असे. मोठी माणसेही तो कंदील घेऊन आला

की तसलेच पुटपुटत असत. आमच्या वंदनीय व्यक्तींमध्ये आमचे पूर्वज स्वाभाविकपणे असत. त्यांचे स्थान जरी देवदेवतांमध्ये नसले तरी आम्ही त्यांचे भक्तिभावाने नेहमी स्मरण करीत असू. सांजवातीच्या काळातील अर्धा एक तास तरी आम्हाला सक्तीची शांतता पाळावी लागे. आम्हाला त्यासाठी मौन धारण करावे लागे. त्यावेळी त्या लंब्या-चवड्या वास्तूत एक प्रकारची शांतता पसरे. घरातील प्रत्येकजण मौन धारण करून आपल्या हातून आवाज होणार नाही असे पहात असे. पण शांतपणे आवाज न करता बसणे ही आम्हा मुलांना शिक्षा वाटे. दररोज संध्याकाळी न चुकता असे मौन धारण करून देवाचे ध्यान आम्हा मुलांना करावे लागे. जेव्हा आकाशातला उरलासुरला अंधुक प्रकाश नाहीसा होई तेव्हा कंदीलांच्या प्रकाशामुळे लांब व गडद सावल्या पडत. मग आकाशात एकेक करीत चांदण्या उगवू लागत. माझी स्मृती दगा देत आहे की नाही हे मला ठाऊक नाही, पण त्यावेळी घराबाहेर कुठेही आवाज होत नसे आणि घरातही शांतता अबाधित रहात असे. हा मौनाचा कालावधी संपला आहे हे कळवण्यासाठी घरातील कोणीतरी मोठी व्यक्ती हाताने एक जोरदार टाळी वाजवित असे. मग आम्ही मुले एकदम मोठ्याने आमच्या सज्जन पूर्वजांना एका सुरात अभिवादन करीत असू.

तेव्हा आणि सध्याही, कोणीतरी एखादा गोष्टी सांगणारा माणूस रात्री हजर असे. आमच्या आजोबांना भेटायला येणाऱ्यांपैकी तो एक असे. तो केव्हाही घरी आला तरी आम्ही मुले त्याच्याभोवती जमत असू. चालता चालता, जागेपणी असताना या माणसाला सारेजण हाका मारून बोलावित असत. अनेकजण त्याच्याकडे आपापली व्यक्तिगत गाऱ्हाणी सांगत. रात्रीची जेवणे झाल्यावर दिवे बारीक केले जात. मग आम्ही त्या गोष्टी सांगणाऱ्या माणसाला गोष्ट सांगण्याचा आग्रह करायचो. ती गोष्ट कोणतीही असो किंवा एखाद्या नायकाची असो, त्या गोष्टी आम्ही पूर्वी ऐकलेल्या असल्या तरी परत ऐकताना मात्र नवीन आनंद मिळत असे. नवीन अनुभव येई. तो माणूस आम्हाला मोठ्या उत्कंठावर्धक शैलीत आपली गोष्ट सांगे. त्याची ती गोष्ट कधी संपतच नसे. त्या कथांमध्ये शौर्य असायचे व जे अशक्य आहे अशा करामती असायच्या. आम्ही त्या कथा ऐकताना अगदी मंत्रमुग्ध होऊन जायचो. त्यावेळी माझे आजोबा समाधानाने हुक्का ओढीत त्याचा गुडगुड आवाज करीत बसलेले असायचे. हे त्यांचे त्या दिवसातले शेवटचे हुक्कापान असायचे. नंतर ते झोपायला जायचे. गोष्ट सांगितली जाताना मुलांकडून सांगणाऱ्याला उत्तेजन दिले जाण्याची अपेक्षा असे. ते काम माझ्यावरती सोपवले जायचे. डुलक्या न खाता मला ते काम करावे लागे. कारण गोष्टीची सुरुवात करण्याआधी तो सांगणारा माणूस म्हणायचा, "युद्धात सैनिकांना स्फूर्ती चढण्यासाठी जशी वाद्ये वाजवावी लागतात, तसेच गोष्टी सांगणाऱ्याला

उत्तेजन देण्यासाठी सारखे तसे ऐकणाऱ्याने बोलले पाहिजे.'' माझ्याकडून हे काम चोख होण्यासाठी मला सावधपणे जागे रहावे लागत असे. पण कितीही कडक बंधने मी घालून घेतली व मी जागे रहाण्यासाठी धडपड केली, तरीही माझे सारे प्रयत्न निष्फळ ठरत व मी निद्रेच्या आधीन होई.

शुक्रवारी सकाळी मात्र एक मजेशीर घटना घडायची. ती पहाणे हे मोठे आनंददायी होते. तो दिवस आमच्या घरी येणाऱ्या एका न्हाव्यासाठी असायचा. तो न्हावी आमच्या आजोबांचे केस कापायचा व त्यांच्या डोक्याला मर्दन करायचा. जर आजोबांना शुक्रवारी गावाला जायचे असेल तर त्या न्हाव्यालाही त्यांच्याबरोबर प्रवासाला जावे लागायचे. सकाळपासून आजोबा त्या प्रशस्त व हवेशीर व्हरांड्यात त्याची अस्वस्थपणे वाट पहात येरझाऱ्या घालीत असायचे. दर शुक्रवारी आजोबा आपले केस कापून घ्यायचे. फक्त त्याच दिवशी, एरवी कधीही नाही. डोक्यावरचे केस कापल्यावर तो त्यांच्या डोक्याला मर्दन करायचा. मर्दन करण्यासाठी एक खास मलमासारखा पदार्थ तो आणीत असे. मुलतान भागातील वस्त्रगाळ पिवळ्या मातीपासून ते मलम बनवले जाई. त्यात चंदनाचे खोड उगाळून घातले जाई. शिवाय अफूचा अर्कही घातला जाई. ह्या अफूच्या अर्काचे प्रमाण मात्र काटेकोरपणे ठरवलेले असायचे. त्यात तीळभरही कमी जास्त होता कामा नये. सर्व मिश्रण खूप वेळ घोटून घोटून तयार केले जायचे. असे हे मलम घेऊन तो न्हावी कधी घरी उगवतो आहे असे आजोबांना होई. त्या न्हाव्याची पात्रता ही एकमेव अशी मानली जायची. कारण दाढी व मिशा राखणे हे प्रतिष्ठेचे व पौरुषाचे लक्षण समजले जायचे. अशा दाढीमिशांना फक्त तोच न्हावी स्पर्श करून त्यांची किंचित छाटणी करून त्यांना योग्य तो आकार देई. अन्य कोणीही त्या प्रतिष्ठा पावलेल्या दाढीमिशांना कल्पनेतसुद्धा स्पर्श करू शकत नसे. त्यामुळेच त्या न्हाव्याला खास मान मिळाला होता. या दिवशीच आमच्या आजोबांना तो अफूचा 'डोस' मिळायचा. या साप्ताहिक डोसाची त्यांना सवय झाली होती. ते मलम डोक्याला चोळून चोळून जिरवल्यावर त्यातील अफू आजोबांच्या डोक्यात शिरे. न्हावी यायला उशीर व्हायला लागला तर आजोबा व्हरांड्यातील एका कोपऱ्यात बसून चरफडत रहात. त्यांना तो झालेला उशीर खपायचा नाही. "अजून कसा हा लेकाचा आला नाही? ती टेकडी चढून यायला त्याला एवढा कसा वेळ लागतो?'' असे ते अधूनमधून चिडून म्हणत. त्याचबरोबर ते आपला जबडा खूप मोठा उघडून कडाडून जांभया देत रहात. दोन जांभयांच्यामध्ये त्यांची सारखी कुरकूर चाललेली असे. जेव्हा तो न्हावी घरी उगवे तेव्हा आजोबा त्या मोठ्या व्हरांड्यातल्या एका सावलीतल्या कोपऱ्यात जाऊन बसत. त्यांच्या मागे क्षितिजापर्यंतचे दृश्य पसरलेले असे. मग एकदा आमच्या आजोबांची हजामत संपली की तो न्हावी

त्यांच्या बारीक केसांच्या डोक्यावर ते दिव्य मलम चोपडे, भरपूर चोपडे. तत्क्षणी आजोबांच्या चेहऱ्यावरचा त्रासिक भाव अदृश्य होई. ते एकदम शांतपणे मुकाट्याने बसून रहात. तो न्हावी आजोबांच्या डोक्यावर हाताने मर्दन करून ते अफूचे मलम जिरवित राही. चमत्कार वाटावा अशा रीतीने आजोबांना एकदम बरे वाटू लागे. आम्ही मुले हा सारा प्रकार अथपासून इतिपर्यंत प्रत्येक शुक्रवारी पहात आलेलो होतो. मलम जिरण्यामुळे आजोबांना आठवड्याचा डोस मिळायचा. त्यांनी कधीही आठवड्यातून दोनदा तसे मर्दन करून घेतले नाही. ते तोंडावाटे अफू न घेता असे कातडीवाटे नियमित घेत.

राजस्थानच्या वाळवंटी भागात कच्च्या अफूचा वापर परंपरेने चालत आलेला आहे. मानववंशशास्त्रातील माहितीनुसार असे दिसते, की अफू ही स्थानिक समाजातील सामाजिक व सांस्कृतिक संबंधात खूप खोलवर रुजलेली आहे. औषध म्हणूनही वाळवंटातील जनता अफू घेते. त्यामुळे त्यांच्या आरोग्याच्या बऱ्याचशा समस्या सुटण्यास मदत होते. थंडी, उष्णता, वेदना, दु:ख हे विसरण्यासाठीही अफू खाल्ली जाते. तसेच, विवाहकार्य, आपसातील करार-मदार पक्के करण्याच्या वेळी जमलेले लोक अफूचे सेवन करतात.

आजोबांना अफूचे मर्दन झाले की ते शांत होतात, हे गावातल्या सर्वांना ठाऊक होते. मग मूडमध्ये आलेल्या आजोबांकडून कामे करून घेण्यासाठी गावातील धूर्त लोक त्यावेळी त्यांना भेटायचे. ह्याच वेळी आजोबा कमालीचे शांत होऊन खुषीत असतात व अत्यंत उदार होतात, क्षमाशील होतात, आपले लाड पुरवतात हे त्या लोकांना ठाऊक झालेले होते. अनेक शुक्रवारी मी हे बघत आलेलो होतो. पण मी त्याबद्दल त्यांना कधीही विचारले नाही. शुक्रवारचा हा कार्यक्रम म्हणजे तिथल्या एकूणएक व्यवस्थेचे अविभाज्य अंग झालेले होते. पण आपणही अफूचे सेवन करावे असे माझ्या मनात चुकूनही आले नाही.

अशा या शांततेत, सुरळीत चालणाऱ्या व्यवस्थेत दिवस म्हणजे महिने वाटायचे आणि महिने हे वर्षाएवढे मोठे वाटायचे. त्या खेड्यात एक शाळाही होती. मला प्रथम त्या शाळेत शिकायला पाठवले. ही शाळा एक बालूरामजी नावाचा शिक्षक चालवायचा. तो स्थूल प्रकृतीचा होता व त्याला टक्कल पडलेले होते. आपली शाळा तो स्वत:च्या घराच्या एका भागात चालवायचा. त्याने मला देवनागरी लिपी शिकवली, प्राथमिक अंकगणित शिकवले, पाढे शिकवले. विविध पाढे तर त्याने माझ्याकडून अगदी पक्के करून घेतले. अडीचकीचे पाढे तर मला अजून येतात त्यामुळे २॥ × ७ अशा गुणाकारांची उत्तरे मी अजूनही चटकन सांगू शकतो. शाळेमधे वह्या वापरल्या जात नव्हत्या. फक्त दगडी पाटी व पेन्सिल. गृहपाठ कधी दिला जायचा नाही. तो शब्दही आम्हाला त्यावेळी ठाऊक नव्हता. सारा अभ्यास शाळेत करून

घेतला जायचा. शाळेत आम्ही हात हलवित चालत जायचो व हात हलवित परत यायचो. मला अधूनमधून एक पै खर्चण्यासाठी दिली जायची. ते तांब्याचे नाणे सर्वात कमी किंमतीचे होते. रुपयाचा तो १९२ वा भाग होता. (३ पै = १ पैसा, ४ पैसे = १ आणा, १६ आणे = १ रुपया.) मी ते पैचे नाणे मिळाल्यावर रात्रभर दह्याच्या पाण्यात बुडवून ठेवायचो. मग सकाळी ते नाणे लाकडी भुश्शाने घासले की लख्ख तांबड्या रंगाचे अगदी नव्यासारखे व्हायचे. त्या एका पैमध्ये त्या खेड्यातल्या दुकानात १९ लेमनच्या गोळ्या अगदी मोजून मिळायच्या. २० नाहीत की १८ नाहीत. १९ च का? याचे उत्तर कधी मिळाले नाही. त्या गोळ्या खूप छोट्या होत्या. पण मला त्या अत्यंत चवदार वाटायच्या. त्या गोळ्यांमुळे माझे हात चिकट व्हायचे. दिवसभर ते तसेच रहायचे. कारण मी दिवसभर त्या १९ गोळ्या पुरवून पुरवून खायचो.

कुठेही जायचे असेल तर आम्हाला पायी जावे लागायचे. तिलवारा नावाचे गाव काही मैलांवर होते. तेथे जनावरांची जत्रा भरायची. तिथे मात्र आम्ही बैलगाडीतून किंवा उंटावरून किंवा घोड्यावरून जायचो. आमच्या आजोबांकडे एक मोटारगाडीही होती. ती नेहमी पत्र्याचे छप्पर असलेल्या एका तबेल्यात बंद करून ठेवलेली असायची. बागूरमध्ये तो तबेला होता. कधी कधी आजोबा ती मोटार बाहेर काढायचा हुकूम सोडायचे. मग एक मुंडासेवाला व मिशांचे मोठे कल्ले राखलेला माणूस ते काम करायला पुढे सरसावयाचा. हा माणूस आजोबांचा शोफर होता. त्यांच्या व्यक्तिगत चाकरांपैकी एक होता. त्याच्या या मानाच्या पदामुळे तो दुसऱ्यांना तुच्छ लेखायचा. तो जनावरांकडेही पाही. बागूरमधली कामे करी. जनावरांना तो यंत्र समजून त्यांना हाताळे! आम्हा तिघा मुलांशी तो कठोरपणे व तुटकपणे वागे. "गाडीला हात लावू नका!" असे तो आम्हाला नेहमी दटावून म्हणे. अर्थातच आम्हाला त्याचा त्यावेळी तिटकारा वाटे. त्या मोटारीचाही त्यामुळे आम्हाला राग येई. जेव्हा जेव्हा आम्ही आजोबांबरोबर त्या मोटारीतून प्रवास करत असू तेव्हा आम्हाला त्याची बोलणी खावी लागत. ती मोटार म्हणजे एक शेव्हरोलेट होती. तिला अवजड दारे होती. आत कातडी आसने होती. आत बसल्यावर नेहमी घुसमटल्यासारखे वाटायचे. (निदान आम्हाला तरी तसे जाणवायचे.) त्यात नेहमी पेट्रोलचा वास दरवळत असायचा. आम्हाला गाडीपासून दूर ठेवण्यासाठी तो ड्रायव्हर ऊर्फ शोफर रागवायचा यात नवल नव्हते. मी तर मनातून खूप चिडलेलो असायचो. त्यामुळे त्या गाडीत बसायला मला आवडायचे नाही. ती गाडी फार कमी वेळा बाहेर काढून वापरली जायची. शिवाय त्या गाडीवर काळे छत नव्हते. तिथले रस्ते खडीचे होते. तेही जागोजागी उखडलेले असायचे. कधी कधी वाळूच्या वाटेवरून जावे लागायचे. सबंध मालानी भागात (बारमेर जिल्ह्यात) त्यावेळी अवघ्या दोनच मोटारी होत्या.

याखेरीज काही बसेस होत्या. अर्थातच त्या जसोलमध्ये नव्हत्या, तर बारमेरमध्ये होत्या. खुरी गावाला दरवर्षी जाताना आम्हाला बारमेरमधून जावे लागायचे. आमच्या भागापर्यंत रेल्वे लाईन उत्तरेकडून आली होती. ती शेवटी सिंधमध्ये जायची. दक्षिणेकडे तिचा फाटा थोडा खाली उतरून जोधपूरला जायचा. मग तिथून एक फाटा फुटून तो अहमदाबादकडे जायचा. अशा रीतीने दूरच्या मुंबईपर्यंतच्या आमच्या भागाची जोडणी झालेली होती. ही रेल्वे 'जोधपूर रेल्वेज्' नावाची कंपनी चालवायची. त्या कंपनीची कार्यक्षमता, विश्वासार्हता आणि कर्मचाऱ्यांची सौजन्यशीलता या साऱ्या गोष्टी आता दंतकथेत जमा झाल्या आहेत. ही रेल्वे लाईन मीटर गेजची[३] होती. चोवीस तासात या रेल्वेच्या दोनदा जायच्या यायच्या खेपा व्हायच्या. रात्री २ वाजता ती आगगाडी आमच्या तिथून कराचीकडे जायची. त्यावेळी रात्रीच्या अंधारात, शांततेत करुण स्वरात शिट्ट्या वाजवीत ती ओसाड वाळवंटातून धावत असे. मला नीट आठवत असेल तर तिची दुसरी वेळ ही दुपारी कधीतरी असे. त्यावेळी ती जोधपूरला जायची. तिथून ती पुढे पार मुंबईपर्यंत जायची.

माझ्या आजोबांचे वास्तव्य आमच्या वास्तूच्या सर्वात वरच्या मजल्यावरती होते. तिथे एक रुंद व लांबलचक व्हरांडा होता. त्या व्हरांड्यावरती छत नव्हते. अन् तो व्हरांडा संपूर्ण मजलाभर होता. त्या व्हरांड्यातून दिसणारे बाहेरचे दृश्य हे नेहमीच स्तिमित करणारे होते. मग त्यावेळी वर्षातला कोणता का ऋतू चालत असो किंवा दिवसाची कोणतीही वेळ असो. व्हरांड्याच्या एका कोपऱ्यात रोज सकाळी आजोबा त्यांची कवळी धूत असायचे. त्यांची ती कृती सतत सतत होत राही. त्याच वेळी ते कोणाच्या अर्ज विनंत्या ऐकत रहायचे, अहवाल ऐकायचे, आजूबाजूच्या खेडेगावातील बातम्या समजावून घ्यायचे, लोकांच्या तक्रारी ऐकायचे आणि त्यावर आपला न्यायनिवाडासुद्धा द्यायचे. दररोज सकाळी त्या उंचावरच्या माडीत ह्या गोष्टी नेमाने चालायच्या. तिथल्या छपरावर एक दांडा बाहेर आलेला होता. जणू काही ती जहाजाच्या गोदीतील यारी आहे असे वाटायचे. तो दांडा पुढे

---

३. *मीटर गेज म्हणजे दोन रुळातील अंतर एक मीटर (सुमारे ३ फूट) होते. सध्या प्रत्येक रेल्वे लाईनचा ब्रॉडगेजमध्ये रूपांतर करण्याचा धडाका चाललेला असला तरीही भारतात अजूनही कित्येक ठिकाणी मीटर गेजच्या रेल्वेलाईनी चालू आहेत. ह्या मीटर गेजची निवड व्हॉईसरॉय लॉर्ड मेयो ह्याने केली असे सांगितले जाते. चारजणांना खांद्याला खांदा भिडवून बसवले असताना सर्वांची एकूण रुंदी ही ३ फूट ३ इंच येते. त्या काळात मेट्रीक मापनपद्धतीचा गवगवा झाल्याने एक मीटर हे रेल्वे रुळातील अंतर ठरवले गेले. पहिली मेट्रिक रेल्वे ही १८७२ मध्ये बांधली गेली. पण त्यानंतर जवळजवळ शतकभर तरी भारतात ही मेट्रीक मापनपद्धती कुठेही वापरली गेली नाही. नंतर मात्र आत्ताच्या दशमान पद्धतीचा वापर सुरू झाला.*

पार भिंतीपलीकडे गेला होता. या दांड्याला टांगून आमच्याकडच्या मांसाहारी जिनसा ठेवल्या जायच्या. म्हणजे एखादा मारलेला ससा, हरणाच्या शरीराचा मागचा भाग लटकावलेले असायचे. पण यापेक्षा जास्त काहीही नसे. ते लटकावलेले मांस अथवा मांसखंड कडक उन्हात वाळून जायचे. वाळवंटात वाहणारे गरम वारेही ते वाळवायला मदत करायचे. तिथेच व्हरांड्यात दुसऱ्या एका कोपऱ्यात मोसंब्यांच्या सालींचा ढीग पडलेला असायचा. जोधपूरहून आलेली ती मोसंबी खास आजोबांसाठी असायची. आजोबा रोज मोसंबी खातात मला ठाऊक नव्हते. "या साली अशा का टाकल्या आहेत?" मी एकदा असे आजोबांना विचारले होते. त्यावर त्यांनी "दारूसाठी" असे मोजकेच उत्तर दिले.

ती दारू कशी बनवली जाई, कोणती पद्धत वापरली जाई ते मला ठाऊक नव्हते व कोणी त्याबद्दल सांगितले असते तरी मला समजू शकले नसते. पण मोसंब्यांच्या रसापासून बनवलेल्या त्या दारुचे बुधले उघडण्याचा दिवस मला आठवतो, चांगलाच आठवतो. विसरू म्हटले तरी मी तो दिवस विसरू शकणार नाही. ज्या दिवशी बुधले उघडायचे आहेत तो दिवस आजूबाजूच्या खेड्यांना कळवला जाई. त्याच्या आदल्या दिवशी संध्याकाळपासून आमच्या वास्तूत माणसे येण्यास सुरुवात व्हायची. कधी कधी त्याच्याही आधी यायची. आमच्या भव्य घरातील स्वयंपाकघर, छे! स्वयंपाकघर नव्हे, मुदपाकखाना म्हटले पाहिजे– सतत कामात व्यग्र राही. घरातील नोकराण्या गोंधळून गेलेल्या असायच्या. नेमके कोणते काम केव्हा करावे हे त्यांना कळत नसे. त्यांना जादा काम पडे व तेही जास्त वेळ करत बसावे लागे. मग सहाजिकच त्यांच्यात चिडचिड सुरू व्हायची, आपसात बोलाचाली व्हायची. एका उंटावरून आणलेले पाणी पुरायचे नाही. तीन चारपेक्षा जास्त खेपा करून पाणी आणले जाई. कधी कधी त्यासाठी सबंध दिवस खर्च होई. तमाम ग्रामस्थ जनतेला दारू फुकट वाटण्याचा दिवस म्हणजे एखाद्या वार्षिक उत्सवासारखा ठरे. माझी आजीही अशा वेळी कामामध्ये भाग घेई. ती म्हणायची, "या वास्तूत सतत अनेक पाहुण्यारावळांची गर्दी असते त्यामुळे नोकरचाकरांना नेहमीच जादा वेळ काम करत बसावे लागते."

ती दारू ही 'वाईन' या प्रकारात मोडणारी होती. तिचे बुधले उघडणे हा एक मोठा समारंभ असायचा. जणू काही तो एक विधी आहे असे वाटे. प्रथम ज्योतिषशास्त्रदृष्ट्या चांगला मुहूर्त शोधला जायचा. त्या मुहूर्तावरतीच बुधले उघडले जायचे. आजोबा तोपर्यंत वाट पहायचे. जेव्हा ती वेळ येई तेव्हा आजोबा "आता उघडा" अशा अर्थी आपला हात हलवून सिग्नल द्यायचे. मग जो सर्वात जुना कलाल आहे तो पुढे व्हायचा. त्याचे सर्व कुटुंब अनेक पिढ्या आमच्या घराण्याच्या सेवेत असायचे. त्यालाच बुधले उघडण्याचा मान दिला जायचा. ते बुधले म्हणजे प्रचंड मोठी भांडी

असायची. त्यांची तोंडे दादऱ्याने ऊर्फ एका विशिष्ट कापडाने घट्ट बांधलेली असायची. त्या खास कापडाची भोके बारीक मातीच्या कणांनी बंद झालेली असत. त्या कापडामधून हवासुद्धा आरपार जात नसे. अशा कापडाचे थरावर थर देऊन बुधल्यांची तोंडे गच्च बांधली गेलेली असत. मग तो कलाल साऱ्या बुधल्यांची तोंडे एका मागोमाग एक उघडत गेला की आत तयार झालेल्या मोसंब्यांच्या वाईनचा त्या भव्य वास्तूत एकदम घमघमाट सुटे. त्या वासात केशर व कस्तुरीच्या वासांचीही जाणीव होई. अन् तसे हे पदार्थ वाईन बनवताना त्यात थोड्या प्रमाणात टाकलेले असायचे. त्या वाईनने भरलेला पहिला पेला हा दुर्गादेवीला अर्पण केला जायचा. तिचा मोठा देव्हारा वास्तूमध्ये एका संरक्षित बाजूला होता. तिकडे तो पेला पाठवून दिला जायचा. त्या पेल्यात प्रत्येक बुधल्यातील वाईन थोडी थोडी घातलेली असे. त्या वाईनचा नैवेद्य दाखविल्यानंतर आमचे आजोबा पुढे व्हायचे. ते प्रत्येक बुधल्यातील वाईनचा नमुना थोडा थोडा चाखून पहात. त्यासाठी ते नमुने एखाद्या ग्लासात कधीच काढले जायचे नाहीत. तसेच, ते नमुने गटागटही प्यायले जात नसत. त्यासाठी एक चांदीची सुरई होती. त्या सुरईत नमुने साठवल्यावर आजोबा थोडेसेच मद्य वर ओढून तोंडात शोषून घ्यायचे. दोन तीन वेळा उर्ध्वपातन केलेल्या त्या जळजळीत वाईनच्या मद्यात अद्यापही कार्बन डायॉक्साईड वायूचे बुडबुडे उमटत असत. एवढे झाल्यानंतर मात्र ती कडक वाईन जमलेल्या साऱ्या गावकऱ्यांना वाटणे चालू होई. मात्र ती प्रत्येकाला उदारपणे दिली जायची नाही. अगदी काटेकोरपणे पुरेशी दिली जायची. उरलेले मद्य चिनी मातीच्या बरण्यांमधून बंद केले जायचे. त्यावरती चिठ्ठ्या चिकटवल्या जायच्या. मग आणखी मुरण्यासाठी किंवा पुढच्या वर्षी वापरण्यासाठी त्या नीट बंदोबस्तात कोठीमध्ये ठेवून दिल्या जायच्या.

वर्षातून किमान एकदा तरी आम्ही खुरी गावाला जायचो. आम्ही म्हणजे मी, माझी आई, तिच्या नोकर-स्त्रिया व आणखी काही नोकर माणसे. खुरी गावात आजोबांचा (आईच्या वडिलांचा) जमीनजुमला होता. आम्ही आगगाडीतून बारमेरपर्यंत जायचो. बारमेरनंतर मात्र आगगाडीतून उतरून खुरीपर्यंत जावे लागे. प्रत्येक वेळी आम्ही वेगळ्या वाटेने जात असू. आमच्यासाठी एक खाजगी डबा आगगाडीला जोडलेला असे. या डब्यात फक्त आई, तिच्या नोकराण्या, त्यांची लहान मुले एवढीच असत. कोणाही पुरुषाला आत जाण्यास बंदी होती. कारण आमची आई 'पडदा' पद्धत पाळणारी होती. त्या डब्याच्या क्षमतेपेक्षा अधिक माणसे आत ठिच्चून भरलेली असत. परंतु त्या सर्वांची तिकिटे तपासण्यासाठी डब्यात शिरण्याचे धाडस कोणताही तिकीट तपासनीस करत नसे. जे पुरुष-नोकर होते ते डब्याबाहेर उभे राहून संरक्षण द्यायचे. त्यांना मुद्दाम आजोबांनी पाठवलेले असायचे. तो आगगाडीचा प्रवास म्हणजे एक धाडसी प्रवास होता, निदान मला तरी. बारमेरला आम्ही डब्यातून उतरून गाडी सोडून द्यायचो. मग खुरीच्या दिशेने पुन्हा आमचा तो खाजगी प्रवास

चालू राही. शेवटी खुरीला जाऊन आमच्या स्वाऱ्या धडकायच्या. साऱ्या लवाजम्यासह करावयाच्या या एकूण प्रवासाला दोन दिवस व एक रात्र एवढा वेळ लागायचा.

त्यावेळी बारमेर व जैसलमीर यांना जोडणारा रस्ता नव्हता. आमची आई बैलगाडीतून प्रवास करे. बैलगाडीला अर्थातच दोन भिंती व त्यावर एक छप्पर असे. बाकी बाजू पडद्याने झाकल्या जायच्या. ती एक बुरख्याची बैलगाडी होती. आईच्या बैलगाडीबरोबरच इतर अनेक बैलगाड्यातून, उंटांवरून आणि घोड्यांवरून बाकीची माणसे व सामानसुमान वाहून नेले जायचे. आमचा हा तांडा संथ गतीने प्रवास करे. नोकर-स्त्रिया, विशेषत: वयाने लहान असलेल्यांना, या प्रवासाचा आनंद होई. कारण जनाना आणि लादलेली बुरखा पद्धत यांच्या बंदिस्तपणातून त्यांची या प्रवासकाळात मुक्तता होई. मग त्या मुली अगदी थकून जाईपर्यंत सबंध प्रवासभर गाणी म्हणायच्या व हसत खिदळत रहायच्या. खुरी गाव जवळ आले की आमची संरक्षक माणसे ही आनंदाने आपापल्या बंदुकांमधून हवेत गोळ्या झाडून बार काढीत. त्यामुळे गावातील कुत्री बावचळून भुंकू लागत. गावातील मुले आनंदाने आमच्या दिशेने धावत सुटत. धावताना प्रत्येकाच्या तोंडून आमच्या स्वागताचे शब्द ओरडून उच्चारले जात. नोकरमुली तर आनंदाने बेहोष व्हायच्या. खुरी हे त्यांना आपले हक्काचे घर वाटायचे, तर जसोल म्हणजे सासुरवाडीचा कैदखाना त्यांना वाटे. माझ्या आईलाही अत्यंत आनंद व्हायचा. तिचा चेहरा नुसता फुलून यायचा. तो आनंद तिला लपवता यायचा नाही. तिच्या या जन्मगावी जेव्हा ती आपल्या माहेरी पोचे त्याक्षणी तर तिला साऱ्या जबाबदाऱ्यातून मुक्त झाल्यासारखे वाटे. ती एखाद्या अल्लड मुलीसारखी वागू लागे. मी हे सारे पाहिले आहे. अन् जे काही निरीक्षण केले ते माझ्या मनाच्या पाटीवर कायमचे कोरले गेलेले आहे. माझी ही स्मृती कधीच नष्ट होणार नाही. त्या दिवसांची आठवण झाली तरी माझ्या सभोवतालचे सध्याचे जग नाहीसे होते व मी उसन्या घेतलेल्या त्या काळात जाऊन पुन्हा पुन्हा त्या दिवसांचा अनुभव घेत रहातो.

माझे इथले आजोबा, म्हणजे माझ्या आईचे वडील, ठाकूर मूळसिंगजी यांचे वेगळेच व्यक्तिमत्त्व होते. 'ठाकूर' म्हणजे एखाद्या जहागिरीचा प्रमुख किंवा जहागिरदार. काही खेडी व आसपासची जमीन यांच्या पूर्ण मालकीची असायची. हा एक सरंजामशाहीचा पश्चिम राजस्थानमधला भाग होता. ही जहागिरी त्यांना वारसा हक्काने मिळाली होती. अन् ती 'मूंडकटोई जहागिरी' होती. म्हणजे आपले शौर्य गाजवून मिळवलेली जहागीर! "आमच्या पूर्वजांनी या जहागिरीसाठी रक्त सांडलेले आहे. ही जहागिरी कोणी आम्हास बक्षीस दिलेली नाही," असे त्यांचे अभिमानाचे उद्गार मी लहानपणी अनेकवार ऐकत आलेलो होतो. अशी जहागिरी जुन्या राजस्थानात विशेष प्रकारची समजली जाई. सामाजिक उतरंडीमध्ये

तिला खास दर्जा दिलेला होता. कारण महाराजांची सेवा करण्याचा परिपाक म्हणून ही जहागिरी बहाल केलेली असे. जुना उत्तर प्रदेश प्रांत, बिहार किंवा बंगाल येथील जुन्या जमीनदारांपेक्षा ही जहागिरी वेगळी होती. तिथली जमीनदारी ही जमिनीचा महसूल वसूल गोळा करण्याच्या पद्धतीतून जन्माला आलेली होती. ती पद्धत मुळात मोगल राज्यकर्त्यांनी राबवलेली होती. त्या पद्धतीतच नंतर ब्रिटिशांच्या काळात गव्हर्नर-जनरल वॉरन हेस्टिन्ज (१७७३-१७८४) याने बदल करून व कायम स्वरुप देऊन जमिनींबद्दलचे वाद मिटवले होते. त्यामुळे तिथले जमीनदार हे ब्रिटीशांनी नेमलेले असत. त्यांना आपल्या जमिनींबद्दल विशेष ममत्व वाटत नसे. त्या जमिनीत त्यांची मुळे नव्हती. त्यांना फक्त ईस्ट इंडिया कंपनीला शेतसारा गोळा करून देण्याचे अधिकार होते. म्हणून ते शेवटी शेतकऱ्यांचे लोभी शोषक बनले व जनतेला पिळून काढू लागले.

त्या उलट राजस्थानातील जहागिरदार होते. मालानी भागातील जहागिरदारांचेच उदाहरण पहा. ते तिथल्याच त्यांच्या भूमीतले होते, तिथल्या लोकांचे होते आणि आपल्या जमिनीचे व लोकांचे हित सांभाळून काळजी घेणारे होते. त्यांचा हा 'धर्म' अप्रत्यक्षपणे स्वतःचेही अस्तित्व टिकवणारा होता. उत्तर प्रदेश, बिहार आणि अन्य ठिकाणच्या जमिनदारांपेक्षा ते विरुद्ध टोकांचे होते.

पण त्यातही खुरी हे गाव जसोलपेक्षा अगदीच वेगळे व भौगोलिकदृष्ट्या वैशिष्ट्यपूर्ण ठरत होते. जैसलमीरपासून पश्चिमेला ते आहे. तिथला परिसर जसोलच्या परिसरापेक्षा फार वेगळा होता. तिथे वाळवंट पसरलेले होते. खुरी हे एक वाळवंटातील स्वप्नवत वाटणारे खेडे होते. जसोलपेक्षा येथे कमी वस्ती होती. येथली बहुतेक घरे ही मोठ्या झोपड्यांसारखी होती. तुरळक घरांचे भाग हे दगडांच्या पक्क्या स्वरुपात बांधलेले होते. येथे जवळचे रेल्वे स्टेशन हे 'नुसती नदी ओलांडली की आलेच' असे नव्हते. येथून ते १५० किलोमीटर दूर होते. येथे कुठेच मोटारगाड्या नव्हत्या. येथून जैसलमीरपर्यंत गेले तरीही वाटेत मोटार दिसणार नाही. जैसलमीरला मात्र तिथल्या महारावळकडे[४] एक दोन गाड्या होत्या. खुरीमध्ये निसर्गाचा प्रभाव सर्वात जास्त होता. माणसाला तो पूरक ठरत नव्हता. इथे निसर्गापुढे माणूस गौण ठरत होता.

वाळवंटातील खेडे कसे असते त्याचे 'खुरी' हे एक नमुनेदार उदाहरण होते. सर्वत्र आजूबाजूला छोट्या छोट्या वाळूच्या टेकड्या, गवताने शाकारलेली घरे, भिंती

---

४. *'महारावळ' हे एक बिरुद आहे. परंपरेने राज्य करीत आलेल्यांना ते दिले जाते. 'महा' म्हणजे 'महान'. जसे 'महाराज', 'महाराणा', 'महाराव'. राजस्थानातील डुंगरपूर आणि जैसलमीर येथील राज्यकर्त्यांना 'महारावळ' असे संबोधले जाते.*

गेरूने रंगवल्यामुळे तांबड्या रंगाच्या झालेल्या, त्यावर विशिष्ट अशा पिवळ्या रंगाने चित्रे काढून सुशोभित केलेल्या. त्या चित्रात उंट होते, योद्धे होते व भडक रंगातील कमालीच्या सुंदर स्त्रिया होत्या. अंत:करणाचा ठाव घेणारे वाळवंटातील संगीत त्या खेड्यात गायले जायचे. पण अशा या सुंदर खेड्याला कडक उष्णतेमुळे छेद दिला गेला होता. दर वर्षीचा उन्हाळा हा कल्पनाही करता येणार नाही इतका भाजून काढणारा असे. त्यात भर म्हणजे रेतीची वादळे खेड्यावर चालून यायची. या वादळात एवढी रेती ठासून भरलेली असे की त्यामुळे सूर्य झाकला जाऊन वस्तीवर अंधारी येई. त्यावेळी वाऱ्याचा आवाजही भयानकरित्या मोठमोठ्याने धमकी दिल्यासारखा येई. जणू काही 'साऱ्या वस्तीचा मी आता सूड घेणार आहे' असे तो रागारागाने म्हणे. पण आता तिथल्या भागाचे चित्र बदलले आहे. तिथे रस्ते पोचले आहेत आणि जैसलमीर हे एक रेल्वे स्टेशन झाले आहे. जैसलमीरजवळ एक विमानतळही झाला आहे. खुरीपासून काही मैलावरती असा विकास घडला आहे.

माझ्या आईचे वडील मूळजी यांची प्रकृती ही निसर्गाने घडवली होती. हे माझे आजोबा उंच होते, मोठ्या हाडापेराचे होते. लांब दाढी, खर्जातला आवाज, छाप पाडणारे व्यक्तिमत्त्व असे माझे हे आजोबा वाळवंटातील कणखर माणसाचे प्रतीक होते. इथल्या तीव्र, कठीण, अवघड, शुष्क व तरीही अतुलनीयरित्या सुंदर असलेल्या भूमीसारखी त्यांची जीवनमूल्ये होती. एकदा मला असे सांगण्यात आले की, त्यांच्या तरुणपणी त्यांनी जैसलमीरचे महारावळ यांच्याबरोबर बुंदी गावापर्यंत एका विवाहसमारंभासाठी प्रवासही केला होता. बुंदी गाव हे त्यावेळच्या राजस्थानच्या पूर्व सीमेपाशी होते. त्यांची वैशिष्ट्यपूर्ण उंच शरीरयष्टी, काळी दाढी आणि आत्मविश्वासपूर्ण वर्तणूक हे सर्वांचे लक्ष वेधून घेणारे ठरले होते. मग विवाहकार्याच्या यजमानांनी आमच्या या आजोबांच्या मनगटांची मापे मोजण्याचा आग्रहसुद्धा धरला. ही मनगटे इतरांच्यापेक्षा खूपच मोठी वाटत होती. नंतर बऱ्याच वर्षांनी जेव्हा त्यांची काळी दाढी पांढरी झाली तेव्हा ते आजोबा बनले होते. मी एकदा त्यांना त्या मनगटांची मापे काढण्याच्या प्रसंगाबद्दल विचारले तेव्हा माझ्याकडे वळून त्यांनी आश्चर्याने पाहिले. मग आपल्या मनगटाकडे पहात मोठ्याने हसले व म्हणाले, "तिथे सारी पूर्व राजस्थानातील माणसे जमली होती. ती मोठी विनोदी स्वभावाची होती. माझी मनगटे मोजण्याचे ज्याच्या मनात आले तो मोठा गमत्या असल्या पाहिजे."

माझी आई ही त्यांची एकुलती एक मुलगी होती. त्यांचे तिच्यावर अतिशय प्रेम होते. जगात कोणी घेणार नाही अशी तिची काळजी त्यांनी घेतली होती. मी तर तिचा त्यावेळी एकमेव मुलगा होतो. तिच्याच रक्तामासांपासून बनलेला होतो. त्यामुळे मी आमच्या या आजोबांचा लाडका बनलो होतो. त्यांनी मला आपल्या छत्राखाली घेतले. त्यांनी मला किती काळजीपूर्वक वाढवले ते शब्दात सांगणे मला अवघड आहे. आज

मी जो आहे तो बराचसा त्यांच्यामुळे तसा घडलो आहे. काटेकोरपणे म्हणायचे झाल्यास ते फारसे साक्षर नव्हते. पण ते शिक्षणाला चालना देणारे होते. रूढ अर्थाने त्यांचे शिक्षण झाले नसले तरीही ते उच्चशिक्षित होते व सुसंस्कृत होते, असेच मी म्हणेन. त्यांच्यात वाळवंटी जगातील मूल्ये व परंपरा पुरेपूर उतरल्या होत्या. त्यानुसार स्वातंत्र्यापेक्षाही न वाकणारी वृत्ती, स्वत:ची आब व प्रतिष्ठा राखणे हे त्यांना अधिक महत्त्वाचे वाटे. तसेच, त्यांना आत्मविश्वास व उद्धटपणा यात फक्त एका अदृश्य व सूक्ष्म रेषेचे अंतर आहे याची पुरेपूर जाणीव होती. त्यांनी मला नीतिमत्ता व निष्ठा म्हणजे काय असते ते शिकवले. ते मला म्हणायचे, "जसू, तू कोणालाही आपला शब्द सहजतेने देऊ नकोस. शब्द देणे ही गंभीर बाब असते. अन् जर तू शब्द दिलाच तर तुला तो कधीही मोडता येणार नाही की मागे घेता येणार नाही. लक्षात ठेव, एखाद्याला मदत केल्यावर आपले ते कृत्य विसरून जाणे हेच त्याच्यावर केले जाणारे मोठे उपकार असतात. त्या मदतीची जाणीव त्या व्यक्तीला नंतर कधीही देऊ नकोस. पण जर तुला अशी कोणी मदत केली तर मात्र तू ती अजिबात विसरू नकोस..." समोर बसवून त्यांनी एखादे व्याख्यान झोडून मला शिकवले, असे काही केले नाही. आमच्या अनेक संभाषणातून त्यांच्याकडून मी जे काही शिकलो त्याचा काहीसा अर्क मी येथे दिला आहे.

कधी कधी ते मला आपल्या गुराढोरांकडे घेऊन जात. त्यांच्या गुरांचा कळप फार मोठा होता. त्यात गाईगुरे, मेंढ्या, बकऱ्या, उंट इत्यादि होते. त्यातली गाईगुरे ही नेहमी जिथे गवत उगवले असायचे तिथे गेलेली असायची. त्यावेळी आम्ही उघड्यावर रहायचो व उघड्यावरती झोपायचो. जर रात्री चांदणे पडले असेल तर, ते मला आणि इतर मुलांना वाळूत कुस्ती खेळण्यास सांगत. ही इतर मुले 'राबरी' म्हणजे आमच्याकडच्या गुराख्यांची होती. कधी कधी आम्ही रात्री उशिरापर्यंत हुतूतू खेळायचो. खेळ झाल्यावर गायींच्या धारा काढून ते कच्चे दूध आम्ही तसेच पिऊन टाकायचो. एकदा सकाळी उठून आम्ही हरणाच्या शिकारीसाठी लवकर उंटावरून निघालो. आम्ही चिंकारा जातीच्या हरणांचा एक कळप हेरला. मग सावकाश आपला उंट त्यांनी आणखी जवळ नेला. उंटावरती मी त्यांच्या पुढ्यात बसलो होतो. कारण ती जागा अधिक आरामदायी होती. आपली रायफल उचलून त्यांनी तिची नळी माझ्या खांद्यावरती हलकेच ठेवली. मग नेम धरून त्यांनी चाप ओढला. त्याच वेळी उंटाने एक फूट अंतरातून थोडी हालचाल केली होती. बार उडाला आणि एक हरीण जमिनीवर मरून पडले. त्यांनी ते बारकाईने पाहिले व मोठ्याने म्हणाले, "बापरे! मी हे काय पाप केले! माझ्या हातून एक अक्षम्य गुन्हा घडला आहे!..." मग त्यांनी आपला उंट घाईघाईने त्या मरून पडलेल्या हरिणापाशी नेला. उडी मारून ते खाली उतरले. त्या चिंकारापाशी गेले

आणि खिशातला चाकू बाहेर काढून त्याचे पोट फाडले. मला ते म्हणाले, ''बघ जसू, मी एका मादीची शिकार केली अन् तीही एका गाभण हरिणीची... हे बघ तिच्या पोटातले पाडस... बापरे! केवढे मोठे पाप मी केले...'' आपल्या रक्ताने भरलेल्या हाताने त्यांनी ते गर्भमृत पाडस उचलून घेतले. ते छोटे पिलू पक्षाएवढे लहान होते. आता ते निर्जीव झाले होते. जन्माआधीच त्याचा मृत्यू झाला होता. गोळी झाडली जात असतानाच त्यांच्या लक्षात आले की आपण एका हरिणीवर गोळी झाडतो आहोत. पण जे व्हायचे ते झटक्यात होऊन गेले होते.

खुरी हे गाव जोधपूरपेक्षा सिंध प्रांताला अनेक अर्थांनी अधिक जवळचे होते. आता तो सिंध प्रांत पाकिस्तानात सामील केला गेला आहे. जेव्हा तो प्रांत पूर्वी ब्रिटिश इंडियात होता तेव्हा परकीय अंमलाखालच्या न्यायसंस्थेत फरारी म्हणून घोषित केलेल्या सिंध प्रांतातील अनेक व्यक्ती छळ झाल्याने आमच्या या आजोबांकडे शरणार्थी म्हणून यायच्या. आजोबा त्यांना तात्पुरता आश्रय द्यायचे. त्यांनी कोणालाही आश्रय नाकारला नाही, कोणाकडेही पाठ फिरवली नाही. फार काय खुनासारख्या गुन्ह्यातील सिंधमधील फरारींनाही त्यांनी वेळप्रसंगी आश्रय दिला होता. एखाद्याला मदत नाकारणे हे त्यांच्या नीतीमध्ये बसत नव्हते. माझ्याशी ते अनेकदा बोलत. पण प्रत्येक वेळी एक दोन वाक्यांखेरीज फारसे बोलत नसत. त्यातून मला ते खुनाचे आरोप असलेल्याला का आश्रय नाकारायचे नाही ते समजले. त्यांच्या मते ते पाडलेले खून हे काही थंडपणे केलेली निर्घृण अशी क्रूर कृत्ये नव्हती. कोणत्या तरी जुन्या वैरातून, कशाचा तरी हिशेब चुकता करण्यासाठी, एखाद्या सूडापोटी अगर वैयक्तिक हेवादावा साधण्यासाठी केलेले असल्याने एकदम त्या खुन्यांवर गुन्हेगार म्हणून शिक्का मारण्यात काहीही अर्थ नाही. त्यांच्या प्रवृत्तीमुळेच आपसातील तंटे, भांडणे वगैरे सोडवण्यासाठी लांबलांबून लोक यायचे. त्यात हिंदू, मुसलमान असे दोन्ही धर्मांचे लोक असायचे. त्यांच्या वादात मध्यस्थ म्हणून, लवाद म्हणून, न्यायाधीश म्हणूनही लोक ते देतील तो निवाडा मुकाट्याने मान्य करायचे. कधी कधी कौटुंबिक भांडणात व वारसा हक्काच्या वादातही त्यांची मध्यस्थी मान्य केली जायची. निवाडा करण्यासाठी ते भरपूर वेळ घ्यायचे. पण सरतेशेवटी जो निकाल ते देत तो उभयपक्षी बिनतक्रार मान्य केला जायचा.

खुरीमध्ये मुस्लिम जमात फारशी नव्हती. पण आजूबाजूच्या भागात मात्र मुस्लिम बहुसंख्येने होते. या मुस्लिम लोकांना आपापली घरेदारे सोडून पाकिस्तानात जाण्यासाठी भाग पाडण्यास कोणतेही कारण पुरेसे नव्हते. परंतु 'फाळणी' शब्द उगवला आणि एका रात्रीत सिंध प्रांताचे रुपांतर पाकिस्तानात झाले. सरहद्दीच्या त्या वाळूतील काल्पनिक रेषेपलीकडील आपले नातेवाईक, वारसदार, स्नेही हे

एका रात्रीत 'परदेशी' बनले. आता इकडून तिकडे किंवा तिकडून इकडे येण्या-जाण्यासाठी पासपोर्ट, व्हिसा अशी कागदपत्रे लागू लागली. दोन्ही ठिकाणची भूमी, परिसर व भूगोल हा फारसा वेगळा नव्हता. पण एका रात्रीत भेद उगवले. पलीकडच्या भूमीला 'परकीय' असे लेबल चिकटवले गेले.

आमच्यात काळाने विभागणी केली, परिस्थितीने भेद केला आणि घटनांनी मध्ये दरी निर्माण केली. पण त्याचे घटक हे माझे आजोबांच्या जगात अनाकलनीय होते. त्यांच्या मते आणि आमच्या मते इस्लाम मानणारे राजस्थानच्या व सिंधच्या भूमीवरील मुसलमान लोक हे आपल्या अन्य वारसदारांप्रमाणेच होते. इथल्या मुसलमानांनी परस्पर सौहार्दासाठी काही शतके आधी गोमांस खाणे सोडून दिले होते व गाईंची कत्तल बंद केली होती. तर या भागातल्या हिंदूंनी डुकरांची हत्या करणे सोडून दिले होते. फार काय जंगली डुकरांची शिकार करणेही त्यांनी बंद केले होते. डुकरांची शिकार करणे हा तर वाळवंटात राहणाऱ्या टोळ्यांचा इथला एक आवडता खेळ होता. डुकराचे मांस ही मेजवानीची बाब होती. तरीही त्यांनी ते बंद केले. वाळवंटातील समाजाच्या संकेतानुसार त्यांनी ही देवाण-घेवाण केली होती. येथे एकमेकांच्या धर्मातील संताचा नाही का स्वीकार केला गेला. पीर, फकीर, दर्वेश, रामदेवरा येथला उरूस किंवा रामसा पीर[५] अशी कितीतरी उदाहरणे त्याबद्दल देता येतील.

मी हे जे लिहिले आहे ते काही माझे आत्मचरित्र नाही. पण त्या काळात जेव्हा हादरवून सोडणाऱ्या घटना घडल्याने मी त्या काळाचे चित्र येथे उभे केले आहे. माझे बालपण वेगाने सरले. परिस्थितीने त्या काळातील माझ्या आनंदाचा ठेवा गिळंकृत केला. त्या काळाचे मूल्यमापन हेही त्यानंतर बदलले. अगदी कायमचे बदलले. निसर्गातील मोठ्या वार्षिक बदलांनुसार आम्ही तिथे सुखात, ऋतुमानात जगत होतो. ते सारे आता संपले. निसर्गाची जागा आता रोजची घड्याळे, त्यातील सेकंद व मिनिटे, टाईमटेबल व कॅलेंडर्स यांनी घेतली. ते माणसावर ताबा ठेवू लागले. पूर्वी

---

५. *रामसा पीर : हा एक तन्वर राजपूत संत बाबा रामदेव या नावाने प्रसिद्ध होता. त्याने इ.स. १४५८ मध्ये समाधी घेतली. एक दंतकथा अशी सांगितली जाते की, मक्केहून पाच पीर मंडळी रामदेवरा येथे आली. येथेच बाबा रामदेव यांचा निवास व कार्यस्थळ होते. त्या पीरांना बाबा रामदेव यांच्या शक्तीची पारख करायची होती. बाबा रामदेव यांच्या शक्तीचा महिमा त्या कसोटीनंतर त्यांना पटला. म्हणून त्यांनी बाबांना आदरांजली वाहिली. तेव्हापासून बाबा रामदेव हे रामसा पीर म्हणून मुसलमानात ओळखले जाऊ लागले. हिंदू लोक त्यांना श्रीकृष्णाचा अवतार मानीत. वर्षातून दोनदा त्या गावी जत्रा भरते. रामदेवरा हे पोखरणपासून अवघ्या १२ किलोमीटर अंतरावरती उत्तरेला आहे. भारताने पोखरण येथे १९७४ मध्ये आणि १९९८ मध्ये अणुस्फोटाच्या चाचण्या केल्या.*

जिथे आम्ही आधी घटना घडवायचो व मग त्याभोवती काळ गुंफला जायचा, त्याऐवजी आता उलट प्रकार होऊ लागला. काळ हा प्रत्येक कृतीवर आपली हुकूमत गाजवू लागला आहे. आपण त्या काळाचे गुलाम झालो आहोत. तो आकाशातील महान शिल्पकार हा आपल्याला रोज घडवतो आहे, आपल्या हत्यारांना धार करतो आहे, असे मला जाणवते आहे. पण कशासाठी तो हे करतो? मला या प्रश्नाचे उत्तर मिळत नव्हते. ते कालांतराने मिळाले.

जसोलमधील माझ्या आजोबांनी (वडिलांच्या वडिलांनी) म्हणजे जोरावर सिंग यांनी हा वेगाने होत जाणारा बदल टिपला असावा. इतरांच्या लक्षात येण्याच्या आत त्यांनी तो टिपला होता. आम्हा सर्वांप्रमाणे आमचे हे आजोबा फाळणीच्या निर्णयापासून खूप दूर होते. हा निर्णय फक्त दिल्लीत घेतला जाणार होता. त्या निर्णयप्रक्रियेत आम्ही नव्हतो की आमचा राजकारणावर प्रभाव नव्हता. त्यामुळे आम्ही काहीही करू शकत नव्हतो. ही बाब तर हळहळण्याजोगी होती. फार काय माझ्यासारख्या वाढत्या मुलालाही ती हळहळ वाटू लागली होती. आजोबांकडे अनेक पिढ्यांचे शहाणपण, मुत्सद्दीपणा व ज्ञान होते. म्हणून वेळोवेळी ते आम्हाला उपदेश करीत असत. जसोलजवळच्या खेर नावाच्या गावात आमचे पूर्वज इ.स. १०२८ मध्ये आले व स्थायिक झाले. तेव्हापासून आमचे वास्तव्य या भागात होत गेले. म्हणून गेल्या नऊ शतकांचा शहाणपणा आजोबांकडे जणू काही वारसा हक्काने आला होता. त्यांना भावी घडामोडींचा वास लागला असावा. आपले मन घट्ट करून, त्यांनी आवराआवरीला सुरुवात केली. आपल्या मनाचे एकेक कप्पे ते बंद करीत चालले, जाणीवा बधीर करीत नेल्या, भावना बाजूस सारीत नेल्या. जणू काही ते एकेक दरवाजे लावून टाकीत होते. सर्व दिवे एकेक करीत आपल्या हाताने विझवून टाकीत होते. त्यांच्या सर्वोत्कृष्ट खोलीत अनेक पुरातन व दुर्मिळ वस्तूंचा संग्रह होता. त्याही खोलीतला दिवा शेवटी त्यांनी विझवला. त्या बरोबर तिथला काळही विझवला गेला. मूळसिंगजी यांनी जे खुरीला केले तसेच जोरावर सिंगजी यांनीही येथे केले. येणाऱ्या बदलाची पावले त्यांनी ओळखली आणि त्यासाठी त्यांनी तयारी केली. गेली अनेक शतके जसोलवर वारसा अधिकारानुसार त्यांची सत्ता गाजवली जात होती. आता जसोललाही नवीन बदलाच्या मागोमाग जावे लागत होते.

दुसरे महायुद्ध संपले. खेड्यामध्ये आम्हाला कळले की कसला तरी अणुबॉम्बचा स्फोट केला गेला होता. "हा कसला बॉम्ब आहे?" आम्ही उघडपणे एकमेकांना विचारीत होतो. एक अफवा आमच्यापर्यंत पोचली व तिने आम्हाला सांगितले की, "आता यानंतर हिंदुस्थानावर काँग्रेस राज्य करणार आहे." आम्ही यावरही विचारू, "काँग्रेस? कसली काँग्रेस? हा काय प्रकार आहे? इंग्रज अजून गेले नाहीत? मग

दिल्लीत आता कोण गादीवर बसले आहे? अन् ती महाराजा मंडळी कुठे गेली?'' वातावरणात सर्वत्र चिंता, काळजी भरून राहिली होती. आमच्या प्रश्नांना उत्तरे मिळत नव्हती. माझे वडील युद्धभूमीवरून परतले. खेड्यातील लोकांच्या पोशाखासारखा त्यांचा पोशाख नव्हता. खेड्यात सर्व काही संथपणे चाललेले असल्याने ते कमालीचे बेचैन व्हायचे, अस्वस्थ व्हायचे. आजोबांनी आपल्या तिन्ही मुलांना आता जवळ बोलावले आणि आपला वाटणीचा निर्णय सांगितला. ''येणारा बदल आपल्यावर चालून येण्याआधीच आपण वाटण्या करून वेगळे व्हावे. अन् हे सारे माझ्या डोळ्यादेखत व्हावे, मी मरायच्या आत व्हावे अशी माझी इच्छा आहे.'' हे सारे ते अत्यंत निर्विकारपणे सांगत होते. त्यात कसलाही विखार नव्हता. कोणाबद्दलही नापसंती अथवा द्वेष नव्हता. ते सांगत होते, ''मी जर असे केले नाही, तर माझ्यानंतर तुम्ही एकमेकांशी भांडत रहाल.'' यावर त्यांच्या मुलांनी आपली नाराजी व्यक्त केली. पण त्या निषेधाला त्यांनी जुमानले नाही. कोणताही विरोधी दृष्टिकोन ऐकून घेतला नाही. त्यांनी आपल्या दोन्ही धाकट्या मुलांना संपत्तीचा पुरेसा हिस्सा देऊन टाकला. सर्वात थोरल्याकडे त्या भव्य वास्तूचा ताबा वारसा हक्काने गेला. हे सर्व करताना आजोबा किंचितही विचलित झाले नाहीत.

संभाव्य पाकिस्तानच्या कल्पनेमुळे आम्ही आता जसोलपासून काही मैलांवरच्या एका नवीन वस्तीत गेलो. नवीन घरांची ही वस्ती किंवा वाडी आम्हीच आमच्यासाठी बांधली. ही घरे म्हणजे चार भिंती व त्यावरती शाकारलेले छप्पर. जसोलपासून तिथे सहज चालत जाता येत होते. वाटण्यांच्यावेळी मी त्या भव्य वाड्यात, त्या वास्तूत हजर होतो. मी ती वास्तू सोडली खरी, पण ती वास्तू मात्र मला सोडेना. त्या वास्तूने माझ्या मनात आपले एक घर केले आहे. जेव्हा मी माझ्या आजोबांचा, जोरावर सिंगजी यांचा, निरोप घेण्यासाठी त्यांच्याकडे गेलो तेव्हा त्यांनी मला आपल्याजवळ घट्ट धरून ठेवले, बराच वेळ धरून ठेवले. मी त्यांना कधीही भावनाविवश झालेले पाहिले नव्हते. पण आत्ता ते कमालीचे हळवे बनले होते. त्यांनी मला पोटाशी धरून ठेवले होते. थोड्या वेळाने त्यांनी मला धरून हातभर दूर केले व माझ्याकडे हेतूपूर्वक पहात मला म्हणाले, ''जा, जा बेटा, चांगले नाव कमाव. अरे त्या दिल्लीला जा आणि सांग त्यांना, की ही केवढी मोठी चूक तुम्ही करून ठेवली.'' ते फाळणीला उद्देशून म्हणत होते.

माझ्या काकाने त्या नवीन वाडीचे नामकरण 'आनंदपूर' असे केले. त्या नावाच्या अर्थामुळेच ते नाव ठेवले गेले असावे. येथून पुढच्या माझ्या आयुष्याचा भाग मला तिथे काढावा लागला. सैन्यात शिरेपर्यंत मी तिथे रहात होतो. मी तसा लहान असलो तरी तिथली जागा मी साफ केली, कुंपण घातले, बैलांचा नांगर धरून शेती नांगरली, विहिरीतले पाणी शेंदून वर काढले व आमच्या छोट्या

जमिनीच्या शेताला ते दिले. त्या जमिनीला पाण्याची गरज होती. वाळवंटात शेतीला पाणी देणे हे किती बिकट काम असते ते मला कळले. जमिनीतील बरेचसे पाणी उष्णतेमुळे वाफारून जायचे. त्यामुळे जमीन सतत तहानलेली असायची. विहिरीतील पाणी शेंदून शेंदून माझे तळहात नुसते सोलून निघायचे. माझ्या पायात सतत काटे बोचत गेल्याने ती गोष्ट आता अंगवळणी पडली. पण जमीन कसायची असेल तर हे कष्ट घेतलेच पाहिजेत. त्यात काहीही गैर नसते की वावगे नसते. हे सारे नैसर्गिक असते, स्वाभाविक असते. नवीन गोष्टींची नेहमीच निर्मिती करावी लागते, रचावी लागते आणि प्रयत्नपूर्वक सारे साध्य करावे लागते. आपल्या ताटात आयते कधीही पडत नाही. जीवनाची ही एक फार अनमोल व प्रभावी शाळा आहे. माझे आजोबा नव्हते का म्हणत, "हालचाल करा. जनावराने हालचाल केली नाही तर त्याला चरता कसे येईल?" अन् आम्ही तर सारेजण खेड्यामध्ये उघड्या माळावर वाढलेलो होतो. तबेल्यातील किंवा गोठ्यातील गुरांप्रमाणे बंदिस्त जीवन जगलेलो नव्हतो. वडिलांनी माझ्याबद्दल असा शेरा मारला होता की, "हा आता माजल्यासारखा वाढत चालला आहे." खरोखरीच माझी तशी वाढ त्या कष्टांमुळे होत होती. माझे वडील सतत आपल्या सैन्यातील युनिटबरोबर असल्याने बऱ्याच दिवसांनी घरी येत. त्यामुळे त्यांना माझ्या वाढीतील फरक लक्षात येई.

मला आता जेवणाची व रहाण्याची सोय असलेल्या शाळेत घालायचे ठरले. पण मला इंग्रजी येत नव्हते. त्या परकी भाषेतला एक शब्दही मला समजायचा नाही. तसेच, मी कधी काट्या चमच्याने जेवलो नाही. फार काय, मी अद्याप कोणत्याही गोऱ्या इंग्रजाला पाहिले नव्हते. १९४७ हे साल वेगाने जवळ जवळ येत चालले होते. आता खूप घाई करायला हवी होती. या भागातून मी लवकर बाहेर पडायला हवे होते.

परिस्थितीतील बदल एवढ्या वेगाने घडू लागले होते, की त्या बदलांना जुळवून घेणे कठीण होऊ लागले. वयाच्या वाढीच्या वेगापेक्षा बदलाचा वेग जास्त होता. खुरीपेक्षा जसोल गावावर याचा जास्त परिणाम झाला. याचे कारण त्या भागातील निरनिराळ्या वाळवंटी समाजाची हजारो वर्षांपासून चालत आलेली जी व्यवस्था होती, ती एकत्र टिकवून धरण्यास माझे आजोबा जबाबदार होते. त्या व्यवस्थेत ते केंद्रभागी होते. त्यांच्यामुळे ती व्यवस्था अद्यापपर्यंत राखली गेली होती. तिथली हजारो वर्षांपासून चालत आलेली संस्कृती, व्यवस्था, इतिहास, आमच्या घराण्याचा इतिहास, ती भव्य व प्रशस्त वास्तू, जुन्या परंपरा इत्यादि आजोबांमुळे टिकून राहिले होते. पण आता फाळणीच्या सावटाखाली आल्यामुळे हे सारे पाकिस्तानमध्ये जाईल याची धास्ती वाटू लागली होती. म्हणून त्यांनी वाटण्या करून टाकल्या. पुढे जे काय

करायचे ते आपल्या तिन्ही मुलांनी करावे, अशी भूमिका घेतली. परंतु जसोलसारखी गंभीर परिस्थिती खुरीमध्ये नव्हती. ते गाव अधिक आत वाळवंटात होते. तिथले वातावरण हे अधिक मुक्त होते, खुले होते. बंदिस्त नव्हते. जसोलसारख्या रूढी व परंपरा खूप कमी होत्या. लोकांचे वर्तनही दिलखुलास असायचे. थोडक्यात, नवीन परिस्थितीला अनुकूल असा बदल तिथे सहज होत गेला.

दुसरे महायुद्ध संपले. आम्हाला सांगण्यात आले की "अंग्रेज चले गये." आमच्या शेजारचा सिंध प्रांत पाकिस्तानात सामील केल्याचे आम्हाला कळले. आम्ही 'मुक्त' झालो होतो. (म्हणजे नक्की काय झाले? मला त्यावेळी ते कधीच कळले नाही.) आपण 'स्वतंत्र' झालो होतो. पण तसे तर आम्ही पहिल्यापासूनच होतो. आम्ही आता हिंदुस्थानचा भाग झालो होतो. जसोलमधे असतानाही आम्ही हिंदुस्थानातच होतो. माझा देश तोच होता व तोच राहिला होता. मला नीट उमजेना म्हणून मी माझ्या या साऱ्या शंका माझ्या आजोबांना विचारल्या. त्यावर ते फक्त माझ्याकडे बराच वेळ पहात राहिले. कदाचित् दुःखानेही पहात असावेत. मग ते म्हणाले, "या गोष्टी तुला कालांतराने नीट कळतील. अन् जेव्हा तू दिल्लीला जाशील, तेव्हा सांग त्यांना की त्यांनी केवढी एक मोठी चूक करून ठेवली आहे. एखादी गोष्ट मोडून तयार करता येत नाही." ते कधीही इतरांसारखे 'देहली' म्हणायचे नाहीत, 'दिल्ली' असे म्हणायचे. पण त्यांना मी एके दिवशी दिल्लीला जाणार याची पूर्ण खात्री पटली होती. मरेपर्यंत त्यांना तसेच वाटत होते.

आता आजोबांचे वय खूप झाले आहे असे वाटू लागले. ते एकदम थकलेले वाटू लागले. त्यांची अंगकाठी आक्रसत चालली. माझ्यावर त्यांचा खूप प्रभाव पडला होता. मला ते सर्वात जवळचे व अत्यंत पूज्य वाटायचे. मी जेव्हा अजमेरच्या शाळेत शिकत होतो, तेव्हा शाळेला सुट्टी लागली की तडक जसोलकडे धाव घेई. एव्हाना माझे आईवडील जोधपूरला जाऊन राहू लागले होते. माझ्या वडिलांचे सैन्याचे युनिट आता या गावात होते. पण मला जोधपूरला कधीच घरी आल्यासारखे वाटत नव्हते. ते मला 'घर' वाटत नव्हते. तर ती एक 'रहाण्याची जागा' होती व आमचे तिकडे स्थलांतर झाले होते.

जसोलचा तो भव्य वाडा, ती विस्तृत वास्तू, आता हळूहळू संपत चालली होती, शांतपणे कोसळत होती. जगाचा निरोप घेत होती. माझी आजी देवाघरी गेली होती. जनाना देवडीवरची तिची बसण्याची जागा रिकामी होती. फक्त काही नोकरस्त्रियांचा तिथे आता वावर होता. माझ्या आजोबांचे जे आखीव जीवन सुरळीतपणे चालले होते ते केव्हाच बदलत चालले होते. तिथला मोठा तबेला, गोठा हे लहान लहान होत चालले होते. कारण जनावरांची संख्या कमी होत होती व त्यात नवीन जनावरांची पूर्वीसारखी भर पडत नव्हती. आजोबांची दैनंदिन रपेट

बंद पडली होती. अन् याचे त्यांना फार फार दु:ख वाटत होते. यामुळे ते खचले होते. पण त्यांनी आपले हे दु:ख कधीही बोलून दाखवले नव्हते. मी एकदा सुट्टीमध्ये जसोलला गेलो असताना ते मला म्हणाले, "तू आता जसोलमध्ये जास्त काळ घालवू नकोस. येथे उगाच का रहायचे? बाहेरच्या जगात जा, भरपूर हिंडत रहा. एके दिवशी तुला दिल्लीला पोचायचे आहे हे लक्षात ठेव. तू तिथे जाणार आहे हे मला पक्के ठाऊक आहे. पण जेव्हा पोचशील तेव्हा सांग त्यांना की त्यांनी फार मोठी चूक करून रयतेवर अन्याय केला आहे." त्यांना म्हणजे कुणाला, हे आजोबांना ठाऊक होते. मला जरी त्यांनी हे सांगितले नाही तरीही 'ते' कोण हे मला समजून चुकले होते. 'ते' म्हणजे पूर्वीची व्यवस्था बदलून नवीन अव्यवस्था करणारी माणसे. आजोबा पुढे म्हणाले, "लक्षावधी, कोट्यवधी लोकांना आपल्या जागेतून उखडून बेघर करायचे, अनेकांना ठार करायचे... यात कोणता शहाणपणा आहे, कोणती मुत्सद्देगिरी आहे, आपल्याच जमिनीची फाळणी आपणच करायची, कशासाठी, 'दिल्लीला' हे असले स्वातंत्र्य हवे होते का?" ते मोठ्या दु:खाने कळवळून चढ्या आवाजात असे बोलायचे. त्यांच्या जमिनी, त्यांची प्रचंड स्थावर मालमत्ता 'काढून घेतली' जाणार होती. पुरातन काळापासून त्यांच्याकडे असलेली 'जहागिरी' खालसा केली जाणार होती. परंतु तसे घडत असताना कसलाही निषेध न करता ते ह्या घटना मूकपणे पहात राहिले. कोणत्या तरी एका दिवशी त्यांची तिन्ही मुले त्यांना औपचारिकरित्या भेटायला येत. एकदा ते आपल्या वडिलांना म्हणाले, "तुम्ही याबद्दल नुकसानभरपाई मिळावी म्हणून अर्ज करावा." पण ते यावरती काहीही न बोलता बराच वेळ खाली मान घालून नुसते बसून राहिले. मग त्यांनी आपली मान वर केली आणि भकासपणे उत्तरले, "नुकसानभरपाई? कशासाठी नुकसानभरपाई? माझ्या जमिनींसाठी? किती विचित्र आहे! जमीन व गायी यांचा मी माझ्या आयुष्यात कधीही व्यापार केला नाही. माझ्या दृष्टीने त्या भूमाता व गोमाता आहेत. माझ्या धर्माचा एक भाग आहे. त्यांना असे व्यावहारिक मूल्य लावताच येणार नाही. अन् पोरांनो, तुम्ही मला आता त्यासाठी पैसे मागायला लावता? माझ्या जमिनींसाठी?" मग ते खूप वेळ गप्प बसले व नंतर परत बोलू लागले,"नुकसानभरपाई? माझ्या जहागिरीसाठी नुकसानभरपाईचा अर्ज करायचा? परत हे किती विचित्र वाटते आहे! मला सांगा, आपल्या जहागिरीच्या हजारो वर्षांच्या इतिहासाचे मोल तुम्ही कसे करणार? इतिहासाबद्दल मी नुकसानभरपाई कशी काय मागणार?"

अर्थातच आमच्या आजोबांनी नुकसानभरपाईचा अर्ज शेवटपर्यंत केला नाही. ते स्वभावाने हटवादी होते, आग्रही होते, आपल्या प्रतिष्ठेला कधीही धक्का लागू देणारे नव्हते. तरीही त्यांनी सांभाळलेली पुरातनकाळापासून चालत आलेली आपली गादी

ही काळाच्या प्रवाहात सोडून दिली. ठाव न लागणाऱ्या स्मृतींच्या डोहात विसर्जित केली.

अजमेरला 'मेयो कॉलेज' नावाची एक शिक्षणसंस्था होती. लॉर्ड मेयो नावाच्या एका व्हॉईसरॉयच्या नावाने ती संस्था स्थापन झाली होती. या व्हॉईसरॉयने हिंदुस्थानवर १८६८ ते १८७२ या काळात सत्ता गाजवली. त्यानेच ती संस्था काढली होती. राजपुतानामधल्या तरुणांमधील मनोधैर्य, नेमस्तपणा, न्यायप्रियता आणि परोपकारीवृत्ती या गुणांना उजाळा देण्यासाठी त्याने ही संस्था उभी केली. खुद्द मेयो स्वत:च अशा सद्‌गुणांचा एक प्रतीक होता. निदान तसे आम्हाला सांगितले जात होते. हा मेयो आयरिश होता. अंदमानमधील सेल्युलर जेलमधील एका कैद्याने त्याचा भोसकून खून केला होता. मेयो कॉलेज संस्थेने एक शाळाही उघडली होती. इतर काही शाळांसारखीच ही शाळाही राजपुतान्यामधील 'सुसंस्कृत नागरिक बनवण्यासाठी, सुशिक्षित करण्यासाठी आणि रांगड्या राजेशाही काळातील मुलांचे परिवर्तन इंग्लिश जेंटलमेनमध्ये करण्यासाठी' उघडली होती.

मला त्या शाळेत दाखल करण्यात आले. प्रथम मला त्या शाळेचा तिटकारा वाटत होता. पण मी तसे बाहेरून कधी दर्शवले नाही. तोपर्यंत उघड्यावर वावरण्यात, मोकळ्या व विस्तृत जागेत रहाण्यात, वाळवंटातील मुक्त वारे अंगावर घेण्यात कसलीही बंधने न पाळण्यात बेफिकीरपणे माझे आयुष्य गेलेले होते. मी स्वभावाने अत्यंत हळवा होतो. आता मागे वळून पहाता मला असे वाटते, की माझ्या मनात इंग्रजीत लिहिणे व बोलणे हे येत नसल्याचा एक न्यूनगंड असावा. मला काट्या-चमच्याने खाता येत नव्हते याचीही भीती त्यावेळी वाटत होती. का म्हणून काट्या-चमच्याने खायचे? हाताने खाल्ले म्हणून कुठे बिघडले? मी अनेक वर्षे असा वाद घालीत आलो होतो. त्यातून मी माझ्या खाजगीपणाच्या बाबतीत, अन् तसे अजूनही, खूपच संवेदनाशील होतो. कदाचित उघड्यावर रहात आल्यामुळे मला खाजगीपणा महत्त्वाचा वाटू लागला असेल.

जेव्हा माझ्या काकाने ती 'वास्तू' सोडल्यावर आनंदपूर बांधले तेव्हा आजोबांनी चिडून त्याला म्हटले, "तू तिथे का घर बांधलेस? तिथे पक्षीही येत नाहीत. आलेच तर त्यांना तिथले दगडगोटे खावे लागतील. अशा निर्जीव जागी कशाला घर केलेस?"

त्यावर माझ्या काकाने उत्तर दिले की, "ती जागा येथून खूप जवळ असल्याने मी तुम्हाला भेटायला सहज नियमितपणे येऊ शकेन."

काकाच्या ह्या उत्तराने आजोबा आणखीनच चिडले व त्यांनी घशातून नुसताच एक आवाज केला.

काका पुढे म्हणाला, "त्या तुमच्या वाड्यात मला घुसमटल्यासारखे वाटते. मला तिथे धड श्वासही घेता येत नाही. त्यातून तुम्ही इतके जवळ असता की... असे वाटते की तुम्ही माझ्या मानगुटी बसला आहात!"

जसोलपासून आम्ही अवघे चार किलोमीटर दूर गेलो होतो. पण काकाच्या बोलण्यातला भाव मला बरोबर कळला होता. फार जवळकीमुळेही तशी घुसमट होत असते.

शाळेत मला एका मोठ्या हॉलमध्ये रहाण्यास जागा दिली होती. येथे अनेक विद्यार्थ्यांनी एकत्र रहायचे व झोपायचे. एकच बाथरुम अनेकांमध्ये वापरायची. ते मात्र मला अस्वच्छ वाटायचे. कमोडवर बसून शरीरविधी करण्याची कल्पना तर मला अजिबात पटत नव्हती. या साऱ्या गोष्टी मला न पटणाऱ्या व परकीय होत्या. यामुळेही माझ्या मनात गंड निर्माण झाला होता. त्यामुळे मी खूपच अस्वस्थ होई. मग माझी जागा अप्रत्यक्षपणे निर्माण करण्यासाठी मी इतरांच्या खूप आधी उठू लागलो आणि लवकर निजू लागलो. माझे लवकर उठणे हे (इतरांना) गैरसोयीचे होते. मी पहाटे चार वाजता किंवा त्याही आधी उठत असे. बाकीचे सारेजण त्यावेळी गाढ झोपेत असत. त्यावेळी वीज नव्हती. मी पहाटेच्या अंधारात माझी कामे उरके. पुढे सैन्यात प्रशिक्षण घेताना आणि नंतर कमिशन्ड अधिकारी असताना माझी ही सवय मला उपकारक ठरली. मी उठल्यापासून दोन ते अडीच तास तिथली सारी जागा, सारे अवकाश हे फक्त माझे एकट्याचे असे, माझ्या खाजगी जगाचे असे, जणू काही माझ्यासाठी राखून ठेवलेले असायचे. त्या माझ्या जगावर कोणीही आक्रमण करायचे नाही. त्यावेळी मी मुक्तपणे वावरायचो. मला पाहिजे ते करायचो. तेव्हापासून मला लागलेली ही सवय अजूनही सुटली नाही. ही सवय मला कधीच सोडणार नाही, इतकी ती माझ्याशी इमानदार झाली आहे.

त्या सकाळच्या रामप्रहरात इंग्रजी भाषेचे व इंग्लीश रीतीरिवाजांचे सभोवताली अस्तित्व नसायचे. सुरुवातीला मी हळूहळू शिकत होतो. वाळवंटातील विहिरीत जसे पाणी तळातून येत हळूहळू वर येते तशी ती भाषा मी शिकत गेलो. अन् मग एकदम वाळवंटात झरा खुला व्हावा तशी ती भाषा माझ्या मनात वाहू लागली. त्या भाषेने माझ्या मेंदूतील सारे कानेकोपरे व्यापून टाकले. जणू काही ते कानेकोपरे तोपर्यंत रिकामे होते, पोकळ होते व ते केवळ या भाषेसाठी राखून ठेवले होते. इतर विद्यार्थ्यांकडून जो पैशांचा वापर व्हायचा तोही मला चमत्कारिक वाटत होता. या बाबतीत मी तिथे नेहमीच एक 'बाहेरचा' म्हणून शेवटपर्यंत राहिलो. त्या विद्यार्थ्यांच्या इंग्रजी पद्धतीने वागण्याशी मी कधीही जुळवून घेऊ शकलो नाही. मला त्यांच्या सवयी ह्या अप्रस्तुत अशा वाटायच्या. पैशांबद्दल तर मी अत्यंत संवेदनशील व सावध होतो.

आपले घराणे, आपली वंशावळ ही खूप लांबलचक असते. खूप खूप मागे जाणारी असते. एवढी की ती जवळजवळ प्राचीन काळात शिरणारी असते. आपण स्वतःला, आपल्या कुटुंबाला नेहमी इतरांपासून वेगळे राखीत आलेलो आहोत. आपल्याच जगात आपण मश्गुल रहात आलेलो आहोत. अन् ही गोष्ट पिढ्यानपिढ्या प्राचीन काळापासून आपल्या घराण्यात घडत आलेली आहे. अशा वेळी आपल्या

सहवासात दुसरे 'अन्य विकास संस्कृतीमधले व विकास करू पहाणारे' आले की त्यांना आपली रहाणी, विचार व वागणे पाहून अवघडल्यासारखे वाटू लागते. पण त्याबद्दल त्यांना दोष देण्यात अर्थ नाही. उच्चभ्रूंच्या चमत्कारिक सवयी, तुटकपणा, इतरांना किंमत न देण्याची विचारसरणी यामुळे त्यांचे एक वेगळे जग व वेगळी संस्कृती झाली आहे. त्यामध्ये एखादी वेगळी किंवा गावंढळ व्यक्ती उच्चभ्रूंच्या तथाकथित सुसंस्कृत दिवाणखान्यात आपली खेडवळ पायताणे घालून आली की त्यांचे परीटघडीचे वातावरण बिघडते. आपणा कोणाजवळ फार पूर्वीपासून मुबलक पैसा नव्हता. आपल्या देशात मुबलक काय होते तर फक्त जमीन! अफाट पसरलेली जमीन! पण सर्व जमीन किंवा वाळवंटातील जमीन ही खरेदी करता येण्याजोगी नाही. एक तर तशी विक्री करता येणार नाही आणि पैशाने तेवढी भूमी संपादित करता येणार नाही. त्यामुळे माझ्यासारख्या खेडवळ व भरपूर जमीन जवळ असलेल्याला तिथल्या इतर विद्यार्थ्यांमध्ये मला काय किंमत असणार? शिवाय शिक्षणावर व आनुषंगिक सुखसोयींवर खर्च करण्याएवढा पैसा किंवा माझ्यासाठी वेगळी खोली या दोन्ही गोष्टी उपलब्ध नव्हत्या. माझे दोन्ही आजोबा कंजूष नव्हते, अन् तसे वागणे त्यांना शक्यही नव्हते. पण ते दोघेही काटकसरी म्हणून प्रसिद्ध होते. माझ्या दोन्ही आजी कौतुकाने मला पाहिजे ती गोष्ट द्यायच्या. पण त्यांनी माझ्या हातावर कधीही पैसा ठेवला नाही. अन् तसा तो पैसा दिला असता तरी त्याचा मी काय उपयोग करू शकत होतो? परिणामी मला वैयक्तिक खर्च करावा, त्याचा वापर कसा करावा याचे ज्ञान कधीच झाले नाही. आधुनिक काळातील कल्पनेनुसार पैसा कमावणे, तो साठवणे व तो कोठेतरी गुंतवणे अशा गोष्टी माझ्या मनाला कधीच शिवल्या नाहीत.

जेव्हा शाळेतील इतर मुले 'पॉकेटमनी' किंवा 'शॉपिंग' असे शब्द उच्चारीत तेव्हा मी पूर्णपणे चक्रावून जात असे. खर्च करण्याच्या इच्छेसाठी शॉपिंग करून का पैसा खर्च करतो? हे किती चमत्कारिक आहे! खेड्यामध्ये आम्ही फक्त गरजेच्या गोष्टी विकत घ्यायचो. अन् हे कामही अन्य कोणावर तरी सोपवलेले असायचे. त्यातून खरेदीसाठी बाहेर पडण्याची गरज नव्हती. विक्रेतेच आपला माल घेऊन दारावर यायचे. जसोल सोडल्यानंतरही बरीच वर्षे मला खरेदीचे काम, पॉकेटमनी, शॉपिंग यांचे आकलन होत नव्हते व मी ते कधी शिकलोही नाही.

इंग्रजी भाषेचे अपुरे ज्ञान व त्या भाषेवर प्रभुत्व नसणे यामुळे मला फार अवघडल्यासारखे व्हायचे. पण तरीही हे मी मोठ्या गर्वाने सांगतो आहे. मी मग ही भाषा एकट्यानेच शिकण्याचा प्रयत्न सुरू केला. पण त्यासाठी कुठून व कशी सुरुवात करायची ते मला समजेना. माझे तोपर्यंतचे शालेय शिक्षण हे खेड्यात झाले अन् ते हिंदी भाषेत झाले. शिवाय थोडेसे संस्कृतही आम्हाला शिकविण्यात आले होते. पण इंग्रजीचा आम्हाला स्पर्शही झाला नव्हता. ती भाषा कोणीही

शिकवली नव्हती की तिचा साधा उल्लेखही कुणी केला नव्हता. ते गोलमटोल असलेले माझे शिक्षक बाळूराम यांना तर इंग्रजीतला एक शब्दही ठाऊक नव्हता. त्यावेळी इंग्रजी मजकुराचे वाचन करताना मी सारखा अडखळायचो. पण मी आता जे काही हातात पडेल ते इंग्रजी वाचायचा सपाटा लावला. वहीत अवघड वाक्ये उतरवून घेऊ लागलो. पहाटेच्या अंधारात नवीन शब्दांचे उच्चार स्वत:शी करीत ते पाठ करू लागलो. शाळेला जेव्हा प्रथम मोठी सुट्टी लागली तेव्हा इंग्रजीचा अभ्यास व सराव मी माझ्या चुलतभावाबरोबर करू लागलो. तो चुलतभाऊ माझ्यापेक्षा मोठा होता व तो डेहराडूनच्या शाळेत शिकत होता. त्याला इंग्रजी बोलण्याची आवड होती. त्याच्यासारखीच बरीच मुले त्या शाळेत होती. तो जेव्हा माझ्या इंग्रजी शब्दांचे चमत्कारिक उच्चार ऐके किंवा मी केलेले एखादे वाक्य ऐके, तेव्हा जोरजोरात मोठ्याने हसे. माझ्या शब्दांची नक्कल करताना त्याला हसू आवरेनासे होई. पण असे फक्त आपले भाऊच करू शकतात. मग मला त्याचा राग येई. पण त्याला पटवून त्याची सहानुभूती मिळवण्यात मला वेळ घालवायचा नव्हता. हा गुण तर जसोलमधल्या माणसांचा होता. भावना व सहानुभूती या दोन्ही शब्दांना जसोलच्या हद्दीत प्रवेश बंद होता. आताही तिथे तसेच असेल काय? असे मला नवलाने वाटते.

पण ते सारे काही का असेना, नंतर केव्हातरी व अचानक चमत्कार व्हावा तसे माझ्यापुढे इंग्रजीचे दालन आपोआप खुले झाले. इंग्रजीच्या पुस्तकातील सबंध वाक्य एका दमात मला वाचता येऊ लागले व समजूही लागले. इंग्रजी भाषेतील पुस्तकांमधला गूढ खजिना माझ्यासमोर एकदम खुला झाला. एका रहस्याचा मी भेद केला होता. मी एका वेगळ्याच व नवीन जगात प्रवेश केला होता. मी जसजसे अधिकाधिक वाचन करू लागलो, (मग ते बरेवाईट आहे की नाही याचा विचार न करता) तसतशी माझी इंग्रजी वाचनाची भूक वाढत गेली. अनेकदा मी संध्याकाळी अंधार पडण्याच्या बेतात असताना वाचत बसलेलो असे. सुदैवाने त्यावेळी वीज नव्हती. सुट्टीत मी आमच्या आनंदपूरमधील नवीन छोट्या घरातही वाचत असे. त्यावेळी मातीचे दिवे लावत होतो. त्याच्या थरथरणाऱ्या ज्योतीच्या प्रकाशात माझे वाचन चालू ठेवी. त्या लहानशा दिव्यानेही काम भागे. खरोखर त्या दिव्यानेच मला 'प्रकाश दाखवला.' माझी आई मला नेहमी रागावून म्हणे, "असे करून तू आपले डोळे खराब करून घेशील." पण मी तिच्या रागवण्याकडे कधीही लक्ष दिले नाही. मला वाटते की मी त्याच वेळी माझे विचार इंग्रजी भाषेत मांडण्याची खटपट करू लागलो. योग्य तो शब्द सापडण्यासाठी मी कचरत कचरत प्रयत्न करायचो. अचूक शब्दांची मालिका गुंफण्यासाठी मी धडपडायचो. कारण अशी मालिका तयार झाली की त्यात विचारांमधले संगीत, भाषा व एकसंधपणा उतरू शकतो. (जरी आमची

घरची बोली राजस्थानी किंवा मारवाडी असली तरी हिंदीमध्येही मी कागदावर तसाच प्रयत्न करून पहायचो. या बोलीजवळच्या इतर बोली शेखावती, मेवाडी आणि मेवाठी अशा राजस्थानात आहेत.)

शाळेत मला दिसले की मुले बऱ्याच अशा वस्तू वापरत आहेत की मला त्या पूर्वी कधीही ठाऊक नव्हत्या, मग त्या वस्तू स्वत:च्या मालकीच्या असणे तर सोडाच. परंतु लवकरच त्या वस्तूंचा विचार मी डोक्यातून झटकून टाकला. याचे कारण मला त्या वस्तू अप्राप्य होत्या असे नाही, तर माझ्या दृष्टीने त्या बिलकुल गरजेच्या नव्हत्या. मी नेहमी माणसाला लागणाऱ्या किमान गरजांच्या पातळीखालीच रहात आलो होतो. माझ्या आयुष्याच्या पाठीवरील ओझ्यामध्ये फार कमी वस्तू आत्तापर्यंत मी बाळगत आलो आहे. त्यामुळे माझा कोणालाही त्रास नसायचा. इतर मुलांजवळ जसे मनगटी घड्याळ होते तसे ते माझ्याकडे नव्हते. अन् त्या खेड्यात त्याची थोडीच जरुरी होती. अन् मी माझ्या आईवडिलांजवळ त्यासाठी हट्टही धरला नाही. घड्याळ अंगावर न बाळगण्याचा परिणाम असा झाला, की मी उशीर होईल या भीतीपोटी वेळेच्या आधी हजर राहू लागलो, वक्तशीर बनलो. घड्याळावाचून वावरण्याच्या युक्त्या शोधून मी त्या वापरू लागलो. शाळेत वक्तशीर रहाणे हे तर मला अवघड नव्हते. परंतु यामुळे जो अंगात वक्तशीरपणा बाणला व वेळ समजण्याच्या खुणा कळत गेल्या, त्याचा फायदा मला सैन्यात चार वर्षे प्रशिक्षण घेताना आश्चर्यकारकपणे झाला. तिथे मला कोणत्याच बाबतीत कधीही उशीर केल्याबद्दलची शिक्षा होऊ शकली नाही. ज्यांनी कोणी सैनिकी प्रशिक्षण घेतले असेल त्यांना माझे हे म्हणणे नीट समजेल. कारण उशीर करणे हा गंभीर गुन्हा सैनिकी संस्थांमध्ये धरला जातो. म्हणून माझी वक्तशीरपणाची सवय व वेळ समजण्याच्या युक्त्या या गोष्टी माझ्या दृष्टीने मी फार महत्त्वाचे साध्य केल्यासारखे मला वाटते. घड्याळासारखीच सायकलची बाब होती. बरीच मुले शाळेत स्वत:च्या सायकलवरून यायची. त्या शिक्षणसंस्थेच्या आवारात विविध इमारतींमध्ये बरेच अंतर असे. बाकीचे जेव्हा सायकलवरून जायचे तेव्हा मी झपाझपा पावले टाकून तेवढेच अंतर वेळेत कापायचो. नाही तरी खेड्यात रहाणाऱ्यांना असे रोजच करावे लागत असते. ती सवय येथे उपयोगी पडत होती. माझे सैनिकी शिक्षण संपून मी जेव्हा कमिशन्ड अधिकारी म्हणून सैन्यात काम करू लागलो, तेव्हाच मी माझे पहिले मनगटी घड्याळ व पहिली सायकल विकत घेतली.

शाळेच्या ग्रंथालयात ब्रिटिश साम्राज्यासंबंधीची पुस्तके विपुल होती. मी त्या ग्रंथालयावर अक्षरश: तुटून पडत असे. तिथल्या कपाटांच्या रांगांच्या चक्रव्यूहातून वाटेल तसा फिरून हाताशी येईल ते पुस्तक घेई. अनेक पुस्तके वाचून मी त्यांचा फडशा पाडीत असे. सुरुवातीला मी अमेरिकन काऊबॉय मंडळींची धाडसे आणि गूढकथा यांनी मोहित होऊन जाई व त्यातल्या धाडसी व थरारक गोष्टींचा

अप्रत्यक्ष अनुभव घेई. पण लवकरच मी त्यातून बाहेर पडलो व दर्जेदार साहित्याकडे वळलो. हार्डीची *टेस* किंवा ऑस्टिनची *एमा* किंवा हीथक्लिफ याच्या *हीथ डार्कली* व *वुदरिंग हाईटस* या कादंबऱ्या मन लावून वाचल्या. त्यानंतर डी.एच.लॉरेन्स, फॉकनर, हेमिन्वे, मार्क ट्वेन या प्रख्यात लेखकांचे साहित्य वाचू लागलो. मग नुकतेच उदयास येत असलेले जॉयसी, व्हिटमन यांचे साहित्य वाचू लागलो. *लीव्हज ऑफ ग्रास* ही कादंबरी तर माझी दोस्त बनली. मध्य आशियातील प्रवासाच्या वर्णनापासून गोठलेल्या ध्रुव प्रदेशापर्यंतच्या हकिकती सांगणारी पुस्तके वाचली. स्लीमन या लेखकाचे *ठग्स* हे पुस्तक मी वाचले. त्यात हिंदुस्थानातील ठग संप्रदाय व त्यांची कृत्ये यांची वर्णने होती. ती माहिती त्याने फार मेहनत घेऊन गोळा केली असे मी ऐकले होते. इंग्रज येण्याआधी हिंदुस्थानात ठग लोकांचा संप्रदाय फोफावला होता. प्रवास करणाऱ्या वाटसरूंचा विश्वास संपादून ते ठग त्या प्रवाशाचा रुमालाने गळा आवळून त्याला ठार करीत व त्याची चीजवस्तू लुटीत. त्यांच्या या वाटमारीला एक धार्मिक संप्रदायाचे स्वरूप प्राप्त झाले होते. ज्या रुमालाने गळ्याला फास बसे त्या रुमालातील एका कोपऱ्यात एक चांदीचे नाणे बांधलेले असे. त्यामुळे फास चटकन व घट्ट बसे. मग रशियन लेखक माझ्यापुढे आले. त्या लेखकांची नावे वेगळी व विचित्र असल्याने मला त्यांची भुरळ पडली. टर्जीनेव्ह, टॉलस्टॉय, लर्मान्टोव्ह, चेकॉव्ह अशा लेखकांचे साहित्य मी वाचून काढले. मॅक्झिम गॉर्की मात्र मी वाचला नाही. या लेखकाचे साहित्य हे मला जड होते, पण दमदार होते. द *ब्रदर्स कारामाझोव्ह* ही कादंबरी मी वाचली. त्यातल्या ॲना या स्त्री पात्राच्या प्रेमात मी ताबडतोब पडलो. तो माझा अनुभव अद्यापही ताजा आहे असे मला भासते. माझ्या मन:पटलावरून ॲना कधीही पुसली जाणार नाही. तिच्या अंगावरील कपड्यांचे बंद घाईघाईने सोडवताना त्या बंदांचा जो फिस्‌फिस् आवाज येई तो आवाज मला वाचताना ऐकू येई. तो आवाज मला संगीतमय वाटे. तिच्या अंगावरचे ते वस्त्र नक्की कसे होते व त्याला बंद का लावलेले होते हे मात्र मला अजिबात ठाऊक नव्हते. अन् ती आपले बंद का सोडीत होती हेही मला त्यावेळी कधी कळले नाही. त्यावेळी मी अवघा १३ वर्षांचा होतो. मिळेल ते वाचायचे व समजेल तेवढे मनात टिपायचे असा माझा खाक्या होता.

इंग्रजी साहित्याबरोबर मी हिंदी साहित्यही वाचू लागलो. मुन्शी प्रेमचंद, अग्येय आणि शरदचंद्र चट्टोपाध्याय यांचे साहित्य मी वाचले. अन् हो, चंद्रधर शर्मा यांची *गुलेरी* आणि *उसने कहा था* या कादंबऱ्या मी विसरूच शकत नाही. *उसने कहा था* मधला एक संवाद तर अजून माझ्या कानात घुमतो आहे, तो असा :

"तेरी कुडमई हो गयी?" (तुझे लग्न ठरले?)

यावर ती म्हणते, *"धत्!"* (चल, चालता हो!)

“लेहाना पानी पिला दे.” (थोडे पाणी तरी प्यायला दे.)

आता पन्नास वर्षांनंतरही मला हा संवाद संपूर्ण आठवतो आहे.

१९५३ च्या शेवटी मी शाळा सोडली. आता मी पंधरा वर्षांचा होऊन गेलो होतो. सिनियर केंब्रिज स्कूल सर्टिफिकेटच्या परीक्षेला मी बसलो होतो. आमच्या उत्तरपत्रिका तपासण्यासाठी इंग्लंडला पाठवण्यात आल्या आहेत, असे आम्हाला सांगण्यात आले. त्या शेवटच्या वर्षात त्या शाळेने मला एक परिपूर्ण विद्यार्थी बनवला किंवा शाळेच्या त्या वेळेच्या भाषेत मला एक ‘मॉनिटर’ केला. त्यावेळी मला शाळा सोडून जाताना शाळेकडून एक ‘बेस्ट ऑल राऊंड मेरीट’ हे एक अध्यक्षीय पदक दिले. मला ही एक आश्चर्यकारक घटना होती. मी खूष झालो. कदाचित् माझे बालपण संपल्याबद्दलचीही ही एक सूचक भेट मला मिळाली असावी.

अशा रीतीने माझे शालेय जीवन संपले. घराबाहेर भटकून उनाडक्या करणाऱ्या माझ्यासारख्या मुलाचे सतत पुस्तकात डोके खुपसून बसणाऱ्या एका प्रौढ व्यक्तिमत्त्वात रूपांतर झाले होते. शिक्षण ज्यासाठी घ्यायचे असते तो उद्देश या शाळेत माझ्या बाबतीत सिद्ध झाला. माझ्यासमोर विस्तारलेली असंख्य क्षितिजे उघडली गेली होती. माझ्या सततच्या शोध घेण्याच्या वृत्तीला काहीतरी आकार दिला गेला होता, दिशा दिली गेली होती. माझ्या सभोवताली जे काही घडते आहे ते आणि देशातील व बाहेरच्या मोठ्या जगातील घडामोडी यांचे आकलन मी आता करू लागलो. निदान त्या घडामोडींच्या रुपरेषेचे तरी आकलन करण्याइतपत माझे मन प्रगल्भ झाले होते.

मी आता एका दृष्टिकोनातून वेगळाच विचार करू लागलो. हा विचार शालेय अभ्यासक्रमाबाहेरचा होता. त्या विचाराने माझ्या मनाचा एक भाग पूर्णपणे व्यापला गेला होता. जर पाकिस्तान व्हायला हवे होते, तर ते कुणामुळे झाले? मुसलमानांना आपले स्वत:चे एक वेगळे घर का हवे होते? का एखाद्या कुटुंबात जशा वाटण्या होतात तशा ह्या भूमीच्या वाटण्या केल्या गेल्या? का एका वेगळ्याच देशाच्या निर्मितीची इच्छा त्यामागे होती? ‘देश’, ‘राज्य’ आणि ‘राष्ट्र’ या तिन्ही शब्दांचे खरेखुरे व सविस्तर अर्थ मला हवे होते. माझ्या भवितव्याच्या क्षितिजावर मला अंधुक प्रकाश दिसू लागण्यास आता सुरुवात झाली होती.

महंमद अली जिना यांनी जे काही केले ते का केले? गांधी, नेहरू, पटेल आणि स्वातंत्र्याच्या राजकारण धुरंधरांनी आपली मान्यता देऊन सुमारे एक कोटी लोकांना त्यांच्या घरादारातून, भूमीमधून का उखडून टाकले? त्यांच्यावर दुसरीकडे जाण्याची का सक्ती केली गेली? शिवाय लाखो लोकांची कत्तल का त्यांनी होऊ दिली? आम्हाला जर ‘खुरी’ गावामधून निघून जायला सांगितले असते तर? आमच्या तिथून तर सिंधची सरहद्द अगदी जवळ होती. माझे आजोबा आणि माझे

सारे नातेवाईक यांना खुरीमधून दुसरीकडे हाकलून देण्याची सक्ती केली गेली असती तर? नुसत्या या विचारांनी माझे मन सुन्न व्हायचे, माझ्या जाणीवा बधीर होऊन जायच्या. मला एकदम 'निर्वासित' या भयानक शब्दाचा खराखुरा अर्थ समजू लागला. 'निर्वासित' या एका शब्दात अफाट वेदना व दुःख भरलेले आहे, नुकसान सामावलेले आहे आणि मनाच्या जखमा त्यात आहेत.

इस्लाम! अन् 'इस्लाम' म्हणजे तरी काय आहे? त्याचा मागोवा घेण्यासाठी मी वाचन करू लागलो, शोध घेऊ लागलो. त्यावेळी इस्लामबद्दल मला फार थोडेच ठाऊक होते. जसोल आणि खुरी या दोन्ही गावात आमच्याबरोबर मुसलमान रहात होते. आमच्याच समाजाचे एक भाग म्हणून ते नांदत होते. मला कधी त्यांच्यात आणि आमच्यात फरक दिसलाच नाही, जाणवलाही नाही. हं, आता त्यांची प्रार्थना करण्याची, उपासना करण्याची वेगळी पद्धत होती हे मी पाहिले होते. पण कोणती पद्धत वापरायची हा त्यांचा प्रश्न होता. बस्स, एवढेच. बाकी फरक कसलाच नव्हता. कपडे, पोशाख,भाषा इत्यादि सर्व काही सारखेच होते. शिवाय माझ्या दोन्ही आजोबांना ओळखणारे मुस्लिम खूप मानायचे. त्यांना आजोबांबद्दल खूप आदर वाटायचा. जसोलमधल्या आजोबांबद्दल आदर दाखवला जाई तर खुरीमधल्या आजोबांबद्दल अपार प्रेम वाटे व त्यांच्यावर गाढ विश्वास ठेवलेला होता. जसोल हे तसे सिंधपासून दूर होते व तिथले आजोबा हे अखेर 'रावळ' होते. पण खुरीमधले आजोबा तर मुसलमानांना पूर्णपणे आपल्यातलेच वाटायचे. दिवस असो वा रात्र असो, केव्हाही हे आजोबा त्यांना भरवशाचे, त्यांच्या खांद्यावर मान ठेवण्यासारखे वाटत. आपले चुकले तर शिक्षा करण्यास न कचरणारे, मग भले ती शिक्षा कितीही कठोर असो, असेही वाटत. पण सर्व काळ आपल्याला उत्तेजन देणारे व आपल्या पाठीवर शाबासकीची थाप देणारे वाटत.

एका सनातनी व परंपरा पाळणाऱ्या परिस्थितीत माझा जन्म झाला. म्हणून मला खरा विश्वास म्हणजे काय असतो ते चांगले कळले. श्रद्धा म्हणजे काय, ते मला खूप नंतर समजले. अजमेरच्या शाळेच्या आवारातील देऊळ म्हणजे भरपूर प्रकाश व उघड्यावरची मोकळी जागा होती. तिथे जाऊन प्रार्थना करणे हा एक आनंद होता. दिवसातून दोनदा, म्हणजे सकाळी व संध्याकाळी त्या देवळात जावे लागे. शाळेचा तसा एक दंडक होता. शिवाय जाताना आम्हाला डोक्यावर फेटाही बांधावा लागे. बोडख्याने जायला मनाई होती. शाळेच्या विस्तीर्ण आवारात एक मशीद होती. तिथे मुस्लिम विद्यार्थ्यांना जावे लागे. माझ्या धर्माबद्दल मी त्या देवळात प्रथमच प्राथमिक असा एक औपचारिक धडा घेतला. "धर्म म्हणजे काय आहे?" मी तिथल्या आदरणीय पंडितजींना (पुजाऱ्याला) नेहमी विचारे. आम्ही सर्व विद्यार्थी त्यांना 'गुरुदेव' असे संबोधत होतो. हे पंडितजी आमच्याकडून

प्रार्थना म्हणवून घेत आणि आम्हाला शाळेत संस्कृतचे पाठ शिकवत. एक उत्तर मला ते नेहमी देत की, "तू एक सनातन क्षत्रिय आहेस." मग मी म्हणे, "हा एक हिंदू शब्दाचा अर्थ आहे काय?" मग ते पंडितजी आम्हाला नेहमीचे उत्तर देत, "चूक! ते एक चुकीचे नाव दिले गेले आहे. तुझा धर्म हा सनातन धर्म[६] आहे." मी त्यांच्या उत्तराने गोंधळून जात असे. अखेर मी 'हिंदू-हिंदुत्व' या विषयावरती वाचन करण्यास सुरुवात केली.

भटकण्याची, प्रवास करण्याची, दूरवर जाण्याची मला आवड होती. माझी सिनीयर केंब्रिजची परीक्षा आटोपल्यावर मी माझ्या आजोबांना भेटायला गेलो असता ते मला म्हणाले होते, "तू आता स्वतंत्र झाला आहेस. तुझ्यावर कोणतीही बंधने नाहीत. जा, या जगाच्या अमर्याद कुरणात जाऊन बागड." फक्त माझ्या इच्छेनुसार, लहरीनुसार मी आता कुठेही जाऊन माझे पोट भरू शकत होतो. मी तशी स्वप्ने पहायला सुरुवातही केली होती. पण खरोखरच मी तसा कुठेही जाऊ शकत होतो का? एक जबरदस्त धक्का बसून विस्तीर्ण व खुल्या अशा जगाच्या स्वप्नांमधून मी जागा झालो, भानावर आलो. शालेय शिक्षण संपल्यावर माझ्या वडिलांनी मला विचारले होते, "तू आता काय करायचे ठरवले आहेस?" त्या प्रश्नाचे उत्तर द्यायला मी कचरत होतो. कारण मी वडिलांपासून पूर्णपणे मुक्त झालो नव्हतो. त्यांच्यावरची माझी जबाबदारीही अद्याप संपली नव्हती. आम्हा दोघांचे, जरी त्यांचा मला कमी सहवास मिळाला असला तरी, अद्याप एकमेकांशी संबंध होते व ते कधीही ताणले गेलेले नव्हते. मग मी माझ्या स्वप्नांचे उत्तर त्यांना देण्याचे धाडस केले. मी त्यांना म्हणालो, "मला परदेशातील विद्यापीठात प्रवेश घ्यायचा आहे. तिकडे जायचे आहे. ऑक्सफर्ड, सोबोर्न, हायडेलबर्ग– जिथे कुठे मला सोयिस्कर ॲडमिशन मिळेल तिथे जायची माझी इच्छा आहे."

---

६. *सनातन धर्म : वैदिक धर्माचे हे दुसरे नाव आहे. त्याचा शब्दश: अर्थ हा 'नेहमीकरता असलेले एक अनंत व वैश्विक सत्य'. कधी कधी या शब्दाचा अर्थ 'चिरंतन शहाणपण' असाही केला जातो. वैश्विक जीवन आणि जाणीव याबद्दल सनातन धर्म उहापोह करतो व आपल्याला समजावून सांगतो. मग त्यात माणसाचा धर्म, योग, गूढवाद, तत्त्वज्ञान, विज्ञान, कला व संस्कृती हे सारे काही आले. या सर्व गोष्टी ह्या एकाच सत्याचे भाग आहेत. त्याच्या वैश्विक परंपरेला आपण 'हिंदुत्व' असे म्हणतो. म्हणून जेव्हा आपण 'हिंदुत्व' म्हणतो तेव्हा आपण सनातन किंवा वैदिक धर्माचा संदर्भ सांगत असतो. त्या दृष्टीने पाहिले असता 'हिंदुत्व' हे चुकीचे नामाभिधान आहे. तो शब्द परदेशी लोकांनी तयार केला. 'हिंदू' हा शब्द प्राचीन वैदिक लिखाणात कुठेही आढळत नाही. तसाच तो सनातन विचार सांगणाऱ्या पुरातन लिखाणात किंवा धर्मातही आढळत नाही. या संबंधात वाचकांनी प्रकरण तीन मध्ये विवेचन पहावे.*

परदेशातील त्या महान विद्यापीठांची नावे मी उच्चारली होती. त्या नावांचा प्रतिध्वनी माझ्या स्वप्नांच्या भिंतीवरून आलेला मला अजूनही जाणवतो आहे.

आमच्या दोघांतला तो संवाद मला नीट आठवतो आहे. तो संवाद त्या दिवशी संध्याकाळी घडला. माझ्या आठवणीनुसार १९५३ मधील ते मोसमी पावसाचे दिवस होते. जोधपूरमध्ये वडिलांनी स्वत:साठी एक घर नुकतेच बांधले होते व आम्ही त्या घराच्या छपरावर बसून बोलत होतो. त्या वेळच्या फॅशनप्रमाणे ते घर जरासे भपकेबाज होते. माझ्या आईवडिलांना ते खूप आवडले होते. कारण शेवटी ते त्यांच्या स्वत:च्या मालकीचे होते. जसोलमधल्या घरावर आजोबांचा प्रभाव होता. अशा प्रभावाखालच्या घराची त्यांना आता गरज उरली नव्हती. पण माझ्या दृष्टीने जसोलचे घर हेच खरे स्थिर स्वरुपाचे व नेहमीचे होते. हे नवीन घर म्हणजे जोधपूरच्या उपनगराचा केवळ एक भाग होते. बाकी काही नाही. फक्त वेळप्रसंगी त्यात रहावे लागत होते.

मी जे काही बोललो, ते अयोग्य, न पटण्याजोगे त्यावेळी काय होते? अंधुकपणे मला त्यावेळी जाणवत होते की मुलांचा कल लक्षात घेण्याची त्यावेळी पद्धत नव्हती. शिवाय आमच्या कुटुंबावर त्यावेळी एक मोठा आर्थिक आघात झाला होता. माझ्या उत्तराला प्रतिसाद म्हणून माझ्या वडिलांनी माझ्याकडे पाहिले. माझे स्वप्नरंजन मी अजून सांगतच होतो. ते आटोपल्यावर खूप वेळ तिथे शांतता पसरली. मग त्यांनी आपली मान नकारार्थी हलवित म्हटले, "नाही, तू तिकडे जायचे नाही. तेवढे पैसे आपल्याजवळ नाहीत."

"ठीक, तर हे असे आहे. हो ना?" मी हे वाक्य स्वत:शीच बोललो. मग कोणालाही न सांगता, कोणाचीही परवानगी न घेता त्या महिन्यात मी माझा थोरला चुलतभाऊ हनुत सिंग[७] याला भेटलो. या चुलतभावाचा मी मनात एक

---

७. *हनुत सिंग : हा चुलतभाऊ पुढे सैन्यातून लेफ्टनंट जनरलच्या हुद्द्यावरून निवृत्त झाला. त्याचा सेवाकाल हा मोठा देदिप्यमान व वैशिष्ट्यपूर्ण होता. त्याला अनेक पदके व पुरस्कार मिळाले. त्याने 'द पूना हॉर्स' या तुकडीचे १९७१ मध्ये भारत-पाकिस्तानच्या युद्धात नेतृत्व केले होते. शकरगढजवळ त्याच्या तुकडीचे शत्रूशी तुंबळ युद्ध झाले. त्याबद्दल त्याला महावीरचक्र बहाल करण्यात आले. भारतीय सैन्यातील हे दुसऱ्या क्रमांकाचे पारितोषिक आहे. त्याच्या रेजिमेंटमधील सेकंड लेफ्टनंट अरुण खेत्रपाल यांना तर शौर्याबद्दलचे सर्वोच्च पारितोषिक परमवीरचक्र हे देण्यात आले. या 'द पूना हॉर्स' नावाच्या रेजिमेंटची असली जबरदस्त युद्धकृती होती की त्या रेजिमेंटला पाकिस्तानी सैन्यात 'फक्र-ए-हिंद' म्हणजे 'भारताची शान' असे म्हटले जायचे.*

आदर्श मानला होता. मी त्याचे नेहमी अनुकरण करू पाही. तो माझ्या कितीतरी पुढे होता. मला तो चुलतभावापेक्षा माझा सख्खा भाऊ वाटे. तो सैन्यात होता. त्याच्याशी सल्ला मसलत करून मी 'जॉईंट सर्व्हिसेस विंग' मध्ये प्रवेश घेण्यासाठी फॉर्म भरला. पायदळ, वायुदळ व आरमार अशा तिन्ही सैन्यदळासाठी प्राथमिक प्रशिक्षण देणारा हा विभाग आहे. यातील प्रशिक्षणानंतर त्या कॅडेटला त्याच्या निवडीनुसार योग्य त्या दळाकडे पुढच्या शिक्षणासाठी पाठवले जाते. ही १९५३ सालची गोष्ट आहे. मला तिथे खरोखर प्रवेश घ्यायचा होता का कशातून तरी सुटका करून घ्यायची होती? कदाचित् तिथे मी शारीरिकदृष्ट्या कमी पडेन, प्रवेश परीक्षेत पास होणार नाही किंवा शेवटच्या वैद्यकीय चाचणीत नापास होईन या गोष्टी माझ्या मनात कधीच आल्या नाहीत. शेवटी माझी निवड होऊन मला तिथे प्रवेश देण्यात आला. माझ्या आयुष्याने एक नवे वळण घेतले होते.

सैनिक बनण्याच्या पहिल्या पायऱ्या

१९५४ च्या जानेवारी महिन्यातल्या एका थंड सकाळी गार व झोंबणारे वारे वहात होते. आधीच मी अस्वस्थ होतो व त्यात हा बोचरा वारा मला त्रास देऊ लागला. जॉईंट सर्व्हिसेस विंग ॲकॅडमीत जाण्यासाठी मी डेहराडून स्टेशनच्या प्लॅटफॉर्मवरती गाडीतून उतरलो होतो. गणवेषातील एका माणसाने मी त्याच ॲकॅडमीत जाणारा कॅडेट आहे काय, म्हणून रुक्षपणे माझी चौकशी केली. मी कॅडेटच आहे हे कळल्यावर तो मला मोठ्या आवाजात म्हणाला, "मग चल तर. उगाच रेंगाळत उभा राहू नकोस. चल, गुंडाळ तुझा गाशा!" एवढे म्हटल्यावर पुन्हा काही क्षणांनी मला नामोहरम करण्यासाठी तो पुन्हा खडसावू लागला. तोपर्यंत मला फक्त आराम व रुबाब ठाऊक होता. मी टक्केटोपणे खाल्ले नव्हते. तो परत मला जे काही म्हणाला ते मी जरा सौम्य करून सांगतो. तो मला म्हणाला, "चला कॅडेट महाशय, उचला तुमचे सामान व आमच्या गाडीत उडी मारा. का तुला आपल्या लाडक्या मम्मीकडे याच गाडीने परत जायचे आहे? अपचन झालेल्या उंटासारखे इथेच चुळबूळ करीत उभा राहू नकोस. कमॉन! उचल तुझी बॅग... काय म्हणतोस? 'हमाल?' हमाल कसला आता. तूच आता हमाल आहेस, कायमचा हमाल झाला आहेस. का स्वतःला अधिकारी समजतो आहेस? तुझ्यातला तो अधिकारी मी पार निपटून टाकेन. इथून पुढे तू चालणार नाहीस, तर पळणार आहेस. प्रत्येक गोष्ट धावत पळत करणार आहेस. कमॉन! तुझी ती ढुंगणावरची फ×× चड्डी घट्ट बांध आणि पळ. तू साला म्हणजे एक नमुना आहेस..."

१९५४ मध्ये मी 'इंडियन आर्मी'मध्ये दाखल झालो. स्वातंत्र्यानंतर अवघ्या

सहा वर्षांनी मी सैन्यात शिरलो. मला तिथे पूर्ण बदलून टाकण्याचा निश्चय झाला होता. "तुला आम्ही पार निपटून काढू!" हे तिथले शब्द म्हणजे कॅडेटचे पूर्वीचे व्यक्तिमत्त्व निपटून त्याजागी नवीन स्वभावधर्माचे व्यक्तिमत्त्व प्रस्थापित करणे, अशा हेतूचे होते. "... तुला पार उलटासुलटा करेन. नाहीतर मी परत आमच्या फ×× डब्लीन शहराकडे जाईन." रेजिमेंटल सार्जंट मेजर आयलिंग ह्यांचे हे उद्‌गार होते. तो इंग्लंडमधील आयरिश गार्डसमधील अधिकारी होता. ड्रिल इन्स्ट्रक्टर आणि 'ब्रेक-इन-चीफ' म्हणून त्याची तात्पुरती नियुक्ती येथे झालेली होती. कराराची मुदत संपल्यावर तो परत ब्रिटिश सैन्यात जाणार होता. दाखल झालेले जे कॅडेट्स कच्चे असतात, रांगडे असतात, त्यांना तो तयार करे. ब्रिटिश सैन्यातला तो एक नमुनेदार सार्जंट होता. आम्हाला त्याच्या ताब्यात दिलेले होते. (हे ब्रिटिश नॉन कमिशन्ड अधिकारी असली शिवराळ भाषा का वापरतात? अशी भाषा भारतीय सैन्यातले सार्जंट कधीही वापरत नाहीत. तरीही ते आपले कर्तव्य चोख बजावतात. लिहित असताना माझ्या मनात हा विचार येऊन गेला.)

त्या अपमानकारक, अकारण व मुद्दाम केलेल्या शिवराळ भाषेविरुद्ध माझ्या मनात तीव्र प्रतिक्रिया कधी उमटली ते मला आठवत नाही. ब्रिटिश सैन्याच्या त्या गलिच्छ व अपमानास्पद शब्दसंपत्तीपुढे मी कमी पडत होतो. पण मग मी काय करावे? त्याच्या ओरडण्याला मी ओरडून प्रत्युत्तर करावे? (कोणत्या शब्दात करणार?) का तक्रार करावी? (ही गोष्ट मात्र मी मनातून ताबडतोब काढून टाकली. तो भ्याडपणा ठरला असता.), का सरळ राजीनामा द्यावा? (नाही! अजिबात नाही. अन् कशाचा राजीनामा देणार? अशी हार थोडीच मानायची?) त्याच्यापुढे गरीब गाय बनायचे? अर्थातच नाही. आपण शांत रहावे आणि आहे असेच काम करीत रहावे, पण ते आपल्या पद्धतीने करावे. का या साऱ्या प्रकाराकडे कानाडोळा करावा आणि त्याचा आपल्यावर परिणामच होऊ द्यायचा नाही? पण अशा अपमानास्पद बोलण्याकडे कानाडोळा कसा करता येईल? अन् त्याचा आपल्या मनावर होणारा परिणाम कसा थोपवता येईल? मी सूडाचा कट मनात रचत असताना हे सारे विचार आश्चर्यकारकरित्या माझ्या मनात झरझर येऊन गेले.

डेहराडून हे १९५० पर्यंत खराब न झालेले शहर रेल्वेच्या फाट्याचे एक टोक होते. त्यावेळी ते छोटे होते व अत्यंत निवांत गाव होते. सेवानिवृत्त मंडळींचे विश्रांतीस्थान होते. येथे काही आधुनिक शाळा वसतीगृहासह होत्या. लष्कराच्या दोन प्रशिक्षण संस्था होत्या. (नंतर यातली फक्त एकच येथे राहिली.) अन् या संस्था खरोखरीच एकमेव वाटाव्या एवढ्या चांगल्या होत्या. भारताची फॉरेस्ट रिसर्च इन्स्टिट्यूट येथे होती. ही संस्था अत्यंत योग्य अशा स्थळी उभी केली होती. तिच्या भोवती टवटवीत व घनदाट असे जंगल होते. निदान त्यावेळी

तरी तसे होते. सबंध डेहराडूनभोवती असे झकास जंगल वेढलेले होते. त्या जंगलात भरपूर जंगली प्राणी व मनोहर पक्षी होते. इन्स्टिट्यूटच्या त्या आवारामधील बागेसारख्या कुंपणातून संध्याकाळी फेरफटका मारायला फार छान वाटे.

जॉईंट सर्व्हिसेस विंगमधे मी एक कॅडेट होतो. ही संस्था नुकतीच सुरू केलेली होती व तात्पुरत्या लाकडी बरॅक्समध्ये तिची ऑफिसेस व वर्ग थाटले होते. दुसऱ्या महायुद्धाच्या वेळी त्या बरॅक्स सरकारने घाईघाईने उभ्या केल्या होत्या. त्यात हिंदुस्थानातील जर्मन व इटालियन नागरिकांना स्थानबद्ध करून ठेवले होते. ती संपूर्ण वसाहत डेहराडूनपासून पूर्णपणे अलग केलेली होती. वसाहतीला 'क्लेमेन्ट टाऊन' असे नाव पडले होते. अन् तेच नाव पुढे चालू राहिले होते. महायुद्ध संपले आणि ते जर्मन व इटालियन नागरिक आपापल्या देशात निघून गेले. भारताला स्वातंत्र्य मिळाले व नंतर सैन्याची जॉईंट सर्व्हिसेस विंग स्थापन होऊन ती या क्लेमेन्ट टाऊनमध्ये अवतरली. डेहराडूनच्या पूर्वेला ते क्लेमेन्ट टाऊन होते. क्लेमेन्टचा अर्थ 'दयाशील' असा होतो. पण येथे कॅडेट्सना कसलीही दयामाया दाखवली जात नव्हती. थोडेसे आणखी पूर्वेकडे गेले की निसर्गाची सर्व रूपे तिथे एकवटलेली होती. जवळचे जंगल तर आमच्या बरॅक्सपर्यंत येऊन पोचले होते. डोंगरावरून आलेला एक ओढा जवळूनच वहात होता. त्याचे पाणी दगडगोट्यांवर आपटत जाई व त्यामुळे खळाळणारा आवाज कानावर पडे. वर्षभर या ओढ्यात पाणी वहात असे. पावसाळ्यात तर हा ओढा रौद्र स्वरूप धारण करीत, फेसाळत व घोंगावणारा आवाज करीत वाही. त्याला 'टोन' असे नाव पडले होते. संस्थेमध्ये एक ग्रंथालय आहे, असा शोध एका कॅडेटला लागला होता. त्याने ते ग्रंथालय मला दाखवल्यावर मी रोज तिकडे जाऊ लागलो. रोज दटावलेल्या आवाजात आमच्यावर ओरडले जायचे. खूप गोंगाट व्हायचा. त्या पार्श्वभूमीवर तो ओढा व ते ग्रंथालय हे दोन्ही माझे तिथले विरंगुळे होते. जेव्हा जेव्हा वेळ मिळे तेव्हा मी या दोन्ही ठिकाणी जाऊन बसे.

तसे पाहिले तर त्या लष्करी प्रशिक्षणामध्ये मला फारसे काही अवघड गेले नाही. पण तिथे कोणतीही बाब अतिरंजित स्वरुपात फुगवली जाई, उगाचच मोठ्याने ओरडून बोलले जाई, आमच्याकडे अति लक्ष दिले जाई. आम्हाला मानसिकदृष्ट्या मोडून टाकण्यासाठी, आमच्यातले स्वत्व उखडून टाकण्यासाठी आम्हाला सतत टाकून बोलले जाई. बहुतेक कॅडेट्स हे मानसिकदृष्ट्या कोलमडले होते. त्यांच्या मनातील विरोध नष्ट झाला होता, पूर्ण निपटला गेला होता. मी मात्र या रोजच्या मानसिक हल्ल्याला तोंड देऊन जमवून घेण्याचा प्रयत्न करीत होतो. माझ्यामध्ये कधीही नष्ट न होऊ शकणारी व स्वतंत्र मन ठेवणारी जी उमेद होती त्यामुळेच मी वाचलो, खचलो नाही आणि त्या वागणुकीला योग्य रीतीने तोंड

देऊ शकलो. मी स्वत:ला बजावे की "आपण आपले मन जिवंत ठेवले पाहिजे. त्या बिनडोकपणे आज्ञा पाळणाच्या व शरणार्थी बनवण्याच्या गर्तेत स्वत:ला अजिबात घसरू द्यायचे नाही. या परकीय वरिष्ठांमध्ये जी तांत्रिक सफाई आहे, कौशल्य आहे, तेवढेच फक्त आपण उचलायचे. तेवढ्याचीच फक्त आपल्याला या प्रशिक्षणात गरज आहे." या विचाराने माझ्या मनातला खाजगीपणा जिवंत ठेवला गेला. माझी स्वत:ची प्रतिष्ठा मनात शाबूत राहिली. माझा जोश व जोमही कमी झाला नाही. दमदाटी व अरेरावी मुद्दाम केली जात आहे, हेतुपूर्वक केली जात आहे. यामागे आपले वैयक्तिक गुणधर्म सुधारावेत, आपण होऊन काम करण्याची वृत्ती वाढावी, स्वतंत्रपणे विचार करून कृती करण्याची क्षमता वाढावी असेच हेतू आहेत ना? निदान तसे भासवले जाते. मला त्या हेतूची शंका येते. या अशा हडेलहप्पीमुळे जुळवून घेण्याची वृत्ती माणसात निर्माण होते. तो हेतू मात्र साध्य होतो. परंतु त्यामुळे सामूहिकता वाढेल. व्यक्तिगत मन दुबळे होईल, बिनडोक आज्ञाधारकता वाढेल आणि दुसऱ्याचे मत पटत नसेल तरी प्रश्न विचारण्याची क्षमता गमावली जाईल.

त्या लष्करी प्रशिक्षणाने मला जे काही दिले, जे काही शिकवले, ते अमाप होते असेच म्हटले पाहिजे. मी त्यांच्याशी जुळवून घेऊ लागलो, आज्ञाधारकपणा व सामूहिकता दाखवू लागलो आणि पुरेशी बतावणीही करू लागलो. मला हे सर्व करणेच भाग होते. पण त्या बदल्यात मला स्वत:वर नियंत्रण ठेवणे जमू लागले. वेळेचे नियोजन करून कामे करता येऊ लागली आणि माझी स्वयंशिस्त खूप वाढली. मी त्या प्रशिक्षणाच्या भट्टीतून तावून, सुलाखून बाहेर पडत होतो व नवीन गुण अंगी बाणवून उजळून निघत होतो. मी आत्तापर्यंत उघड्यावर वावरलो होतो व उघड्यावर वाढवला गेलो होतो. मला मिळणारे कठोर शारीरिक प्रशिक्षण हे आता मला आणखी वर घेऊन गेले. पुढील सर्व आयुष्यात मला माझा शारीरिक कणखरपणा हा बँकेतली ठेव असल्यासारखा उपयोगी पडत गेला. रोज व्यायाम करण्याची सवय लागली. माझ्या खेडवळ बोलीतील अघळपघळपणा गेला व त्याजागी एक प्रकारचा सैनिकी थाटातील रोखठोकपणा भाषेत आला. खेड्यातील जीवनात मला घोडा चालवावा लागत होता. त्याचा तर मला येथे अतोनात फायदा झाला. त्या अश्वविद्येचे शास्त्रोक्त लष्करी शिक्षण मिळाल्यामुळे त्यात मी आणखी तरबेज झालो. पूर्वी कधी कधी माझे वडील आणि माझे नातेवाईक हे जोधपूरमध्ये घोड्यावर बसून पोलो खेळ खेळताना मी पहात होतो. तो खेळ खेळायची मला येथे संधी मिळाली. त्यात मी लवकरच बऱ्यापैकी निष्णात झालो. अश्वविद्येच्या अन्य प्रकारात मात्र वेगळेच कौशल्य व सफाई आवश्यक असते. विशेषत: विशिष्ट वेळेलाच विशिष्ट कृती करणे,

अत्यंत सावकाश घोड्यासह उडी मारणे, इत्यादि इत्यादि बरेच काही आणि घोड्याला खरारा करणे, अशाच आणखी काही अश्वकला आहेत. त्या पाहून प्रेक्षक थरारून जातात. पण त्यासाठी फारसे कौशल्य लागत नाही. फक्त खोगिरावरची मांड मात्र कायम पक्की ठेवली की झाले. 'टेन्ट पेगिन्ग' हा खेळ असाच आहे. हा खेळ भारतात जास्त लोकप्रिय आहे. पूर्वी घोडेस्वार सैनिक पहाट झाली की वेगाने शत्रूच्या तळावर जाऊन घोड्यावर बसल्या बसल्या तंबूच्या खुंट्या क्षणात उखडून टाकीत. तीच कृती या खेळात करावी लागते. योगायोगाने व अकस्मात निर्माण होणारी परिस्थिती येथेही उद्‌भवे. अशा वेळी त्या परिस्थितीला चटकन तोंड देण्याची हिम्मत व क्षमता तुमच्यात असायला पाहिजे. माझ्यात पूर्वीपासूनच दुसऱ्याचा अधिकार चटकन न मानण्याची काहीशी वृत्ती होती. जोखमीचे धाडस करण्याची प्रवृत्ती होती. इतरांना जे अशक्य, ते शक्य करून दाखवण्यासाठी वाटेल ते करायची प्रवृत्ती होती. आमच्या जसोलमधील वास्तूत सर्व मुलात मी लहान होतो आणि आम्ही सर्वजण एकत्र वाढलो होतो. त्यामुळे माझे लाड केले गेले व मग अर्थातच माझ्यात कशालाही न जुमानण्याचा बेदरकारपणा येत गेला.

शारीरिक प्रशिक्षणावर या संस्थेत खूप भर दिला गेला होता. त्यात कवायत व परेड या गोष्टी आल्या. विमानदल व आरमार येथे असल्या गोष्टींवर तेवढा जोर दिला जात नसे. विविध विषयांचे व शास्त्रांचे शिक्षण देण्यासाठी काही वर्ग येथे घेतले जात. पण तो प्रशिक्षणाचा मुख्य भाग नव्हता, केवळ प्रशिक्षणात भर टाकणारा होता. त्यामुळे तो भाग औपचारिक ठरत होता. परंतु रोजचे शारीरिक प्रशिक्षण संपल्यावर असले वर्ग कॅडेट्सना आवडायचे. कारण त्यांना उसंत मिळायची. तो एक शारीरिक विश्रांतीचा काळ वाटायचा. वामकुक्षी घेऊन तरतरीत होण्याचा हा वर्ग आहे, असे वाटायचे. कारण माझ्या कानावर असे आले होते की काही कॅडेट्सनी वर्गात हुकमी झोप घेण्याच्या कलेत एवढी प्रगती केली होती, की ते चक्क डोळे उघडे ठेवून झोपू शकायचे.

मुष्टियुद्धाचा खेळ खेळणे सक्तीचे होते. त्या खेळाच्या स्पर्धाही चालत. माझ्याशी तो खेळ खेळणाऱ्यांना माझे लांब नाक हे त्यांचे लक्ष्य ठरायचे. त्यावर ठोसा मारणे त्यांना सोपे जायचे. ते मग मला राग येऊ देण्यासाठी माझ्या नाकावरच सतत सारखे ठोसे मारत रहायचे. अन् राग आला की त्या खेळातील खेळकर वृत्ती संपते. माझे तसेच व्हायचे.

अश्वारोहण हा विषयही सक्तीचा होता. काहीजणांना त्याची भीती वाटे. त्यांच्या मनात त्याची खोलवर दहशत बसली होती. एवढी की, ते कॅडेट सरळ त्यावेळी गैरहजर रहायचे व त्याबद्दलची बेशिस्तीची शिक्षा आनंदाने भोगण्यास

तयार व्हायचे. माझा घोडा चालवायचा खेड्यातला सराव मला येथे उपयोगी पडायचा. तसेच, घोड्याला दाणापाणी देणे, पाण्याने त्याची स्वच्छता करणे, खरारा करणे, तबेल्यात नेणे, वगैरे गोष्टी पूर्वीच्या अंगवळणीच्या असल्याने मी लीलया करीत असे. तसे करताना मला मोठा आराम केल्यासारखे वाटे.

असे हे सारे सुरळीतपणे चालले होते. पण फक्त त्या एका दिवसाच्या सकाळपर्यंतच. त्यादिवशी सकाळी आम्हाला सांगण्यात आले की, "आपल्या अश्वकलेचा वर्ग पहाण्यासाठी कमांडंट आज येत आहेत." ही बातमी सांगताना त्या इन्स्ट्रक्टरच्या चेहऱ्यावर चिंतेचे भाव होते. मी मात्र मनात बेफिकिरीने "म्हणून काय झाले!" असे म्हणत होतो. शिवाय आत्ता कुठे आमची ही पहिली टर्म चालू होती. आम्ही नुकतीच अश्वविद्या शिकू लागलो होतो. अन् त्यातून मी नवीन होतो व अजूनही त्यांच्या भाषेत 'मनाने अनब्रोकन' होतो. आम्हाला घोड्यावर स्वार होऊन एका जवळच्या उडी मारण्याच्या मार्गाकडे घोडी वेगाने पळवत आणि अधूनमधून उड्या मारत नेण्यास सांगितले गेले. मग तसे केल्यावर सांगितले गेले "आता आपापली घोडी त्या जंपिंग लेनमधून न्या. मात्र त्यावेळी रिकीब व लगाम यांचा वापर अजिबात करायचा नाही. हे कोण स्वेच्छेने करून दाखवण्यास तयार आहे?" ते ऐकल्यावर मात्र माझ्या बरोबरीच्या कॅडेट्सचे चेहरे उतरले, पांढरे पडले. घोड्यांवर बसलेले ते कॅडेट्स पुतळ्यासारखे थिजून स्तब्ध झाले. मी ती जंपिंग लेन ऊर्फ उडी मारण्याचा मार्ग कसा असतो ते कधी पाहिले नव्हते. पूर्वी मी बुटकी झुडूपे किंवा कुंपण वगैरे ओलांडले असतील, पण कधीही एखाद्या मोठ्या व उंच अडथळ्यावरून माझ्या घोड्याला उडी मारून नेले नव्हते. त्यामुळे मी विचार करू लागलो. तसे करण्यास स्वेच्छेने कोण पुढे येते हे ते अधिकारी पाहू लागले. जावे का न जावे असा विचार मनात निर्माण होण्याआधीच मी पुढे झालो. माझा घोडा त्या मार्गाच्या प्रवेशापाशी नेला, रिकीबीतले पाय काढले, रिकीबी वर घेऊन त्या एकमेकात अडकवून पक्क्या केल्या, लगामाला गाठ मारली, अन् त्या घोड्याला धावण्याचा इशारा केला. तो तर एव्हाना उतावीळ झाला होता. पुढच्याच क्षणाला तो सुसाट धावत सुटला. तो त्या मार्गावरती अगदी सरळ पळत होता. जराही इकडे का तिकडे होत नव्हता की उडी मारायला कचरत नव्हता. त्याने झकास उडी मारून तो अडथळा ओलांडला व पुढे धावत गेला. पण शेवटपर्यंत त्या घोड्यावरची माझी मांड सैल केली नाही. मी अजिबात खाली पडलो नाही. एवढे झाल्यावर कोणताही घोडा 'चला, सुटलो' अशा आनंदात शेवटी एक दोनदा जागच्या जागी उड्या मारतो. माझ्या घोड्यानेही तसेच केले. पण तरीही मी खाली पडलो नाही.

माझे हे अश्वनैपुण्य मेजर जनरल हबीबुल्ला यांनी पाहिले आणि ते बेहद्द

खूष झाले. त्यांनी नंतर मला बोलावून घेतले. परिणामी मला पोलो खेळासाठी परवानगी दिली. पुढे मी या खेळाच्या स्पर्धांमध्येही भाग घेऊ लागलो. घोडा हा प्राणी आता माझा जीवनभराचा साथी झाला आहे. Ode to the Horse या कवितेत घोड्याच्या गुणांबद्दल म्हटले आहे की, *"दास्यत्वाशिवाय आज्ञाधारकता, अभिमानाशिवाय खानदानीपणा, मत्सराशिवाय मैत्री..."*

जनरल हबीबुल्ला यांनी मला त्यानंतर जणू काही दत्तक घेऊन आपल्या मुलासारखी वागणूक दिली. स्वातंत्र्यानंतरच्या या देशभक्ताने पाकिस्तानातून त्याच्या कुटुंबाकडून खूप बोलावणी आली तरीही भारतातच रहाण्याचे मान्य केले होते. फाळणी झाल्यानंतर त्याच्या कुटुंबातील सर्वांनी पाकिस्तानात स्थायिक होण्याचे पत्करले होते. जनरल हबीबुल्ला हे कोणत्याही गोष्टीतून, मतातून अथवा अग्रक्रमातून चांगले तेच निवडून घेणारे व शिकणारे होते. लखनौच्या संस्कृतीचे ते स्वत: एक प्रातिनिधीक असे नमुनेदार उदाहरण होते. कधी कधी पार गोंधळात टाकणाऱ्या घटना आपल्या आयुष्यात घडतात. हा १९८२ मधला एक प्रसंग आहे. इंडियन मिलिटरी ॲकॅडेमीचा सुवर्ण महोत्सवाचा समारंभ होता. सहाजिकच हबीबुल्लांना त्यासाठी निमंत्रण होते. मी त्यावेळी लोकसभेचा सदस्य असल्याने मलाही निमंत्रण आले होते. मी त्या समारंभाला हजर राहिलो. रिवाजाप्रमाणे मला पहिल्या रांगेतील आसनावर बसण्यास सांगितले. माझ्या मागच्या रांगेतील एका आसनावर जनरल हबीबुल्ला बसलेले मी पाहिले. मला फार अवघडल्यासारखे झाले. म्हणून पुढच्या रांगेत बसण्यास मी ताबडतोब नकार दिला. त्यांनी ते पाहिले. त्यांनी ताबडतोब मला ताकीद देत म्हटले, "जसवंत, आता काही तू ॲकॅडेमीत नाहीस. तेव्हा हटवादी माणसासारखा वागू नकोस. माझ्या विद्यार्थ्याला माझ्या पुढच्या रांगेत पाहून मला किती आनंद वाटतो आहे, हे तुला कसे कळत नाही? मला या गोष्टीचा अभिमान वाटतो आहे. तुला जशी मान्यता मिळाली तशीच मलाही तुझा गुरू म्हणून मान्यता मिळाली आहे. तुझा एकट्याचाच गौरव नाही तर त्यात माझाही गौरव होतो आहे." काही वर्षांनी त्यांच्या पत्नी या लोकसभेवर निवडून आल्या. अर्थातच त्या माझ्या विरुद्ध पक्षाच्या बाकावरती होत्या. पण त्यांनी मला कधीही 'आपल्या नवऱ्याचा विद्यार्थी' अशी वागणूक दिली नाही. आपल्या मुलासारखेच त्यांनी मला वागवले. त्या नेहमी माझ्यापाशी तक्रार करायच्या की, "तुमचे राजकारण माझ्या पक्षाच्या विरुद्ध असले तरीही माझा नवरा तुम्हालाच का प्राधान्य देतो?" ही आता वीस एक वर्षांपूर्वीची गोष्ट झालेली आहे. माझ्या आयुष्यातल्या महत्त्वाकांक्षा व स्वप्ने काहीही जरी असली तरी मी त्यावेळी जनरल हबीबुल्ला यांच्यासमोर ॲकॅडेमीत पहिल्या टर्मचा एक विद्यार्थी होतो, म्हणजे लष्करी सेवेतील सर्वात खालच्या पातळीवर होतो, हे मी विसरू शकत नाही.

संस्थेत नवीन कॅडेट्सना रॅगिंग जोरात केले जायचे. ते भयानकरित्या चालायचे. वर्णन करणे अशक्य व्हावे अशा क्रूरपणे आणि खूप त्रास देणारे ते असायचे. ''आम्ही तुझ्यातून एक नवीन माणूस घडवणार आहोत.'' किंवा ''तुला आम्ही चांगला टणक करणार आहोत.'' अशा फसव्या वाक्यांच्या नावाखाली रॅगिंग केले जायचे. नवीन कॅडेट्सचा उत्साहभंग होईल अशा रीतीने रॅगिंगचे वर्तन असायचे. रॅगिंगसाठी त्यांनी मलाच नेमके का निवडले किंवा असे काय घडले म्हणून ते मलाच बहुतेक वेळी निवडायचे ते मला आता सांगता येणार नाही. ते जितके माझ्यावर ओरडायचे तितका मीही इरेला पडायचो. त्यांनी सुनावलेल्या शिक्षा किंवा हुकूम हे कितीही बेकायदा असले तरी मी त्यांचे पालन करायचो, पण अर्थातच माझ्या गतीने व पद्धतीने. माझे आजोबा मला नेहमी बजावायचे, ''जसू, तीन गोष्टींची तू कधीही लाज बाळगू नकोस किंवा त्यामुळे अवघडल्यासारखे वाटून घेऊ नकोस. पहिली गोष्ट म्हणजे श्रम, मग ते कितीही दीर्घकाळ करावे लागले तरी आणि ते कितीही हलके वाटत असले तरी, केलेच पाहिजेत. दुसरी गोष्ट कपड्यांची, मग ते कितीही जुने असोत. अन् तिसरी गोष्ट आपले वृद्ध आईवडील आणि नातेवाईक, मग ते दुसऱ्यावर कितीही अवलंबून असले तरी.'' म्हणून त्या सिनियर कॅडेटनी दिवसा, रात्री केव्हाही जरी मला हुकूम सोडले तरी मी ते पाळले. पण अर्थातच माझ्या गतीने. शेवटी वैतागून तेच 'नरम' झाले.

त्या ॲकॅडेमीमध्ये माझा बराच काही लाभ झाला. त्यातला एक लाभ म्हणजे माझ्या आयुष्यात पाश्चात्त्य क्लासिकल संगीताचा प्रवेश झाला. त्याचे असे झाले : आमच्या रहाण्याच्या बरॅक्स एका ओळीत उभ्या केल्या होत्या. जरी त्या जुन्या असल्या तरी चारही बाजूने त्यांच्या चार ओळी व मधे एक चौकोनी मैदान होते. बरॅक्समध्ये दगडी गोट्यांचे छोटे रस्ते होते व ''त्यावरचा एकही गोटा वेडावाकडा सापडता कामा नये'' अशी आम्हाला ताकीद दिलेली होती. तसा एखादा गोटा दिसलाच तर ''हा गोटा नीट का नाही, यू ब्लडी मॅन?'' म्हणून आमच्या अंगावरती खेकसले जायचे. या तपासणीतून व अंगावर खेकसले जाण्यातून पळ काढण्यासाठी माझ्या एका सूरज नावाच्या मित्राने आपल्याबरोबर विंग लायब्ररीमध्ये चलण्यास सांगितले. ''अशी एखादी लायब्ररी आहे हे मला ठाऊक नाही.'' मी त्याला म्हणालो.

''अरे, तिथे गेल्यावर तुला कळेल की काय चिजा तिथे पडल्या आहेत.''

ती लायब्ररी ऊर्फ ग्रंथालय हे दोन बरॅक्समध्ये सामावलेले होते. प्रत्येक बरॅकमध्ये एकेक प्लायवूडचा तक्ता उभा करून त्या जागेच्या दोन स्वतंत्र खोल्या केल्या होत्या. अशा त्या एकूण चार खोल्या होत्या. 'पुस्तके', 'वाचनालय', 'स्टोअर' आणि 'NO ENTRY' अशा पाट्या त्या खोल्यांवर लावल्या होत्या. लष्कराच्या भाषेत 'NO ENTRY' शब्दाचे अनेक वेगळे अर्थ असतात. बहुतेक

वेळा आतली अव्यवस्था कोणी पाहू नये म्हणून बाहेर 'NO ENTRY' अशी पाटी लावली जाते. आम्ही आजूबाजूला कोणी नाही असे पाहून बेधडक त्या खोलीत घुसलो. तिथे आम्हाला त्यावेळेच्या जुन्या ग्रामोफोनच्या रेकॉर्डस् सापडल्या. दर मिनिटाला ७८ फेरे (r.p.m) या गतीने फिरणाऱ्या त्या रेकॉर्डसच्या तिथे थप्प्याच्या थप्प्या लागल्या होत्या. अनेक ग्रामोफोन्ससुद्धा तिथे ठेवलेले होते. त्यांना हाताने किल्ली द्यावी लागायची. अशी यंत्रे सध्या 'शोभेची वस्तू' या वर्गात गेली आहेत. त्यांना खूप मागणी असते. (बहुतेक ती पुस्तके, ग्रामोफोन्स व तबकड्या ह्या पूर्वी तिथे रहाणाऱ्या जर्मन व इटालियन माणसांची मालमत्ता असावी. जाताना ते या जड गोष्टी नेऊ शकले नसावेत.) अशाच एका ग्रामोफोनवरती मी एक तबकडी लावली. तिला असंख्य चरे पडले होते. वाजवून वाजवून तिची झीज झाली होती. ती तबकडी पाश्चात्त्य क्लासिकल संगीताची होती. त्यानंतर आयुष्यभर हे संगीत माझा साथीदार बनले. त्याच लायब्ररीत मला उत्तमोत्तम पुस्तके वाचायला मिळाली. रोमन रोलंड यांचे *जीन ख्रिस्टोफी,* थॉमस मान याचे *बडन ब्रुक्स,* जॉयसी ह्याचे *लाईफ ऑफ ॲन आर्टिस्ट ॲज ए यंग मॅन* ही पुस्तके वाचायला मिळाली. त्या पाश्चात्त्य संगीताच्या अतुलनीय जगात आणि महान व सुंदर छापील शब्दांच्या जगात मी पार बुडालो होतो. मला या दोन गोष्टींचा फार फार मोठा लाभ झाला होता. जणू काही या दोन्ही विश्वांचा मीच शोध लावला आहे, असे मला वाटू लागले. मी शोधलेले हे खजिने होते, माझे वेगळे विश्व होते. त्या विश्वात मी कोणत्याही नकाशावाचून किंवा मार्गदर्शनावाचून एकट्याने प्रवास केला होता. त्यासाठी माझ्यामागे कोणताही अभ्यास नव्हता की पार्श्वभूमी नव्हती. मी त्यातल्या त्यात फक्त तीन ग्रंथांचा व त्याच्या तीन लेखकांचा येथे उल्लेख केला आहे. ते ग्रंथ असे आहेत की त्यावरून एका तरुण माणसाच्या धडपडीची व शोधण्याची कल्पना कोणालाही यावी. माझी ही शोधयात्रा सतत चालू होती, पण ती माझ्या अंतर्यामी चालू होती. अन् त्यामुळेच माझ्यातले स्वत्व मी जिवंत ठेवू शकलो. त्या लष्करी प्रशिक्षणाचा दैनंदिन कार्यक्रम असा भरगच्च असे, की त्यातून खाली मोकळा वेळ फारच थोडा उरे. मग तुमच्या मनाला निवांतपणा लाभणे अशक्य व्हावे. जर तुम्ही वेगळे काही प्रयत्न केले नाहीत तर त्या प्रशिक्षणात तुम्ही आपोआप ताबडतोब शोषले जाल. प्रशिक्षण घेताना मी जे काही केले त्यातले आठवेल तेवढेच येथे दिलेले आहे. आणखीन काय काय केले ते मला सांगता येणार नाही. परंतु काही का असेना, तिथल्या प्रशिक्षण पद्धतीकडून ज्या अपेक्षा केलेल्या होत्या, त्या साऱ्या मी पुऱ्या केल्या. विशेषत: अपेक्षित कौशल्य व कार्यक्षमता आत्मसात केली. पण हे करताना कुठेही मनाचा कणा मोडू दिला नाही की मी शरण गेलो नाही. त्या मोडकळीस आलेल्या

बराकीमधे पडून असलेल्या पुस्तकांनी व संगीताच्या तबकड्यांनी मला वाचवले. त्यामुळेच चार वर्षांतील माझ्या प्रशिक्षण काळात मी 'दुहेरी जीवन' जगू शकलो. बाहेरून मी लष्करी जीवन जगत होतो तर अंतर्यामी मी माझ्यातला उत्साह, जोम व जोश यांनी भरलेले जीवन जगत होतो. आपण कोण आहोत याचाही मी अंतर्यामी शोध घेत होतो. त्या सर्व गोष्टी माझ्या स्वत:साठी होत्या.

त्या चार वर्षांत माझे एकूण तीन मिलिटरी ॲकॅडेमीमध्ये प्रशिक्षण झाले. JSW, NDA आणि IMA (इंडियन मिलिटरी ॲकॅडेमी) या त्या तीन संस्था होत्या. भूदल, वायुदल व आरमार ही तिन्ही दले एकमेकांवर बरीच अवलंबून आहेत, हे दुसऱ्या महायुद्धाच्या काळात ध्यानात आले. म्हणून भारत सरकारने या तिन्ही दलातील कॅडेट्साठी एक सामाईक प्रशिक्षण सुरू केले. तो अभ्यासक्रम तीन वर्षांचा होता. तो पुरा केल्यावरच कॅडेटला त्याने निवडलेल्या दलाकडे जाता येत होते. मग तिथे त्या दलाचे खास प्रशिक्षण दिले जायचे. म्हणून जानेवारी १९४९ मध्ये आमच्या ॲकॅडेमीची पुनर्रचना केली गेली. तिचे नाव Armed Forces Academy असे ठेवले गेले. तिचा मिलीटरी विंग हा तिथे प्रेमनगरमध्ये होता तिथेच ठेवला गेला आणि इंटर-सर्व्हिसेस विंग हा भाग क्लेमेन्ट हाऊसमध्ये ठेवला गेला. राष्ट्रीय उद्दिष्टांसाठी व सुसूत्रता येण्यासाठी Indian Military Academy चे रूपांतर National Defence Academy (NDA) असे जानेवारी १९५० मध्ये केले गेले. मग इंटर-सर्व्हिसेस विंगचे नामकरण Joint Services Wing (JSW) असे झाले. या संस्थेची पहिली तुकडी ही १९५० मध्ये पास होऊन बाहेर पडली.

क्लेमेन्ट टाऊनमधे मी फार दिवस नव्हतो. एक वर्ष तिथे काढल्यानंतर आम्हा सर्वांना पुण्याजवळील एनडीए येथे हलविण्यात आले. तिथे नवीन एनडीए संस्थेची उभारणी आमच्या प्रशिक्षणासाठी चालू होती. डेहराडून मधलेच डिसेंबर १९५४ मध्ये जॉईंट सर्व्हिसेस विंगचे नाव व निशाणी बदलून ती एनडीएमध्ये पूर्णपणे विलीन पावली. डेहराडूनमध्ये मागे राहिलेल्या मिलिटरी विंगचे नामकरण आता 'मिलिटरी कॉलेज' असे केले गेले. जानेवारी १९५८ मध्ये या मिलिटरी कॉलेजच्या एका तुकडीने २६ जानेवारीला गणतंत्र दिवसाच्या समारंभामधल्या परेडमध्ये प्रथम भाग घेतला. १९६० मध्ये मिलिटरी कॉलेजचे पुन्हा एक वेगळे नामकरण झाले. येथून पुढे त्यास 'इंडियन मिलिटरी ॲकॅडेमी' असे अधिकृतपणे म्हटले जाऊ लागले.

वर सांगितल्याप्रमाणे आमची प्रशिक्षण संस्था आता एनडीएमध्ये विलीन पावत चालली होती. एनडीए संस्थेची नव्याने उभारणी चालू होती. डेहराडूनमधलेच प्रशिक्षण आता पुढे एनडीएमध्ये चालू झाले. तिथल्या बऱ्याच इमारती अजून बांधून पुऱ्या व्हायच्या होत्या. पण तरीही संस्थेचे कार्य सुरू झाले होते. क्लेमेन्ट

टाऊनमध्ये आपण एका तात्पुरत्या उभ्या केलेल्या बरॅक्समध्ये आहोत असे वाटायचे. तर खडकवासल्याच्या एनडीएमध्ये बांधकाम अर्धवट होते तरी तिथे गेल्यावर आम्हाला सारे काही मजबूत, पक्के व ठणठणीत आहे असे वाटू लागले. रोजचा शिक्षणाचा कार्यक्रम तोच होता. फक्त वेगळी भूमी, वेगळे हवामान व वेगळा मुलूख होता. येथे आम्हाला एक मोठा लाभ झाल्यासारखे वाटले. इथे प्रत्येक कॅडेटला एक स्वतंत्र खोली देण्यात आली. शेवटी खाजगीपणात किती सुख असते ते मला समजून आले. पण त्यासाठी आधी आमच्यावर लादलेले डेहराडूनमधील सामुदायिक जीवन अनुभवायला हवे. त्यावेळचा माझ्याबरोबरचा एक कॅडेट मला अलीकडे भेटला. त्याला तिथले सारे काही बारीक-सारीक तपशीलासकट आठवत होते. त्या आठवणी सांगताना तो म्हणाला, "जसवंत तू त्यावेळी स्वत:जवळ गुपचूप एक रेडिओ बाळगला होतास. खरे की नाही?" मग एकदम मला आठवले की होय, तसा रेडिओ मी जवळ बाळगला होता खरा. माझ्या एका कॅडेट-मित्राचा तो रेडिओ होता. हा कॅडेट-मित्र मलायी होता. (त्यावेळी मलेशिया हे राष्ट्र नव्हते.) रेडिओ बाळगण्यास आमच्यावर बंदी घालण्यात आली होती. त्या मलायी मित्राने एकदा त्याचा रेडिओ मला उसना दिला होता. मी त्यावर गुपचूप पाश्चात्त्य संगीत ऐकत असे. त्यावेळी ऑल इंडिया रेडिओच्या मुंबई-ब केन्द्रावरून दुपारी ते संगीत प्रसारीत केले जायचे. तो मित्र पुढे म्हणाला, "शिवाय, तू तुझ्या खोलीच्या दरवाजाच्या बाहेरच्या मुठीला एक पाटी अडकवून ठेवली होती. हे असले काम फक्त तूच करू शके. त्या पाटीवरती तू लिहिले होते की, *आत प्रवेश करू नका! अर्थातच आधी दारावरती टकटक केल्याशिवाय. अगदीच गरज पडेल तरच टकटक करा.* असली काही तरी ती पाटी होती. मला आठवते ते."

खडकवासल्यात मी खूप हिंडलो. 'पूना हंट' नावाचा एक खेळ होता. त्यावेळेच्या हवामानात तो अयोग्य होता. मी त्यातही भाग घेतला होता. खडकवासल्याहून सिंहगड किल्ल्यावर जाऊन तिथून परत एनडीएमध्ये एका दिवसात येणे ही गोष्ट घोड्यावरून करून दाखवायच्या स्पर्धेत मी पहिला आलो. मला बाहेर भटकण्याची सवलत मिळाली होती. कारण मी पर्शियन, फ्रेंच व रशियन या तिन्ही भाषांच्या मूलभूत ज्ञानात पारंगत झालो होतो. त्या काळात कोणतेही ज्ञान हे मिळवून, पचवून, स्मृतीमध्ये पक्के करणे महत्त्वाचे असते. पण माझी ज्ञानलालसा एवढी जबरदस्त होती की मी मिळेल ते ज्ञान अधाशासारखे घेत सुटलो होतो. ते नीट टिकवणे व त्याचा पुढे कसा वापर करायचा याचा मात्र मी विचार करीत नव्हतो. आत्ता मला वाटते की मी फक्त एकाच भाषेला चिकटून रहायला हवे होते. पण नक्की कोणती भाषा त्यासाठी निवडायची हे मला

त्यावेळीच काय पण अजूनही नीट उमजत नाही.

एनडीएत असताना मला महाराष्ट्रातील संगीताची महान परंपरा काय असते ते पुण्यात प्रथम पहावयास मिळाले. निरनिराळ्या गायकांच्या गुणांचे तिथे प्रदर्शन व्हायचे. एनडीएतच मी प्रथम जवाहरलाल नेहरूंना पाहिले. ते आमच्या वार्षिक समारंभाला प्रमुख पाहुणे म्हणून आले होते. एनडीएने मला रशियाच्या मार्शल झुकॉव्ह यांच्याशी हस्तांदोलन करण्याची संधी मिळवून दिली. (का मी ते हस्तांदोलन इंडियन मिलिटरी अ‍ॅकॅडेमीत केले? मला यातले नक्की काही आठवत नाही.) त्याशिवाय मला रशियाचे प्रसिद्ध क्रुश्चेव्ह व बुल्गानिन या पुढारी द्वयांनाही भेटता आले. इराणची महाराणी सोराया हिने एकदा एनडीएला भेट दिली होती. त्यावेळी तिच्यावर छत्र धरण्याचे काम जनरल हबीबुल्ला यांनी माझ्यावरती सोपवले होते. प्रमुख इमारतीच्या भव्य पायऱ्यांच्या तळाशी आम्ही सर्वजण तिच्या आगमनाची वाट पहात उभे होतो. मी जनरल साहेबांच्या बाजूला थोडासा मागे उभा होतो. जेव्हा त्या महाराणीची गाडी जवळ येताना दिसली तेव्हा मी हातातील सुशोभित केलेली व मोठ्या आकाराची छत्री उघडली. मला आधी दिलेल्या सूचनांप्रमाणेच मी ते करीत होतो. पण अचानक जोरदार वाऱ्याची एक वावटळ आली व मी उघडलेली छत्री फडफडू लागली. मला आश्चर्य वाटले व या छत्रीच्या अनपेक्षितपणे हलण्यामुळे माझा जरासा तोल गेला. ती छत्री माझ्या हातून निसटून उडून जाऊ पहात होती. मी ती कशीबशी पकडून ठेवली. जनरल हबीबुल्ला माझ्याकडे पहात होते. मी आता काय करणार याकडे त्यांचे लक्ष असावे. एवढ्यात आणखी जोरदार वारा आला व माझ्या हातातील छत्री चक्क उलटी झाली. तोपर्यंत महाराणी साहेबांची मोटार वीस फुटांवरती आली होती. ते पाहून जनरलना राग आला, ते चिडले. पण त्याचबरोबर त्यांना माझी त्रेधा उडालेली पाहून मौजही वाटत होती. पण काय करावे ते त्यांनाही सुचत नव्हते. ते मला म्हणाले, "जसवंत! यू ब्लडी फूल, तुझ्या त्या वाळवंटात छत्री कशी उघडायची हे तू शिकला नव्हतास काय?" "येस सर!" मी एवढेच यावरती म्हणालो. मी ती उलटी झालेली छत्री कशीबशी सुलटी केली. त्याचवेळी महाराणी सोराया या गाडीतून बाहेर पडत होत्या. मी पटकन पुढे जाऊन त्यांच्यावरती छत्री धरली. मला जसे सांगितले होते तसे मी तंतोतंत केले. एव्हाना जनरलच्या चेहऱ्यावरती हसू पसरले होते. पण त्या महाराणीने माझी उडालेली धांदल पाहिली असावी, म्हणून त्या माझ्याकडे खूप सहानुभूतीने पहात होत्या. पण त्यामुळे त्या अधिकच सुंदर दिसत होत्या.

माझा एनडीएमधला शिक्षणकाळ आता संपला. सर्व कॅडेट्सचे पुढच्या शिक्षणाचे मार्ग येथून पुढे वेगवेगळे होत होते. ज्यांनी भूदल निवडले होते त्यांना पुन्हा

डेहराडूनला प्रेमनगरच्या IMA मध्ये जावे लागणार होते. आरमार व वायुदल निवडलेल्या कॅडेट्सना आपापल्या ॲकॅडेमीत जावे लागणार होते. आता आमची 'पासिंग आऊट परेड' होणार होती. पदवीदान प्रसंगासारखाच हा महत्त्वाचा समारंभ होता व तो अत्यंत देखण्या पद्धतीने साजरा व्हायचा. तो समारंभ काही तासांवर आला होता. अशा वेळी मला एक जबरदस्त तडाखा बसला.

त्याचे असे झाले : पासिंग आऊट परेडच्या आदल्या रात्री मी माझ्या काही मित्रांना माझी कल्पना सांगितली. हे मित्र पण माझ्याबरोबर पास झालेले होते. त्या कल्पनेनुसार आम्ही मौजमजा करायचे ठरवले. इतके दिवस आम्हाला ज्या अनेक नियमांचे बंधन पाळावे लागत होते, ती बंधने आम्ही धुडकावून मजा करणार होतो. आम्हाला बंधमुक्त झाल्याचा आनंद मिळवायचा होता. सुरुवातीला सारेजण कां कू करू करीत होते, पण शेवटी कुतूहलाने त्यांच्यावर मात केली. "पण हे कसे करणार? आपल्याला काय करायला पाहिजे?" मला त्यावेळी हे कसे सुचले ते सांगता येत नाही, पण कोणत्या तरी वेडाच्या भरात मी ते ठरवले असावे. नाही तर मी तसे सुचवणे शक्यच नव्हते. बाकीच्यांनीही त्याला तात्काळ होकारही देऊन टाकला. मग मध्यरात्री आम्ही सहा बेपर्वा कॅडेट्स सायकलींवरून निघालो. आमच्याजवळ दोन सायकली होत्या. प्रत्येकीवरती तिघे तिघेजण स्वार झालेले होतो. गंजीफ्रॉक व आखूड चड्ड्या यावरती आम्ही बाहेरच्या मोकळ्या हवेत फिरू लागलो. प्रत्येकजण आनंदात गाणे म्हणत होता. आमच्याजवळ एक दोन बीअरच्या बाटल्या होत्या. त्यातील बीअरचे घुटके अधूनमधून सारेजण घेत होतो. काहीजण सिगारेटस ओढत होते. आमच्यातले काहीजण तर धूम्रपान न करणाऱ्यांमधले होते. पण आजच्या रात्री गुपचूपपणे सारी बंधने झुगारून द्यायची असे आम्ही ठरवले होते. आम्ही मोठमोठ्याने भसाड्या आवाजात गात होतो. पण आमचे आवाज एका सुरात नव्हते, प्रत्येकजण गाताना मागेपुढे होत होता. त्यामुळे सर्वांचा मिळून एक नुसता कोलाहलाचा आवाज निर्माण होत होता. आम्ही भसाड्या आवाजात ओरडून गात होतो. त्याचबरोबर अधूनमधून आम्ही पाचकळ भाषेत काहीतरी टर उडवल्यासारखेही बोलत होतो. आम्ही त्यावेळी अनेक नियम मोडलेले होते. सायकलीला रात्री दिवा लावायचा नियम होता, तो आम्ही मोडला होता. डबलसीट न बसण्याचा नियमही आम्ही मोडला होता. दारुबंदीचा नियम मोडून बीअर पीत होतो. धूम्रपानबंदीचा नियम झुगारून सिगारेटचे झुरके मारीत होतो. सार्वजनिक जागेत असभ्य वर्तन करून आणखी एका नियमाचा भंग आम्ही केला होता. हे इतके नियम एकावेळी पायदळी तुडवणारे कॅडेट्स पुढे थोडेच अधिकारी किंवा जंटलमेन बनण्याच्या लायकीचे होते? नंतर जे काही घडत गेले ते सारे अपरिहार्य होते. आम्ही त्या जल्लोषाच्या कळसाला

जाऊन पोचलो असताना आमच्यासमोर आमचे दुर्दैव साक्षात उभे राहिले. आम्ही सर्वजण समोरून येणाऱ्या एका मोटारीपुढे आलो होतो. ती मोटार झगझगीत प्रकाश टाकीत आल्याने आमचे डोळे दिपून गेले होते. त्यामुळे एकदम काय करावे ते आम्हाला सुचेना. एखादे जंगली जनावर प्रखर प्रकाशाच्या झोतात आल्यावर जसे बावचळून जावे तसे आम्ही भीतीने तत्क्षणी गोठून गेलो. त्या गाडीत आमचा एक इन्स्ट्रक्टर होता. हा तर फारच जुलमी म्हणून प्रसिद्ध होता. कॅडेट्स त्याचा उल्लेख 'हूण' असा करायचे. तो हूण गाडीतून बाहेर आला आणि आम्हाला म्हणाला, "आत्ता रात्रीच्या वेळी काय चालले आहे? अन् हा कसला रानटी गदारोळ माजवत आहात?" त्याचे शब्द माझ्या कानात घुसत होते. मी पुतळ्यासारखा ताठ उभा होतो. मग काही वेळ त्याच्या जिभेचे फटकारे सहन केल्यावर आम्ही सहा वांड कॅडेट्स आपापल्या खोल्यांकडे मंद पावले टाकीत परतलो. आता काय होणार? ॲकॅडेमीमधून काढून टाकले जाणार? (हकालपट्टी या शब्दाऐवजी वापरलेला एक सौम्य शब्द.) का आम्हाला पुन्हा खालच्या वर्गात बसवणार? म्हणजे आणखी सहा महिने आमची हड्डी नरम करणार. या सगळ्या मौजमजा करण्याच्या कल्पनेमागचा मी जनक होतो. पण मी तसे बिलकुल दाखवित नव्हतो. पण खरी गोष्ट नाकारण्यात अर्थ नव्हता. बाहेरून मी अजिबात घाबरलो नाही असे दाखवित होतो. तसे मी ढोंग करीत होतो. त्या रात्री मला झोप लागली नाही. मला तीन चिंता भेडसावू लागल्या होत्या. जसोलला गेल्यावर मी माझे तोंड कसे काय दाखवणार? जर ॲकॅडेमीतून हाकलून दिले तर मी पुढे काय करणार होतो? यामुळे आमच्या घराण्याच्या नावाला माझ्याकडून काळिमा फासला जाणार होता.

दुसऱ्या दिवशी सकाळी आम्हाला कमांडंटच्या ऑफिसात बोलावणे आले. पासिंग आऊट परेड होण्याआधीच ती शिक्षा सुनावली जाणे स्वाभाविक होते. कमांडंटचे ऑफिस म्हणजे कॅडेटच्या दृष्टीने एक अति अति पवित्र स्थळ असते. आम्ही ऑफिसच्या बाहेर उभे होतो. आम्हा सर्वांचे चेहरे पांढरे फटफटीत पडले होते. एक कडक चेहऱ्याचा मेजर आला व तो आधी आत गेला. मग त्याच्या मागोमाग ॲकॅडेमीचा ॲडज्युटंट आत गेला. एक हादरून गेलेला कॅडेट मला कुजबुजत म्हणाला, "जसवंत, तूच पुढाकार घेऊन आम्हा सर्वांच्या वतीने बोल." आम्ही रांगेने व शिस्तीत आत गेलो. अर्थातच सर्वांच्या पुढे मीच होतो. जनरल हबीबुल्ला हे काहीतरी वाचीत होते. आम्ही आत शिरल्यावर त्यांनी मान वर करून आमच्याकडे पाहिले. ओळीने प्रत्येकावरती नजर टाकत गेले आणि ॲडज्युटंटला आमच्यावरचे आरोप वाचून दाखवण्यास फर्मावले. ते वाचून झाल्यावर जनरल आम्हाला सर्वांना उद्देशून म्हणाले, "तुम्हाला यावरती काही सांगायचे आहे?" ते ऐकताक्षणी मी जणू

काही प्रतिक्षिप्त क्रिया घडावी तसे बोललो, "नाही सर. आम्ही दोषी आहोत." यावर त्यांनी खाली पाहिले. तसे त्यांनी का केले? का आपल्या चेहऱ्यावरती उमटलेले स्मितहास्य दाबण्यासाठी त्यांनी आपला चेहरा खाली केला नसेल ना? माझ्या मनात ही एक शंका झर्रकन उमटून गेली. ह्या शंकेने माझ्या मनात एक आशेचा किरण चमकून गेला. जनरलसाहेब गरजले, "बिनडोक मूर्ख माणसांनो, आपले आयुष्य तुम्ही उधळून टाकता आहात. कशासाठी असे करता?" त्यानंतर शांतता पसरली. ती शांतता साऱ्या खोलीला स्पर्श करून आम्हाला वेढून टाकीत होती. काही मिनिटे ती शांतता होती. पण ती काही मिनिटे संपतच नव्हती. जणू काही काळ थांबून राहिला आहे असे आम्हाला वाटू लागले. तिथल्या भिंतीवरचे एक घड्याळ टिकटिकत होते. पण ती सेकंदांची टिकटिक आम्हाला रायफलीच्या गोळ्या झाडल्याच्या आवाजासारखी भासू लागली. शेवटी जनरलसाहेब बोलले, "मग जा आता येथून. तुम्हाला मी परेडमध्ये भाग घेण्यासाठी सोडून देतो आहे. खरे म्हणजे तुम्हाला..... पण मी असे का करतो आहे ते देव जाणे....." पुढे ते गप्प बसले. मग, मला उद्देशून करड्या आवाजात म्हणाले, "जसवंत, तुला काय करावे हे मला समजत नाही. या मूर्खपणाच्या, सबंध करीअर उधळून टाकण्याच्या कामात तू का पुढाकार घ्यावास? मी जर तुला येथून काढून टाकले, तर तू घरी कोणत्या तोंडाने जाशील?..... खरे म्हणजे मी तुला फील्ड पनिशमेंट नं. १ ही शिक्षा द्यायला हवी.... आणि घोड्याच्या काटेरी चाबकाने मी स्वत: तुला फोडून काढायला हवे... अन् जर तुला काही वेडेपणा करायचा असेल तर त्यात इतरांना कोणाला सामील करून घेऊ नकोस. जा आता. परेडमध्ये भाग घे. अॅडज्युटंट, पुढचे बघा आता तुम्ही."

सैन्यामध्ये ती 'फील्ड पनिशमेंट नं. १' अशी असते : कोर्ट मार्शलकडून किंवा कमांडिंग ऑफिसरकडून गुन्हेगाराला बेड्या घालणे, किंवा त्याला बेड्या, पट्टे किंवा दोर यांच्या बंधनात अडकवून एका पक्क्या ठिकाणाला जखडून ठेवणे. मात्र एका दिवसात फक्त दोन तासच तसे केले जाते. असे तीन किंवा चार दिवस सलग केले जाते. कधी कधी हा कालावधी २१ दिवसांपेक्षाही जास्त असतो किंवा तो गुन्हेगार सश्रम कारावासात आहे असे समजून त्याच्याकडून कठोर श्रमाचे काम करवून घेतले जाते.

आम्हा कॅडेट्सना हे ठाऊक होते. त्यामुळे आम्ही गंभीर झालो. तिथून बाहेर पडल्यावरतीही आमच्या तोंडून सुटकेच्या आनंदाचे उद्गार बाहेर पडले नाहीत. आम्ही गप्प होतो, विचारमग्न होतो, पण सर्वांनाच खूप हायसे वाटत होते. त्या समंजस जनरलने आम्हाला आमचे आयुष्य मानाने जगण्याची एक संधी दिली होती. अन् म्हणूनच आमच्या तोंडून हर्षाचे उद्गार बाहेर पडू शकले नाहीत. एनडीए सोडतानाही आम्ही तसेच गंभीर राहिलो होतो.

ॲकॅडेमी आणि जग

आता येथून माझी पुढची दोन वर्षे भूदलाचे प्रशिक्षण घेण्यात गेली. आमचा वर्ग आता नुसता कॅडेट्सचा नव्हता तर 'जेंटलमेन कॅडेट' या नावाचा होता. येथील माझी बोलण्या वागण्यातली ढब आता वेगळीच होती. मी मनात काही नवीन गोष्टींशी तडजोड केली होती. त्यातील मुख्य गोष्ट म्हणजे आपल्यातील जे काही सर्वोत्कृष्ट आहे त्याचा आविष्कार करायचा, ते व्यक्त करून दाखवायचे. प्रशिक्षण पद्धतीकडून जी काही मागणी केली जात आहे तेवढीच कृती करायची नाही. नुकतेच माझे वय सतराच्या पुढे गेले होते. म्हणजे मी तसा पौगंडावस्थेत होतो. पण काही बाबतीत मी मर्यादा ओलांडू पहात होतो. माझा चौकस स्वभाव सतत वाढत चालला होता. मी प्रत्येक विषयात जादा चौकस व चिकित्सक बनत होतो. सैन्यातली कर्तव्ये आणि मागण्या यांच्याही पलीकडे माझी क्षितिजे विस्तारीत होती.

माझी घोडदौडीची कौशल्ये आता आणखीनच सफाईदार झाली. मी या कलेत तरबेज झालो खरा, पण त्याच बरोबर बेदरकारही बनलो. परिणामी मी घोड्यावरून वारंवार पडत गेलो, जखमी होत गेलो. काही काही वेळा तर गंभीररित्या जखमी व्हायचो. दोनदा तर माझ्या मेंदूला धक्का पोचला होता. ॲकॅडेमीतील सैन्यातला डॉक्टर (Regional Medical Officer) हा जे काय असेल ते रोखठोक बोलणारा होता. त्याला लढाईचाही अनुभव होता. जुन्या डॉक्टरांपैकी तो एक होता. त्याने मला तपासून मी ठीकठाक असल्याचे जाहीर केले. तो मला म्हणाला, ''तुझी कवटी कशाची बनली आहे? लाकडाची तर बनली नाही ना?'' मी त्यावर गालातल्या गालात हसत म्हणालो, ''नाही सर, माझी कवटी 'मेड इन जसोल' असल्याने मजबूत आहे.'' माझ्या विनोदावर हसण्याइतपत तो डॉक्टर उदार होता. त्याच्या तोंडात शिवराळ भाषा बसली होती. परंतु अंत:करणाने तो खूप दयाळू होता. संवेदनशील होता व त्याच्याजवळ मानवी भावना होत्या. नवीन जीसींच्या (जेंटलमेन कॅडेट) तुकडीला 'वैयक्तिक आरोग्य लष्करी पद्धतीने कसे राखायचे' यावर हा डॉक्टर आम्हाला सूचना देत असे. चर खणलेल्या संडासाचा कसा वापर करावा याच्या सूचना देताना तो आम्हाला फळ्यावर आराखडा काढून दाखवायचा. त्यावेळी तो नेहमी सुरुवातीला म्हणायचा, ''जीसीज्, तुमच्या शरीराची 'शिट होलस्' ही कुठे कशी जुळवायची असतात ते नीट शिका.'' किंवा कधी कधी सांगे, ''सैन्यातल्या कायद्यानुसार तुम्ही ते ××× करणे हा गुन्हा नाही. पण जर का कोणा बास्टर्डला गुप्तरोग झाला आहे असे मला कळले तर मी त्याचे ××× कापून टाकेन.'' त्याची भाषा अशी रांगडी होती. पण कसलाही आडपडदा न ठेवता सत्य सांगणारी होती. त्यामुळे

आम्ही त्याच्या सूचना कधीही विसरू शकत नव्हतो.

एकदा मी घोड्यावरून खाली पडलो, सपशेल आपटलो, अन् तेही सार्वजनिकरित्या मी माझी अश्वकला समारंभात दाखवित असताना. त्यामुळे तो प्रसंग मला फार लाजिरवाणा वाटत होता. पोलो खेळाच्या सामन्यांची पूर्वतयारी त्यावेळी चालू होती. मला त्या सामन्यात भाग घ्यायचा होता, पण त्या आधी काही अश्वकलेचे नमुने मला जाहिररित्या करून दाखवायचे होते. त्यातला एक कसरतीचा नमुना असा होता: मी भरधाव घोड्यावरून प्रेक्षकांच्या स्टँडकडे येतो, खोगिरामधून उठतो व मागे तोंड करून वळतो. त्यावेळी माझा एक पाय रिकिबीत असतो. मग माझ्याजवळील रिव्हॉल्व्हर बाहेर काढून माझ्या मागून मला पकडायला येणाऱ्या शत्रूच्या दोन घोडेस्वारांवर ते झाडतो. मी ही गोष्ट अनेकवार पूर्वी यशस्वीरित्या करून दाखवली होती. त्याप्रमाणे मी ते प्रात्यक्षिक प्रेक्षकांना करून दाखवित होतो. सारे काही व्यवस्थित चाललेले होते. मी घोडा भरधाव सोडला. माझा पाठलाग शत्रूचे दोन घोडेस्वार करू लागले. योग्य जागी येताच रिकिबीमधील माझा पाय काढून मी गर्रकन मागे वळलो आणि त्या शत्रूवरती माझे रिव्हॉल्व्हर झाडले. नंतर मला पोलोच्या खेळात भाग घ्यायचा असल्याने त्या खेळाचे बूट पायात घातले होते. खरे म्हणजे या कसरतीसाठी वेगळे खास बूट होते ते मी घालायला हवे होते. त्यामुळे झाले काय की, गोळ्या झाडल्यानंतर पुन्हा तोंड फिरवून मी खोगिरावर नीट बसत असताना माझा पाय रिकिबीतून निसटला आणि मी खाली पडलो. मी रपकन आपटलो. मी पाठीवर एका बाजूला पडलो होतो. मला फार लागले होते. पण त्यावेळी पडताना चाबूक फटकारताना त्याचे टोक जसे झटकन हलते तसे माझे डोके हलले. माझे डोके खाडकन मागे फेकले गेल्यासारखे झाले. मी कठीण जमिनीवरती आपटलो होतो. ताबडतोब मी बेशुद्ध झालो. मी किती वेळ बेशुद्ध होतो ते मला आठवत नाही. मला एवढेच आठवते की नंतर कधी तरी मी डोळे उघडले तेव्हा डॉक्टर माझ्यावर वाकून टक लावून मला बघत होते. ते प्रेक्षकांमध्ये बसून माझे ते प्रात्यक्षिक पहात होते. त्या अपघाताची तीव्रता त्यांनी स्वत: पाहिली होती. मी डोळे उघडल्यावर ते मला म्हणाले, ''वेल?'' त्यांच्या या प्रश्नाला मी उत्तर दिले, ''सर, आय ॲम फाईन. मी उरलेली सारी प्रात्यक्षिके पुरी करेन.'' माझ्या डोळ्यासमोर पोलो खेळातला चेंडू दिसत होता. दुसऱ्या दिवशी सकाळी डॉक्टर मला खूप वेळ तपासत होते. शेवटी त्यांनी मला म्हटले, ''तू आत्ता तरुण आहेस. पण जसजसे तुझे वय वाढत जाईल तसातसा तुझ्या पाठीला त्रास होत जाईल. मी तुला एक सल्ला देतो. येथून पुढे केव्हाही तुझ्या पाठीवर ऑपरेशन करायची वेळ आली तर त्यावेळी तू सरळ नकार दे.'' त्यांचे म्हणणे बरोबर होते. माझी पाठ आता मला त्रास देऊ लागली आहे. कधी कधी तर असह्यपणे ती दुखू लागते. अनेक डॉक्टरांनी मला ऑपरेशनचा

सल्ला दिला होता. पण मी त्या सर्वांना नकार दिला.

मला आता अधिकाधिक बाहेरच्या जगाची जाणीव होऊ लागली होती. भारतात प्रगतीचे वारे वाहू लागले होते, पण इतर देशातही तसेच चाललेले होते. तिबेटमध्ये काही काळ रक्तपात चालला होता. तिथल्या तिबेटी धर्मगुरूंवरती लष्कराने केलेल्या चढाईची छायाचित्रे पाहून भारताला धक्का बसला होता. अन् ही गोष्ट होती सप्टेंबर-ऑक्टोबर १९५१ मधली. दिल्लीतील भारत सरकारमधील खुषमस्क्ऱ्या व बिनडोक लोकांचे चीनच्या पाठिंब्याचे तुणतुणे नेहमीप्रमाणे चाले. पण त्यावरती मोठ्या आवाजातील तीव्र प्रतिक्रिया उमटू लागली. १९५६ मधल्या सुएझ प्रकरणामध्ये ब्रिटन वाकले, हंगेरीची राजधानी ब्युडापेस्टमध्ये सोव्हिएत रशियाने रणगाडे घुसवले, वगैरे गोष्टींनी मी अस्वस्थ झालो. माझ्यासारख्या वाळवंटातून आलेला खेडवळ मुलगा देशाबाहेरच्या या घटनांनी अस्वस्थ होतो म्हणजे त्या घटना नक्कीच दखलपात्र होत्या. पण अशा घटनांवर सर्व तटस्थ राष्ट्रांच्या स्वच्छ व स्पष्ट नैतिक जोर दाखवणाऱ्या चमकदार प्रतिक्रिया भारत सरकारने दाखवायला हव्या होत्या. तशा त्या नव्हत्या. असे भासत होते की, स्वातंत्र्याची आस असणाऱ्या राष्ट्रांच्या महत्त्वाकांक्षेविषयी आपण तटस्थता धारण केली आहे. असे का? मी हा प्रश्न काही अधिकाऱ्यांना आणि ॲकॅडेमीतील प्राध्यापकांना विचारला. ते सुद्धा या प्रश्नावरती गडबडून गेलेले मला स्पष्ट दिसले. पण सर्वांनी आपल्या मनातील खळबळ बाजूला ठेवून गुळमुळीत उत्तर दिले. त्यावरून स्पष्ट कळत होते की नेहरूंच्या विशिष्ट धोरणावर ते काहीही भाष्य करू इच्छित नव्हते. असले काही बोलणे म्हणजे कदाचित आपल्या सुखसोयींमध्ये थोडीशी बाधा येण्याची त्यांना भीती वाटत असावी. पण तेही नेहरूंच्या त्या धोरणांमुळे अस्वस्थ झाले होते. अन् तरीही प्रश्न विचारणाऱ्यांची संख्या देशात वाढत गेली व त्यांचा आवाज मोठा मोठा होत गेला. त्या धोरणाविरुद्धच्या खदखदत्या असंतोषामध्ये मीही सामील झालो.

मी एक प्रशिक्षण घेणारा सैन्यातील जीसी होतो आणि सैन्याच्या राजकारण बंदीच्या नियमांना बांधील होतो. पण तरीही मी माझे मत व्यक्त करीत होतो. "सैन्याच्या गणवेषात राजकारणाने रहाता कामा नये, हे ठीक आहे. पण त्याचा अर्थ मी माझे स्वत:चे राजकीय दृष्टिकोन बाळगू नये असे थोडेचे आहे?" मी माझ्या कंपनी कमांडरला माझे असे उत्तर एकदा दिले. मी त्याला पुढे म्हटले, "शिवाय सर, लडाखमध्ये काय घडते आहे?" मी त्याला एक प्रतिप्रश्न केला. मी आता हिंदी आणि इंग्लीशमध्ये याबद्दल लिहिण्यास सुरुवात केली. पण कागदावरचे ते लिखाण केवळ माझ्या मनाच्या समाधानाकरता होते. मी कागदांवर सारखे खरडत होतो. ते सारे कच्चे लिखाण होते. त्यात कुठेही अनुक्रम नव्हता. मनात आले ते कागदावर

उतरवले. बस्स, इतकेच. हळूहळू माझ्या लक्षात येऊ लागले की आपल्याला असे लिखाण करायला आवडते. आपल्या मनातील अव्यक्त विचार कागदावर योग्य शब्दांच्याद्वारे मूर्त स्वरूप घेऊन प्रगट होण्यात माझ्या अर्धवट दृष्टिकोनांना एक बौद्धिक व तार्किक स्वरूप लाभले आहे, असे माझ्या लक्षात आले. तारुण्यातील किंवा पौगंडावस्थेतील एका मुलाच्या मनातील विचारांचा उद्रेक कोणीही आपल्या नियतकालिकात छापणार नाही, याची मला जाणीव होती. ॲकॅडेमीतील माझे इंग्रजीचे प्राध्यापक एकदा मला एके दिवशी म्हणाले, ''जसवंत, मी तुला एक सल्ला देतो.'' त्यावेळी इंग्रजी विषयाचे तास हे आठवड्यातून फक्त दोन तीनच होते. पण तरीही त्यांचे माझ्याकडे, माझ्या बोलण्याकडे, माझ्या विचारांकडे लक्ष गेले असावे. ते म्हणाले, ''आपले विचार व्यक्त करण्यात तू कमी पडतोस. पण तरीही त्या विचारामध्ये एक कणखरपणा भरलेला आहे. नीट लिहावे, आपले दृष्टिकोन नीट व्यक्त करावेत, आपल्या विश्वासांना आवाज लाभण्याजोगे लिहावे, असे करण्यासाठी कोणीही तुला आदेश देणार नाही हे ध्यानात ठेव. हा विषय पूर्णपणे तुझ्या अखत्यारीतला आहे. तुझा विश्वास, ठामपणा हे किती पक्के आहेत यावर बरेच काही अवलंबून आहे. जर तुझ्या विचारात कमकुवतपणा, ठामपणा, निर्धार, तो विचार पटल्याची खात्री हे कमी पडत असेल, तर लिहिताना तू डळमळीत होशील. मग तुझे काहीही चालणार नाही. जरी तुझे विचार बरोबर असले तरी त्यात तुझ्या मनाचा पक्केपणा नसल्याने तू ते नीट मांडू शकणार नाही. पण एकदा तुझी खात्री पटली, की मग तुझ्या लेखणीतून विचारधारा आपोआप स्त्रवत जातील. त्या लिखाणात जिवंतपणा भरला जाईल. मग त्यावेळी तू जरी लिहायचे नाही असे ठरवलेस तरी तुला ते अशक्य होईल.''

१५ डिसेंबर १९५७ रोजी मी एक कमिशन्ड अधिकारी झालो. आता भारतीय सैन्यात मी 'सेकंड लेफ्टनंट' बनलो होतो. 'सेंट्रल इंडिया हॉर्स' या रेजिमेंटमध्ये जाण्यासाठी मी प्रयत्न केले आणि तिकडे माझी निवडही झाली. माझे वडील, माझे काका ह्यांनी 'पूना हॉर्स' ही रेजिमेंट पूर्वी निवडलेली होती. तेव्हा त्या प्रथेप्रमाणे मीही तीच रेजिमेंट निवडायला हवी होती. त्यातून माझा चुलतभाऊ हनुत हा त्याच रेजिमेंटमध्ये सध्या एका अधिकारपदावर होता. अन् म्हणूनच तर मी तिकडे जाण्याचे नाकारले होते. मला त्याच्याबद्दल कितीही जरी प्रेम वाटत असले तरी माझ्यावर 'बगलबच्चा' असा शिक्का बसून माझ्या स्वत:च्या गुणांकडे दुर्लक्ष केले जाईल, असे मला वाटत होते. जीसीचा अभ्यासक्रम व प्रशिक्षण पुरे करून 'पासिंग आऊट' झाल्याबद्दल माझ्या काय भावना होत्या? एक टप्पा पार पाडल्याच्या सुटकेची भावना, तसेच काहीतरी साध्य केल्याचे खोल समाधान, त्याबद्दल एनडीएमध्ये केलेल्या जल्लोषासारखा कोणताही जल्लोष

परत नाही किंवा आपला वैयक्तिक तोल ढळणे नाही. माझ्या या प्रशिक्षणातील शेवटच्या टर्ममध्ये मी एक अंडर ऑफिसर बनलो होतो आणि पहिल्या दहामध्ये माझा क्रमांक आला होता. माझी त्यावर एवढीच प्रतिक्रिया झाली की, "चला, आपला नंबर पहिल्या दहात आला हे त्यातल्या त्यात थोडेसे बरे झाले." पण ही प्रतिक्रिया तात्पुरती होती, त्या वेळेपुरती होती. कारण एव्हाना किंवा कदाचित नेहमीही असेल, मला स्वत:ला कळून चुकले होते की आपण सैन्यात रहाणार नाही. हे क्षेत्र आपल्यासाठी नाही. जेव्हा मी कमिशन्ड अधिकारी झालो तेव्हा माझे वय फक्त १९ होते. मी जेव्हा जोधपूरला जाऊन वडिलांना भेटलो तेव्हाच त्यांना मी 'कमिशन्ड अधिकारी' झाल्याचे कळवले. कारण आधी कळवण्याइतपत तेवढा आनंद मला झाला नव्हता. माझ्या इथल्या पासिंग आऊट परेडला जर आमच्या नातेवाईकांपैकी कोणी हजर राहिले असते तर मला थोडेसे अवघडल्यासारखे वाटले असते. वडिलांना ती बातमी दिल्यावर ते मला म्हणाले, "ओ! झालास का तू कमिशन्ड ऑफिसर? छान, छान. हे ठीक झाले!" मग त्यांना 'सेंट्रल इंडिया हॉर्स' ह्या रेजिमेंटमध्ये मी दाखल होणार आहे हे सांगितले. त्यावर ते म्हणाले, "सीआयएच रेजिमेंट होय? वेल, वेल. मला एके काळी ती रेजिमेंट ठाऊक झाली होती. पोलो खेळामध्ये तरबेज असलेली ती रेजिमेंट आहे. त्यातले दोघेजण तर माझ्या चांगल्याच परिचयाचे आहेत. तो कोणी एक डॅलरिम्पल म्हणून होता. काय बरे त्याचे पहिले नाव? भलताच धाडसी खेळाडू होता. मला वाटते की तो एकदा ९ पर्यंत पोचला होता."

पोलो खेळामध्ये खेळाडूची गुणवत्ता व दर्जा हा हॅन्डीकॅपमध्ये मोजला जातो. २ ते ० व पुढे १० पर्यंत हे हॅन्डीकॅप मोजले जाते. जेवढा जास्त आकडा खेळाडूला मिळेल तेवढा त्याचा वरचा दर्जा. चार खेळाडूंचा मिळून जो एकूण हॅन्डीकॅपचा आकडा येतो तो टीमचा हॅन्डीकॅप धरला जातो. कमी हॅन्डीकॅप असलेल्या टीमला सामना सुरू व्हायच्या आधी गोलमधला फरक किंवा पॉईंटस् बहाल केले जातात. त्यामुळे सामना सुरू व्हायच्या आधीच स्कोअर चालू होतो. खेळाडूंच्या हॅन्डीकॅपचा दर्जा हा दर वर्षी नॅशनल पोलो असोसिएशनकडून पारखला जातो. माझे वडील त्या कोण्या डॅलरिम्पलबद्दल बोलत होते. तो खेळाडू ९ हॅन्डीकॅप इतक्या वरच्या दर्जाला पोचला होता. मग ते पुढे म्हणाले, "अन् हो, तो एक अलेक्झांडर होता. जेफ अलेक्झांडर. त्याने तर एकदा चेंडू इतका दूर उडवला होता की जेफ... तुला केव्हा त्या रेजिमेंटला रिपोर्ट करायचा आहे?" मग काही क्षण थांबून ते थोडेसे हळहळत म्हणाले, "पण तू पूना हॉर्स रेजिमेंटमध्ये जात नाहीस हे काही मला बरे वाटत नाही."

"ते दिल्लीचे काम विसरू नकोस."

मी जसोलमध्ये माझे आजोबा जोरावर सिंगजी यांना भेटायला गेलो. अस्ताव्यस्त पसरलेल्या त्या वास्तूमधील मोठे तबेले आता रिकामे होते. तशी काही जनावरे तिथे होती खरी, पण जनावरांबद्दलचा उत्साह आता पार लयाला गेला होता. जी जनावरे होती त्यांची अवस्था दयनीय होती. त्या वास्तूत आता फार थोडी माणसे रहात होती. तिथली नेहमीची धांदल संपलेली होती. त्यामुळे तिथे एक चमत्कारिक स्तब्धता अवतरली होती. तिथल्या पोकळ शांततेत भूतकाळाचे प्रतिध्वनी ऐकू येत होते. मला ते सारे पाहून भडभडून आले. मी ताबडतोब वरच्या मजल्यावर जाऊन आजोबांना भेटलो. पण मी खूप उदास झालो होतो! थंडी वाजत असल्याने ते उन्हाच्या एका कवडशामध्ये बसले होते. आपले हातपाय गोळा करून तिथे खचल्यासारखे बसले होते. त्यांनी अंगामध्ये एक फुल्गार चढवला होता. (फुल्गार हा शब्द 'फैजूर' चा अपभ्रंश आहे.) दोन सुती कापडामध्ये लोकरीचे कापड हाताने शिवून पक्के केलेले असते. राजस्थानच्या अंतर्भागात आणि पूर्व पंजाबात याचे कपडे करून घातले जातात. सूर्य मावळल्यानंतर कडाक्याच्या थंडीत हे कापड खूप उब देते. याच कापडापासून 'दुग्ली' नावाचा एक पोशाख बनवला जातो.

उन्हात बसलेल्या माझ्या त्या आजोबांना पाहून मला मनातून खूप भरून आले. केस कापलेल्या आपल्या डोक्यावर त्यांनी ते नेहमीचे मुंडासे चढवलेले नव्हते. पण डोक्याला घट्ट बसणारी तंग अशी टोपी त्यांनी बनवून घेतली होती, ती त्यांनी चढवली होती. त्या टोपीला दोन्ही बाजूने कान झाकण्यासाठी दोन झापडेही लावली होती. थंडीशी ते जमेल तेवढा सामना करीत होते. आम्ही मग इकडच्या तिकडच्या गोष्टी केल्या. नुकत्याच झालेल्या निवडणुकांबद्दल बोललो. पाकिस्तानातील सिंध प्रांतात काय काय बदल होत चालले आहेत त्यावर आम्ही थोडीशी चर्चा केली.

एकदम त्यांनी मला विचारले, "तू दिल्लीला कधी जाणार आहेस?"

मी त्यांना सांगितले की मला माझ्या रेजिमेंटमध्ये जाताना वाटेत दिल्ली लागणार आहे.

थोड्या वेळाने मी जेव्हा जाण्यासाठी उठलो तेव्हा ते मला म्हणाले, "जेव्हा तू दिल्लीला जाशील तेव्हा मला कळव." मग मला ते आठवले. एकदम आठवले. पूर्वी आजोबांचा निरोप घेताना त्यांनी मला जे म्हटले होते ते आता आठवले. त्याला उत्तर देण्यासाठी मी योग्य ते शब्द शोधण्यासाठी मनात चाचपडू लागलो.

त्यांनी कंटाळून एक स्मित केले व ते म्हणाले, "*तू शेवटी दिल्लीला पोचणार आहेस.* मला ठाऊक आहे ते. फक्त तू तिथे जायला फार उशीर होऊ

नये एवढीच मी आशा करतो."

रेजिमेंटमध्ये दाखल होण्यापूर्वी मला मिळालेली रजा खूप कमी दिवसांची होती. पण त्याआधी मला खुरी गावातल्या आजोळी जाणे भाग होते. मी तिथे गेल्यावर मला कळून चुकले की आपण येथे आलो ते किती योग्य केले. तिथले माझे बालपणाचे, भूतकाळातले जग अद्यापही जसेच्या तसे होते. त्यात जरासाही बदल झाला नव्हता. माझे आजोबा, आईचे वडील, मूळसिंगजी हे अजूनही तसेच होते. त्यांचा रांगडा व आनंदी स्वभाव तसाच होता. अजूनही ते घोड्यावर बसून जात. घरी बसून त्या भागातला न्यायनिवाडा करीत. पण त्यांचा उत्साह हा थोडासा कोमेजून गेला होता. त्यांची ती भव्य शरीरयष्टीही किंचित खंगल्यासारखी वाटत होती. ते पूर्वीसारखे ताठपणे चालत नव्हते की वागत नव्हते. मी गेलो तेव्हा ते एका तात्पुरत्या मांडवाखाली बसले होते. चरख्यासारख्या यंत्रावर बकरीचे केस आणि उंटाचे केस यांच्यापासून एक धागा ते कातीत होते. त्या धाग्यापासून बनवलेले कापड हे पुढे आमच्या आरामदायी जीवनाचा व दैनंदिन जीवनाचाही एक भाग बनले होते.

त्यांनी कोठल्याही भावनेच्या आहारी न जाता माझे स्वागत केले व मला त्यांनी त्यांच्याजवळ बसायला सांगितले. मग ते म्हणाले, "परत लवकर भेटायला ये. माझा हा देह आता फार काळ टिकणार नाही."

यावर मी व्यक्त केलेला निषेध त्यांनी हाताने झटकून टाकल्यासारखे केले.

ते पुढे म्हणाले, "तुला हे पटणार नाही किंवा तू ते मान्य करणार नाहीस. पण परिस्थितीत काहीतरी बदल होतो आहे. तो बदल वेगाने होतो आहे. माझे शब्द लक्षात ठेव. *खुरी गावाचे नाव हे तुझ्यामुळे लोक ओळखू लागतील.* बघशील तू."

माझ्या दोन्ही आजोबांना मी नंतर भेटत गेलो, पण फक्त वर्षातून एकदाच.

जसोलमधले माझे आजोबा, म्हणजे वडिलांचे वडील, यांना जेव्हा नंतर दोन वर्षांनी मी भेटलो तेव्हा त्यांना वाजणाऱ्या थंडीबद्दल ते तक्रार करीत होते. "अलीकडे थंडी फार पडते रे," ते कुरकुरत होते. त्यांचा खोकलाही वाढला होता. ते पुढे म्हणाले, "हा खोकला म्हणजे यमराजाने आपण येत असल्याची ललकारी दिलेली आहे. म्हणून मी या आमच्या मूर्ख लोकांना सांगतो की, 'आता हुक्का ओढू नका' असे मला कशाला सांगता? आताच का सांगता? तो ओढणे थांबवल्याने मला अशी कितीशी जादा वर्षे जगायला मिळतील? पण तरी ते ऐकत नाहीत." थोडा वेळ ते थांबले व पुढे म्हणाले, "बाहेर जाऊन तू त्या भटतितर पक्ष्यांची शिकार करून आण. कवडा मिळाला तर तोही आण. ते खाऊन खूप दिवस झाले आहेत. माझ्या जिभेला आता सारखी त्या चवीची आठवण येते आहे."

मग मी त्यांच्यासाठी शिकार करून पिशवीभर ते पक्षी आणले. ते त्यांना दाखवले.

त्यांनी त्याकडे पाहिले, मग मान वर करून माझ्याकडे पाहिले. कारण ते खाली बसले होते व मी उभा होता. एक विचित्र हास्य करीत ते म्हणाले, “जसू, तू कधीही बदलणार नाहीस. मला वाटले त्यापेक्षाही तू चिवट निघाला आहेस. अरे, मी आता खूप म्हातारा झालो आहे रे! हे सारे भटतितर आणि तो कवडा मी कसा खाणार रे आता? या आपल्या वाड्यात ह्या लोकांनाच ते सारे खायला दे!”

तिथेच जवळ घरातला आचारी उभा होता. त्याने ती पिशवी मुकाट्याने उचलली व तो निघून गेला. निघताना मी जेव्हा त्यांचा निरोप घ्यायला गेलो, तेव्हा त्यांनी मला आठवण करून देत म्हटले, *“ते दिल्लीचे काम विसरू नकोस!”*

त्यानंतर माझी व त्यांची कधीच भेट झाली नाही.

माझे खुरी गावातील आजोबा मी पोचलो तेव्हा खूपच आजारी पडले होते. त्यांचा देह पार आक्रसून गेला होता. त्यांना अन्न खाणे मुश्कील झाले होते. त्यामुळे ते एवढे अशक्त झाले होते की त्यांना जैसलमीरमधल्या डॉक्टरांकडेही जाता येणे अशक्य झाले होते. मला त्यांनी विचारले, “तू आता किती दिवस इथे रहाणार आहेस?”

मी त्यावर म्हणालो, “निदान तीनचार दिवस तरी मी येथे आहे.”

त्यावर त्यांना लगेच हायसे वाटले. ते म्हणाले, “छान! आता जसू तू माझ्यासाठी एक काम कर. माझी पोरे ही सारी भावनाशील आहेत, मूर्ख आहेत. अजूनही ते माझ्यावर उपचार करण्यासाठी धडपडत आहेत. तेव्हा तू असे कर, काही माणसे व उंट बरोबर घे. आजूबाजूला जा आणि इतका लाकूडफाटा गोळा करून आण की माझा देह चितेमध्ये पूर्णपणे जळून जाईल. आता फार वेळ उरला नाही रे. यमाच्या रेड्याच्या पावलांचा दाणदाण आवाज मला ऐकू येतो आहे!”

त्यांनी सांगितल्याप्रमाणे मी तो लाकूडफाटा गोळा केला. वाळवंटी भागात लाकूड मिळणे फार दुरापास्त असते. माझ्या आजोबांना त्याची काळजी लागून राहिली होती. ऐन वेळी तेवढी लाकडे मिळाली नाहीत तर? अन् आपली पोरे आपल्याला जगवण्यासाठी धडपडत असल्याने आधीपासून लाकडे गोळा करून ठेवीत नाहीत. पण बऱ्यापैकी लाकडे जमली. पाठीवर लाकडाचा भारा घेतलेले एकेक उंट येताना पाहून त्यांचे डोळे निवले. त्यांची एक काळजी दूर झाली. त्यामुळे मला निरोप देताना त्यांनी मोठ्या समाधानाने तो दिला.

त्यानंतर सुमारे महिन्याभराने त्यांचे देहावसान झाले. माझ्या आयुष्याला जखडणाऱ्या काही शृंखला गळून पडल्या. माझे स्वत्व आणि मुळे उखडली गेली, असे मला वाटले. माझ्या जाणीवा व माझे बंध एकदम संपून गेले. आपल्या आयुष्यातील काहीतरी एखादे मोठे दार फटकन बंद झाले, असे मला जाणवले.

कमिशन्ड अधिकारी म्हणून मी सैन्यात नऊ वर्षे नोकरी केली. १५ डिसेंबर १९५७ ते २२ नोव्हेंबर १९६६ हा माझ्या सेवेचा काळ होता. त्याबद्दल मी येथे लिहित नाही. त्यासाठी ही जागा नाही. मी ज्या कालखंडात सैन्यात दाखल झालो त्या काळाला उद्देशून मी Golden age of cantonment soldiering in India असे म्हणत असे. एके काळी ज्या घोडदळ सैन्याने जी अफलातून कामगिरी परीकथेतल्याप्रमाणे करून दाखवली होती. म्हणून त्याच्या आकर्षणापायी आम्ही सैन्यात गेलो. घोडदळाच्या वैशिष्ट्याबद्दल आम्हाला सांगितले गेले होते : "सर, घोडदळामुळे रणांगणावरील युद्धाला रंग चढतो आणि रंग बदलतो. नाहीतर घोडदळाच्या युद्धभूमीवरील हालचालींचा उल्लेख 'आपापसात तंटा, बखेडा, भांडणे करण्याजोगी हालचाल' असा केला जायचा." "अन् ऑफिसर्स, हे लक्षात ठेवा की युद्धात तुम्हाला नेतृत्व करायचे आहे. तुमच्या माणसांना इन्स्पेक्शन, परेड अशा कामाच्या निरर्थक गोष्टींच्या दलदलीत गुंतवून ठेवायचे नाही..." प्रशिक्षणातील ती वाक्ये मला अजून आठवतात.

वाटेल ते करून युद्धभूमीकडे पोचणे, हे अधिकाऱ्यांचे कर्तव्य एवढे मनावर बिंबवलेले असते की या संदर्भात एक कथा सांगितली जाते : झांशी रेल्वे स्टेशनवर एका लष्करी अधिकाऱ्याची गाडी चुकली. मग तो स्टेशन मास्तरकडे गेला व तावातावाने भांडू लागला. त्या गोंधळलेल्या व हताश झालेल्या स्टेशनमास्तरला तो आपल्या गिरमिटाच्या यंत्रासारख्या आवाजात म्हणाला, "दिल्लीची गाडी गेली? अशी कशी गेली? ती निघून जाते याचा अर्थ काय? ताबडतोब दुसरी आगगाडी आणा. जा, आत्ताच निघा आणि लगेच ती घेऊन या."

माझ्या लवकरच लक्षात आले की, सैन्यदलाबद्दलची ही एक फसवी प्रतिमा निर्माण झाली आहे. ती पोकळ आहे. व्यंगचित्रे व विनोद यात ती एक वेळ शोभून दिसेल. त्याऐवजी सैन्याचे वास्तवतेशी नाते जोडले गेले पाहिजे. मी माझ्या वरिष्ठांची भेट मागितली व त्यांना मी राजीनामा देण्याची परवानगी मागितली. प्रशिक्षण संपल्यावर अजून मी कशीबशी दोन वर्षे सेवेत काढू शकत होतो. आता माझे २१ वय हे पूर्ण झाले होते.

तो आनंदी व सुखी कर्नल-कमांडंट मला विचारीत होता, "पण का?" लहान-सहान घटना मनोरंजक रीतीने रंगवून सांगण्याची त्या कर्नल-कमांडंटची हातोटी होती. त्याला मी राजीनामा देण्याचे कोणतेही संयुक्तिक कारण सापडत नव्हते, की मी ते सांगितल्यावर त्याचे नीट आकलन होत नव्हते.

मी म्हणालो, "सर, मला लिखाण करायचे आहे. त्यासाठी मी राजीनामा देतो आहे. लिखाण करण्यासाठी मला निवांत वेळेची जरूरी आहे. अन् येथे तर माझा वेळ वाया जात आहे." आश्चर्यचकित होत त्याने मला विचारले,

"आता तुझे काय वय आहे?"

"एकवीस, सर."

"एकवीस! मग तर तू वेडा आहेस असेच म्हटले पाहिजे. जास्तीत जास्त आराम व सुख कोठे असेल तर ते येथे सैन्यात आहे. बाहेर नाही. माझ्याकडे बघ... मी जे काही मागतो ते येथे मला प्राप्त होते. शिवाय ते इतके मिळते की त्याचे काय करावे ते मला समजत नाही."

माझे म्हणणे त्याला पटविण्यात मला यश आले नाही. पण राजीनाम्याच्या निश्चयापासून मी अजिबात ढळलो नाही. पुढे सात वर्षांनी मी राजीनामा दिला व बाहेर पडलो. सैन्यात असताना मी अनेक अशक्यप्राय वाटणाऱ्या मोहिमांमध्ये झटकन सामील झालो होतो. हिमालय भागात टेहळणी करण्यासाठी अनेक अवघड मोहिमांमध्ये हुकूमांनुसार सामील झालो होतो. हे सारे मी कशासाठी केले? मला बाहेरचे जग पहायचे होते, नवीन अनुभव घ्यायचा होता, माझ्या जाणीवांचा मला विस्तार करायचा होता. हिमालयातील डोंगराळ भागातील मोहिमा दीर्घकाळ चालणाऱ्या होत्या. पण त्यामुळे तिथले अप्रतिम निसर्गसौंदर्य मला पहाता आले, टिपता आले. तिथे भरून राहिलेली नीरव शांतता तर सतत माझ्या सोबतीला होती. वर्तमानपत्रातील मथळे किंचाळून सांगत होते, "चिनी सैन्याने भारतीय सरहद्द ओलांडली." मला नीट आठवत असेल तर, चोवीस तासात नेहरूंनी "त्यांना आपल्या हद्दीबाहेर फेकून द्या" असा हुकूमनामा काढला होता. ते वर्ष १९६२ हे होते. आमच्या रेजिमेंटला ईशान्येकडे कूच करण्याचा हुकूम दिला गेला. आमच्या रेजिमेंटच्या सर्वात पुढच्या तुकडीचे नेतृत्व माझ्याकडे दिले गेले. पण तिथे पोचल्यावर काय करायचे, किंवा मी कोणती भूमिका घ्यायची, नक्की काय काम करायचे याबद्दल मला काहीही सांगण्यात आले नाही. मला मिळालेल्या आदेशानुसार 'अशा अशा ठिकाणी धुब्री नावाच्या ठिकाणासमोर रणगाडे घेऊन लवकरात लवकर दाखल व्हावे' एवढेच सांगितले गेले होते. मला ब्रह्मपुत्रा नदी पार करून जायची होती. तिला पूर आलेला होता व समुद्रासारखे तिचे पाणी खवळलेले होते. समोरचा तीर धुक्यात दिसत नव्हता. तरीही तराफ्यांवरती मी रणगाडे चढवले. स्वतंत्र भारताच्या सैन्याची ही पहिली मोठी हालचाल होती.

बाकी सारा इतिहास आहे. त्यात आठवणी येतात, विचार येतात व मतेही पाठोपाठ येतात. १९६२ हे वर्ष खरोखरीच जबरदस्त धक्कादायक होते. सुन्न करून टाकणारे होते. त्याचा माझ्या मनावरती एक खोलवर ठसा उमटला आहे. एवढा खोल आहे की तो ठसा पुसून काढणे हे मला आजही अशक्य आहे. नंतर पाकिस्तानशी आपली कच्छमध्ये चकमक उडाली. त्यावेळी आमची रेजिमेंट ही पंजाबमधील फाजिल्का येथे गेली होती. मग १९६५ मध्ये पाकिस्तानने 'ऑपरेशन

जिब्राल्टर' या नावाने भारतावर चढाईची मोहीम केली. त्या वेळीही पुन्हा आमची रेजिमेंट पाकिस्तानात गेली होती. नंतर युद्धबंदी झाली. त्याचाही आता एक ठराविक साचा झाला होता. परंतु १९६५मध्ये झालेल्या भारत-पाक युद्धानंतर जो समेट झाला त्या ताश्कंद कराराबद्दल माझी काही खास व अधिक गंभीर मते आहेत.

१९६६ मध्ये मी राजीनामा देऊन सैन्यातून बाहेर पडलो. राजीनामा देण्याची कारणे विचारल्यावर मी ''राजकारणात भाग घेण्यासाठी'' असे स्वच्छ शब्दात सांगितले. मी पेन्शनसाठी नियमात बसत नसल्याने मला पेन्शन नाही. अर्थात मला ते नको होते. तसेच, मला कोणतेही 'टर्मिनल बेनिफिट' या नावाखाली फायदे मिळू शकले नाहीत. सैन्यात माझी नोकरी झाली, हाच माझा मोठा फायदा आहे. सैन्याने मला जे शिकवले, जो अनुभव दिला तेच माझे अमूल्य पेन्शन आहे.

मी हा असा घडवला गेलो आहे, वाढलो आहे. विविध क्षेत्रातले अनुभव मी गाठीशी बांधले आहेत. अनभिज्ञ, भाबड्या व अजाण माणसाचा जसा उत्साह असतो तसा माझ्याकडे आहे. माझ्या खांद्यावर अनेक फाजील आत्मविश्वासांचा भार आहे. मी शेवटी भारतीय सार्वजनिक क्षेत्रात शिरलो. पुढची चौदा वर्षे मी धडपड केली अन् पुन्हा तीही एकट्याने केली. नंतर माझा दिल्लीत प्रवेश झाला. त्यावेळी मी माझ्या डायरीत लिहून ठेवले आहे :

> *आता मागे वळून पहाता असे वाटते की जे काही घडले ते सारे अपरिहार्य होते. अखेर मी येथे येऊन पोचलो आहे. येथे येणे हे इतके नैसर्गिक आहे, स्वाभाविक आहे की, जणू काही मी येथे पूर्वीपासून होतो असे मला भासते आहे. इथल्या सभोवतालच्या परिस्थितीत व परिसरात मला एवढे तणावमुक्त वाटते आहे की नैसर्गिकरित्या मी येथलाच असलो पाहिजे. माझे खरे स्थान हेच आहे, माझा खरा पेशा येथेच आहे. यासाठीच मी आत्तापर्यंत धडपड करीत आलो होतो आणि माझे सारे जीवन घडवित आलो.*

नवीन आव्हानांना सामोरे जाण्यासाठी मी आता तयार झालो होतो. माझे आजोबा रावळ जोरावर सिंगजी यांच्या दिल्लीच्या 'देहलीज' वरती (उंबरठ्यावरती) येऊन मी उभा राहिलो आहे. अजून मला दिल्लीत आत पोचायला खूप प्रयत्न करायचे आहेत.

◆

दोन

त्याच कुशीतून जन्मलेले पाकिस्तान

पाकिस्तानचा जन्म

पाकिस्तानच्या मागची संकल्पना, त्या राष्ट्राचा जन्म, तो जन्म कसा व का झाला, एका पुरातन भूप्रदेशापासून नवीन देशाचा उदय होताना वेदना व दुःखे यांचा महापूर कसा आला इत्यादि वर्णनांनी भरलेली अनेक पुस्तके आजमितीस पुस्तकांच्या फडताळांमध्ये पडून आहेत. या विषयाच्या बाबतीत आता अधिक काही विश्लेषण करण्यास जागा उरली नाही. पण 'फाळणी' हा शब्द आमच्या संवेदनशीलतेवर, अनेक पिढ्यांच्या स्मृतीपटलांवर खूप खोलवर ठसा उमटवून राहिलेला आहे. फाळणी व पाकिस्तान यांचे जेव्हा अस्तित्व निर्माण झाले तेव्हा मी खूप लहान होतो. पण तरीही माझ्यासुद्धा स्मृतीपटलावर त्यांचा खोल ठसा उमटला गेला आहे. या भारतीय उपखंडात रहाणाऱ्या आपणा सर्वांना विसाव्या शतकाच्या उत्तरार्धात 'फाळणी' शब्दाचा अर्थ स्पष्टपणे सांगणारी ती घटना आहे. 'पाकिस्तान' ह्या शब्दाचे स्वरुप प्रत्यक्षात उतरायच्या आधी आमच्या मनाच्या जाणीवेत जसोलमध्ये आणि खुरीमध्ये तो फारसा स्वीकारला गेला नव्हता. सिंधमधील 'थर' आणि 'नगर पारकर' हे जिल्हे आम्हाला सर्वार्थाने जवळचे होते. सांस्कृतिकदृष्ट्या, भाषेच्या दृष्टीने, सामाजिक चालीरीतींच्या दृष्टीने, परंपरांना चिकटून रहाण्याच्या दृष्टीने, विवाह व नातेसंबंध यांच्या दृष्टीने ते आम्हाला जवळचे होते. तसेच ते अजमेर व पूर्वेकडचे जयपूर ह्या गावांशीही याच अर्थाने जवळचे होते. शिवाय त्या जिल्ह्यांमधील मुस्लिमांचा अनुल्लेख करता येणार नाही, किंवा त्यांना या संदर्भात वगळूनही चालता येणार नाही. ते आमच्याबरोबर रहात होते आणि आम्ही त्यांच्याबरोबर रहात होतो. गेली अनेक शतके या प्रमुख भूमीत दोन्ही जमाती एकत्र नांदत होत्या. अन् या भूमीमधून पश्चिमेकडच्या आक्रमकांचा हिंदुस्थानवर आक्रमण करण्यासाठी येण्याचा मार्ग होता. पण कदाचित त्या कारणासाठी असेल किंवा कदाचित अनेक शतके एकमेकांची ताकद जोखण्यासाठी

केलेल्या चकमकी असतील, तलवारींना तलवारी भिडल्या असतील, जेव्हा जेव्हा आव्हान दिले गेले असताना एकमेकांविरुद्ध ते दंड थोपटून उभे राहिले असतील, याही कारणांसाठी मुस्लिमांचा उल्लेख हा अपरिहार्य ठरतो. अन् एकमेकांना सामावून धरण्याच्या गरजेतून एक जीवनपद्धती उत्क्रांत होत गेली. त्या जीवनपद्धतीत दोन्ही जमाती एकत्र नांदल्या, अगदी आपापल्या दुःखांसह!

तिथे आमच्या भागाभोवती सिंधमधील 'हूर' नावाच्या गुन्हेगार टोळ्या होत्या. त्यांच्या जमातीचा धार्मिक प्रमुख हा 'पगारोचा पीरसाहेब' हा होता. 'पीर पगारो' हे एक बिरुद आहे व ते सिंधमधील मुस्लिम हूर जमातीमधील सुफी पंथियांपैकी महत्त्वाच्या व्यक्तीला दिले जाते. पीर हा एक पर्शियन शब्द आहे. (सुफी पंथामधल्या उपदेशकाला उद्देशून तो वापरतात.) तर या पीर पगारोने सुरुवातीच्या काळात ब्रिटिशांविरुद्ध बंडाचे निशाण उभारले होते. नंतर ब्रिटिशांच्या सूड घेण्याच्या साम्राज्यशाही वृत्तीपासून त्याने पळ काढला आणि त्याने पश्चिम राजस्थानमध्ये येऊन आमच्या भागात आश्रय घेतला. ती हूर माणसे अचानक छापा घालून लुटायची व कधी कधी बायकांनाही पळवून न्यायची. पण आमच्या भागात मात्र त्यांनी तसे काहीही केले नाही. यासाठी ती जसोलच्या बाजूला चुकूनही फिरकली नाहीत. पाकिस्तानच्या निर्मितीनंतर त्यांनी खुरी गावाच्या जवळ कुठेतरी असाच एक छापा घालून लूटमार केली होती. माझ्या आजोबांच्या (आईच्या वडिलांच्या) निवांत स्थानाजवळ असे काही घडल्याने त्यांनी ताबडतोब प्रतिहल्ला चढवणारे 'कमांडो' पथक तयार केले. (हा 'कमांडो' शब्द बोअर युद्धात जन्म पावलेला आहे.) ते पथक घेऊन आमचे आजोबा लूटमार करणाऱ्या टोळीच्या म्होरक्याचा माग काढीत पाकिस्तानात गेले. दक्षिण सिंधमध्ये ते खूप खोलवर आत घुसले. शेवटी त्यांनी त्या म्होरक्याला धरलेच. त्याने शरण येऊन आपल्याजवळील सारा लुटलेला माल परत केलाच व वरती "आपली ती तरुणपणातील भूल होती, आवेशात येऊन केलेली चूक होती व अज्ञानामुळे हातून घडलेला मूर्खपणा होता," असेही कबूल केले. मग आजोबांनी त्याला माफ केले व त्याच्या जागेतच रात्री त्या वाळूच्या टेकड्यांमध्ये आपला मुक्काम बराच वेळ ठोकला. त्यांची माणसे व उंट यांना त्यावेळी विश्रांतीची गरज होती. रात्रीच्या अंधारात त्यांना पाकिस्तानी सरकारच्या सैनिकांनी वेढा देऊन पकडले. माझे आजोबा आयुष्यात प्रथमच कैदी झाले होते! त्या बातमीने आम्हा सर्वांना संताप आला होता. आम्हा मुलांनाही खूप राग आला होता. आम्हा सर्वांचे रक्त तापून ते डोक्यात चढले होते व आम्ही रागाने आंधळे झालो होतो. यानंतर वर्षभर आमच्याकडून पाकिस्तानातील सिंधमध्ये प्रतिकारात्मक हल्ले सतत चढवले जात होते. त्यासाठी सर्व भारतीय व पाकिस्तानी कायदे धुडकावून लावले जात होते.

आजोबांच्या अटकेची बातमी सिंधच्या थर व नगर पारकर जिल्ह्यात वेगाने पसरली. सर्वत्र एकच निषेधाचे आवाज उमटू लागले. "तुम्ही खुरीच्या मूळजींना कैदी बनवू शकत नाही. पूर्वी असे कधीही झाले नव्हते." तिथली जनता अशा मागण्या करीत सरकारदरबारी धरणे धरू लागली. तिकडच्या भागातील नातेवाईक आणि प्रतिष्ठित मंडळी, जे आता पाकिस्तानचे नागरिक होते, कराची व रावळपिंडी येथे धावली. सरकारला निर्वाणीचे खलिते देऊ लागली. सिंध प्रांताचा सारा मूड बिघडून गेला. पाकिस्तान सरकारला परिस्थितीचे भान आले आणि त्यांनी माझ्या आजोबांची सन्मानाने सुटका केली. त्यांना योग्य तो राजनैतिक मान व संरक्षण देऊन भारतात पाठवले. मी येथे हे उदाहरण का सांगतो आहे, कारण इथल्या जुन्या भारताच्या अखंड भागात देशाच्या फाळणीची इच्छा इथल्या जनतेने कधीही धरली नव्हती. आम्ही जिथे होतो तिथे समाधानी होतो. दूरवर कोणातरी मूठभर लोकांना राजकीय सोयीसाठी देशाची फाळणी व्हावी अशी जी इच्छा होती, त्याच्याशी आमचा काहीही संबंध नव्हता. इथल्या अशा वातावरणामुळे आम्हाला पाकिस्तान निर्मितीची मागणी सुरुवातीला समजू शकली नाही. जरी इथल्या अनेकांचे नातेवाईक सिंधमध्ये होते तरी कोणीही आपापल्या रहाण्याच्या जागा सोडून स्थलांतर केले नाही. 'जातीय दंगली?' आमच्या भागात असली घाणेरडी कृती कधीच झाली नाही. जसोलमधले माझे आजोबा नवल करीत मोठ्या चिंतेने म्हणायचे, "आपल्या देशाचा एक मोठा तुकडा तोडून पाकिस्तान का निर्माण केले? तिथे विकासाची संधी कमी असणार. अन् तसा विकास भारतात राहूनही करता येत होता ना?" मृत्यू येईपर्यंत, आपल्या अखेरच्या दिवसापर्यंत ते हा प्रश्न विचारीत होते. आपल्याला पडलेल्या कोड्यासाठी खुलासा मागत होते. पण कोणीही त्यांना उत्तर देऊ शकले नाही की त्यांचे समाधान करू शकले नाही.

१५ ऑगस्ट १९४७, अजमेरच्या मेयो कॉलेजमधील सकाळ

त्यावेळी अजमेरमध्ये पाऊस पडत होता. आम्ही सर्व विद्यार्थ्यांनी आपापले फेटे बांधले आणि शाळेच्या मुख्य इमारतीसमोर एकत्र जमलो. तिथेच झेंडा उभारण्यासाठी एक खांब होता. प्रिन्सिपॉल मॅक्कॅनलिस यांनी ब्रिटिशांचे युनियन जॅक निशाण अखेर खाली उतरविले आणि भारताचा तिरंगी झेंडा प्रथम उभारला. त्यानंतर लगोलग प्रिन्सिपॉलनी आवराआवर करून भारत देश सोडला. मला सहवास मिळालेले ते पहिले इंग्रज गृहस्थ होते. (पण ते खरोखरीचे इंग्रज नव्हते. त्यांच्या नावावरून मात्र तसे वाटत होते.) तिरंगी ध्वज उभारला गेल्यानंतर आम्ही सर्वजण एकत्रितपणे 'जयहिंद' असे ओरडून म्हटले. समारंभ संपल्यावर आम्ही आपापल्या घरी निघून

गेलो. कारण त्या दिवशी सुट्टी जाहीर करण्यात आली होती.

कोणीतरी म्हटले की, "आपण आता स्वतंत्र झालो." त्यावर मी विचारले, "कशापासून स्वतंत्र झालो? मी तर प्रथमपासून स्वतंत्र होतो. जसोलमध्ये स्वतंत्र होतो व खुरीमध्येही स्वतंत्र होतो. आम्ही नेहमीच स्वतंत्र होतो. आम्ही कोणाचीही गुलामगिरी केली नाही की चाकरी केली नाही." त्यावेळी मला कळून चुकले की ती 'ब्रिटिश इंडिया' ही भानगड आपल्याला इतके दिवस कधी कळलीच नव्हती. ज्या अजमेर गावात आमची शाळा होती ते ब्रिटिश इंडियात होते. पण तसे जवळच्या जोधपूरमध्ये नव्हते.

दुसऱ्या दिवशी सकाळी मी जागा झालो तेव्हा दोन शिपाई आम्हा विद्यार्थ्यांच्या रहाण्याच्या हॉलमध्ये आले होते. "ते कोण आहेत? इथे का आले आहेत?" असे प्रश्न मग सहाजिकच विचारले जाऊ लागले. माझे दोन वर्गबंधू हे माझ्या बिछान्या-शेजारीच असायचे. पूर्व भारतातल्या कोणत्यातरी संस्थानांचे ते राजपुत्र होते. या दोन्ही विद्यार्थ्यांपाशी एकेक शिपाई जाऊन उभा राहिला होता. हॉलच्या दरवाज्यापाशीही काही शिपाई उभे राहून पहारा देत होते. हा काय प्रकार आहे, अशी मी सतत चौकशी करीत होतो. शेवटी आमची जी हाऊस मिस्ट्रेस होती तिच्याकडून मला उत्तर मिळाले. तिचे नाव मिसेस लाल असे होते. तिने एक फॉक्स-टेरियर कुत्रा बाळगला होता हेही मला अजून आठवते आहे. तो छोटा कुत्रा त्याच्यापाशी बेसावधपणे आलेल्या मुलांच्या पोटऱ्यांचा चावा घेत असे. त्या बाईने मला उत्तर दिले की, "शहरात हिंदू-मुसलमान यांचे दंगे चालू झाले आहेत." मी सारखा अनेक प्रश्न विचारीत होतो. पण त्या प्रश्नांना फक्त एकच उत्तर दिले जायचे. ते म्हणजे, "कारण पाकिस्तान निर्माण झाले आहे आणि आता मुसलमानांना तिकडे जावे लागणार आहे." हे ऐकून मी कोड्यात पडे. त्यानंतरही कितीतरी दिवस मला ते कोडे उलगडले नव्हते. ज्या जसोल भागातून मी आलो होतो तिथे असे हिंदू-मुस्लिम दंगे झाले नाहीत. कोणीही स्थलांतर केले नाही. देशाच्या एका भागात घडलेल्या घटनेचे दुष्परिणाम हे सर्व भागावर होत नाहीत.

त्या दिवशी सकाळी मी आयुष्यात प्रथमच 'जातीय दंगा' पाहिला. त्यानंतर हिंदू-मुस्लिम भांडणासाठी सतत हा शब्दप्रयोग सोयिस्कररित्या वापरला जाऊ लागला. कोणीतरी एकदम ओरडून म्हणू लागले, "धूर धूर!" मग विचार न करता आम्ही तरुण पोरे बेसावधपणे व अजाणतेपणे धूर कुठे आहे ते पहाण्यासाठी धावलो. पण आम्हाला धूर कुठे दिसला नाही. मग नीट दिसण्यासाठी आम्हा काहीजणांचा गट छपरावर चढला. तिथून आम्हाला शेवटी दिसू शकले. शाळेभोवती काटेरी तारांचे एक कुंपण होते. त्या पलीकडे एक चौकोनी दुमजली इमारत उभी होती. त्यातून धुराचे लोट बाहेर उसळत होते. माझ्या मनावर ते दृश्य एवढे पक्के

ठसले आहे की ते कधीही पुसले गेले नाही. अजूनही मी ते दृश्य समोर पहातो आहे, एवढे ते नीट माझ्या नजरेसमोर उभे रहाते. त्या जळणाऱ्या घराभोवती गर्दी गोळा झाली होती. त्या गर्दीने संपूर्ण घराला वेढा दिला होता. परंतु इतक्या दूरवरून तिथे नेमके काय चालले आहे ते मला समजेना. तिथला तपशील कळेना. नक्की कोणती माणसे आहेत तेही समजेना. त्या इमारतीमधून धुराचे लोट बाहेर टाकले जात होते. सभोवतालची गर्दी आरोळ्या ठोकीत होती. त्या जळणाऱ्या वास्तूवरती किंचाळत दगड फेकून मारीत होती. ती निर्जीव इमारत शांतपणे आपले दुःख सहन करीत रडते आहे असे मला वाटले. मदतीऐवजी तिच्यावर दगड फेकले जात होते. मी सारखा ओरडून म्हणू लागलो, "अरे, कोणीतरी तिथे मदत का पाठवीत नाही?" शेवटी कुठून तरी मला उत्तर मिळाले, "शट अप, मूर्खा, तिथे एक मुसलमान रहातो आहे." त्यावर मी निषेध व्यक्त करीत म्हणालो, "म्हणून काय झाले?" मग "खरोखर, तू अगदी मूर्ख माणूस आहेस." हे वाक्य मला ऐकवण्यात आले.

दुपारी आमच्या कानावर आले की 'एम्पायर स्टोअर' या अजमेरमधल्या सर्वात मोठ्या फर्निचरचे दुकान लुटण्यात येऊन ते पेटवून दिले गेले. त्यावर मी शेरा मारला, "माझ्या आजोबांनी हे पाहिले असते तर त्यांनी लुटारूंना चाबकाने फोडले असते." माझ्या या उद्‌गारावरती एक हास्यकल्लोळ झाला. शेवटी वसतीगृहातील मुलांच्या पद्धतीने कोणीतरी मला म्हणाले, "आता पाहिजे तर तूही पाकिस्तानात निघून जा." मनातून मला कडवट वाटत होते. माझ्या तत्त्वांवरचा माझा विश्वास डळमळू लागला होता. त्यावेळी मी नऊ वर्षांचा होतो आणि एका निर्दय व बेपर्वा असलेल्या 'वसतीगृह' नामक कॉन्सन्ट्रेशन कॅम्पमध्ये होतो. लवकरच शाळेला मोठी सुट्टी झाली आणि मी बचावलो.

१९४७च्या स्वातंत्र्यदिनाची माझी ही आठवण आहे. भारताचा जन्म ज्या कुशीतून झाला, त्याच कुशीतून पाकिस्तानचा जन्म झाला आहे, असे माझ्या मनात आले. पण या नवीन जन्मलेल्या बाळाला, पाकिस्तानला काही आवश्यक अवयव फुटलेले नव्हते. कदाचित् ते अवयव म्हणजे दोन हात तर नाहीत ना? आमच्या भूगोलाच्या वर्गातील नवीन नकाशात जे पाकिस्तान दाखवले होते ते मला बिनहातांचे वाटत होते. पूर्वीच्या हिंदुस्थानला छानपैकी दोन पसरलेले हात होते. नंतर खूप खूप काळाने मी या भयानक आपत्तीबद्दल वाचन करू लागलो. सतत वाचत गेलो. त्यातील मजकूर पुन्हा पुन्हा स्मृतीमधून काढून चाळत गेलो. मी अजूनही त्यावरती वाचन करीत असतो व काही उत्तरे मिळतील का ते पहात असतो. मला काही प्रश्नांची उत्तरे मिळतात, तर काहींची उत्तरे अद्यापही मिळत नाहीत. त्या मोठ्या फाळणीनंतर आता एक अर्धशतक लोटले आहे. पण तरीही त्या फाळणीचा

बसलेला जबरदस्त धक्का हा अजूनही मनावर परिणाम करीत असतो. त्या आघाताने या संपूर्ण भारतीय उपखंडाला पछाडून टाकलेले आहे. आमची मने, आमचे विचार यावर फाळणीचा खोलवर परिणाम झाला आहे. अन् हिंदू व मुस्लिम यांच्या फाळणीबद्दलच्या प्रतिक्रिया सारख्याच आहेत. ऑगस्ट १९४७ मध्ये जनतेच्या रोषाच्या भीतीपासून स्वातंत्र्य मिळवण्याचे प्रयत्न खरोखरीच केले नव्हते का? मग ते भय अद्यापही आपणा सर्वांचा अजूनही पाठलाग का करते आहे? आपण त्या भयाचे शिकार का होतो? जर आपण ब्रिटिश सरकारचे गुलाम नसतो, प्रजाजन नसतो तर त्याऐवजी आपण परस्परांच्या भीतीचे गुलाम बनलो असतो. स्वतंत्र व सार्वभौम इस्लामी राष्ट्रे आता उगवली आहेत. आपले स्वत:चे भवितव्य ती राष्ट्रेच ठरवतात. ते त्यांच्या भूमीचे मालक बनले आहेत. असे आहे तर मग सतत त्याच त्या यातना आणि खळखळाटी संघर्ष अजूनही का होत राहिले आहेत? पूर्वापार चालत आलेले कोणते वैर अजूनही आमच्या मानसिकतेला कसे काय बाधा करते आहे? 'स्वातंत्र्याचा अपुरा राहिलेला कार्यक्रम' हा अखेर काय आहे?

पाकिस्तानचे बीज

१९३२ साली, म्हणजे माझा जन्म होण्याआधी सहा वर्षे, केंब्रिजला पंजाबी मुस्लिम विद्यार्थी चौधरी रहमत अली याने 'पाकिस्तान' हे नाव जन्माला घातले. यासाठी त्याने पंजाब, अफगाणिस्तान, काश्मिर, सिंध व बलुचिस्तान आणि नॉर्थ ईस्ट फ्रन्टियर (वायव्य सरहद्द प्रांत) यांच्या नावातील पहिले अक्षर घेऊन PAKISTAN हा शब्द तयार केला. 'पाकिस्तान' चा शब्दश: अर्थ 'शुद्ध किंवा पवित्र गोष्टींची भूमी' असा होतो. सुरुवातीला या कल्पनेकडे कोणाचे फारसे लक्ष गेले नाही. पण जसजसा काळ पुढे सरकू लागला तसतसा मानवी मूर्खपणा वाढत जाऊन ह्या कल्पनेला पाठिंबा मिळू लागला. ही कल्पना स्वीकारली जाऊ लागली. तरीही याबाबतीत उच्चरवाने सांगितले जाऊ लागले की, कल्पनेतले मुस्लिमांचे पाकिस्तान जर अवतरले तर त्यावर पंजाबी लोकांचाच अधिक अधिकार व प्रभाव राहील. असे खरेच काही घडेल? याची भीती वातावरणात सतत टांगती राहू लागली. जेव्हा पूर्वीच्या मुंबई इलाख्यापासून सिंध प्रांत वेगळा होण्याची बाब डोके वर काढू लागली, तेव्हा गुलाम हुसेन हिदायतुल्ला ह्यांनी सिंध आझाद कॉन्फरन्समध्ये जुलै १९३४ मध्ये सांगितले की, "सिंधी मुस्लिमांना जर पंजाबी मुस्लिमांबरोबर ठेवले तर ती एक घोडचूक ठरेल."

जर मुस्लिमबहुल असलेल्या प्रांतांनी एकत्र येऊन पाकिस्तान स्थापन केले तर मग उरलेल्या भारतातील मुस्लिमांचे काय? त्यासाठी रहमत अली यांनी असा तोडगा सुचवला की, "अर्धा एक डझन मुस्लिम प्रांतांनी एकत्र येऊन आपले

'पाकिस्तान कॉमनवेल्थ ऑफ नेशन्स' स्थापन करावे.'' पण ही चमत्कारिक व अशक्यप्राय गोष्ट होती. पाकिस्तानला आणखी फाटे फोडणाऱ्या अनेक कल्पना सोडल्या तरी, मुळात पाकिस्तानच्या कल्पनेला जमायत-उल-उलेमा-इ-हिन्द यासारख्या संघटनांचा पाठिंबा नव्हता. महंमद अली जिना हे मुस्लिम पुढाऱ्यात सर्वात वरच्या पायरीवरचे होते. पण त्यांनाही पाकिस्तानच्या कल्पनेला सर्व मुसलमानांकडून पुरेसा पाठिंबा मिळवता आला नाही. हुसेन अहमद मदानी आणि दिल्लीचा हफिझ-उर-रहमान या दोन मौलवींनी जिना यांची सार्वजनिक सभेत अनेकवार टर उडवली होती. त्यांच्या मते, "हा कसला मुसलमान? हा दाढी राखीत नाही, रमजानच्या महिन्यात उपास करीत नाही आणि प्रार्थना करण्याऐवजी सतत क्लबमध्ये जातो व चित्रपट पहात असतो.'' लवकरच जिना यांनी आपला इंग्रजी पोशाख बदलला. आपल्या रो सुटाऐवजी ते शेरवानी व कराकुल टोपी (काही दिवसांनी या टोपीला त्यांचे नाव दिले गेले), असा पोशाख करू लागले. 'मुस्लिम संस्कृतीची ओळख' करून देणारा हा पोशाख घालून जाहीर सभांमधून ते त्याचे प्रदर्शन करू लागले. अन् अशा ह्या पोशाखातल्या जिनांनी आपली वेगळ्या मुस्लिम राष्ट्राची मागणी करून मुस्लिमांचा फर्डा नेता म्हणून प्रसिद्धी मिळवली. त्यांच्यात झालेला हा बदल त्यांना तसा फायदेशीर होता. त्यासाठी अनेक घटक कारणीभूत होते. जिनांना खाली ओढणारे जे मत काँग्रेस पक्षाकडून सतत सांगितले जात होते ते मुख्यत्वेकरून हा बदल घडविण्यास कारणीभूत होते. आपला विश्वासघात झाला या भावनेमुळेच पाकिस्तानचा जन्म होण्यास चालना मिळाली. काँग्रेस पक्षाच्या राजकारणामुळे निर्माण झालेले, त्यांच्या मूर्खपणाच्या अनेक कृत्यांमुळे आणि काही न टाळता येण्याजोग्या गोष्टी असे पाकिस्तान निर्मितीमागचे अन्य घटक होते. इथे एक उपरोधाची बाब लक्षात आणून द्यावीशी वाटते. जेव्हा रहमत अली हा विद्यार्थी १९३३ मध्ये पाकिस्तानची रूपरेखा सादर करीत होता तेव्हा जिना हे अत्यंत प्रामाणिकपणे "हिंदू व मुस्लिम हे हिंदुस्थानच्या शरीराचे दोन हात आहेत,'' असे प्रतिपादन करीत होते.

तेव्हा अशा या परिस्थितीतून शेवटी १९३७ मध्ये मुस्लिम दुरावण्यास सुरुवात झाली. ते दुरावत ज़ाणे हे त्या वर्षीच्या युनायटेड प्रांताच्या (म्हणजे सध्याचे उत्तर प्रदेश हे राज्य) निवडणुकीत दिसून येऊ लागले. जेव्हा तिथे झालेल्या निवडणुकांनंतर सरकार बनवण्याची पाळी आली तेव्हा आधीच्या करारानुसार नेहरू मागे हटले. त्या करारानुसार काँग्रेस व मुस्लिम लीग या दोघांनी मिळून सरकार स्थापन करावे असे ठरले होते. निवडून आलेल्या मुस्लिम लीगच्या आमदारांना नवीन मंत्रीमंडळात स्थान दिले जावे हेही ठरले होते. निवडणुकांचे निकाल जाहीर झाल्यानंतर नेहरूंनी पूर्वीच्या करारापासून माघार घेतली. त्यांचे म्हणणे असे होते की, आता काँग्रेसलाच ५०

टक्क्यांपेक्षा जास्त जागा मिळाल्याने काँग्रेसचे मताधिक्य आहे. तेव्हा पूर्वीच्या कराराचा उपयोग नाही. कारण पूर्वीचा करार हा 'जर काँग्रेस व मुस्लिम लीग यापैकी कोणाही एकाला बहुमत मिळाले नाही, पण दोघांना मिळून बहुमत प्राप्त होत असेल तर' त्या कराराचा उपयोग केला जाणार होता. यामुळे मुस्लिम लीग चिडली. मुस्लिम लीग, तिचे नेते आणि जिना यांना हा आपला एक ठरवून केलेला विश्वासघात आहे असे वाटले. आपल्या पाठीत काँग्रेसने खंजीर खुपसला असे ते समजू लागले. १९३० नंतरच्या दशकात हिंदू-मुसलमानात पडत चाललेली राजकीय दरी ही मतदारसंघाच्या प्रश्नावरून आणखी वाढत गेली. मुसलमानांचे स्वतंत्र मतदारसंघ असावेत यावरून मुस्लिम लीग व काँग्रेस यांच्यात मतभेद सुरू झाले होते. लीगच्या मते स्वतंत्र मतदारसंघ असावेत तर काँग्रेसचा त्याला विरोध होता. त्या दोघांमधली दरी रुंदावत गेली. शेवटी त्यातून 'राजकीय हिंदू'[८] व 'राजकीय मुस्लिम' असे भिन्न भिन्न आविष्कार व्यक्त झाले. 'धार्मिक हिंदू[९] व धार्मिक मुस्लिम' या कल्पनेपेक्षा हे काहीतरी भलतेच घडून बसले.

जिना मुस्लिम लीगचे कैवारी बनले. मुस्लिम म्हटले की त्यांचे वेगळे राष्ट्र असायला हवे, ही कल्पना त्यांनी उचलून धरली. सरतेशेवटी ते पाकिस्तानचे संस्थापक झाले. पण हे बाजूला ठेवले तर जिना हे अज्ञेयवादी होते, म्हणजे ईश्वराबद्दल आपल्याला काहीही ज्ञान होऊ शकणार नाही असे ते मानणारे होते. तसेच, त्यांची मनोरचना ही फक्त राजकारणाला अनुकूल होती. उत्तर आयुष्यात ते केवळ दोष शोधण्याचेच काम करीत बसले. त्यांनी धर्मावर आधारित राजकारण फेटाळले. तसेच, ज्यांनी राजकारणात धर्म आणला त्यांनाही त्यांनी नाकारले. त्यांचा विरोध हा थेट हिंदू किंवा हिंदुत्व यांना नव्हता, तो विरोध काँग्रेसच्या ध्येय-धोरणांना होता. 'तुमच्यापेक्षाही अधिक पवित्र' आणि 'तुमच्यापेक्षाही अधिक देशभक्त' या दृष्टिकोनांना त्यांनी तुच्छ लेखले, त्यांचा उपहास केला. १९३७ ते १९३९ या दोन वर्षांच्या कालावधीत काँग्रेसचे सरकार बनले होते. हिंदू-मुस्लिम प्रश्नांवरती अंतिम

---

८. *'राजकीय हिंदू' हा काही विशिष्ट राजकीय उद्दिष्ट साध्य करण्यासाठी आपल्या धार्मिक श्रद्धेचा एक उपकरण म्हणून वापर करतो. तसेच राजकीय लाभ उठवण्यासाठी तो दोन माणसात भेद पाडण्यासाठी आपल्या मतांचा, विश्वासांचा वापर करतो. 'राजकीय मुस्लीम' हा सुद्धा अगदी असाच असतो. फक्त हिंदू धर्माऐवजी तो मुस्लीम धर्माचा वापर करतो.*

९. *'धार्मिक हिंदू' हा धर्मपरायण असतो, धर्मश्रद्धेवर तो जगत असतो, आपल्या श्रद्धेच्या प्रेरणेवर तो जीवनभर स्फूर्ती घेत रहातो व त्या श्रद्धेने आपले जीवन तो संपूर्णपणे व्यापून टाकीत असतो. 'धार्मिक मुस्लीम' माणूसही असाच असतो. फक्त हिंदू धर्माऐवजी मुस्लीम धर्माच्या श्रद्धेचा तो वापर करतो.*

राष्ट्रीय तोडगा निघेल यावरची त्यांची श्रद्धा हादरून जाऊन त्या दोन वर्षांत डळमळीत होत गेली. त्यानंतर त्यांनी आपला एक वेगळा शोधनिबंध विचार करण्यासाठी सर्वांच्यापुढे मांडला. त्यानुसार भारत हा नुसता एक देश नसून तो एक खंड आहे आणि त्यावर वेगवेगळी राष्ट्रे वसली आहेत. त्यापैकी प्रमुख व वेगवेगळी राष्ट्रे ही हिंदू व मुस्लिम या जमातींची आहेत. *या जमाती म्हणजेच एकेक राष्ट्र बनले आहे.* म्हणून भारतातील मुस्लिम राष्ट्राला वेगळे असण्याचा हक्क बजवायचा आहे. त्यांना भौगोलिकदृष्ट्या वेगळे 'राज्य' (State) ताबडतोब नको आहे, पण भौगोलिक सीमा नसलेले वेगळ्या अर्थाचे एक राष्ट्र हवे आहे. *ते मुस्लिम राष्ट्र हे मुस्लिम लोकसंख्येच्या रूपात प्रत्यक्षात अस्तित्वात आहेच.* त्यांनी मांडलेल्या या द्विराष्ट्रवादाच्या सिद्धांतामुळेच काँग्रेस म्हणत असलेल्या 'मुस्लिम जातीयता' या वृत्तीचे रूपांतर त्यांना हव्या असलेल्या त्यांच्या आवडीच्या 'मुस्लिम राष्ट्रीयता' या शब्दात करता आले. इथेच त्यांची 'जातीय स्वायत्तता' ही कल्पना त्यांनी स्पष्टपणे पुन्हा प्रतिपादली. ती त्यांनी 'राष्ट्रीय सार्वभौमता' मागण्याच्या हक्काच्या रूपाने मांडली. आश्चर्य म्हणजे त्या काळातले काँग्रेसचे नेतृत्व या मागणीबरोबर भरकटत गेले. त्यामुळे शेकडो वाईट व दुबळ्या करणाऱ्या परिणामांना त्यांनी जन्म दिला. त्यावेळी आणि नंतरही!

हिंदू आणि मुस्लिम ह्या दोन्ही जमाती म्हणजे दोन वेगळी राष्ट्रे आहेत, ही कल्पना काँग्रेसने स्वीकारली. मग हीच कल्पना त्यांनी यूपीमध्ये 'हिंदू-मुसलमानांचे वेगवेगळे मतदारसंघ असावेत,' या मागणीवर स्वार केली. यामुळे एका दुष्ट, वाईट, संपूर्णपणे त्याज्य, अस्वागतार्ह व अवांछित अशा 'भारतीय राजकारण व्यवस्थेतील जातीयता' नावाच्या भयानक पिलावळीला जन्म दिला. हिंदू आणि मुस्लिम यांची ओळख ही पूर्वी त्यांच्या आपापल्या धर्मावरील श्रद्धेने, वेगळ्या पण औपचारिक मतदारसंघाने किंवा जे काही ढोबळ निकष लावले जात होते त्याने व्हायची. पण आता ही ओळख दोन स्पर्धक राष्ट्रीयत्वाने होऊ लागली. अन् ओळख जाणण्याचा हाच निकष पार पक्का, घट्ट झाला. म्हणजे, जो निकष पूर्वी फक्त रचना करण्यासाठी होता तो आता दोघांमधल्या वेगळ्या धर्मांच्या फरकाने होऊ लागला. ह्या गोष्टीमुळे भारतीय समाजाला अनंत तडे गेले. एकदा असे तडे गेले की पुढे ते वाढत जातात. त्यांच्या फटी होतात, मग फूट पडत जाते व त्याच्या दऱ्या बनतात. भारतीय समाज तेव्हापासून असा छिन्नविच्छिन्न बनत चालला आहे. शरीरातल्या पेशी जशा एका पेशीतून जन्म घेऊन स्वतंत्र व वेगळ्या होतात, तसाच हा प्रकार. या पुढच्या एका प्रकरणात या विषयाकडे पुन्हा वळेन.

आपली नवीन कल्पना, नवा सिद्धांत नीट विशद करण्यासाठी जिनांनी आणखी एक विधान हुशारीने पुढे केले. असे करण्यात त्यांचे कौशल्य वादातीत होते, ते यात निष्णात व शेवटी वकिली बाण्याचे होते. आता ते म्हणू लागले :

"इस्लाम व हिंदुत्व यांचे खरे स्वरुप ओळखण्याचे आमच्या हिंदू मित्रांना जमत नाही. हिंदू व मुस्लिम हे दोन्ही नुसते वेगळे धर्म नाहीत तर प्रत्यक्षात त्या दोन पूर्णपणे भिन्न असलेल्या समाजपद्धती आहेत. 'हिंदू व मुसलमान यांचे एक सामाईक राष्ट्रीयत्व उत्क्रांत व्हावे' असे फार तर एक स्वप्न पहाता येईल. हिंदू व मुस्लिम हे दोन वेगवेगळे धार्मिक तत्त्वज्ञानाचे, सामाजिक चालीरीतीचे आणि वाङ्मयीन साहित्याचे बनलेले आहेत. आपापल्या दोन वेगवेगळ्या संस्कृतीचे ते दोघे आहेत... अन् या दोन्ही संस्कृती भिन्न कल्पना आणि संकल्पना यावरती आधारित आहेत. त्या कल्पना व संकल्पना या एकमेकांना परस्परपूरक नसून परस्परविरोधी आहेत, एकमेकांशी संघर्ष करणाऱ्या आहेत. 'राष्ट्र' या कल्पनेची कोणत्याही तऱ्हेने व्याख्या केली तरी त्या व्याख्येनुसारही मुसलमान म्हणजेच एक राष्ट्र आहे. म्हणून त्यांना स्वतःच्या भूमीवरील वेगळ्या घरासाठी भूमी (Homeland), त्या भूमीच्या सरहद्दी आणि राज्य हे सारे त्यांना मिळालेच पाहिजे."

जरी जिना हे काँग्रेसशी जुळवून घेण्याच्या दृष्टीने एका संघराज्य पद्धतीच्या अत्यंत सैलसर अशा चौकटीच्या आधारे बोलणी करीत होते, घासाघीस करीत होते, तरी त्यांची ती योजना शेवटी सोडून देण्यात आली. दुसऱ्याबद्दलचे संशय आणि वैर शेवटी इतके खोल गेले की ते विष पुढे साऱ्या शरीरात भिनून नजर अंधुक होत गेली.

'कैद-ए-आझम' जिना हे आता पाकिस्तानच्या घटक विधानसभेचे अध्यक्ष बनले. मग ११ ऑगस्ट १९४७ रोजी त्यांनी एक महत्त्वाचे भाषण केले. त्या भाषणातील त्यांच्या वक्तव्याचा उल्लेख वारंवार केला जातो तो असा :

"फाळणी ही व्हायलाच पाहिजे. हिंदुस्थान व पाकिस्तान अशा दोन्ही बाजूंना काही गट असे आहेत की त्यांना हे कदाचित मान्य होणार नाही... पण मला स्वतःला यावाचून दुसरा कोणताही तोडगा दिसत नाही... मला खात्री आहे की भावी इतिहास जी नोंद करेल ती मला अनुकूल अशी असेल... आता आपण काय करायचे?... जर आपल्याला ते पाकिस्तानचे महान राज्य सुखी करायचे असेल व त्याची भरभराट करायची असेल तर, आपल्याला... मागचा भूतकाळ हा विसरलाच पाहिजे, आपली भांडणे गाडून टाकून संपवायला हवीत... एका नव्या उमेदीने प्रत्येकाने एकत्र येऊन कामे करायला हवीत... मग ती व्यक्ती कोणत्या का जमातीची असो... (किंवा) वंश, जात अथवा संप्रदायाची असो. पण ती व्यक्ती प्रथम, नंतर आणि शेवटीही नवीन राज्याची

नागरिक असेल आणि समान हक्क, अधिकार व कर्तव्ये धारण करणारी असेल...''

अशा रीतीने 'धर्मसत्ताक राज्यपद्धती' ही नवीन पाकिस्तानच्या निर्मितीमागची मध्यवर्ती कल्पना नव्हती. जे अनेक मुस्लिमेतर लोक नवीन पाकिस्तानमध्ये त्याच्या स्थापनेपूर्वीपासून रहात आलेले होते ते आता पाकिस्तानी झाले. जिना आपल्या भाषणात पुढे म्हणतात :

''जर तुम्ही तुमचा भूतकाळ बदलून नव्या उत्साहात व उमेदीत एकत्र कामे करू लागलात, मग तुम्ही कोणत्याही समाजाचे असा किंवा भूतकाळाशी तुमचे कोणतेही नाते जडलेले असो... तुम्ही प्रथम, नंतर व शेवटीही समान हक्क, अधिकार व कर्तव्ये धारणा करणारे (नवीन राष्ट्राचे) नागरिक आहात. मग तुम्ही जी प्रगती कराल तिला कसलाही शेवट नसेल. मला यापेक्षा जास्त जोर देऊन सांगता येत नाही. आपण उमेदीने कामाला सुरुवात केली पाहिजे. मग काळाच्या ओघात सर्व बहुसंख्याक आणि अल्पसंख्याक यांच्यातील सारे कंगोरे, म्हणजे हिंदू समाज व मुस्लिम समाज यांच्यातील कंगोरे हे... नाहीसे होऊन जातील... तुम्ही स्वतंत्र आहात. तुम्ही तुमच्या देवळात जाण्यासाठी स्वतंत्र आहात, तुम्ही तुमच्या मशिदीत जाण्यासाठी स्वतंत्र आहात किंवा तुम्ही पाकिस्तानातील कोणत्याही तुमच्या प्रार्थनास्थळी जाण्यास स्वतंत्र आहात. तुम्ही कोणत्याही धर्माचे, जातीचे वा संप्रदायाचे असा, त्या गोष्टींचा राज्याच्या कारभाराशी काहीही संबंध नाही.''

हे व्यक्त केलेले विचार उच्च व आदर्श असे होते यात शंकाच नाही. पण शेवटी त्यांचा कोणताही परिणाम झाला नाही. कारण फार उशीर झाला होता. जेव्हा जिना आपले हे भाषण करीत होते, तेव्हा उखडून काढलेल्या मानवतेचे काफिलेच्या काफिले हे निराशेने नवीन पाकिस्तानच्या बाहेर निघून चाललेले होते. असेच काफिले आपल्या नवीन, स्वत:च्या व वेगळ्या केलेल्या भूमीकडे चाललेले होते. 'बाऊंडरी ॲवार्ड किंवा सीमानिश्चिती' ही त्यावेळी झालेली नव्हती. ही त्यावेळची आणखी एक निर्घृण क्रौर्याची बाब होती. फाळणी झालेली ही प्राचीन भूमी कशी काय त्या अवस्थेत राहील याची त्यावेळी कोणालाही कल्पना करता येत नव्हती. तसेच, या दोन देशातील सरहद्द नेमकी कुठून कशी जाणार आहे, याचाही तर्क करता येत नव्हता. एवढेच नव्हे, तर ती सरहद्द रेषा जिथून जाण्याची शक्यता होती तिथले लोकही त्याबद्दल अनभिज्ञ होते. भारतात व पाकिस्तानात त्यावेळी लक्षावधी लोक विलाप

करीत होते, अश्रू ढाळीत होते, उर बडवून घेत होते. त्यांचा आक्रोश वातावरणात भरून राहिला होता. काव्य, नाटक, गाणी आणि स्मृतीलेखन यामध्ये व्यक्तीची दुःखे, वेदना भरून रहातात. त्या माध्यमात त्यांना कंठ फुटतो. पण त्या व्यक्तींचे नुकसान हे केवळ वैयक्तिक असते. येथे तर निम्मा पंजाब आणि निम्मे बंगाल गमावले गेले होते. हे काही वैयक्तिक नुकसान नव्हते किंवा ते पंजाब व बंगाल या प्रांतांचेही नव्हते. भौगोलिक व आर्थिक स्थैर्य, प्राचीन सांस्कृतिक बंध हे सारे हजारो वर्षातून उत्क्रांत होत त्यांनी एक स्पष्ट एकात्मता निर्माण केली होती. ती एकात्मता आता भंग पावून तिचे तुकडे तुकडे झाले. या प्राचीन भूमीचे, त्यावरील जनतेचे, त्यांच्या संस्कृतीचे जे एकत्रीकरण झाले होते ते मुद्दाम हेतूपूर्वक फोडून तोडून टाकण्यात आले.

फाळणीच्या वेळी हजारो दुःखद व अत्याचारी घटना घडल्या. त्यापैकी फक्त दोन घटनांचे वर्णन मी येथे देत आहे. या दोन्ही घटना अधिकृत अहवालातून घेतल्या आहेत आणि नंतर त्या तपासून त्यांची खातरजमाही करून घेतलेली आहे. दोन हजार शीख लोकांचा जथा हा पाकिस्तान सोडून भारताकडे जाण्यासाठी स्थलांतर करीत चालला होता. त्यावरती जे आघात झाले ते वर्णन Divide and Quit या अहवालातून घेतलेले आहे. त्याचा गोषवारा पेन्डेरल मून यांनी केला आहे. तर दुसरा अहवाल हा जी. डी. खोसला यांनी Stern Reckoning या नावाने संपादित केला होता. त्यात भारत सोडून पाकिस्तानात जाऊ पहाणाऱ्या मुस्लिमांबद्दल सांगितलेले आहे. पण त्याही आधी 'रॅडक्लिफ ॲवॉर्ड' या नावाने भारत पाक सीमांबद्दल जो न्यायनिवाडा झाला त्याबद्दल येथे सांगितले पाहिजे. त्यावर बरेच काही अवलंबून होते.

रॅडक्लिफ मिशन

१९४७ चा उन्हाळा सुरू झाला. ब्रिटिश, त्यावेळची कॉंग्रेस आणि मुस्लिम लीग या तिघांनी एव्हाना भारताची फाळणी मान्य केली होती. आता हे तिघेही नवीन देशांच्या सरहद्दी ठरविण्यासाठी कोणती पद्धत वापरायची, वगैरेंचा विचार करू लागले. मग त्यासाठी दोन कमिशन नेमावीत असे ठरले. एक पश्चिम पाकिस्तानसाठी, तर दूसरे पूर्व पाकिस्तानसाठी. या दोन्ही कमिशनच्या अध्यक्षपदावरती सर सायरिल रॅडक्लिफ या ब्रिटिश माणसाची नेमणूक करण्यात आली. त्यांच्या बौद्धिक क्षमतेबद्दल सर्वांना आदर वाटत होता. पण त्यांनी यापूर्वी कधीच हिंदुस्थानला भेट दिली नव्हती व त्यांना या देशाबद्दल काहीही ठाऊक नव्हते. पण कदाचित त्यामुळेच 'ते पूर्वग्रहदूषित नाहीत' असे समजून आणि 'अज्ञान निःपक्षपातीपणा ठेवायला मदत करते,' असेही समजून त्यांच्या नियुक्तीला कोणीही हरकत घेतली नसावी. प्रत्येक कमिशनमध्ये चार न्यायाधीश नेमण्याचे

ठरले. त्यातले दोन न्यायाधीश काँग्रेस पक्ष निवडेल व दोन न्यायाधीश मुस्लिम लीग निवडेल. परंतु अशा रचनेमुळे पुढे वारंवार अनुकूल व विरोधी अशी मते समान पडून कमिशनच्या कार्याला खीळ बसू लागली. त्यामुळे अशा प्रसंगी रॅडक्लिफ यांनाच शेवटी आपले निर्णायक मत पुढे करावे लागले. थोडक्यात जे सर्वांना कठीण व वादग्रस्त मुद्दे होते त्यावरती रॅडक्लिफ यांना निर्णय द्यावा लागे. त्यांचे हे निर्णय अर्थातच कोणतेही ज्ञान, अनुभव, इतिहासाबद्दलचे अज्ञान, या प्राचीन भूमीतील त्या त्या भागातील भूगोल व सामाजिकता यांची अजिबात जाण नसताना रॅडक्लिफकडून दिले गेले. त्याचा परिणाम म्हणजे आजपर्यंत भारत व पाकिस्तान या दोन्ही देशांपुढे सरहद्दीवरून सतत कटकटी निर्माण होत आहेत. कमिशनच्या अडचणींवर कळस म्हणजे त्यांना काम करण्यास फारच थोडा कालावधी दिला जाऊन त्यांच्यावर एक भरगच्च वेळापत्रक लादण्यात आले.

रॅडक्लिफ हे ८ जुलै १९४७ रोजी हिंदुस्थानात येऊन पोचले. येथे आल्यावरतीच त्यांना प्रथम कळले की आपले कामकाज आपल्याला १५ ऑगस्टपूर्वी म्हणजे ३२ दिवसात, उरकायचे आहे. सहाजिकच त्यांनी या वेळापत्रकाबद्दल निषेध व्यक्त केला आणि असल्या कालबंधनामुळे कामाचा विचका होईल असा इशारा दिला. पण अग्रक्रमावरती आणखीही काही गोष्टी होत्या. त्यामुळे कोणत्याही परिस्थितीत फाळणीची सीमारेषा १५ ऑगस्ट १९४७ पूर्वी निश्चित करणे हे गरजेचे होते. त्यामुळे माऊंटबॅटन यांनी तसा हुकूम सोडला होता.

रॅडक्लिफ यांच्या कामात काही दैनंदिन प्रशासकीय त्रुटींमुळेही अडथळा येत होता. उदाहरणार्थ, गुंतागुंतीच्या हद्दींची आखणी करण्यात निष्णात असलेल्या काही सल्लागारांची गरज होती. पण सरकार ते सल्लागार कमिशनला पुरवू शकले नाही. रॅडक्लिफ यांना मदत मिळे ती फक्त त्यांचा प्रायव्हेट सेक्रेटरी ख्रिस्टोफर ब्यूमॉन्ट यांच्याकडून. त्याला हिंदुस्थानातील ब्रिटिश प्रशासनामधल्या वास्तवतेची खरी कल्पना होती व भान होते. वादग्रस्त हिंदुस्थानातील रोजच्या ब्रिटिश प्रशासनाच्या कामामध्ये सीमारेषा निश्चितीच्या कामाला फारशी जागा मिळत नव्हती. अन् ही एक खरोखरीच दु:खाची बाब होती. या अडचणी आणि रॅडक्लिफच्या स्वत:च्या काही नैसर्गिक प्रवृत्ती यामुळे त्याला या कामातील ब्रिटिशांचे हित सांभाळणे हे शंभर टक्के जमू शकले नाही. शिवाय कमी वेळात साध्य करायला सांगणाऱ्या त्या वेळापत्रकामुळे हवी ती माहिती गोळा करून त्याच्यापर्यंत वेळेत पोचणे हे जवळजवळ अशक्य होऊन बसले होते. अशा परिस्थितीत सीमारेषा निश्चित करून त्याचा निवाडा उर्फ अॅवॉर्ड हे दोन्ही पक्षांना द्यायचे होते. पुढच्या सत्तांतरासाठी तो निवाडा आधी तयार व्हायला हवा होता. त्यावाचून पुढच्या घटना घडू शकत नव्हत्या. सीमानिश्चिती ही एक अत्यंत

प्राथमिक गरज होती. भरीस भर म्हणजे दिल्लीतले ते पावसाळ्याचे दिवस होते. हवा दमट झालेली होती. अशा काळात खुद्द दिल्लीतील स्थानिक निवासीसुद्धा हैराण झालेले असतात. रॅडक्लिफला ते हवामान मानवेना. त्याला अतिसाराचा त्रास होऊ लागला. तो त्रास त्याच्या संपूर्ण कार्यकाळात होत राहिला. अशा या त्रस्त करून टाकणाऱ्या घटकांचा राजकीय नकाशा आखणीच्या कामावर कितपत परिणाम झाला, याचा कोणी अभ्यास केल्याचे ऐकिवात नाही.

माऊंटबॅटन, नेहरू व जिना या तिघांना सीमानिश्चिती तातडीने करून हवी असल्याने १५ ऑगस्टच्या आधी रॅडक्लिफने आपले काम कसेबसे व कसेतरी पुरे केले. त्याने ठरवलेल्या सीमा निश्चितीला 'रॅडक्लिफ ॲवॉर्ड' असे पुढे म्हटले जाऊ लागले. १२ ऑगस्ट रोजी त्याने ते 'ॲवॉर्ड' माऊंटबॅटनच्या हाती सुपूर्द केले. म्हणजे तीन दिवस आधीच त्याने आपले काम पुरे केले होते. परंतु हे ॲवॉर्ड जाहीर करायला मात्र माऊंटबॅटनने प्रतिबंध केला. रॅडक्लिफने तीन दिवस उशीर करावा अशी त्यांची बदललेली इच्छा होती. त्यामागे नक्कीच काहीतरी हेतू असणार. रॅडक्लिफने आपले काम एका महिन्यात कसेबसे का होईना, पण पुरे केले होते. (अवघ्या एका महिन्यात दोन राष्ट्रांची अशा रीतीने नकाशावर निर्मिती व्हावी!)

एव्हाना रॅडक्लिफ कंटाळला होता, थकला होता. आपण एका सापळ्यात अडकलो असे त्याला वाटू लागले. त्याला हिंदुस्थानातून लवकर निसटून जायचे होते. पण त्याची ही मागणी माऊंटबॅटनने सरळ धुडकावली. १६ ऑगस्टपर्यंत 'रॅडक्लिफ ॲवॉर्ड' जाहीर करायचे नाही असेही माऊंटबॅटनने ठरवले. १६ ऑगस्टला त्याने भारत व पाकिस्तान यांच्या नेत्यांशी औपचारिकपणे सल्लामसलत केली. परंतु अनौपचारिकरित्या त्याने नेहरूंशी आधीच त्याबद्दल चर्चा केली होती. शेवटी १७ ऑगस्ट रोजी ती सीमानिश्चिती 'रॅडक्लिफ ॲवॉर्ड' या नावाने जाहीर केली गेली. त्यातील सारा तपशील हा शासनाच्या सर्व पातळ्यांमधून झिरपत झिरपत संबंधित जिल्ह्यांकडे कधी पोचला व जिल्हाधिकाऱ्यांनी त्याची कशी दखल घेतली याचे मूल्यमापन करणे अशक्य आहे. पण तोपर्यंत हिंदुस्थानची फाळणी उरकून टाकली गेली होती. रॅडक्लिफ ॲवॉर्ड जाहीर करण्याआधी दोन दिवस मानवतेचे प्रचंड लोंढे सरकू लागले होते.

घाईघाईने कशातरी केलेल्या त्या सीमानिश्चितीमुळे अनेक न सांगता येण्याजोगे गुन्हे घडले. त्यामुळे बरी होऊ न शकणारी अनेक दुखणी आणि ठसठसत्या जखमा निर्माण झाल्या. नवीन सरहद्दीच्या दोन्ही बाजूकडील कवी व लेखक यांनी फाळणीच्या यातना शब्दबद्ध करून ठेवल्या आहेत. हिंदुस्थानातील एक प्रमुख साम्यवादी कवी सरदार जाफ्री याने 'खून की लकीर' (रक्तरेषा) या काव्यात त्याचे तळमळून वर्णन केले आहे. ही नवीन सीमारेषा साम्राज्यवाद्यांनी रेखाटलेली

कृत्रिम रेषा आहे, तेव्हा ही आम्ही नाकारतो, असे त्याने म्हटले आहे. आयेशा जलाल हिने आपल्या Self and Sovereignty या पुस्तकात पान ५६८ वर त्या ओळी दिलेल्या आहेत. त्याचा अनुवाद खालीलप्रमाणे :

आपल्या जळत्या लेखणीने व निष्पाप लोकांच्या रक्ताच्या शाईने
आमच्या मातृभूमीच्या छातीवर खोलवर एक रेषा कोरणारा
कोण तो क्रूर माणूस आहे?

बहावलपूरची कत्तल

(पेन्डेरल मून यांच्या लिखाणातून संक्षिप्त स्वरुपात घेतलेला मजकूर)

बहावलपूर हे एक मुस्लिमबहुल संस्थान होते. ते पाकिस्तानला तोपर्यंत जोडले गेले नव्हते. या संस्थानात रहाणाऱ्या शीख लोकांना व त्यांच्या मालमत्तेला गंभीर धमक्या मिळू लागल्या होत्या. त्यावरती एकच पर्याय होता. सर्वांनी मिळून एक दोन ठिकाणी एकत्र जमायचे. कारण गर्दीतली संख्या जेवढी जास्त तेवढी सुरक्षितता जास्त. मग साऱ्याजणांनी मिळून भारताच्या दिशेने कूच करायचे. बहावलपूरमधून एक रेल्वेलाईन भारताकडे हिंदूमलकोट स्टेशनाकडे जात होती. या रेल्वेलाईनवरती 'रहिम यारखान' नावाचे स्टेशन आहे. परंतु बहावलपूर संस्थानाच्या अधिकाऱ्यांच्या मते रेल्वेने भारतात जाणे हे सुरक्षिततेचे नव्हते, हल्लेखोरांचे लक्ष वेधून घेणारे होते, त्यामुळेच खूप जोखमीचे होते. म्हणून शिखांनी वाळवंटातून जाण्याचे पसंत केले. त्या मार्गावरती वाट ओळखण्याच्या काही ठळक खुणाही केलेल्या होत्या. तो मार्ग सरळ जैसलमीर संस्थानाकडे जात होता. बहावलपूर संस्थानाच्या हत्यारी दलाने ऊर्फ बहावलपूरच्या लष्कराने त्या जथ्याबरोबर जाऊन संरक्षण पुरवण्याचे ठरवले.

मग त्या २००० निर्वासितांचा एक मोठा काफिला तयार होऊन तो २६ सप्टेंबर १९४७ रोजी दुपारी निघाला. ज्या शिखांनी आपल्या बरोबर आपली शस्त्रे घेतली होती ती प्रथम त्यांच्याकडून काढून घेतली गेली. तसे करण्यास शीख लोक अत्यंत नाखूष होते. पण त्यांना अनेकवार सुरक्षिततेची आश्वासने दिल्याने ते अखेर तयार झाले होते.

जेव्हा त्यांनी रात्री वाटेत मुक्काम करून तळ ठोकला तेव्हा त्यांच्या रक्षणकर्त्यांनी शीखांजवळील मौल्यवान चीजवस्तू गोळा करण्यास सुरुवात केली. सहाजिकच या प्रकाराला विरोध केला गेला. भांडणे होऊ लागली. परिणामी काही शिखांना गोळ्या घालून ठार करण्यात आले आणि काहीजण जायबंदी झाले. मग त्या सुरक्षा तुकडीच्या अधिकाऱ्याने हे सारे गैरसमजुतीमधून घडले आहे असा बाकीच्यांना

खुलासा केला. असे परत कधीही घडणार नाही म्हणून वरती आश्वासन दिले. दुसऱ्या दिवशी हा काफिला पुन्हा प्रवास करू लागला. त्यांना सुरक्षिततेचे एक अर्धवट आश्वासन मिळाले होते. ते वाळवंटाच्या कडेला पोचले तेव्हा जिथे अजिबात मदत मिळू शकणार नाही अशा बिंदूपलीकडे ते गेले होते. मग परत त्या तुकडीच्या अधिकाऱ्याने बजावले की पुन्हा सर्वांची झडती घेऊन सारी चीजवस्तू काढून घेतली जाणार आहे. यासाठी त्याने असे कारण दिले की, भारतातून इकडे येणाऱ्या मुसलमानांनाही आपल्याबरोबर काहीही चीजवस्तू इकडे आणू दिली जात नाही. यावर शिखांनी खूप आरडाओरडा केला. "हा आमचा विश्वासघात होतो आहे, वचनभंग केले जात आहे," अशा अर्थाचे निषेध त्यांनी व्यक्त केले. पण त्याचा काहीही उपयोग झाला नाही. त्या दिवशी संध्याकाळी आणि दुसऱ्या दिवशी सकाळीही शोधसत्र चालू राहून साऱ्यांच्या चीजवस्तू काढून घेण्यात आल्या. आता कोणाजवळही अंगावरच्या कपड्याखेरीज काहीही उरले नाही. काहीजणांनी आपल्याबरोबर जनावरे आणली होती. उंट, घोडे, खेचरे वगैरे घेऊन त्याआधारे आपली चीजवस्तू व सामानसुमान ते निर्वासित वाहून नेत होते. काही वृद्धांना वाळवंटात चालणे शक्य नसल्याने ते काहीना काही जनावरावरून प्रवास करीत होते. पण ती सर्व जनावरेही आता काढून घेण्यात आली. ही सारी लूट लष्करी ट्रकमध्ये घालून ती 'रहीम यारखान' गावाकडे पाठवून देण्यात आली.

३० सप्टेंबरच्या संध्याकाळी हा काफिला जैसलमीर संस्थानच्या हद्दीपासून अवघा दोन मैलांवर येऊन पोचला. पलीकडेच संस्थानच्या हद्दीतले किशनगढ गाव होते. पण ते अजून काही मैलांवर होते. उद्या सकाळी आपण सरहद्द ओलांडली की खरे सुरक्षित झालो, असे सर्वांना वाटू लागले. मध्यरात्री १ वाजता शिखांच्या काफिल्याचे दोन नेते, भक्तावर सिंग आणि भागसिंग यांना उठवून सांगण्यात आले, की सर्वांनी आता ताबडतोब कूच करायला लागावे. या अशा विचित्र हुकूमामुळे संशय वाढला. त्या दोघांनी तुकडीच्या कमांडिंग ऑफिसरकडे आपली नाराजी व्यक्त केली. परिणामी भांडणे सुरू झाली. सर्वत्र क्षोभ निर्माण झाला. शेवटी शिखांच्या काफिल्याच्या त्या दोन्ही नेत्यांना संगिनीने भोसकून ठार मारण्यात आले.

त्या दुर्दैवी काफिल्याला आता मुकाट्याने तिथून पुढे जाण्यासाठी कोणताही पर्याय उरला नाही. रात्रीच्या अंधारात त्यांची वाटचाल सुरू झाली. थोडे अंतर चालून गेल्यावर त्यांना पुन्हा थांबण्यास सांगण्यात आले. दूर अंतरावरती गोळ्या झाडण्याचे आवाज ऐकू येऊ लागले. मग बायकामुलांना वेगळे केले गेले. त्यासाठी कारण दिले की समोरून 'हूर' जमातीचे लोक येऊन हल्ला करण्याची दाट शक्यता आहे. हूर जमात ही सिंधी मुस्लिमांमधली एक जमात असून ती

कोणतेही कायदे न जुमानता लुटालूट करीत असते. ते हूर आता जवळ आले असून आपल्या दिशेने गोळ्या झाडीत आहेत, असा सर्वांचा समज करून देण्यात आला. प्रत्यक्षात बहावलपूरच्या त्या हत्यारी दलातील लोकांचीच एक छोटी तुकडी आधीच पुढे जाऊन हवेत बार काढीत होती. दरम्यान वेगळ्या केलेल्या बायकामुलांच्या समुदायातून आणखी एक निवड करून तरुण स्त्रियांना वेगळे करण्यात आले. त्यांची वाटणी बहावलपूरच्या सुरक्षा दलात करण्यासाठी त्यांना रहीम यारखान गावाकडे पाठवून देण्यात आले.

आता उरलेल्या काफिल्यात फक्त पुरुष, वृद्ध स्त्रिया आणि मुले उरली होती. त्यांना हुकूम दिले गेले की सर्वांनी ताबडतोब समोरच्या सरहद्दीकडे पळत सुटावे. कारण ते हल्लेखोर हूर येथे येऊन पोचले आहेत. मग घाबरलेला तो असहाय्य शिखांचा जमाव पळत सुटला. त्या पळणाऱ्या जमावावरती पाठीमागून गोळ्या झाडल्या गेल्या. रात्रीच्या अंधारात व उडालेल्या गोंधळात कितीजण मेले ते कळणे शक्य नव्हते. त्यातले थोडेजण किशनगढला पोचले. मग किशनगढहून उंटावरून जोधपूर संस्थानची काही सशस्त्र माणसे सरहद्दीपलीकडे जखमी होऊन पडलेल्यांचा शोध घेऊन त्यांना इकडे आणण्यासाठी पाठवली गेली. कोणी सांगावे, वृद्ध व्यक्ती व तान्ही मुले मागे तशीच राहिली असतील, जिवंतही असतील. जी काही माणसे पलीकडे जिवंत होती, सापडली, त्यांना किशनगढमध्ये आणण्यात आले आणि जोधपूरच्या रुग्णालयात त्यांना पाठवून देण्यात आले. तिथे मात्र दंगली नव्हत्या.

पूर्व पंजाब आणि दिल्ली, एक दुसरी बाजू

(जी.डी. खोसला यांच्या अहवालातून संक्षिप्त स्वरुपात)

पश्चिम पंजाबमधून अगणित हिंदू व शीख निर्वासित आले आणि त्यांनी आपल्याबरोबर अभूतपूर्व छळाच्या कहाण्या आणल्या. "खुद्द नादीरशहानेसुद्धा इतके छळसत्र कधी केले नसेल," असे त्या छळकहाण्यांबद्दल सांगितले जात होते. त्यातल्या काही कहाण्या या अतिरंजित असतील, पण सर्व कहाण्यांचा एकूण परिणाम हा पूर्व पंजाबमधील जनमानसावर आघात करणारा होता. सारे जनमानस प्रक्षुब्ध झाले, त्यांच्यात सूडाच्या भावना निर्माण झाल्या आणि त्या अत्याचारांना जशास तसे प्रत्युत्तर देण्याची भाषा बोलली जाऊ लागली. वृत्तपत्रात येणारी प्रत्येक नवीन बातमी ही आगीत तेल ओतणारी ठरत होती, तीव्र द्वेषाचा फैलाव करणारी ठरत होती. दोन्ही जमातींमधील पूर्वीचा सलोखा व समाईकपणा हा ताणून तुटेपर्यंत संतापाची भावना वाढत चालली होती. यातून पुढे काय घडेल ते सांगणे कठीण होते. भीती, दहशत, चीड, संताप इत्यादि भावना पराकोटीला जाऊन पोचत होत्या. जेव्हा 'दिल्लीत व पूर्व पंजाब येथे सूडहत्या घडल्या' अशा

बातम्या जवळच्या ग्रामीण भागात पोचल्या, तेव्हा तर सारा भूप्रदेश संतापाने पेटून उठला. लोकांच्या सहनशीलतेचा अंत होऊन सामूहिक उन्माद वाढत चालला. 'बादली' रेल्वे स्टेशनपाशी मुसलमानांना पाकिस्तानात नेणाऱ्या दोन आगगाड्या थांबवण्यात आल्या होत्या. त्यानंतर रेल्वे रूळाच्या दोन्ही बाजूंना अनेक प्रेते जळताना अधिकाऱ्यांना दिसली. तिथली परिस्थिती काबूत आणण्यासाठी जे काही पोलीस पाठवले होते ते संख्येने कमी पडले. शेवटी आणखी काही कुमक पाठवली गेली.

४ सप्टेंबर रोजी दिल्लीत 'डेली क्लॉथ मिल्स'चे कामगार कामावरून घरी चालले होते. त्यांनी जाता जाता वाटेत अनेक मुस्लिमांचे काहीही कारण नसताना खून पाडले. ७ सप्टेंबर रोजी दिल्लीतील कॅनॉट प्लेस भागातील मुसलमानांची दुकाने लुटून पेटवून देण्यात आली. मग सरकारने सैन्य आणि पोलीस यांच्या ताब्यात तो भाग देऊन तिथे शांतता प्रस्थापित करण्यास त्यांना सांगितले. वेळप्रसंगी 'दिसताक्षणीच गोळी घालण्याचे' अधिकारही त्यांनी वापरावेत असे त्यांना सांगण्यात आले. हे सारे एका राजधानीत घडत होते ही एक शरमेची बाब आहे.

नंतर 'निर्वासितांची छावणी' हा प्रकार सर्वत्र पावसाळ्यातल्या कुत्र्यांच्या छत्र्यांसारखा वेगाने उगवत गेला. त्या छावण्यात मुसलमान लोक आश्रय घेऊ लागले. पश्चिम पंजाबमधील शीख व हिंदू जसे आपल्याच भूमीत निर्वासित झाले होते तसेच इथल्या मुसलमानांचे झाले. सप्टेंबरच्या दुसऱ्या पंधरवड्यात पंजाबमधील सतलज, रावी आणि बियास या नद्यांना अतिवृष्टीमुळे महापूर आले आणि त्या महापुराबरोबरच अनेक त्रास, दुःखे व हालअपेष्टा आणल्या गेल्या व आधीच असलेल्या तणावपूर्ण वातावरणात त्यांची भर पडली. या काळात दोन फार मोठ्या दुर्दैवी घटना घडल्या. पश्चिम पंजाबमधून हिंदू व शीख यांना घेऊन येणाऱ्या आगगाडीवरती तीन ठिकाणी हल्ले चढवले गेले. शेवटी जेव्हा ती आगगाडी अमृतसरला पोचली तेव्हा त्या क्रूर हल्ल्यांची वर्णने सर्वत्र वणव्यासारखी पसरत गेली. मग मात्र सर्व बंधने तोडून मुक्तपणे, बेभान होऊन, अनियंत्रित असे एक कडवट सूडसत्र सर्वत्र थैमान घालू लागले. २२ सप्टेंबरला मुसलमान निर्वासितांनी भरलेली एक आगगाडी अमृतसरला येऊन पाकिस्तानला जाण्यासाठी थांबली होती. पहाता पहाता जमाव गोळा झाला व त्याने त्या गाडीवर हल्ला चढवला. यामध्ये मुसलमानांची जिवीतहानी खूप झाली.

दुसरा एक हल्ला मुसलमान निर्वासितांवरती झाला. त्यावेळी हे निर्वासित पायी पाकिस्तानात चालले होते. त्यात सुमारे दहा हजारजण असावेत. मखू गावापाशी त्यांनी रेल्वे पूल ओलांडला आणि फेरोजपूर जिल्ह्यात प्रवेश केला. फेरोजपूर हे कपूरथळा संस्थानात येते. त्या निर्वासितांच्या तांड्यातील मेहदी

नावाच्या एका मुसलमानाने जमावाला पटवून दिले की मखूमधून त्यांनी सतलज नदीच्या पुलावरून लाहोरला जावे. त्याला भरपूर लाच दिल्यावर त्याने "मखू गावापासून आपण लष्करी संरक्षणाची व्यवस्था करू," असे आश्वासन दिले. मग मेहदी आपली काही माणसे आणि आपले कुटुंब यांना घेऊन पुढची व्यवस्था करण्यासाठी तांड्यापासून वेगळा झाला. बाकीचा तांडा पुन्हा पायी प्रवास करू लागला. पण फिरोजपूर जिल्ह्यात त्यांना पश्चिम पंजाबमधून निर्वासित होऊन भारतात आलेला तसलाच तांडा वाटेत भेटला. तो शीख लोकांचा तांडा होता. लागलीच सूडसत्र सुरू झाले. ५०० ते १००० मुसलमान त्यात ठार झाले. अनेक मुली ओढून पळवल्या गेल्या. सैन्याचा एक प्रमुख जेव्हा फिरोजपूर शहराच्या सतलज नदीच्या पुलापाशी आला तेव्हा सैन्याला ही घटना कळली. मग तिथल्या डेप्युटी कमिशनरला आणि पोलीस सुपरिटेंडन्टला कळवण्यात आले. ते घटनास्थळी धावले. त्यांनी त्या तांड्यातील माणसे एकत्र गोळा केली, त्यांना संरक्षण पुरवले व त्यांची पाकिस्तानात सुखरूप पाठवणी केली. पळवून नेलेल्या मुस्लिम मुलींचा शोध नंतर घेण्यात आला व सुमारे २०० जणी सापडल्या. त्यांना 'कसूर' येथे पाठविण्यात आले. तेथून त्यांची पाठवणी पाकिस्तानात आपापल्या कुटुंबियांना जाऊन मिळण्यासाठी केली गेली. (परंतु कुटुंबात त्यांचे स्वागत फारसे आनंदाने केले जात नाही, असा बहुतेक वेळी अनुभव येतो.)

अत्यंत जाचक हवामान, अचानकपणे येत राहिलेला तुफान पाऊस आणि अपुरे अन्न यामुळेही या पायी जाणाऱ्या तांड्यातील बरेचजण मृत्यू पावले. असे सुमारे १५०० जण तरी भुकेने आणि नैसर्गिक आपत्तीने मेले असावेत. परंतु या उद्रेकांमुळे पूर्व पंजाबमधील एकूणएक मुसलमान जनता पाकिस्तानात स्थलांतरीत झाली. पाकिस्तानातील पश्चिम पंजाबमध्ये अत्याचार व क्रौर्य यांनी जे उन्मादकारी थैमान घातले त्याला पूर्व पंजाबमध्ये उत्तर दिले गेले. ते पण तशीच भयानक कृत्ये करून दिले गेले. पंजाबच्या त्या दोन्ही भागातल्या लोकांचा एकमेकांवरचा विश्वास आता उडून गेला आहे.

अन्य काही उदाहरणे

स्वतंत्र झालेल्या भारत व पाकिस्तान देशात आता स्वातंत्र्याचा आनंद साजरा करताना त्यावरती विषण्णतेचे सावट पडलेले होते. त्यानंतर आता अर्धशतकापेक्षा अधिक काळ लोटला आहे. पण तरीही त्या खोल जखमांचे व्रण अजूनही स्पष्ट आहेत. ते किंचितही पुसट झाले नाहीत. ते पूर्णपणे पुसले जाणे केवळ अशक्य आहे. पंजाबमध्ये जे काही अत्याचार घडले त्यात आणखी भर घालून तसले

अत्याचार बंगालमध्ये घडले, कलकत्त्यात घडले, नौखालीत घडले आणि बिहारमध्येही घडले. फाळणी होण्याआधी व मी लहान असताना मला माझे आजोबा जे काही कळवळून म्हणाले, त्यात तर या अत्याचारांबद्दलच्या वेदना होत्या काय? मी त्यांच्या आवाजामध्ये त्याच वेदना ऐकल्या होत्या काय? फाळणी करण्याचा केवढा अफाट मूर्खपणा माणसाने केला होता! अन् त्यासाठी केवढी प्रचंड किंमत मोजली गेली होती! त्यावेळचा विचार करताना मला ते सारे आठवत जाते. शेवटी हिंदू आणि मुस्लिम यांचे केवढे कल्पनातीत नुकसान झाले. स्मृतीपटलावर रेखीत झालेल्या त्या घटना व तो इतिहास हा कधीही पुसला जाणार नाही की उडून जाणार नाही. स्मृतीच्या डोहाच्या तळाचा कधीही ठावठिकाणा लागणार नाही, तेथून कधीच परतीची वाट नसते, एवढा तो खोल आहे. पण त्या घटना व इतिहास स्मृतीच्या तळाशी कधीच बुडून पोचणार नाहीत.

आता पुढे जाऊन जरा पाहू. पाकिस्तानचे पुढे कसे चालले? तिथे राजकीय मंचावर कायम नाट्य घडत असते, इतिहासाच्या गडद छाया कायम पडलेल्या असतात, शिवाय ऐकीव कथा व दंतकथा यांचाही प्रभाव पडलेला असतो. परिणामी तिथे एक तीव्र भावनावेग कायम अस्तित्वात असतो. मग तो असल्यावरती थंड तर्कशास्त्र आपोआपच नाहीसे होऊन जाते. त्या तर्कशास्त्राची अनुपस्थिती ही एक दु:खाची बाब आहे. असे असल्यावर तिथे कायम 'पाकिस्तान' या कल्पनेचा उपयोग सत्ता बळकावण्यासाठी केला जात आलेला आहे. म्हणून तर पाकिस्तानची जी जी मित्रराष्ट्रे आहेत तीच अनेकदा पाकिस्तानचे धनी ठरतात. त्यामुळे पाकिस्तान या नावाचे राज्य कायम तकलादू, बेभरवशाचे आणि तणावाचे राहिलेले आहे. आणखीही काही घटक कारणीभूत आहेत. वेगळेपणाच्या कल्पनेतून पाकिस्तानचा पाया घातला गेला. भारतापेक्षा अगदी स्पष्टपणे वेगळे असलेले 'राष्ट्र' निर्माण करण्याच्या प्रयत्नांमुळे पाकिस्तानला फक्त आपली 'इस्लामी ओळख' जपावी लागली. म्हणून त्यांनी जगापुढे आपली ओळख ही 'इस्लामिक रिपब्लिक' किंवा 'इस्लामी गणतंत्र राष्ट्र' अशी सादर केली. 'मुस्लिम माणूस हा एका वेगळ्या राष्ट्राचा घटक आहे' ही जी द्विराष्ट्रवादामागची कल्पना जिना यांनी मांडली, तीच कल्पना पुढे उत्क्रांत होऊन बसली आहे, असे थेट व तर्कशास्त्रदृष्ट्या विचार केला तर वाटते. परंतु खुद्द पाकिस्तानला तसे वाटत नाही. आपण त्याबद्दल नंतर नीट पाहूच. 'इस्लामी राज्य' ही कल्पना जिनांनी मांडलेल्या सिद्धांताचा उत्क्रांत परिणाम नाही असे त्यांना वाटते. पण प्रत्यक्षात, हीच वस्तुस्थिती पाकिस्तानला अडथळ्यासारखी ठरत आली आहे. 'इस्लामी राज्य' या कल्पनेच्या मुळापासून प्रवास करीत पाकिस्तान सरतेशेवटी एक 'जिहादी राष्ट्र' बनले आहे. तसे ते बनणे हे कदाचित अपरिहार्यही असेल. पाकिस्तानचा शेवट हा एका

जिहादी राष्ट्रात होईल असा विचारवेध कोणीही, भारताने किंवा पश्चिमी राष्ट्रांनी कधीही घेतला नव्हता. भविष्यातील पाकिस्तान कसा असेल, हे कुणी नीट पहाण्याचा प्रयत्नच केला नाही. खुद्द पाकिस्ताननेही केला नाही.

ब्रिटिश अंमलाखालून मुक्त होऊन भारताने स्वातंत्र्य मिळवल्यावर त्याची ओळख ही 'एक प्रशासकीय यंत्रणा असलेले राष्ट्र' अशी सातत्याने राहिलेली आहे. भारताच्या अफाट विस्तृत असलेल्या भूमीत पुरेसे मनुष्यबळ आहे, सतत बसणारे विविध तऱ्हेचे धक्के, दणके व संकटे पचवण्यासाठी लागणारी लवचिकताही पुरेशी आहे. इतिहासात याचे दर्शन वेळोवेळी घडले आहे. पण पाकिस्तानात तसे नाही. स्वातंत्र्यानंतर त्यांच्यापुढे जी आव्हाने उभी राहिली ती जबरदस्त होती. पण शेवटी 'पाकिस्तान' ही राजकारणाच्या पटावर देवघेव करण्यासाठी निर्माण केलेली कल्पना होती. मुत्सद्देगिरीची चाल खेळण्यासाठी 'पाकिस्तान' नावाची एक युक्ती वापरलेली होती. ती चाल खेळणाऱ्यांना, ती युक्ती वापरणाऱ्यांना राजकारणात आणखी वरचढ भूमिका मिळवायची होती. स्पष्ट करायचे झाल्यास, त्यांना हिंदुस्थानच्या प्रशासनात आपल्या मतांना, बोलण्याला अधिक वाव हवा होता आणि अखेर हिंदुस्थानच्या कारभारात अधिक स्वायत्तता हवी होती. पाकिस्तानची व्याख्या ही कोणालाच ठाऊक नव्हती की ती कोणीही केली नव्हती. जिना यांनीही तशी व्याख्या कधी केली नाही. जी काही आरोळी मारली जाई, जो काही गवगवा केला जाई तो फक्त इस्लामचा केला जाई. त्यामुळे पाकिस्तान नावाचे स्वप्न जेव्हा प्रत्यक्षात अवतरले तेव्हा काय करावे हे त्याच्या समर्थकांना सुचले नाही, की त्यांची त्यासाठी तयारी झाली नव्हती. मूर्त स्वरूपातील पाकिस्तान कसा आकार घेईल याची जिनांसकट कोणालाही कल्पना नव्हती. त्यामुळे त्याच्या निर्मितीनंतर आपल्यापुढे कोणत्या समस्या उभ्या असतील, त्यांचा अग्रक्रम आपण कसा ठरवायचा, समस्यांची तीव्रता कशी मोजायची याबाबत कोणीही विचार केला नव्हता. ते अनभिज्ञ राहिले. तरीही १५ ऑगस्ट १९४७ ही तारीख येण्याचे थांबणार नव्हते आणि तो दिवस लांबणीवर टाकण्याचे धाडस जिना करू शकणार नव्हते.

पाकिस्तानच्या एका माजी राजदूताच्या शब्दात त्या देशाची सुरुवातीची अवस्था अशी सांगता येईल :

"दोन महिन्यात प्रांतांची विभागणी करायची होती. नागरी संरक्षण आणि सैन्य यांच्यातही विभागणी करायची होती. पाकिस्तानची स्थावर मालमत्ता, राष्ट्रीय ठेवा वगैरे गोष्टी ठरवायच्या होत्या. या पुढच्या वेळापत्रकामुळे पाकिस्तानपुढे जगड्व्याळ समस्या उभ्या राहिल्या. त्यातून भारताला जसे एका राजधानीचे शहर, एक सरकार, आयते मिळाले होते, तसे पाकिस्तानला मिळाले नाहीत. प्रशासकीय आर्थिक व लष्करी यंत्रणा उभ्या करण्यासाठी, उत्पन्नाचे स्रोत त्यांच्याकडे

नव्हते. निर्वासितांच्या स्थलांतरामुळे पाकिस्तानची अवस्था नवीन जन्माला आलेल्या पक्ष्याच्या पिल्लासारखी होती. त्या पिल्लाच्या पंखावर आलेल्या लक्षावधी निर्वासितांच्या लोंढ्यांचा आणखी भार पडत होता. त्यांच्या पुनर्वसनाची चिंता भेडसावित होती.'' त्या काळात पाकिस्तानपुढे ज्या अनेक समस्या उभ्या होत्या त्यापैकी ही एक समस्या त्या राजदूताने थोडक्यात सांगितलेली आहे.

कोवळ्या वयाच्या पाकिस्तानपुढे या समस्येपासून सुटका करून घेण्यासाठी एकच पर्याय उभा होता. तो म्हणजे याचकाच्या रूपात भारतासमोर जाऊन उभे रहाणे. परंतु या मार्गाने होणारी सुटका तात्पुरती होती. पण समस्येतून सुटून कुठे जायचे? अन् तेही फार वेळ नाही. मला वाटते की ती वेळ अशी होती की, मागचे सिंहावलोकन करून त्याचा फायदा उठवण्यासाठी भारताने त्यावेळी पाकिस्तानला अधिक मदत करावयास हवी होती. आपल्याच स्वत:च्या शरीराचा वेगळा झालेला भाग ज्या कारणाने वेगळा झाला ते कारण शेवटी मोठ्या उदार अंत:करणाने भारताने त्यावेळी मान्य करायला हवे होते. ती एक त्या काळाची साद होती, अत्यंत अवघड व कठीण साद होती. परंतु त्याला प्रतिसाद देण्यासाठी कोणाची मने स्थिर होती? भावनाशून्य व निर्दय फाळणीने सारे भारतीय उपखंड हे आपली मने बधीर झाल्याने संवेदनशीलता गमावून बसले होते. ज्या पद्धतीने आपल्या भूमीतून एक तुकडा कोरून काढून कापण्यात आला, एका पिढीची मानसिकता हादरवून टाकली होती (कदाचित पुढच्या काही पिढ्यांच्या बाबतीत तसे झाले असेल, होत असेल) आणि ज्या भूमीत ज्यांच्या कित्येक पिढ्या रुजल्या, वाढल्या त्यांना तेथून अकल्पनीयरित्या उखडून काढून लावल्याने तडजोड करणे, मदत देणे अशा गोष्टी अशक्य होऊन बसल्या होत्या. हे सर्व खरे असले तरी पाकिस्तान त्यावेळी राष्ट्र बनण्याच्या मार्गावर वाटचाल सुरू करीत होते. त्यावेळी त्यांच्याजवळ अशा वाटचालीसाठी फारसे पर्याय नव्हते की आपल्या भांडखोर भावांबरोबर मालमत्तेच्या वाटणीत सलोख्याची तडजोड करून काही पत-प्रतिष्ठा मिळवली होती, असेही नव्हते. अगोदरच फाळणी ही अत्यंत कडवट वस्तुस्थिती होती. त्यात आणखी खूप कडवटपणा मिसळला गेला. अशा परिस्थितीत भारत किती अधिक समंजस बनू शकेल? हा प्रश्न केवळ अभ्यासकांचाच विषय बनू शकेल. पाकिस्तानपुढे आता एक मोठे आव्हान दंड थोपटून उभे राहिले होते.

पाकिस्तानात औद्योगिक उत्पादन जवळजवळ शून्य. कारण कोणतेच कारखाने तिथे नव्हते. पूर्व पाकिस्तानातील शेती उत्पादनासाठी असलेली बाजारपेठ भारतात गेली होती. तिथे (आत्ताच्या बांगला देशात) जगातील ७५ टक्के तागाचे उत्पादन होई. पण तागावर प्रक्रिया करणारे कारखाने भारतात राहिले. जे काही मुस्लिमेतर उद्योजक होते ते आपल्याजवळील भांडवल घेऊन पाकिस्तानातून बाहेर पडले.

कारण नवीन राज्यात त्यांना अनिश्चिती वाटत होती. पाकिस्तानला जो आर्थिक ठेवा योग्य त्या प्रमाणात द्यायचा होता तो रिझर्व्ह बँक ऑफ इंडियाने थोपवून धरला होता. अन् आत्ताच्या पाकिस्तानविरोधी वातावरणात तर तो ठेवा पाकिस्तानला देणे हे सुरळीतपणे घडू शकले नसते. (पहा : हुसेन हक्कानी यांचे पुस्तक Pakistan : Between Mosque and Military यामधील पान नं. ११ वरील मजकूर. इंटरनॅशनल पीससाठी कार्नेजी एन्डॉव्मेंट यांनी २००५ साली हे पुस्तक प्रसिद्ध केले.)

'मुसलमानांसाठी वेगळे राष्ट्र' एवढीच आपली ओळख राबवण्याच्या अट्टाहासापायी एक चळवळ चालवली गेली. त्यामुळे झाले काय, तर अनेक अस्मितांशी ओढाताण करीत, झगडत रहाणारे पाकिस्तान नावाचे राष्ट्र निर्माण झाले आहे. पाकिस्तानची प्रकृती सांगणाऱ्या, ठरवणाऱ्या त्या ओळखी किंवा अस्मिता ह्या पाकिस्तानचे मूलभूत आधारस्तंभ होत्या. अशा त्या आधारस्तंभामधील एक ओळख तर स्पष्टपणे भारतीय होती. ती ओळख पाकिस्तानची सांस्कृतिक बाजू दाखवणारी होती, मग भले 'हिंदू इंडियाची ओळख' असे म्हणून कोणी कितीही नाके मुरडली किंवा विरोध केला तरी नाईलाज होता. संपूर्ण भारत-पाक संबंधांमध्ये, विशेषतः राष्ट्रीय ओळख दर्शवण्यासाठी ही एक अत्यंत संवेदनशील व अवघड बाजू आहे. आपण भारताची ओळख सांगताना नेहमी ज्या गोष्टी किंवा जी लक्षणे सांगतो, चालत आलेली अनेक स्वयंसिद्ध लक्षणे सांगतो, तीच लक्षणे 'पाकिस्तानची ओळख' ठरवतात. तसेच पाकिस्तानलाही आपली ओळख सांगणाऱ्या लक्षणातील भारतीयत्व हे तसेच जपावे लागते आहे. ती लक्षणे ही उत्तर भारतातील काही भागातील सांस्कृतिक अनुबंध व साम्य दर्शवणारी आहेत. पाकिस्तान मात्र हे भारतीय संबंध व अनुबंध मानायला तयार नाही. पण त्याच वेळी त्या लक्षणांमुळे ते राष्ट्र आनंदितही होत असते. आपली ओळख ठरवताना पाकिस्तानची नेहमीच अशी कुतरओढ होत असते व भारतीय लक्षणांवर मात करण्यासाठी ते धडपडत बसतात. आपली ओळख ठरविण्याच्या पाकिस्तानच्या या धडपडीकडे मोठ्या प्रमाणात दुर्लक्ष झाले आहे. पण तसे झाले व होत असले तरीही दुःखाने सांगावे लागते की आपल्याला त्याकडे पाठ फिरवता येणार नाही. एखाद्या भूगोलाची वास्तव ओळख ही कात टाकावी तशी सहज टाकून देणे कधी शक्य असते? किंवा भारताचा व पाकिस्तानचा असा दोघांचाही जुना, सामाईक व ऐतिहासिक भूतकाळ तोडून काढून अलग करता येईल? अन् तरीही, दोन्ही देशातील मूलभूत साम्यस्थळे, काही बाबतींमधील दोघांचीही तीच एकमेव बाजू दाखवून दिली की पाकिस्तानचे नागरिक एकदम ताठ होतात. त्यांची तशी प्रतिक्रिया होणे हे समजू शकते. मग नंतर ते एकदम रागारागाने तुमचे म्हणणे

धुडकावून लावतात. पाकिस्तानच्या आणखीही काही कल्पना आहेत. त्यातील काही प्रत्यक्षात राबवता आल्या व काही राबवता आल्या नाहीत. "मोगल राजघराण्याचाच एक आधुनिक अवतार बनण्याची पाकिस्तानची तीव्र महत्त्वाकांक्षा आहे," असे अनेकदा म्हटले जाते. परंतु हल्लीच्या महत्त्वाकांक्षा व इतिहासातल्या महत्त्वाकांक्षा या चुकीच्या रीतीने जोखल्या गेल्या आहेत. मोगलांनी उत्तर हिंदुस्थानच्या काही भागावर सतत राज्य केले होते. याचे कारण त्यांनी अन्य प्रभावशाली राजकीय सत्तांशी, उदाहरणार्थ, राजपुतान्यातील राजपूत राज्ये, सलोखा केला होता, तडजोड केली होती. ब्रिटिश इंडिया या राज्याचे आपण वारसदार असावे अशी इच्छा पाकिस्तानने धरली. पण अत्यंत दुर्दैवाने तसे न घडता, अन्य राष्ट्राने घेतलेले ते एक भाडोत्री राज्य ठरले आहे. मध्य आशियाशी सांस्कृतिक संबंध असल्याने (भारताचे ते संबंध अनेक शतके होते) महाविस्तृत असा मध्य आशिया आणि 'लोकसंख्येने खच्चून भरलेला भारत' यांच्या मधली सीमारेषा किंवा सीमाराष्ट्र म्हणजे पाकिस्तान आहे, असे म्हणता येणार नाही. पाकिस्तान या दोन्हीमधला दुवा ठरू शकत नाही. कारण त्यासाठी लागणारे भौगोलिक, ऐतिहासिक आणि सांस्कृतिक तर्कशास्त्रे ही संपूर्णपणे भिन्न आहेत. सभोवतालच्या वास्तवतेपेक्षा पाकिस्तानच्या महत्त्वाकांक्षा या अधिक आहेत.

एका राज्याच्या शोधातील 'राष्ट्र'

पाकिस्तानची उत्क्रांती ही एक कार्यक्षम राज्य बनण्यात व्हावी यासाठी सतत गांभीर्याने प्रयत्नही होत आलेले आहेत. पण त्यातून काही दिसण्याजोगे यश अद्याप तरी प्राप्त झालेले नाही. सुरुवातीला सैन्य, नोकरशाही आणि सरंजामशाहीतील जमीन मालक असे फक्त तिघेजणच पाकिस्तानच्या केंद्रस्थानी होते. ते वास्तव आता मोठ्या प्रमाणात बदलून गेले आहे. प्रांतांच्यामधून बाहेर पडणाऱ्या 'केंद्रोत्सारी' सामर्थ्याबाबत पाकिस्तानाचे मध्यवर्ती सरकार हे नेहमीच संवेदनशील बनलेले असते. ह्याच पाकिस्तान सरकारला आता कळून चुकले आहे की, पूर्वी जसे वाटले होते तसा इस्लामचा उपयोग हा सर्वांना एकत्र पकडून ठेवणारा धागा म्हणून तेवढासा परिणामकारक ठरत नाही. प्रादेशिक अस्मिता, निष्ठा आणि हेतू यांना कायम प्राधान्य दिले गेलेले आहे; त्यांची बाजू नेहमीच उचलून धरली जाते. जिना यांनी मुस्लिमांना (विशेषत: उत्तर हिंदुस्थान, बंगाल आणि आसाम) येथील मुस्लिमांना आवाहन केले होते. ते आवाहन इस्लामी शब्दात केले होते. जरी ते स्पष्टपणे राजकीय आवाहन होते तरी त्यामुळे द्वेष व प्राचीन क्रोध यांच्या न विझणाऱ्या आगी उफाळून आल्या. "आपले 'मुस्लिम मतदारसंघ' आपल्याबरोबर रहावेत यासाठी त्यांनी हे मुद्दामच केले," असा खुलासा त्यासाठी काहीजण करतात. पण नेमक्या ह्याच दृष्टिकोनामुळे पंजाब आणि

बंगाल यांची फाळणी टाळता येणे अशक्य होऊन बसले. जिनांना नेमके हेच हवे होते. अखंड पंजाब व अखंड बंगाल यावाचून भारत हा एक कसर लागलेला जुनापुराणा देश ठरत होता. अन् शेवटी तसेच घडले. परिणामी, पाकिस्तानने भारताला कधीच बरोबरीचे मानले नाही. ही भावना मात्र जिनांना तेव्हा अस्वस्थ करीत होती. नंतर हीच भावना उत्तरोत्तर आणखी आणखी तीव्र होत गेली आणि अजूनही तसेच घडत चालले आहे.

फाळणीनंतरच्या अनुभवात पुढे भारताबद्दल भीती आणि मत्सर यांची भर पडत गेली. विशेषत: १९६५ मधल्या व १९७१ मधल्या युद्धानंतर तर त्या भावना पराकोटीला पोचल्या होत्या. पाकिस्तान ही आता एक तटबंदी असलेली गढी बनली होती. स्टीफन कोहेन हा आपल्या The Idea of Pakistan लेखात म्हणतो की, " 'भारत' या भक्षक राष्ट्रापासून एखाद्या अभेद्य जागेचे सैन्याकडून रक्षण केले जावे तसे पाकिस्तानचे झाले आहे." पाकिस्तानच्या मनोवृत्तीला अशा रीतीने वेढा बसला होता. त्यासाठी आणखीही काही घटक कारणीभूत होते. त्यापैकी एक घटक, म्हणजे जिनांचा लवकर झालेला मृत्यू आणि त्यापाठोपाठ लियाकत अली खान या पाकिस्तानी पंतप्रधानाचा झालेला खून. या दोघांच्या मृत्यूमुळे पाकिस्तानच्या सरकारातील अधिकाराचा आत्मविश्वास हा वेगाने घसरत गेला. परिणामी, लोकशाहीची बंधने सरकारला सहन होईनाशी झाली. भाषेच्या प्रश्नावरूनचे राजकारण हाही एक घटक कारणीभूत ठरत होता. कशाला प्राधान्य द्यायचे, इस्लामला की भाषेला? ही एक भावना उचंबळवणारी व जनतेच्या अंत:करणात खोलवर हात घालणारी समस्या होती व आहे. (स्वतंत्र भारतातही तशीच समस्या आहे.) या सर्वांवर वरताण करणारी एक भावना अशी पसरलेली होती की, "पाकिस्तानच्या टिकून रहाण्याच्या क्षमतेकडे भारत अपमानास्पद वृत्तीने बघतो आहे." त्यावर पंडित नेहरू म्हणाले होते की, "ती त्यांची भावना किती काळ तग धरत आहे ते पाहू." (बी. के. नेहरू यांनी हे उद्गार उद्धृत केले आहेत.) त्यानंतर पाकिस्तान उघडपणे भारताचा द्वेष करू लागले. ही द्वेषभावना पाकिस्तानला एकत्र धरून ठेवत होती.

इतर अनेक इस्लामी लोकसंख्येप्रमाणे, पाकिस्तानला आपले एका आधुनिक राज्यात रूपांतर करून टिकवून धरणे कठीण जाऊ लागले होते. येथे विविध प्रतिक्रिया व भावनांचा एक चमत्कारिक गुंता आडवा येतो. मुसलमानांची प्रतिष्ठा व सन्मान हे पाश्चात्त्य लोकांनी हिरावून घेतले आहेत व या कटात भारतही सामील झाला आहे असे मुसलमानांना वाटते. म्हणून आपल्या मानाची पुन: प्रतिष्ठापना करण्यासाठी फक्त हिंसात्मक मार्गाने सूड घेणे एवढाच त्यावर उपाय आहे, असेही त्यांना वाटते. त्याचबरोबर असेही एक मत सर्वसाधारणपणे आढळते की, पाकिस्तान

अजून पूर्णत्वास पोचले नाही, खरोखरच नाही. त्यांच्या मनावर अजूनही मुसलमानांचे भारतातून पाकिस्तानात पूर्णपणे स्थलांतर झाले नाही, ही गोष्ट खुपते आहे. बऱ्याच मुसलमानांनी 'मागे' भारतात रहाण्याचे ठरवलेले असल्याने पाकिस्तान कसे पूर्ण होणार? हिंदुस्थानातून जे पाकिस्तान कोरून काढले आहे त्या वेगळ्या राष्ट्राचे घटक म्हणून भारतातील मुसलमान नाहीत का? मग त्यांच्या रूपाने भारतातच एक वेगळे मुस्लिम राष्ट्र आहे असे नाही का होत?

पाकिस्तानला एक फार लांबचा व अडथळ्यांचा प्रवास करावा लागला. त्या प्रवासाच्या काही परिणामांचा जो आघात झाला त्याचा अंदाज लोकसंख्येच्या निर्देशांकांनी व सामाजिक निर्देशांकांनी घेता येतो. आण्विक बाजू व दहशतवादाची बाजू यांचा विचार करताना त्या निर्देशांकाकडे सर्वसामान्यपणे फारसे लक्ष वेधले जात नाही. निर्देशांक हे नेहमी जोडीने काम करीत असतात. जेव्हा ते 'पॉझिटिव्ह' असतात तेव्हा ते लक्षणीय प्रगती होत असल्याचे दर्शवितात. आणि जेव्हा ते 'निगेटिव्ह' असतात, तेव्हा पाकिस्तानचा विकास हा भयानकरित्या खाली घसरलेला असतो. पाकिस्तानच्या लोकसंख्या वाढीचा निर्देशांक पहा. तो आहे वार्षिक २.९ टक्के. हा लोकसंख्या वाढीचा निर्देशांक जगात सर्वात वरचा आहे. दरवर्षी लोकसंख्येत २.९% भर पडत गेल्याने २०१५ साली पाकिस्तानची लोकसंख्या ही २१ कोटी ९० लाख एवढी होईल. अशा लोकसंख्येत तरुणांची संख्या जास्त असणार. परंतु त्या तरुणांना आपल्या उत्कर्षाची संधी पाकिस्तानात मिळणार नाही. परिणामी त्यांच्यात नैराश्य येणार. त्या निराशेमध्ये पुरेशी शक्ती सामावलेली असेल. त्यातून त्यांच्यात द्वेष व संताप यांची बीजे आधीपासून पेरलेली. राजकीयदृष्ट्या त्या सुप्त शक्तीचा लाभ उठवण्यास किती अनुकूल मते उपलब्ध असतील. त्या सुपीक मनांच्या मशागतीमधून राजकारण्यांना पाहिजे ते पीक सहज काढता येईल. या समस्येचा कोणीही पुरेश्या गांभीर्याने विचार करताना अद्याप दिसत नाही. काही इस्लामवाद्यांनी असे दाखवून दिले आहे की पाकिस्तान हे एक अगणित इस्लामी योद्ध्यांचे राष्ट्र आहे. शिवाय आता त्या शक्तीला इस्लामिक अणुबॉम्बचे पाठबळ प्राप्त झाले आहे. अन् ही गोष्ट फार धोकादायक असल्याने गांभीर्याने घेण्याजोगी आहे.

पाकिस्तानचा जन्म हा भारताच्या शत्रुत्वातून झाला. हे शत्रुत्व कृत्रिमरित्या निर्माण केले गेलेले होते. भारतापासून फुटून निघण्याच्या धोरणासाठी त्या शत्रुत्वाचा मुद्दाम हेतुपूर्वक उपयोग केलेला होता. 'हिंदू व मुस्लिम यामधील मतभेद हे कधीही मिटणारे नाहीत' या गृहीतकावर आधारलेले होते. अविरत चालणारे हे शत्रुत्व हे आता पाकिस्तानच्या सर्व अंगांच्या कामांचा एक पायाभूत संकेत बनले आहे. स्टीफन कोहेन यांचे हे म्हणणे मला पुन्हा एकदा येथे उद्धृत

करावे लागत आहे. पाकिस्तानच्या या वागण्यामागची मध्यवर्ती कल्पना अशी आहे की, पाकिस्तानला भारताकडून प्रमुख धोका आहे. म्हणून या भारताला जमेल त्या मार्गाने प्रत्येक बाबतीत आटोक्यात ठेवले पाहिजे. त्या 'प्रत्येक बाबतीत' लष्करी, डावपेचात्मक, व्यूहात्मक आणि राजनैतिक या बाबी आल्या. शिवाय पंजाब हे 'पाकिस्तानचे हृदयस्थान' असल्याने पाकिस्तानच्या राष्ट्रीय हितासाठी ते स्थान, म्हणजे पंजाब, हा नेहमी अबाधित ठेवण्यासाठी महत्त्वाचे ठरले आहे. लष्करी दोस्ती ही एक 'व्यूहात्मक गरज' असते. म्हणून 'उसने' लष्करी बळ घेणे हा पाकिस्तानचा एक कायमचा हेतू बनला आहे. काश्मिरच्या बाबतीतला प्रश्न जिवंत ठेवला की सतत भारताला मोठ्या प्रमाणात तिथे लष्करी खर्च करावयास भाग पाडता येते अन् तेही अत्यंत स्वस्तात आणि यशाची अंधुक शक्यता असताना करता येते. म्हणून तो प्रश्न सतत, अविरतपणे, निरंतररित्या धगधगत ठेवला पाहिजे. इतका काळ धगधगत ठेवला पाहिजे, की पाकिस्तानी जनता त्या प्रश्नावर कंटाळून शेवटी विचार करणे सोडून देईल. मग जरी काश्मिर समस्या जिवंत ठेवण्याच्या खर्चावरील लाभ हे पुढे कमी कमी होत गेले तरी काही बिघडत नाही. तत्त्वत: लोकशाही आवश्यक असेलही. पण पाकिस्तानी जनता ही झटकन पेटून उठणारी असली, (किंवा पाकिस्तानचे माजी अध्यक्ष झिया-उल-हक यांच्या शब्दात excitable) तरी शिक्षणाची गुणवत्ता आणि सार्वजनिक सभांमधील भाषेचा दर्जा ह्या गोष्टी जनता आपली मते व्यक्त करू लागण्याच्या आत उंचावल्या गेल्या पाहिजेत. त्यासाठी 'नियंत्रित लोकशाही' हा पर्याय स्वीकारावा हे उत्तम. म्हणजे मग पाकिस्तानी जनतेपुढे 'योग्य इतिहास आणि.... वृत्त' एवढे खुले करता येईल, असा विचार पाकिस्तानी शासकांनी केला. सुरक्षिततेचा बाऊ इतका केला गेला की त्यामुळे अति लष्करीकरण होत गेले. मग त्यानंतर जणू काही आधीच विधिलिखित ठरवावे तसे इंटर-सर्व्हिसेस इंटेलिजन्स (आयएसआय) या गुप्तचर यंत्रणेला 'देशाच्या सुरक्षिततेचे पालक' असा किताब देऊन प्राधान्य दिले गेले. पाकिस्तानच्या आदर्शवादाची शुद्धता (iodeological purity of Pakistan), असेही त्या गुप्तचर यंत्रणेला लष्करी-सुरक्षिततेच्या संदर्भात पुढे संबोधले जाऊ लागले.

अणुबॉम्ब आणि पाकिस्तानी अस्मिता

पैगंबरवासी झुल्फिकार अली भुट्टो यांनी पाकिस्तानच्या अणुशास्त्राचा कार्यक्रम सुरू करून दिला. त्यांना आणि त्यांच्या नंतरच्या सत्ताधाऱ्यांना पाकिस्तानच्या प्रतिमेला आकार देण्याची नितांत गरज भासू लागली होती. त्याच वेळी, त्या धोरणामुळे दक्षिण आशियातील गुंतागुंतीच्या सुरक्षिततेच्या परिस्थितीत आणखीनच

अति अति अवघड पाकिस्तान घटकाची भर पडली. पाकिस्तानचा तो अणुप्रकल्प हा फक्त भारतविरोधी होता. या प्रकल्पात सतत भारताच्या बरोबरीने प्रगती करण्याची धडपड केली जात होती. पण त्याचबरोबर 'इस्लाम व तंत्रज्ञान' ह्या दोन महत्त्वाच्या गोष्टी धारण करणारा देश, अशी पाकिस्तानची प्रतिमा निर्माण करण्याचा प्रयत्न होता. यातल्या तंत्रज्ञानाबद्दल असे सांगता येईल की बरेचसे अणुतंत्रज्ञान हे युरोपीय अणु-संशोधन केंद्रातून चोरले होते किंवा चीनकडून मिळवलेले होते. परंतु पाकिस्तानच्या या अणुप्रकल्पामुळे त्या देशाचे खरे सामर्थ्य व दुर्बलता यांच्याबाबतचे अंदाज भलतेसलते केले जाऊ लागले. वास्तवतेमध्ये पाकिस्तानचा अणुबॉम्ब हे एक गुप्तहेरी कृत्य आणि मित्र देशातील मदतीचा एक यशस्वी परिपाक होता. दुर्दैवाने, तो अणुबॉम्ब हा प्रगत तंत्रज्ञानाच्या दृष्टीने खूपच मागासलेला होता. शत्रूला धाक दाखवण्यासाठी आणि युद्धासाठी तो निरर्थक होता. तथापि, पाकिस्तानची अतिकडक सुरक्षितता, राजकीय व सामाजिक समस्या यांच्या पार्श्वभूमीवर त्या अणुबॉम्बच्या निर्मितीमुळे 'पाकिस्तान हा एक तंत्रज्ञानात पुढारलेला देश आहे' असे भ्रामक चित्र उभे केले गेले. "तो अणुबॉम्ब म्हणजे असे एक जादूचे काडतूस होते, की जे कोणत्याही समस्येवर झाडल्यावर तिचे निराकरण व्हायचे," अशा अर्थाचे विचार अनेक राजकीय समीक्षकांनी व्यक्त केले होते. पण स्टीफन कोहेन याने त्याच्या The Idea of Pakistan या पुस्तकात त्याचे विचार फार परिणामकारकरित्या मांडले आहेत.

स्टीफन कोहेनने आपल्या त्या पुस्तकात पाकिस्तानी सैन्यातल्या एका अधिकाऱ्याचे विचार उद्‌धृत केले आहेत. त्या अधिकाऱ्याने The Quranic Concept of War (युद्धाबद्दल कुराणामधील संकल्पना) या नावाचे एक पुस्तक लिहिले आहे. त्या पुस्तकात तो म्हणतो, "दहशत म्हणजे शत्रूला निर्णय घ्यायला लावण्याचे एक साधन नाही, तर ते शत्रूवर आपण घेऊ तोच निर्णय लादण्याचे एक साधन आहे. हे काम दहशत घातल्यावरतीच होऊ शकते. म्हणून तर दहशत आणि इस्लामी तत्त्वानुसार खेळले जाणारे युद्ध यांची अभिव्यक्ती ही जम्मू व काश्मिरमध्ये दहशतवादाला पाठिंबा देण्यात झाली आहे. शत्रूच्या हृदयात दहशतीची धडकन न भरवता जर व्यूहनीती आखली तर व्यूहनीती अपुरी ठरेल, लंगडी ठरेल. ह्या व्यूहनीतीचा वापर हा पारंपरिक युद्धाच्या पलीकडे जायलाच हवा, मग त्यासाठी गरज पडली तर अणुयुद्धही करावे. कारण दहशतवादाचा तोही एक घटक आहे." या पुस्तकातील असला मजकूर हा अक्षरशः गोठवून टाकणारा आहे. स्टीफन कोहेन पुढे म्हणतो की, "१९९८ ते २००४ या काळात मला अशी पाकिस्तानची मानसिकता पहावयास मिळाली."

व्यूहनीतीची खोली आणि व्यूहनीतीमधला पेचप्रसंग

पाकिस्तानात लोकशाही प्रशासनाचे अनेक प्रयोग, अनेक खेळ झाले आहेत आणि ते नेहमी चालूच असतात. शेवटचा लोकशाहीचा खेळ हा लष्कराने १९९९ मध्ये थांबवला. जनरल परवेझ मुशर्रफ यांनी पंतप्रधान नवाज शरीफ यांच्याकडच्या साऱ्या जबाबदाऱ्या काढून घेतल्या. मुशर्रफ यांनी सैन्याच्या प्रमुखपदावर स्वत:ची नियुक्ती केली. परिणामी काही अभिनव घटना घडू लागल्या. प्रयोगशाळेत तात्पुरते प्रयोग करून पहावेत अशा पद्धतीने पाकिस्तानचे भारताबद्दलचे धोरण ठरविण्यासाठी अनेकांच्या नियुक्त्या, समित्या वगैरे होत गेल्या. हे सारे प्रयोग अर्थातच मुशर्रफ यांच्या प्रेरणेने झाले. पाकिस्तानच्या धोरणात दहशतवादाचे हत्यार अधूनमधून असते. पण आता हे हत्यार किंवा हा घटक पाकिस्तानच्या धोरणात कायमचा ठेवला गेला. कदाचित मुशर्रफच्या ऑफिसकडून काढल्या गेलेल्या एखाद्या स्पष्ट अशा एक्झिक्युटिव्ह आज्ञेचेही ते फलित असावे. तसे नसेल तर मग कोणाच्या 'इच्छेने अगर आज्ञेने' आता दहशतवादाचे धोरण ठरवले जाते? का पाकिस्तानच्या सध्याच्या खात्यांवर पूर्ण नियंत्रण नाही असे समजायचे? अन् तसे ते जर नसेल तर अशा भयप्रद शंकांचा प्रादुर्भाव हा वेगाने सर्वत्र पसरत जाईल. मग त्यामुळे होणारे नुकसान हे अधिक मोठे असेल.

न्यूयॉर्कमधील वर्ल्ड ट्रेड सेंटरचे दोन मनोरे ११ सप्टेंबर रोजी पाडले गेले. त्यानंतर पाकिस्तानने चतुरपणे अगदी हलक्या पावलाने राजनीतीमध्ये हळूच पलटी मारली आणि आपल्या धोरणाचे दुसरे टोक गाठले. जेव्हा हा बदल जाहीर झाला तेव्हा एका पाकिस्तानी राजदूताने हुश्श करीत म्हटले, "चला, आपण आता वाचलो!" एका पश्चिमी राजदूताने आपला चेहरा वेडावाकडा करीत "पाकिस्तान अशा कोलांट्या उड्या मारून किती वेळा स्वत:शी प्रतारणा करणार आहे? किती वेळा तो आपला आत्मा विकणार आहे? अशा कोलांट्या तो किती वेळा मारू शकेल?" अशा अर्थाचे उद्‌गार काढले. दहशतवादाचा पुरस्कार करणारे व 'दहशतवादाचा मूलस्रोत' असलेले पाकिस्तान, सीमापार आपला दहशतवाद पोचवून जगाला धडकी भरवणारे पाकिस्तान, हे एका रात्रीत पश्चिमी जगाचे कसे दोस्त बनले? पाकिस्तानच्या धोरणातील ह्या बदलाने बऱ्याच समस्या व विरोधाभास हे जगापुढे आले. 'दहशतवाद्यांच्या देशावर' स्वार होऊन राज्य करण्याचे धोरण पाकिस्तानला यशस्वी करायलाच हवे. त्यावाचून त्याला गत्यंतरच उरले नाही. त्याखेरीज अन्य पर्यायही उरलेला नाही. जर तसे पाकिस्तानने केले नाही तर कल्पनातीत घोर परिणाम होतील. तालिबानला जरी काबूलमधून हुसकावले गेले असले तरी त्यांचे अफगाणिस्तानातील अस्तित्व पूर्णपणे निपटले गेले नाही. त्यांच्यामुळे अजूनही अमेरिकेच्या व नाटोच्या फौजांना पूर्व

अफगाणिस्तानात थांबावे लागले आहे. तालिबानने आपला प्रभाव पुन्हा एकदा जवळच्याच पाकिस्तानी भागात दाखवायला सुरुवात केली आहे. एक स्वतंत्र व आत्मविश्वासपूर्ण असे अफगाणिस्तान राष्ट्र हे पाकिस्तानला कधीही सहन होणार नाही. कारण असले अफगाणिस्तान हे पुढे एक 'आपले तेच खरे करणारे राष्ट्र' होईल अशी पाकिस्तानला भीती वाटते. जोपर्यंत एक कार्यक्षम, स्वयंपूर्ण असे अफगाणिस्तान बनून ते स्वत: होऊन देशाच्या सुरक्षिततेची आव्हाने स्वीकारीत नाही, तोपर्यंत तिथल्या अमेरिकी फौजा कशा परत जातील?

ही वास्तवता पाकिस्तानला अवघड स्थितीत टाकणारी आहे. भूतकाळात सतत रंग बदलणाऱ्या पाकिस्तानला नेहमीच अमेरिकेवरती संपूर्णपणे अवलंबून रहावे लागले आहे. त्या पाकिस्तानला ११ सप्टेंबरच्या (९/११) हल्ल्यानंतर आता पुन्हा एकदा महत्त्वाची दोस्ती अमेरिकेच्या गटात जाऊन करावी लागली आहे. पाकिस्तानच्या दृष्टीने त्यांची ही कृती म्हणजे त्यांना एक मोठाच दिलासा ठरला आहे. कारण त्यामुळे पाकिस्तानमध्ये आर्थिक विकासाचे रोपटे अमेरिकेकडून आणून लावले गेले आहे आणि देणी फेडण्याची स्थिती ही अधिक दिलासादायी बनली आहे. जरी पाकिस्तानच्या आर्थिक स्थितीत फारसे चढउतार होत नसले तरी ती फारशी ढिसाळ नव्हती हेही तितकेच खरे. डावपेचाच्या दृष्टीने योग्य वेळी आपल्या जवळील खतरनाक दहशतवादी एकेक करीत अमेरिकेच्या हवाली करत पाकिस्तान हे अमेरिकेच्या चिंतेवर सतत थोडे थोडे ठिबक सिंचनासारखे नियंत्रण ठेवल्यासारखे करीत आहे, त्याचबरोबर कटुताही वाढवित आहे. पाकिस्तानला अशी कसरत करतानाही आत्मविश्वास वाटत आहे. म्हणूनच ते राष्ट्र भारताबरोबर शांततेची बोलणी करीत आश्वासन देऊ शकते आहे. त्यावरून असे दिसते की सुस्थितीची एक भावना पाकिस्तानच्या मनात आहे. पण अनेक प्रश्न तसेच हवेत लोंबकळत राहिलेले आहेत. त्यांची उत्तरे मिळाली नाहीत. कारण ते अद्याप पाकिस्तानला विचारलेही गेले नाहीत. पण त्या प्रश्नांमध्ये विविध दुश्चिन्हे ठासून भरलेली आहेत. म्हणून, भविष्यात आपल्यापुढे काय येईल? असा प्रश्न मनात उभा रहातो. पाकिस्तानचे आत्ताचे आधारस्तंभ असलेले राज्यकर्ते हे कोणतेही कायमस्वरुपी आश्वासन देत नाहीत. आयएसआय ही त्यांची गुप्तचर यंत्रणा सर्वांना सर्वकाळ डोकेदुखी ठरलेली आहे व अद्यापही तशीच आहे. राष्ट्राच्या आदर्शवादाच्या शुद्धतेचे रक्षण करण्याचे काम आयएसआयकडे खरेच आहे का नाही? एक राष्ट्रप्रमुख आणि सैन्याचाही प्रमुख म्हणून मुशर्रफ हा या दोन्ही पदांवरती एकाच वेळी कसा काय रहातो? पाकिस्तानच्या सीमेजवळच्या भागात म्हणजे वायव्य सरहद्द प्रांत व बलुचिस्तान येथे इस्लामी पक्षांचे वाढते सामर्थ्य ही उलट दिशेने घडत जाणारी घटना आहे काय? आणि सर्वात महत्त्वाचे म्हणजे अफगाणिस्तानातील दहशतवाद निपटून काढण्यासाठी अमेरिकेचे पाकिस्तानवर अवलंबून

रहाणे हे कितपत टिकणार आहे? तसेच, पाकिस्तान अमेरिकेला आपली प्रमुख जीवनवाहिनी म्हणून किती काळ मानणार आहे? जर अमेरिकेचा आधारस्तंभ नाहीसा झाला तर सारा तोल बिघडून पाकिस्तानसाठी आणि त्यामुळे भारतासाठीही फार दुर्दैवी परिणाम कदाचित घडतील. या संपूर्ण भारतीय उपखंडात मग एक अतर्क्य व कल्पना न करता आलेल्या भोवऱ्यात सारे भारतीय उपखंड गरगरत राहील. अलीकडच्या काळात, अनेक पश्चिमी राष्ट्रांनी आपली पाकिस्तानबद्दलची परराष्ट्रनीती ही इस्लामी धमकीच्या भीतीवर अवलंबून आखलेली आहे. ती धमकी पाकिस्तान अप्रत्यक्षपणे अशी देते : "एक तर आम्हाला पाठिंबा द्या, नाही तर आमच्या देशातील मूलभूतवादी पाकिस्तानचा ताबा घेतील, मग त्यांच्या हातात अणुशस्त्रे पडतील आणि ते दहशतवाद पसरवत नेतील." या धमकीमुळे व्यक्तिश: कोणताही माणूस हतबुद्ध होतो. पाकिस्तानमध्ये असे काही खरोखरीच घडेल या भीतीपोटी पाकिस्तानी लष्कराला सतत पाठिंबा मिळवता आलेला आहे. कारण दहशतवाद्यांना काबूत ठेवण्याचे सामर्थ्य फक्त पाकिस्तानी लष्करातच आहे. पाकिस्तानात 'पंथवादी' आणि 'जिहादी' या धार्मिक दहशतवाद्यांनी बराच धुमाकूळ घातला होता व अधूनमधून ते घालीत असतात. पण तरीही अद्याप तिथली कायदा व सुव्यवस्था ही कोलमडली नाही की धोक्यात आणली गेली नाही. या असल्या धार्मिक इस्लामी दहशतवादी गटांकडून पाकिस्तानी सरकारला किंवा पाकिस्तानातील त्याच त्या एकच एक सत्तेला, म्हणजे लष्कराला, कधीही आत्तापर्यंत धमकी दिलेली नाही.

अनेक बुद्धिमंतांनी एकत्र येणे ही पाकिस्तानची आजची गरज आहे. त्यामुळे सैन्याच्या बाहेर व त्यांच्या प्रभावाखाली न रहाता एक थोडेसे दडपण आणणारे सत्ताकेंद्र निर्माण होऊ शकते. हा एक प्राप्त परिस्थितीमधला पर्याय आहे. तसे झाले तर पाकिस्तानच्या सैन्याची द्विधा मन:स्थिती होऊन ते पेचात सापडतील. कारण अशी ही बुद्धिमंतांची 'मानवी राजधानी' तयार झाली की त्यामुळे असा एक मध्यमवर्ग निर्माण होईल की त्यांचा शब्द पाकिस्तानच्या कारभारावर प्रभाव टाकू शकेल. लष्कराला मात्र कदाचित् या खेळात त्यांनी काहीही केले तरी हारच पत्करण्यासारखी परिस्थिती असेल. परंतु पाकिस्तानच्या विकासासाठी हे घडणे आवश्यक आहे. या मार्गावरती काहीना काही त्याग करणे भागच आहे. स्वत:च्या, देशाच्या सुरक्षिततेसाठी तरी त्यांनी तसे करणे आवश्यक आहे.

करुणाजनक काव्य

अल्ताफ हुसेन हा १८३७ मध्ये उत्तरेतील पानिपत या गावात जन्माला आला. त्याने पुढे 'हाली' या टोपणनावाने कविता केल्या. आधुनिक भारतीय मुसलमानांमध्ये शिल्बी आणि इक्बाल या कवींबरोबर हाली हा सुद्धा एक थोर साहित्यिक म्हणून

समजला जातो. इक्बालच्या काव्यामुळे पाकिस्तान निर्मितीला जबरदस्त चालना मिळाली हे निःसंशय खरे आहे. महंमद शिल्बी हा 'मुमानी' या नावाने ओळखला जातो. तो एक अत्यंत महत्त्वाचा व प्रभावशाली कवी होता. परंतु ज्यांनी प्रथमपासून इस्लाममध्ये एक नवीन चैतन्य भरण्याचे प्रयत्न केले त्या सर्वांमध्ये हाली याचे फार मोठे योगदान ठरते. साहित्य आणि काव्य यात त्याने संपन्न लिखाण केले. तो एक थोर समीक्षक होता, एक सुधारक होता, एक शिक्षक होता व धार्मिक प्रवचनकारही होता. तो आपल्या सुरुवातीच्या काळात दिल्लीला जाऊन राहिला. तिथे त्याला सर सय्यद अहमद यांचे नाव व कीर्ती समजली. मग त्याने त्यांच्याशी एक अतूट मैत्री निर्माण केली. त्या नेत्याचा तो एक निःस्सीम चाहता बनला आणि त्याने नंतर त्यांचे चरित्रही लिहिले. सर सय्यद यांनी एकदा हाली याला मुसलमानांच्या घसरलेल्या व दयनीय अवस्थेवरती काव्य लिहिण्यास सांगितले. मग हालीने 'मुसादास' हे महाकाव्य १८७९ मध्ये रचले. 'मद्द-ओ-जझ्र-इ-इस्लाम' (इस्लामचा प्रवाह आणि त्याची उतरती कळा) हेही एक काव्य रचले. ही दोन्ही काव्ये पुढे छापली जाऊन काही लाखांमध्ये ती वाटली गेली. ती काव्ये सभांमध्ये, व्यासपीठांवरती, मशिदीत आणि परिषदेत गायली जातात.

हालीची 'मुसादास' ही श्रेष्ठ काव्यरचना प्रथम १८७९ मध्ये सर्वांच्या नजरेस पडली. मुसलमानांना जागे करण्यासाठी त्याने हे काव्य रचले होते. सर सय्यद अहमद यांनी मुस्लिम संस्कृतीचे पुनरुज्जीवन करण्यासाठी त्या काव्याचा उपयोग करून घेतला. ही त्यांची एक मोठीच कामगिरी होती, असे म्हटले पाहिजे. भारतीय मुस्लिम समाजावरती मुसादासमध्ये बोचरी टीका केली आहे. शैक्षणिक मागासलेपणा, अंतर्गत हेवेदावे, फाजील धर्माभिमान व त्याबद्दलचा हटवादीपणा, नबाबी हावरटपणा आणि सांस्कृतिक मागासलेपणा यामुळे मुसलमानी समाज भरकटल्यासारखा झाला आहे, असे त्यात हालीने म्हटले. त्यामुळे मुसलमानांनी आपले सार्वभौमत्व, संपत्ती, बुद्धी आणि स्वतःबद्दलचा आदर हे गमावले. त्यामुळे केवळ धर्मामुळेच मुस्लिम ओळखले जाऊ लागले. हालीने 'मुस्लिम लोक हे भारतावर चाल करून आलेल्या आक्रमकांचे वंशज आहेत' असे मानले आहे. पण यावर त्याने जो उपाय सांगितला आहे तो 'भारताशी आपले नाते तोडू नका' असा सांगितला आहे.

सर सय्यद हालीच्या काव्याबद्दल म्हणतात, "हे काव्याचे पुस्तक आमच्या काव्यप्रांतात नवीन युग उघडेल, असे म्हटले तर ते बरोबर दिसेल. यातील कित्येक कडवी वाचताना तर डोळे पाण्याने भरून जातात... हालीच्या मुसादासमध्ये सारा भर हा उपदेशावर दिलेला आहे. तो म्हणतो की, भारतीय मुसलमानांनी आपले अज्ञान, आळशीपणा आणि स्वार्थ हे दुर्गुण झटकून एक शिस्तप्रिय

उद्योगी व एकी असलेले राष्ट्र निर्माण करावे. (पहा : खलीद बिन सय्यद यांचे The Formative Phase पान ३.) या उर्दू पुस्तकाइतके दुसरे कोणतेही उर्दू पुस्तक इतके प्रसिद्धी पावलेले नाही. भारतातील शिक्षित मुसलमानांनी आणि मागील पिढ्यातील अनेकांनी हे पुस्तक मनापासून वाचलेले आहे. या पुस्तकाचे एक प्रमुख वैशिष्ट्य म्हणजे त्यात आपले सारे राष्ट्रीय गुण आणि दुर्गुण यांचा झाडा सुधारक हाली याने घेतला आहे. सर्व गुण भूतकाळात अस्तंगत पावलेले व सर्व दुर्गुण वर्तमानकाळात तसेच आलेले त्याने दाखवलेले आहेत...''

हालीने मुसलमानांना पाश्चिमात्य लोकशाहीपासून सावधगिरीचा इशारा दिला आहे. जर ती लोकशाही अंगिकारली तर आपल्याच भूमीत आपण परके होऊन जाऊ असा इशारा दिला आहे. तो मग निरोप घेताना म्हणतो की, ''कायम हिरव्यागार रहाणाऱ्या भारत नावाच्या बगीच्याला अलविदा! आम्ही परकीय लोक तुमच्या देशात पाहुणे म्हणून फार काळ राहिलो.''

(हालीच्या काव्याचा रसास्वाद देण्यासाठी आयेशा जलाल यांनी त्याच्या काव्याचा भावानुवाद केला आहे. तसेच Evolution of Pakistan [पाकिस्तानची उत्क्रांती] ह्या सय्यद शरीफुद्दीन पीरजादा यांच्या पुस्तकावरतीही त्यांनी लिहिले आहे.)

◆

तीन

भारत! एका देशापासून गणतंत्र राज्यापर्यंतची वाटचाल

विभाग १

एका पुराण-रात्री मिळालेले स्वातंत्र्य

१९४७ मध्ये भारताला स्वातंत्र्य मिळाले. आनंद आणि उत्तुंग अपेक्षा यांनी ते स्वातंत्र्य जसे भारलेले होते तसेच त्याला अनेक प्रश्नचिन्हांचे काटेही फुटले होते. स्वातंत्र्य मिळण्यामागे अनेक कथा, मते, बातम्या उठवण्यात आल्या होत्या. त्यातल्या काही बातम्या ह्या सुरक्षिततेच्या हेतूसाठी मुद्दाम पसरवल्या गेल्या. पण बाकीच्या साऱ्या बातम्या, मते, कथा ह्या नुसत्या वावड्या होत्या, भ्रम निर्माण करणाऱ्या होत्या. उदाहरणार्थ : "भारताचे स्वातंत्र्य मिळवणे हे एक अहिंसक मार्गाने होणाऱ्या सत्तांतराचे देदीप्यमान उदाहरण आहे. शिस्तीत सत्ता सोपवून जाणाऱ्या ब्रिटिशांना आमची आदरांजली आणि भारताच्या जनतेने अहिंसक मार्गाने आपले स्वातंत्र्य 'जिंकून घेतले' त्याबद्दल त्यांनाही आमची आदरांजली." या प्रसंगी काहीजण स्वत:ची पाठ थोपटून घेणारे निघणार हे तसे समजू शकते. पण सतत याच बोलण्याचे तुणतुणे वर्षानुवर्षे करणे, 'समस्त जनतेच्या श्रद्धा' या नावाखाली आपल्याच कल्पनेतून निर्माण झालेल्या श्रद्धा, विश्वास व पक्क्या समजुती या देशाच्या माथी मारणे म्हणजे आपल्याच निशाणाच्या कापडाला आपणच कृत्रिम रंग चढवण्यासारखे आहे. कोणत्याही दृष्टिकोनातून पाहिले तरी १९४७ साल हे अजिबात शांततापूर्ण नव्हते. मग अहिंसक मार्गाने कसे काय त्या वर्षी स्वातंत्र्य मिळवले? तसेच, ब्रिटिशांनी भारतीयांच्या हाती सत्ता सोपवून सत्तांतर केले, असा प्रकार नव्हता. ब्रिटिशांनी हिंदुस्थानावरील आपले साम्राज्यवादी

अधिकार घाईघाईने सोडून दिले. याचे कारण ब्रिटन हे आता एक अत्यंत थकले-भागलेले राष्ट्र झाले होते. दुसऱ्या महायुद्धाने पोळलेले व बरीचशी गंगाजळी संपलेले असे एक राष्ट्र झाले होते. त्याच वेळी ब्रिटिशांच्या अधिपत्याखालील हिंदुस्तान सरकार हे आपला अंमल चालवण्यासाठी ब्रिटनला सारखा निधी मागत होते. ती मागणी दिवसेंदिवस वाढत चालली होती. हिंदुस्थानला पोसणे त्यांच्या आवाक्याबाहेर गेले होते. याबाबत पूर्वी अनेकवार चौकश्या, अभ्यास, चर्चा झाल्या आहेत. तसेच 'शांततामय व अहिंसक क्रांती' यावरही भरपूर खल झाला आहे. स्वातंत्र्याच्या प्रबंधात मात्र फक्त 'सविनय कायदेभंगामुळे स्वराज्य मिळाले' एवढेच लिहिले गेले. वास्तवात काय होते हे साऱ्यांना ठाऊक आहे.

शिवाय ४८ टक्के हिंदुस्थानात ते अजिबात सत्तांतर झाले नाही. कारण तिथे संस्थानी राज्ये होती आणि त्यात भारतातील ४० टक्के प्रजा रहात होती. त्या निरनिराळ्या संस्थानांवरती फक्त ब्रिटिशांचा अधिकार होता. प्रत्येक संस्थानाशी वेगवेगळे करार ब्रिटिशांनी पूर्वीच करून ठेवले होते. पण तरीही त्या संस्थानातील भूमीवर ब्रिटिशांचा हक्क नव्हता की तिथे ते राज्य करीत नसल्याने त्यांच्या हातात तिथली सत्ता नव्हती. मग तिथे सत्तांतर होण्याचा प्रश्नच उद्भवत नव्हता. हे असे आणि इतरही अनेक घटकांमुळे ब्रिटिशांना हिंदुस्थानवर राज्य करीत रहाणे अवघड होत चालले होते. याबद्दल काही शंका काढणे आणि स्वातंत्र्य चळवळीच्या अन्य बाबींबद्दलही प्रश्न विचारणे म्हणजे इतिहासाचे पुनर्लेखन केल्यासारखे होत नाही. परंतु उगाच काही भ्रम पैदा करून ते स्वातंत्र्य चळवळीशी कोणी जोडू लागून त्याबद्दल प्रश्न विचारणे, हे मात्र उचित ठरत नाही.

दुसऱ्या महायुद्धाच्या शेवटापासून ब्रिटिशांनी इथल्या प्रशासनातून आपला पाय हळूहळू काढून घ्यायला सुरुवात केली होती. अनिश्चिततेचे एक वातावरण हळूहळू पसरत गेले. ब्रिटिश साम्राज्यामधील एक सर्वात मोठे व भक्कम आसन अखेर डळमळीत होऊ लागले होते. बऱ्याच ब्रिटिशांनी हिंदुस्थान सोडण्यास सुरुवात केली होती. "चला, घाई करा. सगळी अंदाधुंदी माजण्याआधी येथून निघा," अशी भाषा वारंवार भारतातील अनेक ब्रिटिश अधिकारी घाबरून करू लागले होते. इथल्या ब्रिटिश माणसांपुढे दोन चिंता उभ्या होत्या. येथून सुरक्षितपणे नीट बाहेर कसे पडता येईल आणि महायुद्धानंतरच्या आपल्या साध्यासुध्या मायभूमीत पुन्हा आपल्याला कसे स्थायिक होता येईल! म्हणून ब्रिटिशांच्या हिंदुस्थानातील शेवटच्या दोन तीन वर्षांच्या राजवटीमध्ये प्रशासनात पूर्वीपेक्षा बराच फरक पडला होता. हळूहळू ते आपल्यावरच्या जबाबदाऱ्या गुंडाळून टाकू लागले. इच्छित परिणाम साध्य करण्याची त्यांची उमेद व इच्छाशक्ती नाहीशी झाली. त्यासाठी अनेक कारणे घडली होती. मोठ्या प्रमाणात जनतेने स्वातंत्र्य चळवळीत भाग घेतला, हे कारण त्यापैकी एक

होते; पण नुसतेच तेवढे कारण नव्हते.

आता ब्रिटनमधे राजकीय बदल झाला होता. कोट्यवधी भारतीय जनतेचे भवितव्य ठरवण्यासाठी ॲटली व माऊंटबॅटन यांच्याकडे अधिकार आले होते. गांधी यांच्या स्वत:च्या स्थानाचा प्रभाव कमी झाला होता आणि त्यांच्या स्वत:च्या काँग्रेसमध्येही त्यांच्या अधिकाराला फारसे कोणी विचारेनासे झाले होते. स्वातंत्र्यानंतर दिल्लीत हंगामी सरकार आले. प्रथम ते सरकार मुस्लिम लीगवाचून असलेले होते. नंतर तेही त्यात सामील झाले. म्हणजे दिल्लीत एका पाठोपाठ तीन राज्यकर्ते आले. ब्रिटिश, नंतर काँग्रेस (हिंदू) आणि नंतर मुस्लिम लीग (मुसलमान). त्यानंतर फाळणीच्या प्रक्रियेला गती आली. त्या पाठोपाठ हिंसाचार आला. तो एक अचानक झालेला अभूतपूर्व असा परिणाम होता. मुद्दाम कोणी तसे हेतुपूर्वक घडवले नव्हते. पहिल्या महायुद्धापासून असलेल्या तीव्र ब्रिटिशविरोधी भावनेचे रूपांतर हिंदू-मुस्लिमांच्यामध्ये एकमेकांविरुद्ध कडवटपणा होण्यात झाले. मग आपल्याच देशबांधवांची हत्या व द्वेषपूर्ण शत्रुत्वाच्या भावनेचे एवढे जोरदार प्रकटीकरण झाले, की ते भारताच्या आजवरच्या इतिहासात कधीही दिसले नाही. नादिरशहाने जे हत्याकांड दिल्लीत घडवले किंवा महंमद गझनीने ज्या कत्तली केल्या त्यापेक्षाही हे हिंदू-मुसलमानांचे दंगे भयानक होते. फाळणीपूर्व पंजाबचा गव्हर्नर सर इव्हान जेन्किन्स हा होता. त्याने म्हटले की, "हे दंगे म्हणजे वारसा हक्कावरून होत असलेले युद्ध आहे." (पहा : The Partition of India and Retributive Genocide in the Punjab, Means, Methods and Purposes. लेखक : पॉल आर. ब्रास) मग त्यावेळच्या भारतीय राजकारणातील वृद्ध पुरुष व अश्विनीकुमार सी. राजगोपालाचारी यांनी माऊंटबॅटन यांना म्हटले, "जर तुम्ही आत्ता भारतीयांच्या हाती सत्ता सोपवली नाही तर नंतर तसे करण्यासाठी तीच सत्ता तुमच्याजवळ राहिलेली नसेल." पारतंत्र्याच्या काळातील त्या शेवटच्या वर्षामध्ये उफाळलेला हिंसाचाराचा उद्रेक हा अभूतपूर्व असा होता. या हिंसाचारामध्ये घडलेली मानवता पायदळी तुडवण्याची कृत्येही अभूतपूर्व अशीच होती. फाळणीमुळे सुमारे एक ते सव्वा कोटी नागरिकांना आपली घरेदारे सोडण्यास सक्ती केली गेली व अन्यत्र स्थलांतर करावे लागले. त्याचे झालेले भयावह दुष्परिणाम हे आजही अकल्पनीय असे वाटतात. तसे परिणाम भारताच्या इतिहासात यापूर्वी कधीही दिसले नव्हते. त्यानंतर या भूमीवरची शांतता जवळजवळ कायमची हरपली आहे. ती शांतता अद्याप भारतात, पाकिस्तानात व बांगला देशात परतलेली नाही. या प्राचीन भूमीची ओळख दाखवणाऱ्या, लक्षणे सांगणाऱ्या महास्तरांची मोडतोड जाणीवपूर्वक केली गेली. हे महास्तर नुसते सरकवले गेले नाहीत, तर त्यांच्या ठिकऱ्या ठिकऱ्या उडवल्या गेल्या. अखेर बलाढ्य ब्रिटिश साम्राज्यावरचा सूर्य मावळला आणि भारताला १५ ऑगस्ट १९४७ रोजी स्वातंत्र्य मिळाले. या

स्मरणीय घटनेचे वर्णन ऑन्द्रे मॉलरो याच्या शब्दात "५०० वर्षांच्या वसाहतवादी संस्कृतीचा शेवट झाला." राजेंद्रप्रसाद हे भारताचे पहिले राष्ट्राध्यक्ष झाले. १५ ऑगस्ट रोजी दिल्लीच्या गव्हर्नमेंट हाऊसमधे झालेल्या उद्‌घाटन समारंभाप्रसंगी ते म्हणाले, "आपण जे काही साध्य केले आहे ती काही लहानसहान गोष्ट नाही. त्यासाठी आपण झगडलो, हालअपेष्टा सहन केल्या आणि त्यागही केला. त्याचबरोबर हा एक जागतिक घटना व शक्तिप्रवाह यांचाही परिणाम होता... या साऱ्या गोष्टींचे स्मरण आज आपण कृतज्ञतापूर्वक करू या." त्यानंतर जे अस्तित्वात आले, ते भारत व पाकिस्तान नावाचे दोन देश होते. मग पुढे पुन्हा आणखी एक या भूमीचा तुकडा पडून 'बांगला देश' नावाचा देश निर्माण झाला. अशा रीतीने १९४७ मध्ये जे दोन तुकडे पडले त्यांचे १९७१ मध्ये तीन तुकड्यात रूपांतर झाले.

फाळणीच्या आठवणी मनात येताना आणखी एक विचार नेहमी त्यात अडथळा आणीत असतो. तो विचार असा : नेहरू, पटेल, जिना किंवा त्यावेळची कोणतीही प्रमुख व्यक्ती सोडा, पण त्या फाळणीमुळे लष्करीदृष्ट्या केवढी किंमत मोजावी लागते आहे, हे बाकी कोणाच्याही कसे लक्षात आले नाही? किंवा दुसऱ्या जागतिक महायुद्धाचे परिणाम या फाळणीशी कसे भिडतात, यावर का विचार केला गेला नाही? (पहा : जगत मेहता यांनी लिहिलेले Essay on the two cold wars) तसेच वेगाने खालावत जाणाऱ्या जिनांच्या प्रकृतीची बाब काँग्रेसच्या कोणत्याच पुढाऱ्याच्या कशी लक्षात आली नाही? जेव्हा १९४७ च्या सुरुवातीला ज्या काही देशांचे भवितव्य घडवणाऱ्या तारखांची आम्ही आठवण करतो तेव्हा थोडासा खेद वाटतो. ट्रूमन यांनी १२ मार्च १९४७ रोजी आपली तत्त्वप्रणाली जाहीर केली. त्याआधी, म्हणजे ५ मार्च १९४६ रोजी फुल्टन येथे बोलताना चर्चिलने रशियाचा पोलादी पडदा खाली उतरत असल्याचे निवेदन केले. तसेच, २३ मार्च १९४७ रोजी दिल्लीत आशियातील संबंधांबाबत 'एशियाई रिलेशन्स कॉन्फरन्स' ही परिषद होत असल्याचे जाहीर केले. त्या परिषदेत नेहरूंनी 'आशियाई एकजूट' व 'तिसऱ्या जगाची एकी' या विषयांवरती ओघवत्या वाणीत भाषणे केली. पण उपरोधिकपणे असे सांगावेसे वाटते की, त्याच वेळी, म्हणजे नेहरूंचे भाषण चालू असताना, माऊंटबॅटन हे भारतीय नेत्यांबरोबर आधी ठरल्याप्रमाणे फाळणीचा आराखडा पक्का करून तिथे आले. एकीकडे भारताचे विभाजन करण्यास मान्यता द्यायची आणि त्याच वेळी 'आशियाई एकजूट' यावरती बोलायचे? दक्षिण आशियाच्या विभाजनाचे अंदाज केलेल्या परिणामानुसार जगाची विभागणी आता फक्त दोन भागात होणार होती. उदयास येणाऱ्या भारत व पाकिस्तान या देशांचे भौगोलिक अस्तित्व त्यात जणू काही धरले गेले नव्हते. जगाचे ध्रुवीकरण होऊ घातलेल्या त्या संघर्षात नकळत भारत व पाकिस्तान हे उदयोन्मुख देश त्याच काळात जन्म घेऊन अडकून पडले.

या दोन्ही देशांचे आपसातील संबंधही महासत्तांच्या भूमिकेशी निगडित होऊन नकळत गुंतून पडले. अन् तिथेच ते अद्यापही दशकामागोमाग दशके गुंतून पडले आहेत. असे होण्याची खरोखरीच गरज होती का?

आपण नक्की कोण आहोत? इंडिया, भारत, की हिंदुस्थान?

जेव्हा मी लष्करी सेवेमधून राजीनामा देऊन बाहेर पडलो तेव्हा नवीन भारत हा वीस वर्षांचा झाला होता. मी त्यावेळी सार्वजनिक जीवनात उडी मारली. 'उडी मारली' हा शब्दप्रयोग अगदी अर्थपूर्ण वापरला आहे. याचे कारण असले जीवन पत्करण्याआधी मी त्याची कसलीही पूर्वतयारी केली नव्हती. फक्त त्याबद्दलचे विचारमंथन मात्र एकाकीपणे बरेच दिवस केले. एवढीच माझी पूर्वतयारी. मी निश्चय पक्का करून मगच नवीन जीवनात बेधडक उडी मारली. मी अव्यवहारीपणे पण उदारपणे कोणत्याही पक्षात सामील झालो नाही. असाच स्वतंत्र उभा राहून मी माझे सामाजिक कार्य दहा वर्षे करीत राहिलो. फाळणीनंतर जे प्रश्न डोके वर काढीत होते त्यापैकी एक प्रश्न मला नेहमी पडे की आमच्या भूमीची फाळणी अशा तऱ्हेने का व्हावी? फाळणीला कोणी निवडले होते? का देशात रहाणाऱ्या सर्वांचे सार्वमत घेतले गेले आणि त्यांनी फाळणीला मान्यता दिली, असे काही झाले? पूर्वीच्या अखंड हिंदुस्थानातील बहुतेक-जणांचे दृष्टिकोन बाजूला ठेवून ते जे मूठभर लोक देशावर राज्य करीत होते, आणि काहीजण त्यांना आतून सामील झाले होते, ती सारी माणसे एकत्र बसली, मग त्यांनी कागदावरती काही रेघा मारल्या आणि कोट्यवधी लोकांचे जीवन बदलून टाकले. मालमत्तेसाठी झगडा करणाऱ्या दोन भावांमधे शेवटी तडजोड व्हावी तसा हा प्रकार नव्हता. ह्या भूमीच्या आत्म्याचे हेतुपूर्वक दोन तुकडे केले होते आणि हे सारे 'विश्वास, भरवसा' यांच्या नावाने? त्यावेळी जी जनता दिल्लीपासून दूर होती त्या जनतेमधील बहुसंख्य माणसांचे असे मत होते. त्या जनतेला स्वतःचे दृष्टिकोन होते आणि त्यांना गोरा साहेब या देशातून कायमचा जावा असे वाटत होते. पण कोणत्याही परिस्थितीत 'आपल्या देशाचे तुकडे पडावेत आणि येथली सामाजिक चौकट तोडली जावी', असे त्यांना अजिबात वाटत नव्हते.

नंतर काही वर्षांनी मला दोन अस्वस्थ करणारे तपशील कळले. पाकिस्तान ज्यापासून बनले नेमकी तीच गोष्ट वगळली गेली होती. युनायटेड प्रॉव्हिन्सेस (यू.पी.) मध्ये मुस्लिमांची संख्या बरीच होती व तीही प्रभाव टाकणारी होती. पाकिस्तान निर्मितीचा यूपी हा खरा पाया व आधारस्तंभ होता. मुस्लिम लीगने येथूनच पाकिस्तानच्या निर्मितीला सर्वात जास्त पाठिंबा पुरवला होता. पण म्हणून यूपीचे रूपांतर पाकिस्तानात झाले नाही. तो प्रांत भारतात राहिला. १९४५-४६ मधील

यूपीमध्ये 'कॉन्स्टिट्यूशनल असेंब्ली'च्या निवडणुका घेतल्या गेल्या. संभाव्य फाळणीला जनमताचा पाठिंबा आहे का नाही यावर त्या निवडणुका लढवल्या गेल्या होत्या. तो पाठिंबा फक्त एका मतदारसंघामध्ये मिळाला. म्हणजे फक्त १५ टक्के जनतेने आपले मत फाळणीच्या बाजूने दिले. अन् तेही यूपीतील जनतेपैकी १५ टक्के जनतेचे ते मत होते. सबंध हिंदुस्थानचे नव्हते. तेव्हा ती मतसंख्या इतकी थोडी व मर्यादित मतदारसंघापुरती होती की त्यात यूपीमधील मतदारांचे फारच थोडे प्रतिबिंब पडले होते. परंतु फाळणीचा निर्णय धड या मतदानावर अवलंबून राहिला नाही की फाळणीचे परिणाम फक्त यूपीपुरते मर्यादित राहिले नाहीत. सबंध हिंदुस्थानाला फाळणीची किंमत मोजावी लागली. अखंड हिंदुस्थानामधील त्या वेळेच्या बहुसंख्य जनतेला असेच वाटले असावे. एका रात्रीत भूभागाच्या ओळखी बदलल्या, जे एकसंध होते त्याचे भलतेच काहीतरी झाले. बेभरवसा, अनिश्चिती, मुळापासून उखडणे आणि मृत्यूचे थैमान यामुळे सारेजण चक्रावून गेले. आपण आता कोण आहोत? इंडिया, भारत का हिंदुस्थान? (गिरीलाल जैन यांनी आपल्या The Hindu Phenomenon या पुस्तकात याबद्दलच्या विचारांची रूपरेखा मांडलेली आहे.)

स्वातंत्र्याच्या वेळी नऊ वर्षांचा असलेला एक लहान मुलगा, ब्रिटिश इंडियात असूनही स्वतंत्रतेचे वारे असलेल्या व जाणीवांची जपणूक करणाऱ्या भूमीत वाढून पुढे तो जेव्हा तरुण झाला, तेव्हा त्याला जे वाटले ते त्याचे विचार मी येथे तुम्हाला सांगतो आहे. अनेकदा प्रवासात माझ्या मनात येई, 'मी कोठून आलो?' त्यावेळी त्याचे सोपे उत्तर चटकन मनात उगवे, ते म्हणजे 'जसोल', किंवा 'खुरी' या खेड्यातून. 'हिंदुस्थान' हे नाव आम्ही अभिमानाने उच्चारीत असू. आमचा देश, आमचा मुलूख, घर, राष्ट्र वगैरे अर्थाने आम्ही त्या शब्दाचा उच्चार करीत असू. पण त्यातील 'आमचा देश' या शब्दांमध्ये सारे अर्थ सामावलेले होते. निदान आम्हाला तरी तसे वाटत होते. 'भारत' हाही शब्द आम्ही वापरीत असू. पण तो शब्द हिंदी व संस्कृत शिकताना धड्यांमध्ये जास्ती करून वापरला जाई किंवा शाळेला भेट देणारी धार्मिक माणसे प्रवचनात हा शब्द वापरीत. 'इंडिया' हा शब्द (माझ्या आठवणीनुसार) फक्त भूगोलाच्या धड्यात ब्रिटिश क्षेत्रांच्या सरहद्दी दर्शविण्यासाठी वापरला जाई. म्हणून त्यातून 'ब्रिटिश इंडिया' हा शब्दप्रयोग निर्माण झाला, त्यावेळी तो रूढ झाला. स्वातंत्र्यानंतर जेव्हा जेव्हा बोलताना मी, 'इंडिया हॅड अवेकन्ड' असे म्हणे, तेव्हा अनेकजण मला 'इंडिया' हा इंग्रजी शब्द आता का वापरता असे विचारीत. मग मीही या शब्दाचे मूळ शोधू लागलो. हा शब्द नेमका कुठून आणि केव्हा आला? का हा शब्द आम्हीच इथे तयार केला? मला अजूनही याचे समाधानकारक उत्तर मिळाले नाही. ते असो, पण 'हिंद' हा शब्द मात्र अरबांकडून आणि मध्ययुगातील लोकांकडून बोलण्यात वापरला जाई. अरबस्थान आणि भारत

यात तसे फार अंतर नाही. त्यामुळे या शब्दाच्या उच्चारात किंचितच फरक पडे. पूर्वी भारताला समुद्रमार्गे भेटी देणारे डच व पोर्तुगाल या देशातील लोकही 'हिंद' हाच शब्द वापरायचे. नंतर हा शब्द ब्रिटिशांनीही कदाचित उचलला असावा. भारताला फार पूर्वी भेट देणारे प्रवासी व भूगोलतज्ज्ञ हे प्रथम 'हिंदुस्तान' हा शब्द वापरू लागले. 'हिंद' व 'स्थान' या दोन शब्दांपासून 'हिंदुस्थान' हा शब्द तयार केला गेला. जसे अफगाणिस्तान, ताजिकिस्तान, उझबेकिस्तान या शब्दांमधून 'तिथे रहाणाऱ्या लोकांचे स्थान' हा अर्थ प्रगट होतो, तसेच हिंदुस्थान किंवा हिंदुस्तान. ('पाकिस्तान' ह्या शब्दातील 'स्तान' ही अक्षरेही स्थान या अर्थीच आहे. पाकिस्तानचे भारताशी असलेले नाते यावरून कळून येते.)

'इंडिया' हा शब्द दोन ठिकाणांहून उत्पन्न झाला. ग्रीकांनी प्रथम सिंधू नदीसाठी 'इंडस' हा शब्द वापरला. नंतर तो शब्द ब्रिटिशांनी उचलला. 'ताब्यात घेऊन व्यापलेला देश' अशा अर्थी तो शब्द वापरला जातो, असा खुलासा ते (ब्रिटिश ईस्ट इंडिया कंपनीतील अधिकारी) नम्रपणे करायचे. मग त्यांनी अधिकृतपणे 'इंडिया' हे नाव पक्के व कायदेशीर बनवले.

किती विचित्र आहे हे पहा. मला कधी कधी वाटे की हा माझा देश, माझी प्राचीन भूमी ही यथायोग्य नावानेच ओळखली जावी. या देशाला युरोपीयांनी म्हटलेले किंवा त्याआधीही म्हटलेले नाव नसावे. अनेक भारतीय धड्यात किंवा नकाशात 'इंडिया' हे नाव सरळ वापरले जाते. पण मी का तसे म्हणावे? भारतात नकाशा बनवण्याच्या परंपरेचा अभाव होता. भारताची संपूर्ण भौगोलिक सीमा दाखवणारे नकाशे प्राचीन काळी अस्तित्वात नव्हते. तसेच भारताला प्राचीन काळात भेटी दिलेले फा-हियान किंवा ह्युएनत्संग यांच्यासारखे चीनी प्रवासी हे 'इंडिया' हा शब्द वापरीत नव्हते. जिथे जायचे तिथे त्या प्रसिद्ध गावाचे नाव त्यांना मार्ग दाखवायला पुरेसे असे. या गोंधळात भर टाकली ती आपल्या देशाच्या घटनेने. १९५० मध्ये आपण 'घटना' तयार करून ती स्वीकारली. मग 'हिंदुस्थान' हे नाव वगळून टाकले गेले. फार तर लोक आपल्या बोलण्यात ते वापरतात. फाळणीच्या आधी तर हेच नाव वापरले जायचे. भारतीय घटना लिहिलेल्या अमूल्य कागदपत्रात Constitution of India असा शब्दप्रयोग केलेला आहे. आपण मात्र "इंडिया, दॅट इज भारत" असे म्हणतो. हिंदी ही देशाची अधिकृत सरकारी भाषा आहे. पण असे असताना याच 'हिंदी' शब्दासारख्या तशाच व्युत्पत्तीने निर्माण झालेला 'हिंदुस्तान' हा त्याही आधीचा शब्द मात्र अधिकृत व सरकारी नाही. फाळणीनंतर भारतीय सैन्याने सलाम करण्यासाठी एक नवीन शब्दप्रयोग स्वीकारला. तो म्हणजे 'जय हिंद'. पण जर घटनात्मकदृष्ट्या 'हिंदुस्तान' शब्दाला पाठिंबा नाही, किंवा घटनात्मकदृष्ट्या तो अस्तित्वात नाही, तर मग आमचे सैनिक कोणाला व कशाला उद्देशून 'जय हिंद'

सलाम ठोकतात? तसाच तो 'भारत' शब्द. हा शब्द कुठून आला? प्राचीन काळापासून यज्ञ करताना जे संस्कृत मंत्र म्हटले जायचे त्यातून हा शब्द घेतला का? आमच्या संस्कृतच्या शिक्षकांनी आम्हाला तो प्राचीन शब्दप्रयोग सांगितला, "जंबुद्वीपे, भरतखंडे...." यामध्ये भारत या शब्दाचे मूळ आहे. या शब्दप्रयोगाचा अनुवाद हा 'जंबू नावाच्या बेटावर हा भारत नावाचा एक भूभाग...' असा काहीसा होईल. आणखीही एक उपपत्ती 'भारत' या नावामागे आहे. *भरत राजाचे वंशज, हिमालयाच्या पायथ्यापासून समुद्रापर्यंत पसरलेल्या भूमीवरती रहात होते आणि त्यांच्या वसतीस्थानाभोवती समुद्र होता, असे जे स्थान आहे ते 'भरतवर्ष.'* त्यावरून 'भारत' हे नाव या देशाला पडले आणि ते नाव सातव्या शतकात महंमद बिन कासिम या अरबाचे आक्रमण होईपर्यंत रूढ होते. अरबांनी प्रथम 'हिंद' हा शब्द वापरायला सुरुवात केली. कोणत्याही परकीय आक्रमकाने किंवा प्रवाशाने क्वचितच 'भारत' हे नाव वापरले असेल. 'हिंद' नंतर 'हिंदुस्थान' शब्द आला. ब्रिटिश येथे राज्य करू लागेपर्यंत हा शब्द प्रचारात होता. नंतर मात्र ब्रिटिशांनी 'इंडिया' असे या देशाचे नामाभिधान अधिकृत केले. नंतर Constitution of Independent India लिहिली जाऊन 'इंडिया' शब्द स्वतंत्र भारतात अधिकृतपणे स्वीकारला गेला.

जरी हा शब्द सहजगत्या स्वीकारला गेला तरी, हिंद, हिंदुस्तान आणि तत्सम शब्द हे वापरले जात होते व त्यांचे परिणामही घडत होते. या शब्दांचा वापर हा साधा, सरळ व अत्यंत तार्किक असा होता. ते असे काहीसे घडत गेले– जर देशाचे नाव 'हिंदुस्तान' आहे, अन् त्याबद्दल कोणताही वाद नाही, आणि जर या देशात 'हिंदू' रहात आहेत, अन् यातही काही वाद नाही. कारण हिंदू शब्द हा येथे रहाणाऱ्यांसाठी वापरला गेला आहे. तर मग त्या हिंदूंचा धर्म हा 'हिंदुत्व' असणार. हा निष्कर्ष चुकीचा असला तरी फारसे काही बिघडत नाही. कारण तो पूर्णपणे असमर्थनीय अशा पायावर उभा आहे. 'हिंदुस्तान' हे नाव तसे सैलपणे स्वीकारले गेले होते. नुसत्या देशाच्या नावावरून त्या देशातील बहुसंख्य लोकांच्या धर्माच्या नावाचा बोध होत नसतो. त्याच तर्काने पाहू गेल्यास जर देशाचे नाव 'इंडिया' हे धरले तर येथे रहाणाऱ्यांच्या धर्माचे नाव 'इंडुत्व' किंवा 'इंडुइझम्' असायला हरकत नाही. जर ही गोष्ट चमत्कारिक व चुकीची वाटते तर मग आधीचाही 'हिंदुत्व' किंवा 'हिंदुइझम' चा तर्क चुकीचा असणार नाही का? शिवाय येथे धर्मश्रद्धेचा उल्लेख करण्यात एक मोठीच अडचण निर्माण होते. प्रत्यक्षात 'हिंदुइझम' नावाचा कोणताच 'इझम्' अस्तित्वात नाही. अतिसोपेपणा करण्याच्या नादात सतत तीच चूक अनेक वर्षे केली गेली आहे, अन् ही बाब खूप उपरोधाची व दुर्दैवी आहे. याच्याहीपेक्षा मोठा उपरोध असा की, जर घटनेने हिंदुइझम्, हिंदुत्व, हिंदू राष्ट्रीयत्व हे शब्द टाकून दिलेले आहेत तरी आपण या

शब्दांचा उपयोग वादविवादात व चर्चेत करतो! काहीही जरी चुकीचा वापर होत असला तरी इंडिया, हिंदुस्तान आणि भारत हे शब्द आजमितीलाही वापरात आहेत. यातून अनेक परिणाम निर्माण होतात. त्यातला एक पहिला व आपल्या संस्कृतीच्या गाभ्याबद्दल गोंधळ उडवणारा परिणाम आहे. आपल्या देशाची कोणत्या नावामधून ओळख पटते? इंडिया, हिंदुस्तान, भारत यापैकी कोणत्या नावात भारतीय संस्कृतीचा गाभा दिसून येतो? या बाबतीतला वाद टाळण्यासाठी एक तडजोड नेहमी अशा शब्दात सांगितली जाते : "तुम्ही कोणताही अर्थ काढा नि तो स्वीकारा. पण सारी नावे एकच एक अर्थ सांगतात." हे बरोबर आहे. पण तरीही आपला शोध चालूच रहातो. इंडिया, हिंदुस्तान, भारत यापैकी कोणतेही नाव निवडा, त्या नावातला वर दिलेला खुलासा हा का महत्त्वाचा ठरतो? सध्याच्या जागतिकीकरणाच्या दिवसात आणि सार्वभौमत्व लयाला जाण्याच्या काळात याला इतके महत्त्व देऊन का खल करायचा? याचे कारण, तुम्ही जे नाव निवडाल ते या देशाच्या संस्कृतीच्या गाभ्याचे दर्शन घडवते. अन् असे हे दर्शन, ती जाणीव ही राष्ट्रीयत्वाची समजून घेण्याची पहिली पायरी आहे. भारत म्हणजे संस्कृतीचे एक सार आहे. ते अविनाशी आहे. विशिष्ट क्षेत्रफळात न अडकलेला तो एक अदृश्य पदार्थ आहे आणि अर्थातच त्याला राजकीय मितीही लाभली आहे, हे उघडच दिसते. हे संस्कृतीचे सार, अदृश्य पदार्थ, त्याची सांस्कृतिक वैशिष्ट्ये वगैरे जर वगळले गेले तर? तर मग इंडिया, हिंदुस्तान, व भारत या शब्दांना काहीही किंमत रहाणार नाही. ती फक्त निरर्थक अक्षरे समजली जातील.

'हिंदू' हा शब्द सहजतेने वापरण्यात एक अडचण आहे. हा शब्द म्हणजे नुसतेच एक नाव अथवा संज्ञा नाही. सुरुवातीला व नंतरही तो तशा अर्थाने वापरला जात नव्हता. हा शब्द स्थानवाचक आहे, भूगोलवाचक आहे. त्यामुळेच तर अत्यंत गाढ व कल्पनातीत खोल ज्ञान ज्या धर्मात आहे त्याला उद्देशून, त्या धर्मश्रद्धेला उद्देशून हा शब्द फारसा आधारभूत ठरत नाही. म्हणूनच तो त्या दृष्टीने क्वचित वापरला जातो. मी हे जे सांगतो आहे ते राजकीय-सामाजिक निरीक्षण आहे, धर्मशास्त्रदृष्ट्या केलेले विवेचन नाही आणि तरीही 'हिंदू' हा शब्द आज व्यक्तीची ओळख ठरवणारा समजला जातो. त्या दृष्टीने हा शब्द सबंध देशभर सर्वांकडून मान्य केला गेला आहे. हा शब्द स्वीकारण्यात जो गोंधळ होतो आहे तो मुख्यत्वेकरून राजकारणामुळे, भारताच्या राजकीय विचारात एक सलगता, सुसूत्रता राखली जात नाही त्यामुळे. भारतातील राजकारण किंवा राजकीय तत्त्वज्ञान हे नेहमीच तत्त्वज्ञान व धर्म यांच्या लिखाणाला सहाय्यभूत करणारे, पूरक असणारे असे ठरत आलेले आहे. तशी ती प्राचीन काळापासूनची प्रथा पडली आहे आणि ही एक मोठी उपरोधाचीच गोष्ट आहे. मुसलमानी आक्रमणांमुळे

मात्र ही जी दुर्बल प्रथा होती ती आणखी दुर्बल झाली. लॉर्ड मेकॉले याने युरोपीय राजकीय संकल्पना व राजकीय प्रथा या भारतात १९व्या शतकात आणून आणखीनच भारतीय प्राचीन राजकीय संकल्पनांवरती आघात केला. ते जाऊ दे. परंतु तो प्रश्न तसाच अनुत्तरीत रहातो. तो प्रश्न असा की भारतातील ८५ टक्के जनता जो धर्म पाळते त्याचे खरे नाव काय समजायचे?

ए.सी. बुके हा चेंबरच्या एन्सायक्लोपिडियामध्ये पान ९८ वरती याबद्दल एक संक्षिप्त पण सर्वसमावेशक खुलासा करतो. तो खुलासा असा :

> *"भारतीय धर्म हा नेहमी आदरातिथ्यशील, आत्मसात करून घेण्याची वृत्ती असलेला आणि अनेक धार्मिक श्रद्धा व तत्त्वज्ञाने आपल्यात सामावून घेणारा (syncretistic) आहे. म्हणून आत्ता जे हिंदुत्व अस्तित्वात आहे त्यामध्ये विश्वास बसणार नाही एवढ्या विविध श्रद्धा आणि उपासना सहन केल्या जातात. हिंदुत्वाच्या सामाजिक रचनेमध्ये तत्त्वज्ञानात्मक गूढवादी आढळतात. त्यांचा व्यक्तिगत देवत्वावर विश्वास नसतो, ते एकाच वेळी अनेक देवतांना मानतात. तसेच, ढोबळ मानाने ते प्रत्येक वस्तूत देव बघतात. विशेषत: त्यांना स्थानिक देवतांमध्ये (उदा. ग्रामदेवता, जंगलातील विभूती) यामध्ये जास्त रस असतो. त्याचबरोबर ज्याप्रमाणे प्राचीन काळातील ग्रीक, रोमन व इजिप्शियन लोकात विविध देवता होत्या त्याप्रमाणे त्यांना अनेक देव-देवतांमध्येही रस असतो. या दोन्ही टोकांमध्ये मनापासून फक्त एकाच देवतेची उपासना करणारे व भजणारे आहेत. अनेक ख्रिश्चन जसे फक्त एकेश्वरवादी आहेत तसाच हा एक त्यांचा वरवरचा प्रकार आहे. 'हिंदू' आणि 'इंडियन' हे व्युत्पत्तीशास्त्रानुसार एकाच अर्थाचे शब्द आहेत. म्हणून, हे दोन्ही शब्द 'त्या (भारतीय) उपखंडातील सारे लोक' असा अर्थ मुख्यत्वेकरून व्यक्त करतात. तर 'हिंदू' शब्दाचा प्राथमिक अर्थ हा त्याच 'इंडियन' शब्दाच्या अर्थाकडे बोट दाखवतो."*

पण हिंदू शब्दाच्या इतिहासात आता हा शब्द नुसता पूर्वीसारखा भूगोलवाचक राहिलेला नाही. कै. निराद चौधरी यांचा यावरती असा दृष्टिकोन आहे. ते म्हणतात, "जेव्हा हिंदू हा शब्द वापरला जातो तेव्हा तो एक सांस्कृतिक अर्थ जागृत करतो. पण या शब्दासमवेत जे धार्मिक साहचर्य आहे त्यामुळे हा शब्द अनेकवार अलीकडच्या इतिहासात वापरला गेला आहे. म्हणून आपल्यासारख्या अनेकांना असे वाटते की, आपण हिंदू आहोत, कारण आपला धर्म हा 'हिंदुत्ववाद' नावाचा आहे. हा शब्द 'ख्रिश्चन', 'मुस्लिम' या शब्दांशी तुलना करता येण्याजोगा आहे. पण प्रत्यक्षात या शब्दाला भूतकाळात कोठेही जागा मिळाली नव्हती. पौर्वात्यशास्त्रातील आधुनिक

युरोपीय तज्ज्ञ जेव्हा भारतातील धर्मांबद्दल अभ्यास करू लागले, तेव्हा ही बाब लक्षात आली. त्यांना असे दिसून आले की हिंदू लोकांच्या धर्माला, उपासनेला व अंतर्गत गुंतागुंतीच्या संपूर्ण धर्मरचनेला कोणतेही नावच नाही. फक्त 'सनातन धर्म' हा शब्दप्रयोग सोडला तर खुद्द हिंदूंच्याकडेही त्यांच्या भाषेत स्वत:च्या धर्माला नाव नाही. म्हणून त्या पौर्वात्यशास्त्रातील तज्ज्ञांनी Hinduism (हिंदुत्ववाद) हा शब्द धर्मासाठी तयार केला. प्रत्यक्षात आपण हिंदू लोक हे हिंदू नसून आपल्या धर्माला 'Hinduism' असे संबोधले जाते आहे. अशाच शब्दप्रयोगांवर आधारित असलेला ग्रीकांचा धर्म हा Hellenism आहे असे म्हणावे लागेल.'' (निराद चौधरी यांच्या The Continent of Circe या जयको पब्लिशिंग हाऊसतर्फे प्रसिद्ध झालेल्या ग्रंथातील पान २९ पहा) मग आपल्याला स्पष्ट कळते की 'धर्म' व Religion हे दोन्ही एकाच अर्थाचे शब्द नाहीत. Hinduism (हिंदुत्ववाद) हा प्रत्यक्षात धर्म असून Religion नाही. Religion शब्दाचा जो अर्थ आहे, व जो आपल्याला वाटतो तो अर्थ 'धर्म' शब्दाला लागू होत नाही. मग धर्म म्हणजे तरी काय आहे? ते एक स्वत:चे कर्तव्यपालन आहे का सामाजिक कर्तव्यपालनाचे बंधन आहे? का तो आणखी काही वेगळाच व्याख्या न करता येण्याजोगा व्यामिश्र विचार आहे आणि ज्यात भारताचे विपुल तत्त्वज्ञान सामावलेले आहे? काहीजणांनी या 'धर्म' शब्दाचा अर्थ सैलपणे लावून कर्तव्यपालनासाठी तो एक समानार्थी शब्द आहे, असे म्हटलेले आहे. हिंदू धर्म हा विचारविश्वात माणसाला परिपूर्ण स्वातंत्र्य देतो. याबद्दल डॉ. राधाकृष्णन आपल्या The Hindu View of Life या ग्रंथात पान २८ व २९ वरती सांगतात, ''(या धर्मात) कर्तव्यपालनाच्या कठोर आज्ञा दिलेल्या आहेत. आस्तिक, नास्तिक, संशयवादी व अज्ञेयवादी हे सर्वजण जरी हिंदू असले व त्यांनी हिंदू पद्धतीची संस्कृती व जीवनपद्धती मानली... तर मग त्यांचे वर्तन महत्त्वाचे ठरते, त्यांचा विचार महत्त्वाचा ठरत नाही.''

मी या सर्व कल्पनांवरती बराच काळ विचार करत आलेलो आहे. याचे कारण माझ्या मते नंतर आपल्याला 'जातीयवादी' (communal) आणि 'धर्मनिरपेक्षतावादी' (secular) या शब्दांचा, तसाच 'दोन राष्ट्रे' या संकल्पनेचा नीट अर्थ लावता येतो. त्यावरतीच देशाच्या फाळणीचा विचार झाला होता. हो ना?

दोन राष्ट्रे : जातीयवाद आणि धर्मनिरपेक्षता

जातीयवाद आणि धर्मनिरपेक्षता या दोन शब्दांमागे गोवले जाणारे राजकारण नीट समजून घ्यायचे असेल किंवा त्यांचा अत्यंत काटेकोरपणे राजकारणात उपयोग करायचा असेल तर ही दोन उदाहरणे पहा. इतरांप्रमाणेच सय्यद अहमदखान यांनी द्विराष्ट्रवादाच्या सिद्धांताकडे फाळणीसाठी बोट दाखवले होते. या सिद्धांतामागची

संकल्पना मांडणारे ते पहिले एक मुस्लिम राजकीय नेते होते. पूर्वी त्यांनी मुस्लिमांसाठी 'काँग्रेस पक्ष' हा पर्याय ठोकरून लावला होता. ब्रिटिश अर्थनीती आणि शिक्षणपद्धती यांचा हिंदू-मुसलमानांवर जो भिन्न भिन्न आघात होत होता, तो त्यांना बिलकुल आवडत नव्हता. त्यांना त्याची चीड येत होती. काँग्रेस पक्षाची स्थापना होण्याआधी सय्यद अहमदखान यांनी नि:संदिग्धपणे ठासून म्हटले होते, "हिंदू व मुस्लिम हे दोन्ही शब्द धार्मिकदृष्ट्या महत्त्वाचे आहेत. अन्यथा या देशात रहाणारे हिंदू, मुस्लिम व ख्रिश्चन हे सारेजण एकाच राष्ट्राचे घटक बनतील." त्यांना कोणताही धर्म, समाज किंवा गट हा राष्ट्र या कल्पनेशी निगडित नसावा, असे वाटते. अन् तरीही त्यांनी मुस्लिमांना काँग्रेस पक्षाच्या सुरुवातीच्या काळात त्या पक्षात भाग घेऊ नये म्हणून आवाहन केले होते. यामुळे लोक त्यांना 'अलगतावादी' (seperatist) असे संबोधू लागले. आयेशा जलाल ही विदुषी त्याबद्दल म्हणते, "राष्ट्रवादींचा भूतकाळ पुन्हा नजरेसमोर निर्माण करताना सय्यद यांचा विचार हा 'जातीयवाद' व 'धर्मनिरपेक्षता' यांच्या मध्यभागी कुठेतरी वेगळी बैठक घेऊन बसला होता. त्यांचा तो वेगळेपणा राजकीयदृष्ट्या अधोरेखित झाला." (पहा : Nationalism, Democracy and Development : State and Politics in India या सुगता बोस व आयेशा जलाल यांनी संपादित केलेल्या पुस्तकातील पान ५ व ६ यावरील संदर्भ.)

१९०० सालाच्या सुरुवातीला मौ. अब्दुल कलम आझाद यांनी घेतलेला राजकीय पवित्रा आठवा व त्यावर विचार करा. तोपर्यंत ते निर्विवादपणे देशातील एक महत्त्वाचे मुस्लिम 'परंपरावादी' होते. तरीही आझाद यांनी 'धर्म आणि 'राजकारण' या विषयांवर कोलांट्या मारल्या आणि जातीयवादाबद्दल विरोधाभासानेयुक्त अशी विधाने केली. १९०४ मध्ये त्यांनी "काँग्रेस पक्ष ही एक हिंदू संस्था आहे" असे म्हटले. आपले सहधर्मीय आपल्याला साथ देत नाहीत म्हणून आझादांना त्यावेळी संकटात पडल्यासारखे वाटत होते. ते म्हणत होते की, "आपली ही माणसे मुस्लिम धर्मीयांसारखे वागत नाहीत आणि आपल्याला कोणी नेता नाही, विचारणारा नाही, असे समजून धरबंद नसल्यासारखे वागतात." १९२० मध्ये आझादांनी एक फतवा काढून त्यात म्हटले, "मुस्लिमांनी भारतातून निघून जाऊन आपले इस्लामी कर्तव्य पाळावे." स्वातंत्र्यपूर्व इतिहासाची दखल घेताना जशी अनेक गोष्टींची दखल घेतली जात नाही, तशीच त्यांची ही वक्तव्ये मुद्दाम व सोयिस्कररित्या बाजूला सारली जातात. पाकिस्तानातही इतिहासाची दखल घेताना असेच जास्त प्रमाणात केले जाते. राष्ट्रवादी (nationalist) किंवा जातीयवादी (communalist) अशी विशेषणे कोणाच्याही मागे लावली जाताना आधी राजकीयदृष्ट्या योग्य अशा युतीचा विचार केला जातो. मगच कोणाला काय म्हणायचे ते ठरवले जाते.

यावरती मते मांडली जातात, ती खोडण्याचे प्रयत्न केले जातात आणि

वादविवाद पुढे चालूच रहातात. मौलाना महंमद अली यांचेच उदाहरण घ्या. त्यांनी तुर्कस्तानमधील खिलाफत रद्द करण्याविरुद्ध चळवळ उभी केली होती. त्यासाठी १९२० मध्ये त्यांनी गांधी यांच्याशी युती केली. मग भारतीय मुस्लिमांनी एक योजना आखली व त्यानुसार आपल्या धर्मीयांसाठी वेगळे मतदारसंघ असावेत अशी मागणी केली. अशी मागणी प्रथमच व्हॉईसरॉय लॉर्ड मिंटो यांना १ ऑक्टोबर १९०६ रोजी सिमला येथे जाऊन लेखी देण्यात आली. ती देणाऱ्या शिष्टमंडळाला 'सिमला डेप्युटेशन' असे म्हटले जाऊ लागले. शिष्टमंडळाच्या या कामाचा गौरव 'command performance' या शब्दात कॉंग्रेसच्या व्यासपीठावरून करण्यात आला. या मौलाना महंमदअली यांनी मुस्लिमांसाठी वेगळ्या मतदारसंघाची मागणी करताना म्हटले की, "हिंदू व मुसलमानांना एकमेकांपासून अलग करण्याचे ते कारण नसून तसे होणे हा एक परिणाम आहे."थोडेसेच इतिहासतज्ज्ञ महंमदअली यांच्या जातीय वक्तव्याचे त्या काळातील धागेदोरे कोठवर गेलेत ते तपासून पहातात. पुढे महंमदअली यांचे कॉंग्रेसशी १९२८ सालातील नेहरू रिपोर्टवरून मतभेद झाले. त्यामुळे त्यांचे जातीय रंग कॉंग्रेसला दिसू लागले. त्या 'नेहरू रिपोर्ट'मधील निवेदनपत्रात (memorandum) भारतासाठी एका नवीन देशांतर्गत सत्तेच्या घटनेचा (Dominion Constitution) आराखडा देण्यात आला होता. सर्वपक्षीय परिषदेच्या समितीने तो आराखडा तयार केला होता. मोतीलाल नेहरू त्या समितीचे अध्यक्ष होते आणि त्यांचे पुत्र जवाहरलाल नेहरू हे ॲक्टिंग सेक्रेटरी होते. या समितीमध्ये नऊ सभासद होते व त्यातील दोन मुस्लिम होते.

उलेमा मंडळी ही 'एक राष्ट्र' या कल्पनेचे कट्टर पुरस्कर्ते होते. पण त्यांना 'शरीयत कायद्यांवाचून' एका स्वतंत्र राष्ट्राची, भारताची कल्पना मान्य नव्हती. इस्लामी कायद्यांचा पुरस्कार आणि निधर्मीवादी दृष्टिकोन या दोन्ही कल्पना कॉंग्रेसमध्ये एकाच वेळी सुखनैव नांदत होत्या. वारंवार घोषित केलेल्या निधर्मीवादी कार्यक्रमात त्यांचा समावेश होता. मघाशी उल्लेखलेल्या सुगता बोस व आयेशा जलाल यांच्या पुस्तकात याबद्दल म्हटले आहे, "निधर्मी राष्ट्रवाद आणि धार्मिक जातीयवाद अशा एकमेकांना विरोधी असलेल्या कल्पनांना यामुळे खास अधोरेखित केले जाते." 'इस्लाम कल्पना उतरवण्यासाठी पाकिस्तान' याला जेव्हा जातीयवादी मुसलमान व समाजवादीही पाठिंबा देऊ लागले, तेव्हा अर्थातच ती एक विचित्र राजकीय शय्यासोबत सर्वांना दिसून आली! यातून जे काही निष्पन्न होईल ते काय असेल हे उघडपणे समजून येत होते. 'जातीयवादी राष्ट्रभक्तांची' विधाने ही कॉंग्रेसच्या गोटात सांगितली जाऊ लागली व त्या जातीयवादी राष्ट्रभक्तांना 'राष्ट्रवादी' ठरविण्यात आले. पण तीच विधाने कॉंग्रेसच्या बाहेर केली गेली तर त्याला 'जातीयवादी प्रतिक्रिया' म्हणून हिणवले जाऊ लागले. जे कोणी कॉंग्रेसमध्ये नाहीत, त्यांनी जर मुस्लिमांच्या राजकारणावर

स्वच्छ शब्दात बोलले तर त्यांना ताबडतोब 'जातीयवादी' रांगेत ढकलून दिले जाई. अन्यथा त्या व्यक्तीची एरवी 'थोर राष्ट्रवादी' म्हणून संभावना केली जायची.

आता जिथे जिथे 'मुस्लिम' शब्द आला तिथे तिथे 'हिंदू' शब्द घाला. काँग्रेसच्या गोटाच्या बाहेर जर कोणी हिंदू-हिताबद्दल विधाने केली की लगेच 'बहुसंख्य लोकांचा जातीयवाद' अशा शब्दप्रयोगांनी त्याची संभावना केली जायची. त्या विधानांचा काँग्रेसने केलेला निषेध हा एक 'यथायोग्य धि:कार' समजला जायचा.

राष्ट्रतेज

केवळ मागचा पुढचा विचार करता प्रतिक्रिया केल्याने भारत अनेकदा इतिहासाच्या सापळ्यात सापडला होता. १९४७ मध्ये जेव्हा इस्लामसाठी (खरोखरीच इस्लामसाठी) पाकिस्तानचा जन्म झाला, त्यानंतर एक हेतुपूर्वक रचना करून आणि मुक्त लोकशाहीची निवड करून भारताच्या कॉन्स्टिट्यूअन्ट असेंब्लीने 'एक ईश्वरसत्ताक हिंदू राज्य' ही संकल्पना फेटाळून लावली. भारत हे तसले धार्मिक राज्य कधीच बनणार नाही आणि बनू शकणार नाही. तसे काही जर झाले तर भारतातील सारी राज्ये हिंदू कल्पना पाळतील आणि अंमलात आणतील. फक्त सनातन धर्मच असा आहे की त्यात विरोधी धर्मश्रद्धासुद्धा अंतर्भूत होतात. 'सनातन' म्हणजे 'सर्वांसाठी.' सनातन धर्म हा सर्वसमावेशक आहे. यातच ती 'सर्वपंथ समभाव' ही महान संकल्पना समाविष्ट आहे. पण तरीही इतिहासाची झापडे अजून डोळ्यावर असल्याने आपण इथे सापळ्यात अडकतो. त्यातून बाहेर पडण्याचा मार्ग म्हणजे विचारशक्ती. ती जवळ असली की अन्यायाविरुद्ध आणि आंधळ्या द्वेषाविरुद्ध लढता येते. मग धर्मश्रद्धा व धर्मपालन याविरुद्ध संघर्ष करण्याचे कारण उरत नाही.

आणखीही एक बाजू अशी आहे : कोणतेही राज्य, राष्ट्र हे नीती व अध्यात्म यांनी भारलेले नसेल तर कार्यक्षमरित्या कारभार करू शकेल काय? अध्यात्म नसेल तर राजकीय विचार टिकून रहात नाहीत. मार्क्सवाद हा माणसाच्या एका पिढीत संपून गेला. त्याची कारणे अनेक आहेत. पण त्यापैकी एक कारण म्हणजे त्यात कुठेही माणसाचे आध्यात्मिक समाधान केले जात नव्हते. 'मृत्यू म्हणजे काय?' अशा गूढ कोड्यासारख्या प्रश्नांचा उहापोह केलेला नाही, की त्याची उत्तरे देण्याचा प्रयत्न केलेला नाही. माणसाच्या मनात खोलवर आध्यात्मिक तहान लपलेली असते. तिची सुतराम दखल मार्क्सवादात घेतली गेली नाही. याचा परिणाम जो व्हायचा तोच शेवटी झाला.

भारताच्या संदर्भात बोलायचे झाल्यास इथले आव्हान थोडेसे वेगळे आहे. सय्यद शहाबुद्दीन यांच्या शब्दात ते असे आहे : "ज्या समाजाचा प्रेरणास्त्रोत हा खोल श्रद्धेच्या तळातून उगम पावतो, अशा समाजासह, एक धर्मनिरपेक्ष राज्य

निर्माण करणे.'' हा समाज कोणतीही धर्मश्रद्धा मानणारा असो किंवा कोणत्याही मानववंशाचा असो. या उपखंडातील विस्तृत भूमीवरील भारत, पाकिस्तान व बांगलादेश आणि जे अन्य देश आहेत त्यातली एकूण एक जनता सकाळी उठल्यापासून रात्री डोळे मिटण्याच्या क्षणापर्यंत आपापल्या धर्मश्रद्धेच्या आधारे दैनंदिन जीवन जगत असते. त्या जनतेवर ज्या श्रद्धेचे नियंत्रण असते तीच श्रद्धा त्यांना प्रेरणा देत असते. त्या महान निर्मात्याकडून येणाऱ्या त्या श्रद्धेची जाणीव ही इंद्रियगोचर नसली तरी तिचा स्पर्श मनाला होतो व ती आत उतरते. मग ते आध्यात्मिकत्व आपल्यात रहाते, वास करते, त्याबद्दल आचार्य नरेंद्र देव[१०] यांनी म्हटले आहे की, "हाच तो भारतीय धर्म! आणि तो जर कुणाला पहायचा असेल तर या विशाल भूमीवरील लक्षावधी खेड्यात पसरलेला तुम्हाला तो आढळून येईल.''

अशा ह्या जनतेवरती राज्य करणे हे भारतात एक आव्हान आहे. श्रद्धेने भारलेला व एक प्राचीन आध्यात्मिक समाज यांच्याशी परिणामकारक संवाद साधून धर्मनिरपेक्ष राज्याच्या गरजा कशा समजावून सांगणार? भारताची खरी ताकद ही धर्मश्रद्धेमध्ये आहे. त्या श्रद्धेच्या आधारावरती हा देश गेली हजारो वर्षे अनेक युद्धे, लुटारूंच्या टोळधाडी, दुष्काळ आणि हालअपेष्टा अशा अस्मानी व सुलतानी संकटांवरती मात करीत आलेला आहे. धर्मश्रद्धा हीच फक्त जनतेची ताकद आहे. त्या श्रद्धेपासून स्फूर्ती घेणारी आणि तिला उराशी जपणारे नागरिक हे समाजाचे मोठे घटक आहेत. असा समाज हा आपल्या राष्ट्राच्या गाभ्याशी आहे. कोणतेही राजकीय पक्ष असोत, कोणीही सत्तेवर आरूढ होवोत वा सत्तेवरून पायउतार होवोत, कोणत्याही राजकीय प्रणालीच्या चलत्या काळात त्यांच्याकडून हर्षोन्माद व्यक्त केला जावो, परंतु त्यामुळे भारतातल्या समाजाची अवस्था, स्वरूप इत्यादि बदलले जात नाही की त्यासाठी काही खास करावे लागत नाही.

यामुळे काय होते तर भारतात धर्मनिरपेक्षता ही 'धर्मपीठे आणि राज्यसत्ता' यांना एकमेकांपासून वेगळी करू शकत नाही. सनातन धर्माच्या विचारात (म्हणजे हिंदू भारतात) कुठेही असे धर्मपीठ नाही की ते सर्वशक्तिमान असून सर्व गोष्टींना, बाबींना स्पर्श करून जाईल. तर यहुदी व ख्रिश्चन धर्मात धर्मपीठे ही कोणत्याही गोष्टीला स्पर्श करू शकतात, त्यात हात घालू शकतात, ढवळाढवळ करू शकतात. त्यांच्या

---

१०. *आचार्य नरेंद्र देव यांचा जन्म ३१ ऑक्टोबर १८८९ रोजी सीतापूर येथे झाला. आपली जोरात चाललेली वकिली सोडून त्यांनी स्वातंत्र्य चळवळीत उडी टाकली. त्यांना अनेकवार पकडून तुरुंगात डांबले होते. एक प्रसिद्ध विद्वान व बहुभाषी अशी त्यांची ओळख होती. त्यांना पाली, प्राकृत, संस्कृत, बंगाली, हिंदी, उर्दू, इंग्लीश, फ्रेंच व जर्मन अशा १० भाषा अवगत होत्या. भारतीय इतिहास व अतिपूर्वेकडील राजकारण या विषयांवर त्यांचे प्रभुत्व होते.*

धर्मपीठांचा, धार्मिक संघटनांचा तो पाया ठरतो. ख्रिश्चन राष्ट्रे ही अनेक शतके धर्मगुरूंच्या जोखडांमधून मुक्त होण्यासाठी झगडत होती. इस्लामीकरणाच्या शोधात असलेले पाकिस्तान अजूनही आपले राज्य हे शरीयतच्या कायद्यानुसार चालविण्यासाठी धडपडत आहे. असे भारतात घडत नाही, कधी घडणारही नाही. कारण येथे कोणताही धर्मगुरू सत्तेवरती नाही. असे असताना सर्वसमावेशक अशी सनातन धर्माची संकल्पना ही छोट्या, कर्मकांडे असलेल्या साच्यात कशाला ओतून तिला संकोचित स्वरूप द्यायचे? सनातन धर्मातला महान विचार हा सहजासहजी भेदभाव करीत नाही. या आपल्या भूमीवर जे जे कोणी आहेत ते सर्व 'सनातन' आहेत. ज्यू, ख्रिश्चन व मुस्लिम या धर्मगटातील जनतेखेरीज अन्य लोकांसाठी 'धर्म' ही कल्पना येथे काटेकोरपणे लागू करणे कठीण जाते. मध्यपूर्वेतील प्राचीन वंशीयांची (ज्यू, आर्मिअन्स, फिनीशियन, असिरियन व अरब) 'धर्म' ही एक साहसी संस्था असते. म्हणून त्या संस्थेला मानणारे व न मानणारे अशा भेदांची कल्पना तिथे जन्म पावते. सनातन धर्मीय लोक (म्हणजे हिंदू धर्मीय लोक हे आता जगात मान्य झाले आहेत) माणसात असे भेद पाडीत नाहीत. त्यांच्या मते प्रत्येक मार्ग हा शेवटी अंतिम सत्याकडे नेणारा असतो. मग कोणी कोणत्याही मार्गावरून वाटचाल करेना का. सनातन धर्माच्या विस्तृत पसरलेल्या विचाराबाहेर कोणतीही महत्त्वाकांक्षा, श्रद्धा किंवा अनुभव असत नाही. त्यामुळे या धर्माच्या कक्षेत जे जे काही असते ते 'सनातन' असते. नास्तिकवाद, अद्वैतवाद किंवा आपला अहंभाव घालवायला लावणाऱ्या श्रद्धा हे सारे पुन्हा पुन्हा नव्याने उद्‌भवले तरी ते या 'सनातन' विचारातल्या कक्षेतच असते.

प्राचीन काळातील मध्य पूर्व भूप्रदेशातील कोणताही देश घ्या. तिथे असलेल्या धर्माखेरीज अन्य धर्माचे कोणतेही रोपटे वाढू शकले नाही. त्याउलट भारत देश हा अनेकांचे येथे स्वागत करीत आला आहे. इस्लामच्या भरमसाठ प्रसारामुळे इराणमधील झोरास्ट्रियन धर्माच्या माणसांना तेथून हुसकावून लावले गेले. मग ते सर्वजण इकडे भारतात येऊन स्थायिक झाले. ख्रिश्चन धर्माचा प्रसारक सेंट थॉमस हा केरळमध्ये कालिकत येथे आला. बायबलमधल्या भूमी (Holy Land) बाहेर असणाऱ्या इतिहास काळातील चर्चेसना पावन करण्यासाठी भारतात आला होता. इस्लाम धर्म आला तो आक्रमणे करीत आला. बाहेरून आलेले सारे धर्म येथे राहिले, स्थिरावले. अन् तरीही भारताला 'अनेक धर्मांचे एक संघराज्य' असे संबोधण्यात न्याय दिला जात नाही. कारण सामावून घेणे म्हणजे मिलाफ होणे, एकजीव होणे असे नाही. दुसरे असे की, हिंदू विचार किंवा सनातन विचार हा एकमेवाद्वितीय आहे. त्याच्यासारखा अन्य कोणताही विचार, धर्म नाही. त्यामुळेच भारताला सर्वसमावेशक वृत्ती धारण करता आली, आपले तेज पसरवता आले. ख्रिश्चन धर्मातील कॅन्टरबरीच्या आर्चबिशपने, प्रमुख धर्मगुरूने, अनेक धर्मश्रद्धा

एकत्र करण्याचा एक 'वर्कशॉप' घेण्याचा प्रयोग केला. पण हिंदुत्ववाद असे काही करीत नाही किंवा तसे करण्याची गरज पडत नाही. सनातन धर्माचे विचार हे हिंदू राष्ट्रवादाच्या गाभ्याशी आहेत. त्यामुळे कुठे कुणाला वगळण्याचा प्रश्नच उद्भवत नाही. हिंदुत्व हे असे आहे आणि म्हणूनच ते महत्त्वाचे ठरते. त्याचा विचार मनात येताच थबकून पुनर्विचार करण्याचे मग कारणच उरत नाही. हिंदुत्वाचे सार, तत्त्व हे कोणताही ताठर व संकुचित विचार सांगत नाही की आपला वेगळा ठेवणारा पंथ किंवा श्रद्धा सांगत नाही. जे अज्ञानी व पूर्वग्रहदूषित राजकारणी लोक आहेत त्यांनी मात्र 'हिंदुत्व' या शब्दाचे वेगळे अर्थ काढून सोयिस्कर राजकारण केले, एवढाच काय तो अपवाद. परंतु आता या शब्दामागचे राजकारण सहज लक्षात येते. वास्तवात 'हिंदुत्व' हा शब्द 'भारतीयत्व' या शब्दाचा विस्तारलेला भाग आहे. अनेकदा ''हिंदू राष्ट्रवाद हा इस्लामविरोधी किंवा ख्रिश्चनविरोधी आहे,'' असे व अशासारखे बोलून हिंदुत्वाची टर उडवली जात असे. पण आता असा विकृत अर्थ सहजासहजी मानला जात नाही. परंतु तरीही या शब्दाभोवती सतत राजकारण गुंफले जात असल्याने 'हिंदुत्व' या शब्दाची एक चुकीची, टोकाची, काल्पनिक अतिरेकवादाचा पुरस्कार करणारी प्रतिमा उभी राहिली आहे. ही फार दुःखाची व दखल घेण्याजोगी समस्या आहे. हिंदुत्वाचा गाभाच हा अपार मानवतावादाने भरलेला आहे व तो तसाच रहाणार आहे. मग हिंदुत्वाविरुद्ध कितीही द्वेषपूर्ण, मत्सरयुक्त व विषारी शब्दांच्या प्रचाराची राळ उडवून दिली तरी किंवा काही अयोग्य मार्ग अवलंबिले तरी.

मग ती 'संयुक्त संस्कृती' ऊर्फ 'बहुढंगी संस्कृती' म्हणजे काय प्रकार आहे? अमेरिकी राष्ट्राध्यक्ष हा पदग्रहण करताना जी शपथ घेतो ती हातात बायबल घेऊन. त्या सांकेतिक कृतीचा अमेरिकेत कोणालाही त्रास होत नाही, की कोणी अस्वस्थ होत नाही. पण भारतात मात्र अजूनही कुठे उद्घाटन समारंभप्रसंगी नारळ फोडला किंवा दीप प्रज्वलन केले तर लगेच 'हा हिंदू धर्मविधी आहे' असे म्हणून हिणवले जाते. हे किती विचित्र आहे, चमत्कारिक आहे आणि तेही नारळांनी समृद्ध असलेल्या देशात? का नारळ फोडण्याऐवजी शॅम्पेनच्या बाटल्या फोडायच्या? दीप प्रज्वलन हा काही एक पोकळ उपचार नाही की विधी नाही. 'तमसो मा ज्योतिर्गमय' या जुन्या मंत्रानुसार 'आम्हाला अंधारापासून प्रकाशाकडे जाण्यासाठी मार्गदर्शन होवो' अशी ती प्रार्थना आहे. अन् कोणत्याही उद्घाटनासाठी दीप प्रज्वलन म्हणजे एका अवर्णनीय सौंदर्याचा आविष्कार करण्याची कृती आहे. ती कृती आपल्या संस्कृतीच्या वारशाचा एक अतूट भाग आहे. तो काही केवळ एक धार्मिक विधी नाही. भारतात फक्त एकच संस्कृती आहे. अन् ती म्हणजे हिंदू संस्कृती किंवा भारतीय संस्कृती. किंवा त्याला काय वाटेल ते नाव द्या. परंतु काहीतरी मुद्दाम वेगळे करायचे, वेचून भेदभाव

करायचा आणि त्याच वेळी राष्ट्रीय एकात्मतेची इच्छा व्यक्त करायची हा दुटप्पीपणा म्हणजे भारतीय संस्कृतीच्या तत्त्वांवर मोठा अन्याय करण्याजोगे आहे. भारतीय संस्कृतीचे सार म्हणजेच ते 'तत्त्व'. अन् अशा ह्या तत्त्वात अनेक घटक एकजीव होऊन गेले असले तरी ती काही 'खिचडी' नाही.

नेहरू हे संयुक्त संस्कृतीचे एक प्रतीक होते असे म्हटले पाहिजे. त्यांच्याही मनात कुठेतरी अनेक ठुसठुसणारे प्रश्न होते. ज्या मार्गावरून ते भारताला नेऊ पहात होते त्याबद्दलही त्यांनी आपल्या मनात काही मते दडवून ठेवली होती. ते भारताच्या आत्म्याच्या शोधात होते. पण तसे करताना त्यांना खूप गोष्टी आड येऊन त्यांची अडचण होत होती. कै. गिरीलाल जैन हे त्याबद्दल लिहितात, "नेहरूंना संस्कृत येत नव्हते किंवा त्या भाषेचा परिचय नव्हता. पण त्याऐवजी त्यांनी कोणतीही भारतीय भाषा अवगत केली असती तरी चालले असते. भारतीय परंपरेशी त्यांचा थेट संपर्क नव्हता. जनतेच्या चालीरीती त्यांना कधी भावल्या नाहीत. याचे कारण त्यांच्या वडिलांनी, मोतीलाल नेहरू यांनी स्वत: पाश्चात्त्य संस्कृती अंगिकारली होती व जवाहरलाल नेहरू यांना त्यात चपखल बसवण्यासाठी त्यांनी हेतुपूर्वक पाश्चात्त्य संस्कृतीत त्यांना लहानाचे मोठे केले. नेहरू हे मुळात सखोल विचार करणारे नव्हते. एका मर्यादेपर्यंत त्यांना राजकीय कल्पनांमध्ये, तत्त्वप्रणालींमध्ये रस होता. जेव्हा ऐन तारुण्यात ते ब्रिटनमध्ये होते तेव्हा त्यावेळी तिथे ज्या ज्या नवनवीन राजकीय कल्पना प्रचलित होत्या तेवढ्याशीच त्यांचा परिचय होता. (उदाहरणार्थ, त्यावेळचा फेबिअन समाजवाद) त्यांनी भारताच्या ऐतिहासिक व आध्यात्मिक भूतकाळाचा शोध घेण्यासाठी अभ्यास केला. पण तो सारा ब्रिटिश पंडितांच्या नजरेतून. आपल्या चष्म्यातून त्या ब्रिटिश पंडितांनी भारताचे निरीक्षण केले होते व निष्कर्ष काढले होते."

नेहरूंच्या बौद्धिक पार्श्वभूमीमुळे त्यांना भारताकडे एकत्रित नजरेने पहाता आले. नेहरूंच्या पूर्वजांना फार्सी संस्कृतीची पार्श्वभूमी लाभली होती. तर नेहरू हे काश्मिरी पंडितांच्या समाजातील होते. त्यामुळे त्यांना भारताकडे एकत्रित नजरेने बघणे हे अपरिहार्य ठरले होते. नेहरूंच्या मनात ज्या काही श्रद्धा होत्या, त्या आधारे त्यांच्या मनात फाळणीबद्दल काही गंभीर शंका उद्‌भवल्या होत्या. पण एव्हाना आपली भूमिका नव्याने तपासण्यास व आपली स्थिती नव्याने सावरण्यास उशीर झाला होता. मग भले त्यांना फाळणीच्या निर्णयात काही बदल करावासा वाटला तरी त्याचा आता काही उपयोग नव्हता. फाळणीनंतरच्या त्यांच्या काही भाषणांकडे लक्ष देण्याजोगे आहे. आपण येथे त्यांचे फक्त एकच भाषण पाहू या. ते भाषण म्हणजे २४ जानेवारी १९४८ रोजी अलीगढ मुस्लिम विद्यापीठाच्या दीक्षांत समारंभ प्रसंगी केलेले भाषण होय. त्यात ते म्हणाले :

"मी भारताचा अभिमानी आहे. भारतीय संस्कृतीचा ठेवा हा दिव्य

आहे. आणि दूरवरच्या भूमीवरून येणाऱ्या ताज्या व सामर्थ्य देणाऱ्या सांस्कृतिक वाऱ्यांनाही आपल्या मनाची दारे, खिडक्या खुली करण्याची भारताची क्षमता वाखाणण्याजोगी आहे. पण नुसत्या एवढ्या गोष्टींमुळे मला भारताचा अभिमान वाटत नाही. भारताचे सामर्थ्य नेहमी दुप्पट होत राहिलेले आहे. शतकानुशतके फुलत आलेली आपली स्वत:ची मूळची संस्कृती आणि अन्य स्रोतांमधून चांगले उचलून स्वीकारण्याची क्षमता यामुळे मला भारताचा खरा अभिमान वाटतो. बाहेरून येणाऱ्या जोरदार प्रवाहात वाहून जाण्याइतका आपला देश डळमळीत नाही. त्याचबरोबर हा देश बाहेरच्या प्रवाहापासून आपल्याला सहज वेगळे ठेवू शकण्याइतपत, अलिप्त ठेवू शकण्याइतपत नक्कीच शहाणा आहे. तर अशा रीतीने भारताच्या खऱ्या इतिहासात कायम एकत्रीकरणाचे, पुनर्रचनेचे कार्य चालत आलेले असते. यामुळे भारताच्या विविधरंगी, चित्रविचित्र पण तरीही एकात्म असलेल्या संस्कृतीवरती आजवरच्या अनेक राजकीय बदलांचा परिणाम होऊ शकला नाही. झाला असेल तर तो फारच थोडा झाला असेल. मी म्हणतो की, आपल्या महान सांस्कृतिक वारशाचा मला अभिमान वाटतो. तसेच, भारताला आपल्या बुद्धीवैभवाने आणि सांस्कृतिक कर्तृत्वाने वरच्या स्थानावर नेऊन ठेवणाऱ्या पूर्वजांचाही मला अभिमान वाटतो. अशा ह्या भूतकाळाबद्दल तुम्हाला काय वाटते? आपल्या देशाच्या महान वारशामध्ये आपलाही सहभाग आहे आणि म्हणून तुम्हाला माझ्यासारखाच त्याबद्दल अभिमान वाटतो आहे का? का तुम्हाला हे सारे परके वाटते? अन् म्हणून तुम्ही ते समजावून न घेता तसेच सोडून देणार आहात? देशाच्या या महान वैशिष्ट्यांची जाणीव झाल्यावर तुम्ही अनोख्या भावनेने थरारून जाता आणि मग तुम्हाला समजून येते की या महान देशाच्या सांस्कृतिक ठेव्याचे, वारशाचे आपण एक विश्वस्त आहोत आणि हा सारा खजिना आपल्याला वारसा हक्काने मिळत आहे. तुम्हाला असे वाटते का?... तुम्ही मुस्लिम आहात आणि मी हिंदू आहे. आपण दोघे वेगवेगळी धर्मश्रद्धा मानणारे असू किंवा कदाचित् कोणतीच धर्मश्रद्धा मानणारे नसू, पण त्यामुळे आपल्या देशाचा सांस्कृतिक ठेवा हा आपल्यापासून कोणी दूर करू शकणार नाही. तो जसा तुमचा आहे, तसाच तो माझाही आहे...''

स्वतंत्र भारताला आणखी एका आव्हानाला तोंड द्यावे लागले होते. आपण आता तिकडे वळू.

भारतातील संस्थानांचे विलीनीकरण :
सर्वोच्च अधिकार; संस्थानी सैन्य, प्रशासन

स्वतंत्र भारतापुढे आता असंख्य समस्यांची एक यादीच उभी राहिली होती. भारतीय संघराज्यात (Union of India) देशातील सर्व संस्थानांचे विलीनीकरण करण्याची समस्या फार मोठी होती. विलीनीकरणामुळे आणखी अगणित नवीन समस्या उद्‌भवणार होत्या. जेव्हा लॉर्ड माऊंटबॅटन यांनी ३ जून १९४७ रोजी हिंदुस्थानच्या फाळणीची योजना जाहीर केली तेव्हा स्वातंत्र्य आता अवघ्या ७५ दिवसांच्या अंतरावरती आले होते. माऊंटबॅटन यांच्या घोषणेत भारतातल्या संस्थानांबद्दल एक ओझरता उल्लेख होता. तसाच जाता जाता केलेला उल्लेख कॅबिनेट मिशन प्लॅनमध्येही होता. अनेक बाजू व बाबी लक्षात घेता या अशा वरवर केलेल्या व ओझरत्या उल्लेखांमुळे भलत्याच व चुकीच्या मार्गाच्या दिशेकडे बोट केले जात होते.

फाळणीच्या आधी योग्य व स्पष्ट आज्ञेअभावी भारतीय संघराज्यात संस्थानांचे विलीनीकरण होण्याऐवजी छोटी छोटी राष्ट्रे म्हणून ती संस्थाने उदयास येण्याची शक्यता होती. रशियाच्या पश्चिम सीमेवर तशी अति लहान अशी अनेक राष्ट्रे होती. त्यांना बाल्कन राष्ट्रे म्हणत. तशीच स्थिती स्वतंत्र भारतात होणार होती. त्याच काळात मनस्ताप देणारा एक प्रश्न विचारला जात असे. अन् तो प्रश्न म्हणजे सर्वोच्च अधिकाराचा (Paramountcy). प्रत्येक संस्थानाने ब्रिटिश सत्तेशी वेगवेगळे करार किंवा तह केलेले होते. या करारामध्ये प्रत्येक संस्थानाने ब्रिटनला सर्वोच्च सत्ता (Paramount Power) मानले होते. आता ब्रिटिश हिंदुस्थानचा निरोप घेऊन कायमचे निघून चालले होते. मग संस्थानांशी केलेले तह, करारनामे रद्द झालेले समजायचे का? तसे समजायचे झाले तर 'सर्वोच्च सत्ता' म्हणून जी ब्रिटनला मान्यता दिली त्याचे काय होणार? भारतात विलीन झाल्यावर सर्वोच्च सत्तेला दिलेली मान्यता तशीच रहाणार होती. म्हणजे भारतात विलीन होऊनही संस्थानांची कायदेशीर निष्ठा ब्रिटनकडेच रहाणार होती. ती मान्यता ब्रिटननेच रद्द करून द्यायला हवी होती. पण इंग्रज तर आपल्या घोषणेत, योजनेत, जाहीरनाम्यात त्याबद्दल फारसे काहीच बोलत नव्हते. का ती 'सर्वोच्च सत्ता' ब्रिटनऐवजी भारताकडे येणार होती? सर्वोच्च सत्तेची अशी एका जागेहून दुसऱ्या जागेकडे थोडीच बदली होत असते? मग तशी ती बदली झाली नाही तर पुढे काय घडेल?

या प्रश्नाचे उत्तर घटनातज्ज्ञांनी असे दिले की, सर्वोच्च सत्तेला दिलेली मान्यता अशी हस्तांतर न करू शकणारी असल्याने ती आपोआपच रद्दबातल होईल. त्यानंतर मग सर्व संस्थाने इंग्रजांच्या वारसदारांबरोबर, म्हणजे भारताबरोबर किंवा

पाकिस्तानबरोबर स्वतंत्रपणे व नव्याने आपल्या भवितव्याबद्दल बोलणी करू शकतील, किंवा ते तत्त्वत: कोणाबरोबरही तशी बोलणी करण्याचे नाकारू शकतील. हे सारे एवढे सरळसोट प्रकरण वाटत होते, पण प्रत्यक्षात ते तसे नव्हते.

फाळणीनंतर ज्या ज्या घटना स्वतंत्र भारतात घडत गेल्या त्यात संस्थानांच्या विलीनीकरणाबद्दल तपशीलवार विचारविनिमय व्हायला हवा होता, तसा तो झाला नाही, वगळला गेला. ही एक दु:खकारक गोष्ट होती. पण त्याआधी आपण एक छोटीशी ऐतिहासिक पहाणी करू या.

ऐतिहासिकदृष्ट्या संस्थाने ही सभोवतालच्या प्रांतापासून वेगळी ठरत आली आहेत. याचे कारण इतर प्रांतांची भूमी ब्रिटिश सत्तेने आपल्या साम्राज्याला जशी जोडली होती तशी संस्थानांची भूमी जोडून घेतली नव्हती. त्यामुळे संस्थानांची मूळची वैशिष्ट्ये टिकली. त्यांच्यात जे बदल होत गेले, जी उत्क्रांती होत गेली ती वेगळ्या पद्धतीने होत गेली. परिणामी संस्थानी संस्कृती व वैशिष्ट्ये ही प्रांतांपासून वेगळी बनत गेली. इंग्रज या देशात येण्याआधीपासून मुळात काही संस्थाने अस्तित्वात होती. उदाहरणार्थ, राजपुताना. त्यांना स्वत:चे वेगळे राजकीय व सामाजिक अस्तित्व होते. मग भाषेमुळे असेल, परंपरा व रूढी यामुळे असेल, पोषाखांमुळे असेल. तसेच संस्थानांचा स्वत:चा कारभार, प्रशासन हे ब्रिटिश प्रशासनापेक्षा पूर्णत: भिन्न होते. अन् ही सारी वैशिष्ट्ये परकीय आक्रमणांच्या आधीपासून होती. भारतीय संस्थानांमध्ये काही संस्थाने मुस्लिम राजघराण्यांची होती. आक्रमक मुस्लिम सत्ताधाऱ्यांमधील उच्चभ्रूंनी ती संस्थाने स्थापन केली होती. तिसरे असे की, काही संस्थाने मोगल सत्तेच्या उतरत्या काळात उदयास येत गेली. त्यानंतरही काही संस्थाने ब्रिटिशांच्या आगमनानंतर नव्याने निर्माण झाली होती व त्यांना ब्रिटिशांनी मान्यताही दिली होती. फक्त बनारस हे एकच संस्थान असे होते की, त्याच्या निर्मितीला ब्रिटिशांनी १८५७ नंतरच्या राणीच्या जाहिरनाम्यानंतर मान्यता दिली होती.

तेव्हा आता लक्षात येईल की एवढ्या भिन्नभिन्न प्रकारच्या संस्थानांचे भारतात विलीनीकरण करणे हे किती क्लिष्ट व अवघड काम होते. राजेशाही असलेली संस्थाने नुसत्या काठेवाड व मध्य हिंदुस्थानातील मोजली तरी ती ६०० च्या आसपास भरत होती. त्यात काही अत्यंत छोटी पण स्वयंघोषित अशी संस्थाने, गढी वगैरे सारे प्रकार आलेच. १९४७ सालापूर्वी अशा संस्थानातील लोकसंख्येची एकत्रित मोजदाद केली तर ती एकूण हिंदुस्थानच्या लोकसंख्येच्या दोन पंचमांश भरत होती, आणि ब्रह्मदेश सोडला तर उर्वरित ब्रिटिश वसाहतीमधील एकूण लोकसंख्येपैकी एक तृतीयांश भरत होती. त्यातल्या काही संस्थानांचे क्षेत्रफळही हे तसे बरेच मोठे होते. उदाहरणार्थ : 'जम्मू व काश्मिर' संस्थानचे क्षेत्रफळ ८४,००० चौरस मैल होते आणि ते फ्रान्स, त्रावणकोर यांच्यापेक्षाही विस्ताराने

मोठे होते. १९२१ मध्ये जम्मू व काश्मिरमधील लोकसंख्या ५० लाखांपेक्षा जास्त होती. पोर्तुगाल किंवा ऑस्ट्रिया या देशातील लोकसंख्येपेक्षाही ती जास्त भरते. निजामाच्या 'पेशी ऑफिस'मधून मिळवलेल्या माहितीनुसार हैदराबाद संस्थानचे 'निजाम उस्मान अली' यांच्या राज्याचे उत्पन्न व खर्च हे (१९४७-४८ मध्ये) बेल्जम देशाच्या अर्थव्यवस्थेएवढे होते. तसेच युनोमधील वीस राष्ट्रांच्या एकूण अर्थव्यवस्थेपेक्षाही मोठी अर्थव्यवस्था या हैदराबाद संस्थानची होती. (The Princess of India in the Endgame of Empire, 1917-1947 या पुस्तकातील पान ८ वरील मजकूर पहा)

भारताची फाळणी करण्याच्या निर्णयाचा तडाखा हा भारताच्या ऐतिहासिक, राजकीय व भौगोलिक एकात्मतेला एवढा जबरदस्त बसला होता की, आता फाळणीनंतर जी काही उर्वरित भूमी भारताच्या वाट्याला आली तिथे सर्वांची एकी होणे हे अत्यंत गरजेचे ठरत होते. ही एकी नुसते राजकीय बळ वाढवण्यासाठी, पूर्ण आर्थिक विकासासाठी आणि जनतेच्या सांस्कृतिक अभिव्यक्तीसाठी नको होती, तर फाळणीनंतरचा जो परिपाक भोगावा लागत होता त्याला तोंड देण्यासाठीही आवश्यक होती. सरदार पटेल म्हणाले होते, "भारत देश हा त्याचे वायव्येकडील व ईशान्येकडील मुस्लिम हात छाटले गेले तरी जगू शकेल, पण तो आपल्या हृदयावाचून कसा जगू शकेल?" भारताचे हृदय टिकवण्यासाठी संस्थानांचे विलीनीकरण आवश्यक होऊन बसले होते.

सर्व संस्थानिकांची 'चेंबर ऑफ प्रिन्सेस' नावाची एक संस्था होती. घटनात्मकदृष्ट्या ती काही एखादी सनदशीर संस्था नव्हती. सर्व संस्थानांचे प्रश्न एकत्रितरित्या सोडवण्यासाठी निर्माण केलेली ती संस्था होती. स्वतंत्र भारताच्या घटनेचा मसुदा तयार करण्यासाठी एक कॉन्स्टिट्यूअन्ट असेंम्ब्ली निर्माण केली होती. त्यात संस्थानिकांच्या प्रतिनिधींनी भाग घ्यावा की नाही हा प्रश्न 'चेंबर ऑफ प्रिन्सेस'ला सोडवता आला नाही. पण तरीही बडोदा, कोचीन, जयपूर, जोधपूर, बिकानेर, पतियाळा आणि रेवा या संस्थानांच्या प्रतिनिधींनी २८ एप्रिल १९४७ रोजी कॉन्स्टिट्यूअन्ट असेंम्ब्लीमध्ये भाग घेतला. तोपर्यंत काश्मिर, भोपाळ आणि त्रावणकोर या संस्थानांखेरीज बाकी सर्व संस्थानांनी आपापले प्रतिनिधी पाठवले होते. हैदराबाद संस्थान मात्र भारतीय संघराज्याला अनुकूल झाले नव्हते. म्हणून त्यांनी आपला प्रतिनिधी पाठवायचे नाकारले.

संस्थानिकांची ती अवस्था पाहून कोणालाही दुःख व्हावे अशी ती बाब होती. जणू काही अनेक लहान मोठे मेंढपाळ हे आपापले मेंढ्यांचे कळप गमावल्यासारखे सैरभैर झाल्यासारखे वागत होते. पण इतिहासाच्या सापळ्याची दारे आ वासल्यासारखी सताड उघडली गेली होती आणि एकामागोमाग एकेक संस्थानिकांच्या सत्तेची

पुरातन सिंहासने त्या दारातून आतल्या गुहेत गडप झाली व नाहीशी झाली.

धीर धरत, युक्त्याप्रयुक्त्या वापरीत, ठामपणे व जाणीवपूर्वक सर्व संस्थानांचे विलीनीकरण हे कौतुकास्पद रीतीने झाले. शेवटी भारतात सर्व संस्थाने सामील झाली. या विलीनीकरणाचे शिल्पकार होते सरदार वल्लभभाई पटेल. त्यांच्या नेतृत्वाने स्वतंत्र भारताला बरेच काही दिले.

त्यानंतर पुढचा प्रश्न समोर आला तो संस्थानी फौजांचा. त्या फौजांचे आता भारतीय सैन्यात विलीनीकरण करायचे होते.

हा प्रश्नही अत्यंत कौशल्याने व सहजतेने हाताळला गेला. कुठेही कसलीही गुंतागुंत होऊ दिली गेली नाही. याला अपवाद होता हैदराबाद संस्थानचा. या संस्थानावर शेवटी 'पोलीस ॲक्शन' करून ते भारतात विलीन करण्यात आले. पण त्याचा येथे आत्ता कुठे संबंध येत नाही. संस्थानी फौजांचे विलीनीकरण करण्यासाठी भारतीय सैन्याने एक समिती नेमली. निरनिराळ्या संस्थानांकडे आपले अधिकारी बोलणी करण्यासाठी पाठविण्यात आले. त्यांनी संस्थानच्या फौजांना भारतीय संघराज्याच्या सैन्यात कसे सामावून घेतले जाईल याची सांगोपांग माहिती दिली. सर्व शंकांचे निरसन केले. काही संस्थानी फौजातील तुकड्या अशा होत्या की त्या जशाच्या तशा सामावून घेता येत नव्हत्या. तर काही तुकड्या अनावश्यक होत्या. काही जादा होत्या. त्या सर्व तुकड्या बरखास्त करण्यात आल्या. फौजांचे विलीनीकरण आणि काही तुकड्यांची बरखास्ती, अशी दोन्ही कामे एकाच वेळी चालू करण्यात आली. ही दोन्ही अवघड कामे अत्यंत सुरळीतपणे पार पाडली गेली. याचे कारण त्यावेळचे राजकीय वातावरण. तसेच फौजांच्या विलीनीकरणास त्या फौजांमधील कोणीही हरकत न घेण्याचे कारण भारतीय सैन्यापुढे संस्थानी फौजा कमी वाकबगार होत्या, किंवा फारशा प्रशिक्षित नव्हत्या, असे नव्हते, तर त्या फौजांमध्ये केलेली भरती ही मुळात ग्रामीण भागातील लोकांची होती. भारतीय सैन्यातील भरती ही बहुतांशी ग्रामीण भागातलीच असते.

जेव्हा संस्थानांच्या विलीनीकरणाचा एक सर्वसाधारण आराखडा तयार करण्यात आला तेव्हा संस्थानी फौजांच्या विलीनीकरणाच्या प्रश्नाला अग्रक्रम देण्यात आला. संस्थानांनी आपली सर्व सत्ता, संपूर्ण अधिकार आणि आपले न्यायनिवाड्याचे हक्क हे भारत सरकारला देऊन टाकलेले असल्याने त्यांच्या फौजांचे सामिलीकरण होण्यात कोठेच अडथळा नव्हता. म्हणून जरी या गोष्टीला अग्रक्रम दिलेला होता तरी ते सामिलीकरण ताबडतोब करण्याचे रहित केले गेले.

त्या फौजा भारतीय सैन्यात दाखल झाल्यावर त्यांना आपापल्या मूळच्या जागीच थांबून रहाण्यास सांगण्यात आले. पूर्वीच्याच अटींवरती कामे करण्यास मुभा देण्यात आली. कालांतराने त्यांचे सावकाशपणे भारतीय सैन्यात स्थानांतर

करण्यात आले. ज्यांना सामील करून घेतले गेले नाही त्यांना उदारपणे भरपूर सवलतींसह निरोप (mustering-out) देण्यात आला.

सशस्त्र दलांची फाळणी

बिटीश इंडियातील भूदल, नौदल व वायुदलांची विभागणी ही वाईट वातावरणात होऊ शकत नव्हती. एकट्या भूदलाचेच उदाहरण घ्या. १९४७ मधल्या फाळणीच्या प्रसंगी, काही भारतीय सशस्त्र दळे ही दुसऱ्या महायुद्धातील कामगिरीवरून भारतात परतत होती. त्या महायुद्धाच्या काळातील दोन वर्षांत भारतीय सैन्याचे संख्याबळ हे ४,००,००० ने कमी झाले. १५ ऑगस्टपर्यंत भारताने व पाकिस्तानने आपापल्या सैन्यावरती ताबा मिळवून नियंत्रण करायचे ठरले होते. त्यासाठी पार्टिशन कौन्सिलने सैन्याच्या विभागणीसाठी काही मार्गदर्शक तत्त्वे जाहीर केली. त्यानुसार संपूर्ण विभाजन हे अवघ्या ४५ दिवसात उरकायचे होते. त्याची जबाबदारी सैन्याच्या पुनर्रचना समितीवरती टाकण्यात आली. फील्ड मार्शल सर क्लॉड आचिनलेक हे त्यावेळी कमांडर-इन-चीफ होते. त्यांना समितीचे अध्यक्षपद देण्यात आले. शिवाय करिआप्पा आणि थिमय्या यांनाही समितीत घेण्यात आले. हे दोघे पुढे भारतीय सैन्याचे प्रमुख बनले. जुलैच्या तिसऱ्या आठवड्यात सैन्याच्या विभाजनाचे प्रत्यक्ष काम चालू झाले. त्यावेळी भारत सरकारच्या प्रत्येक खात्यात 'भारत' व 'पाकिस्तान' या दोन नावांखाली प्रत्यक्षात विभागणी पुरी झाली होती.

भौगोलिक वस्तुस्थितीवर आधारित नवीन देशांच्या सैन्यांची पुनर्रचना व्हावी, धर्मावरती नाही, असे प्रथमपासून ठरलेले होते. लष्करात असलेल्यांना कोणत्या देशातील लष्करी सेवेत दाखल व्हायचे आहे त्याची निवड करण्याचे स्वातंत्र्य देण्यात आले. तसेच, एखाद्याला कोणत्याही सैन्यात दाखल न होता राजीनामा द्यायचा असेल तर तसेही स्वातंत्र्य देण्यात आले होते. लष्करी यंत्रसामुग्री आणि हलविता येण्याजोग्या वस्तूंचा साठा यांची विभागणी नवीन लष्करांच्या सामर्थ्याच्या प्रमाणात करण्याचे ठरले. भौगोलिक स्थानमहात्म्य लक्षात घेऊन तांत्रिक प्रशिक्षण केंद्रे कुठे ठेवायचे तेही ठरले. १५ ऑगस्ट १९४७ पर्यंत भारत आणि पाकिस्तान यांची दोन्हीही सैन्यदले ही पूर्णत: स्वतंत्र सशस्त्र दले व्हायला हवी होती. आधीच्या सैन्यात नेहमीची इंडियन आर्मी आणि काही ब्रिटिश ट्रुप्स पण होते. साधारणपणे हे ट्रुप्स भारतीय सैन्याच्या निम्म्याने होते. ७ ऑगस्ट १९४७ रोजी ब्रिटिश तुकड्या हिंदुस्थान सोडून जाऊ लागल्या. शेवटच्या ब्रिटिश तुकडीच्या जहाजाने भारतीय किनारा फेब्रुवारी १९४८ मध्ये सोडला.

स्ट्रिन्गर लॉरेन्स या इंग्रज अधिकाऱ्याने १७४८ मध्ये 'पहिली मद्रास फुसीलायर्स' ही बंदूकधारी इंग्रजी सैनिकांची तुकडी स्थापन करून भारतातील

ब्रिटिश सैन्याची स्थापना केली. त्यानंतर दोनशे वर्षे ह्या तुकडीचे सतत पुनर्गठन होत चालले होते. तिची वाढ होत जात होती. पण याच तुकडीचे विसर्जन मात्र अवघ्या एकवीस दिवसात झाले!

"तुमच्या देशाची सुरक्षितता, सन्मान आणि कल्याण याला नेहमी आणि कोणत्याही काळात सर्वोच्च प्राधान्य दिले पाहिजे... सैन्यातील माणसांचे सन्मान, कल्याण आणि सोयी यानंतर येतील..." असे उद्‌गार फील्ड मार्शल लॉर्ड फिलिप चेटवोड याने डेहराडूनमधल्या मिलिटरी ॲकॅडमीचे उद्‌घाटन १० डिसेंबर १९३२ रोजी करताना काढले होते. १४-१५ ऑगस्ट १९४७ रोजी त्यांनी त्या उद्‌गारानुसार खरोखरच तसे केले होते का?

विभाग २

साम्राज्यशाह्यांच्या दोन अस्तकाळांमधला भारत

ब्रिटिश साम्राज्यशाहीचा अस्त १९४७ मध्ये झाला आणि सोव्हिएट साम्राज्यशाहीचा अस्त १९८९-९१ या काळात झाला. या दोन साम्राज्यशाह्यांच्या अस्तांमधल्या सुमारे ४० वर्षांच्या काळातील भारतापुढे एक मोठे आव्हान उभे होते. शंभर वर्षे चालणारे ते चाळीस वर्षातले आव्हान एका शतकभराचे होते. म्हणजेच ते १०० वर्षांचे आव्हान जणू काही दाबून ठासून चाळीस वर्षे भारतापुढे ठेवले गेले होते. ब्रिटिश साम्राज्यशाही संपताना एका फार मोठ्या मानवी संघर्षाला सामोरे जावे लागले होते. असा मानवी संघर्ष इतिहासातला अत्यंत वेगळा होता, पूर्वी कधी न घडलेला होता. त्या संघर्षातून हिरोशिमा व नागासाकी या शहरांवरती अणुबॉम्ब टाकण्यात येऊन महाप्रचंड नरसंहार घडला होता. आता मागे वळून त्याकडे पहाताना असे म्हणता येईल की, 'ते एक मानवी बुद्धीभ्रष्टतेचे छोटे युग होते' व त्याची खरी व्याप्ती ढोबळपणे १९४५ ते १९९१ एवढी होती. या काळात अणुशस्त्रांची स्पर्धा तीव्र होत गेली होती. त्या स्पर्धेची भलावण करण्यासाठी काही गंभीर सिद्धांतही विकसित करण्यात आले. 'परस्पर संमतीने करावयाचा एकमेकांचा विनाश' (Mutually Assured Destruction ऊर्फ Mad) असे गोंडस नाव त्या सिद्धांताला बहाल करण्यात आले होते.

या काळात किंवा 'या छोट्या युगात' भारताने स्वातंत्र्य मिळवून नुकताच प्रवेश केला होता. पाणावलेले डोळे, संभ्रमित अज्ञान, अव्यवहार्य अशा आदर्शवादाने भारलेले मन अशा अवस्थेत भारताने या युगात पाऊल टाकले होते. राज्य करण्यासाठी भावनात्मक दृष्टिकोन अधिक बाळगला होता. त्याचे उदाहरण म्हणजे

'हिंदी चीनी भाई भाई' हे घोषवाक्य. ज्या भावनात्मक दृष्टीने राज्य करण्यास सुरुवात केली होती त्यावरती गांधींच्या अतिरिक्त मानवतावादाची छाया पडली होती. त्या जोडीला 'एक अनाकलनीय व बुद्धीला न पटणारा हटवादीपणा' हाही होता. गांधींचे हे वागणे पुढील उदाहरणावरून समजून येईल. १९३० नंतर गांधी हे कॉंग्रेस वर्किंग कमिटीचे एक साधे सभासदही राहिलेले नव्हते. पण तरीही ते आपले जबरदस्त दडपण कॉंग्रेसवरती टाकीत राहिलेले होते. त्यासाठी बेमुदत उपोषण चालू करणे, अनेक दिवस मौन धारण करणे किंवा फुरंगटून कशातही भाग न घेणे अशासारख्या 'आधुनिक नसलेल्या' पद्धती वापरीत होते. तर कॉंग्रेसमध्ये नेहरू व सुभाषचंद्र बोस यांच्यासारखे काही घटक एकमेकांना सहकार्य देत नव्हते. हे दोघेही उच्चविद्याविभूषित होते, आधुनिक विचारसरणीचे होते, समाजवादी होते आणि पुरोगामी होते. एकाच पदाच्या जागेसाठी त्या दोघांत स्पर्धा चालू होती. (पहा : सुनील खिलनानी यांच्या The Idea of India या पुस्तकात पान २७ वरील मजकूर.) कॉंग्रेसमध्ये आणखी रॅडिकल थिंकर्स, अगदी पुराणमतवादी असेही अन्य घटक होते.

लोकशाहीचे रोपटे येथे रुजवून त्याला पालवी फुटू देण्याइतपत भारताची जमीन सुपीक नव्हती. या देशाच्या जाणिवेत लोकशाहीचा शिरकाव हा सावकाश होणार होता. त्यामुळे खुद्द कॉंग्रेसमध्ये अंतर्गत लोकशाही प्रत्यक्षात अजिबात नव्हती. सुनील खिलनानी हे आपल्या पुस्तकात पान २८ वर ''राजकीय ताकद मिळविण्यासाठी भीती वाटेल एवढी जबरदस्त इच्छाशक्ती'' अशा शब्दात कॉंग्रेस पक्षातील नेत्यांची संभावना करतात. मग असे राजकीय बळ मिळवण्यासाठी त्याची किंमत चुकवावी लागे. जसजशी भवितव्य घडवणारी ती १९४७ मधली तारीख जवळ येऊ लागली आणि सरकार बनण्याचे आकर्षण आता आवाक्यात येऊ लागले, सत्तेची रसाळ फळे अगदी जवळ लटकू लागली, तशा कॉंग्रेसमधल्या दुफळ्या वर उसळून येऊ लागल्या. कॉंग्रेसमध्ये गांधीवादी, समाजवादी, पुराणमतवादी, भांडवलशाहीवादी अशा अनेकांचा आपापल्या मतामतांचा गलबला माजला होता. द्रष्ट्या राष्ट्रवादाकडे जशी आधी ठरवलेली कार्यक्रमपत्रिका होती तशी हिंदूंकडे म्हणजे कॉंग्रेसकडे, स्वतंत्र भारताच्या सरकारसाठी त्यावेळी कोणतीही कार्यक्रमपत्रिका नव्हती. तेव्हा लोकशाही, ती व्यवहारात राबवणे, तिच्या मागण्या बघणे, त्यासाठी कोणती बंधने व उपकार स्वीकारणे यांना फारसा अग्रक्रम दिला जाणार नाही, हे उघड होते. या गोष्टी एका कोपऱ्यात ठेवून दिल्या होत्या.

नंतर मग भारताची राज्ये बनवण्याचा प्रश्न आला. भारताच्या राजकीय जाणीवेत प्रथमच ब्रिटिशांनी 'एक सोयिस्कर व व्यवस्थित चालू शकणारे राज्य' ही कल्पना घुसवली होती. त्यांनी जेत्याच्या भूमिकेतून लवचिक आणि थोडीशी व्यावहारिकता

असलेली ही राज्याची कल्पना पुढे केली होती. सुनील खिलनानी त्याचे वर्णन "या रचनेतील परिणामांचा कसलाही विचार न करता" अशा शब्दात करतात. स्वतंत्र भारतात, भारतीय नेतृत्वाखाली कारभार चालू शकणाऱ्या राज्यांची कल्पना ही अर्थातच वेगळी असणार. परंतु ब्रिटिशांच्या वाकायला लावणाऱ्या सामर्थ्याने जी गुलाम माणसे काँग्रेसमध्ये निर्माण केली होती, त्यांना फक्त ब्रिटिशांनी निर्माण केलेल्या राज्यांची कल्पनाच मान्य होती. तर दुसऱ्या बाजूला भारतीय समाज हा आता महत्त्वाकांक्षेने भारलेला होता. सारा समाज विकासाच्या वाटेवरती पावले टाकण्यास तयार झाला होता. पण तसे घडण्यासाठी अजून धड राज्यांची रचना नीट मांडली गेली नव्हती की तसा काही प्रयत्न करण्यासाठीही कोणाचा कल दिसत नव्हता. आणि अजून काँग्रेसला सत्ता मिळाली नव्हती. सुनील खिलनानी यांच्या निरीक्षणानुसार "सांसदीय लोकशाही म्हणून कॉन्स्टिट्यूअन्ट असेम्ब्ली साधकबाधक विचार करून जे ठरवेल तसे होईल. अन् त्यांचे ठरवणे हे कोणत्याही धार्मिकतेकडे न झुकलेले, सामाजिक विकास करण्यासाठी वचनबद्ध असलेले व सर्वांना मतदानाचा अधिकार देण्यावर आधारलेल्या लोकशाही प्रथेनुसार असेल."

नवीन भारतीय राज्यांची रचना कॉन्स्टिट्यूअन्ट असेम्ब्लीच्या विचारविनिमयातून निर्माण होणे अपेक्षित होते. अन् अखेर तसेच झाले. तशी राज्ये निर्माण करताना संस्थानांचे विलीनीकरण होणे अत्यावश्यक होते. अशा या पार्श्वभूमीवरती संस्थाने विलीन करण्यासाठी जे प्रयत्न शिताफीने केले गेले त्याला आपण दाद द्यायला हवी. त्यामुळेच सर्व नागरिकांना समानता बहाल करणारा भारत निर्माण झाला. पूर्वी राणीच्या राज्यात संस्थानांना मान्य करायला लावलेले ब्रिटिश सत्तेचे सर्वश्रेष्ठ अधिकार (paramountcy) हे स्पष्ट व स्वच्छ शब्दात व्यक्त केलेले होते. पण त्याआधी ईस्ट इंडिया कंपनीचा अंमल चालू असताना ते अधिकार अव्यक्त किंवा थोड्याशा गुळमुळीत शब्दातले होते. भारतातील संस्थाने ही काही ब्रिटिशांची निर्मिती नव्हती, तरीही ती संस्थाने भारताचे घटक होते, हे सत्य होते. ब्रिटिशांनी संस्थानांच्या अस्तित्वाला व्यावहारिक पातळीवरती आणून ठेवले. १९४७ चा भारतीय स्वातंत्र्याचा कायदा झाला. त्यानुसार संस्थानांवरती जे ब्रिटिश अधिकारांचे अंतिम प्रभुत्व होते ते काढून टाकण्यात आले.

ब्रिटिशांनी जाता जाता अनेक प्रश्न अनुत्तरीत ठेवले होते. उदाहरणार्थ, ईशान्येकडून येणारी आव्हाने. तिथूनच नागालॅन्ड चळवळीने प्रथम आपला आवाज उठवला. वंशभेद, धर्मभेद, भाषाभेद, अनेक पोटभेद वगैरेंची स्वतंत्र ओळख ब्रिटिशांनी आपल्याला उपयुक्त म्हणून स्वार्थापोटी जपली. हे सारे भेद एका सार्वभौम राष्ट्राचा नागरिक म्हणून मिरवण्यात आड येत होते. ब्रिटिश इतिहासकारांनी नेहमी असे म्हटले आहे, की वायव्य सरहद्दीचे महत्त्व ब्रिटिश

साम्राज्याला जेवढे आहे तेवढेच ईशान्य सरहद्दीला आहे. (वायव्य सरहद्दीवरील स्थिती पाहून नेहमी त्या भागाला 'ग्रेट गेम' म्हटले जायचे.) ईशान्य भागावर ब्रिटिश अंमल हा १८९० साली बसला. नागालँडची भूमी ही त्यावेळी आसाम व नेफा (नॉर्थ ईस्ट फ्रंटियर एजन्सी) यामध्ये विभागली होती. ती १९४७ नंतरही तशीच विभागलेली राहिली. १९५७ मध्ये भारत सरकारने एकमेव असे 'नागा ॲडमिनिस्ट्रेटिव्ह युनिट' भारतीय अंमलाखाली स्थापन केले. १९६० मध्ये भारत सरकारने नागालँड हे एक भारताचे राज्य म्हणून जाहीर केले. प्रत्यक्षात त्याचे उद्‌घाटन १९६३ मध्ये झाले.

आणखी एक मूलभूत प्रश्न लोंबकळत पडला होता. तो म्हणजे संपूर्ण देशाच्या एकात्मतेचा. त्यासाठी अज्ञान हे कारण असेल. अज्ञान म्हणण्यापेक्षा अजाणपणा हा शब्द अधिक योग्य ठरेल. युगानुयुगे भारत हे एक सीमा नसलेले राष्ट्र होते. मी परत येथे सांगतो की, ब्रिटिश हिंदुस्थानात येण्यापूर्वीचा निरनिराळ्या सरहद्दी दाखवणारा नकाशा मिळवण्याचा मी प्रयत्न केला. परंतु मला तो अजिबात मिळू शकला नाही. त्या नकाशात मला भौगोलिक स्थाने व विविध सीमा अचूक हव्या होत्या. या मुद्याकडे आपण अजूनही फारच थोडे लक्ष देतो. आपण परंपरेने मानीत आलेलो आहोत की हिंदुस्थान ही एक अपरिवर्तनीय, अजिंक्य अशी भूमी आहे आणि ही बाब इतर कोणत्याही बाबींपेक्षा, वरचढ आहे. आपल्या ह्या उच्च संस्कृतीच्या राष्ट्राला कोणत्याही सीमांचे, सरहद्दींचे बंधन नाही, अशी खात्री आपली आपणच स्वत:ला पटवली आहे. आता स्वतंत्र भारतात अशी भावना करून घेणे म्हणजे आपल्यातच कुठेतरी कमी पडते आहे. अन् ही गोष्ट गंभीर आहे. या भावनेमुळेच मुक्त भारताच्या नवीन सत्ताधाऱ्यांना *'भारतीय संघराज्याच्या क्षेत्रफळाची काटेकोर आखणी करणे, हे आपले पहिले काम आहे,'* याची जाणीव झाली नाही व त्यांनी तसे प्रयत्न केले नाहीत. राज्यकारभार करण्यातली ही मोठी त्रुटी आमच्या नेत्यांमधील कमतरतेमुळे निर्माण झाली आहे आणि भारताच्या हृदयाशी भिडली आहे. जगात भारताएवढ्या विस्तृत देशाने स्वातंत्र्य मिळून ६० वर्षे झाली तरी अद्याप तरी अजूनही आपली सीमानिश्चिती नीट पुरी केली नाही, ही एक अत्यंत धक्कादायक बाब आहे. १९९९ मधील कारगिलच्या संघर्षानंतर एकदा मी बॉर्डर मॅनेजमेंट रिपोर्ट वाचत होतो. तेव्हा मला समजले की, भारत सरकारने आपल्या किनाऱ्याभोवतालच्या बेटांची अद्यापही संख्यासुद्धा मोजली नाही. मी ते वाचून जबरदस्त हादरलो. भारताकडे एकूण किती बेटे आहेत याची आकडेवारी नाही. एकामागोमाग येणाऱ्या सरकारांनी या संबंधात विचारलेल्या प्रश्नांना *'किती बेटे आहेत याची माहिती सरकारकडे नाही'* अशी उत्तरे दिली आहेत. ही उत्तरे १९६२ नंतर, १९६५ नंतर आणि १९७१ नंतर दिली गेलेली आहेत. त्या वर्षी भारताला आपल्या सरहद्दीवरती छेडलेल्या युद्धाला तोंड

द्यावे लागले होते, हे विशेष! आपला हा दृष्टिकोन पाहिला तर लक्षात येईल की, भारताच्या सरहद्दींवरून निर्माण होणारे वादग्रस्त प्रश्न अद्यापही का सुटू शकले नाहीत.

सुरक्षितता आणि राज्य करण्याचे तंत्र

ज्याक्षणी स्वातंत्र्य मिळाले, तेव्हापासून अंतर्गत हिंसाचाराकडे भारताचा कल वाढत चालला आहे. स्वातंत्र्य मिळाल्यामुळे असे व्हावे, हा एक मोठा विरोधाभास आहे. फाळणीच्या वेळी झालेल्या दंग्यांचा उल्लेख अयोग्यरित्या केला जातो. त्यावेळी असे दंगे थोपविण्यासाठी अधिकारावरती कोणीच नव्हते, अशी भावना त्या उल्लेखातून किंवा विधानातून निर्माण केली जाते. सत्तेवर आलेल्या नवीन लोकांना राज्य करण्याचा अनुभव नसल्याने ते भीषण परिणाम झाले. त्या नवीन सत्ताधाऱ्यांना राज्यकारभार परिणामकारकतेने हाकण्यासाठी काही कौशल्य लागते याचीच मुळात जाणीव नव्हती. त्यातून गांधींच्या अतिरिक्त शांततावादाच्या प्रभावाखाली राज्यकर्ते होते. (मी त्याला Post-Gandhi ersatz pacifism असे म्हणतो.) आपले हे धोरण नवीन राज्यव्यवस्थेचा भाग आहे, असे ते राज्यकर्ते मोठ्या दिमाखात सांगत. त्या महान व मंत्रमुग्ध करणाऱ्या गांधींच्या तत्त्वज्ञानाचे आपण कसे निष्ठावान पाईक आहोत, असा भाव त्यांच्या तशा सांगण्यात असायचा. परंतु यामुळे सुरक्षिततेची जी स्वत:ची पद्धत व संस्कृती असते ती मात्र वेडीवाकडी होऊन बसली. याचे एक कारण असे आहे : भारतात नेहमी दुसऱ्याला क्षमा करून सामावून घेण्याचा 'हिंदू गुणधर्म' आहे. पण कधी कधी तो गुण दाखवला जात नाही. मग तोल सुटून अविचारी हिंसक कृत्ये घडतात. बहुतेक अन्य समाजातही असेच घडत रहाते, परंतु अशा गोष्टी क्वचितच घडत असतात. एरवी हिंदू हे नेहमी सहिष्णु रहात आलेले आहेत. या सहिष्णु वृत्तीवरती बौद्ध, जैन, वैष्णवभक्ती आणि गांधींचे अहिंसेचे तत्त्वज्ञान यांनी आपापले शिक्के मारले आहेत. यातून विविध कल्पना व दृष्टिकोन यांचे एक वेगळेच रसायन निर्माण झाले आहे.

कसलाही विचार न करता गांधींशी निष्ठा ठेवण्याच्या प्रवृत्तीमधून राज्याच्या सामर्थ्याची संकल्पना ही दुबळी झाली. त्या सामर्थ्याच्या संकल्पनेचा योग्य वापर हा राज्याच्या हितासाठी आणि समाजासाठी व्हायला हवा. त्याऐवजी जेव्हा गरज होती तेव्हा तशा कल्पनेला दुय्यम लेखून खालच्या पातळीवर ढकलले गेले. आपल्या धाडसी व शक्तीशाली राष्ट्रीय सुरक्षेचा भाग म्हणून जी एक मध्यवर्ती संस्कृती असायला हवी होती, तिचा स्वतंत्र भारताने त्याग केला. आपला इतिहास, आपली जुनी कागदपत्रे यांचा नीट अभ्यास करून, त्यांचे यथोचित मूल्यमापन करून त्यातील विचारांचा उपयोग हा निर्णय-प्रक्रियेत करायला हवा होता. परंतु इतिहास व जुनी कागदपत्रे यांचे महत्त्व न ओळखता त्या गोष्टींकडे

पाठ फिरवली गेली. इतिहासाचे भान न ठेवल्याने परिणाम असा झाला की आपल्या संरक्षणाबाबतचे विचार लंगडे पडत गेले. असे दिसते की, प्राचीन भारतीय लिखाण हे आकलन होऊ शकणाऱ्या प्रत्येक विषयावरती भरपूर झालेले आहे. मग तो विषय कोणता का असेना. कामशास्त्र, कला, नृत्य, नाट्य, संगीत इत्यादि विषयांपासून तत्त्वज्ञानासारख्या गहन विषयावरतीही अभ्यासपूर्ण लिखाण केले गेलेले आहे. सामरिकशास्त्रावर (Military Science) कौटिल्याखेरीज कोणीही तपशीलवार लिहिलेले नाही. आणखीही एक घटक आहे, अन् तो म्हणजे भूगोल आणि आपल्या भूमीचे एकूण क्षेत्र यांचा आपल्याला पडलेला विसर. भारताचे राष्ट्रीयत्व हे प्रामुख्याने संस्कृती व सभ्यता (civilisation) यामध्येच जास्त एकवटलेले आहे. आणि हे राष्ट्रीयत्व गमावण्याची भारतीयांना भीती वाटत नाही. कारण जोम, जोश, उत्साह या गोष्टी नेहमी अजिंक्य असतात. आपल्या भूमीच्या तपशीलांची जाणीव आणि तिच्या संरक्षणाच्या भावनांचा अभाव अशा दोन्ही गोष्टी मात्र नेहमी दिसून येतात.

असे बोलले जाते की, ब्रिटिशांनी जसे भारतीय लोकांमधून एक जादा सैन्यबळ (A surplus of military power) निर्माण केले, तसे स्वतंत्र भारताने कधीही केले नाही. या जादा सैन्यबळामुळेच ब्रिटिशांनी भारतीय सैन्याला वेळोवेळी परदेशातील मोहिमा जिंकण्यासाठी पाठवून दिले होते. अफगाणिस्तान, ब्रह्मदेश, गल्फ आणि ट्रुसियल स्टेट्स, दोन जागतिक महायुद्धे अशा ठिकाणी भारतीय सैन्याचा वापर केला. शिवाय त्याच वेळी अंतर्गत गरजांसाठीही त्यांचा वापर केला गेला. परंतु यातून संस्थानी राज्ये सहाजिकच वगळली गेली. सुमारे निम्मा भारत संस्थानांच्या अखत्यारित होता. ब्रिटिशांना तिथल्या संस्थानी फौजांना वापरता आले नाही. स्वातंत्र्यानंतर असे अनेक दुःखद प्रसंग आले की अंतर्गत कारणांसाठी सैन्याचा वापर करावा लागला. याची उत्तम उदाहरणे म्हणजे १९८४ मधील शिखांच्या सुवर्णमंदिरावरील 'ऑपरेशन ब्ल्यू स्टार', ईशान्य भारतातील व जम्मू-काश्मिरमधील कारवाया. अशा कारवायांचा उलट परिणाम तेथील जनतेवर झाला. समस्येचे शल्य बोचतच राहिले. सैन्यबळाच्या वापराबद्दल नेहमी गंभीरपणे व कधीकधी टीकात्मकपणे बोलले जाते. अंतर्गत कारणांसाठी सैन्याची मदत घेणे किंवा सैन्याला मुलकी अधिकाऱ्यांच्या दिमतीला देणे, याचे अनेक परिणाम होऊ शकतात. यामुळे सैन्याची परिणामकारकता गंभीररित्या दुबळी होते. अन् परिणामकारकता दाखवणे हे तर सैन्याच्या मुख्य कर्तव्यात जमा होते. लष्कराची प्रतिष्ठा व हेतू यावरही यामुळे आघात होऊ शकतो.

परंतु जेव्हा नेहरूंनी, त्यांच्या शब्दात "एका न्यायी समाजाची न्याय्य मार्गाने निर्मिती" हे साध्य करण्यासाठी पावले उचलली तेव्हा सैन्याबद्दलचे वरील विचार

त्यांनी दुय्यम ठरवले. तथापि, राज्यकारभार करताना एक मोठा मानसशास्त्रीय अडथळा आला होता. जिथे मानवी वस्ती नाही अशा आपल्या लांबलचक पसरलेल्याभूमीवर चीनशी १९६२ साली झालेला संघर्ष. नेहरू हे सतत आपल्या 'आशियाई एकजूट' नावाच्या अवास्तव व भ्रामक जगात वावरत होते. 'आशियाई संस्कृती' नावाचे त्यांचे आणखी एक स्वप्न होते. त्यांची अशी धारणा होती की, भारत व चीन या देशांमधला संघर्ष होणे हे संकल्पनेच्या पातळीवरती अशक्य आहे. चीनचे खरे हेतू आणि कठोर वास्तवता यांचे पुरावे निर्माण होऊ लागले तरीही नेहरू आपल्याच मतांना दुर्दैवाने चिकटून रहात होते. सीमेच्या प्रश्नांवरून चीन कटकटी करू लागला, त्याचे हेतू उघड होत होत अगदी स्पष्ट व ठळकपणे प्रगट झाले. सत्य काय ते ढळढळीतपणे दिसू लागले. तरीही नेहरू परस्परविरोधी समजुती मनात बाळगत राहिले. म्हणून १९५० मध्ये, जेव्हा चीनने तिबेटवरती आक्रमण केले, तेव्हा नेहरूंनी आपल्या विचारांनुसार बीजिंगमधील के. एम. पणीक्कर या आपल्या राजदूताला पत्र लिहून सांगितले की, "भारत व चीन हे दोघेही एकमेकांचे मित्र आहेत, या गोष्टीला मी फार मोठे महत्त्व देतो."

१९६२ साली मी सैन्यात होतो. त्यावेळी मला या साऱ्या गोष्टींची एवढी चीड आली, एवढा संताप झाला की मला तो आत्ता नीट सांगताही येत नाही. अशीच प्रतिक्रिया सैन्यातील सर्वांची झाली होती. मग ते ईशान्य भारतात असो किंवा अन्यत्र कुठेही असो. सेला आणि बोमडिला येथील आपली ठाणी पडल्यावर पंतप्रधान नेहरूंनी जे भाषण रेडिओवर केले ते ऐकून त्यांना नक्की काय म्हणायचे आहे तेच कळेना. त्यांचे भाषण कळण्याच्या पलीकडचे होते. सेला-बोमडिला येथील आपली सैन्याची आघाडी चिन्यांनी पार उखडून टाकली होती. चिन्यांनी सेला व बोमडिला यामधून आपले सैनिक घुसवले व त्यांनी भारतीय आघाडीवर मागून हल्ला चढवला. त्याच वेळी पुढच्या बाजूने चिन्यांनी मुख्य हल्ला चढवून आक्रमण केले. आपल्याला लष्करी डावपेच या ठिकाणी नीट खेळवता आले नाहीत. नेहरू रेडिओवरील आपल्या भाषणात म्हणाले, "आसाममधील जनतेसाठी माझे हृदय आक्रंदत आहे." नेहरूंच्या या वाक्यावर सैनिकांनी आपल्या रांगड्या भाषेत तसलीच रांगडी टीका केली. नेहरूंचा राग हा करुणास्पद होता. सर्वांनी तो पाहिला. आपल्या वांझोट्या रागात ते मंत्रिमंडळातील सहकाऱ्यांना फणफणत म्हणाले, "मी चिन्यांशी हातात एक काठी घेऊन लढेन." नेहरूंच्या परराष्ट्र धोरणाच्या पार चिंध्या झाल्या होत्या. त्यांचे अलिप्ततेचे (non-alignment) धोरण हे अक्साई चीनमधील पर्वतराजीत मृत्यूमुखी पडलेल्या आपल्या सैनिकांबरोबरच मरण पावले. १९६६ मध्ये जे धोरण आपण ताश्कंद करार करताना स्वीकारले किंवा सोव्हिएट रशियाबरोबर १९७१ मध्ये जो आपण शांतता व मैत्रीचा करार

केला त्या धोरणांचा पाया याच वेळी घेतला गेला. १९६२ या वर्षात अलिप्तता धोरणातली हवा संपली. (पहा : वाय. डी. गुंदेव्हिया यांच्या Outside the Archives या पुस्तकातील ११ व्या प्रकरणातील पान २३५ वरील मजकूर.) या तटस्थता धोरणाचा आपल्याला फार मोठा तडाखा बसला होता. नेहरूंची पंतप्रधानकी १९६४ मध्ये त्यांच्या मृत्यूबरोबरच संपली आणि एक युगही समाप्त झाले.

नेहरूंचा कालखंड हा १९४७ ते १९६४ हा होता. नेहरू हे वर्चस्व गाजवणारे होते. पण एखाद्या सम्राटाप्रमाणे किंवा हुकूमशहाप्रमाणे ते वर्चस्व गाजवीत नसत. भावनाशील व शोध घेत रहाणाऱ्या प्रवृत्तीचे ते होते. त्यांच्यापुढे स्वतंत्र भारतातील असंख्य प्रश्नांप्रमाणे जीवनातील अनिश्चितीबद्दलचे प्रश्नही होते. पण नेहरूंना समस्येवर उपाय शोधण्याचे ज्ञान नव्हते. त्याचबरोबर निर्णय घेणाऱ्या शास्त्याजवळ जशी एक अंत:प्रेरणा असावी लागते तीही त्यांच्याजवळ नव्हती. नेहरूंना कोणीही मदत करू शकत नव्हते. कारण त्यांच्यात व इतरांच्यात खूप अंतर पडलेले होते. आणि इतरांना काही विचारण्यात नेहरूंचा गर्व आड येत असे. पण त्यांनी अथकपणे, नितांत तळमळीने आणि एखाद्या देशभक्ताप्रमाणे समस्यांना उत्तरे शोधायचा प्रयत्न केला. त्यांनी आपल्या मृत्यूपत्रात आपल्याला जे शक्य होते ते भारताबद्दल केल्याचे लिहून ठेवले आहे आणि अत्यंत तळमळीच्या शुभेच्छा प्रगट केल्या आहेत.

नेहरूंच्या नंतर भारताने एका वेगळ्याच टप्प्यात प्रवेश केला. त्याआधी लालबहादूर शास्त्री यांची छोटीशी कारकीर्द होऊन गेली होती. नंतर कारकीर्द सुरू झाली ती तशी जराशी 'क्षमा न करणाऱ्या' इंदिरा गांधींची! पण त्यापूर्वी आपण नेहरूंच्या अर्थशास्त्राकडे थोडक्यात पाहू. ते अर्थशास्त्र तत्त्वत: कसे होते आणि व्यवहारात कसे राबवले जात होते हे नेहरूनंतरच्या दशकात नेहमी सांगितले जायचे.

केन्द्रस्थानी समाजवाद

नेहरू हे काही अर्थशास्त्रातले तज्ज्ञ नव्हते की बुद्धिमान नव्हते. पण त्यांच्याजवळ अशी काही बुद्धी होती की त्यांना त्यावेळच्या अर्थशास्त्रीय कल्पना चटकन उमजत. त्यावेळच्या अर्थशास्त्रीय कल्पना ह्या मुख्यत्वेकरून समाजवादावर आधारलेल्या होत्या. मग त्यात राज्यांचे नियंत्रण, मध्यवर्ती नियोजन पद्धती आणि तत्सम कल्पना ह्या आल्याच. अशा काळात प्राध्यापक पी. सी. महालनोबिस यांचा भारताच्या अर्थमंचावरती प्रवेश झाला. समग्र अर्थव्यवस्थापनाची (macro-economic management) हाताळणी आता ते करणार होते. खूप पूर्वी महालनोबिस यांनी नेहरूंना पत्र लिहून कळवले होते की, "...समस्येचे उत्तर हे सर्व पातळीवरती सर्व दिशांनी सुधारणा एकाच वेळी करण्यात आहे, अन् तेही समतोल राखून. तसे केले

तरच आपल्याला इच्छित असलेल्या रचनात्मक सुधारणा शक्य तितक्या झटपट होऊ शकतील.'' (पहा : सुनील खिलनानी यांच्या The Idea of India पुस्तकातील पान ८८ वरचा मजकूर) महालनोविस यांचा हा सल्ला नेहरूंना मानवला. त्यांना तो एखाद्या मार्गदर्शक दीपस्तंभासारखा वाटला. मग त्यांनी नियोजन आयोग (Planning Commission) स्थापन केला. नेहरू मरेपर्यंत महालनोविसांचे हेच तर्कशास्त्र धरून बसले होते, इतके ते त्यांना कमालीचे पटले होते. परंतु हे तर्कशास्त्र राबवताना वादग्रस्त प्रस्ताव पुढे येणार हे उघड दिसत होते. ''भारताची अर्थव्यवस्था ही मानवी नियंत्रणातून चालवता येईल'' ही कल्पना अंमलात आणण्यासाठी धोरण आणि कृतीयोजना ह्या प्रथम एका मध्यवर्ती ठिकाणी ठरवल्या गेल्या पाहिजेत, मग त्या खाली पाठवून दिल्या पाहिजेत. उत्पादन करण्याच्या सर्व प्रकारांवरती सरकारचे नियंत्रण जवळ जवळ १०० टक्के असावे यासाठी पावले उचलली गेली. नियोजन आयोग ही एक यंत्रणा त्यासाठी योग्य अशी ठरली. मंत्र्यांना आणि त्यांच्या खात्यांना जसे संसदेला तोंड द्यावे लागते तसे आयोगाला द्यावे लागत नाही. आयोगाला विचारणारे कोणीही नसते. आयोगाच्या रचनेत निर्णय घेण्याचे पुरेसे अधिकार अंतर्भूत असतात. परंतु वरून खाली खाली येत जाणाऱ्या हुकूमांची साखळी मुळात पंतप्रधानांपासून सुरू होते. कारण नियोजन आयोगाचा प्रमुख हा उपाध्यक्ष असतो व पंतप्रधान अध्यक्ष असतात. त्या उपाध्यक्षपदावरती नेहरूंच्या विश्वासातल्या एखाद्या अर्थतज्ज्ञाची निवड केली जायची. नियोजन आयोग हा अर्थशास्त्रीय व्यवस्थापनामागचा एक मेंदू होता. अर्थ मंत्रालयाचा त्यात कुठेही हस्तक्षेप होत नव्हता. भारतीय समाज हा हळूहळू नियोजन आयोगावर विश्वास टाकू लागला होता. नेहरूंच्या उत्साहाचा संसर्ग आयोगालाही झाला होता. नेहरू तर आयोगाला उद्देशून अगदी सहज स्वरात म्हणायचे, ''हे तर भवितव्याचे मंदिर आहे.'' ते आणखी असेही म्हणायचे की, ''आमचा देश हा सुधारणा करण्यासाठी अर्थशास्त्राच्या उत्तुंग शिखरावर जाऊन बसला आहे.'' नेहरूंची ही वक्तव्ये भारून टाकणारी होती. नियोजन आयोगाला त्यांनी शिखरावरती नेऊन ठेवले होते. त्यामुळे तिथे पोचण्यासाठी फारसे कुणी स्पर्धा करायचे नाहीत. नंतरच्या काळात नियोजन आयोगाबद्दल निवडणुकीत वापरल्या जाणाऱ्या अलंकारिक भाषेत बोलले जाऊ लागले, 'अलिप्तता', 'नियोजनबद्ध अर्थकारण' असले शब्दप्रयोग संकेत स्वरुपात बोलले जाऊ लागले. नंतरच्या पिढ्या आणि नंतरची दिल्लीतील सरकारेही नियोजन आयोगाला मुजरे करीत राहिले. अजूनही तसेच चालले आहे.

पण कितीही स्तुतीस्तोत्रे गायली तरी वास्तवता बदलत नसते. १९६०च्या मध्यास भारतीय अर्थकारण डळमळण्यास सुरुवात झाली. एव्हाना भारत आपल्या उत्पन्नापेक्षा जादा खर्च करू लागला होता. लायसेन्सेस, कोटा, परवानापत्रे आणि

परकीय चलनांवर नियंत्रण ठेवणारे कायदे यांची नुसती गर्दी उसळून गेली होती. या असंख्य जाचक नियंत्रणांमुळे ज्या गृहिणी पापभीरू होत्या त्या आता वैतागून परकीय चलन व सोने हे संधी मिळताच परदेशाहून येताना बेकायदेशीररीत्या आणू लागल्या. तसेच, आपल्या साड्यांमध्ये नोटा शिवून लपवून आणू लागल्या. या देशाचे कायदे हे कायदापालन करणाऱ्या नागरिकांना कायदा मोडण्यास प्रवृत्त करू लागले. पण परिस्थिती बदलत गेली. श्रीमती गांधी यांची कारकीर्द ही एका आर्थिक संकटातून निघून दुसऱ्या आर्थिक संकटाकडे अशी हिंदकळत राहिली. श्रीमती गांधींकडे तशी कोणतीही अर्थनीती नव्हती. त्या फक्त लोकप्रिय वाटणारे शॉर्टकट मारून मार्ग काढू पहात होत्या. जवळ जवळ सर्व भारतीय समस्यांचे मूळ हे शेवटी नेहरू आणि इंदिरा गांधी यांच्या सुरुवातीच्या काळाकडे जाते. एव्हाना आर्थिक नियोजनाला देवाचे स्वरुप आले होते. पण हा देव सारखा चुकत होता, घसरत होता, अयशस्वी होत होता. नियोजन आयोग हे हळूहळू एक आश्रयस्थान होऊ लागले. राजकीयदृष्ट्या जी माणसे सोयीची नाहीत किंवा ज्यांच्यावर लवकर सेवानिवृत्त होण्याची पाळी येणार आहे अशा व्यक्तींची वर्णी आयोगाच्या नोकरीत होऊ लागली. तिथे काम कमी व वेतन मात्र भरपूर अशी स्थिती असल्याने इच्छुकांची गर्दी होऊ लागली. लोकशाहीच्या दृष्टिकोनातून पाहिले तरीही अशा नोकरीचा करार किंवा कोणताही सामाजिक करार केला गेला की त्याचा गर्भित अर्थ वेगळा समजला जाऊ लागला. नागरिक राजकीय पुढाऱ्यांशी फार काळ जमवून घेऊ शकत नाहीत. ते सरळ पुढाऱ्यांना टाळून सरकारकडे धाव घेतात. अन् मग नोकरशाही ही त्यांना दिलेल्या प्रत्येक अधिकाराबरोबर वाढत जाते व बोकाळत रहाते. इंदिरा गांधी १९६६ मध्ये जेव्हा पंतप्रधान बनल्या, तोपर्यंत १९६२ मधील चिनी आक्रमणाचे परिणाम आणि १९६५ मधील पाकिस्तानशी उडालेल्या संघर्षाचे परिणाम त्यांच्या मनावरती खोलवर खुणा करत गेले होते. भारताच्या सुरक्षिततेसाठी इंदिरा गांधींनी 'सर्वात खालच्या पातळीवरचे बचावात्मक धोरण' अवलंबिले. '१९९१ ची जी अर्थशास्त्रीय आणीबाणी' आली होती त्याची पूर्वतयारी त्यांनी आपल्या कारकीर्दीत तयार केली.

लोकशाहीचे धाडस

दरम्यान स्वतंत्र भारतातील लोकशाही कशी चालली होती? एके काळी काँग्रेस पक्ष हा स्वातंत्र्य चळवळीमुळे भारला जाऊन झुलत होता. ज्या नेहरूंबद्दलचा आदर स्वातंत्र्यानंतर वर्षानुवर्षे चालत आलेला होता, तो आता उडून गेला होता. गांधीजी सांगत होते की, "आता स्वातंत्र्य मिळाले असल्याने काँग्रेस पक्ष बरखास्त करा. आपले कर्तव्य आपण पुरे केले आहे. आता आपण खेड्याकडे जाऊ या. तिथले जनजीवन फुलवू या. ते आता पुढचे कर्तव्य आहे. पार तळापासून सुरुवात करून

एक नवीन सामाजिक-आर्थिक रचना निर्माण करू या.'' (संदर्भ: A Gandhian Theology) पण तसे काहीही घडले नाही. त्यामुळे स्वातंत्र्यानंतर गांधीजी म्हणाले, ''प्रत्येक भारतीयाला काहीना काही राजकीय महत्त्वाकांक्षा असते, मग तो हे मानो अथवा न मानो; परंतु आज त्या महत्त्वाकांक्षेचा नेमका अर्थ काय? असे विचारले तर जेवढी राष्ट्रवादी माणसे आहेत तेवढे याबद्दलचे भिन्नभिन्न अर्थ किंवा मते सांगितली जातील.'' (संदर्भ : Mahatma Gandhi and Leo Tolstoy Letters, लॉन्गबीच प्रकाशन.)

१९५२मध्ये पहिली निवडणूक झाली आणि १९५७मध्ये दुसरी निवडणूक झाली. या दोन्ही निवडणुका जिंकल्याचा जल्लोष विरून गेल्यावर काँग्रेस पक्षाचा देशावरचा ताबा कमी होऊ लागला. १९६७च्या निवडणुकीत काँग्रेसचा पाडाव होत गेला. अमृतसरपासून पार कलकत्त्यापर्यंत ती पडझड होत गेली. म्हणजे भारताच्या विस्तृत मध्यभागात, हृदयस्थानात तिला दणका बसला. त्यानंतर १९७१मध्ये पुन्हा निवडणुका झाल्या. त्या वेळेआधीच पुकाराव्या लागल्या होत्या. एकाच वेळी राज्याच्या व लोकसभेच्या निवडणुका घेण्याची पद्धत यावेळी मोडून पडली. या नवीन पद्धतीमुळे होणारे परिणाम दीर्घकाळ टिकून रहाणारे होते. भारताला ते भोगावे लागले. स्वतंत्र भारतात आता सर्व राज्ये देशाशी निष्ठा ठेवून व्यवस्थित आपापले राज्यकारभार हाकू लागली होती. ही जी उत्क्रांती होत गेली त्यात पुढील घटना या मैलांचे दगड ठरल्या : देशाची घटना तयार होऊन ती स्वीकारली गेली; पहिल्या सार्वत्रिक निवडणुका झाल्या; सरहद्दीवर चीन व भारत यांची सैन्ये एकमेकांसमोर दंड थोपटून उभी राहिली; १९६२चे चिनी आक्रमण; नेहरू यांचे निधन झाले आणि त्यांच्या राजकीय वारसांमध्ये झगडा सुरू झाला; १९६५ मधील ताश्कंद करार आणि लालबहादूर शास्त्री यांचा मृत्यू; इंदिरा गांधी यांची राजकारणात चढाई; १९६७मध्ये चौथी सार्वत्रिक निवडणूक झाली व त्यात उत्तर भारतातून काँग्रेस उखडली गेली.

१९५२ मधील पहिल्या सार्वत्रिक निवडणुकीनंतरच्या पहिल्या पंधरा वर्षात जो काँग्रेस पक्ष देशव्यापी होता त्याला उतरती कळा लागली. लालबहादूर शास्त्री यांच्यानंतर काँग्रेस पक्षात अंतर्गत सत्तेसाठी लाथाळ्या सुरू झाल्या. जे वादविवाद पूर्वीपासून चालत आलेले होते ते आता पुन्हा वर येऊन खदखदू लागले. ही सारी पूर्वचिन्हे काँग्रेसमधील लोकशाहीचे अंतिम तुकडे होण्याची होती. मग ते तुकडे धर्म, जात, भाषा, प्रदेश आणि क्वचितच राजकीय तत्त्वप्रणाली यांच्या रूपाने दिसू लागले. शेवटी त्या पक्षाचे तुकडे झाले. पण हे होत असताना सुसंघटीत अशा भारतीय राज्यसंस्थेचेही तुकडे झाले.

नंतर आलेल्या लोकप्रियतेच्या उधाणात भारताचे अर्थकारण आणखीनच बिघडत गेले. प्रत्येक गोष्टीचे राष्ट्रीयीकरण होऊ लागले, इतकेच काय तर सरकारने गव्हाचा

व्यापार स्वत:कडे घेतला आणि या प्रयोगात सपाटून मार खाल्ला. परकीय गुंतवणुकीला थोपविणारी बंधने घालण्यात आली. श्रीलंकेसाठी व्हॉईस ऑफ अमेरिका या रेडिओ संस्थेचा एक ट्रान्समीटर उभा करण्याचा प्रश्न जेव्हा आला तेव्हा "हे आमच्यावरती केले जाणारे एक निर्लज्ज आक्रमण आहे," अशी त्यावर टीका झाली. उद्योग जगताने प्रत्यक्षात किती उत्पादन करावे यावरतीही मर्यादा लादण्यात आल्या. अन् कदाचित कुणाचा विश्वास बसणार नाही, पण ती मर्यादा ओलांडून जर थोडे जरी जादा उत्पादन केले तर त्यासाठी दंड केला जाऊ लागला. प्रत्येक गोष्टीसाठी परवाना घेणे लागू झाले. यातून राज्यकारभारात काय निर्माण झाले? तर दिरंगाई, खुषमस्करेपणा आणि भ्रष्टाचार! डाव्या विचारसरणीच्या बुद्धिवादी वर्गाने भारतीय अर्थकारणाला दिलेली ही मोठी देणगी होती.

इंदिरा गांधी यांना आपण जनतेच्या भाषेत बोलतो आहोत हे ठाऊक होते की नाही हे कळावयास काही मार्ग नाही. परंतु त्यांच्या डाव्या विचारसरणीच्या समर्थकांना मात्र ती गोष्ट पक्की ठाऊक होती. बँकांचे राष्ट्रीयीकरण केले गेले, संस्थानिकांना पूर्वी सरकारने जी ठाम आश्वासने दिली होती, घटनेने जी वचने दिली होती, ती सारी धुडकावून इंदिरा गांधींनी त्यांच्या प्रिव्ही पर्सेस काढून घेतल्या. असे करण्याने भारत सरकारचे किती पैसे वाचत होते? तर दरवर्षी अवघे पाच कोटी रुपये. इंदिरा गांधी यांनी अनेक समाजवादी वचने दिली होती. ती बहुतेक सारी भरमसाठ व चेतवणारी होती. परंतु ती वचने, ती आश्वासने एवढी ढोबळ होती की ती प्रत्यक्षात अंमलात आणणे शक्य नव्हते. याला पर्याय म्हणून त्या 'लोन मेळावा', 'दुधाचे मोफत वाटप', 'साड्यांचे मोफत वाटप' अशा गोष्टी जाहीरपणे करू लागल्या. त्यांच्या पक्षातील राजकारणी लोक मग अन्नपदार्थ व बँक क्रेडिटस् ह्या गोष्टी मते विकत घेण्यासाठी मोफत वाटू लागले. याचे लाभ निवडणुकीत इंदिरा गांधींना झाले. पण लवरकच त्यांनी अधिकारवादी राजकारणाच्या दिशेने वाटचाल केली. १९७० मधल्या तेलाच्या राजकारणामुळे बसलेले हादरे आणि बरेच अन्य घटक यांचा तो एकत्रित परिणाम होता. त्यावेळच्या तसल्या अर्थकारणाने अनेक बेकायदेशीर काळ्या पैशांचे स्रोत निर्माण झाले. करांची ओझी वाढली, उत्पन्नावरील कर आणि संपत्ती कर हे दोन्ही मिळून ११० टक्क्यांपर्यंत पोचले! तोपर्यंत भारताने चलनफुगवटा कसाबसा आटोक्यात आणला होता आणि मोठमोठी कर्जे टाळली होती. परंतु लोकांना बरे वाटेल अशी निवेदने किती काळ देणार? आणि आर्थिक संकटे त्यामुळे कशी काय टाळणार? परिणामी कोणतीही 'मंगल प्रभात' उजाडली नाही आणि निवडणुकीतला पाठिंबा कमी कमी होत गेला. मग १९७५ मध्ये इंदिरा गांधी यांच्याविरुद्ध अलाहाबाद हायकोर्टाने निकाल दिला व त्यांचे निवडून येणे बेकायदेशीर ठरवले.

परिणामतः इंदिरा गांधींनी जनतेवर आणिबाणी लादली. त्या आणिबाणीचे अनेक परिणाम झाले आणि काँग्रेसला पुरते नामोहरम केले आणि प्रशासकीय यंत्रणेची कायमस्वरूपी हानी झाली. इंदिरा गांधी एक हुकूमशहा बनल्या होत्या. त्यानंतर त्या सत्तेमधून बाहेर पडू पहात होत्या, पण सत्तेच्या मोहावर मात करण्याइतपत मानसिक बळ त्यांच्यात नव्हते. शेवटी सत्ता म्हणजे काय असते? ती एक पोकळ कल्पना असते, हेच खरे!

१९६७, १९७१, १९७७ व १९८० साली चार सार्वत्रिक निवडणुका झाल्या. या निवडणुकांत काँग्रेस पक्षाला जास्तीत जास्त ४३.६% (१९७१) व कमीतकमी ३४.५% (१९७७) मते पडली. काँग्रेस पक्षासाठी सत्तेची दारे वेगाने बंद होत चालली होती. भारत आता निवडणुकीद्वारे स्वतःची खास ओळख दाखविण्याच्या टप्प्यात पोचला होता. इंदिरा गांधी १९८०च्या निवडणुकीत पुन्हा निवडून येणे ही एक धोकादायक घटना होती. कारण हुकूमशाहीवादाच्या भलावणीमधून, आणिबाणीच्या समर्थनामधून ती घटना घडलेली होती. परंतु आता या मार्गावरून मागे फिरणे हे अशक्य होऊन बसलेले असते. पायात स्की चढवून बर्फाळ उतारावरून घसरत जाण्यासारखे ते असते. तुम्हाला सतत सतत वेगाने घसरत जावेच लागते. नाहीतर मृत्यू ठेवलेला आणि जरी तुम्ही वेगाने घसरत राहिलात तरीही मृत्यूचा धोका टळत नाही. १९८४-१९८९ या आणि नंतरच्या कालखंडात भारताने लोकशाही निवडणुकीतून सर्वात अवघड प्रश्नाचे उत्तर शोधण्याचा प्रयत्न केला. तो प्रश्न होता : लोकशाही मार्गाने होणारे सत्तांतर हे शांततापूर्ण रीतीने कसे पार पाडावे? १९८९ मध्ये राजीव गांधी यांची ४१५ खासदारांची मोठी बहुसंख्या (५४३ खासदारांच्या संसदेमधील) गमावली जाऊन ती १९७ आकड्यापर्यंत घसरली. भारतावरील काँग्रेस पक्षाचे एकमेव प्रभुत्व संपुष्टात आले. (वरील दोन परिच्छेदातील अनेक मते व विचार हे सुनील खिलनानी यांच्या The Idea of India या पुस्तकात फार चांगल्या रीतीने व ओघवत्या भाषेत मांडलेले आहेत.)

उत्क्रांतीच्या टप्प्यावरील भारत

सोविएत युनियनचे १९८९ मध्ये विघटन होत होते. ती एक ऐतिहासिक घटना मानून तेथवर भारतातील लोकशाहीचा विकास कसा झाला याचा एक आढावा आपण येथे घेतला. सोविएत युनियनचे विघटन हे बराच काळ चालू होते. बर्लिनची भिंत कोसळली तो नेमका क्षण हा विघटनासाठी जरी धरता येत नसला, तरी साधारणपणे १९८९ हे वर्ष जागतिक इतिहासातला एक टप्पा मानायला हरकत नाही. एरिक हॉब्सबॉम याने एकदा यावर अशी टिप्पणी केली होती की, "अचूक तारखांना ऐतिहासिक, उपदेशात्मक व वृत्तमाध्यमाच्या दृष्टीने

उपयुक्तता म्हणून महत्त्व असते.'' १९८९ नंतर १९९६ व १९९८ ही दोन वर्षे तशीच महत्त्वाची ठरली.

कोन्ड्राटर याने आपला लॉन्ग वेव्हजचा सिद्धांत विचारार्थ पुढे ठेवला आहे. त्यात तो असे म्हणतो की, कालखंड हे लाटेच्या तरंगांसारखे असतात. तरंगामध्ये उंचवटे व खळगे असतात. उंचवट्यावरती राजकीय-आर्थिक घडामोडी होऊन त्यांचा शेवट हा तरंगाच्या खळग्यात होता. या तर्कसिद्धांतानुसार भारताच्या लोकशाहीची उत्क्रांती ही ब्रिटिशांनी १९३५ च्या आसपास सुरू करून दिली. त्या उत्क्रांतीचा एक टप्पा १९४७ मध्ये स्वातंत्र्य व फाळणी या रूपाने झाला. १९५२ मध्ये पहिल्या सार्वत्रिक निवडणुका होऊन उत्क्रांतीचा एक टप्पा संपला. त्यावेळी तरंगाचा उंचवटा किंवा खळगा, काहीही समजा, असायला हवा. त्या गणितावर किंवा अंदाजावर आधारित १९८९ मध्ये महत्त्वाची घटना घडायला हवी. तशा दोन घटना स्पष्टपणे घडल्या आणि त्या घटना अंतिमपणा दाखवणाऱ्या होत्या. त्यातली एक भारतात घडली आणि एक भारताबाहेर घडली. भारतात १९८९ साली काँग्रेसचे एकाच पक्षाचे निर्विवाद प्रभुत्व कायमचे संपले. तर भारताबाहेर सोविएत युनियनचे विघटन झाले. सर्व जग एका परिवर्तनामधून जाऊ लागले. स्पर्धक असलेल्या दोन जागतिक महासत्तांमध्ये असलेला समतोलही संपला. आता फक्त एकच महासत्ता जगात उरली आहे. ती म्हणजे अमेरिका. तीच आता अति अति महासत्ता किंवा महामहोसत्ता (Hyper Power) समजली जाऊ लागली. जगाची मांडणी नव्याने होऊ लागली. अद्यापही ती प्रक्रिया चालूच आहे.

१९८९ नंतर भारत वैशिष्ट्यपूर्ण अंतर्गत गोष्टींकडे लक्ष देऊ लागला. सर्व प्रश्नातील महत्त्वाच्या एका प्रश्नाचे उत्तर तो शोधू लागला. त्या प्रश्नाचे उत्तर शोधण्याचा अनेकांनी प्रयत्न केला होता. तो प्रश्न असा होता : एक सरळ, नीटनेटके लोकशाहीवादी सरकार कसे आणावे? १९८९ ते १९९८ या काळात चार निवडणुका झाल्या आणि सात पंतप्रधान झाले. (त्यातली एक व्यक्ती तर दोनदा पंतप्रधान झाली.) नवीन राजकीय शक्ती उदयास आल्या. काँग्रेस गेल्याने निर्माण झालेल्या पोकळ्या त्या भरून काढू लागल्या. काँग्रेसकडे मध्यवर्ती, एकत्र आणणारी व स्फूर्ती देणारी कोणतीही कल्पना, तत्त्व इत्यादी उरले नव्हते. तो पक्ष फक्त एका घराण्याचे प्रतिनिधित्व करत होता, आणि आपली इमारत कोसळू न देता कशीबशी सावरून धरीत होता. कधीतरी या पक्षाला काही राज्यात मते मिळून किंवा अन्य पक्षांशी हातमिळवणी करून तो सत्तेवरती येत होता.

१९७५च्या आणिबाणीच्या धक्क्यातून काही नवीन पक्ष १९७७ नंतर जन्माला आले. हे पक्ष एकत्र येऊ लागले, युती करू लागले, फुटून दूर जाऊ लागले आणि परत येऊन एकमेकांच्या गळ्यात गळे घालू लागले. जणू काही

जीवशास्त्रातील पेशींचे उत्पादन व ऱ्हास यांची ती राजकीय नक्कल केली जात होती. काही पक्ष एकत्र आले तरीही त्यांनी आपल्या राज्याच्या किंवा भूभागाचा नारा लगावणे चालूच ठेवले होते. त्यांनी ग्रामीण व शहरी भागात जे नवीन राजकीय वर्ग स्थानिक आकांक्षा उचलून धरून उदयास आले होते त्यांच्याशी हातमिळवणी केली. दिल्लीमधे जी युतीची केंद्र सरकारे यानंतर बनत गेली त्यामध्ये या राजकीय शक्ती व पक्ष यांचे घटक आता कायम धरावे लागले. निदान आजपर्यंत तरी अशीच परिस्थिती आहे, असेच म्हणावे लागेल.

आता भारतीय जनता पक्षाचा (भाजप) विचार करू या. या पक्षाने एक वेगळा व पर्यायी विचार पुढे आणला. तो विचार म्हणजे एक आत्मविश्वासपूर्ण राष्ट्रवाद होता. त्यानुसार भारताची सांस्कृतिक ओळख ही 'हिंदू' म्हणून मांडलेली होती व त्यावरती भर दिलेला होता. भाजपची पक्षरचना ही केवळ गुणवत्तेवरती आधारलेली होती. भाजपची मुळे ही मागे जात १९७७ मध्ये निषेधासाठी एकत्र आलेल्या काँग्रेसविरोधी पक्षांनी मिळून काढलेल्या जनता पक्षात होती. त्याही मागे गेले तर जनसंघ (१९५०-१९७७) या पक्षात होती. या पक्षाच्या काही सभासदांची मुळे आणि संबंध हे राष्ट्रीय स्वयंसेवक संघात[११] होते. १९८० मध्ये भाजपची स्थापना अधिकृतपणे झाली. आता या पक्षाला बऱ्याच मतदारसंघातून पाठिंबा मिळतो. राष्ट्रीय पातळीवरती हा पाठिंबा २२ ते २८ टक्के असतो. १९९६, १९९८ आणि १९९९ या वर्षात एका पाठोपाठ झालेल्या तीन सांसदीय निवडणुकांमध्ये या पक्षाने केंद्रात आपले सरकार स्थापन केले. पण प्रत्येक वेळी या पक्षाला त्यासाठी अन्य पक्षीयांबरोबर युती करावी लागली. २००४ च्या निवडणुकीमध्ये या पक्षाला २६ टक्के मतदान झाले आणि त्यांनी लोकसभेच्या १३८ जागा जिंकल्या. काँग्रेसला यापेक्षा फक्त सात जागा अधिक मिळाल्या. सहा वर्षे सत्तेवर असलेल्या भाजपला सत्तेवरून पायउतार व्हावे लागले. प्रतिपक्षाच्या दृष्टीने भाजप ही 'एक जातीयवादी संघटना' आहे. अधूनमधून या पक्षाला 'फॅसिस्ट संघटना', 'अल्पसंख्यांक विरोधी', 'हिंदू अतिरेकी', पाकिस्तानसाठी 'अतिदेशप्रेमाने भारलेले आक्रमक', 'भारताच्या

---

११. *राष्ट्रीय स्वयंसेवक संघ (ऊर्फ रास्वसं) ही संघटना १९२५ मध्ये स्थापन झाली. The Economist या नियतकालिकाच्या मते ही जगातली सर्वात मोठी बिगरकम्युनिस्ट असलेली संघटना आहे. ही संघटना चालकानुवर्ती असून तेथून खाली निरनिराळी पदे एकाखाली एक येत जातात. या संघटनेचे बरेचसे काम हे त्यांच्या सर्वत्र पसरलेल्या शाखांमधून चालते. अनेक वर्षे गेल्यानंतर या संघटनेला महत्त्व व राजकीय प्रभाव प्राप्त झाला आहे. त्यातूनच भारतीय जनसंघ व पुढे भारतीय जनता पक्षाची निर्मिती झाली.*

धर्मनिरपेक्ष परंपरेचा मानकरी' इत्यादि, इत्यादि विशेषणे बहाल केली जातात. अनेकदा 'हिंदू राष्ट्रवादी पक्ष' असेही म्हटले जाते. या उलट भाजपचे काही समर्थक जेव्हा भाजपच्या सरकारात सामील झाले होते तेव्हा हेच समर्थक सारखे म्हणत होते की, भाजप हा हिंदू विचारांकडे पुरेशा प्रामाणिकपणे लक्ष पुरवित नाही, हिंदू हिताची काळजी करीत नाही आणि पाकिस्तानला जादा सांभाळून घेतो!

भाजपच्या प्रगतीपुस्तकात दोन मोठे ठपके आहेत. पहिल्या ठपक्यानुसार भाजपने अयोध्येतील राम मंदिराचा प्रश्न आपल्या हाताबाहेर घालवला. परिणामी डिसेंबर १९९२ मध्ये त्या जागी विद्ध्वंसक प्रवृत्ती मोकाट सुटून त्यांनी बाबरी मशीद पाडली. राम मंदिर चळवळीवरील नियंत्रण गेल्याचे हा पक्ष मान्य करतो आणि त्याबद्दल खूप खेदही व्यक्त करतो. दुसऱ्या ठपक्यानुसार गुजरात राज्यावर २००२ मध्ये दंगलींवरती नियंत्रण करता आले नाही हा आरोप केला जातो. त्यावर्षी गुजरातमध्ये एक आगगाडी भरून अयोध्येहून यात्रेकरू परत चालले होते. त्या आगगाडीचा एक डबा गोध्रा स्टेशनमध्ये पेटवून देण्यात आला. त्यात सुमारे ६० जण जळून मरण पावले. त्या साठजणात वृद्ध स्त्री-पुरुष, बायका व मुलेही होती. सर्वांची त्या भयानक हल्ल्यात राख झाली. ही घटना गुजरातमध्ये दंगे उसळण्यास कारणीभूत झाली. मे २००५ मध्ये संसदेत सादर केलेल्या अहवालानुसार त्या दंगलींमध्ये २५४ हिंदू आणि ७९० मुसलमान ठार झाले. हे दंगे म्हणजे गुजरातच्या चेहऱ्यावरती एक डाग ठरला. यामुळे भाजपवरही डागाचा शिक्का बसला. तोपर्यंत भाजपच्या राज्यात एकही जातीय दंगा झाला नव्हता. गोध्रामधील जाळपोळीमुळे अन्यत्र उद्भवलेले दंगे हे जरी प्रतिक्रिया म्हणून उसळले असले तरी ते नीट हाताळले गेले नाहीत. या गोष्टीमुळे भाजपची प्रतिमा बिघडली. यामुळे या पक्षाचे सहानुभूतीदारही झाल्या प्रकाराबद्दल चिंतन करू लागले. टीकाकारांच्या मते या दंगलींमुळे भाजपची प्रतिमा मलिन होण्यापेक्षाही पक्षाचे अधिक नुकसान झाले. असे त्यांचे मत होण्याचे कारण स्वयंघोषित धर्मनिरपेक्षवादी लोकांना वाटणाऱ्या भीतीचे त्यांनी समर्थन केले होते. शिवाय हिंदू राष्ट्रवादाचा शक्य तितका वाईट चेहरा त्यांनी पुढे ठेवला. 'दंगलरहित भारत' अशा सहा वर्षांच्या रेकॉर्डवर शेवटी शिंतोडे उडालेच.

परंतु आपण हे थोडे पुढे जाऊन पाहिले. भाजपने १९९८ मध्ये राजकीय परिश्रम करीत निवडणुकीच्या शिडीवरून चढत जाऊन आपले सरकार स्थापन केले. आपल्याला आता त्या घटनेपर्यंत जाऊन बघायचे आहे. त्यावेळी मी नियोजन आयोगाचा उपाध्यक्ष होतो. त्यापूर्वी मी अर्थ मंत्री असल्याने कदाचित् हे पद माझ्याकडे आले असावे. १९९६ मध्ये अल्पकाळ टिकलेल्या भाजपच्या सरकारातही मी अर्थ मंत्री होतो.

आत्तापर्यंत मी हे जे सांगितले ते म्हणजे स्वतंत्र भारताच्या लोकशाही घडामोडींचा घेतलेला एक धावता आढावा आहे. यामध्ये अनेक तपशिलांची दखल घेता आली नाही, अन् तसे होणे हे अपरिहार्यच होते. येथे एक उपमा वापरून एक खुलासा करतो. पूर्वी जेव्हा मी प्रवास करायचो तेव्हा मला खूप गोष्टी नजरेस पडायच्या. पण आता मी जेटच्या वेगाने प्रवास करीत असल्याने पूर्वीपेक्षा कमी गोष्टी दिसतात. पूर्वी कसे एका वेळी एक गोष्ट पहायची, तिचे नीट निरीक्षण करायचे व ती समजावून घ्यायची. ज्या काळाचा मी आत्ता आढावा घेत लिहित आहे त्या काळातील घटनाही माझ्या नजरेसमोर जेटच्या वेगाने धावत येऊन जात आहेत. आता अशक्य गोष्टी वास्तवात उतरत आहेत. विसाव्या शतकातील सर्वात मोठे साम्राज्य 'सोविएत साम्राज्य' हे पहाता पहाता कोसळले. त्या कोसळण्याची एक ऐतिहासिक, प्रतिकात्मक व नाट्यपूर्ण घटना घडली होती. पूर्व जर्मनीतील व पूर्व बर्लिनमधील नागरिकांनी एके काळची सर्वंकष हुकूमशाहीचे प्रतीक असलेली बर्लिनचे दोन तुकडे करणारी भिंत स्वयंस्फूर्तीने पाडली, कोसळवली व पार नामशेष केली. ही घटना म्हणजे एका काव्यमय न्यायाचे उदाहरण आहे. जनतेपुढे सत्ताधाऱ्यांचे फार काळ चालत नाही. त्यांना शेवटी हार खावी लागते.

सोव्हिएत साम्राज्याच्या अस्तामुळे भारताभोवतालचे जगही कायमचे बदलले जाईल. जसे ब्रिटिश साम्राज्य १९४७ साली लयाला गेले किंवा पहिल्या महायुद्धापूर्वी ओटोमान साम्राज्य कोसळले तसे!

◆

भाग २

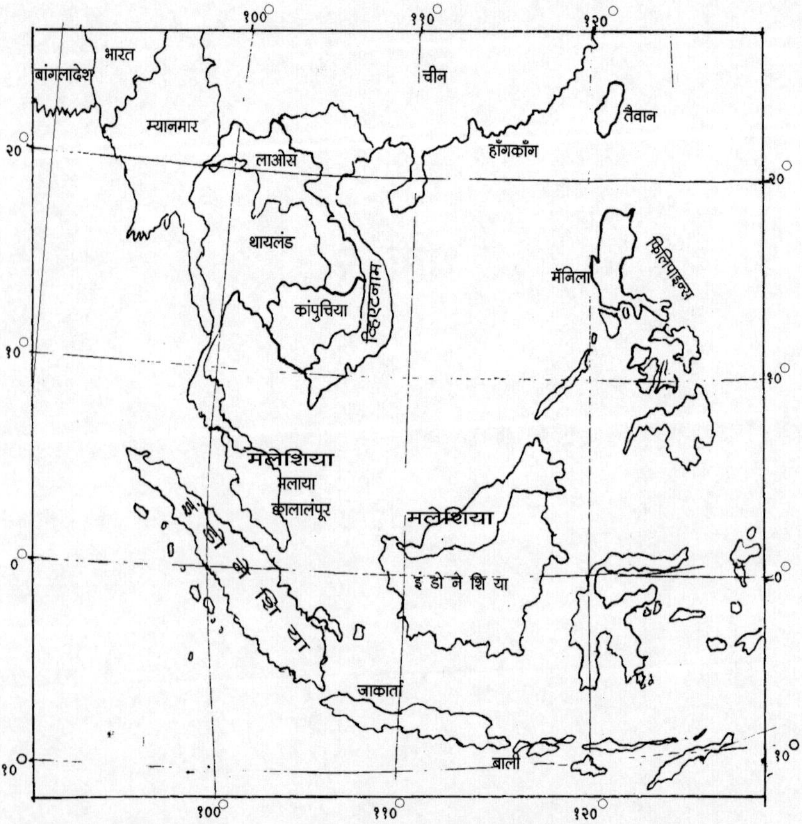

आग्नेय आशियाचा नकाशा

चार

पोखरण २ : आण्विक वर्णभेदाला लावलेला सुरुंग

विभाग १

बदलासाठी भारताचा शोध

१९८९ ते १९९८ हे दशक लोकशाहीतील नाट्यमय बदल दर्शविणारे होते. १९८९ च्या निवडणुकीत काँग्रेसला बाजूला सारले गेले. राजीव गांधी यांचे सरकार कोसळले होते व त्यांच्या नेतृत्वाखाली काँग्रेस पक्षाने ती निवडणूक लढवली. मग व्ही.पी. सिंग यांच्या नेतृत्वाखाली छोटे छोटे पक्ष एकत्र येऊन त्यांनी एका युतीचे सरकार बनवले. त्यात बंडखोर काँग्रेसवाले होते, राजीव गांधी यांच्या पूर्वीच्या मंत्रीमंडळात काम केलेला एक माजी मंत्री होता आणि व्ही.पी. सिंग यांचा जनता दल पक्ष होता. मंत्रीमंडळाचा शपथविधी झाला. अपेक्षेप्रमाणे हे सरकार फार काळ टिकले नाही. मारूनमुटकून जमवलेल्या या युतीमध्ये संकल्पनात्मक व रचनात्मक असे मोठे व ठळक दोष होते. त्यामुळे हे सरकार वेळेआधीच कोसळले. सहाजिकच काँग्रेसने या परिस्थितीचा फायदा उठवला. त्यांनी जनता दलात पुन्हा न सांधता येण्याजोगी फूट पाडली व नवीन सरकार सत्तारूढ झाले. पण त्या नवीन, दोषपूर्ण व उपहास करणाऱ्या प्रयोगाची अखेर पुरेशी लवकर झाली. १९९१ मध्ये निवडणुका झाल्या. त्यांच्या निकालावरती निर्णायकतेची एक छाया पडली होती. परंतु त्याआधी एका दहशतवादी गटाने राजीव गांधी यांची दु:खद हत्या केली. काँग्रेसला जागा मिळाल्या खऱ्या, पण अन्यजणांच्या पाठिंब्यावर सरकार बनवावे लागले. त्या सरकारचे नेतृत्व सावध आणि हिशोबी वृत्तीच्या पी. व्ही. नरसिंह राव यांनी केले होते. भाजप हा एक दुसरा मोठा पक्ष म्हणून निवडून आला होता. एका आंतरराष्ट्रीय नियतकालिकाला भाजपची दखल

घ्यावीशी वाटली. त्या नियतकालिकाने म्हटले, ''या निवडणुकीत खरा विजेता हा दुसऱ्या क्रमांकावरती आला आहे.'' नंतर घटनेतील मापदंडानुसार पाच वर्षांनी परत निवडणुका आल्या, झाल्या आणि भाजपच्या सरकारचा शपथविधी झाला. स्थिर सरकार बनवण्यासाठी आवश्यक तेवढे जादा संख्याबळ नसले तरीही हे सरकार बनवले गेले होते.

येथे उल्लेख केलेल्या निवडणुकांमध्ये मी खासदार म्हणून निवडून आलो होतो आणि एव्हाना राज्यसभेतील भाजप सदस्यांचा उपनेता झालो होतो. १९९६ मध्ये पंतप्रधान अटलबिहारी वाजपेयी यांनी मला अर्थ खात्याचे मंत्रीपद दिले. भाजप निवडून आला व त्याने सरकार बनवले तरीही भाजपच्या विरुद्ध एकत्र आलेले पक्ष भाजपच्या सरकारने राजीनामा द्यावा म्हणून आग्रह धरू लागले व तसा दबाव आणू लागले. 'युनायटेड फ्रंट' असलेली दोन युतींची सरकारे एका पाठोपाठ अस्तित्वात आली. प्रादेशिक पक्षांना बरोबर घेऊन काँग्रेसने ही सरकारे बनवली होती. एखादा ऋतू जसा येतो व निघून जातो तशी ही सरकारे आली आणि गेली.

१९९८ च्या निवडणुकीत भाजपने जवळ निरंकुश अशी संख्या नसताना सत्तेची शिडी चढली. पुन्हा भाजप सरकारचा शपथविधी झाला. पुन्हा मला मंत्रीपदाची शपथ घ्यावी लागत होती. पण ऐन वेळेच्या काही अडचणींमुळे तसे घडले नाही. मंत्रीमंडळातील नंतरच्या माझ्या समावेशाबद्दल काही ज्येष्ठ व जबाबदार मंडळींनी अचानक माझ्या समावेशाबद्दल हरकत घेतल्यामुळे ती अडचण उद्भवली होती. मला जेव्हा हे कळले तेव्हा मी ताबडतोब बाजूला झालो. नंतर काही महिन्यांनी परराष्ट्र मंत्री म्हणून माझा शपथविधी झाला. वाजपेयी यांच्या मार्गदर्शनाखालील याच सरकारने २००४ पर्यंत देशाचे नेतृत्व केले. पण तरीही मधल्या काळात हे सरकार अवघ्या एका मताने पडले. मग परत १९९९ मध्ये निवडणुका घेतल्या गेल्या. पुन्हा भाजप सरकार बनले. यामुळे संसदभवनात असा एक शेरा मारला गेला की, ''अटलजी तुम्ही संसदेत एका मताने हरलात, पण तुम्ही साऱ्या भारताचे हृदय जिंकलेत!'' हे वाक्य खरोखरीच एक भविष्यवाणी ठरली. पुन्हा भाजप सत्तेवर आला आणि मी परराष्ट्रमंत्री म्हणून मंत्रीमंडळात दाखल झालो. आपल्याला एक वर्ष मागे जाऊन, म्हणजे १९९८ मध्ये जाऊन भारताच्या अणुशस्त्र कार्यक्रमाबद्दल जो मध्यवर्ती प्रश्न उभा राहिला होता त्याकडे आपण आता बघू.

अणुकक्षेमध्ये संहिता बदलली गेली

शीतयुद्धाचा शेवट झाल्याने युरोपमध्ये मोठा बदल झाला. पण यामुळे भारताच्या सुरक्षा व्यवस्थेत किंचितही फरक पडू शकला नाही. चीन पुन्हा डोके वर करीत होता आणि पाकिस्तानाबरोबरचे तणाव वाढले होते. यामुळे १९९०

च्या सुरुवातीचा काळ भारताला फार त्रासाचा गेला. जागतिक पातळीवरती अण्वस्त्रधारी राष्ट्रे ही सर्व जग अण्वस्त्राच्या धोक्यापासून मुक्त करण्याच्या दिशेने हालचाल करेनात. त्याऐवजी अण्वस्त्रबंदी करार, (Non Proliferation Treaty) म्हणजे ज्यांच्याकडे अण्वस्त्रे नाहीत त्यांना ती देऊ नयेत हा करार. हा करार बेमुदत पुढे ढकलण्याचा निर्णय १९९५ मध्ये घेण्यात आला. त्यामुळे अण्वस्त्रे ही फक्त पाच राष्ट्रांच्या (अमेरिका, रशिया, इंग्लंड, फ्रान्स व चीन) हातातच रहाण्याची स्थिती तशीच ठेवली गेली. अन् ती पाच राष्ट्रे आपला अण्वस्त्रांचा साठा हा आणखी अद्ययावत करून ठेवत राहिली आहेत. पाच राष्ट्रांनी आत्तापर्यंत २००० पेक्षा जास्त अणुस्फोटाच्या चाचण्या केल्या होत्या. मग १९९६ मध्ये CTBT चा (Comprehensive Test Treaty Ban) प्रस्ताव सर्व उर्वरित राष्ट्रांपुढे ठेवण्यात आला. त्यावर विचारविनिमय करण्यासाठी अडीच वर्षे देण्यात आली. हा करार (Treaty) सर्वसमावेशक (Comprehensive) नव्हता की त्यानुसार ती पाच राष्ट्रे आपला अण्वस्त्रांचा साठा कमी करणार नव्हती. त्या प्रस्तावामुळे फक्त अण्वस्त्रांची जागतिक स्थिती ही जशीच्या तशीच रहाणार होती. या संबंधात मार्ग काढण्याचे भारतापुढचे पर्याय आणखी कमी झाले. स्वतःच्या अण्वस्त्रांचा पर्याय, म्हणजे ती अण्वस्त्रे विकसित करून सुरक्षित अवस्थेत अनेक दशके साठवून ठेवण्याचा पर्याय हा पक्का करून ठेवायला हवा होता. भारताच्या आठ पंतप्रधानांनी आणि आठ सरकारांनी १९७४ ते १९९६ च्या काळात तसे करून ठेवले होते. आपण स्वेच्छेने अण्वस्त्रांच्या बाबतीत जी बंधने लादून घेतली होती त्याच बंधनांचा अडथळा त्या पर्यायी मार्गासाठी होता कामा नये, हे पाहिले गेले होते. अन्यथा सारा देश धोक्यात सापडणार होता. अशा या अवघड परिस्थितीत सापडल्यावर सरकारच्या ध्यानात आले की आपल्याजवळचा परीस ऊर्फ अण्वस्त्र तंत्रज्ञान हेच फक्त देशाला सुरक्षितता देऊ शकते. भारतात अणुस्फोटांच्या चाचण्या ११ मे आणि १३ मे १९९८ रोजी केल्या गेल्या. त्या चाचण्या करणे हे अपरिहार्य तर होतेच, पण स्वातंत्र्य मिळाल्यापासून जे आपले सुरक्षा धोरण पुढे चालवित आणले होते त्याचाही तो एक परिपाक होता. या धोरणानुसार आपण एक पायाभूत तत्त्व असे मानले आहे की : अण्वस्त्राच्या साठ्यांनी भरलेल्या या जगात भारताची सुरक्षितता ही संपूर्ण जग अण्वस्त्रमुक्त होण्यावर अवलंबून आहे किंवा त्या अण्वस्त्रांचा तसाच व न्याय्य वापर सर्वांना करू देण्यावर अवलंबून आहे.

मग आपण अणुचाचण्या का केल्या? अणुतंत्रज्ञानाने संपूर्ण जगाच्या सुरक्षिततेचे स्वरूप बदलून गेले आहे. यातील तज्ज्ञ सैद्धांतिकदृष्ट्या असे सांगतात की, अण्वस्त्रे ही तशी युद्धाची शस्त्रे नाहीत, पण त्यांचे अस्तित्व हे लष्करी धाक दाखवण्यासाठी

आहे आणि शक्य असेल तर राजनैतिक दडपण आणणारे हत्यार म्हणूनही आहे. म्हणून भारतीय अणुधोरणाचा पाया हा अण्वस्त्रमुक्त जग असेल तर नुसतीच भारताची सुरक्षितता आणखी पक्की होईल असे नाही, तर सर्वच देशांची सुरक्षितता पक्की होईल. जागतिक पातळीवरती अण्वस्त्रांचा संपूर्ण त्याग केल्याखेरीज भारत 'काही जणांकडे अण्वस्त्रे आहेत व काही जणांकडे नाहीत' अशी परिस्थिती मुकाट्याने कशी स्वीकारेल? सारे जग अण्वस्त्रांच्या बाबतीत 'आहेरे' आणि 'नाहीरे' अशा ढोबळ भागात विभागले गेल्यावर भारत त्याकडे कसा बघत बसेल? भविष्यकाळात भारताच्या सुरक्षिततेची कोणतीही आंतरराष्ट्रीय हमी नसताना फक्त एकट्या भारताने मात्र अण्वस्त्रे बनवण्यापासून दूर रहायचे, ही गोष्ट मोठी चिंताजनक आहे व ती चिंता सतत वाढत जाणारी आहे. १९६८ मध्ये भारताने नि:शस्त्रीकरणाच्या बाजूने पुन्हा एकदा आपला कौल दिला होता, पण अण्वस्त्रबंदी करारावरती (NPT) सही करावयाचे नाकारले होते. १९७४ मध्ये भारताने आपली पहिली अणुस्फोटाची चाचणी केली. पुढे ती 'पोखरण-१' या नावाने ओळखली जाऊ लागली. पण ती नुसतीच एका अणुस्फोटाची चाचणी होती, अण्वस्त्राची चाचणी नव्हती. खरे सांगायचे झाले तर, १९६९ ते १९९९ या तीस वर्षांच्या कालावधीमध्ये राजरोस जादा नैतिकता आपण पाळल्याने, त्याच वेळी संदिग्ध अणुधोरण अवलंबिल्याने आणि स्वेच्छेने स्वत:वरती बंधने लादून घेतल्याने आपल्याला कसलाही व किंचितही लाभ झाला नाही. जरी पी-५ (म्हणजे Permanent Five राष्ट्रे : अमेरिका, रशिया, इंग्लंड, फ्रान्स व चीन) राष्ट्रे १९९८ मध्ये अगदी उघड उघड स्वत:जवळ अण्वस्त्रे बेधडक बाळगत असतील आणि NPT करारानुसार कोणालाही ती पुरवीत नसतील, तर फक्त भारताचा अणुबॉम्ब हा कसा काय धोकादायक ठरू शकतो? जर ही पी-५ राष्ट्रे पैशांच्या बदल्यात अण्वस्त्रे देऊन एक शक्ती व लष्करी बळ पुरवीत असल्याने तो अण्वस्त्रांचा एक आंतरराष्ट्रीय व्यापार ठरतो. अशा परिस्थितीत भारताने आपली सुरक्षितता ही खालच्या पातळीवरती का आणून ठेवायची? जर पश्चिमेकडे राजरोस व नि:संदिग्धपणे लष्करी धाकाचा उपयोग केला जातो तर कोणत्या तर्कशास्त्राने तशाच लष्करी धाकाचा परिणाम भारत व शेजारच्या राष्ट्रात होणार नाही?

स्वतंत्र झाल्यापासून भारत हा सातत्याने जागतिक नि:शस्त्रीकरणाचे धोरण उचलून धरीत आलेला आहे. १९५४ मध्ये फक्त भारतानेच अणुचाचण्यांवर बंदी घालावी म्हणून आग्रह धरला होता. तसा आग्रह धरणारा भारत हा पहिला देश होता. १९६५ मध्येच भारताने अण्वस्त्रप्रसारबंदी (NPT) ही कोणताही भेदभाव न पाळता अंमलात आणली जावी म्हणून आग्रह धरला होता. १९७८ मध्ये अण्वस्त्रांचा वापर केला जाऊ नये म्हणून करार करावेत असाही भारताने आग्रह धरला होता. १९८२ मध्ये जगातील सर्व अणुशस्त्रांची भांडारे गोठवली जावीत असे मत मांडले होते

आणि १९८८ मध्ये टप्प्याटप्प्याने जगातील सर्व अण्वस्त्रे निकामी करावीत, हेही भारतानेच प्रथम मांडले होते. पण भारताचे बहुतेक सारे प्रयत्न हे अण्वस्त्रधारी राष्ट्रांनी उधळून लावले होते. परिणामी यातून काय बाहेर पडले? तर भेदभाव करीत अर्धवट अण्वस्त्र प्रसारबंदीला शह देणारे धोरण व तशी कृती. या गोष्टींचा भारताला मोठा धोका पोहोचत होता. विनाअट आणि प्रदीर्घ काळ अण्वस्त्रप्रसारबंदी ही आंतरराष्ट्रीय समुदायावर लादल्याने १९९५ मध्ये भारतापुढे स्वसंरक्षणासाठी एकच पर्याय उरला. तो म्हणजे सरळ राजरोस स्वतःच अण्वस्त्रे बनवणे. चीनने पाकिस्तानला अण्वस्त्रे पुरविण्याचा करार दुष्टपणे केला, अगदी अण्वस्त्र प्रसारबंदी धडधडीतपणे मोडून केला. याचा स्पष्ट अर्थ असा की अण्वस्त्रप्रसारबंदी (NPT) ही भारताच्या शेजारी कोलमडून पडली आहे. जसजसा काळ पुढे सरकू लागला तसतशी परिस्थिती आणखीनच बिघडत गेली. १९९७ मध्ये चीनकडून पाकिस्तानला अण्वस्त्रे पुरवली जात असल्याचे आणखी पुरावे बाहेर आले. तसेच या बाबतीमधील अमेरिकेने पाकिस्तानला दाखवलेले औदार्य हाही एक प्रश्न समोर आला. चीनचे त्यावेळचे अध्यक्ष जियांग झेमीन यांनी जेव्हा वॉशिंग्टनला भेट दिली तेव्हा अमेरिकेने इराण आणि पाकिस्तानला अण्वस्त्रे पुरविण्याबद्दल चीनने अमेरिकेशी वेगळा तसा करार करावा, असा आग्रह धरला. मग चीनने अशी काही अणुशस्त्रे आपण त्या देशांना पुरवित असल्याबद्दल नेहमीप्रमाणे अज्ञानाचा आव न आणता सरळ अमेरिकेच्या प्रस्तावावरती सही केली. अमेरिकेची याबाबतीमधली (म्हणजे चीनने अण्वस्त्रे पुरवणे) अस्वस्थता आणि चीनची करारावरती सही या गोष्टींमुळे 'चीन भारताच्या शत्रूला अण्वस्त्रे पुरवतो' हे उघड झाले. ह्या दोन्ही गोष्टी म्हणजे भारताला दिलेल्या मोठ्या धमक्या होत्या. एवढे सारे उघड झाले तरीही चीन अद्यापही पाकिस्तानला क्षेपणास्त्रांचे तंत्रज्ञान व सुटे भाग पुरवित आलेला आहे.

शीतयुद्धाच्या समाप्तीमुळे अमेरिकेचे 'एकमेव व वरचढ असलेली महासत्ता' असले स्वरूप निर्माण झाले. त्यामुळे अनेक सत्ताकेंद्रांचा उदय झाला. आंतरराष्ट्रीय सत्तातोलाचा केंद्रबिंदू हा हळूहळू युरोपकडून आशियाकडे सरकू लागला. पण चीनने जी उचल खाल्ली त्यामुळे सुरक्षिततेचे नवीन तणाव निर्माण होत गेले. पण त्या तणावांवरती सध्याच्या अण्वस्त्रप्रसारबंदीच्या संहितेने काहीही उपाययोजना केली नाही. १९९५ मध्ये हीच अण्वस्त्रप्रसारबंदी संहिता अनंत काळासाठी लागू करण्यात आली. शीतयुद्धाच्या काळात शस्त्रास्त्र नियंत्रणाचा करार हा एव्हाना गेली पंचवीस वर्षे चालत आलेला होता. परंतु आता अण्वस्त्रप्रसारबंदी ही कायमची करून टाकण्यात आल्याने अण्वस्त्रांची जी भांडारे अस्तित्वात आहेत त्यांनाही एक कायमचे कायदेशीर संरक्षण लाभले. परिणामी अण्वस्त्रप्रसारबंदीची संहिता ही आता समानता दर्शवेना. जरी जगातील सर्व राष्ट्रांनी या प्रसारबंदीपुढे आपली मान तुकवली असली तरी त्या

पाच अण्वस्त्रधारी महासत्ता या एकत्र येत नाहीत. त्या एकमेकांपासून याबाबतीत फटकून रहातात. भारत, पाकिस्तान आणि इस्त्राएल ही तीन राष्ट्रे अण्वस्त्रधारी आहेत हे अजूनही अधिकृतपणे जगात मान्य केले जात नाही. तसे करण्यात असमर्थता प्रगट केली जाते. अण्वस्त्रधारी राष्ट्रांकडून त्यांनी निवडलेल्या गिऱ्हाईक-राष्ट्रांना जे अणुतंत्रज्ञानाचे हस्तांतरण करण्यात येते, ते जगाकडून थोपवले जात नाही. तरीही, भारताच्या परसदारी अणुतंत्रज्ञान व अण्वस्त्रे निपजली होती व त्यांची वाढ होऊ लागली होती. अण्वस्त्रधारी महासत्तांनी अण्वस्त्रप्रसारबंदीच्या बाजूने काही किंवा तिकडे दुर्लक्ष करून काही केले तरी त्याबद्दल ना त्यांना कोणी विचारू शकत, ना त्यांना दंड केला जात असे. अण्वस्त्रप्रसारबंदीची संपूर्ण संहिता ही नुसती दोषयुक्त नाही तर उलट तिच्यामुळेच अण्वस्त्रांचा प्रसार होण्याची सुरक्षितता दिली जाते! अणुतंत्रज्ञ म्हणजे आता 'आंतरराष्ट्रीय माल' झाला आहे. त्यांचा व्यापार चालतो. तसेच, राजनैतिक आस्था दाखविण्यासाठी त्यांचा वापर एखाद्या प्रलोभनासारखाही केला जातो. चीन आणि पाकिस्तान हे देश आपल्याजवळील अणुतंत्रज्ञान दुसऱ्या देशांना पुरवतात हे आता गुपित राहिलेले नाही. अमेरिकेला हे सारे कळून सवरूनही ती तिकडे काणाडोळा करते किंवा मूक संमती देते. भारत हाच असा एकमेव देश आहे की तो दोन अण्वस्त्रधारी राष्ट्रांच्या मध्ये सापडला आहे आणि अण्वस्त्रधारी महासत्तांकडून भारताच्या अणुशस्त्रांना संहितेनुसार अधिकृत मान्यता देण्यासाठी कायम खळखळ केली जाते. परंतु यामुळे आशियातील सत्तांचा समतोल हा बिघडत चालला आहे. अन् तो समतोल बिघडविण्याचे काम चीन व पाकिस्तान हे दोघे हातात हात घालून करीत आहेत. अशी परिस्थिती भारत कधीच स्वीकारणार नाही. भारताला आपल्या भवितव्याचे संरक्षण करणेच भाग होते आणि त्यासाठी अणुशस्त्रांच्या पर्यायाखेरीज कोणताही अन्य पर्याय खुला नव्हता.

शिवाय १९८९ पासून भारत व पाकिस्तान हे दोन्ही देश एकमेकांना संदिग्ध स्वरुपात लष्करी धाक दाखवित आले होते. १९९९ पर्यंत हे दमदाटीचे प्रकार सतत वाढत गेले आहेत आणि आता ते धोक्याच्या पातळीपर्यंत पोचले आहेत. विशेषत: ज्या जिहादी अतिरेक्यांना पाकिस्तानात सार्वजनिकरित्या पाठिंबा दिला जातो, त्या जिहादींच्या जम्मू-काश्मिरमधल्या कारवायासंदर्भात तर ही गोष्ट विशेष गांभीर्याची होऊन बसली आहे. हे जिहादी अतिरेकी युद्धसदृश परिस्थिती आपल्या कारवायांनी सहज निर्माण करू शकतात. त्या पाच अण्वस्त्रधारी महासत्तांनी अणुयुद्धाच्या भयानकतेबद्दल कितीही बोंबाबोंब केली तरी, मे १९९८ नंतर निर्माण झालेल्या भारत-पाक तणावात जी लष्करी बळाच्या 'संदिग्ध धाकाची' भाषा वापरली गेली किंवा गर्भित धमक्या दिल्या गेल्या, त्यावेळी याच महासत्तांनी कुठे काय केले? या ठिकाणी अमेरिकेच्या 'गेटस मिशन'ची आठवण येते. १९७१ च्या भारत-पाक

युद्धानंतर दोन दशकांनी एकदम भारत-पाक संबंध बिघडून परिस्थिती तणावपूर्ण बनली. मग दक्षिण आशियाकडे अमेरिकेचे लक्ष वळले. भारत व पाकिस्तान यांच्यातील तणावामुळे आता तेथे युद्ध होईल आणि त्यात अणुशस्त्रे वापरली जातील अशी भीती अमेरिकेला वाटू लागली. ती भीती पूर्णपणे चुकीच्या युद्धसदृश विश्वासावरती आधारलेली होती. मग १९९० च्या मे महिन्यातील मध्यास अमेरिकेने रॉर्बट गेट या आपल्या डेप्युटी नॅशनल सिक्युरिटी ॲडव्हायझरला पाठवले. भारत व पाकस्तान यांच्यात जो काही भ्रामक तणाव निर्माण झाला आहे तो नाहीसा करणे, हे त्याचे काम होते. म्हणून त्याच्या या कामाला 'गेटस मिशन' असे म्हटले जाते.

१९८५ मध्ये 'प्रेस्लर ॲमेन्डमेन्ट' ही एक कायदेशीर तरतूद अमेरिकेने निर्माण केली. त्या तरतुदीनुसार पाकिस्तानला अमेरिकेकडून दिल्या जाणाऱ्या लष्करी मदतीवर किंवा लष्करी विक्रीवर निर्बंध घालण्यात आले. 'अणुस्फोट करण्याची कोणतीही यंत्रसामुग्री पाकिस्तानच्या जवळ नाही' असे प्रमाणपत्र दरवर्षी अमेरिकेच्या अध्यक्षांकडून मिळवण्याचे बंधन पाकिस्तानवरती घालण्यात आले. या प्रमाणपत्रावाचून पाकिस्तानला कोणतीही लष्करी मदत अमेरिकेकडून दिली जाऊ शकत नव्हती. अशी ही प्रेस्लर ॲमेन्डमेन्टची तरतूद अमेरिकेने मागे घेतली.

चीनने पाकिस्तानसाठी अणुस्फोटाची चाचणी 'लोपनूर' येथे घेतली. तारीम नदीच्या खोऱ्यातील लोपनूर येथे १९६४ पासून चीन आपल्या अणुस्फोटांच्या चाचण्या करीत आलेला आहे. चीन आपल्याजवळील अणुतंत्रज्ञान हे वेगाने अन्य देशांना पुरवू लागला होता. पाकिस्तानला चीनने अण्वस्त्रे पुरवली हेही अमेरिकेला ठाऊक होते.

ए. क्यू. खान ऊर्फ अब्दुल कादीर खान या पाकिस्तानी अणुशास्त्रज्ञाने जर्मनीत धातुशास्त्रामधले शिक्षण घेतले होते आणि आम्स्टरडॅम येथल्या 'फिजिक्स डायनॅमिक रिसर्च लॅबोरेटरी' या इंजिनिअरिंग फर्ममध्ये त्याने काम केले होते. तसेच अणुतंत्रज्ञान वापरण्यासाठी लागणाऱ्या यंत्रसामुग्री निर्मिती करणाऱ्या VRENCO कंपनीसाठी सब-कॉन्ट्रॅक्टर म्हणूनही त्याने काम केले होते. अशा या अणुशास्त्रज्ञाच्या नेतृत्वाखाली पाकिस्तान आपला स्वत:चा अणुप्रकल्प राबवित आहे हेही अमेरिकेला ठाऊक होते.

चीनचा अण्वस्त्रप्रसार, पाकिस्तानचा अणुप्रकल्प, गेटस मिशन, वगैरे सारे ठाऊक असूनही पाकिस्तानवर घातलेले प्रेस्लर ॲमेन्डमेन्टचे निर्बंध अमेरिका मागे कसे घेते? ए. क्यू. खानची अणुसंस्था आणि पाकिस्तानची आयएसआय ही गुप्तहेर संघटना यांना पाकिस्तान सरकारने स्वातंत्र्य दिले आहे. त्यांच्यावरती कसलेही निर्बंध नाहीत. अमेरिकेला आणि अन्य महासत्तांना हेही ठाऊक आहे. परंतु अमेरिका या बातम्या कपोलकल्पित आहेत असे म्हणते. अमेरिकेची 'स्वत:ची प्रतिमा जपण्याचे' हे नेहमीचेच तंत्र आहे. परंतु नैतिकदृष्ट्या त्यांना त्या बातम्यांचे

किंवा माहितीचे खंडन करता येत नाही.

मे १९९८ मध्ये भारताने जे अणुस्फोट घडवले, ते स्वच्छ विचारातून व खुल्या मनाने घेतलेल्या निर्णयातून, आपला आवाका जाणून घेऊन आणि परस्परसंबंधांचा नीट सैद्धांतिक विचार करून घडवले होते. अण्वस्त्रधारी राष्ट्रे गेली चाळीस वर्षे अणुशक्तीच्या बळावर जे धाकाचे तंत्र वापरीत होते तेही असेच होते. तशा पद्धतीने त्यांच्या अणुस्फोटाच्या चाचण्या चालू असायच्या. भारताने वेगळे काही केले नाही. फक्त स्वेच्छेने 'आम्ही अणुबॉम्बचा वापर प्रथम करणार नाही!' असे जाहीररित्या सांगितले. तसेच 'ज्या देशांकडे अण्वस्त्रे नाहीत त्यांच्याविरुद्धही आम्ही आमचे अणुबॉम्ब वापरणार नाही' असेही जाहीर केले. भारताची असली निवेदने आजवर कोणत्याही अण्वस्त्रधारी राष्ट्राने आपल्या शत्रूंना, मित्रांना किंवा जगाला उद्देशून केली नाहीत.

मे महिन्यातील सकाळ

११ मे १९९८ मधली ती एक सकाळ होती. आम्ही मोठ्या अपेक्षेने व खूप उत्सुकतेने ५, रेसकोर्स रोड येथे वाट पहात होतो. येथेच पंतप्रधानांचे निवासस्थान आणि कार्यालय होते. सकाळी ८॥ वाजता जमिनीखाली एक अणुस्फोट करून पहाण्याचे ठरलेले होते. पण स्फोटाची ती वेळ पुढे ढकलण्यात आली. याचे कारण वाऱ्याची दिशा त्यावेळी योग्य नव्हती. स्फोटाच्या जागेपासून पूर्वेकडे पाच किलोमीटर अंतरावरती एक छोटे खेडेगाव होते. वहाणारा वारा हा स्फोटाच्या जागेपासून तेथवर जात होता. आम्ही एका खोलीत बातमीची वाट पहात होतो. मिनिटांचे तास होऊन निघून जात होते. आमच्यातील संभाषण आता कमी कमी होऊन ते तुटक तुटक होऊ लागले होते. अशा प्रसंगी जे काही बोलले जात असते ते सारे निरर्थक व पोकळ असते. केवळ वेळ काढण्यासाठी केले जाणारे ते फालतू बोलणे असते. आमची उत्सुकता सारखी ताणली जात होती. आता होणारा अणुस्फोट हा सध्याची आंतरराष्ट्रीय राजकीय घडी बदलून टाकणारा होता. ज्या क्षणी आम्ही तो अणुस्फोट औपचारिकरित्या जाहीर करू त्या क्षणानंतर आमच्यासमोर अनेक आव्हानांची फौज उभी राहून आम्हाला जाब विचारणार होती. आम्हाला त्याची पूर्ण जाणीव होती. सकाळी जी स्फोटाची वेळ ठरवली होती ती अनेकवार त्याच वाऱ्याच्या कारणामुळे सारखी पुढे ढकलावी लागत होती. किरणोत्सर्गी वारे त्या खेड्याकडे जाऊ नयेत म्हणून तसे करणे भाग होते. पण जसजसा वेळ जाऊ लागला तसतशा अन्य अडचणी डोके वर काढू लागल्या. काही भटकी गुरे ही स्फोटाच्या जागेजवळ चरत येऊ लागली होती. आत्ताचे भारताचे राष्ट्रपती ए.पी.जे. अब्दुल कलाम हे त्यावेळी 'डिफेन्स रिसर्च

ॲन्ड डेव्हलपमेंट ऑर्गनायझेशन' (DRDO) या सरकारी संस्थेचे प्रमुख होते. अणुस्फोटामुळे त्या भटक्या गुरांना कोणतीही इजा होऊ नये म्हणून ते स्फोटाची वेळ पुढे ढकलत होते. भारताच्या वैज्ञानिक व उच्च तंत्रशास्त्रीय पात्रतेची त्या अणुस्फोटामुळे कसोटी होणार होती. एवढ्या महत्त्वाच्या कसोटीप्रसंगी त्या गुरांच्या सुरक्षिततेला इतके महत्त्व जगात कोणीही दिले नसते, पण भारतीय शास्त्रज्ञांच्या तुकडीने तसे ते दिले होते.

पंतप्रधानांच्या कार्यालयात जेवढे हजर होते त्यापैकी फक्त मीच पोखरण येथील स्फोटाच्या जागेशी, तिथल्या हवामानाशी, परिसराशी परिचित होतो. कारण मी त्याच भागात वाढलो होतो. तो परिसर हे माझे 'घर' होते. तिथे कामापुरते जाणाऱ्या शास्त्रज्ञांचे त्या परिसराशी तसे कोणतेही नाते नव्हते. ते अधूनमधून वेळ पडली तर तिथे जात होते. तो परिसर त्यांच्या जीवनाचा भाग नव्हता. पण माझी गोष्ट वेगळी होती. पोखरण हे एक ऐतिहासिक गाव होते. जैसलमीरपासून १०० किलोमीटरवरती पूर्वेकडे ते होते. जरी ते गाव पूर्वीच्या जैसलमीर संस्थानात येत नव्हते तरी जोधपूर संस्थानाचे मात्र ते एक महत्त्वाचे गाव होते. माझ्या लहानपणी आणि त्यानंतर जेव्हा जेव्हा मी जोधपूरपासून खुरी गावाकडे प्रवास करीत जाई, तेव्हा वाटेत पोखरण लागे. जोधपूरहून येणारी आगगाडी ही पोखरणला येऊन परत मागे फिरत असे. मग येथून पुढे मला वाळवंटातून १०० किलोमीटर प्रवास करीत जैसलमीरला जावे लागे. मग पुढचा असाच ५० किलोमीटरचा अडचणीचा मार्ग कापल्यावर, जिथे माझे आजोळ होते ते खुरी गाव येत असे. त्या मार्गाच्या उत्तरेकडे काहीही नव्हते. नुसती मोकळी जागा होती. आता तिथे रस्ते वगैरे झाले आहेत. पण त्या काळात तो सारा भाग ओसाड होता, निर्मनुष्य होता. ती भूमी निर्माण झाल्यापासून शतकानुशतके अस्पर्श्य होती. पूर्वी येथे चिंकारा हरणे व ब्लॅक बक ही काळविटे विपुल प्रमाणात होती. तसेच भटतितर पक्षी होते. वाळवंटातील पक्ष्यांच्या साऱ्या जाती तिथे एकवटल्या होत्या. त्यात तो माळढोक (ग्रेट इंडियन बस्टर्ड) हा पक्षी होता. आता हा पक्षी दुर्मिळ झाला आहे. शिवाय येथे इराक, इराण, बलुचिस्तान, सिंध असा प्रवास करीत येणारा 'हौबारा माळढोक' हा पक्षीही दिसायचा. तो हिवाळ्यात येथे प्रगट व्हायचा. १९७० मध्ये पाकिस्तानने अरब शेख मंडळींचा शिकारीचा षोक भागविण्यासाठी त्यांना आपल्याकडे बोलवण्यास सुरुवात केली. वाटेल ते करून त्यांना त्या अरब शेखांशी मैत्री जमवायची होती. येथली वैशिष्ट्यपूर्ण जमीन ही सरहद्दीच्या दोन्ही भागात, भारतात व पाकिस्तानात पसरली आहे. शिकारी लोकांचे ते एक मोठे क्षेत्र आहे. पाकिस्तानी पोलीस, पाकिस्तानी कस्टम्स आणि पाकिस्तानी रेंजर्स बेधडक या जागेत जाऊन शिकार करण्यास त्या अरब शेखांना परवानगी देत. मग भले सरहद्द ओलांडून भारतीय हद्दीत गेले तरी पर्वा केली जात नसे. अशा वेळी सरहद्दीची रेषा

फक्त कागदावरच रहाते. पक्ष्यांना थोड्याच सीमारेषा समजतात? अनेक वाट चुकलेले ससाणे खाली जमिनीवर भटकताना मी पूर्वी नेहमी पहायचो. त्यांना त्यांची परतीची वाट न सापडल्याने ते आमच्या आश्रयाला यायचे.

अण्वस्त्र साक्षात्काराचा क्षण

आम्हाला अजूनही काही काळ प्रतीक्षा सहन करायला लागणार होती. उन्हाळ्यातील त्या दिवसात आता दुपारनंतर सावल्यांची लांबी वाढू लागली होती. एकदम टेलिफोनची हॉट लाईन खणखणू लागली. पंतप्रधानांचे प्रिन्सिपल सेक्रेटरी ब्रजेश मिश्रा हे तिथे हजर होते. त्यांनी पटकन् रिसिव्हर उचलला. थोडा वेळ ते काहीही न बोलता ऐकत राहिले. पण जसजसे ते पलीकडचे संभाषण ऐकत राहिले तसतसे त्यांच्या चेहऱ्यावरचे तणाव कमी कमी होत गेले. मग त्यांनी अत्यंत शांतपणे फोन खाली ठेवला व जमलेल्या मंत्रीवर्गाकडे ते वळले. तिथे मंत्रीवर्गात मध्यभागी पंतप्रधान वाजपेयी बसलेले होते. ब्रजेश यांनी मग जाहीर केले, "चाचणी यशस्वी झाली आहे" मग आपल्या घड्याळात पहात त्यांनी पुढे म्हटले, "...बरोबर ३ वाजून ४५ मिनिटांनी ते घडले." त्यानंतर शॅम्पेनची बाटली फोडून ती उघडणे किंवा तत्सम आनंद व्यक्त करण्याचे तसले काही प्रकार घडले नाहीत. पण मिश्रा यांचे बोलणे संपल्यावर मी पंतप्रधानांकडे चालत गेलो. त्यांच्याशी हस्तांदोलन करीत मी त्यांना म्हटले, "कॉंग्रेच्युलेशन्स! अटलजी, तुम्ही फार मोठे धैर्य दाखवलेत!"लालकृष्ण अडवानींच्या तोंडून भावनातिरेकाने शब्द फुटत नव्हते. त्यांनी मूकपणे अटलजींशी हस्तांदोलन केले. नंतर जे निवेदन करायचे होते त्याचा मसुदा आधीच तयार केला होता. त्यासाठी शास्त्रज्ञांशी सल्लामसलत केली होती. आता त्या मसुद्यावरून शेवटचा हात फिरवून तो पक्का करायचा होता. ब्रजेश मिश्रा आणि मी त्या कामाला लागलो. देशभरातील जनतेला आणि बाहेरच्या जगाला पंतप्रधानांनी काय निवेदन करायचे तेही आम्ही तयार केले. पंतप्रधानांच्या मनात काय असू शकेल हे लक्षात घेऊन ते तयार केले होते. सुदैवाने त्यांनी ते वाचून जसेच्या तसे मान्य केले.

११ मे १९९८, सोमवारी (भारतीय वेळेनुसार दुपारी ३:४३:४२.२ वाजता, किंवा जागतिक प्रमाण वेळेनुसार सकाळी १०:१३:४२.२ वाजता, किंवा पूर्व-अमेरिकेतील प्रमाणवेळेनुसार ६:१३:४४.२ वाजता) त्या अणुस्फोटामुळे झालेल्या भूकंपाची नोंद जगातल्या भूकंपमापन यंत्रावरती झाली. आपण एक अण्वस्त्रधारी राष्ट्र आहोत हे भारताने जगाला जाहीर केले. यानंतर लवकरच एक अधिकृत निवेदन प्रसारीत करण्यात आले. पंतप्रधान वाजपेयी यांनी एका पत्रकार परिषदेत सांगितले, "आय हॅव ॲन अनाउन्समेन्ट टू मेक. मला एक निवेदन करायचे आहे : आज दुपारी ३:४५ वाजता भारताने जमिनीखाली पोखरणजवळ तीन अणुस्फोट घडवून

आणले. मे १९७४ मध्ये जसा एक बंदिस्त अणुस्फोट केला होता, तसेच हे अणुस्फोट होते.'' मग त्यांनी पुढे आणखी सांगितले की, ते स्फोट थर्मोन्यूक्लिअर प्रकारातले आणि अणुविदलन करणारे होते. तसेच ते कमी क्षमतेचे होते, हे सांगून ते पुढे म्हणाले, ''ज्या भारतीय शास्त्रज्ञांनी आणि इंजिनियर्सनी हे स्फोटयंत्रणेचे तंत्र यशस्वी केले त्यांचे मी मन:पूर्वक आभार मानतो.'' १९७४ ला केलेल्या स्फोटाच्या पार्श्वभूमीवरती ''आमचे हे स्फोट शांततेसाठी केलेले आहेत,'' असले दावे यावेळी केलेले नव्हते. प्रिन्सिपल सेक्रेटरी मिश्रा यांनी बातमीदारांना सांगितले की, ''या चाचण्यांवरून भारताकडे एक अण्वस्त्रनिर्मितीचा कार्यक्रम राबविण्याची क्षमता आहे हे सिद्ध होते.'' नंतर दोनच दिवसांनी, १४ मे रोजी आणखी दोन स्फोटयंत्रणा कार्यान्वित करून दोन अणुस्फोट केले गेले. हे दोन्ही स्फोट एकाच वेळी करून पहाण्यात आले. काही सोयींसाठी, वेगासाठी आणि ज्या उभ्या पोकळीत ते ठेवले होते त्या पोकळ्या एकमेकांशेजारी थोड्या अंतरावर असल्याने त्यासाठीही ते दोन्ही स्फोट एकाच वेळी करणे गरजेचे होते. जर दोन्ही चाचण्यांमध्ये वेळेचे अंतर ठेवले असते तर पहिल्या स्फोटामुळे कदाचित् दुसऱ्या उभ्या पोकळीचे नुकसान झाले असते. कदाचित तिथली आतली भिंत कोसळली असती. संपूर्ण स्फोटमालिकांच्या कार्यक्रमाचा उल्लेख हा 'ऑपरेशन शक्ती-९८' अशा सांकेतिक शब्दात केलेला होता. या कार्यक्रमात पाच अणुस्फोटांच्या चाचण्या अंतर्भूत होत्या. प्रत्येक स्फोटाचा उल्लेख हा शक्ती-१, शक्ती-२, शक्ती-३, शक्ती-४, शक्ती-५ असा केला जात होता. पण आता त्या साऱ्या स्फोटांना उद्देशून 'पोखरण-२' असे म्हटले जाते. अर्थातच १९७४ चा अणुस्फोट हा 'पोखरण-१' म्हणून समजला जातो. १३ मेच्या स्फोटानंतर पंतप्रधान वाजपेयी यांनी यानंतरच्या चाचण्या काही काळासाठी पुढे ढकलण्यात आल्याचे सांगून, ''भारत आता एक अण्वस्त्रधारी राष्ट्र बनले आहे'' असे जाहीर केले.

स्फोट झाल्यानंतर लवकरच काही वैद्यकीय पथके स्फोटाच्या जागी टेहळणीसाठी गेली. तिथल्या जमिनीची तपासणी करून ती जमीन किरणोत्सर्गी बनली नाही याची खात्री करून तसा निर्वाळा दिला. त्यामुळे तिथे ठेवलेली शास्त्रीय उपकरणे आता परत आणता आली. त्या चाचण्या संपूर्णपणे यशस्वी झाल्या होत्या. अनिल काकोडकर या शास्त्रज्ञाने (सध्याचे ॲटॉमिक एनर्जी कमिशनचे अध्यक्ष आणि अणुशक्ती खात्याचे सेक्रेटरी) त्यावेळी म्हटले, ''एका अत्याधुनिक व ठणठणीत अणुशास्त्रीय रचनेच्या परीक्षा केल्या गेल्या. परीक्षेत त्या रचना पास झाल्या... अत्यंत परिपूर्णरित्या.'' नवीन अणुशस्त्रांसाठी अनेक कल्पना व अनेक पदार्थ यांच्या त्यावेळी चाचण्या घेतल्या होत्या. विशेषत: काही किलोटनपेक्षा कमी असलेल्या अणुशस्त्रांच्या चाचण्या घेण्यात आल्या होत्या. सर्व चाचण्यांची तयारी अत्यंत काळजीपूर्वक योजलेली होती. सरकारचे DRDO खाते, अणुऊर्जा

खाते, भाभा अणुशक्ती केंद्र या सर्व संस्थांनी एकत्रितपणे व सहकार्याने चाचण्यांसाठी कामे केली होती. ही खाती व संस्था म्हणजे भारताच्या 'ब्रेन बॅन्क्स' आहेत. म्हणूनच त्यांच्या सूचनांवरून पंतप्रधानांनी चटकन सहजपणे यानंतरच्या चाचण्या पुढे ढकलल्याचे सांगितले. त्यावेळी वाजपेयी म्हणाले होते, "आधी ठरवल्यानुसार तो चाचण्यांचा कार्यक्रम भारताने अचूकपणे पार पाडला आहे."

ज्यांना त्या स्फोटाच्या तांत्रिक माहितीबद्दल उत्सुकता आहे त्यांच्यासाठी मी येथे सांगतो की, त्या स्फोटामुळे ५.४ रिश्टर क्षमतेचा भूकंप झाला होता. पहिल्या स्फोटामुळे तो झाला होता. पृथ्वीच्या पोटात सतत छोटे छोटे भूकंप चालू असतात. परंतु २४ तासांच्या काळातला तो कृत्रिम भूकंप त्या भूकंपांपुढे सर्वात मोठा होता. तिन्ही स्फोटांमुळे झालेल्या भूकंपाचे केंद्र हे अक्षांश व रेखांशात असे होते : २७.०७१६ उत्तर अक्षांश व ७१.७६१२ पूर्व रेखांश या ठिकाणी झाला. ही जागा १९७४ मधल्या स्फोटाच्या जागेपासून २.८ किलोमीटर अंतरावर होती. स्फोटांच्या जागांचा उल्लेख हा सर्वसाधारणरित्या 'पोखरण' या नावाने केला जातो. या नावाचे गाव हे तेथून २५ किलोमीटर दूर आहे. स्फोटस्थळे ही माल्का नावाच्या खेड्याच्या बाहेर होती. या खेड्यात तेव्हा आणि आत्ताही वस्ती नाही. ते एक सोडून दिलेले खेडे आहे. स्फोट स्थळापासून वायव्येला सहा किलोमीटरवरती खेतोलाई नावाचे खेडे आहे. तिथे मात्र वस्ती आहे. शंभर किलोमीटरवरती पाकिस्तानची सरहद्द लागते.

शक्ती-१, शक्ती-२, शक्ती-३ या पहिल्या तीन चाचण्यांमधून ५५ (किंवा ५८) किलोटन स्फोटकातून बाहेर पडणाऱ्या ऊर्जेएवढी एकूण ऊर्जा बाहेर पडली होती. पहिल्या स्फोटासाठी दोन टप्प्यातील थर्मोन्यूक्लिअर क्रिया त्या अण्वस्त्रात घडली होती व ४३ ते ४५ किलोटन ऊर्जा बाहेर पडली होती. २२ किलोटन ऊर्जा बाहेर टाकणाऱ्या एका हलक्या व आटोपशीर आकाराच्या अण्वस्त्राची आणि अगदी कमी अशा ०.२ किलोटन ऊर्जा टाकणाऱ्या अण्वस्त्राच्या चाचण्या केल्या होत्या. नियंत्रण कक्षापासून साडेतीन किलोमीटर अंतरावरती तीन उभी बिळे किंवा विहिरी खणून तयार ठेवल्या होत्या. तिन्ही पोकळ्या अथवा विहिरी एकमेकापासून सुमारे एकेक किलोमीटर अंतरावरती होत्या. त्यांना सांकेतिक नावेही दिलेली होती. शक्ती-३ च्या स्फोटासाठी 'कुंभकर्ण' हा शॅफ्ट ऊर्फ बोअरवेल वापरला होता. शक्ती-४ व शक्ती-५ या स्फोटांतून अनुक्रमे ०.५ ते ०.३ किलोटन एवढी ऊर्जा बाहेर पडली. त्यांच्या शॅफ्टस्ना किंवा विहिरींना NT-1 आणि NT-2 अशी नावे दिली होती. (जिथे या दोन बोअरविहिरी खणल्या त्या जागेचे नाव 'नवताळा' असे होते. त्यावरून ती नावे दिलेली होती.) तिसऱ्या विहिरीत (NT-3) कोणतीही चाचणी घेतली गेली नाही. कारण बाकीच्या दोन विहिरींमध्ये पाचही चाचण्या यशस्वी झाल्या होत्या. तिसरी विहिर ऐनवेळी लागलीच तर जादा म्हणून हाताशी ठेवण्यात आली

होती. सहाव्या चाचणीची गरज आता उरली नव्हती. १३ मे रोजी केलेल्या दोन चाचण्या जादा माहिती मिळवण्यासाठी केलेल्या होत्या. नवीन रचना संगणकावरती करताना त्या माहितीचा उपयोग करता येणार होता.

तीन दिवसांनी एक पत्रकार परिषद घेण्यात आली. त्या परिषदेला सारे जबाबदार शास्त्रज्ञ व तंत्रज्ञ सामोरे गेले होते. त्या अणुचाचण्यांमधून कोणती शास्त्रीय माहिती बाहेर पडली आणि त्या अण्वस्त्रांची काय वैशिष्ट्ये आहेत यावर पत्रकार-परिषदेत चर्चा झाली. अशा प्रकारची पत्रकार-परिषद अभूतपूर्व अशी होती. जगात प्रथमच अशी घटना घडत होती. तशी पत्रकार-परिषद घेण्याचा हेतूच हा भारताची शास्त्रीय व तंत्रवैज्ञानिक क्षमता किती आहे हे जगाला कळावे म्हणून होता. या पार्श्वभूमीवरती अमेरिका व रशिया यांनी १९६० सालापासून घेतलेल्या आपल्या चाचण्यांचे निष्कर्ष मात्र कधीही प्रसिद्ध केले नाहीत. आजवर ज्या हजारो चाचण्या त्यांनी घेतल्या त्यांचे निष्कर्ष त्यांनी अद्यापही 'क्लासिफाईड' या सदराखाली गुप्त ठेवले आहेत. पण भारताने मात्र चाचण्यांमागचे हेतू व निष्कर्ष हे पत्रकार-परिषदेत जाहीर केले. ती माहिती मुख्यत्वेकरून ए.पी.जे. अब्दुल कलाम यांनी आणि अणुऊर्जा आयोगाचे अध्यक्ष राजगोपाळ चिदंबरम् यांनी पत्रकार-परिषदेत दिली.

शांततेचे आवाज

पोखरणच्या चाचण्या करताना व त्याआधी संपूर्ण व कमालीची गुप्तता पाळण्यात आली होती. शास्त्रज्ञांच्या तुकडीला यामुळे काहीसे समाधान वाटले होते. त्यांच्याखेरीज फक्त पंतप्रधानांच्या कार्यालयाला आणि मंत्रीवर्गाला त्या होऊ घातलेल्या चाचण्यांची पूर्वकल्पना होती. एवढी गुप्तता पाळण्याचे काही अनपेक्षित परिणाम झाले. अमेरिका या चाचण्यांमुळे अस्वस्थ झाली. याचे कारण सर्व चाचण्या सुरळीतपणे पार पाडल्या गेल्या. त्यात कोठेही तांत्रिक अडचणी आल्या नाहीत की त्रुटी राहून गेल्या नाहीत. यामुळे या विषयातील आपली परिपूर्णता सिद्ध झाली. याचेच अमेरिकेला वैषम्य वाटत होते. तसेच, आणखी एका गोष्टीमुळे अमेरिका अस्वस्थ झाली होती; चीड येऊन ती चरफडत होती. ती गोष्ट म्हणजे अमेरिकेचे मोठी हेरयंत्रणा, तिने पसरलेले मोठे जाळे, उपग्रहावरून साऱ्या जगावर ठेवलेली नजर, विविध उपकरणे आणि यंत्रसामुग्री यासाठी दिमतीला होती. ते सारे काही फोल ठरले, व्यर्थ ठरले, निरुपयोगी झाले. त्यांना या चाचण्यांचा जरासाही आगाऊ वास आला नाही की पुसटशीही कल्पना आली नाही. म्हणूनच तर अमेरिका चरफडत होती. जगात कुठेही जमिनीखाली अणुस्फोट केला की त्याची दखल भूकंपमापन यंत्रे घेतात. अशी यंत्रे जगभर अमेरिकेने पेरून ठेवलेली आहेत. म्हणून तर अमेरिका या चाचण्यांचे खंडन चिडखोरपणे

नंतर करत राहिली होती. पण शेवटी पाच यशस्वी अणुस्फोट झाले हे शास्त्रीय सत्य टिकूनच राहिले. चाचण्यांबद्दलची एवढी गुप्तता पाळणे हे सोपे नव्हते. तीन दिवसात पाच अणुचाचण्या करणे हे अवघड होते व जवळजवळ अशक्य होते. अणुऊर्जा आयोगापासच्या अद्ययावत यंत्रसुविधांपासून हजारो किलोमीटर दूर असलेल्या पोखरण येथे त्या चाचण्या कोणालाही किंचितही वास येऊ न देता, वाचाळपणाच्या सवयी असलेल्या या देशात गुपचूप पार पाडणे हे खरोखरीच एक कठीण कर्म होते. यावरून आपल्या शास्त्रीय संस्थांची गुणवत्ता काय आहे ते कोणालाही समजून येईल. या कामासाठी अनेकांचे सहकार्य व मदत लागली. नुसती शास्त्रीय जगाकडून ती मदत नको होती, तर सर्व संबंधित लष्करी ठाण्यांकडूनही हवी होती, विशेषत: जोधपूरच्या लष्करी ठाण्याकडून आणि पोखरणमधील वनखात्याकडून खास करून हवी होती. अन् तशी मिळालीही. काही खास काळज्या त्यासाठी घेतल्या गेल्या होत्या. आता मागे वळून पहाता त्यातल्या काही खूप गंमतीदार वाटतात. पण प्रत्यक्षात त्यामध्ये गंभीरपणा होता. या चाचणी प्रकल्पात चार प्रमुख शास्त्रज्ञ सहभागी झाले होते. त्यांना चाचणीस्थळी नेहमी जा-ये करावी लागत होती. ही जा-ये खूप वेळ चालायची. गुप्ततेसाठी त्यांनी लष्करी गणवेश परिधान केले होते. कलाम, चिदंबरम्, काकोडकर आणि के. संथानम् यांनी अंगावरती लष्करी अधिकाऱ्यांचे गणवेश घातले होते, त्यावर बॅजेस चढवली होती आणि लष्करी पदे धारण केली होती. मला वाटते की ती पदे कर्नल किंवा त्याखालची असावीत.

त्या काळाच्या आठवणी मी त्यावेळी माझ्या डायरीत लिहून ठेवल्या आहेत. मला तो दिवस आठवतो. त्या दिवशी मला वाजपेयी यांनी बोलावून अण्वस्त्र चाचण्यांचा विषय प्रथमच माझ्यापाशी काढला. त्यावेळी १९९६ साल चालू होते. त्यावेळी आमचे भाजपचे सरकार हे अल्प मुदतीचे होते. माझ्याकडे अर्थ खात्याची जबाबदारी सोपवली होती. वाजपेयींनी मला बाजूला नेले आणि अशी इच्छा बोलून दाखवली की, "आपल्याला अजून पुरेसा वेळ मिळायला हवा." कारण चाचण्यांची सर्व पूर्वतयारी पूर्ण झाली होती. सर्व शास्त्रीय जगत सज्ज झाले होते. सर्व शास्त्रज्ञ त्या प्रकल्पाच्या पाठीशी उभे राहिले होते. पण जेव्हा त्यांना कळून चुकले की, आमच्या सरकारला विश्वासाच्या ठरावाला सामोरे जाऊन त्या परीक्षेत आम्ही पास व्हायला हवे, तेव्हा हा सारा प्रकल्प रद्द करण्यास त्यांनी सुरुवात केली होती. अण्वस्त्र चाचण्यांचे प्रयत्न मागे १९८० पर्यंत जातात. तेव्हा आर. वेंकटरामन (नंतर ते देशाचे राष्ट्रपती झाले) हे इंदिरा गांधींच्या सरकारात संरक्षण मंत्री होते. दोन वेगवेगळ्या प्रसंगी वेंकटरामन यांच्याशी माझी या संबंधात बातचीत झाली होती. चाचण्यांची सर्व तयारी पूर्ण करीत आणलेली होती, ते शॅफ्टस् ऊर्फ बोअर विहिरी खणून झाल्या होत्या. तिथले वायरिंग पुरे झाले होते. मग कुतूहलापोटी खुद्द

वेंकटरामन तिथे गेले होते व त्या विहिरीत किंवा आडात स्वत: उतरले होते. चाचण्यांसाठी एक तारीखही मुक्रर करण्यात आली होती. पण नंतर इंदिरा गांधींचे मन बदलले आणि त्यांनी सारा चाचणीप्रकल्प गुंडाळावयास लावला. १९९६ मध्ये जेव्हा. पी. व्ही. नरसिंह राव हे सत्तेवरून पायउतार झाले तेव्हा त्यांनी आपल्या नंतर होणारे पंतप्रधान अटलबिहारी वाजपेयी यांना बाजूला घेऊन हळू आवाजात शांतपणे सांगितले, "जरी माझी ते करायची इच्छा होती तरी मला ते करणे जमले नाही. तेव्हा आता ते करणे तुमच्या हाती आहे."

पोखरण-२ च्या आधी कधीतरी पंतप्रधानांनी मला फोन करून मी कुठे आहे याबद्दल विचारले. मी त्यांना सांगितले की फार दूरवर कुठे गेलेलो नाही, पण आत्ता एका बैठकीत आहे. मग त्यांनी मला जाताना आपल्या घरी काही बोलणी करण्यासाठी येऊन जावे, असे सांगितले. जर मला बरोबर आठवत असेल तर त्यावेळी ते दिल्लीत ७, सफदरजंग रोड येथेच रहात असावेत. कारण अद्याप रेसकोर्स रोडवरचे पंतप्रधानांचे निवासस्थान हे रहाण्यासाठी नीट तयार व्हायचे होते. वाजपेयी बोलताना, विशेषत: खाजगीमध्ये बोलताना आणि गरज नसली तर फार खुलासेवार कधीच बोलत नसत. मग त्यांचे बोलणे गूढ स्वरुपाचे व्हायचे. त्यांना भेटल्यावर त्यांनी मला एवढेच सांगितले, "११ व १३ मे १९९८ या तारखांसाठी तयारी करत आणली आहे." ते कशाबद्दल बोलत आहेत ते मला तत्क्षणी समजले. मी माझ्या डायरीतील नोंदी काढून पाहिल्या. त्यानुसार नंतर आम्ही त्यांच्या डायनिंग टेबलाभोवती बसलो. मी खिशातून एक कागद बाहेर काढला. या संबंधातील काही महत्त्वाच्या मुद्यांच्या मी त्यावरती नोंदी केलेल्या होत्या. त्या नोंदींवर पंतप्रधानांनी विचार करावा असे मला वाटत होते. पण त्यांनी त्यावरती आधीच विचार करून निर्णय घेतले असावेत. तरीही त्यांनी अत्यंत सौजन्याने माझे ते मुद्दे ऐकून घेतले. नंतर त्या बाबतीमधली माहिती पूर्णपणे गुप्त ठेवावी असे आम्ही ठरवले. अन् ही गोष्ट फार फार महत्त्वाची होती. कारण साऱ्या जगाची नजर बारकाईने भारताकडे लागली होती. भाजपचे युतीचे सरकार व नवीन पंतप्रधान काय करत आहेत याकडे लक्ष ठेवले गेले होते. बऱ्याच जणांना भाजप हा परका वाटत होता व हा पक्ष उगाच ढवळाढवळ करणारा समजला जात होता. तर काहीजणांना केवळ त्यांच्या अंत:प्रेरणेने भाजप हा 'अतिरेकी' वाटत होता. काहीजणांना राज्यकारभार करण्यात आणि आंतरराष्ट्रीय घडामोडींमध्ये हा कोण एक ठाऊक नसलेला पक्ष उगवला आहे, असे वाटत होते.

२८ मार्च १९९८ रोजी भाजपच्या आघाडी सरकारवरती एका ठरावाद्वारे लोकसभेत विश्वास प्रगट करण्यात आला. ठरावाच्या बाजूने २७५ व विरुद्ध २६० मते पडली. आता पुढचा मार्ग मोकळा झाला होता. काही दिवसात पंतप्रधान कलाम आणि चिदंबरम् यांना भेटले, चाचण्यांच्या तारखांबद्दलचे त्यांचे दृष्टिकोन समजावून

घेतले. कलाम यांनी आपल्याकडून सारी तयारी करण्याचे आश्वासन दिले. पंतप्रधानांनी त्यांना या प्रकल्पासाठी पुढे जाण्याची परवानगी दिली. मग या कामासाठी विविध खाती व व्यक्ती यांच्यामध्ये सुसूत्रता सांधण्याच्या कामावरती आपले प्रिन्सिपल सेक्रेटरी ब्रजेश मिश्रा यांची नेमणूक केली. राष्ट्रपती के. आर. नारायणन यांचा लॅटिन अमेरिकेचा दौरा ठरला होता. तो २६ एप्रिल ते १० मे पर्यंत चालणार होता. जरी अणुचाचण्या घेण्याच्या निर्णयात त्यांचा संबंध नसला तरी अशा चाचण्या घेऊन त्यांना आश्चर्यचकित करणे उचित दिसले नसते. विशेषत: ते दौऱ्यावर असताना असे काही करणे योग्य नव्हते. परंतु २६ एप्रिलच्या आधीच्या तारखा या काही अंतर्गत कारणांमुळे ठरवता येत नव्हत्या. कारण तो काळ लग्नसराईचा होता. हजारोजणांच्या या कामातील काही महत्त्वाच्या व्यक्ती त्यामुळे रजेवर जाण्याची शक्यता होती. म्हणून कलाम आणि चिदंबरम् यांनी पंतप्रधानांबरोबर ११ मे ही तारीख त्यातल्या त्यात सर्वात जवळची व व्यवहार्य अशी ठरवली. ६ एप्रिल रोजी पाकिस्तानने आपले नवीन क्षेपणास्त्र 'घोरी'[१२] याची चाचणी घेतली. त्या क्षेपणास्त्राचा पल्ला हा १५०० किलोमीटर्स (९०० मैल) होता. प्रत्यक्ष चाचणीत ते ८०० किलोमीटर्स उडाले. त्याची भारवहनक्षमता (payload) ही ७०० किलोग्रॅम एवढी होती. पाकिस्तानचा हा क्षेपणास्त्र कार्यक्रम १९९७ पासून ठाऊक होता आणि २३ मार्च रोजी पाकिस्तानने त्याच्या चाचणीची शक्यता सूचकपणे बोलून दाखवली होती.

अस्वस्थ अमेरिका

जेव्हा आता मला त्या दिवसांची आठवण येते, तेव्हा स्मृतींचे काही तुकडे माझ्या समोर येतात. त्यातल्या काहींमुळे मला मौज वाटते तर काहींमुळे मला खेद वाटतो, दुःख होते. भाजपबद्दल जेवढा मत्सर असेल आणि पूर्वग्रहदूषित कल्पना असतील त्यापेक्षाही जास्त मत्सर आणि कल्पना भारताच्या वाट्याला आल्या आहेत. अफाट क्षमतेच्या व उत्तुंग बुद्धिमत्तेच्या या देशाला पश्चिमी जगाच्या मतानुसार केवळ एका विशिष्ट नेतृत्वापुरते महत्त्व दिले गेले आहे. त्यामुळे त्या विशिष्ट राजकीय विचारसरणीच्या माणसांना जसे वागवावे तसेच ते भारताला वागवतात.

आंतरराष्ट्रीय राजनीतीच्या क्षेत्रात किंवा पराराष्ट्र मंत्रालये आणि वकिलाती यामध्ये अशा लोकांना नेमले जाते की जे आपली कर्तव्ये बजावण्यासाठी अपार मेहनत

---

१२. *अनुवादकाची टीप : घोरी हे नाव महंमद घोरी याच्यावरून ठेवलेले आहे. हजार वर्षांपूर्वी पृथ्वीराज चौहान ह्या हिंदू राजाचा पराभव करून महंमद घोरी सत्तारूढ झाला. त्यामुळे पाकिस्तानने हे नाव निवडणे सहाजिक होते. 'घोरी' नाव अनेक ठिकाणी 'घौरी' असे लिहितात व त्यानुसार इंग्रजीत तसे स्पेलिंग करतात.*

घेतात, भरपूर माहिती आणि सूचना परदेशाहून पाठवू शकतात. परंतु ही एक चुकीची समजूत आहे. असे काहीही नसते, असे दुःखाने म्हणावेसे वाटते. १४ व १५ एप्रिल १९९८ रोजी भारतात अमेरिकेहून एक महत्त्वाचा पाहुणा भेटावयास आला होता. त्याचे नाव बिल रिचर्डसन होते व अमेरिकी सरकारमध्ये तो ऊर्जा खात्याचा सेक्रेटरी होता. राष्ट्राध्यक्ष बिल क्लिंटन यांच्या तो जवळच्या विश्वासू माणसांपैकी एक होता, हे आम्हाला ठाऊक होते. रिचर्डसनच्या सन्मानासाठी भारतातील अमेरिकी राजदूत सिलेस्टी याने एक स्वागत समारंभ आपल्या 'रुझवेल्ट हाऊस' या रहात्या घरात आयोजित केला होता. मला त्या समारंभाचे निमंत्रण आले होते. परंतु अशा समारंभांना हजर रहाण्यात मला कधीही स्वारस्य वाटले नव्हते. कारण तिथे राजनैतिक शिष्टाचारांमधला पोकळ डामडौल व भंपकपणा यांचे प्रदर्शन केले जात असते. पण यावेळेचे निमंत्रण मात्र अपवादात्मक होते. कारण स्वागत समारंभाच्या आधी रिचर्डसनची व माझी गाठ घालून दिली जाणार होती. आमच्या त्या भेटीत अन्य कोणी हजर रहाणार नव्हते. म्हणून मी त्या निमंत्रणाला होकार दिला. या भेटीआधी, म्हणजे आठवड्यापूर्वी पाकिस्तानने आपल्या 'घोरी' क्षेपणास्त्राची चाचणी केली होती.

दिल्लीतील मुक्कामानंतर रिचर्डसन पाकिस्तानला जाणार याची आम्हाला अटकळ होतीच. कारण त्या काळात काही ना काही तरी कारणावरून सारख्या भारत-पाक संबंधाबद्दल बातम्या प्रसिद्ध होत असत. म्हणून काहीजण त्याला Age of hyphenated relationship (भारत-पाक संयोगचिन्हाचे युग) असे म्हणत. सहाजिकच पाकिस्तानच्या क्षेपणास्त्राच्या चाचणीचा विषय आमच्या संभाषणात आलाच. पण मला तो विषय मुख्य संभाषणाएवढा महत्त्वाचा वाटला नाही. मग त्या क्षेपणास्त्र चाचणीची चाल अथवा परिणाम भारत कसे काय घेईल अशी चर्चा बाजूलाच राहू दे. नाहीतरी पाकिस्तानच्या अशा लष्करी चाळ्यांकडे अमेरिका काणाडोळा करीत आलेली होतीच. ही गोष्ट अमेरिका दशकानुदशके करीत होती. अन् तरीही अमेरिका पाकिस्तानला आपला दोस्त मानीत आली होती. वस्तुस्थिती ही अशी होती. रिचर्डसन यांच्या भेटीतून जाणवलेला व त्यांना पडलेला जो कळीचा प्रश्न होता तो असा होता : *भारतातल्या ह्या नवीन सरकारचा आपल्या देशाच्या संरक्षणाचे धोरण ठरविण्यासाठी अणुस्फोट घडवणे किंवा अण्वस्त्रे तयार करणे असा जर हेतू असेल, तर त्याआधी संपूर्ण व्यूहात्मक संरक्षण-धोरणाचा आढावा घेण्याची इच्छा आहे काय? तसा आढावा घेऊन काही निष्कर्षप्रत येईपर्यंत तो अणुकार्यक्रम स्थगित ठेवण्याचा मानस नवीन सरकारचा आहे काय?* रिचर्डसन या प्रश्नांचा मागोवा घेत चाचपणी करू पहात होता. मी त्याला एवढेच सांगितले की, "भारताच्या एकूणएक संरक्षण व्यवस्थेबद्दलचे सरकारचे निर्णय हे मध्यवर्ती असतील." कदाचित् रिचर्डसनला किंवा त्यांच्या

तुकडीला लवकरच राष्ट्राध्यक्षांची भारत-भेट ठरवायची असेल म्हणून ते आधी अशी चाचपणी करीत असावेत. नवीन सरकार संरक्षण धोरणाचा आढावा घेत आहे की नाही याच्या काही सूचक खुणा बोलण्यातून शोधणे हे त्यांच्या मते महत्त्वाचे होते. तसे जर असेल तर तोपर्यंत तरी भारत अणुचाचण्या किंवा तत्सम कार्यक्रम नक्की बाजूला ठेवेल. रिचर्डसनने त्यानंतर सॅन्डी बर्जर यांच्याशी विचारविनिमय करून आपले निष्कर्ष बिल क्लिंटन यांना कळवले असावेत.

काही दिवसांनंतर तो अमेरिकी राजदूत सिलेस्टी दिल्लीत माझ्या घरी मला भेटण्यास आला. तो आता दीर्घ मुदतीच्या रजेवर घरी जाणार होता. मग आम्ही दोघांनी साऱ्या प्रश्नांचा एक धावता आढावा घेतला. त्यावेळी त्या राजदूताने बोलता बोलता एक ओझरता विचार हवेत सोडून दिला. त्याने असे सूचित केले होते, की आपल्या सुट्टीच्या काळात निवांतपणा लाभो व काहीतरी 'अप्रिय घटना' घडून रजेच्या काळाचा विचका न होवो. "आपल्या कुटुंबियांबरोबर शांतपणे सुट्टी घालवायची आहे," असे त्याने त्याचे कारण दिले. नुकतीच पाकिस्तानने 'घोरी' क्षेपणास्त्राची चाचणी आमच्या शेजारी केली असल्याने माझी प्रतिक्रिया त्या घटनेच्या संदर्भात काय होते आहे हे त्याला जाणून घ्यायचे असावे. परंतु पाकिस्तानशी स्पर्धा करण्यासाठी तसलेच काहीतरी क्षेपणास्त्र तयार करून त्याची चाचणी घ्यावी, असा आमचा कोणताही हेतू नव्हता. शिवाय आमच्या आघाडीच्या रालोआ सरकारने राज्यकारभाराचा एक 'समान कार्यक्रम' जाहीर केला होता.

जेव्हा सिलेस्टी आपली रजा संपवून परत आपल्या कामावर दिल्लीत रुजू झाला तेव्हा 'पोखरण-२' चाचण्या होऊन बरेच दिवस लोटले होते. त्या राजदूताने आल्या आल्या माझ्याशी संपर्क साधला. मी अर्थातच त्याच्या भेटीला होकार दिला. तो राजदूत स्वभावाने अत्यंत मनमिळावू होता. त्याचे बोलणे-चालणे हे दिलखुलास होते. कधीही कुठेही भेटला तर घरच्यासारखा मोकळेपणाने वागून हास्यविनोद करायचा. अर्थात् जगभरातील सर्व राजनीतीज्ञ असेच वागत असतात. परंतु यावेळी हा राजदूत माझ्या घरी आला तो गंभीर चेहऱ्याने. तो कसल्या तरी विचारात बुडला असल्याचेही मला जाणवत होते. माझ्या घरी मी एका खोलीची तात्पुरती अभ्यासिका बनवली होती. तिकडे मी त्याला घेऊन गेलो. आसनात बसल्यावर त्याने अत्यंत गंभीर चेहऱ्याने आपल्या मनातला विचार शब्दात मांडला. तो म्हणाला, "जसवंत, मला एक लहान मुलगा आहे. आत्ता त्याचे वय जेमतेम दीड वर्षाचे आहे. मला त्याला अनेक संकटांनी भरलेल्या, भयानक.... अशा जगात लहानाचे मोठे करायचे नाही..." एवढेच कसेबसे बोलून तो थांबला. यावर काय उत्तर द्यावे ते मला सुचेना. खोलीत शांतता पसरली. त्याने जे काही म्हटले, जी काही आशंका व्यक्त केली त्याच्याशी माझा संबंध नक्की

होता. माझे स्वत:चे विचार व भारतीय संस्कृतीचा गाभा हे त्याच्या सुप्त विचारांशी मिळतेजुळते होते. भारत हा काही युद्धपिपासू देश नाही. पण अन्य गोष्टींना बाजूस सारून सार्वजनिक हिताला नेहमीच प्राधान्य द्यावे लागते. परंतु माझे हे विचार, ही मते त्या अमेरिकी राजदूताला मी कोणत्या शब्दात व कसे सांगणार?

मला ताबडतोब उत्तर देणे सुचेना. मला जे काही सांगायचे होते ते अत्यंत सावधगिरीने व काळजीपूर्वक बोलले पाहिजे. मी त्यासाठी योग्य शब्दांची निवड करण्यासाठी मनात धडपडत होतो. पण मला ते शब्द सापडेनात. मी त्यांना "एक्स्क्यूज मी," असे म्हणून तिथून उठलो व घरात गेलो. माझ्या पत्नीबरोबर मी याबद्दल बोललो व माझी अडचण तिला सांगितली. यावर तिला सारे काही चटकन उमजले. विचार करण्यासाठी तिला एक क्षणही लागला नाही. तिने त्यावर एक उपाय मला सुचवला. बायकांना उपजत असलेल्या अंत:प्रेरणेने तिने मला एक छोटेसे खेळणे दिले. ते खेळणे राजस्थानातील होते, चांदीचे होते. तान्ही बाळे व लहान बालके यांच्यासाठी ते होते. त्या खेळण्यात एक शिट्टी अंतर्भूत होती. ती फुंकली की त्यातून गाण्यासारखे काही स्वर बाहेर पडत. शिवाय त्या खेळण्याला छोटी छोटी घुंगरेही द्राक्षाच्या घोसासारखी लटकावली होती. जेव्हा ते खेळणे हलवले जाई तेव्हा ती घुंगरे वाजत. तिने ते खेळणे मला देत म्हटले, "त्या राजदूताला हे खेळणे द्या आणि सांगा की हे त्याच्या मुलाला देण्यासाठी बायकोकडे द्या. त्याला तुम्ही सांगा की, 'जर मी तुमच्या मुलाला ही भेट देतो आहे तर मग तुमच्या मुलाचे भवितव्य धोक्यात आणण्याचा विचार मी कसा करेन?" तिचे ते ऐकल्यावरती मला एकदम हायसे वाटले. तिने सांगितल्याप्रमाणे मी तसे केले व सांगितले. तो राजदूत त्यामुळे हेलावून गेला. मी त्याला असे उत्तर देईन अशी त्याला अपेक्षा नव्हती. उलट मी काहीतरी समर्थन करणारे बोलेन अशी त्याची अटकळ असावी. कदाचित तो त्याला मिळालेल्या सूचनांनुसार त्याच्या सरकारचे गंभीर दृष्टिकोन कळवण्यास आला होता. त्याला माझे उत्तर अनपेक्षित वाटले असावे, त्या उत्तरात काही लबाडी नाही, निव्वळ प्रामाणिकपणा भरलेला आहे हे त्याच्या हृदयाला भिडले. माझी ती छोटीशी कृती मला काय सांगायचे आहे ते सांगून गेली.

अण्वस्त्र चाचण्यांमध्ये आम्ही किती गुप्तता बाळगली होती याचा खुलासा एव्हाना वाचकांना झाला असेलच. पंतप्रधानांचे प्रिन्सिपल सेक्रेटरी ब्रजेश मिश्रा यांनी तर गुप्तता बाळगण्याची आणि सर्वांमध्ये समन्वय साधण्याची कमाल केली होती. त्यांच्यावर याबाबतीत किंचितही ठपका ठेवता येणार नाही की टीका करता येणार नाही. कारण सुरक्षितता पाळणे हीच त्यांची प्रमुख जबाबदारी होती. परंतु अणुशास्त्र, अण्वस्त्रे इत्यादिंबाबत भारताने काय प्रगती केली आहे नि त्याच्या काय योजना आहेत त्या माहितीचा शोध आपली स्पर्धक राष्ट्रे व शत्रू राष्ट्रे घेत असतात. त्यांचे ते काम

मात्र अत्यंत कठोर असते, अनाहूत असते आणि ते दीर्घकाळ चालणारे असते. म्हणून आपल्याला सतत सावधानता बाळगावी लागते, खबरदारी घ्यावी लागते. त्याखेरीज सुरक्षितता पाळता येत नाही. उदाहरणच द्यायचे झाल्यास जेव्हा पी. व्ही. नरसिंह राव यांच्या कारकीर्दीत मी लोकसभेत विरोधी पक्षात होतो, भाजपच्या सांसदीय पक्षाचा उपनेता होतो, तेव्हा माझ्या हातात एक गोपनीय पत्राची प्रत पडली. ते पत्र एका अमेरिकन सिनेटरला त्याच वर्षी (१९९५) पाठवलेले होते. ते पत्र मी येथे खाली देतो. परंतु त्या पत्रातील सर्व मजकूर येथे देण्यात काही अर्थ नाही. त्यातील काही मजकुराचा गोषवारा मी देतो. या पत्राने मी इतक्या वर्षात काहीही साध्य केले नाही. त्या पत्राचा काही भाग मी येथे खाली देतो :

> *"या पत्रातील काही कल्पना या (अमेरिकेच्या) राष्ट्राध्यक्षांना उपयुक्त वाटतील अशी मी आशा करतो. आपण भारत व पाकिस्तान यांच्यासाठी एकच संलग्न व सुसंगत धोरण विकसित करण्यात पाच वर्षे वाया घालवली. पण तरीही आता पुन्हा नव्याने प्रयत्न करण्यास ही एक चांगली वेळ आली आहे... तुम्ही हे माझे टिपण किंवा त्यातील कोणताही भाग हा तुमच्या इच्छेनुसार संबंधितांना देऊ शकता... पण कृपा करून हे पत्र उघड करण्यास अयोग्य (NODIS) किंवा अत्यंत महत्त्वाचे (Cherokee) कागदपत्र आहे असे समजा. अशा वेळी माझे हे पत्र तुमच्या राष्ट्राध्यक्षांना इतक्यात दाखवू नका. मीही त्यांना तसे काही पत्र पाठवलेले नाही. मला आपल्याकडून पुढे कसे जायचे याबाबत सल्ला हवा आहे... (हे पत्र आणून देणाऱ्या व्यक्तीची विश्वासार्हता अत्यंत महत्त्वाची आहे. पाकिस्तानला लष्करी मदत पुरवल्याने या भागातील स्थैर्य अधिक बळकट होईल, या तुमच्या शासकीय धोरणाबद्दल मला बिलकुल आदर वाटत नाही, असे तुमच्या सरकारमधील सर्वजण मानतात. मला खात्री आहे की या पत्रासंबंधात सीआयएकडून विचारणा होईल. हे पत्र कोणी आणून दिले नि कोणते वेगळे मार्ग त्यासाठी अवलंबिले याचीही चौकशी केली जाईल.)*
>
> *"आपल्याला कदाचित अशा परिस्थितीला तोंड द्यावे लागेल की त्यातून फक्त एकाची निवड करता येईल : ज्या व्यक्तीचा पंतप्रधानांशी थेट संपर्क होता आणि ज्याने अण्वस्त्र चाचण्यांसाठी आलेले दडपण दूर केले होते, अशा व्यक्तीच्या विश्वासावर आपणास सारे सोपवावे लागेल, किंवा 'पुढील निवडणुकीच्या आधी भारत अण्वस्त्रांची चाचणी करण्याची शक्यता असून ती अण्वस्त्रे 'पृथ्वी' क्षेपणास्त्रावर बसवली जातील', असे अमेरिकेच्या सेक्रेटरी ऑफ डिफेन्स आणि राष्ट्राध्यक्ष यांना कळवावे लागेल.*

या दोन्हीपैकी आपल्याला काहीतरी एक गोष्ट करावी लागेल. याबाबतीत मी ज्या ज्येष्ठ व्यक्तीशी बोललो त्याने मला गुप्तता पाळण्याची आठवण करून दिली. त्यानंतर ती व्यक्ती बंगलोरला एका गुप्त बैठकीसाठी निघून गेली. त्या बैठकीत पंतप्रधानांसमोर अण्वस्त्रांच्या चाचण्यांचा विषय ठेवण्यात येईल. पंतप्रधानांचे जे सल्लागार आहेत त्यातील बहुसंख्य सल्लागारांचे मत हे अण्वस्त्र चाचण्या करण्याकडे आहे. शेवटी आपणास हार खावी लागणार असे त्या व्यक्तीला वाटते... पंतप्रधानांनी एक अति गोपनीय बैठक बंगलोरमध्ये बोलावली आहे. त्या बैठकीत भारताने अण्वस्त्रे बनवून त्यांची चाचणी घेऊन ती 'पृथ्वी' क्षेपणास्त्रावर बसवायची किंवा 'अन्य काही मार्ग' अवलंबायचे याबाबत निर्णय घेतला जाईल. (ते 'अन्य काही मार्ग' कोणते आहेत याचा उलगडा मला कधीही झाला नाही.) मी असे धरून चालतो की ते सारे निवडणुका येण्याच्या आत घडून जाईल. शिवाय तुम्हाला (निवडणुकीसाठी) भाजपने प्रसिद्ध केलेला आपला जाहीरनामा ठाऊक आहेच. त्यात असे म्हटले आहे की...

वरती जो काही पत्रातला मजकूर दिला आहे तो खूप संक्षिप्त आहे पण अर्थाला धक्का न लावता दिलेला आहे. ते पत्र १९९५ मधले आहे. त्या पत्राचे महत्त्व जसे अमेरिकेला आहे तेवढेच भारतालाही आहे. काही विषय, काही प्रश्न, काही समस्या अशा असतात की त्यांना खूप महत्त्व आलेले असते. त्यावेळी कसलीही ढिलाई करून चालत नाही. जर तशी ढिलाई झाली तर काय होते, माहिती बाहेर कशी फुटते हे मुख्यत्वेकरून दाखविण्यासाठी मी हे पत्र वरती उल्लेखलेले आहे. म्हणून भारताने संपूर्ण गुप्तता पाळणे हे फार फार महत्त्वाचे ठरते. आणखी एक गोष्ट. त्या पत्रावरून अमेरिका आणि तिची दोस्त राष्ट्रे यांना भारताच्या अण्वस्त्रसिद्धतेबद्दल काय वाटते, तेही आपल्याला समजून येते. त्यावेळी अमेरिका आदि राष्ट्रे अण्वस्त्रांच्या प्रश्नाबद्दल जशी 'जागरूक' होती तशीच जागरुकता १९९८ च्या उन्हाळ्यात अण्वस्त्रांबद्दल भाजप काय करतो आहे याबद्दल होती. म्हणून ११ व १३ मे १९९८ रोजी घडणाऱ्या घटनांबद्दल मला सारखी 'माहिती बाहेर फुटेल' अशी थोडीशी धाकधूक वाटत होती. परंतु आम्ही कमालीची गुप्तता बाळगल्याने क्लिंटन प्रशासनाला अण्वस्त्रे चाचण्या झाल्यानंतर आश्चर्याचा जबरदस्त धक्का बसला. दक्षिण आशियामध्ये कोणत्याही परिस्थितीत भारताने अण्वस्त्रधारी होता कामा नये असे अमेरिकेचे धोरण होते. मी ते आधीपासून ओळखले होते व त्यानुसार मी दखल घेत होतो. माझी ही अमेरिकेबद्दलची अटकळ पुन्हा एकदा खरी ठरली.

(टीप : मला येथे आवर्जून सांगावेसे वाटते की, पत्रातील ज्या काही मजकुराचा मी उल्लेख केला, ते पत्र भारताच्या कोणत्याही गुप्त कागदपत्रांपैकी नाही. मी माझ्या मंत्रीपदाच्या काळात ज्या ज्या जबाबदाऱ्या पाळल्या त्या कामकाजातले हे पत्र नाही. तसेच, मी ज्या ज्या खात्यांचा मंत्री होतो त्या खात्यांच्या पत्रव्यवहारातून त्या पत्रातील उघड झालेल्या गोष्टी नाहीत. मी जेव्हा लोकसभेत विरोधी पक्षीय खासदार होतो तेव्हा ते पत्र माझ्या हातात पडले. कदाचित त्यामुळे मी सरकारला पेचात धरावे अशी ते पत्र देणाऱ्याची इच्छा असावी. पण तसे त्यावेळी करण्यासाठी मला कोणतेही कारण दिसले नाही.)

विभाग २

दुसऱ्या दिवशी

११ मे १९९८ या तारखेच्या दुसऱ्या दिवशी जगातली प्रतिक्रिया ही 'स्फोटासारखी' आमच्यावर चालून आली. ती प्रतिक्रिया सर्वांकडून झाली होती. त्याला कोणीही अपवाद नव्हते. मला अपेक्षा होती तशीच ती प्रतिक्रिया व्यक्त केली गेली होती. १९७४ मध्ये केलेला 'शांततापूर्ण अणुस्फोट' जेव्हा झाला तेव्हा अशीच जागतिक प्रतिक्रिया झाली होती. त्याचीच पुनरावृत्ती आत्ता येथे होत होती. माझे मित्र व शास्त्रज्ञ राजा रामण्णा यांनी आपले आत्मचरित्र Years of Pilgrimage या नावाने लिहिलेले आहे. त्यामध्ये पान नं ९२ व ९३ वरती पोखरण-१ च्या अणुस्फोटाबद्दलच्या जागतिक प्रतिक्रिया त्यांनी दिल्या आहेत. त्या अणुस्फोटाला आता पाव शतक होऊन गेले आहे. परंतु त्यावेळी झालेल्या प्रतिक्रियांसारख्याच प्रतिक्रिया यावेळीही झाल्या. त्यावेळी Embargo (व्यापारावरील मनाई हुकूम), Sanctions (दंड, शिक्षा) इत्यादि शब्द लगेच हवेत फेकले गेले होते. त्या प्रतिक्रियांचा गदारोळ एवढा काही होता की, जणू काही त्या पाच महासत्तांना भारताने केलेल्या त्या आडदांड साहसाबद्दल चिरडून टाकायचे होते. सुमारे १२० देशांनी यावेळी आपल्या प्रतिक्रिया ह्या थोड्याफार फरकाने सारख्याच व्यक्त केल्या होत्या. त्यांनी त्या अण्वस्त्र चाचण्यांना हरकत घेतली होती. फक्त हरकतीची भाषा, तीव्रता व मजकूर हा वेगवेगळा होता. त्यातील दखलपात्र प्रतिक्रियांपैकी कॅनडासारख्या देशाची एक वेगळीच प्रतिक्रिया होती. कॅनडाने भारताला फार पूर्वी अणुभट्ट्या संबंधित यंत्रसामुग्री आणि अणुइंधनही पुरवले होते. म्हणून त्यांच्या प्रतिक्रियेकडे अधिक गंभीरतेने पहायला हवे. जी-८ या आर्थिक महासत्तांच्या गटातील राष्ट्रांनीही प्रतिक्रिया व्यक्त केल्या. त्यांच्या प्रतिक्रियांची

दखल भारताला घेणे भाग होते. कारण जगातील श्रीमंत राष्ट्रांचे आर्थिक व राजकीय दृष्टिकोन त्यात प्रगट झाले होते. मला व्यक्तिश: जपानच्या प्रतिक्रियेत रस होता. कारण अणुबॉम्बचा फटका फक्त याच राष्ट्राने अनुभवला होता. मला त्यांचा राग समजू शकतो आणि त्यांचा दृष्टिकोनही मी समजावून घेतला. अनेक प्रसंगी मला भेटलेल्या जपानी मित्रांना मी ह्याच शब्दात बोलून दाखवले होते. परंतु अमेरिकेची प्रतिक्रिया आमच्या दृष्टीने सर्वात महत्त्वाची होती. कारण ही प्रतिक्रिया भारताचा धिक्कार करताना जगाचे मत बनवणारी होती. शिवाय चीन, ब्रिटन, जर्मनी, फ्रान्स, ऑस्ट्रेलिया आणि शेवटी रशिया या देशांच्या प्रतिक्रिया महत्त्वाच्या होत्या. सहानुभूतीदार म्हणून आणि अणुइंधन पुरवणारे देश म्हणून.

त्या अण्वस्त्र चाचण्यांना आता सात वर्षे होऊन गेली आहेत. पण त्यावेळी आंतरराष्ट्रीय समुदायांकडून ज्या विविध प्रतिक्रिया उमटल्या त्यांच्याकडे आता मागे वळून पहाताना मोठी मौज वाटते. चीनच्या सरकारने त्यावेळी म्हटले होते, ''ते कळल्यावर आपल्याला धक्का बसला. ती एक निंद्य घटना आहे.'' शिवाय चीनने या संदर्भात आंतरराष्ट्रीय समुदायांना याबाबतीत ''एक संघटीत भूमिका सर्वांनी घेऊन ठामपणे भारताला अण्वस्त्रे बनवण्यापासून ताबडतोब रोखले पाहिजे.'' असेही पुढे म्हटले. फ्रेंच सरकारच्या परराष्ट्र खात्याने एका अधिकृत निवेदनात म्हटले,''नि:शस्त्रीकरण आणि अण्वस्त्रप्रसारबंदी यांच्याशी आपली बांधिलकी आहे हे या निमित्ताने फ्रान्स पुन्हा बजावतो आहे. तसेच, दक्षिण आशियातील सुरक्षिततेमध्ये सुधारणा करून तिथे स्थैर्य नांदावे यासाठीही आम्ही बांधील आहोत. या संदर्भातील तिथल्या सर्व राष्ट्रांना आम्ही आवाहन करतो की त्यांनी संयम बाळगावा.'' जी-८ गटातील राष्ट्रांनी म्हटले, ''भारताने ११ व १३ मे रोजी केलेल्या त्या अणुचाचण्यांचा आम्ही धिक्कार करतो. सीटीबीटी करारात सामील झालेल्या १४९ देशांनी व्यक्त केलेली अणुचाचण्याबंदीची इच्छा, अण्वस्त्रप्रसारबंदीचे प्रयत्न, क्षेत्रीय व जागतिक शांतता व सुरक्षितता वाढवणे या मतांच्या विरुद्ध भारताची ही अणुचाचण्यांची कृती आहे. संपूर्ण आंतरराष्ट्रीय समुदाय या कृतीला विरोध करीत असून त्याची ताबडतोब दखल घ्यावी असे आम्ही म्हणतो... अण्वस्त्रप्रसारबंदीला आम्ही पूर्णपणे बांधील आहोत हे आम्ही येथे आवर्जून सांगतो. अण्वस्त्रप्रसारबंदी आणि सर्वसमावेशक चाचण्यांच्या बंदीचा करार (CTBT) या दोन्ही गोष्टी जागतिक पातळीवरील अण्वस्त्रप्रसारबंदीच्या दोन कोनशिला आहेत. आणि जागतिक अण्वस्त्रे नि:शस्त्रीकरणाचा त्या आवश्यक तो पाया घालीत आहेत.'' त्यावेळचे जर्मनीचे चॅन्सेलर हेल्मुट कोल यांनी अशी टिप्पणी केली, ''या चाचण्यांच्या निर्णयामुळे त्या भागातील तणाव आता वाढत जातील. कारण ते कृत्य म्हणजे शेजारच्या देशांना सरळ सरळ दिलेले एक आव्हान आहे.'' जपानी पंतप्रधान ज्युतारो हाशिमोटो यांनी त्या चाचण्या अत्यंत खेदजनक आहेत,

असा शेरा मारला आणि "आपला देश आता भारताला दिली जाणारी सर्व मदत थांबवित आहे. याला अपवाद फक्त मानवतेच्या पातळीवरील मदतीचा आहे," असे म्हटले.

पाकिस्तानची प्रतिक्रिया ही अर्थातच वेगळ्या स्वरुपाची होती. कारण भारताचे त्या देशाशी असलेले संबंध हे वेगळ्याच पातळीवरचे होते. पाकिस्तानचे भारताशी असलेले छुपे शत्रुत्व व तणाव यांचा कधीही शेवट झाला नाही. त्यामुळे इतरांच्यापेक्षा पाकिस्तानची प्रतिक्रिया ही अधिक तीव्र होती आणि ते समजू शकण्याजोगे होते. म्हणून ती प्रतिक्रिया येथे उद्धृत करण्याएवढी महत्त्वाची आहेच, पण नंतर लगेच त्या देशात घडलेल्या घटनांचीही दखल घेण्याजोगे आहे. पाकिस्तानचे पंतप्रधान नवाज शरीफ हे आपल्या जनतेला उद्देशून भाषण करताना म्हणाले होते, "मला येथे असे आश्वासन द्यावेसे वाटते, की पाकिस्तानच्या सुरक्षिततेला दिल्या जाणाऱ्या धमक्यांना तोंड देण्याची ताकद व क्षमता पाकिस्तानकडे पुरेपूर आहे... आम्ही आमच्या देशाच्या सुरक्षिततेसाठी, एकात्मतेसाठी, सार्वभौमत्वासाठी आणि राष्ट्रीय हितासाठी सारे उपाय योजू." त्यावेळचे पाकिस्तानचे परराष्ट्रमंत्री म्हणाले, "पाकिस्तानच्या सुरक्षिततेला ताबडतोब व गंभीरपणे धमकी देणाऱ्या भारताच्या कृतीला आम्ही जबाब दिल्यावाचून रहाणार नाही." त्यांनी एका पत्रकार परिषदेत सांगितले की, "पाकिस्तानकडे क्षेपणास्त्रे व अण्वस्त्रे याबाबतचे जे तंत्रज्ञान आहे ते भारताच्या तंत्रज्ञानापेक्षा अधिक उच्च दर्जाचे आहे." पाकिस्तानच्या सुरक्षा समितीने "भारताच्या ११ मे रोजी केलेल्या तीन अणुचाचण्या या अविवेकी व अत्यंत प्रक्षोभक आहेत," असे म्हटले. इस्लामाबादमध्ये पराराष्ट्र मंत्रालयातील प्रवक्ता नदीम कियानी याने म्हटले की,"भारताने १३ मे रोजी केलेल्या या दोन्ही नंतरच्या अणुचाचण्यांचा पाकिस्तान धिक्कार करीत आहे. आमचे भारतातील सर्व घडामोडींवर बारीक लक्ष आहे." अब्दुल कादीर खान ऊर्फ ए. क्यू. खान हा अणुशास्त्रज्ञ पाकिस्तानच्या अणुसंशोधन प्रकल्पाचा प्रमुख होता. त्याला पाकिस्तानात Father of Pakistan's Nuclear Research Programme असे गौरवाने म्हटले जाते. तो म्हणाला की, "मला फक्त सरकारने हुकूम द्यावा की मी लगेच दहा दिवसात एक अणुस्फोट घडवून आणून दाखवू शकतो. पण तो एक राजकीय निर्णय असेल. आता सारे काही सरकारवरती अवलंबून आहे." पाकिस्तानची भूतपूर्व पंतप्रधान बेनझीर भुट्टो म्हणाली, "भारताने पुढे जाऊन तीन अणुचाचण्या केल्या. आता मी अशी अपेक्षा करते की पाकिस्तान यापुढचे काम करेल." ले. ज. (सेवानिवृत्त) हमीद गुल याने पाकिस्तान सरकारला विनंती केली की, "भारताच्या अणुचाचण्यांना एक तसलाच शोभून दिसणारा व जबरदस्त प्रतिसाद द्यावा."

१३ मे रोजी मध्य आशियातील एका दौऱ्यावरून आल्यावर नवाझ शरीफ यांनी बरेच तास ज्येष्ठ लष्करी अधिकाऱ्यांशी आणि आपल्या सरकारच्या मंत्रीवर्गाशी विचारविनिमय केला. त्यामध्ये भारताच्या अण्वस्त्र चाचण्यांवरती चर्चा झाली. पाकिस्तानच्या

सुरक्षेला भारताच्या चाचण्यांमुळे एकदम आश्चर्ययुक्त आव्हान दिले गेले आहे, असे यावरून जाणवले. शरीफ यांच्या मंत्रीमंडळातील एकजण म्हणाला, “आम्हाला त्या अणुस्फोटांबाबत कसलीही पूर्वमाहिती नव्हती.” दुसऱ्या एका मंत्र्याने म्हटले, “पाकिस्तानने आताच आपल्या अणुस्फोटाच्या चाचण्या कराव्यात. हीच एक योग्य व आदर्श वेळ आहे, असे बऱ्याच मंत्र्यांनी जे म्हटले त्यात नवल नाही.” पाकिस्तानी सैन्याने नवाझ शरीफ यांना कळवले की, “हुकूम मिळताच आम्ही एका आठवड्यात जमिनीखाली अणुस्फोट करून दाखवू. फक्त आम्हाला २४ तासांची तशी नोटीस आधी द्यावी.” परंतु ज्या सरकारी अधिकाऱ्यांना अशा वक्तव्यांची सवय होती त्यांनी पाकिस्तानी जनतेच्या प्रतिसादावर मंत्रीमंडळात भेद झाल्याचे सांगितले. एका सुरक्षा अधिकाऱ्याने सांगितले की, पंतप्रधान हे समतोल व सौम्य प्रतिक्रिया व्यक्त करण्याच्या मताचे होते, असे दिसले. मग नवाझ शरीफ यांनी जर पाकिस्तानने तसा अणुस्फोट केला तर आपल्या देशावरती किती आंतरराष्ट्रीय बंधने लादली जाऊन आपले आर्थिक नुकसान होईल, याचा आढावा घेण्याचे हुकूम दिले. त्याच दिवशी अमेरिकी राष्ट्राध्यक्ष बिल क्लिंटन यांनी नवाझ शरीफ यांना फोन करून विनंती केली की, “तशा अणुचाचण्या करून एका बेजबाबदार कृत्याला प्रतिसाद देऊ नका.” पण त्या आठवड्याच्या शेवटी अणुचाचण्यांसाठी पाकिस्तानने तयारी चालवली होती. ती अमेरिकी उपग्रहांनी वरून टिपली. ते उपग्रह आता सावध होऊन क्रियाशील झाले होते. हेरगिरी करणाऱ्या अमेरिकी उपग्रहांनी बलुचिस्तानातील चगाई टेकड्यांमधील एका चाचणीस्थळी यंत्रसामुग्री मोठ्या प्रमाणात एकवटत असल्याचे पाहिले. त्या चगाई टेकड्या नैऋत्य बलुचिस्तानमधील वाळवंटात आहेत. इराणच्या सरहद्दीपासून त्या जेमतेम ५० किलोमीटरवरती आहेत. आधीच्या ढिलाईमधून शिकलेली सीआयए ही अमेरिकी गुप्तहेर यंत्रणा आता सतर्क झाली होती. सीआयएने “१७ मे रविवारी सकाळी अणुचाचण्या घेतल्या जातील” असा आपला होरा व्यक्त केला. त्या आठवड्याच्या शेवटी नवाझ शरीफ यांनी बऱ्याच राजकीय गटांशी चर्चा केल्या. अणुचाचण्या घडवून आणण्यासाठी त्यांच्यावरती बरेच दडपण आणले गेले. दरम्यान पाकिस्तानी जनतेची प्रतिक्रिया ही “ताबडतोब आपणही चाचण्या कराव्यात,” अशी होती. बेनझीर भुट्टोने “तात्काळ चाचण्या घ्याव्यात,” एवढे नुसते म्हटले नाही, तर “भारतावर अचानक हल्ला करून त्याला नि:शस्त्र करावे,” अशी सूचना केली.

दरम्यान अमेरिकेने पाकिस्तानचे मन वळावे म्हणून एक ‘पॅकेज’ तयार केले. त्यानुसार प्रेस्लर ॲमेन्डमेन्ट उठवून पाकिस्तानला एफ-१६ फायटर-बॉम्बर विमाने देण्याचे ठरवले गेले. त्या विमानांची ६० कोटी डॉलर एवढी एकूण किंमत अमेरिकेला पाकिस्तानने केव्हाच मोजली होती. फक्त प्रेस्लर ॲमेन्डमेन्टमुळे विमाने पाठवण्यास प्रतिबंध झाला होता. पण आता ती विमाने देण्याचे आमिष

पाकिस्तानला दाखविण्यात आले. याखेरीज पाकिस्तानला आणखी काही मदत व सवलती देण्यावर चर्चा व विचारविनिमय दोन्ही देशात होऊ लागले. तरीही पाकिस्तानने चाचण्या केल्याच तर त्याच्यावरती आपोआपच व्यापारावर बंदी लादण्यात येणार होती. पाकिस्तानी अर्थव्यवस्था एवढी छोटी आहे की तशा संपूर्ण व्यापारबंदीमुळे ती पार कोलमडून जाईल. तोपर्यंत भारतावरती तशीच बंदी अमेरिकेने नुकतीच घातलेली होती. १६ मे रोजी शनिवारी तणाव वाढला. कारण गोहर अयूबखान याने बातमीदारांना सांगितले की, ‘‘अणुचाचणी करण्याचे पक्के ठरले असून फक्त सरकार ती चाचणी कधी करणार एवढेच बाकी आहे. पण अणुचाचणी होणार हे नक्की.’’ दुसऱ्या दिवशीही त्याने हेच उद्‌गार असोशिएटेड प्रेस या वृत्तसंस्थेकडे काढले. ‘‘चाचणी नक्की होणार, पण अनुकूल वेळ ठरते आहे. बाकी सारे निर्णय घेतले गेले आहेत.’’ रविवारी २४ मे रोजी हा चाचणीच्या आग्रहाचा उन्माद कळसाला पोचला. त्या दिवशी अणुस्फोटाची सामग्री जागेवरती नीट ठेवली गेली. सबंध पाकिस्तानात एक उत्सुकतेचे व भारलेले वातावरण झाले होते. त्यात एका बातमीची भर पडून जनतेत चलबिचल झाली. जर्मनीचे चॅन्सेलर हेल्मुट कोल यांनी विश्वसनीय सूत्रांकडून समजल्याचा निर्वाळा देत जाहीर केले की, ‘‘पाकिस्तानने अणुबॉम्बचा स्फोट घडवून चाचणी केली.’’ पण तसे अद्याप काहीही घडले नव्हते. कोल यांची बातमी चुकीच्या माहितीवर आधारलेली होती. मग एक सरकारी निवेदन होऊन त्या बातमीचा इन्कार करण्यात आला. नंतरच्या आठवड्यात पाकिस्तान अणुस्फोट करण्याच्या निर्णयापासून मागे हटल्याचे भासू लागले. उलट आता अमेरिकेशी बोलणी चालू झाली. आपल्या देशाला अमेरिकेकडून जास्तीत जास्त किती मदत लाभेल यासाठी ते वाटाघाटी व घासाघीस करू लागले.

२५ मे रोजी असोशिएटेड प्रेस आणि रूटरने बातमी दिली की, अमेरिकी हेरखात्याकडून सांगण्यात आले आहे की चगाई टेकड्यांमध्ये ‘रास कोह’ या जागी स्फोटाची तयारी आता वेगाने सुरू झाली आहे. जमिनीत बोगदे खणले जाऊन स्फोटाचा वेध घेणारी यंत्रे व उपकरणे ही बसविण्यात आलेले पाहिले गेले आहे. ‘‘आता ते कोणत्याही क्षणी अणुस्फोट करू शकतील,’’ असे एका अमेरिकी अधिकाऱ्याने बोलून दाखवले. त्याच वेळी कोणतेही मदतीचे पॅकेज पाकिस्तानला कमीच पडते आहे, असे दिसले. पाकिस्तान आपल्या मागण्या वाढवत नेत होते. मग पाकिस्तानला २८ एफ-१६ जातीची विमाने आणि कर्जाच्या परतफेडीच्या कार्यक्रमाची सोयिस्कर पुनर्रचना करून देण्याचे आश्वासन दिले गेले. पण तरीही पाकिस्तानवर या प्रलोभनाचा परिणाम झाला नाही. पाकिस्तानला अमेरिकेकडून आपल्या देशाच्या सुरक्षिततेची स्पष्ट हमी हवी होती आणि तशी हमी मिळणे असंभव होते. २७ मे

रोजी उशिरा अमेरिकेच्या प्रशासनाने सरकारला बातमी दिली की पाकिस्तानने चाचणीसाठी ज्या विहिरी किंवा आड खणले, त्यात आता सिमेंट ओतण्याचे काम चालू झाले आहे. याचा अर्थ आतमध्ये तळाशी अणुस्फोटाचे साहित्य ठेवले जाऊन वरून विहिरीचे तोंड बंद करण्याचे काम चालू झाले आहे. ही एक अणुस्फोटाच्या आधीची शेवटची पायरी होती. अणुस्फोटाचे साहित्य सीलबंद होऊ लागले होते. आता काही तासात अणुस्फोट घडविला जाईल असे अमेरिकी अधिकारी म्हणू लागले. मग शेवटच्या क्षणाची धावपळ सुरू झाली. ती करण्यात अमेरिकेचे डेप्युटी सेक्रेटरी स्ट्रोब टाल्बोट हेही होते. ते नंतर म्हणाले, "भारत स्वत:ला अलग करीत चालला आहे आणि त्याला आता आपल्या कृत्याची फळे आपण भोगू दिली पाहिजेत." परंतु त्या शेवटच्या धावपळींचा काहीही उपयोग झाला नाही. २८ मे रोजी जागतिक प्रमाणवेळेनुसार दुपारी ३ वाजता नवाझ शरीफ यांनी जाहीर केले, की पाकिस्तानने पाच अणुस्फोट घडवले आहेत. भूकंपमापन यंत्रांनी ती वेळ जागतिक प्रमाणवेळेनुसार सकाळी १०:१६:१७.६ (+०.३१ सेकंद) अशी नोंदली. मग पाकिस्तानच्या पंतप्रधानांनी राष्ट्राध्यक्ष क्लिंटन यांना फोन करून अणुचाचण्या केल्याबद्दल त्यांची माफी मागितली. त्यावेळचे त्या दोघांचे संवाद हे 'अशोभनीय' भाषेत झाले. आणखी एक गोष्ट करून पाकिस्तानने भीतीची एक लाट निर्माण केली. त्यावेळचे भारताचे पाकिस्तानातील हाय कमिशनर सतीशचंद्र यांना इस्लामाबादमध्ये पाकिस्तानच्या परराष्ट्र खात्याने आपल्या ऑफिसात रात्री १२ वाजता बोलावून घेतले. त्यांच्या तोंडावर त्यांना भारताविरुद्धचे आरोप सुनावण्यात आले. तो दिवस २७-२८ मे होता. "भारत हा इस्त्राएलच्या सहाय्याने आमच्या काहुटा येथील अणुकेंद्रावर आणि अन्य लक्ष्यांवरती पहाटेच्या आत हवाई हल्ले चढवणार आहे. त्यासाठी भारताने आपली विमाने विमानतळावरती जय्यत उड्डाणाच्या अवस्थेत ठेवलेली आहेत. कोणत्याही क्षणी ती उडू शकतात." हे आरोप करुणास्पदरित्या विदूषकी होते आणि असत्यही होते.

दरम्यान भारताविरुद्ध तीव्र प्रतिक्रिया होत चालल्या होत्या. अमेरिकेचे राष्ट्राध्यक्ष म्हणाले, "त्या भागात या चाचण्यांमुळे एक धोकादायक व नवीन अस्थिरता निर्माण झाली आहे. परिणामी अमेरिकेच्या कायद्यानुसार मी भारतावर आर्थिक निर्बंध घालायचे ठरवले आहे." (पहा परिशिष्ट-१)

रशियाचे परराष्ट्र मंत्रालय भारतीय अणुचाचण्यांबद्दल म्हणाले की, "ही बाब धोकादायक व दखल घेण्याइतपत गंभीर असून आमच्या एका जवळच्या मित्राने असे करावे त्याबद्दल आम्हाला तीव्र खेद होतो आहे... त्या चाचण्यांमुळे आंतरराष्ट्रीय समुदायांच्या अण्वस्त्र प्रसारबंदीच्या संहितेला जागतिक पातळीवर व क्षेत्रीय पातळीवर धक्का बसला आहे... भारताने आपले अणुधोरण मागे फिरवावे आणि अण्वस्त्र-प्रसारबंदी व CTBT ला चिकटून रहावे."

दंड थोपटून आव्हान स्वीकारताना

भारतावरती टीकेचा भडिमार होत असताना, तीव्र शब्दांची राळ उडवली जात असताना भारताला आणखी एका दुर्दैवाला सामोरे जावे लागले. युनोमध्ये एक भारतीय शिष्टमंडळ पाठवायचे ठरले होते. मला त्या शिष्टमंडळाचे नेतृत्व करण्यास पंतप्रधान वाजपेयी यांनी सांगितले. अणुचाचण्यांनंतर काही महिन्यातली ही गोष्ट आहे. युनोच्या नेहमीच्या जनरल असेम्ब्लीमध्ये मला भाग घ्यायचा होता आणि युनोच्याच एका खास सत्रात भाग घ्यायचा होता. हे खास सत्र नशिल्या पदार्थांच्या प्रसारासंबंधी होते. त्यावेळी अमेरिकेची सेक्रेटरी ऑफ स्टेट मॅडेलीन अल्ब्राईट ही होती. न्यूयॉर्कमध्ये उतरल्यावर तिच्या तीक्ष्ण शेऱ्यांनी माझे स्वागत केले गेले. मग वृत्तमाध्यमांनी मला त्याबद्दल माझी प्रतिक्रिया विचारली, 'द टाईम्स ऑफ इंडिया' या वृत्तपत्राने ११ जून १९९८ रोजी त्यासंबंधीचे वृत्त हे खालीलप्रमाणे दिले :

> *अमेरिकी सेक्रेटरी ऑफ स्टेट मॅडेलीन अल्ब्राईट यांनी "भारत व पाकिस्तान हे जी बिळे खणून आत राहिलेले आहेत, त्या बिळांतून चढून आता अणुचाचण्या झाल्यावर तरी बाहेर यावे." अशी टिप्पणी या निमित्ताने केली. त्या टिप्पणीला एका पत्रकार परिषदेत उत्तर देताना जसवंत सिंग म्हणाले, "मला येथे एक मुद्दा सर्वांच्या ध्यानात आणून द्यायचा आहे. आमच्या प्राचीन संस्कृतीनुसार आम्ही स्वतःला पुरून घेण्यासाठी बिळे खणत नसतो. अगदी अलंकारिक भाषेतही आम्ही असे काही करीत नसतो. म्हणून हे असले बोल म्हणजे भारताला समजावून घेण्यात, भारताच्या भूमिकेचे आकलन करून घेण्यात आणि भारताच्या संवेदनशीलतेला उद्देशून बोलण्यात जो एक मूलभूत कमीपणा नेहमी आढळतो, त्याचेच हे एक ठळक उदाहरण त्या वक्तव्याच्या रूपाने आपल्यापुढे आले आहे."*

त्यानंतर अमेरिका व भारत यांच्यामध्ये एक शाब्दिक युद्ध छेडले गेले. अमेरिकेच्या स्टेट डिपार्टमेन्टच्या सभासदांनी व अधिकाऱ्यांनी भारतावर आर्थिक निर्बंध (Sanctions) लादण्याची प्रक्रिया केव्हाच सुरू केली होती. उदाहरणार्थ, स्ट्रोब टालबोट त्याबद्दल म्हणाले होते, "त्या दोन देशांना एकमेकांपासून अलग करण्यासाठी आणि त्यांना शिक्षा देण्यासाठी हे आर्थिक निर्बंध घातलेले नाहीत. परंतु अशा निर्बंधामुळे त्या दोन्ही देशांना आणि इतर देशांना यातून एक असा संकेत मिळेल, की आपण जर अण्वस्त्रांची कास धरली तर आपल्यावर निर्बंध लादले जाऊन आपले त्यामुळे मोठे आर्थिक नुकसान होईल."

जून १९९८ मध्ये मी अशा वातावरणात आणि अनेक जबाबदारीच्या ओझ्यांसह युनोकडे गेलो होतो. जगाला देण्यासाठी माझ्याबरोबर भारताचा संदेश होता.

◆

पाच

पोखरणने पूर्वेकडे वळवलेली नजर

एसीअन नाट्य

जुलै १९९८ मध्ये मी फिलिपिन्समधील मॅनिला शहरी गेलो. तिथे असोसिएशन ऑफ साऊथ ईस्ट नेशन्स (ASEAN) यांनी एक सभा बोलावली होती, त्यासाठी मी गेलो होतो. त्या संघटनेच्या अध्यक्षांची मुदत एक वर्षापुरती असते. दरवर्षी नवीन अध्यक्ष आळीपाळीने नेमला जातो. त्या वर्षी फिलिपिन्स राष्ट्राला अध्यक्षपद देण्याची पाळी होती. ईशान्य आशियाई राष्ट्रांसाठी आणि वैयक्तिक माझ्यासाठीही त्या वर्षीचा मुख्य विषय हा 'पोखरण-२' हा असणार हे उघडच समजत होते. कार्यक्रमपत्रिकेवरती त्याविषयाची गडद छाया पडली होती. सभेमध्ये भाग घेतलेल्या बहुतेक सर्व राष्ट्रांनी अणुचाचण्यांना विरोध दर्शविला. तो विरोध एक तत्त्व म्हणून असो किंवा अमेरिकेने त्या सर्व राष्ट्रांना तसे करण्यास भाग पाडलेले असो, पण तो विरोध करणारे आता तिथे एकत्र जमले होते, आपली नाराजी ते व्यक्त करीत होते किंवा धिक्कारही करीत होते. या निषेधांमध्ये 'गांधीजी' येणे अपरिहार्य होते. ''गांधीजींच्या भूमीने शांततेची आणि अहिंसेची वाट सोडली,'' अशी वक्तव्ये वातावरणात उमटू लागली. मला अशा वक्तव्यांचा कंटाळा आला होता. कारण प्रत्येक वेळी, काहीही कारण नसताना, गांधीजींचे नाव जोडले जाणे हे योग्य नव्हते. गांधीजींच्या तत्त्वज्ञानाचा वारसा भलतीकडेच जोडून भारतावर ताकीद देणारी टीका करायची हे मला आवडत नव्हते. जनतेचा मोठ्या संख्येने एकदम संहार करणाऱ्या शस्त्रांचा अनिर्बंध प्रसार हा मलाही मान्य नव्हता. मी त्याला उत्तर देऊ शकत होतो. आंतरराष्ट्रीय समुदायांच्या या संदर्भातील काळजीची दखल घेऊन मी भारताच्या कर्तव्याचे समर्थन करू शकतो. पण ज्या राष्ट्रांनी या संबंधातील आंतरराष्ट्रीय संकेत, करार यांचा भंग केला आणि अण्वस्त्रप्रसारबंदीच्या नियमांना चिकटून राहिले नाहीत, अशा राष्ट्रांच्या ताकीदवजा सूचना मी कधीच मान्य करणार नाही. शिवाय भारताने कोणत्याही आंतरराष्ट्रीय

कराराचा भंग केला नाही, कोणाच्याही ऋणात नाही की कोणतेही संकेत मोडले नाहीत. अण्वस्त्रप्रसारबंदी आणि सीटीबीटी या दोन्ही करारांवरती भारताने मुळातच सही केली नाही. त्यामुळे त्यातील संकेतांपासून मागे हटल्याचा आरोप कोणावरही करता येणार नाही. भारत जे काही धोरण आणि कार्यक्रम ठरवतो त्याबाबतीत नेहमीच पारदर्शकता पाळली जाते. याचे एक कारण म्हणजे लोकसभा त्याबाबतीत जाब विचारू शकते आणि दुसरे कारण असे की जिथे राष्ट्रीय सुरक्षिततेचा प्रश्न येतो त्यावेळी अर्थातच आधी आंतरराष्ट्रीय मंजुरी घेण्याचा संबंध नसतो. आपल्या सुरक्षिततेसाठी असे काही करणे हा भारताचा हक्क आहे आणि तसाच तो कोणत्याही देशाचा हक्क आहे.

देशाच्या आंतरराष्ट्रीय संबंधांची जपणूक करणे आणि जे प्रमुख देश जागतिक अण्वस्त्र धोरण ठरवतात त्यांच्याशी संबंध वाढवणे, अशा जबाबदाऱ्या माझ्यावरती सोपविण्यात आल्या होत्या. त्या अशा वेळी सोपवण्यात आल्या होत्या, की त्यावेळी भारताला लक्ष्य बनवले गेले होते व त्याच्यावर चोहो बाजूने टीका व हल्ले चढवले जात होते. (याला मी खाजगीत 'शिवराळ ब्रिगेडचा हल्ला' असे म्हणत असे.) असे हल्ले होण्यासाठी अण्वस्त्र चाचण्यांचे फक्त निमित्त घेतले होते. अनेक दशके बंद केलेली पोतडी आता अणुचाचण्यांच्या निमित्ताने उघडली गेली होती. त्यातून भराभरा प्रश्नमालिका बाहेर पडत होत्या व त्या भारताच्या तोंडावरती फेकल्या जात होत्या. पूर्वीही असेच झाले होते. पण त्यावेळी भारताने नेहमीप्रमाणे काहीही प्रतिवाद न करता ती शिवराळ टीकेची पोतडी बंद करून टाकली होती. त्यामुळे त्यातील प्रश्न, टीका वगैरे एव्हाना मृतप्राय झाले असतील असे वाटत होते. पण प्रत्यक्षात ते सुप्तावस्थेत पडून राहिले होते आणि आता ते अधिक गुंतागुंतीचे रूप धारण करून चाल करून येत होते. त्यांना तोंड देण्याखेरीज दुसरा कोणताही पर्याय नव्हता.

चीनच्या भिंतीकडे मुसंडी

१२ मे रोजी चीनने भारताच्या तीन अणुचाचण्यांविषयी आपली प्रतिक्रिया व्यक्त केली. ती प्रतिक्रिया बरीचशी 'मूक प्रतिक्रिया' होती. चीनच्या परराष्ट्र खात्याचा प्रवक्ता 'झू बंगझाओ' म्हणाला की, "भारताने अणुचाचण्या करण्याची घटना आम्ही गंभीरपणे घेतो. त्या अणुचाचण्या आंतरराष्ट्रीय मतप्रवाहाविरुद्ध आणि दक्षिण आशिया विभागातील शांतता व स्थैर्य यांना बाधक आहेत." १३ मेला जेव्हा पुन्हा भारताने आणखी दोन अणुचाचण्या केल्या तेव्हा चिनी सरकार म्हणाले, "आम्हाला ती बातमी ऐकून धक्काच बसला आणि आम्ही त्या चाचण्यांचा कडकडून धिक्कार करतो." मग त्यांनी पुढे आंतरराष्ट्रीय समुदायांना आवाहन करीत म्हटले, "अशा अणुचाचण्यांच्या संदर्भात सर्वांनी एक होऊन ठोस भूमिका घेतली पाहिजे आणि

भारताने आपला अण्वस्त्र विकासाचा कार्यक्रम ताबडतोब थांबवावा, अशी मागणी केली पाहिजे. कारण हा एक जगातील जनतेचा घोर अपमान आहे.'' पहिल्या प्रतिक्रियेनंतर दुसरी प्रतिक्रिया व्यक्त करताना चीनच्या निषेधाच्या स्वरात एवढा बदल का झाला होता? तशाच चाचण्या पुन्हा केल्यामुळे? चीनने "...गंभीरपणे घेता,'' या शब्दापासून "...कडकडून धिक्कार करतो... जगातील जनतेचा घोर अपमान...'' अशी भाषा वापरली? अमेरिकेकडून होणारी प्रतिक्रिया ही हमखास कठोर व जोरदार असणार अशी आमची अटकळ होती. परंतु दोन राष्ट्रप्रमुखांमधले गोपनीय पत्रव्यवहार हे सुद्धा एक 'आक्रमक हत्यार' असते, हा घटक आमच्या लक्षात आला नव्हता. शेवटी तसाच पत्रव्यवहार झाला. पंतप्रधान वाजपेयी यांच्याकडून राष्ट्राध्यक्ष क्लिंटन यांना पत्र गेले. त्यात अणुचाचण्या आणि भारताने आपल्या शेजारी राष्ट्रांच्या व्यूहात्मक लष्करी क्षमतेचे मूल्यमापन केले होते. त्या गोपनीय पत्रातील मजकूर अमेरिकेने वृत्तमाध्यमांना हेतुपूर्वक गुपचूप खुला केला. ते पत्र असे होते :

प्रिय राष्ट्राध्यक्ष,

भारतात जमिनीखाली अणुचाचण्या केल्याचे तुम्हाला कळले असेलच. या पत्रात मी त्या चाचण्यांमागच्या तर्कसंगतीचा खुलासा करीत आहे. भारताच्या सुरक्षिततेबाबतचे, विशेषत: आण्विक सुरक्षिततेचे, वातावरण हे दिवसेंदिवस बिघडत चालले असून भारताला गेली काही वर्षे त्याला तोंड द्यावे लागत आहे. मी अत्यंत गंभीरपणे ही बाब मनावरती घेतली आहे. आमच्या सरहद्दीवरचा एक देश उघडउघड व राजरोस अण्वस्त्रधारी बनला आहे. याच राष्ट्राने १९६२ मध्ये भारतावरती सशस्त्र आक्रमण केले होते. जरी आमचे त्या देशाशी असलेले संबंध गेल्या दहा वर्षात सुधारत आले असले तरी मुख्यत्वेकरून सरहद्दीच्या प्रश्नांवरून आम्हा दोघात एक अविश्वासाचे वातावरण अजूनही तरळते आहे. यात भर म्हणून त्या देशाने आमच्या शेजारी राष्ट्राला प्रच्छन्नपणे अण्वस्त्रे पुरवली आहेत. अशा या अण्वस्त्रधारी बनलेल्या कडवट शेजाऱ्याने गेल्या ५० वर्षात तीन वेळा आमच्यावरती आक्रमणे केली होती. तसेच, गेल्या दहा वर्षात आम्ही अविरतपणे चालत आलेल्या दहशतवादाचे बळी केले आहे. आमच्या देशातील अनेक भागात विशेषत: पंजाब आणि जम्मू-काश्मिरमध्ये जी घातपाती कृत्ये झाली त्या कृत्यांना याच शेजारी राष्ट्राने खतपाणी घातले होते. परंतु सुदैवाने आमच्या जनतेची लोकशाहीवरील श्रद्धा आणि त्यांची देशभक्ती यामुळे भारताला अतिरेकी व दहशतवादी यांच्यावरती मात करता आली. या अतिरेक्यांना सीमेपलीकडून मदत पुरवली जाते आणि प्रोत्साहन दिले जाते.

आम्ही केलेल्या चाचणी मालिकेतील एकूण अणुस्फोटांची संख्या ही

इतकी कमी आहे की त्याचा उपसर्ग आमच्याशी शत्रुत्व नसलेल्या कोणत्याही देशाला होणार नाही. तुमच्या देशाशी आणि वैयक्तिकरित्या तुमच्याशीही असलेली आमची मैत्री व सहकार्य याला आम्ही सर्वाधिक किंमत देतो. भारताच्या सुरक्षेची जी आम्ही काळजी वहातो ती तुम्हाला समजेल अशी मी आशा करतो.

मी तुम्हाला असे आश्वासन देतो की आमचा भारत देश तुमच्या देशाशी दोन्ही बाजूंनी किंवा अनेक बाजूंनी अण्वस्त्र नि:शस्त्रीकरणाच्या कार्याला आहे अशीच साथ देत राहील. कसलाही भेदभाव न करणाऱ्या आणि खातरजमा करून घेता येणाऱ्या जागतिक नि:शस्त्रीकरणाच्या कार्यावर आमची निष्ठा आहे. अन् ही गोष्ट वेळोवेळी जीवशास्त्रीय व रासायनिक शस्त्रे यांच्यावर झालेल्या दोन परिषदांमध्ये आम्ही दाखवून दिली आहे. विशेषत: जिनिव्हा येथे भरणाऱ्या नि:शस्त्रीकरणाच्या Fissile Material Cut-off Treaty (अणुविदलनक्षम पदार्थांवरील नियंत्रणाचा करार) परिषदेतही आम्ही भाग घेण्यास तयार आहोत.

आम्ही अणुचाचण्या केल्यानंतर जी पत्रकार-परिषद घेतली व त्यात जे आमचे अधिकृत निवेदन वाटले त्याची एक प्रत सोबत येथे जोडली आहे. तुमच्या देशापुढे व तुमच्यापुढे मी व्यक्त केलेले म्हणणे विचारासाठी ठेवून माझे पत्र संपवतो.

मनापासून आपला,

ए. बी. वाजपेयी

वाजपेयींचे हे पत्र वृत्तमाध्यमांना देऊन भारताला हेतुपूर्वक अवघडलेल्या परिस्थितीत अडकवण्याचा अमेरिकेचा डाव होता. कारण अणुचाचण्या करून भारताने अमेरिकेला अवघडलेल्या परिस्थितीत ढकलले होते. त्यावर प्रतिटोला म्हणून अमेरिकेने ही कृती केली होती. त्यांची ही युक्ती सफल झाली. इतर कोणत्याही पद्धतीपेक्षा अशा पद्धतीने कमरेखाली वार केल्यामुळे मी अधिक आश्चर्यचकित झालो होतो. या बाहेर फुटलेल्या पत्रामुळे भारत-चीन संबंधात एक आणखी तिढा बसला. त्यावेळी आणखीही असा एक प्रश्न उद्भवला होता की चीनमधील 'जनतेची मुक्ती फौज' (People's Liberation Army) ही आता चीनची प्रतिक्रिया ठरविण्यासाठी काय भूमिका घेईल? पण ही बाब फारशी आम्ही अभ्यासली नाही की त्यावर काही टिप्पणी केली नाही. चिनी जनतेच्या मुक्ती फौजेची प्रतिक्रिया फार महत्त्वाची होती. पण ती क्वचितच प्रगट केली जायची किंवा संदिग्धपणे व्यक्त व्हायची. म्हणून मी परिषदेत एक संयुक्त व जाहीर केलेला पवित्रा घेतला. चीनमध्ये जे निर्णय घेतले जातात

त्याला कारणीभूत असलेले अंतर्गत घटक तिथे कोणकोणते असतात याची माहिती आम्हाला मिळायची नाही. चीनचे सरकार, तिथली निर्णयप्रक्रिया, वगैरे गोष्टी आपल्या इंटेलिजन्स खात्याकडून फारशा कळत नसत. तिथली बंधने, भाषा, गुप्तता पाळण्याची वृत्ती या साऱ्यांचा हा परिपाक आहे, त्याउलट भारताचे पुस्तक सबंध जगाला वाचण्यासाठी उघड करून ठेवलेले आहे. दोन देशातला हा फरक फार मोठा आहे.

एसिअन रिजनल फोरमच्या सभेच्या तारखा ठरवणे माझ्या हातात नव्हते. त्या बऱ्याच आधी ठरवल्या गेल्या होत्या. १९६७ मध्ये एसिअनची जेव्हा स्थापना झाली तेव्हा भारताला फाऊंडर मेंबर होण्याची संधी होती. तसे भारताला निमंत्रणही आलेले होते. परंतु भारताने ते निमंत्रण त्यावेळी का नाकारले त्याची कारणे मला अजूनही तशी धूसर वाटतात. १९९८ पर्यंत थोडीफार आपली लॉबी निर्माण करून भारत शेवटी एसिअन संघटनेचा सभासद झाला. पण काही झाले तरी आता तो एक नुकताच बनलेला सभासद होता. फाऊंडर सभासदाला जे विशेष महत्त्व असते ते भारताने गमावले. या संघटनेच्या कामकाजात परराष्ट्रमंत्री किंवा तत्सम दर्जाचा प्रतिनिधीच भाग घेऊ शकतो. म्हणून जरी मी नुकताच अमेरिकेहून परतलो होतो तरी मला त्या सभेला हजर रहाणे क्रमप्राप्त झाले होते. या ठिकाणी एक मध्यवर्ती आव्हान माझ्यासमोर उभे होते. भारताने केलेल्या अणुचाचण्यांच्या संदर्भात सर्व टीकात्मक विधानांचा भडिमार होणार होता. पण मला त्या भडिमाराला तोंड द्यायलाच हवे होते, ते अपरिहार्य होते. तसेच, नेहमीप्रमाणे भारतावर टीका करण्यास अमेरिका प्रथम पुढाकार घेते आणि मग अमेरिकेचे पाठीराखे देश री ओढतात, तसे होणार होते. या सभेत तर तसे पाठीराखे देश बरेच होते. शिवाय चीनचा प्रतिनिधीही हजर होता. जे काही चालले आहे त्यात तो देश फारसा भाग घेत नव्हता, पण सारे टीका करायला लागल्यावरती तो त्या टीकेला नक्कीच पाठिंबा देणार होता. शिवाय जपानचा प्रतिनिधी हजर होता. जपानची खासियत काही वेगळीच होती. भारताच्या परराष्ट्र घडामोडींच्या मंत्रालयातील (Ministry of External affairs) अनेक अधिकारी हजर रहाणार होते व ते भारताची बाजू कशी व कोणत्या शब्दात सादर करायची याच्या तालमी ऑफिसात करत होते. परिषदेच्या अखेरीस प्रत्येक देशाला आपापली बाजू थोडक्यात मांडायची असते. एखाद्या प्रहसनाची किंवा नाचगाण्याची तालीम करावी तसा मला तो विनोदी प्रकार वाटला. माझी त्याला हरकत नव्हती. कारण मी माझ्या निवेदनासाठी लांबलचक टिपणे, त्यातील विविध मुद्दे, प्रश्नांकित भाषा व तेच तेच मुद्दे उगाळण्याची नोकरशाहीची पद्धत, हे सारे टाळून फक्त माझ्या मनातील विचारांवरती भिस्त ठेवून बोलणार होतो. त्यामुळे ते अधिकारी त्यांच्या त्या तालमींमध्ये गर्क झाले होते व मी माझ्या विचारात गर्क झालो होतो.

सर्व राष्ट्रे एकमेकांशी कसे संबंध ठेवतात? माझ्या मनात हा प्रश्न नेहमी उमटे व तो अनुत्तरीत राही. मी नेहमी इतिहासाच्या भव्य, विस्तृत पडद्यावरील मोठमोठ्या घटनांमधला आकृतीबंध बारकाईने जाणून घेण्याचा प्रयत्न करीत असे. माझा प्रयत्न प्रत्येक वेळी निष्फळ ठरे, पण तरीही माझा शोध चालूच राही. इतिहासातील घटनांची आंदोलने वाटेल तशी होत रहातात, वाटेल तसे चढउतार होत रहातात. त्या आंदोलनांमध्ये काही आकृतीबंध लपला आहे का? का ती आंदोलने, त्या घटना वाटेल तशा आपोआप घडत होत्या? एखाद्या विशिष्ट भौगोलिक स्थळी, विशिष्ट काळात, कोणत्या तरी संदर्भात त्या घटना आणि त्या मागच्या प्रेरणा हे सारे सहजगत्या व यदृच्छेने घडत असते? माणसाची इच्छाशक्ती, महत्त्वाकांक्षा घडत रहाणाऱ्या इतिहासाला किंचित तरी वेगळा आकार देऊ शकते? का या उलट घडत असते? म्हणजे घटना या निसर्गाकडून स्वाभाविकरित्या घडत रहातात व त्या नेहमीच माणसाच्या विधीलिखिताला आकार देतात? मी हे मनात स्वतःला का विचारीत होतो, तर मला जी जबाबदारी पार पाडायची होती त्यासाठी काही तत्त्वज्ञानाची, धोरणाची गरज होती. मंत्रालयातील अधिकाऱ्यांची मानसिकता बदलणे ही माझ्या दृष्टीने एक कठीण गोष्ट होती. त्यांच्या दृष्टिकोनात वर्षानुवर्षे चालत आलेली सावधानता होती अन् ते सहाजिकच होते, खात्याच्या अनुभवांचा अर्क उतरला होता. अन् म्हणूनच ते एका सुरक्षित मार्गाचा ऊर्फ भित्रेपणाचा अवलंब करीत होते. तेही एका दृष्टीने तसे अपरिहार्य होते. गेली अनेक दशके आपल्या परराष्ट्र धोरणाने आपले संरक्षण मंत्रालय आणि परराष्ट्र घडामोडींचे मंत्रालय यांच्यावरती व्रण उमटवले आहेत, अनेक समस्या मार्गात उभ्या केल्यात आणि खूप कलुषित मतांचे डोंगर उभे केले आहेत. इंग्रजांच्या पठडीमधे वाढलेल्या नोकरशाहीने आपली स्वतंत्र विचारशक्ती एवढी पातळ व सौम्य करून टाकली आहे की, सत्य समजावून घेण्याचा दृष्टिकोन त्यांच्यात रुजविण्यासाठी, मग तो कितीही वादग्रस्त वाटला तरी, त्यांची वारंवार मनधरणी करावी लागते. राजकीय अनिश्चितीमुळे देशात नको तितके अंतर्गत राजकीय बदल होत राहिले आणि प्रत्येक वेळी एक सरकार बदलून दुसरे वेगळेच सरकार सत्तेवर येताना जे काही लोकशाहीत बदल होत राहिले त्यामुळे भारतीय प्रशासन सेवेत (Indian Admistration Service) आणि भारतीय परराष्ट्र सेवेत (Indian Foreign Service) संपूर्ण राजकीय नेतृत्वाबद्दलचा एक संशय खोलवर रुजला आहे. त्या राजकीय नेतृत्वाच्या लहरी, त्यांचे थोड्या कालावधीपुरते असलेले सत्तेवरचे अस्तित्व यामुळे त्यांनी मंत्रालयात, खात्यामध्ये प्रांतवादाला जन्म दिला. आपली मंत्रालये, खाती ही सर्वोच्च क्षमतेने कामे करीत नाहीत. याचे कारण तशी कामे करण्यासाठी लागणारे स्फूर्तीदायक विचार आणि नेतृत्व त्यांना कधीही लाभले नाही.

या बाबतीत येथे मला किंचित विषयांतर करून एक उल्लेख करावासा वाटतो.

माझ्याबरोबर परराष्ट्र खात्यात टी. सी. राघवन यांनी काम केले होते. ते आता पाकिस्तानातील इस्लामाबाद शहरी भारतीय हाय कमिशनच्या ऑफिसमध्ये डेप्युटी हाय कमिशनर या पदावरती आहेत. माझ्या या पुस्तकातील ह्या प्रकरणाचे हस्तलिखित वाचून ते म्हणाले की, "अधिकाऱ्यांच्या मानसिकतेचा उल्लेख केलेला हा परिच्छेद परत नीट विचार करून लिहावा. एका पातळीवरती हे सारे खरे आहे. तर दुसऱ्या पातळीवरती यामुळे एक मूलभूत घटक धूसर केला जातो. परराष्ट्र सेवेतील (IFS) सर्व अधिकारी हे सुधारणा करण्यास विरोध करणारे पुराणमतवादी आहेत, हे खरे. याला भित्रेपणा, बुजरेपणा हा बहुतांशी कारणीभूत आहे. परंतु ही वृत्ती 'स्वतःला रोखण्याच्या' तत्त्वज्ञानामधून घालून दिलेल्या पद्धतीचा तो परिपाक आहे. थोडक्यात सांगायचे झाल्यास भारताला पूर्वीचे अंतर्गत धोरण टाळून पुढे जाता येईल. पण तसे परराष्ट्र खात्यात करता येत नाही. येथे सहसा धोरण-बदल कधीही होत नसल्याने जैसे थे परिस्थिती टिकवण्याची सवय लागते. अर्थ मंत्रालयाला एक वेळ सहजपणे शेरा मारता येतो की, 'पूर्वी दाखवल्याप्रमाणे उद्धृत करू नका.' पण पराराष्ट्र खात्यात तसे अजिबात करता येत नाही."

असे हे विचार मनात येऊन मी मॅनिला शहराकडे जाण्यासाठी विमानाने निघालो. १९९८ च्या जुलै महिन्यातील तो शेवटचा आठवडा होता. २४ जुलैला मी माझ्या डायरीत नोंद केली :

मॅनिला हे शहर विषुववृत्तीय प्रदेशातले व समुद्रकिनारा लाभलेले आहे. येथे नेहमी दमट व गरम हवा असते. संपूर्णपणे आशियाई असलेले हे शहर अस्ताव्यस्तपणे पसरलेले आहे... कसलीही चिंता न करू देणारा बेफिकीरपणा आणि जिवंतपणा येथे आहे. येथे 'नैसर्गिक व्यवस्थेचा' जवळजवळ अभाव आहे. कारण निसर्ग येथे इतका विपुल आहे की तो कोणतीही कृत्रिम सीमा ओलांडून वाढत रहातो. सहाजिकच, त्यामुळे लोक नेहमी उत्साहाने सळसळत असतात, बंधमुक्त असल्यासारखे वागतात आणि एकदम उत्तेजितही होतात. शिवाय कोणतीही शिस्त ते स्वेच्छेने पाळत नाहीत. थोडक्यात भारतात जसे आहे, तसेच फिलिपिन्समध्येही आहे.

विमानतळावरती उतरल्यावर तिथे संप चालू असल्याचे कळले. कर्मचारी मंडळी सगळ्या सेवा चालू ठेवण्याऐवजी त्या ठप्प करण्यात गुंतली होती. त्यांनी आपल्यावरील अन्याय दूर करण्यासाठी एक 'बैठे धरणे' धरले होते. म्हणजे परत भारतामधल्यासारखीच गोष्ट येथे घडत होती. त्यांच्या हातात कामगारांचे हक्क आणि मागण्या असलेले फलक होते. त्या दमट व गरम हवेत हे सारे तापदायक होते. त्या घोषित केलेल्या मागण्याही

अवास्तव वाटत होत्या. दिल्लीतून मी दुपारी निघालो होतो तेव्हाही तिथे असाच एक संप चालू होता. वैद्यकीय कर्मचाऱ्यांचा तो संप होता.

विमानतळापासून हॉटेलकडे जाणाऱ्या रस्त्यावरती खचाखच वाहतुकीची गर्दी होती. त्यामुळे सारखे थांबत थांबत व गचके खात पुढे सरकावे लागत होते. त्यातून सारी वाहने अविरतपणे आपापले भोंगे, हॉर्न वाजवित गोंगाट करीत होते. जुन्यापुराण्या कपड्यातील तरुण हे या वाहतुकीच्या कोंडीत सापडलेल्यांना आपल्याजवळचा माल विकत होते. फिलिपिन्सचे सांस्कृतिक प्रतीक हे 'जीपानी' (Jeepanni) नावाची एक सुधारित जीपगाडी आहे. बहुतेक सार्वजनिक वाहतूक त्यातून चालते. त्या जीपला चमत्कारिक फुलांच्या माळांनी सुशोभित केलेले होते आणि भडक रंगांच्या अक्षरात त्यावरती जाहिराती रंगवल्या होत्या.

हॉटेलाच्या फॉयरमध्ये हॉटेल-मालक, स्वागत करणारे कर्मचारी, झेंडूचे हार आणि पांढऱ्या चाफ्याची फुले घेऊन हजर होते. मला दिलेली खोली मी पाहिली. त्यात भिंतीचे अनेक टवके उडालेले होते. थोडासा निष्काळजीपणा तिथे जाणवत होता. आराम करण्यासाठी ती खोली सोयीची नव्हती. उन्हाचा त्रास होऊ नये म्हणून खिडक्यांना जाळ्या बसवल्या होत्या. त्या खिडकीतून पलीकडे दक्षिण चिनी समुद्र होता. दुपारच्या शिथिल व गरम वातावरणात तो सुस्तपणे व निवांतपणे पडलेला होता. समुद्रावरचे दृश्य धूसर होते.

सेंटर काऊंटर गेम– बुद्धिबळातील सुरुवातीची चाल

शेवटी मला हवी असलेली चर्चेत भाग घेणारी मंडळी सापडली. त्यातले पहिले होते रशियाचे परराष्ट्र मंत्री एवगेनी प्रिमाकोव्ह. येथल्या समारंभानंतर माझी व त्यांची अनेक वेळा गाठ पडली होती. प्रत्येक वेळी त्यांनी वेगवेगळी भूमिका साकार केली होती. हा परराष्ट्र मंत्री फार पूर्वीपासून भारताचा सहानुभूतीदार होता, मित्र होता. त्याची मुळे केजीबी ह्या गुप्तहेर संस्थेत पोचलेली होती. केजीबीमध्ये असताना अनेकवार विविध निमित्ताने त्याने भारताला भेटी दिल्या होत्या. भारतात त्याचे मोठ्या प्रमाणात अनेकांशी संपर्क होते. एकदा तो भारतात आला की बराच काळ त्याचे येथे वास्तव्य असे. गोव्याच्या आरामदायी वातावरणात तो तिथल्या किनाऱ्यावरती बहुतेक वेळा पडून असायचा. त्याचे रांगडे रूप व ग्रॅनाईट दगडासारखा कठोर चेहेरा हा त्याची तीक्ष्ण बुद्धिमत्ता व जागतिक विचारप्रवाहांची तीव्र आकलनशक्ती दर्शवे. त्याच्या कामाच्या क्षेत्रात त्याच्याबद्दल कधीही वावगे समजले गेले नव्हते. त्याचा तो खर्जातला आवाज अगदी वैशिष्ट्यपूर्ण होता. रशियात तशा आवाजातले खूपजण आहेत. परंतु तिथेही त्याचा आवाज वैशिष्ट्यपूर्ण समजला जायचा. अनेकदा तो नको तितक्या

रांगड्या पद्धतीने व उद्धटपणेही वागे. माझा एक सहकारी मॉस्कोला गेला होता त्यावेळी या प्रिमाकोव्हची व त्याची भेट झाली असता त्याने उतावीळपणे व सरळ सरळ माझ्या सहकाऱ्याला म्हटले, "तुम्ही सीटीबीटी करारावरती सही केली पाहिजे." मग माझ्या सहकाऱ्याने कुरकुरत म्हटले, "आम्ही कशी सही करणार?" त्यावर त्याने म्हटले, "कशी? सही कशी करणार? मी दाखवतो ते तुम्हाला..." असे म्हणून प्रिमाकोव्हने माझ्या त्या गोंधळलेल्या सहकाऱ्याच्या कोटाच्या खिशातील पेन उपसून घेतले, त्याचे टोपण काढले आणि हवेत सही केल्याची नक्कल करीत जोरदारपणे म्हटले, "अशी. अशी ती सही करायची असते. दिसले ना तुम्हाला आता सही कशी करायची असते ते? कळले ना?"

आमच्या द्विपक्षीय बैठकीत प्रिमाकोव्ह आदराने व सौजन्याने वागत असे. कारण तो एक मुळातच सौजन्यशील माणूस होता. त्याला त्यावेळी बातमी लागली होती की, रशियाच्या पंतप्रधानपदासाठी कदाचित आपला नंबर लागणार असून त्यासाठी खास प्रशिक्षण दिले जाणार आहे. पोखरणच्या अणुचाचण्यांनंतर त्याने औपचारिक निषेध वगैरे केले होते. मला ते निषेध आजही आठवत आहेत. फक्त एकदा त्याचा वागताना तोल गेला होता. दक्षिण आशियाची भौगोलिक-राजकीय रचना आणि भारताचा भांडखोर शेजारी याबद्दल एकदा आम्ही दोघे चर्चा करीत होतो. तेव्हा मधेच एकदम त्याने एका विशिष्ट देशाच्या संदर्भात म्हटले, "हे काय आहे? त्या छोट्यांची भूमी आधीच का व्यापली गेली?" नंतर तो बरेच काही बडबडत बसला. शेवटी तो म्हणाला, "जणू काही आम्ही रशियात नेहमी अशा...." तो पुढे बोलायचे थांबला. योग्य उदाहरण तो मनात चाचपडत असावा. मग एखादा तोफेचा गोळा स्फोटकपणे उडावा तसा तो म्हणाला, "'...' ची काळजी करीत असतो." (त्याने एका छोट्या देशाचे नाव घेतले होते.) मला तो आवडला होता, त्याचे रांगडे व्यक्तिमत्त्व आवडले होते, अन् मी त्याच्याबरोबर कामही करू शकतो हेही मला समजून चुकले होते. परंतु काही वर्षांनी त्याच्या जागी आलेल्या इगॉर इव्हानोव्हशी मला बोलणी करावी लागली.

एसिअन रिजनल फोरमच्या उद्घाटनाचे रात्रीचे जेवण ही नेहमी एक अनौपचारिक घटना असते. विषयपत्रिकेवरती जर कुणाचे काही मतभेद असतील तर ते अशा जेवणाच्या वेळी आपसात होणाऱ्या चर्चेतून शक्यतो निपटले जावेत, अशी इच्छा ते जेवण आयोजित करण्यामागे असते.

आज परिषद होती. त्याला काही वेगळाच रंग चढवलेला होता. मी परराष्ट्र मंत्रालयात नुकताच आलो होतो. माझ्याबरोबर अधिकाऱ्यांची एक तुकडी होती. त्यांना परिषदेच्या सभागृहात प्रवेश नव्हता. जेव्हा माझ्यावर परिषदेत प्रतिपक्षाकडून 'हल्ला' चढवला जाईल तेव्हा मी कसा बोलेन, कसा वागेन याची त्यांना कसलीच शाश्वती वाटत नव्हती. अन् तसा 'हल्ला' येऊ घातला आहे असे त्यांना समजल्यामुळेच

ते धास्तावले होते. पण मला तसल्या हल्ल्याची ऊर्फ टीकेची भीती वाटत नव्हती. मी त्या टीकेपुढे टिकून राहिलो. नंतरही अनेकवार माझ्यावरती तसे प्रसंग आले असता न डगमगता मी ते निभावून नेले. जर काही खुलासा करायचा असेल तर भारत तो आपण होऊन करेल, त्यासाठी भाग पाडण्याची गरज नसते. परंतु आत्ता सर्वांनी भारताकडे तशी मागणी केली होती. मी शेवटपर्यंत सातत्याने उत्तरे देत होतो, प्रतिवाद करीत होतो. आंतरराष्ट्रीय समुदायाच्या कोणत्याही सभासदाला जर काही काळजी वाटत असेल तर त्या संदर्भात आपण होऊन खुलासा करणे हे भारताचे कर्तव्य आहे, असे सांगत होतो. तथापि, असा काही खुलासा करण्याआधीच कुणी तरी भारताला आरोपीच्या पिंजऱ्यात उभे करून काही मागण्या करत असेल तर त्यापुढे मी मान तुकवणे हे शक्य नव्हते. तसे काही कोणी करू लागले तर ते भारताच्या मंदिरावरती तोफ रोखण्यासारखे मला वाटेल. प्रत्यक्षात तो प्रसंग किरकोळ समजून संपवण्यात आला. त्यात थोडेसे नाट्य घडले, थोडा फार्स झाला, सामूहिक निषेध झाला व त्यानंतर खाजगीत काहीजण "आपला मात्र त्या निषेधाशी काहीही संबंध नाही," असे म्हणाले. परंतु बहुतेकजण तेच तेच मुद्दे उगाळत बसले होते. आम्ही एका मोठ्या वर्तुळाकार टेबलाभोवती बसलो होतो. त्या टेबलाभोवती कोणी यजमान नव्हता. तरीही तिथे एका कुटुंबातील सर्वजण आहेत, असे वातावरण तयार झाले होते. तिथे खूप गांभीर्यही असणे आवश्यक होते. अन् तसे ते निर्माण झाले होते. जणू काही एखाद्या चर्चमध्ये सर्व धर्मोपदेशक जमून आपल्याच एखाद्या चुकार सभासदाच्या गैरवर्तनाची शहानिशा ते करून घेत होते. अशा रीतीने शेवटी (भारत नावाच्या) अयातोल्लाने अण्वस्त्रप्रसारबंदीचे पाखंडी कृत्य केल्याचे धरून चालण्यात येऊन, चर्चच्या बाहेर त्याबद्दल वरिष्ठ पातळीवरून धर्मगुरू जाहीर निवेदन करणार होते. परंतु दुर्दैवाने त्याच वेळी पौर्वात्य बेफिकिरी दर्शविली गेल्याने पाश्चिमात्त्य हेतूकडे नकळत दुर्लक्ष होत गेले. जसजशी संध्याकाळ जवळ येऊ लागली, तसतशी सभासद मंडळी आपसात परिषदेबाहेरचे विषय बोलू लागली. 'खरी आयात', 'द्विपक्षीय व्यापार', 'परतीचा प्रवास', 'गोल्फ खेळातील अडचणी' अशा गरज नसलेल्या विषयांवरती बोलणी होऊ लागली. इतकेच नव्हे तर त्याही पुढे जाऊन नंतरच्या दिवसात वेळ मिळाल्यास गोल्फ खेळायचे घाटू लागले.

मॅनिलाच्या हवेत एक सुस्तपणा नक्की भरून राहिला असावा. ज्या समस्या बाहेरच्या जगातील तमाम राष्ट्रांना भेडसावत आहेत त्याबद्दलची तटस्थता कुठेतरी इथल्या हवेत रेंगाळत असते. अन् तरीही याच दृष्टिकोनातून थोडासा ठिसूळपणाही असल्याने केव्हा एकदम भडका उडेल ते सांगता येत नसते. या साऱ्या गोष्टींची सांगड जर नगरपालिकेतील गोंधळासारख्या अस्ताव्यस्तपणाशी घातली आणि इथल्या भिन्न वंशीयांच्या मिश्रणाची त्यात भर पडली तर मॅनिलाचे वातावरण भलतेच

बहारदार झाल्याचे दिसून येते. मी शेवटी अशा निष्कर्षाला येऊन पोचलो की, संकटातही शांत ठेवणाऱ्या परिस्थितीत भारतावरच्या आरोपांची पहिली सामुदायिक चौकशी चालू आहे ते एका परीने बरेच झाले. या किनारपट्टीवरच्या गावात समुद्र, आकाश, हवा आणि फिलिपाईन्समधील देखण्या स्त्रिया यामुळे माणसाच्या मनातील तणावांचे कंगोरे आपोआपच बोथट होऊन जातात. त्यामुळे भारताविरुद्धच्या चौकशी सत्रात आपण काही करायच्या आत परिस्थिती आपोआप बरीचशी निवळलेली असणार. म्हणूनच फक्त सभासदांसाठी असलेल्या सत्रात सर्व सभासदांनी आपापले मुद्दे फारसे जोरदारपणे बोलून दाखवले नाहीत. या परिषदेने मला एक अमोल नामी संधी उपलब्ध करून दिली होती. अन् तरीही, मला वाटते की भारताचा दृष्टिकोन आपण या सैल वातावरणात मोठ्या निष्ठेने मांडला पाहिजे. आपले ते एक कर्तव्य आहे. अखेर या अण्वस्त्र प्रसारबंदीवाल्यांच्या लॉबीचे पाय हे मातीचेच आहेत. एक प्रकारे किंवा अन्य प्रकारे सर्वांनी अण्वस्त्र प्रसारबंदीच्या कर्तव्यांचे उल्लंघन केले होते. भारताने कोणत्याच करारावरती सही केली नसल्याने कसलाच करारभंग केला नव्हता. या विचाराने मला एकदम फार मोठे बळ प्राप्त झाले. मला प्रथमच दिसून आले की अमेरिकेचा जबरदस्त प्रभाव येथे कार्यरत झाला आहे. अमेरिकेने येथे जमलेल्या राष्ट्रांना आपल्या मनातील हेतूंची नुसती किंचित कल्पना दिली, सूचना केली, की येथले सारे सभासद तात्काळ कळसूत्री बाहुल्यांसारखे उठून अमेरिकेचे आज्ञापालन करण्यात एकमेकांशी स्पर्धा करू लागतील. म्हणून तर अमेरिकेची स्टेट सेक्रेटरी मॅडेलीन अल्ब्राईट अशा प्रसंगी तिकडे आरामात एखादे गाणे गुणगुणत अमेरिकेच्या प्रभावाचे कौतुक करीत बसली असेल! असाच प्रकार तिने प्रिमाकोव्हबरोबर एका राजकीय वाटाघाटीदरम्यान केला होता. तिच्या त्या प्रहसनाचा सर्वजण 'अमेरिका व रशिया यांची The West Side Story' असा उल्लेख करीत होते.

ही परिषद म्हणजे एक प्रकारचा आनंदोत्सवही असतो. तो उत्सव संपण्यापूर्वी बऱ्याच देशांनी दुसऱ्या देशाबरोबर द्विपक्षीय बोलणी एकमेकात करून ठेवली होती. मुख्य परिषदेच्या हॉलमध्ये एका कोपऱ्यात एका देशाने अमेरिकेच्या मॅडलीन अल्ब्राईटबरोबर घाईघाईने काही बोलणी केली होती. मॅडलीन अल्ब्राईट यांना मी पूर्वी १९८०च्या सुरुवातीला भेटलो होतो. त्यावेळी मी एक तरुण खासदार होतो. वॉशिंग्टन जॉर्जटाऊन विद्यापीठाने तरुण नेते मंडळींसाठी एक शैक्षणिक कार्यक्रम आखला होता. मला त्या कार्यक्रमाचे निमंत्रण देण्यात आले होते. आम्हाला शिकविणाऱ्या प्राध्यापक मंडळीत अल्ब्राईट याही होत्या. नंतर अनेकदा तशा कार्यक्रमात आमची त्यांच्याशी गाठ पडायची. मॅडलीन अल्ब्राईट आता या मॅनिला परिषदेत हजर राहिल्या होत्या. पण आम्हा दोघांच्या वाटा एकमेकांना आता खरोखरीच छेदून जात होत्या. न्यूयॉर्कमध्ये आम्ही दोघांनी वृत्तमाध्यमातून एकमेकांवर सौम्य शाब्दिक हल्ले चढवले होते.

त्यानंतर लगेच आता अल्ब्राईटबाईंशी आत्ता गाठ पडत होती. तेव्हा येथे तो मागचा कडवटपणा रेंगाळत होता. तिने परिषदेचे कामकाज सुरू होण्यापूर्वी माझ्यावरती आरोप केले. तिने जर मनापासून तसे म्हटले असते तर ते आरोप कडक होते, असेच म्हटले पाहिजे. ती म्हणाली होती, "जसवंत, तुम्ही आमचा विश्वासघात केला. तुम्ही आम्हाला खोटी आश्वासने दिलीत..." एरवी मी असल्या आरोपांकडे शांतपणे दुर्लक्ष केले असते. पण आत्ता केलेला आरोप हा अतिरंजित होता व तो फेटाळून लावण्यास मला उद्युक्त करणारा होता. भारताने अणुचाचण्यांबाबत जी गुप्तता पाळली होती त्यामुळे तिच्या गर्वाला धक्का बसला होता. त्या दुःखाची प्रतिक्रिया तिच्याकडून व्यक्त होत होती. तिने बुद्धिबळातील एक लांबची खेळी आपल्या प्याद्याचा बळी देऊन खेळण्यास सुरुवात केली होती. म्हणून रागाऐवजी माझ्या चेहऱ्यावरती स्मित हास्य प्रगटले. अन् त्यामुळे तिच्या म्हणण्याचे खंडन करीत मला म्हणता आले की, "नो, मॅडेलीन, तसे काहीही झाले नाही. विश्वासघात केला गेला असेल तर तो तुमच्या हेर संस्थांनी तुमचा केला आहे. आम्ही जे काही आश्वासन देतो त्यानुसार कृती करतो. मी आणि भारत, एकदा दिलेला शब्द आम्ही फिरवित नसतो. माझाच शब्द मी कधीही खोडून काढीत नाही. अन् ही वस्तुस्थिती आहे. बाकी काहीही नाही." त्यानंतर तिने किंचित नाराजीने माझ्या उत्तराबद्दल स्ट्रोब टाल्बोट यांच्यापाशी पुटपुटत काहीतरी म्हटले. तिचा तो अविर्भाव असा काही होता की, आपल्याला या उत्तराने नाराज केले आहे असे मला वाटावे. ती टाल्बोटशी अशा पद्धतीने बोलली की जणू काही मी तिच्या देशात येऊन तसे बोललो होतो. (या पुस्तकातील नववे प्रकरण या संदर्भात पहा.) पण तिचे वागणे-बोलणे काही का असेना, ती तिच्या देशाच्या राष्ट्राध्यक्षांच्या मर्जीनुसार वागत होती.

ऑस्ट्रेलियाबरोबरची द्विपक्षीय बोलणी ही थोडीशी संघर्षाला प्रवृत्त करणारी होती. परंतु ऑस्ट्रेलियाचा परराष्ट्र मंत्री अलेक्झांडर डाउनर आणि मी नंतर एकमेकांचे चांगले दोस्त बनलो. त्या अफाट विस्ताराच्या व कधीही न संपणाऱ्या भूमीचा, तिथल्या लोकांचा आणि तिथल्या अप्रतिम वाईनचा मी नंतर भोक्ता बनलो. परंतु आमच्या बोलण्यातील विवाद्य-मुद्यावर आम्हा दोघांचे जमत नव्हते, एकमत होत नव्हते. न्यूझीलंडचा डॉन मॅकिनॉन हा बराच मवाळ होता. तो आपला निषेध मोठ्या संयमाने आणि अशा पद्धतीने व्यक्त करे की तो 'कॉमनवेल्थ' संघटनेचा सेक्रेटरी जनरल आहे हे लक्षात येईल. कॅनडाचा लॉईड ॲक्सवर्दी याने एक ठाम, तात्त्विक व राष्ट्रीय जबाबदारी दर्शवणारी भूमिका घेतली होती. तो आपल्या भूमिकेपासून किंचितही ढळला नाही. शेवटपर्यंत कॅनडा तसेच ताठ भूमिकेत राहिले.

चीनच्या परराष्ट्र मंत्र्याबरोबर माझे जे बोलणे झाले त्यात अर्थातच 'पोखरण-२' चा विषय आला. तथापि आमच्या बोलण्याला अनेक गर्भित पदर होते. माझ्यासाठी

ते बोलणे हे फार महत्त्वाचे होते. फक्त भारत-चीन असे दोन देशच जी गोष्ट करू शकतील असाही काही भाग त्यात होता. माझी अंत:प्रेरणा मला सांगत होती की, नवी दिल्लीकडून जो काही भविष्यातील चिनी संबंधात वेध घेतला होता त्यापेक्षा वेगळीच परिस्थिती सुप्तावस्थेत असून तीच भारत-चीन संबंधासाठी सहाय्यभूत ठरेल. कोणतेही मुख्यालय हे नेहमीच प्रत्यक्षातील वस्तुस्थितीपेक्षा अति सावधगिरी बाळगणारे आणि निराशावादी बाजू बघणारे असते. भारत-चीन संदर्भात निर्णय घेण्यासाठी अनेक मानसिक बंधने आड येतात. विशेषत: १९६२ च्या चिनी आक्रमणातील पराभवाचे शल्य नेहमीच आड येत राहिलेले आहे. आणखी तसलेच काही अपयश पदरी पडेल या भीतीपोटी पार टोकाचा विचार केला जातो. मग तो विचार अति सावधानता बाळगणारा असतो किंवा अविचारी साहसाचे प्रदर्शन करणारा असतो. राजकीय निर्णयशक्तीचे वातावरण आणि लष्करी हेतू व ध्येये यामधील स्पष्टपणा यावर अनेकदा निर्णय न घेतल्याने गूढतेचे अवगुंठन चढलेले होते. याचा परिणाम अपरिहार्यपणे विरुद्ध दृष्टिकोन निर्माण करण्यात होतो. यामुळे आपली निर्णयक्षमता कमकुवत बनते. निर्णय घेताना गोंधळ होतो किंवा घाईघाईने कसे तरी बेजबाबदाररित्या निर्णय घेतले जातात. मी जेव्हा टॅन्ग जियॉक्सान या चिनी प्रतिनिधीला भेटलो तेव्हा भारत-चीन संबंधांची ठळक वैशिष्ट्ये तशीच होती, ती ना कमी झाली होती ना त्यात काही बदल झाला होता. म्हणून मी नुसताच 'पोखरण-२' च्या संदर्भातील कोंडी सोडवण्याचा प्रयत्न केला नाही, तर आणखीही काही वेगळाच शोध घेण्याचा प्रयत्न केला. भारत व चीन या दोन राष्ट्रांमधल्या चांगल्या संबंधांचा खोल अर्थ शोधण्याच्या प्रयत्नात मी होतो. त्या शोधात असताना अनेक घटक विचारात घ्यावे लागत होते. इतिहास, भूगोल आणि परंपरागत पूर्वग्रह, एकमेकांपेक्षा पूर्णपणे भिन्न असलेले सामाजिक मापदंड हे ते घटक होते. अन् या सर्वांवरती कळस म्हणजे दोन राष्ट्रांच्या भिन्न तत्त्वप्रणालींची एकमेकांशी होणारी टक्कर! म्हणून जेव्हा आम्ही दोघे आपापल्या राष्ट्रांचे व संस्कृतींचे वारसे घेऊन एकमेकांसमोर आलो, तेव्हा आम्हा दोन राष्ट्रांच्या पाट्या कोऱ्या नव्हत्या. अन् त्यावरती आम्हाला नव्याने लिहायचे होते.

माझा 'चायना सिन्ड्रोम'

नेहरूंच्या काळातील विचारसरणी मुख्यत्वेकरून आपणा सर्वांना मिळाली आहे. त्यातील काही ठेवा आपल्याला मिळाला आहे. मी स्वत: जेव्हा भिन्न भिन्न परिस्थितीत सापडलो होतो किंवा आयुष्यात काय करावे असा प्रश्न जेव्हा माझ्यापुढे पडला तेव्हा मी एकेक कठीण पायरी चढत शिकत गेलो. त्यातून काही विचारसरणी मी कमावली. त्यामुळे भारत-चीन संबंधाचे मला नीट व स्वच्छपणे आकलन होते व या गुंत्यात

आपण कसे व कोठे आलो हेही मला स्पष्ट कळते. त्यामुळे १९६२ च्या कटू आठवणींमुळे मी बेचैन होत नाही की मला आपला मानसिक पराभव झाला असे वाटत नाही. आपल्या या पूर्वेकडच्या चिनी शेजाऱ्याच्या महान संस्कृतीमधील मानवी घटकाकडे थेट पोचण्यासाठी आणि भूतकाळातील घटनांचा गुंता सोडवण्यासाठी मी एखादा 'संकेत' मिळतो का ते पाहू लागलो, त्याचा शोध घेऊ लागलो. दोन्ही देशातील संबंधांना जे एक चमत्कारिक कुलूप लागले आहे त्याची किल्ली मी शोधू लागलो. म्हणून माझे मुख्य काम हे एकमेकांना दुरावलेल्या या दोन देशांना एकत्र आणण्याचे होते. तसेच, दोन्ही देशातील संबंध अयोग्य राजनैतिक पद्धतीने हाताळल्याने आणि लष्करी आव्हाने दिली गेल्याने 'हिंदी-चीनी भाई भाई।' या घोषणेपासून दोन्ही देशातील जनतेमध्ये एकमेकांबद्दल तुच्छता निर्माण झाली होती. त्यासाठी मला जे बोलायचे होते, भाषण करायचे होते ते काळजीपूर्वक व योग्य रीतीने करणे हे काम माझ्यापुढे होते. लष्करी, राजनैतिक किंवा अंतर्गत अशी कोणतीही समस्या असो, तिच्या गाभ्यात जे काही असते ते महत्त्वाचे असते. जर त्या गाभ्याला आपण परिणामकारक रीतीने बोलून आवाहन केले, तरच ती समस्या सुटण्यास मदत होते. भारत-चीन संबंधांचा गुरुत्वमध्य १९९८ मध्ये कोठे होता? सदोष साम्राज्यवादी विचारसरणीच्या चुकीच्या अर्थामध्ये तो होता? का न सुटलेल्या सीमा प्रश्नात तो होता? का काही प्रश्नावरून होत असलेल्या महत्त्वाकांक्षी स्पर्धेत तो होता? मग ती स्पर्धा लष्करी असेल किंवा अण्वस्त्रांबाबतीत गुप्तता पाळण्यातीलही असेल. कारण या दोन्ही क्षेत्रात एकाने वरचढ होणे म्हणजे दुसऱ्याच्या विरुद्ध उभे रहाणे असे होऊ शकते. शेवटी नक्की नेमका कोणता प्रश्न, कोणती समस्या सोडवायची होती? जर फक्त १९६२ मधील आक्रमण किंवा न सुटलेला सीमा-प्रश्न असेल तर त्याच प्रश्नावरती लक्ष केंद्रीत करणे ही फक्त एक 'तांत्रिक' बाब किंवा ती नकाशाशास्त्रीय बाब होईल काय? तसे जर नसेल, तर त्या सीमावर्ती भागासंबंधात काहीतरी फार मोठा प्रश्न अनुस्यूत असला पाहिजे. तसे असते तर चीनने सीमाप्रश्न सतत धगधगत ठेवला नसता का? का या दोन देशात राष्ट्रीय हिताच्या अग्रक्रमात स्पर्धा चालू आहे? पण या सर्व उहापोहापेक्षा समस्येच्या गाभ्याशी काय आहे, हे पहाणे महत्त्वाचे आहे. त्या गाभ्यात भूमी, किंवा सीमा, किंवा राष्ट्रीय श्रेष्ठत्व, किंवा हे सर्वच आहे काय? आत्मसमाधानापासून पुढे जात जेव्हा आपण समस्येला भिडण्यापर्यंत वाटचाल करतो, तेव्हा नेहमीच परिस्थितीवर आपली हुकूमत चालत आली होती का? का परिस्थितीच नेहमी आपल्याला पुढे सतत वाढत्या वेगाने पुढे ढकलत नेत रहाते, आणि मग प्रवाहपतित झाल्यावर आपण चाललो आहोत तरी कोणत्या दिशेने याचे सबंध भारतात कोणालाच भान रहात नाही, असे काही होते काय? चीन आपल्या बाजूने हीच समस्या कशी पहातो? त्यांना आपला स्वत:चा हेतू काय आहे

तो स्वच्छ कळला आहे? आपल्याला हे प्रश्न जरी तसे निरुपद्रवी वाटले तरी त्यातच कुठे तरी उत्तर दडलेले आहे, अशी माझी अंत:प्रेरणा मला सांगते.

राजनैतिक आणि लष्करी अशा दोन्ही दृष्टिकोनातून १९६२ च्या आक्रमणाचा दाखला देऊन जे विचार मांडले जातात ते मला नेहमी चुकीचे वाटत आलेले आहेत. १९६२ मध्ये जे काही लष्करी धोरण राबवले गेले त्याचे परिणाम मी सैन्यात पार खालच्या पातळीपर्यंत अनुभवले होते. तेव्हापासून मी या प्रश्नाचा आत्तापर्यंत खोलवर अभ्यास करीत आलो आहे. पण तरीही मला अजून त्यावेळच्या सरकारच्या लष्करी धोरणाचे व राजनैतिक धोरणाचे नेमके केंद्र काय होते, ते समजू शकले नाही. स्टॅलीन एकदा अशा धोरणांच्या केंद्राबद्दल म्हणाला होता, ''एखाद्या धोरणाचे किंवा मोहिमेचे नऊ दशांश अंतिम यश हे त्या धोरणाचा केंद्रबिंदू, आपण नेमका काय ठरवतो त्यावरती अवलंबून असते.'' आपल्याला धोरणाच्या केंद्रांची कोणतीही स्पष्ट कल्पना नसते. तसेच, कोणतेही धोरण राबविताना संबंधित स्थानिक मनुष्यबळाचा कधीही विचार केला जात नाही. लष्करी धोरणात नुसते किती सैन्यबळ त्या जागी वापरले जाते आहे एवढेच महत्त्वाचे नसते तर धोरणातल्या केंद्रबिंदूवर आपण किती भर देतो आहे हे अधिक महत्त्वाचे असते. आपल्याकडे तो घटक कायम विसरला जातो व त्यामुळे अस्तित्वात नसतो. उलट चिनी मात्र 'समतोल साधण्याच्या शास्त्रातील शास्त्रज्ञ आणि सापेक्षतेचे कलाकार आहेत' असेच म्हटले पाहिजे. त्यांना दोन राष्ट्रातील सत्तेमधला तोल नीट समजतो. तो सारखा बदलत असतो हेही कळत असते. तसेच, जशी परिस्थिती बदलत जाते, तसे दृष्टिकोनही बदलत जातात, याचेही त्यांना पूर्ण भान असते. या सर्व गोष्टी महत्त्वाच्या आहेत. त्या आपण कधीही, अगदी क्षणभरही विसरता कामा नये. नाहीतर त्या विसरण्याची किंमत आपल्याला एवढी जबरदस्त मोजावी लागते की कधी कधी त्यासाठी आपले स्वातंत्र्यही गमावले जाते. एखादा धोका, मग तो खरा असो वा सुप्त अवस्थेतला असो, त्याची ताबडतोब देशाने दखल घेतली पाहिजे. तसेच त्यातून अशी परिस्थिती उद्‌भवू देता कामा नये की ज्यामुळे शत्रूचे बळ वारेमाप एकवटत जाईल. परिणामी आपले सारे नेतृत्व कुचकामाचे ठरेल. हेन्री किसिंजर यांच्या Years of Upheaval या पुस्तकात यावरचे विचार अधिक चांगल्या रीतीने विशद केले आहेत.

दोन्ही देशांच्या समान हितांच्या सिद्धांताची वरवर जरी तपासणी केली तरी त्यामुळे आपल्याला चांगल्या संबंधाचा पाया कळू शकेल. शेजारी राष्ट्रांचा विचार करायचा झाल्यास मागचा इतिहास फारसा चांगला नाही हे खरे आहे. पण जो ऐतिहासिक आकृतीबंध तयार झाला आहे तो जर चीन व भारताने पुसून टाकला तर हे दोन्ही देश शांततेत व एकमेकांशी सुसंवाद राखीत नांदू शकणार नाहीत काय? किंवा या दोन्ही देशांना ग्रीस व रोमन किंवा ग्रीस व पर्शिया या दोन्ही प्राचीन

संस्कृतींचा कित्ता गिरवता येणार नाही का? तसे करताना अर्थातच दोन्ही देशांना सीमाप्रश्न हा सोडवावा लागेल यात शंकाच नाही. कारण दोन्ही देशात चांगले संबंध निर्माण होण्यासाठी तसे करणे आवश्यक आहे. सीमाप्रश्न सोडवणे हे जसे राष्ट्रांना आवश्यक आहे, तसेच सरहद्दीवरच्या शेतकऱ्यांनाही ते आवश्यक वाटते. भक्कम कुंपणे असली की शेजारधर्म चांगला पाळला जातो. दुसराही एक घटक महत्त्वाचा आहे. तो म्हणजे दोन्ही देशांमधील मूल्ये, सामाजिक मापदंड, सांस्कृतिक समीकरणे, दोन्ही भाषांमधील साम्यस्थळे इत्यादी. या गोष्टींमुळे नक्कीच चांगले संबंध राखण्यास मदत होते. भारत व चीन यांनी या पातळीवर प्रयत्न करायला हरकत नाही. पण तसे कधी घडेल का? कारण चिनी राष्ट्राला, मग ते कम्युनिस्ट असो वा कोणत्याही राज्यपद्धतीचे असो, जेव्हा स्थैर्य प्राप्त होते तेव्हा ते आपल्या बळाचा वापर करू लागते, अन् ते एक ऐतिहासिक सत्य आहे. चीनची ताकद जसजशी वाढत जाते तसतसा त्या देशाचा विस्तार होत जातो. सबंध इतिहासात चिनी राष्ट्राने कधीही मानवहितवादाचा बहारदार आविष्कार करून दाखवला नाही. नेहरूंनी पूर्वी चीनशी व्यवहार करताना मानवहितवादाचा उपयोग राष्ट्रीय धोरणात जसा केला तसा प्रकार चीनने आजवर कधीही अगदी चुकूनसुद्धा केला नाही. भारतापुढच्या ज्या मोठ्या समस्या आहेत त्यातील काही समस्यांबाबतीत मला येथे जी सांगण्याची संधी मिळाली आहे, ते मी माझे मोठे सुदैव समजतो. शेवटी आंतरराष्ट्रीय संबंध हाताळण्याचे चातुर्य कशासाठी वापरायचे, तर राष्ट्रीय हिताचा बळी न देता दोन देशांमधील संबंध सुधारण्यासाठी. म्हणून तर 'दोघांच्या हितांची एकरूपता' ही अत्यंत महत्त्वाची ठरते. अन् ही गोष्ट कधीही कायमस्वरुपी नसते, ती काळाच्या प्रवाहात अधेमधे होत असते. म्हणून, तशी संधी जेव्हा केव्हा प्राप्त होईल तेव्हा ती झटकन पकडायची असते. तशा संधीचा वेध घेणे व ती पकडून तिचा राष्ट्रीय हितासाठी उपयोग करून घेणे हे खरे प्रमुख आव्हान असते. म्हणूनच आंतरराष्ट्रीय राजनैतिक विषयात नवीन काही करण्याला फार मोठा वाव नेहमीच असतो. त्यातल्या आव्हानांची गुंतागुंत जेवढी जास्त तेवढे नवीन काही करण्याला अधिक वाव मिळतो. आंतरराष्ट्रीय राजनीतीचे जग हे संथ व कंटाळवाणे असते. पण तरीही अशी आव्हाने स्वीकारून नवनिर्मिती करता येते.

राज्यकारभार करताना कोणत्याही आव्हानाला तोंड देताना मग ते नेहमी येणारे असो, निर्णय हे घ्यावे लागणार आणि कधीकधी पुरेश्या माहिती अभावीसुद्धा ते घ्यावे लागतात. माहिती ही नेहमीच अपुरी असते, कधीही संपूर्ण माहिती मिळत नाही. अन् जी काही मिळते तीही वेळेत मिळत नाही. मग तुम्ही एखाद्या बाबीवर कितीही परिपूर्ण टिपण तयार केले तरी ते अपूर्णच असणार. म्हणून कोणतेही तत्त्वज्ञान कितीही प्रयत्न केले तरी ते परिपूर्ण होऊ शकणार नाही की तुम्हाला हवी ती कल्पना येऊ देणार नाही. तसेच ते दीर्घ काळही उपयोगात आणता येणे शक्य

होणार नाही. संपूर्ण माहिती शोषून तिचे योग्य त्या कृतीत रूपांतर करू शकणारे तत्त्वज्ञान किंवा सिद्धांत जगात अस्तित्वात नाही. बहुतेक सिद्धातांना 'संपूर्ण माहिती' हवी असते आणि तो सगळा कच्चा माल कधीच मिळत नाही. 'माहिती' हा एक राज्यकारभार करताना लागणारा अत्यंत दुर्मिळ पदार्थ आहे. याचा अर्थ, जगातील बहुतेक सरकारे ही माहितीअभावी आपल्या तर्कावर, अटकळीवर किंवा अंत:प्रेरणेवर चालतात, असा होईल. तसेच, माहितीने भरलेल्या कागदात संपूर्ण वस्तुस्थितीचे दर्शन घडलेले नसते,त्यात केवळ अर्धसत्य भरलेले असते. बाकीचे सारे तर्कावर आधारित असते. हे सारे लक्षात घेऊन निर्णय घ्यायचे असतात. सर्व झाल्यावर शेवटी आपले मागचे निर्णय परत तपासून पाहिले, एखाद्या परिपूर्ण भिंगाने मोठे करून पाहिले, तर त्यातून निघणारे मूल्यमापन, निष्कर्ष हे फार क्रूर असतात, बेचैन करणारे असतात. शेवटी इतिहासातच सारी माहिती दडलेली असते व त्याआधारे आपल्याला भूतकाळाचे मूल्यमापन करावे लागते. म्हणून एकदा निर्णय घेतला की तो बरोबर आहे की नाही हे खात्रीपूर्वक सिद्ध करणे अवघड असते. घेतलेला निर्णय हा त्या त्या वेळी महत्त्वाचा असला, न टाळता येण्याजोगा असला, तरी त्यावेळी तो घ्यावाच लागतो. कारण नंतर होणाऱ्या राष्ट्रीय चुका या अधिक गंभीर होतात. आपण घेतलेल्या निर्णयाबद्दल नंतर 'कोण कधी काय बोलेल' याचा विचार करीत बसले तर कोणत्याही सरकारला पक्का निर्णय कधीच घेता येणार नाही, मग ते सरकार निर्णयाअभावी लंगडेच राहील.

मधला खेळ

अशा विचारात गर्क असताना चीनच्या परराष्ट्र मंत्र्याला मी भेटायला गेलो. त्या मंत्र्याबद्दल मला पूर्वी फारशी माहिती नव्हती. पण या टॅन्ग जियॉक्सानबद्दल माझ्या अंत:प्रेरणेने मला सांगितले की या व्यक्तिबरोबर आपण बोलू शकतो, काम करू शकतो. त्याला आंतरराष्ट्रीय घडामोडींमधला दीर्घ काळाचा अनुभव होता. विशेषत: जपानमधला अनुभव मोठा होता. बीजिंगमधल्या परराष्ट्र कचेरीत काम करीत करीत तो वर चढत गेला होता. एक समर्थ, धूर्त आणि मेहनती अशी ती व्यक्ती दिसत होती. भारताबद्दल त्यांनी बरीच माहिती मिळवलेली होती. ज्याच्याशी मी नीट संवाद करू शकेन अशी ती व्यक्ती होती. ज्या खोलीत आम्हा दोघांची भेट झाली ती खोली फारशी मोठी नव्हती. पण मला वाटते की, त्या हॉटेलमधे रिकामी असलेली ती एकमेव खोली असावी. एक लांबट चौकोनी टेबल तिथे होते, ते फुलांनी सजवलेले होते. त्या टेबलामुळे ती खोली गर्दी झाल्यासारखी भासत होती व म्हणून ती आणखीनच लहान वाटू लागली. त्या खोलीकडे जाणाऱ्या कॉरिडॉरमध्ये वृत्तमाध्यमांचे वार्ताहर, व छायाचित्रकार यांची गर्दी उसळली होती. त्यात भारतीय, फिलिपीनी, चिनी आणि आंतरराष्ट्रीय

वार्ताहर होते. चिनी परंपरेनुसार टॅन्ग जियॉक्सान याने मला आधी बोलण्याची परवानगी दिली. मग मी आजवर जे बोललो होतो, बोलत आलो होतो, तेच परत एकदा बोलून दाखवले. मला जे काही सांगायचे होते ते सांगून झाल्यावरती काही आभाराची व स्वागताची वाक्ये त्याने उच्चारली. नंतर मात्र त्याने एकदम माझ्यावरती थेट शाब्दिक हल्ला चढवला, अन् तोही मोठ्या आवेशाने. बोलत असताना हाताच्या मुठी टेबलावर आपटणे, समोरच्या माणसाकडे बोटे रोखणे असे तो करीत होता. ज्यावेळी समोरच्या व्यक्तिशी आपण बिलकुल सहमत नसतो, मोठ्या प्रमाणात मतभेद असतो, तेव्हा चिनी लोक असे हावभाव करीत बोलत असतात. पण मला हे नंतर कळले. त्याच्या या कडकडून निषेध करण्याचे कारण माझ्या मते भारताने अणुचाचण्या केल्याबद्दल त्याला राग आला नव्हता, तर एका मोठ्या संदर्भात त्या चाचण्या झाल्या होत्या आणि त्यामुळे झालेल्या कटुतेत अनवधानाने केलेल्या व गरज नसणाऱ्या अनेक भारतीय प्रतिक्रियांची भर पडलेली होती. माझ्या या तर्काला माझ्या खात्यातील सर्व अधिकारी सहमत नव्हते. चीनच्या मते चाचण्यांनंतर जे काही घडले त्यामुळे चीनच्या मते त्यांच्या स्वत:च्या प्रतिष्ठेला धक्का बसला होता. वाजपेयी यांनी अमेरिकन राष्ट्राध्यक्ष क्लिंटन यांना लिहिलेले जे पत्र बाहेर फुटले त्यामुळे चीन खरा अस्वस्थ झाला होता. ते पत्र वृत्तपत्रात छापले गेल्याने भारताची स्थिती अवघडल्यासारखी झाली होती.

टॅन्ग जियॉक्सानच्या मते, म्हणजेच चीनच्या मते, अणुचाचण्यांचा संबंध त्या पत्रात चीनशी सरळ सरळ जोडलेला होता. यामुळे अर्थातच बीजिंगची अवघड स्थिती होऊन त्याला अनेक फाटे फुटू शकत होते. अन् म्हणून या कारणासाठी बोलताना तो सतत आपल्या देशातर्फेचा निषेध मोठ्या आंतरराष्ट्रीय संदर्भात मांडत होता. चीन अगदी हेतुपूर्वक भारताच्या अणुचाचण्या द्विपक्षीय चर्चेच्या कक्षेत ठेवू पहात होता. पण आता या गोष्टी जगजाहीर झाल्याने त्याला भारताबरोबरच्या न सुटलेल्या सीमाप्रश्नाशी संबंध नाही असे म्हणणे जड जात होते. 'आंतरराष्ट्रीय समुदायाचा एक जबाबदार सदस्य' अशी आपली प्रतिमा निर्माण करण्याचे चीनचे ध्येय होते. अजूनही त्याचा तसा प्रयत्न चालूच आहे. पण उघड झालेल्या त्या पत्रामुळे 'भारताला धमकावणारा देश' अशी प्रतिमा हळूहळू उमटणार होती. चीनच्या धडपडीला त्यामुळे छेद दिला जात होता. म्हणून अणुचाचण्या संदर्भातल्या निषेधामागे चीनची ती पोटदुखी होती. राजकीयदृष्ट्या अवघड परिस्थितीत सापडलेल्या चीनला दक्षिण आशियातील घडामोडींपुरते बंदिस्त केले जात होते. चीनला ते आवडत नव्हते. पण यावरही चीनने कोलांटी उडी मारत म्हटले होते, "हे सारे भारताच्या परंपरागत व कधीही न संपणाऱ्या बेजबाबदारपणामुळे घडले आहे." वारंवार चीनने तशा अर्थाची निवेदने केल्याने असे सूचित होई की, 'पहा ही भारताची वर्तणूक. ही

शेवटी हाताबाहेर जाऊन जगाला धोका बनू शकेल.' भारताविरुद्धच्या अशा अपप्रचाराचा चीनला कदाचित काही लाभ होऊ शकेल. जर चीनचे आरोप उचलून धरले गेले किंवा त्याचे खंडन कोणी केले नाही तर भारताबद्दल जगात दोन पक्ष पडतील. त्यातील एका पक्षाला त्या आरोपांचा लाभ होईल. त्यातून चीन हा पाच जागतिक महासत्तांपैकी असल्याने तो एक अधिकृतरित्या अण्वस्त्रे जवळ बाळगणारा देश आहे. त्यामुळे त्याचे म्हणणे हे आपोआपच गंभीरपणे घेतले जाणार होते. त्या चर्चेच्या वेळी आणि त्या आधीही अनेक प्रसंगात टॅन्ग जियॉक्साननने सूचित केले होते की, भारताच्या त्या अणुचाचण्या या 'दक्षिण आशियात आपलेच एकमेव वर्चस्व असावे' या महत्त्वाकांक्षेचा भाग आहेत. हा एक सापळा होता, पण मी त्यात अडकून फसणार नव्हतो. तसे जर झाले असते तर भारत व त्याच्या अणुचाचण्या फक्त एखाद्या विशिष्ट देशाविरुद्ध आहेत अशी समजूत झाली असती. चीनने इतका थेट व जहरी आरोप करणे हे अनाकलनीय होते.

त्या बैठकीत शेवटी तो एक क्षण आला. बोटे रोखणे व मुठी आपटणे या प्रकारानंतर तो क्षण आला. टॅन्गने सुचवले की, "भारतानेच हा तिढा निर्माण केला असल्याने त्यानेच तो सोडवलेला बरा. भारतामुळे ही समस्या निर्माण झालेली असल्याने यातून बाहेर पडायचा मार्गही त्यानेच शोधावा." टॅन्ग जियॉक्सानचे हे एक साधे सरळ वाक्य मला आवडले. कारण राजनैतिक पातळीवरती चातुर्याने गुंतागुंतीच्या भाषेत बोलण्यापेक्षा त्या वाक्यामध्ये चीनचे म्हणणे स्वच्छपणे प्रगटले होते. थेट उल्लेख करून बोलणे हे चीनच्या संस्कृतीचे वैशिष्ट्य होते. असे काही बोलून टॅन्ग जियॉक्सान काहीतरी संदेश देत असावा. त्याच्या म्हणण्याचा गोषवारा असा होता, "दार काही पूर्णपणे पक्के बंद झालेले नाही. तुम्ही (भारताने) ते आपल्या कृतीने बंद केलेले आहे. आता तुम्हीच ते उघडण्यासाठी पहिले पाऊल उचलावे." यावरती मी आमच्या परराष्ट्र मंत्रालयाची प्रतिक्रिया व टिप्पणी मागवित बसलो असतो आणि त्यावरती विचार करून पुढे काय करायचे ते ठरवित बसलो असतो तर त्यात कित्येक आठवडे गेले असते आणि या प्रकरणाला अनेक फाटे फुटले असते. माझ्यापुढे अचानक एक संधी अनपेक्षितपणे प्रगट झाली होती. आमचा शेजारी देश हा माझ्यापुढे एक संधी ठेवीत होता. आणखीही एक बाब अशी होती की ती मला ताबडतोब समजली नाही, पण नंतर लक्षात आली. चीनने आपल्या देशाचा नवीन अग्रक्रम तयार केला होता. त्यानुसार सतत भारताबरोबर दंड थोपटून उभे रहाणे त्याने सोडून दिले होते. भूतकाळ मागे टाकण्याला अग्रक्रम दिला होता. म्हणून त्याच्या उपसिद्धांतानुसार 'पोखरण-२' या अणुचाचण्या म्हणजे राजरोसपणे भारताने केलेले स्थित्यंतर होते. ते चीनला मान्य होते. चीन हा भारताला नेहमीच 'एक शांत असलेली अणुसत्ता' असे मानीत आलेला होता.

माझ्यापुढे टॅन्गने एक संधी देऊ केली होती, आणि मला त्या क्षणी ती चटकन स्वीकारावीशी वाटत होती. मी मग त्यावरती माझी अनुकूल प्रतिक्रिया दाखवून ती संधी स्वीकारली, शांतपणे स्वीकारली. कारण टॅन्गाच्या आधीच्या त्राग्याने, आदळआपट करण्याने, मुठी आपटणे, बोटे रोखणे वगैरे प्रकाराने मी अजिबात विचलित झालो नव्हतो. मी माझ्या त्या प्रतिपक्षाला, चिनी मंत्र्याला म्हटले, "होय, ते दार उघडायला पाहिजे खरे. पण मी ज्या भारत देशातून आलो आहे, तो देश तुम्हाला नीट ठाऊक आहेच. माझ्या देशात यावर मला सांगण्यात येईल की, तिढा सोडवायला दोन हात लागतात. एका हाताने गाठ सोडवणे हे कठीण असते. तुम्ही तुमचा हात पुढे करा, मी माझा हात पुढे करेन. आपण दोघे मिळून, दोन हातांनी तो तिढा, ती गाठ सोडवूया." मग थोड्याच वेळात ती द्विपक्षीय बैठक संपली. माझ्या ताबडतोब लक्षात आले की, पोखरण-२ चे जे बर्फ चीन व भारत यांच्यामध्ये साठले होते ते आता वितळू लागले आहे. जरी त्याचे ताबडतोब परिणाम दिसले नाहीत तरी ती गोष्ट घडू लागली आहे.

नंतरच्या बैठकांमध्ये मी या चिनी परराष्ट्र मंत्र्याबरोबर बातचीत केली. त्या हुशार व धूर्त माणसाशी बोलताना मला मजा वाटत होती. त्याच्याशी बोलण्यातून माझाही काही लाभ झाला होता. नंतर त्यानेही मला धन्यवाद दिले आणि परत परत माझी खुशामत तो करीत राहिला. तसले बोलणे हे भावनाशून्य व कठोर राजनैतिक वातावरणात अनपेक्षित आणि वेगळेच होते. पण जेव्हा जेव्हा त्याने माझ्या रांगड्या किंवा जराशा लष्करी पद्धतीला दाद दिली तेव्हा मला कळेना की, या माणसाला खरेच तसे म्हणायचे आहे, का सभ्यपणे वेगळेच काही सूचित करायचे आहे? आम्ही त्यानंतर परत १९९९ साली बीजिंगमध्ये एकमेकांना भेटलो. मग जुलै २००० मध्ये तो भारतात आला तेव्हा भेटलो. त्यानंतर युनोच्या जनरल असेंब्लीमध्ये भेटलो. मग २९ मार्च २००२ मध्ये दिल्ली-शांघाय या विमानसेवेचे उद्घाटन मी केले तेव्हा आम्ही भेटलो. एव्हाना आम्ही एकमेकांचे दोस्त बनलो होतो. त्याच्या मैत्रीला मी किंमत देतो. जुलै २००२ मध्ये जेव्हा मी दिल्लीत 'नॉर्थ ब्लॉक' या इमारतीमधील माझ्या मंत्रालयात गेलो तेव्हा मला त्याचा फोन आला होता. आम्ही दोघांनी जे काही साध्य केले त्याबद्दल तो कौतुकाने बोलत होता. त्याच्यामुळे भारत-चीन संबंधात मी बरेच काही करू शकलो. या एकाच कारणासाठी मला कधी कधी असे वाटते की, आमच्या या द्विपक्षीय संबंधांसाठी मला अजूनही काही वर्षे हवी होती.

मी एवढे खुलासेवार जे सांगितले आहे त्यामुळे भारत-चीन संबंधावरती बराच प्रकाश पडून एक विस्तारीत मूल्यमापन करण्यास सोपे जाईल. यातूनच या पुस्तकातले पुढचे प्रकरण सुरू होते.

◆

सहा

दोन आशियाई : भारत व चीन

विभाग १

दैवाची चिरंजीव जुळी

काळाच्या घड्याळातील आंदोलने ही विस्मयकारी आहेत. पुन्हा एकदा लंबक भारत व चीन या दोन आशियाई शेजाऱ्यांकडे झुकला. सारे जग खिळून पहात राहिले. दोन प्राचीन संस्कृतींचे युगमिती लाभलेले प्रयत्न हे पहाणाऱ्याला मोहून टाकीत होते. हे दोन मानववंश जवळजवळ एकाच वेळी सद्य परिस्थितीची आव्हाने पेलत होते, संकटे झेलत होते, भूतकाळातील ऐतिहासिक अवस्थेमधून वर येत होते. या दोन देशांपुढच्या समस्याही सारख्या होत्या. त्याच त्या समस्या : दारिद्र्य, टंचाई, विषमता. तरीही ते आपापल्या पद्धतीने या गोष्टी दूर करू पहात होते. भारताने लोकशाहीचा मार्ग चोखाळला, तर चीनने 'मार्केट लेनिनिझम'[१३] ची वाट स्वीकारली. हे दोन प्राचीन देश नेहमी एकमेकांचे शेजारी होते. पण तरीही त्यांच्या सामाजिक व राजकीय पद्धतींमध्ये कधीही सातत्य नव्हते. अनेक स्थित्यंतरामधून हे देश गेले होते. बहुतेक स्थित्यंतरे ही चांगली ठरली. ऐतिहासिकदृष्ट्या, आपण जी राज्यव्यवस्था आणि समाजव्यवस्था स्वीकारली आहे, ती परिपूर्ण आहे, आदर्श आहे, असा चीनला नेहमी आत्मविश्वास वाटत आलेला होता. पण त्या इतिहासकाळात बुद्ध भिक्षू व प्रतिहारी 'झेंग हे' याचा सोळाव्या शतकातला असामान्य समुद्रप्रवास हे फक्त अपवाद ठरतात. परंतु तेवढे सोडले तर चीन हा नेहमी आपल्या देशापुरता व देशामध्ये पहाणारा होता. भारत व चीन हे दोघेही स्वत:च्या आत्ममग्न कोशात पहुडलेले होते. पण तरीही

---

१३. *Market Leninism हा शब्दप्रयोग मॅकफर्कहर याने वापरला. पण त्याने हा शब्दप्रयोग तयार केला नाही.*

त्यांना विस्तृत जगाच्या ज्ञानाची आस होती. त्यांची ज्ञानलालसा ही कधीही न संपणारी होती. त्याचबरोबर त्या दोघांना जगात आपला डंका वाजवावा असे वाटत होते व तसे ते एक प्रकारे न्याय्यही होते. पण ते जागतिक स्थान, जागतिक मान्यता, त्यांना त्यावेळेच्या पश्चिमी जगाच्या प्रभावाखाली असलेल्या ऐतिहासिक अन्याय्य व्यवस्थेने नाकारले. भारत हे एक सीमा नसलेले सांस्कृतिक राष्ट्र होते व नेहमीच तसे ते चालत आलेले होते. त्या संदर्भात पाहिले तर अशा राष्ट्राला कधीच जिंकता येण्याजोगे नाही. पण तरीही भारतावरती आक्रमणे होत गेली. भारताचा काही भाग अनेक वेळा व्यापला गेला. पण प्रत्येक वेळी काही भागच व्यापला गेला. संपूर्ण भारत कोणालाही कधीच व्यापता आला नाही.

शिवाय भारत हा असा अपवादात्मक देश होता की त्याला कोणत्याही राज्यकर्त्यांची फारशी गरज कधीच वाटली नाही. हा देश राज्यकर्त्यांवाचून सुरळीत चालू शकत होता. ब्रिटीश हे पहिलेच असे परकीय आक्रमण होते की ते भारतभर पसरले. परंतु ब्रिटीशांनाही संपूर्ण भारतावर सत्ता गाजवता आली नाही. (संस्थानांची भूमी एकूण भारताच्या २/५ होती.) अनेकवार इतिहासकाळात कित्येक शतके संपूर्ण भारतावरती कोणाही एकाचे राज्य नव्हते, अनेकांची राज्ये होती. त्यामुळे भारत एक एकसंधी राष्ट्र असे नव्हते. परंतु तरीही समाजव्यवस्था सुरळीत चालली होती. ही एक खरोखर जगात कुठेही न आढळणारी अशी गोष्ट होती. याचे कारण समाजात रुजलेली भारताची मुळे ही आपल्या अस्तित्वासाठी पोषक द्रव्ये शोषून घेत होती. या उलट चीनला नेहमीच एका मध्यवर्ती व भक्कम सत्तेची गरज भासली होती. ही सत्ता सर्वशक्तिमान आणि सर्व गोष्टींवरती नियंत्रण ठेवणारी अशी चीनला हवी असायची. तशी सत्ता लाभत गेली नसती तर चीनचे तुकडे पडले असते. चीनचा हा कल किंवा प्रवृत्ती काळाने वेळोवेळी सिद्ध केली आहे. भारत व चीन या दोन राष्ट्रात हाच मोठा वैशिष्ट्यपूर्ण मूलभूत फरक आहे. या फरकामुळेच चीन व भारत हे एकमेकांपासून वेगळे होतात.

भारत व चीन या दोघांची मिळून एकूण लोकसंख्या ही २ अब्ज ४० कोटी आहे. जागतिक लोकसंख्येच्या, म्हणजे ६ अब्ज ४० कोटींपैकी ती पावपट आहे. भारत व चीनच्या एकत्रित अशा प्रचंड लोकसंख्येचा घटक हा कोणालाही थक्क करणारा, नतमस्तक करायला लावणारा आहे. असा हा घटक हाताळणे हे एक अत्यंत जबाबदारीचे काम आहे. १९६२च्या चिनी आक्रमणाची कारणे व परिणाम यामुळे भारत-चीन संबंधाला शरम वाटायला लावणारे पक्के व वेगळेच रंग चढले. चीनच्या आक्रमणामुळे जसे भारत-चीन संबंध बिघडले तसेच त्या आक्रमणाचे घाव हे फार फार खोलवर जाऊन बसले.

भारताची भविष्यातली वाटचाल ही बऱ्यापैकी दिसू शकते, जाणता येते. तसे

चीनच्या बाबतीत अद्याप होत नाही. भारत हा तुलनात्मकदृष्ट्या वेड्यावाकड्या मार्गावरून प्रगती करीत चालला आहे. हा मार्ग सत्तेत भागीदारी देणाऱ्या लोकशाहीचा आहे. या मार्गावर भारतात कर्कश आवाजात चर्चा, भाषणे व वादविवाद चालतात. थोडेसे काही साध्य झाले की समाधान मानण्याची प्रवृत्ती येथेच आहे. जीवघेण्या मंद गतीने येथे प्रगती चालते. जिथे सर्वंकष हुकूमशाही आहे तिथल्या विकासाच्या वेगापुढे भारतातला वेग हा नेहमीच कमी पडणार. भारत हे एक चित्रविचित्र व रंगीबेरंगी दृश्ये दाखवणारे शोभादर्शक यंत्र आहे. येथले लोक एकाच वेळी वेगवेगळ्या शतकात वावरत असतात. अनेक तऱ्हेचे विरोधाभास येथे आले की ते त्याला जुळवून घेतले जातात व नंतर ते पचवून टाकले जातात. उलट 'पीपल्स रिपब्लिक ऑफ चायना' ऊर्फ चीनने आपल्याकडील बहुतेक सारे व्यक्तिगत गुणधर्म, वैशिष्ट्ये उखडून टाकली आहेत. चीनची सर्जनशीलता मग कधी वर डोके काढेल? होय, कालांतराने तसे होईलही. पण आत्ता वर्तमानकाळात चीनमध्ये सत्ता हीच सर्वोच्च स्थानी असून तिच्या हुकमतीखाली, प्रभावाखाली सर्व काही चालते. तर भारतात एक व्यक्ती (बहुतेक वेळा) राज्यावर सत्ता गाजवू शकते. अशा व्यक्ती एखाद्या विशिष्ट व गूढ तत्त्वप्रणालीने भारलेल्या असतात आणि त्यांना पैसा तुच्छ वाटत असतो. पैसा हा सतत वाढत रहायला हवा. नाहीतर तो कमी कमी होत जाईल किंवा जिथे त्याची वाढ वेगाने होईल तिकडे तो निसटून जाईल. 'विकास आणि वाढ' यांच्यासाठी वंगणासारखे कार्य करीत असलेला पैसा जिथे त्याची वाढ सतत होईल तिकडे मोठ्या प्रमाणात सहज निघून जात असतो.

न रागावता मागे पहा

इतिहासात चीन व भारत हे एकमेकांसमोर कधीही रागारागाने दंड थोपटून उभे राहिले नव्हते. अनेक शतके त्यांच्यात दीर्घकालीन संघर्ष नव्हता. मग १९६२ मध्ये असे काय घडले? आणि का घडले? हा प्रश्न कायम आपल्याला पडलेला आहे. या प्रश्नामुळे आपण नेहमी आपली गृहीतके पुन्हा पुन्हा तपासत बसतो आणि ती गृहीतके आता पक्की होऊन बसली आहेत. चीनमधील १९४९ मधील यादवी युद्ध आणि क्रांती यानंतर लवकरच चीनने अंतर्गत एकतेवरती भर दिला. जिथे कुठे बंड झाले होते, उठाव झाले होते, ते मोडून काढले व शमवून टाकले. आपल्या सीमेलगतचे वाद मिटवले. त्यावेळी सरहद्दीवरचे गुंतागुंतीचे प्रश्न चीनने तात्पुरते बाजूला टाकले होते. नंतर मात्र ते सरहद्दीबाबतचे प्रश्न उकरून काढून आपल्या पद्धतीप्रमाणे चीन ते सोडवू लागला. उदाहरणार्थ, रशियन सरहद्द आणि भारतीय सरहद्द. परंतु हे सारे करताना जिथे कुठे राष्ट्रीय सुरक्षिततेची आवश्यक बाब असेल तिथे मात्र चीनने एकतर्फी निर्णय घेऊन ते

रेटत नेले. मग त्यावेळी कायदेशीर, बेकायदेशीर असे काहीही पाहिले नाही, की परिणामांची पर्वा केली नाही. याचे सर्वांत ठळक उदाहरण म्हणजे तिबेट आणि अक्साई चीनमधून काढलेले रस्ते. याला अपवाद फक्त तैवानचा.

भारत आणि चीनमधे जो सीमातंटा आहे त्यापैकी अक्साई चीन हा एक प्रश्न आहे. दुसरा प्रश्न अरुणाचल प्रदेशच्या सीमेबाबतचा आहे. अक्साई चीनचा शब्दश: अर्थ हा 'पांढऱ्या दगडांचे वाळवंट' असा आहे. या भूमीला Soda Plain असेही म्हणतात. या भागात मानवी वस्ती जवळजवळ नाही. १९६२ च्या युद्धाचे एक जवळचे कारण म्हणजे भारताला या आपल्या भागात चीनने एक रस्ता बांधल्याचा शोध लागला. हा रस्ता तिबेट व झिंजियांग यांना जोडणारा होता. वाटेत असलेल्या एका बऱ्यापैकी म्हणजे १६०० जणांची वस्ती असलेल्या 'तियान शुईहाई' या गावातून तो रस्ता नेलेला होता. सध्या अक्साई चीनचा भाग चीनच्या ताब्यात आहे. तो भाग लडाख जिल्ह्याच्या म्हणजे जम्मू व काश्मिर राज्याचा आहे असा भारताचा दावा आहे. ११ व १३ मे १९९८ मध्ये भारताने अणुचाचण्या केल्यावर सीमा तंट्याबद्दलचे पूर्वीचे चीनचे दृष्टिकोन हे सौम्य झाले. चीनच्या सरकारने जे १९९८ सालचे व २००० सालचे 'व्हाईट पेपर' प्रसिद्ध केले त्यावरून हे दिसून येते. जवळजवळ अर्धशतक उलटल्यानंतर चीनने भारताची अण्वस्त्रधारी स्थिती ही सुरक्षिततेच्या संदर्भात मान्य केली. १९७४ मध्ये भारताने जो शांततामय अणुस्फोट घडवला त्यामुळे एक संदेश परदेशात पसरत गेला होता. ज्यांना तो संदेश कळला त्यांनी भारताला 'आण्विक क्षमता असलेला देश' म्हणून मानायला सुरुवात केली होती. मी पण काही काळ तशी समजूत करून घेतली होती. शिवाय १९६२ नंतर पुन्हा तसा सीमासंघर्ष उडण्याची शक्यता कमी होती. जर तसा तो संघर्ष झाला असता तर आपले पारंपरिक व श्रेष्ठ सैन्यबळ हे तो संघर्ष निपटायला पुरेसे आहे असे चीन समजला असता. त्याचवेळी चीनची अण्वस्त्रे व ती वाहून नेणारी क्षेपणास्त्रे ही भारताजवळच्या तसल्या यंत्रणेपेक्षा खूपच सरस होती. दक्षिण आशियातील घडामोडींवरती भाष्य करण्यात तरबेज असलेला लिओ रोज याने आपल्या India and China : Forging a new relationship in Subcontinent या पुस्तकातून धूर्तपणे लिहिले आहे की, "चीन भारताला 'एक निवांत पडलेली अणुसत्ता' असा देश समजत होता." म्हणून तर १९९८ च्या भारताच्या अणुचाचण्यांमुळे चीन फारसा अस्वस्थ झाला नाही. उलट त्याऐवजी त्याने जाणीवपूर्वक त्या चाचण्यांकडे दुर्लक्ष करून 'अधिक सामर्थ्यशाली अशा चीनला अशा किरकोळ चाचण्यांची दखल घेण्याचे कारण नाही' असा आभास निर्माण केला. आणि तरीही, वाजपेयी यांचे क्लिंटनला पत्र गेल्यावर व ते बाहेर प्रसिद्ध झाल्यावर चीनने निषेधाचा थयथयाट केला.

चीनबरोबर द्विपक्षीय बोलणी करताना वैयक्तिक माझ्याकडे त्यांनी खूप भावनामय

रीतीने लक्ष दिले. याला कारणे दोन होती. एक तर चीनची पार्श्वभूमी मला समजत होती आणि दुसरे असे की १९६२ च्या युद्धात ईशान्य भारतात मी घेतलेला लष्करी अनुभव. समस्येवर ताबडतोब उपाय शोधण्याच्या दृष्टीने मी जे प्रयत्न केले त्यामध्ये मी त्याहीपेक्षा जास्त काही कमावले होते. चीनमधल्या ऐतिहासिक व सांस्कृतिक लाटा, त्या देशाच्या राजकारणामधील चढउतारांचे गतिशास्त्र, चीनचे धोरण ठरविणाऱ्यांचे व्यक्तिमत्त्व, इत्यादी गोष्टी मला जास्त खोलवर समजत गेल्या. मला चीनबद्दल जी जी माहिती मिळत गेली तिचे मी नीट आकलन करून मग स्वीकारत गेलो. मला ठाऊक होते की, जर आपल्याला चीनशी स्थिर संबंध ठेवण्याचे ध्येय साध्य करायचे असेल तर त्या देशाबद्दलची सर्व माहिती आपल्याला नीट समजावून घेतलीच पाहिजे. मी सैन्यातून बाहेर पडून सक्रिय राजकारणात शिरताना चीनबद्दल खूप वाचन केले. भारत व चीन या दोन महाकाय आशियाई राष्ट्रांचे परस्परसंबंध समजावून घेण्यासाठी खूप अभ्यास केला होता.

उदाहरणार्थ पहा, इतिहासाने आग्नेय आशियाला 'इंडो-चायना' असे पुरातन नाव का दिले? इंडो-चायना या नावाखेरीज दुसरे काही देता आले नसते का? याचे कारण त्या भागावरती भारतीय संस्कृतीची मोठी छाप पडलेली आहे. तिथे भारतीय संस्कृती आत सर्वत्र एवढी स्वच्छपणे पसरलेली आहे की ती नुसती हिंदू देवळे आणि प्राचीन वास्तू एवढ्यापुरतीच मर्यादित नाही, तर तिथल्या रूढी, परंपरा, रीतीरिवाज आणि वागणे इंडोनेशियापर्यंत तेच आहे. या गोष्टी हेच सांगतात की इथल्या जनतेची मुळे भारतीय संस्कृतीमधली आहेत. तिथल्या सर्व भूभागात, इंडोनेशियामधे (इंडियन-एशिया?) तर हे प्रकर्षाने आढळते. त्या देशातले आकर्षक बाली बेट हे तर हिंदू धर्मियांचे आहे. परंतु आता ते दहशतवाद्यांच्या बॉम्बस्फोटांनी हैराण झाले आहे. नुसते बुद्धाचे विचार बोरो-बदूर येथे पोचले नाहीत. तर अंगकोर-वात येथील अतुलनीय अशी भव्य देवळे किंवा कम्बोज (आता कम्बोडिया) रीतीरिवाज व लोकांची वर्तणूक या साऱ्या गोष्टी हिंदू आहेत. आणि तो 'चंपा' नावाचा प्राचीन प्रदेश कुठे आहे? मी त्याबद्दल नेहमी नवल करीत विचार करीत असतो. मी खूप वर्षे त्या चंपा संस्कृतीच्या सीमारेषा शोधत होतो. बारकाईने पाहिल्यावर तरी मला ती रेषा सापडेल का, असे वाटत होते. व्हिएटनाममध्ये दक्षिण किनाऱ्यावर सुमारे १३ अंश उत्तर या अक्षांशावरती हिंदू संस्कृतीचे द्वार खुले झाले आहे. तिथेच चंपाच्या राजवटीचे केंद्र आहे. त्या राज्याचे अर्थकारण हे समुद्रपर्यटनावरती अवलंबून होते. मसाल्याचे जिन्नस, हस्तीदंत आणि सातूचे मद्य यांचा मोठा व्यापार एके काळी तिथे चाले. त्या हिंदू राज्याचा संपर्क जावा बेट आणि पश्चिमेकडे भारत व त्याही पलीकडे अरबस्तान येथपर्यंत होता.

मला आग्नेय आशियात अशी एक सीमारेषा शोधायची होती की जिथे

भारतीय छाप कमी कमी होत जात चिनी संस्कृतीच्या खुणा सुरू होत आहेत. अन् म्हणून त्या प्रदेशापासून चीन आपला दावा करू शकतो. माझ्या या अभ्यासाला किंवा शोधाला ऐतिहासिक किंवा अन्य कोणताही आधार नाही, पण माझ्या स्वत:च्या निरीक्षणाने मला असे राहून राहून वाटते आहे की ती भारतीय व चिनी संस्कृतीची सीमारेषा ही लाओसमधल्या जार्सच्या मैदानातून जात असावी. हा आग्नेय आशियातील भाग बहुधा प्रवाशांच्या गूढ आकर्षणाचा असावा. लाओसच्या ईशान्येला दूरवरती असलेला डोंगराळ कम्युनिस्ट प्रदेश हा नुकताच दहा वर्षांपूर्वी पर्यटकांसाठी खुला झाला. त्या भागात शेकडो राक्षसी दगडी रांजण कित्येक चौरस मैलांमध्ये विखुरलेले आहेत. कंबोडियातील अंगकोर देवळाचे गूढ जसे आता उकलले आहे तसेच आशियातील अनेक प्राचीन गूढ रहस्यांचा एव्हाना उलगडा झाला आहे. तरीही अद्याप इतिहासतज्ज्ञांना या रांजणांचे गूढ उकलता आले नाही. ते रांजण कोठून आले याबद्दल त्यांचा खूप गोंधळ उडतो. ते किती पुरातन आहेत नि ते कशासाठी वापरले जात होते हे अद्याप समजून येत नाही. का ते व्हिएटनाममधील चंपा राजवटीचे अवशेष आहेत? म्हणजे ती सीमारेषा मध्य व्हिएटनाममधून तर जात नसेल का?

चीन व भारत या दोन संस्कृतीमधे पुन:पुन्हा येत रहाणाऱ्या परस्परसंबंधाचे चक्र अस्तित्वात असावे अशीही एक कल्पना माझ्या मनात येऊन गेली. इतिहासाचे आपण वरवर जरी वाचन केले तरी सांस्कृतिक संपर्काचे युग हे बुद्धाच्या तत्त्वज्ञानाच्या उदयापासून सुरू झाले असावे. भारत व चीन देशात समुद्रमार्गाने काही व्यापार सुरू होता याचे पुरावे मला कोठे सापडत नाहीत. फक्त एका प्रदेशापलीकडे असल्याने भारत-चीन प्रवास हा खुष्कीच्या मार्गाने लडाखमधून अथवा तिबेटमधून पूर्वी होई. बुद्धावरची श्रद्धा, त्याचे विचार, त्याची शिकवणूक आणि त्याचे जन्मस्थान या गोष्टी चिनी यात्रेकरूंना आकर्षित करीत होत्या. भारतातील बुद्ध भिक्षू हे येथून बुद्धधर्माची श्रद्धा बरोबर घेऊन हजारो मैल दूर जात. ते अर्थातच चीनकडे जात हे उघड आहे.

१९८० मध्ये मी प्रथम चीनमध्ये गेलो. मी स्वत:च्या खर्चाने एक प्रवासी म्हणून गेलो होतो. कोणत्याही संस्थेचा प्रतिनिधी म्हणून गेलो नव्हतो. नंतर काही वर्षांनी चीनला जाण्याची एक फॅशन रूढ झाली. त्यावेळी चीनची आत्तासारखी बेसुमार आर्थिक भरभराट झालेली नव्हती. मी काहीतरी शोध घेण्यासाठी ती प्रवास मोहीम काढलेली होती. त्यावेळी मला खूप गोष्टी सापडल्या... त्या भेटीमुळे माझ्या बुद्धीची भूक मात्र खूप वाढली. भारत व चीन या दोन्ही देशांच्या इतिहासात जेव्हा जेव्हा सांस्कृतिक गाठीभेटी पडत होत्या, तेव्हा त्या दोन तत्त्वज्ञानांच्या गाठीभेटी पडत होत्या. जेव्हा मी परराष्ट्र मंत्रालयाचा पदभार स्वीकारला

तेव्हा चीनबद्दल माझी कोणतीही ठाम कल्पना नव्हती, आणि त्यात १९६२ च्या आक्रमणाच्या घटनेचाही संबंध नव्हता. परराष्ट्र मंत्रालयाचे मात्र काही ठराविक दृष्टिकोन झालेले होते. त्याचबरोबर नेहरूंच्या काळातील विचारसरणीचीही सतत अडचण येत राही. मी मात्र फार तात्त्विक विश्लेषण करण्याऐवजी माझ्या अनुभवांचे सार आधारभूत धरून काम सुरू केले होते.

त्यासाठी हे एक उदाहरण पहा : हेन्री किसिंजर याने आपल्या खोल निरीक्षणातून माओच्या काळातील चिनी नेतृत्वाचे विश्लेषण केले होते. त्यानुसार त्याच्या मते हे नेतृत्व खरोखरीच हुशार मंडळींचे होते. "नेतृत्वाचा तो एक असा छोटासा गट होता की ज्यांना आपल्या कार्यात यश लाभण्याची किंचितशीही आशा नव्हती अशी ती मंडळी माओच्या लॉन्ग मार्चमध्ये शूरपणे सामील झाली होती."[१४] त्यानंतर दुसऱ्या महायुद्धात त्यांना जपानी सैन्याशी सामना करावा लागला. नंतर यादवी युद्धाला तोंड द्यावे लागले. अखेर १९४९ मध्ये अत्यंत असंभवनीय अशा परिस्थितीत, प्रत्येक विरोधी घटकाला तोंड देत देत त्यांनी क्रांती रेटत नेत यशस्वी केली. कोमिंग्टांगला बाहेर हाकलून दिले. मी जेव्हा त्या इतिहासाचा सखोल अभ्यास केला तेव्हा मला भारतामधल्या असंख्य परस्परविरोधी गोष्टींची आठवण होऊन मी थक्क झालो होतो. २३ मार्च १९४७ रोजी आशियाई संबंधाबाबत (Asian Relations Conference) एक परिषद दिल्लीत इंडियन कौन्सिल ऑफ वर्ल्ड अफेअर्सतर्फे भरली होती. मार्चच्या तिसऱ्या आठवड्यात माऊंटबॅटन हे भारतात परतले होते. मग त्यांनी फाळणीची एक योजना नेहरूंच्या सहाय्याने बनवावयास घेतली. त्या काळात भारताने आशिया खंडासाठी एक प्रकारचे नेतृत्व स्वीकारले होते. त्यावेळी आत्ताचा पीपल्स रिपब्लिक ऑफ चीन अस्तित्वात नव्हता. त्यामुळे अनेक परिणाम घडून आले. काळाच्या ओघाबरोबर त्या परिणामांमागचे तर्कशास्त्र मांडले जाऊ लागले. त्यातला एक दुर्दैवी भाग असा होता की, 'भारताने चीनला उचलून धरून त्याला प्रोत्साहित करण्याचे काम

१४. *चिनी कम्युनिस्ट पक्षाने कोमिंग्टांग सैन्यापासून बचाव करण्यासाठी मोठ्या प्रमाणात माघार घेतली होती. या माघारीने नेतृत्व चौ एन लाय याने ऑक्टोबर १९३४ मध्ये केले होते, पण नंतर जानेवारी १९३५ मध्ये माओ त्से तुंग याने ते नेतृत्व केले. चॅन्ग कै शेकच्या सैन्याकडून हे कम्युनिस्ट सैन्य जियांग्सी प्रांतात जवळजवळ विनाश पावण्याच्या बेतात आले होते. परंतु कम्युनिस्ट वक्र मार्गाने उत्तरेकडे निसटून गेले. त्यासाठी त्यांना ३७० दिवसात ८००० किलोमीटर्सचा (सुमारे ५००० मैलांचा) मार्ग कापावा लागला. नंतर त्या मार्गावरती पश्चिम चीनमधील एक अत्यंत अवघड भूभाग होता. अखेर एकूण ९,६०० किलोमीटर्सचा (सुमारे ६००० मैलांचा) प्रवास संपवून ते उत्तरेला शान्क्सीला पोचले.*

करावे, त्याच्या उत्थानाकडे पहावे' असे एक उद्दिष्ट गृहीत धरले गेले होते. तसे ते गृहीत धरण्यात नेहरूंचा हात नव्हता किंवा त्यांनी ते निर्हेतुकपणे केले असावे. परंतु या गृहीताचे प्रदर्शन १९५५ साली बांडुंग परिषदेत झाले. असे करण्याची काहीही गरज नव्हती. चीनकडे उदारपणे आश्रित असल्यासारखे भारताने बघणे हे चीनला आवडले नव्हते आणि म्हणून ते मंजूर नव्हते. यामुळे भारताच्या नैतिक पातळीला एक पोचा आला.

१९४९ ते १९५५ या काळात अनेक घटना घडल्या. त्या घटनांमुळे भारत-चीन संबंधांना आकार येणार होता. त्यावेळी माओ त्से तुंग, मार्शल चेन यी किंवा पंतप्रधान चौ एन लाय यांचा कठोर व्यवहारवाद आमच्या दृष्टीपथात नव्हता. आम्ही स्वातंत्र्यानंतरची वर्षे एखाद्या आदर्शवाद्याच्या आनंदात व उत्साहात घालवित होतो. त्याच वेळी चीन अगदी विरुद्ध परिस्थितीत सापडला होता. त्यांचा दृष्टिकोन हा अतिवास्तववादी बनला होता. नवीन कम्युनिस्ट चीनचे बस्तान बसले व त्यांच्या देशाच्या सीमारेषा आधी त्यांनी पक्क्या ठरवून घेतल्या. या पार्श्वभूमीवरती भारताचे आपल्या देशाच्या सीमांबद्दलचे त्यावेळचे औदासिन्य सहज लक्षात येईल. भारताच्या सतत गोंधळलेल्या परराष्ट्रनीतीने शेवटी चीन अस्वस्थ होऊन त्याचा संयम संपला. त्याचबरोबर भारताशी लढताना चीन कधीही लाजला नाही, की त्याला शरम वाटली नाही. कारण पूर्वीच्या अनुभवावरून अशा वेळी भारताची प्रतिक्रिया कशी होते हे चीनला कळून चुकले होते. त्यावेळी तिबेट चीनने गिळंकृत केला (१९५०); दलाई लामाने भारतात आसरा मागितला (१९५९); पंचशील तत्त्वांचा आपण केलेला उद्‌घोष व चीनने त्याला दिलेली मान्यता; या घटनांमधून चीनने नक्कीच काहीतरी भारताबद्दल अंदाज बांधला असणार. पंचशील तत्त्वांच्या बाबतीत असे सांगता येईल की त्यातला विचार हा बुद्धाच्या विचारातला होता. इंडोनेशियाच्या सुकार्नो यांनी तो प्रथम जाहीर केला. पंचशील म्हणजे पाच आधारशिला. त्यात राष्ट्रीयत्व, आंतरराष्ट्रीयत्व, सर्व लोकशाहीवादी राष्ट्रे, सामाजिक न्याय आणि परमेश्वरावरती श्रद्धा या पाच गोष्टींच्या पाच आधारशिला म्हणजे 'पंचशील'. १ जानेवारी १९४५ रोजी दिलेल्या एका भाषणात सुकार्नो यांनी त्याचा उच्चार केला होता.

१९५० च्या दशकाच्या मध्यभागी चीन आपल्या दुसऱ्या मोठ्या शेजाऱ्यापासून, सोव्हिएत रशियापासून अंतर राखून वागू लागला. नेमक्या त्याच वेळी अन्य जागतिक घटकांमुळे भारत रशियाशी अधिक हातमिळवणी करू लागला होता. यामुळेही चिनी संवेदनशीलता दुखावली गेली. मग त्यांनी त्यांच्या राजनीतीप्रमाणे आपल्या विरोधकाला काबूत ठेवण्यासाठी त्या विरोधकाच्या शेजाऱ्याला आपला मित्र बनवले. यातूनच चीन पाकिस्तानला मदत करू लागला. आशियाच्या बुद्धिबळाच्या पटावरती आता चीनने अशी एक वेगळीच चाल केली. चीनच्या

बाबतीत आपली आणखी एक चूक झाली. क्रांतीकारी राजवटीचे आवश्यक ते मानसशास्त्र किंवा स्वभावधर्म किंवा त्यांची विविध व्यक्तिमत्त्वे समजावून घेण्यात आपण कुठेतरी कमी पडलो. सरहद्दीवरती उडालेल्या चकमकीनंतर आपण चीनबद्दलचा अभ्यास करू लागलो. पण तो अभ्यास दिवसेंदिवस कठीण होत जाऊ लागला. चीन-भारत संबंध हे गोठले गेले होते. चीनने आपली सारी दारे बंद करून टाकली होती. आपल्या दृष्टीने तो बंदिस्त समाजात रूपांतर पावला होता. भारत मात्र नेहमीप्रमाणेच एक खुला देश होता. या देशाचा अभ्यास कोणीही करावा, विश्लेषण करावे आणि वेळप्रसंगी हेरगिरीही करावी. आणखीही एक शक्यता आहे ती म्हणजे चिनी संस्कृतीमधले बारकावे कसे प्रगट केले जातात ते आपल्याला समजले नसावे. पाश्चिमात्यांच्या उद्धटपणाला तोंड देण्यासारखा हा प्रकार नव्हता. पण आपल्या या शेजाऱ्याने अशी काही उलटसुलट, अप्रत्यक्ष अशी विधाने केली होती की त्यातून अर्थ काढणे कठीण जात होते. त्यापेक्षा पाश्चात्त्य देशांच्या परराष्ट्र खात्यांनी केलेली निर्लज्ज निवेदने केव्हाही परवडली असती. पाश्चात्त्य जगाचा आपल्याला आलेला अनुभव आणि त्यातून जे काही आपण शिकलो तेवढीच आपली शिदोरी होती. पूर्वेकडेच्या राष्ट्राबरोबरच्या समस्या हाताळण्यासाठी या शिदोरीचा काहीच उपयोग नव्हता. १९६० नंतरच्या दशकात चीनचे स्वत:चे काही प्रश्न होते. तर १९७० नंतरच्या दशकात चीनच्या भारताबद्दलच्या धोरणात बदल झाला होता. आपल्या देशातील अंतर्गत राजकीय गोंधळ किंवा अपयशामुळे जसे चीनबद्दलचे धोरण आपल्याला नीट ठरवता येईना तसाच काहीसा हा प्रकार होता. माओ आपल्या पक्षातील शत्रूंविरुद्ध झगडत होता व त्यामुळे भारताच्या धोरणाचा चीनमध्ये बळी दिला गेला. तो चीनमधला अंतर्गत झगडा हा भित्तीपत्रकांवरून आणि रेड गार्डकडून परराष्ट्र मंत्री चेन यी यांच्यावर सांस्कृतिक क्रांतीच्या नावाने केलेल्या हल्ल्यावरून समजून येतो. दुर्दैवाने कोणत्याही भारतीय विद्वानाने त्या संबंधीच्या साऱ्या बातम्या गोळा करून त्यावर अभ्यास करून आपल्या देशासाठी काही निष्कर्ष काढले नाहीत. अन् आपल्यावर चीनने आक्रमण करून आपला भूप्रदेश गिळंकृत केलेला असतानाही अशी बेफिकिरी, बेपर्वाई आपल्याकडून घडली आहे.

१९६२ नंतर आपल्या धोरणात दृढता, निश्चितता येऊ लागली. चिनी आक्रमणाची ती प्रतिक्रिया होती. Legacy of 1962 नावाने ती प्रसिद्ध आहे. नेहरूंच्या काळातील धोरणापेक्षा हे नवीन धोरण वरच्या पातळीवरचे होते. टॅन्ग जियॉक्सान याला मी या दोन्ही प्रकारच्या धोरणांच्या आधारे भेटलो. कारण परराष्ट्र खात्याची ती धोरणे होती. मला ती धोरणे आवडत नव्हती, संपूर्णपणे नव्हे, आणि जरी मी सैन्यातून आलो असलो तरी १९६२ च्या स्मृतींना मी माझ्या बुद्धीचा कब्जा घेऊ दिला नव्हता.

माझ्या मनात त्या स्मृती जागृत होत्या, पण त्या माझ्या विचारांच्या आड येत नव्हत्या. १९६२ च्या घटनेचा मानसशास्त्रीय भार बाळगून मी कसा काय पुढे जाणार होतो? माझ्या लक्षात आले की चिनी आक्रमणामुळे मला आलेला राग हा काळाच्या प्रवाहाबरोबर कमी कमी होत गेलेला आहे. माझ्या मनातली चीड ओसरली आहे, अन् ती चीड पीपल्स रिपब्लिकच्या विरुद्ध नव्हती. मला चीड आली होती ती आपल्याच लोकांनी, आपल्याच व्यवस्थेने आपल्याला तोंडघशी पाडले होते त्याची. म्हणून जे काही माझे थोडेसे पित्त खवळत होते ते मी दिल्लीसाठी राखून ठेवले होते, बीजिंगसाठी नाही.

मागे पहात पुढे सरकणे

भारत-चीन संदर्भात पोखरण-२ वरती जी काही सावली पडली होती ती १९६२ ची सावली होती. दैव ठरवणारे ते वर्ष म्हणजे चीन -भारत सरहद्दीचा प्रश्न किती हास्यास्पद व मूर्ख रीतीने हाताळावा याचा कळस करणारे होते, त्या वेळचे राजकीय हवामान दाखवणारे होते. जेव्हा आपण मॅक्मोहन रेषा हीच आपली सरहद्द रेषा असे मानले तेव्हाच ही रेषा ठरवणारे पायाभूत तत्त्वही आपण मानले असे धरले गेले. मग एक प्रत्यक्ष जागेवर पहाणी करून तिथे सरहद्दीच्या खुणा करावयास हव्या, ही साधी कृती करावी लागणार होती. त्या वेळी भारताची फाळणी होऊन फार वर्षे लोटली नव्हती. पाकिस्तानबरोबर सरहद्द ठरवताना किती समस्या उभ्या राहिल्या त्याचा अनुभव होता. चीनच्या सरहद्दीवरती पहाणी करून, खुणा करून आपली सीमानिश्चिती करणे हे बाकी राहिलेले काम आपण का केले नाही त्याचा कोणताही समाधानकारक खुलासा भारताकडे नाही. जर मॅकमोहन रेषेबाबत काही संदिग्धता होती, असे समजले तर ही गोष्ट लष्करी संघर्षापर्यंत पोचू न देण्याची जबाबदारी आपली होती. तसे का केले गेले नाही? भारत-चीन संबंधांच्या टप्प्यांना १९६२ च्या संघर्षाचे कारण हे काही प्रमाणातच लागू पडते. भारताचे 'अज्ञानयुग' हे १९४७ मधील एशियन रिलेशन्स कॉन्फरन्सपासून आणि त्या वर्षीच्या स्वातंत्र्यापासून ते १९४९ मधील चिनी क्रांतीपर्यंत आणि नवीन क्रांतीकारी सरकारने अचानक १९५० मध्ये तिबेटवरती ताबडतोब चाल करून जायचे ठरवले तेथपर्यंत ढोबळपणे धरायला हरकत नाही. तिबेटवरील आक्रमण हा पहिला इशारा होता. तो इशारा आपण नीट वाचला नाही, कारण त्यात नेहरूंना अवघडल्यासारखे वाटेल अशा कित्येक गोष्टी होत्या. त्या मानाने चीनचे नवे क्रांतीकारी सरकार हे अवघे दोन वर्षांपेक्षाही कमी वयाचे होते. तरीही त्यांच्या कृती व हालचाली अशा काही होत्या की त्यातून त्यांच्या हेतूंमधला स्पष्टपणा आणि जणू काही व्यावहारिकपणे राज्य करण्याचा दीर्घ अनुभव आहे, हे प्रगट होत होते. स्पष्ट ठरवलेली ध्येये, हेतू आणि एक प्रकारची राष्ट्रीय

भावना यासह ते नवीन चीन सरकार वेगळ्याच रीतीने मार्गक्रमण करू लागले होते. अर्थातच या चिनी सरकारजवळ त्यावेळच्या कम्युनिस्ट चळवळीने जबरदस्त बळ पुरवले होते. शिवाय सोविएत रशियाने हात न आखडता आपला पाठिंबा दिला होता. तो पाठिंबा निदान सुरुवात करण्यापुरता तरी पुरेसा होता. पण एवढे वगळता नवीन चिनी सरकारने घेतलेले बरेचसे निर्णय हे तरीही कौतुकास्पद ठरतात.

१९४७ मध्ये स्वातंत्र्य मिळाल्यावर भारतापुढेही काही जबरदस्त आव्हाने खडी राहिलेली होती. त्यापैकी काही अशा रीतीने हाताळली गेली की भारतीय संघराज्याच्या कीर्तीत भर पडली. त्यापैकी राजघराण्यांची संस्थाने बरखास्त करणे हे एक आव्हान फार कौशल्याने हाताळले गेले. आव्हाने स्वीकारताना काही क्षेत्रे अशी होती की जिथे आदर्शवादामुळे हेतूलाच हरताळ फासला जात होता. फाळणीची बाब आणि जम्मू व काश्मिरचे विलीनीकरण या गोष्टी आत्ता येथे आणून मी वाचकांचे लक्ष विचलित करू इच्छित नाही. पण ज्या देशाने नुकतेच स्वातंत्र्य मिळवलेले आहे आणि आपले सीमाप्रश्न नीट मिटलेले नसताना त्या देशाने आपल्या आंतरराष्ट्रीय सीमा पक्क्या करण्याकडे पहिले लक्ष दिले पाहिजे. परंतु आपण आपली आंतरराष्ट्रीय प्रतिमा निर्माण करण्यामागे धावत होतो.

याउलट, चीनने जगापासून जणू काही फारकतच घेतली होती व तो आंतरराष्ट्रीय प्रतिमा निर्माण करण्यासाठी धडपडत नव्हता. तो प्रथम अविरत काम करून आपल्या देशाच्या चतु:सीमा पक्क्या करण्यासाठी धडपडू लागला. नेहरूंची मात्र सारखी आंतरराष्ट्रीय उड्डाणे चालू होती, याचा खेद होतो. त्या उड्डाणांमुळे सीमांची निश्चिती होऊ शकली नाही. चीन आपल्या सीमा निश्चित करीत असताना आपण फक्त त्यावरती विचारविनिमय करत बसलो होतो, अगदी अविरत, न थांबता बोलत राहिलो. भारताच्या क्षेत्रातून आपल्याला जो हवा तो भूभाग चीनने सरळ लाटला, विशेषत: अक्साई चीनच्या बाबत त्याने तसे केले. कारण चीनच्या दृष्टीने ती त्यांची राष्ट्रीय महत्त्वाची बाब होती. त्या पठारापलीकडे मध्य आशियातील सिंकियांग प्रांत होता. लष्करी व्यूहरचनेच्या दृष्टीने तो अत्यंत महत्त्वाचा होता. हे घडत असताना भारत मात्र याबाबतीत अजाण राहिला होता. एवढेच काय पण घटना घडून गेल्यावरती अनेक वर्षांनी भारताला ते समजले. कारण आपली सीमेवरची गस्तही दर ठराविक वर्षांनी घातली जायची. चीन तिबेटमध्ये घुसला. त्याच्या मते तिबेटवरती त्यांचाच हक्क होता. हे सारे उघड्या डोळ्यांनी नेहरू पहात राहिले. त्यांनी भारताचा बीजिंगमधला आपला राजदूत के. के. पणीक्कर यांना लिहून कळवले की, "...भारत चीनच्या संबंधांना खूप महत्त्व देतो..." खरे आहे, आम्ही तसे महत्त्व दिलेच होते. पण त्यामुळे आपला राष्ट्रीय हेतू कसा काय साध्य होऊ शकतो? शेवटी उपपंतप्रधान

सरदार वल्लभभाई पटेल यांनी नेहरूंच्या उक्तीचा व कृतीचा निषेध करणारे पत्र ७ नोव्हेंबर १९५० रोजी त्यांना लिहिले. त्या दोघांच्या विचारसरणीतली तफावत किती टोकाची आहे ते पत्रातील मजकूर वाचताच कळून येईल.

सरदार पटेलांनी पं. नेहरूंना लिहिलेले ऐतिहासिक पत्र :

प्रिय जवाहरलाल,

अहमदाबादहून परत आल्यावर त्याच दिवशीची मंत्रीमंडळाची बैठक मी आटोपली. त्यासाठी मला अवघी १५ मिनिटांची आगाऊ नोटीस दिलेली होती. त्यामुळे मी त्या दिवशीची सारी वृत्तपत्रे वाचू शकलो नाही. मी सतत उत्सुकतेने तिबेटच्या प्रश्नाचा विचार करीत होतो. अन् मला वाटते की याबाबतचे माझ्या मनातले विचार मी तुम्हाला सांगितले पाहिजेत.

परराष्ट्र मंत्रालय आणि पेकिंगमधील आपले राजदूत यांच्यामधील सारा पत्रव्यवहार आणि चिनी सरकारला आपल्या राजदूतामार्फत पाठवलेली पत्रे, हे मी वाचले. मी सर्व पत्रे– आपल्या राजदूताची पत्रे आणि चिनी सरकारची पत्रे– लक्षपूर्वक वाचून तपासली. पण मला सांगायला खेद होतो की माझ्या या तपासणीमधून त्या दोघांचीही पत्रे मला अजिबात चांगली वाटली नाहीत. चीनचे सरकार आपल्याला शांततामय हेतू भासवित आपली बुद्धिपुरस्सर फसवणूक करण्याचा प्रयत्न करीत आहे.

मला स्वतःला असे राहून राहून वाटते आहे की, कोणत्या तरी निर्णायक वेळी 'आम्हाला तिबेटचा प्रश्न शांततामय मार्गाने सोडवायचा आहे', अशी खोटी भावना त्यांनी आपल्या राजदूताच्या मनात घुसवली असावी. चीनशी पत्रव्यवहार करण्यात जो काही काळ गेला तेवढ्या काळात चीनने नक्की तिबेटवरच्या आक्रमणाच्या मोहिमेवरती आपले लक्ष एकवटले असले पाहिजे. माझ्या मते चीनची शेवटची कृती ही विश्वासघातकीपणाच्या जवळपास पोचणारी आहे. यातली शोकांतिका अशी आहे की तिबेट हा शेवटपर्यंत आपल्यावर श्रद्धा व भिस्त ठेवून होता. आपल्याकडून त्यांनी मार्गदर्शनाची अपेक्षा ठेवली होती. पण आपण मात्र त्यांना चिनी राजनीतीच्या जाळ्यातून किंवा चिनी दुष्टपणातून बाहेर काढण्यास असमर्थ ठरलो. आत्ताच्या ताज्या परिस्थितीनुसार असे दिसते की आपल्याला आता दलाई लामा यांना वाचवता येणे कठीण आहे.

चिनी सरकारचे धोरण आणि कृती याबद्दल आपल्या राजदूताला खुलासा करण्यासाठी खूप कष्ट पडलेले दिसत आहेत. परराष्ट्र मंत्रालयाने पाठवलेल्या

एका तारेत असा शेरा मारला आहे की, भारत सरकारच्या वतीने त्याने चिनी सरकारकडे दोनदा जाऊन भारताचे प्रतिनिधीत्व केले. त्यावेळी आपल्या राजदूताच्या बोलण्यात ठामपणा नव्हता आणि काहीही कारण नसताना त्याने तिथे क्षमायाचना प्रदर्शित केली. इंग्लंड-अमेरिकेकडून तिबेटमध्ये चीनच्याविरुद्ध दुष्ट कारस्थाने करून धमकी दिली जात आहे, असा जो आरोप चीन करते आहे त्यावरती कोणत्याही शहाण्या माणसाचा विश्वास बसणे कठीण आहे. तशी कोणी कल्पनाही करू शकणार नाही. तशा कारस्थानांवरती जर चीन विश्वास ठेवत असेल तर याचा अर्थ असा होतो की, चीन भारतावरती अजिबात विश्वास ठेवायला तयार नाही किंवा चीन भारताला ॲन्लो-अमेरिकन व्यूहरचनेतले अथवा राजकारणातले बाहुले समजत असला पाहिजे. तुम्ही चीनशी थेट बोलणी केली असली आणि जरी आपण चीनला आपला दोस्त समजत असलो, तरीही चीन असली भावना आपल्या मनात जोपासत असेल तर याचा अर्थ एकच आहे, तो म्हणजे 'चीन भारताला आपला दोस्त मानीत नाही!' 'जो कोणी आपल्याबरोबर नाही तो आपला शत्रू आहे,' ही कम्युनिस्ट वृत्ती या ठिकाणी चांगली प्रगट होते आहे नि आपण त्याची योग्य ती नोंद घेतली पाहिजे. गेल्या अनेक महिन्यात व रशियन गोटाबाहेर आपण अनेकवार चीनला युनोत प्रवेश देण्याबद्दल एकट्यानेच धडपडलो आहोत. तसेच फोर्मोसा बेटाबद्दल अमेरिकनांकडून आश्वासने मिळवण्यातही आपण एकाकी पडलो आहोत. चीनच्या क्षुब्ध भावनांवरती फुंकर घालण्यासाठी आपण सर्व काही केले आहे. त्याला वाटणारी भीती काढून टाकण्यासाठी आणि चीनच्या योग्य हक्कासाठी आपण त्याची बाजू लढवली आहे. त्यासाठी अमेरिका व ब्रिटन यांच्याबरोबर पत्रव्यवहार व चर्चा केली होती. यात आपला कसलाही स्वार्थ नव्हता. अन् तरीदेखील चीनला भारताची खात्री वाटत नाही. याचा अर्थ तो देश आपल्याकडे संशयाने पहात राहिला आहे. चीनचे मानसशास्त्र एकच आहे, ते म्हणजे निदान बाहेरून भारताबद्दल संशय व्यक्त करायचा. कदाचित त्यात थोडेसे शत्रुत्वही मिसळलेले असेल. चीनबद्दलचे आपले चांगले हेतू, मैत्री आणि सद्‌भावना हे आपण त्या देशाला पटवून देण्याचे प्रयत्न करून झाले आहेत. आता यापेक्षा आपल्याला जास्त काही करता येईल की नाही याबद्दल मला शंकाच आहे. पेकिंगमध्ये आपला जो राजदूत आहे तो भारताची मैत्रीपूर्ण भूमिका चिनी सरकारपुढे ठेवण्यासाठी अगदी यथायोग्य आहे. पण असे दिसते की चिनी सरकारला आपल्या बाजूने वळवण्यास तोही असमर्थ ठरलेला आहे. त्याच्याकडून आलेली शेवटची तार ही आपल्याला असे सांगते आहे की, चीनने आपला सरळसरळ अवमान केलेला आहे. तिबेटमध्ये सैन्य

घुसवल्याबद्दलचा आपण केलेला निषेध चीनने नुसताच संक्षिप्तपणे फेटाळला नाही, तर 'परकीय शक्तींच्या प्रभावाखाली भारत आपले दृष्टिकोन बनवतो आहे' अशी मल्लीनाथी अत्यंत खोचकपणे केलेली आहे. चीनची भाषा मित्रत्वाची राहिलेली नसल्याने असे दिसते की तो आता आपला एक सुप्त शत्रू बनला आहे.

या पार्श्वभूमीवरती आपल्याला आता नवीन परिस्थितीशी तोंड देण्याचा विचार करायचा आहे. तिबेट नकाशावरून अदृश्य झाला असून चीनचा विस्तार जवळजवळ आपल्या दारापर्यंत आला आहे. सबंध इतिहासात आपण आपल्या ईशान्य सरहद्दींबद्दल क्वचितच काळजी घेतली असेल.

उत्तरेकडून येणाऱ्या कोणत्याही संकटाला अडवण्याचे काम हिमालयाची अभेद्य तटबंदी करते, असे आपण इतके दिवस समजत होतो. तिथेच चीनच्या वाटेत तिबेट होता. त्या तिबेटने आपल्याला कधीही त्रास दिला नाही. माओ सत्तेवर येण्याआधी चीनमध्ये अंतर्गत दुही होती. स्वतःच्या समस्यांमुळे चीन गांजून गेला होता. त्यामुळे पूर्वी त्यांनी कधीही आपल्या सीमांबद्दल विचार केला नव्हता. १९१४ मध्ये आपण तिबेटबरोबर एक परिषद घेतली. चीनने त्या परिषदेची दखल घेतली नव्हती. तिबेटला स्वायत्तता असल्याने त्या आधारे तो देश स्वतंत्रपणे दुसऱ्या देशाबरोबर तह करू शकतो, असे आपल्याला वाटत होते. परंतु तशा तहासाठी चीनच्या मान्यतेची त्यावरती सही लागते, हे आपण धरून चालायला हवे होते. 'अधिराज्य' (Suzerainty) या संकल्पनेचा अर्थ चीनच्या दृष्टीने वेगळाच आहे असे दिसते. तेव्हा आपण आता सरळ असे धरून चालू की, आपण तिबेटबरोबर भूतकाळात जे जे काही करारनामे केले, अटी घातल्या, ते सारे लवकरच चीन नक्की फेटाळून लावणार आहे. यामुळे तिबेटबरोबर आपण जे सीमाबद्दलचे आणि व्यापाराबद्दलचे समेट केले होते आणि त्याआधारे गेली पन्नास वर्षे तिबेटशी जे आपले व्यवहार चालले होते, ते सारे आता लयाला जाणार आहेत. आता चीनच्या सत्तेमधे फूट नाही. तो देश एकसंध झाला आहे, एकाच सत्तेच्या छत्राखाली आला आहे आणि बलवान झाला आहे. सबंध हिमालयाच्या बाजूने, म्हणजे आपल्या उत्तर बाजूने व ईशान्य बाजूने आपल्या हद्दीत सारी मंगोलाईड मानववंशीयांची वस्ती आहे. तिबेटी संस्कृतीपासून ती फारशी वेगळी नाही. नीट न ठरवलेली तिथली आपली सरहद्द आणि आपल्या बाजूने सरहद्दीलगत असलेल्या जनतेला तिबेटी किंवा चिनी लोकांकडून असलेला स्वाभाविक कल, या दोन गोष्टींमध्ये चीन व भारत यांच्यात समस्या उभी रहाण्याएवढे निश्चित सुप्त सामर्थ्य आहे. अलीकडचा कडवट इतिहास आपल्याला असे सांगतो की, कम्युनिझम हे एक

साम्राज्यवाद-विरोधी कवच बनू शकत नाही आणि साम्राज्यवादी हे जेवढे चांगले किंवा वाईट असतात तेवढेच कम्युनिस्टही तसेच असतात. चीनची या संदर्भातील महत्त्वाकांक्षा ही नुसती आपल्या बाजूकडील हिमालयाच्या उतारापर्यंतच्या प्रदेशापुरती नाही तर त्यांना आपल्या साम्राज्यात आसामचा महत्त्वाचा भागसुद्धा (आत्ताचा अरुणाचल प्रदेश) सामावून घ्यायचा आहे. त्यांना ब्रह्मदेशसुद्धा घेण्याची इच्छा आहे. परंतु ब्रह्मदेशाबाबत एक अडचण अशी आहे की त्या देशाभोवती मॅकमोहन रेषा नाही. त्यामुळे त्याचा फायदा घेऊन तिबेटच्या सरहद्दीसारखा करार करता येत नाही. चिनी भाषावाद आणि कम्युनिस्टांचा साम्राज्यवाद या गोष्टी पाश्चिमात्य साम्राज्यवाद किंवा प्रसारवादापेक्षा भिन्न आहेत. कम्युनिस्ट हे तत्त्वज्ञानाचा बुरखा पांघरतात. त्यामुळेच तर ते दसपट धोकादायक आहेत. आपल्या तत्त्वज्ञानाच्या प्रसाराच्या नावाखाली वांशिक, राष्ट्रीय किंवा ऐतिहासिक दावे कम्युनिस्ट पुढे करतात. म्हणून उत्तरेकडून व ईशान्येकडून येणारे धोके हे कम्युनिस्टांचे आहेत व साम्राज्यवाद्यांचेही आहेत. भारताला पश्चिमेकडून व वायव्येकडून येणारे धोके हे अजूनही पूर्वीसारखेच अद्यापही गंभीर आहेत. तसे ते असताना आपल्यासाठी एक नवीन संकट उत्तरेकडे व ईशान्येकडे तयार झालेले आहे. म्हणून अनेक शतकांनी आता प्रथम भारताने आपले सैन्य ताबडतोब एकाच वेळी दोन आघाड्यांवरती एकवटले पाहिजे. पाकिस्तानशी तुलना करून आपली संरक्षण व्यवस्था ही किती सरस आहे यावरती संरक्षणाची गणिते नेहमी आधारलेली असतात. आता आपल्या संरक्षणाच्या गणितात उत्तरेकडे व ईशान्येकडे कम्युनिस्ट चीनला आपण गृहीत धरले पाहिजे. कारण त्या देशाला स्पष्ट महत्त्वाकांक्षा आहेत, काही ध्येये आहेत आणि कोणत्याही प्रकारे पाहिले तरी ती आपल्या दृष्टीने नक्कीच मित्रत्वाची नाहीत.

सुप्त संकटे पोटात असलेल्या या सीमेबद्दल आपण आता राजकीय विचार करू. आपल्या उत्तरेकडे व ईशान्येकडे नेपाळ, भूतान, सिक्किम, दार्जिलिंग आणि आसाममधली आदिवासी भाग येतो. त्या भागांशी संपर्क साधण्यात खूप अडचणी असतात. संरक्षणाची सलग आघाडी अथवा फळी त्या भागात निर्माण केली गेली नाही. त्यामुळे सीमेपलीकडून घुसखोर आत येण्यास अमर्याद वाव आहे. फारच थोड्या खिंडीपाशी पोलिसांचे संरक्षण आहे व तेही तुटपुंजे आहे. आपली सीमेलगत जी आऊटपोस्ट आहेत तिथेही आपली थोडीच माणसे आहेत. त्या आऊटपोस्टशी आपला जवळचा संपर्क नाही. त्या ठिकाणच्या स्थानिक माणसांना भारताबद्दल फारसे ममत्व वाटत नाही आणि त्यांची आपल्यावर निष्ठा आहे असे अद्यापही सिद्ध झालेले नाही.

फार काय दार्जिलिंग आणि कालिम्पॉन्ग भागातही मंगोलॉईड वंशीयांबद्दल जास्त आपुलकी दिसून येते. गेल्या तीन वर्षांत आपल्याला नागा लोकांशी आणि आसाममधल्या आदिवासींशी जवळीक साधण्याचे प्रयत्न करणे जमले नाही. त्यांच्याशी युरोपीय ख्रिस्ती मिशनरी आणि इतर बाहेरची माणसे मात्र सतत संपर्क साधून असतात. त्या माणसांचा प्रभाव हा भारत व भारतीय यांना प्रतिकूल असा आहे. काही दिवसांपूर्वी सिक्कीममध्ये राजकीय कारस्थाने शिजत होती. तिथे असंतोष खदखदत असण्याची शक्यता असेल. त्या मानाने भूतान हा शांत आहे. पण त्या प्रदेशाचा तिबेटकडे असलेला कल पहाता ती एक अडचणीची बाब ठरेल असे वाटते. नेपाळमधील राजेशाही ही दुबळी आहे व ती केवळ सैन्याच्या बळावरती तग धरून आहे. तिथल्या लोकसंख्येची दोलायमान मानसिकता व आधुनिक युगातील उत्साही कल्पना यामुळे तिथे नेहमी अस्वस्थता असते. अशा परिस्थितीत तिथल्या जनतेमध्ये नवीन धोक्याची जाणीव करून देणे किंवा त्यांना आपल्या संरक्षणाच्या दृष्टीने सज्ज करायला लावणे ही एक फार मोठी कठीण गोष्ट आहे. पण त्यावरती उत्साही ठामपणा, आपले बळ आणि आपले स्पष्ट धोरण याच्या सहाय्याने सहज मात करता येईल. मी येथे ही जी आपली कमकुवत मर्मस्थळे सांगितली, त्याचा फायदा चिनी सरकार आणि त्यांचा स्फूर्तीस्रोत असलेला सोविएत रशिया हे नक्की घेणार. ते तशी संधी हातची सोडणार नाहीत. आपल्या तत्त्वज्ञानाच्या पाठिंब्यासाठी आणि आपल्या महत्त्वाकांक्षेसाठी ते तसे नक्की करतील. मला असे विचारपूर्वक वाटते की, ही परिस्थिती अशी आहे की हे सारे समजूनही आपण धड आत्मसंतुष्ट राहू शकत नाही की 'काय करावे?' अशा संभ्रमित अवस्थेत स्वस्थ राहू शकत नाही. काय साध्य करायचे आहे त्याची आपल्याला आधी नीट स्पष्ट व स्वच्छ कल्पना यायला पाहिजे. तसेच, कोणत्या मार्गाने आपले ध्येय साध्य करायचे तेही आधी ठरवले पाहिजे. धरसोड करीत किंवा आपली ध्येये ठरवताना गुळमुळीत वृत्ती धारण करता कामा नये. आपली ध्येये साध्य करण्यासाठी ठरवलेल्या धोरणाचा पाठपुरावा करताना आपल्याला दुबळे केले जाईल आणि आपल्याला नेहमी धमक्या दिल्या जातील, हे उघड आहे. त्या धमक्यांचे प्रमाणही वाढत जाईल. पण तरीही आपण न डगमगता आपल्या धोरणानुसार आपले काम करीत राहिलेच पाहिजे.

ह्या बाह्य आक्रमणाच्या धोक्याबरोबरच आपल्याला जाता जाता आंतरराष्ट्रीय समस्यांनाही तोंड द्यावे लागेल. वरील मुद्दे आपल्या हेर खात्याने (इंटेलिजन्स ब्युरोने) उचलून धरले आहेत. त्या टिपणांची एक प्रत परराष्ट्र मंत्रालयाला पाठविण्यासाठी मी अय्यंगार यांना सांगून ठेवले आहे. परदेशातून शस्त्रास्त्रे,

साहित्य इत्यादी आणण्यात किंवा परदेशातील कम्युनिस्ट पक्षांशी संपर्क साधण्यात भारतीय कम्युनिस्ट पक्षाला अद्याप यश मिळालेले नाही. त्यासाठी पूर्वेकडे ब्रह्मदेश व पूर्व पाकिस्तान येथे शिरकाव करण्यासाठी तिथल्या अवघड सरहद्दीशी त्यांना झुंजत बसावे लागेल किंवा लांबच्या समुद्रमार्गाने तिकडे जावे लागेल. पण आता त्या तुलनेत त्यांना चीनशी संपर्क साधणे सोपे झाले असून चीनद्वारे ते अन्य देशातील कम्युनिस्टांशी संपर्क साधू शकतात. हेर मंडळी, पंचमस्तंभी लोक आणि कम्युनिस्ट यांना भारतात घुसखोरी करणे सुलभ जाणार आहे. तेलंगण आणि वारंगळ येथे बाजूला पडलेल्या कम्युनिस्ट मंडळींकडे बघण्यापेक्षा आपल्याला उत्तर व ईशान्य सरहद्दीपाशी दिल्या जाऊ शकणाऱ्या कम्युनिस्टांच्या धमक्यांकडे अधिक लक्ष द्यावे लागणार असे दिसते. कारण सीमेपलीकडून चीनमधून येणाऱ्या शस्त्रास्त्रांवरती येथले कम्युनिस्ट बिनधास्तपणे भरवसा ठेवू शकतात. ही अशी संपूर्ण परिस्थिती अनेक समस्या निर्माण करू शकत असल्याने आपण त्यावर निर्णय घेणे जरूरीचे आहे. म्हणजे मी आधी म्हटल्याप्रमाणे आपल्या धोरणाची उद्दिष्टे आपल्याला ठरवता येतील आणि ती उद्दिष्टे साध्य करण्यासाठी कोणती पद्धत वापरायची तेही ठरवता येईल. तसेच आणखी एक गोष्ट स्पष्ट आहे, ती म्हणजे आपली कृती ही सर्वसमावेशक असावयास हवी. त्यात नुसत्याच संरक्षणात्मक व्यूहरचनेचा आणि तयारीचा विचार करायला नको, तर त्याचबरोबर भारतातील अंतर्गत सुरक्षिततेचाही विचार करायला हवा. त्याबद्दल तर आपण क्षणभरही ढिले राहून चालणार नाही. याच्या जोडीला आपल्या सीमेलगतच्या कमकुवत भागातील प्रशासकीय व राजकीय समस्यांनाही तोंड द्यावे लागणार आहे.

सर्व समस्यांना तोंड देण्यात आपली दमछाक होणार नाही हे नक्की. तरीही, माझ्या मते असलेल्या काही समस्यांचे मुद्दे येथे खाली देत आहे. त्यावरती आधीच काही उपाय शोधून ठेवून त्यानुसार आपली प्रशासकीय व लष्करी धोरणे आखावीत.

१. भारतावर कोसळू पहाणाऱ्या चिनी संकटाच्या अंदाजाला लष्कराने व आपल्या हेर खात्यानेही दुजोरा (इंटेलिजन्स ब्युरो) दिला आहे.

२. या संदर्भात आपल्या लष्कराची स्थिती नीट तपासली जावी आणि गरज पडल्यास काही पुनर्रचना करावी. सीमेपाशी जे महत्त्वाचे सीमेपार जाण्या-येण्याचे मार्ग आहेत तिथे आणि ज्यावरून वाद निर्माण होऊ शकेल अशा ठिकाणी रक्षणासाठी आपले सैन्य तैनात व्हावे.

३. आपल्या सैन्याचे सामर्थ्य वाढवावे आणि गरज पडली तर नवीन

संकटाच्या संदर्भात आपले सैन्य कमी करण्याच्या योजनेचा पुनर्विचार व्हावा.

४. संरक्षणाच्या दीर्घ काळाच्या गरजांसाठी विचार व्हावा. याबाबतीत मला स्वत:ला असे वाटते की जोपर्यंत आपण सैन्याला शस्त्रे, दारुगोळा आणि चिलखती संरक्षण देण्याचे ठाम आश्वासन देत नाही, तोपर्यंत आपण आपले सैन्य हे कायम दुबळे करून ठेवल्यासारखे होईल. मग आपण एकाच वेळी पश्चिम व वायव्येकडून आणि उत्तर व ईशान्येकडून येणाऱ्या दुहेरी लष्करी संकटांना तोंड देण्यासाठी नीट उभे राहू शकणार नाही.

५. चीनचा युनोतील प्रवेशाचा प्रश्न. तिबेटच्या बाबतीत चीनने ज्या पद्धतीने भारताला वाटाण्याच्या अक्षता लावल्या, ते पहाता चीनच्या युनोतील प्रवेशाच्या दाव्याला फार काळ उचलून धरणे हे आपल्याला जमेल की नाही याबद्दल मला शंकाच आहे. चीनने सतत कोरियन युद्धात भाग घेतल्याने युनोमध्ये त्याला जवळजवळ बहिष्कृत करण्याचे बहुतेक घाटत आहे. या प्रश्नावर आपले धोरण हे आपल्याला आता ठरवलेच पाहिजे.

६. उत्तर व ईशान्य सीमा ह्या अधिक बळकट करण्यासाठी आपल्याला राजकीय व प्रशासकीय पावले उचलली पाहिजेत. सीमा म्हटल्यानंतर संपूर्ण उत्तर आणि ईशान्येकडील नेपाळ, भूतान, सिक्किम, दार्जिलिंग आणि आसाममधील आदिवासी भाग ही क्षेत्रे त्यात आलीच.

७. सीमेलगतच्या क्षेत्रात आणि त्याला लागून असलेल्या उत्तर प्रदेश, बिहार, बंगाल व आसाम या प्रदेशातही अंतर्गत सुरक्षेसाठी उपाययोजना करून ठेवायला हवी.

८. त्या भागातील आणि सीमेपासच्या आऊटपोस्टसाठी असलेले रस्ते, रेल्वे, हवाई वाहतूक व वायरलेस संपर्क हे सुधारले पाहिजेत.

९. आपली ल्हासामधली मोहीम, तिथली ग्यांगत्से व युटांग येथील व्यापारी केंद्रे आणि तिबेटमधील व्यापारी मार्गांच्या रक्षणासाठी ठेवलेली दले यांच्या भवितव्याचा विचार व्हावा.

१०. सीमेबाबतची जी मॅकमोहन रेषा आहे तिच्या धोरणाबाबतही विचार करायला हवा.

माझ्या मनात आणखीही काही प्रश्न उद्‌भवले आहेत. वरील सर्व मुद्यांवरती आपण जर विचार केला, तरी त्यातून चीन, रशिया, अमेरिका, ब्रिटन आणि ब्रह्मदेश यांच्याशी संबंध ठेवण्याबद्दल अधिक व्यापक विचार करणे आपल्याला कदाचित भाग पडेल. तथापि, हा विचार सर्वसाधारण स्वरुपाचा असेल. पण काही विचार मात्र मूलभूत असल्याने महत्त्वाचे असतील.

उदाहरणार्थ : ब्रह्मदेशाला चीनबरोबर बोलणी करताना अधिक बळ यावे म्हणून आपण त्याच्याशी असलेले संबंध आणखी घट्ट करावे की नाही, असा प्रश्न आपल्यापुढे उभा राहील. चीन आपल्यावर दबाव टाकण्याआधी ब्रह्मदेशावरती दबाव टाकेल, अशीही शक्यता मी गृहीत धरली आहे. ब्रह्मदेशाबरोबरची आपली सीमा अजूनही पक्की झालेली नाही आणि चीनने ब्रह्मदेशाच्या सीमेलगतच्या बऱ्याच भागावरती आपला दावा केला आहे. आत्ताच्या स्थितीत ब्रह्मदेश हा चीनपुढे सहज समस्या निर्माण करू शकतो. अन् म्हणून कदाचित चीन-ब्रह्मदेश सीमावादाकडे प्रथम लक्ष वेधले जाईल.

तर, आपण आता या सर्व बाबींवरती सर्वसाधारण विचारविनिमय करण्यासाठी भेटले पाहिजे. मग भेटीमध्ये जे उपाय ताबडतोब करणे गरजेचे आहे त्यावर आपण निर्णय घेऊ. तसेच, अन्य समस्यांचीही ताबडतोब तपासणी करून त्याबाबतीत उपाययोजना सुरू करू.

– *वल्लभभाई पटेल.*

१९४७ पासून पन्नासच्या दशकाच्या सुरुवातीपर्यंत परराष्ट्र खात्यात चीनबद्दलचे धोरण ठरवताना किती अंतर्गत संघर्ष व झगडे चालले होते त्याकडे दुर्लक्ष करता येत नाही. परंतु शेवटी नेहरूप्रणीत धोरणाचाच (Nehru Line) पन्नासच्या दशकात विजय झाला. चीनबद्दलचे धोरण ठरविताना परराष्ट्र खात्यात खूप खल झाला होता. सरदार पटेलांचे या संदर्भातले वरील पत्र हेच काही एकमेव किंवा शेवटचे नाही. कोणी जर मुद्देसूद, विचारपूर्वक व संयुक्तिक प्रतिपादन केले तर दुर्दैवाने त्यावेळचे राजकीय नेतृत्व ते प्रतिपादन स्वतःच्या धोरणाविरुद्ध असेल तर गंभीरपणे घेत नसत. १९४० नंतरच्या दशकात ज्यांना चीनशी थेट राजकीय व्यवहार करण्याचा अनुभव होता, मग तो चीनबद्दल असेल किंवा तिबेटबद्दल असेल त्यांना परराष्ट्र खात्याच्या जॉईंट सेक्रेटरी (पूर्व) या विभागातून एकेक करून हलविण्यात आले. ईशान्य आघाडी विभाग (North-east Frontier Agency) हा तर गुंडाळण्यात आला आणि या विभागातील अंडर सेक्रेटरीचे पद रद्द करण्यात आले.

'हिंदी चिनी भाई-भाई', बांडुंग परिषद, अलिप्तता चळवळ (NAM) आणि पंचशील तत्त्वे, यानंतर मात्र भारताचे ते 'अज्ञानयुग' संपुष्टात आले. बांडुंग परिषदेत तर अकल्पित परिणामांच्या सिद्धांताने डोके वर काढले होते. प्राथमिक बीजांमुळे भारत-चीन संबंधांची महान सुरुवात होण्याऐवजी काहीतरी लक्षणीय बदल होण्याची ती बीजे दर्शवू लागली. मागील घटनांचे कठोर परीक्षण केल्यावर ही गोष्ट नजरेतून न निसटता ध्यानात येते. चौ एन लायच्या भारताच्या वाऱ्या आता वाढू लागल्या. तो एक कावेबाज, बोलण्यात व वागण्यात मोकळा असणारा धुरंधर राज्यकर्ता होता. बांडुंग

परिषदेत नेहरूंना दिलेले महत्त्व व अधिकार चौ एन लायला आवडले नव्हते. त्याला त्याचा राग आला होता. त्याऐवजी त्याला ते अधिकार हवे होते व चीनला महत्त्व पाहिजे होते. म्हणजे आंतरराष्ट्रीय समुदायात चीनचा दर्जा उंचावला असता. चौ एन लाय चरफडत होता. त्याला कल्पनातीत राग आला होता. जेव्हा 'हिंदी चिनी भाई-भाई' ची भावना कळसाला पोचली होती, तेव्हा मला चांगले आठवते आहे की चौ एन लाय नेहरूंना म्हणाला होता, "माझ्या असे लक्षात आले आहे की आमच्या व तुमच्या नकाशात अक्साई चीनचा भाग प्रत्येकाने आपल्याकडे दाखवला आहे. तो भाग जवळजवळ निर्मनुष्य आहे हे तुम्हाला ठाऊक आहेच. पण आमच्या दृष्टीने तो लष्करीदृष्ट्या फार महत्त्वाचा आहे. आम्ही मग त्यातून तिबेटकडे जाणारा रस्ता बांधू. तेव्हा तुम्ही तेवढा जमिनीचा तुकडा आमच्याकडेच ठेवायला मान्यता द्यावी. त्या बदल्यात आम्ही मॅकमोहन रेषेला आणि तुम्हाला हव्या तशा इतर सीमारेषांना मान्यता देऊ?" मला वाटते की नेहरूंनी त्या प्रस्तावाला मान्यता दिली असावी. पण त्या बदल्यात चिन्यांनी काय केले तर भारताच्या पाठीत खंजीर खुपसला. नेहरूंना मग अवघडल्यासारखे झाले, आपली मानखंडना केल्याचे वाटले. मग अर्थातच जनतेचा क्षोभ उसळून आला व त्यांनी चीनशी तडजोड करण्यास नेहरूंना मनाई केली. त्यानंतर जरी नेहरूंना चीनशी पुन्हा समझोता करावेसे वाटले[१५] तरी अशक्य करून टाकले. नंतर नेहरूंच्याकडून काही दुरुस्त्या केल्या गेल्या, पण नुकसान व्हायचे ते होऊन गेलेच. नंतर एक पहाणी केली गेली. त्यानुसार १९५९ ते १९६२ या काळात चीनशी आपले संबंध कमी कमी होत गेल्याचे दिसून आले. हे संबंध फार वेगाने खालावत गेले. दुर्दैवाने या खालावलेल्या संबंधासाठी फार मोठी किंमत भारताला मोजावी लागली होती.

एकोणीसशे बासष्ठ

ऑक्टोबर १९६२ मध्ये सीमा प्रश्नांवरून चीनशी जो संघर्ष उडाला तो अनेक घटकांचा मिळून झालेला परिणाम होता. शेकडो चुका एकत्र येऊन त्यांचा कळस झाला होता. त्यातल्या काही चुका या पूर्वापार केल्या जात होत्या. तत्त्वत: पाहिले तर असे दिसेल की मॅकमोहन रेषा ही नेमकी कशी जाते याबद्दल सतत संदिग्धता चालत आलेली होती. तसेच, ही रेषा सर्व संबंधितांनी अधिकृतपणे खरोखरीच मान्य केली होती काय? यावरती चीनकडून नेहमी वाद घातला जायचा. यापेक्षाही वाईट भाग असा की भारत जी सीमा मानून आपल्या क्षेत्राचा दावा करीत होता त्या सीमेलगतच्या क्षेत्रात

१५. *वाय.डी गुंदेव्हिया आपल्या Outside the Archives या पुस्तकात म्हणतात की, लॉर्ड माऊंटबॅटन यांनी नेहरूंवरती पाकिस्तान आणि चीन यांच्याशी बोलणी करून प्रश्न सोडविण्यासाठी दडपण आणले होते. नवव्या प्रकरणात हा संदर्भ दिलेला आहे.*

भारताकडून कधीही पाऊल टाकले गेले नव्हते. तिथे कोणालाही पाठवले गेले नव्हते. त्याऐवजी भारत साम्राज्यवादी पद्धतीने नुसते दावे करत बसला आणि आपल्या शेजाऱ्याकडून चांगल्या हेतूची अपेक्षा ठेवीत राहिला. डोके शांत ठेवून, कोणत्याही भावनेच्या आहारी न जाता, वस्तुनिष्ठ विचार करण्याचे बाजूला राहिले. त्याऐवजी हेर खात्याकडून घोर चुका होत चुकीची माहिती देणे चालू झाले. लष्करी सेवेतील व परराष्ट्र खात्यातील सल्ले हे भित्र्या मनोवृत्तीतून दिले जाऊ लागले. कधी कधी तर सल्लेही दिले जायचे नाहीत. अशा या पायावरती आपले सैन्य पुढे सरकवण्याच्या धोरणाचा झेंडा उभा केला गेला होता. त्यावेळी 'पुढे सरकणे' म्हणजे काय? पुढे जायचे ते नक्की कुठे जायचे? असे प्रश्न कोणीही विचारले नाहीत. या संदर्भातील सारी जुनी कागदपत्रे, एक तर चोरली गेली असतील किंवा मुद्दाम रद्दीत टाकून दिली गेली असतील. पण जिथे कुठे ती परराष्ट्र खात्याच्या पसाऱ्यात असतील त्यावरती आता खूप धूळ जमा झालेली असणार. कदाचित त्या कागदपत्रांना उंदीर कुरतडत असतील किंवा वाळवी लागली असेल. अक्साई चीन आणि ईशान्य सरहद्द एजन्सी (NEFA) ह्या दोन बाबी मुख्यत्वेकरून वादग्रस्त होत्या. ज्या घटना १९६२च्या दुर्घटनेकडे नेणाऱ्या होत्या, त्या घटनांचे लष्करी मूल्यमापन कोणीतरी नक्की केलेले असणार. तसाच राजनैतिक व राजकीय दृष्टिकोनातून त्या घटनांचा अधिकृत अभ्यास सरकारतर्फे कोणीच कसा केला नाही? जर तसा अभ्यास केलेला असेल तर ती कागदपत्रे अद्यापही कशी सापडत नाही? मला ही बाब फार दुर्दैवी व सूचक वाटते. आपल्या राजनैतिक इतिहासाची दारे अभ्यासासाठी उघडून देण्यास सरकारी खाती नाखूष असतात. याचे कारण परंपरागत चालत आलेली व व्यवस्थेतच अंतर्भूत असलेली निष्कारण गुप्तता राखण्याची प्रवृत्ती, हे आहे. सत्य प्रगट झाले की अनेक पुरुषांच्या आदर्श प्रतिमा भंग पावतात, अनेक समजुतींना तडाखा बसतो. येथेही तसेच होईल असे वाटते.

काही तारखा व घटना या स्मरणीय असतात. सप्टेंबर १९६१ मध्ये इंटेलिजन्स ब्युरोकडून एक मोठे मूल्यमापन केले गेले. त्यानुसार सरकारला सुचविण्यात आले की, सरहद्दीवरती टोकाशी 'आक्रमक अवस्थेत' काही ठाणी उघडली तर चिनी सैन्याकडून आव्हान दिले जाणार नाही. २ नोव्हेंबर रोजी नेहरूंनी आपले संरक्षण मंत्री व्ही. के. मेनन यांच्यासह आणि वरिष्ठ सेनाधिकाऱ्यांसह तसे धोरण अधिकृतपणे स्वीकारले. पण इन्टेलिजन्स ब्युरोचा सल्ला चुकीचा ठरला. त्यांच्याकडून ती एक अक्षम्य चूक झाली होती. नेहरूंच्या सरकारनेही तशीच चूक करून ठेवली. तोपर्यंत सीमेच्या आत तीन किलोमीटर अंतरामध्ये कोणत्याही सुरक्षा दलाची अगर लष्करी दलाची कारवाई, सराव इत्यादी करता कामा नये असा नियम होता. आता हा नियम काढून टाकण्यात आला आहे. मग एका स्थानिक कमांडरला सरळ आपल्या सीमेपर्यंत जाण्याचा आदेश देण्यात

आला. वाटेतल्या काही 'त्रुटी' भरून काढण्यासही सांगण्यात आले. चिनी सरकारची यावरची प्रतिक्रिया अभ्यासण्यासाठी हे आवश्यक होते असे मला वाटते. रॉडरिक मॅकफर्कहार याने The Origins of Cultural Revolution हा चीनवरचा ग्रंथ तीन खंडांमध्ये प्रसिद्ध केला आहे. त्यात त्याने त्याबद्दल फार छान लिहिलेले आहे. तो त्यात म्हणतो :

> *चीफ ऑफ स्टाफ लुओ रुईकिंग याने आपल्या चेअरमन माओला अवघ्या चार शब्दात कळवले : बुझहुआंग गोन्गचू, क्वान्या जिआओकू (सशस्त्र दलांचे अस्तित्व, जिगसॉ आकृतीबंध). अशी परिस्थिती कधी ना कधी तरी उद्‌भवणार याची अटकळ माओला असली पाहिजे. भारतीय आणि चिनी ठाणी आता एकमेकांसमोर टाकली गेली होती. चिनी सैन्याला आता ताण जाणवू लागला. सीमासंघर्षामुळे राजनैतिक गुंता निर्माण होऊ शकणार असल्याने सैन्याच्या हालचालींचे सर्व निर्णय हे उच्च पातळीवरती घेतले जात होते. सरहद्दीच्या रक्षणाचे काम किरकोळ जरी असले तरीही त्या संबंधात वेळोवेळी बीजिंगकडून परवानगी घ्यावी लागत होती...*
>
> *पूर्वी कधीतरी माओने अशी तक्रार केली होती की, "चीनच्या सरहद्दीवरती गेली तीन वर्षे (१९५९-६१) भारताकडून सारखा दबाव टाकला जात आहे. जर आता चौथ्या वर्षीही भारताने तसेच केले तर चीन त्याला उलट उत्तर देईल." धोला येथे जो संघर्ष[१६] उडाला होता त्यामुळे चिनी नेत्यांना असे वाटू लागले की आता लष्करी कारवाई अपरिहार्य आहे. ६ ऑक्टोबर रोजी सीमेवरील चिनी सैन्याला हुकूम दिला गेला की: "जर भारतीय सैन्याने हल्ला चढवला तर त्याला क्रूरपणे प्रत्युत्तर द्या... त्यांचा हल्ला नुसता परतवून लावू नका, तर त्यांचे जबरदस्त नुकसान होईल असे बघा."*
>
> *ऑक्टोबर मध्ये चिनी नेत्यांनी एक बैठक घेऊन पुढच्या हालचाली ठरवल्या. ती बैठक माओ आणि चौ एन लाय यांच्या मार्गदर्शनाखाली झाली. लिऊ शाओ की व डेन्ग झिओ पिन्ग यांनी त्यात मार्शल बोचेन्ग,*

---

१६. *धोला हा भाग थाग्ला रिजच्या दक्षिणेच्या पायथ्याशी होता. त्यावरून आजुबाजूच्या प्रदेशावरती चांगले नियंत्रण ठेवता येते. जून १९६२ मध्ये फॉरवर्ड पॉलिसीनुसार चिनी सैन्याला थाग्ला रिजवरून मागे हटविण्याची योजना आखण्यात आली. पण चिन्यांनी ऑगस्टमध्ये तिथे खंदक खणून ठेवले. ८ सप्टेंबर रोजी ८०० चिनी सैनिकांनी खाली उतरून पायथ्याच्या भारतीय तळाला वेढा दिला. बारा दिवस कोणत्याच बाजूने गोळीबार केला गेला नाही. मग वरून हुकूम आल्यावरती २० व २४ सप्टेंबरला भारतीय सैन्याने संघर्ष छेडला.*

हे लोन्ना, झू झियांगकियान आणि जनरल लुओ रुईकिन्ना हा चीफ-ऑफ-स्टाफ म्हणून हजर होते. एका मागोमाग घडत जाणाऱ्या घटनांमुळे मार्शल लिऊ याच्या शिफारशी फार गंभीरपणे घेतल्या गेल्या. सरहद्दीवरील भारतीय सैन्याला नुसते मागे हटवून चालणार नाही, तर त्यांचा हल्ला मोडून काढून त्यांना घेराव घातला पाहिजे, अशी शिफारस त्याने केली. थोडक्यात, त्याने भारताच्या दर्जेदार सैन्याला झोडपून काढण्याची सूचना केली होती. तसे झाले तरच त्यांच्या मते तो एक निर्णायक विजय ठरणार होता.

(पहा : रॉडरिक मॅकफर्कहार याच्या The Origins of the Cultural Revolution ग्रंथातील तिसरा खंड आणि पान ३०७ वरचा मजकूर.)

चिनी आक्रमणाच्या आधी चिनी सैन्याला स्वच्छ मार्गदर्शक तत्त्वे सांगितली गेली होती की, सीमारेषेच्या आतमध्ये ३० किलोमीटर अंतरापर्यंत कोणतीही लष्करी हालचाल करायची नाही. सैन्याने शत्रूला भिडण्याचे चिनी नियम हे १ फेब्रुवारी १९६१ पासून मिलिटरी अफेअर्स कमिशने देण्यास सुरुवात केली होती. त्यांचे पालन कडकपणे व्हावे असे बजावले गेले होते. सीमारेषेपासून तीस किलोमीटर्स आत चिनी सैन्याने गोळी झाडायची नाही, गस्त घालायची नाही, शिकारीसाठी आजूबाजूला भटकायचे नाही किंवा तिबेटी बंडखोरांशी झगडा करायचा नाही, असे सक्त हुकूम दिले गेले होते. आणखीही काही बंधने चिनी सैन्यावरती घातली गेली होती. सरावासाठीही कुठले तरी लक्ष्य ठेवून गोळ्या झाडायच्या नाहीत, मोठ्या लष्करी हालचाली करायच्या नाहीत, कुठेही पाडापाड व मोडतोड करायची नाही. जर भारतीय सैन्य सीमा ओलांडून घुसले तर प्रथम त्यांना समज द्या आणि नंतर त्यांना माघार घ्यायला भाग पडेल अशी कृती करा. यानेही काही साध्य झाले नाही तर आंतरराष्ट्रीय पद्धतीनुसार त्यांची शस्त्रे जप्त करा. मग काही खुलासा करून त्यांची शस्त्रे त्यांना परत देऊन त्यांना परत जायला सांगा. या नियमांवरती चिनी प्लॅटून कमांडर मंडळींचे सर्वसाधारण असे मत झाले की, "हे सारे सांगायला सोपे आहे, पण करायला अवघड आहे." त्या लष्करी अधिकाऱ्यांची अडचण बरोबर होती. (पहा: रॉडरिक मॅकफर्कहार याच्या वर उल्लेख केलेल्या पुस्तकाचा खंड तिसरा, पान ३०० वरील मजकूर.)

ही एवढी काळजी घेण्यासाठी नक्की काहीतरी कारणे त्यामागे असणार. चीन हा विविध पातळ्यांवरती तोंड देत होता. त्या सर्व गोष्टी आता एकत्र आल्या होत्या. उदाहरणार्थ, तैवानकडून खरोखरीच एक धमकी चीनला मिळालेली होती. त्या मागची भीती अशी होती की कदाचित त्यामुळे सोविएत रशियाशी संबंध बिघडतील. याबद्दल भारताने काही तपास केला की नाही हे सध्या अस्तित्वात

असलेल्या दस्तऐवजावरून कळून येत नाही. परंतु, भारताला अमेरिका व रशिया यांचा पाठिंबा लाभण्याची शक्यता आहे असा अंदाज खूप आधी चीनने करून ठेवला होता. चीनला दोन आघाड्यांवर म्हणजे तैवानबरोबर आणि भारताबरोबर युद्ध लढण्याची भीती का वाटत होती त्याचे कारण असे सांगता येईल : चीनमध्ये आदल्या वर्षी दुष्काळ पडून आणि लुटालूट व विध्वंस करणारे अनर्थ माजले होते. या दोन अंतर्गत संकटांमुळे चीनचे नैतिक धैर्य गंभीरपणे खालावले होते. घरची आघाडी त्यांना सांभाळावी लागत होती. परंतु अशा घटकांचा सखोल अभ्यास आणि परिस्थितीचे मूल्यमापन भारताने केल्याचे मला कुठेही आढळले नाही.

या सर्वांवरती कडी करणारी अशी एक घटना घडली होती की त्या घटनेकडे जगाचे लक्ष वेधले गेले होते. ती घटना म्हणजे 'कॅरिबियन बेटांवरील घटना' क्यूबाच्या ताब्यात असलेल्या त्या बेटावरती सोविएत रशियाची क्षेपणास्त्रे अमेरिकेकडे रोखून उभी केली होती. अमेरिकेने रशियाला त्यासाठी निर्वाणीचा इशारा दिला. सोविएत रशियाने नंतर ती क्षेपणास्त्रे मागे घेतली. २० ऑक्टोबर १९६२ रोजी चीनचा भारतावर हल्ला सुरू झाला. त्यानंतर लवकरच 'नेहरूंना क्रुश्चेव्हकडून एक पत्र आले. त्यात चीनच्या विरुद्ध भूमिका घेण्याचे जे पूर्वी भारताने आपल्या अहवालात (रशियाला) म्हटले होते, त्याचा उल्लेख करून नेहरूंना कळकळीची विनंती केली की, चीनच्या चौ एन लाय यांनी बोलणी करण्यासाठी जी संधी देऊ केली आहे ती स्वीकारावी. क्रुश्चेव्ह यांचे चीनच्या लिऊ झियाओ यांच्याबरोबर जे काही ठरले त्यानुसार सोविएत अधिकाऱ्यांनी मॉस्कोतील भारतीय दूतावासाला कळवले की, आधी ठरल्याप्रमाणे जी मिग-२१ विमानांची विक्री भारताला केली जाणार होती ती आता करता येत नाही. ऐन वेळी रशियाने आपली चाल बदलली, राजनीती बदलली. शेवटी रशिया चीनच्या बाजूला झुकला.

२५ ऑक्टोबरच्या *प्रावदा* या रशियन मुखपत्राच्या संपादकीयात क्रुश्चेव्हने एक जाहीर आश्वासन चीनला दिले की, मॅकमोहन रेषा ही भारतावर आणि चीनवर लादली गेली असून चीनने ती आजवर कधीही मान्य केली नाही. आणि चिनी सरकारच्या आदल्या दिवसाच्या पत्रकात 'रशियाबरोबर वाटाघाटी सुरू करण्यासाठी एक समाधानकारक पाया आता लाभला आहे.' असे म्हटले होते. (पहा : The Origins of the Cultural Revolution खंड तिसरा, पान ३१४) क्युबामधल्या पेचप्रसंगामुळे चीन-रशिया वाटाघाटींवरती ताण पडू लागला. निदान वेळ वाया जाण्याचा ताण तरी नक्की पडला. म्हणून चीनला आता दोन आघाड्यांवरती एकाच वेळी संघर्ष छेडायचा नव्हता. तसेच, क्रुश्चेव्हलाही अमेरिका आणि चीन यांच्याशी एकाच वेळी संघर्ष नको होता.

चीनचे हिमालयातील आक्रमण आणि क्युबातील पेचप्रसंग या घटनांचा १९६२ मधील कालानुक्रम

ऑक्टोबर	हिमालयातील पेचप्रसंग	क्युबातील पेचप्रसंग
१४	क्रुश्चेव्हने चीनला पाठिंब्याचे आश्वासन दिले.	अमेरिकेने क्युबामध्ये क्षेपणास्त्रे उभी केल्याचे पाहिले.
२०	चीनचा भारतावर पहिला हल्ला क्रुश्चेव्ह यांचे नेहरूंना पत्र	—
२२	—	केनेडी यांना ती क्षेपणास्त्रे रशियन असल्याचे समजले. त्यांनी ती ताबडतोब हलविण्याची मागणी केली. तोपर्यंत क्युबाची सामुद्रिक नाकेबंदी केली.
२४	चीन वाटाघाटीसाठी तयार	रशियन जहाजे क्युबाला जाताना वाटेतच थांबली.
२५	'प्रावदा'मधील संपादकीय चीनच्या बाजूला झुकले.	—
२६	—	अमेरिकी आरमाराने पहिले रशियन जहाज अडवले.
२७	चीनचा पहिला हल्ला ओसरला	—
२८	—	क्रुश्चेव्हची क्षेपणास्त्रे काढून घेण्याची तयारी
नोव्हेंबर		
१ ते ४	मॉस्कोकडून भारत-चीन संघर्षात तटस्थता जाहीर.	
५ ते १५	चीनची बल्गेरियन कम्युनिस्ट पक्षाच्या परिषदेवरती टीका.	
१४	भारताची प्रतिक्रिया जाहीर रशियन राजदूताने नेहरूंना शुभेच्छा कळविल्या. (२१ नोव्हेंबरच्या आत मिग-२१ विमानांची विक्री पक्की झाली.)	—
१६	चीनचा भारतावरती दुसरा हल्ला	—
२१	चीनकडून एकतर्फी युद्धबंदी	
डिसेंबर १	चीनने सैन्य मागे घेणे सुरू केले.	—

शेजारच्या पानावरती भारत-चीन संघर्षात लष्करीदृष्ट्या जे मुख्य व महत्त्वाचे टप्पे दिले आहेत, ते केवळ संदर्भासाठी आहेत. काही लष्करी निष्कर्ष, संघर्षाचे मूल्यमापन आणि फलनिष्पत्ती यांना ते अधोरेखित करीत आपल्याला बरेच काही शिकवून जातात. एका सेवानिवृत्त सैन्यप्रमुखाने मला एक सावधगिरी दर्शविणारे विश्लेषण ऐकवून थक्क केले होते. जानेवारी १९६१ मध्ये त्याने भारत सरकारला सांगितले होते, ''जर मर्यादित स्वरुपाच्या युद्धाच्या बाहेर युद्धाचे स्वरुप जाऊ लागले तर... आणि त्याचे एका सर्वंकष युद्धात रूपांतर होऊन आपल्या देशावर आक्रमण होत गेले, तर ते युद्ध हाताळणे हे आपल्या सैन्याच्या क्षमतेच्या बाहेर... थोड्याच काळात जाईल.'' हे मूल्यमापन ज्यांच्या अधिपत्याखाली केले गेले ते भूतपूर्व सैन्यप्रमुख, जनरल के. एस. थिमय्या, यांनी लिहिले आहे : *''एक सैनिक म्हणून सुद्धा चीनशी उघड उघड संघर्षासाठी आव्हान देणे मला विचारात घेता येत नाही, इतकी ती अवघड गोष्ट आहे. चीनचे आत्ताचे मनुष्यबळ, युद्धसामुग्री आणि विमाने ही इतकी आहेत की ती आपल्या शक्तीबाहेरची आहेत आणि आपल्याला परवडण्यापलीकडची आहेत. शिवाय चीनला रशियाचा पाठिंबा आहे. त्यामुळे आपल्या देशाच्या सुरक्षिततेची बाब आपण आपल्या राजनीतीज्ञांवरती व राजकारणी पुरुषांवरती सोडून द्यावी.''* त्यावेळचा मिलिटरी ऑपरेशन्सचा डायरेक्टर ब्रिगेडियर डी. के. पलित यांनी असा निष्कर्ष काढला की, *''चिनी सरकारच्या धमकीला प्रत्युत्तर देण्यासाठी जी उपाययोजना करण्याचा सरकारचा प्रयत्न आहे तो वरवरचा व घाईघाईने विचार केलेला असा वाटावा, इतका तो अति साधा व सरळ आहे. इतकी गंभीर बाब अत्यंत बेफिकिरीने निपटली जावी यावरती विश्वासच बसत नाही.''* ही १९६२ मधली गोष्ट आहे. अशाच प्रकारे लष्कराने निष्कर्ष काढला की, *''पुढे सरकण्यासाठी 'फॉर्वर्ड पॉलिसी' दोषपूर्णरित्या राबवली गेली म्हणून लष्कराजवळच्या कौशल्यावर व साधनसामुग्रीवर आधारित असलेले राजकीय दिग्दर्शन हे अत्यंत स्पष्ट, स्वच्छ व निःसंदिग्ध असे असायला हवे. असे राजकीय दिग्दर्शन नितांत गरजेचे असते. म्हणजे मग तशा परिस्थितीत राजकीय दिग्दर्शन व लष्करी कारवाई या दोन्ही गोष्टी एकमेकांवर अवलंबून रहातात किंवा त्यांचा एकमेकांशी संबंध येत जातो.''*

१९६२ मध्ये ज्या ज्या लष्करी कारवाया झाल्या, हालचाली झाल्या, त्यांच्या संदर्भात झालेल्या सर्व बैठका, सभा, चर्चा इत्यादींची इतिवृत्ते कुठेतरी लिहून ठेवलेली असायला हवीत. पण अत्यंत चमत्कारिक गोष्ट अशी की तशी इतिवृत्ते ठेवली गेली नाहीत की ती वरती पाठवली नाहीत. संरक्षण मंत्र्याने तर त्यावेळी सरळ व उघड आदेश दिला होता की, ''आपल्या कोणत्याही बैठकीचे, सभेचे इतिवृत्त लिहिले जाता कामा नये...'' ही सारी लक्षणे नीतीधैर्य खचल्याचे

दाखवतात. जिथे संरक्षण मंत्रीच असा खचला तिथे संरक्षण खात्यात कोणते मानसिक धैर्य उरणार? संरक्षण मंत्र्याच्या त्या आदेशामुळे खात्यात गोंधळ उडू लागला. बैठकीमधल्या चर्चेत जे काही ठरले त्याचे परस्परविरोधी अर्थ किंवा वेगवेगळे अर्थ काढले जाऊ लागले. वरच्या पातळीवर नक्की काय निर्णय घेतला गेला आहे हे खालच्या पातळीवर समजेना. नक्की कोण काय बोलले तेही कळेना. किंवा कळलेच तर त्याला लेखी कसलाच आधार नसल्याने आपण पुढे काय करायचे ते अधिकाऱ्यांना समजेना. इतिवृत्त नाही की लेखी सूचना नाही, मग गोंधळ होणार नाही तर काय होणार? या सगळ्यामध्ये परराष्ट्र मंत्रालयाची फारशी भूमिका नव्हतीच. लष्कराने आपली भूमिका नीट निभावून नेली नाही हे समजल्यावर तर 'अनागोंदीचा कळस झाला' असे वाटून कोणीही अस्वस्थ होऊन जाईल. परंतु कर्मचाऱ्यांचे एरवीचे काम जेवढ्या कार्यक्षमतेने चालते, तेवढी कार्यक्षमता कुठे गेली होती? तयारीच्या सुरुवातीच्या काळात जो समन्वय सैन्याच्या मुख्यालयाशी असावा लागतो तोही फारसा दिसला नाही. जे सैन्य आपल्या व्यवसायात निष्णात आहे अशा सैन्याची दखल नीट न घेतली जाणे म्हणजे त्यांना टाकून देण्याचा गुन्हा करण्यासारखे होते. लष्कराच्या कार्याच्या ज्या रक्तवाहिन्या असतात, नसा असतात, त्या किती सहजपणे कापल्या गेल्या होत्या. अक्षम्य बेपर्वाई व लहरीपणा यांचा सरकारी पातळीवर झालेल्या सुळसुळाटाने सर्वांनाच एक जबरदस्त चपराक दिली गेली होती. त्या क्लेशकारक काळाच्या आठवणी येथे फार काढण्यात अर्थ नाही. या साऱ्या चुकांचा एक पर्वत झाल्याने नुकसान होणार ते भयंकरच असणार. भारताने त्याची फार मोठी किंमत मोजली आहे. अन् ही किंमत वर्षानुवर्षे सतत आपल्याला चुकवावी लागली आहे आणि अगदी आत्तासुद्धा, चुकवावी लागत आहे. नुसते एवढेच नाही, तर पिढ्यानपिढ्या ती चुकवावी लागणार आहे.

नीतीधैर्याच्या प्रांतात आणखी एक फार मोठे अपयश मिळाले होते. लष्कर, राजनीती आणि राजकारण या क्षेत्रातील सर्वोच्च पातळीवरील नेत्यांनी भारताला खाली पाडले, त्याच्या माथी अपयश मारले. हा अपराध अक्षम्य आहे आणि न विसरता येण्याजोगा आहे. त्यांनी देशाच्या प्रतिष्ठेला काळे फासले. अन् तरीही त्यांना आपण जे काही केले त्याबद्दल बिलकुल दु:ख होत नाही. स्वतंत्र भारताची ही पहिली खरीखुरी कसोटी होती. जे या कसोटीत नीट उत्तीर्ण झाले नाहीत त्यांनी साऱ्या अपयशाचा दोष आपल्याकडे पत्करायला हवा. पण एकजणही तसे करण्यासाठी स्वेच्छेने पुढे आला नाही. अवघडलेल्या परिस्थितीत सापडलेल्या आपल्या क्षमाशील देशाने त्या लोकांना पाहून आपली नजर दुसरीकडे वळवली. जेव्हा समोर एखादी घाणेरडी, किळसवाणी, वेडीविद्रूप अशी गोष्ट येते तेव्हा

आपण जसे तिच्याकडे पाहून दुसरीकडे मान वळवतो तसलाच हा प्रकार होता. नेहरूंना आता अधिक दुखवायला नको, अशी भावना त्यावेळी बलवत्तर होत गेली. या राष्ट्रीय औदार्याची किंमत आपण अजूनही फेडतोच आहोत. एक दोघांचे अपवाद सोडले तर, एकही राजकारणी व्यक्ती, एकही राजनीतीज्ञ, एकही लष्कराचा कमांडर पुढे सरसावला नाही आणि समोर जो काही सावळा गोंधळ चालला होता त्याला जोरदार विरोध केला नाही. ज्या एक दोघाजणांनी अपवादात्मक विरोध केला तोही अत्यंत धीम्या गतीने केला. परंतु जो कडाडून विरोध होणे अपेक्षित होते, माघार न घेणारे जे निषेधाचे पाऊल उचलायला हवे होते, तसे कोणीही केले नाही. कोणीही आपली मते, दृष्टिकोन मांडून चुका दाखवायचा प्रयत्न केला नाही आणि 'हे पटत नसेल तर मी पदत्याग करतो' असा रामशास्त्री बाणा दाखवला नाही किंवा आपल्या चुका स्वेच्छेने कबूल केल्या नाहीत. कम्युनिस्ट पक्ष, विशेषत: मार्क्सवादी कम्युनिस्ट पक्ष, याने चीनशी असलेल्या आपल्या निष्ठेचे प्रदर्शन करून तशी नोंदही करून घेतली. पण ज्या भूमीत त्यांचा जन्म झाला त्या भूमीशी त्यांनी आपली निष्ठा प्रदर्शित केली नाही. त्याऐवजी त्यांनी त्यांच्या विश्वासू सल्लागार देशाशी आपली निष्ठा दाखवली.

या साऱ्या गोष्टींचा भारतावरती काय परिणाम घडेल हे काय सांगायला पाहिजे! त्रास, मनस्ताप, नैतिक अध:पात या गोष्टींची गळवे अजूनही ठुसठुसत आहेत. फील्ड मार्शल मॅनेस्टीन याने Lost Victories हे अनेक युद्धातील पराभवांवरती सुरेख पुस्तक लिहिलेले आहे. त्यातील ३६१ पानावरती तो लिहितो, "अशी कितीतरी उदाहरणे असतील की जेव्हा सैन्याच्या वरिष्ठ कमांडरला आपल्यावरील जबाबदारीशी तडजोड करणे आणि त्याला अयोग्य हुकूम पाळता येणे अशक्य होते. अशा प्रसंगी झोर्नडार्फ येथील लढाईच्या वेळी सेडिल्स या सेनापतीने काढलेले उद्गार आठवतात. तो म्हणाला होता, *'आत्ता जे योग्य आहे तसेच मी वागणार. वाटल्यास युद्ध संपल्यावर राजाने माझे डोके खुशाल उडवावे. पण आत्ता मला तेच डोके येथे वापरण्याची परवानगी द्यावी.'* अशा प्रसंगात सापडलेला कोणताही नेता, राजनीतीज्ञ, प्रमुख किंवा सेनापती आपले समर्थन करण्यासाठी 'जी आज्ञा पाळल्याने आपला पराभव होणार होता ती आज्ञा मला माझ्या विवेकबुद्धीला विरोध करून पाळणे भाग पडले,' असा दावा करू शकणार नाही."

एखादा राजकीय नेता, अगदी पंतप्रधानसुद्धा देशाच्या नुकसानीला आणि दु:खाला असलेली आपली जबाबदारी टाळू शकत नाही. तर मग तिथे मोठ्या युद्धात झालेल्या पराभवाला, नुकसानीला "आपण जबाबदार नाही," असे एखादा सेनापती कसे काय म्हणू शकतो?

हिमालय आणि महासत्ता

या युगातील घटना म्हणून जिचा उल्लेख करता येईल ते १९६२ चे भारतावरील चिनी आक्रमण. त्या संदर्भातील दोन बाबींवरती मला येथे भर देऊन सांगायचे आहे. त्या दोन बाबी म्हणजे अमेरिकेची या संबंधातली भूमिका आणि रशियाची या संबंधातली भूमिका! या भूमिकांना सतत महत्त्व असते. १९६२ पासून अमेरिका व रशिया यांच्या दृष्टिकोनातून मोठे स्थित्यंतर घडून आले आहे. याबद्दल उहापोह करताना आपल्याला काही प्रमाणात पाकिस्तानकडेही पहावे लागणार आहे. जसजशी चिनी आक्रमणाची परिस्थिती बिघडत गेली किंवा सुधारत गेली तसतशी अमेरिका व रशिया आपली भूमिका बदलत गेले. भारत व चीन, चीन व रशिया, मग रशिया व अमेरिका या महासत्ता, मग ती कौटिलीय युती चीन व पाकिस्तान (फाळणीची किंमत म्हणून?) असे द्विपक्षीय संबंध कसे तयार झाले हे पहाणे अभ्यासाचे ठरेल. वरील सर्व देशांनी आपल्या धोरणांची लवचिकता, हातोटी ही बदलत जाणाऱ्या परिस्थितीत इतक्या झटपट बदलत नेली की ते पहाणे हे एक प्रकारे अभ्यासाचा विषय सहज होईल. अमेरिका, रशिया, चीन, पाकिस्तान वगैरे देश जितके बदलत होते तेवढा भारत कधीच बदलला नाही. त्याचे परराष्ट्र धोरण हे बदलत्या परिस्थितीतही तसेच राहिले. जणू काही पूर्वापार चालत आलेल्या धोरणात बदल करायचाच नाही, असे भारताने ठरवले होते. प्राप्त परिस्थितीत राष्ट्रीय गरजांसाठी ज्या व्यावहारिक कृती टाळता येणार नाहीत त्या करावयाच्या सोडून भारताने एक कडक, ताठ व पक्के धोरण अवलंबिले होते. किंवा कोणत्या तरी चुकीच्या व न पटणाऱ्या राजकीय तत्त्वज्ञानाच्या आहारी जाऊन, बहुतेक सर्व आंतरराष्ट्रीय परिस्थितीत आवश्यक ठरत असणारे द्विपक्षीय संबंध नाकारत भारत आलेला आहे. इतर देशांच्या लवचिक परराष्ट्र धोरणांच्या पार्श्वभूमीवरती भारताचे हे असले टोकाचे धोरण पाहून मी ही टीका रहावत नाही म्हणून करतो आहे. माझ्या असे लक्षात आले आहे की, भारताने जे हे परराष्ट्र धोरण स्वीकारले आहे त्याचा अंतर्गत धोरणाशी संघर्ष उडतो. शेवटी अंतर्गत धोरण हे परराष्ट्र धोरणाला अंकित करून टाकते. १९६२ ची दुर्दैवी घटना हे त्याचे एक उदाहरण आहे. नेहरूंच्या धोरणाचे ते एक फलित आहे.

आणखीही एक मोठी अडचण भारत व पाकिस्तान या देशांना जाणवते. आंतरराष्ट्रीय संबंधांसाठी वाटाघाटी करणे व ते संबंध राबवणे हे जनतेला कसे पटवून द्यायचे? आणि तेही वृत्तमाध्यमांची कायम करडी नजर असताना. याउलट अन्य देशात कसल्याही अंतर्गत कारणांचा विचार न करता परराष्ट्र धोरण हे ठरवले जाते व राबवले जाते. त्या धोरणाचा जन्म स्वतंत्रपणे होतो. आणखी एक

चूक भारत करीत असतो. कोणतेही परराष्ट्र धोरण हे शेवटी एकाच समीकरणात सामावून धरण्याची प्रवृत्ती आपल्या देशात आहे. आंतरराष्ट्रीय संबंधात असे कोणतेही साधे व सरळ समीकरण नसते. तिथे सरळ रेघ नसते तर अनेक वक्र रेषांचा गुंता असतो.

चीन-रशिया संबंधात एक गोष्ट लक्षात घेण्याजोगी आहे. ती म्हणजे चीनला रशियाचा पाठिंबा आहे असे भारत धरून चालला आहे. पण प्रत्यक्षात तसे नव्हते. ही गोष्ट येथे मुद्दाम लक्षात घ्यायला हवी. १९६२ मध्ये निरनिराळे आंतरराष्ट्रीय प्रवाह कसे वहात होते याचे स्वच्छ आकलन झाल्याखेरीज आजचे गतिमान असे आंतरराष्ट्रीय राजकारण समजणे कठीण आहे. २ ऑक्टोबर १९६२ रोजी क्रुश्चेव्हने भारत-चीन सीमाप्रश्नासंबंधी आपला दृष्टिकोन खालीलप्रमाणे व्यक्त केला होता. (संदर्भ : The Origins of the Revolutionary Culture खंड ३, पान २५६)

> *१९५९ मध्ये भारत व चीन यांच्यामध्ये शत्रुत्व निर्माण झाल्याने मला पेकिंगला विमानाने जाण्यात फारसा उत्साह वाटत नव्हता. मला ठाऊक होते की माझे सरकारी स्वागत हे केवळ उपचार म्हणून केले जाणार होते. पण मी जेव्हा १९५४ मध्ये प्रथम पेकिंगला गेलो होतो तेव्हा जसे बंधुभावाने माझे स्वागत झाले तसे आता होईल अशी माझी अपेक्षा नव्हती.*
>
> *आपली सीमारेषा ब्रिटीशांनी ठरवलेल्या मॅकमोहन रेषेप्रमाणे आहे आणि ब्रिटीशांकडून तीच सीमारेषा आम्हाला प्राप्त झाली असल्याने आम्ही ती मानतो, असे भारत सातत्याने म्हणतो आहे. तर पेकिंगच्या म्हणण्यानुसार मॅकमोहन रेषाही साम्राज्यशाहीने मागे सोडलेली एक निशाणी असल्याने चिनी सरकारला ती अजिबात मान्य नाही. परंतु चौ एन लायने असे सूचित केले की, चीन वस्तुस्थिती मानतो व म्हणून याबाबतीत 'जैसे थे' परिस्थिती स्वीकारायला तो तयार आहे. त्यांच्या या भूमिकेत असा एक अव्यक्त विचार दडला आहे की ती सीमारेषा अचूक तपशीलासह वाटाघाटीने ठरवली जावी आणि नंतर एका कराराने पक्की करावी. पण त्यांनी हे तसे अजिबात बोलून दाखवले नाही. नेहरूंना असे वाटत असावे की, सीमारेषेबाबत चौ एन लाय फार लावून धरणार नाहीत. तेव्हा ती सीमारेषा आहे तशीच सुप्तावस्थेत राहू द्यावी आणि शेवटी कालांतराने भारताची न्याय्य सीमारेषा चीनला पटेल.*
>
> *मॅकमोहन रेषेचा काही भाग हा दोन्ही देशांच्या समझोत्याने सहज पक्का होऊ शकला असता. परंतु रेषेच्या पश्चिम भागात चौ एन लाय यांना*

अडचण वाटते आहे. दोन्ही देशांच्या नकाशानुसार तिथला मोठा भाग हा आपलाच आहे असा दावा केला जातो आहे. अन् एव्हाना त्या वादग्रस्त भागात सिंकियांगपासून पश्चिम तिबेटात जाणारा एक रस्ता चीनकडून बांधत नेला जात आहे. त्या १०० मैलांच्या रस्त्यापैकी निम्मे काम त्यांनी पुरे केलेले आहे. तो रस्ता 'अक्साई चीन' नावाच्या भागातून जातो व भारताचा त्यावरती आपला हक्क आहे असा दावा आहे. तिबेटमध्ये संपर्काचे जाळे बांधण्यासाठी हा रस्ता फार महत्त्वाचा आहे असे चीनचे म्हणणे आहे. याचे एक कारण असे आहे की झेच्वानपासून डोंगराळ भागातून पूर्व तिबेटमध्ये जायचे म्हटले तर ते खूप अवघड आहे. शिवाय सर्वात महत्त्वाचे असे की तिबेटमधील खंपा टोळीवाल्यांनी नुकताच बंडाचा झेंडा उभारला आहे व दुसरा रस्ता उखडून टाकण्याची त्यांनी धमकी दिली आहे.

अमेरिका आणि हिमालयातील संघर्ष

अमेरिकेचा भारत-चीन संघर्षाला असलेला प्रतिसाद तेवढाच अनेक पदरी होता व समजावून घेण्यास कठीण होता. त्याचबरोबर त्यांनी आपला एक स्पष्ट कार्यक्रमही त्यावर अवलंबून ठेवला होता. त्या काळातील एकमेव महासत्ता असलेल्या अमेरिका व रशिया यांनी आता हिमालयातील संघर्षावरती आपापले बुद्धिबळाचे पट उलगडले होते आणि परिस्थितीचा लाभ आपल्या देशासाठी कसा उठवता येईल हे ते पाहू लागले. त्यावेळी अमेरिका नुसती बाजूला उभी राहून या संघर्षाकडे पहात नव्हती, तर सरळ या राजकीय खेळात रस घेऊन एक खेळाडू म्हणून उतरली होती. त्या दुर्दैवी काळात दिल्ली व अमेरिका यामध्ये जो काही एकमेकांशी संपर्क साधून विचारविमर्श झाला त्यातील कागदपत्रांमधील फक्त दोनच संदर्भ मी येथे देतो. अमेरिकी राष्ट्राध्यक्ष केनेडी यांचा 'डेप्युटी स्पेशल असिस्टंट फॉर नॅशनल सिक्युरिटी' या पदावरच्या कार्ल कायसेन याने ३ नोव्हेंबर १९६२ रोजी परिस्थितीचे जे समालोचन केले ते खाली देत आहे :

> नेफा विभागात आणि लडाखमध्ये चिन्यांनी जी वेगाने मुसंडी मारली आहे तिचा भारतीय राजकीय विचारांवरती गाढ परिणाम झाला आहे. भारतीय नेत्यांनी इतके दिवस मध्यवर्ती राजकारणासाठी जी काही गृहीतके धरली होती त्यांची आणि त्या नेत्यांच्या दृष्टिकोनांचीही आता नव्याने तपासणी होऊ लागली आहे. शांततामय सहजीवनाच्या विचाराचा ज्या राष्ट्राने मोठ्या दिमाखात स्वीकार केला होता त्याच राष्ट्राने आता त्यावरती हल्ला चढवला

आहे. अलिप्ततावादाच्या धोरणाच्या परिणामांबद्दल आता सरळ सरळ शंका उपस्थित करून प्रश्न विचारले जात आहेत. चिनी कम्युनिस्टांनी भारताशी वाटाघाटी करण्याची ही मान्य न होण्याजोगी गळ सोविएत रशियाला घातली आहे त्यामुळे भारतीय नेतृत्वात चलबिचल झाली आहे. चिनी कम्युनिस्टांवरती रशियाने लगाम घालण्यासाठी व भारताला लष्करी साधनसामुग्री मिळवून देण्यासाठी रशियावरती कितपत भरवसा ठेवावा; या विचारात भारतीय नेते पडले असून ते आता आपले राजकीय सिद्धांत तपासून पाहू लागले आहेत.

दुसऱ्या एका दस्तऐवजाचे अधिकृत नाव आहे Telegram from the Embassy in India to the Department of State on Nov. 17, 1962 at 7 p.m. (भारतातील अमेरिकी राजदूतावासाकडून १७ नोव्हेंबर १९६२ रोजी संध्याकाळी ७ वाजता आलेली तार.) ती तार जॉन गाल्ब्रेथ यांनी पाठवली होती. त्यातील संदर्भित टिपणाचा मजकूर तिसऱ्या परिच्छेदापासून असा आहे :

३) जरी चिनी सैन्याला पुढे सरकण्याची महत्त्वाकांक्षा नसली आणि जरी ते संघर्ष मिटवण्याच्या दृष्टीने वाटाघाटी करत असतील, तरी आता त्यांचे उद्देश हे शांततामय नाहीत असे भारत सरकारने मानले आहे. या प्रश्नावरती जनमताने आपली घट्ट पकड बसवली आहे. आता चिन्यांचा आणखी पुढे सरकण्याचा हेतू आहे व तो बराच काळ तसाच असणार असे धरून चालून नेफा विभाग, सरहद्दीवरील छोटी राष्ट्रे, उत्तर प्रदेश, काश्मिर येथे आक्रमण होऊ शकेल असे लक्षात ठेवून येथून पुढे कोणत्याही प्रसंगासाठी भारत सरकारने तयारीनेच रहावे. आपल्याला एका प्रदीर्घ संघर्षाला तोंड द्यायचे आहे हेही त्यांनी लक्षात ठेवावे. त्याचबरोबर तो संघर्ष छेडताना चीन आपल्या भूमीसाठी काहीही लवचिक दावे करेल हेही ध्यानात घ्यावे.

४) चिनी कम्युनिस्टांची आक्रमक रचना यावरती मी मागे जी व्याख्याने दिली होती, ती लक्षात घेता आपण आता आहे ही परिस्थिती पुन्हा उलटवू शकत नाही व भारताला आपली तयारी आहे तशीच ठेवा आणि आम्हीही आमची तयारी 'चिनी लोक हे मेंढरे आहेत' अशा समजुतीनुसार ठेवतो.

५) असे कळते की पाच डिव्हिजन सैन्याला पुरेल एवढ्या सामुग्रीपेक्षाही जास्त सामुग्री पुढील पाच महिने पुरेल इतकी आपण देऊ केली तर भारताने आपले धोरण असे ठेवायला पाहिजे की, चालू युद्धात पुन्हा मूळची स्थिती धारण करता आली पाहिजे किंवा तिथला उघडा भूभाग ताब्यात घेऊन ठेवता आला पाहिजे. त्यासाठी पायाभूत वाहतूक, त्यात

विमान वाहतूकही आलीच, शस्त्रास्त्रे उत्पादन करणारे कारखाने, सर्व कच्चा माल आणि हवाई ताकद याची भारताने तयारी ठेवली पाहिजे.

६) वर म्हटलेली सर्व प्रकारची मदत पुरविण्यासाठी, ज्यासाठी ते (भारत) मागण्याही करीत आहेत, आपल्याकडे आता नवीन अनुकूल धोरण निर्माण केले पाहिजे. मदत करण्यासाठी खास व हेतुपूर्वक धोरण आखण्यास अनेक कारणे आहेत. परंतु 'चिन्यांमुळे भारताला एक गंभीर धमकी मिळालेली आहे' हे नाकारण्यास आपल्याला कोणताही आधार नाही.

७) भारत आता आपल्याकडे मोठ्या मदतीची मागणी करण्याच्या बेतात असल्याने हा प्रश्न आता तातडीचा बनला आहे. मी भारताशी चर्चा करून त्यांना सांगितले आहे की, "आपल्या मागण्या नीट विचारपूर्वक परत मांडा, त्यांचा अग्रक्रम ठरवा." असे सांगितल्याने ते तसे करण्यासाठी काही वेळ घेतील व आपल्याला थोडीशी उसंत मिळेल. त्यांची पहिली मागणी ही पायदळाला लागणारी सामुग्री ही असेल. परंतु आपल्या बाजूने थोडासा वेळ घेणे हे आपले धोरण ठरविण्यासाठी पर्यायी कारण नाही. आपल्याला आपले धोरण ताबडतोब ठरवायला हवे.

मी आता माझ्या शिफारशींकडे वळतो.

१) भारत जरी मागण्या करीत असला तरी त्या मोठ्या मागणीसाठी काय ध्यानात घ्यावे लागेल हे त्याला अंधुकपणे समजले आहे. म्हणून आपण त्यांना त्याची स्वच्छ जाणीव करून दिली पाहिजे की, एवढी मोठी मदत देताना पुढचे काही महिने वरच्या पातळीवरच्या राजकीय व आर्थिक बाबी हाताळाव्या लागतील. एवढी मोठी प्रचंड मागणी सहजासहजी पुरवता येणार नाही.

२) याचा अर्थ असा की एखाद्या वरिष्ठ व ज्येष्ठ मंत्र्याने आता वॉशिंग्टनला (आणि लंडनला) जाऊन वाटाघाटींची तयारी करावी. त्यात राजकीय विचार-विनिमयही अंतर्भूत आहे.

३) आपली मदत ही योग्य संरक्षण योजनेला असावी. त्या योजनेमध्ये लष्करी परिस्थितीची वस्तुस्थिती प्रगट झालेली असावी. तसेच भारताला उगाच अशक्य ते (उदा. अक्साई चीन परत मिळवणे) केले दिले जाऊ नये. शस्त्रास्त्रांच्याबद्दल वस्तुस्थितीची जाणीव करून दिली जावी. त्या शस्त्रास्त्रां-बद्दलच्या अवाजवी अपेक्षा ठेवल्या जाऊ नयेत.

४) फक्त भारतच (अमेरिका नव्हे) पाकिस्तानी समस्येला हात घालू शकतो. भूतकाळात पाकिस्तान ही एक अमेरिकेची समस्या होती. पण

आता ही समस्या भारताने गंभीरपणे सोडवावी. आपली भारताला मदत करायची क्षमता ही तणाव वाढत गेल्यास कमी होत जाईल. भारताची फळी आता उघडी पडली आहे आणि त्यानेच स्वत:ला मदत केली पाहिजे. आपण फक्त पाकिस्तानच्या लालसेवरती ताबा ठेवू शकतो. परंतु या उपखंडाच्या सुरक्षेची एकमेव जबाबदारीही भारतावरतीच पडते.

५) एवढे प्रास्ताविक केल्यावरती, मला वाटते की आपण भारताला त्यांच्या आत्ताच्या सुरक्षा संघर्षाला व्यवस्थित मदत करावी आणि संरक्षणासाठी लागणाऱ्या पायाभूत उद्योगधंद्यांच्या उभारणीसाठीही मदत करावी. लंडन येथे घेतलेल्या निर्णयानुसार हे स्वच्छ आहे की, आपणाला शांतपणे व नीट समजून उमजून आपला सहयोग भारताला द्यायचा आहे. पण मुख्य जबाबदारी ही त्यांच्या हातातच असणार. आपण ज्या काही निरुपयोगी व वाया जाणाऱ्या बाबी आहेत त्या टाळल्या पाहिजेत.

६) आपल्या स्वत:च्या राजकीय वातावरणानुसार आपल्याला जमेल तेवढे लवून अलिप्ततावादाला मुजरा करणे भाग आहे. तो अलिप्ततावाद बहुधा पुढच्या काही आठवड्यात किंवा महिन्यात नाहीसा होईल असे वाटते. भारताला आता अमेरिकेबरोबर एक विश्वसनीय व जवळची मैत्री हवी आहे. आपण अलिप्ततावादावर कितपत भर देणार आहोत यावरती आता बरेचसे काही अवलंबून राहील.

७) आता आपण एका फार मोठ्या संधीच्या काठावर येऊन उभे राहिलो आहोत. भारत व पाकिस्तान यांच्यात समेट, सबंध उपखंडाला सुरक्षितता, या विभागातील कम्युनिझमची निर्णायक माघार या साऱ्या गोष्टी एका वेळी साध्य करण्याची फार मोठी संधी आपल्यापुढे येऊन उभी राहिली आहे. चिनी धाक नजरेत ठेवून भारत जमेल तसे त्याला तोंड देतो आहे. यावेळी जर आपण त्याला मदत केली नाही तर ती मोठी सुसंधी आपल्याकडून गमावल्यासारखे होईल. तसेच, वाटेल तशी मदत घाईघाईने करून किंवा अवास्तव अटी घालून आपण ही संधी वाया घालवू शकतो. पण शांतपणे काम करून आणि पाकिस्तानच्या बाजूला थोडीशी नशीबाची साथ असेल तर आपण अत्यंत गरजेच्या गोष्टींबाबत वाटाघाटी करताना पक्की घासाघीस करून आपल्याला हवे ते साध्य करू शकू. यापुढे जो विचार करायचा आहे, आणि जो नवी दिल्ली येथल्या ब्रिटीश हायकमिशनच्या मनात आहे, ते ध्यानात घेता मी जोरदारपणे अशी शिफारस करतो की लंडनमधले निर्णय, विशेषत: पुरवणी मधे असलेले, (अद्याप ते गोपनीय असल्याने येथे त्यांचा उल्लेख मी करीत नाही,) हे आत्ता भारत व

पाकिस्तान सरकारला सांगू नयेत. (आणि आपल्या मनात डंकन सॅन्डीज यांची भेट लक्षात ठेवावी.) त्याऐवजी आपण भारताच्या मागण्यांवरती तात्काळ विचार करावा. हा विचार अर्थातच वरच्या पातळीवरती भविष्यातील विचारविनिमय लक्षात घेऊन होईल. त्यातून शेवटी 'मार्गदर्शन' बाहेर पडेल.

सॅन्डीज यांचा संदर्भ सोडला तर हा मजकूर तुमच्या माहितीसाठी (FYI) आहे. ब्रिटीश डेप्युटी हायकमिशनला हे सारे अनौपचारिकरित्या कळवावे.

(सही)

जॉन केनेथ गालब्रेथ

(१७ नोव्हेंबर १९६२ च्या तारेतील मजकूर संपला.)

त्यानंतर अत्यंत दुर्दैवाने केनेडी यांना दोन पत्रे भारताकडून पाठवली गेली. मी 'दुर्दैवाने' हा शब्द मुद्दाम वापरतो आहे. कारण, नेमके त्याच वेळी अमेरिका व राष्ट्राध्यक्ष केनेडी हे क्युबातील क्षेपणास्त्रांमुळे उद्‌भवलेल्या संकटाशी सामना करण्याच्या कामात अगदी आकंठ बुडाले होते. ती दोन पत्रे नेहरूंनी पाठवली होती. पहिले पत्र हे मघाशी उल्लेखलेले Telegram from the Embassy of India to the Department of State, Nov. 19, 1962 या संग्रहात ठेवलेले आहे. या संग्रहाला एरवी Telegram 1891 असेही म्हटले जाते. पहिल्या पत्राला मथळा आहे *फक्त राष्ट्राध्यक्ष, सेक्रेटरी आणि डिफेन्स सेक्रेटरी यांच्यासाठी तोंडी सांगितलेला मजकूर.* त्या पत्राची सुरुवात अशी आहे, "आजच्या तारखेचा खालील मजकूर हा पंतप्रधानांकडून राजदूत बी. के. नेहरू यांच्यामार्फत राष्ट्राध्यक्षांना पाठवला गेला. त्याची प्रत मला आज संध्याकाळी एम. जे. देसाई यांनी दिली."

टेलिग्रॅम १८९१ मार्फत पाठवलेले पत्र हे पहिल्या दोन पत्रांपैकी एक होते. दुसरे पत्र व्हाईट हाऊसमधे भारताचे राजदूत आणि पं. नेहरूंचे चुलतभाऊ बी. के. नेहरू यांनी नेऊन दिले. तेही १९ नोव्हेंबरचे असून त्याला टेलिग्रॅम २१६७ असे संबोधले जाते. तारेने पाठवलेल्या या पत्रातील मजकूर त्याच दिवशी संध्याकाळी अमेरिकेत पोचला. ही दोन्ही पत्रे 'गोपनीय' वर्गातील असून अद्यापही त्यावरील गोपनीयता भारत सरकारकडून व अमेरिकन सरकारकडून उठवण्यात आली नाही. जवाहरलाल नेहरूंचे चरित्र एस. गोपाळ यांनी लिहिले आहे. त्यात या पत्रांचा गोषवारा त्यांनी दिला आहे, तो खालीलप्रमाणे :

आपल्या मंत्रीमंडळातील कोणाही सदस्याशी विचारविनिमय न करता, परराष्ट्र खात्याचे सेक्रेटरी एम. जे. देसाई यांनाही न सांगता, नेहरूंनी

अमेरिकी राष्ट्राध्यक्ष केनेडी यांना दोन पत्रे लिहिली. त्यात परिस्थिती कशी खरोखर निराशाजनक बनली असून आपल्याला ताबडतोब कोणत्याही हवामानात उडणारी १२ स्क्वॅड्रन सुपरसॉनिक विमाने आणि रडार संपर्क यंत्रणा पाठवावी अशी नेहरूंनी विनंती केली होती. ती लढाऊ विमाने आणि रडारची सामुग्री अमेरिकन कमर्चाऱ्यांनीच चालवावी व हाताळावी. या गोष्टी चिनी विमानांच्या बॉम्बहल्ल्यापासून भारतीय शहरांचा बचाव करण्यासाठी हव्या असून ती विमाने चालविण्यात व यंत्रसामुग्री हाताळण्यात भारतीय लोक तरबेज होईपर्यंत ही व्यवस्था राहू द्यावी. शक्य असेल तर अमेरिकेने आपल्या वैमानिकांसह आणखी विमाने पाठवावीत व त्यांनी चिन्यांविरुद्धच्या युद्धात भारतीय वायुदलाला मदत करावी. परंतु हवाई हल्ला ठरविण्याची व पार पाडण्याची जबाबदारी भारतीय वायुदलाची राहील. नेहरूंनी बी-५७ बॉम्बर विमानाच्या दोन स्क्वॅड्रन्सचीसुद्धा मागणी केली होती. चिनी लष्करी तळ आणि विमानतळ यांच्यावरती हल्ल्यासाठी ही मागणी केली होती. परंतु या विमानांसाठी लागणारे भारतीय वैमानिक व तंत्रज्ञ यांना ताबडतोब प्रशिक्षणासाठी अमेरिकेत पाठवले जाईल. अमेरिकेकडून ही जी मदत आणि यंत्रसामुग्री घेतली जाईल ती फक्त चिन्यांच्याविरुद्ध वापरली जाईल. (पहा : एस. गोपाळ यांचे 'जवाहरलाल नेहरू' या पुस्तकातील पान २२८-२२९ वरील मजकूर.)

अमेरिकेकडून तात्काळ प्रतिसाद आला. पण तो दोन हप्त्यात आला. पहिला प्रतिसाद त्याच दिवशीच्या संध्याकाळनंतर आला. १९ नोव्हेंबर १९६२ च्या दिवशी रात्री ११:०६ वाजता डीन रस्क, सेक्रेटरी ऑफ स्टेट, यांनी वॉशिंग्टनमधील भारतीय दूतावासाला तार केली. त्यातील मजकूर खालीलप्रमाणे.

१) परिच्छेद क्र. १ व २ हे संबंधित नसल्याने येथे दिले नाहीत.

२) परंतु परिच्छेद क्र.३ साठी असलेला प्रतिसाद हा मात्र निश्चित व विशिष्ट असा आहे.

३) आम्ही आपल्याला १२ किंवा अधिक सी-१३०जातीची विमाने ताबडतोब पाठवून देतो. ती विमाने व यंत्रसामुग्री यांची मदत आपणाला आसाम किंवा लडाख भागातील आपल्या सैन्याच्या कोणत्याही जरूरीच्या मोहिमेला होईल. त्या मोहिमांमध्ये आमचे वैमानिक व कर्मचारी अमेरिकेतर्फे भाग घेतील. सी-१३० ही विमाने मालवाहू आहेत. आपल्या लोकांची ही विमाने वापरण्याची तयारी असेल तर कृपया त्या संदर्भातील आपले उत्तर ताबडतोब कळवावे ही विनंती. शिवाय त्यासाठी लागणाऱ्या

मनुष्यबळाचे व सामानांच्या वजनांचे आगाऊ अंदाज हेही कळवावेत. विमानाने माल उचलून पाठवण्यामधल्या तज्ज्ञांची तुकडी ताबडतोब पाठवून देण्याच्या कामास आम्ही सुरुवात केली आहे. यामुळे आपल्याला पाकिस्तान सरहद्दीवरील आपले सैन्य हलविण्याचे महत्त्व भारतीयांना सांगता येईल. याबाबतीमधील भारतीय नाखुषीची अडचण परिस्थितीच्या गांभीर्याला छेद देईल.

४) वगळून टाकण्यात आले.

५) भारताची विमानाने माल उचलून नेण्याची क्षमता सतत वाढत ठेवण्यासाठी आम्ही ताबडतोब काही आत्यंतिक गरजेचे सी-११९ विमानांचे स्पेअर पार्टस पाठवून देण्यास तातडीने सुरुवात करीत आहोत. हे झटपट व सुलभतेने साध्य करण्यासाठी आपली मेन्टेनन्सची तुकडी, कोणती ते कळवले आहेच, ताबडतोब आमच्याकडे पाठवून द्यावी. म्हणजे आपल्या गरजा आणि अपेक्षित परिणाम हे आम्हाला समजू शकेल.

६) तिथल्या परिस्थितीसंबंधीच्या ज्या काही बातम्या व माहिती आमच्याकडे पोचल्या आहेत त्यावर आधारित आम्ही हे आपणास सुचविले आहे. तथापि, जरी भारतीय क्षमतेची स्पष्ट कल्पना नसली तरीही आघाडीवर पुरवठा ताबडतोब केला जाणे जरूरीचे आहे आणि परिस्थितीचे मूल्यमापनही नीट केले जाणे गरजेचे आहे. पुरवठा सुरू होण्यात कोणताही उशीर केला जाऊ नये. जर भारताला टॅक्टिकल पद्धतीने हवाई हालचाली करणे जमत असेल तर बॉम्ब्ज उचलून त्यांचा विमानाने आघाडीवर पुरवठा होणेही अगत्याचे आहे. त्यासाठी इंग्लंडलाही विनंती करावी. लंडनकडूनही त्याबद्दलची उपलब्धता आणि ब्रिटीश विमानाने वाहतुकीची क्षमताही त्यांनी पहावी.

(सही)
रस्क

पंतप्रधान नेहरू यांजकडून आलेल्या पत्रांना अमेरिकेने पाठवलेल्या प्रतिसादाचा गोषवारा रस्क यांनी मूल्यमापनासाठी गालब्रेथ यांच्याकडे त्याच दिवशी, म्हणजे १९ नोव्हेंबर १९६२ रोजी पाठवला. तो खालीलप्रमाणे :

भूतकाळ उकरून तो नव्याने मांडणे हा काही आपला हेतू नाही. पण वर्तमानकाळातील परिस्थिती वास्तव पद्धतीने जोखणे हा आपला हेतू आहे. महत्त्वाचा प्रश्न असा आहे की पेकिंगकडून भारतावरती सर्वंकष हल्ला चढवला जात आहे का? किंवा तिबेटमधील सरहद्दीच्या क्षेत्रावरील आपले हक्क, आपले दावे हे चीन कमाल मर्यादेपर्यंत जाणतो आहे का?

नेहरू यांच्या ताज्या निरोपामध्ये त्यांनी जे परिस्थितीचे चित्र उभे केले आहे त्यानुसार चीन हा वादग्रस्त क्षेत्राच्याही पुढे जाऊन भारताला रेटू पहात आहे, असे दिसते. भारतावरती हा मात्र एक खराखुरा हल्ला आहे.

जर असे असेल तर भारताने आघाडीकडे वेगाने मदत पुरवण्याला सर्वोच्च प्राधान्य दिले पाहिजे. त्यामुळे स्वत:चे संरक्षण आणि राष्ट्रीय अस्तित्व वगैरे सारे प्रश्न हे गौण ठरतात. म्हणून, असे दिसते की पंतप्रधान यांनी आपले राजनैतिक, राजकीय आणि लष्करी प्रयत्न हे एकवटून करायला हवेत. खालील गोष्टी त्यात येतात :

१) काश्मिरसह अन्य प्रश्न कमीतकमी उद्‌भवतील अशा रीतीने भारताने पाकिस्तानकडून दिल्या जाणाऱ्या सहकार्याची एक यादी बनवावी.पाकिस्तानबरोबर एका (काश्मिरच्या) प्रश्नावरून भारताचे बहुतेक सैन्यबळ गुंतलेले असताना अमेरिका भारताला अधिकाधिक लष्करी पाठिंबा देऊ शकत नाही. त्या प्रश्नावरून १९५४पासून आम्हाला पाकिस्तानच्या दाव्याबद्दल सहानुभूती वाटत आलेली आहे. कारण, या प्रश्नात जनतेच्या स्वयंनिर्णयाचे हक्क निर्माण होतात. अशा वेळी अमेरिकेला त्या (मूलभूत) हक्कांबद्दल रस असतो. कठोरपणे आत्ताची परिस्थिती पाहू गेल्यास, भारताला आपल्या संरक्षणासाठी पाकिस्तानची मदत घेणे किंवा काश्मिर प्रश्नावरून पाकिस्तानचे काही प्रकारे समाधान करणे, यापैकी कोणत्या तरी एका गोष्टीची निवड करावी लागेल.

२) ब्रिटिश कॉमनवेल्थची जी काही पारंपरिक आश्वासने आहेत ती भारताने पाळली गेल्याचे फारच थोडे पुरावे आम्हाला दिसले आहेत. जरी कॉमनवेल्थ संघटनेच्या अंतर्गत रचनेमध्ये अशी काही आश्वासने व वचने यासाठी अधिकृत करार झाला नसला, तरी आम्हाला असे वाटते की 'भारताचे संरक्षण' ही प्रथम कॉमनवेल्थ संघटनेची समस्या आहे. जर भारताला असे वाटत असेल की, 'आपल्याला चीनशी युद्ध खेळावे लागत आहे' आणि त्या युद्धात किमान जुन्या कॉमनवेल्थ संघटनेचा भारताच्या बाजूने संपूर्ण सहभाग नसेल, तर भारताला संपूर्ण मदत करण्यात अमेरिकेला अडचण वाटते. तसेच, कॉमनवेल्थ संघटनेचे पेकिंगबरोबर सर्वसाधारण संबंध असणे आणि कॅनडा व ऑस्ट्रेलिया यांनी पूर्वी लाल चीनला पुरवलेली अन्नधान्याची मदत, अशा दोन गोष्टी या चीनविरुद्ध मदत करण्यात विसंगत ठरतात. त्या विसंगती जोपर्यंत दूर केल्या जात नाहीत तोपर्यंत भारताला संपूर्ण मदत देणे अमेरिकेला अडचणीचे वाटते. आम्हाला असेही वाटते की, चीनविरुद्धच्या झगड्यात भारताने कॉमनवेल्थचा पाठिंबा

मिळवलाच पाहिजे. विशेषत: आम्हाला ज्या मदतीसाठी आपल्याकडून विनंती झाली तशीच विनंती इंग्लंडलाही करावी.

३) तिसरा घटक हा युनायटेड नेशन्सचा आहे. चिनी आक्रमणाचा प्रश्न हा युनोमध्ये काढून दीर्घकाळ राहू देण्यात नेहरू नाखूष असणे, हे आम्हाला समजू शकते. याचे कारण भारताविरुद्ध चीनला पाठिंबा देण्यासाठी रशियावर कोणीही दडपण आणू शकणार नाही, अशी आशा नेहरूंना वाटत असावी.

उलट, लाल चीनविरुद्ध संपूर्ण जागतिक मत जागृत करून पेकिंगला राजकीय, आर्थिक आणि मानसशास्त्रीय दडपणे सहन करायला लावण्यात भारतीय सशस्त्र ताकदीच्या परिणामशून्यतेला तुलनात्मकदृष्ट्या अधिक बळकटपणा येईल. जर युनायटेड नेशन्समध्ये बहुमताने चीनचे आक्रमण संपूर्ण जागतिक समुदायाने अमान्य ठरवले आणि भारताला मोठ्या प्रमाणात आंतरराष्ट्रीय पाठिंबा मिळाला, तर मग कोणत्याही परिस्थितीत भारताला संपूर्ण पाठिंबा देणे हे अमेरिकेला अधिक सोपे जाईल. अन् तशी कृती अमेरिकन जनतेलाही रुचणारी व पचणारी ठरेल.

४) शिवाय, आम्हाला असे दिसून आले आहे की, दक्षिण व आग्नेय आशियातील राष्ट्रांकडून किंवा चीनभोवतालच्या राष्ट्रांकडून याबाबतीत राजकीय व व्यावहारिक पाठिंबा मिळवण्यासाठी भारताने काही प्रयत्न केल्याचे फारच थोडे पुरावे दिसतात. तसेच, या राष्ट्रांकडून लाल चीनच्या विस्ताराला त्या राष्ट्रांकडून काही विरोध होतो आहे असेही दिसत नाही. आत्तापर्यंत आग्नेय आशियातील कम्युनिस्टांच्या घुसण्याबद्दल कसलीही दखल न घेण्याचा जो भारताचा दृष्टिकोन होता तो आता अशा परिस्थितीत आशियाई एकसंधपणाला अडथळा ठरतो आहे हे उघड आहे. तेव्हा त्या आग्नेय आशियाई राष्ट्रांकडून पाठिंबा मिळवण्यासाठी भारताने राजनैतिक पातळीवरती प्रयत्न करावेत हे उत्तम.

५) आपल्या पंतप्रधानांकडून आलेल्या ताज्या पत्रानुसार त्यांनी आम्हाला भारत व अमेरिका यांच्यामध्ये लष्करी सख्य, दोस्ती, करार घडावे, एवढेच नुसते सुचवले नाही तर युद्ध जिंकण्यासाठी एक संपूर्ण अभिवचन मागितले आहे. याबद्दल आम्हाला असे वाटते की, अगतिक अवस्थेत असल्यामुळे व घायकुतीला आल्याने जशी तात्काळ प्रतिक्रिया होते तशी भारत सरकारची प्रतिक्रिया झाल्याने आमच्यापुढे प्रस्ताव ठेवले गेले असावेत. परंतु पुढे अलिप्ततावादाचा कोणताही विचार येऊ शकणार असल्याने आम्हाला आपला प्रस्ताव मान्य करणे शक्य नाही. जर नेहरूंच्या मनात हे

असले प्रस्ताव असतील तर त्यांनी त्यावरती पूर्णपणे स्वच्छ विचार करावा. मगच आम्ही त्यावरती विचार करून आमचा निर्णय घेऊ.

अशा या परिस्थितीत भारताला मदत करताना अमेरिकेने अग्रभागी का नसावे यासाठी काही ठाम कारणे आहेत. यातून एक गोष्ट अशीही निपजते की, तुम्ही म्हणता तशी भूमिका आम्ही घेतल्यामुळे मॉस्कोला चीनची बाजू घेणे भाग पडेल. चीनच्या बेफिकीर व चीड आणण्याजोग्या कृतीबद्दल मॉस्कोशी काही रचनात्मक बोलणी करता येतील का याबद्दल आम्ही विचार करणार आहोत. कारण खुद्द मॉस्कोलाही त्या धोकादायक शक्यतेबद्दल खूप काळजी वाटते आहे, असे आमच्या लक्षात आले आहे. म्हणून मी येथे असे भर देऊन आपल्याला सांगतो की भारताने आपले राजनैतिक व राजकीय प्रयत्न सुरू करावेत, सबंध जगातून पाठिंब्याचा एक विस्तारीत पाया निर्माण करावा आणि विशेषत: कॉमनवेल्थ राष्ट्रांचा सक्रिय सहभाग सामील करून घ्यावा.

आपल्या पंतप्रधानांनी जे दुसरे पत्र आमच्या राष्ट्राध्यक्षांना पाठविले आहे, त्या पत्राला उत्तर जाण्याच्या आत आमच्या वरील विचारांवरती आपले भाष्य आम्हाला ताबडतोब कळवावे.

(सही)

रस्क

दिल्लीतील अमेरिकन दूतावासाने २० नोव्हेंबर रोजी भारताला लागणाऱ्या सी-१३० विमानांच्या गरजेची ग्वाही दिली. मग त्याच दिवशी अमेरिकेच्या स्टेट डिपार्टमेंटने ताबडतोब प्रतिसाद देऊन संरक्षण खात्यामार्फत बारा सी-१३० विमाने भारताला पाठवली.

Telegram from the Dept. of State to the embassy in India, Washington, November 20, 1962 at 12:50 a .m. या दस्तऐवजानुसार खालील माहिती दिल्लीतील अमेरिकन वकिलातीला वॉशिंग्टनकडून पाठविण्यात आली.[१७]

सेक्रेटरीकडून फक्त राजदूतासाठी.

तुम्ही तुमच्या १८८९ च्या तारेमध्ये अपेक्षा केल्यानुसार, नुकतीच आम्हाला आलेल्या नेहरूंच्या दुसऱ्या पत्राची प्रत आम्ही आजच तुमच्याकडे

---

१७. *संदर्भ : नवी दिल्लीहून आलेली १९१४ क्रमांकाची तार आणि नवी दिल्लीला गेलेली २१९१ क्रमांकाची तार. दोन्ही तारांचे संदर्भ डिपार्टमेन्ट ऑफ स्टेटच्या सेंट्रल फाईली, ७९१.५/११-२०६२ या संग्रहातील आहेत.*

माझे (वडिलांकडून असलेले) पणजोबा रावळ मूळराज्जी. छायाचित्र १८८० साली काढलेले आहे. बरोबर उभी असलेली व्यक्ती कोण आहे ते ठाऊक नाही. छायाचित्रातील रायफल ही एक ठासणीची बंदूक आहे. कमरेला लावलेल्या पट्ट्यात सर्व जरूरीचा दारूगोळा आहे. म्हणजे ठासणीची दारुची भुकटी आणि केपा.

खुरी गावातील माझे पणजोबा (आईकडून) महेशदास आणि आजोबा मूळसिंगजी.

माझे आजोबा (आईचे वडील) मूळसिंगजी. आम्ही त्यांना 'नाना'म्हणायचो. हा 'नाना' शब्द सबंध दक्षिण आशियात वापरला जातो.

आपल्या जोधपूरमधील निवासस्थानी रावळ जोरावर सिंगजी. छायाचित्रात कसलाही डामडौल दिसत नाही. आपल्या तलवारीच्या म्यानावरती त्यांनी कातड्याचे आवरण चढवलेले आहे. कमरेला साधा सुती शेला गुंडाळून त्यावर काळा पट्टा बांधला आहे.

रावळ जोरावर सिंगजी (आजोबा) आपल्या आवडत्या
पंचकल्याणी घोड्यावर बसलेले असताना.

बहुतेक १९२० साली काढलेल्या या छायाचित्रात जसोलहून गेलेल्या लग्नाचे वऱ्हाड.
ह्या साऱ्या रांगड्या माणसांनी ठेवणीतले कपडे अंगावरती चढवलेले आहेत.
रावळ जोरावर सिंगजी हे मध्यभागी बसलेले आहेत. त्यांचे दोन्ही मुलगे (म्हणजे माझे काका)
त्यांच्या डाव्या बाजूला थोडे अवघडल्यासारखे उभे आहेत.
माझे थोरले काका त्यांच्या शेजारी आपली गुप्ती घेऊन उभे आहेत.

या राठोड मंडळींचे हे छायाचित्र १८९० मध्ये घेतलेले आहे.
बहुतेक एखाद्या लग्नसमारंभाच्या वेळी ते काढलेले असावे.
(डेव्हिड कॅम्बेल याने जेव्हा भारताला भेट दिली तेव्हा एका लिलावात
हे छायाचित्र खरेदी केले व नंतर मला बक्षीस दिले.)

१३ ऑक्टोबर १९९९ रोजी राष्ट्रपती भवनात
सत्ताग्रहण करण्यासाठी शपथ घेताना श्री. अटलबिहारी वाजपेयी.

सरकार बरखास्त केल्याचे जाहीर झाल्यावर पाकिस्तानी सैनिकांनी टेलिव्हिजन केंद्राच्या फाटकावर चढून आत प्रवेश केला व केंद्राचा ताबा घेतला.
देशातील महत्त्वाच्या सर्व केद्रांचा ताबा घेऊन सर्व विमानतळ बंद करण्यात आले.
पाकिस्तानी पंतप्रधान नवाझ शरीफ यांच्या घराला सैनिकांनी वेढा घातला.

पोखरण येथे गुप्तपणे अणुस्फोट घडवून चाचणी घेण्यासाठी जमलेले भारतीय शास्त्रज्ञ हे लष्करी गणवेशात दिसत आहेत. डावीकडचे चष्मा घातलेले व पांढरे केस असलेले (कर्नल) अब्दुल कलाम, त्यांच्या शेजारी हातात फाईल घेतलेले (कर्नल) आर. चिदंबरम्, त्यानंतर त्यांच्या मागे उभे असलेले व चष्मा घातलेले श्री. अनिल काकोडकर. (त्यांचे तात्पुरते लष्करी पद ठाऊक नाही.) त्यानंतर आपल्या डावीकडे मान वळवून पहाणारे, डोक्यावर जंगल हॅट असलेले (कर्नल) के. संथानम्.

बांगला देशाच्या पंतप्रधान बेगम शेख हसीना या तीन दिवसांच्या भेटीसाठी कलकत्त्यात आल्या होत्या. २७ जानेवारी १९९९ रोजी लेखकाने त्यांची भेट घेतली.

अमेरिकेचे उपपरराष्ट्र सेक्रेटरी स्ट्रोब टाल्बोट यांच्या बरोबर २१ जुलै १९९८ रोजी नवी दिल्लीतील हैद्राबाद हाऊस येथे घेतलेली भेट.

३ जुलै २००० रोजी इस्त्राएलच्या भेटीत इस्त्राएलचे पंतप्रधान एरिअल शरॉन यांच्याशी हस्तांदोलन करताना.

पॅलेस्टाईन मुक्ती संघटनेचे चेअरमन व पॅलेस्टाईन नॅशनल अथॉरिटीचे अध्यक्ष यासर अराफत यांच्याकडून ३० जून २००० रोजी एक स्मृतीचिन्ह स्विकारताना.

२४ मे २००० रोजी इराणचे अध्यक्ष मोहंमद खतामी यांनी लेखकाचे स्वागत केले.

अरे... हे तर आपले दोस्त
जसवंतसिंगजी आहेत.
कंदाहार
For Sh. Jaswant Singhji with very best regards

छान! त्यांनी पहिले पाऊल तर
बरोबर उचलले आहे.
आता दुसरे पाऊल
ते कोणत्या दिशेने टाकणार
ते पाहू या.
दहशतवादावर
हल्ला, इत्यादि
राष्ट्राला
उद्देशून
भाषण
With best wishes R. K. Laxman

To Mr. Jaswant Singh with my best wishes
R. K. Laxman 15.1.2002

With best wishes. R. K. Laxman

टायगर टेकडी.

शिवलिंग येथील शत्रूच्या झोपड्या.

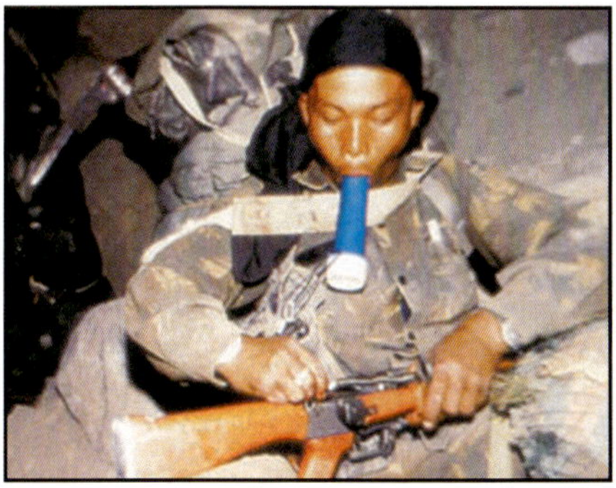

बॅटरीच्या झोतात हत्याराची देखभाल चालू आहे.

या दुर्गम भागात फार मोठे वजन पेलून न्यावे लागते.

डोंगरांचे माथे अत्यंत अवघड आकाराचे व सरळसोट उभे. ते सहजासहजी चढून जाणे हे केवळ अशक्य असते.

शत्रूने उंचावर बांधलेली प्रतिकारस्थळे.

चिनी पंतप्रधान झू रोंगजी हे लेखकाबरोबर बिजींगमध्ये
२६ मार्च २००२ रोजी बातचीत करताना.

२९ मार्च २००२ रोजी लेखकाने चीनला भेट दिली असता
परराष्ट्र मंत्री टॅन्ग जियॉक्सान यांच्यासमवेत घेतलेले छायाचित्र.

दिल्लीला राष्ट्रपती भवनात १४ जुलै २००१ रोजी
पाकिस्तानचे अध्यक्ष जनरल परवेझ मुशर्रफ यांच्याबरोबर घेतलेले छायाचित्र.

अफगाणिस्तानचे अध्यक्ष हमीद करझाई यांनी
भारताला पहिली भेट २७ फेब्रुवारी २००२ रोजी दिली असताना
त्यांचे स्वागत करताना पंतप्रधान वाजपेयी व लेखक.

८ ऑगस्ट २००० रोजी लेखकाने युनोच्या जनरल असेंब्लीपुढे भाषण दिले. त्यावेळी त्यांनी पश्चिम राजस्थानातील पारंपारिक पद्धतीचा फेटा परिधान केला होता. फेटा बांधून युनोत प्रवेश करणारे शिखेतरांमध्ये लेखक पहिलेच आहेत.

पंतप्रधान वाजपेयी यांच्याबरोबर पुस्तकाचा लेखक. प्रेस ट्रस्ट ऑफ इंडियाच्या एका छायाचित्रकाराने हे एक वैशिष्ट्यपूर्ण छायाचित्र काढले होते. नंतर ते एजन्सीच्या असंख्य छायाचित्रांच्या समुद्रात गडप झाले होते. एकदा ते अचानक सापडल्यावर प्रे. ट्र. एजन्सीचे चेअरमन श्री. रझ्दान यांनी ते मला भेट दिले. नकळत घेतलेल्या या छायाचित्राने मला खूपच आश्चर्याचा धक्का दिला. मग या छायाचित्राखाली वाजपेयी यांनी उदारपणे आपली सही केली.

हिज होलीनेस पोप जॉन पॉल (दुसरे) यांची हैद्राबाद हाऊस येथे ४ नोव्हेंबर १९९९ रोजी भेट घेतली असताना.

रशियन अध्यक्ष
व्लादिमिर पुतीन यांना
मॉस्कोतील
क्रेमलिन राजवाड्यात
१४ मे १९९९ रोजी
भेटले असताना.

२२ डिसेंबर २००१ रोजी
अफगाणिस्तानात हमीद करझाई यांच्या
नवीन सरकारचा शपथविधी झाला.
त्या समारंभाला जाण्यासाठी
दिवंगत अहमदशाह मसूद यांचे
वैयक्तिक वापराचे हेलिकॉप्टर
बग्राम येथे मुद्दाम पाठवून
जसवंत सिंग यांचा
उचित सन्मान केला गेला.

लंडनमध्ये
११ जानेवारी २००० रोजी
पंतप्रधान टोनी ब्लेअर यांच्या
१०, डाऊनिंग स्ट्रीट
या निवासस्थानी
त्यांची भेट घेतली असताना.

अमेरिकी राष्ट्राध्यक्ष जॉर्ज डब्ल्यू. बुश यांनी
लेखकाचे व्हाईट हाऊसमध्ये १ ऑक्टोबर २००१ रोजी स्वागत केले.

फ्रान्सचे अध्यक्ष जॅक्युस चिराक यांच्याशी
पॅरिसमध्ये २७ मे १९९९ रोजी झालेली भेट.

२२ मार्च २००० रोजी आग्रा येथे अमेरिकी राष्ट्राध्यक्ष
बिल क्लिंटन यांना भेटताना लेखक.

अमेरिकेच्या परराष्ट्र खातेप्रमुख मॅडेलिन अल्ब्राईट यांनी ताजमहालसमोर
लेखकाबरोबर आपले छायाचित्र काढून घेतले. या छायाचित्राखाली
मॅडेलिन अल्ब्राईट यांनी, ''आमचे प्रयत्न हे वैशिष्ट्यपूर्ण ठरले–
फार महत्त्वाची भेट ठरली– आणि हे छायाचित्र– वॉव्–
किती स्नेह व कौतुक दर्शवते आहे,'' अशा अर्थाचा मजकूर लिहून दिला.

हवाई दूत : पंतप्रधान वाजपेयी जीव मुठीत धरून बसले असताना त्यांचे खास दूत जसवंतसिंग हे भारतातर्फे अण्वस्त्रसमस्या सोडवण्याचे प्रयत्न देशोदेशी जाऊन करीत आहेत. हीच समस्या इतर अनेकजण सोडवत असताना जसवंतसिंग यांनी तो प्रश्न सोडवला. (इंडिया टुडे, ऑगस्ट १९९८)

मी माझ्या गावाकडे गेलो की या कुटीमध्ये रहातो. त्या कुटीचे हे जलरंगातील चित्र. अ‍ॅन्थनी हॅरीसन नावाच्या चित्रकाराने येथून जवळच भरलेल्या एका जनावरांच्या जत्रेला भेट दिली होती. त्याला माझ्या घराबद्दल कळले असता तो ते शोधत येथे आला आणि त्याने त्या घराचे चित्र काढून माझ्यासाठी ठेवले व तो निघून गेला. जसोल गावाबाहेर बांधलेल्या वाडीतील ही कुटी आहे.

> पाठवली आहे. पत्रातील मजकुरानुसार अमेरिका व भारत यांच्यात एक सक्रिय व व्यावहारिक शब्दात सांगायचे झाल्यास, चिनी आक्रमणाला तोंड देण्यासाठी अमर्यादित स्वरुपाची लष्करी भागीदारी करण्याची विनंती करण्यात आली आहे. आपल्या दृष्टीने यामुळे खूप दूरगामी राजकीय व लष्करीदृष्ट्या व्यूहात्मक प्रश्न निर्माण होणार आहेत. तेवढ्या मोठ्या पातळीवरती निर्माण होणाऱ्या प्रश्नांना तोंड देण्यासाठी भारताची तयारी झालेली आहे, याची आम्हाला खात्री वाटत नाही. मला आठवते की, गेल्या दोन वर्षात एकापेक्षा अधिक वेळा मी अनेक भारतीय प्रतिनिधींशी माझे विचार बोलून दाखवले होते : "भारताचे धोरण असे आहे की ते शेवटी त्या देशाला अशा परिस्थितीत आणून सोडेल की मग मदतीसाठी अमेरिकेकडे पहात हाका मारीत बसावे लागेल. पण तोपर्यंत उशीर झालेला असेल. त्याऐवजी भारताने आपले सध्याचे धोरण सोडून 'फ्री वर्ल्ड' धोरण स्वीकारावे, म्हणजे त्यात संकटाला परिणामकारक तोंड देण्याची संधी उपलब्ध असेल."

शेवटी कोणत्याही गटात सामील न होण्यास नकार देणारे आणि अलिप्तवादाच्या पुरस्काराचे राजकारण करणाऱ्या राष्ट्रप्रमुखावर शेवटी नामोहरम होण्याची पाळी यावी आणि अक्साई-चीनच्या उंच, ओसाड व उदास पठारावरती आपल्याच अलिप्ततावादाचा मृत्यू पहाण्याची वेळ यावी, अन् तो मृत्यूही अलिप्ततावादात सहभागी असलेल्या सहकाऱ्याकडून, ही खरोखरीच एक अति शोकजनक गोष्ट आहे. हे सारे १९६२ मध्ये घडले. त्या घटनेचा धक्का, दुर्दैवाने नेहरूंचे आयुष्यही घेऊन गेला. त्यांचा मृत्यू दोन वर्षांच्या आत १९६४ मध्ये झाला.

विभाग २

गोठणे आणि वितळणे

१९६२ नंतर भारत आणि चीन यांच्यात घडणाऱ्या घटना या एका ओळखीच्या व सहज अंदाज करता येण्याजोग्या अशा स्वरुपाच्या घडत गेल्या. चौदा वर्षांच्या काळात एक गोठलेले वातावरण अवतरले होते. १९७४ च्या शांततामय अणुस्फोटानंतर इंदिरा गांधी यांना पुरेसा आत्मविश्वास प्राप्त झाला. मग त्यांनी चीनशी पुन्हा संबंध जोडण्यासाठी काही प्रयत्न केले. १९७६ साली दोन्ही

देशांनी आपापले राजदूत एकमेकांच्या देशात पाठवून पुन्हा वकिलाती उघडल्या. त्यानंतर १९७९ मध्ये जनता पक्षाच्या राजवटीत अटलबिहारी वाजपेयी हे परराष्ट्र मंत्री बनले आणि त्यांनी एक पहिली अधिकृत भेट चीनला दिली. ती भेट सुमारे पाव शतकाच्या कालखंडानंतर दिली जात होती. त्याआधी १९५४ साली नेहरूंनी चीनला भेट दिली होती. चीनकडून भारतामध्ये वरिष्ठ पातळीवर झालेली तशी शेवटची भेट १९६० साली चौ एन लाय यांची होती. दुर्दैवाने वाजपेयी यांच्या भेटीच्या वेळी चीन-व्हिएतनाम असा संघर्ष उभा राहिला होता. त्यामुळे वाजपेयींना आपली भेट लवकर आटोपती घेऊन परतावे लागले होते. त्यानंतर पुन्हा एकदा तो दहा वर्षांचा शीत कालखंड आला. १९८८ साली पंतप्रधान राजीव गांधी यांनी चीनला एक महत्त्वपूर्ण भेट दिली. त्यामुळे अनेक दारे उघडली गेली. हळूहळू चीन-भारत संबंध सुरळीत होऊ लागले. ते मे १९९८ पर्यंत तसेच राहिलेले होते. त्या महिन्यात भारताने अण्वस्त्र चाचण्या केल्या होत्या. दोन महिन्यांनी मॅनिला येथे भरलेल्या दक्षिण आशियाई राष्ट्रांच्या परिषदेत चीन-भारत संबंध पुन्हा एकदा खंडित झाले.

मी आपल्याला सांगितलेच होते की, मॅनिला येथे माझी टॅन्ग जियॉक्सान यांच्याशी पहिली भेट झाली. त्यानंतर अनेकदा आम्हा दोघांच्या एकमेकांशी भेटीगाठी झाल्या. जून १९९० मध्ये मी बीजिंगला एका निमंत्रणावरून भेट दिली. ते निमंत्रण अनेक महिने तसेच लोंबकळत राहिलेले होते. पण आता ध्यानीमनी नसताना या भेटीच्या वेळी कारगिलचा संघर्ष सुरू झाला होता. त्या संघर्षामुळे नव्हे, पण भारत व पाकिस्तानात हेतुपूर्ण हालचाली सुरू झाल्याने या भेटीच्या वेळी मला अनेक स्थित्यंतरे झालेली दिसली. मला वाटते की याच वेळी चीन-भारत संबंधांचा एक नवीन अध्याय यावेळी सुरू झाला. त्यानंतर चीन व भारत या देशांदरम्यान अनेक भेटीयात्रा सुरू झाल्या. मार्च २००२ मध्ये मी परत चीनला भेट दिली. आणि माझा समपदस्थ टॅन्ग जियॉक्सान हा त्याच वर्षी जुलैमध्ये भारताच्या भेटीवर दिल्लीत आला. १९७६ मध्ये भारताचे चीनमधले राष्ट्रदूत के. आर. नारायणन हे होते. ते आता भारताचे राष्ट्रपती बनले होते. त्यांनी टॅन्गच्या भेटीनंतर लगेच चीनचा दौरा केला. मग दोन्ही देशांच्या संरक्षण मंत्र्यांनी एकमेकांच्या देशांना भेटी दिल्या. या साऱ्या भेटींमध्ये महत्त्वाच्या भेटी म्हणजे दोन पंतप्रधानांनी दिलेल्या भेटी. झू रोंगजी हे चिनी पंतप्रधान जानेवारी २००२ मध्ये भारताच्या भेटीस आले आणि अटलबिहारी वाजपेयी हे जून २००३ मध्ये चीनच्या भेटीस गेले. अगदी अलीकडे नवीन चिनी पंतप्रधान वेन जियाबाओ यांनी भारताला भेट दिली. पूर्वी चीनशी संरक्षणाच्या वाटाघाटी होताना आणि

सिक्कीमचा प्रश्न सोडवताना चीनकडून भारताला 'साम्राज्यवादी कुत्रा' असे संबोधले जाई. पण आता भारत व चीन यांच्या संयुक्त घोषणापत्रकात 'शांतता व भरभराटीसाठी संरक्षण व सहकार्यातील दोन भागीदार' असे म्हटले गेले आहे.

एका वेगवान मार्गावरती

भारत-चीन संबंध आज नक्की कोणत्या संदर्भात उभे राहिले आहेत हे मला येथे सांगितले पाहिजे. आत्ताचे संबंध हे चीनकडून रूपांतरीत करायचे आहेत. परंतु भारत-अमेरिका संबंध नव्याने उत्क्रांत होत असल्याने चीन गोंधळात पडला आहे. आता चीन व अमेरिका यांच्याशी संबंध जोडताना भारताला आपली बचावात्मक भूमिका आणि बुजरेपणा टाकून देण्याची गरज आहे. टॅन्ग जियॉक्सान यांच्याशी झालेल्या पहिल्या भेटीत दिलेल्या आश्वासनांचा मी पाठपुरावा करीत गेलो. त्यावेळी मी नेहमी भारत-चीन संबंधांची संकल्पना ही कशी उत्क्रांत करीत न्यायची याचा विचार करायचो. १९९८ पासून आमच्या एकमेकांशी अनेक गाठीभेटी झाल्या. उदाहरणार्थ, १९९८ व २००१ यामध्ये चार उच्चस्तरीय भेटी घडल्या. जणू काही तुंबून राहिलेल्या सदिच्छा या धरणाची दारे उघडल्यावरती शेवटी मुक्तपणे बाहेर उफाळून पडल्या. तेव्हा आता कोणतीही संधी चुकवायची नाही असे मी ठरवले होते. म्हणून मला अजूनही वाटते की, हे संबंध सावकाश वर्धिष्णु मार्गावरून अद्यापही पुढे जायला हवेत. माझा असा सतत दृष्टिकोन आहे की, या एकमेकांच्या देशांना दिलेल्या भेटी या नुसत्या भिन्न भिन्न काळातील स्वतंत्र व वेगवेगळ्या घटना नसून त्या साऱ्या एका मार्गावरती राहून द्विपक्षीय संबंध अधिक सुधारण्याला चालना देत असतात. अर्थातच, या घटना राष्ट्रीय ध्येय धोरणांना अनुकूल अशा असायला हव्यात, हे गृहीत धरलेले आहे. तरीही याबाबतीत आणखी काही करण्याचा सक्रियवादी दृष्टिकोन अंगिकारायला हवा. म्हणूनच मी परराष्ट्र मंत्री टॅन्ग जियॉक्सान यांना आणखी मोठ्या व हेतुपूर्वक अशा हालचाली भारत-चीन सीमेवरच्या प्रत्यक्ष ताबा रेषेवरही करण्यास सुचवले. त्यासाठी ठराविक कालावधीची चौकटही आखून दिली. त्यानंतरच्या घटनांमधून या मूलभूत गोष्टींबद्दल पुनर्आश्वासन मिळाले. अर्थातच टॅन्ग जियॉक्सान याने माझ्या सूचनेवरती प्रतिक्रिया व्यक्त करण्यास वेळ घेतला, पण त्याची प्रतिक्रिया ही होकारार्थी होती, हेतुपूर्वक होती आणि जरी ती थोडी उशिराने झाली असली तरी माओ म्हणतो त्याप्रमाणे "मी तैवान चीनमध्ये सामील करण्यासाठी शंभर वर्षे वाट पाहू शकतो!" तशीच ती प्रतिक्रिया होती. शेवटी येथे तसेच झाले. वेळ लागला तरी एक खास यंत्रणा उभी केली गेली. त्या यंत्रणेत सुधारणा होत होत आता ती एक पद्धत म्हणून रूढ केली गेली आहे.

२००२ मध्ये मी चीनच्या दुसऱ्या भेटीवरती असताना आम्ही सिक्कीमच्या

प्रश्नावरती बरीच चर्चा केली. पूर्वी कधी केली नाही एवढी चर्चा केली. चर्चेत बरीच प्रगती झाली. टॅन्ग जियॉक्सानशी बोलताना मी शेवटी तसे सहज बोलूनही गेलो. आता आमची बैठक संपणार होती. परंतु मी जे काही बोललो ते आमच्या खात्याने दिलेल्या सूचनांविरुद्ध होते. ती सूचना अशी होती : *एका वेळी एकच मुद्दा हाताळा, किंवा एक पायरीच वरती चढा, किंवा एखादी अर्धवट, शाब्दिक गिरकी घ्या.* पण तसल्या बारीकसारीक सूचना पाळायचा मला वीट आला होता. माझ्या बोलण्यावरती टॅन्ग जियॉक्सानने तात्काळ आपली प्रतिक्रिया व्यक्त केली. मला जर नीट पक्के आठवत असेल तर तो असे इंग्रजीत थेट म्हणाला होता, "सिक्कीमच्या विषयातला मी एक तज्ज्ञ माणूस आहे. मी या बाबतीतले माझे दृष्टिकोन सांगू?" पुढचे मी काही फार सांगत नाही. पण टॅन्गने मला आश्वासन दिले की, चिनी पंतप्रधान पुढच्या भारत भेटीत 'सिक्कीम हा भारतीय संघराज्याचा एक अविभाज्य भाग आहे' अशी घोषणा करतील. अन् शेवटी तसेच घडले. भारत व चीन या देशांच्या दरम्यान जी प्रत्यक्ष ताबा रेषा आहे त्या ताबा रेषेपाशी दोन्ही देशांकडून काही महत्त्वाच्या व अर्थपूर्ण हालचाली नेहमी होत असतात. अनेकदा त्यातून गैरसमज निर्माण होण्याची शक्यता असते. तसे होऊ नये म्हणून काही संकेत व उपाययोजना ठरवलेली असते. त्यानुसार त्या हालचाली होत रहातात. मी प्रथमपासून असा आग्रह धरत आलो होतो की, सीमारेषेवर किंवा प्रत्यक्ष ताबा रेषेवरती काहीही झाले तरी त्यामुळे दोन देशांच्या संबंधांवरती काहीही परिणाम होऊ नये. तसेच, सीमारेषा हीच फक्त एकमेव अशी किल्ली असू नये की ज्यामुळे दोन्ही देशातील संबंधांची कुलूपे उघडली जातील किंवा बंद होतील. दोन देशातील संपूर्ण संबंधांवरती सीमा प्रश्नासारखे इलाज वापरणे हे काही शहाणपणाचे लक्षण नाही. अशा उपायांनी कायमस्वरूपी शांतता प्रस्थापित होत नसते. चीन व भारत या दोन्ही राष्ट्रांनी हे ध्यानात ठेवले पाहिजे की, प्रत्यक्ष ताबा रेषेबाबत जो काही खुलासा, चर्चा वगैरे असेल तो एका मोठ्या संदर्भ चौकटीचा शेवटचा एक भाग आहे. ताबा रेषेबाबत जो काही आवश्यक असा तांत्रिक खुलासा असेल तो अर्थातच दोन्ही पक्षांना परस्परविश्वास वाढवण्यासाठी आणि सीमा प्रश्नावरती अखेरचे उत्तर शोधण्यासाठी महत्त्वाचा ठरतो. परंतु दोन्ही देशातील संबंध वाढवण्याच्या प्रक्रियेमध्ये ते एक प्रमुख कारण असत नाही आणि असता कामा नये. चीन-भारत सीमेवरील ताबा रेषेबाबतच्या वादाचा एक प्रमुख अर्थ नेहमी काढला जातो. तो म्हणजे : 'ही दोन महान आशियाई व जबरदस्त राष्ट्रे अजूनही भूतकाळाचे ओझे वहात असून, त्यामुळे एकमेकांना शत्रूपक्ष समजून, वादविवाद करीत सतत आपसात नित्यनेमाने झगडे करीत रहातात.' हा अर्थ चूक आहे. तशा दृष्टिकोनातून जर कोणी बघत असेल तर तो दृष्टिकोन हा जादा ओझे टाकून द्यावे तसा टाकून द्यावा.

भारताचे अमेरिकेशी जे नवीन संबंध उदयास येत आहेत त्याचा विचार चीन अर्थातच करणार. परंतु त्या बाबतचा खुलासा करण्याची सुरुवात भारताने बचावाच्या पवित्र्यात चीनला करू नये. तसेच, अमेरिकन धोरणांचे जे कट्टर टीकाकार आहेत त्यांच्यात भारताने स्वत:ला झोकून देण्याचेही काही कारण नाही. भरमसाठ आश्वासने देणारी 'सोप-बॉक्स राजनीती' हा काही भारताने शोधलेला शब्दप्रयोग नाही की ती भारताची शैली नाही. जियांग झेमीन याने भारताला उद्देशून म्हटले आहे की, "तुम्ही तुमची उंची प्रथम मोजा मग दूरवरती पहा." शिवाय भारत-अमेरिका संबंधाकडे 'चीनला बाजूला पाडणारे' अशा अर्थाने पाहू नयेत. चीनला 'वेढून' टाकणाऱ्या राष्ट्रांना अमेरिकेचे हित संभाळण्याचा हेतू असण्याची शक्यता आहे. किंवा कोणी तसा प्रयत्न करीतही असावे. परंतु आपल्याला त्या राष्ट्रात सामील व्हायचे नाही. चीन हा शेवटी शेजारी म्हणून रहात आहे व रहाणार आहे.

१९६२ सालासाठीचा मांत्रिक

भारत-चीन संबंधांमधली गुंतागुंत विशद करून सांगण्यासाठी येथे एका प्रकरणाची जागा पुरेशी नाही. मागील पानांमध्ये आपण जो कालप्रवास केला आहे त्याची सुरुवात १९४७ सालापासून ते शीतयुद्ध काळाच्या अंतापर्यंत केली. या (१९४७-२००५) काळात द्विपक्षीय संबंध हे संघर्ष करणे, जुळवून घेणे व स्पर्धा करणे यामध्ये आंदोलन पावत होते. त्यात समतोल राखण्याची क्रिया कोठेही अंतर्भूत नव्हती आणि अद्यापही तो हेतू तसा साध्य झालेला नाही. हा समतोल अस्तित्वात नसण्याच्या मुळाशी काही घटक आहेत. त्यातले काही तात्पुरते आहेत तर काही कायमस्वरूपी आहेत. या प्रकरणात, आपण प्रामुख्याने काही प्रतिक्रियात्मक घटक पहाणार आहोत. म्हणजे असे की, काही प्रश्न, समस्या, घटना, प्रसंग असे असतात की ज्यातून परत नवीन घटना, वाद, समस्या निर्माण होतात. मग त्यातून परत नवीन काहीतरी उद्भवते. अशी ती प्रतिक्रियांची शृंखला लांबत जाते. क्रिया-प्रतिक्रियांची कधी ती शृंखला असते तर कधी ते एखादे घटनाचक्रही असते. जे घटक स्थिर आहेत, कायमस्वरुपी आहेत त्यांच्यावरती मात करून सध्या त्या शृंखला अथवा चक्रे जात आहेत. सध्या बिघडलेली जागतिक भू-राजकीय स्थिती ही क्रोध येईल इतकी अधिकाधिक गुंतागुंतीची करण्याचे कामही क्रिया-प्रतिक्रियेची घटनाचक्रे करीत आहेत. नेहमी समतोल राखणारा असा आत्मविश्वास आपणास कसा उत्पन्न करता येईल? तसाच तो दुसऱ्यांमध्ये कसा निर्माण करता येईल? या सर्वांच्या केंद्रभागी आपापल्या हितसंबंधांचे महाकाय भूस्तर हे एकमेकांवरती घासून सरकत जात आहेत, दोन प्रभावक्षेत्रे एकमेकांना टक्कर देत आहेत, सांस्कृतिक प्रांत एकमेकांना

छेदून जात आहेत. त्याच केंद्रभागी राष्ट्रीय हितासाठी सुरक्षेला सर्वोच्च प्राधान्य देणारी क्षेत्रे, लष्करीदृष्ट्या वेढून टाकणारी धोरणे, राष्ट्रीय क्षमता व ताकद यासाठी सामर्थ्यवान अर्थकारणाची वास्तवता हाच प्रमुख घटक मानण्याची प्रवृत्ती, याही गोष्टी आहेत. भारताने आणि चीननेही बराच काळ यावरती कधीच विचार केला नाही आणि आपण दोन देशातील संबंधामधील तोलाचा विचार केला नाही. आपण जर वस्तुनिष्ठ व कोणतीही खुली तपासणी केली तरच परस्परसमजुतींना एक स्थैर्य व बळकटपणा प्राप्त होईल.

परंतु असे काही केलेच पाहिजे का? होय, तसे घडवून आणणे हेच इष्ट आहे. चीन आणि भारत यांच्यात वाद व संघर्ष याऐवजी एकवाक्यता आणि सहकार्य यांची जास्त आवश्यकता आहे. आग्नेय आशियाचेही अस्तित्व लक्षात घ्या. या ठिकाणी भारतीय व चिनी संस्कृतीची सरमिसळ झालेली आहे. पण त्यामुळे तिथे कुठेही राष्ट्रीय हिताला बाधा पोचत नाही. तिबेट आणि तैवान ही चिनी संस्कृतीचीच दुसरी स्वरुपे आहेत आणि संरक्षणाचीही महत्त्वाची स्थाने आहेत. भारताकडून हे सत्य कधी ना कधी तरी ओळखले जावे. याउलट काहीही मानले तरी त्यातून काहीच साध्य होणार नाही. भारत हा दक्षिण आशियातील वर्चस्ववादी देश नाही, पण त्यालाही काही स्वसंरक्षणाच्या हिताचा विचार करावा लागतो हे मान्य करावे लागेल. चीनला हे सत्य संपूर्णपणे स्वीकारायलाच हवे. अण्वस्त्रांचा प्रश्न ही भारताच्या सुरक्षासंबंधीची फक्त एक बाब आहे. या खेरीज आणखीही देश भारताच्या आजुबाजूला आहेत. मग तो म्यानमार असो, ग्वाडार असो किंवा चीनचे पाकिस्तानशी लष्करी आणि अण्वस्त्रांबाबतीमधील दोस्तीचे (वाटणारे) करार असोत, हे सर्व देश आणि त्यांचे करार वगैरे लक्षात घ्या. १९९० नंतरच्या दशकात पाकिस्तानच्या त्या दोस्तीच्या कराराविषयी पुन्हा तपासणी झाली आहे. पण त्यातून एक चमत्कारिक सिद्धांत जन्माला आला आहे. तो म्हणजे 'भारताला लष्करी व्यूहनीतीने वेढून टाकण्याचा सिद्धांत.' भारताने जर हेही वास्तव स्वीकारले असेल तर चीननेही भारताच्या दृष्टिकोनाचे कौतुक केले पाहिजे. दक्षिण आशियाचे स्थान भौगोलिक राजकारणात महत्त्वाचे आहे. चीनही हे सत्य अधूनमधून स्वीकारतो. उदाहरणार्थ, १९८० च्या शेवटी चीनने हे मानले, पण एरवी तो हे मानीत नाही.

आपल्या अगदी नजीकच्या शेजारी देशांबरोबरच्या संबंधाबाबतीत भारताने हेतूपूर्वक पुन्हा कामाला लागले पाहिजे. याच विषयाबाबतीत संकल्पनेच्या पातळीवर नीट स्पष्टपणा भारताकडे नाही. भारताने ब्रिटिशांकडच्या साम्राज्यवादाचा वारसा घेतलेला नाही. आपले शेजारी देश हे सार्वभौम देश असून ते जगातील आपले स्थान शोधत आहेत. भारताने आणि चीननेसुद्धा हे लक्षात घेतले पाहिजे की,

'सामर्थ्याच्या मर्यादा ओळखण्यात सामर्थ्याचे सार असते.' भारतानेही १९६२ च्या आक्रमणामुळे निर्माण झालेल्या मानसशास्त्रीय भिंती ओलांडल्या पाहिजेत. चीनची कोणतीही चाल असो, मग ती दक्षिण आशियातील असो, किंवा पाकिस्तानशी चीनचे द्विपक्षीय संबंध असो, किंवा काही जागतिक हालचाली चीनने केलेल्या असोत, त्याबद्दल सुप्त शत्रुत्वाच्या भावनेतून भारताने आपली प्रतिक्रिया व्यक्त करू नये. 'उंच उभे राहून दूरवर नजर टाका' अशा धोरणाने चीन जर धडपडत असेल, तर भारतानेही तसेच करायला पाहिजे. चीनने त्या धडपडीची सुरुवात आपल्या राष्ट्रीय बळावर अक्षरश: मुसंडी मारून केली आहे. परिणामी चीनने आर्थिक आघाडीवरती एवढी प्रगती केली आहे, की तो भारताच्या किती तरी पुढे गेला आहे. १९९० नंतर भारतानेही त्या मार्गावरती आपले पाऊल टाकले आहे. परंतु एव्हाना चीनने खूपच पुढची मजल गाठली होती. भारताचे एक शिष्टमंडळ बीजिंगला गेले होते. त्यावेळी उपराष्ट्रपती असलेले के. आर. नारायणन आणि मी त्या शिष्टमंडळात सामील झालेलो होतो. चीनचे राष्ट्राध्यक्ष जियांग झेमिन यांना मी विचारले की, त्यांच्या दृष्टिकोनातून चीनने कोणती आव्हाने स्वीकारली आहेत? त्यावर त्यांनी क्षणाचाही विलंब न करता उत्तर दिले, "Displacement, disparity and the state enterprises." म्हणजे सध्याच्या जागी जुने बदलून अधिक योग्य गोष्टींची स्थापना करणे, विषमता दूर करणे आणि सार्वजनिक क्षेत्रातील उद्योग उभारणे अशा गोष्टी चीन करू लागला आहे. मी हे तिथे प्रत्यक्षात पडताळून पाहिले आहे.

यातला बदलण्याचा (Displacement) घटक बाजूला राहू दे. याबाबतीत भारतापुढेही तसलीच समस्या आहे. जागतिक शीतयुद्ध संपल्यानंतर आणि बरीच जुनी धोरणे वितळू लागल्यानंतर चीनने अमेरिका, जपान आणि तैवान यांच्याबद्दलच्या संबंधांवरती आपले लक्ष केंद्रीत केले आहे. तर उत्तर कोरियाबरोबरचे संबंध नीट स्थिर केल्यानंतर रशिया, दक्षिण आशिया आणि आग्नेय आशिया यांच्याबरोबरची समीकरणे रचण्यात चीन आता गुंतला आहे. चीनपुढे आता समस्या आहे ती ऊर्जेची. त्यासाठी तो भारताची मदत घेऊ पहात आहे. कारण ऊर्जेच्या वाढत्या मागणीमुळे त्या समस्येला एकदम तोंड देणे जड जाते. त्यासाठी या क्षेत्रात चीनला भारताची मदत हवी आहे. ऊर्जेचा मागणीएवढा पुरवठा झाला तर वैयक्तिक भरभराट व राष्ट्रीय विकास सहज होईल. या ठिकाणी चीन व भारत या दोघांना एकत्र काम करणे शक्य आहे. तसे केले तर आहेत ते ऊर्जास्त्रोत पूर्ण क्षमतेने अत्यंत कार्यक्षमतेने वापरले जातील आणि नवीन कल्पनांवरती आधारित नवीन ऊर्जास्त्रोत जन्म घेतील. याचा दोन्ही देशांना फार मोठा लाभ होईल. हिंदी महासागर ही पण त्यातील नैसर्गिक साधन संपत्तीच्या दृष्टीने एक बाब दोन्ही

देशांच्या दृष्टीने लक्षात घेण्याजोगी आहे. पण ती कोणत्याही अग्रक्रमावरती आधारित नसावी. कारण प्रत्येक देशाचे अग्रक्रम वेगवेगळे असणार. मग दोन देशांच्या वेगवेगळ्या अग्रक्रमांचा एका वेळी संघर्ष उडू शकतो. अशा वेळी चीन, रशिया व भारत असे त्रिकोणी समीकरण वापरावे लागेल. अशा प्रकारे एकमेकांसह कामास सुरुवात करण्याला खूपच महत्त्व आहे आणि त्यात फार मोठे सुप्त लाभ दडलेले आहेत. परंतु या मार्गाकडे वळण्यासही खूप प्रवास करावा लागेल.

आपल्या या युगात अनेक आंतरराष्ट्रीय बाबींच्या व्याख्या बदलल्या जाऊन त्या नव्याने केल्या गेल्या आहेत. सरहद्दींचे महत्त्व कमी झाले आहे. मानवी हक्क, पर्यावरण, जागतिकीकरण यांना प्राधान्य मिळत चालले आहे. जगातील ही नवीन विषयपत्रिका आपण ओळखली पाहिजे, जाणून घेतली पाहिजे आणि आव्हानाला सामोरे जाण्यासाठी एकत्र कामे केली पाहिजेत. भारत, भारताचे प्रश्न, त्याचे आंतरराष्ट्रीय पातळीवरील स्थान यांचा निकटचा संबंध आव्हानांना सामोरे जाताना येतो. भारताची ही स्थिती युनोमध्ये आणि विशाल आंतरराष्ट्रीय समुदायामध्ये चीनने नीट समजावून घेतली पाहिजे.

◆

भाग ३

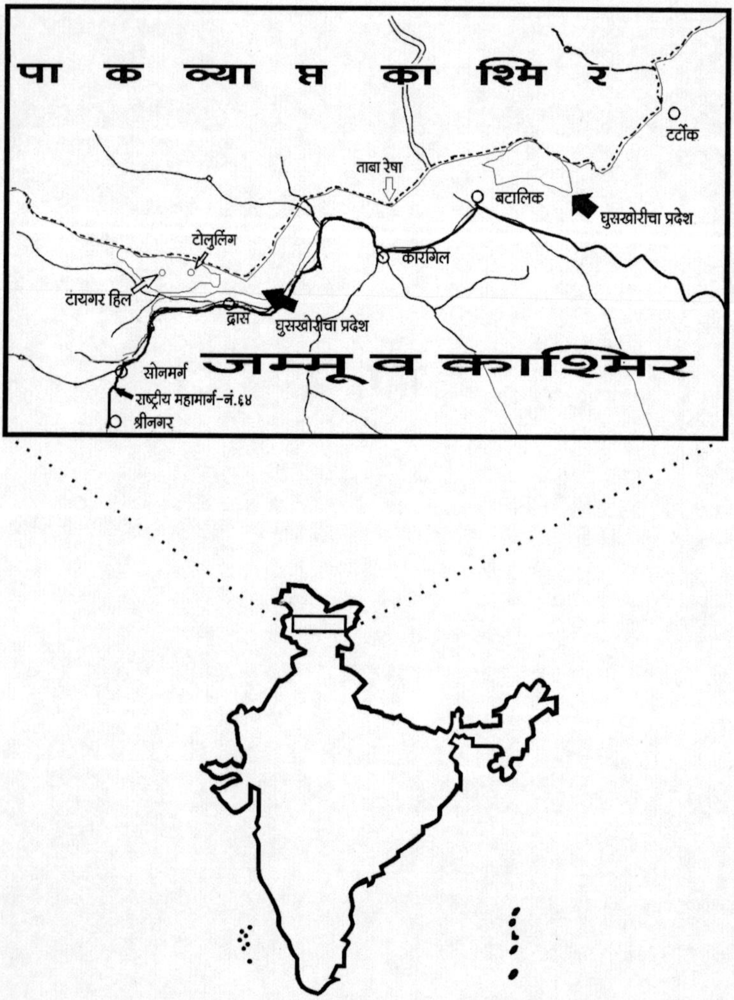
पाकव्याप्त काश्मिर
टर्टोक
ताबा रेषा
बटालिक
घुसखोरीचा प्रदेश
टोलुर्लिग
कारगिल
टायगर हिल
द्रास
घुसखोरीचा प्रदेश
जम्मू व काश्मिर
सोनमर्ग
राष्ट्रीय महामार्ग-नं.६४
श्रीनगर

कारगिल भागाचा नकाशा

सात

त्रस्त शेजारी, खळबळाटी काळ : १९९९

फाळणीनंतरच्या पुस्तकातील एक पान

१९९८ ते २००४ हा भाजपप्रणीत सरकारचा कालखंड होता आणि मी एवढा संपूर्ण काळ त्या सरकारात होतो. त्या कालावधीत भारत-पाक संबंधांमधल्या साऱ्या शंका कुशंका ह्या सारख्या माझ्यावर येऊन कोसळत होत्या. सतत काही ना काही नाट्यपूर्ण घटना घडत होत्या. अन् आम्ही एका घटनेकडून दुसऱ्या घटनेकडे असे सारखे हेलकावे घेत होतो. आम्ही पाकिस्तानच्या संदर्भात जितकी शांतता राखायला पहात होतो, जितके उपाय करू पहात होतो, तितकी ती शांतता आमच्या हातावर तुरी देऊन निसटून जात होती. जणू काही कोणत्या तरी अदृश्य हाताने आमच्या हातातील आमचे अपेक्षित यश हे हिसकावून घेतले जात होते. भारत व पाकिस्तान या दोन्ही देशांची विधिलिखिते ही एकमेकात गुरफटून गेलेली होती, आणि तरीही ती वक्रमार्गाने एकमेकांपासून दूर जाऊ पहात होती. जेव्हा अखंड हिंदुस्थानची (टाळता येण्याजोगी?) फाळणी १९४७ मध्ये झाली तेव्हा या दोन्ही नवजात राष्ट्रांना कल्पना नव्हती की, आपल्या दोघात आता अनंत काळापर्यंत एक वैर धुमसत रहाणार असून अधूनमधून चकमकी झडत रहाणार आहेत. त्या गोष्टीचे ओझे सतत बाळगावे लागणार होते आणि नंतरच्या एकमेकांच्या धोरणांवरती पडणार होते. हेतुपूर्वक भिनवलेले हे शत्रुत्व शेवटी आपल्या शेजाऱ्याबद्दल असणाऱ्या धोरणाची ठेवण कशी असावी ते ठरवणार होते. याचे कारण, 'शेजाऱ्यापेक्षा आपण वेगळे काही आहोत' हे दाखवण्याची प्रवृत्ती त्यामागे होती. पण हे धोरण एवढे ताणले जात नव्हते की त्यामुळे तीच वेगळी ओळख लयाला जाईल!

विभाग १

उपोद्घात

मे १९९८ मध्ये झालेल्या अणुचाचण्यांच्या पार्श्वभूमीवरती भारताचे अटलबिहारी वाजपेयी आणि पाकिस्तानचे नवाझ शरीफ या दोन पंतप्रधानांची गाठ न्यूयॉर्कमध्ये पडली. अशा भेटीगाठी ह्या युनोच्या जनरल असेंब्लीमध्ये पडतात. दर वर्षीच्या सप्टेंबर आणि डिसेंबर महिन्यांमध्ये युनोचे अधिवेशन भरत असते. तो एक प्रकारचा भव्य असा वार्षिक आनंद मेळावा असतो. त्यावेळी निरनिराळ्या देशांचे राष्ट्रप्रमुख, पंतप्रधान, सरकार-प्रमुख आणि परराष्ट्रमंत्री यांची नुसती भाऊगर्दी उसळलेली असते. ज्या विविध बैठका व सभा मागे पडलेल्या असतात त्या उरकून घेतल्या जातात. तर अशा त्या १५ सप्टेंबर १९९८ रोजी सुरू होणाऱ्या युनोच्या ५३ व्या वार्षिक अधिवेशनाला, सर्वसाधारण सभेला हे दोघे पंतप्रधान हजर होते. मला नीट आठवते आहे की, दुपारच्या खान्याच्या वेळी हे दोन्ही पंतप्रधान एकमेकांना भेटले होते. दोघांनीही कुठेतरी मोकळ्या वातावरणात एकमेकांना भेटायचे ठरवले, अन् तेही शक्यतो जेवण झाल्यावरती. मग प्रत्येकाने आपापल्या वेळापत्रकात पाहून काही जुळवाजुळव करून २३ सप्टेंबरच्या दुपारच्या जेवणानंतर एकमेकांना भेटायचे ठरवले. ती काही एखादी छोटी दोघांपुरती असलेली बैठक होणार नव्हती. पाकिस्तानचा परराष्ट्रमंत्री बरोबर होता, दोन्ही देशांच्या परराष्ट्र खात्यांचे प्रमुख हजर होते, तसेच भारताच्या पंतप्रधानांचा प्रिन्सिपल सेक्रेटरीही हजर होता.

त्या दिवशीचा दुपारचा खाना हा जवळजवळ मुक्त वातावरणात होता. जेव्हा जेव्हा भारत-पाकिस्तानच्या बैठका या अधिकृत बंधनाबाहेरच्या असतात त्यावेळी नेहमी त्या अशाच दिलखुलास व मुक्त वातावरणात होत असतात. भारत-पाकिस्तानचे हे एक वैशिष्ट्य समजा. नवाझ शरीफ यांनी बोलता बोलता सांगितले, की ते १९८२ मध्ये भारतात 'एशियन गेम्स' पहायला आले होते. ही आठवण सांगताना त्यांनी सांगितले की ते स्वत: आपली गाडी त्यावेळी दिल्लीत चालवित होते. अन् खेळांचे सामने संपल्यावर ते आपल्या गाडीने आग्र्याला गेले होते. त्यावेळी ते पाकिस्तानच्या पंजाब सरकारमध्ये एक मंत्री होते. ते अशा काही आठवण सांगत असताना माझा एक अधिकारी, बहुधा तो विवेक काटजू असावा, पुटपुटत म्हणाला, "मग लाहोर-दिल्ली बस सेवा सुरू करायला काय हरकत आहे?" त्यावर भूतकाळातील आठवणी मनात आणून नवाझ शरीफ थोडे भावनाविवश होत वाजपेयींना म्हणाले, "एके काळी तसेही होते. गेले ते दिवस!" मी यावरती मधेच बोललो, "आपण पुन्हा

आणू ते दिवस.'' मग मला एक कल्पना सुचली. मी पुढे म्हणालो, "तुम्ही एक दिल्ली व लाहोर यामध्ये रोज प्रवास करणारी बस का नाही सुरू करीत?'' नवाझ शरीफ यांना ती कल्पना ताबडतोब पसंत पडली व आनंद झाला. शेवटी ते पश्चिम पंजाबात जन्मले होते. त्या प्रांतातील लोक जेवढे प्रांताभिमानाने पछाडलेले असतात तेवढे या उपखंडातील अन्य कोणीही नसतील. तरीही काहीजणांच्या मते बंगाली लोक याबाबतीत सर्वांना मागे टाकणारे आहेत. कधी कधी बंगाल्यांनी या बाबतीत पंजाब्यांना मागे टाकले आहे, हेही तितकेच खरे आहे. कधी कधी मलासुद्धा माझ्या प्रांताचा अभिमान वाटत आलेला आहे आणि अशा काही प्रसंगी मी तो गेली अनेक वर्षे व्यक्तही करीत आलेलो आहे. मी मग नवाझ शरीफ यांना म्हणालो, "मुनाबाओ-खोख्रापूर हा मार्ग रेल्वेने आणि रस्त्याने पुन्हा सुरू करायला काय हरकत आहे?'' मुनाबाओ हे भारतीय हद्दीतील रेल्वे स्टेशन आहे आणि खोख्रापूर पाकिस्तानी हद्दीतील. हा रेल्वेमार्ग १९६५ मध्ये तोडण्यात आला होता. माझ्या या सूचनेला मोठ्या नम्रतेने व संयमाने मान्यता दर्शवली गेली. त्या मान्यतेमध्ये गंभीरपणा नव्हता की त्यात मोठा उत्साहही नव्हता. पण लाहोर-दिल्ली बस सेवा मात्र उचलून धरली गेली. मग थोड्या वेळाने आमचे संवाद पुन्हा त्या विषयाकडे वळले. पंतप्रधान वाजपेयी यांनी या बससेवेच्या कल्पनेचे स्वागत केले. अर्थातच ते पंजाबी ढंगात केले नाही, पण शांत व संयत स्वरात ते म्हणाले, "मग याबाबतीत आपण पुढे कसे काय करायचे?'' त्यानंतर दिल्लीत परतल्यावरती मी दोन्ही देशांच्या राजधानीमधील दोन्ही परराष्ट्र मंत्रालयांपुढे ही कल्पना ठेवली. पुढचे काम त्यांनी सुरू केले. अशा रीतीने लाहोर बससेवेचा प्रकल्प जन्माला आला. त्यानंतर पाकिस्तानने एक छोटी पत्रकार परिषद घेऊन काही विधाने केली. त्यामध्ये पाकिस्तानने "भारताशी अत्यंत मित्रत्वाच्या आणि सलोख्याच्या वातावरणात काही संभाषण झाले,'' असे सांगितले. एवढे सांगितल्यानंतर नवाझ शरीफ ताबडतोब तेथून जनरल असेंब्लीमध्ये निघून गेले. तिथे त्यांनी सेक्रेटरी जनरल कोफी अन्नान यांना विनंती केली, की त्यांनी काश्मिरबाबतीत युनोच्या सिक्युरिटी कौन्सिलने केलेले ठराव कार्यवाहीत आणण्यासाठी योग्य ती पावले उचलावीत. नुकतेच भारताशी खेळीमेळीने वागणारे मुशर्रफ लगेच त्याच्याशी संबंध तोडून कोफी अन्नानला भारताविरुद्ध अशी कशी विनंती करतात? परंतु हा वागण्यातला 'तुटकपणा' पाकिस्तान युनोमध्ये नेहमी असली काहीतरी अडथळा आणणारी विधाने करून दाखवित आलेले होते. त्याची ही दुटप्पीपणे वागण्याची तऱ्हा भारतालाही ठाऊक झाली असून भारतही त्याच्या पद्धतीने, पण जराशा मवाळ रीतीने, उत्तर देतो.

यापूर्वीचे नवाझ शरीफ मला ठाऊक होते. २४ सप्टेंबर १९९७ रोजी मी त्यांना वॉशिंग्टनमध्ये एका परिषदेत भेटलो होतो. त्यावेळी मी विरोधी पक्षातील खासदार होतो. नवाझ शरीफही तसेच विरोधी पक्षातील खासदार होते. त्यावेळी

बेनझीर भुट्टो ह्या पाकिस्तानच्या पंतप्रधान होत्या. मी आणि नवाझ शरीफ शेजारशेजारच्या आसनात बसलो होतो. आम्हाला दोघांनाही परिषदेत 'लोकशाही आणि स्वातंत्र्य यांचे चांगले गुणधर्म' या विषयावरती बोलायचे होते. भारताच्या स्वातंत्र्याला आणि लोकशाहीला ५० वर्षे झाल्याचे निमित्त घेऊन त्या सन्मानार्थ ती परिषद 'नॅशनल एडॉवमेंट फॉर डेमॉक्रसी' या संस्थेने आयोजित केली होती. दुपारच्या खान्यानंतरच्या सत्रात आम्ही दोघांनी खूप मित्रत्वाच्या गप्पा मारल्या. परिषदेतील कामकाज चालूच होते. ते रेंगाळत रेंगाळत पुढे सरकत होते. त्यातील भाषणे ही मानसिक किंवा बौद्धिक चलनवलनाला फारशी उत्साहित करीत नव्हती की उमेद देत नव्हती. परिषद कुठेही असो, दिल्लीत असो, इस्लामाबादेत असो किंवा वॉशिंग्टनमध्ये असो, ती नेहमी अशीच रटाळपणे चालत असते. जेव्हा नवाझ शरीफ यांच्या भाषणाची पाळी आली तेव्हा ते उठून व्यासपीठावरील पोडियमपाशी गेले, एक आधीच तयार केलेले भाषण त्यांनी बाहेर काढले आणि वाचावयास सुरुवात केली. भाषणातील प्रत्येक मुद्याच्या वेळी ते अधूनमधून "भारताला आणि जसवंतसिंग यांना हे समजले पाहिजे," अशा अर्थाने बोलत होते. मला त्यांच्या त्या भाषणामुळे आश्चर्य वाटण्याऐवजी किंवा धक्का बसण्याऐवजी हसूच येत होते. भाषण संपवून नवाझ शरीफ आपल्या आसनाकडे माझ्याजवळ आले. त्यांच्यात एकदम नम्रपणा संचारला आणि ते म्हणाले, "सॉरी जसवंतजी, मला ते तसे बोलावेच लागले. कारण पाकिस्तानात माझे भाषण प्रसिद्ध होणार आहे ना. तिकडे यातून काही संकेत मला पाठवायला हवा." मी त्यावर त्यांना म्हटले, "नवाझ साहेब, यावर आता अधिक विचार करू नका. लोकशाहीचे हेच फायदे-तोटे आहेत. पण तुम्ही काळजी करू नका. कारण मी माझ्या भाषणात पाकिस्तानकडे अगदी छोटेसे हत्यारही रोखून उडवणार नाही." Not even small arms fire against हा शब्दप्रयोग लष्करात नेहमी वापरतात. नवाझ साहेबांना तो कळला असेल असे मला वाटत नाही. नंतर आम्ही दोघेही वेगळ्या परिस्थितीत भेटलो. त्यावेळी आम्ही दोघे आपापल्या सत्ताधारी पक्षात होतो. परंतु नवाझ साहेबांनी पुन्हा आपली वागणूक तशीच ठेवली होती. मला त्याचे आश्चर्य वाटले. बैठकीत, सभेत, परिषदेत नेहमी शांतता व सलोखा यावरती ते बोलत. पण नंतर ते कडक बोलत, शिवराळ भाषा वापरीत, संघर्ष करीत. जेव्हा मी वॉशिंग्टनमध्ये त्यांना प्रथम भेटलो त्यावर्षी मला अजिबात कल्पना नव्हती की आपण भविष्यकाळात परत कसे भेटणार आहोत. त्यामुळे परत जेव्हा त्यांची भेट अशा तऱ्हेने झाली तेव्हा मला त्यांचे आश्चर्य वाटले. त्यावेळी कोणाला कल्पना आली होती की अनेक घटनामालिका घडत शेवटी दोन्ही देशांच्या संदर्भात काहीतरी घडेल. मियाँ नवाझ शरीफ यांच्या वैयक्तिक व राजकीय लाभाशी त्या

साऱ्या घटना जोडलेल्या होत्या.

लाहोरला जाणारी ११ वाजताची बस

वरिष्ठ राजनैतिक पातळीवर घेतलेले निर्णय प्रत्यक्षात उतरण्यास नेहमीच खूप वेळ घेतला जातो. यावेळी तसेच झाले. दिल्ली-लाहोर बस रस्त्यावरती सुरू होण्यास काही महिने लागले. एवढा उशीर लागण्याचे पहिले कारण ब्रिटीशांनी मागे सोडलेली नोकरशाही व तिचा लाल फितीचा कारभार. अगदी साधे, सोपे व सरळ असे व्यवहार असले तरी ते गुंतागुंतीचे करण्यात आपण आपली सारी बुद्धिमत्ता खर्च करतो. इस्लामाबादमध्ये ऑक्टोबर १९९८ मध्ये भारताचे परराष्ट्र खात्याचे सेक्रेटरी रघुनाथ यांनी नवाझ शरीफ यांची भेट घेतली. त्या भेटीच्या वेळी पाकिस्तानचे परराष्ट्र मंत्री सरताज अझीझ आणि परराष्ट्र सेक्रेटरी शमशाद अहमद हे हजर होते. ज्यावेळी नवाझ शरीफ यांनी दिल्ली-लाहोर बस सेवेच्या योजनेच्या प्रगतीचा आढावा घेतला त्यावेळी रघुनाथ हे शांत बसून राहिले होते. पण त्या बाकीच्या पाकिस्तानी अधिकाऱ्यांना ती बसची कल्पना फारशी पसंत नव्हती. त्यावेळी सरताज अझीझ यांनी एवढेच बोलून दाखवले की, "सदरहू प्रकरणाच्या कामात लक्ष घातलेले आहे." नवाझ अझीझ यांनी यावरती दोन पंतप्रधानांनी घेतलेल्या निर्णयाची अजून कार्यवाही होत नाही याबद्दल खेद व्यक्त केला. त्यानंतर मात्र ती योजना पुढे सरकवली जाऊ लागली. तो एक साध्या एक्झिक्युटिव्ह पातळीवरचा निर्णय होता. पण त्यानंतर निघालेला हुकूम हा अनेक मंत्रालयातून फिरत फिरत गुंतागुंतीचा व अवघड होत गेला. शेवटी फेब्रुवारी १९९९ मध्ये दिल्लीहून लाहोरला जाणारी बस निघण्याच्या तयारीत उभी राहिली. त्या बसच्या पहिल्या प्रवासाचे उद्घाटन वाजपेयी करणार होते. परंतु अंतर, वेळ आणि अनेक कारणांमुळे त्यांना अमृतसरला विमानाने आधी जावे लागले आणि तिथे ते बसमध्ये बसले व प्रवास करीत वाघा सरहद्द ओलांडून पाकिस्तानात गेले. घटना २० फेब्रुवारी १९९९ रोजी घडली. दिल्लीहून बस निघताना थोडेसे नाट्य घडले आणि लाहोरमध्ये बस उगवतानाही तसेच नाट्य घडले. दिल्लीमध्ये निघताना सारे सोपस्कार पुरे केले होते. आम्ही सारेजण विमानात बसलो होतो. ते खास विमान पंतप्रधान व त्यांच्या सहकाऱ्यांना घेऊन लाहोरला जाणार होते. विमानाचे इंजिन सुरू झाले, पण अचानक ते इंजिन थांबले. एकदम सर्वत्र शांतता पसरली. विमानाचे बाहेर पडण्याचे दार परत उघडले जात असल्याचे मी पाहिले. मी त्यावेळी पंतप्रधानांच्या केबिनमध्ये बसलो होतो. काय झाले ते मला कळेना. मी विमानाच्या कर्मचाऱ्यांना विचारले. यावर ते पुटपुटत काहीतरी म्हणाले. मला ते नीट समजले नाही म्हणून मी चिडलो. मग मी पंतप्रधानांच्या वैयक्तिक कर्मचाऱ्यांना विचारले, "तुमचे मागे काही सामान वगैरे राहिले नाही ना?" पंतप्रधानांचा

विश्वासू अटेन्डन्ट त्यांच्याबरोबर अनेक वर्षे काम करीत होता. तो ओशाळून हिंदीत म्हणाला, "होय, मी साहेबांचे ऐकू येण्याचे कानातले साधन मागेच विसरलो!" मग आम्ही सारेजण उठून उभे राहिलो व परत समारंभपूर्वक विमानातून खाली उतरलो. त्यामुळे उड्डाण करण्याच्या अवस्थेत धावपट्टीवर उभे असतानाही ते विमान उडू शकले नाही. मग रेसकोर्स रोडवरील पंतप्रधानांच्या घरून एक गाडी ते 'हिअरिंग एड' घेऊन वेगाने निघाली. त्या गाडीसाठी वाटेतली सारी वाहतूक दिल्लीच्या पोलिसांनी थोपवून धरली होती. ते पुरते वैतागून गेले होते. ती गाडी विमानतळावर आल्यावरती परत आमचा प्रवास सुरू झाला.

अमृतसरला आमच्या स्वागतासाठी एक भली मोठी रांग उभी होती. अनेकांचे हसरे चेहरे, उत्साही वातावरण आणि भेटल्यावर पाठ थोपटण्यासारखे पंजाबी सोपस्कार वगैरेमधून आम्हाला जावे लागले. त्यात भांगडा नृत्ये झाली. एका मागोमाग एक ती होत गेली. शिवाय पंजाबी बायकांची गिड्डा[१८] नृत्ये झाली. तो सारा माहोल अत्यंत उत्साहवर्धक होता. बसमध्ये बसलेले प्रवासी ही पंतप्रधानांबरोबरची माणसे होती. ते भारताचे प्रतिनिधित्व करीत होते. भारताच्या विविध भागातील विविध भाषा बोलणारी व तिथले पोशाख त्यांनी केलेले होते. विविधभारतीचे एक रंगीबेरंगी दर्शन त्यामुळे तिथे होत होते. उदाहरणार्थ, आमच्या बरोबर देव आनंद हा अभिनेता होता. हा मूळचा पश्चिम पंजाबातला. अगदी तरुण वयात त्याला निर्वासित होऊन तिकडून यावे लागले होते. शिवाय एक बुद्धिमान नर्तिका मल्लिका साराभाईही होती. जसजशी ही भरलेली बस पुढे सरकू लागली तसतसा लोकांचा व आतील प्रवाशांचा उत्साह वाढत जाऊ लागला. अमृतसरहून अत्तारीला जाण्याच्या मार्गावरती बस गेली. वाघा बॉर्डरच्या अलीकडे ते अत्तारी गाव आहे. अमृतसरपासून तेथवर दुतर्फा रस्त्यावर माणसांनी बस पहायला गर्दी केली होती. स्त्री-पुरुष व लहान मुले यांनी बनलेली ती मानवी साखळी वाटेत कुठेही तुटलेली नव्हती. एवढी माणसांची गर्दी लोटली होती. ती माणसे ओरडून आपले हात आनंदाने आमच्या दिशेने हलवित होती. त्या बसने भारताचे प्रातिनिधीक रूप धारण केलेले होते. साऱ्या देशाचे त्यात प्रतिबिंब पडलेले होते. वाघा बॉर्डरपर्यंत जाण्यास ४० मिनिटे लागतील असा अंदाज आधी करण्यात आलेला होता. पण आम्हाला ती ४० मिनिटे काही क्षणांची वाटली.

---

१८. *गिद्दा नृत्य हे बायकांचे असते व ते भांगडापेक्षा थोडे वेगळे असते. नृत्य करणाऱ्या बायका काही कवने म्हणत असतात. लोकनृत्याची ती सुरेख गाणी असतात. कवनांचे विषयही विविध असतात. नणंदेला विचारलेल्या प्रश्नापासून राजकारणापर्यंत त्यात काहीही असते. पण त्यात जिवंतपणा भरलेला असतो. ड्रम या वाद्याखेरीज या नृत्यातला ताल हा नृत्यांगनांनी टाळ्या वाजवून धरलेला असतो.*

पाकिस्तानी वेळेप्रमाणे दुपारी ४:१० वाजता पंतप्रधान वाजपेयी आणि त्यांच्या बरोबरीच्या २२ भारतीय नागरिकांना घेऊन आमच्या बसने वाघा सरहद्द ओलांडली. तेव्हा सरहद्दीचे दरवाजे ढकलून उघडले गेले. बातमीदारांच्या लेखण्या भराभर कागदावरती नाचू लागल्या. एका बातमीपत्रात म्हटले होते, ''पंतप्रधान अटलबिहारी वाजपेयी व नवाझ शरीफ यांनी वाघा सरहद्दीची दारे उघडून एक इतिहास आज घडवला आहे. त्यामुळे गेली ५१ वर्षे ज्या द्वेषाच्या भिंती या भारत-पाकिस्तानच्या संबंधाचे प्रतिनिधित्व करीत होत्या, त्या आता कोसळल्या आहेत.'' पाकिस्तानच्या बाजूला बॉर्डर क्रॉसिंग रोडवरती नवाझ शरीफ व त्यांचा भाऊ शहाबाझ, हे स्वागताला हजर होते. शहाबाझ हा पश्चिम पंजाबचा मुख्यमंत्री होता. हा एक स्वागत समारंभ असल्याने तोफांची सलामी, गार्ड ऑफ ऑनर प्रेझेन्टेड आर्म्स, राष्ट्रगीते वाजवणे वगैरे सारे स्वागत-सोपस्कार पार पाडले गेले. आम्हाला ते सगळे ओळखीचे व नेहमीचे वाटले. इतके ओळखीचे वाटले की ते काही वेगळे आहे असे वाटेचना. वाघा आणि अत्तारी याच्यामध्ये असलेल्या सरहद्दीवरती जी दारे उभी होती ती आता आम्हाला निरुपयोगी वाटली, गरजेची वाटेनात. निदान माझ्या नजरेला तरी तसे वाटले.

वाजपेयी याप्रसंगी म्हणाले, ''दक्षिण आशियाच्या इतिहासातील हा एक फार मोठा संस्मरणीय क्षण आहे. आपण सारे कोणत्याही आव्हानाला सामोरे जाण्यासाठी सज्ज होऊ या. उत्साह, आनंद व गर्व या भावनांनी भारावून जाऊन मी २१ वर्षांनी पाकिस्तानी भूमीवरती पाऊल टाकले आहे.'' क्षणभर ते काहीही बोलले नाहीत. त्यांना उचंबळून आले असावे. मग ते पुढे म्हणाले, ''मी माझ्याबरोबर भारतीय लोकांच्या शुभेच्छा व आशा आपल्यासाठी आणल्या आहेत. भारतीय जनता ही पाकिस्तान-बरोबर शांततेत आणि सलोख्यात राहू इच्छिते. पंतप्रधान नवाझ शरीफ यांच्याशी बोलण्यासाठी आणि काही कार्यक्रमासाठी मी येथे आलो आहे.'' नंतर एक निवेदन जाहीर करताना ते म्हणाले, ''आपल्यामध्ये जे काही प्रश्न आहेत, अगदी त्यात जम्मू काश्मिर हे प्रश्नसुद्धा आलेत, त्यावरती विचारविनिमय करण्यासाठी भारत आपले स्वागत करीत आहे. ते प्रश्न कितीही गुंतागुंतीचे असले, दीर्घकाळ रेंगाळत असले, तरी पूर्वग्रहदूषित नसलेल्या वातावरणात आणि समतेचा मार्ग अनुसरून, वास्तवतेचे भान ठेवून, नेमस्तपणाने ते नक्की सोडवता येतील... आपल्या दोघांच्या संबंधात असे कोणतेही प्रश्न नाहीत की जे फक्त हिंसेनेच सुटतील. अन् माझा यावरती पूर्ण विश्वास आहे.''

त्या दिवशीच्या माझ्या डायरीत मी लिहिले :

सैन्याचे एक हेलिकॉप्टर– नक्कीच ते स्पेशल फोर्सेसचे असणार– एक कर्नल घेऊन आला. त्याने पॅराटूपर्सची तांबडी बेरेट टोपी घातली होती.

आम्हाला घेऊन त्या हेलिकॉप्टरने उड्डाण केले व वाघाहून लाहोरला पंजाब गव्हर्नरच्या बंगल्यातील हिरवळीवरती अलगद नेऊन सोडले.

वाघाहून निघाल्यावरती मी खालच्या सुपीक जमिनीकडे पहात होतो. मातीचे खड्डे, विटांच्या भट्ट्या, म्हशी डुंबत असलेली डबकी हे सारे इतक्या वरूनही मला तेच, तसेच, आपल्याकडच्या सारखेच वाटत होते. त्यात काय फरक होता? वरती आकाशात अनेक पतंग उडत होते.[१९] त्यात विविध आकारांचे व विविध रंगाचे पतंग होते. प्रथम मला ते पक्षी वाटले. पण ते पक्षी भराऱ्या मारत उडत जात नव्हते. त्याऐवजी ते आळसावल्यासारखे हवेत संथपणे तरंगत राहिलेले होते. आमच्या हेलिकॉप्टरच्या मार्गात ते येत होते. आमच्या वैमानिकाने अत्यंत कुशलतेने त्यांच्यामधून वळणे घेत, त्यांना चुकवित आपला मार्ग काढला. आम्ही जसे उतरण्याच्या जागेजवळ येत चाललो तसे त्या वैमानिकाने इंटरकॉमवरती आपल्या मदतनीस हविलदाराला (सार्जंटला) विचारले की, खालच्या हिरवळीभोवती जी झाडे आहेत त्यांच्यामधून जाताना पुरेशी जागा आहे का ते पहावे. मी हेलिकॉप्टरच्या दाराजवळ बसलो होतो. बाहेर बघत उड्डाणाचा आनंद घेत होतो... माझ्या शेजारी पश्चिम पंजाबचा गव्हर्नर बसला होता. त्याने माझ्याकडे चौकशी केली की, मी एक चांगला हवाई प्रवासी आहे का? यावर 'कुणास ठाऊक?' अशी अर्थी मी आपले खांदे उडवले. मग तो पुढे म्हणाला, "मी स्वत: अध्यात्मवादी आहे. सर्व गोष्टी मी परमेश्वराच्या हाती सोपवून निर्धास्त रहातो." यावरती मी मनामध्ये म्हणालो, "होय, आपण सर्वांनीच तसे एकदा केले होते. हो ना?"

गव्हर्नरच्या बंगल्यातून मी तिथल्याच आवारातील आमच्या निवासस्थानी गेलो. तिथे शॉवरखाली अंघोळ केली व कपडे बदलले. आमच्या आधी पुढे गेलेल्या आमच्या तुकडीने वाटाघाटी करण्याचे काम ज्या पद्धतीने केले होते त्यावर मी समाधानी नव्हतो. मला आता त्यांच्याबरोबर बसून काही विचारविनिमय करायचा होता. मग आमच्या हाय कमिशनरने पाकिस्तानातील कायदा व सुव्यवस्था यांच्याबद्दलच्या संभाव्य समस्यांबद्दल मला थोडेसे सांगितले. जरी तो हे सारे सांगून आपले कर्तव्य बजावीत होता तरी त्याच्या त्या सावधगिरीच्या सूचना मला राग आणणाऱ्या वाटल्या. अर्थात माझे हे चूक होते म्हणा. मग

---

१९. त्यावेळी वसंत ऋतूमधला बैशाखी सण चालू होता. हा हिंदूंचा सण अजूनही पाकिस्तानात, लाहोरजवळच्या परिसरात अजूनही साजरा केला जातो. या सणाचे वैशिष्ट्य म्हणजे त्यावेळी खूप पतंग उडवले जाऊन आनंद व्यक्त केला जातो. हे वैशिष्ट्य भारत व पाकिस्तान येथे अजूनही जपले जाते.

ठरलेल्या वेळी मी वक्तशीरपणे परत गव्हर्नरच्या बंगल्यात गेलो.

पण येथे आता पुढच्या मेजवानीच्या कार्यक्रमाला जाण्यासाठी उशीर होऊ लागला होता. शेवटी हाय कमिशनरचेच बरोबर ठरले. काहीतरी सुरक्षा व्यवस्थेचा गोंधळ होता. पण असे का झाले याचा कोणीही खुलासा करेना. आम्ही वाट पाहू लागलो. बराच वेळ वाट पहात राहिलो. कंटाळा येईपर्यंत वाट पाहिली. मग नवाझ शरीफ यांनी मला त्यांच्या सूटमध्ये बोलावून घेतले आणि खुलासा केला. बाहेर रस्त्यावरती आमच्या भेटीविरुद्ध जमात-ए-इस्लामी यांचे लोक निदर्शने करीत होते, दंगा करीत होते. या संघटनेने हेतुपूर्वक तणाव वाढवत नेला होता.

जेव्हा आम्ही गव्हर्नरचा बंगला सोडून निघालो तेव्हा रस्त्यावरती काही प्रमाणात शांतता प्रस्थापित केली गेली होती. बऱ्याचश्या दुकानांची दारे जमात-ए-इस्लामीने जबरदस्तीने बंद करायला लावली होती. रात्रीचे ९ वाजत आले होते आणि अंधार झाला होता, तरीही लोकांचे छोटे छोटे गट उभे राहून आमच्याकडे कुतूहलाने पहात होते. दक्षिण आशियातील कोणत्याही शहरात नवीन पाहुण्यांकडे ते असेच पहात असतात. लाहोरच्या किल्ल्यात समारंभ आयोजित केला होता. तिथल्या दिवाण-ए-खास या हॉलमध्ये आमच्यासाठी मेजवानी आयोजित केलेली होती. परंतु दुर्दैवाने समारंभात कमालीचा गोंधळ होता. तिथली व्यवस्था अपुरी पडली हे त्याचे कारण नव्हते. ती व्यवस्था तशी भरपूर होती व लष्करी कार्यक्षमताही तिथे होती. पण तिथे वाजवीपेक्षा जास्त पाहुणे मंडळी समारंभासाठी आली होती. त्या गर्दीमुळे सारा बोजवारा उडाला होता. साऱ्या दक्षिण आशियात नेहमी असेच घडत असते. व्यवस्थेवर अतिरिक्त ताण पडत असतो व ऐन वेळी गोंधळ सुरू होतो. परंतु जागेची निवड आणि व्यवस्था ही तशी अतुलनीयच होती. जेवणाच्यावेळी प्राचीन वाद्यांवरती काही जुने संगीत वाजवले जात होते. १९५० किंवा १९६० च्या आसपासच्या हिंदी चित्रपटातील ते एक रद्दी संगीत असावे. त्यातले स्वर करुण होते. परंतु ते 'पंजाबी उत्साहात' मोठ्याने आळवून आळवून वाजवले जात होते. ऐन वेळी झालेली गर्दी इतस्तत: बागेत हिरवळीवर पसरली होती. कदाचित त्यामुळेही ते मोठ्याने वाजवित असतील. इतिहासकाळात १६४१ साली शहाजहानने ती बाग बांधली होती. तीच ती प्रसिद्ध 'शालिमार गार्डन' नावाची बाग होती. (याचे स्पेलिंग इंग्रजीत कधी कधी Shalmar असेही करतात.) या ठिकाणी शहाजहान काही काळ राहिलेला होता. मेजवानीला सारे पंजाबी पदार्थ होते आणि पंजाबी उत्साहात त्यांचे वाटप चालू होते. सर्वत्र उत्साहाचेच वातावरण होते. (अपवाद फक्त काही वेळापूर्वी झालेली ती दंगल.) याच्यापेक्षा

जास्त अप्रतिम अशी वेगळी किंवा अधिक उत्तम सुरुवात होऊच शकत नव्हती.

रात्री उशिरा १:४५ वाजता शेवटी मी झोपेच्या आधीन झालो.

दुसऱ्या दिवशी २१ फेब्रुवारी १९९९ रोजी सारे काही नेहमीप्रमाणे स्थिरस्थावर झाले. पाकिस्तानचा एक अधिकारी माझ्याकडे शेवटच्या क्षणी आला व त्याने आता पुढचा कार्यक्रम काय आहे ते सांगितले. अर्थात् मला तो आधीच ठाऊक होता. द्विपक्षीय करार करण्याची तयारी पूर्ण झाली होती. आम्ही तीन कागदपत्रे संपवली : पहिले 'लाहोर डिक्लेरेशन' (लाहोरचा जाहीरनामा) या नावाचे, मग दोन्ही पंतप्रधानांचे मिळून एक संयुक्त निवेदन आणि तिसरे, दोन्ही देशांच्या परराष्ट्र सेक्रेटरींमध्ये झालेला समझोत्याचा करार (Memorandum of Understanding). एव्हाना दोन्ही पक्षांमधील हर्षाची भावना जवळजवळ कळसाला पोचली होती. दुपारी एक गार्डन पार्टी व सार्वजनिक सभा असे दोन्ही कार्यक्रम एकाच वेळी बागेत ठेवले होते. पंतप्रधान वाजपेयी यांनी आपले भाषण उत्स्फूर्तपणे व भावनाविवश होऊन केले. त्यांच्यामधली वाक्‌गंगा ही प्रभावीपणे त्यांच्या तोंडून बाहेर पडत होती. शांतता, सलोखा व सहमती यावरती ते बोलले, "आम्ही युद्ध होऊ देणार नाही. पुन्हा आपण रक्त सांडता कामा नये!" या त्यांच्या वाक्यावरती जनतेने टाळ्या वाजवून, आनंदाने आरडाओरडा करून प्रतिसाद दिला. ते पुन्हा पुन्हा प्रतिसाद देत राहिले. त्या सर्वांना ती भावना स्पर्शून गेली होती, पटली होती, मनापासून पटली होती. शत्रुत्वाच्या भावनेला फुंकर घालून जो काही वेडाचार सतत चालला होता त्याला शेवटी पूर्णविराम दिला जात आहे अशी आशा तिथे हजर असलेल्या साऱ्याजणांना वाटू लागली. एका फार उदात्त भावनेने साऱ्यांना व्यापून टाकले गेले होते. यासाठी आपल्याकडून भारत-पाक संबंधात काहीतरी चिरस्थायी स्वरुपाच्या योजनेत योगदान झाले म्हणून मला स्वत:लाही बरे वाटले. त्यानंतरच्या पत्रकार परिषदेला अनपेक्षितरित्या झुंबड उडाली. ती गर्दी एवढी होती की नवाझ शरीफ यांच्या शब्दात सांगायचे झाल्यास, "पाकिस्तानात एवढी मोठी पत्रकार परिषद झालेली आत्तापर्यंत मी कधी पाहिली नव्हती." आमच्या शिष्टमंडळाच्या मोटारींचा ताफा गव्हर्नरच्या बंगल्यातून बाहेर पडला व विमानतळाच्या दिशेने रस्त्यावरून वळणे घेत घेत जाऊ लागला. वाटेत अत्यंत कडक व जराशी जादा लष्करी सुरक्षितता ठेवली गेली होती. जेव्हा विमानतळ जवळ येऊ लागला तसे मोटारीपुढचे मोटारसायकलस्वार हळूहळू जात थांबले. इकडून तिकडे दिले गेलेले काही लष्करी हुकूमांचे करडे आवाज उमटले. सारा काफिला थांबला. माझ्याबरोबर पाकिस्तानचे सरताज अझीझ

होते. त्यांच्या चेहेऱ्यावरती ताबडतोब तणाव उमटला. गाडीत बसलेली सिक्युरिटीची माणसेही सावध होऊन ताठ बसली. गाडीत उत्सुकता व चिंता यांचे वातावरण पसरले. मग बाहेरून कोणाचा तरी आवाज आम्हाला उद्देशून आला, "कोई नही साब, वो तो गन सॅल्यूट है ।" तोफेच्या सलामीच्या आधीची ती पूर्वतयारी होती. ताबडतोब गाडीतील तणाव ओसरून गेला. एखाद्या फुग्यातील हवा जशी निघून जावी तसा तो तणाव ओसरला.

माझ्या डायरीतील नोंदीवरून मी लाहोरमधल्या संस्मरणीय भेटीचे चित्र येथे उभे करण्याचा प्रयत्न केला. लाहोर व अमृतसर अशी दोन शहरे आहेत की जिथे फाळणीकडे बहुधा तीव्र दृष्टिकोनातून पाहिले जाते. वीसएक किलोमीटर अंतराने या दोन्ही शहरांना वेगळे केले गेलेले आहे. दोन्ही शहरांतील वस्ती ही अनेक उपनगरांमध्ये वाटली गेली आहे. त्यामुळे टांग्यांचा वापर एके काळी येथे जास्त होई. अमृतसर व लाहोर या शहरांदरम्यानही टांग्यानेच जाणे-येणे चालत असे. अशा रीतीने ही दोन शहरे एके काळी एकमेकांत फाळणीपूर्वी गुंतून पडलेली होती. वाजपेयी यांनी अमृतसर ते लाहोर असा बसप्रवास केल्याने जुन्या काळातील लोकांच्या आठवणी जागृत झाल्या. १९६०मध्ये सिंधू नदीच्या पाण्याच्या करारासाठी[२०] जवाहरलाल नेहरू पाकिस्तानमध्ये गेले होते. त्यानंतर कोणताही भारतीय पंतप्रधान लाहोरला गेला नव्हता. राजीव गांधी यांनी १९८९ मध्ये पाकिस्तानला भेट दिली होती. पण ते फक्त इस्लामाबादला गेले होते. परंतु अटलबिहारी यांच्या कल्पकतेला दाद द्यायला पाहिजे. कारण त्यांनी वाघा सरहद्दीपासची दोन्ही दारे उघडून प्रतिकात्मकदृष्ट्या भारत व पाकिस्तान यांच्यामधील दुरावा दूर

---

२०. *स्वातंत्र्य मिळाले तेव्हा भारत-पाक सरहद्द सिंधू नदीच्या खोऱ्यातून जात होती. त्यामुळे पाकिस्तानला सिंधू नदीच्या पाण्याच्या वापराचे हक्क थोडेसे कमी मिळाले होते. दोन महत्त्वाच्या पाटबंधाऱ्याच्या योजना त्यावेळी भारतात रावी नदीवर माधोपूर येथे आणि फेरोजपूर येथे सतलज नदीवरती चालू होत्या. त्यातल्या पाण्यावरती पाकिस्तानच्या पंजाबातली शेती बरीचशी अवलंबून होती. मग त्या पाण्याच्या वापरावरून वाद उसळला. वर्ल्ड बँकेच्या सहाय्याने पाण्यासाठी वाटाघाटी केल्या गेल्या व त्यातून 'सिंधू नदी करार (१९६०)' केला गेला. त्या करारानुसार सतलज, बियास व रावी या तीन पूर्वेकडच्या नद्यांचे पाणी भारताला वापरायला मिळाले आणि सिंधू, झेलम आणि चिनाब या पश्चिमेकडच्या नद्यांचे पाणी मोठ्या प्रमाणात पाकिस्तानला देण्यात आले. या करारावरती कराचीत पाकिस्तानकडून राष्ट्राध्यक्ष अयूबखान यांनी, भारताकडून नेहरूंनी आणि वर्ल्ड बँकेकडून डब्ल्यू. ए. बी. इल यांनी १९ सप्टेंबर १९६० रोजी सह्या केल्या. हा करार १ एप्रिल १९६० पासून लागू झाला.*

करण्यास मदत केली. वाघा सरहद्दीपाशी नुसत्या जुन्या आठवणी जागृत करण्यापेक्षाही ही दारे उघडण्याची कृती अधिकपरिणामकारक होती. पूर्वी पाकिस्तानला शांतीचे अनेक संदेश दिले गेले होते. पण त्याहीपेक्षा हा शांतीचा सुप्त संदेश देण्याची क्लृप्ती त्यांनी योजिली होती. गव्हर्नरच्या बंगल्यावरती जो खाना दिला गेला, त्यावेळी वाजपेयी आपल्या भाषणात म्हणाले, "आपण एका नवीन युगाला सामोरे जात असताना भविष्यकाळ आपल्याला खुणावतो आहे. तो आपल्याला बोलावतो आहे, साद घालतो आहे, नव्हे, तो आपल्याकडे खरोखरीच एक मागणी करतो आहे. आपल्याच मुलाबाळांच्या कल्याणाची, त्यांच्या मुलाबाळांच्या आणि अद्याप जन्माला न आलेल्या अनेक भावी पिढ्यांच्या कल्याणाची तो मागणी करतो आहे." वाजपेयी यांच्या सर्व प्रयत्नांमागचा मूळ विचार हा असा होता.

परंतु या प्रयत्नांना पाकिस्तानात काहीजणांचा विरोध होता. तसाच काही प्रमाणात तो विरोध भारततही होता. आम्हाला त्याची कल्पना होती. या शांततामय प्रवासामध्ये हे असले अडथळे येणार हे आम्ही धरून चाललो होतोच. परंतु वाजपेयी यांनी जेव्हा जेव्हा याबद्दल भाषणे केली तेव्हा त्यांच्या तोंडून ती दूरदृष्टी प्रगट झालेली होती. नवाझ शरीफ यांनीही ही बससेवा चालू करण्यासाठी धैर्य दाखवले होते आणि वाघा सरहद्द ते लाहोर या बसच्या प्रवासात ते स्वत: सामील झाले होते. म्हणून तर वाजपेयींच्या भाषणाला उसळलेली अलोट गर्दी आणि उत्साह हे त्यांनी लाहोरमध्ये अनुभवले. गव्हर्नरच्या बंगल्यावरील हिरवळीवरती वाजपेयींनी हिंदुस्थानी भाषेत जे वक्तव्य केले ते अशा उत्स्फूर्त शब्दप्रयोगांनी केले की त्याचा नीट अनुवाद करणे हे अवघड आहे. ज्या बसमधून त्यांनी प्रवास केला त्या बसबद्दल बोलताना ते म्हणाले, "ही एक साधी लोखंड व पोलाद यांनी बनवलेली बस नाही, तर ती उदात्त हेतू व भावना यांची बस आहे. भारत-पाकिस्तान संबंधाचा हा खरा गाभा आहे. कारण हे संबंध जास्ती करून भावनेवरतीच आधारलेले असतात. यामुळेच शत्रुत्व व मित्रत्व, निराशा व आशा निर्माण होतात. सतराव्या शतकातील बुले शाह हा आपल्या अतुलनीय कवनात, प्रार्थनागीतात म्हणतो की, आम्ही दोघे मिळून जसे एकत्र खळखळून हसलो, तसेच आम्ही दोघांनी मिळून अश्रूही ढाळले."

२० फेब्रुवारीलाच, आम्ही लाहोरला निघण्याच्या तयारीत असताना आम्हाला बातमी मिळाली होती की, जम्मू व काश्मिरमधील राजौरी जिल्ह्यात बग्राला खेड्यात एका लग्नाच्या वऱ्हाडावरती हल्ला चढवून सातजणांना ठार करण्यात आले. त्याच जिल्ह्यात खुदबानी खेड्यात कालकोट पोलीस स्टेशनजवळ चारजणांची अशीच हत्या करण्यात आली. तिसऱ्या एका घटनेत उधमपूर जिल्ह्यात बदियानी खेड्यात नऊ माणसे ठार मारली गेली. अनाकलनीय मार्गावरून चाललेला

काश्मिरमधील ‘ऑल पार्टी हुरियत कॉन्फरन्स’ याने या तीन घटनांचे भांडवल करून पंतप्रधान वाजपेयी यांच्या लाहोर भेटीचा धिक्कार करीत निषेध म्हणून एक संप जाहीर केला. तशीच गोष्ट लाहोरमध्ये जमात-ए-इस्लामी या संघटनेने पाकिस्तानात केली आणि त्यामुळे आम्हाला अधिकृत समारंभाला पोचायला उशीर झाला. आमची भेट निष्फळ व्हावी म्हणून केलेले हे सारे प्रयत्न होते. पण तरीही दोन्ही पंतप्रधानांनी लाहोर जाहीरनाम्यावरती सह्या केल्याच. परिणामी दोन्ही देशांदरम्यान जे प्रश्न बराच काळ रेंगाळत बाजूला पडले होते ते सोडवण्याला चालना मिळाली. त्यात जम्मू व काश्मिरचाही प्रश्न आला. वाजपेयींच्या भेटीला भारतात आणि जगात उचलून धरले गेले होते, कौतुक केले गेले होते.

लवकरच त्यानंतर, फेब्रुवारी महिन्याच्या शेवटी लोकसभेचे अंदाजपत्रकी अधिवेशन बोलावले गेले होते. एप्रिल महिन्यातील एका सत्रात अत्यंत अकल्पितपणे घडलेल्या दुर्दैवी मतदानात वाजपेयी यांचे सरकार अवघ्या एका मताने कोसळले. जम्मू व काश्मिर मधून निवडून आलेल्या नॅशनल कॉन्फरन्स पक्षाच्या एकमेव सभासदाने वाजपेयी सरकारविरुद्ध आपले मत दिले. वैयक्तिकदृष्ट्या मी यामुळे दुखावलो गेलो. कारण एरवी याच सभासदाला वाजपेयींच्या प्रयत्नांचे कौतुक होते. त्याचा पक्ष सरकारला पाठिंबा देणारा होता. पण त्याच्या पक्षाच्या आदेशामुळे त्याला विरुद्ध मत द्यावे लागले होते. दुसऱ्या एका विरुद्ध मताने मी असाच अस्वस्थ झालो. ते एका ओरिसातून निवडून आलेल्या काँग्रेसच्या खासदाराचे मत होते. कदाचित तांत्रिकदृष्ट्या त्या खासदाराचे विरोधी मतदान बरोबर असेल, पण नैतिकदृष्ट्या संपूर्ण चुकीचे होते. कारण त्या खासदाराने तोपर्यंत ओरिसाच्या मुख्यमंत्रीपदाची शपथ घेतली होती. परंतु तरीही त्याला सहा महिने आपली खासदारकी चालू ठेवण्यास नियमानुसार परवानगी दिलेली होती. यामुळे तो खासदार तांत्रिकदृष्ट्या लोकसभेतील मतदानात भाग घेऊ शकत होता की जे नैतिकदृष्ट्या अयोग्य होते. कारण याच खासदाराने आधी मुख्यमंत्रीपदाचीही शपथ घेतलेली होती. ते काहीही असो, हे एक मत आणि त्या काश्मिरी खासदाराचे दुसरे मत यामुळे आम्हाला फटका बसला. एका लोकप्रिय व ज्येष्ठ खासदाराने याबाबतीत असे उद्‌गार काढले, “अटलजी, तुम्ही लोकसभेत एका मताने हरला असाल, पण तुम्ही अनेक मतांनी भारतात यशस्वी झाला आहात. कारण तुम्ही भारताचे हृदय जिंकले आहे. जनता तुमची झाली आहे.”

आता भारताला मध्यावधी निवडणुकीला सामोरे जावे लागले. ती निवडणूक १९९९ च्या उन्हाळ्यात ठरली.

विभाग २

कारगिलमधले आव्हान

श्रीनगरहून लडाखकडे जाणारा रस्ता शंकराचार्य टेकडीच्या पायथ्याजवळून जातो. मग तो दाल सरोवराच्या ईशान्य काठाजवळून जात पूर्वेला वळून सिंधू नदीच्या खोऱ्यात जातो. तेथून तो सिंधू नदीच्या पूर्वेच्या काठाला धरून सोनमर्गकडे जातो. सोनमर्गपासून आजुबाजूच्या पर्वतराजीकडे जाणाऱ्या अनेक वाटा फुटतात. ऑक्टोबर ते मार्च इथला भाग फार मनोहर असतो, सौंदर्याने नटलेला असतो. ज्यांना ट्राऊट मासा आवडतो त्यांना इथे त्यांच्या मासेमारीला भरपूर वाव त्यावेळी असतो. अस्वलांची वर्दळही त्यावेळी वाढलेली असते. शिकारीला हा हंगाम चांगला असतो. सोनमर्गनंतर रस्ता वर खूप चढत जातो. तो पार झोजिला खिंडीपर्यंत जातो. मी ती खिंड ओलांडून लडाखमध्ये प्रथमच १९५९ मध्ये गेलो होतो. सैन्याच्या एका १५ टनी गाडीतून गेलो होतो. अशी १५ टनी (15CWT) गाडी म्हणजे हलक्या ट्रकच्या वर्गातील असते. त्यावेळी मी भारतीय सैन्यात होतो. फारशा धाडसी हालचाली न करता एक टन सामान वाहून नेण्यासाठी हे ट्रक सैन्यात उपयुक्त ठरतात. माझ्याबरोबर अशा वाहनांचा एक ताफा होता. मी तो घेऊन ती अवघड चढण चढून पुढे सरकत होतो. त्यावेळी तो रस्ताही पक्का नव्हता, पण कच्चाही नव्हता. शिवाय एका वेळी एकाच मार्गाने वाहन जाईल एवढाच तो रुंद होता. त्यावेळी कोणता महिना चालू होता ते आता मला आठवत नाही. पण अंधार पडू लागला होता व हळूहळू दिसेनासे होऊ लागले होते. तेवढ्यात टेकडीच्या बाजूने गडगडाटी आवाज आला आणि उतारावरून मोठमोठ्या शिळा खाली गडगडत येऊ लागल्या. एक मोठा दगड आमच्या एका ट्रकवरती आदळला. तो ताडपत्री भेदून आत गेला आणि एका जेसीओच्या (ज्युनिअर कमिशन्ड ऑफिसर) मांडीवरती पडला. त्याच्या मांडीचे हाड मोडले. मी त्याच्या शेजारीच बसलो होतो. त्याच्यावरती प्रथमोपचार करणे एवढेच माझ्या हातात होते. पण आता त्या अरुंद ओल्या व निसरड्या रस्त्यावरून आम्हाला माघार घेणेही शक्य नव्हते. आम्हाला पुढे सरकणेच भाग होते. इंच इंच करीत आम्ही वरच्या दिशेने अंधारात सरकू लागलो. पावसाचा मारा तर सतत होत होता. द्रासला पोचेपर्यंत तर ठार काळोख झाला. पाऊसही कमी होऊन नुसता भुरभुरत

पडू लागला. द्रासमध्ये लष्कराचे एक छोटे व्हेईकल रिकव्हरी पोस्ट होते. तिथे वर चढून आलेल्या वाहनांची देखभाल केली जायची. मर्यादित प्रमाणात दुरुस्ती व्हायची. त्या ठिकाणी जखमी जेसीओवरती प्राथमिक स्वरुपाची औषधे दिली गेली. एका आडोशाला त्याला नेऊन दुसऱ्या दिवशी सकाळी प्रवास सुरू करण्यासाठी त्याला तिथे ठेवून दिले. मी मात्र माझा वाहनांचा ताफा घेऊन रात्रीच्या अंधारात कारगिलच्या दिशेने निघालो. माझ्या डाव्या बाजूला डोंगरांची उंच शिखरे होती. रस्ता सारखा वेडीवाकडी वळणे घेत पुढे जात होता. मला त्यावेळी काहीही कल्पना नव्हती की भविष्यकाळात हा भाग एक युद्धभूमी बनणार आहे. अन् त्यामुळे वेगळ्या प्रकारे त्यावेळी माझी कसोटी होणार आहे.

अशीच वर्षे उलटत गेली. मी सैन्यातून राजीनामा देऊन बाहेर पडलो. मार्च १९९९पर्यंत पोखरण, वॉशिंग्टन, मॅनिला आणि लाहोर या स्थळी मी एव्हाना जाऊन आलो होतो. लाहोरहून परतल्यावरती भारत-पाक ताबा रेषेवरती पुन्हा बंदुका कडाडू लागल्या आणि घुसखोर भारतात शिरण्याचा प्रयत्न करू लागले. या गोष्टी तिथे नित्याच्या झाल्या आहेत. पाकिस्तानच्या बाजूने नेहमीप्रमाणे तोफा डागल्या जात होत्या. १९९९मध्ये मात्र यावेळी लवकर तोफांची गोलंदाजी सुरू झाली आणि तीही खूप आक्रमक स्वरूपात. मला याचा धक्का बसला, पण मी हादरलो नाही. मी याबाबतीत संरक्षण मंत्रालयाकडे चौकशी केली. यावर काही आठवडे गेले आणि पाकिस्तानच्या तोफांचा मारा हळूहळू वाढत तीव्र स्वरुपाचा होत गेला. शेवटी मी अस्वस्थ होऊन व्हाईस-चीफ ऑफ आर्मी स्टाफ यांना विचारले, "हे काय चालले आहे?" मला त्यावर उत्तर दिले गेले खरे, पण माझे त्यामुळे समाधान झाले नव्हते. ते उत्तर नेहमीप्रमाणे ठराविक होते. मला सांगितले गेले होते, "सर, घुसखोरांना आपल्या हद्दीत पाठवण्यासाठी नेहमीच असे केले जात असते." या उत्तराने माझे समाधान झाले नाही. शेवटी तो लष्कराचा अधिकारी एक व्यावसायिक आहे आणि तो तिथे प्रत्यक्ष काम करीत असतो. ती गोष्ट मी तिथेच सोडून दिली. मे महिना उगवला. बर्फ वितळू लागला. वसंत ऋतू यावर्षी जरासा लवकर आला होता. तो सुंदर काश्मिर खोऱ्याच्या दारावरती ठोठावू लागला होता. पुन्हा दहशतवाद्यांच्या कारवाया वाढत गेल्या. कारण आता सीमेपलीकडून घुसणे हे बर्फाअभावी सोपे झाले होते.

सुरुवातीच्या शंका

मे महिन्याच्या सुरुवातीला 'सियाचीन सेक्टर' भागाकडून एक बातमी आली. हा भाग २२ हजार फूट उंचीवरचा आहे. तिथे भारतीय सैन्याचे ठाणे आहे. जगातील सर्वात उंच असलेले एकमेव असे ते ठाणे असावे. ती बातमी एका गुराख्याने आणली होती. ताबा रेषेजवळच्या बटालिक खेड्यापाशी काही अनोळखी

व्यक्तींच्या हालचाली चालल्या आहेत, अशी ती बातमी होती.

४ मार्चला त्या बातमीची शहानिशा करून घेण्यासाठी एक गस्तीची तुकडी संशयित भागाकडे पाठवली. पण तुफान बर्फवृष्टीमुळे ती तिकडे पोचू शकली नाही. मग दुसऱ्या दिवशी दुसरी एक तुकडी पाठवली गेली. पण त्यामुळे सापळ्यात शिरल्यासारखे झाले. या तुकडीचे आगमन शत्रूला केव्हाच समजले होते. आपल्या तुकडीला शत्रूने पाहिले होते. परिणामी या तुकडीवर हल्ला चढवला गेला. त्यात चौघेजण मारले गेले, पाचजण जखमी झाले. लडाखमधल्या लढाईत कारगिलसाठी झाडलेल्या त्या पहिल्या गोळ्या होत्या. याच भागात १९६२ साली चीनशी लढाई झाली होती. ७ मे १९९९ रोजी इन्फन्ट्री ब्रिगेड ग्रुपने या संदर्भातील माहिती लष्करी मुख्यालयाला कळवली. या ग्रुपवरती या भागाची जबाबदारी होती. ८ मे रोजी पाकिस्तानी सैन्यप्रमुख जनरल परवेझ मुशर्रफ याने गुपचूप कारगिलसमोरच्या भागाला भेट दिली. दुसऱ्या दिवशी शत्रूने कारगिलमधला स्फोटकांचा साठा तोफगोळ्यांचा मारा करून उद्ध्वस्त केला. त्यात आपला सुमारे ५००० टन दारूगोळा विनाश पावला. परिस्थिति अशी गंभीर होत चालल्याचे मला जरी अधिकृतपणे कळवले गेले नसले तरी मला त्याची जाणीव झाली व मी व्यक्तिश: चौकशीला सुरुवात केली. मग मी सिक्युरिटी संबंधातील कॅबिनेट कमिटीला या भागातील परिस्थितीचा विचार करण्याची शिफारस केली. दोन दिवसांनी भारतीय सैन्याच्या ७० इन्फन्ट्री ब्रिगेडने बटालिक भागात 'ऑपरेशन विजय' या नावाची मोहीम सुरू केली.

मी आपल्याला पहिल्या काही दिवसांचा हा तपशील थोडक्यात सांगितला आहे. तो समजला म्हणजे पुढे सुरू झालेला कारगिलचा पहिल्या काही दिवसांचा संघर्ष नीट समजावून घेण्यास मदत होईल. त्यावेळी मला चिंता वाटत नव्हती, पण खरे सांगायचे तर, मला काहीतरी अनिश्चितता जाणवत होती, कुठेतरी स्वच्छ व स्पष्ट समजत नाही असे जाणवत होते. घडते आहे तरी काय? अशी भावना मनात उचंबळत होती. कारगिल सेक्टरवरती आपले लक्ष केंद्रीत करून, आक्रमण करून, अन् तेही लाहोरच्या बसप्रवासानंतर इतक्या लवकर पाकिस्तान काय साध्य करू पहात आहे? लाहोरच्या समारंभात किती मोठ्या प्रमाणात आशा निर्माण झाल्या होत्या! त्यांचा ठाव घेता येणार नाही इतक्या त्या अथांग होत्या. त्या आशा सोडून द्यायच्या? मग त्या शांततेच्या वचनांचे काय झाले? इतक्या लवकर त्या वचनांचा गळा घोटला गेला?

पुढच्या काही दिवसात काही स्थानिक भागापुरता अर्धवट संघर्ष उडाला. त्या त्या ठिकाणच्या कमांडरनी तो विरोध निपटून काढला. पण एव्हाना एक स्पष्ट झाले की, काहीतरी वेगळे घडत असून ते आपल्या पायाने चाल करून येत आहे. परंतु तरीही 'घुसखोर घुसत आहेत' असेच परिस्थितीचे मूल्यमापन केले जात होते. मे महिन्याच्या मध्यापर्यंत सैन्य याच मूल्यमापनात मग्न होते, संतुष्ट होते. माझ्या लक्षात

आले की तिथल्या भागाशी असलेल्या संपर्कावरती आता बहुतेक घाला पडणार. माझ्या हिशोबाने, अशा काही आक्रमक गोष्टी केल्याने घुसखोरांचे धैर्य वाढणार होते. यावेळी ते नेहमीपेक्षा जास्त प्रशिक्षित झालेले असावेत. काही सुरुवातीच्या घुसखोरीच्या घटनांवरून या साऱ्या प्रकारात पाकिस्तानी सैन्याचा हात आहे, असे दर्शवले जाऊ लागले. १८ मे रोजी पंतप्रधानांना डायरेक्टर जनरल ऑफ मिलिटरी ऑपरेशन्स यांनी औपचारिकरित्या कारगिलमधील घडामोडींचा अहवाल सादर केला.

१८-१९ मार्च १९९९ रोजी सार्क राष्ट्रांच्या मिनिस्टेरिअल कौन्सिलची परिषद श्रीलंकेत भरली होती. त्यावेळी पाकिस्तानी परराष्ट्र मंत्री सरताज अझीझ आणि मी असे एक संयुक्त निवेदनाचे पत्रक जाहीर केले होते. भारत-पाक समझोत्याचा खुलासा करणारा तो एकमेव कागद होता. ते पत्रक काढण्यात खात्यातील बऱ्याच अधिकाऱ्यांचा सहभाग होता. पण आता कारगिलच्या घटनांमुळे ते विचारू लागले, "पाकिस्तानच्या मनात आहे तरी काय?"

मग मी ते आक्रमण कशा स्वरुपाचे आहे याची चौकशी केली. त्यावर मला असे सांगण्यात आले की, आत्तापर्यंत जे काही घडले ती दहशतवाद्यांनी केलेली कृत्ये होती. मी नंतर पुन्हा चौकशी केली की तो भाग संपूर्णपणे दहशतवादीरहित करण्यास, साफ करण्यास किती वेळ लागणार आहे? तेव्हा मला 'सुमारे दोन किंवा तीन आठवडे' असा अंदाज सांगण्यात आला. तरीही मला सुरुवातीच्या घुसखोरांच्या घटनांच्या बातम्यात एक स्पष्ट विरोधाभास जाणवत होता. मला एकाच वेळी सांगितले जात होते की पाकिस्तानी सैन्याकडून घडवलेल्या घुसखोरीच्या घटना इत्यादि आणि त्याचवेळी 'सैन्यात नसलेले सैनिक आणि दहशतवादी' (irregulars and terrorists) असे सांगितले जात होते. माझ्या मनाला ते पटत नव्हते. या काळात मला अनेक देशात जावे लागणार होते. त्या देशांच्या भेटीच्या तारखा आधीपासून ठरलेल्या होत्या. ते देश होते उझबेकीस्तान, तुर्कमेनिस्तान, रशिया आणि त्यानंतर फ्रान्स. परंतु आता त्या देशांच्या भेटीचे नवीन कारगिल घटनांच्या पार्श्वभूमीवरती काय करायचे? मला उघडच एक पेच पडला होता. परराष्ट्र खात्यात त्यावर आम्ही थोडीशी चर्चाही केली. त्यात असे ठरले की या भेटी रद्द केल्यास एक वेगळाच व चुकीचा संदेश त्यातून ध्वनीत होईल की, 'कारगिलच्या घडामोडींमुळे आपल्याला चिंता वाटू लागली आहे.' म्हणून ते परदेश दौरे रद्द करू नयेत. ठरवलेल्या वेळापत्रकानुसार दौरे करावेत.

गोष्टी या थराला पोचल्या तरी अद्यापही विमानदलाला कारवाई करण्यासंबंधी राजकीय संमती मुद्दामच दिली गेली नव्हती. तसे काही आत्ताच करणे हे चांगले ठरणार नव्हते. मी दोनतीन मुख्य गोष्टींचा विचार केला होता. त्यातून माझी मते तयार झाली होती. सुरुवातीच्या घटनांमधून असे समजते का, की शत्रूला हा संघर्ष व्यापक

स्वरुपात पसरवायचा आहे? तसे असेल तर आपल्याला वायुदलाचे सहाय्य घ्यावे लागणार व आपल्या या दलाची काही ना काही हानी होईल याची मानसिक तयारी करावी लागेल. ही हानी केवळ तत्त्वत: धरलेली आहे. एका मर्यादित संघर्षासाठी विमानदलाचे दिसणारे मूल्य फार मोठे असते. म्हणून तर एखादे विमान गमावले की ताबडतोब ते जनतेच्या डोळ्यात भरून त्या बातमीचा गवगवा जास्त होतो. त्या मानाने पायदळाची एखादी प्लॅटून अथवा तुकडी आपण गमावली तर तेवढा गाजावाजा होत नाही. आणखीही एका गोष्टीचा खूप विचार करायला हवा. त्या डोंगराळ, अरुंद व संकुचित जागेत हवाई हल्ले चढवायचे झाल्यास, अन् तेही ताबा रेषेजवळ, तर तो एक आत्महत्येचा प्रयत्न ठरेल. शिवाय ताबा रेषा ओलांडण्यास राजकीय नेतृत्व परवानगी देणार नाही ते वेगळेच. विमानदलाला मोहीम हाती घेण्यासाठी दोनच मार्गाने जावे लागले असते. कारगिलमधील ते डोंगराळ भाग हे अरूंद नरसाळ्यासारखे खोलगट आहेत. त्यात आपली विमाने घुसवण्यासाठी त्यांना पश्चिमेकडून अथवा पूर्वेकडून आत प्रवेश करावा लागणार. शिवाय ताबा रेषा ही जमिनीवरती दृश्य स्वरूपात नाही. त्यामुळेही गोंधळात भर पडू शकते. कमी उंचीला वेगाने जाणारी विमाने आली, किंवा आवाज करीत डोंगर शिखरांभोवती हेलिकॉप्टर्स घिरट्या घालू लागली तरी ती ताबा रेषा त्यांना सापडणे कठीण आहे. काही सेकंदाची व किंचितशी जरी चूक झाली तरी उड्डाणात अनेक मैलांची तफावत पडू शकते. नंतर काही वर्षांनी फेब्रुवारी २००२ मध्ये अशीच एक चूक भारतीय वायुदलाकडून घडली आणि एका महत्त्वाच्या अधिकाऱ्याचा त्यात मृत्यू झाला. एअर मार्शल भाटिया हे एएन-३२ हे मालवाहू विमान चालवत कारगिलपासच्या ताबा रेषेच्या जवळून गेले. त्यांनी ती रेषा ओलांडली नसतानाही पाकिस्तानी सैन्याने त्यांच्या विमानावरती खालून मारा केला. त्यात त्यांचा मृत्यू झाला. आपल्या विमानदलातील ते एक उत्कृष्ट अधिकारी होते.

वातावरण गरम होऊ लागले

एव्हाना अधिकाधिक स्पष्ट होत गेले की घुसखोरी करू बघणाऱ्या पाकिस्तानी सैनिकांचा काय हेतू असावा. कॅबिनेट कमिटी ऑन सिक्युरिटीला मी माझे विचार सांगितले. संरक्षण मंत्र्यांनाही सांगितले आणि सैन्यप्रमुखांनाही ते सांगितले. जे काही शत्रूकडून चालले होते त्यामागचे बळ, साधनसामुग्री आणि कामाची पद्धत पहाता असेच सिद्ध होते की ती काही एरवीसारखी दहशतवाद्यांना सरहद्दीपलीकडे ढकलून दिली जाणारी कारवाई नव्हती. पाकिस्तानी सैन्यातील ते नेहमीचे सैनिक घुसले होते. यावरून त्यामागचा उद्देश स्वच्छ कळत होता. तो म्हणजे श्रीनगर, द्रास, कारगिल व थेट सियाचीन सेक्टरपर्यंत असलेला भारताचा संपर्क आवळायचा.

कारगिलच्या डोंगरमाथ्यांवरती ज्याचे सैन्य जाऊन बसेल त्याला खालच्या

महामार्गावरील वाहतुकीवरती पूर्ण नजर ठेवता येते. लडाखमधील सर्व भारतीय सैन्याला रसद पुरविणारा तो एकमेव असा महामार्ग आहे. जेव्हा हिवाळ्यात हिमवृष्टीने सर्व ठिकाणची वाहतूक मंदावते किंवा ठप्प होते, तेव्हा केवळ याच महामार्गाने आपल्या सैन्याला सुमारे ७० टक्के गरजेच्या वस्तूंचा पुरवठा केला जातो. हिवाळ्याच्या आधी शरद ऋतूमध्ये वस्तूंचा साठा करून ठेवला जात असतो. हिवाळ्यानंतर लगेच बर्फ वितळत नाही. त्याला काही वेळ लागतो. साचलेल्या बर्फामुळे रस्ते बंद झालेले असतात. मग अशा वेळी हवाईमार्गे पुरवठा करणे एवढाच पर्याय उरतो.

आत्तापर्यंतच्या घडामोडी लक्षात ठेवून मी माझ्या राजनैतिक दौऱ्यावरती निघालो. मध्य आशियातील देश, तेथून रशिया आणि मग तेथून फ्रान्स, असा माझा दौरा होता. २३ मे पर्यंत मी पॅरिसमध्ये पोचलो. त्या दिवशी संरक्षण मंत्री जॉर्ज फर्नांडिस यांचा मला दिल्लीहून फोन आला. त्यांनी सांगितले की कारगिलमधील घुसखोरी खूप वाढली आहे आणि आणखीनच वाढत चालली आहे. तसेच, सैन्याच्या सारख्या मागण्यांमुळे त्यांना हवाई सेवा पुरविण्यात आली आहे. ती आता एका दिवसात सुरू होईल. जॉर्ज या माझ्या सहकाऱ्याने मला ताज्या घडामोडी कळवल्या व माझ्याशी सल्लामसलत केली हा खरोखरच त्याच्या विचारी स्वभावाचा एक भाग होता. आता मला सारी परिस्थिती नीट कळली. मी आता ताबडतोब परतायला हवे, असे मला वाटू लागले. तोपर्यंत मे महिन्याचा तिसरा आठवडा चालू झाला होता. कारगिल भागातील चकमकी तीव्र होत चालल्या. जरी लाहोरच्या जाहीरनाम्यानुसार दोन्ही देशांचे पंतप्रधान त्याची कार्यवाही करीत असले तरी, त्याच वेळी कारगिल भागात अतिक्रमण करण्याची जोरदार तयारी पाकिस्तानी सैन्याकडून चालवलेली होती. मग पंतप्रधान वाजपेयी यांनी नवाझ शरीफ यांना फोन करून स्पष्ट सांगितले की, "या कारगिलच्या आक्रमणात पाकिस्तानी सैन्य सामील झाले आहे याची आम्हाला पूर्ण जाणीव आहे. भारताला हे आक्रमण सहन करता येणार नसून आम्हाला योग्य ती पावले उचलणे भाग पडेल."

एव्हाना ही बातमी आंतरराष्ट्रीय स्तरावर फैलावत गेली होती, युनोच्या सेक्रेटरी-जनरलकडेही पोचली होती. अमेरिकेकडून आता पत्रके निघू लागली. या गदारोळात कुठे ना कुठे तरी चुकीच्या बातम्या, चुकीची विधाने व निवेदने पत्रकार परिषदेत होतात. म्हणून भारताच्या परराष्ट्र मंत्रालयाने कारगिल घडामोडीवरती एक पहिली पत्रकार परिषद घेतली आणि त्यात सारा तपशील उघड केला. युनोच्या सिक्युरिटी कौन्सिलकडून काही अनौपचारिक विधाने केली जाण्याआधी युनोतील भारताच्या कायमच्या प्रतिनिधीने आपल्याकडून वेळोवेळी खरी परिस्थिती समजावून सांगितली. वॉशिंग्टनमधील भारतीय राजदूताने अमेरिकन सरकारला व वृत्तमाध्यमांना अशीच माहिती पुरवली. जगातील सारे भारतीय दूतावास आता ही खरी माहिती पुरवायची कामे करू लागले.

२७ मे रोजी आपले पहिले हवाई नुकसान झाले. एक मिग-२७ विमान आपल्या नेहमीच्या रोजच्या कामगिरीवरती निघाले होते. कारगिल भागावरून जाताना नेमका त्याच्या इंजिनात दोष निर्माण झाला. त्याचवेळी खालून पाकिस्तानने एक जमिनीवरून हवेत मारा करणारे क्षेपणास्त्र सोडले व ते विमान ताबा रेषेपलीकडे खाली पाडले. मग परिस्थिती आपल्या हाताबाहेर जाऊ नये म्हणून पाकिस्तान "आंतरराष्ट्रीय स्तरावरती अर्थपूर्ण कारवाई व्हावी," असे म्हणू लागला. पाडल्या गेलेल्या विमानातील वैमानिकही दुर्दैवाने त्यांच्या हातात पडला. त्याला त्यांनी कैदी म्हणून ठेवले. स्क्वाड्रन लीडर अजय अहुजा हा तो वैमानिक होता. मला नंतर खूप उशीरा कळले की त्याला पाकिस्तानने बरीच मारहाण केली व त्यातच त्याचा शेवटी मृत्यू झाला.

ज्या दिवशी हे विमान पाडले त्याच दिवशी, म्हणजे २७ मे ला मी भारतात परतलो. दुसऱ्याच दिवशी एका MI-17 या भारतीय हेलिकॉप्टरवरती मारा केला जाऊन ते खाली पाडण्यात आले. मात्र तो कारगिलचा भाग नव्हता. त्या हवाई नुकसानीची दखल राष्ट्रीय व आंतरराष्ट्रीय पातळीवरती आता गंभीरतेने घेतली जाऊ लागली. पंतप्रधान नवाझ शरीफ यांनी पुन्हा वाजपेयींना फोन केला आणि पूर्वी ते जे म्हणाले होते, तेच पुन्हा त्यांनी यावेळी म्हटले. पण त्यात आता भर घालीत ते म्हणाले, "आत्ताची परिस्थिती काबूत आणण्यासाठी आणि जम्मू-काश्मिरबद्दल एखादा शांततापूर्ण तोडगा काढण्यासाठी आम्ही आमचे परराष्ट्र मंत्री सरताज अझीझ यांना दिल्लीला पाठवायला तयार आहोत." ही एक पोरकट सूचना होती. मला वैयक्तिकदृष्ट्या खूप राग आला होता. शरीफ यांच्या निरोपात औदार्याचा आव आणलेला होता, शांततापूर्ण तोडग्याची काढलेली ती भाषा आणि हे सारे सशस्त्रपणे ताबा रेषा ओलांडण्याचा गुन्हा केला असताना, या साऱ्या गोष्टी खरोखरीच किळसवाण्या होत्या. तरीही शरीफ सारखे कशासाठी 'शांततेची बोलणी' उगाळत आहेत? का त्यांना खरोखरीच काही काळजी वाटू लागली आहे? घटना घडल्यावर लगेच दुसऱ्या दिवशी का ते आपल्या परराष्ट्र मंत्र्याला पाठवायला तयार झालेत व त्याच वेळी या साऱ्या प्रकारात "पाकिस्तानी सैन्याचा कोणताही हात नाही" असे का म्हणत आहेत? वाजपेयी यांनी काहीसे अस्वस्थ होत व खेद व्यक्त करीत शरीफ यांना सांगितले की, "एका पाकिस्तानी सैनिकाचे शव आम्हाला सापडले असून त्याच्या खिशात सैन्याची कागदपत्रे आणि त्याचे ओळखपत्रही सापडले आहे."

३० मे रोजी मॅडेलीन अल्ब्राईट हिने अमेरिकेहून मला फोन करून कारगिलमधील घटनांबद्दल आपला खेद व्यक्त केला. तिने आपण नवाझ शरीफ यांच्याशीही बोलण्याचे सूचित केले. पुढे ती म्हणाली, "ही सारी घटनामालिका कशी सुरू झाली हे अमेरिकेला ठाऊक आहे." मग तिने पुढे 'युद्धबंदी' व नंतर दोन्ही बाजूंच्या फौजा मागे घेणे वगैरे वगैरे शक्य आहे, असे म्हटले. या अशा मार्गावरून भारत यापूर्वी

अनेकदा गेला होता. 'युद्धबंदी' म्हणजे काय असते ते भारताला चांगले ठाऊक झाले आहे. प्रथम आक्रमण करायचे, मग युद्धबंदी पुकारून गोळीबार थांबवायचा. अशा रीतीने आक्रमण केलेल्या भूमीवरती थांबून ती पचवून टाकायची. मग त्यासाठी वाटल्यास अविरत वाटाघाटी, निष्फळ चर्चा, निरर्थक संवाद यात खूप दिवस घालवित राहायचे. मी त्या अल्ब्राईट बाईला सांगितले, "जी काही कृती करायची आहे ती कृती करून पाकिस्तानने आपण शांतता पाळायला तयार आहोत हे प्रथम सिद्ध करून दाखवावे. मग आम्ही युद्धबंदीच्या प्रस्ताव कितपत लागू पडेल यावरती विचार करू." यावर तिने अशी भीती व्यक्त केली की, "मग कदाचित् परिस्थिती हाताबाहेर जाईल... तेव्हा संवाद प्रस्थापित करणे हे महत्त्वाचे आहे." यावर मी तिला सुनावले की, "आम्ही असे संवाद करण्याच्या कधीच विरुद्ध नव्हतो, आणि भविष्यकाळात नसणारही. परंतु आता भारताविरुद्ध आक्रमण केल्यानंतर आणि अजूनही त्यांनी माघार न घेतल्याने आक्रमक हा भारतीय भूमीवरतीच आहे. अशा परिस्थितीत संवाद वगैरे गोष्टी होणे हे कठीण आहे."

वृत्तमाध्यमांना आता एक सतत चर्वण करण्याजोगी बातमी मिळाली होती. त्याचे महत्त्व लक्षात घेऊन भारताचा दृष्टिकोन साऱ्या जगात आंतरराष्ट्रीय समुदायाला वेळेवर, अचूकपणे व परिणामकारक रीतीने जावा म्हणून, मी ठरवले की येथून पुढे नेहमी पत्रकार परिषदा घ्यायच्या. परराष्ट्र खाते आणि संरक्षण खाते यांच्यातर्फे संयुक्तपणे त्या परिषदा घ्यायच्या. 'वृत्तमाध्यम युद्ध' हे भारत प्रथमच अनुभवत होता. जरी कारगिलमधला संघर्ष भडकत चालला होता, तरी आम्ही वृत्तमाध्यमातर्फे बरेच काही साध्य करू पहात होतो. त्या तंत्रात बऱ्यापैकी कुशलता आम्ही मिळवली. राष्ट्रीय हेतू साध्य करण्याकरिता हे एक जादा हत्यार आमच्या हातात आहे. कारगिलचा प्रश्न मिटेपर्यंत, जेव्हा जेव्हा मी दिल्लीत असेन, तेव्हा परराष्ट्र व संरक्षण अशा दोन्ही खात्यांच्या तुकड्या माझ्याकडे येऊन पत्रकार परिषदेसाठी सहाय्य मागायच्या. मग आम्ही काय उघड करायचे, काय जाहीर करायचे, कसे मांडायचे, कोणते शब्दप्रयोग करायचे यावरती खल करीत असू.

एव्हाना विमानदलाने कारगिलच्या भागावरती बऱ्यापैकी आपली पकड बसवली होती. एका अरुंद अशा पट्ट्यातून भारतीय विमानांना वेगाने उड्डाणे करीत आपले हेतू साध्य करायचे होते. अन् तेही खालून पाकिस्तानी तोफा वरती तोंडे करून बसल्या असताना. हवाई दलाच्या या मोहिमा खरोखर आत्मघात करून घेण्याजोग्या होत्या. पण तरी त्यांनी त्या मोहिमा यशस्वीपणे पार पाडल्या. अत्यंत निश्चयपूर्वक आणि एका अनोख्या उत्साहाने त्यांनी हे अवघड काम इतके यशस्वी करून दाखवले की तसले काम आजवर जगात अन्य कोणत्याही वायुदलाने केले नसावे.

जून महिना उजाडेपर्यंत अमेरिका वेळ काढत काढत आपले मत बनवित होती.

परंतु तोपर्यंत अमेरिका या संघर्षाबद्दल जे काही जाहीरपणे बोलत होती ते मला खूप महत्त्वाचे वाटले. अशा प्रसंगात पूर्वीच्या अनुभवानुसार अमेरिका प्रत्येक वेळी जम्मू-काश्मिरच्या ऐतिहासिक प्रश्नांशी परिस्थिती जोडून द्यायची. पण अद्याप याबाबतीत अमेरिका मूग गिळून बसलेली होती. कारगिलमधल्या उघड उघड व सशस्त्र आक्रमणाबद्दल अमेरिकेकडून नीट काहीच बोलले जात नव्हते. जूनच्या सुरुवातीपर्यंत झाल्या घटनेबद्दल अमेरिका खंत करीत असल्याचे आमच्या कानावरती आले होते. परंतु स्पष्ट नि:संदिग्ध भूमिका घेऊन कोण आक्रमक आहे आणि ताबा रेषेची काय अवस्था आहे हे अमेरिकेकडून जाहीरपणे किंवा खाजगीमध्ये सांगितले जात नव्हते. कोण आक्रमक आहे याबद्दलचे आंतरराष्ट्रीय समुदायाचे मत अद्याप पक्के ठरायचे होते आणि अमेरिकेच्या मतप्रदर्शनानंतर कदाचित ते ठरणार होते. मग अमेरिकेच्या परराष्ट्र खात्याचा असिस्टंट सेक्रेटरी रिक इंडरफर्थ याने स्वच्छ शब्दात प्रगट केले की, "त्या ताबा रेषेचा मान राखला गेला पाहिजे आणि घुसणाऱ्यांनी प्रथम माघार घेऊन जी दुसऱ्याची भूमी व्यापली आहे ती सोडून दिली पाहिजे."

यानंतर रिक इंडरफर्थने पाकिस्तानचा राजदूत रियाझ खोखर याला बोलावून घेतले. नंतर २ जूनला तो भारतीय राजदूत नरेशचंद्र यांच्याशी बोलला. जेव्हा नंतर खोखर हे नरेशचंद्र यांना भेटले तेव्हा ते (खोखर) म्हणाले, "मुळात ताबा रेषा हीच स्पष्ट नाही." ताबा रेषेबद्दल पूर्वी ४३ पानी समझोता झाला होता. इंडरफर्थ यांनी ताबडतोब तो समझोता खोखर यांच्यापुढे केला आणि त्यांना विचारले की, "ताबा रेषेच्या नेमक्या कोणत्या भागाबद्दल आपल्याला संदिग्धता वाटते?" त्या समझोत्यावरती भारत व पाकिस्तान यांच्यातर्फे अनुक्रमे ले. ज. पी. एस.भगत आणि ले. ज. अब्दुल हमीदखान यांच्या सह्या होत्या. तो समझोता ११ डिसेंबर १९७२ रोजी सुचेतगड येथे झाला होता. ताबा रेषेबद्दल वाद सुरू करून काही साध्य करण्याचा पाकिस्तानचा डाव अशा रीतीने त्यांच्यावरतीच उलटला. त्यानंतर परराष्ट्रमंत्री सरताज अझीझ यांनी म्हटले की, "जी घुसघोरी झाली ती, अफगाणिस्तानमधील लढवय्यांनी (fighters) स्थानिक मुजाहिदिन यांच्या गटाला मदत करण्यासाठी ताबा रेषा ओलांडून केली असावी, असा एक अंदाज आहे." एरवी त्यांचे हे म्हणणे कोणीही चेष्टेने घेतले असते.

अशा विधानांची पार्श्वभूमी असतानाही सरताज अझीझ यांनी "ताबा रेषा संदिग्ध आहे, अस्पष्ट आहे" याचे तुणतुणे वॉशिंग्टनमध्ये लावून धरले होते. त्यावरून या मागचा पाकिस्तानचा युद्धबंदीचा आग्रहाचा हेतू मला अगदी ठळकपणे जाणवला. पाकिस्तान तसा वारंवार आग्रह धरत होते याचे कारण, ताबा रेषा ओलांडून कारगिलच्या उंचावरचा भाग व्यापला की युद्धबंदी करायला लावायची. मग बळकावलेली भूमी तशीच व्यापलेली ठेवायची. वाटाघाटींचे व चर्चेचे गुऱ्हाळ सतत चालू ठेवायचे. पाकिस्तानी

घुसखोर मात्र कारगिलच्या उंच भागावरून लडाखला रसद पुरवणाऱ्या जीवनवाहिनी असणाऱ्या रस्त्यावर नजर ठेवणार, वेळप्रसंगी बिनदिक्कत वरून भडिमार करणार. मी हे जे सांगतो आहे, ते आत्ता मागे वळून पाहून सुचले म्हणून सांगत नाही. पाकिस्तानने आक्रमण केल्यावरती मला काही दिवसातच आक्रमणामागचा हेतू जाणवला होता आणि मी त्यानुसार आपल्या परराष्ट्र मंत्रालयाच्या प्रतिक्रिया रचल्या होत्या.

जेव्हा आमच्या परराष्ट्र मंत्रालयाने मला कळवले, की दिल्लीतील पाकिस्तानी हाय कमिशनरने 'आपल्या परराष्ट्र मंत्र्याची दिल्लीला ८ जूनला भेट हवी आहे' असा निरोप पाठवला आहे. तेव्हा मी त्यावर उत्तर पाठवले की ती तारीख काही सोयिस्कर नसून त्याऐवजी आपण दुसरा काहीतरी मार्ग काढू. कारगिल आक्रमणाच्या आधीचे बरेच बारीकसारीक प्रसंगही मी येथे विस्ताराने सांगितले आहेत. त्यावरून पाकिस्तानने वापरलेल्या युक्त्या-प्रयुक्त्या, पळवाटा, फसवे दावे हे नीट समजून यावेत. जे आपल्याला अन्य मार्गाने साध्य करणे शक्य नाही ते या असल्या मार्गाने साध्य करण्याचा पाकिस्तानचा प्रयत्न असतो. तसेच, आपल्यावरती जो आक्रमण करतो त्याच्या हेतूविषयी आपल्याला नेहमी स्पष्टपणे कळले पाहिजे. पाकिस्तान जेव्हा बोलणी करण्याचे सुचवते तेव्हा दुसऱ्या हाताने आपल्या हातातील शस्त्र परजते. सरताज अझीझ यांची दिल्ली भेट पुढे ढकलण्यास आणखीही एक कारण होते. त्यावेळी पंतप्रधान वाजपेयी हे राष्ट्राला उद्देशून भाषण करणार होते आणि माझी चीनची भेट ठरली होती. मे महिन्याच्या शेवटच्या आठवड्यात जनरल मुशर्रफ यांनी चीनला भेट दिली होती. त्यांच्याशी माझ्या भेटीचा काहीही संबंध नव्हता. खूप आधीपासून ठरवलेली माझी ही भेट भारत-चीन संबंध कसे वाढवावेत यासाठी होती. १४, १५, १६ जून रोजी मी चीनमध्ये असणार होतो. ती भेट पुढे ढकलण्यासाठी काहीही संयुक्तिक कारण नव्हते. माझ्यापुढे आता अझीझ यांना चीनला जाण्यापूर्वी भेटायचे की नाही, हा प्रश्न उभा होता. जूनच्या मध्यास अझीझ यांना बोलावणे शक्य नसल्याने मी त्यांना १२ जून ही भेटीची तारीख दिली.

शौर्य शिखरावर पोचले

आता एकेक घटना क्रमाने घडू लागल्या. कारगिल सेक्टरमध्ये पुन्हा भारतीय सैन्य पाठविण्याची योजना एव्हाना पूर्ण झाली. सुरुवातीच्या काळात जे तात्पुरते धक्के बसले ते टाळणे मुळातच अशक्य होते. आता तसे काही घडू शकत नव्हते. एव्हाना मला हेही उमगले होते की जे पाकिस्तानी सैन्य डोंगराळ भाग व्यापून बसले होते ते आता रसद तुटल्याने, अगदी पाण्याचीसुद्धा, पार घुसमटून जाणार होते. मग त्यांना माघार घेणे भाग पडणार होते. उंचावरच्या त्या एकेक शिखरावरून घेतली जाणारी माघारही फार मंद वेगाने होणार होती व त्यांना ती वेदनादायक ठरणार होती.

पाकिस्तानी सैन्याला कोंडीत पकडण्यासाठी भारतीय सैन्याला विमानदलाच्या मदतीने त्यांचे रसदीचे मार्ग बंद करायला हवे होते. दुसऱ्या एका उपायानुसार भारतीय सैन्याला सरळ उंच जागी जाऊन बसलेल्या पाकिस्तानी सैन्याशी सामना द्यायला हवा होता. त्याप्रमाणे तसा सामना आपल्या सैन्याने केलाही. त्याकडे आता मागे वळून पाहिल्यावरती मला असे जाणवले की, सैन्यातील पायदळाचे डोंगराळ भागातील हल्ले हे खरोखरीच अतुलनीय शौर्याचे प्रदर्शन होते. जगातल्या कोणत्याही सैन्याशी, कोणत्याही काळातील युद्धाशी तुलना केली तरीही ते डोंगराळ भागात झालेले कारगिलचे युद्ध हे सरस ठरते. उंचावरती खंदक खणून, गुहा तयार करून, त्यात बसलेल्या सैन्यापुढे जाऊन तोंड देण्यास अफाट धैर्य लागते. त्यासाठी डोंगर चढण्याचे कौशल्य लागते, उभे कडे चढून जावे लागतात, वरती जाताना अवजड युद्धसामुग्री वाहून न्यावी लागते. वरून खाली नेम धरणे सोपे असल्याने शत्रूचा मारा चुकवण्यासाठी युक्त्या कराव्या लागतात. वरती पोचल्यावर त्या छोट्या जागेत जवळून हातघाईची लढाई ही फक्त हात चालवून करावी लागते. वर खंदकात व गुहेत सुरक्षित बसलेल्या सैनिकांसमोर जाऊन युद्ध करणे हे सापाच्या बिळात हात घालण्यासारखे असते. शेवटी शत्रूवर मात केल्यावरती एक शिखर जिंकले जाते. अशी एकेक करीत अनेक शिखरे कारगिल युद्धात जिंकली गेली. बहुतेक सारी शिखरे ही १७,५०० फुटांपेक्षाही अधिक उंचीवरती होती. ती सारी शिखरे पायदळाच्या जवानांनी जिंकली. ते रोज एकेक शिखर जिंकत चालले होते. रोज काही ना काही जवान जखमी व्हायचे, थोडे मृत्यूही व्हायचे. पण ती दुःखे व त्या अडचणी पचवीत भारतीय सैन्य शिखरे पादाक्रांत करीत चालले होते. आपले सैन्य सतत पुढे चालले होते, वरती जात होते आणि एक इंचही माघार न घेता पुढे सरकत होते. त्यांना संख्याबळाचा फायदा मिळत नव्हता. फक्त एकच गोष्ट यांच्या कामी येत होती, ती म्हणजे त्यांचे शौर्य! खरोखरीच, भारताचे शौर्य शिखरावरती पोचले होते!

कारगिलचा संघर्ष संपल्यावरती बऱ्याच दिवसांनी जेव्हा बाहेरच्या देशातील सैनिक विद्यार्थी अभ्यासासाठी येथे आले आणि त्यांनी कारगिल भागाला भेट दिली, तेव्हा ते थक्क झाले. त्यांना हा साधा भोळा दिसणारा, ज्याच्याकडे अत्याधुनिक शस्त्रे नाहीत, असा भारतीय सैनिक इतक्या उंच आणि तेही अंधारात कसा काय चढून गेला याचे आश्चर्य वाटले. वरून होणारा मारा टाळण्यासाठी रात्रीच्या अंधारात डोंगर चढण्याची पाळी सैनिकांवर यायची. वरती गेल्यावर लढाई करून, ती जिंकायची, असे एका मागोमाग एक प्रत्येक डोंगरावर करत जायचे, आणि आपली गेलेली भूमी परत मिळवायची हे समजल्यावरती ते थक्क झाले. (मला ते समजल्यावर मीही असाच थक्क झालो होतो. एके काळी मी सैन्यात असल्याने माझ्या सैनिकांबद्दलचा भ्रातृभाव माझ्या मनात उचंबळून आला.) अनेकांना आपल्या सैनिकांच्या या अशक्यप्राय

कामगिरीबद्दल शंका वाटल्या, विश्वसनीय वाटल्या नाहीत. उदाहरणच द्यायचे झाल्यास, त्या धामधुमीच्या काळात हेन्री किसिंजर यांनी फोन केला. चीनला जात असताना ते आपला प्रवास वाटेत थांबवून भारतात आले. केवळ आपल्या शंका फेडण्यासाठी ते माझ्याकडे आले. ते मला विचारीत होते, "तेवढ्या उंचीवरील सैनिकांना तुम्ही हटवू शकाल?" या प्रश्नाला काय उत्तर द्यावे ते मला समजेना. भारतीय सैनिकांवर असलेला माझा विश्वास, मी घेतलेला जागतिक पातळीवरचा अनुभव हा माझ्या मनात या प्रश्नाला तुच्छतेने हसला. 'आमच्या सैनिकांना अपयश येईल' असे शब्द माझ्या तोंडून बाहेर पडणे शक्यच नव्हते. कारण माझी भारतीय सैन्यावरती नितांत श्रद्धा होती. माझी अंत:प्रेरणा सांगत होती की आपले सैनिक अपयशी होणार नाहीत, ते मलाही अपयशी करणार नाहीत, नि ते भारतालाही अपयश देणार नाहीत.

१३ जून रोजी सेकंड बटॅलियन ऑफ राजपुताना रायफल्स रेजिमेंटने हल्ला चढवून टोलोलिंग शिखर काबीज केले. पाकिस्तानी आक्रमणाच्या पराभवाला आता सुरुवात झाली आहे, हा त्याचाच एक सूचक सिग्नल आहे, असे मला जाणवले. शेवटी, चालून आलेली लाट आता ओसरू लागली होती. मला त्या बातमीने आनंद झाला. आता जास्तीत जास्त तीन आठवड्यात पाकिस्तानी आक्रमण पार निपटले जाणार होते. मी हे मनात धरूनच बीजिंगकडे निघालो. चीनमध्ये पोचल्यावर जेव्हा मी त्यांच्या परराष्ट्रमंत्र्यांना, टॅन्ग जियॉक्सान यांना भेटलो तेव्हा मी त्यांच्यापुढे कारगिलचा प्रश्न काढला नाही. कारण माझ्या मते तो आता सुटल्यात जमा झाला होता. मी त्याबाबतीत निर्धास्त झालो होतो. पण चीनला जाण्याआधी मला पाकिस्तानचा परराष्ट्रमंत्री सरताज अझीझ यांची भेट घ्यावी लागली होती.

त्यांना आणायला मी दिल्लीच्या विमानतळावरती गेलो होतो. मीच स्वागताला जाण्याचे काहीही कारण नव्हते. तसा शिष्टाचारही नव्हता. पण मी केवळ सौजन्य म्हणून गेलो होतो. भारत व पाकिस्तान या दोन्ही देशात पाश्चिमात्य जगातील अति दखल घेणाऱ्या पद्धती चालत नाही. पालम विमानतळावर जाताना माझ्या मनात तीव्र खेद होता. थोडासा रागही होता. छे:, थोडासा नव्हे, चांगलाच राग होता, असे मी प्रामाणिकपणे सांगतो. तो राग मुळात पाकिस्तानने विश्वासाचा भंग केल्याबद्दलचा होता. लाहोर जाहीरनाम्यावर केलेल्या सहीची शाई वाळण्यापूर्वी 'कारगिल संघर्ष' छेडल्याचा तो राग होता. आपला विश्वासघात झाल्याचे दु:ख मी कोणत्या शब्दात मांडू असे मला झाले होते. मी त्यावेळी त्यांना म्हणालो होतो, प्रत्यक्ष ताबा रेषा भंग केल्याचे जेवढे दु:ख झाले त्यापेक्षाही आमचा विश्वासघात केल्याचे, वचनभंग केल्याचे दु:ख आम्हाला अधिक झाले. अझीझ आले त्याच दिवशी संध्याकाळी मला संरक्षण मंत्रालयाकडून सांगण्यात आले की, "जसजशा आपल्या फौजा कारगिलमध्ये पुढे पुढे सरकत जात आहेत, तसतसे पाकिस्तानी सैन्याच्या सहभागाचे अधिकाधिक

पुरावे हातात येत आहेत. पाकिस्तानी सैन्याबरोबरच, त्यांची यंत्रसामुग्रीही सापडत आहे.'' पण याही पुढे जाऊन पाकिस्तानने भारताला सहा भारतीय सैनिकांची प्रेते पाठवून दिली. या सैनिकांना पकडून कैदी केले होते व कैदेत असताना ठार केले होते.

सर्व आंतरराष्ट्रीय व नैतिक संकेत धाब्यावर बसवून पाकिस्तानने हे घृणास्पद कृत्य केले होते. ती प्रेते म्हणजे पिळवटून काढलेली वेडीवाकडी झालेली शरीरे होती. ते सारे समजल्यावर मला आलेला राग माझ्या मनात मावेनासा झाला. माझ्या भावनांना आवर घालणे मला कठीण झाले होते. माझ्या सैनिकांची ती विदीर्ण शरीरे मला हादरवून टाकीत होती.

११ जूनला अझीझ यांच्या भेटीच्या आदल्या दिवशीच्या संध्याकाळी मी पत्रकार परिषदेत भारत सरकारची स्थिती सांगितली. त्या परिषदेत सांगितला गेलेला सारा मजकूर येथे उद्‌धृत करणे योग्य ठरेल. पकडल्या गेलेल्या आपल्या सैनिकांना पाकिस्तानने कशी वागणूक दिली याबद्दल एक प्रश्न विचारला गेला असताना मला रहावले नाही. मी शेवटी म्हणालो, ''त्या मृत सैनिकांची स्थिती पहाता मला असे वाटले की जणू काही माझ्यावरतीच ते अत्याचार झाले आहेत. मी समोर माझेच प्रेत पहात होतो, माझ्या जवळच्या नातेवाईकांची छिन्नविच्छिन्न प्रेते पहात होतो. माझ्या मनात फक्त राग येणे बाकी होते.'' नंतर कधी तरी एकदा या पत्रकार परिषदेचा उल्लेख करीत वाजपेयी मला हळुवारपणे म्हणाले, ''तुमचे त्यावेळी भान सुटले होते. हो ना?'' ते मला प्रश्न विचारीत नव्हते, तर एखाद्या मित्राने जसे म्हणावे तसे मला म्हणत होते. आता ११ जूनच्या पत्रकार परिषदेत मी सरकारच्या वतीने सांगितलेला वृत्तांत खाली देत आहे.

''उद्या दिल्लीत पाकिस्तानचे परराष्ट्र मंत्री सरताज अझीझ येत आहेत. जम्मू व काश्मिरमधल्या लडाख भागातील कारगिल सेक्टरमध्ये पाकिस्तानने केलेल्या सशस्त्र आक्रमणाच्या संदर्भात ते येत आहेत.

लेडीज अँड जेंटलमेन ऑफ मिडिया, तुम्हाला आणि तुमच्यामार्फत आपल्या देशातील सर्व नागरिकांना आणि काही आंतरराष्ट्रीय समुदायालाही मला काही सांगायचे आहे. मी येथे जे काही सांगणार आहे, तो फक्त सज्जड पुराव्याचा काही भाग आहे. आम्ही हा जो पुरावा मिळवला त्यावरून पाकिस्तानच्या कारगिलमधील सशस्त्र आक्रमणाचे अनेक पैलू तुम्हाला कळतील. या आक्रमणामध्ये पाकिस्तानचा सहभाग व साथीदारी ही निर्विवादपणे सिद्ध होत आहे. सरताज अझीझ हे परिस्थितीचे गांभीर्य कमी करण्यासाठी, तणाव कमी करण्यासाठी येथे उद्या येत आहेत. मला त्याबद्दल गंभीर शंका उपस्थित कराव्याश्या वाटतात. तो पुरावा असे दर्शवतो की हे आक्रमणाचे कृत्य ज्यांनी केले तेच त्याचे सूत्रधार आहेत. परराष्ट्र मंत्री उद्या जे काही सांगणार

आहेत त्याबद्दलच आता शंका येत आहेत. शिवाय ते जे सांगणार, ज्यांच्यासाठी अझीझ काम करतात, तेच बोलविता धनी आहेत.

अशा वेळी हा पुरावा उघड करून दाखवण्याचा हेतू हा साऱ्या जगाला पाकिस्तानच्या शिकारीच्या खेळाची योजना दाखवण्याचा आहे. 'पाकिस्तानचा या आक्रमणातला सहभाग' हा जो मुख्य मुद्याचा भाग आहे तो मुद्दाम धूसर, अंधुक करण्याचा पाकिस्तानचा प्रयत्न चालला आहे, हे या पुराव्यावरून समजून येईल. पाकिस्तानने या सशस्त्र आक्रमणाला सतत पाठिंबा, साधनसामुग्री व आपले सैनिक पुरवले होते. प्रत्यक्ष ताबा रेषेच्या संवेदनशील व मिटलेल्या मुद्यावर पुन्हा वाद उकरून काढण्याचा पाकिस्तानचा धोकादायक प्रयत्न हाणून पाडण्यासाठी आणि त्या सर्वांपेक्षाही, भारतीय स्थितीची कल्पना देण्यासाठी, तो पुरावा आपल्यासमोर ठेवण्यात येत आहे. पाकिस्तानच्या या मूर्ख धाडसाच्या फक्त एकाच बाबीबद्दल चर्चा करता येईल, ती बाब म्हणजे लवकरात लवकर सारी परिस्थिती पूर्वपदाला आणणे आणि ताबा रेषेचे पावित्र्य पुन्हा स्थापन करणे. त्या भागात पुन्हा शांतता व सुरक्षितता प्रस्थापित करण्यासाठी किमान एवढी गोष्ट करणे हे सक्तीचे व आवश्यक आहे.

लेडीज अँड जेंटलमन, आता आपल्यापुढे काही ध्वनिमुद्रित संवाद सादर केले जातील. पाकिस्तानी फौजेचे चीफ ऑफ आर्मी स्टाफ आणि त्यांचा चीफ ऑफ द जनरल स्टाफ यांच्यात ते संवाद झालेले आहेत. पहिले संवाद हे २६ मे रोजी आणि दुसरे संवाद २९ मे रोजी घडलेत. त्या संवादावरून तयार केलेला लिखित मजकूर हा त्याच वेळी आपल्याला वाटला जाईल.''

ले. जनरल मोहंमद अझीझ, चीफ ऑफ जनरल स्टाफ
आणि
जनरल परवेझ मुशर्रफ, चीफ ऑफ आर्मी स्टाफ
या पाकिस्तानी सैन्यातील अधिकाऱ्यांमधील संभाषण
चीनमध्ये गेलेल्या मुशर्रफ यांच्याशी
अझीझ हे पाकिस्तानातून फोनवरती बोलले.

पहिले ध्वनिमुद्रण – २६ मे

अझीझ : भेटीचा दौरा कसा काय चालला आहे?
मुशर्रफ : उत्तम! ठीक आहे! त्या बाजूची (भारताची) काय बातमी आहे?
अझीझ : हम-दुल-उल्ला! जागेवरती (कारगिलमध्ये) काहीही फारसा फरक पडला नाही. आता ते (भारतीय सैन्य) छोटी रॉकेटस् आाही कालची

केले गेले.

मुशर्रफ : बॉम्ब नक्की कुठे पडले? त्यांच्या हद्दीतील (आपल्या) वरच्या ठाण्यांवरती?

अझीझ : होय, बरोबर. तिथेच ते पडले. परंतु आज त्यातले तीन बॉम्ब हे ताबा रेषेच्या आपल्या बाजूकडे पडले. पण सर, त्यामुळे आपले काहीही नुकसान झाले नाही.

मुशर्रफ : किती बॉम्ब टाकले गेले? बरेच टाकले गेले?

अझीझ : सुमारे १२-१३ बॉम्ब टाकले गेले. त्यातले तीन आपल्या बाजूला पडले. पण ते चुकून पडलेले नव्हते. माझ्या मते तसे मुद्दाम केले गेले असावे असावा की, "जरूर पडली तर आम्ही तुमच्या हद्दीतपडले होते. जिथे जाऊन त्यांनी बॉम्ब टाकले ती जागा त्यांना अडचणीची होती. तरी त्यातल्या त्यात त्यांनी बऱ्यापैकी स्थिती निवडून ताबा रेषेच्या पलीकडून बॉम्बिंग केले. पण ते तीन बॉम्ब ताबा रेषा ओलांडून आपल्या हद्दीत येऊन वृत्तमाध्यमांकडे योग्य तो आरडाओरडा केला पाहिजे.

मुशर्रफ : ही गोष्ट आपण त्यांनाही (भारतीयांनाही) सांगितली पाहिजे.

अझीझ : ते आम्ही त्यांना सांगितले आहेच. आपला परराष्ट्र सेक्रेटरीही ते परत एकदा सांगणार आहे. रशीदही तेच सांगणार आहे. त्यांच्या (भारतीयांच्या) बाजूला पडलेल्या बॉम्बबद्दल मात्र काहीही बोलले जाणार नाही. फक्त आपल्या बाजूला पडलेल्या बॉम्बबद्दल बोलले जाईल. त्यामुळे त्यांच्या बाजूच्या बॉम्बिंगच्या वादात आपण ओढले जाणार नाही. आम्हाला दिल्या गेलेल्या गाईडलाईननुसार आम्ही असे बोलण्यावरती भर देणार आहोत की, विमान आणून हवाई हल्ले करणे हा जो प्रकार झाला आहे तो.... (या ठिकाणी शब्दोच्चार स्पष्ट ऐकू यजी आपली ठाणी आहेत, आपले तळ आहेत, त्यावरती त्यांचा रोख आहे. परंतु ताबा रेषा संभाळण्याच्या नावाने हल्ले करण्याचा त्यांचा हेतू आहे. या गोष्टीची आपण दखल घेऊन प्रतिकारवाई.... असे ते घडले. तेव्हा या साऱ्या प्रकाराला आपण असा रंग चढवला पाहिजे.

मुशर्रफ : अगदी बरोबर. हेच करणे उत्तम ठरेल. मग त्यानंतर त्यांच्या बरोबर काही बोलणी झाली काय? काही बैठका, वगैरे?

अझीझ : पुन्हा एकदा काल तशी बैठक झाली. संध्याकाळी झाली.

मुशर्रफ : त्यावेळी कोण कोण हजर होते?

अझीझ : आम्हीच ती बैठक घेण्याचा आग्रह धरला होता. कारण माझ्या जुन्या

पोस्टवरती आलेला आपला तो मित्र त्याने याबाबतीत काही स्वत:चे मत द्यावे अशी आमची अपेक्षा होती. पण आता आपण तिथे जाऊन काहीतरी केले पाहिजे.

मुशर्रफ : ते थोडेसे अस्वस्थ झाले का? मला कळले की सियालकोटमध्ये काहीतरी गडबड उडाली होती.

अझीझ : होय, तशी ती 'दास्का'मध्ये उडाली होती. याच प्रश्नावरून तिथे गडबड झाली. मग ते थोडेसे अस्वस्थ झाले. पण मी त्यांना सांगितले की अशा छोट्या गोष्टी घडतच रहाणार, आपण त्यांना चांगल्या प्रकारे तोंड दिले पाहिजे.

मुशर्रफ : अगदी बरोबर.

अझीझ : काळजी करावी लागणार नाही अशी कोणतीच गोष्ट जगात नाही.

मुशर्रफ : म्हणजे मियाँसाहेबांना (नवाझ शरीफ यांना) जे सांगायचे ते आपण आता सांगितले आहे. त्यावेळी कोणती जागा होती? पूर्वी आपण जमलो होतो तीच जागा का? म्हणजे जमशेदच्या जागेतली?

अझीझ : नाही. ती मियाँसाहेबांच्या ऑफिसातली होती.

मुशर्रफ : ओह्, आय सी! देअर. मग ते काय म्हणत होते?

अझीझ : येथून आम्ही गेलो– आम्ही म्हणजे चौधरी झफार साहेब, मेहमूद, ताकीर आणि मी स्वत:. जाण्यापूर्वी ताकीर यांनी त्यांच्या बरोबरीच्या (भारतातील त्याच पदावरच्या) व्यक्तीकडे बोलणी केली होती. आम्ही त्या संवादाची टेप बरोबर घेतली आहे.

मुशर्रफ : मग ती व्यक्ती (भारतीय समपदस्थ) काय म्हणत होती?

अझीझ : ती फार इंटरेस्टिंग गोष्ट आहे. तुम्ही इकडे आलात की मी ती टेप तुम्हाला वाजवून दाखवेन. त्यामध्ये त्यांनी घुसखोरांवरती भर दिला होता, जे आपल्याकडे रहात आहेत, ''त्यांना तुमची मदत मिळते, तोफखाना त्यांना संरक्षण देतो, अन्यथा ते कसे काय जम्मू काश्मिरमध्ये येऊ शकतात? ही काही मैत्रीची कृती नाही आणि हे सारे लाहोर जाहीरनाम्याविरुद्ध आहे.'' असे त्यांच्याकडून सांगण्यात आले. मग ताकीर त्यांना म्हणाले, की जर तुमचे लोक प्रत्यक्ष ताबा रेषेवरती हल्ला चढवतील आणि ती रेषा ओलांडून पुढे जातील तर... तुर्तीक पुलावरती जे बॉम्ब पेरून ठेवले आणि त्यात (झालेल्या धमाक्यात) जी डेड बॉडी आम्हाला मिळाली ती लष्करी सन्मानाने आम्ही परत केली आहे. आणखी मी असे म्हटले की, ''मला वाटते की तुमच्या माणसांनी अशी चुकीची धाडसे परत कधी करू नये, केल्यास काय

होईल त्याची ती सूचक घटना आहे. तसेच जो फौजफाटा तुम्ही (ताबा रेषेपाशी) जमवला आहे, एक का दोन ब्रिगेड तिथे आणून ठेवल्या आहेत, आणि ५०-६० विमाने दिमतीला घेतली आहेत, त्यातून काहीही चुकीचे धाडस केले जाऊ नये. काही ठिकाणी तुम्हाला (ताबा रेषेवरती) कारवाई करायची असल्याने तुम्ही उगाच कसल्या तरी सबबी सांगता.'' मी असे म्हणून त्यांना बोलताना बचावात्मक पवित्रा घ्यायला लावला. मग त्यांनी मला पुन्हा तीच जुनी गोष्ट सांगितली. ते सारखे सारखे तेच तीन मुद्दे मांडत होते की, ''त्यांना (दहशतवाद्यांना) तुम्ही पाठिंबा देता कामा नये, त्यांच्याजवळ अद्ययावत शस्त्रे आहेत आणि आम्ही त्या सर्वांना निपटून काढू. आम्ही त्यांना आमच्या हद्दीत राहू देणार नाही. पण ते काहीही असो, तुमचे हे मित्रत्वाचे कृत्य नाही.''

मुशर्रफ : मग बाहेर पडून दुसरीकडे कुठेतरी भेटण्याबद्दल ते बोलले का?

अझीझ : नाही. तसे काही ते बोलले नाहीत.

मुशर्रफ : आपल्यावर दबाव टाकणारे असे काही ते बोलले का?

अझीझ : नाही. ते फक्त एवढेच म्हणाले की, ''त्यांचे (दहशतवाद्यांचे) आम्ही *योग्य ते स्वागत* करू.'' ते अशा उपरोधिक भाषेत बोलले. ते पुढे म्हणाले, ''त्यांना आम्ही पूर्णपणे निपटून टाकू, बाहेर काढू.'' प्रत्येक वेळी ताकीर त्यांना म्हणायचे की, ''आम्हाला त्यांचे (दहशतवाद्यांचे) काही तपशील द्या, प्लीऽऽज द्या. मग मी संबंधित लोकांना विचारेन, आणि परत तुम्हाला त्याबाबतीत सांगेन.'' जेव्हा जेव्हा त्यांच्याकडे तपशीलाचा मागणी केली तेव्हा ते म्हणायचे की, ''परत भेटू तेव्हा आपण यावरती बोलू, त्यावेळी मी काही तपशील देईन.'' याचा अर्थ ते पुन्हा आपल्याशी आणखी काही बोलणी करण्याची शक्यता आहे. मला वाटते की पुढची बोलणी ही दोन पंतप्रधानांमधली असावी. तशी त्यांची अपेक्षा असावी...

मुशर्रफ : आपण अनेकवार त्यावरती चर्चा केली आहे. तुम्ही त्यांचे (पंतप्रधान शरीफ यांचे?) आशीर्वादही घेतले आहेत आणि कालसुद्धा मी त्यांना सांगितले की चर्चेसाठी, वाटाघाटींसाठी आपली दारे नेहमी उघडी ठेवली पाहिजेत. बाकी ग्राऊंड सिच्युएशनमध्ये (कारगिल विभागात) कसलाही बदल होणार नाही.

अझीझ : म्हणून तर कोणीही अस्वस्थ झाले नाही.

मुशर्रफ : अगदी तुमच्या खुर्चीत बसलेला तो माणूसही?

अझीझ : ते मात्र अस्वस्थ झाले होते. मलिकसाहेब पूर्वीही ते तसे अस्वस्थ झाले होते. त्या दोघांचे दृष्टिकोन हे 'जैसे थे' (status quo) परिस्थिती ठेवण्याचे आहेत. अन् सध्याच्या जनरल हासन यांच्या स्थितीत काहीही बदल केला जाऊ नये. पण ते (हासन) एवढे मात्र म्हणत होते की, त्यानंतर सर्व प्रकरण वाढत युद्धाचा धोका संभवतो. तेव्हा त्यावरती नियंत्रण ठेवायला हवे. ह्याच तर्कशास्त्रानुसार किंवा अंदाजानुसार आम्ही त्यांना म्हटले की, अशी काहीही भीतीदायक शक्यता नाही. कारण त्यांची (दहशतवाद्यांची) मान ही आपल्या हातात आहे. आपण त्यांना पाहिजे तेव्हा, पाहिजे तसे नाचवू शकतो. चौधरी झफरसाहेब यांनी आपल्याला चांगले सहकार्य दिले. त्यांनी आपल्या सर्वांचे दृष्टिकोन छानपैकी सादर केले. ते म्हणाले की, "आम्ही पूर्वीच पंतप्रधानांना याबाबतीत सारे काही सांगितले आहे आणि सर्व मूल्यमापन करून ते त्यांच्यापुढे ठेवले." त्यानंतर आम्ही ताकीर यांनी केलेल्या बोलण्याची टेप त्यांना वाजवून दाखवली. त्यानंतर ते (झफर) म्हणाले, "आपण आत्ता येथे (पडद्यावर) जे प्रेझेंटेशन पहात आहोत ते आम्ही केलेले मूल्यमापन आहे. नंतरच्या लष्करी परिस्थिती ज्या काही असतील त्या आपण येथे पहातो आहोत. त्या हाताळण्यात आपल्याला अडचण येणार नाही. बाकी साऱ्या गोष्टींचे तुम्ही मार्गदर्शन करायचे. त्यात राजकीय परिस्थिती आली, आणि राजनैतिक पातळीवरील गोष्टीही आल्या." आम्ही त्यांना (नवाझ शरीफ यांना) असेही सांगितले की, गडबडून जाण्याचे काहीही कारण नाही. मग ते म्हणाले, "मला सात दिवसांपूर्वी हे सारे कोअर कमांडर्सकडून कळले." यावर आम्ही खुलासा केला की या संपूर्ण मोहिमेचे यश हे आत्यंतिक गुप्तता पाळण्यावरती आहे. आमचे पूर्वीचे प्रयत्न अयशस्वी होण्याचे कारण आपण नीट गुप्तता पाळली नाही हेच होते. म्हणून गुप्ततेला अग्रक्रम दिला पाहिजे. तरच आपल्याला यशाची खात्री आहे. म्हणून आपण गुप्तता पाळू आणि त्यामुळे मिळणाऱ्या लाभामुळे आपल्या हातात नाड्या येतील.

मुशर्रफ : बाकी मियाँसाहेब (नवाझ शरीफ) ठीक आहेत ना?

अझीझ : ओके! त्यांना तसा आत्मविश्वास वाटतो आहे. पण दोन गोष्टींची मात्र काळजी वाटते. शमशाद हा नेहमीप्रमाणे आपल्याला पाठिंबा देतो आहे. परंतु आज बीबीसीवरून सतत दोन तास भारताकडून केले जाणारे हवाई हल्ले दाखवले गेले. त्यावर आपण आता असे म्हटले पाहिजे,

"त्यांना बॉम्बफेक करू दे!" आंतरराष्ट्रीय दखल घेतली जाण्याच्या बाबतीत बोलायचे झाल्यास ती गोष्ट फार वेगाने घडू लागली आहे. तुम्ही वर्तमानपत्रात वाचलेच असेल की, कोफी अन्नान यांनी "दोन्ही देशांनी एकत्र बसून वाटाघाटी कराव्यात," असे म्हटले आहे.

दुसरे ध्वनिमुद्रण - २९ मे

अझीझ : हे पाकिस्तान आहे. मला रूम नंबर ८३३१५ द्या. हॅलोऽ!

मुशर्रफ : हॅलो, अझीझ!

अझीझ : ग्राऊंड सिच्युएशन ठीक आहे. त्यात काहीही बदल नाही. ह्या जागेवरती अद्याप हल्ला झाला नाही. त्यांचे एक MI-17 (हेलिकॉप्टर) खाली पाडले गेले. आम्ही आता आमच्या पोझिशनपर्यंत पोचलो आहोत. ती आता खाली आणली गेली आहे. बाकी सारे काही ठीक आहे. फक्त एकच घटना घडली आहे. तुम्ही कालची बातमी वाचली का? त्यात मियाँसाहेब आपल्या काऊंटरपार्टशी (वाजपेयींशी) बोलले. त्यांनी सांगितले की "लाहोरचा जाहीरनामा आणि त्याचे वाढते वातावरण हे सारे तुमच्या माणसांनी घडवून आणले. त्यानंतर तुम्ही माझ्याशी बोलणी करायला हवी होती. तुम्ही विमाने पाठवून जी घाई केली आणि अन्य चढाई केलीत ती निष्कारण केलीत. सरताज अझीझ हे नवी दिल्लीला येऊन परिस्थिती कशी काबूत आणायची ते बघतील." इंडियाच्या पीएमला ते असे म्हणाले.

मुशर्रफ : ठीक आहे!

अझीझ : बहुतेक उद्या सरताज अझीझ दिल्लीला जातील.

मुशर्रफ : ठीक आहे!

अझीझ : आपल्या दुसऱ्या मित्राने (ले. जनरल झियाउद्दीन किंवा अमेरिका) काहीना काही दबाव टाकला असावा म्हणून आज परराष्ट्र कचेरीत ९॥ वाजता झफार साहेब (ले. जनरल सैदुज झमान झफार, GOC, 11 Corps आणि सैन्याचा कार्यकारी प्रमुख) चर्चा करणार आहेत.

मुशर्रफ : ठीक आहे.

अझीझ : अझीझसाहेब (सरताज अझीझ) यांनी माझ्याशी चर्चा केली आणि (भारतापुढे) वाटाघाटीचा पर्याय नेहमीच खुला ठेवण्याची माझी शिफारस मान्य केली. पण ते जेव्हा (भारताबरोबर) प्रथम वाटाघाटी करतील तेव्हा त्यांनी प्रत्यक्ष जागेवरील परिस्थिती समजावून घेऊ

नये किंवा त्याबाबतीत कोणतेही आश्वासन देऊ नये.

मुशर्रफ : व्हेरी करेक्ट! तुम्ही किंवा महमूद (GOC x Corps रावळपिंडी) यांनी झफारबरोबर रहावे. कारण त्यांना प्रत्यक्ष जागेवरची परिस्थिती काय आहे ते ठाऊक नाही.

अझीझ : या आठवड्यात आम्ही ८ वाजता भेटणार आहोत कारण तशी मिटिंग ९।। ला ठेवली आहे. मिटिंग झफार साहेब चालवतील. आम्ही झफार यांना सांगू की त्यांनी प्रत्यक्ष जागेवरच्या परिस्थितीबद्दल, ग्राऊंड सिच्युएशनबद्दल, काहीही बोलायचे नाही असे ठरवावे. त्यांनी फक्त एवढेच बोलायचे की, ग्राऊंड सिच्युएशनचा जो प्रश्न आहे त्याबद्दल DGMOs यांच्याबरोबर चर्चा करावी आणि त्यातून पुढे कसे काय करायचे त्याची पद्धत (modus operandi) ठरवावी.

मुशर्रफ : ताबा रेषेबद्दलची कल्पना.... (आहे ना?)

अझीझ : होय. त्याबद्दलची इशारेवजा सूचना अशी आहे की, 'ताबा रेषेची अनेक क्षेत्रे अशी आहेत की, त्याचा अर्थ कोणाच्याही बाजूने लावता येतो. म्हणून सर्वच ताबा रेषेचा एक सर्वसमावेशक अर्थ लावणे जरूरीचे आहे,' अशी भूमिका आपण घ्यायची. हे काम तुम्ही DGMO वरती सोपवा.

मुशर्रफ : जर आपण त्यांना (भारतीयांना) ठामपणे सांगितले की ''आम्ही या ठिकाणी (बळकावलेल्या शिखरांवरती) फार पूर्वीपासून आहोत, अगदी सुरुवातीपासून आहोत,'' तर मग आम्ही तुमच्या कोणत्याच ठाण्यावरती हल्ला केला नाही की ते बळकावले नाही, असे होईल. आपण आता (ती जी घेतलेली ठाणी आहेत ती) ताबा रेषेला लागून आहेत. त्यांना (सरताज अझीझ) हे ठाऊक नसेल तर आधी त्यांच्याशी चर्चा करा. 'आम्ही येथे (त्या बळकावलेल्या ठाण्यांमध्ये) अनेक वर्षे आहोत' या मुद्यावरती जोर द्या.

मुशर्रफ : होय, हा मुद्दा वर काढलाच पाहिजे. 'आम्ही त्याच ताबा रेषेवरती बराच काळ बसून आहोत.'

अझीझ : येथेच त्यांचा दुबळेपणा उघडा पडेल. युनायटेड नेशन्सतर्फे जी ताबा रेषेची तपासणी झाली त्याला त्यांनी (भारताने) मान्यता दिली नाही, तर आपण मात्र तशी मान्यता दिली. या गोष्टीचा आता आपण फायदा उठवला पाहिजे.

मुशर्रफ : सिमला करारात म्हटले आहे, की आपण युनायटेड नेशन्सचा हस्तक्षेप मान्य करणार नाही.

अझीझ : आपला शेजारी युनायटेड नेशन्सचे येथले अस्तित्व मान्य करणार नाही किंवा युनायटेड मिलिटरी ऑब्झर्व्हर्स ग्रुप इन इंडिया अँड पाकिस्तान यांच्याकडून त्या भागाचा सर्व्हेही मान्य करणार नाही. म्हणून आपण वरून सुरुवात करू. म्हणजे ९८४२ (N 9842) पासून सुरुवात करू. या रेषेवरती, आपण आपले तर्कशास्त्र त्यांना सांगू, पण थोडक्यात, सरताज अझीझ यांची अशी शिफारस आहे की लष्करी परिस्थिती-बाबतच्या पहिल्या बैठकीत याबाबतीत आपण काहीही बोलू नये. आणि आपण युद्धबंदीची सूचनाही स्वीकारू नये. कारण जर युद्धबंदी झाली तर (भारताची) वाहने पुन्हा (द्रास-कारगिल महामार्गावरून) वाहतूक करू लागतील. तेव्हा या संबंधात तुम्हाला जे मुद्दे जाचक वाटतात त्याचे आर्ग्युमेंट कसे करायचे ते त्यांनीच ठरवावे. आपल्याला काही ठाऊक नाही, पण ताबा रेषेवरच्या तणावाचे समर्थन करायचे नाही की त्याबद्दल काहीही बोलायचे नाही. आपली बाजू आपण अशी लढवली की ते (सरताज अझीझ) कोणत्याही विशिष्ट गुंत्यात अडकून पडणार नाहीत.

मुशर्रफ : ऑल राईट!

अझीझ : या संबंधात आम्हाला तुमची मंजुरी हवी होती. आणि आता तुमचा काय कार्यक्रम आहे?

मुशर्रफ : मी उद्या येईन. आम्ही आता तासाभरात येथून निघतो आहोत. येथून आम्ही शेंझेनला जाणार. तेथून संध्याकाळी आम्ही हाँगकाँगमध्ये असू. उद्या हाँगकाँगहून निघणारी एक फ्लाईट आहे. ती बँकॉकला जाईल. तेथून दुसरी फ्लाईट घेऊन लाहोरला संध्याकाळी पोचू.

अझीझ : म्हणजे रविवारी संध्याकाळी तुम्ही लाहोरमध्ये असणार तर. जर काही अधिक काळजीची परिस्थिती उद्भवली, तर ती (सरताज अझीझ यांची भारत भेट) रद्द करून एक दोन दिवस पुढे ढकलू. सोमवारी आपण आता या विषयावरती चर्चा करू.

मुशर्रफ : ते MI-17 (हेलिकॉप्टर) आपल्या बाजूला नाही ना पडले?

अझीझ : नाही, सर. ते त्यांच्याच हद्दीत पडले. आपण ते पाडल्याचा दावा केलेला नाही. आपण तो दावा मुजाहिदिन यांच्यामार्फत केलेला आहे.

मुशर्रफ : वेल डन! छान केलेत!

अझीझ : (डोंगराच्या) वरच्या बाजूला ते सरळ आमच्या डोळ्यासमोर जाऊन धडकले.

मुशर्रफ : व्हेरी गुड! आता त्यांना त्या भागात उड्डाणे करण्यासाठी काही

अधिक अडचणी येत आहेत का? तिथे विमाने पाठवायला ते घाबरत आहेत का नाहीत याचीसुद्धा तुम्ही नोंद घ्या. आता जे जरा कमी पुढे सरकले आहेत का?

अझीझ : होय. त्यांच्यावरती आता दबाव पडला आहे. त्यांना वाटले होते त्यापेक्षा जास्त हवाई ताकद वापरावी लागणार असल्याचे ते बोलत होते. त्यांना आता आणखी एखादे विमान गमावणे परवडणार नाही. त्यानंतर तिथे विमाने पाठवण्याची त्यांची धडपड बरीच थंडावलेली आहे.

मुशर्रफ : व्हेरी गुड! फर्स्ट क्लास! त्या जागेत काही जमवाजमव झाली आहे?

अझीझ : अशीतशीच आहे. पण तिथल्या त्यांच्या हालचाली मात्र मंद गतीने आणि ढिसाळपणे होत आहेत. ६ नंबरपाशी एक किंवा दोन जवळ येत आहेत. आत्तापर्यंत फक्त एकच कॉल साईन (ऐकू) येते आहे. त्यावरून ते अजून दरीत पोचले नाहीत, असे वाटते. आता हवाई दल व सैन्य मागेच थबकून राहील. मग आपल्याला परिस्थिती अनुकूल होईल.

मुशर्रफ : ठीक आहे, संध्याकाळी भेटू.

ले. सौरभ कालिया आणि इतर पाच जवानांना दिलेल्या वागणुकीबद्दल त्या पत्रकार परिषदेत भारत सरकारतर्फे केलेले निवेदन :

कारगिल सेक्टरमध्ये सध्या चालू असलेल्या कारवाईत पाकिस्तानने आमच्या सैनिक जवानांना कैदेत टाकून जी क्रूर वागणूक दिली, त्याबद्दल सारे राष्ट्र संतापून उठले आहे. राष्ट्राच्या या संतापात भारत सरकार सहभागी आहे. त्या सहाजणांची शवे आम्हाला पाकिस्तानने तीन दिवसांपूर्वी दिली. त्या शवांची उत्तरीय तपासणी केली असता आमच्या सैनिकांचा यातनामय छळ केल्याची खात्री पटली. छळ केल्यानंतर त्यांना अगदी जवळून गोळ्या घालण्यात आल्या. असला निर्घृण गुन्हा करणाऱ्यांना शोधून पकडून न्यायासनासमोर खेचून आणावे, अशी आम्ही पाकिस्तानकडे मागणी करतो. अशीच मागणी आम्ही स्क्वॅड्रन लीडर अजय अहुजा यांच्या केस संबंधात करतो. पाकिस्तानचे हे वर्तन नुसते सर्वमान्य झालेल्या आंतरराष्ट्रीय समझोत्याचा भंग नाही, तर सर्व मानवजातीविरुद्ध केलेला एक सांस्कृतिक गुन्हाही आहे. मध्ययुगीन काळातील क्रौर्याकडे पुन्हा वळण्यासारखे हे कृत्य आहे.

सरताज अझीझ यांची भेट

सरताज अझीझ दिल्लीला आले ते एका छोट्या विमानातून. त्या विमानावरती पाकिस्तानी विमानदलाच्या कसल्याही खुणा नव्हत्या. मी विमानतळावरती वेळेआधीच पोचलो होतो. त्यावेळचे भारताचे पाकिस्तानी हायकमिशनर अश्रफ जहांगीर काझी हेही तिथे हजर होते. एका कोचावर ते बसले होते. मला पहाताच ते उठून उभे राहिले व मला औपचारिक अभिवादन करू लागले. परंतु माझी चर्या पाहून ते एकदम थांबले. माझ्या भावना मी काबूत न ठेवता चेहऱ्यावर निसटू दिल्या याचे मला वाईट वाटले. अश्रफ काझी हा एक अत्यंत कार्यक्षम, हुशार आणि कोणतीही गोष्ट चटकन आत्मसात करणारा होता. त्याने आपल्या देशाची सेवा अत्यंत समर्पित भावनेने केली होती. त्यांच्याबद्दल अधिक जानपहचान करून घ्यायला मला नक्कीच आवडले असते. पण दुर्दैवाने ते कधी शक्य झाले नाही. सरताज अझीझ विमानातून उतरल्यावरती मी त्यांचे स्वागत केले आणि औपचारिक संकेत पाळले. मग मी त्यांना सांगितले की, लवरकच आपण 'हैदराबाद हाऊसमध्ये' भेटणार असून तिथेच त्यांनी जे काही सांगायचे ते सांगावे. त्यानंतर मग दुपारचा खानाही तिथेच ठेवला आहे, तो त्यांनी घ्यावा. त्यानंतर त्यांना वाटले तर तिथे एक संयुक्त पत्रकार परिषद घेतली जाईल, किंवा त्यांना तिथे व जेव्हा वाटेल तेव्हा पत्रकार परिषद घ्यावी. त्यांनी मग मला सांगितले की, त्यांना आजच परतायचे असून मी ठरवलेला कार्यक्रम त्यांना मंजूर होता.

आदल्या दिवशीच मी मुशर्रफ व जनरल अझीझ यांच्यामधील संभाषणाच्या टेप प्रसिद्ध केल्या होत्या. तेव्हा पाकिस्तानच्या या परराष्ट्र मंत्र्याला टेपमधले सारे काही ठाऊक झालेले असणारच. परंतु त्याच्या चेहऱ्यावरती 'आपण त्या गावचेच नाही' असे भाव ओढून ताणून आणलेले होते. पण मला त्याची पर्वा नसल्याने मी त्यांचे बोलणे, वागणे हे सारे वरवर घेत होतो, त्यांची पर्वा करीत नव्हतो. तरीही परिस्थिती गंभीरच होती. मला फक्त परिस्थितीकडे पाहून वागायचे होते, त्या परराष्ट्र मंत्र्याला पाहून नव्हे. त्यांना प्रत्यक्षात जागेवरती नेमके काय घडते आहे याची कल्पना नव्हती. पण तो दोष त्यांचा स्वत:चा असेल किंवा त्यांच्या सरकारचा असेल. दुपारच्या लंचच्या आधी आम्ही जेव्हा चर्चा करायला बसलो, तेव्हा या पाहुण्याला मी सुचवले की, त्यांना आता जे काही सांगायचे असेल ते सांगून टाकावे. परंतु त्यासाठी जी अधिक योग्य अशी शब्दरचना करून मी बोलायला हवे होते, तसे मी बोललो नाही. त्याऐवजी "Yes, what do you have to say then?" (मग, तुम्हाला काय सांगायचे आहे?) मी हे नेहमीच्या भाषेला सोडून बोललो, तेही गरज नसताना आणि अचानक बोललो. पण त्यावेळी मला कशी बोलायला सुरुवात करावी ते समजेना. मी एवढे बोलल्यानंतर

त्यांनी युद्धबंदीचा प्रस्ताव पुढे ठेवला, ताबा रेषेच्या बाबतीत पुन्हा नव्याने बोलणी सुरू करूया, या साऱ्या गोष्टींसाठी वेळेची एक चौकट आखूया, वगैरे वगैरे सुचवले. पण आता या गोष्टींचा काहीही उपयोग होणार नसल्याने मला त्यात रस राहिला नव्हता. त्याच त्याच गोष्टी परत ऐकण्यात माझी सहनशीलता संपत चालली होती. माझा अस्वस्थपणा लपवणे मला कठीण जात होते. लवकरच आमची बोलणी संपली आणि आम्ही लंचला गेलो. त्यानंतर ते मंत्री महोदय पाकिस्तानी हायकमिशनमध्ये निघून गेले. त्याच दिवशी संध्याकाळी त्यांना पाकिस्तानमध्ये परतायचे होते. मी हैदराबाद हाऊसमध्ये एक पत्रकार परिषद घेतली. पाकिस्तानी परराष्ट्र मंत्र्याबरोबर काय बोलणी झाली याचे मी खालीलप्रमाणे एक निवेदन त्या परिषदेत केले :

> आज मी हिज एक्सलन्सी, पाकिस्तानचे परराष्ट्रमंत्री जनाब सरताज अझीझ साहेब यांना भेटलो. मी त्यांना फक्त दोन महत्त्वाचे मुद्दे ऐकवले. पहिला मुद्दा म्हणजे व्याप्त कारगिल सेक्टरमधून त्यांनी ताबडतोब माघार घ्यावी आणि दुसरा मुद्दा हा भारतीय सैनिकांना पाकिस्तानच्या कोठडीत दिली गेलेली अमानुष वागणूक. सशस्त्र आक्रमण केले गेल्याने पाकिस्तानने हे आक्रमण मुद्दाम केले आहे. त्यांनी हे मान्य केले नाही. परंतु नुकतेच त्यांच्या प्रवक्त्याने जाहिर केले होते की, पाकिस्तानी लष्कराने प्रत्यक्ष ताबा रेषा ओलांडली आहे. परराष्ट्र मंत्री सरताज अझीझ यांना हा मुद्दा नाकारता आला नाही. मी त्यांना हेही सांगितले की सरहद्दीवरची 'जैसे थे' परिस्थिती पाकिस्तानने बिघडवल्यामुळेच तिथे तणाव निर्माण झाला आहे. जर लष्करी हालचाली व कारवाया येथून पुढे पाकिस्तानला वाढत जाऊ द्यायच्या नसतील तर ती मूळची 'जैसे थे' परिस्थिती पाकिस्तानने पूर्ववत आणावी. जी ताबा रेषा सिमला करारानुसार निर्माण झालेली आहे आणि त्या कराराचीच ती एक अंगभूत बाब आहे आणि जिच्याबद्दल गेली २७ वर्षे कोणीही कसलीही शंका उपस्थित केलेली नाही. अशा ताबा रेषेबद्दल शंका निर्माण करणे, प्रश्न उपस्थित करणे म्हणजे आक्रमण केल्यावर त्यासाठी निमित्त शोधण्याचा निर्बुद्धपणे केलेला प्रयत्न आहे. आम्हाला पाकिस्तानचे म्हणणे अजिबात मान्य नाही. ताबा रेषेचे पावित्र्य हे परत आणले पाहिजे आणि जपले पाहिजे. मी त्यांच्याकडे अशीही एक मागणी केली की कैदेतल्या भारतीय सैनिकांचा छळ करून त्यांना ठार मारण्याचे रानटी कृत्य ज्यांनी कोणी केले त्यांना न्यायासनासमोर खेचले गेलेच पाहिजे. वाटाघाटी व चर्चा याद्वारे प्रश्न सोडवले जावेत हे मत भारताने फार पूर्वीच

मांडलेले असल्याने भारत नेहमीच संवादासाठी तयार असतो. अशा संवादाचा आता आक्रमण हटविण्याचा हेतू आहे. वारंवार नुसती बोलणी करण्याची चैन आम्हाला परवडण्याजोगी नाही.

१३ जूनला रात्री १२ वाजता मी चीनला जाण्यासाठी निघालो. माझ्या डायरीत मी नोंद केली :

जून १५ : दियायुताई स्टेट गेस्ट हाऊस, बीजिंग.

१३ जूनला मध्यरात्री मी जेव्हा दिल्ली सोडली तेव्हा खूपच उकडत होते. बंगालच्या उपसागरावरून जाताना मोसमी पावसाच्या वाऱ्यांमुळे हवा खळबळाटी होती. त्यामुळे विमान सतत हिंदकळत होते व झोप येत नव्हती. रात्रभर माझा डोळा लागला नाही. एखाद दुसरी डुलकी मी घेतली असावी. सिंगापूरला उतरलो तेव्हा तिथे सारे ओले झालेले होते आणि हवा थंड होती. आम्ही विमान बदलून दुसऱ्या फ्लाईटने चीनला निघालो. १४ जूनला दुपारी स्थानिक वेळेप्रमाणे ३। वाजता बीजिंगच्या विमानतळावरती आम्ही उतरलो. या प्राचीन राजधानीला उन्हाळ्यातील एका गूढ धुक्याने वेढून टाकले होते. अनेक वर्षांपूर्वी मी जेव्हा येथे आलो होतो तेव्हा एक तरुण खासदार होतो. त्यावेळी आपल्याला परत येथे यावे लागेल आणि तेही माझ्या देशाच्या परराष्ट्र मंत्र्यांच्या भूमिकेत, हे माझ्या स्वप्नातही आले नव्हते.

पॅरिसहून येथे येईपर्यंतचा माझा सारा वेळ, माझी सारी शक्ती, माझे सारे विचार हे केवळ कारगिलमधील पाकिस्तानच्या आक्रमणावरती खर्च झाले होते. त्यांनी माझा विश्वासघात केला होता, माझ्या सैनिकांवरती अत्याचार केले होते...!

म्हणून जेव्हा परराष्ट्र मंत्री सरताज यांनी माझी भेट मागून ते १२ जूनला दिल्लीत आले, तेव्हा बोलणी करून प्रश्न सोडवण्याचा भाग उरलाच नव्हता. तसेच, माझ्या काय भावना आहेत ते त्यांना समजावून देण्याची तीच वेळ होती.

अशा पार्श्वभूमीवरती मी चीनमध्ये काल आलो. परमेश्वरी कृपेने कालची माझी चीन बरोबरची बोलणी यशस्वी झाली. भारत-चीन संबंधांची गाडी पुन्हा रुळावरून सुरळीतपणे चालू झाली.

आज मला पूर्ण दिवस येथे काढायचा आहे. आत्ता सकाळ झाली आहे. उद्या मला दिल्लीला परतण्यासाठी विमान पकडायचे आहे.

बीजिंगमध्ये परराष्ट्र मंत्री टॅन्ग जियॉक्सान यांच्याबरोबर मी चार तास बोलणी केली. टॅन्गने कारगिलचा प्रश्न आपण होऊन काढला आणि ती उद्भवलेली परिस्थिती ही जम्मू व काश्मिरच्या प्रश्नाचा एक भाग आहे, असे म्हटले. शिवाय टॅन्गने वरती असेही म्हटले की, "सरताज अझीझ यांना

आम्ही असे सांगितले आहे की तो (कारगिलचा) प्रश्न पाकिस्तानने भारताबरोबर शांततापूर्ण बोलणी करून सोडवावा.'' सरताज अझीझ यांनी दिल्लीला भेट दिल्यानंतर ताबडतोब चीनकडे धाव घेतली होती. आधी न ठरवलेली ती धावती भेट मी येथे पोचलो त्याच्या आदल्या दिवशीच झालेली होती. टॅन्गचे बोलणे ऐकल्यावरती मी कारगिलमधली परिस्थिती कशी उद्‌भवली आणि त्याचा जम्मू व काश्मिरच्या प्रश्नाशी काहीही संबंध कसा नाही हे शांतपणे सांगितले.

लाट ओसरू लागली

यानंतर कारगिलमधील लष्करी परिस्थिती वेगाने बिघडत गेली, अर्थातच पाकिस्तानच्या दृष्टीने! बळकावलेले प्रत्येक शिखर जिंकले जाऊ लागले. पराभूत मनोवृत्ती आणि माघार घेण्याची इच्छा यांनी आक्रमण केलेल्या घुसखोरांना, सैन्याला जणू काही पूर्णपणे पछाडून टाकले होते. मी या संघर्षाच्या बातम्या नुसत्या पहिल्या दिवसापासून ऐकत नव्हतो तर फार जवळून त्यावर लक्ष ठेवून, विश्लेषण करून अंदाज बांधत होतो. मला सुरुवातीपासून कल्पना आली होती की, कारगिलचा संघर्ष जिंकण्यासाठी पाकिस्तानजवळ पुरेसा वेळ अजिबात नव्हता. तसेच त्याच्याकडे आवश्यक तेवढे निश्चयाचे बळ नव्हते, स्थानिक आणि आंतरराष्ट्रीय प्रवाह यांच्यातला सर्वसाधारण समतोलही पाकिस्तानच्या बाजूने सहाय्यभूत नव्हता. म्हणून त्यांनी जर वेळेत माघार घेतली नसती तर त्यांच्या सैन्याचे फार मोठे नुकसान झाले असते. २० जूनला मी माझ्या डायरीत लिहिले :

फर्स्ट बटॅलियन ऑफ नागा रेजिमेंटने 'पिरॅमिड' आणि 'थम्स अप'[२१] ही शिखरे जिंकून घेतली. पॉईंट ५१४०[२२] हा डोंगरमाथा शेवटी जम्मू-काश्मिरच्या १३ व्या रायफल रेजिमेंटने जिंकला. त्यावेळी त्यांची समोरासमोर हातघाईची लढाई झाली. पाकिस्तानच्या आक्रमक फौजांचा पराभव आता अटळ आहे. एव्हाना अमेरिकेनेही एक ठाम व योग्य भूमिका घेतली. तशी ती यापूर्वी कधीही घेतली नव्हती.

शेवटी पाकिस्तानचे ते आततायी धाडस फसले व त्यांच्या अंगाशीच ते आले. त्यांना आपल्या फौजा माघारी घ्याव्या लागल्या. त्यासाठी त्यांना agreed stepback असे लेखी कबूल करावे लागले. समजा, जरी पाकिस्तान माघारीला तयार झाला

---

२१. *त्या डोंगरमाथ्यांना नावे नसल्याने लष्कराने आपल्या सोयीसाठी ती नावे वापरली आहेत.*

२२. *जिथे नाव देता येत नव्हते तिथे उंचीच्या आकड्यात त्या जागेचा उल्लेख केला जायचा. पॉईंट ५१४० म्हणजे ५१४० मीटर उंचीवरील माथा.*

नसता, तरीही त्याला आपल्या फौजा मागे घ्याव्याच लागल्या असत्या. पण मग ती माघार जबरदस्तीने झाल्याने विस्कळीत व अव्यवस्थितपणे झाली असती. तेव्हा, माघार कशी घ्यायची त्याची निवड ही पूर्णपणे आक्रमकांनीच करायची होती. तर अशा रीतीने कारगिलचा संघर्ष एक महिन्यापेक्षा थोडा अधिक काळ चालला आणि संपला. पाकिस्तानने डोंगरमाथ्यांवर, शिखरांवरती जे आपले सैन्य नेऊन ठेवले, त्यांना नुसते बसावे लागले होते, त्यांना कसलाही दिलासा मिळाला नाही किंवा काही साध्य करता आले नाही. किमान दोन महिने तरी त्यांना रसद वगैरे पुरवले गेल्याचे आढळून आले नाही. ते दोन महिने त्यांना उंचावरती अपुऱ्या अन्नसाठ्यानिशी व मोजक्या पाण्यानिशी काढावे लागले. शिवाय जरी उन्हाळा असला तरी त्यांना तेवढ्या उंचीवरच्या निसर्गाला तोंड द्यावे लागले. या साहसाचा परिणाम हा त्यांच्यावरती राजनैतिक दबाव वाढण्यात गेला. विशेषत: माझ्या चीन व अमेरिकेच्या भेटीत मला ते दिसून आले. पंतप्रधानांचे प्रिन्सिपल सेक्रेटरी ब्रजेश मिश्रा यांनी जिनिव्हाला जाऊन आपल्या पातळीवरील अमेरिकन अधिकारी सँडी बर्जर याची गाठ घेतली होती. कारवाई करण्यासाठी प्रत्यक्ष ताबा रेषा भारताने ओलांडल्याबद्दल अमेरिकेला काळजी वाटत होती. मग मिश्रा यांनी बर्जर यांना सांगितले की पाकिस्तान हे सतत आपल्या अमेरिकेबरोबरच्या संबंधांचा दुरुपयोग करीत आलेला असून, आता अशा थराला गोष्टी पोचल्या आहेत की, अमेरिकेने पाकिस्तानला स्पष्टपणे व सार्वजनिकरित्याही आपले आक्रमण मागे घेण्याबद्दल सुनवावे. यावर बर्जर महाशयांनी सावध प्रतिक्रिया व्यक्त केली. त्यांनी सांगितले की, ''आत्ताचा संघर्ष कमी होत जाण्यासाठी व लाहोर जाहिरनाम्याचा जोम टिकविण्यासाठी पाकिस्तानने माघार घेतली पाहिजे, हे खरे आहे. पण त्यासाठी त्याला काहीतरी 'पळवाट' असण्याची गरज आहे. या प्रकरणातून मानाने बाहेर पडण्यासाठी (face saving) काहीतरी कारण पाकिस्तानला हवे आहे, की ज्यामुळे आपल्या फौजा मागे घेताना त्यालाही काही प्रमाणात श्रेय मिळेल.''
अमेरिकेला त्यावेळी नवाझ शरीफ यांना या अडचणीतून बाहेर काढायचे होते, हे स्पष्ट समजून येत होते. पण पाकिस्तानी आक्रमणाबद्दलचा हा नाजूक विचार हा सतत, अगदी कायमचा केला जात राहील. शिवाय, इंडरफर्थ यांनी योग्यपणे म्हटल्यानुसार, आक्रमणाचा जाहीर निषेध करणे आणि परिस्थितीचे हेतुपूर्वक आंतरराष्ट्रीयीकरण करणे, या दोन्हीमध्ये फारच बारीक सीमारेषा आहे. अन् अमेरिकेला पुन्हा एकदा नेमके हेच टाळायचे आहे आणि म्हणून भारतालाही ती गोष्ट टाळायची आहे. आणखीही एक दृष्टिकोन आहे, तो असा : नवाझ शरीफ यांना जाहीरपणे अवघडलेल्या परिस्थितीत टाकण्याची अमेरिकेची इच्छा नाही. त्यातून नवाझ शरीफ हे नेहमी ''आपले राष्ट्राध्यक्ष क्लिंटन यांच्याशी वैयक्तिक संबंध आहेत'' असे वारंवार भर देऊन सांगत असत. त्यामुळे 'आपल्याला आता अमेरिकेने सोडून दिले आहे'

अशी भावना नवाझ शरीफ यांची होऊ नये म्हणून अमेरिका धडपडत होती. अशा या परिस्थितीत अमेरिका शरीफ यांना 'त्यातल्या त्यात सर्वोत्कृष्ट पर्याय' असलेले समजत होती. पाकिस्तानसाठीही शरीफ यांचा पर्याय तसाच होता. पण इतके झाल्यावरती अजूनही तसे समजले जावे? ('नैसर्गिक संबंधांची जुळणी' या नवव्या प्रकरणात 'त्यातल्या त्यात सर्वोत्तम पर्यायाची व्याधी' यावरती अधिक उहापोह केलेला आहे.)

जून महिन्यातल्या तिसऱ्या आठवड्यात दिल्लीतील अमेरिकन राजदूत सिलेस्टी मला भेटायला आले होते. प्राप्त परिस्थितीत अमेरिकेला काय हवे आहे याबद्दलचे विचार त्यांनी मला सांगितले. अमेरिकेला एक ताबडतोब उपाययोजना हवी होती आणि भारताने म्हटल्याप्रमाणे ताबा रेषेचे पावित्र्य पाकिस्तानने पूर्णपणे मान्य करायला हवे होते. पाकिस्तानने आपल्या फौजा माघारी घेण्यासाठी काहीतरी कालमर्यादेची चौकट घालण्यासाठी अमेरिका प्रयत्न करीत आहे, असेही सिलेस्टी यांनी सांगितले. अन् ही कालमर्यादा आठवड्यांची नसून दिवसांची असायला हवी.

दरम्यान वॉशिंग्टनहून अशी बातमी आली होती की, अमेरिकेचे गिब्सन लॅन्फर (परराष्ट्र खात्याचे डेप्युटी असिस्टंट सेक्रेटरी) आणि जनरल अँथनी झिन्नी (अमेरिकेच्या सेंट्रल कमांडचे प्रमुख) हे पाकिस्तानात मुशर्रफ यांना भेटायला येत आहेत. त्या अमेरिकी राजदूताला हे विचारायचे होते की, पाकिस्तानात झिन्नी एवीतेवी येत आहेत, तर त्यांनी नंतर भारताला भेट दिली तर चालेल का? मी त्यांच्या भेटीला नकार दिला. याचे कारण असे होते : अमेरिकेने जगाचा नकाशा काही सोयिस्कर भौगोलिक भागात विभागला होता. सर्व भागांना Areas of Responsibility ऊर्फ 'लष्करी जबाबदारीची क्षेत्रे' असे संबोधले जायचे. त्या क्षेत्रांना नावेही ठेवली होती. पाकिस्तान हे 'सेंट्रल कमांड' नावाच्या क्षेत्रात मोडत होते. त्याचे प्रमुख होते जनरल झिन्नी. तर भारत हा 'पॅसिफिक कमांड' या क्षेत्रात मोडत होता. जनरल झिन्नी हा आपल्या अधिकारक्षेत्राबाहेर जाऊ पहात होता. तेव्हा त्याची भेट घेण्यात अर्थ नव्हता. पण लॅन्फर दिल्लीला आले तर त्यांची भेट घेण्यास मी तयार होतो. इस्लामाबादमध्ये जी काही चर्चा ते आधी करतील ती चर्चा नंतर त्यांनी इकडे येऊन आम्हाला सांगितल्यास आमची काहीही हरकत नव्हती. तोपर्यंत अमेरिकेने कारगिलच्या परिस्थितीचे मूल्यमापन करून असा निष्कर्ष काढला होता की, व्यूहात्मकदृष्ट्या भारताने कमालीच्या वेगाने आपले सैन्य व साधनसामुग्री युद्धस्थळी आणली होती आणि धडाधड लष्करी कृती करत अनुकूल परिणाम साध्य करण्यास सुरुवात केली होती. त्यामुळे युद्धाचे पारडे भारताच्या बाजूने झुकू लागले होते. तसेच आंतरराष्ट्रीय समुदायालाही पाकिस्तानच्या तडजोडीच्या सततच्या मागण्यात फारसे तथ्य नाही असे लक्षात आले होते. मग आंतरराष्ट्रीय नाणेनिधीच्या (International Monetary Fund) मार्गाचाही अवलंब

करण्यात आला. भारताने या नाणेनिधीला विनंती केली की त्यांनी एक कडक समज देणारा इशारा पाकिस्तानला द्यावा. नाणेनिधीचा मॅनेजिंग डायरेक्टर त्यावेळी मायकेल कॅमडेसॉस हा होता. त्याने आम्हाला सांगितले की, "तसा संकेत आम्ही केव्हाच पाठवलेला आहे." आता ही आंतरराष्ट्रीय नाणेनिधी संस्था आपल्या सर्व सभासदांकडून सर्व अटींचे पालन व्यवस्थित होते आहे की नाही याची काटेकोर पहाणी अत्यंत कठोरपणे व थंडपणे करणार होती.

जून संपेपर्यंत संपूर्ण परिस्थिती पाकिस्तानच्या विरुद्ध गेली आणि तो खूप घायकुतीला आला. एव्हाना जनरल झिन्नी याने पाकिस्तानातून प्रयाण केले होते. लॅन्फरने भारतात येऊन पाकिस्तानशी झालेल्या चर्चेचा अहवाल दिला. त्याने सांगितले की १९ जूनला नवाझ शरीफ यांनी क्लिंटन यांना एक पत्र पाठवले होते. त्या पत्रात त्याने अमेरिकेला कळवले होते की, "भारताने आपल्यापुढे ठेवलेल्या अटी आम्हाला मंजूर आहेत." शेवटी पाकिस्तानच्या डोक्यात शहाणपण शिरू लागले आहे, हे माझ्या लक्षात आले. जनरल झिन्नीबरोबर अमेरिकेला नकार पाठविणे हे आपल्याला अशक्य आहे हे पाकिस्तानला कळून चुकले होते. जुलै महिन्याच्या सुरुवातीला भारतीय सैन्य प्रत्यक्ष ताबा रेषेच्या खूप जवळ जाऊन पोचले होते. काही काही भागात तर जवळजवळ रेषेला भिडण्याच्या बेतात आले होते. परंतु तरीही पाकिस्तानी घुसखोरांचे काही काही छोटे भाग तसेच राहिले होते. ते लवकर मोकळे करण्यासाठी अमेरिकेचे परराष्ट्र खाते आपल्याला मिळालेली संबंधित माहिती भारताकडे पाठवू लागले. पाकिस्तानवरती दबाव वाढवत नेण्याची हीच वेळ होती. भारतीय सैन्याने वेगाने एकेक डोंगरमाथे जिंकत नेल्याने अमेरिकेलाही नवाझ शरीफवरती दबाव वाढवत न्यावा लागला. मग नवाझ शरीफने अमेरिकेची भेट मागितली. तशी अमेरिकेकडून परवानगी मिळायच्या आधीच ते वॉशिंग्टनला गेले. गेल्या गेल्या दुपारी ४ वाजता झालेल्या भेटीमध्ये क्लिंटनने त्यांना स्पष्ट सांगितले की, "जर पाकिस्तानला आपण केलेल्या गंभीर चुका समजल्या असतील व त्या ताबडतोब दुरुस्त करायच्या असतील तरच अशा तातडीच्या भेटींचे प्रयोजन पाकिस्तानने करावे, एरवी नव्हे."[२३] शिवाय क्लिंटन यांना स्वच्छपणे ठाऊक होते की अशा आधी न ठरवलेल्या भेटीतून काहीही वेगळे निष्पन्न होणार नव्हते, नेहमीचेच गुऱ्हाळ चालवले जाणार होते.

दरम्यानच्या काळात, कारगिलच्या युद्धभूमीवरती भारतीय सैन्य आपल्या

---

२३. *संदर्भ : स्ट्रोब टाल्बोट यांच्या Engaging India; Diplomacy, Democracy and the Bomb, पान १६०. ब्रूस रिडेल याच्या American Diplomacy and the 1999 Kargil Summit at Blair House, पान ७, पॉलिसी पेपर सिरीज; सेंटर फॉर ॲडव्हान्सड् स्टडीज् ऑफ इंडिया.*

हालचाली आता अधिक वेगाने करीत पाकिस्तानची आणखी आक्रमणे साफ करून टाकत सुटले. ग्रेनेडियन रेजिमेंटच्या १८ व्या बटालियनने टेकडीचा माथा जिंकून घेतला. नवाझ शरीफ यांचे अमेरिकेला प्रयाण होण्याच्या थोडा वेळ आधीची ही घटना होती. टायगर टेकडी जिंकल्यामुळे कारगिलचे युद्ध संपुष्टात येऊन भारताचा विजय पूर्ण झाला. जिंकलेल्या सर्व शिखरांच्या नावांनी इतिहासात भारतीय सैन्याचा विजय अजरामर केला. त्यातल्या काही विजय कहाण्या या तर ऐकण्याजोग्या आहेत. २० जूनला थम्स-अप शिखर जिंकले. येथून पुढे सर्व उंच शिखरे जिंकत जाण्याची ती जणू काही एक नांदी झाली होती. लोन हिल, सॅडल पॉईंट ४७०० आणि जुबार या नावाचे डोंगरमाथे ४ जुलैपर्यंत जिंकले गेले. त्यानंतर १८ ग्रेनेडियरने टायगर हिल जिंकून घेतली. या विजयाला वृत्तमाध्यमांनी भारताच्या विजयाचा कळस मानून तो उचलून धरला. या मोहिमेचे नेतृत्व लेफ्टनंट कर्नल रामकृष्णन विश्वनाथन यांनी केले होते. दुर्दैवाने 'गड आला पण सिंह गेला' अशी अवस्था होऊन ते या मोहिमेत धारातीर्थी पडले. पाकिस्तानच्या दृष्टीने प्रतिकात्मकदृष्ट्या हा त्यांचा अंतिम पराभव होता. यानंतर भारतीय सैन्य सतत वेगाने विजयामागोमाग विजय मिळवित गेले. ९ जुलैला पाकिस्तानच्या डीजीएमओने (डायरेक्टर जनरल ऑफ मिलिटरी ऑपरेशन्स) यांनी हॉटलाईन वापरून भारताच्या डीजीएमओशी संपर्क साधला आणि आपण माघार घेण्यास सुरुवात करीत आहोत म्हणून कळवले. त्यासाठी त्यांनी ११ जुलैची भेटीची वेळ मागितली. ती भेट सरहद्दीवरील अत्तारी ठाण्यापाशी भारतीय हद्दीत झाली. भारतीय डीजीएमओ एन. सी. विज यांनी पाकिस्तानकडून आपल्याला माघारीची प्रक्रिया काय अपेक्षित आहे ती सांगितली. पाकिस्तानकडून आठवड्याच्या आत माघार घेतली जाईल अशी अपेक्षा असल्याचे सांगण्यात आले. त्याच्या दुसऱ्याच दिवशी पंतप्रधान वाजपेयी यांनी भारतातील सर्व ज्येष्ठ सेनापतींची एक बैठक घेतली. ती बैठक या विजयाला साजेशी होती.

एका आठवड्याच्या आत अमेरिकन राष्ट्राध्यक्ष क्लिंटन आणि पंतप्रधान नवाझ शरीफ यांनी एक संयुक्त निवेदन प्रसिद्ध केले. सर्व काही घडत असताना क्लिंटन हे सतत वाजपेयी यांना झाल्या घटनांची माहिती पुरवीत होते. शेवटी शेवटी तर त्यांनी वाजपेयींना वॉशिंग्टनमध्ये येऊन आपण शरीफ यांना भेटावे असेही सुचवले. हे निमंत्रण अर्थातच नाकारले गेले. पाकिस्तानच्या खेळाचा शेवट होत होता आणि भारतावरचे आक्रमण परतून लावण्याचे कार्य पुरे होत आलेले होते.

पाकिस्तानचे परराष्ट्र मंत्री सरताज अझीझ दिल्लीत १२ जूनला मला भेटायला आले असताना मी अगदी स्पष्टपणे त्यांच्याकडे खालील मागण्या केल्या होत्या :

१. ताबडतोब संपूर्ण आक्रमण मागे घ्यावे.

२. प्रत्यक्ष ताबा रेषेला पुन्हा मान्यता द्यावी.

३. सरहद्दीपलीकडून होणारी दहशतवाद्यांची घुसखोरी ताबडतोब थांबवावी.

४. पाकव्याप्त काश्मिरमधील दहशतवाद्यांचे तळ मोडून काढावेत.

५. सिमला करार व लाहोर जाहिरनाम्याला पुन्हा मान्यता द्यावी.

भारताने वरील मागण्यांपैकी बहुतेक सारे साध्य केले आहे, लष्करीदृष्ट्या आणि राजनैतिकदृष्ट्याही. १९४८, १९६२, १९६५ व १९७१ साली भारताशी युद्धे झाली. पण युद्धे संपवताना त्यावेळी जशी भारताच्या भूमीची तडजोड झाली तशी यावेळी भारताच्या इंचभरही भूमीची तडजोड केली गेली नाही. सतत त्रासदायक व कंटाळवाणी झालेली एकच गोष्ट निपटून काढता आली नाही. ती म्हणजे पाकिस्तानातील दहशतवाद्यांकडून होणारी घुसखोरी आणि त्यांचे पाकिस्तानातील चालणारे तळ. म्हणजे भारताला दिल्या जाणाऱ्या धमकीशी अजूनही भारताचा लढा चालूच रहातो आहे.

राजनैतिक धोरणाचे युद्धाला झालेले लाभ

पाकिस्तानला नामोहरम करणे, त्याचा पाणउतारा करणे असा काही आपला हेतू नाही. पाकिस्तानने चुकीच्या सल्ल्यानुसार एक अतिमूर्ख धाडस खेळून नशिबाचे फासे टाकून पाहिले. दुर्दैवाने पाकिस्तानचे फासे उलटे पडले. सुरुवातीला पाकिस्तानला शत्रूला आश्चर्यचकित करण्याचा लाभ झाला, पण तो फारच अल्प काळ टिकला. पाकिस्तानने याबाबतीत अत्यंत गुप्तता पाळलेली असल्याने भारतीय हेरखात्याला कारगिलच्या आक्रमणाचा सुगावा लागू शकला नाही. पाकिस्तानने जे डावपेच योजले व व्यूहरचना केली ती जरी बरोबर असली तरीही त्यांची त्याबद्दलची गणिते मात्र चुकली. त्या धोरणाची विस्तृत व्याप्ती ते लक्षात घेऊ शकले नाहीत. त्यांना त्या गिरीशिखरांवरती बसून भारतावरती युद्धबंदी लादायची होती. तसे झाले की अप्रत्यक्षरित्या भारताने पाकिस्तानच्या आक्रमणाला मंजुरी दिल्यासारखे झाले असते. नंतर पुन्हा नवीन ताबा रेषेबद्दल वाटाघाटी करता आल्या असत्या. पाकिस्तानला वाटले होते की, "वा:! आपल्या दहशतवाद्यांना मग काय झकास चालना मिळेल!" पण आमच्या मूल्यमापनानुसार कोणत्याही टप्प्यावरती हे काही सर्वंकष युद्ध नव्हते व होऊ शकणार नव्हते. पाकिस्तानात झेलम नदीपाशी टिल्ला पर्वतराजीत अण्वस्त्रे असलेली क्षेपणास्त्रे बसवण्याची कामे चालू असल्याच्या बातम्या आम्ही काढल्या होत्या. परंतु तरीही तसले सर्वंकष युद्ध छेडले जाणार नाही असे आम्हाला वाटत होते. अगदीच घायकुतीला आल्याखेरीज पाकिस्तान युद्धपटावरती असे अणुयुद्धाचे प्यादे पुढे सरकवणार नाही, याची आम्हाला खात्री होती. या संघर्षात अणुयुद्धाचा दृष्टिकोन पाकिस्तानकडे नव्हता. हा मुद्दा क्लिंटन-शरीफ भेटीत निघाला होता. परंतु तो पाकिस्तानने नाकारला होता. पुढे अमेरिकेच्या राष्ट्रीय सुरक्षा समितीचे ब्रूस रिडेल यांनी चर्चेत तसा

मुद्दा आल्याचे कबूल केले होते. ही कबुली त्यांनी American Diplomacy and the 1999 Kargil Summit at Blair House नावाच्या पॉलिसी पेपर मालिकेत दिली आहे. सेंटर फॉर ॲडव्हान्स्ड स्टडीज ऑफ इंडियाने ती कागदपत्रे प्रसिद्ध केलेली असून त्यातील पान ३ व ४ वरती ती माहिती आहे. ब्रूस रिडले यांनी त्या कागदपत्रात असे म्हटले आहे की, पाकिस्तान खरोखरीच भारताला अणुधमकी देण्याच्या तयारीत होता.

कारगिल प्रकरण जवळजवळ दोन महिने चालले होते. त्या दोन महिन्यात पंतप्रधान वाजपेयी यांना फार मोठे आव्हान दिले गेले होते. परंतु काही झाले तरी हा संघर्ष ताबा रेषेपलीकडे जाऊ द्यायचा नाही असा त्यांचा निर्धार होता. मग भले पाकिस्तानने त्यासाठी कितीही आपल्याला उद्युक्त केले तरी. त्यामुळे भारताची मनुष्यहानी झाली, संघर्ष संपवायला जास्त वेळ लागला. अनेक शूर अधिकारी व सैनिक हुतात्मा झाले. भारताने आपल्यावरती जी काही धोरणात्मक बंधने लादून घेतली होती, त्यामुळे असे झाले. कदाचित् भारत असे काही करणार नाही आणि तो युद्धाची व्याप्ती वाढवून ताबा रेषा ओलांडेल असा पाकिस्तानचा हिशेब असेल. भारताला पुन्हा एका मोठ्या संघर्षात ओढण्याची त्यांची ती युक्तीही असेल. युद्धव्याप्ती वाढवणाऱ्या धोरणाला संयमपूर्वक नकार देण्यात पुढच्या सर्वंकष युद्धाच्या भयानकतेची जाणीव दडलेली आहे. ती युद्धव्याप्ती एवढी मोठी असेल की त्याची कधी कधी कल्पनाही करता येणार नाही. त्यातून भारत व पाकिस्तान ही दोन्ही राष्ट्रे अण्वस्त्रधारी होऊन बसली आहेत. अणुयुद्धाची धमकी देणे, ब्लॅकमेल करणे याचे फायदे एखाद्याला मिळू शकतील. परंतु नंतरचे संहारक युद्ध छेडले गेले तर? बाकीच्या साऱ्या जगालाही अशीच भीती भारत-पाकिस्तानबद्दल वाटते आहे. आम्ही साऱ्या शक्यतांचा नीट काळजीपूर्वक अभ्यास केला होता. काय वाटेल ते झाले तरी भारत-पाक संघर्ष हा आंतरराष्ट्रीय पातळीवरती जाऊ द्यायचा नाही, असे आम्ही स्वच्छ ठरवले होते. १९६५ च्या भारत-पाक युद्धाची परिणती ही ताश्कंद करारात १० जानेवारी १९६६ रोजी झाली. त्यातील नको असलेल्या अटी भारताला मान्य करणे भाग पडले होते. तसा प्रकार आम्हाला पुन्हा होऊ द्यायचा नव्हता. म्हणून यावेळी आम्ही खूप सावध होतो. म्हणून आम्ही अत्यंत राजनैतिक कुशलतेने हा संघर्ष युनोच्या सिक्युरिटी कौन्सिलपुढे जाऊ नये म्हणून धडपडत होतो. 'भारतीय उपखंडातील संघर्षात पाकिस्तानचेच चुकले आहे,' असे स्वच्छ निवेदन यावेळी अमेरिकेच्या तोंडून प्रथमच बाहेर पडले. यापूर्वी झालेल्या युद्धात १९४८, १९६५ साली व १९७१ साली अमेरिकेने असे कधीही म्हटले नव्हते. भारताने उचललेल्या या धोरणाला अमेरिकेबरोबर इतरही काही देशांनी आपला पाठिंबा दर्शवला. कारण

त्या देशांनाही सीमेपलीकडच्या दहशतवादाची झळ बसलेली होती. या युद्धात व्यूहात्मक व राजनैतिकदृष्ट्या भारताने खूपच काही कमावले, हे निश्चित.

नवाझ शरीफ यांना आपल्या लष्कराचे हे आततायी कृत्य आधीपासून ठाऊक होते का नव्हते, हे जाणून घेण्याचे माझे काम नव्हते. लाहोरला बसमधून वाजपेयी यांच्याबरोबर आम्ही गेलो असल्याने आम्हाला पाकिस्तानने लादलेला कारगिल संघर्ष म्हणजे अक्षरश: पाठीत खंजीर खुपसल्यासारखा विश्वासघाताचा प्रकार वाटत होता. अन् तसा तो खरोखरीच एक फार फार मोठा विश्वासघात होता. त्याबद्दलच्या माझ्या काही अंदाजानुसार मला असे वाटते की १९७१ च्या युद्धाचा, सियाचीनमधील संघर्षाचा किंवा यापूर्वी केलेल्या कोणत्याही भारतीय ॲक्शनचा (उदा. नीलम व्हॅलीतील ॲक्शन) सूड म्हणून पाकिस्तानने असे केले असावे. प्रत्येक चुकीच्या गोष्टीसाठी 'तोडीस तोड' उत्तर देणे, 'बदला घेणे' अशा दृष्टिकोनातून पाहिले तर याबाबतीत करावी तेवढी चर्चा कमीच पडेल, त्या चर्चेला अंत नसेल. कारगिलच्या स्मृतींपेक्षाही 'कारगिलने दिलेले धडे' या दृष्टिकोनातून जर त्याकडे पाहिले तर असे दिसेल की, 'सततचा संघर्ष, सतत युद्धाच्या पवित्र्यात रहाणे आणि रक्तपात घडवणे यातून कसलाही कायमस्वरूपी लाभ मिळत नाही' ही गोष्ट पाकिस्तानला समजणे गरजेचे आहे. देशप्रणीत दहशतवादाचे भूत निर्माण करून त्याला उत्तेजन देण्यात आणि तो दहशतवाद सीमेपलीकडे निर्यात करण्यात कसलेही भवितव्य नसते, हेही पाकिस्तानला समजणे गरजेचे आहे. जम्मू-काश्मिरमध्ये माणसेच रहातात, ही गोष्ट महत्त्वाची आहे आणि ती सहसा विचारात घेतली जात नाही. २००५ सालचा भूकंप पाकव्याप्त काश्मिरमध्ये झाल्यावरती तिथले रहिवासी त्या धक्क्याने हादरून म्हणू लागले की ती ताबा रेषा आता पुसून टाकायला हवी. मानवी हट्टीपणा, दुराग्रह, ताठा हे देवाच्या कृतीमुळे आणि पुरेपूर मानवी दुःखामुळेच नाहीसे होऊ शकतात. असे अनेक महत्त्वाचे धडे यातून आपल्याला मिळतील. मात्र त्यातील सार जाणून घेण्याची आपली तयारी हवी.

कारगिल युद्धाच्या वेड्या साहसात जी काही पाकिस्तानची एकूण मनुष्यहानी झाली ती भयानक होती. परंतु पाकिस्तानची खरीखुरी हानी पुन्हा सार्वजनिक जनमानसात झाली आणि लोकशाही राबविण्यात झाली. कमनशिबी नवाझ शरीफ यांची ताबडतोब हकालपट्टी करण्यात आली. ते आता देशोधडीला लागून आपले कठोर एकाकी जीवन सौदी अरेबियात व इंग्लंडमध्ये व्यतीत करीत आहेत. सत्ता ही किती अल्पजीवी असते ते पुन्हा एकदा स्पष्टपणे सिद्ध झाले. परंतु पाकिस्तानच्या त्या मूर्ख धाडसातून सर्वात मोठा लाभ मुशर्रफ यांचा झाला. हा एक दैवदुर्विलास म्हटला पाहिजे. भारताने पाकिस्तानच्या त्या मूर्ख साहसाला लोकशाही सरकारच्या अधिपत्याखाली तोंड दिले. तसे पाहिले तर त्या संपूर्ण

संघर्षकाळात सत्तेवरील सरकार हे फक्त काळजीवाहू सरकार होते आणि निवडणुका तोंडावरती आल्या होत्या. त्यावेळेच्या आचारसंहितेमुळे सरकारमध्ये बसलेल्या आमची चांगलीच कोंडी झाली होती. ज्या क्षणाला निवडणूक आयोगाने निवडणुका जाहीर केल्या त्या क्षणापासून ती आचारसंहिता लागू झाली होती. त्यामुळे भारतीय सैन्याच्या यशाबद्दल आम्हाला रेडिओ व टीव्हीवरून फार माहिती प्रसारित करता येईना. त्याऐवजी ती खूपच सौम्य करून सांगावी लागे. वाजपेयींनी लढवलेली ती निवडणूक 'खाकी निवडणूक' नव्हती. नेहमीच्या भारतीय निवडणुकीसारखीच ती विविधरंगी व बहुढंगी होती. १३ ऑक्टोबर १९९९ रोजी राष्ट्रपती भवनाच्या प्रांगणात वाजपेयींनी पंतप्रधानपदाची शपथ तिसऱ्यांदा घेतली. त्या प्रसंगाचे छायाचित्र मी अजून जपून ठेवले आहे.

मी १२ ऑक्टोबर १९९९ चे छायाचित्रही जपून ठेवले आहे. त्यात पाकिस्तानी सैनिक हे पंतप्रधान नवाझ शरीफ यांच्या इस्लामाबादेतील बंगल्याच्या लोखंडी फाटकावर चढून आत प्रवेश करीत आहेत असे दृश्य आहे. पाकिस्तानातील लोकशाही बरखास्त करून लष्कराने सत्ता बळकावली होती. नवाझ शरीफ यांना अटक करून सैनिकांनी त्यांना तुरुंगात टाकले. ज्या सैनिकांची आपल्यावरती निष्ठा आहे असा दावा नवाझ शरीफ करीत होते त्याच सैनिकांनी त्यांना तुरुंगात डांबले.

प्रस्तावनेचे दुसरे टोक 'उपोद्‌घात'

४ जानेवारी २००० रोजी स्ट्रोब टालबोट यांनी मला एक पत्र लिहून त्यात आपले प्रामाणिक विचार मांडले. ते लिहितात, "...कारगिलच्या संघर्षाच्या वेळी भारताने शेवटपर्यंत आपली नैतिक पातळी उंचावून धरली होती. कितीही राग आणण्यास उद्युक्त गोष्टी घडत होत्या तरीही भारताने प्रतिटोला हाणण्याचा मोह टाळला. यामुळेच भारताला आंतरराष्ट्रीय स्तरावरती अभूतपूर्व असा पाठिंबा लाभू शकला..." पण हे एवढेच नव्हते. २७ जुलै २००० रोजी बँकॉक येथे 'एशियन रिजनल फोरम मीट' भरली होती. त्यावेळी मॅडेलीन अल्ब्राईट या अमेरिकेच्या स्टेट सेक्रेटरी बाईची व माझी पुन्हा भेट झाली. १९९८ नंतर परत तिची भेट होत होती. परंतु यावेळी ती खूप आनंदात होती. भारताने कारगिल संघर्षात प्रदर्शित केलेल्या राजनीतीवरती ती खूष होती. तिने माझे अमेरिकन शिष्टाचारानुसार जवळ घेऊन स्वागत केले. मला ती मनापासून धन्यवाद देत होती. ती म्हणत होती, "जसवंत, कारगिल संघर्ष तुम्ही खूप कुशलतेने हाताळलात. तुम्ही एकही चुकीचे पाऊल टाकले नाही."

विभाग ३

कंदाहारला गेलेली फ्लाईट नं. ८१४

इंडियन एअरलाईन्सच्या विमानाच्या अपहरणाबद्दल लिहिण्यापूर्वी मी त्यावेळचे सारे आठवत बसलो होतो. हा प्रश्न आपण कसा हाताळला, त्या प्रश्नाची व्याप्ती केवढी प्रचंड होती, ते आव्हान आम्ही एक सरकार म्हणून नव्हे तर एक राष्ट्र म्हणून कसे झेलले? मी ते सारे आठवीत बसलो आणि माझ्या मनाच्या जखमा पुन्हा उघडल्या गेल्या. मी त्या अंत:करण छेदणाऱ्या अनुभवातून पुन्हा गेलो. अपहृत विमानात ओलीस ठेवलेल्या माझ्या देशबांधवांनी आणि स्त्रियांनी त्या आव्हानाला कसे तोंड दिले होते? एक शोकांतिका म्हणून किंवा एक प्रतिक्रियेची चालून आलेली लाट म्हणून, राजकीय वर्तुळात कसा आसुरी आनंद[२४] प्रगट केला जात होता? मला याचे अजून उत्तर देता येत नव्हते. हा अनुभव मी कोणत्या शब्दात कसा सांगू? तटस्थपणे, निर्विकारपणे आणि माझ्या स्वत:च्या प्रतिक्रियेवाचून सांगू? शेवटी मी त्या काळातील माझ्या डायरीत लिहिलेल्या नोंदींकडे वळलो. त्यातली एक तारीख होती ३१ डिसेंबर १९९९. त्या दिवशी मी कंदाहारला जाण्याच्या विमानात बसलो होतो. विमानात असताना मी डायरीत नोंदी केल्या होत्या. त्या माझ्या लिखाणातील व्याकरणाच्या चुका, अर्धवट शब्दप्रयोग, विरामचिन्हे वगैरे काहीही बदलले नव्हते, दुरुस्त केले नव्हते. त्यात मी केलेली एक प्रार्थनाही लिहिली होती. ती प्रार्थना खाजगी म्हणून सोडून द्या, पण डायरीमधील बाकीचा मजकूर हा त्यावेळचे यथार्थदर्शन घडविणारा आहे. मी तोच सारा मजकूर आपल्यापुढे ठेवतो. त्यातल्या त्यात हीच एक गोष्ट मी अशी करू शकतो, की वाचकांना त्या घटनेबद्दलचे सत्य काय ते कळू शकेल. कारण निदान त्या मजकुरात परिस्थितीचे हुबेहूब चित्रण आहे. अन्यथा त्यावेळचे सारे काही आठवणे हे माझ्या कक्षेच्या बाहेरचे आहे. अपहरणकर्त्यांनी आपल्यापुढे कोणते आव्हान फेकले होते व त्याची दखल आम्ही कशी घेतली, वगैरे प्रश्न हे आपण स्वत:ला विचारावेत आणि सामूहिकरित्याही विचारावेत.

३१ डिसेंबर १९९९ : खास विमानाने कंदाहारला जाताना

या खास विमानाच्या उड्डाणात माझ्या प्रतिक्रियांची नोंद डायरीत न करणे

---

२४. *जर्मन भाषेत याला schadenfreude म्हणतात. याचा अर्थ दुसऱ्याच्या दुर्दैवात आपला आनंद व्यक्त करणे असा होतो. बौद्धवादात 'मुदिता' म्हणून एक संकल्पना आहे. त्यात दुसऱ्याच्या भल्यामुळे, आनंदामुळे किंवा सुदैवामुळे आपल्याला तसा आनंद होतो हे अभिप्रेत असते. नेमका याच्या विरुद्ध जर्मन शब्द schadenfreude आहे.*

हे केवळ अशक्य आहे. मी आत्ता ज्या मोहिमेवरती आहे त्याला कोणते नाव द्यावे हे मला समजत नाही. एक सुटकेची मोहीम; अनुनयाचा सराव; तडजोड करण्यासाठी केलेले उड्डाण किंवा भविष्यकाळात नेणारे उड्डाण? त्यातून आज १९९९ सालातील वर्षाचा शेवट असल्याने हा योगायोग काय दर्शवतो आहे? एका वर्षाने तर आपण एका नव्या शतकात, नव्या सहस्त्रकात प्रवेश करणार आहोत. त्यामुळे आत्ताचा हा प्रसंग माझ्या आयुष्यात उपहासगर्भ ठरणार आहे? का आपणा सर्वांच्या जीवनातील दुष्ट शक्तींवरती पडदा पाडणार असून उद्यापासून, म्हणजे १ जानेवारी २००० पासून, एका नवीन, अधिक उपयुक्त आणि सुंदर काळाची ती सुरुवात ठरणार आहे?

तसे होवो अशी माझी प्रार्थना आहे व आशा आहे. हा प्रवास जसजसा पुढे सरकत आहे, तसतसा तो अधिकाधिक नाट्यपूर्ण व स्मरणीय असा नक्कीच ठरणार नाही. मात्र हा प्रवास एकमेव स्वरुपाचा आहे हे नक्की.

विमानात माझ्याबरोबर 'टाडा'च्या कायद्याखाली अटक झालेले तीन आरोपी[२५] आहेत. त्यांच्याखेरीज इंजिनियर्स, सुरक्षा दलाची माणसे, अपहृत विमानाची देखभाल करण्यासाठी आलेली माणसे, आणीबाणीसाठी डॉक्टर्स आणि काही लोक.

एवढ्या लोकांवर पुढे काय घडणार ते आधारित आहे.

नाताळच्या आदल्या दिवशीच्या संध्याकाळी, २४ डिसेंबरला, ५:२०

---

२५. विमानातील टाडा कायद्याखालील आरोपींची नावे :
मौलाना मसूद अझहर : देवबंदी येथील धार्मिक पाठशाळेत प्रवचनकार होता. भारतात १९९४ मध्ये येण्याआधी त्याने अफगाणिस्तानात प्रशिक्षण घेतले होते. सध्या तो पाकिस्तानातील मुझफ्फराबाद येथून आपली कृत्ये चालवतो.
मुश्ताक अहमद झरगार : हा अल-उमर मुजाहिदीन संघटनेचा प्रमुख आहे. आजवर ४० पेक्षा जास्त खुनांना तो जबाबदार धरला जातो. श्रीनगरच्या उपनगरातील दहशतवाद्यांमध्ये तो महत्त्वाचा समजला जातो. जेव्हा जनरल मुशर्रफने सर्व दहशतवाद्यांना पकडण्याची मोहीम उघडली, तेव्हा झरगार कधीही सापडला नाही. ती मोहीम अमेरिकेच्या दडपणामुळे पाकिस्तानने उघडली होती. झरगार हा पाकिस्तानी नागरिक नाही. तो भारतीय नागरिक असून काश्मिरी आहे.
अहमद उमर ऊर्फ सय्यद शेख : एक ब्रिटिश नागरिक. लंडन स्कूल ऑफ इकॉनॉमिक्समधून पदवीधर झालेला. मसूद अझहरला सोडविण्यासाठी त्याने 'हॉटेल पहाडगंज' मधून चार परदेशी नागरिकांचे अपहरण केले होते. त्या नागरिकांची सुटका सहराणपूरमध्ये एका चकमकीत केली गेली. त्यावेळी त्याने एका उत्तर प्रदेश पोलीस इन्स्पेक्टरवर गोळी झाडून त्याची हत्या केली होती.

वाजता मला इंडियन एअरलाईन्सच्या विमानाच्या अपहरणाची बातमी देण्यात आली. या आधी विमानांची अपहरणे झालेली होती. पण या विमानाचे अपहरण झाल्याची बातमी कानावर पडताच मला लगेच काही वेगळेच जाणवू लागले. ती बातमी मला अधिक अशुभ वाटू लागली, अधिक गंभीर आणि गूढ वाटली.

इंडियन एअरलाईन्सचे विमान भारतीय आकाशात उडताना त्याचे अपहरण झाले. मग त्याला लाहोरमध्ये उतरायला परवानगी न दिल्याने ते अमृतसरला उतरले. मग पाऊण तासाने एकदम त्या विमानाने आकाशात उड्डाण केले. नंतर मंत्रीमंडळाची सुरक्षा समिती ताबडतोब बोलावली गेली, लाहोरने दुसऱ्यांदा खाली उतरण्याची विमानाला परवानगी नाकारली, मग विमान तसेच जबरदस्तीने लाहोरच्या अंधाऱ्या विमानतळावरती उतरले. पाकिस्तानचा परराष्ट्र मंत्री अब्दुल सत्तार याला तातडीचा फोन केला. मग घाईघाईने लाहोर विमानतळावरून त्या विमानाचे उड्डाण झाले. दुबईने त्या विमानाला उतरायला परवानगी दिली नाही. त्यामुळे तणाव वाढत गेला. शेवटी परवानगी दिल्यावरती विमान उतरले व त्यातून २७ किंवा २९ बायका-मुलांना विमानातून बाहेर पडू दिले. नंतर विमान कंदाहारला निघून गेले. तोपर्यंत शनिवारचा २५ डिसेंबरचा नाताळचा सण उजाडला होता. त्या दिवशी अफगाणिस्तानातील वेळेनुसार सकाळी ९॥ वाजता ते विमान शेवटी कंदाहारला उतरले. त्या विमानाच्या उड्डाणाचे अधिकृत नाव IC 814 असे होते. त्यात ५ दहशतवादी आणि प्रवासी व कर्मचाऱ्यांसह १६१ जण आत होते. (नंतर लक्षात आले की हा आकडा अगदी बिनचूक नाही.)

त्यानंतर सुरू झाला तो माझ्या आयुष्यातला एक अत्यंत कठीण आणि भावनात्मकदृष्ट्या थकवणारा काळ.

२४ तारखेला माझ्या कुटुंबातील मानवेन्द्र आणि चित्रा यांचे कन्यारत्न जन्माला आले. दुपारी ३:१८ वाजता त्या कन्येचा जन्म झाला. त्यानंतर तासाभरातच विमानाचे अपहरण झाले होते व तशी बातमी मला पोचली.

याच दिवसात माझी लाडकी आई ही जोधपूरला आजारी पडली होती. ती खंगत चालली होती. तिला पुन्हा एकदा रक्त द्यायला पाहिजे होते. तिच्यापासून मी दूर इकडे दिल्लीला असल्याने ती एकटीच राहिली होती. अन् मला दिल्ली सोडता येत नव्हती.

२४ तारखेला शुक्रवारी रात्री माझा असा संकटकाळ चालू झाला. मी विचारांच्या वावटळीत सापडलो. मला त्यावर उत्तर सापडत नव्हते. ते उत्तर कुठे असेल? ते कसे शोधायचे?

ते तीन दहशतवादी अशा रीतीने शेवटी आता माझ्याबरोबर विमानात प्रवासी म्हणून बसले आहेत. याबद्दल मी आता फार काही सांगत नाही. कारण बाकी माहिती मोठ्या प्रमाणावरती प्रसिद्ध झालेली असल्याने सर्वांना ती ठाऊक आहे. शिवाय जे काही होत गेले ते एवढे झटपट होत गेले, की त्यातील तपशील परत सांगणे म्हणजे ती मिनिटे, तास, दिवस जे परत एकदा जगण्यासारखे आहे. मला त्याचा कंटाळा आला आहे.

तीन दहशतवाद्यांसाठी १६१ स्त्री-पुरुष व मुले यांना पणाला लावायचे? हे बरोबर ठरेल? का हे चूक आहे? तडजोड करायची? ती काय करायची?

निष्पाप लोकांचे प्राण वाचवायचे का अपहरणकर्त्या दहशतवाद्यांशी लढायचे? या दोन नैतिक प्रश्नांमध्ये मी सापडलो होतो. अनिश्चिततेच्या निर्वात पोकळीत मी अडकलो होतो.

सुरुवातीला मी अपहरणकर्त्यांशी तडजोड करायच्या विरुद्ध होतो. पण जसजसे दिवस पुढे सरकू लागले तसतसे माझे मत बदलत गेले.

शेवटी मी या विमानात आलो. अखेर सारे काही संपवण्यासाठी दहशतवाद्यांना सोडून हा साराच मामला खतम करावा आणि आपल्या प्रवाशांना सुखरूप परत आणावे, या निर्णयाला पोचावे लागले.

म्हणून मी आता कंदाहारला चाललो आहे. तसेच, उद्याच्या नवीन वर्षाला मी भेटणार आहे. १ जानेवारी २०००! १-१-२०००!

उद्या सर्व ओलीस धरलेल्या प्रवाशांना आणि बऱ्याचजणांना सुटकेचा व जीवदान मिळाल्याचा आनंद मिळणार आहे. त्यांच्या आयुष्यात पुन्हा एक नवीन आनंदपर्व सुरू होईल अशी मला आशा आहे आणि मी तशी प्रार्थना करतो.

१९९९ वर्षाच्या अखेरीस मी हे माझे डायरीतील लिखाण नम्रपणे व खूप गूढ प्रश्न बरोबर घेऊन संपवतो.

माझ्या डायरीतील पुढच्या काही नोंदी

११ जानेवारी २००० : ब्रिटिश एअरवेजच्या दिल्ली-लंडन उड्डाणात असताना

गेले काही दिवस अत्यंत धुक्यामुळे अनेक विमान उड्डाणे रेंगाळत गेली आहेत. हे विमान उड्डाणही असेच रेंगाळले आहे. नाहीतर रात्री १२।। ला हे विमान लंडनसाठी केव्हाच सुटले असते. शेवटी ते चौदा तासांनी, म्हणजे दुपारी २ वाजता सुटले. मी लंडनला जाऊन मग रोमला जाणार आहे. तिथे इटलीशी द्विपक्षीय बोलणी करायची आहेत.

डायरीतील या आधीचे शेवटचे लिखाण हे मी विमानातच केले होते.

त्यावेळी मी ओलीस धरलेल्या विमान प्रवाशांना सोडविण्यासाठी कंदाहारला चाललो होतो. तो दिवस ३१ डिसेंबर १९९९ होता.

कंदाहार आणि अपहरण केलेले विमान. ती उदास विमानतळाची धावपट्टी. जणू काही ती धावपट्टी वापरातून बाद झालेली आहे, असे भासत होते. त्या विमानतळावरती अनेक मोडकी विमाने, विमानांचे सांगाडे पडून होते. तालिबानची अनेक क्रूर माणसे तिथे आणलेल्या वाहनांमधून मोठ्या गुर्मीत निरनिराळ्या अवस्थेत रेंगाळत होती. मी विमानातून उतरल्यावर मला 'मुत्तवकील' हा परराष्ट्र मंत्री भेटला. त्याने मला एका अत्यंत जाड असलेल्या तालिबानी माणसाकडे गाडीतून नेले. त्याने आपण नागरी विमान वाहतूक मंत्री म्हणून स्वत:ची ओळख करून दिली. आम्ही एका टोयोटा गाडीत बसलो होतो. त्या गाडीतील आसनांवरचे प्लॅस्टिकचे आवरणसुद्धा अजून काढून टाकलेले नव्हते. गाडीत आणखी एक माणूस बसलेला होता. तो अगदीच नेभळट अफगाणी वाटत होता, लाजाळू होता. तो स्वत:ला 'इंटरप्रिटेड' (इंटरप्रिटर) म्हणवून घेत होता. आम्ही धावपट्टीला लागून मोटारीतून गेलो. विमानतळाची इमारत मागे टाकली. मला वाटेत अनेक तालिबानी माणसे दिसली. ती विविध आकारांची होती. प्रत्येकाकडे तऱ्हतऱ्हेची हत्यारे गळ्यात, खांद्यात, कमरेला होती. सारेजण इकडेतिकडे भटकत होते. लवकरच विमानतळ परिसरातला रस्ता संपला व आम्ही एका अत्यंत खडबडीत व धुळीच्या रस्त्यावरून जाऊ लागलो. मग परराष्ट्र मंत्री मुत्तवकीलने रस्त्याच्या त्या अवस्थेबद्दल काही शेरे मारले. मी त्यावरती 'माझ्या लहानपणीच्या खेड्यातील रस्ते असेच होते,' असे बोललो. शेवटी आम्ही एका काँक्रिटच्या इमारतीपाशी आलो. पीडब्ल्यूडीच्या इमारतीसारखा तिचा अवतार होता. दक्षिण आशियातील बहुतेक पीडब्ल्यूडीच्या इमारती अशाच कळकट दिसत असतात. आतमध्ये मला एक टेबल दिसले. त्यावरती फळांच्या रसांचे अनेक रिकामे डबे विखुरलेले होते. काही कोलाच्या बाटल्या इतस्तत: पडल्या होत्या. बिस्किटांचे पुडे फुटलेल्या अवस्थेत पडून होते आणि मीठ व मिरपूड असलेली भांडी अस्ताव्यस्तपणे पसरली होती. हे सारे दृश्य मला अत्यंत किळसवाणे वाटत होते.

मग काहीतरी उगाचच इकडचे तिकडचे बोलणे झाले. ते सारे औपचारिक होते, कृत्रिम होते, पुन्हा पुन्हा तेच बोलले जाणारे होते आणि त्यात कोठेही गांभीर्य नव्हते. आत्तापर्यंत त्यांनी जे काही आमच्यासाठी केले त्यासाठी मी त्यांचे आभार मानले. (निदान त्यांनी अपहरणकर्त्यांच्या बाबतीतल्या वाटाघाटी एका मुद्यावर तरी आणून ठेवल्या.) आम्ही वृत्तपत्रमाध्यमांना संयुक्तपणे सामोरे जायचे ठरवले. आता अंधार पडू लागला होता. मी आता अस्वस्थ होऊ लागलो

होतो. कंदाहारमधील सर्व व्यवस्था ही अत्यंत गोंधळाची होती. येथे अंदाधुंदी दिसत होती. या सर्वांमध्ये अपहृत विमान, त्यातले प्रवासी, सुटकेसाठी आलेले आमचे विमान आणि मी, असे आम्ही सर्वजण आता अडकून पडलो होतो. मला आमचे सर्व प्रवासी सोडवायचे होते, सुटकेसाठी आणलेल्या विमानात ते चढल्यावरती मला त्यांना भेटायचे होते. म्हणून मी झटपट ते चमत्कारिक संवाद, संभाषण आटोपते घेतले. मी जवळजवळ जबरदस्तीने त्या चर्चेला पूर्णविराम दिला. मग आम्ही टारमॅकवरती आलो. तेव्हा त्या जाडजूड व शरीराचा अफाट घेर असलेल्या नागरी विमान वाहतूक मंत्र्याने मला (अशाही परिस्थितीत) अत्यंत आनंदाने सांगितले की, मला त्रास होऊ नये, धक्के बसू नये म्हणून आपण अत्यंत सावकाश गाडी नेतो आहे. मी त्याला म्हटले की "राहू दे या गोष्टी! प्रथम मला बोईंग विमानाकडे घेऊन चला!"

तेथे गेल्यावर मग प्रवाशांमध्ये सुटकेची भावना, कृतज्ञता वगैरेंचे जोरदार प्रदर्शन झाले. त्यांना एअरबसकडे आम्ही घेऊन गेलो. तिथेही परत तसलेच भावनांचे प्रदर्शन झाले. मग मी पुन्हा इमारतीकडे आलो. तिथे वार्ताहर मंडळी जमलेली होती. त्यात पाकिस्तानी वार्ताहर बहुसंख्येने होते. काही परदेशी वार्ताहरसुद्धा होते. मी त्यांच्यापुढे एक छोटेसे निवेदन केले आणि 'कसलीही प्रश्नोत्तरे नाहीत' असे जाहीर केले. पुन्हा मी एअरबसकडे आलो. वार्ताहरांपुढे असतानाच काळोख दाटून येऊ लागला होता व रात्र सुरू झाली होती. एअरबस सुटण्याआधी तो तालिबानी परराष्ट्रमंत्री मुत्तवकील आणि जाडजूड नागरी विमान वाहतूक मंत्री या दोघांनी अलविदा व काही शब्द म्हटले. त्यावेळी एक 'कोअर कमांडर'ही थोडा वेळ तिथे उपस्थित होता. मग त्या भारतीय एअरबस विमानाने तशा अंधारात सर्व दिवे लावून कर्णकटू आवाज करीत विमानतळावरून हवेत झेप घेतली. भारताच्या दिशेने झेप घेतली. आमचे विमान जेव्हा उडाले तेव्हा आतील प्रवाशांनी टाळ्या वाजवल्या. सबंध प्रवासात भावनावेगाचे प्रदर्शन झाले. काहीजण जल्लोष करीत होते, तर काहीजण रडत होते. काहीजण मला रागावून बोलत होते, शिव्या घालीत होते, तर काहीजण आपली गाढ कृतज्ञता व्यक्त करीत होते.

जेव्हा आम्ही पालम विमानतळावरती दिल्लीला उतरलो तेव्हा विमानतळावर जमलेल्यांनी टाळ्यांचा कडकडाट केला आणि आमचा जयजयकार केला. ३१ डिसेंबर १९९९ ला आम्ही रात्री ९॥ नंतर दिल्लीला पोचलो होतो.

मी हे सारे नंतर माझ्या डायरीत नीट लिहून काढले. कारण मला त्या प्रसंगातला सारा तपशील माझ्या स्मृतीमधून गमावला जाण्याच्या आत कागदावरती उतरवायचा

होता. माझ्या आयुष्यातले ते अत्यंत क्लेशकारक व दुःखदायक अनुभव होते. अपहरणाच्या बाबतीमधला माझा तो पहिला अनुभव होता व शेवटचाही अनुभव होता. निदान तो शेवटचा ठरो अशी माझी प्रार्थना आहे. त्या प्रसंगाबद्दलची माझी स्मृती अद्यापही, म्हणजे ११ दिवसांनंतर, ताजी आहे. जणू काही माझ्या जाणीवेवरती तो अनुभव जळजळीत ॲसिडने कोरला गेला होता. १९९९ मधल्या नाताळच्या दिवसातला तो एक सर्वात मोठा संकटमय कालखंड होता. मी रात्री घरी पोचलो तेव्हा १०॥ वाजले होते. परराष्ट्र मंत्रालयातील माझ्या बरोबर काम करणाऱ्या माणसांना मी घरी बोलावले आणि शॅम्पेन पिण्याची विनंती केली. जेव्हा ते माझ्या घरून निघून गेले तेव्हा मी काहीतरी खाण्यासाठी बसलो. तेवढ्यात टेलिफोनची घंटी वाजली. आता काय झाले असेल? मी मनात विचार करीत होतो. फोनवरती विवेक काटजू होता. तो सांगत होता, "सर, ते अपहरण केलेले विमान अजूनही विमानतळावरून निघत नाही. मी काय करावे?" माझ्यापुढे त्यासाठी दुसरा पर्याय कोठे होता? मी म्हणालो, "विमानाची पूर्ण तपासणी करा. त्याआधी निघायचा प्रयत्न करू नका." एवढे बोलून मी फोन खाली ठेवला.

पण लगेचच पुन्हा फोनची घंटी वाजली. आता मात्र मी थकून गेलो होतो. मी फोन उचलून म्हटले, "येस, आता काय आहे?"

पलीकडून आवाज आला, "जसवंत, धिस इज स्ट्रोब... मला आणि ब्रूकला किती आनंद झाला आहे म्हणून सांगू!... तुम्ही अगदी योग्य तेच केले– दुसरे काही करता येणे शक्यच नव्हते. कॉंग्रॅच्युलेशन्स ॲन्ड ए हॅपी न्यू इयर!"

रात्रीचे बरोबर बारा वाजले होते. इसवी सन २००० वर्षाचा उदय झाला होता. एक जबरदस्त व बधीर करून टाकणारा मानसिक तडाखा. त्यानंतर काही तरी उपाय करून सुटका. मग आता शांतता आणि नंतर आशा– होय, मी आशा करत होतो.

४ जानेवारीला मी जोधपूरला गेलो. आईची तब्येत खूपच खालावलेली होती. सर्व काळ ती बिछान्यात पडून असायची. खायची नाही व खाल्लेच तर फारच थोडे खायची. वेदनेमुळे सारखी कण्हत होती. मला फार अपराधी वाटू लागले. तिची अवस्था पाहून मी अस्वस्थ झालो. कारण ती सारखी मला "आपल्याकडे लक्ष दे, माझ्याजवळ थांबून रहा," म्हणून विनवित होती. सहाजिकच आहे– परंतु मला तसे करायला वेळच मिळाला नाही... मी माझ्यावरतीच चिडलो होतो. मला अपराधी भावनेने पूर्णपणे ग्रासून टाकले होते.

७ जानेवारी २००० रोजी मी दिल्लीला आलो. आता राजकीय विरोधी पक्ष माझ्यावरती हल्ला चढवण्यासाठी तयारी करू लागले. 'राष्ट्रीय प्रतिष्ठा', 'सुरक्षितता', 'दहशतवाद्यांबरोबर तडजोड', 'कंदाहारला गेलात कशाला?' वगैरे वगैरे शब्दप्रयोगांचा माझ्यावरती भडिमार सुरू झाला होता.

या पार्श्वभूमीवरती माझ्यावरती साऱ्या जगातून अभिनंदनाच्या तारा, निरोप

आणि भावना यांचा वर्षाव होत होता.

अशा रीतीने एका नवीन सहस्त्रकाचे आगमन लवकरच होणार आहे असे सांगणारे इसवी सन २००० साल उजाडले. त्याच प्राचीन समस्या, कोडी, जुने पेच वगैरे घेऊन कंदाहारच्या प्रसंगाच्या पार्श्वभूमीवरती नवीन वर्ष उगवले.

प्रशासन करताना तुम्ही समसमान, सबळ व एकाच विषयाशी संबंध असलेल्या दोन नैतिक अधिकारांमध्ये कशाची निवड करणार? १६६ माणसांचे जीव वाचवायचे, किंवा दहशतवाद्यांविरुद्ध सर्व शक्तीनिशी दंड थोपटून उभे रहायचे व त्यावेळी त्या १६६ जणांना मरू द्यायचे? पहिले कृत्य बरोबर की दुसरे कृत्य बरोबर? यातील पर्याय शेवटी जीवनाचाच असणार. दहशतवाद्यांविरुद्ध लढा हा तसाच पुढे चालू रहाणार. एका आव्हानानंतर दुसऱ्या आव्हानाला सामोरे जावे लागणार.

सार्वजनिक कर्तव्ये आणि खाजगी कर्तव्ये यामध्ये मी हेलकावे खात होतो. माझ्या ऑफिसचे मी फोन घेऊ का माझ्या एकट्या पडलेल्या आजारी आईकडचे फोन मी घेऊ? यातल्या कशाला मी अग्रक्रम देऊ? कदाचित् कोणाला हे सोपे वाटेल. तसेही असेल.

माझ्या मनात असे सारे विचार गर्दी करून उठले असताना मी लंडनला गेलो. रोमला गेलो. तेल अव्हिव, जेरूसलेम, ओमान, दुबई या ठिकाणी गेलो. मी स्ट्रोब टालबोट यांच्याबरोबर लंडनमध्ये वाटाघाटीच्या अनेक फेऱ्याही केल्या. पण तरीही विमान अपहरणाचे माझ्या मनावर झालेले व्रण अजिबात पुसले गेले नाहीत. ते व्रणही माझ्याबरोबर प्रवास करीत होते.

लंडन

मंत्री असताना माझ्या परदेश दौऱ्यात मी जिथे कुठे फार काळ वास्तव्य केले असेल त्यापैकी यावेळचे माझे वास्तव्य लंडन येथले होते. पण मी ते तसेच जमवले होते. कंदाहार प्रकरणाने मी पुरता थकून गेलो होतो. म्हणून इथल्या द्विपक्षीय वाटाघाटी संपल्यावरती मी एक छोटा वीकएन्ड सुट्टी म्हणून घेतला. १४ जानेवारी ते १६ जानेवारी मी आराम केला. रोममध्ये, त्या प्राचीन शहरातला माझा मुक्काम एखाद्या झंझावाताप्रमाणे झर्रकन होऊन गेला. रोमसारख्या शहरात अशा पद्धतीने वास्तव्य करणे हा त्या शहराचा अपमान आहे.

त्यापुढे लंडन हे थंड व ढगाळ आहे. त्यात अधूनमधून सूर्यप्रकाशाचे कुठे ना कुठे तरी कवडसे पडत असतात. तिथली उद्याने, कला दालने, आत्मनिरीक्षणाकडे असलेली प्रवृत्ती, नावापेक्षा कृती व कला यांचा शोध घेण्याचे प्रयत्न हे सारे माझ्या मनाला भुरळ घालते.

मी जसा अनेक गोष्टींचा नेहमी शोध घेत असतो, तसा तो उत्साह, जोश,

मन, आपले साध्य शोधण्याची धडपड याचाही शोध घेत असतो. त्यासाठी वेळ खर्च करायची माझी तयारी असते. ७ जानेवारीच्या टाईम्स वृत्तपत्राच्या अंकातील साहित्य पुरवणीमध्ये मी सेन्ट ऑगस्टीन यांच्या काही विचारांपाशी थबकलो. त्या अंकातला विचार असा होता :

'काळ म्हणजे काय?' जरी कोणी मला त्याबद्दल विचारले नाही तरी मला त्याबद्दल पुरेसे ठाऊक आहे. पण जर मला विचारले गेले की काळ म्हणजे नेमके काय असते?... तर मात्र मी गोंधळून जाईन. काळ? तो फक्त भविष्यकाळातून आपल्याकडे चालून येतो, वर्तमानकाळातून निघून जातो आणि भूतकाळात गडप होतो. असे तर नाही ना? दुसऱ्या शब्दात सांगायचे झाल्यास ''ज्यातून हा येतो ते अद्याप अस्तित्वात आलेले नसते. ज्यातून तो निघून जातो त्याला कालावधी नसतो, आणि जे आता अस्तित्वात उरलेच नाही त्यात तो विलय पावतो.''... अन् मग तो महान विलाप केला जातो की, ''हे भगवान, माझे अज्ञान काय आहे याचेही मला ज्ञान नाही.''...'

सेन्ट ऑगस्टीन हा एक थोर वेदांती पुरुष होता.

१९९९ सालचा अखेरचा आठवडा

माझ्या डायरीत अनेकदा महत्त्वाच्या घटना, प्रसंग वगैरेंची माझ्या हातून नोंद करावयाची राहून जाते. मग त्यावर पुन्हा नव्याने विचार करावा काय? तशा घटनांपैकी अर्थातच पहिला क्लेशदायक प्रसंग हा ज्यातून मला जावे लागले तो. माझा मुलगा मानवेन्द्र व माझी सून चित्रा यांना २४ डिसेंबर रोजी कन्यारत्न प्राप्त झाले. आमच्याकडे एक प्रथा आहे. (ती प्रथा राजस्थानमध्ये जास्त पाळली जाते.) त्या प्रथेनुसार नवीन बालकाचे मातापिता हे कोणाची तरी निवड करून त्याच्या हस्ते त्या अर्भकाच्या तोंडात गंगेच्या तीर्थाचे काही थेंब सोडतात. शक्यतो त्या तीर्थात थोडासा मध आणि गूळ घातलेला असतो. ही गोष्ट जन्माला आल्यावर लगेच करतात. माझ्या त्या नातीचे नाव पुढे 'हर्षिणी' असे ठेवले गेले. सध्या जरी ती एक सुंदर व खेळकर कन्या असली व केवळ आपल्या मोहकतेने साऱ्या लोकांची लाडकी होत असली, तरी त्यावेळी ती अशक्त होती, मूकपणे कण्हण्यासारखा आवाज कसाबसा काढणारी होती. आपल्याला त्या तीर्थाचे पहिले थेंब दिले जाण्याच्या विधीची ती वाट पहात होती. तिच्या आईला तिला आपल्या अंगावर पाजायचे होते. पण हा विधी झाल्याशिवाय तिला तसे करता येईना. कारण माझ्या मुलाने व सुनेने त्या बाळाला माझ्या हस्ते ते तीर्थाचे थेंब देण्याची योजना केली होती. ज्याची कोणाची निवड ते तीर्थ देण्यासाठी होते, त्या व्यक्तीचे स्वाभाविक गुणधर्म त्या नवीन जीवात तीर्थावाटे प्रवेश करतात, असा त्या विधीमागचा सिद्धांत अथवा समजूत आहे. परंतु

मीच ते तीर्थ पाजावे असे त्यांना का वाटले ते मला समजले नाही. पण तसे त्यांनी ठरवले होते खरे. मला फोनवरती त्या कन्येचा जन्म झाल्याची बातमी दुपारी ४ च्या सुमारास कळवण्यात आली. मी त्यावेळी परराष्ट्र मंत्रालयातील माझ्या ऑफिसात काम करीत बसलो होतो. मला एकदम खूप आनंद झाला व मी उत्साहाने तिकडे हॉस्पिटलमध्ये येतो असे कळवले.

परंतु दैवाने काही वेगळेच ठरवले होते. त्यानंतर लगेचच ती विमान अपहरणाची बातमी आली. माझ्या डायरीत मी नोंद केल्याप्रमाणे मला त्यात एक चमत्कारिक व अस्वस्थ करणारे वेगळेपण जाणवले. 'हे काही नेहमीचे अपहरण नाही. काहीतरी वेगळेच आहे,' अशी भावना माझ्या मनाला स्पर्शून गेली. मी माझे ऑफिस सोडण्याच्या बेतात होतो. कारण अपहरणाचे कृत्य हाताळणे ही थेट माझ्या मंत्रालयाच्या अखत्यारीमधील बाब नव्हती. मला घरी जाऊन एक वॉश घेऊन, कपडे बदलून मग पंतप्रधानांच्या घरी जायचे होते. एव्हाना माझ्याजवळील फोन वाजण्याचे प्रमाण वाढत गेलेले होते. फोन करणाऱ्यांची अस्वस्थता वाढत चालली होती. काही फोन माझ्या कुटुंबातील व्यक्तींचे होते. ते उत्साहाने व आनंदाने फोन करीत होते. पण माझ्या सारख्या 'थांबा जरा', 'थांबा जरा' सांगण्यामुळे त्यांचा उत्साहभंग होत होता. "तुम्हाला खरोखरीच हृदय नाही असे दिसते. याबाबतीत तुम्ही व तुमचे डॉक्टर काय म्हणतील त्यावर माझा बिलकुल विश्वास नाही." "तुमच्या छातीत खरोखरीच अंत:करणाच्या जागी नुसती पोकळी तरी असेल किंवा एखादा दगड तरी असेल, तुम्हाला माणसांच्या भावना कळत नाहीत." "जर तुम्ही जन्माला आलेल्या बालकाला भुकेने तडफडत ठेवत असाल, तर तुम्ही याहून दुसरे वाईट काय करू शकाल?" माझ्या नातेवाईकांची तक्रार अत्यंत योग्य होती. येथे एका विमानाचे अपहरण झाले आहे हे मी कोणाला त्यावेळी सांगू शकत होतो? नेमक्या त्याच क्षणी ते अपहरण व्हावे? तर अशा रीतीने नियती आमच्याशी क्रूरपणे खेळू लागली होती. शेवटी मी संध्याकाळी ७॥ च्या सुमारास हॉस्पिटलमध्ये पोचू शकलो. त्या बाळाला मी ते तीर्थ पाजले. छोट्या हर्षिणीलाही त्या अपहरणाची किंमत चुकवावी लागली होती, अन् तिचा काहीही दोष नसताना.

पण त्याआधी मी जेव्हा मंत्रालयातून माझ्या घरी पोचलो तेव्हा मला अपहरणाची आणखी माहिती मिळाली. ते पळवलेले विमान 'आयसी-८१४' हे अमृतसरला उतरले आहे. हे ऐकताच मला पुढच्या संकटाची झटकन जाणीव झाली. मग सारे शिष्टाचार बाजूला सारून मी फोनमध्ये किंचाळलोच. माझ्यातील लष्करी माणूस प्रगट होऊन त्या भाषेत मी बोलू लागलो. समोरच्या व्यक्तीला माझा निरोप स्पष्टपणे कळला पाहिजे, कसलाही गैरसमज होता कामा नये, अशा भाषेत मी ओरडून म्हणालो होतो, "गेट युवर ब्लडी फिंगर्स आऊट नाऊ. काय वाटेल ते करा, पण

त्या फ...ग विमानाला अमृतसर सोडून जाऊ देऊ नका!''

त्या विमानात बसलेले प्रवासी हे २४ डिसेंबरपासून ३१ डिसेंबरच्या रात्री ९॥ वाजेपर्यंत कैदी झाले होते. म्हणजे ८ दिवस व ७ रात्री त्यांना एका बंदिस्त जागेत काढाव्या लागल्या होत्या. त्यांना त्यावेळी झालेल्या मानसिक यातना कशा असतील हे समजायलाही कठीण जाते. त्यांच्यासमोर मूर्तिमंत भीती उभी राहिली होती. मानसिक छळ व अमानुष हादरे त्यांना देण्यात आले. जवळजवळ १७० माणसांना एका लहान बंदिस्त, बोगद्यासारख्या व घुसमटून टाकणाऱ्या जागेत तणावाखाली दिवस काढावे लागले. एकच स्वच्छतागृह असल्याने ते भरून वहात होते. विमानाची दारे उघडण्यास परवानगी दिली नव्हती. एअर कंडिशनिंग बंद पडलेले असायचे. रात्री तुफान थंडी पडायची. विमानाची ऑक्झिलरी पॉवर सारखी अधूनमधून बंद पडायची. या पृथ्वीवरती जर कुठे नरक असेल तर तो तिथे अवतरला होता. ते प्रवासी भोगत असलेला प्रत्येक क्षण मीही अनुभवत होतो, अर्थातच केवळ कल्पनेने अनुभवत होतो. ते विमान आता कंदाहारला जाऊन उभे असल्याने माझ्या परराष्ट्र खात्यावर आता प्रवाशांना सोडवण्याची जबाबदारी पडली होती. मी ती जबाबदारी कशी पार पाडणार होतो? तालिबानच्या ताब्यातील अफगाणिस्तानमध्ये भारताचे प्रतिनिधित्व करणारे कोणीही नव्हते. तेव्हा कंदाहारमध्येही भारतातर्फे काम करणारे कोणी नव्हते, हे उघड होते. हे प्राचीन व ऐतिहासिक शहर हिंदुस्थानी फौजांनी एके काळी जिंकून घेतले होते. उदाहरणार्थ, जोधपूरचे महाराज जसवंत सिंग (पहिले) यांनी आणि त्यानंतर १९ व्या शतकात पंजाबचे महाराज रणजितसिंग यांनी हे शहर जिंकले होते. म्हणून तर जोधपूरच्या स्थानिक वृत्तपत्रात माझ्याबद्दल खवचट संदर्भ छापून आले होते. आपले प्रवासी सोडवून आणल्यानंतर मी माझ्या आजारी आईला भेटायला गेलो असताना, एका वृत्तपत्रात ती बातमी छापून आली होती. पण बातमीच्या वरती मथळा दिला होता : *पहिल्या जसवंत सिंग यांनी कंदाहार जिंकले– या जसवंत सिंगने काय केले?* कंदाहार शहर हे बलुचिस्तानातील क्वेट्टा शहरापासून २०० किलोमीटर्स अंतरावरती आहे. ते शहर बाहेरच्या जगाला सर्व हवामानात कार्यरत रहाणाऱ्या महामार्गांनी जोडलेले आहे. त्यामुळे आम्हाला पहिल्यापासून समजून चुकले होते, की कंदाहारची निवड ही अपहरणकर्त्यांनी मुद्दाम केली होती. तिथे विमान उतरले म्हणजे त्यावर भारताच्या शत्रूच्या माणसांचा ताबा राहील, असा त्यामागचा विचार होता. विशेषत: पाकिस्तानच्या आयएसआय या गुप्तहेर संस्थेला मग पुढच्या घटनांवरती नियंत्रण ठेवता येणे सहज शक्य होते. जसजशा त्या घटना पुढे समोर येऊ लागल्या तसतसा आयएसआयचा त्यातला हात हा उघडपणे दिसू लागला.

पर्यायी उपायांवरती जी चर्चा घडली ती खूप क्लेशदायक होती, दीर्घकाळ चालणारी होती आणि आम्हा सर्वांची कसोटी पहाणारी होती. प्रत्येक पर्यायाचे फायदे

व तोटे आम्हाला ध्यानात घ्यावे लागत होते. अपहरणकर्त्यांनी दिलेली धमकी ही खरी होती, नुसते घाबरवण्यासाठी नव्हती. त्यामुळे ती तशी सहजासहजी फेटाळता येत नव्हती. जर ते विमान खरोखरीच उडवून दिले गेले असते तर? तर मला कोणत्याही परिस्थितीत १६६ निष्पाप बायकापुरुषांची आणि एका लहान मुलाची जबाबदारी स्वीकारावी लागलीच असती. त्यातले काहीजण तर भारतीय नव्हते, परदेशी होते. ३१ डिसेंबरच्या रात्री बरोबर १२ वाजता ते विमान उडवून देण्याचा बेत पक्का ठरलेला होता. आम्हाला मिळालेली ही बातमी पक्की होती व त्यामुळेच आम्हाला प्रवाशांना सोडवण्यात मोठा अडथळा निर्माण झाला होता. "जर काही तोडगा निघाला नाही, तर ते विमान आकाशात नेऊन तिथे त्याचा स्फोट घडवून अपहरणकर्ते स्वत:सकट सर्वांचा विनाश करणार होते." ते अपहरणकर्ते आत्मघातकी होते. इसवीसन २००० सालचे स्वागत ते अशा रीतीने स्फोट घडवून करणार होते. नंतर अमेरिकेतील जे वर्ल्ड ट्रेड सेंटरचे दोन मनोरे पाडले गेले, त्या दुर्घटनेची ही दुर्घटना नांदी ठरणार होती. नागरी प्रवासी असलेले नागरी विमान हे एक हत्यार म्हणून वापरण्याचा दहशतवाद्यांचा हेतू हा असा होता. म्हणून तर सुरुवातीपासून जी भीती वाटत होती त्यानुसार मला हे साधे अपहरण अजिबात वाटत नव्हते. परंतु ती न्यूयॉर्कच्या दुर्घटनेची एक रंगीत तालीम असेल, याची मात्र मला कल्पना आली नाही आणि तशी येणे शक्यही नव्हते.

कंदाहारशी टेलिफोनने माझा कोणताही संपर्क नव्हता. तिथे आमचे कोणतेही अधिकारी नव्हते. त्यामुळे तिथे नेमके काय घडते आहे याची खरी बातमी आम्हाला समजत नव्हती. आम्ही फक्त कंदाहारच्या विमानतळावरील एअर ट्रॅफिक कंट्रोलशी फोनने संपर्क साधू शकत होतो. तो विमानतळ, तिथली इमारत ही अमेरिकेने १९६० मध्ये रशियन सत्ता येण्याआधी बांधली होती, हा एक यातला मोठाच उपरोधिक भाग म्हटला पाहिजे. त्यानंतर तालिबानी मंडळींना अमेरिकेने हाताशी धरून रशियनधार्जिणी सत्ता उलथवली. पण आता त्या मागच्या भूतकाळात शिरण्यात काही अर्थ नाही. परंतु आता आमच्या समोरचा प्रश्न कसा सोडवला जाणार? आम्ही कंदाहारच्या एअर ट्रॅफिक कंट्रोलशी बोलण्याचा प्रयत्न केला तरी त्यांच्याकडून इंग्रजी भाषेत उत्तरे दिली जात नसत. त्याऐवजी ती पर्शियन भाषेत किंवा दारी भाषेत दिली जात. (दारी भाषा ही अफगाणिस्तानात पुश्तू भाषेबरोबर बोलली जाते. तशीच ती पूर्व इराणमध्येही बोलली जाते.) मंत्रालयात अनेक भाषांचे जाणकार असतात. पण त्यांची संख्या मर्यादित असते. त्यातून दारी भाषा जाणणारे कोणी नव्हते. त्यामुळे दिल्ली ते कंदाहार हा संपर्क फोनद्वारे प्रस्थापित होऊनही पहिले दोन दिवस काहीही उपयोग झाला नाही. शेवटी २७ डिसेंबरला आमचा एक अधिकारी इस्लामाबादला काही कामाला गेला होता. त्याला कंदाहारला पाठवले. युनोची स्पेशल फ्लाईट काबूलला

जाताना तिकडे थांबत होती. तो त्या विमानाने कंदाहारला गेला. नाताळचा दिवस व दुसरा दिवस मी जगभर फोन करीत बसलो होतो. परंतु नाताळच्या दिवशी सर्वत्र सुट्टी घेतली जाते आणि दुसऱ्या दिवशीही 'बॉक्सिंग डे' सणाची सुट्टी पाश्चात्त्य जगात घेतली जाते. त्यामुळे माझ्या बहुतेक फोनला पलीकडून उत्तरेच मिळत नव्हती. माझ्या ओळखीच्या पाश्चात्त्य राष्ट्रातील परराष्ट्र मंत्र्यांना फोन करण्याची माझी धडपड वाया जात होती. ज्यांना कोणाला माझे फोन लागले त्यांना असे काही अपहरण झाले याचा पत्ताच नव्हता. आणखीही एक चमत्कारिक योगायोग निर्माण झाला होता. याच काळात रमजानचा महिना आला होता. मग रमजानच्या पवित्र महिन्यात मुस्लिम दहशतवाद्यांनी असे गुन्हेगारी कृत्य कसे काय केले? ज्यांना कोणाला मुस्लिम मानसिकतेची माहिती होते ते माझ्या या अज्ञानाला हसले. त्यांनी मग खुलासा केला की इस्लाममध्ये रमजानच्या उपवासाच्या काळात संघर्ष व त्याग यांचा खरा कसोटीचा काळ असतो. त्यामुळे आत्मघातकी कृत्ये करण्यासाठी दहशतवादी याच काळात सरसावणे सहाजिक असते.

इस्लामाबादहून मी जसे माझ्या एका अधिकाऱ्याला कंदाहारला पाठवले, तसेच आणखी काही अधिकारी मी कंदाहारला पाठवले. ते अधिकारी हुशार होते. त्यांना परिस्थितीची कल्पना होती आणि आवश्यक ती गुप्तता पाळण्याचे त्यांना भान होते. कोणते अधिकारी मी निवडले, ते तिकडे कसे काय पोचले आणि त्यांनी काय केले हे येथे मी सांगत बसत नाही. ती एक अत्यंत वेगळीच व लांबलचक कहाणी आहे. परंतु ते अधिकारी शूर होते, निष्ठावान होते आणि हुशार होते. आता ते मला तिकडून खरी परिस्थिती काय आहे ते कळवणार होते, आपल्या प्रवाशांची अवस्था सांगणार होते. वेळ पडल्यास तिथे अपहरणकर्त्यांशी प्राथमिक स्वरुपाची बोलणी करणार होते. मग त्यावरून अपहरणकर्त्यांच्या मानसिक अवस्थेचा अंदाज घेणार होते. मला अफगाणिस्तानात गडप झालेल्या आपल्या विमानाबद्दल व आपले प्रवासी यांच्याबद्दल काहीच समजत नव्हते. जणू काही मी आंधळा झालो होतो, बहिरा झालो होतो. माझ्या हातात नसलेल्या अनेक घटकांचा मला गुलाम व्हावे लागत होते. अन् तरीही मला जगातल्या एका भयानक भूमीवर अडकलेले भारताचे विमान, त्यातील भारतीय प्रवासी हे अपहरणकर्त्यांशी बोलणी करून सोडवून आणायचे होते. अन् ते सारे मला भारतात बसून करायचे होते. तिकडे गेलेले माझे अधिकारी हेच माझे डोळे व कान बनले होते. त्यांच्या सहाय्याने ही अवघड व अशक्यप्राय गोष्ट घडवून आणायची होती. मला जेव्हा जेव्हा हे सारे आठवते तेव्हा अत्यंत दु:ख होते. 'माझ्या देशबांधवांनी व स्त्रियांनी याप्रसंगी जर काही आपला ठामपणा, निश्चयीपणा, करारीपणा दाखवला असेल तर त्यामुळे माझ्या मनाला बळ प्राप्त होऊन माझी उमेद वाढली होती का?' या प्रश्नाचे उत्तर मी काय देणार? मला जे आठवते आहे त्यामुळे मला

खरोखरीच लाज वाटते आहे. सुरुवातीला जनतेमध्ये क्षोभ होणे हे मी समजू शकतो. पण त्यानंतर काहीजणांनी मुद्दाम या प्रकरणी सरकारविरुद्ध चाललेल्या निदर्शनांना गुपचूप आपला पाठिंबा दिला, सहाय्य केले. राजकीय चळवळ्या मंडळींच्या टोळ्यांनी 'रास्ता रोको' आंदोलन करण्यास भाग पाडले, पत्रकार परिषदेत धुडगूस घालून पाहिला. जी काही सरकारविरोधी निदर्शने केली गेली ती सामूहिक उन्माद झाल्यासारखी केली होती. आमच्याच देशातील लोकांनी असे करावे हे पाहून मला त्याची आठवण झाली तरी लाज वाटते. ती हिडीस व किळसवाणी निदर्शने करून त्यांनी खरोखरीच काय साध्य केले? पण त्याचा एक नक्की परिणाम असा झाला की, आंतरराष्ट्रीय समुदायाने ते पाहिल्यामुळे भारताची मान शरमेने खाली झुकली. आपण आपलाच स्वतःचा तमाशा करून घेत होतो. अन् तेही अशा कसोटीच्या काळात.

अपहरणकर्त्यांच्या आणखीही काही मागण्या होत्या. त्यांना २० कोटी डॉलर्सची (सुमारे १००० कोटी रुपयांची) खंडणी हवी होती. शिवाय ज्यांच्यावरती गुन्हे सिद्ध झाले होते अशा ३६ दहशतवाद्यांना सोडून देण्याची मागणी होती. मी त्या मागण्या मंत्रीमंडळापुढे ठेवल्या आणि त्यांचा सल्ला मागितला. "अशा परिस्थितीत मी काय करावे?'' मी त्यांना विचारले. यावरती सर्वांनी एकमुखाने त्या मागण्यांना संपूर्ण नकार देत म्हटले, "त्या मागण्या फेटाळून लावा आणि हे वृत्तमाध्यमांना योग्य शब्दात जाहीर करा.'' तो दिवस खूप तणावाचा होता. बाहेर पत्रकार वाट बघत होते. मी मंत्रीमंडळाची बैठक संपल्यावर बाहेर जाऊन पत्रकार परिषद घेतली. त्यांच्यासमोर त्या मागण्या ठेवल्या आणि त्यावरती नुसते म्हटले, "या मागण्यांवरती परदेशातील व देशातील सर्वांनी विचार करावा, अशी मी विनंती करतो.'' मी यापेक्षा जास्त काय बोलू शकतो?

काळोख्या रात्रीचा प्रवास

कंदाहारला मी स्वतः जाण्याचा निर्णय घेणे एवढे सोपे नव्हते, पण कोणीतरी जायला पाहिजे होते हे नक्की. विवेक काटजू, अजित दुवल आणि सी.डी. सहाय यांच्यात एकवाक्यता होत नव्हती. ते तिकडे कंदाहारला गेले होते. ते मला म्हणत होते, "सर, प्लीज कोणा जबाबदार व्यक्तीला तुम्ही कंदाहारला पाठवा. जरी आपण तीन दहशतवादी सोडत असलो तरी त्यांची आणखी ३६ दहशतवादी सोडून देण्याची मागणी आहे हे लक्षात घ्या. तेव्हा शेवटच्या मिनिटाला काय अडचणी उभ्या रहातील, काय अडथळे आणले जातील ते सांगता येत नाही. त्यावेळी, झटकन जागेवरती निर्णय घेणारी कार्यक्षम व्यक्ती कंदाहारला हवी. प्रत्येक वेळी दिल्लीशी संपर्क साधून विचारण्यासाठी वेळ नसणार.'' त्यामुळेच शेवटी मीच कंदाहारला जायचे ठरवले. शेवटी ती सारी जबाबदारी माझ्या

मंत्रालयावरती पडत होती. निघण्यापूर्वी मी माझ्या धाकट्या मुलाला जैसलमीरमध्ये फोन केला. त्याने ताबडतोब माझ्याबरोबर येण्याची तयारी दर्शवली. विमान अपहरण झाल्यावर दिवसरात्र मी कसा धडपडत होतो, विमान कोठे गेले याचा शोध लावत होतो, हे सारे त्याने जवळून पाहिले होते. तो म्हणत होता, "मी आपल्याबरोबर येतो. मला तुम्ही एक ओलीस म्हणून बाकीच्यांच्या ऐवजी त्यांच्या स्वाधीन करा," तो मला कळकळीने सांगत होता. पण माझ्या हातून तसे होऊ शकले नसते, म्हणून मी त्याला नकार दिला. मी फोनवरती विवेक काटजू याच्याशी संपर्क साधला. तो तिकडे पोचला होता आणि आम्हा दोघात एक सॅटेलाईट-फोन यंत्रणेद्वारे संपर्क प्रस्थापित झाला होता. मी त्याला सांगितले की मुत्तवकील यांच्याशी बोलून चौकशी करा की, मी व्यक्तिशः मुल्ला ओमर यांना भेटू शकतो का? तो म्हणाला, "मी त्यांच्याशी आत्ता संपर्क साधून तसे विचारून घेतो." पुन्हा थोड्या वेळाने त्याचा फोन आला, "सॉरी, ते नाही म्हणत आहेत. कंदाहारला तुम्ही येऊ नका." मुत्तवकील यांचा नकार कळवणारे लोक हे अर्थातच पाकिस्तानच्या आयएसआयमधले होते. त्यांनी नक्कीच त्याबद्दल मुत्तवकीलची या छोट्याशा विनंतीबद्दल खरडपट्टी काढली असणार.

आणखीही काही मार्गाने ओलिसांना सोडवायचे होते. आम्ही एक कमांडोचे पथक तयार केले होते. पण त्यांना कंदाहारला कसे पाठवायचे हा प्रश्न होता. त्यांच्या विमानाला पाकिस्तान आपल्या प्रदेशावरून उडण्यास परवानगी देणार नव्हता हे उघड होते. तसेच, इराणला जाऊन तेथून तालिबानी अफगाणिस्तानात शिरण्यास तसाच अडथळा येऊ शकत होता. याआधी मी एक 'बॅक-अप' विमान पाठवायचा प्रयत्न केला होता. पण उड्डाणानंतर लगेच त्याच्यात काही तांत्रिक बिघाड झाल्याने त्याला परतावे लागले होते. याच दिवशी मी काही पत्रकारांना बोलावून या सबंध घडामोडीकडे सरकार कसे पहात आहे ते सांगणार होतो. पण ते विमान परत फिरल्याने मी काय करू शकत होतो? मी फक्त कडवटपणे हसलो.

कंदाहारचा विमानतळ हा अगदीच प्राथमिक अवस्थेतला व फारसा विकास न झालेला होता. ठिकठिकाणी युद्धात निर्माण झालेले डबर तसेच पडलेले होते. माझ्या डायरीत तशी नोंद मी केली होती. या विमानतळावरती जास्तीत जास्त चार विमाने एका वेळी हाताळता येत होती. आमच्या पळवलेल्या विमानाला धावपट्टीच्या एका टोकाला जाऊन बाजूला उभे रहाण्यास सांगण्यात आले होते व त्याप्रमाणे ते तिथे जाऊन उभे राहिले होते. हुकूम मिळाल्याखेरीज कुठेही जायचे नाही असे त्याच्यावरती बंधन घालण्यात आले होते. ओलिसांना सोडवण्यासाठी तालिबानी अधिकाऱ्यांबरोबर बोलून एक घटनाक्रम ठरविण्यात आला होता. प्रथम सोडून दिलेल्या दहशतवाद्यांची ओळख पटवली जाईल. नंतर प्रवाशांना विमानातून उतरू दिले जाईल. मगच त्या

तीन दहशतवाद्यांना अपहरणकर्त्यांच्या हातात सोपवले जाईल. परंतु हा क्रम पाळला गेला नाही. अगदी शेवटच्या क्षणी हा करार एकदम उलटापालटा करण्यात आला. मी त्यावेळी विमानात होतो, वाट पहात होतो. मी बराच वेळ वाट पाहिली. पण माझ्याशी ना तालिबानी मंडळींनी संपर्क साधला, ना आमच्या अधिकाऱ्यांनी. मला आमच्या अधिकाऱ्यांची काळजी वाटू लागली. नक्की काय झाले ते समजायला मार्ग नव्हता. शेवटी माझ्या जवळचा वॉकी-टॉकी सेट खरखरत वाजू लागला. विवेक काटजू वायरलेसवरती बोलत होता, "सर, आता आपण काय करायचे ते जाहीर करू या. आधी आपल्याजवळचे कैदी त्यांच्या ताब्यात द्यायचे का?" अशा परिस्थितीत आपण काय करू शकतो? नुसतीच माझ्या गळ्यावरती सुरी धरल्यासारखी माझी अवस्था झाली नव्हती, तर ती साऱ्या १६१ प्रवाशांच्या गळ्यावरती सुरी धरल्यासारखे झाले होते. (१८९ प्रवाशांपैकी २८ जणांना दुबईला सोडून दिलेले असल्याने १६१ जण उरले होते.) माझ्या विमानात ते तीन कैदी अजून होते. प्रवाशांना नेणारे विमान अद्याप आलेले नसल्याने त्यांना खाली उतरू दिले नव्हते. त्यामुळे कैद्यांनाही सोडले नाही. ज्या विमानातून प्रवाशांना परत मायदेशी न्यायचे होते ते बोईंग विमान आल्याचा आवाज ऐकू आला होता. काहींनी तर ते दूरवर पाहिलेही होते. आता त्यांची सुटका फक्त काही मिनिटांवरती आली होती. आता उगाच चर्चा करण्यासाठी फार वेळ नसल्याने, (आणि ती चर्चा मी कोणाशी करणार होतो?) मी कैदी सोडायला परवानगी दिली. आमच्या विमानातून ते कैदी खाली उतरले. ते उतरत असताना बाहेरून आनंदाने केलेला आरडाओरडा, शिट्ट्या वगैरे मला ऐकू येऊ लागल्या. तो आरडाओरडा कोणी केला हे सांगायची जरूरी नाही. दरम्यान त्या टाडा कैद्यांची ओळख पटवणे हा एक आयएसआयने ठरवलेला फारच फालतू प्रकार होता. त्यांनी त्या कैद्यांचे पाकिस्तानातील नातेवाईक गोळा करून आणले होते. मग त्या नातेवाईकांनी ते कैदी ओळखले. मगच अपहरणकर्त्या मंडळींनी 'तेच ते हवे असलेले कैदी' आहेत हे मान्य केले. याबाबतीत भारताने काही युक्ती करून फसवले नाही हे त्यांना पटले. मी आता आमच्या विमानाच्या दाराला पुन्हा तो जिना लावला जाण्याची वाट पाहू लागलो. तसले फक्त दोनच जिने कंदाहार विमानतळावरती होते. ते तीन कैदी त्या जिन्यावरून उतरल्यावरती तो जिना ताबडतोब तिथून काढून घेण्यात आला होता. रात्रीचा अंधार पडू लागला होता आणि मी विमानाच्या उघड्या दारात उभा होतो. हळूहळू वातावरणात थंडी भरू लागली. शेवटी मुत्तवकील उगवला. बाकीचे सारे मग माझ्या डायरीत लिहिल्यानुसार घडत गेले.

परतीच्या प्रवासात मी कोणत्या स्मृती बरोबर नेत होतो? सुटकेची भावना तर त्यात प्रमुख होती. आजवर ज्या यातना व दुःखे मनात कोंडून ठेवली होती ते आता एकदम ठुसठुसणारे गळू फुटल्यासारखे सारे बांध फोडून उफाळून बाहेर आले.

प्रवाशांना न्यायला आलेल्या बोईंग विमानात पहिल्या रांगेत माझे व माझ्या अधिकाऱ्यांची आसने होती. पण मला त्या आसनात बसवेना. मी उभा राहिलो. अनेक प्रवासी अजूनही सुटकेच्या धक्क्यातून सावरले नव्हते. मी प्रत्येक प्रवाशाला व्यक्तिशः भेटत गेलो. यापेक्षा मी दुसरे काय करू शकत होतो? मी त्यांचे स्वागत करत रडणाऱ्यांचे सांत्वन करीत होतो. त्यांच्या दुःखात सहभागी होत होतो, त्यांना शांत करीत होतो, काही प्रमाणात त्यांच्या वेदना कमी करत होतो. मला आठवते की त्या लोकांमध्ये एक तरुण फ्रेंच माणूस होता. तो रड रड रडला. सारखा रडत होता. त्याचे रडणे थांबत नव्हते. मानसिकदृष्ट्या तो खचला होता, त्याच्या मनावरचे त्याचे नियंत्रण सुटले होते. त्याची मैत्रीणही त्याच्या शेजारी बसली होती. ती म्हणाली, "विमानाचे अपहरण झाल्यावरती चार दिवसांनी तो रडू लागला आहे. त्याचे हे रडणे तेव्हापासून थांबेचना." एक स्विस माणूस होता. दिसायला जेंटलमन. आपला रुबाब व ऐट राखून तो बसला होता. त्याने आंतरराष्ट्रीय अर्थतज्ज्ञांबरोबर कामे केली होती. मला तो माणूस ठाऊक होता. तो आता त्याच्या मायदेशाला त्याच्या मैत्रिणीसह सुखरूप परत जाणार होता. तो शेवटी म्हणाला होता, "भारतीय लोकांची शांत वृत्ती व धैर्य पाहून मी खरोखरीच थक्क झालो. असे गुण फक्त त्यांच्याजवळच सापडतील. जर विमानात सगळे इटालियन असते तर केवढा गोंधळ माजला असता याची कल्पनाच करवत नाही! मला भारतीयांपासून बरेच काही शिकायला मिळाले." नेपाळहून आलेली एक तरुणी आपल्या जर्मन सहकाऱ्याबरोबर चालली होती. तिने प्रवाशांचे धैर्य व जोम टिकवून धरण्यास बरीच मदत केली होती. ती बाई माझ्यापाशी आली आणि तिने आपल्या भावना प्रगट करून मला म्हटले, "थँक यू. आता माझी मुले कुठे आहेत ते मी शोधू शकेन. २४ तारखेला ते डेहराडूनहून दिल्लीला आगगाडीने चालले होते आणि मी काठमांडूहून विमानाने दिल्लीला चालले होते. दिल्ली रेल्वे स्टेशनवर जाऊन मी त्यांना घेणार होते. कोणाला त्यांच्याविषयी काही ठाऊक आहे का? त्यांचे काय झाले असू शकेल ते कोणी मला सांगू शकेल काय?" मला त्याबद्दल काहीच सांगता येईना. एक तरुण स्त्री भेटली. तिच्यावरती कमालीचा ताण पडला होता. ती एक माता होती. ती अजूनही रागारागाने थरथर कापत होती. आपली भीती कशीबशी काबूत ठेवून ती माझ्याकडे आली. आपल्या घामाने चिकट झालेल्या छोट्या हाताने तिने माझा गळा पकडला आणि जेवढ्या जोरात ओरडता येईल तेवढ्या जोरात ओरडून ती किंचाळत मला म्हणाली, "तुम्ही एवढ्या उशिरा का आलात? इतका वेळ तुम्ही कोठे होता? तुम्ही आम्हा सर्वांचा विश्वासघात केला आहे. माझी मुले कोठे आहेत? माझी फॅमिली कोठे आहे?" मग ती रागाने आपले डोके माझ्या छातीवरती दाणदाण आपटू लागली. शेवटी ती रडू लागली. धाय मोकलून रडू लागली. मी तिच्यापाशी उभा राहून तिला नुसते धरून ठेवले होते.

विवेक काटजू माझ्या शेजारी येऊन उभा राहिला होता. आम्ही दोघेही तिच्याकडे पहात होतो. यापेक्षा वेगळे आम्ही काय करू शकत होतो? माझ्या आसनाजवळ मी एक रात्रीच्या अंधारातील दृश्य दाखवणारी दुर्बीण ठेवली होती. त्या रात्रीची आठवण ती दुर्बीण मला करून देत होती.

या बाबतीत अजित दुवल याने मला सांगितले, "दुपारी ५ वाजता म्हणजे कैद्यांना अपहरणकर्त्यांच्या हवाली करण्याआधी, मी त्या विमानात अपहरणकर्त्यांना भेटायला गेलो. शेवटच्या क्षणी त्यांनी काही लबाडी करू नये म्हणून मी सावधगिरीने त्यांच्याकडे गेलो. आपल्याबरोबर ते तीन कैदी असल्याने माझ्या हालचालींवरती फार मर्यादा येत होत्या. मी त्या अपहरणकर्त्यांशी बोलणी केली. त्यांना माझ्या अडचणी नीट समजल्या. मग प्रवाशांशी बोलून मी त्यांचे धैर्य वाढवायचा प्रयत्न केला. जेव्हा मी तिथून निघालो तेव्हा अपहरणकर्त्यांपैकी 'बर्जर' व 'सॅन्डी' यांनी (ही त्यांनी तात्पुरती खोटी नावे धारण केली होती.) मला रात्रीच्या अंधारातही दृश्य दाखवणारी एक छोटी दुर्बीण भेट म्हणून दिली. त्यातून ते विमानाबाहेरच्या हालचाली गेले ८ दिवस न्याहाळीत होते. ती दुर्बीण ज्याअर्थी ते देऊन टाकीत होते त्याअर्थी अपहरण संपल्याची ती खूण होती." मला जेव्हा ती दुर्बीण अजित दुवलने दाखवली तेव्हा 'ती या कटू प्रसंगाची आठवण म्हणून येथून पुढे रहाणार,' असे मी बोलून दाखवले.

शेवटचे कोडे

त्याच दिवशी संध्याकाळी ते अपहृत विमान परत नेता येत नव्हते. मला आमच्या लोकांकडून असे सांगण्यात आले होते की, त्या विमानात एखादा बॉम्ब ठेवलेला असण्याची शक्यता असून, रात्री १२ वाजता त्याचा स्फोट होऊ शकेल. त्यामुळे ते विमान चालवणारे वैमानिक व अन्य कर्मचारी यांचा जीव धोक्यात घालण्यास मी तयार नव्हतो. शिवाय उड्डाण करण्यापूर्वी विमानाची नेहमीप्रमाणे तांत्रिक तपासणी करायची असते. ते विमान ८ दिवस तसेच उभे करून ठेवले होते. शिवाय त्या विमानात एक गूढ अशी लाल बॅग होती. त्यात काय होते? कोणाच्या मालकीची ती बॅग होती? ती बॅग नेण्याकरता ते अपहरणकर्ते परत का आले? तालिबानी सरकारचा पराभव २००१ मध्ये झाला आणि मुत्तवकील याला अमेरिकेने अटक केली. त्यानंतर त्या बॅगेचे गूढ उकलले. ती लाल बॅग एका अपहरणकर्त्याची होती. त्यात काही स्फोटके होती आणि खरे पासपोर्टसुद्धा असावेत. विमानातून निघून जाताना ती बॅग न्यायला ते विसरले होते. जेव्हा त्यासाठी ते परत आले तेव्हा विमानातील सर्व प्रवासी उतरून गेले होते. तरीही मुत्तवकील हा बेकायदेशीरपणे वागत होता. त्याने आमचा विश्वासभंग केला आणि प्रवाशांचे सामान ठेवण्याच्या होल्डचे दार जबरदस्तीने उघडले. ती लाल बॅग त्याने शोधून काढली व तो निघून गेला. इस्लामाबादहून कंदाहारला

ज्याला आम्ही पाठवले त्या ए. आर. घनश्याम या अधिकाऱ्याने तसे आपल्या अहवालात नमूद करून ठेवले आहे. मी त्याच्या अहवालाचा काही भाग येथे खाली देतो :

कंदाहारची भेट संपवताना

मी कंदाहारला मागेच राहिलो. परतीच्या उड्डाणाची तयारी करायची होती. IC-814 विमानात इंधन भरून घ्यायचे होते. विमानाचे १४ कर्मचारी मागे राहिले होते. त्यात वैमानिक कॅ. राव आणि कॅ. सुरी हे होते. प्रवाशांनी आपल्या स्वत:जवळ बाळगायचे जे सामान होते ते त्यांनी आपल्याबरोबर जाताना नवीन विमानात नेले होते. परंतु विमानाच्या होल्डमध्ये ज्या बॅगा होत्या, त्या तशाच राहिलेल्या होत्या... मी संध्याकाळी सात वाजता विमानात शिरलो. आतमध्ये एक कुबट व कुजका वास सर्वत्र भरून राहिला होता. कॉकपिटमधल्या पॅनेलवरती खाऊन झालेल्या चिकनची हाडे, फळांची साले आणि इतर घाण पडली होती. स्वच्छतागृह तुंबून गेले होते. ते आता वापरण्याच्या पलीकडे गेले होते.

मी लाऊंजमध्ये परतलो आणि थोडा वेळ तिथेच बसून राहिलो. थोड्या वेळाने मला रहिमतुल्ला हाश्मी भेटला. तो तालिबान सरकारच्या परराष्ट्र मंत्रालयातील एक अधिकारी होता. मग आम्ही लाऊंजच्या एका कोपऱ्यात जाऊन बसलो व चहा पिऊ लागलो. मी त्यावेळी हाश्मीला विचारले, तालिबानला आमचे कैदी आणि अपहरणकर्ते हे कशाला हवे आहेत? मग त्याने मला सांगितले की, त्या सर्वांना एका वाहनात बसवले जाईल. त्या वाहनाच्या मागे पुढे एकेक अशा दोन सशस्त्र गाड्या सुरक्षिततेसाठी असतील. पाकिस्तानी सरहद्दीपर्यंत त्यांना पोचवले जाईल. जाताना ते नेहमीच्या रस्त्याने जाणार नाहीत. त्याऐवजी ते एका गुप्त वाटेने जातील. रशियनांची अफगाणिस्तानवरती सत्ता असताना तालिबानी मुजाहिदीन पाकिस्तानातून अफगाणिस्तानात जा-ये करण्यासाठी ती वाट वापरीत होते. त्यामुळे सरहद्द ओलांडताना कस्टम्स, इमिग्रेशन वगैरेचे कसलेही सोपस्कार असणार नाहीत. मी त्याला असेही विचारले की, जर कमांडो मंडळी येऊन त्यांनी विमानाचा ताबा घेतला असता तर तालिबानी अधिकाऱ्यांची काय प्रतिक्रिया झाली असती? त्यांना त्याबद्दल चिंता वाटत होती काय? किंवा तशी काही आगाऊ कल्पना करून त्यांनी तयारी ठेवली होती काय? त्यावर त्याने सांगितले की, सुरुवातीला तशी कल्पना करून त्यांनी त्यावरती चर्चा केली होती. पण जेव्हा मी या प्रकरणात आलो आणि त्यांना सांगितले की, भारताकडून वाटाघाटी करण्यासाठी एक तुकडी येणार आहे, तेव्हाच त्यांनी ती कल्पना बाजूला

टाकली. जर त्या वाटाघाटी करण्याचे ठरले तर क्वेट्टाला जाऊन येईपर्यंत आमच्यातर्फे तुम्ही प्रतिनिधीत्व करा, असे ते म्हणाले.

रात्री ९ वाजता कॅप्टन सुरी लाऊंजमध्ये आले आणि त्यांनी मला सांगितले की, तालिबानी अधिकारी IC-814 विमानाला जाऊ देण्यास परवानगी देत नाहीत. त्यामुळे ते विमानात इंधन भरण्यासाठी वेळ लावत आहेत. तसेच, विमानातली एक बॅग अपहरणकर्त्यांच्या मालकीची आहे असा दावा करून ती काढून घेण्यासाठी त्यांचे प्रयत्न चालू आहेत. मुत्तवकील हा अजूनही विमानतळावरतीच असल्याने मी त्याच्याकडे कॅ. सुरी यांना घेऊन घाईघाईने गेलो. आमची समस्या आम्ही त्याला सांगितली व विमानतळ अधिकाऱ्यांना योग्य त्या सूचना देऊन, येथून आमचे विमान लवकर सोडण्यासाठी विनंती केली. त्याच वेळी एका अपहरणकर्त्याने "भारत सरकारला नवीन सहस्त्रकाची एक भेट (बॉम्ब) आम्ही विमानात ठेवलेली आहे," असे म्हटल्याचे मला कळले. म्हणून मी कॅ. सुरी यांना म्हटले की आपण विमान सोडून सरळ लाऊंजमध्ये बसून राहू या. परंतु तालिबानी अधिकारी विमानाचा होल्ड (सामान ठेवण्याची जागा) पहाण्याचा आग्रह धरत होते. कारण त्यामध्ये ती अपहरणकर्त्यांची लाल बॅग असेल असे त्यांना वाटत होते. तिथे इराण, पाकिस्तान व अफगाणिस्तान यांचे फॉरिन सेक्रेटरी व जॉईंट सेक्रेटरी होते. मी त्यांच्या नजरेस ही बाब आणून दिली. मग त्यांनी मला सुचवले की विमानाचा वैमानिक व सर्व कर्मचारी यांनी विमानाच्याजवळ बिलकूल फिरकू नये. तसेच, सर्वांनी नेहमी एकत्र रहावे आणि लाऊंजमध्येच झोपावे. तिथे इतर देशांची राजनैतिक मंडळी आणि युनोचे कर्मचारी होते. त्यांच्या समवेतच सतत रहावे. ते उद्या सकाळपर्यंत तिथेच थांबणार होते.

रात्री ११ वाजता माझ्या लक्षात आले की, कॅप्टन राव अजून विमानातून लाऊंजकडे परतले नव्हते. मग मी कॅ. सुरी यांना शोधून राव यांच्याबद्दल त्यांच्याकडे चौकशी केली. त्यांच्याकडून मला कळले की, राव अजून विमानातच आहेत आणि ते विमान सोडायला नाराज आहेत. मग मी सुरी यांना घेऊन विमानाकडे धावलो. त्यावेळी मला दिसले, की मुत्तवकील याची लाल पॅजेरो मोटरगाडीही तिथेच विमानाच्या सामान ठेवण्याच्या जागेसमोर पार्क केलेली आहे. त्या गाडीचे पुढचे दिवे तसेच चालू होते. त्यावेळी गाडीत कोण आहे हे बाहेरून समजू शकत नव्हते. कारण खिडक्यांना काळ्या काचा होत्या. कॅ. राव यांनी जेट स्टार्टरच्या सहाय्याने विमानाचे एक इंजिन सुरू केले होते आणि ऑक्झिलरी पॉवर युनिट हेही चालू करून ठेवले होते. विमानाच्या सामान ठेवण्याच्या जागेमध्ये काही कामगार कामे करीत होते. कॅ. राव यांनी

मला सांगितले की ते कामगार आतून प्रत्येक लाल बॅग बाहेर काढून मोटारीमधील कोणाला तरी दाखवीत होते व त्याने 'नाही' म्हणून मान हलविल्यावर ती बॅग परत आत नेऊन ठेवीत होते. कॅ. राव यांनी ते पाहिले होते. आम्हा दोघांनाही असे वाटले की, अपहरणकर्त्यांपैकी कोणीतरी किंवा काहीजण त्या गाडीत नक्की बसले असणार व ते आपली ती प्रसिद्ध लाल सूटकेस ओळखण्याचा प्रयत्न करीत असावेत. नंतर कॅ. सुरी यांना एका स्थानिक कामगाराकडून कळले, की त्यांना ती लाल सूटकेस मिळाली आणि त्यात पाच हातबॉम्ब होते. कंट्रोल टॉवरने कॅप्टनला कळवले की नागरी विमान वाहतूक मंत्र्याने विमान जाऊ द्यायला परवानगी दिली असून रात्री बारा वाजायला १५ मिनिटे असताना उड्डाण करावयास सांगितले आहे. जर तुम्हाला निघायचे असेल तर तुम्ही निघू शकता, असेही सांगण्यात आले. परंतु विमान प्रवासाला लागणारे पुरेसे इंधन विमानात नसल्याने उड्डाण करणे शक्य नव्हते. त्या विमानात एकूण १४ टन इंधन होते आणि अजून १६ ते १८ टन इंधनाची गरज होती. शेवटी मी राव यांना लाऊंजमध्ये घेऊन आलो आणि सबंध रात्र तिथेच काढली. दुसऱ्या दिवशी सकाळी विमानाला इंधन पुरविण्यात आले. मग इंजिन तपासले गेले आणि अफगाणिस्तानातील वेळेनुसार सकाळी ९:४३ वाजता विमानाने उड्डाण केले. त्याच वेळी विमानाच्या निघण्याची वेळ फॉरिन सेक्रेटरीला कळविण्यात आली.

१ जानेवारी २०००

नवीन वर्षदिनी तालिबानी अधिकाऱ्यांपैकी कोणीही विमानतळाकडे फिरकले नाही. मी मग विमानतळाच्या मॅनेजरकरवी एक निरोप पाठवला की, "नागरी विमान वाहतूक मंत्रालयापैकी किंवा परराष्ट्र मंत्रालयापैकी कोणीही इकडे यावे. मला त्यांचे आभार मानायचे आहेत आणि त्या अपहरणकर्त्यांनी नेलेली बॅग त्यांच्याकडून मला परत हवी आहे." मग विमानतळ-मॅनेजरने आपल्या वरिष्ठांशी काही सल्लामसलत केली व त्याने येऊन मला सांगितले की, कोणाशीही संपर्क साधता येत नाही. त्यावर मी म्हणालो की त्यांना कोणाला जर इकडे येता येत नसेल तर मी शहरात जाऊन त्यांना भेटतो. कारण तेथून ते अवघ्या तासाभराच्या अंतरावरती होते. पण माझ्या विनंतीला समाधानकारक उत्तर मिळाले नाही. सकाळी १० वाजता मला सांगण्यात आले की CCK आणि हाश्मी हे कदाचित येथे येतील व माझा निरोप घेतील. मी त्यांची वाट पहात बसलो. त्यामुळे मला १०॥ वाजता इस्लामाबादला जाणारे युनोचे विमान सोडून द्यावे लागले. आता मी तिथे एकटाच उरलो. कारण त्या विमानाने सारी राजनैतिक अधिकारी मंडळी आणि युनोचे कर्मचारी निघून गेले होते. ११

वाजेपर्यंत मी, CCK आणि हाश्मी यांची वाट पहात बसलो होतो. मग कंट्रोल टॉवरमधला एक तरुण अधिकारी माझ्याकडे आला. त्याला इंग्रजी बोलता येत होते. त्याने कुजबुजत माझ्या कानात सांगितले की, कोणीही इकडे येण्याची शक्यता नाही आणि कोणालाही त्या बॅगेची काळजी नाही. ती बॅग बाहेर काढून केव्हाच शहरात नेली गेली आहे. त्याने मला एक पॅकेट भेट म्हणून दिले. त्यात काही बदाम आणि बेदाणे होते, एक छोटा कंगवा, नखे कापण्याचा कटर, एक रुमाल आणि पायमोज्याची एक जोडी होती. त्याने मला पुढे असे सांगितले की नागरी विमान वाहतूक मंत्र्याने ही आपल्यासाठी भेट पाठवली असून शहरात जाऊ शकण्याएवढा वेळ माझ्याकडे नाही याची त्यांना कल्पना आहे.

मग मी दुपारी बारा वाजता युनोच्या विमानात बसून निघालो आणि तीन वाजता इस्लामाबादला पोचलो.

आता अफगाणिस्तानवरती तालिबानचे राज्य नाही. अमेरिकाच तिथे अप्रत्यक्षपणे सत्ता गाजवित आहे. भारताने त्यांच्या ताब्यात असलेल्या मुत्तवकील याला आपल्या ताब्यात द्यावे म्हणून अनेकवार विनंती केली. कारण मुक्तवकीलवरती भारतात खटला भरायचा आहे. परंतु अमेरिकेने यावर काहीतरी उत्तर देऊन अद्यापही त्याला भारताच्या स्वाधीन केले नाही. दहशतवादाविरुद्ध चाललेल्या संयुक्त लढ्यात भारताला अशा तऱ्हेचे सहकार्य अमेरिका आजवर देत आलेली आहे.

◆

आठ

त्रस्त शेजारी, खळबळाटी काळ : २००१

विभाग १

आग्र्यामधील प्रयत्न

१४ व १६ जुलै २००१ च्या दरम्यान भारत-पाकिस्तान यांच्यात एक बैठक आग्रा येथे झाली. पंतप्रधान वाजपेयी यांनी व त्यांच्या सरकारने पुढाकार घेऊन ती बैठक बोलावली होती. त्याआधी कारगिल, कंदाहार येथल्या घटना घडल्या होत्या. तसेच पाकिस्तानात कट शिजलेली अनेक दहशतवादी कृत्येही घडली होती. त्या दहशतवाद्यांना पाकिस्तानात प्रशिक्षण दिले गेले होते, पैसा पुरवला गेला होता आणि सरहद्दीपलीकडे घुसवून दिले होते. अनेकजण विविध मार्गांनी भारतात अगदी सहज घुसले होते. भारताच्या कायम उघड असलेल्या सुरक्षिततेचा भेद करून कोणीही सहजगत्या घुसावे अशी परिस्थिती अनेकदा सीमेवरती असते. उदाहरणार्थ, कंदाहारला विमान पळवून नेल्याची घटना पहा. त्यातला एक अपहरणकर्ता हा राजरोस उघड मार्गाने पोर्तुगालमध्ये जाऊन तेथून व्हिसा घेऊन भारतात आला होता. एवढे सारे घडत असूनही शांततेसाठी भारताने प्रयत्न चालूच ठेवले होते. कारण शांततेला अन्य कोणताही पर्याय नसतो.

१९९९ मधली लाहोरची भेट आणि आग्र्याची २००१ मधली बैठक या दोन घटनांमध्ये पाकिस्तानमधील राजकीय मंचावरती भलतीच उलथापालथ होऊन गेली होती. कारगिलच्या संघर्षात जे जे मृत्यूमुखी पडले त्या यादीत पाकिस्तानातील लोकशाहीचेही नाव दुःखाने घेतले पाहिजे. बाल्यावस्थेत असलेल्या लोकशाहीचा तिथे गळा घोटला गेला. पाकिस्तानात लोकशाही ही नेहमीच पोरकी, अनाथ अशी राहिलेली आहे. जनरल मुशर्रफ सर्वसत्ताधारी झाल्याने आता त्यांच्याशी बोलणी, वाटाघाटी, चर्चा वगैरे केली पाहिजे. कारगिल संघर्षाच्यावेळी हाच

माणूस पाकिस्तानी सैन्याचा प्रमुख होता. २३ मे २००१ रोजी पंतप्रधान वाजपेयी, उपपंतप्रधान अडवानी आणि मी असे आम्ही तिघेजण दुपारचा खाना घेत होतो. त्यावेळी आम्ही अनेक प्रश्नांवरती चर्चा केली. पण आम्ही मुख्यत्वेकरून जम्मू-काश्मिरवरती आणि पाकिस्तानवरती चर्चा केली. ज्या अनेक प्रश्नांवरती आम्ही निर्णय घेतले, त्यात जनरल मुशर्रफ यांना, (आता झालेले पाकिस्तानचे सर्वेसर्वा यांना) भारत भेटीचे निमंत्रण देण्याचा निर्णयही घेतला गेला. हे निमंत्रण ६ महिने आधी दिले गेले. (म्हणजे तेवढ्या काळात बऱ्याच प्रश्नांची माहिती जमवता येते व तयारी करता येते.) त्यांची अपेक्षित भेट ही नोव्हेंबर २००० मध्ये रमजान सुरू होताना होणार होती. या सहा महिन्यांच्या काळात जम्मू-काश्मिरमधल्या दहशतवाद्यांविरुद्ध सरकारला कारवाया सुरू करता येणार नव्हत्या (non-initiation). तरीही दहशतवाद्यांची कृत्ये थंडावलेली नव्हती. मात्र अचानक कुठे काही भयंकर घडले तर त्याची दखल घेतली जाणार होती. सर्व काही घटना अशा ठरवल्या होत्या, की त्या घटनाशृंखलेच्या शेवटी मुशर्रफ यांच्या भेटीची घटना घडणार होती. त्यावेळी मुशर्रफ हे स्वतःला 'पाकिस्तानचे चीफ एक्झिक्युटिव्ह ऑफिसर' म्हणवून घेत होते. आग्र्याला येण्याआधी त्यांनी स्वतःला पाकिस्तानचा अध्यक्ष म्हणून घोषित केले होते. पाकिस्तानातील राजकीय परिस्थितीला मिळतीजुळती भूमिका घेऊन आपली पकड ठेवण्याचे कमालीचे कौशल्य त्यांनी प्रगट केले होते. अशा काळात त्यांच्या भेटीबद्दल परराष्ट्र खात्याने एक योग्य असे पत्रक प्रसिद्धीला दिले.

त्यांच्या भेटीच्या तयारीसाठी सुरक्षिततेवरच्या कॅबिनेट कमिटीने त्या दिवशी संध्याकाळी एक बैठक घेतली आणि मुशर्रफ-भेटीचे निमंत्रण पक्के केले. दुसऱ्या दिवशी अधिकृतपणे तसे निमंत्रणाचे पत्र त्यांना पाठवण्यात आले. वृत्तमाध्यमांना याबाबतीत माहिती देण्याचे काम माझ्यावरती सोपविण्यात आले. जे साध्य करण्यासाठी भारत हे निमंत्रण देत होता त्याची थोडक्यात माहिती खालील तीन परिच्छेदात दिली आहे. तशी पत्रके पत्रकार-परिषदेत वाटण्यात आली.

> पाकिस्तानबरोबर संवाद साधण्याची, सहकार्य करण्याची आणि शांतता राखण्याची भारताची मनीषा ही अजूनही तशीच आहे. पंतप्रधान वाजपेयी यांनी या ऐतिहासिक प्रक्रियेच्या वेगळ्या वाटेवरती पूर्वीच १९९९ मध्ये लाहोरमध्ये आपले पाऊल टाकले होते.
>
> लाहोरचा जाहीरनामा आणि सिमला करार यांचा पाठपुरावा करण्यासाठी पंतप्रधान वाजपेयी यांनी पाकिस्तानचे चीफ एक्झिक्युटिव्ह जनरल परवेझ मुशर्रफ यांना त्यांच्या सोयीप्रमाणे लवकरात लवकर भारतास भेट देण्याचे निमंत्रण दिलेले आहे. या संबंधातले एक अधिकृत निमंत्रण लवकरच

पाठवले जाईल.

भारत हा अजूनही पाकिस्तानपुढे मैत्री, सलोखा, सहकार्य व शांतता यासाठी हात पुढे करतो आहे. याबाबतीत आमची अशी अपेक्षा आहे की, या संधीचा सकारात्मक आणि हेतुपूर्वक उपयोग पाकिस्तानकडून केला जाईल.

त्यानंतर मी लवकरच मॉस्कोला एक अधिकृत भेट देण्यासाठी जाणार होतो. २ जून रोजी मी नेहमीप्रमाणे सकाळी लवकर उठलो. कुठेतरी फोनची घंटी वाजत आहे असा भास झाल्याने मी उठलो होतो. खरंच कुठे घंटी वाजत होती? का मला तसे स्वप्न पडत होते? त्यानंतर सकाळी सातच्या आधी एक फोन मला आला. त्या फोनवर कोणीतरी बोलत होते : "आता माझ्या बहिणीने काय करावे?... सबंध कुटुंब... महाराज वीरेन्द्र, महाराणी साहेब आणि सारे कुटुंब मारले गेले... क्राऊन प्रिन्स दीपेन्द्र याने साऱ्यांना मारून टाकले आहे. तो स्वत: अत्यवस्थ आहे...!" एका अभूतपूर्व व भयानक शोकांतिकेने नेपाळला ग्रासून टाकले होते. पंतप्रधान वाजपेयी मनाली येथे नेहमीप्रमाणे उन्हाळ्यात एका आठवड्याच्या विश्रांतीसाठी गेले होते. थोड्याच वेळात त्यांचा तेथून फोन आला. नेपाळवर एक गंभीर आणीबाणी लादली गेली होती. त्यावेळी माझ्याकडे परराष्ट्र आणि संरक्षण अशा दोन खात्यांचे मंत्रीपद होते. मी आता संरक्षण मंत्री म्हणून मॉस्कोला जाणार होतो. पण त्या आधी मला नेपाळला बसलेल्या राष्ट्रीय धक्क्याबाबत काहीतरी करायला हवे होते. जूनच्या मध्यास मी रशियाहून परत आलो. त्यावेळी वाजपेयी आपल्या गुडघ्यावरच्या दुसऱ्या शस्त्रक्रियेसाठी मुंबईला गेले होते. मुंबईत त्यावेळी जोरदार पाऊस चाललेला होता. सारी मुंबई पावसाने भिजून गेली होती. सर्वजण आपापल्या कोशात गुरफटून गेले होते. दिल्लीमध्ये मोसमी पावसाच्या आगमनापूर्वी जी त्रासदायक चिकचिक जाणवू लागते, तसे काही येथे नव्हते. मी वाजपेयींना माझ्या रशिया-भेटीचा अहवाल सांगितला. आग्र्याला होणाऱ्या मुशर्रफ यांच्या भेटीची तयारी आम्ही सुरू केली होती. १९ जूनला त्यांच्या भेटीसंबंधात आम्ही एक औपचारिक पत्रक प्रसिद्धीला दिले. ते पत्रक थोडक्यात पण मुद्देसूद असे होते. तरीही त्यात त्यावेळी जे काही जरूरीचे होते ते सारे आले होते. दिल्लीतील स्वागत, आग्र्यातील मुशर्रफ यांचा निवास, त्यांची अजमेरच्या दर्ग्याची भेट वगैरे सारे काही त्या पत्रकात उद्धृत केले होते. तोपर्यंत मुशर्रफ यांचा दिल्लीतील कार्यक्रम ठरवलेला नव्हता. आम्ही वाजपेयी यांना सुचवले की, मुशर्रफ यांच्या भारत-भेटीचा काही काळ गोव्यात ठेवावा. जुलैत गोव्यात तुफान पाऊस चालू असतो. त्यामुळे त्यांना अधिक खाजगीपणा, निवांतपणा लाभू शकेल. परंतु त्यांचे विश्रांतीचे निवासस्थान हे फुटबॉलसारखे बदलले जात होते. अशा वेळी अनेक पर्याय पुढे येतात व त्यावरती चर्चा होत जाते. मी राजस्थानचे नाव पुढे केले नाही.

कारण नुकतेच, म्हणजे २००० साली, तिथे क्लिंटन येऊन गेले होते. जरी मी तशी योग्य सूचना केली असती तर माझ्यावरती प्रांतवादाचा आरोप केला गेला असता. पण आमची ही चर्चा इस्लामाबादहून आलेल्या निरोपामुळे एकदम थांबली. त्या निरोपात म्हटले होते की, जनरल मुशर्रफ यांना दिल्लीत आल्यावरती तिथेच प्रथम काही काळ रहाण्याची इच्छा आहे. मग पाहुण्यांच्या इच्छेला मान देण्यासाठी बाकीच्या सूचना अर्थातच मागे पडल्या.

मुशर्रफ येण्याआधी मी वाजपेयी यांच्याशी चर्चा करून सुचवले की, त्यांच्या भेटीनंतर आपण आपल्याकडून असे काही करू की त्यामुळे या शांततेसाठीच्या भेटीची नीट सांगता होईल, तो एक उपोद्घात ठरेल. त्यांनी या कल्पनेला लगेच मान्यता दिली व त्यानुसार अनेक निर्णय घेऊन ते जाहीर केले. त्या निर्णयामध्ये तरुणांसाठी, विद्यार्थ्यांसाठी, कलेसाठी आणि कलाकारांसाठी काही ना काही उपायांची तरतूद केलेली होती. तंत्रशिक्षणाचीही दखल घेतली गेली होती. पाकिस्तानी विद्यार्थ्यांसाठी भारतीय तंत्रशिक्षण संस्थांमध्ये वीस शिष्यवृत्त्या जाहीर केल्या गेल्या. पाकिस्तानी कवी, शिक्षक, लेखक आणि चित्रकार यांना वैयक्तिकरित्या किंवा गटांमध्ये निमंत्रण दिले जाईल. मग ते महिनाभर भारत सरकारचे पाहुणे म्हणून येथे रहातील. पाकिस्तानी विद्यार्थ्यांच्या गटांना (शाळेपासून ते विद्यापीठापर्यंत, विद्यार्थी व विद्यार्थिनींसकट) सरकारकडून निमंत्रण दिले जाईल आणि त्यांना भारतातील नामवंत शिक्षण संस्थांमधून हिंडवून आणले जाईल. अशाच तऱ्हेने भारतीय कैदेतील पाकिस्तानी कोळी मंडळींसाठी वेळोवेळी त्यांच्या शिक्षेत सवलती जाहीर केल्या जातील. अनेकदा हे कोळी लोक मासेमारीच्या नादात भारतीय हद्दीत येतात आणि पकडले जातात. भविष्यकाळात त्यांना फक्त ताकीद देऊन मागे परतवले जाईल. पंतप्रधानांनी गृह-मंत्रालयाला सूचना दिल्या की, जे कोणी पाकिस्तानी नागरिक सध्या कैदेत आहेत त्यांच्यावरची कायदेशीर कारवाई पूर्ण करून त्यांना ताबडतोब मुक्त करावे. पाकिस्तानशी व्यापार करण्यासाठी आणि तिकडून भारतात आयात करण्यासाठी व्यापार मंत्रालयाला सूचना दिल्या गेल्या की, पन्नास प्रकारच्या टॅरिफ लाईन्सवरील कर कमी करावेत किंवा ते रद्द करावेत. या घोषणांमुळे दोन्ही देशातील जनतेच्या सर्व थरात एकमेकांशी संपर्क वाढेल आणि एकमेकांकडे होणारा प्रवास सुखाचा होईल. जम्मू-काश्मिरमधील प्रत्यक्ष ताबा रेषेच्या बाबतीत (कधी कधी या रेषेला AGPL म्हणजे Actual Ground Position Line असेही म्हणतात) काही निर्णय घेऊन तेही जाहीर करण्यात आले. हे सर्व निर्णय भारताकडून एकतर्फी जाहीर करण्यात आले. परंतु दुर्दैवाची गोष्ट अशी की त्यातल्या बऱ्याच निर्णयांची अद्याप अंमलबजावणी झाली नाही.

मुशर्रफ आणि वृत्तमाध्यमांची सर्कस

ती घटना आधी योजली होती का केवळ अपघाती होती, किंवा कदाचित आगामी घटनांची नांदी होती, हे सांगणे खरोखरीच अवघड होते. मुशर्रफ दिल्लीला पोचायच्या आधी काही तास ती घटना घडली. पूर्वी घडलेल्या तशाच घटनेनंतर आता वर्षाचा काळ लोटलेला होता. सीमेवरती परत संघर्ष उडाला होता आणि भारत व पाकिस्तान अशा दोन्ही बाजूंनी एकमेकांवरती गोळीबार चालू झाला होता. हा केवळ योगायोग होता काय? ज्यांचा फलज्योतिषशास्त्रावरती विश्वास आहे त्यांना कदाचित हा योगायोग त्यांच्या शास्त्रानुसार घडला असे वाटू शकेल. पुन्हा आपल्या जुन्या सवयीकडे जाण्याची ही गोष्ट आहे, असे मी समजतो. कारण आजवर नेहमी तसेच होत आलेले होते. अशा घटनांमध्ये वृत्तमाध्यमांना रस असतो. माध्यमांच्या मनात प्रथम संशयाची पाल चुकचुकते व नंतर हळूहळू ते अंदाज बांधू लागून शेवटी त्याचे एका सनसनाटी बातमीत रूपांतर करतात. अशा बातमीतला धोका प्रथम माध्यमांना जाणवला तर मला त्याचे दुःख नव्हते. माझ्या मनात एक गंभीर भीती अशी उभी राहिली होती की, भेटीमधली विषयपत्रिका (agenda) आता बदलेल. मग त्यातून जे परिणाम आम्हाला अपेक्षित होते ते घडणार नाहीत. नवीन विषयपत्रिका ही दोन्ही पक्षांकडून ठरवली जाईल आणि त्यावरती वृत्तमाध्यमांचे सावट पडलेले असेल. कारगिल संघर्षाच्यावेळी मला याचा अनुभव आला होता. त्यानंतरही अनेकदा तसा अनुभव आला होता. मग तो प्रसंग कंदाहार प्रकरणाचा असो वा राष्ट्राध्यक्ष क्लिंटन यांच्या भेटीचा असो, किंवा दहशतवाद्यांच्या हल्ल्याचा असो. चोवीस तास जर बातम्यांच्या चित्रवाणी वाहिन्या चालू असतील तर त्यांना सतत काही ना काही बातम्यांचे खाद्य लागत असते. दर तासाला काहीतरी नवीन बातमी त्यांना पुरवायची असते आणि तीही अगदी वेगळ्याच स्वरुपाची (exclusive) अशी हवी असते. मग तशी बातमी आलेली नसेल तर सहाजिकच काहीतरी मसालेदार बातमी मुद्दाम कल्पनेतून निर्माण केली जाते. अशा रीतीने कपोलकल्पित गोष्टी सत्यावरती मात करून जातात.

परंतु ती बातमी तेवढीशी दखलपात्र नव्हती. निदान मुशर्रफ येण्याच्या पहिल्याच दिवशी सारा पुढचा कार्यक्रम उधळून लावण्याइतपत तरी नक्कीच महत्त्वाची नव्हती. चित्रवाणी वाहिन्यांचा बराचसा वेळ आणि वृत्तपत्रांचे बरेचसे स्तंभ हे मुशर्रफची देहबोली टिपण्यात आणि त्याचा अर्थ लावण्यात खर्च व्हायचे. कशावरती चर्चा होणार आहे आणि कशावरती होणार नाही याचे तर्कवितर्क वृत्तमाध्यमे करीत बसली होती. जे काही समोर घडते आहे ते पाहून त्याचा प्रतिकात्मक अर्थ लावण्यात सारे मग्न झाले होते. परंतु कोणालाच फारसे तथ्यकारक असे हाताला लागत नव्हते. मला त्या वेळच्या माझ्या डायरीतील नोंदी आता पहात असताना आणि त्यावेळची वृत्तपत्रे

पुन्हा वाचताना मोठी मौज वाटत होती. परंतु ते सारे काहीना काही शिकवणारे होते हे निश्चित. उदाहरणार्थ, एका मातब्बर व आदरणीय अशा वृत्तपत्राने पहिल्या दिवशीची बोलणी ही "दोन्ही पक्षातील वातावरण निवळण्यास कारणीभूत झाली," असा पांडित्यपूर्ण निष्कर्ष काढला. दुसऱ्या एका वृत्तपत्राने असे म्हटले की, "काहीतरी फलदायी होण्याच्या दृष्टीने या शिखर परिषदेने खूपच मजल मारली गेली आहे." आणखी एका दैनिकाने म्हटले की, "दोन देशांचे ते दोघे प्रमुख हे पहिल्या दिवसाच्या भेटीच्या वेळी खूपच तणावपूर्ण दिसत होते. ते एकमेकांच्या नजरेला नजर न भिडवता हस्तांदोलन करीत होते." हे दैनिक इतरांपेक्षा अधिक बारकाईने निरीक्षण करणारे म्हणून प्रसिद्ध होते. पण याच दैनिकाने पुढे वाचकांना दिलासा देत म्हटले होते, "दुपारच्या खान्याच्या वेळी मात्र वातावरण हलकेफुलके झालेले आढळले." पुढे तेच दैनिक आपला होरा मांडत म्हणते, "हाच उत्साह व जोश ही शिखर परिषद पुढे न्यायला मार्गदर्शन करेल." अशी किती उदाहरणे सांगावीत? आणखी एका मोठ्या खपाच्या दैनिकात म्हटले होते, "जनरल मुशर्रफ हे अनोख्या प्रदेशात आल्यासारखे वागत होते. ते क्वचितच हसले होते... आणि त्यांच्या हस्तांदोलन करण्यात फारसा काही उत्साह दिसत नव्हता." या वृत्तपत्राने पुढे त्याच आवेशात लिहिले होते, "मुशर्रफ यांनी एखाद्या देखण्या व वरचष्मा गाजवणाऱ्या नेत्यासारखी आपली प्रतिमा सादर केली." वा:! झकास! मग त्यानंतर त्या वृत्तपत्राने ठरवून लिहिले की, "जनरल मुशर्रफने कोपऱ्यात विंगेत उभे रहाण्याऐवजी सरळ रंगमंचावर मध्यभागी उभे रहाण्याचे पसंत केले... कारण ते एक निश्चयी सेनापती आहेत, आत्मविश्वास असलेले एक चीफ एक्झिक्युटिव्ह आहेत, एक सावध राजकारणी पुरुष आहेत... आपली कठोर मते ते कशी पटवून देणार हे कोणास ठाऊक!"

आग्र्याचे स्थळ निवडल्याने काही सुरक्षिततेच्या समस्या उभ्या राहिल्या. शिवाय आनुषंगिक प्रशासकीय तपशीलांच्याही समस्या जाणवू लागल्या. अशा प्रसंगी यजमान राष्ट्रावर खूप ताण पडून त्रास होतो. या प्रकारचा भारत-पाक भेटीचा समारंभ हा अगदी दक्षिण आशियाई पद्धतीचा होता. भव्य, मुक्त, भडक आणि एखाद्या लग्नाच्या वरातीसारखे समारंभ, प्रत्येक बारीकसारीक गोष्टीची काळजी करायला लावणारे आणि काळजी घ्यायला लावणारे, असा सारा मामला होता. त्या प्रसंगात ज्या काही गोष्टी लागतात त्यांची मागणी केल्यावर मग धावपळ करीत त्या मिळवून आणून देण्याऐवजी आधीच अंदाज करून त्या तयार ठेवणे हेच नेहमी श्रेयस्कर असते. १४ जुलै हा पहिला दिवस होता. त्या दिवशी फक्त अनेक सोपस्कार व छोटे मोठे समारंभ साजरे झाले. पाहुणे दिल्लीत उगवल्यावरती त्यांचे स्वागत करणे, मग महत्त्वाच्या व्यक्तींची ओळखभेट करून देणे, राजघाटाला भेट, गांधी मेमोरिअलला भेट. त्याच दिवशी मुशर्रफ यांच्या जुन्या आठवणींना उजाळा दिला गेला. जुन्या दिल्लीमधील नहरवाली गल्लीला मुशर्रफ यांची आवर्जून भेट ठेवली गेली. येथल्या

एका घरात त्यांचे आईवडील रहात होते. तिथेच त्यांचा जन्म झाला होता. १९४७ साली फाळणी झाल्यावरती ते सर्वजण पाकिस्तानात निघून गेले होते. पहिल्या दिवशी पाकिस्तान हाय कमिशनच्या ऑफिसात त्यांचे स्वागत करण्यात आले. मग छायाचित्रे काढणे वगैरे नेहमीप्रमाणे होत गेले. परंतु भारत-पाक वाटाघाटी अथवा बोलणी वगैरे काहीही झाली नाहीत. मग मी पंतप्रधान वाजपेयी यांना सुचवले की, "दुसऱ्या दिवशी विमानाने आग्र्याला जाण्याऐवजी आजच तिकडे जावे. म्हणजे दुसऱ्या दिवशी आग्र्यात बोलणी करण्यास अधिक वेळ मिळेल." मी माझ्या डायरीत लिहिले होते :

१५ जुलै २००१, आग्रा

काल रात्री मी अटलजींबरोबर त्यांच्या खास विमानाने दिल्लीहून येथे येऊन पोचलो. आम्ही राष्ट्रपती भवनातली मेजवानी आटोपल्यावरती तिथून थेट विमानतळावरती गेलो.

मुशर्रफ यांना आम्ही २३ मे रोजी भारत भेटीचे निमंत्रण दिले होते. त्यानंतर बराच काळ लोटला होता व बरेच काही घडले होते. आम्ही दिलेले निमंत्रण मुशर्रफ यांनी स्वीकारल्यानंतर त्यांनी केलेल्या विधानांचा आमच्यावरती नुसता मारा झाला होता.

मी मुद्दाम शांत राहिलो होतो. माझ्या आठवणीनुसार १४ जूनला फक्त एकच पत्रकार-परिषद घेतली होती. त्यानंतर सारे काही सरकारी प्रवक्त्याने माझ्या देखरेखीखाली अधिकृतरित्या निवेदने करून निभावून नेले होते. त्यानंतरची दुसरी व मुशर्रफ यांच्या भेटीआधीची शेवटची पत्रकार परिषद मी ११ जुलै २००१ रोजी घेतली. पाकिस्तानी समीक्षकांनी काहीही कारण नसताना या भेटीवरती 'सरळ मार्ग सोडून जाणारी राजनीती' (deflective diplomacy) असे ताशेरे झाडले होते. त्यासाठी त्यांनी ४, ६, व ९ जुलै रोजी काही एकतर्फी टप्पे जाहीर केले होते. पण त्यांनी जाहीर केल्याप्रमाणे सरळ मार्ग सोडून वाकडी वाट धरल्याचे तसले काहीही नव्हते. आम्ही एका आवश्यक व संबंधित दृष्टिकोनावर आमचे लक्ष बरोबर केंद्रीत केले होते. परंतु त्या समीक्षकांच्या ताशेऱ्यांमुळे आमचा हा पाहुणा अस्वस्थ झाला आणि प्रत्युत्तरादाखल त्याने 'हुरियत' चा वापर केला. (हुरियतच्या नेत्यांना सकाळच्या नाश्त्यासाठी बोलावून त्यांच्याशी स्वतंत्रपणे मुशर्रफने चर्चा केली.) त्यामुळे वृत्तमाध्यमे आमच्यापेक्षाही जास्त अस्वस्थ झाली.

१४ जुलैला दुपारी आकाशात एक वादळ घोंगावू लागले होते. काळे ढग जमा होऊन ते खूप खाली लोंबू लागले, भयानकरीत्या गर्जू लागले. सारा

परिसर गडगडाट, विजा चमकणे आणि वाऱ्याच्या वावटळी यांनी भरून गेला होता. अशा वादळी हवेत आम्ही कसे काय विमानाने जाणार याची मला चिंता लागून राहिली. आजच्या दिवसाचा कार्यक्रम हा नेहमीप्रमाणेच होता. वृत्तमाध्यमे ही त्यांच्या अपेक्षेप्रमाणे 'काहीतरी सनसनाटी मिळणार' या भावनेत मश्गुल होऊन सैल पडलेली होती. अर्थातच भारत-पाक हा विषय समोर आल्यावर तसल्या त्यांच्या अपेक्षा असणारच.

आग्र्याला रात्री पोचल्यानंतर झोपण्यास उशीर झाला. मी एक वाजता झोपलो.

नंतरचा संपूर्ण दिवस हा भारत-पाक बोलण्यातील पहिल्या दिवसाप्रमाणेच गेला. (आता मी या बाबतीत एक अनुभवी माणूस बनलो होतो. त्यामुळे आज काही विशेष घडणार नाही हे मला अनुभवाने ठाऊक झाले होते.)

आज आता संध्याकाळ झाली आहे. आत्ता कुठे आम्ही गंभीरपणे बोलणी करण्यास सुरुवात केली आहे. आम्ही चर्चा करू लागलो आणि आपापल्या जवळचे 'पहिले मसुदे' बाहेर काढून ते एकमेकांना देऊ लागलो. त्या मसुद्यावरूनच पुढे दोन्ही पक्षांना मान्य असलेला एक सामाईक मजकूर तयार होणार होता. परंतु प्रत्येक वेळी अशीच काही सुरुवात होत नाही. हा एक व्हॉलीबॉलसारखा खेळ आहे. मसुदा, प्रति-मसुदा, नवीन मसुदा वगैरे सारखे होत रहाते. यातच संध्याकाळ उजाडणार. मला या खेळात पंच म्हणून केव्हाही बोलावतील. पण ती वेळ आज येणार नाही हे नक्की. त्यासाठी उद्याची सकाळ उजाडेल. शिवाय काल रात्री मला एवढी कमी झोप मिळाली आहे की, माझ्या हातात कोणताही मजकूर ठेवला तरी मला तो वाचून माझे मत देणे हे कितपत जमेल याची मला शंकाच आहे. शिवाय आता लवकरच आम्हाला उत्तर प्रदेशचे राज्यपाल विष्णुकांत शास्त्री हे मेजवानी देणार आहेत. त्यावेळी राजनाथसिंह हे मुख्यमंत्री उपस्थित रहाणार आहेत. तेव्हा तो मसुदा, मजकूर वगैरे तपासण्याचा मामला उद्यावर गेला आहे हे खास.

१६ जुलैचा संपूर्ण दिवस हा निर्णयापाशी कसे पोचायचे, या अडचणीशी झगडण्यात गेला. आजच्या कामकाजात मोठी खीळ घातली गेली ती सन्माननीय पाहुण्यांकडून, हे मला येथे मोठ्या दुःखाने सांगावे लागते. प्रत्येक भारत-पाक घटना ही असमान प्रमाणात हितसंबंध खेचत असते. प्रत्येक चित्रवाणीच्या बातम्या देताना ठराविक शब्दांचा उपयोग केला जातो. उदाहरणार्थ, breakthrough (कोंडी फुटली), brotherhood (भ्रातृभाव), India/Pakistan standing firm (भारत किंवा पाकिस्तान, हा आपल्या भूमिकेवरती ठाम उभा राहिला) India and/or Pakistan obstinate against establishing peace (भारत आणि/

किंवा पाकिस्तान यांनी शांतता प्रस्थापनेत हटवादीपणा धरला.) हे शब्दप्रयोग कोणत्या चित्रवाणीच्या वाहिन्यांसाठी वार्ताहर वृत्तांकन करीत आहेत त्यावरती अवलंबून असतात. अभ्यासाचा पाया नसला की असे होणे अपरिहार्य ठरते. १६ जुलैच्या सकाळी आम्ही लवकर भेटलो व एका द्विपक्षीय संमतीने निवेदनाचा मजकूर ठरवू लागलो. त्यात पुढे किरकोळ सुधारणा केल्यावरती ते लाहोर जाहीरनाम्यानंतरचे 'आग्र्याचा जाहीरनामा' ठरणार होते.

मुशर्रफ यांनी भारतीय संपादकांबरोबर १६ जुलैला सकाळी चर्चा केली. त्याचे व्हिडिओ चित्रण केले जाऊन ते भारतीय वृत्तवाहिनीवरून दाखवले गेले. मग कोणीतरी तक्रार केली की या संबंधातील अलिखित संकेत मोडून बाहेरच्या व्यक्तींनी चित्रण केले व ते एका वृत्तवाहिनीवरून दाखवले गेले. त्या वृत्तवाहिनीकडे याचा सारा दोष जात होता. हा एक थोडासा क्षुल्लक का होईना पण आपली जबाबदारी दुसऱ्यांवरती ढकलण्याचा करुण प्रयत्न होता. त्या चित्रणामध्ये मुशर्रफ हे जादा भांडखोर आहेत असे दाखवले गेले होते. जेव्हा हे चित्रण प्रसारित झाले तेव्हा देशभर मुशर्रफ यांनी अपमान केल्याची भावना उसळली. संपादक मंडळी जमल्याच्या वातावरणाचा परिणाम मुशर्रफ यांच्यावरती झाला असावा. त्या संपादकांबरोबरच्या चर्चेत जोशात आल्यावर मुशर्रफ यांच्या तोंडून एक बेसावधपणे केलेले मुक्त विधान निसटले. कदाचित त्यावेळी हे वृत्तमाध्यमांमुळे दिपून गेल्यामुळे तसे झाले असावे. संपादकांच्या टाळ्यांमुळे मुशर्रफ यांचे भान सुटून ते तसे बोलले असावेत. पण वृत्तवाहिन्यांची नेमकी असलीच काहीतरी खळबळजनक अपेक्षा असते व त्यांनी तसे करायला मुशर्रफ यांना भाग पाडले. वृत्तमाध्यमांचा साद व प्रतिसाद हा अनेकदा घशातून पोटात गेल्यावर भिनत नसतो. तो त्याच्या आत एकदम थेट मेंदूकडे एखाद्या तीव्र वाईनसारखा जाऊन तात्काळ झिंग आणतो. म्हणून जेव्हा वृत्तमाध्यमातील एकेका दिग्गजांनी भरलेल्या सभेत सारेजण आपल्याला टाळ्या वाजवून प्रतिसाद मिळत आहेत हे पाहून मुशर्रफ सत्याला सोडून विधाने फेकू लागले. त्यांनी सरळ सरळ दहशतवादी आमच्या देशात नाहीत असे सांगून तो प्रश्न अस्तित्वात नसल्याचा दावा केला. ते लाहोरचा जाहीरनामा बाजूला टाकत होते, कारगिलची वास्तवता मानीत नव्हते, सिमला करारही बाजूला सारत होते. ते फक्त जम्मू-काश्मिरचा मुद्दाच चर्चेत लावून धरत होते व त्यावरतीच सारखा भर देत होते.

मुशर्रफ यांची ती विधाने ही कोणत्याही पत्रकार परिषदेला जड होणारी होती. कारगिलच्या बसलेल्या तडाख्यामुळे या वातावरणात आपली बाजू कमजोर झाली आहे हे त्यांना समजत नव्हते. तसेच आपल्यापुढे पंतप्रधान वाजपेयी यांनी नवीन संबंध सुरू करण्यासाठी हात पुढे केला आहे याचेही त्यांना आकलन झाले नाही.

त्याऐवजी प्रेक्षकांना खूष करण्यासाठी एखादा नट जसा जादा अभिनय करू लागतो, तसे ते वागू लागले होते. त्यांना पाकिस्तानात परत जाताना आपल्याबरोबर विजय न्यायचा होता. तिथे गेल्यावर त्यांना म्हणायचे होते, "आम्ही सरळसोट बोलणी करणारी, थेट मुद्याला हात घालणारी लष्करी माणसेच काही साध्य करू शकतो. उगाच वाटाघाटींचे गुऱ्हाळ लावून मुख्य मुद्दा सोडून बाकीच्या फालतू गोष्टींवरती घोळ घालत बसत नाही, वगैरे वगैरे." मुशर्रफ यांच्या बोलण्यात अतिरिक्त विधाने होती. जरी ती काही मर्यादांच्या चौकटीत केलेली होती तरी ती अतिशयोक्तीपूर्ण अलंकारिक भाषेत केलेली अवास्तव विधाने होती. त्यामुळे त्याकडे तसे दुर्लक्ष करणे सोपे जात होते. पण द्विपक्षीय वाटाघाटी करताना जर त्या विधानांची दखल घेतली तर मात्र ती यजमानाला अवघडलेल्या अवस्थेत टाकणारी होती आणि वाटाघाटींवरती तणाव पसरू शकणारी होती. आग्र्यामध्ये सकाळी संपादक मंडळींबरोबर झालेली चर्चा हीच एक जरा काळजीची बाब होती. असा काही कार्यक्रम आहे याची मला कल्पना होती. मुशर्रफ आणि त्याच्याबरोबरची सर्व मंडळी एका नव्याने बांधलेल्या 'अमर विलास' नावाच्या हॉटेलात उतरली होती. तिथल्या प्रत्येक खोलीतून ताजमहाल दिसत होता. परंतु त्यामुळेही मुशर्रफ या माणसाचा लष्करी पीळ काही कमी झाला नव्हता. शिवाय आमच्या या पाहुण्याने सतत बैठकीमधल्या विषयपत्रिका पक्क्या करण्यास नकार दिला होता. विषयपत्रिकेचे महत्त्व आम्ही दिल्लीतील पाकिस्तानच्या हाय कमिशनला वारंवार समजावून सांगितले होते. तसेच इस्लामाबादेतील भारतीय हाय कमिशनरनेही पाकिस्तानच्या परराष्ट्र खात्याच्या कचेरीला तसे समजावून सांगितले होते. परंतु सर्व सत्ता, सर्व गोष्टी मुशर्रफ यांच्या हातात एकवटल्या असल्याने इतर कोणालाही निर्णय घेता येत नव्हता व तसे आम्हाला सांगता येत नव्हते. म्हणून भारताने सुचवलेली विषयपत्रिका ही तशीच लटकत राहिली होती. "अध्यक्षांकडून आम्हाला अद्याप त्या बाबतीतला निर्णय कळवला गेला नाही," असेच उत्तर पाकिस्तानी अधिकारी वारंवार देत राहिले. परिणामी आम्ही आग्र्यामध्ये कोणत्याही विषय-पत्रिकेवाचून आमच्या बाजूने कामास सुरुवात केली.

पंतप्रधान वाजपेयी यांनी आपल्या मंत्रीमंडळातील साऱ्या ज्येष्ठ सहकाऱ्यांना आपल्या समवेत ठेवले होते. उपपंतप्रधान लालकृष्ण अडवानी, अर्थ व व्यापार मंत्री, आणि या भेटीला जागतिक स्तरावर दिली जाणारी प्रसिद्धी व मोठ्या संख्येने उपस्थित रहाणारे पत्रकार लक्षात घेऊन माहिती व नभोवाणी मंत्री यांनाही आपल्याबरोबर घेतले होते. पाकिस्तानकडून आलेली पत्रकार मंडळी भरपूर होती व ती सारखी प्रश्न विचारीत होती. त्यांना या भेटीच्या यशाची सविस्तर बातमी आपल्या देशातील वाचक व प्रेक्षक यांच्यासाठी पाठवायची होती. त्यांचा तसा समज हा माझ्या मते बहुतेक मुशर्रफ यांच्या भोवतालच्या अधिकाऱ्यांनी करून दिला असावा. अशा बातम्या जाऊ

देण्याची दक्षता घेणे हे एक आपल्या देशावरील निष्ठेचे द्योतकही असू शकते. जेव्हा या भेटीमधली आपल्या पत्रकारांची परिषद मुशर्रफ यांनी घेतली तेव्हा त्यांनी "आपल्या बातम्यांच्या अहवालात आपण जी देशनिष्ठा दाखवलीत त्याबद्दल आपल्याला धन्यवाद," असे उद्‌गार पाकिस्तानी पत्रकारांना उद्देशून काढले. सहाजिकच नंतर तेही पत्रकार बातम्यांसाठी धडपडू लागले. ती धडपड एखाद्या विशिष्ट बातमीसाठी अथवा घटनेसाठी नव्हती, तर सर्व प्रकारच्या बातम्यांसाठी सतत केली जात होती. येथे मी एक चूक केली. मी माझा दृष्टिकोन आहे तसाच ठेवला. बातमीदारांच्या मागण्यांवर मी तसाच गप्प रहात होतो. चोवीस तास चित्रवाहिन्या बातमीसाठी, मग ती या संदर्भातली कोणती का असेना, धडपडत होत्या. त्यांना कोणतीही क्षुल्लक बातमी चालत होती. अगदी मेजवानीच्या पदार्थांची यादी किंवा फर्निचरचा प्रकार त्यांना चालत होता. त्यांच्या मागण्यांची दखल घेण्याऐवजी मी गप्प बसत होतो. मला जेव्हा बोलायचे असेल तेव्हाच मी माहिती व नभोवाणी मंत्री यांना बरोबर घेऊन पत्रकार परिषद घेणार होतो. पण असे करण्याची काहीच जरूरी नव्हती. मी जरी पत्रकार परिषद घेतली असती तरी मुशर्रफ यांच्या भेटीवरती काहीही परिणाम झाला नसता. त्यांच्याकडचे सभासद मात्र वाटेल तेव्हा पत्रकारांच्या असेंब्ली हॉलमध्ये सारखे जात होते व काही ना काही वक्तव्य करून येत होते. त्यांच्या सांगण्यात कधी सत्य असे, तर कधी कल्पित गोष्टी असत, कधी ऐकीव माहिती असे, तर कधी अफवाही असत. त्यांच्यापैकी कोणीही बैठकीत बसत नव्हते, बसले तरी मधेच उठून जात होते. ते बेधडक आपले अंदाज, अटकळ व आपल्याला भावलेली मते सांगून जात.

मसुद्याला बगल

बैठकीत पंतप्रधान वाजपेयी यांच्याबरोबर लालकृष्ण अडवानी, परराष्ट्र मंत्री म्हणून मी, पंतप्रधानांचे प्रिन्सिपल सेक्रेटरी आणि परराष्ट्र खात्यातील अधिकारी हजर होते. अशीच माणसे, पण लष्करात असलेली, मुशर्रफ यांच्याबरोबर होती. जेव्हा मुशर्रफ आपल्या लष्करी पद्धतीने आपले स्वतःचे विविध सिद्धांत सांगून जम्मू-काश्मिरचा प्रश्न कसा चुटकीसरशी सुटेल असे सांगत. शिवाय वरती "पाकिस्तानकडून दहशतवाद पाठवला जात नाही" असेही आश्वासन देत, तेव्हा मला त्याच त्याच गोष्टी ऐकून हसू येई. अशा राजनैतिक बैठकांमध्ये लष्करी खाक्या कधी आणला जात नसतो. मुख्य विषयाकडे वळून बोलण्याऐवजी तो विषय परराष्ट्र मंत्र्यांकडे ते ढकलून देत होते. मग दोन्ही देशांच्या परराष्ट्र मंत्र्यांनी मिळून काहीतरी समझोत्याचा मसुदा तयार करावा. काहीतरी व कोणत्या ना कोणत्या मुद्यांवरती समझोता व्हावा असे मुशर्रफ पहात होते, अन् तेही दुपार संपायच्या आत. त्यांना त्याच दिवशी संध्याकाळी किंवा दुसऱ्या दिवशी सकाळी पाकिस्तानला अजमेरमार्गे परतायचे असावे. अजमेरला त्यांना प्रसिद्ध ख्वाजा

मोईनुद्दिन चिश्ती यांच्या दर्ग्याला[२६] भेट द्यायची होती. परंतु शेवटपर्यंत तिकडे 'जावे का जाऊ नये' या संभ्रमात राहून ते तिकडे गेले नाहीत. भारतीय जनमानसाला ही गोष्ट रुचण्यासारखी नव्हती. ते भारतीय जनमानस काय आहे ते त्यांना सकाळच्या भारतीय पत्रकारांच्या परिषदेत हजर राहूनही समजले नव्हते. आपल्या 'जावे का न जावे' या वृत्तीमुळे समोरच्या पक्षावरती काय परिणाम होईल याचे आकलन त्यांच्या स्वतःच्या अनेक सिद्धांताबाहेर होते. अर्थात् ती त्यांची एक लष्करी प्रवृत्ती असल्याने ते समजण्याजोगे होते. पण ती फक्त लष्करी वातावरणातच चालण्याजोगी होती.

आता मी वाचकांचा फार अंत न पहाता थोडक्यात सांगतो. पाकिस्तानच्या परराष्ट्र खात्यात अब्दुल सत्तार यांनी खूप वर्षे काम केले होते. माझ्यापेक्षाही त्यांना जास्त अनुभव होता. शेवटी आम्ही दोघांनी मिळून तो समझोत्याचा मसुदा कागदावरती लिहिण्यास सुरुवात केली. सत्तार यांनी जेव्हा काही लिहून मला दाखवले तेव्हा मी त्यांना विनोदाने म्हटले, "पंजाबी इंग्रजीत न लिहिता शुद्ध इंग्रजीत लिहिले तर बरे पडेल." त्यावर त्यांनी तो विनोद स्वीकारून आपल्या वैशिष्ट्यपूर्ण पंजाबी विनोदी ढंगात तत्परतेने म्हटले, "मोस्ट डेफिनिटली!" मी मग कागदावरती काहीतरी खरडले व त्यांना दाखवले. त्यांनी मग त्यात काही दुरुस्त्या केल्या व काही नवीन मजकूर घातला. मीही मग तो तपासून दुरुस्त केला व आणखी काही लिहिले. आमचे असे काही वेळ कागद मागे पुढे करणे चालले होते. शेवटी ते सारे संपल्यावर अखेरच्या मान्यतेसाठी तो कागद ते मुशर्रफ यांच्यापुढे करणार होते, पण तोपर्यंत दोन्ही देशांचे प्रमुख हे आपापल्या निवासात विश्रांतीसाठी निघून गेले होते. जनरल मुशर्रफ आपल्या हॉटेलात गेले असल्याने अब्दुल सत्तार तिकडे निघून गेले. थोड्या वेळाने ते परत आले व तो कागद मला दाखवीत सांगू लागले, "आता आपण सहमत व्हायचे का?" त्या कागदावरती मुशर्रफ यांनी आणखी काही दुरुस्त्या केल्या होत्या. मग मी तो कागद घेतला, वाचून पाहिला, मला त्यात हरकत घेण्याजोगे काही दिसले नाही. मग तो कागद मंत्रीमंडळातील माझे सहकारी व पंतप्रधान यांना दाखवण्यासाठी मी तेथून जाणार होतो. तेवढ्यात अब्दुल सत्तार यांनी एक शेरा मारला. तो शेरा त्यांच्या मुत्सद्देगिरीचे वैशिष्ट्य होते व तो अनुभवातून स्फुरलेला होता. त्यांच्या त्या शेऱ्याने मी हेलावून गेलो. कारण त्यावेळी कोणाचेच मनःस्वास्थ्य ठीक नव्हते. वातावरणात सैलपणा नव्हता की मोकळेपणाही नव्हता. भारत-पाक बोलण्यातला

---

२६. *अजमेरचा हा दर्गा सुप्रसिद्ध आहे. सूफी संत चिश्ती हा १२३५ मध्ये तेथे मृत्यू पावला होता. हिंदू व मुसलमान अशा दोन्ही भाविकांची गर्दी या दर्ग्याला असते. अकबर बादशहाने या दर्ग्याला भेट देऊन 'आपल्याला वारस द्यावा' अशी मागणी केली असता त्याला मुलगा झाल्याचे सांगितले जाते.*

नेहमीचा तणाव तिथे हळूहळू उगवू लागला होता. पौर्वात्य मुत्सद्देगिरी आणि पाकिस्तानच्या परराष्ट्र सेवेतील अनुभव अब्दुल सत्तार यांच्या पाठीशी असल्याने ते यावर म्हणाले होते, "जसवंतजी, तुम्हाला एक गोष्ट मी सांगितली पाहिजे. तुमची देशसेवेची बरीच वर्षे झाली आहेत आणि आणखीही बरीच वर्षे पुढे असणार आहेत. ती तुम्ही अधिक हुशारीने उजळून दाखवाल. पण आत्ता जे समझोत्याच्या मसुदा तयार करण्याचे काम आपल्या दोघांवरती सोपवले आहे ते काम म्हणजे 'त्या समझोत्याचे निरोप्ये' अशा स्वरुपाचे आहे. अन् असले काम हे फार धोक्याचे असते. लक्षात ठेवा, अशा कामात शेवटी त्या निरोप्यांना गोळ्या घातल्या जातात," एवढे बोलून ते हसत सुटले. जेव्हा पाकिस्तानी वृत्तमाध्यमात हा समझोता व त्याचा अर्थ छापून आला आणि तीच माहिती भारतीय वृत्तपत्रात छापून आली तेव्हा मला अब्दुल सत्तार यांचे ते बोलणे आठवले व मी त्यावर विचार करू लागलो. भारतीय वृत्तमाध्यमांनी 'तो समझोता म्हणजे परराष्ट्र खात्याच्या चेंगटपणाचे एक उत्तम उदाहरण आहे' असे प्रसृत केले होते.

समझोत्याच्या कराराचा (किंवा त्या कागदाचा) उल्लेख हा अनेक ठिकाणी 'रालोआ सरकारमधील सुसंवादाचा अभाव' अशा अर्थाने केला जातो. याचे कारण माझा स्वत:चा दृष्टिकोन हा इतरांपेक्षा नरम असतो. त्यामुळे माझी शब्दरचना किंवा ते करारातील मुद्दे रालोआमधील काहीजणांना तेवढेसे मान्य नसण्याची शक्यता आहे. शिवाय अनेकांच्या अनेक तऱ्हेच्या असलेल्या कल्पनांना अशा समझोत्याच्या करारात जागा मिळणे शक्य नसते. जेव्हा राजनैतिक वाटाघाटी होत असतात तेव्हा प्राथमिक स्वरुपाच्या बोलण्यांनंतर त्या मजकुरावरती अनेक संस्कार होत जातात. त्यातली भाषा सौम्य किंवा कठोर केली जाते. मुद्दे नीट शब्दात मांडले जातात. त्यात जर एखादा शब्द द्व्यर्थी असेल तर तो बदलला जातो किंवा अधिक विस्ताराने, खुलासेवार लिहिले जाते. मगच तो मजकूर सर्व संबंधितांसमोर विचारासाठी ठेवला जातो. पण यावेळी हा सारा सोपस्कार करण्याआधीच त्याला मंजुरी मिळाली होती. शिवाय हा 'मसुदा' आता 'मसुदा' राहिला नव्हता. तेव्हा उगाच त्याबद्दल फाटे फोडण्यात काय अर्थ आहे?

मी तो कागद पंतप्रधान वाजपेयी यांच्याकडे नेऊन त्यांना दाखवला. मग त्यांनी आपल्या खोलीत मंत्रीमंडळातील सहकाऱ्यांना बोलावले. त्या सर्वांच्या मिळून एकत्रित अशा दृष्टिकोनातून असे व्यक्त केले गेले, की यामध्ये दहशतवादाच्या मुद्यावरती पाहिजे तेवढा भर दिला गेला नाही. जरी दहशतवाद हा संपूर्ण नष्ट व्हायला पाहिजे हे मान्य असले तरी त्या मुद्यावर जी काही हालचाल व्हायला पाहिजे, कृती केली पाहिजे, ती फक्त पाकिस्तानवरती आपण कशी काय सोपवू शकतो? शिवाय सिमला करार आणि लाहोरचा जाहीरनामा यांचे काय? कारगिलची वास्तवताही कशी काय विसरली गेली आहे? असे अनेक प्रश्न, शंका निर्माण

झाल्यामुळे मी पुन्हा सत्तार यांच्याकडे गेलो. त्यांनी माझे म्हणणे नीट समजावून घेतले. जणू काही असे हे होणार ते त्यांनी आधीच हेरले असावे. ते माझ्या भावनेशी सहमत होत म्हणाले, “आय ॲम सॉरी, धिस हॅज हॅपन्ड. खरोखर, जसवंतजी, माझी अशी मनापासून इच्छा होती की आपण यावेळी काहीतरी करून दाखवू. पण शेवटी भारत-पाक वाटाघाटींचे भवितव्य दैवच ठरवणार असेच दिसते. अशा रीतीने आपण अनेक चुकीच्या समजुती व आशा करून घेत आलेलो आहोत.” मी माघारी परतलो. मग थोड्या वेळाने पाकिस्तानचे हाय कमिशनर अश्रफ जहांगिर काझी माझ्याशी बोलण्यासाठी आले. त्यांनी आल्या आल्या सरळ मुद्यालाच हात घातला. ते म्हणाले, “यातील विधाने टिकविण्यासाठी काही करता येईल काय?” त्यांच्याशी झालेले माझे संवाद आठवून मी त्या आधारे हे लिहितो आहे. मी त्यांना वास्तव घटनांखेरीज वेगळे काय सांगू शकणार होतो? मी फक्त एवढेच म्हणालो, “आय ॲम सॉरी, मला आता यापेक्षा अधिक काही सुचत नाही.” पण त्यांनी तरीही आशा न सोडता म्हटले, “व्हाय मिस्टर मिनिस्टर, व्हाय नॉट?” यावर मी उत्तरलो, “याचे कारण आमच्या मंत्रीमंडळातील सभासद हे सिक्युरिटी कमिटीवरील आहेत. ते त्यांच्या खास दृष्टिकोनातून त्या समझोत्याकडे पहात आहेत. ते आत्ता येथे आमच्याबरोबर आहेत आणि ते अशा कराराला मुळीच मान्यता देणार नाहीत.” माझे हे म्हणणे त्या हाय कमिशनरला ताबडतोब पटले. वाजपेयी सरकारमधील मंत्रीमंडळाची कार्यपद्धती ही किती कार्यक्षम व परिणामकारक आहे हे त्यांना कळून चुकले.

अगदी शेवटच्या क्षणीही काही प्रयत्न केले गेले. जनरल मुशर्रफ यांनी आपले प्रयाण पुढे लांबवले आणि वाजपेयी यांच्याबरोबर एक खास बैठक घेतली. मला वाटते की त्यांनी ही चूक केली असावी. पण तोपर्यंत त्यांना वाजपेयी ही काय चीज आहे ते पुरेसे ठाऊक नसावे. वाजपेयी ज्या हॉटेलात रहात होते तेथे ही बैठक झाली. नुकत्याच गुडघ्याच्या शस्त्रक्रियेतून ते सावरले होते. परंतु त्यांना चालताना खूप वेदना होत असत. तरीही बैठका घेणे, त्यांना वेळेवरती हजर रहाणे या गोष्टी ते धैर्याने पार पाडत होते. आमचा पाहुणा एक चूक करतो आहे ते मला समजले. नंतर मी वाजपेयींना काय झाले म्हणून विचारले असता ते म्हणाले, “कुछ नहीं! जनरल साहेब बोलत राहिले आणि मी नुसते ऐकत राहिलो.” अटलबिहारींच्या जवळ अशी ही कला आहे ते ती अनेकदा निर्विकारपणे वापरतात.

नंतर दुसऱ्या दिवशी सकाळी मला एक पत्रकार परिषद घ्यायला सांगण्यात आले. मला अनेक प्रश्न विचारण्यात आले. त्यातले दोन प्रश्न माझ्या मनावरती कोरले गेले. त्या प्रश्नाच्या एका बाजूने मी अस्वस्थ झालो. सुषमा स्वराज या माहिती व प्रसारण खात्याच्या त्यावेळी मंत्री होत्या. त्या एक कार्यक्षम मंत्री होत्या. तसेच,

निरुपमा राव या परराष्ट्र खात्याच्या एक अधिकृत प्रवक्त्या होत्या. या पदावरती आलेल्यांपैकी ती एक पहिली स्त्री होती. काल जसजशा घटना घडत गेल्या तसतशा मी त्या दोघींना कळवायला पाहिजे होत्या. पत्रकार परिषदेत त्यांच्यावर टीका होत असताना मी उठून उभा राहून त्यांना संरक्षण द्यायला पाहिजे होते. पत्रकार परिषद चालू होण्याआधी मला नुसतेच सांगण्यात आले, की निरुपमा राव यांना पत्रकारांनी घेराव घालून अडचणीत पकडले आहे. ही गोष्ट अत्यंत आक्षेपार्ह होती. अनेक प्रश्नांना पत्रकार उत्तरे मागत होते. माझ्या स्मृतीमध्ये त्यातला एक प्रश्न अजूनही रेंगाळतो आहे. तो प्रश्न म्हणजे, "पाकिस्तानबरोबर शांतता राखण्याचे तुमचे प्रयत्न अजूनही येथून पुढे चालू रहातील का?" यावर क्षणभरही विलंब न लावता उत्तर दिले की, "अर्थातच होय! ते प्रयत्न तसेच चालू रहातील." दुसरा एक प्रश्न असा होता की, "मुशर्रफ यांना अजमेरच्या गरीब नवाझ दर्ग्याकडे जाण्यापासून का रोखले?" ख्वाजा मोहिनुद्दीन चिश्ती यांच्या दर्ग्यालाच गरीब नवाझ दर्गा म्हणतात. मी त्यावर म्हटले की, "तुम्हाला दर्ग्याकडे जायची इच्छा असेल तर दर्गाच तुम्हाला येण्याचे बोलावणे धाडतो, असे समजले जाते. लोक म्हणूनच 'बुलावा आना चाहिये' असे म्हणत असतात. जनरल मुशर्रफना असा बुलावा आला नसेल." मी हे असे उत्तर देईन हे मलाच अनपेक्षित होते, माझ्या कानांना माझेच हे उद्‌गार आश्चर्याचे वाटले. माझ्या उत्तरावरती पत्रकारांनी टाळ्या वाजवल्या. पाकिस्तानी व भारतीय अशा दोन्ही देशातील पत्रकारांनी माझ्या उत्तराला एवढी मनापासून दाद दिली की मी थक्क झालो. पण ते उत्तर कसे सुचले ते मला अजूनही समजत नाही. मी तसे फारसे हुशारीनेही बोललो नव्हतो. पण माझा ज्यावर विश्वास आहे ते मी नकळत बोलून दाखवले असावे. परंतु या प्रश्नामध्ये 'भारत व पाकिस्तान यांचे संबंध असेच पुढे चालू रहातील काय?' असाही एक अध्याहृत प्रश्न लपलेला असावा.

त्यानंतर वृत्तमाध्यमांमध्ये अनेक आठवडे या आग्रा शिखर परिषदेबद्दल झालेला बोलबाला छापून येत होता. जनरल मुशर्रफ पुन्हा आपल्या राज्यात आपली सत्ता सांभाळू लागले, आणि मी दिल्लीतील शास्त्री भवनात, जिथे माहिती व प्रसारण मंत्रालयाचे ऑफिस आहे तिथे, विनयशील भारतीय पत्रकारांच्या परिषदा घेऊ लागलो. त्यानंतर जो करार झाला त्यातील कोणत्या बाबींवर समझोता झाला याबद्दलच्या मजकुरावरती वृत्तपत्रात निष्कारण व निष्फळ वाद सुरू झाला. त्यावरती एक असा सिद्धांतही रचण्यात आला की, जर भारत व पाकिस्तान यांच्यामध्ये आणखी एखादी बैठक होणार असेल तर ज्या कागदावर मी व अब्दुल सत्तार यांनी संयुक्तपणे काम केले त्याच कागदाने पुन्हा सुरुवात होईल. हा मोठा मजेशीर सिद्धांत होता. आग्र्याला ज्या कागदावरती आम्ही दोघांनी मजकूर लिहिला तोच मजकूर दुसऱ्या बैठकीला कसा लागू होईल? मग भले त्या कागदावरील मजकुरानुसार प्रत्यक्ष काहीही घडलेले

नसो. तथापि अशा काही गोष्टी न सांगण्याजोग्या आहेत की ज्यावर आग्र्याच्या शिखर परिषदेनंतर भारत व पाकिस्तान दोघेही सहमत झाले. भारत-पाकिस्तान शिखर परिषदेचे गाजावाजा करून उद्‌घाटन केले हा काही सर्वोत्तम मार्ग नव्हता, हेच यातून सिद्ध झाले.

विभाग २

थेट लोकशाहीवरती हल्ला

काही तारखांचे आकडे हे माझ्या स्मृतीमध्ये कोरले गेले आहेत. आग्र्याची शिखर परिषद संपल्यावरती महिन्याभरात एक दुर्घटना घडली. ती दुर्घटना भावी घटनांबद्दल एक सावधगिरीचा इशारा होता. जणू काही आजवरती दिलेले तसले इशारे पुरेसे नव्हते, असा तो इशारा होता. इस्लामचा व अफगाणिस्तानचा एक योद्धा आणि एक स्वातंत्र्य सैनिक, अहमदशाह मसूद याचा खून झाला. याच व्यक्तीने आक्रमक रशियन सैन्याला ठामपणे उभे राहून तोंड दिले होते, त्यानंतर तालिबानींच्या लुटालुटीला तोंड दिले होते. अफगाणिस्तानच्या उत्तरेला पंजशीर दरीच्या बाहेर खोजा बहाउद्दिन येथे मसूदकडे दोन पत्रकार गेले व त्यांनी आपल्याला मुलाखत हवी आहे म्हणून सांगितले. त्यामागचे कारस्थान ठाऊक नसल्याने मसूदने त्याला होकार दिला. मग मुलाखत चालू असताना त्या दोन तथाकथित पत्रकारांनी मसूदचा खून केला. ही घटना ९ सप्टेंबर २००१मधली आहे. त्याआधी ऑगस्टमध्ये मसूद भारतात आला होता. त्यावेळी तो माझा पाहुणा होता. माझ्याबरोबर बरेच दिवस तो राहिला होता. एके दिवशी सकाळी मी त्याच्याबरोबर दोन तास गप्पा मारल्या,चर्चा केली. अफगाणिस्तानमधील तात्कालीन स्थितीचा तपशील घेतला होता. त्यामुळे त्याच्या खुनाच्या बातमीने मला मोठा धक्का बसला आणि खूप दुःख झाले. नंतर दोन दिवसांनी, म्हणजे ११ सप्टेंबर रोजी, मी परराष्ट्र मंत्रालयाच्या ऑफिसात काम करीत बसलो होतो. त्यावेळी टी.सी.ए. राघवन हा अधिकारी माझ्याकडे धावत आला. त्या काळात राघवनने मला माझ्या कामात खूपच मदत केली होती. तो सांगू लागला की, न्यूयॉर्कमध्ये एक भयानक दुर्घटना नुकतीच घडली आहे! न्यूयॉर्कमधील ते सुप्रसिद्ध दोन व्यापारी मनोरे, ट्वीन टॉवर्स, दोन विमानांनी धडक देऊन पाडले. आणखी एका विमानाने पेन्टॅगॉनवरती, संरक्षण खात्याच्या इमारतीवरती धडक दिली आहे. शिवाय एक विमान व्हाईट हाऊसवरती चालून जाणार असे भासत होते. पण ते पेनिसिल्व्हानियातील सॉमरसेट खेड्यापाशी कोसळवण्यात आले. मला ते सारे ऐकून प्रचंड धक्का बसला. हे सारे दहशतवाद्यांचे हल्ले होते. अभेद्य समजल्या जाणाऱ्या अमेरिकेवरती त्यांनी

हल्ले चढवले होते. अमेरिकेचे मोठे व्यापारी मानचिन्ह समजले जाणारे वर्ल्ड ट्रेड सेंटर, लष्करी सामर्थ्याचे प्रतीक पेन्टॅगॉन, सत्तेचे अधिकारस्थान असलेले व्हाईट हाऊस या साऱ्यांवरती हल्ले झाले व त्याच वेळी धमक्याही दिल्या गेल्या. मी ताबडतोब अमेरिकन राजदूत रॉबर्ट ब्लॅकविल याला फोन केला आणि माझी वैयक्तिक, भारत सरकारची आणि भारतीय जनतेची सहानुभूती व्यक्त केली. आम्ही शक्य असलेली आपल्याला सर्व तऱ्हेची मदत देण्यास तयार आहोत, असेही आश्वासन त्याला दिले.

काही महिन्यांनी मी खात्याच्या कामासाठी अमेरिकेला गेलो. माझ्याबरोबर मी भारतातील सर्व नद्यांचे पाणी, सर्व राज्यातील मातींचे नमुने बरोबर घेतले होते. न्यूयॉर्कचा महापौर रुडॉल्फ गिलियानी यांना ते सर्व नमुने भेट म्हणून दिले आणि सांगितले की जेव्हा त्या पाडलेल्या दोन मनोऱ्यांच्या जागी काही स्मारक स्वरुपाचे बांधकाम होईल तेव्हा ती माती व नद्यांच्या पाण्याच्या बाटल्या त्या जागी आधी प्रतीक म्हणून पुराव्यात. दहशतवादाविरुद्ध लढ्यासाठी भारत वचनबद्ध आहे आणि तसल्या संकटात जे बळी पडले त्या सर्वांना श्रद्धांजली वाहून आपली एकजूट दाखवण्यासाठी भारताने हे आपल्याजवळील पाण्याचे व मातीचे नमुने प्रतीक म्हणून दिलेले आहेत.

१ ऑक्टोबर २००१ रोजी मी वॉशिंग्टनला होतो. त्यावेळी सकाळी ७॥ वाजता मला दिल्लीहून फोन आला आणि ऑपरेटरने सांगितले की पंतप्रधानांना तुमच्याशी ताबडतोब बोलायचे आहे. पंतप्रधान बोलणार म्हटल्यावर तो फोन नक्कीच तातडीचा असणार. मी दिल्लीतील ऑपरेटरला "काय झाले?" म्हणून विचारले. त्याने मला जम्मू-काश्मिरमध्ये घडलेली घटना थोडक्यात सांगितली. मग मी त्याला प्रथम पंतप्रधानांचे प्रिन्सिपल सेक्रेटरी ब्रजेश मिश्रा यांना फोन जोडून देण्यास सांगितले. ब्रजेश मिश्रा ताबडतोब फोनवरती आले आणि त्यांनी मला संक्षिप्तपणे माहिती दिली. "जम्मू-काश्मिरच्या विधानसभेच्या इमारतीवरती आज सकाळी बॉम्ब हल्ला करण्यात आला. मुख्यमंत्री फारुख अब्दुल्ला आणि त्यांचे सहकारी काही वेळापूर्वीच तिथून गेलेले असल्याने बचावले होते. त्यामुळे वाजपेयी खूप अस्वस्थ झालेले असून त्यांना अमेरिकी राष्ट्राध्यक्षांकडे आपला राग व्यक्त करायचा आहे."

मी म्हटले, "पंतप्रधानांची मन:स्थिती ठीक नसल्याने त्यांनी कोणाशीच फोनवर बोलू नये. तसेच, मी वॉशिंग्टनमध्ये असल्याने राष्ट्राध्यक्षांशी बोलण्याआधी पुरेशी तयारी येथे करावी अशी वाजपेयींची इच्छा असणार. मी ते काम करेनही. पण असे काही करण्याविरुद्ध मी एक सावधगिरीची सूचना देतो आणि पुढेही काही तशा घटना घडल्यास आत्तासारखीच ती सावधगिरीची सूचना असेल. कृपया घाई करू नका! मी आज नाहीतरी परराष्ट्र खात्याच्या सेक्रेटरींना भेटणार आहेच. ते नॅशनल सिक्युरिटी ॲडव्हायझरही आहेत."

ब्रजेश मिश्रा यांनी मग सांगितले की, नॅशनल सिक्युरिटीच्या कोंडालिझ्झा राईस याही अॅडव्हायझर आहेत आणि त्यांच्याशी नुकतेच या विषयासंबंधी बोलणे झालेले आहे.

"तर मग आता पंतप्रधानांची काय इच्छा आहे?" मी विचारले.

त्यावर त्यांनी "आपल्यावर अन्याय झाला असून आपण कसे दुखावले गेलो आहोत, आमची सहनशीलता आता संपुष्टात आलेली आहे, अशा अर्थाचे बोलणे वाजपेयी यांना जॉर्ज बुश यांच्याशी करायचे आहे," असे सांगितले.

मी त्यावर त्यांना सल्ला दिला की, "कृपया असे काहीही करू नका. ज्या पद्धतीने ते काम करायचे असते तसे मी येथे करेन. अन् त्या मार्गाने काही केले तरच आपले काम होऊ शकते. परंतु पंतप्रधानांनी थेट राष्ट्राध्यक्षांशी न बोलणे हेच आत्ता श्रेयस्कर आहे."

श्रीनगरमध्ये त्यादिवशी सकाळी जे घडले ते वाचले तर कोणालाही धक्का बसेल. जम्मू-काश्मिर विधानसभेच्या इमारतीवरती बॉम्बने भरलेली एक मोटार नेऊन आदळवण्यात आली. त्या स्फोटात किमान २७ लोक ठार झाले. लोकशाही संस्थेवरती झालेला हा एक धाडसी हल्ला होता. जैश-ए-मोहंमद या अतिरेकी संघटनेने या हल्ल्याची जबाबदारी स्वीकारल्याचा दावा केला होता. पाकिस्तानातील पेशावर येथील वजाहत हुसेन या दहशतवाद्याने तो स्फोट घडवून आणला होता. हल्ला झाल्यानंतर हा दावा पाकिस्तानातून काही मिनिटातच करण्यात आला होता. मसूद अझहर ह्याला आपला नेता व आदर्श मानणारी हरकत-उल्-मुजाहिदीन ही जी दहशतवादी संघटना होती, त्यांच्यातून जैश-ए-मोहंमद संघटना निर्माण झाली. मसूद अझहर हा हरकत-उल-अन्सार या संघटनेचा जनरल सेक्रेटरी झाला व त्याच्या संघटनेचे पुढे हरकत-उल्-मुजाहिदीन हे नाव पडले. याच संघटनेचा ओसामा बिन लादेन हा एक पदाधिकारी बनला. त्यानेच सर्व अमेरिकन, ख्रिश्चन आणि ज्यू यांच्याविरुद्ध ते खोडसाळ 'पवित्र युद्ध' पुकारले. मी परराष्ट्र सेक्रेटरी कॉलिन पॉवेल आणि कोंडालिझ्झा राईस यांना या हल्ल्याचा अघोरीपणा नीट समजावून सांगितला. मी ते सांगत असताना खुद्द राष्ट्राध्यक्ष बुश तिथे आले. मग त्यांच्यासकट तिघांना सर्व गोष्टी नीट समजावल्या व भारताच्या भावना त्यांच्या कानावरती घातल्या. बुश निवडून आल्यानंतर त्यांच्या शपथविधीनंतर मी त्यांना भेटलो होतो. त्यानंतर आता दुसऱ्यांदा त्यांची व माझी गाठ पडत होती. २ ऑक्टोबर २००१ रोजी मी दिल्लीला परतलो. ज्या तऱ्हेने मला हवा तो परिणाम साधायचा होता त्या तऱ्हेने तो साधला गेल्याने मला समाधान वाटले होते. भारत अनेक वर्षांपासून सैतानी दहशतवादाला तोंड देत आलेला होता आणि इतरांना आत्तापर्यंत सावध करीत आलेला होता. एका महिन्यानंतर लोकसभेचे अधिवेशन सुरू होणार होते. नोव्हेंबरच्या तिसऱ्या आठवड्यात

ते सुरू झाले.

संकटात सापडलेले संसदभवन

संसदेमधील माझे ऑफिस २७ नंबरच्या खोलीत होते. संसदभवनाच्या इमारतीमध्ये शिरण्यासाठी अनेक प्रवेशद्वारे आहेत. त्यातील एका प्रवेशद्वारापासून ते खूपच जवळ होते. प्रत्येक प्रवेशद्वाराला नंबर देण्यात आलेला आहे. माझे ऑफिस १२ नंबरच्या गेटच्या जवळ होते. १३ डिसेंबर २००१ रोजी मी माझ्या ऑफिसात काम करीत बसलो होतो. लोकसभेचे त्या दिवशीचे सत्र दुसऱ्या दिवशी नुकतेच ढकलले गेले होते. दुपार जवळ येत चालली होती. अचानक मला एका ऑटोमॅटिक शस्त्रातून भराभर गोळ्या झाडल्याचा आवाज ऐकू आला. परंतु मला त्यात विशेष काही वाटले नाही. उलट मी मनात उपहासाने असा विचार केला की एखादा पहारेकरी स्टुलावर बसल्या बसल्या उन्हात डुलकी खात असेल आणि अनवधानाने त्याचे बोट चापावर पडून चाप दाबला गेला असेल. परंतु पाठोपाठ मला हातबॉम्ब फुटल्याचा आवाज ऐकू आला. मग मात्र मी चमकून म्हणालो, "शेवटी ते घडायला लागले तर!" माझी ही पहिली प्रतिक्रिया होती. ते ऐकून राघवन पटकन आत आला व मला विचारू लागला, "काय झाले, सर?" त्याच्या आवाजात चिंता होती. कसलाही उच्छृंखल तर्क न करता मी त्याला गंभीरपणे म्हणालो, "राघवन, ज्या गोष्टीची मला बरेच दिवस भीती वाटत आलेली होती, ती गोष्ट घडू लागली आहे. हा नक्की एक दहशतवाद्यांचा हल्ला आहे." भारताच्या लोकशाहीचे स्थान असलेल्या संसदभवनावरती अखेर दहशतवाद्यांनी हल्ला चढवला. १२ नंबरच्या प्रवेशद्वारावरती प्रथम हल्ला चढवला गेला होता. माझ्या २७ नंबरच्या खोलीपासून हे प्रवेशद्वार अवघ्या वीस फूट अंतरावरती आहे. वॉच अँड वॉर्डचा एक शूर पहारेकरी या हल्ल्यात बळी पडला. तो या प्रवेशद्वाराबाहेर उभा होता. दुसऱ्या पहारेकऱ्याने प्रसंगावधान राखून ताबडतोब ते प्रवेशद्वार बंद करून टाकले. (वॉच अँड वॉर्डच्या पहारेकऱ्यांना संसदभवनाच्या इमारतीलगत आणि आतमध्ये शस्त्रे बाळगता येत नाहीत. भविष्यकाळातही त्यांना तसे करता येणार नाही. लोकशाही औचित्याचा तो एक जरूरीचा भाग आहे.)

त्या दिवशीच्या माझ्या डायरीत मी लिहिले :

> *अशा रीतीने, कधी नव्हे ते मला १३ डिसेंबरला लिहावे लागत आहे की, साधारणपणे सकाळी ११:४० च्या सुमारास कॅग रिपोर्टमधील कोणत्या तरी मूर्ख वादावरून लोकसभेचे सत्र पुढे ढकलावे लागले. मी त्यावेळी २७*

नंबरच्या माझ्या खोलीत होतो. रोजचेच काम करीत बसलो होतो. अचानक मला गोळ्या झाडण्याचा आवाज ऐकू आला. शेवटी नको तेच घडले. त्यानंतर हात-बॉम्ब फुटल्याचे आवाज ऐकू आले. नंतर ऑटोमॅटिक शस्त्रे झाडल्याचे आवाज ऐकू येऊ लागले. संसदेची दारे बंद करण्यात आली. इ. इ.

नंतर स्थिरस्थावर झाल्यावरती मी बाहेर येऊन मृत शरीरे पाहिली. NSG कमांडंट होशियारसिंग याला व त्याच्या अधिकाऱ्यांना भेटलो. बाकी सारा इतिहास एव्हाना साऱ्यांना ठाऊक झाला आहेच. परंतु नंतर मात्र आपल्याला एक आव्हान मिळालेले आहे हे मला कळून चुकले. पाकिस्तानबरोबरचे संबंध ताणले जाऊ लागले. आपल्या हाय कमिशनरला इस्लामाबादेतून माघारी बोलावणे ही फक्त पहिली पायरी ठरेल. पण त्यानंतर काय?

२००१ सालचा सूर्य अस्ताला चालल्याचे मी पाहिले. राजनैतिकदृष्ट्या पाकिस्तानचा स्क्रू पिळून आणखी घट्ट केला गेला पाहिजे, म्हणजे अमेरिकेने पाकिस्तानवरती जास्त कारवाई केली पाहिजे. जनतेची प्रतिक्रिया तीव्र संतापाची होती आणि सरकारने काहीतरी करावे अशी मागणी करणारी होती. पण त्यामुळे धोरण बदलले जाईल काय? रस्त्यावर येणाऱ्यांनी देशाचे धोरण ठरवावे काय? या कसोटीच्या काळात मी कोणती योग्य गोष्ट करावी?

यानंतर जे काही बाकी घडले त्याला अनेकवार प्रसिद्धी मिळालेली आहे. गृहमंत्री लालकृष्ण अडवानी यांनी लोकसभेला अधिकृतपणे जे काही निवेदन केले त्यातील भाग असा :

आपल्या लोकशाहीच्या बालेकिल्ल्यावरील दहशतवाद्यांचा हल्ला हा स्वच्छपणे असे दर्शवतो की, भारताच्या राजकारणातील सर्व वरिष्ठ नेतृत्व हे हत्या करून संपवून टाकायचे. आपल्या सुरक्षासेवेतील जवानांचे या संदर्भात त्यांनी बजावलेल्या कर्तव्याबद्दल आपण त्यांना धन्यवाद द्यायला हवेत. वेळ येताच ते खडबडून उठले आणि त्यांनी येऊ घातलेले एक राष्ट्रीय संकट हाणून पाडले. तसे करताना त्यांच्यातील जे राष्ट्रासाठी हुतात्मा झाले त्याबद्दल भारत त्यांचा सदैव ऋणी राहील.

आता हे स्पष्ट झाले आहे की संसदभवनावरचा हा हल्ला पाकिस्तानस्थित दहशतवादी आणि त्यांना साहित्यसामुग्री पुरवणारे अशा दोघांनी मिळून संयुक्तपणे केलेला आहे. त्यापैकी लष्कर-ए-तैयबा आणि जैश-ए-मोहंमद ह्या दोन संघटना आहेत. ह्या दोन संघटनांना पाकिस्तानातील आयएसआय या सरकारी गुप्तचर संघटनेकडून पाठिंबा, मदत व आश्रय मिळतो हे सर्वांना ठाऊक झालेले आहे. पोलिसांनी आत्तापर्यंत जो शोध घेतला आहे त्यावरून

असे दिसते की, पाचही दहशतवादी हे पाकिस्तानी नागरिक होते व ते आत्मघातकी पथकामधले होते. ते सारेजण जागेवरतीच मारले गेले आणि त्यांच्या भारतीय सहकाऱ्यांना अटक करण्यात आलेली आहे.

जो शोध घेतला, त्यावरून असे दिसते की, पाचही पाकिस्तानी हे संसदेच्या इमारतीभोवती सकाळी ११:४० ला एका ॲम्बॅसिडर मोटारीतून आले. मोटारीवरती त्यांनी DL-3CJ 1527 ही नंबरप्लेट लावली होती. आवारात शिरताच ते तडक १२ नंबरच्या प्रवेशद्वारापाशी गेले. तिथे त्यांची उपराष्ट्रपतींच्या मोटारीच्या संरक्षकदलाशी गाठ पडली. ११ नंबरच्या प्रवेशद्वारापाशी ते संरक्षकदल थांबले होते. लोकसभेच्या वॉच अँड वॉर्ड दलाचा पहारेकरी श्री. जगदीशप्रसाद यादव याला प्रथम त्या गाडीबाबत संशय आला व तो लगेच त्या गाडीमागे धावला. त्या गाडीला जबरदस्तीने वळविण्यात आले आणि त्या गडबडीत गाडीने उपराष्ट्रपतींच्या गाडीला धक्का मारला. जेव्हा सुरक्षा रक्षकांनी त्या गाडीतील लोकांना आव्हान दिले तेव्हा आतील पाचही दहशतवादी पटापट बाहेर पडले व त्यांनी इतस्तत: गोळ्या झाडणे सुरू केले. उपराष्ट्रपतींच्या गाडीबाहेर दिल्ली पोलीस कर्मचारीही होते. तसेच, सेंट्रल रिझर्व्ह पोलीस फोर्स आणि इंडो-तिबेट बॉर्डर पोलीस यांचीही माणसे हजर होती. त्यांनी ताबडतोब प्रत्युत्तरादाखल गोळ्या झाडण्यास सुरुवात केली... मग सर्वत्र धोक्याची घंटा वाजवली गेली... दहशतवादी १२ नंबरच्या प्रवेशद्वाराकडे धावत गेले. तिथून ते एक नंबरच्या प्रवेशद्वाराकडे गेले. त्या दरम्यान एकाने आपल्या शरीराभोवती जी स्फोटके गुंडाळून घेतली होती त्यांचा स्फोट झाला. उरलेल्या चारही दहशतवाद्यांनी पाठ फिरवली व ते ९ नंबरच्या प्रवेशद्वाराकडे पळाले. त्यातल्या तिघांना तिथे गोळ्या घालण्यात आल्या. पाचवा दहशतवादी हा ५ नंबरच्या प्रवेशद्वारापाशी गेला. त्याला तिथे ठार करण्यात आले.

या संबंधातील जे संशयित धरले गेले त्यांच्याकडून असे समजले, की या सर्व दहशतवाद्यांमध्ये समन्वय साधणारा अफझल हा एक पाकिस्तानी नागरिक होता. तो जैश-ए-मोहंमदचा असून गाझीबाबा या नावानेही ओळखला जातो. पाकिस्तानच्या आयएसआयने चालवलेल्या एका प्रशिक्षणाच्या तळावरती अफझलला ट्रेनिंग देण्यात आले होते. तो तळ पाकिस्तानव्याप्त काश्मिरमधील मुझफ्फरबाद येथे आहे.

या घटनेने पुन्हा एकदा हेच दाखवून दिले आहे की भारतातील दहशतवादी कारवाया ह्या पाकिस्तानकडून चालवलेल्या तळावरील दहशतवादी करतात. त्या तळांना साधनसामुग्रीचा पुरवठा हा पाकिस्तानची गुप्तचर यंत्रणा आयएसआय ही करत असते. इंडियन एअरलाईन्सचे आयसी

८१४ हे विमान पळवून कंदाहारला नेण्यात, दिल्लीच्या लाल किल्ल्यात दहशतवाद्यांची घुसखोरी करण्यात आणि श्रीनगरमधील जम्मू-काश्मिर विधानसभेच्या इमारतीवरती १ ऑक्टोबर रोजी हल्ला करण्यात आयएसआय हीच संघटना सूत्रधार म्हणून आहे. ते आपल्याजवळील दहशतवाद्यांकडून हे सारे घडवून आणीत असतात. विशेषतः लष्कर-ए-तैयबा आणि जैश-ए-मोहंमद या दहशतवादी संघटना अशी कृत्ये भारतात करण्यात आघाडीवरती आहेत. पाकिस्तानी हाय कमिशनरला आम्ही परराष्ट्र खात्यात बोलावून घेऊन त्याला तोंडी समज देऊन सांगितले की, संसदभवनावर हल्ला केलेल्यांचे जे दोन दहशतवादी साथीदार अद्याप पाकिस्तानात आहेत त्यांच्यावर इस्लामाबादकडून ताबडतोब कारवाई केली जावी.

गेल्या आठवड्यात संसदभवनाच्या इमारतीवर झालेला हल्ला हे निःसंशयपणे एक निर्लज्ज कृत्य होते. गेल्या वीस वर्षांतील पाकिस्तान पुरस्कृत दहशतवादी कृत्यांमध्ये हे आत्ताचे कृत्य सर्वात धोकादायक आहे. यावेळी दहशतवादी व त्यांचे सीमेपलीकडचे पाठीराखे यांनी भारतातील अनेक पक्षीय लोकशाहीतील संपूर्ण राजकीय नेतृत्व नष्ट करण्याचे मूर्ख धाडस केले आहे. दहशतवादी आणि त्यांचे पाठीराखे हे या कृत्यासाठी इतकी मोठी जोखीम का उचलतात, विशेषतः दहशतवादाविरुद्धच्या जागतिक लढ्यात पाकिस्तान स्वतः सामील झालेला असतानाही तसे का करतात, यावरती स्वाभाविकपणे या उदात्त सभागृहातील आपणा सर्वांना आणि देशातील सर्वांनाही चिंतन करण्याची वेळ आलेली आहे...

१३ डिसेंबर २००१ रोजी देशभर या कृत्याविरुद्ध संताप उसळला. ताबडतोब प्रत्युत्तर देणारी कृती करावी अशी जोरदार मागणी सर्व ठिकाणांहून केली जाऊ लागली. तसे काही करणे योग्य ठरेल काय याबद्दल मी साशंक होतो. पण मी अल्पमतात होतो. तसेच 'आपले मत चूक का बरोबर?' या संदेहात मी सतत राहिलो नाही. जगभरातील कानाकोपऱ्यातून, सर्व राजकीय पक्षांकडून या कृत्याबद्दल निषेध व्यक्त केला गेला, धिक्कार केला गेला. मुशर्रफनेसुद्धा तसेच केले. ते पाचही हल्लेखोर ठार झाले होते व सर्वजण पाकिस्तानातून आलेले होते. त्यातल्या एकाकडे तर मोबाईल फोन सापडला. तो फोन कराचीमधला होता. हल्ला करण्यापूर्वी काही मिनिटे आधी त्याने त्यावरून एक फोन कराचीत केलेला होता. अशाच जनक्षोभामुळे २००२ साली भारत व पाकिस्तान हे दोन्ही देश एकमेकांपासून दूर गेले. त्यामुळे आंतरराष्ट्रीय क्षेत्रात चिंता निर्माण झाली आणि यातून अणुयुद्ध निर्माण होईल काय अशीही भीती व्यक्त केली जाऊ लागली. पण पुढे घडलेल्या घटना पहाता ती भीती

निराधार होती असे लक्षात आले. आम्ही एक वेगळेच धोरण अवलंबिले होते. त्यात राजनैतिक दबाव व लष्करी दबाव अशा दोन्ही गोष्टी अंतर्भूत होत्या. पाकिस्तानबरोबर धरलेला दुरावा आणि सीमेवर मोठ्या संख्येने तैनात केलेले भारतीय सैन्य या त्या धोरणाचे निदर्शक होत्या. पाकिस्तानने कितीही आटोकाट प्रयत्न केला तरीही जम्मू-काश्मिरमध्ये जनमताच्या निदर्शक अशा निवडणुका २००२ मध्ये सप्टेंबर आणि ऑक्टोबर महिन्यात सुखरूप पार पाडल्या गेल्या. मग त्यानंतर वाजपेयी यांनी आपले सैन्य सीमेवरून मागे घेत म्हटले, "आम्ही जे साध्य करायचे ठरवले होते ते आता साध्य झाले आहे."

अफगाणिस्तानातील डिसेंबरचे दोन भिन्न महिने

परंतु कथेच्या पुढचे आपण हे पाहिले. अमेरिकेतील ते दोन मनोरे पाडण्याच्या परिणामामुळे पाकिस्तानपुढे कठोर पर्यायांची एक सनद ठेवली गेली. एक तर दहशतवादाविरुद्ध नि:संदिग्धपणे उभे रहावे किंवा आंतरराष्ट्रीय परिणामांना तोंड द्यावे. मग नाईलाजाने पाकिस्तानला दहशतवादाविरुद्ध उभे रहावे लागले. काही महिन्यातच अफगाणिस्तानातील तालिबानी राजवट हटवली गेली. २२ डिसेंबर २००१ ला हमीद करझाई यांच्या नव्या सरकारचा तिथे शपथविधी झाला. त्यावेळी भारतातर्फे मी त्या समारंभाला हजर राहिलो होतो. हा समारंभ मी चुकवणे शक्य नव्हते. त्यासाठी मी अफगाणिस्तानातील २२ डिसेंबर रोजी दुपारी विमानाने पोचलो. त्यावेळी मी माझ्या डायरीमध्ये लिहिले :

> *इतर महत्त्वाच्या घटनांप्रमाणे या वर्षीचा २२ डिसेंबर हा दिवस महत्त्वाचा ठरला आहे. कारण या दिवशी नॉर्दन अलायन्स सरकार अफगाणिस्तानात सत्तेवरती येत आहे. त्या सरकारच्या शपथविधी समारंभासाठी मी आज लवकर सकाळी काबूलला गेलो. समारंभाला हजर राहिलो आणि नंतर लगेच मी भारतात परतलो.*
>
> *मी सकाळी सात वाजता भारतातून विमानाने निघालो. त्यावेळी किंचित धुके होते. हवा थंड होती. आमच्या मागे सूर्य उगवत होता. जेव्हा पाकिस्तानातील कोहाट हे गाव ओलांडून आम्ही अफगाणिस्तानात सरकलो तेव्हा फक्त एक तास होऊन गेला होता. तिथल्या उघड्या बोडक्या डोंगरांवरती सूर्याची किरणे नुकतीच स्पर्श करू लागली होती. डोंगरांच्या उतारावरती बारीक हिमवृष्टी चालू होती. विमान बग्रामला आले. उतरण्यापूर्वी मी वरून पाहिले की, सबंध गावच युद्धाने उद्ध्वस्त झाले आहे. जिकडेतिकडे पडझड झाली होती. बॉम्बमुळे जमिनीवरती खळगे पडले होते. मिग विमानांचे सांगाडे व भग्नावशेष सर्वत्र विखुरलेले होते. असे हे बग्राम होते. याच भागात तोफखान्यांचे युद्ध*

झाले होते. वाटेल तशा तोफा दोन्ही बाजूंनी चालवलेल्या होत्या. ७ ऑक्टोबरनंतर येथील परिस्थिती छायाचित्रे काढण्याजोगी होती. पश्चिमकडेच्या टेकड्यांवरती अमेरिकन बी-५२ विमानांनी तुफान बॉम्बफेक केली होती.

येथून मी काबूलच्या विमानतळाकडे एका हेलिकॉप्टरमधून गेलो. ते हेलिकॉप्टर "दिवंगत अहमदशहा मसूद यांचे आहे." असे मला सांगण्यात आले. हेलिकॉप्टरमध्ये आणखी एकजण होता. तो ऑक्झिलरी फ्युएल टँकपाशी बसला. त्या ज्वालाग्राही इंधनसाठ्याजवळ बसूनही तो चिंतामुक्त झाल्याच्या आनंदात बेधडक धूम्रपान करीत होता!

काबूल : मला विचारण्यात आले, "एक्सलंसी, आपण याआधी कधी अफगाणिस्तानात आला होतात?" प्रश्न विचारणाऱ्याकडे मी रोखून पहात म्हटले, "होय, आजच्याच तारखेला, पण दोन वर्षांपूर्वी मी आलो होतो." मग त्याच्या डोक्यात प्रकाश पडला. तो एकदम चमकून म्हणाला, "ओहः! कंदाहार– हायजॅक– १९९९." मी त्यावर प्रत्युत्तरादाखल फक्त स्मित हास्य केले. पण माझ्या मनात त्यावेळची स्मृतीचित्रे उमटली. गूढ व अतर्क्य अशी दैवाची लीला आठवली. कंदाहारपासून काबूलपर्यंत दोन वर्षांत साहसाने भरलेला एक वैयक्तिक प्रवास मला करावा लागला होता. तसेच, आमच्या धोरणाला आलेली फळे ही पण दैवाच्या कृपेने मी पहात होतो.

काबूलला माझी ही धावती, छोटी व समारंभापुरती जरी भेट होती तरी मला त्या भूमीचा अंदाज आला. पश्चिम राजपुताना व रशियन भूमी यांची सरमिसळ झाल्यासारखा तिथला भूभाग मला वाटत होता. आता तिथे फ्रेंच पद्धतीचे नवीन मोठे रस्ते व बांधकामे होऊ लागली होती. एखाद्या रस्त्याची अगर इमारतीची रचना तुम्ही पूर्णपणे बदलून टाकू शकाल, पण जनतेला बदलता येईल? तिथला इतिहास, तिथली संस्कृती आणि तिथल्या पारंपरिक गोष्टी ह्या कशा बदलून टाकता येतील? तिथल्या जनतेची स्वभाववैशिष्ट्ये कशी बदलता येतील?

तो समारंभ मात्र इतका छान झाला की येथे येण्याचे मी घेतलेले कष्ट सार्थकी लागले. तो एक जिवंत समारंभ होता, अधिकृत होता. जगात सहसा कुठे न आढळणारे खास रंगीबेरंगी वातावरण येथे होते. समारंभ नाट्यपूर्ण होता, भावनापूर्ण होता व उत्साहाने भारलेला होता. परस्परविश्वास व जवळीक दाखविणाराही होता. तसेच गडबड, गोंधळ, अव्यवस्थितपणाही तेथे होता. तो समारंभ फक्त ९० मिनिटे उशीरा सुरू झाला होता. पण अनेक गोष्टी ध्यानात घेता तो समारंभ उत्तम पार पडला, असेच म्हटले पाहिजे.

अशा रीतीने बग्रामहून भारतीय वायुदलाच्या विमानाने मला शिस्तीत

व आरामात पुन्हा दिल्लीला आणून सोडले.

१३ डिसेंबर २००१ रोजी लोकसभेच्या इमारतीवर झालेल्या हल्ल्यानंतर भारत-पाक सीमेवरती मोठ्या प्रमाणात आपले सैन्यबळ नेऊन उभे केले होते. त्या हालचालीला 'ऑपरेशन पराक्रम' असे सांकेतिक नाव दिले होते. त्यावेळी सुरुवातीला राघवन याने मला यातून आपल्याला काय साध्य करायचे आहे ते विचारले होते. त्याचा तो प्रश्न मला अजूनही आठवतो आहे. कारण लोकसभेच्या हल्ल्यानंतर मी केनिया, टांझानिया आणि मॉरिशस येथला माझा दौरा पुढे ढकलला होता. तो दौरा तसा सांस्कृतिक स्वरुपाचा होता. त्यात काही शिकारी स्थळांना, गेम पार्कना भेटीही आयोजित केल्या होत्या. पण त्या साऱ्या भेटी रद्द झाल्या. मी एका कागदाच्या तुकड्यावरती तीन मुद्दे लिहिले होते. *सीमेपलीकडून येणाऱ्या घुसखोरांशी, दहशतवाद्यांशी कोणताही संघर्ष न छेडता त्यांचा पराभव करणे; 'पाकिस्तानला धडा शिकवा' ह्या राष्ट्रीय भावनेला काबूत ठेवणे; आणि जर युद्ध छेडले गेले तर पाकिस्तानची युद्धक्षमता कमकुवत करून ती नष्ट करणे.* मला या तिन्ही मुद्यात दोन आव्हानांना, खरे म्हणजे तीन आव्हानांना, तोंड द्यावे लागले. ते करताना मला माझ्या बरोबरीच्या सर्वांना पटवून देण्याचे काम मोठे कष्टप्रद होते. तसे करताना माझी दमछाक होत होती. त्याचबरोबर मला तिन्ही सेनादलांना पटवून बरोबर न्यावे लागले होते. यात संघर्ष टाळण्याचा केवढा डावपेचात्मक असा लष्करी ताणतणाव निर्माण होणार आहे याची त्यांना कल्पना द्यावी लागली होती. सीमेवरती मोठ्या प्रमाणात आपले सेनादल नुसते खडे करून ठेवण्यात पाकिस्तानवरती दबाव टाकण्याचा हेतू होता. परंतु, 'आता आलीच आहे तर हीच संधी घेऊन शत्रूची खोडकी जिरवावी' अशी लष्कराची इच्छाही उफाळून वर येत होती. त्या इच्छेला आवर घालून मला माझ्या हेतूची व धोरणांची खात्री त्यांना पटवावी लागली.

याशिवाय बाहेरचेही एक आव्हान माझ्यापुढे उभे होते. हे सारे वेळ येताच आंतरराष्ट्रीय समुदायाला मला पटवता यायला हवे होते. पाकिस्तानलाही राजनैतिकदृष्ट्या काबूत ठेवायला हवे होते आणि त्याच वेळी प्रत्यक्षात दहशतवादाचा पराभव करणेही चालू ठेवणे भाग होते. तिसरे आव्हान हे सबंध देशांतर्गत होते. सबंध देशाची 'लढण्याची, सूडाची व प्रत्युत्तर देण्याची भावना' मला आटोक्यात ठेवायची होती. पण त्याचबरोबर राजनैतिक मार्गाने शत्रूला नामोहरम करण्याचे ध्येय साध्य केले जात आहे हेही सर्वांना समजायला हवे होते.

आता नीट मागे वळून बघता असे दिसते की, सर्व हेतू साध्य झाले होते. १०० टक्के नसले तरी बऱ्यापैकी सारे काही साध्य झाले होते. अमेरिकेबरोबर काम करण्याएवढी भारताची क्षमता सिद्ध झाली आणि त्यामुळे भारताने पाहिजे ते साध्य करून

घेतले. यामुळे एक नवीन अध्याय उघडला गेला आहे असा संकेत यातून मिळतो आहे. त्याकडे आता ओझरती जरी नजर टाकली तरी त्यातून उत्साह मिळतो.

ही प्रक्रिया पंतप्रधान वाजपेयी यांनी १९९९ मध्ये लाहोरला बस सेवा नेऊन सुरू करून दिली. याच धोरणाने पावले टाकीत टाकीत सर्वांना ते धोरण मान्य करायला लावायचे. 'शांतता' हा शब्द तुम्ही कसाही लिहा, पण त्याला पर्याय नाही. अन् हीच गोष्ट हळूहळू पाकिस्तानच्याही गळी उतरवली गेली आहे. हे करताना काही काही वेळा तात्पुरती व थोडीशीच अशी माघारही वेळोवेळी घ्यावी लागली. परंतु स्प्रिन्ग-बोर्डवरती उड्या मारताना प्रत्येक उडी जरी खाली आली तरी ती अंतिम उडीला जोर देणारी, उत्साह वाढवणारी ठरत असते, तसेच येथे प्रसंगी थोडी माघार घेण्यात होत असते. प्रत्येक २००१ सालच्या आग्र्याच्या शिखर परिषदेतून २००४ सालची इस्लामाबाद येथली सार्क परिषद भरली. पाकिस्तान ज्या राजनैतिक धोरणाला वाट सोडून भलतीकडे नेणारी राजनीती (deflective diplomacy) असे म्हणत होते, तेच पाकिस्तान नंतर सार्क परिषदेत या राजनीतीला "भारत-पाक संबंधाच्या प्रगतीमधला एक मैलाचा दगड," असे संबोधू लागला. अजूनही सीमेपलीकडून दहशतवादी घुसू पहातात, पण ताबा रेषेवरच्या तोफा, बंदुका धडाडण्याची पाळी सहसा येत नाही. असा कालखंड खूप वर्षांनी लाभला आहे. पाकिस्तान आता एक नवी भूमिका साकारू पहातो आहे, नवीन वस्त्र परिधान करू पहातो आहे. त्याकडेही माझे लक्ष आहे. मी मोठ्या अपेक्षेने ते पहातो आहे. अन् तरीही पाकिस्तान हे दोस्तीच्या कराराने अमेरिकेशी बांधले गेले आहे, हे मी विसरू शकत नाही. एक नवीन पहाट खरोखरीच उगवत आहे का?

◆

नऊ

नैसर्गिक संबंधांची जुळणी

विभाग १

अमेरिकी सरकारचा दोष

११ मे आणि १३ मे १९९८ रोजी केलेल्या अणुचाचण्यांमुळे निषेधांचे वारुळ फुटणार याची आम्हाला कल्पना होती. कारण जगात आत्तापर्यंत तसेच नेहमी घडत आलेले होते. निरनिराळे देश आणि निरनिराळ्या देशांचे गट यांची प्रतिक्रिया कशी होऊ शकेल याचा मी आगाऊ अंदाज करून ठेवला होता. त्यातले काही देश हे अणुचाचण्या कराव्यात की नाहीत यासाठी कोणताही नवीन तात्त्विक आधार शोधण्याच्या भानगडीत न पडता एक औपचारिक निषेध नोंदवणारे असणार, हेही मी हेरले होते. आंतरराष्ट्रीय समुदायांपैकी एका मोठ्या वर्गाने भारत हा आता खरोखरीच अण्वस्त्रे बनवण्याची क्षमता असलेला देश झालेला आहे, हे सत्य चाचण्यानंतर मानले होते. बहुतेक राष्ट्रांची धारणा अशी होती की, जरी अणुस्फोट व अण्वस्त्रचाचण्या भारताने केल्या असल्या तरी त्यामुळे भारताची नवीन प्रवृत्ती आक्रमक होणार नाही. कारण ह्या देशाची मूलप्रवृत्ती 'जैसे थे' प्रकारची आहे. तर कित्येक राष्ट्रांनी आम्हाला जाहीरपणे कळवले नसले तरी आमचे अभिनंदन केले होते. त्यांनी आम्हाला अंत:स्थरित्या कळवले होते की, ''फक्त भारतच असे करू शकतो!'' ''भारताने अण्वस्त्रनिर्मितीमधली एकाधिकारशाही मोडून काढली'', ''आम्हाला यामुळे मोठाच दिलासा मिळाला आहे'' अशा व यासारख्या अनेक प्रतिक्रिया आमच्याकडे पोचल्या. अणुसत्ताधारी पी-५ राष्ट्रांच्या प्रतिक्रिया सारख्या असायला (म्हणजे अमेरिका, रशिया, चीन, इंग्लंड व फ्रान्स) हव्या होत्या. परंतु आपण जाहीरपणे काय व्यक्त केले याची पर्वा न करता त्यांनी विविध स्वरुपाच्या प्रतिक्रिया आमच्याकडे पाठविल्या. काहीजणांच्या प्रतिक्रिया

या आरडाओरडा करण्याच्या स्वरुपाच्या होत्या. हे देश वेळप्रसंगी अतिरंजित स्वरुपात बोलणारे होते. तर अन्य काही देशांनी सौम्यरीत्या आपला निषेध व्यक्त केला.

अमेरिकेतल्या प्रतिक्रियांना अनेक पदर होते. मुख्य हरकत घेतली गेली ती वॉशिंग्टनहून. अमेरिकी सरकारने आपल्या जागतिक अण्वस्त्रप्रसारबंदीच्या कार्यक्रमाला हे आव्हान दिले गेले आहे असे मानले. तर बाकीच्या अण्वस्त्रधारी राष्ट्रांना अण्वस्त्रामधील आपल्या प्रस्थापित एकाधिकारशाहीला भारताने धक्का दिला आहे असे मानले. आम्हा पाच महासत्तांच्या पंगतीबाहेर लावलेल्या NO ENTRY पाटीकडे लक्ष न देता भारत आत घुसून आमच्या शेजारी येऊन बसला आहे, अशी त्यांची भावना झाली होती. पी-५ आणि जी-८ या राष्ट्रांनी अणुचाचण्यांनंतर भारताविरुद्ध निषेधाचे गाणे एका सुरात व मोठ्या आवाजात गायले. त्या गाण्याचे संचलन अर्थातच अमेरिकेकडून केले गेले. अणुचाचण्या केल्याबद्दल भारताला शिक्षा करण्यासाठी अमेरिकेने काही निर्बंध घातले. परंतु फ्रान्स व रशिया यांनी मात्र त्या निर्बंधांना साथ दिली नाही. त्यावेळी बर्मिन्गहॅम येथे जी-८ राष्ट्रसंघटनेमधील औद्योगिक देशांची शिखर परिषद भरलेली होती. ब्रिटिश पंतप्रधान टोनी ब्लेअर आणि अमेरिकी राष्ट्राध्यक्ष क्लिंटन यांनी त्या निमित्ताने बीबीसीच्या चित्रवाणीला एक संयुक्त मुलाखत दिली. त्यात या दोघांनी अशा रीतीने देश जर अण्वस्त्रधारी बनत गेले तर दक्षिण आशियातील संघर्ष वाढत वाढत किती मोठा हाहा:कार उडेल याचे एक भयानक चित्र रंगवून सांगितले. टोनी ब्लेअर म्हणाले, "असल्या असंस्कृत मार्गाने कोणी जाऊ नये. भवितव्याचे आरेखन या मार्गाने कधीच करू नये."

अमेरिकेची प्रतिक्रिया ही "जरी आम्हाला या चाचण्यांमुळे पूर्ण आश्चर्य वाटले नाही तरी," अशी भावना प्रगट करणाऱ्या शब्दात केलेली होती. परंतु त्यात 'आपल्याला या अणुचाचण्यांचा आगाऊ थांगपत्ता लागला नाही' याची चरफड त्यांच्या निषेधातून डोके वर काढीत होती. अणुचाचण्यांच्या दुःखापेक्षाही 'आपल्याला भारताने पत्ता लागू दिला नाही' याचे दुःख अधिक होते. अमेरिकेचा राष्ट्रीय सुरक्षितता सल्लागार सॅन्डी बर्जर आणि परराष्ट्र खात्याचा प्रवक्ता जेम्स रॉबिन या दोघांनी तर कसलाही आधार नसताना "भारताने वीसपेक्षा जास्त बैठकीत आमची मुद्दाम दिशाभूल केली" असा आरोप केला. "त्या निरनिराळ्या बैठकांमध्ये भारताने नेहमीच आम्हाला आश्वासने दिली होती, हमी दिली होती. आपण कधीही अण्वस्त्रधारी होणार नाही असे म्हटले होते. पण शेवटी अण्वस्त्रांच्या वाटेने हा देश गेलाच," असेही पुढे त्यांनी म्हटले. हे आरोप इतके चुकीचे व बिनबुडाचे होते की, आमच्या परराष्ट्र मंत्रालयाने ताबडतोब त्यांचा तीव्र निषेध करून ते खोडून काढले. आम्ही काढलेल्या पत्रकात म्हटले, "अणुचाचण्या

करणार नाही अशी आश्वासने आम्ही कधीही दिली नव्हती. उलट अण्वस्त्रांच्या पर्यायावरती भारताबरोबर कोणतीही व कधीही चर्चा होऊ शकणार नाही, असेच आम्ही सतत म्हणत आलेलो होतो.''[२७] परराष्ट्र खात्याचे प्रवक्ते जेम्स रुबीन यांनी जी शेरेबाजी गृहमंत्री लालकृष्ण अडवानी यांच्याबद्दल केली होती त्याबद्दलही भारताने आपली तीव्र प्रतिक्रिया व्यक्त केली होती. अमेरिकी सरकारच्या वृत्तसंस्थांना उद्देशून असलेल्या दैनंदिन वार्तालापामध्ये १९ मे १९९८ रोजी या प्रवक्त्याने इतर प्रश्नांसोबत एका वार्ताहराच्या प्रश्नाला उत्तर देत म्हटले होते, ''या बाबतीत काल भारताचे गृहमंत्री अडवानी यांनी भारताच्या अणुचाचण्यांबद्दल जे काही म्हटले त्यावरती आमचे भाष्य आहे की, त्यांचे ते शेरे पाकिस्तानला उद्देशून असून पाकिस्तानने काश्मिर प्रश्नावरून माघार घ्यावी असे सुचवणारे आहेत. यावरून असे दिसते की, भारत हा मूर्खपणे व धोकादायकरित्या आपल्या शेजारी राष्ट्रांबरोबर उगाचच तणाव वाढवित असून जगाच्या मताची पर्वा करीत नाही. या संवेदनशील काळात आपली विधाने करताना आणि कोणतीही कृती करताना भारताने भावनेच्या आहारी न जाता पूर्ण संयमाने व सावधगिरीने वागावे.''

रुबिन यांच्या या वक्तव्याला परराष्ट्र मंत्रालयाच्या प्रवक्त्याने मुंहतोड उत्तर दिले. तो म्हणाला, ''अमेरिकेच्या परराष्ट्र खात्याचे प्रवक्ते रुबिन यांनी जे काही ताशेरे

---

२७. *यासाठी येथे, श्री एस. मुखर्जी, (वृत्त, माहिती व सांस्कृतिक खात्याचे मंत्री) यांनी १८ मे १९९८ रोजी वॉशिंग्टनमध्ये जे म्हटले होते ते येथे उद्धृत करणे उचित ठरेल. त्यांनी म्हटले होते :*

''भारतीय अधिकाऱ्यांनी आपली 'गंभीरपणे दिशाभूल' केल्याचा आरोप काही ज्येष्ठ अमेरिकी प्रशासकीय अधिकाऱ्यांनी केला आहे. आम्ही त्यांची विधाने व वक्तव्ये यांची नोंद घेतली असून अशा पद्धतीची द्विपक्षीय चर्चेची मते ठरत असतील तर त्यांच्याशी आम्ही बिलकुल सहमत नाही. राजनैतिक गोपनीयता पाळण्यासाठी भारत इतके दिवस अशा झालेल्या चर्चांबद्दल बोलणे टाळीत आलेला होता. परंतु या चर्चांच्या नावाखाली आमच्यावरती जे आरोप केले जात आहेत त्यांचे खंडन करणे जरूरीचे बनले आहे. गेले अनेक महिने आम्ही अमेरिकेबरोबर मोठ्या प्रमाणात निरनिराळ्या बाबतीत सहकार्याची देवाणघेवाण करतो आहोत. त्यावेळी चालणाऱ्या बोलण्यांमधून आम्ही अमेरिकी सरकारबरोबर दोन्ही बाजूंनी लाभदायक असे संबंध वाढविण्यावरती आमची तयारी दाखवित आलेलो आहोत... अमेरिकेबरोबर झालेल्या ज्या वीसपेक्षा जास्त बैठकांचा संदर्भ अमेरिकी प्रवक्त्यांनी दिला आहे, त्यात उल्लेखलेली आश्वासने आणि हमी भारताने कधीही दिलेली नव्हती. उलट 'अशी आश्वासने आम्हाला देता येत नाहीत' असेच भारताने सांगितले होते.''

भारत सरकारच्या ज्येष्ठ मंत्र्याबद्दल झाडले आहेत त्याची आम्ही नोंद घेतली आहे. यापूर्वीही आम्ही परराष्ट्र खात्याच्या प्रवक्त्यांच्या अतिरेकी व संतापजनक उद्रेकांकडे अमेरिकेचे लक्ष वेधून घेतले होते. एखाद्या देशाच्या मंत्र्याची विधाने जरी पटली नाहीत तरी अशा ज्येष्ठ राजकीय नेतृत्वाबद्दल आक्षेपार्ह उल्लेख हा तसल्या भाषेत अजिबात केला जाऊ नये. जबाबदार राजनैतिक संपर्कामध्ये सौजन्यपूर्ण भाषा वापरली जाण्याचे भान ठेवले जावे आणि तशा भाषेतच भारताशी संपर्क साधला जावा.'' तथापि, अमेरिकेतील अनेक मान्यवरांना आणि वृत्तसृष्टीतील विभागांना ही घटना एवढी औचित्यभंग करणारी विनाशकारक अशी वाटली नाही. काहीजणांची विधाने मात्र वस्तुस्थितीला धरून होती. अमेरिकेच्या ऊर्जा खात्याचा सेक्रेटरी बिल रिचर्डसन हा नुकताच दिल्लीला येऊन गेला होता. त्याने म्हटले की, ''भारताला अणुचाचण्या करायला भाग पाडण्यात काही प्रमाणात पाकिस्तानच्या 'घोरी' क्षेपणास्त्राची चाचणी नक्कीच कारणीभूत झाली आहे.'' अशासारखेच वक्तव्य पूर्वीचे राष्ट्राध्यक्ष जिमी कार्टर यांनी केले. ते म्हणाले, ''आपल्याकडे ८००० अण्वस्त्रे (nuclear warheads) असताना वॉशिंग्टनला भारतावरती टीका करण्याचा नैतिक हक्क कसा काय पोचतो?''

२८ जुलै रोजी वॉशिंग्टनमध्ये इंडियन अमेरिकन फ्रेंडशिप कौन्सिल भरली होती. बेंजामिन गिलमन हे त्या प्रसंगी याबद्दल बोलले. ते अमेरिकी कॉंग्रेसचे सभासद होते व अमेरिकी संसदेच्या 'आंतरराष्ट्रीय संबंध समिती'चे अध्यक्ष होते. अल्पसंख्यांकांचे नेते रिचर्ड गेफार्ड हेही त्या प्रसंगी बोलले. या दोघांच्या बोलण्याचा मतितार्थ असा होता की, ''अणुचाचण्या संदर्भातील अमेरिकी सरकारचे सर्वंकष सत्ताधारी चीन व लोकशाहीवादी भारत यांच्या बाबतीत दुहेरी मापदंड लावायचे धोरण पाहून आपण बुचकळ्यात पडलो आहोत.'' चीनने पाकिस्तानला अण्वस्त्रे पुरविल्याकडे बेधडक डोळेझाक करून चीनचे कोडकौतुक करण्याची प्रशासनाची प्रवृत्ती असल्याचे आरोप केले. त्याच वेळी भारताला मात्र अणुचाचण्यांबद्दल दंड करण्याच्या कृतीवरती टीका केली. गिलमन यांनी पुढे म्हटले, ''भारताभोवती कठोर प्रवृत्तीचे शेजारी पसरलेले आहेत. पूर्वेला लष्करी सत्ता असलेला ब्रह्मदेश, पश्चिमेला 'अधिकारवादी पाकिस्तान' आणि उत्तरेला सर्वंकष हुकूमशाही राबविणाऱ्या चीनने व्यापलेला तिबेट, अशी भारताची भौगोलिक अवस्था झाली आहे.''

सिनेटर डॅनिएल पॅट्रिक मॉयनिहान यांनी दिल्लीत बराच काळ अमेरिकी राजदूत या पदावर काम केले होते. भारताबद्दल स्वच्छ नजरेतून त्यांची मते बनली असून त्यात सातत्य असे. त्यांनी राष्ट्राध्यक्ष क्लिंटन यांना सल्ला दिला होता की, चीनप्रमाणेच भारतालाही एनपीटी आणि सीटीबीटी या करारांमध्ये एक 'अणुसत्ता' म्हणून प्रवेश द्यावा. त्यांनी केव्हाच म्हटले होते की, ''भारतातील राजकीय नेतृत्व हे अणुचाचण्या करण्यास सुरुवात करणार आहे.'' परंतु ही गोष्ट

अमेरिकी सरकारला कळवली तर नेहमीप्रमाणे ते सरकार म्हणणार की, "असं? पण सीआयएने आम्हाला तसे कधीही कळवले नाही."

ते असो! पण आमच्यावरती अमेरिका आर्थिक निर्बंध लादणार हे ठाऊक होतेच. त्याप्रमाणे घडल्यावर आम्ही त्या निर्बंधातून वाट काढण्यासाठी व ते निर्बंध पचवून टाकण्यासाठी पावले उचलली. या निर्बंधांचे काही सौम्य व मिळमिळीत असे भाग होते. त्यानुसार आमच्या शास्त्रज्ञांवरती अमेरिकेत येण्यावर काही निर्बंध घातले गेले. अमेरिकी शास्त्रज्ञांशी त्यांनी संपर्क साधू नये, कसलीही चर्चा त्यांच्याशी करू नये म्हणून ते निर्बंध घातले गेले होते. तसेच, अमेरिकेने जपान व जर्मनी यांना कळवले की त्यांनी भारताला कसलेही कर्ज मंजूर करू नये. एशियन डेव्हलपमेंट बँक, जागतिक बँक आणि आंतरराष्ट्रीय नाणेनिधी यांच्यावरती दबाव आणून त्यांच्याकरवी दिली जाणारी सारी कर्जे व अनुदाने स्थगित करायला लावली. परिणामी जागतिक बँकेने देशाच्या पायाभूत रचनेसाठी जे तीन अब्ज डॉलर्सचे कर्ज मंजूर केले होते ते राखून ठेवले. परंतु आंतरराष्ट्रीय नाणेनिधीने ५॥ अब्ज डॉलर्सची मदत नोव्हेंबर १९९८ मध्ये पाकिस्तानला आपली अर्थव्यवस्था सुधारण्यासाठी दिली. पाकिस्तानला ती मदत देताना मात्र क्लिंटन प्रशासनाने अजिबात आडकाठी आणली नाही. भारतातील जनमताला हा अमेरिकेचा पक्षपात सहन झाला नाही. कारण त्याच वेळी आंतरराष्ट्रीय नाणेनिधीला भारताला मदत देताना मात्र अमेरिकेने रोखून धरले होते. अमेरिकेच्या पक्षपाताचे व पूर्वग्रहदूषिततेचे हे आणखी एक ढळढळीत उदाहरण होते. अमेरिकी परराष्ट्र खात्याचा असिस्टंट सेक्रेटरी कार्ल इंडरफर्थ (हा 'रिक' नावानेही संबोधला जायचा) याने अमेरिकी कायद्यांचा वेगळा अर्थ लावून पाकिस्तानला दिलेली मदत हा 'जादा लवचिकतेचा' भाग आहे असे समर्थन केले. मला त्या गोष्टींची आठवण झाली की अमेरिकेच्या अशा पक्षपाती धोरणाचे एकच कारण सुचते. ते म्हणजे त्या निर्बंधांचा भारतावर परिणाम होत नाही हे पाहून चिडून अमेरिका पाकिस्तानला अधिकाधिक सवलती देऊ लागे. जर नागरिकांच्या खिशाला झळ बसू लागली किंवा दैनंदिन गरजेच्या वस्तू खूप महाग होत गेल्या किंवा दुर्मिळ झाल्या तर त्या देशाला आर्थिक निर्बंधांची झळ बसली असे म्हणता येईल. मगच त्या देशाचे सरकार आर्थिक निर्बंधांचा विचार करू लागेल. जोपर्यंत नागरिकांचा सरकारवरती दबाव येत नाही तोपर्यंत आर्थिक निर्बंध हे नुसती निष्फळ राजकीय घोषणाबाजी ठरते. अमेरिकेला नेमके हेच आवडत नव्हते. अमेरिकेला भारतावर घातलेल्या निर्बंधाखेरीज काहीही करता येईना. जगातील त्या एकमेव महासत्तेचे निर्बंध परिणामकारक न ठरल्याने त्यातून दिले जाणारे राजकीय संदेश व संकेत यांची किंमत कमी झाली. त्यावेळी अमेरिकेने ५० ते ९० देशांवरती निरनिराळ्या कारणास्तव निर्बंध घातलेले होते. भारतातील काही समीक्षकांनी अमेरिकेच्या निर्बंधांवरती टीका करताना म्हटले

होते, ''पाकिस्तानला अमेरिकेने सोडून दिले आणि भारतावर मात्र निर्बंध घालून भारताला 'शिक्षा' दिली. हा प्रकार कोणत्याच सरकारने सहन करता कामा नये. वाजपेयी सरकारने तर मुळीच सहन करू नये.'' मी असल्या दृष्टिकोनांशी सहमत नव्हतो. कारण आर्थिकदृष्ट्या लंगडे झालेले पाकिस्तान हे भारताला डोकेदुखी निर्माण करणारे ठरले असते.

तर अशा आणि अनेक इतर कारणांमुळे पोखरणच्या चाचण्यांनंतर जो आंतरराष्ट्रीय धुरळा उडाला होता त्यात अमेरिकेचा रुसवा, चरफड, चीड प्रामुख्याने असणार हे उघड होते. परंतु काहीही असले तरी ती चीड, चरफड वगैरे सारे अमेरिकेचे असल्याने महत्त्वाचे होते. जगातील सर्वात अग्रक्रमाचे होते. कारण अमेरिका ही नुसती एक महासत्ता नव्हती, तर ह्यूबर्ट व्हेड्रीनस याच्या शब्दात Hyper power ऊर्फ महामहोसत्ता होती. मात्र हा शब्दप्रयोग अमेरिकेच्या परराष्ट्र खात्याला आवडत नाही, त्यांना त्याचा राग येतो. भारताच्या चाचण्यांविरुद्ध नाराजी, नाखुषी व निषेध व्यक्त करण्याच्या मोहिमेत अमेरिका ही स्पष्टपणे आघाडीवर होती. अन् जोपर्यंत ही निषेध मोहीम अमेरिका चालू ठेवते आहे तोपर्यंत बाकीच्या देशांनाही आपापले निषेधसत्र बंद करता येत नव्हते. अणुचाचण्या केल्यामुळे अमेरिकेचे मानपान, गर्व वगैरे दुखावले गेले असतील. त्याबद्दलची प्रतिक्रिया मी समजू शकतो. परंतु त्या भावनांच्या आड, प्रतिक्रियेच्या आड कुठे तरी अणुचाचण्यांना अमेरिकेने मनातून मान्यता दिली आहे का याचा मी शोध घेत नव्हतो. कारण तसे काही करणे हे असमर्थनीय ठरले असते व तशा कल्पनेला अमेरिका कधीच थारा देणार नाही. अमेरिका भारताची बाजू बौद्धिक पातळीवरती कुठे हुशारीने समजावून घेण्याचा प्रयत्न करते आहे का, किंवा त्या चाचण्यांमागच्या तार्किक उपपत्तीचा व सुसंगतीचा वेध घेते आहे का, याचा मी शोध घेत होतो. भारताने अणुचाचण्या करून कोणत्याही कराराचा भंग केला नव्हता, कोणालाही 'जशास तसे' उत्तर दिले नव्हते, कोणाकडूनही काही मिळवले नव्हते की कोणालाही काही दिलेले नव्हते. ज्याच्याशी माझे संभाषण झडे त्या स्ट्रोब टालबोट यांनाही अनेकदा माझ्या शोधात मी सामील करून घेई. स्ट्रोब टालबोट हे परराष्ट्र खात्यात डेप्युटी सेक्रेटरी होते. त्या माणसाची बुद्धिमत्ता उच्च दर्जाची होती, आपल्या कामावरती त्यांची निखळ निष्ठा होती, मुख्य म्हणजे समोरच्या माणसाचा दृष्टिकोन अचूक जाणण्याची त्यांची क्षमता होती. अमेरिका व भारत हे एकमेकांचे दृष्टिकोन समजावून घेणाऱ्यांपैकी असल्याने खुद्द टालबोट हेच स्वत: दोन्ही देशांच्या दृष्टिकोनांच्या मिलाफाचे एक प्रतीक होते. त्यांचे हे काम अर्थातच अत्यंत गुंतागुंतीचे होते. भारत व अमेरिका या जगातील दोन महान देशांचे जाहीर केलेले दृष्टिकोन जेव्हा परस्पर विरोधी असतात तेव्हा त्यांचा मिलाफ घडवून आणणे हे खूपच कठीण काम होते. अमेरिकेने आपला दृष्टिकोन व विचार एकदम बदलून टाकावा, अशी अवास्तव मागणी भारत करीत नव्हता की आपले स्वत:चे

दृष्टिकोन सोडून देऊन आपल्या विचारात अतिलवचिकता आणणार नव्हता. पण तरीही काही मतैक्य, काही वैचारिक मिलाफ साधता आला तर मी धडपडत होतो. ही गोष्ट दोन्ही पक्षांनी थोडीशी तडजोड केली, आपल्या भूमिकेपासून किंचित बाजूला सरकून प्रतिपक्षाच्या काही घटकांचा स्वीकार केला तरच जमण्याजोगी होती. पण त्यासाठी कठोर व कडक भूमिका सोडून लवचिकता धारण करायला पाहिजे होती. पण हे सर्व बाबतीत शक्य नव्हते. विशेषत: राष्ट्रीय हिताच्या बाबतीत कुठेच तडजोड होऊ शकणार नव्हती. माझ्या मनात एक उल्लेख न केलेला घटक तरळत होता. भारताला 'राष्ट्रीय सुरक्षिततेचा घटक' हा बळ पुरवणार होता आणि ते बळ शेवटी आर्थिक प्रगतीच पुरवणार होते, यात कोणतीच शंका नव्हती. अन् जर भारताचे संबंध नेहमी अमेरिकेच्या विरोधात राहिले तर भारताचा आर्थिक विकास सतत होत रहाणे अवघड होते. तेव्हा दूरच्या भवितव्याकडे नजर ठेवून आपल्याला अमेरिकेशी जमवून घ्यायला हवे, त्यांच्या बरोबर काम करायला हवे, याचेही भान माझ्या मनात होते. माझ्या मनात भारताच्या सुरक्षिततेला सर्वोच्च प्राधान्य होते म्हणून तर अमेरिकेशी जमवून घेणे ही आपली पहिली गरज होती. पण त्या आधी एका वास्तव प्रश्नाचे उत्तर मिळायला हवे होते. तो प्रश्न म्हणजे, अमेरिकेला तसे भारताशी जमवून घेण्याची इच्छा आहे काय?

खूप टीकेचा भडिमार झालेल्या आमच्या वॉशिंग्टनमधील मोहिमेत भारताच्या परराष्ट्र मंत्रालयाने तसा अंदाज घेण्याचा प्रयत्न करून पाहिला. मात्र हा प्रयत्न अत्यंत कार्यक्षम अशा माणसांकडून आम्ही हाताळला. नरसिंह राव सरकारने नरेशचंद्र यांना अमेरिकेत राजदूत म्हणून नेमले होते. त्यांना राजनैतिक कार्याचा काही अनुभव नव्हता. परंतु तरीही ते या पदाला अत्यंत लायक होते. भारतातील ज्येष्ठ व सेवानिवृत्त झालेल्या वरिष्ठ अधिकाऱ्यांत त्यांची गणना होई व त्यांचे नाव आदराने घेतले जाई. त्यांचे वागणे बाह्यात्कारी जरी अत्यंत सौम्य वाटले तरी ते प्रत्यक्षात तशा स्वभावाचे नव्हते. बोलताना ते अघळपघळपणे बोलत, पण त्या बोलण्यात त्यांनी बरेच टोमणे पेरलेले असत. ते मूळचे अयोध्येतले असल्याने तिथला अघळपघळपणा व नंतर राजस्थानात त्यांनी आपला आयएएसचा सेवाकाल सुरू केलेला असल्याने तिथला सडेतोडपणा अशा दोन्हींचे मिश्रण त्यांच्यात झालेले होते. एखाद्या व्यावसायिक राजनीतीज्ञाला लाजवेल असले गुणधर्म त्यांच्यात एकवटले होते. असे गुणधर्म केवळ प्रशिक्षणामुळे माणसात निर्माण होत नाहीत. नरेशचंद्र यांचे वॉशिंग्टनमधील अस्तित्व हे मला फार दिलासा देणारे वाटत होते. मला वॉशिंग्टनच्या सरकार दरबारी जाऊन माझी मोहीम फत्ते करायची होती. अमेरिकी सरकारकडून ताबडतोब आम्हाला प्रतिसाद आला. आम्हाला सांगण्यात आले, "आपली भेट मान्य करण्यात आलेली असून

योग्य त्या पातळीवरती ती घेतली जाईल.'' सारे काही राजनैतिक शिष्टाचार पाळून अशा भेटीगाठी होत असतात. मला त्या सहसा नाकारल्या जात नसत. पण मला त्या भेटीतला समारंभ, डामडौल यात बिलकुल रस नव्हता. मला माझ्या कामाशी मतलब होता. माझ्या या वृत्तीमुळेच भारतात माझ्यावरती 'शिष्टाचाराला फारसे किंमत न देणारा' अशी टीका व्हायची. पण असल्या पोकळ व क्षुद्र टीकेला मी दाद देत नव्हतो.

इतिहासातले विलंब

भारत आणि अमेरिका या दोघांच्यापुढील आव्हाने ही अण्वस्त्रप्रसारबंदीच्या चर्चेतील तांत्रिक बाबतीत नव्हती. शीतयुद्धाच्या काळात मात्र तशा चर्चेत हमखास हटवादीपणा, दुराग्रह प्रगट होई. त्या वातावरणाचा परिणाम अद्याप मागे रेंगाळत होता. तो काळ विसरू म्हटले तरी अमेरिकेला किंवा भारताला विसरता येणे शक्य नव्हते. सोव्हिएत युनियनचे तुकडे झाल्यावरती अमेरिकेकडे जागतिक महासत्तेचे एकमेव सर्वोच्च स्थान चालून आले. ते स्थान सर्वार्थाने परिपूर्ण होते. त्यात लष्करी, औद्योगिक, आर्थिक, वैज्ञानिक, तांत्रिक आणि सांस्कृतिक क्षेत्रेही अंतर्भूत होती. अमेरिकेच्या राजनैतिक धोरणाने दुसऱ्या महासत्तेचे तुकडे पाडण्याचे एक दीर्घकालीन ध्येय साध्य केले होते. सोविएत युनियनच्या त्या दुर्दैवी पाडावाला रशियन अध्यक्ष पुतीन यांनी 'या शतकाचा एक भूराजकीय हाहा:कार' असे संबोधले होते. २५ एप्रिल २००५ रोजी त्यांनी तसे बोलून दाखवून पाश्चिमात्यांना चकित केले होते. (संदर्भ : www.rferl.org – Radio Free Europe/Radio Liberty.) परंतु ते काहीही असले तरी अमेरिकेच्या दृष्टीने तो एक मोठा विजय होता, हे निश्चित. त्यानंतरच्या काळात अमेरिकेने आपल्या राजनैतिक धोरणात काही मूलभूत बदल केले. त्या बदलाचे परिणामही दिसून आले. अमेरिकेची इच्छा, हेतू, तिचा प्रभाव आणि अनेक राष्ट्रांना आपल्याला हवे तसे करार करायला लावून आपल्या पंखाखाली आणणे, वगैरे परिणाम दिसून आले. मनुष्यजातीच्या इतिहासात एवढे मोठे सर्वोच्च स्थान आजवर कोणत्याही देशाला मिळाले नव्हते. अमेरिकेला आता फक्त आपल्या अंतर्गत सुरक्षेची काळजी उरलेली होती. पण त्यामुळे त्या देशाच्या सर्व क्षेत्रातील सर्वोच्च स्थानाला थोडाच धक्का पोचणार होता! परंतु अमेरिकेचे एवढ्यावरती समाधान होण्याजोगे नव्हते. त्या देशाला यापेक्षाही अधिक काही हवे होते. आपल्याला कायमची अभेद्य सुरक्षितता लाभावी ही अमेरिकेची एक राष्ट्रीय महत्त्वाकांक्षा बनली आहे. अमेरिकेला त्या पी-५ जागतिक महासत्तांखेरीज अन्य कोणाहीकडे आण्विक क्षेपणास्त्रांची क्षमता आलेली आवडत नाही, मग ती क्षमता सुप्तावस्थेतील असली तरीही अमेरिकेला चालत नाही. पी-५ खेरीज कोणत्याही देशाकडे तशी क्षमता

आली की अमेरिकेला आपल्यावर कधीतरी हल्ला होईल याची चिंता दहशतवादाबरोबरच वाटते आहे. त्या पाच महासत्तांमध्येही अमेरिकेचे सर्वोच्च स्थान बाकीच्या चारही राष्ट्रांनी मानलेले आहे. आता ही पाच अण्वस्त्रधारी राष्ट्रे 'आहेरे' वर्गातील झाली आहेत. पण त्यांना 'नाहीरे' राष्ट्रांच्या अधाशी व वखवखलेल्या नजरांचा त्रास होतो. जर त्यांच्या हातात अण्वस्त्रे पडली तर? या प्रश्नांमुळे ती बेचैन होतात. आपल्या सर्वोच्च स्थानाला धक्का पोचू नये म्हणून अमेरिकेने आपल्यापुढे कार्यक्रमाची एक विषयपत्रिका ठेवलेली आहे. त्यानुसार अण्वस्त्रांचे जागतिकीकरण कसे थोपवावे आणि त्यासाठी लादल्या जाणाऱ्या नियमांना विरोध करणाऱ्या देशांना काबूत ठेवून आहे ही 'जैसे थे' परिस्थिती कशी राखायची, असे ते दोन विषय आहेत. त्याखेरीज भारतासारखे जे विकसनशील देश आता हळूहळू आपले डोके वर काढीत आहेत त्यांचा बंदोबस्त कसा करायचा? काही देशांकडे तर आत्मघातकी पथकांची ताकद आल्याने तर अमेरिकेची चिंता वाढलेली आहे. ही नवीन आत्मघातकीपणाची ताकद नुसती अमेरिकेलाच धमकावते आहे असे नाही, तर ती कोणत्याही देशाच्या सार्वभौमतेला आव्हान देऊ शकते आणि कोणत्याही देशाच्या जवळील शस्त्रास्त्रांच्या एकाधिकारशाहीवरती ती मात करते. 'विनाशकारी सामर्थ्यांची लोकशाही' आता जगात अवतरत आहे. अन् या 'उच्छेदवादी लोकशाही'ने आत्ताच्या अस्तित्वात असलेल्या साऱ्या बूर्ज्वा लोकशाह्यांचा व जागतिक व्यवस्थेचा नायनाट करण्याचे ठरवले आहे. या नवीन विनाशकारी ताकदीने जे प्रश्न उभे केले आहेत, त्यावर कोणालाही सध्या उत्तरे सापडत नाहीत. ज्यांचा पराभव मृत्यूही करू शकत नाही, त्यांचा पराभव तुम्ही कसा करणार? अशा या पेचात सापडलेल्या काळात मी अमेरिकेबरोबर स्नेहसंबंध जोडू पहात होतो.

परंतु मी येथे अमेरिकेत एवढ्याच कामासाठी आलो नव्हतो. भूतकाळातील अनेक विखार पचवीत भारत वाटचाल करीत आलेला आहे. त्याला माथ्यावरच्या अनेक ओझ्यांचा भार वाहून न्यावा लागत आहे. त्यामुळे त्याच्या दृष्टिकोनात, स्वप्नात, आकांक्षांमध्ये अडथळे येतात, अंदाज घेण्यात धूसरता निर्माण होते. इतिहास आणि इतिहासातील अनेक अत्याचार यांचा शतकानुशतके भार वहात आल्याने भारताला दुसऱ्याचे शांतपणे ऐकून घेण्याची एक क्षमता लाभलेली आहे. मग त्यावेळी कधी कधी असे अपमान केले जातात की त्यासमोर कोणीही टिकू शकणार नाही. परंतु तरीही भारत ते अपमान सहन करू शकतो. म्हणून राजनैतिक बोलणी करताना आणि तसे वागताना भारत आपल्या खांद्यावरती अनेक छोटे मोठे भार सहज उचलून बाळगू शकतो. ते बहुतेक भार हे नैतिक असतात, दमदाटी करणारे असतात, वादविवाद करणारे असतात आणि अनेकदा आपल्या राष्ट्राभिमानाला धक्का पोचवण्याची चूक करणारेही असतात. तरीही जुन्या काळात आणि हल्लीही, ऐतिहासिक अन्यायांची भरपाई होत नसते, असे भारत मानायला तयार नाही. जग हे

वर्तमानकाळातील गोष्टींनी एवढे व्यग्र झाले आहे, उद्याच्या बेभरवश्याच्या गोष्टींची चिंता करीत बसले आहे की शतकांपूर्वीच्या किंवा इतिहासकाळातील काल्पनिक अन्यायांचा ते खल करीत नाही. पण भारतात मात्र अशी प्रवृत्ती नाही. दोन मुळे फुटलेला तो पूर्वग्रह-दूषितपणा हा पुढे वारसाहक्काने सरकला आहे. त्यातले पहिले मूळ हे जवाहरलाल नेहरूंपासून आलेले आहे, त्यांच्या इंग्रजाळलेल्या विचारसरणीतून आलेले आहे. त्याबद्दल त्यांचे नातेवाईक बी. के. नेहरू हे लिहितात, ''ते अमेरिकी पैशांच्या भपक्याकडे जरासे उर्मटपणेच पहात होते.'' (संदर्भ : बी. के नेहरू यांचे Nice Guys Finish Second या पुस्तकातील २३८ व ३६६ ही पाने) पं. नेहरूंच्या अशा वैयक्तिक व चमत्कारिक लहर असलेल्या मतांचा प्रभाव भारताच्या धोरणावरती पडत होता, तसा तो नेहमीच सर्व ठिकाणी पडत होता. परंतु परिणामी झाले काय की त्या प्रभावाखाली गेलेल्या पुढच्या पिढ्यांमधील परराष्ट्र धोरण ठरवणाऱ्यांनी तशीच अमेरिकी अर्थसत्तेकडे पहाण्याची उद्धट प्रवृत्ती व संघर्षात्मक पवित्रा तसाच पुढे चालू ठेवला. आपल्या धोरणाचे दुसरे एक मूळ हे अमेरिकेच्या धोरणांचा, पवित्र्यांचा, त्यांनी केलेल्या एखाद्या भागातील युतीचा किंवा जागतिक पातळीवरील युतीचा मत्सर उघडपणे करते. अमेरिकेचा कुठेही असलेला कल, लष्करी मदतीचे कार्यक्रम हे सारे भारताला हानीकारक आहेत असे समजत गेलेले आहेत. त्यामुळे अमेरिकेबरोबर असलेल्या आपल्या द्विपक्षीय संबंधांना गंभीर बाधा पोचत गेली होती.

दुसऱ्या महायुद्धानंतर अमेरिकेच्या सामावून घेण्याच्या धोरणात भारतालाही १९५२ पासून सामावून घेतले गेले होते. परंतु अलिप्ततावाद चळवळीमधील भारत एक प्रमुख देश असल्याने अमेरिकेच्या नजरेत भारताबद्दल संशय वाटू लागला. मग 'आमच्याबरोबर नाही म्हणजे आमच्याविरुद्ध आहे' या वृत्तीने अमेरिका भारताकडे पाहू लागली. अमेरिका पाकिस्तानला पाठिंबा देऊ लागली. पण त्यामुळेही भारताच्या वृत्तीत फरक पडेना आणि अमेरिकेबरोबरच्या संबंधात स्थिरता येईना. कारण त्यावेळचे दक्षिण आशियातील अमेरिकी धोरण हे 'भारत व पाकिस्तान यांना एकाच पातळीवरील देश' मोजणारे होते. परंतु हे धोरण नेहमीच पाकिस्तानकडे झुकणारे राहिलेले होते. परिणामी पाकिस्तानला एक कृत्रिम व असमर्थनीय पाठिंबा मिळत गेला. त्यामुळे दोन मार्गांनी हानी होत राहिली. ती अशी : जोपर्यंत पाकिस्तानला अमेरिका पाठिंबा देत होते तोपर्यंत पाकिस्तान भारत-विरोधी भूमिका घेत वागत राहिले. त्यामुळे सभोवतालच्या क्षेत्रातील समतोल ढळला. अन् जेव्हा तसा पाठिंबा पाकिस्तानला नव्हता तेव्हा पाकिस्तान चुका करीत अडखळत पुढे जाऊ लागले. पण त्यामुळे ते उलट अंतर्गत संघर्षात भिरभिरत खाली खाली जाऊ लागले. म्हणून अमेरिकेचे हे भारत व पाकिस्तानला एकाच पातळीवर मोजण्याचे जे धोरण आहे त्यामुळे दक्षिण आशियात सतत अस्थिरता राहिली. अजूनही तशीच परिस्थिती आहे. म्हणून अमेरिकेने या

भागातील संघर्षाची जबाबदारी काही प्रमाणात तरी आपल्यावरती घेतली पाहिजे.

भारतीय मनावर या साऱ्या गोष्टींचा भार पडतो आहे. तसाच तो भारताचे धोरण ठरवणारे आणि ते राबविणारे यांच्यावरतीही पडतो आहे. त्यामुळे भारताला १९७१ मध्ये बंगालच्या उपसागरात आलेल्या 'यूएसएस एंटरप्राईस' या युद्धनौकेचा प्रवेश विसरणे जड जाते. अन् ही गोष्ट भारतीय मनाला चिनी आक्रमणापेक्षा अधिक बोचते. असे का? याचे कारण अमेरिका हे लोकशाही राष्ट्र असल्याने त्यांच्याकडून, त्यांच्या राष्ट्रीयत्वाकडून, समाजाकडून आपल्या काही अपेक्षा आहेत. त्या अपेक्षांचा भंग झाल्याने आपल्याला राग आला व अजूनही येतो. भारतीयांच्या मनाच्या मुळाशी अशी चांगले वाईट यांची निवड करण्याची प्रवृत्ती असल्याने भूतकाळातील अनेक प्रसंग मनात खोलवर रुतून बसले आहेत. ते उखडून काढणे कठीण आहे. त्यात पाश्चात्त्य साम्राज्यवादाने केलेला छळ, गुलामगिरीच्या वेदना, अनेक थरातील पारतंत्र्य, अनेक शतके झालेली भारताची लूट, सामाजिक खटले वगैरे गोष्टी भारतीय मन कधीच विसरू शकणार नाही. अन् हा दृष्टिकोन काही भारतीयांपुरता नाही. तो जगात सर्वत्र पसरलेला आहे. त्यामुळे पाश्चिमात्य सत्तेबरोबर वाटाघाटी करताना, बोलणी करताना, करार मदार करताना, संबंध जुळवताना नेहमी हा मानसिक अडथळा येतो. यामुळे रशियाचा फायदा होतो. याचे कारण त्या देशाचा विस्तार हा युरोप-आशिया असा असल्याने ते पाश्चिमात्य नाहीत. त्यातून रशियाशी पूर्वी कधीही संघर्ष उडाला नाही. शिवाय सोविएत युनियनची यापूर्वीची धोरणे ही कारणीभूत आहेत. रशियाची पूर्वीची प्रतिमा ही 'सर्वोत्कृष्ट राजकारणपटू व तिसऱ्या जगाचा रक्षणकर्ता' अशी झाली होती. ह्या शब्दांनी तिसऱ्या जगाला भुरळ घातली, पण पाश्चिमात्य जगाला ते ऐकू आले नाही? का ते बहिरे झाले होते? असा विचार पौर्वात्य मनात नेहमी येत रहातो. तिसऱ्या जगातील या शब्दप्रयोगामधील 'तिसऱ्या' शब्द काढून आपण त्याजागी कानाला बरा वाटणारा 'विकसनशील' हा शब्द घालू. हाच शब्द 'अविकसित', 'मागासलेले', 'कमतरता असलेले' वगैरे शब्दांनाही पर्यायी शब्द ठरतो. साम्राज्यशाही गुलामगिरीच्या घावांचे मानसशास्त्रीय व्रण हे इतके व्यापक झाले आहेत की ते अनेकदा पाश्चात्त्यांशी व्यवहार्य ठरणारी बोलणी करतानाही आड येतात आणि त्या बोलण्यात निष्कारण आक्रमकता आणली जाते. प्रत्यक्षात तसा कोणाचाही हेतू नसतो. अगदी आपल्या वागण्यातील कडक रीतीरिवाज पाळणाऱ्या पाश्चिमात्यांचाही तसा हेतू नसतो. इतिहासातल्या जखमा बाळगणाऱ्या देशांमध्ये इजिप्त, चीन व भारत ह्या तीन देशांची उदाहरणे ठळक आहेत, असे मला वाटते. जपानच्या राष्ट्रीय स्मृतीमध्येही असेच ऐतिहासिक व्रण खोलवर गेलेले आहेत. अफाट सुबत्ता आल्याने त्या स्मृतीला आता अनेक पदर पडत गेले आहेत. पण तरीही त्या ऐतिहासिक जखमा अजूनही जपानी मनात भळभळत आहेत. त्या जखमा, त्यांचे बनलेले

मानसिक व्रण यांना बेसावधपणे कोणी विसरायला लावायचा प्रयत्न केला तर जपानच्या राष्ट्रीय अस्मितेला तात्काळ ठेच बसते. चिनी मनातही एकोणिसाव्या शतकात केलेले अपमानास्पद राष्ट्रीय करार, तह हे अद्याप जपून ठेवलेले आहेत. त्यामुळे पाश्चात्त्यांशी व्यापारी बोलणी करताना चीन स्वत:ला पाश्चात्त्यांच्याच दर्जाचा समजून समान पातळीची नेहमी मागणी करतो. मग पाश्चिमात्य जडवाद त्यांच्या मागण्या ताबडतोब पुऱ्या करतो. कारण पश्चिमी जग हे नेहमी श्रीमंतांच्या मागण्यांना मान तुकवीत असते. पूर्वीपासून तसे नेहमीच घडत आलेले आहे. यामुळे, चुकीचा असला तरी इतरांना एक संकेत असा पाठवला जातो की, पश्चिमी जगाकडून काम करून घेण्यास कोणते घटक उपयोगी पडतात ते समजते. तर इतिहासाचे सखोल भान, प्रदीर्घ काळापासूनची सांस्कृतिक परंपरा व प्राचीन संस्कृती यामुळे इजिप्त व भारत येथील मानसिकतेला व विचारांना चालना मिळते. (रेमंड कोहेन यांच्या Negotiating Across Cultures या पुस्तकात फार परिणामकारकतेने हेच विचार नीट मांडलेले आहेत.) आपला अभिमान आणि जनमानसातील प्रतिमा या दोन गोष्टी अत्यंत महत्त्वाच्या असून त्या आपल्या राजनीतीचाही एक घटक बनलेल्या आहेत. करार वगैरे करताना परस्पर सामंजस्याने बोलणी करण्याच्या महत्त्वापेक्षाही बाह्य सापळ्यांना अधिक महत्त्व येते. त्या सापळ्यात आपण कधीही सापडता कामा नये. भारतीय माणसे काल्पनिक किंवा खऱ्या, सहेतुक किंवा अहेतुक अशा गोष्टींबद्दल फार चटकन आपली प्रतिक्रिया व्यक्त करतात. याचे कारण भारतीयांची ही तीव्र संवेदनशीलता. त्याचे मूळ हे स्वातंत्र्यपूर्व काळाच्याही खूप पूर्वी पोचलेले आहे. या संदर्भात बरीच उदाहरणे देता येतील. पण येथे एक उदाहरण दिले तरी ते पुरेसे आहे.

१९९३ मध्ये एक राजनैतिक पेचप्रसंग उद्भवला होता. दक्षिण आशियासाठी अमेरिकेने नेमलेला नवीन असिस्टंट सेक्रेटरी रॉबिन लिन राफेल हा एका पत्रकार-परिषदेत प्रश्नांना उत्तरे देत होता. त्याने एका प्रश्नाला उत्तर देताना म्हटले की, "१९४७ मध्ये काश्मिरचे त्यावेळचे महाराजे हरिसिंग यांनी आपले संस्थान भारतात विलीन करण्यास ज्या कागदपत्रात मान्यता दिली, ते कागदपत्र अमेरिका मानीत नाही. त्या कागदपत्रातील 'काश्मिर हे भारताचे एक अविभाज्य अंग म्हणून येथून पुढे कायमचे राहील' या अर्थाचे वाक्य अमेरिकेला मंजूर नाही." यावरती भारतात तात्काळ व नैसर्गिकरित्या झणझणीत अशी प्रतिक्रिया उमटली. भारतातील भावना यावरती एवढ्या उचंबळून आल्या की शेवटी अमेरिकेचा भारतातील तात्पुरता राजदूत केनेथ ब्रिल याने प्रमुख वृत्तपत्रात त्याबद्दलचा आपला खुलासा प्रसिद्ध केला. पुढे फेब्रुवारी १९९४ मध्ये राष्ट्राध्यक्ष क्लिंटन यांनी जेव्हा "भारतीय सैन्याकडून काश्मिरमध्ये मानवी हक्कांचे उल्लंघन केले गेले" असे विधान केले, त्यावेळी तीच पूर्वीची तीव्र संतापाची भावना वेगाने उफाळून वरती आली. मग क्लिंटनवरती

निषेधांचा पाऊस पाडला गेला. भारतात क्लिंटन प्रशासनाविरुद्ध अशी तक्रार केली जात होती, की यापूर्वीच्या अन्य अमेरिकी प्रशासनाप्रमाणेच क्लिंटन प्रशासनही भारताच्या आंतरराष्ट्रीय महत्त्वाला खालच्या दर्जाचे लेखते आहे, तुच्छ लेखते आहे.

एप्रिल १९९३ मध्ये ज्येष्ठ अमेरिकी राजनीतीज्ञ थॉमस पिकरिंग या राजदूताची दिल्लीहून मॉस्कोला बदली झाली. भारतात फक्त काही महिने त्याने राजदूतपदावर काम केले होते. त्यांच्या जागी न्यूयॉर्कचा पूर्वीचा काँग्रेसमन स्टीफन सोलार्झ याची नियुक्ती झाली. परंतु त्याची पार्श्वभूमी तपासण्यासाठी फेडरल ब्युरो ऑफ इन्व्हेस्टिगेशन (FBI) यांनी पुरते एक वर्ष घेतले. त्यामुळे त्याला राजदूतपदावरती रुजू होता येईना. परिणामी दिल्लीमध्ये अमेरिकेचा राजदूत म्हणून कोणीही नव्हते. पण त्या घटनेमुळे असा एक संकेत भारतात दिला गेला की 'अमेरिका भारताला फारशी किंमत देत नाही.' कदाचित तसे काही अमेरिकेच्या मनात नसेलही. किंवा कदाचित् १९९३-९४ मध्ये अमेरिकेच्या मनातून भारताचा दर्जा खालावलाही असेल. काही का असेना, पण भारत-अमेरिका संबंधात एक सुप्त तणाव आला होता खरा. मग एप्रिल १९९४ मध्ये परराष्ट्र खात्याचे डेप्युटी सेक्रेटरी स्ट्रोब टालबोट यांना हे संबंध सुधारण्यासाठी नेमण्यात आले. त्यातून भारताला एक असा संदेश दिला गेला की, 'क्लिंटन प्रशासन भारताला तुच्छ लेखत नसून महत्त्व देते आहे. भारतीय उपखंडाकडे दुर्लक्ष केले जात नाही.' टालबोट यांनी पंतप्रधान नरसिंह राव यांना वॉशिंग्टन भेटीचे आमंत्रण दिले आणि विनंती केली की नवीन नेमणूक झालेले राजदूत फ्रॅन्क विस्नेर यांना भारताने मान्यता द्यावी. "टालबोट यांची वागणूक अत्यंत आदबशीर व खरोखरीच कित्ता गिरवण्याजोगी अशी होती. त्यांनी अगदी यथायोग्य अशी बोलणी केली," असे रेमंड कोहेन याने Negotiating Across Cultures या पुस्तकात पान ४८ व ४९ वरती म्हटले आहे. त्यावेळी टालबोट यांचे नाव मी प्रथम भारतीय संदर्भात वाचले. टालबोटने परिस्थिती अशी बदलून टाकली की ते आता नवीन संबंधांची भारताबरोबर जुळणी (engaging India) करू लागले होते. मला त्यांच्या या प्रयत्नांचे अत्यंत कौतुक वाटले. त्यावेळी मला त्यांची फारशी माहिती नव्हती. त्याआधी मी फक्त त्यांनी निकिता क्रुश्चेव्ह यांच्या आठवणींच्या पुस्तकावरती काम केल्याची बातमी ऐकली होती. त्यांनी त्या पुस्तकाचा इंग्रजी अनुवाद केला होता. त्या अनुवादाबद्दल 'एक खळबळजनक कट' अशा स्वरुपाची बातमी त्यावेळी प्रसिद्ध झाली होती. (त्यानंतर एकदा माझी व स्ट्रोब यांची लंडनमध्ये काही वाटाघाटी करण्यासाठी गाठ पडली होती. त्यावेळी मी ज्या हॉटेलात उतरलो होतो, त्या हॉटेलात ते मला भेटण्यासाठी आले होते. तेव्हा त्यांनी सांगितले की, "त्या पुस्तकाचा अनुवाद याच हॉटेलमध्ये मी केला होता. एका

नोकराच्या खोलीचे रूपांतर करून ती मला त्या कामासाठी दिली होती. मी तिथे गुप्तपणे तो अनुवाद केला. त्या पुस्तकातील आठवणींचा गोषवारा इंग्रजीत करण्यासाठी मला ४८ तास लागले होते.'')

मी माझे विचार माझ्याबरोबर घेऊन अमेरिकेला निघालो. माझ्यापुढे असंख्य अडचणी असल्याने कोणतीही भ्रामक कल्पना किंवा स्वप्न डोळ्यासमोर ठेवले नव्हते. माझ्या मागे भारतात माझ्या कामाबद्दलची असंख्य मते, दृष्टिकोन, पूर्वग्रह, वैरभाव आणि नैसर्गिक कल हे सारे काही भूतकाळात बंदिस्त करून मी निघालो होतो. असंबद्ध पारंपरिक कल्पना व मते यांना तिलांजली दिली होती. मी फक्त शुद्ध व्यावहारिक वास्तवता बरोबर बाळगून त्याआधारे आजच्या आव्हानांना सामोरे जाणार होतो. दोन्ही पक्षांची जी परस्पर विरोधी मते आहेत ती एका मुशीत वितळवून त्यातून दोघांना मान्य असलेला एक दृष्टिकोन मला निर्माण करायचा होता, असे किसिंजर यांच्या अलंकारिक शब्दात सांगता येईल. परंतु जर आपापल्या देशातील अंतर्गत गोष्टींचा जादा भार डोक्यावरती असेल तर वाटाघाटी करणे खूपच जड जाते. जर दोन्ही राष्ट्रे फारशी लोकशाहीवादी नसतील किंवा त्यांच्या देशातील लोक मागण्या करणारे असतील, तिथे जाब विचारणारा जागृत विरोधी पक्ष असेल, जर वृत्तमाध्यमे ह्या वाटाघाटींना अवास्तव महत्त्व देत असतील आणि सार्वजनिक जनमत हे एखाद्या अथांग व चंचल समुद्रासारखे असेल, तर मग वाटाघाटी करताना फारशा अडचणी येत नाहीत. जे काही घडते आहे ते 'हो' किंवा 'नाही' स्वरुपात आणि तेही झटपट. जनतेच्या विचक्षक नजरेसमोर परराष्ट्र धोरण राबवणे हे नेहमीच धोक्याचे असते, कठीण असते. जर वाटाघाटींमधून अपेक्षित फळे निष्पन्न व्हावीशी वाटत असतील, अन् त्या वाटाघाटी या आंतरराष्ट्रीय घडामोडींच्या पार्श्वभूमीशी जोडलेल्या असतील, तुम्ही जे काही करता त्याचा सतत न्यायनिवाडा तुमची जनता करीत असेल, बहुतेक वेळा त्याबरोबर सतत टीकेची राळ उडवली जात असेल, तर मात्र ती परिस्थिती वाटाघाटींना अनुकूल नसते. मला या साऱ्या गोष्टींचे पूर्ण भान होते. परंतु वाटेत किती खड्डे आहेत याचा अंदाज येणे कठीण होते. प्रत्यक्षात मला आढळले की या रस्त्यावरती खरोखरच खड्डे होते, अडथळे होते, अडचणी होत्या. माझ्यावर एवढा प्रश्नांचा भडिमार केला जात होता, शंका विचारण्यांचा एवढा अतिरेक केला जात होता की, आता समोरचा पक्ष हा माझ्याबद्दल, माझ्या मंत्रीपदाबद्दलच शंका घेईल की काय, असे मला वाटू लागले. माझ्या हेतूंची ते वारंवार तपासणी करून घेत होते. पुन्हा पुन्हा प्रश्न विचारीत होते. त्यांना माझे खरे हेतू' शोधायचे होते. त्यासाठी ते धडपडत होते. त्यामुळे त्यांना पटवण्यासाठी मला आणखी प्रयत्न करावे लागत होते. माझ्या बुद्धिचा कस पणाला लागत होता. सुरुवातीलाच एक गोष्ट गृहीत धरून ते बोलत होते. ती गोष्ट म्हणजे 'मी जणू काही माझा भारत देश विकायला काढला

आहे. मी राष्ट्रीय हिताकडे दुर्लक्ष करतो आहे' किंवा आणखीन रंगवून सांगायचे झाल्यास, 'मी सीआयएचा एजंट तरी असलो पाहिजे किंवा लवकरच बनणार असलो पाहिजे!' प्रथम मला त्यांच्या ह्या शंका किंवा तशा अर्थाचे खोचक बोलणे हे खोलवर दुखावणारे वाटत होते आणि त्यांचा प्रत्येक आरोप हा खोडून काढायची तीव्र ऊर्मी मला होत होती. त्यांची ती गर्भित आरोप असलेली बोलणी ही नंतर असंबद्ध व विसंगत अशा आरोपात होऊ लागली. शेवटी त्यांची टीका, टोले, टोमणे हे केवळ समोरच्या पक्षाला नामोहरम करण्यासाठी किंवा करमणुकीसाठी केले जाऊ लागले. पण तरीही त्या बोलण्यात एक वास्तवता दडली होती आणि ती जाणवत होती. जोपर्यंत भूतकाळाचे ओझे मनावरून उतरत नाही तोपर्यंत हे तसेच चालणार होते. पण अशा तऱ्हेचे तिरकस बोलण्याची प्रवृत्ती अमेरिकेतच का? इंग्लंड, फ्रान्स किंवा जर्मनी येथे तशा पद्धतीने का बोलले जात नाही? उगाच नाही रशियाबद्दल जनमानसात उच्च स्थान आहे. आता रशिया पूर्वीसारखा राहिलेला नाही, तो पूर्णपणे बदलला आहे. अमेरिकेच्या या मनोवृत्तीबद्दल काहीसा खुलासा असा करता येईल की, भारत-अमेरिकेचे संबंध जे १९४७ सालापासून सुरू झाले आहेत त्यामध्ये कुठेतरी याचे मूळ दडलेले आहे. त्याबद्दल मी यापूर्वी खुलासा केला आहेच. अन् तरीही जर आपल्याला अमेरिकेशी अनुकूल संबंध जोडायचे असतील तर आपल्या मनावरील भूतकाळातील घटनांचे भूत उतरवले पाहिजे. तशीच भूतकाळाची ओझी अमेरिकेच्या मनावरतीही आहेत. तिथेही निर्णयप्रक्रियेत जुनी जळमटे आड आलेली असतात.

या इथे आपल्याला क्लिंटन प्रशासनाच्या दृष्टिकोनाशी खरा संबंध आहे. आपल्याला ते महत्त्वाचे वाटते व तेच विचारात घेतले पाहिजे. पंतप्रधान नरसिंह राव हे १९ मे १९९४ रोजी वॉशिंग्टन येथे बिल क्लिंटन यांच्यासमवेत घेतलेल्या पत्रकार-परिषदेत असे म्हणाले होते की, ''माझे आणि राष्ट्राध्यक्ष क्लिंटन यांचे असे मत झाले आहे की, शीतयुद्धाच्या काळामुळे दोन्ही देशांच्या संबंधात जो विपर्यास निर्माण झाला होता तो काढून टाकून नवीन संबंधांची जुळणी करण्यासाठी अभूतपूर्व अशी संधी आत्ता प्राप्त झाली आहे. नवीन बदललेल्या आंतरराष्ट्रीय परिस्थितीत दोन्ही देशांचे जे सामाईक हितसंबंध असतील अशा क्षेत्रांकडे आम्ही लक्ष वळवित आहोत आणि जिथे *परस्परलाभ* आहेत तिथे आम्ही एकत्र काम करणार आहोत.'' ('परस्परलाभ' या शब्दावरचा जोर नंतर टाकलेला आहे.) परंतु त्यानंतर घडत गेलेल्या घटना पाहिल्या तर असे कळते, की शीतयुद्धाच्या काळात अमेरिकेच्या मनावर बसलेला पगडा कमी झालेला नाही. ते अजूनही त्या प्रभावाखालून बाहेर यायला तयार नाहीत. भारताच्या सुरक्षिततेसाठी, आर्थिक विकासासाठी काम करून *परस्परलाभ* घेण्याच्या दृष्टीने फारसे काही अमेरिकेकडून केले जात नाही. याचा अर्थ अमेरिकेला तेव्हापासून आवश्यक त्या भारत-अमेरिका संबंधांची नव्याने पुनर्रचना

करण्यात कदाचित् रस वाटत नसावा. परिणामी, चार वर्षांनी आणखी एक भारतीय पंतप्रधान अटलबिहारी वाजपेयी जेव्हा अमेरिकेला गेले तेव्हा त्यांनाही परत तेच तेच बोलून दाखवावे लागले. परस्पर आदराची भावना, एकत्रित मूल्यमापन आणि एकत्रित लाभ हे शब्दप्रयोग करावे लागले. एशिया सोसायटीत केलेल्या भाषणात (न्यूयॉर्क, २८ सप्टेंबर १९९८) ते याही पुढे जाऊन म्हणाले, ''समानता आणि परस्परलाभ यावरती आधारलेले भारत-अमेरिका संबंध हे उद्याच्या स्थिर व लोकशाही जगाच्या व्यवस्थेचे मुख्य आधार असतील.'' त्याचवेळी वाजपेयी यांनी भारत-अमेरिका संबंध नक्की काय आहेत, ते अचूकपणे दाखवून दिले आणि या संबंधातील अडचणी काय आहेत, काय चुकते आहे तेही दाखवून दिले. त्यावेळी ते म्हणाले होते :

''आम्ही भारतात अशा भारत-अमेरिका संबंधांना मानतो, की ज्या संबंधांची समानतेच्या पायावर नव्याने पुनर्रचना केलेली आहे आणि उद्याच्या लोकशाहीच्या जागतिक व्यवस्थेच्या रचनेतील कळीचे घटक त्यात अंतर्भूत आहेत. तथापि, मला येथे सांगितले पाहिजे की, आपल्या दोन देशातील संबंधांची आत्ताची अवस्था पाहून मला खूप गोंधळल्यासारखे होते... आपले दोन्ही देश हे जगातील दोन सर्वांत मोठ्या लोकशाह्या आहेत. आपल्या दोघांची राजकीय संस्कृती सारखी आहे. त्यात वृत्तस्वातंत्र्य व मुक्त बाजारपेठा या दोन्ही देशात तशाच आहेत... अन् याहीपेक्षा मला जास्त भावते, ते म्हणजे येत्या भावी काळात आपल्या दोन्ही देशात कोठेही एकमेकांच्या हितसंबंधांचा संघर्ष होणार नाही. अन् तरीही आपण येथे जमलेले सारेजण हे मान्य करतो की, गेल्या ५० वर्षांत आपल्या संबंधातील सुप्त शक्ती आपण अजूनही ओळखली नाही किंवा ध्यानात घेतली नाही... मी त्याच्या कारणांचे विश्लेषण करीत आलेलो आहे आणि आता निदान मी एवढे दाखवून देऊ शकतो की नेमके दुखणे कोठे आहे. त्यातील पहिले व महत्त्वाचे कारण हे आहे की, आंतरराष्ट्रीय समुदायाचा एक जबाबदार सभासद म्हणून भारताला मान्यता देण्यात अमेरिका नाखूष आहे.

''अफगाणिस्तानसाठी त्या भागात जी अमेरिकेने कामगिरी केली त्या भागाच्या मूलभूत सुरक्षिततेमध्ये आणि अन्य गोष्टींमध्ये आम्हाला रस आहे; आशिया-पॅसिफिक भागात आम्हाला सकारात्मक, मध्यम प्रवृत्तीची आणि स्थैर्य आणणारी सहकार्याची भूमिका करण्याची आमची इच्छा आहे; युनोच्या सिक्युरिटी कौन्सिलसारख्या जागतिक संघटनेसाठी किंवा अण्वस्त्रप्रसारबंदीसाठी काम करण्याची आमची इच्छा आहे. पण या सर्व गोष्टीत भारताचा सहभाग असणे आणि त्याला सामावून घेणे हे अमेरिकेला आवडत नाही.

''दुसरीही एक गोष्ट आम्हाला अमेरिकेकडून नाकारण्यात येते. आम्हाला

स्वातंत्र्य मिळाल्यापासून जवळजवळ सतत अमेरिकेने तंत्रज्ञान देण्यास नकार दिलेला आहे. आमची निर्यात नियंत्रण व्यवस्था अत्यंत कडक असल्याने भारताला पुरवलेले तंत्रज्ञान व यंत्रसामुग्री देशाबाहेर फुटून निसटून जाणे हे अशक्य आहे. परंतु तरीही भारताला तंत्रज्ञानाचे हस्तांतरण करण्याची अमेरिकेची इच्छा नाही.

"तसेच, दक्षिण आशियायी प्रश्नांमध्ये जिथे आमच्या अत्यंत सुरक्षिततेची बाब असते तिथे आम्हाला अमेरिकेच्या धोरणाचा अडथळा येतो. ज्या आमच्या सुरक्षिततेच्या किमान गरजा आहेत, त्यालाही ते अमेरिकेचे धोरण आड येते.

"भारताला समजावून न घेण्याचे एक फार मोठे गंभीर उदाहरण पहा. अमेरिकी नेते आमच्या संवेदनशील घटकांबाबत बिनदिक्कतपणे जाहीर वक्तव्ये करतात. जेव्हा राष्ट्राध्यक्ष क्लिंटन यांनी चीनला भेट दिली त्यावेळी अमेरिकेकडून दक्षिण आशियाच्या संदर्भात काही विधाने केली गेली. तसेच, रशियाने भारताबरोबर जे सुरक्षा-करार आणि शास्त्रीय ज्ञानासंबंधी करार केले ते रद्द करण्यासाठी अमेरिकेने रशियावरती दडपण आणण्याचा प्रयत्न केला. अलीकडच्या काळातील ही दोन प्रमुख उदाहरणे सांगितली तरी पुरेत. (राष्ट्राध्यक्ष क्लिंटन यांनी चीनला जून १९९८ मध्ये भेट दिली व चीनचा प्रमुख जियांग झेमीन याच्यापुढे जागतिक जबाबदारीच्या वाटणीचा प्रस्ताव पुढे ठेवला. त्यानुसार चीनने आशियात शांतता व सुरक्षितता कशी राखली जाईल हे सर्वसाधारणपणे काम करावे आणि विशेष काम म्हणजे दक्षिण आशियात अणुशस्त्रप्रसारबंदी कशी होईल व क्षेपणास्त्रांचा प्रसार कसा होणार नाही हे पहावे. याच्या आधीच म्हणजे मे १९९८ मध्ये भारत व पाकिस्तान यांनी अणुचाचण्या घेतल्या होत्या.)

"आमच्यासारखी लोकशाहीवादी राष्ट्रे जेव्हा अधिक समझोत्यासाठी अमेरिकेच्या जवळ येऊ पहातात तेव्हा अमेरिकेकडून केल्या जाणाऱ्या जाहीर वक्तव्यांमुळे आम्हाला पुढे जाणे अवघड होऊन बसते."

एका संयोगचिन्हाने वेगळे झालेले देश

क्लिंटन प्रशासनाने (१९९३-९७) प्रथम भारताकडे पाकिस्तानच्या चष्म्यातून पाहिले. "१९७२ साली बांगला देशासाठी झालेले करार परिणामकारक नव्हते व त्यानंतर सिमला करार भारत-पाकिस्तानमध्ये झाला," असे अमेरिकेच्या रॉबिन राफेल हिने चीनमध्ये त्यावेळी सांगितले. तिने पुढे असेही म्हटले की, "काश्मिरमध्ये पाकिस्तानने जो तिथल्या सरकारविरुद्ध सशस्त्र उठाव केला, हे कारण काश्मिरच्या खोऱ्यात मानवतावाद पायदळी तुडविण्यासाठी पुरेसे नाही." १९९६ मध्ये क्लिंटन यांनी एक 'ब्राऊन ॲमेन्डमेन्ट' करून नवीनच कायदा केला. त्या अन्वये प्रेस्लर

ॲमेन्डमेन्ट एकदाच स्थगित ठेवण्याची तरतूद केली. मग त्यानुसार पाकिस्तानवरती आर्थिक निर्बंध लागू केले होते तरी ३७ अब्ज डॉलर्सची लष्करी सामुग्री अमेरिकेने पाकिस्तानला विकली. त्यात M-11 ही क्षेपणास्त्रे आणि ५००० रिंग मॅग्नेट्स होते. अणुबॉम्बसाठी लागणारे युरेनियम हे नेहमीच्या कच्च्या युरेनियममधून वेगळे करणाऱ्या सेन्ट्रिफ्युगल यंत्रात ही रिंग मॅग्नेट्स लागत असतात. पाकिस्तान कच्च्या युरेनियमची आयात चीनकडून करीत असते. अन् हे सारे नेहमीप्रमाणेच घडलेले आहे.

जानेवारी १९९५ मध्ये अमेरिकेच्या डिफेन्स सेक्रेटरी विल्यम पेरी याने भारताबरोबर दिल्लीत एक करार केला. मग ताबडतोब त्याने पाकिस्तानात जाऊन तिथेही त्यांच्याशी तसाच करार केला. १९९० पासून पाकिस्तानशी एका संरक्षण करारानुसार एक सल्लागार गट स्थापन केला होता. तो इतके दिवस निष्क्रिय होता. पण आता त्यातील जुनी माणसे काढून टाकून नवीन तज्ज्ञांची भरती त्याने केली.

जून १९९५ मध्ये अमेरिकेच्या संरक्षण धोरणासाठी असलेला अंडर सेक्रेटरी वॉल्टर स्लोकोम्ब याने 'एशिया सोसायटी'मध्ये एक व्याख्यान दिले. त्यात त्याने म्हटले की, भारत आणि पाकिस्तान यांच्यात समतोल राखणे हे अमेरिकेला आवश्यक वाटते. तसेच भारताबरोबर सुरक्षिततेचे गाढ संबंध ठेवल्यामुळे अमेरिका व पाकिस्तान यांच्यात चालत आलेल्या पारंपरिक सहकार्याच्या प्रयत्नात बाधा येता कामा नये, असेही त्याने म्हटले.

हे असे बाहेरून समतोल राखणे अजून चालूच आहे. "काश्मिरमधील दहशतवादात झालेली वाढ ही भारताच्या काश्मिर खोऱ्यातील चुकीच्या प्रशासनामुळे झालेली आहे." असेही राफेलबाई म्हणाल्या. अमेरिकेच्या परराष्ट्र खात्यातील अंडरसेक्रेटरी थॉमस पिकरिंग याने पहिल्या 'इंडो-अमेरिकी व्यूहनीतीवरच्या संवादाचे' नेतृत्व केले होते.[२८] त्याने असे म्हटले की, "भारत व अमेरिका या दोन्ही देशांचे दृष्टिकोन समान आहेत... कोणत्याही स्वरुपातील दहशतवाद हा दोषास्पद आहे, त्याज्य आहे. आपण दोघांनी दहशतवादाशी झुंज देण्यासाठी आपली क्षमता वाढवली पाहिजे. मग तो दहशतवाद कोणाच्याही आशीर्वादाने चाललेला असला, जगाच्या कोणत्याही

---

२८. *संदर्भ Vajpayee's foreign Policy : Daring the irreversible : लेखक एम. एल. सोन्धी, प्रकाश नंदा, हर-आनंद पब्लिकेशन (१९९९). या पुस्तकात पान ७७ वरती असे सांगितले आहे की, भारताने अणुचाचण्या केल्या नसत्या तर भारत-पाक संबंधात लवकर सुधारणा झाली असती. मॅडेलिन अल्ब्राईट हिने भारताबरोबर लष्करीदृष्ट्या व्यूहात्मक बोलणी करण्यासाठी नोव्हेंबर १९९७ मध्ये पुढाकार घेतला होता. पण तिने भारताला भेट दिल्यावरती तिला मधेच एकदम सारे कामकाज सोडून जिनिव्हाला जावे लागले. कारण इराकचा प्रश्न पुढे आल्याने युरोपीय नेत्यांशी तिला चर्चा करणे भाग पडले होते.*

कोपऱ्यातून त्याला समर्थन मिळत असले, मग भले अगदी चंद्रावरून जरी त्याला समर्थन मिळत असले तरी आपल्याला तो दहशतवाद निपटून काढणे भाग आहे.'' या संवादाच्या कार्यक्रमाच्यावेळी असे ठरले की, एक Comprehensive Convention on Terrorism (दहशतवादावरती एक सर्वसमावेशक सभा) जिनिव्हामध्ये घेण्यासाठी जागतिक मत अनुकूल करून घेण्याचे काम भारत व अमेरिका या देशांनी करावे.[२९] भारत व अमेरिका यांच्यातील व्यूहनीतीच्या धोरणा-संदर्भात आणखी एका विस्तृत पटाची संकल्पना पिकरिंग याने मांडली. तो म्हणाला की, ''महत्त्वाचे काय आहे, तर भारत-अमेरिका संबंधाचा संपूर्ण आवाका, पल्ला हे महत्त्वाचे आहे. आम्ही सध्या जास्ती करून एखाद्या भागाच्या किंवा जगाच्या प्रश्नाकडे पहातो... त्या प्रश्नांना आम्ही दोघांनी मिळून कसे सामोरे जावे हे पाहिले पाहिजे... व्यूहनीतीसंदर्भातील संवाद हे संकुचित लष्करी अर्थानुसार लक्षात घेता कामा नयेत. कारण भारतात लोकशाही असल्याने, सुप्त आर्थिक शक्ती असल्याने आणि शीतयुद्धानंतरच्या जगातील भारताची वैशिष्ट्यपूर्ण स्थिती असल्याने आमच्या दृष्टीने भारत हा एक महत्त्वाचा देश ठरतो आहे.''[२९] भारत व अमेरिकेत असे व्यूहनीतीवरचे संवाद पुन्हा सुरू झाल्याने ती एक चांगली घटना ठरली होती. पिकरिंगच्या मते भारत-अमेरिका संबंधांचा संपूर्ण पल्ला महत्त्वाचा ठरतो, नाहीतर केवळ एका विशिष्ट समस्येमुळे सारे संबंध हे पणाला लागतात, ओलीस धरले जातात. कारण त्यावेळी अमेरिकेने केवळ अणुचाचण्यांमुळे भारताशी असलेले संबंध ताणून धरले होते. वॉशिंग्टनमधून सरळ सरळ भारताला सांगण्यात आले होते की, ''आपले संबंध पुन्हा सुधारतील, पण कोणत्याही परिस्थितीत भारताने आण्विक सत्ता प्राप्त करण्याचा आपला हेतू सोडून दिला पाहिजे.''

क्लिंटन प्रशासनाने एक अणुचाचण्यांचा मुद्दा सोडला तर एरवीही भारत ही एक सत्ता आहे हे लक्षात घेतले नव्हते. त्यांनी भारताकडे नेहमी दक्षिण आशियाच्या संदर्भात पाहिले होते आणि त्यासाठी ते पाकिस्तानला या चित्रात आणू पहात होते. पंतप्रधान आय. के. गुजराल यांनी 'वस्तुनिष्ठ व भेदभावरहित अशा जागतिक मापदंडानुसार भारताला युनोच्या सुरक्षा समितीचा कायमचा सभासद बनण्याचा हक्क पोचतो' असे विधान केले होते. पण पिकरिंगला ते विधान मान्य नव्हते. त्याच्या मते, जर भारताभोवतालच्या क्षेत्रातील देशांना सुरक्षा समितीवरती भारत हा आपले प्रतिनिधीत्व करण्यासाठी हवा असेल तरच त्याला ते सभासदत्व मिळू शकते. हा एक चमत्कारिक सिद्धांत तयार केला गेला होता. त्यामुळे 'त्या विभागातील सर्व देशांची मान्यता

---

२९. *संदर्भ : Vajpayee's Foreign Policy : Daring the Irreversible, पाने क्र. ७७ व ७८.*

मिळाल्याखेरीज सभासदत्व दिले जाणार नाही' ही गोष्ट संपूर्णपणे असमर्थनीय होती. काश्मिरमध्ये दहशतवादाला प्रोत्साहन देण्याची भूमिका पाकिस्तान करते हे क्लिंटन प्रशासनाने मान्य केले होते. परंतु 'काश्मिर ही एक सुप्त स्फोटक परिस्थिती आहे' या मुद्यावरती गाडी अडली होती. तो प्रश्न सुटावा म्हणून विधाने केली होती, पण ती केवळ पाकिस्तानला खूष करण्यासाठी केली होती. अमेरिकेने ब्राऊन ॲमेन्डमेन्टच्या नावाखाली पुन्हा पाकिस्तानला 'मर्यादित'(?) स्वरुपात आर्थिक व लष्करी मदत देऊ करणे सुरू केले होते. अमेरिकेच्या राजनैतिक धोरणातील हा एक नेत्रदोष आहे. तो दोष त्यांनीच निर्माण केला आहे. त्यामुळे अमेरिकेला दक्षिण आशियातील वास्तवतेकडे स्वच्छ नजरेने पहाता येत नाही. अशा नजरेतून काही गोष्टी विकृत स्वरुपात दिसू लागतात. मग पाकिस्तानचा अणुकार्यक्रम आणि क्षेपणास्त्र कार्यक्रम याकडे अमेरिका निर्विकार मनाने पाहू लागते. ते दोन्ही कार्यक्रम चीन व कोरिया यांच्या मदतीने पाकिस्तान राबवित आहे याकडे अमेरिकेकडून काणाडोळा होऊ लागतो. एप्रिल १९९८ मध्ये जेव्हा पाकिस्तानने 'घोरी' क्षेपणास्त्राची चाचणी घेतली तेव्हा क्लिंटन प्रशासनाची प्रतिक्रिया एवढी क्षीण होती की ती कोणालाही ऐकूच आली नाही. क्लिंटन प्रशासनाने एकीकडे भारताबरोबर व्यूहनीतीवर संवाद चालू केला व दुसरीकडे १९९७ मध्ये पाच मोठ्या भारतीय वैज्ञानिक संस्थांना विक्री करण्यावरती अमेरिकेत बंदी घातली. त्यात भाभा अणुसंशोधन केंद्र, भारत इलेक्ट्रॉनिक्स आणि इंडियन रेअर अर्थस् ह्या संस्था होत्या. अन् ती बंदी का घातली तर म्हणे या संस्थांकडून दुहेरी उपयोगाचे म्हणजे तारक व मारक असे तंत्रज्ञान असलेल्या यंत्रसामुग्रीची निर्मिती होत असते. अमेरिकेची ही प्रतिक्रिया चमत्कारिक तर होतीच आणि नेहमीसारखीच ती ठराविक होती. शिवाय कोणत्या वेळी ती बंदी घातली गेली, तर ज्यावेळी भारतीय परराष्ट्र खात्याचे राज्यमंत्री सलीम शेरवानी हे 'आर्थिक निर्बंध लादू नये' म्हणून विनंती करण्यासाठी अमेरिकेत आलेले असताना. विक्रीवरील बंदीचा तात्काळ परिणाम असा झाला की, रेगन प्रशासनाने १९८४ मध्ये भारताबरोबर विज्ञान व तंत्रज्ञान हस्तांतराबद्दल जो एक समझोत्याचा करार पूर्वी केला होता, त्याचा अमेरिकेकडूनच भंग झाला.

आणखीही एक काळजी करण्याजोगी गोष्ट होती. अन् ती गोष्ट अमेरिकेची उक्ती व कृती यात कसलाही ताळमेळ नसल्याचे दाखवित होती. जरी अमेरिका मोठमोठ्याने आपण लोकशाहीचे पुरस्कर्ते असल्याचे ढोल मनापासून बडवित असली तरी अमेरिकेला नेहमीच हुकूमशाहीशी, लष्करी सत्ताधाऱ्यांशी आणि नाचवले जाणाऱ्या राजवटींशी मैत्री ही सोयिस्कर वाटत आलेली आहे. नेहमी आडवेतिडवे प्रश्न विचारणाऱ्या भारतासारख्या देशाशी, सैद्धांतिक वादविवाद करण्याची वृत्ती असलेल्यांशी,शास्त्रार्थाचा शेवटपर्यंत कीस काढणाऱ्यांशी, माया, मिथ्या आणि

अद्वैत मानणाऱ्यांशी मैत्री करणे त्यांना आवडत नाही. त्यामुळे पाकिस्तानशी मैत्री करणे त्यांना का सोपे जाते याचा अंशत: खुलासा होतो. मग अशा देशांना अमेरिकेची महासत्ता आपल्या सततच्या राजकारणासाठी पाकिस्तानला वापरणे हे सोयिस्कर ठरते. त्यात अमेरिकेचे बरेच हेतू साध्य होतात. परंतु पाकिस्तानला दीर्घ मुदतीच्या व कायम स्वरुपाच्या दृष्टीने त्यांचा काहीही उपयोग होत नाही. आत्ताच्या संदर्भात ही वस्तुस्थिती अचूक लागू पडते. वर्षानुवर्षे पाकिस्तानच्या लष्करी चाळ्यांकडे दुर्लक्ष करीत गेल्याने शेवटी पाकिस्तान क्षेपणास्त्रे व अण्वस्त्रे उत्पादन यांच्या मार्गावर वाटचाल करू लागल्यावर अमेरिकेला बळजबरीने काहीतरी करणे भाग पडते आहे. ते 'काहीतरी' म्हणजे नक्की काय करायचे याची खुद्द अमेरिकेलाही अजून नीट कल्पना करता येत नाही. म्हणून अमेरिकी व ब्रिटिश निवेदने ही पाकिस्तानला अण्वस्त्रे चाचण्या कराव्या लागण्याचे खापर भारताच्या माथ्यावर सतत फोडीत आलेली आहेत! अमेरिकन टीकाकारांच्या नजरेतूनही ते सुटत नसल्याने ते अनेकदा विनोदाने म्हणतात : "भारताची अंतिम जबाबदारी ही .... पाकिस्तानच्या कृतीशीही निगडित आहे." हे जे काही पूर्वग्रह अमेरिकन प्रशासनाने करून घेतले आहेत ते मला आता दाखवून द्यायचे होते, जितके जमेल तितके ते सुधारावेत म्हणून प्रयत्न करायचा होता आणि अमेरिकी मनात जे वर्षानुवर्षे भिनलेले भारत-पाकच्या संयोगचिन्हांचे संबंध (hyphenated relations) आहेत त्याचे विष मला उतरवायचे होते.

असेच संयोगचिन्हाने दर्शविले जाणारे दुसरे संबंध म्हणजे भारत-चीन संबंध. ते तसे कमी उल्लेखले जातात, तरीही ते कायम गंभीर स्वरुपाचे असतात. चीनच्या संदर्भातील अमेरिकेचे धोरण व दृष्टिकोन यांनी मला नेहमीच कोड्यात पाडलेले आहे. अमेरिकेला चीनकडून नक्की काय हवे होते आणि सध्या काय हवे आहे हे मला कधीच समजले नाही. याला अपवाद फक्त निक्सन-किसिंजर कालखंडाचा. अमेरिका व चीन या दोन्ही देशांचे एकमेकांशी असलेले संबंध नेहमीच गोंधळून टाकणारे (एकाच वेळी प्रेम करणे व तिरस्कार करणे) अशा स्वरुपाचे आहेत. १९९८ पर्यंत या संबंधावरती दोन्ही देशातील व्यापारांचे थरावर थर चढले होते. अर्थात् यात समतोल नव्हता आणि लाभाचा काटा हा चीनच्या बाजूने झुकलेला होता. अमेरिका हे एक व्यापारी राष्ट्र असल्याने आपले व्यापारी हितसंबंध ते कधी असे धोक्यात घालणार नाहीत. त्या राष्ट्राची ती नेहमीची व्यापारी नीतिमत्ता होती. तसेच १९९८ नंतर चीनशी संबंध ठेवतानाही ते तसे वागणारे नव्हते. जर अमेरिकेला त्या व्यापारातून लाभ होतो आहे असे चीनला दिसले तर चीनही कठोर व्यवहारी असल्याने तो अमेरिकी अर्थव्यवस्थेला इजा केल्यावाचून रहाणारा नाही. ही गोष्ट चीनबद्दल धोरण ठरविणाऱ्या अमेरिकनांनाही ठाऊक आहे. काही थेट गोष्टींमुळे मी बुचकळ्यात पडलो. त्या अशा : १९९८ मध्ये राष्ट्राध्यक्ष क्लिंटन यांनी चीनला आठवड्याभराची

भेट दिली. त्यावेळी त्यांनी असा एक शेरा मारला होता की, "चीनने जागतिक जबाबदारीतील आपला वाटा उचलला पाहिजे. तो वाटा म्हणजे चीनने आशियात अण्वस्त्रप्रसारबंदी व क्षेपणास्त्रप्रसारबंदी घडवून आणली पाहिजे." ही गोष्ट भारताला घातक होती. त्यामुळे वाजपेयी सरकारने ताबडतोब त्याविरुद्ध आपली तीव्र प्रतिक्रिया व्यक्त करणारे निवेदन जाहीर केले. "क्लिंटन यांचे शेरे चिनी अध्यक्ष जियांग झेमिन यांच्याबरोबर काढलेले संयुक्त निवेदन हा एक जगाच्या या भागावर नियंत्रण ठेवण्याचा प्रयत्न असून, ते वर्चस्ववादाचे व गतकाळातील मनोवृत्तीचे प्रदर्शन आहे." (संदर्भ : २७ जून १९९८ रोजी भारत सरकारने या संदर्भात जाहीर केलेले निवेदन.) दक्षिण आशियात चीनकडून शांतता व स्थैर्य राखले जावे अशी इच्छा अमेरिकेकडून धरली जावी, ही गोष्ट भारताला चमत्कारिक वाटण्याजोगी होती. दक्षिण आशियातील समस्या चीनकडून कशा सोडवल्या जाणार? कारण स्वत: चीनच या समस्यांचा एक भाग आहे. अन् याकडे सरळ सरळ दुर्लक्ष केले जात होते. जम्मू-काश्मिरचा २,६०० चौरस किलोमीटरचा भाग चीनने पाकिस्तानकडून १९६० नंतर घेतला. शिवाय चीनने भारताचा अक्साई चीनचा १५,००० चौरस मैलांचा भाग आधी बळकावला होताच. पाकिस्तानला चीनकडून अण्वस्त्रे व क्षेपणास्त्रे यांची मदत सतत पुरवली जात होतीच. अन् त्यामुळे अमेरिका अस्वस्थ झाली होती. अशा पार्श्वभूमीवरती चीनमार्फत दक्षिण आशियावरती नियंत्रण ठेवण्यासाठी क्लिंटन आपल्या योजना पुढे रेटत आहे, ही गोष्ट खूपच गंभीर होती. भारतात टीकाकारांनी यावरती उहापोह करीत असे म्हटले की, *"क्लिंटनला चीनशी ज्या कारणांवरून मैत्री करायची आहे ती कारणे भारताला लागू पडत नाहीत. 'चीनकडे अण्वस्त्रे आहेत आणि अण्वस्त्रप्रसारबंदीवर नियंत्रण ठेवण्याची क्षमता आहे. शिवाय चीनची बाजारपेठ खूप मोठी असून तिथली लोकसंख्याही अफाट आहे.' या गोष्टींचा विचार क्लिंटनने केला असावा. का क्लिंटन प्रशासन हे लोकशाहीची बूज, भाषणस्वातंत्र्य, मानवी हक्क वगैरे धुडकावून मुद्दाम भारताला उद्धटपणे डिवचत तर नाही ना?"* या सर्वांमध्ये एक अहेतुपूर्वक असलेला संदेश दिसतो आहे. जरी चीनने अमेरिकेच्या अण्वस्त्रप्रसारबंदीच्या सर्व नियमांचे उल्लंघन केले असले तरी अमेरिकी नियम व कायदेकानू हे पाहिजे तसे लागू करता येतात. जेव्हा चीनने पाकिस्तानला व इराणला क्षेपणास्त्रे विकण्याचे थांबवले तेव्हा क्लिंटन प्रशासनाने पाकिस्तान व इराणवरील आर्थिक निर्बंध उठवले. अमेरिकेच्या परराष्ट्र खात्याने तर असे म्हटले होते की, "चीनवरती आर्थिक निर्बंध लादण्यासाठी पुरेसे पुरावे उपलब्ध आहेत. पण तसे करायला प्रशासन राजी नाही असे दिसते."

माझ्या डोक्यात आणखी एक विचार मला त्रास देत होता. कदाचित् तो विचार नसेल, ती एक माहिती असेल आणि काही आठवणीही असतील.

'अमेरिका आपली वाढती लष्करी ताकद आणि त्याचे दृश्य स्वरुपात करीत असलेले प्रदर्शन' याबद्दलचा तो विचार होता. हे सारे अमेरिकेला आणि उरलेल्या पृथ्वीला कोठे घेऊन जाणार आहे? लोकशाही आणि लष्करीकरण या दोन्ही गोष्टी एकत्र कशा नांदू शकतात? मी जी जबाबदारी पार पाडण्यासाठी जातो आहे त्यावर याचा काय परिणाम होईल? शांतताप्रेमी लोकशाही समाज हा टिकून राहू शकत नाही, अशी एक अमेरिकन धारणा आहे. पण अशा पोकळ धारणांचे ठाम समीकरणात रूपांतर होता कामा नये. शिवाय अमेरिका जे काही प्रतिपादन करीत असते ते चुकीचे आहे असेच पुढे सिद्ध होत रहाते. याचे कारण त्या देशात खूप लष्करीकरण झालेले आहे. माझ्या प्रत्येक भेटीच्या वेळी मला त्याचे अमेरिकी समाजावरती झालेले क्रूर परिणाम दिसत आलेले आहेत. एरवी हाच समाज अत्यंत सर्जनशील आहे. शीतयुद्धाच्या शेवटच्या काळात मी काही अमेरिकी निरीक्षकांचे दृष्टिकोन समजावून घेतले. त्यांच्या मतानुसार अमेरिका हा देश लष्करी सत्ता बनण्याकडे सारखा वाढत्या प्रमाणात रेटला जातो आहे. १९१४-१८ या पहिल्या महायुद्धाच्या काळात विल्सन यांनी शस्त्रास्त्रे आणि सैन्य यामुळे काही साध्य होते काय? यावरती आपला संशय व्यक्त करून त्यावर आधारित आपला आदर्शवाद उभा केला होता. विल्सन यांचे ते तत्त्वज्ञान आता हळूहळू विरून गेले. लिबरल व कॉन्झर्व्हेटिव्ह अशा दोन्ही प्रकारच्या अमेरिकी राजकीय पक्षांना लष्करी सामर्थ्याचा मोह पडला आहे. अशी प्रवृत्ती भारतात कधीही दिसली नाही! भारतात लष्कर हे फक्त संरक्षणासाठी वापरण्याची प्रवृत्ती आहे.

भारतीय जनता पक्षाबद्दल अमेरिकेचे ज्ञान, मते आणि पूर्वग्रहदूषित कल्पना काय आहेत याबद्दल मला थोडेसे येथे सांगितले पाहिजे. ती सारी मते दुसऱ्या कुणाकडून तरी घेतल्याने सेकंडहँड बनली आहेत. अमेरिकी प्रशासनाने अणुकेंद्रीत धोरणाचा पाठपुरावा भारताच्या बाबतीत असा केला आहे की, भाजप प्रणीत रालोआ सरकार हे १९९८ मध्ये सत्तेवर येण्याआधी अमेरिकेकडून गंभीर परिणामांबद्दल सावधगिरी व्यक्त केली गेली होती. भाजपच्या जाहीरनाम्यातील 'भारताला अणुसत्ता बनवू' असे जे वचन दिले होते त्याबाबतीत होती. भाजपचा जाहीरनामा १९९७ मध्ये प्रसिद्ध झाल्यावर लगेच त्यावेळच्या अमेरिकी राजदूताने भारतीय जनता पक्षावरती टीका केली होती. तो राजदूत रिचर्ड सेलेस्टी हा होता व फेब्रुवारी १९९८ मध्ये त्याने'द हिंदू' या वृत्तपत्राचे संपादक एन. राम यांच्याशी बोलताना ते उद्गार काढले होते. ते 'द हिंदू' मध्ये छापूनही आले होते. त्यावेळी तो राजदूत म्हणाला होता, ''जर भारत सरकार अण्वस्त्रे धारण करण्याचे ठरवित असेल, 'भारत अण्वस्त्रसज्ज देश आहे' असे जाहीर करीत असेल आणि विशेषत: असे सरकार त्यासाठी अण्वस्त्रांची चाचणी करण्यासही मागेपुढे पहाणार नसेल, तर त्या गोष्टीचे खूप अपरिवर्तनीय असे

परिणाम होतील. त्या परिणामात भारताचे शेजारी देशांशी असलेले संबंध आणि माझ्या सरकारचा संबंध या गोष्टी गुंतलेल्या असतील. मग माझ्या देशाच्या कायद्यानुसार जे परिणाम असतील ते आम्हाला भारताशी आमने सामने ठेवावे लागतील. तेव्हा मला वाटते की त्या मार्गावर पाऊल टाकण्याचा निर्णय घेण्याआधी भारताने नीट विचार करावा.'' सिलेस्टी यांच्या त्या दोन वक्तव्याच्या दोन वैशिष्ट्यांनी मला आश्चर्यचकित केले. प्रथम, एक परदेशी प्रतिनिधी हा दुसऱ्या देशाच्या सरकारने जाहीर केलेल्या धोरणाबद्दल आपले दृष्टिकोन व मते प्रगट करू शकत असेल. परंतु त्याच देशातील राजकीय पक्षांच्या हेतूंबद्दल कसे काय मतप्रदर्शन करू शकतो? दुसरे असे, सिलेस्टी या राजदूताने असे केल्याने त्याच्याकडून भारतीय मतदारांवरती परिणाम नाही का होणार? का तसा परिणाम भाजप निवडून येण्याआधी घडावा अशी तर त्याची इच्छा होती का? त्याने आपल्या अधिकाराबाहेर जाऊन चोखाळलेली ही वाट गंभीर व वेगळी होती. यावर परराष्ट्र खात्याच्या एका प्रवक्त्याने म्हटले, ''एका परदेशी प्रतिनिधीने आमच्या देशातील एका राजकीय पक्षाच्या जाहीरनाम्यावरती टीका करावी, अन् तेही निवडणुकांच्या वातावरणात असताना, ही एक अयोग्य व कधीही सहन न करण्याजोगी बाब आहे.'' (संदर्भ : Vajpayee's Foreign Policy: Daring the Irreversible या पुस्तकातील पान क्र. ७९) त्यानंतर भाजप प्रणीत रालोआ सरकार निवडून येऊन सत्तारूढ झाले, ही एक वेगळी गोष्ट!

गावाकडे जाणारा रस्ता

अमेरिकेचे भारताकडे बघण्याचे दृष्टिकोन, धोरण व मार्ग हे हळूहळू बदलत गेले, पण सावधगिरीने बदलत गेले. त्यासाठी भारताबरोबर जुळणी करताना वाटेतील अण्वस्त्रप्रसारबंदी आणि CTBT चे अडथळे दूर करण्याचे श्रम अमेरिकेला घ्यावे लागले. कारण अण्वस्त्रप्रसारबंदी व CTBT ही अमेरिकेची राष्ट्रीय उद्दिष्टे होती. ११ व १३ मे १९९८ च्या अणुचाचण्यांमुळे भारत देश हा ते उद्दिष्ट गाठण्यामधे एक मुख्य अडथळा ठरू लागला होता. अमेरिकेसाठी हा एक राष्ट्रीय सुरक्षिततेचा प्रश्न बनला होता. तसाच तो भारताच्याही सुरक्षिततेचा प्रश्न होता. शिवाय अमेरिकेला 'भारत' नावाचा अडथळा दूर करता येणे कठीण होते. मग भारतावरती आपली इच्छा लादता येईल काय? त्यासाठी त्यांनी आर्थिक निर्बंध लादले, आपली मदत गोठवली, भारतावरती दबाव आणण्यास सुरुवात केली. आम्ही सारखे त्या दबावाचे मूल्यमापन करीत होतो. पी-५ आणि जी-८ राष्ट्रांनी आपले ठराव या संदर्भात करून तसा दबाव टाकल्याचे जगजाहीर झाले होते. जर अमेरिकेला नको असते तर ते ठराव कधीतरी झाले असते का? तसे ते झाले नसते याची मला खात्री आहे. अशा रीतीने आपल्याकडून आणि अन्य राष्ट्रगटांकडून

अमेरिकेने भारताविरुद्ध आघाडी उघडली होती. भारताचे धोरण बदलले जावे यासाठी अमेरिकेने आटोकाट प्रयत्न केले.

येथे एक मोठा दोष प्रगट होतो. तो म्हणजे, अमेरिकेकडे फक्त आपल्या हितासाठी साऱ्या जगाची पुनर्रचना आपल्या मर्जीप्रमाणे एकट्याने करण्याची क्षमता नाही. परंतु अणुचाचण्यांना जो बऱ्यापैकी विरोध जगातून झाला तो भारताविरुद्ध वापरण्याजोगा आहे हे अमेरिकेला कळून चुकले होते. शिवाय कोणत्याही धाडसात 'अपयश' आले तरी त्यामुळे अमेरिकेची बेअब्रू होणार नव्हती, अमेरिकेचा पराभव झाला असे होणार नव्हते, की अमेरिकेची क्षमता कमी पडली असेही कोणी कायमचे मानणार नव्हते.

तर दुसऱ्या बाजूला मला त्याच अपयशाचा वापर करून या बाबतीमधील भारताची बाजू व दृष्टिकोन परिणामकारकतेने अमेरिकेपुढे सादर करता येणार होते, तणावाचे वातावरण निवळता येणार होते. तसेच, अन्य आंतरराष्ट्रीय समुदायापुढे भारताची विश्वसनीयता मांडताना मी अडखळणार नव्हतो. फक्त मला प्रयत्न करायला हवे होते. बास! बाकी काहीही नाही. प्रयत्न न करण्याच्या चुका झाल्या तर मात्र त्या पुन्हा दुरुस्त करता येणार नव्हत्या. काय वाटेल ते झाले तरी मला यात यश मिळायलाच हवे होते. अपयश ह्या पर्यायाला जागाच नव्हती. मला अपयश आले तर भारताला खाली मान घालावी लागणार होती. माझा देश खुजा केला जाणार होता. हे असे काहीही व्हायला नको होते. तसेच भारताची राष्ट्रीय प्रतिष्ठा, हितसंबंध आणि कोणत्याही क्षेत्रातील स्थान यांची मोडतोड व पुनर्रचना दुसऱ्या कोणाकडून केली जाणे हे सहन करण्याजोगे नव्हते.

भारताजवळचे बौद्धिक, ऐतिहासिक आणि राजनैतिक अशा अनेक प्रकारचे ठेवे घेऊन मी कोलंबसाने शोधलेल्या भूमीकडे प्रयाण केले. पूर्वी ह्याच कोलंबसाने भारतीय भूमीचा शोध घेण्यासाठी प्रयाण केले होते.

विभाग २

अमेरिकेच्या शोधात एक भारतीय

जून १९९८ मध्ये न्यूयॉर्कला जाताना माझ्या डोक्यात असलेल्या प्रबळ विचारांनी मी विचलित झालो नाही की माझी मन:शांती ढळली नाही. भारताची भूमिका मूलभूतरित्या किती न्याय्य आहे, यथायोग्य आहे याची मला खात्री पटली होती. अर्थातच पुढे अडचणी आहेत याची मला जाणीव होती. पण त्यामुळे मी विचलित होत नव्हतो की भेदरून जात नव्हतो. कारण मला एक संधी मिळाली

होती व त्या संधीच्या सहाय्याने मला आंतरराष्ट्रीय समुदायाशी जुळवून घ्यायचे होते. मी असा विश्वास घेऊन निघालो होतो की, ''भारताला अपयश येणारच नाही.'' ११ व १३ मे रोजी झालेल्या घटनांनंतर आता बऱ्यापैकी दिवस उलटून गेले होते. त्या घटनांनी आंतरराष्ट्रीय वृत्तसंस्थांवरती प्रभाव टाकला होता, त्यांचे लक्ष वेधून घेतले होते. भारतात मला सारखे पत्रकार परिषदांना सामोरे जावे लागले होते. अनेक परदेशी पत्रकारांना खास मुलाखती द्याव्या लागल्या होत्या. आता मला नीट आठवत नाही की त्यावेळी मी माझे स्वत:चे दृष्टिकोन, मते प्रगट करीत होतो का भारताला बदनाम करण्याच्या कृतींना विरोध करीत होतो, धिक्कार करीत होतो. कारण त्यानंतर आंतरराष्ट्रीय वातावरणात नैराश्य भरून राहिले होते व भारताचे भवितव्य धूसर होत चालले होते. पण त्याचा परिणाम माझ्यावर होत नव्हता की माझ्यावर त्याचा प्रभाव पडत नव्हता.

त्या अणुचाचण्यांविरुद्ध एक आंतरराष्ट्रीय वातावरण तयार झाले होते. अर्थातच ते मोठ्या प्रमाणात तयार करण्यामागे अमेरिकेचा हात होता. ३ जून १९९८ रोजी राष्ट्राध्यक्ष क्लिंटन यांनी आपली परराष्ट्र सेक्रेटरी अल्ब्राईट हिच्यासह अमेरिकेच्या धोरणांना वाचा फोडली. व्हाईट हाऊसच्या रोझ गार्डनमध्ये त्यांनी पत्रकार-परिषद घेतली आणि म्हटले, ''जागतिक अण्वस्त्रांचा भार कमी करण्याचे प्रयत्न गेल्या अनेक वर्षांत झाले आणि अण्वस्त्रप्रसार आटोक्यात आणले गेले. त्याच्या पार्श्वभूमीवरती भारत व पाकिस्तान यांच्या अणुचाचण्या या फार विरोधाभास करणाऱ्या दिसत आहेत. ही गोष्ट अहिंसक, लोकशाहीवादी, स्वातंत्र्यमूल्ये जपणाऱ्या आणि भारतीय उपखंडातील साम्राज्यवादाशी संघर्ष करणाऱ्या गांधीजींच्या हृदयाशी अत्यंत विसंगत आहे. भारत व पाकिस्तान हे दोन देश म्हणजे दोन महान राष्ट्रे आहेत. त्यांच्याकडे अमर्याद अशी सुप्त शक्ती आहे. पण या देशांनी मोठ्या प्रमाणात जनसंहार करणारी शस्त्रे विकसित करावीत यात त्यांचा स्वत:चाच पराभव आहे, धोका आहे व निष्कारण अपव्यय आहे. यामुळे त्या देशातील गरीब जनता ही अधिक गरीब होईल आणि आणखी असंरक्षित होईल. अशा वेळी आंतरराष्ट्रीय समुदायाने पुढे येऊन एकत्रित प्रयत्नाने या दोन्ही देशांना त्यांच्या मार्गावरून परावृत्त करावे. तरच आशियात सुरू होणारी ही अण्वस्त्रस्पर्धा टाळता येईल.''

मी या नैतिक उपदेशांच्या डोसांना कंटाळलो होतो आणि सावधही झालो होतो. अनेक परदेशी बातमीदारांनी मला अशाच सापळ्यात पकडण्याचा आटोकाट प्रयत्न केला होता. येथे येण्याआधीच एकाने मला या भेटीचे फलित काय असेल, ते विचारले होते. यावरती मात करण्यासाठी फक्त निवडक थोड्याजणांनाच मुलाखती द्यायच्या, असे मी प्रथमपासून ठरवले होते. ज्या बातमीदारांना झणझणीत, खळबळजनक अशा बातम्या (sound bites) हव्या होत्या, त्यांना मी टाळत

होतो. मात्र ज्या बातमीदारांना खरोखरीच भारताची बाजू मांडायची आहे त्यांना मात्र मी आवर्जून मुलाखती देत होतो. जॉर्ज पेर्कोव्हिच याला मी मुलाखत दिली. त्याने पुढे त्यावर आधारित India's Nuclear Bomb : The Impact on Global Proliferation (भारताचा अणुबॉम्ब : जागतिक अण्वस्त्रप्रसारबंदीवरती त्याचा होणारा परिणाम) हे एक अधिकारवाणीने लिहिलेले पुस्तक प्रसिद्ध केले. त्याला मी टेलिफोनवरून एक प्रदीर्घ मुलाखत दिली होती. अणुचाचण्या झाल्यावरती पंतप्रधान वाजपेयी यांनी स्पष्टपणे सांगितले की, "आता आम्ही अधिक काही चाचण्या करू नयेत म्हणून आमच्यावरती एकतर्फी बंदी लादली जाईल. पण तरीही आम्ही CTBT वरती बोलणी करण्यास तयार आहोत." या विषयात पेर्कोव्हिच हा तज्ज्ञ होता. भारताला या निमित्ताने जर छळले गेले तर ते उलट अधिकच निरुपयोगी ठरेल, हे माझे मत त्याला सांगितले. त्याचेही तेच मत पडले होते. मी त्याला म्हणालो होतो, "आम्हाला प्रथम अमेरिकेबरोबर बोलणी केली पाहिजेत. आमचे जे संबंध आहेत त्या संदर्भातही त्यांच्याशी बोलले पाहिजे. अमेरिकेची जी नाराजी आहे, राग आहे त्यानुसार असे दिसते की ते प्रथम आम्हाला अण्वस्त्रप्रसारबंदी करारावरती सही करायला लावतील व नंतर बोलतील... जर तुम्ही माझ्या डोक्याला पिस्तूल लावले आणि म्हटले, 'या जागी मुकाट्याने सही करा!' तर मात्र गोष्टी बऱ्याच बिघडतील. भारतावरती साम्राज्यवाद्यांचे वर्चस्व अनेक वर्षे होते. आम्ही आत्ता कुठे गेली पन्नास वर्षे मोकळा श्वास घेतो आहोत. या पन्नास वर्षात आम्ही एवढे नक्कीच शिकलो आहोत की, कोणत्याही साम्राज्यवादी रुपाला बळी पडायचे नाही. जर मला असे सांगितले की, मी रांगले पाहिजे, तर मी बोलणी करण्याआधी तसा रांगत रांगत येईन. मग मला अमृतसरची आठवण येते." अमृतसरला १९१९ मध्ये ब्रिटिश कमांडर जनरल डायर याने काही नागरिकांना दोन ब्रिटिश स्त्रियांसमोरून रांगत जायला फर्मावले होते. त्या स्त्रिया एकमेकींशी काहीतरी वादावादी करीत होत्या. याच डायरने अमृतसरमधल्या जालियनवाला बागेमध्ये नि:शस्त्र लोकांवरती बंदुका चालवल्या होत्या.

४ जून रोजी पाचही महासत्तांचे परराष्ट्रमंत्री जिनिव्हा येथे एकमेकांना भेटले व त्यांनी एक संयुक्त निवेदन जारी केले. त्यामध्ये त्यांनी म्हटले होते, "आम्ही त्या अणुचाचण्यांचा धिक्कार करतो. त्या भागातील शांतता व स्थैर्य यांना धोका संभवत असल्याने आम्हाला त्याबद्दल चिंता वाटते. आम्ही सर्व संबंधितांना असे आवाहन करतो, की त्यांनी सहकार्य करून ताबडतोब प्रयत्न सुरू करून त्या उपखंडात सुरू होणारी अणुस्पर्धा व क्षेपणास्त्रस्पर्धा थोपवावी. भारत व पाकिस्तानला आम्ही आवाहन करतो, की यापुढे तिथे होणाऱ्या अणुचाचण्या थांबवाव्यात, अण्वस्त्रे असलेली क्षेपणास्त्रे कुठेही रोखून तयारीत ठेवू नयेत, आता अधिक अण्वस्त्रे बनवू नयेत आणि

अणुबॉम्बला लागणाऱ्या स्फोटक युरेनियमचे उत्पादन बंद करावे.'' (संदर्भ : त्या संयुक्त निवेदनातील परिच्छेद १ व २.) एवढ्यानेही त्यांचे समाधान न झाल्याने त्यांनी जाता जाता भारताला उपदेश केला की, ''भारताने प्रक्षोभक निवेदने करणे थांबवावे. तसेच, दुसऱ्या देशांना धमकी वाटेल अशा लष्करी हालचाली करू नयेत. आपल्या कृतीमध्ये भारताने पारदर्शकता आणावी... त्याचबरोबर भारताने CTBT करारावरती ताबडतोब व विनाअट सही करावी. अणुबॉम्बला लागणाऱ्या विदलनक्षम स्फोटक युरेनियममध्ये कपात करण्याच्या दृष्टीने जी नि:शस्त्रीकरणाची परिषद आता भरणार आहे त्यात मोठ्या उत्साहाने सामील व्हावे.'' मला नंतर कळले की हे निवेदन अमेरिकेची परराष्ट्र सेक्रेटरी अल्ब्राईट आणि एक अधिकारी बॉब आईनहॉर्न यांनी मिळून तयार केले होते. या बॉबबरोबर मी नंतर काम केले आणि त्याची अण्वस्त्र-प्रसारबंदीवरती असलेली श्रद्धा व कामाची तत्परता पाहून मी प्रभावित झालो. तसेच, त्याच्याजवळ दुसऱ्याला गांगरून न टाकता गोड बोलून वाटाघाटी करण्याचे त्याचे कौशल्यही अजब होते. पी-५ राष्ट्रांच्या या बैठकीचा उपयोग चीनने आपली विधाने अधिक पाजळवण्यासाठी केल्यास नवल नव्हते. त्याने भारतविरोधी विधाने अगदी नेम धरून केली आणि भारताकडून अनेक गोष्टी केल्या जाव्यात म्हणून मागण्या केल्या. त्या मागण्या पुऱ्या करणे हे अशक्यच होते. ''पी-५ राष्ट्रांच्या या जहाल निवेदनाचा नमुना हा मार्गदर्शक धरून वॉशिंग्टनने भारताशी पुढील दोन वर्षे व्यवहार केला,'' असे स्ट्रोब टालबोट याने आपले पुस्तक Engaging India, Diplomacy, Democracy and the Bomb यात पान ७६ वरती म्हटले आहे.

६ जूनला युनोच्या सुरक्षा समितीचा ११७२ नंबरचा ठराव पुढे आला. त्या ठरावात ''भारत व पाकिस्तान यांनी ताबडतोब अण्वस्त्र विकास कार्यक्रम थांबवावा आणि 'अण्वस्त्ररहित देश' म्हणून अण्वस्त्र प्रसारबंदी करारावरती सह्या कराव्यात.'' असे म्हटले होते. त्या ठरावात भारताला उद्देशून नि:संदिग्ध शब्दात सांगितले होते की ज्या काही चाचण्या झाल्यात त्या गुंडाळून पुन्हा पूर्वीच्या मागच्या स्थितीला जावे आणि सारा अण्वस्त्र प्रकल्प गुंडाळून टाकावा. त्या ठरावात अकारण जम्मू-काश्मिरच्या संदर्भातील मूळ कारणांचा उल्लेख केलेला होता.

नंतर १२ जून रोजी पाचही महासत्तांनी आपली राजनैतिक आयुधे परजली. जी-८ राष्ट्रेही आता धावून आली आणि त्यांनी आपल्या सर्व मंत्र्यांचे एक संयुक्त निवेदन जारी केले. यापूर्वीच्या दोन ठरावांचीच पुनरावृत्ती त्यांनी केली होती. तथापि त्यात एक महत्त्वाचा भाग घेतला होता. त्यात भारताला व पाकिस्तानला बजावून सांगितले होते की, ''त्यांनी दहशतवादी कृत्यांना उत्तेजन देऊ नये आणि पाठिंबाही देऊ नये.'' ही गोष्ट नेहमीपेक्षा वेगळी होती. दहशतवादाचा उल्लेख प्रथमच केलेला होता. ही गोष्ट मला जास्त महत्त्वाची वाटत होती. कारण आण्विक ताकदीच्या प्रदर्शनापेक्षाही

जगाला दहशतवादाचा धोका अधिक होता. जी-८ राष्ट्रांच्या निवेदनात आणखीही एक सावधगिरीची सूचना लपली होती. येथल्या भागात परदेशी व अंतर्गत भांडवलाला आकर्षण होते. त्या आकर्षणाला अणुचाचण्यांमुळे सुरुंग लावला जात होता, उद्योगधंद्यातला आत्मविश्वास नष्ट होऊ शकत होता, आणि आर्थिक वाढ कमी होऊ शकत होती. (मी हे लिहित असताना मला या सावधगिरीच्या सूचनांमधली अचूकता कशी कमी असते हे सांगायचा मोह होतो आहे. त्या साऱ्या सूचना दिल्या जाऊनही आज भारतातील विकासदर हा जगात दुसऱ्या क्रमांकावरती आहे. तर पाकिस्तानला अजूनही अमेरिकेच्या आर्थिक कृपेवर, दानावरती अवलंबून रहाणे भाग पडते आहे.)

मी अमेरिकेशी बोलणी करायला चाललो होतो, पण त्यासाठी पार्श्वभूमी काही चांगली नव्हती. परंतु समस्येची किल्ली ही अमेरिकेच्या हातात होती. तेव्हा मला अमेरिकेकडेच धाव घेणे भाग होते. ६ जून रोजी मी न्यूयॉर्कला पोचलो. मला युनोच्या जनरल असेंब्लीमध्ये भारतातर्फे भाग घ्यायचा होता. असेंब्लीतर्फे नशिल्या पदार्थांच्या चोरट्या वाहतुकीवरती खास सभा बोलावली होती. न्यूयॉर्क शहरामध्ये एक कठोर व्यावहारिकता आहे, पण त्याचबरोबर येथे सळसळता अनुभवही येत असतो. अनेक वृत्तवाहिन्यांना मुलाखती देण्याचे मी मान्य केले होते. बऱ्याच राजकीय समीक्षकांना, थिन्क टॅन्क्सना मी भेटणार होतो. त्यामुळे माझ्या शरीरात जास्त ॲड्रिनिलीन हार्मोन निर्माण होणार होते. एवढ्या मोठ्या प्रमाणात अमेरिकी जनतेला सामोरे जाण्यात माझा हेतू असा होता की, थेट जनतेलाच भारताची बाजू सांगितल्यावर भारताबद्दल गैरसमज होणार नव्हते आणि वाटाघाटींपूर्वीच बरीचशी बाजू भक्कम होणार होती. अमेरिकी जनतेला मी जेवढ्या अधिक प्रमाणात भारताची बाजू थेट कळवेन तेवढा भारताविरुद्धचा अपप्रचार थोपवला जाईल. हे करण्यात दोन गोष्टींचा मात्र अडथळा येणार होता. भारताबद्दल एक अशी प्रतिमा निर्माण झाली आहे, की हा देश आपली आंतरराष्ट्रीय कर्तव्ये पाळत नाही, बेधडक तसले कायदे व करार मोडतो. हे एक संपूर्ण चुकीचे चित्र उभे केले गेले होते. दुसरे असे की, अमेरिकेत सतत भारताविरुद्ध गरळ ओकून असे वाईट वातावरण निर्माण केले गेले आहे, की त्या पार्श्वभूमीवरती भारताच्या अणुचाचण्या म्हणजे आण्विक वर्णभेदाचा भंग करण्यासाठी केलेल्या आहेत. अणुचाचण्या करणे हे फक्त अमेरिकेचे कुरण असताना त्यात अन्य कोणी घुसणे हे अमेरिकी मानसिकतेला पटत नाही, अन् म्हणून त्या घुसखोरांना त्याचे परिणाम भोगावे लागू द्यावेत. मला हे अर्थातच पटत नव्हते, जगाची वाटणी अशा असमान कायद्यामध्ये, नियमांमध्ये व संकेतामध्ये थोडीच होऊ शकते? मला हाच साधा संदेश द्यायचा होता. तसा तो देणे हे सोपे असेल किंवा नसेल, परंतु अमेरिकी प्रशासनाबरोबर वाटाघाटी सुरू करण्यापूर्वी ते काम उरकायचे होते.

१२ जून १९९८ रोजी मी वॉशिंग्टनला पोचलो. सुरुवातीचे औपचारिक संवाद

करण्यासाठी मी उत्सुक होतो. मला विमानतळावर घ्यायला भारताचे राजदूत नरेशचंद्र आले होते. प्रोटोकॉल ऑफिसरने मला ताबडतोब तेथून झटपट बाहेर काढले व आम्ही वॉशिंग्टनच्या एका उपनगरात गेलो. नरेशचंद्र यांनी मग तिथल्या वातावरणाबद्दल मला थोडक्यात सांगितले, अमेरिकी परराष्ट्र खात्याच्या अपेक्षा सांगितल्या आणि ज्यांच्या ज्यांच्याबरोबर मी बोलणी करणार त्यांची व्यक्तिमत्त्वे सांगितली. हे सारे थोडक्यात आटोपले. मी त्यांच्या सांगण्याकडे सौजन्यपूर्वक लक्ष देऊन ऐकले. पण मी फक्त माझ्या विचारांनुसार वागणार होतो. मी माझ्या पद्धतीने व माझ्या विचारांप्रमाणे बोलणार होतो. कागदपत्रांवरील मजकूर, सल्ले, पूर्वीचे दृष्टिकोन, हे बाजूला ठेवून राजनैतिक कामगिरी पार पाडणार होतो. माझ्या या चमत्कारिक विचारांमुळे परराष्ट्र मंत्रालयातील व्यावसायिक राजनीतिज्ञांना त्यावेळी व नंतरही राग आला होता. पण माझा नाईलाज होता. दूतावासामधील माणसे निघून गेली. त्या दिवशीची संध्याकाळची सारी निमंत्रणे मी रद्द करून टाकली. मला एकटेच रहायचे होते, स्वतंत्रपणे मनाला येईल ते करायचे होते. मी खिडकीबाहेर पाहिले. जवळच पोटोमॅक नदी होती. नदीवरती हळूहळू संध्याकाळ उतरत होती. उन्हाळ्यातील ऊबदार हवा सर्वत्र पसरलेली होती. सर्वत्र शांतता होती. जॉगिंग करणारी मंडळी पोटोमॅक नदीच्या काठाने धावत होती. वल्हवत जाणाऱ्या नावा आपल्या मागे करड्या रंगाच्या पाण्यात रेघोट्या काढीत चालल्या होत्या. वाटेल तशा सायकली चालवत जाणाऱ्या मुलांच्या खिदळण्याचे आवाज माझ्या खोलीपर्यंत तरंगत येत होते. हळूहळू संध्याकाळच्या प्रकाशाचे रंग गडद होत गेले. त्या सायंप्रकाशातील स्तब्धता मला व्यापून गेली. एका शांततेने मी भारावलो. त्या शांततेत माझा आत्मविश्वास हळूहळू बळावत गेला. मी जे काही करणार होतो तेच योग्य ठरणार आहे असे मला वाटू लागले.

१३ तारखेच्या सकाळी सवयीप्रमाणे मी लवकर जागा झालो. मी परत पोटोमॅक नदीच्या काठावरील हालचाली पाहिल्या. सकाळी लवकर उठून काहीजणांनी वल्हवण्याचा सराव सुरू केला होता. वातावरण अत्यंत सुखद होते, शांत होते व आल्हाददायक होते. मी सकाळची कामे भराभरा उरकली व अमेरिकेच्या परराष्ट्र खात्यात जाण्यासाठी तयार झालो. नरेशचंद्र यांच्या गाडीतून आलोक प्रसाद यांच्यासह निघालो व परराष्ट्र खात्याच्या ऑफिसात दाखल झालो. मग सुरुवातीचा तो शिष्टाचाराचा सोहळा, सोपस्कार वगैरे आटोपले गेले आणि सौजन्यपूर्वक शब्दांची देवाणघेवाण झाली. स्ट्रोब टालबोट यांच्याकडे जाण्यासाठी मी निघालो. लिफ्टच्या दारात एका अधिकाऱ्याने माझे स्वागत केले व मला तो वरती घेऊन गेला. स्ट्रोब टालबोट यांच्या ऑफिसात त्यांनी माझे अत्यंत मोकळेपणे स्वागत केले. थोड्याच वेळात मला अगदी आतल्या ऑफिसमध्ये नेण्यात आले. या आतल्या खोलीत मात्र अव्यवस्थितपणा होता. अन् म्हणूनच ती आपल्या घरच्यासारखी वाटत होती. एखाद्या पोस्ट-ग्रॅज्युएट विद्यार्थ्याची

खोली जशी असते तशी ती वाटत होती. पुस्तके, जॉगिंगचे बूट, कौटुंबिक छायाचित्रे आणि अन्य स्मृतीचिन्हांमुळे तिथे जिवंतपणाचा भास होत होता. कोणीतरी येथे रहात असून आत्ता बाहेरून परतेल, असे वाटत होते. मग अमेरिकी औपचारिकता दाखवित स्ट्रोबने माझे स्वागत केले आणि घरच्यासारखे मोकळेपणाने येथे वागा असे सांगितले. लवकरच आम्ही दोघे एकमेकांना पहिल्या नावाने संबोधू लागलो. मग माझी आणखी काही लोकांशी गाठ घालून दिली गेली. त्यात इंडरफर्थ, रिडेल आणि आईनहॉर्न हे होते. अमेरिकेच्या बाजूने बोलण्यासाठी ते आले होते. राष्ट्रीय सुरक्षा सल्लागार सॅन्डी बर्जर हाही आत आला. पण त्याची नुसती ओळख करून देण्यात आली. तो नंतर निघून गेला. भारतीय तुकडीत जेवढे होते तेवढेच अमेरिकी तुकडीत असणार होते. स्ट्रोबनेच तसा आग्रह धरला होता. माझ्या तुकडीत परराष्ट्र खात्यातील व्यावसायिक तज्ज्ञ होते. ते फारसे उत्साही नव्हते. कारण मी काहीतरी वेगळेच बोलेन किंवा चुकीचे बोलेन किंवा भारताच्या वतीने नको ते मान्य करून बसेन अशी त्यांना धाकधूक वाटत होती. परराष्ट्र सेवेतील सर्व अधिकाऱ्यांची तशी नैसर्गिक वृत्ती झाली होती. याचे कारण जे मंत्री परराष्ट्र ऑफिसात येतात ते ढवळाढवळ किंवा बदल करणारे असल्याने त्यांना आवरण्याचे काम या अधिकाऱ्यांना करावे लागते. मग ते आपल्या मंत्र्याला हे करू नका, ते करू नका असे म्हणू लागतात. म्हणून आपले मंत्रीही शोभेची बाहुली बनतात व समारंभाला शोभा आणतात. असे हे व्यावसायिक कालांतराने केवळ सुरक्षितता पहाण्याच्या मनोवृत्तीचे झाल्यास नवल नाही. त्यांचा हा दृष्टिकोन बदलायला हवा. पण त्याला वेळ लागेल.

स्ट्रोब आणि मी लवकरच अनौपचारिकरित्या एकमेकांशी संवाद करू लागलो. बोलण्यासाठी मला माझ्या डायरीतील टिपणांकडे पहाण्याची गरज भासली नाही. माझ्या त्या काळातील आठवणी ताज्या होत्या व स्वच्छ होत्या. मग मी लवकर स्ट्रोब यांना सांगितले की, ‘‘मी वाटाघाटी, देवाणघेवाण करायला आलो नाही. किंवा मी काही आपल्याकडे मागणी करण्यासाठीही आलो नाही. मला फक्त आपल्याशी संवाद साधायचे आहेत. त्यासाठी आपण भूतकाळात जाऊन एक तपशीलवार विश्लेषण करू या आणि गेल्या पन्नास वर्षांतील नुकसानीचा आढावा (damage audit) घेऊ या. कदाचित ती गतकाळातील वर्षे, त्यावेळची कागदपत्रे उंदरांनी कुरतडून खाल्ली असतील. त्यामुळे ती वर्षे वाया गेली असणार. पण त्यानंतर आपण वर्तमानकाळातील घडामोडींवरती संवाद चालू करू. तसेच, आपल्या दोन्ही देशांचे मान, मूलभूत स्थिती आणि राष्ट्रीय अस्मिता यांना धक्का न लावता आपण आपल्या दृष्टिकोनात काही समान धागे सापडत आहेत का ते पाहू, त्यात सुसंवाद आणू. पहिली आवश्यक गोष्ट म्हणजे परस्परांचा विश्वास परत स्थापन करणे. ती गोष्ट आपल्याला काही प्रमाणात तरी साध्य करता येईल.

तसे झाले की मग आपण अगदी मनमोकळेपणाने बोलू, काहीही लपवून न ठेवता बोलायचे असेल आणि दुसऱ्याने सांगितलेल्या अगदी आतल्या गोष्टींचा आदर राखण्याची आणि त्यातील गोपनीयता जपायची आपली तयारी असल्यावरती मग पुढे काहीच अडथळे येणार नाहीत.''

स्ट्रोब यांना माझे म्हणणे पटले. त्यांनी मग मला सांगितले की, अमेरिकेला मुख्यत्वेकरून चार गोष्टींबद्दल बोलणी करायची आहेत. त्या अशा : अण्वस्त्र-प्रसारबंदी, भारत-पाकिस्तान संबंध, तत्संबंधी काही प्रश्न आणि अमेरिका-चीन-पाकिस्तान-भारत हा चौकोन. आमच्या दोघांमधले पहिले संभाषण हे आधी ठरवलेल्या विषयाला धरून नव्हते. ते खरे म्हणजे एकमेकांची मने चाचपणे, दृष्टिकोन तपासणे आणि आपल्यापुढील कामाचा आढावा घेणे. थोडक्यात, समोरच्या माणसाच्या व्यक्तिमत्त्वाचे मूल्यमापन करणे आणि तो मनात काय हेतू धरून आला आहे हे ओळखणे, असा प्रकार होता. त्यामुळे त्या बोलण्यात, संवादात कुठेच विरोधी भावना, शत्रुत्व वगैरे नव्हते. शिवाय स्ट्रोब यांनी स्पष्ट केले होते की, अमेरिकेने कोणाला काहीतरी धडा शिकवायचा किंवा शिक्षा करायची, असे अजिबात ठरवलेले नाही. ''दक्षिण आशियात जे काही घडले त्याला आम्ही मर्यादेत ठेवण्याचे प्रयत्न करीत आहोत... त्या अणुचाचण्या धोकादायक होत्या, पण विनाशकारी नव्हत्या. परंतु पुढे जे काय होईल ते कदाचित विनाशकारी असेल.''

यावरती मी भारताची भूमिका थोडक्यात सांगितली आणि म्हटले, ''भारत आपली अण्वस्त्रसज्जता केवळ आकस्मिक व आणिबाणीच्या प्रसंगासाठीच राखून ठेवतो आहे, नेहमीच्या गरजेसाठी म्हणून नव्हे. आम्ही अणुचाचण्यांचे प्रदर्शन केलेले नव्हते. मे महिन्यात भारताने जे केले ते आता मागे उलटवता येणार नाही. अन् जर (शत्रूला धाक दाखविण्यासाठी) ते अणुचाचण्यांचे प्रदर्शन नव्हते तर मी पुढच्या अण्वस्त्रसज्जतेबद्दल शपथेवर कसे काय बोलणार? पण मी तुम्हाला ग्वाही देतो की, आम्हाला एक नवीन शीतयुद्ध वेगळ्या शब्दात अजिबात छेडायचे नाही.'' ते वेगळे शब्द किंवा शब्दप्रयोग कोणते वापरले जातात ते मी त्यांना सविस्तर सांगितले. ते सारे शब्दप्रयोग 'अणुबॉम्बचा पहिला आघात' 'दुसरा आघात' अन् शेवटचे 'परस्परसंमतीने केलेला विनाश' असे होते. 'अणुयुद्धाची सुरुवात ते शेवट' होत असताना ज्या वेगवेगळ्या कल्पना केल्या आहेत त्यामध्ये हे शब्दप्रयोग वापरले जातात. मी त्यांना पुढे म्हटले, ''भारत हा कधीही प्रथम अणुबॉम्बचा वापर करणार नाही, असे बंधन आपण होऊन घालून घेणारा देश आहे. 'जबाबदारी पाळणे' याला आम्ही महत्त्व देतो. ज्यावेळी आम्हाला India is an international pariah असे म्हटले जाते, त्यावेळी आमच्या मनाला यातना होतात.'' परिहा या शब्दाचा इंग्रजीतला अर्थ 'खालच्या जातीत किंवा हीन

कुळात जन्मलेला' असा होतो. मी पुढे त्यांना म्हटले की, ''हा शब्द मूळ भारतातला असून विकृत अर्थाने तो इंग्रजीत वापरला गेला आहे. इंग्लिश भाषा येणाऱ्यांना त्याचा खरा अर्थ ठाऊक नाही. अन् तशा शब्दाचा सहजगत्या वापर करणे हे दुप्पट खेदकारक आहे.''

मग मी अमेरिकेच्या मध्यवर्ती धोरणाकडे वळलो. त्या धोरणातील ज्या भागाचा त्रास होतो तिकडे मी वळलो. ''उदाहरणार्थ, चीनच्या संदर्भात अमेरिका भारताकडे आजवर शीतयुद्धाच्या चष्म्यातून पहात आलेली आहे.'' मी हे विधान करताच ब्रूस रिडेल याने माझ्या बोलण्यात हस्तक्षेप करीत म्हटले, ''चीनला एखादा पंच (umpire) बनवण्याचा अमेरिकेचा हेतू नाही.'' यावर मी म्हणालो, ''छान! तसे असेल तर उत्तमच आहे. आता भारत देश बदलत चालला आहे आणि तो वेगाने बदलतो आहे. या नवीन भारताची दखल साऱ्या जगाने घेतली पाहिजे.'' येथे मी एक बोली भाषेतील शब्दप्रयोग केला. त्यामुळे आम्हा दोघातील पुढचे सारे संवाद हे त्या शब्दप्रयोगाआधारे नीट होऊ लागले. मी स्ट्रोब यांना म्हणालो, ''जर तुम्हाला एखाद्या गावाकडे जायचे नसेल तर त्या गावाला जाणारा रस्ता उगाच विचारू नका.'' त्यानंतर 'गावाकडे जाणारा रस्ता' हा एक सबंध संभाषणामधला परवलीचा शब्द ठरला. याखेरीज मी माझे काही विचारही त्यांना सांगितले. तो विचार राजनीतीमधला नव्हता. तो विचार लष्करी क्षेत्रातला होता. मी त्यांना म्हणालो, ''जर आपल्याला एकत्र काम करावे लागत असेल, अन् तसे ते करणे भागच आहे, तर आपल्याला एकमेकांबरोबर जमवून घेणे भागच आहे. लष्करामध्ये सहजीवन हे असेच असते. जर तुमच्या तंबूत तुम्हाला दुसऱ्याला सामावून घ्यायचे असेल तर त्या व्यक्तीच्या सवयी, वागण्याची पद्धती आणि लकबीसुद्धा तुम्हाला स्वीकाराव्या लागतात.''

त्या दिवशी स्ट्रोब यांचे समारोपाचे बोलणे असे होते. ते म्हणाले, ''तुमच्या उच्च प्रकारच्या बोलण्यामुळे मला बरेच उत्तेजन मिळाले आहे आणि आपण आता दोघेही त्या गावाकडे जाणारा रस्ता शोधू या. दुसऱ्याचा विश्वास पुन्हा कमावण्याचा फक्त एकच मार्ग आहे आणि तो परस्पर संवादामधूनच आहे. या मार्गानेच आपण दुसऱ्यावरती अवलंबून, विसंबून राहू शकतो... भारत काही विशिष्ट रस्त्यांवरून जाणे पसंत करणार नाही, हे आम्हाला ठाऊक आहे... तेव्हा आपल्याला आता तातडीने पुढची वाटचाल केली पाहिजे. परंतु तातडीने म्हणजे कशीतरी घाईगर्दीने आपण करणार नाही.'' आमची बैठक संपली. एक तास ठरवलेली ही बैठक चांगली अडीच तास चालली होती. बोलण्याचे काम बहुतेक वेळा आम्ही दोघेच (one-to-one) करीत होतो. आमच्या पुढच्या बैठकांसाठी या बैठकीतील संवाद हे पाया म्हणून ठरले. मी जेव्हा निघण्यासाठी उठलो तेव्हा

स्ट्रोब यांनी भारावून जाऊन मला आपले एक पुस्तक बक्षीस दिले. त्यावर त्यांनी मोठ्या प्रेमाने आणि थोडीशी जास्तच स्तुती करणारे वाक्य लिहिले. To my friend- at the highest place. लवकरच पुन्हा भेटणार आहोत, अशी एकमेकांना आठवण करून देत मी त्यांचा निरोप घेतला.

परराष्ट्र खात्याच्या इमारतीमधून आम्ही जेव्हा बाहेर पडलो आणि आमच्या गाडीकडे जाऊ लागलो, तेव्हा राजदूत नरेशचंद्र आणि परराष्ट्र खात्यातील अमेरिकासंबंधीचे टेबल हाताळणारे जॉईंट सेक्रेटरी आलोक प्रसाद या दोघांनी माझ्याशी कडकडून हस्तांदोलन केले. मी त्या बैठकीत कसा बोललो हे त्यांनी मला सांगितले. आमच्या नंतरच्या बैठकांमध्येही मी एकही कागद, फाईल अथवा फोल्डर हातात धरले नाही. नरेशचंद्र मला म्हणत होते, "सर, आम्ही तुमच्या बोलण्यामुळे अक्षरशः भारावून गेलो. या प्रकरणात तुम्ही आम्हाला वाटले त्यापेक्षा अत्यंत वेगाने प्रगती केलीत. खूप दूरवरची मजल मारलीत." परंतु समस्या सुटली अशी मात्र भ्रामक समजूत मी करून घेतली नाही. मी माझ्या डायरीत लिहिले, "हा एक टर्निंग पॉईंट होता, परिवर्तनाचा बिंदू होता. भारत व अमेरिकेमध्ये सुसंवाद सुरू करण्यासाठी, पुन्हा विश्वास कमावण्यासाठी, जे दार उघडले जावे असे माझ्या मनात होते तसेच ते झाले."

नंतरच्या बैठका झाल्यानंतर मी दिल्लीला परतलो. राष्ट्राध्यक्ष क्लिंटन यांच्या चीनच्या भेटीवरती मी बारकाईने लक्ष ठेवले. ती चीनची भेट ही भारत व पाकिस्तानच्या भेटीसह अशी आधी ठरलेली होती. पण आता ती फक्त चीनला दिलेली भेट होती. त्या भेटीत अमेरिका व चीनने एक संयुक्त पत्रक प्रसिद्ध केले. त्यातील मजकूर हा भारताला मारक होता. विश्वास बसणार नाही अशी चीनला पूरक भाषा वापरून अकारण भारतावरती हल्ला चढवलेला होता. भारतीय संवेदनशीलतेला दुखावले होते. मी भारत-अमेरिका संबंध हे योग्य दिशेने नेत असताना त्यावर पाणी पाडलेले होते. मला समजेना की, अमेरिका ही चिनी राष्ट्राध्यक्ष जियांग यांना दक्षिण आशियातील एक पंच (umpire) म्हणून भूमिका बजावण्यास कसे काय आवाहन करते आहे? यापेक्षा भारतावर जास्त आक्रमण कोणते होऊ शकते? ते पत्रक काढल्यावरती मी ताबडतोब स्ट्रोब यांना कळवले की, याचे परिणाम आपले संबंध कमी होण्यात होतील. म्हणून आता अमेरिकेकडून काहीतरी दुरुस्ती करण्याचे महत्त्वाचे ठरते. स्ट्रोब हे प्रवास व अन्य कामात व्यग्र होते. पण त्यांना या कामाची तातडी समजली. मग आम्ही दोघांनी आपापल्या ठरलेल्या कार्यक्रमात वेळात वेळ काढून एकमेकांची भेट घेण्याचे ठरवले. दोघांच्याही प्रवासाचा सुवर्णमध्य हा जर्मनीतील फ्रॅन्कफुर्ट शहर योग्य ठरत होते. ९ व १० जुलै १९९८ रोजी आम्ही तिथे एकमेकांना भेटलो. आमच्या संवादावरती क्लिंटन-जियांग झेमिन भेटीचे एक भले मोठे प्रश्नचिन्ह

लोंबकळत होते. अमेरिका भारतावर आपल्या अटी प्रथम लादते आणि त्याचवेळी जियांग झेमिन याला दक्षिण आशिया भागात एका निरीक्षकाची, पंचाची भूमिका स्वीकारावी असे कसे काय म्हणू शकते? हे काही धोरण असल्याचे निवेदन दर्शवते का, की जे नंतर अमेरिकी राष्ट्राध्यक्षांचे मार्गदर्शक मुद्दे बनते? का अमेरिकी सरकारकडून रालोआ सरकारला, त्यातही खास करून पंतप्रधान वाजपेयी यांना आणि त्यांच्या परराष्ट्र धोरण ठरविणाऱ्या तुकडीला तडाखा द्यायचा होता? ११ व १३ मे रोजी भारताने केलेल्या अणुचाचण्यांचा वचपा काढण्याचा तर हा प्रयत्न होता?

आम्ही दोघे फ्रॅन्कफुर्टजवळ भेटलो. अन् इतकेही करून आम्ही एकमेकांना आश्वासने देत होतो. आमच्या या बैठकीमुळे आमचे दोघांचे एकमेकांचे दृष्टिकोन, अवस्था आणि हेतू हे अधिक चांगले समजले. पी-५ आणि जी-८ या राष्ट्रांच्या सभामध्ये जे ठराव पास झाले त्यातील विषयपत्रिकेशी अमेरिकेने ताबडतोब आपली बांधिलकी जाहीर करायला हवी. भारत मात्र अमेरिकेसारखा उलट सुलट कोलांट्या उड्या मारत नव्हता. तो प्रथमपासून आपले धोरण स्पष्ट ठेवीत होता आणि तत्त्वत: 'बोलणी करीत राहिल्याने प्रगती होते' या मताचा आहे. परंतु भारताच्या देवालयावरती जर कोणी असे पिस्तूल रोखले तर त्याच्याशी भारत कशी बोलणी करेल? अन् जेव्हा साऱ्या राजनैतिक तोफा आमच्यावरती झाडून झाल्यावर भारताने मोठ्या आनंदाने पी-५ राष्ट्रांच्या मागण्या उराशी कवटाळाव्यात काय? राजनीतीमध्ये जर एवढी साधी सभ्यतेची तत्त्वे पाळली नाहीत तर भारत पी-५ राष्ट्रांच्या मागणीचा विचारही करणार नाही. माझ्या अशा वक्तव्यामुळे आमची चर्चा ही मतैक्य साधणारी नाही असे वाटेल. पण तशी ती नव्हती. ही चर्चा म्हणण्यापेक्षा आमचे एकमेकांबद्दलचे दृष्टिकोन समजावून घेणारी होती. त्यात भांडणे नव्हती की जर-तरची भाषा नव्हती.

बोलण्याच्या दोन सांस्कृतिक तऱ्हा

फ्रॅन्कफुर्टमध्ये माझी आणि स्ट्रोब यांची जी चर्चा झाली त्यावरून माझ्या लक्षात आले, की प्रत्येक देशातील माणसांची वाटाघाटी करण्याची वेगवेगळी तऱ्हा असते. जे काही उघड आहे ते मी त्यांना सांगितले. प्रत्येक देश हा आपली सांस्कृतिक वैशिष्ट्ये व तऱ्हा यानुसार बोलणी करीत असतो, हे मी त्यांना सांगितले. जेव्हा खऱ्या मुद्याशी किंवा लाभाची गाठ पडते त्यावेळी राष्ट्रीय लक्षणे पुढे येतात. सर्वसाधारणपणे अशा चर्चेच्या वेळी पाश्चिमात्य शैली असते. टेबल, खुर्च्या, छायाचित्रकार, बातमीदार वगैरे वगैरे. याबद्दल स्ट्रोब यांनी उदाहरण देऊन मला सांगितले, की भारतीय तऱ्हा किंवा शैली ही रशियन शैलीपेक्षा अगदीच भिन्न आहे. रशियन शैलीच्या वाटाघाटीत सुरुवातीलाच एकदम टोकाची भूमिका घेतली जाते. जणू काही वाटाघाटी करताना असा काही नियम असावा.

मग त्यानंतर ते प्रतिपक्षाच्या सहनशीलतेची परीक्षा पाहू लागतात. परंतु वाटाघाटी चालू असताना शेवटी त्यांना काय हवे आहे त्याचा शेवटपर्यंत पत्ता लागू देत नाही. मग समोरचा प्रतिपक्ष हळूहळू खचत जातो. या पार्श्वभूमीवरती स्ट्रोब यांना माझी भारतीय पद्धत अगदीच वेगळी वाटली. सरळ सरळ संवाद सुरू करून मनमोकळेपणे आपल्याला जे म्हणायचे आहे ते थेट सांगणे, हे स्ट्रोब यांना आवडले. मला जे वाटले, जे भावले ते मी सरळ त्यांच्यापुढे शब्दात मांडले होते. कागदपत्रे किंवा राजनैतिक टिपणे यांचे सहाय्य न घेता मांडले होते. माझा हा सरळपणा स्ट्रोब यांना भिडला होता.

दोन व्यक्तींमध्ये जर वाटाघाटीच्या वेळी एकमेकांबद्दल विश्वास निर्माण झाला तर पुढे दोन देशातील बदलांचा, मैत्रीचा तो पाया ठरतो. चौ एन लाय व किसिंजर यांचे संबंध हे याचे एक ठळक उदाहरण आहे. त्याउलट नेहरू व चौ एन लाय यांना परस्परांबद्दल विश्वास वाटण्यासाठी सारखे प्रयत्न करावे लागत होते. पण मी ही उदाहरणे स्ट्रोब यांना सांगितली नाहीत. वाटाघाटींच्या अमेरिकी व भारतीय तऱ्हा कशा वेगवेगळ्या आहेत हे मात्र मी सांगितले. मी त्यांना म्हणालो, "तुमची पद्धत ही आधी सर्व मुद्यांची यादी करून एकेक मुद्दा निकालात काढत जाणारी आहे... तुम्ही सकाळी आपल्या छोट्या नोटबुकात पाच सहा मुद्दे यादी लिहिल्यासारखे लिहिता. ते सर्व मुद्दे एकापाठोपाठ निपटल्याखेरीज दिवसभराची प्रगती झाली नाही, असे तुम्ही समजता. याउलट, भारताची, निदान माझी तरी तऱ्हा आहे. मी सर्वसाधारण मुद्दे घेऊन मग विशिष्ट मुद्याकडे वळत जातो. जर मूलभूत गोष्टी किंवा चर्चेचा पाया भक्कम असेल, एक सर्वसाधारण तत्त्व दोन्ही पक्षांना मान्य असेल तर बाकीचे मुद्दे, उपमुद्दे हे आपापल्या अंगभूत तर्कशास्त्रानुसार आपोआप पुढे येत जातात. मगच त्या विशिष्ट मुद्यांवरती एकमत होते. परंतु तुम्ही, अमेरिकी राजनीतिज्ञ, सुरुवातीलाच विशिष्ट मुद्यांपासून चर्चा सुरू करू बघता. अन् यादीतील सर्व मुद्यांचा परामर्श घेतल्याखेरीज, ते प्रतिपक्षाला मान्य झाल्याखेरीज तुमच्या पद्धतीतून काहीच निष्पन्न होत नाही." दोन देशांच्या या भिन्न पद्धतींचे परिणाम मला नंतर दिसून आले.

फ्रॅन्कफुर्टच्या चर्चेतून एक लाभ जाता जाता झाला. त्या मुद्याकडे आम्ही कसे वळलो ते मला आता आठवत नाही, पण तो मुद्दा जम्मू-काश्मिरचा होता. त्यावेळी आम्ही स्ट्रोब यांच्या सूटमधील गच्चीत उभे राहून बोलत होतो. आमची चर्चा अनौपचारिक चालली होती. मी मग त्यांना जम्मू-काश्मिरच्या प्रश्नाचा इतिहास सांगितला. तो प्रश्न सोडविण्यात एका मागोमाग एक कशा चुका होत गेल्या ते सांगितले. त्यात फाळणीपासून, त्या अशुभ सुरुवातीपासून, पाकिस्तान कसे आक्रमकरित्या वागत आलेले होते आणि हळूहळू काही काळाने जम्मू-काश्मिर आपल्यापासून

हिरावून गेल्याने आपल्यावर कसा अन्याय झाला आहे, हे तो भासवू लागला. पकिस्तान मग तेच तुणतुणे सारखे वाजवित बसू लागले. मग प्रथम नेहरूंनी, नंतर शास्त्री यांनी आणि शेवटी इंदिरा गांधी यांनी हा प्रश्न कायमचा निकालात काढण्याचे कसे प्रयत्न केले, ते मी त्यांना सांगितले. हा प्रश्न अर्थातच प्रत्यक्ष ताबा रेषेची नव्याने मांडणी करण्याच्या निमित्ताने सोडवता येईल. (पंतप्रधान वाजपेयी यांनीही हा प्रश्न सोडवायचा प्रयत्न केला होता. परंतु स्ट्रोब यांच्याशी झालेली ही भेट त्याआधीची होती.) आमच्या या चर्चेतील काही तुकडे भारतीय वृत्तसृष्टीत छापून येऊन खळबळ माजली होती. तसे व्हायला नको होते. काश्मिर प्रश्न भारताकडून सोडवण्याचे प्रयत्न का झाले, तर भारताला कायमस्वरूपी शांतता हवी होती म्हणून. या प्रश्नाचा जरी पोखरण-२ अणुचाचण्यांशी संबंध नसला तरी स्ट्रोब यांच्याबरोबर संवाद करताना भारताच्या त्या भागाचा इतिहासही येणे अपरिहार्य होते. नव्हे, तसा तो पुढे आणायलाच हवा होता. त्यामध्ये असे काही मुद्दे आहेत की त्यात साऱ्या मानवी अनुभवाचे सार सामावले आहे.

चीनच्या १९६२ सालच्या दुर्दैवी आक्रमणानंतर नेहरूंनी जम्मू-काश्मिरचा प्रश्न सोडवण्यासाठी गंभीरपणे प्रयत्न केले. (प्रकरण ५ पहा.) त्यांना हा प्रश्न सुटावा असे वाटत असावे हे एक कारण त्यामागे असेल, आणि दुसरे कारण हे पाश्चात्त्यांकडून त्यासाठी त्यांच्यावरती भरपूर दबाव येत असला पाहिजे. वाय. डी. गुंदेव्हिया यांनी याबाबतचे एक हृदयस्पर्शी वर्णन आपल्या Outside the Archives या पुस्तकात केले आहे. त्यात त्यांनी म्हटले की, नेहरूंच्या शेवटच्या वर्षात भारताच्या परराष्ट्र खात्याच्या सेक्रेटरीने नेहरूंच्या जवळच्या नातेवाईकांकडून, पुढच्या पिढीकडून नेहरूंची मन:स्थिती जाणून घेतली होती. "त्यावेळी नेहरूंचे प्रयत्न हे खचलेले, थकलेले व दु:खी झालेले दिसत होते." असे वर्णन त्यांनी केले. काश्मिर प्रश्न सोडविण्याच्या नेहरूंच्या त्या प्रयत्नात नायकासारखी एक तीव्र धडपड करण्याचा केविलवाणा प्रयत्न दिसून येत होता. चिनी आक्रमणाचा १९६२ मध्ये झालेला परिणाम हा अनेक अंगांनी दिसून येत होता. अर्थव्यवस्थेला धक्का बसला होता, घरगुती आघाडीवरती सर्वत्र अनिश्चितता दिसत होती. नेहरूंची प्रतिमा देशात व परदेशात एकदम खाली घसरली होती. अशा या सामाजिक परिस्थितीत नेहरू स्वत:च्या मर्जीविरुद्ध दुसऱ्यांचे सल्ले स्वीकारू लागले. अशाच एका सल्ल्यानुसार त्यांनी पाकिस्तानचे राष्ट्राध्यक्ष अयूबखान यांना एक पत्र लिहिले. त्यावर अयूबखान यांचे आलेले उत्तर हे भारताच्या जखमेवरती मीठ चोळणारे होते. त्यात त्यांनी लिहिले होते, " १९६२ च्या युद्धात भारताला ज्या यातना, वेदना झाल्या त्या अत्यंत यथायोग्य होत्या. भारताची तीच लायकी होती." (पहा : वाय. डी. गुंदेव्हिया यांच्या Outside the Archives पुस्तकातील पान क्रमांक २३६) जनरल अयूबखान यांनी पत्रात

शेवटी भारत पश्चिमी देशांच्या सहाय्याने मोठ्या प्रमाणात शस्त्रांचा साठा करतो आहे, असा नेहरूंवरती आरोप केला होता. जर पाकिस्तानकडून असा प्रतिसाद येत असेल तर मैत्रीसाठी केलेल्या नेहरूंच्या प्रयत्नांना यश न येणे हे नवल नव्हते. पण दुर्बल झालेल्या भारतावर दबाव ठेवून ढोसत ढोसत त्याला किमान पाकिस्तानच्या बरोबरीने पाश्चात्त्यांच्या पुढे न्यायला हवे होते. चिनी आक्रमणानंतर पराभव पावलेल्या जखमी भारताला ब्रिटन व अमेरिका यांनी नंतर शस्त्रास्त्रांची मदत केली. परंतु त्याची रोख किंमत मात्र वसूल केली. त्यात जी शस्त्रे चालू शकत नव्हती, निरुपयोगी होती त्याचीही किंमत त्यांनी लावली होती. १९५३ साली भारतीय राजदूतांची एक परिषद स्वित्झर्लंडमध्ये भरली होती. त्या परिषदेत नेहरूंनी सांगितले की, एकदा त्यांनी पाकिस्तानी पंतप्रधानांना सुचवले होते की, पाकिस्तान व्याप्त काश्मिरबद्दल तडजोड करून हा प्रश्न सोडवायची सुरुवात करू या. पण १९६२ पर्यंत नेहरूंचा या प्रश्नाकडे पहाण्याचा दृष्टिकोन हा सैद्धांतिक स्वरुपाचा, जवळजवळ आध्यात्मिक पातळीवरचा, होत गेला. तो दृष्टिकोन अनुभवावर आधारलेला नव्हता.

"युद्धबंदीची चौदा वर्षे... एवढ्या काळात दोन्ही पक्षांना एकमेकांची बाजू समजावून घेता आली नाही?" असा प्रश्न विचारून वाय. डी. गुंदेव्हिया त्या प्रश्नाचे उत्तर शोधू लागतात. आपल्या पुस्तकात ते लिहितात, "पाश्चिमात्यांनी ढोसल्यामुळे अयूबखाननी भारताचे हायकमिशनर जी. पार्थसारथी यांना अप्रत्यक्षपणे सुचवले, की आता भारत व पाकिस्तान यांनी आपल्यातील मतभेद सोडवण्यासाठी उत्तर शोधायला लागण्याची वेळ आली आहे." कॉमनवेल्थ रिलेशन्सचा ब्रिटिश सेक्रेटरी डंकन सँडीस हा त्या दिवसात नेहमी भारताला व पाकिस्तानला भेटी देई. आपले भारताला येण्याचे प्रयोजन हे "इथल्या बदलत्या राजकीय परिस्थितीत काश्मिर प्रश्न सोडविण्यासाठी काही पावले उचलली जातात का हे पहाणे आहे," असे त्याने स्वच्छ सांगितले होते. गुंदेव्हिया पुढे खुलासा करतात, "शेवटी सर्व मंथनातून असे ठरले की प्रथम काश्मिरबद्दल दोन्ही पक्षांची मंत्र्यांच्या पातळीवरती चर्चा होऊ द्यावी आणि मग नंतर नेहरू व अयूब यांच्यात एक शिखर परिषद घडू द्यावी. मंत्र्यांच्या पातळीवरील वाटाघाटीत अमेरिका व इंग्लंड हे मध्यस्थ म्हणून कामे करतील. असा हा प्रस्ताव तयार झाल्यावरती २९ नोव्हेंबर १९६२ रोजी दोन्ही पक्षात एकमेकांशी संदेशवहन होऊन दोघांनीही ठरवले की, 'काश्मिर आणि इतर संबंधित व दीर्घकाळ रेंगाळलेल्या अन्य प्रश्नांवरती उत्तर शोधण्यासाठी प्रथम मंत्रीवर्गाच्या पातळीवरती सुरुवात केली जावी.' भारताच्या अन्य प्रश्नांमध्ये त्यावेळच्या पूर्व पाकिस्तानातील पूर्व बंगालमधून भारतात जी घुसखोरी सतत चालली होती त्याला अग्रक्रम होता. तसेच, देश सोडून

गेलेल्यांच्या मालमत्तेचाही प्रश्न असाच अग्रक्रमावरती होता. जम्मू-काश्मिरच्या प्रश्नाबाबत वाटाघाटी करण्यासाठी जी तुकडी भारतातर्फे नेमली होती, त्यात गुंदेव्हिया होते. त्यांनी असे लिहिले आहे की, "(काश्मिरमधील) काही भागांवरील आपले सार्वभौमत्व स्वेच्छेने सोडून ते पाकिस्तानला द्यायला भारत तयार झाला होता. त्यामुळे पाकिस्तानला मान्य होईल अशी एक नवीन व वाजवी सीमारेषा तयार होईल. हे जर झाले तर काश्मिरसकट सर्व प्रश्नांवरती पाकिस्तानबरोबर सलोख्याची तडजोड होऊ शकेल." या मुद्यांवरती मंत्रीपातळीवरती चर्चा झाली. भारताच्या बाजूने सरदार स्वर्णसिंग हे नेतृत्व करीत होते. सहा महिन्यात सहा चर्चासत्रे झडली. रावळपिंडी ते दिल्ली आणि कराची ते कलकत्ता अशा निरनिराळ्या स्थळी ती चर्चासत्रे झाली. पहिल्या चर्चासत्राच्या पूर्वसंध्येला भारतीय प्रतिनिधी-मंडळ रावळपिंडीला पोचल्यावर लगेच कराची रेडिओवरून पाकिस्तान व चीन यांचे मिळून एक संयुक्त निवेदन प्रक्षेपित करण्यात आले. कराचीप्रमाणेच ते त्याच वेळी पेकिंग रेडिओवरूनही प्रक्षेपित करण्यात आले. चीन-पाक सीमावादाबाबत एका करारावर सह्या करण्यासंबंधीचे ते निवेदन होते. त्या निवेदनानुसार पाकिस्तानने जम्मू-काश्मिर या भारतीय संस्थानाचा ईशान्येकडील एक मोठा भाग चीनला देऊन टाकण्यात आला. "त्यामुळे दोन्ही पक्षात समाधानाचे वातावरण पसरले आहे" असेही पाकिस्तान रेडिओवरून जाहीर करण्यात आले. एवढे समजूनही भारताने आपले चर्चासत्र सुरूच ठेवले. तसे ते सुरू ठेवायला हवे होते का? या प्रश्नाचे उत्तर इतरांप्रमाणेच इतिहासाकडून अद्याप मिळायचे आहे.

पाकिस्तानी प्रतिनिधी-मंडळाचे नेतृत्व झुल्फिकार अली भुट्टो करीत होते. त्यांनी गुंदेव्हिया यांना म्हटले, "तुम्हाला दिसत नाही का तुमचा देश हा एक पराभूत देश झाला आहे?" बोलणी तशीच पुढे चालू राहिली. प्रथम भारतात, नंतर कराचीत, मग कलकत्त्यात, नंतर परत एकदा कराचीत आणि शेवटी सहावे सत्र दिल्लीत मे १९६३ रोजी होऊन सारा मामलाच फिसकटला. फेब्रुवारी १९६३ रोजी जे तिसरे सत्र कराचीत झाले त्यावरून पाकिस्तानला शांत करण्यासाठी नेहरू किती पुढे गेले होते ते समजून येईल. भारतीय प्रतिनिधीमंडळ हे बरोबर चार नकाशे घेऊन कराचीत गेले होते. पहिल्या नकाशातील सीमारेषेत फारसा बदल न करता किमान सवलती पाकिस्तानला देण्यात आल्या होत्या, तर चौथ्या नकाशात जास्तीत जास्त सवलती देण्यात आल्या होत्या. परंतु भुट्टो यांना सर्व काश्मिरचे खोरे हवे होते. शिवाय वरती आणखी काही मागणी होती. मग भारताने एक नवीन सीमारेषा देऊ केली. त्यानुसार आणखी १५०० चौरस मैलांचा प्रदेश पाकिस्तानला देऊ केला होता. तरीही भुट्टोंचे समाधान झाले नाही. त्यांना जम्मू-काश्मिर व हिमाचल प्रदेश यांच्या सीमारेषेवरील कठुआ गावापर्यंतचा प्रदेश हवा होता. अन् हे सारे जम्मू-काश्मिरचा भाग म्हणून.

अर्थातच हा प्रश्न सुटला नाही. त्या मागणीला कोणता पाया होता? दरम्यान अमेरिका व इंग्लंड यांच्याकडून दबाव वाढला. त्यांनी कळवले, "चीन कदाचित एप्रिल १९६३ मध्ये पुन्हा कुरापती काढून आक्रमण करेल. म्हणून पाकिस्तानला शांत करण्यासाठी त्यांच्या अटी मान्य करण्यात भारताचे भले आहे. त्यानंतरच चीनबरोबरची बोलणी परिणामकारक ठरतील." इंग्लंड-अमेरिकेकडून असा दबाव आल्याने पाकिस्तानबरोबरीच्या वाटाघाटीत त्यांचा हस्तक्षेप वाढला. वाटाघाटी करणे अवघड होऊ लागले. गुंदेव्हिया लिहितात, "भारताने सबंध काश्मिर खोऱ्याला चिकटून राहू नये, असे इंग्लंड व अमेरिका भारताला सांगत होते. त्याच वेळी हे दोन्ही देश पाकिस्तानला सांगत होते की, काश्मिरच्या संपूर्ण खोऱ्याचा आग्रह धरू नका. यामुळे भारत गोंधळला आणि पाकिस्तान आणखी दुराग्रही बनले. काश्मिरच्या खोऱ्याचा काही भाग म्हणजे किती? तर १/८ भाग किंवा ७/८ भाग. यातला कोणता तरी भाग भारताने पाकिस्तानला द्यावा असे घाटत होते. पण पाकिस्तानला असा काही भाग नको होता, तर संपूर्ण काश्मिर खोरेच हवे होते."

आणखीही एक प्रयत्न करून झाला होता. सिंधू नदीच्या पाण्याचा करार पुन्हा उकरून काढण्यात आला होता. गुंदेव्हिया याविषयी सांगतात, "कराचीत भरणाऱ्या चर्चासत्राच्या ४८ तास आधी 'त्या पश्चिमी राष्ट्रांनी' आणखी एक कल्पना भुट्टोंच्या डोक्यात भरवली. त्याला त्यांनी 'Kashmir-elements of settlement' असे नाव दिले. म्हणजे काश्मिरमधील 'काही भाग' यापासून काश्मिरमध्ये 'एक भरीव स्थिती प्राप्त करून देणारा भाग' येथवर शेवटी मागणी केली गेली. याशिवाय आणखीही एक मुद्दा पुढे आला. 'दोन्ही देशांच्या संरक्षणाच्या दृष्टीने' असा त्याचा उल्लेख केला जाऊ लागला. पण संरक्षण कोणाच्या विरुद्ध समजायचे? हा प्रश्न उपहासाने विचारात घेण्यात आला. पाकिस्तानला चिनाब नदीचे सिंचनक्षेत्रही हवे होते. म्हणजे मग सिंधू नदीच्या पाण्याच्या कराराला आपोआपच पूर्णविराम मिळत होता. थोडक्यात, त्या पश्चिमी राष्ट्रांना पाकिस्तान जे जे काही मागत होता ते सारे भारताकडून मिळवायचे होते आणि भारत ज्या गोष्टी देणे शक्य नाही म्हणत होता तेही त्यांना हवे होते. कराचीमधील चर्चासत्रात भुट्टोंनी आपली चिनाबच्या सिंचनक्षेत्राची मागणी लावून धरली होती. तसेच, सरदार स्वर्णसिंग यांनी जी नवीन आंतरराष्ट्रीय सीमा देऊ केली होती त्यालाही भुट्टोंनी नकार दिला होता. मग अपेक्षेप्रमाणे भुट्टोंनी नवीन मागणी पुढे केली. त्यावरती ते संतुष्ट रहायला तयार होते. "काश्मिरचे खोरे हे अभंग आहे. त्याची फाळणी होऊ शकत नाही. म्हणून ते संपूर्ण खोरेच आम्हाला द्यावे." ही ती मागणी होती. तसे केले तर (पलीकडच्या) लडाखच्या संरक्षणाचा प्रश्न उद्भवेल असे त्यांना भारताकडून सांगितले गेले. त्यावर जनाब भुट्टो यांनी "पण लडाखचे संरक्षण तुम्ही करता कशाला? अजिबात करू नका." असे उत्तर दिले.

जर चीनबरोबर पुन्हा संघर्ष छेडला गेला तर लडाख व खोरे यासाठी काही तरतूद करून ठेवलेली होती.

शेवटचे चर्चासत्र हे १४ मे १९६३ रोजी दिल्लीत झाले. येथे शेवटी वाटाघाटी फिसकटल्या. बांगला देशच्या युद्धानंतर हेच भुट्टोमहाशय इंदिरा गांधींच्या बरोबर नवीन सीमारेषेसाठी बोलणी करायला तयार झाले होते. परंतु पाकिस्तानला परतेपर्यंत आपल्या हटवादी भूमिकेपासून त्यांनी फारशी माघार घेतली नव्हती.

नेहरूंनी आणखी एक शेवटचा प्रयत्न करून पाकिस्तानची मनधरणी केली. त्यावेळी ती शेख अब्दुल्ला यांच्यामार्फत केली. नेहरूंनी शेख अब्दुल्ला या काश्मिरमधल्या अत्यंत लोकप्रिय नेत्याला बराच काळ तुरुंगात टाकले होते. त्याला त्यांनी विनाअट सोडून दिले. शेख अब्दुल्ला दिल्लीला आला. दीर्घ तुरुंगवासामुळे तो अजिबात नामोहरम झाला नव्हता. मग त्याने नेहरूंच्या बरोबर बराच वेळ चर्चा केली. त्यानंतर तो पाकिस्तानला गेला. भारताचा एक अनधिकृत प्रतिनिधी म्हणून गेला. त्याने तिथे पाकिस्तानशी बोलणी केली. परंतु दुर्दैवाने त्यातून काहीही बाहेर पडले नाही. जेव्हा तो पाकिस्तानात होता तेव्हा २७ मे १९६४ रोजी नेहरूंचा मृत्यू झाला. त्याच वर्षी आधी आणखी एक प्रयत्न केला गेला होता. भुवनेश्वरला नेहरू गंभीररित्या आजारी पडल्यानंतर त्यांना १२ जानेवारी १९६४ रोजी दिल्लीला आणण्यात आले. त्यावेळी नेहरूंना भेटायला बरेचजण येऊ लागले. लॉर्ड माऊंटबॅटन हे प्रथम नेहरूंना भेटले. हळूहळू नेहरूंची प्रकृती सुधारत गेली. काही दिवसांनी प्रथमच ते साऊथ ब्लॉकमधील आपल्या ऑफिसात आले. २६ जानेवारीच्या एक किंवा दोन दिवस आधी ते ऑफिसात आले होते. आल्या आल्या त्यांनी परराष्ट्र खात्यातील अधिकारी एम. जे. देसाई आणि वाय. डी. गुंदेव्हिया यांच्याशी बोलणे सुरू केले. त्यावेळी त्यांनी माऊंटबॅटन यांनी आपल्याशी पाकिस्तानबद्दल बरीच बोलणी केली असल्याचे सांगितले. नेहरू पुढे म्हणाले, ''मी (नेहरूंनी) पाकिस्तानबरोबरचे सर्व मतभेद मिटवलेच पाहिजेत, असे ते म्हणत होते. माझ्या मागे मी असा वारसा सोडूच शकत नाही, असे ते म्हणत होते.'' परंतु वारसा कोणाचा ते स्पष्ट होत नाही. नेहरूंचा वारसा की माऊंटबॅटन यांचा वारसा? या गोष्टीचा पाठपुरावा करण्यासाठी देसाई व गुंदेव्हिया यांनी मग तासभर माऊंटबॅटन यांच्याशी खाजगीमध्ये बातचीत केली. माऊंटबॅटनच्या मते, पंतप्रधानांची तब्येत कशीही असो, पण पाकिस्तानबरोबरीचा संघर्ष संपवणे हे अत्यंत निकडीचे आहे. माऊंटबॅटन यांनीच फाळणी केली व ती काश्मिरचा प्रश्न अनिर्णित ठेवून केली. त्यामुळेच मोठे संघर्ष निर्माण झाले होते. बोलताना ते सारखे म्हणत होते, ''काहीतरी या बाबतीत केलेच पाहिजे.'' ते 'काहीतरी' म्हणजे काय? असे विचारल्यावरती माऊंटबॅटन यांनी पुढे तपशीलात

जाण्याचे नाकारले. ते पुढे म्हणाले, ''या प्रश्नाशी आता माझा संबंध राहिलेला नाही. यातली ताजी परिस्थिती मला ठाऊक नाही. मी यावरती काही सुचवू शकत नाही. मी फक्त एवढेच सांगतो की, काहीतरी ताबडतोब करायला हवे. तुम्ही असे भांडखोर माणसांसारखे पाकिस्तानशी वागू नका. अयूबखान एक सोल्जर आहे. त्यामुळे पाकिस्तानातील इतर राजकारणी माणसांपेक्षा त्याच्याशी बोलणे करणे तुम्हाला जमेल.'' इंग्लंड व अमेरिका हे देश सार्वजनिक सभात बोलताना नेहमी लोकशाहीचे गोडवे गातात. पण जेव्हा भारताने पाकिस्तानशी बोलणी करावी असे त्यांना वाटते तेव्हा त्या समस्येतील जी कोणी लष्करी पेशातील उच्चपदस्थ व्यक्ती आहे तिच्याशी बोलणी करणे हा सर्वात उत्तम पर्याय मानतात. अयूबखान यांच्या काळापासून इंग्लंड व अमेरिका हे आपली लष्करी माणसाबद्दलची ओढ दाखवित आलेले आहेत.

मग देसाई व गुंदेव्हिया यांनी माऊंटबॅटन यांना सांगितले की, ''तशी बोलणी व वाटाघाटी अयूबखान यांच्याबरोबर आणि त्यांचे प्रवक्ते भुट्टो यांच्याहीबरोबर केली. परंतु त्यातून काहीही निष्पन्न झाले नाही.'' त्या सहा चर्चासत्रांचा सारांश त्यांना सांगण्यात आला. पाकिस्तानला जादा भूमीचा लाभ होईल अशी युद्धबंदी रेषा देऊ केल्याचे सांगितले. ती रेषा हीच आंतरराष्ट्रीय सीमारेषा आम्ही धरून चालू हेही पाकिस्तानला सांगितले गेले होते. त्याखेरीज भारत आपल्याजवळील १५०० चौरस मैलांची भूमी पाकिस्तानला देण्यास तयार झाला होता, हेही सांगितले. पण तरीही पाकिस्तानने कशालाही आपला होकार दिला नाही. पाकिस्तानला संपूर्ण काश्मिरचे खोरे हवे होते आणि सिंधू नदीच्या पाण्याचा १९६० मध्ये झालेला करार रद्द करून नवीन मागणी पुढे केलेली होती. माऊंटबॅटनना हे सारे नीट समजावून सांगितले गेले. ही त्यांच्याशी झालेली बोलणी देसाई यांनी नेहरूंना नंतर सांगितली. त्यावेळी ते म्हणाले, ''जरी भारताने फक्त जम्मू आपल्याकडे ठेवून सारे काश्मिरचे खोरे पाकिस्तानला व लडाख चीनला देऊन टाकला असता तरी लॉर्ड माऊंटबॅटन यांना ते चालले असते.''

मी स्ट्रोबशी बोलताना हे काही अर्थातच सांगितले नाही. पण मी त्यांना एवढे सांगितले की १९६२-६३ मध्ये आम्ही पाकिस्तानशी समझोत्याची बोलणी केली. त्यानंतर अनेकवार भारताने आपली वाट सोडून हा प्रश्न समझोत्याने मिटवायचा प्रयत्न केला. परंतु आमचे सारे प्रयत्न पाकिस्तानने उधळून लावले. याचे कारण जम्मू-काश्मिर हा खरा मुख्य मुद्दा नव्हता किंवा सर्व संघर्षाचे, मतभेदांचे ते मूळ नव्हते, तर ते केवळ एक लक्षण होते. पण मी तो समस्येमधला भेद खात्री पटेल असा दुर्दैवाने नीट समजावून सांगू शकलो नाही. तसाच तो भेद आजवरच्या कोणत्याही पश्चिमी राजनीतिज्ञाला नीट सांगू शकलो नाही. स्ट्रोब माझे बोलणे शांतपणे व सौजन्यशीलतेने ऐकून घेत होते. परंतु त्यांना ते पटत

होते असे नव्हते. कारण त्यांचे आधीच काही पूर्वग्रह पक्के झाले होते.

खडबडीत व बिकट मार्गावरील प्रवास

फ्रॅन्कफुर्टला स्ट्रोब यांच्याशी माझी भेट झाल्यानंतर पुन्हा लगेच दहा दिवसात माझी व त्यांची दिल्लीत गाठ पडली. ही भेट मात्र बऱ्यापैकी प्रगती करणारी होती. फ्रॅन्कफुर्टची भेट ही तयारी न करता घेतलेली होती. क्लिंटन-जियांग भेटीने जो भारताविरुद्ध धुरळा उडवला होता त्याला तोंड देण्यासाठी फ्रॅन्कफुर्टच्या भेटीतून खूप स्फूर्ती दिली गेली होती. परंतु आता दिल्लीतली ही भेट अमेरिकेने व्यवस्थित आखून, ठरवून केलेली होती. त्यासाठी पूर्वतयारी करून ठेवलेली होती. स्ट्रोब यांचे प्रतिनिधी-मंडळ दिल्लीत आले ते बरोबर जनरल जोसेफ राल्स्टन यांना घेऊन. राल्स्टन हे जॉईंट चीफ्स ऑफ स्टाफचे व्हाईस-चेअरमन होते. बऱ्याच कालखंडानंतर एक अमेरिकी प्रतिनिधी मंडळ दिल्लीत अवतरत होते. या प्रसंगी स्ट्रोब यांनी आपल्या सरकारचे 'बेंचमार्क्स' ऊर्फ अपेक्षा इत्यादी सांगितल्या. 'बेंचमार्क' हा शब्द स्ट्रोब यांनीच वापरला होता. राल्स्टन यांचे लष्करी विमान हे एक खास विमान होते. त्या विमानाने वॉशिंग्टन ते दिल्ली असा थेट प्रवास, वाटेत कुठेही न थांबता केलेला होता. तो प्रवास खरोखरीच धाडसी प्रवास होता. कारण, एवढ्या लांबच्या प्रवासात हवेतल्या हवेत विमानाला इंधन भरून घ्यावे लागते. ते काम भूमध्य समुद्रावरती कोठेतरी झाले होते. त्यावेळी अचानक हवा खळबळाटी बनली होती. अशा वेळी इंधन भरताना धोका निर्माण होऊ शकतो. परंतु दोन्ही विमानांच्या वैमानिकांनी वेळीच योग्य ती हालचाल केल्याने तो धोका टळला होता.

परंतु भारतावरती टाकलेला दबाव थोडासा हलका करण्याचे ठरवलेले असल्याने ती अमेरिकी मंडळी त्या संकटामुळे फारशी हादरलेली दिसत नव्हती. त्यांच्याशी बोलणी करण्यासाठी मी दिल्लीच्या आलिशान 'हैदराबाद हाऊस'ची निवड केली. स्ट्रोब यांनी मला तिथेच आपल्या सरकारचे 'बेंचमार्क्स उर्फ अपेक्षा' सांगितल्या. अमेरिकेला भारताकडून काय हवे आहे हे त्यांनी नीट, स्पष्टपणे, स्वच्छ शब्दात सांगितले. जर भारताने याबाबतीत आपल्या 'यशाचे' थोडेसे प्रदर्शन अमेरिकेच्या समाधानासाठी केले तर लादलेल्या आर्थिक निर्बंधात अन्य काही सवलती देण्यात येतील असे आश्वासन दिले. अमेरिकेचा एक बेंचमार्क असे सांगत होता की, भारताने सीटीबीटी करार स्वीकारावा अशी अमेरिकेची अपेक्षा आहे. याबाबतीत योग्य ते निवेदन पंतप्रधान वाजपेयी यांनी सप्टेंबर १९९८ मधील त्यांच्या युनोच्या भेटीत करावे. तसेच येत्या निःशस्त्रीकरणाच्या परिषदेत अमेरिकेला भारताने 'पूर्ण सहकार्य' द्यावे. अण्वस्त्रांसाठी लागणाऱ्या विदलनक्षम

अणुइंधनाच्या उत्पादनावरती कायमची बंदी घालण्याचा करार ठरविण्यात भारताने त्यावेळी भाग घ्यावा. तिसरा बेंचमार्क ऊर्फ अपेक्षा त्यांनी पुढे सांगितली. त्यासाठी त्यांनी मला वाटते की प्रथमच strategic restraint (व्यूहात्मक संयम) या नवीन शब्दप्रयोगाचा वापर केला. याचा बाह्यत: अर्थ असा की क्षेपणास्त्रे आणि क्षेपणास्त्रांचे तंत्रज्ञान यांच्या विकासावरती काहीतरी मर्यादा अमेरिका घालू इच्छिते आहे. पण अशा तऱ्हेची क्षेपणास्त्रसंहिता आत्तापर्यंत कुठे घातलेली असतील तर ती आम्हाला दिसली नव्हती. तशी उदाहरणे कुठे सापडली नाहीत. strategic restraint हा शब्दप्रयोग तर राजनैतिक बुद्धिमत्तेचा एक उत्कृष्ट नमुना होता. त्यात सारे काही येत होते. भारत देश हा आंतरखंडीय क्षेपणास्त्रांचा विकास करण्याची क्षमता असलेला देश आहे असे अमेरिकेला वाटू लागले असावे. मग उद्या जर तशी क्षेपणास्त्रे बनवणाऱ्या मोजक्या देशांच्या गटात भारत येऊन बसला तर? तर त्याला आळा घालण्यासाठी अमेरिकेची आत्ताची धडपड होती. ते तशी धडपड करणे सहाजिक होते. कारण, जर भारताने खरोखरीच तशी आंतरखंडीय म्हणजे अतिदूरच्या पल्ल्याची क्षेपणास्त्रे विकसित केली तर थेट अमेरिकेच्या सुरक्षिततेला सहज बाधा पोचणार होती. त्यामुळे व्यूहात्मक संयम किंवा बंधन (strategic restraint) हा एक नवीन तयार केलेला शब्दप्रयोग वापरून त्यात अनेक गोष्टी कशा सामावल्या जातील हे अमेरिकेने पाहिले होते. जर अमेरिकेने लावलेल्या अर्थानुसार भारताने ते बंधन मान्य केले तर अतिलांब पल्ल्याची क्षेपणास्त्रे बनवण्याचा भारताकडचा भावी पर्याय हा खच्ची केला जातो. व्यूहात्मक स्वायत्ततेचे (strategic autonomy) ते दुसरे टोक बनते. भारताने ११ व १३ मे रोजी अणुचाचण्या करून तशा पर्यायाच्या दिशेनेही पावले टाकली होती.

स्ट्रोब यांनी आणखी एक बेंचमार्क सांगितला. त्यांनी अमेरिकेने दिलेले तंत्रज्ञान व यंत्रसामुग्री यांच्या गोपनीयतेसाठी भारताने आपल्या निर्यातीवरती कडक नियंत्रणे घालण्याची मागणी केली होती. खरे म्हणजे तशी मागणी करण्याची गरज नव्हती. मी त्यांना सांगितले की, "भारताचा आजवरचा निर्यात नियंत्रणाचा गतेतिहास एवढा चांगला आहे की, तो काही पी-५ राष्ट्रांच्या आजवरच्या इतिहासापेक्षा नक्कीच चांगला आहे."

अमेरिकेचा शेवटचा बेंचमार्क हा जम्मू-काश्मिरचा प्रश्न सोडविण्याबद्दलचा होता. अमेरिकेने जे बेंचमार्क पाठवले, ज्या अपेक्षा ठेवल्यात त्यामागची त्यांची तर्कशास्त्रीय उपपत्ती (rationale) काय असेल याचा मी अंदाज घेऊ लागलो. हे बेंचमार्क व ते भारतापुढे सादर करण्याची वेळ, त्यात व्यक्त न केलेल्या पण अध्याहृत असणारी 'हे करा', 'ते करू नका' बंधनांची यादी, ती बंधने भारताने पाळली तरच अमेरिकेशी संबंध सुधारू शकतील हे सारे जाणून मी त्यावरती विचार

करू लागलो. अण्वस्त्रप्रसारबंदी आम्ही मान्य करावी म्हणून ही सारी उपाययोजना होती, हे मी ओळखले. सहाजिकच हे सर्व अजिबात मान्य करण्याजोगे नव्हते. मी माझे विचार व दृष्टिकोन जसजसा त्यांच्यापुढे मांडीत गेलो, तसतसे त्या अमेरिकी तुकडीला उमगत गेले की, आपण फार मागण्या केलेल्या आहेत आणि त्याही अति लवकर, घाईघाईने केल्या आहेत. अशा पद्धतीमुळे वाटाघाटींची पद्धतच कोलमडून पडेल. सीटीबीटीच्या बाबतीत भारताची काही विशिष्ट भूमिका आहे, आणि त्या दिशेने आम्ही हेतुपूर्वक पावले टाकीत जात आहोत, तेही आम्हाला हव्या त्याच गतीने. पंतप्रधानांनी जाहीर केले होते की, भारत आता यापुढे अधिक अणुचाचण्या करणार नाही. हा एक स्वेच्छेने स्वतःवरती लादून घेतलेला निर्बंध होता. तसेच भारत सरकारने हेही जाहीर केले होते की, भारताकडून अणुबॉम्बचा वापर प्रथम कधीच केला जाणार नाही. यामुळे 'एक विश्वसनीय असे किमान धाक दाखवणारे धोरण' (Credible minimum deterrance policy) राबवता येते. मी त्यांना नीट समजावून सांगितले की, ''आम्ही काही नव्याने शीतयुद्धाचा शोध लावत नाही की ते सुरू करू इच्छित नाही. शीतयुद्धाच्या त्या गाडल्या गेलेल्या काळाचा अन्य काही शब्दप्रयोग करून मी उल्लेख करू इच्छित नाही. याखेरीज क्लिंटन प्रशासनाने ज्या पद्धतीने भारतापुढे सीटीबीटीचा प्रस्ताव पुढे रेटून ठेवला, विशेषतः त्यात असलेल्या आर्टिकल १४ मुळे[३०] भारतीय जनतेला असे वाटू लागले आहे की, हा सारा अमेरिकन बनाव असून भारताला हेतुपूर्वक मुद्दाम भेदभावाची वागणूक दिली जात आहे. त्यामुळे माझ्या देशात सीटीबीटी हा एक सैतान समजला गेला आहे.'' मी स्ट्रोब यांच्या नजरेस आणून दिले की, ''सीटीबीटीमध्ये सुरक्षिततेचे अनेक गंभीर अर्थ ध्वनीत झालेले आहेत आणि अत्यंत राजकीय संवेदनशीलता सामावलेली आहे. अन् तरीही भारताने 'व्यूहात्मक बंधन' मानावे किंवा आपले भवितव्य आणि तांत्रिक विकास हे कायमचे गमवावे, हे आम्हाला कसे पटेल? आमच्यासाठी हे जे 'बंधन' शोधून आणले आहे यामुळे नुसता भारताला आंतरखंडीय क्षेपणास्त्राचा विकास करता येणार नाही, तर त्यातील अव्यक्त अटींमुळे भारताच्या आण्विक क्षमतेला बूच मारून बंद करून टाकण्यात येईल. परिणामी विश्वसनीय अशा किमान

---

३०. *भारताने सीटीबीटीमध्ये 'आर्टिकल १४' घालण्यास अनेक मुद्द्यांच्या आधारे विरोध केला होता. त्यात आण्विक निःशस्त्रीकरणाकडे बघायचा दृष्टिकोन, अस्तित्वात असलेल्या अण्वस्त्रांपासून मिळू शकणाऱ्या धमकीची सुप्त जाणीव, त्याची व्यूहात्मक परिस्थिती आणि सर्वात महत्त्वाचे म्हणजे असमानता असलेला धोकादायक आणि जबरदस्ती करायला लावणारा हा करार भारतीय संसदेने एकमताने फेटाळला होता.*

धाकाचे धोरण राबवण्यासही नकार दिला गेला आहे. आमच्या देशाच्या बाबतीत गरज असलेल्या त्या धोरणाचे मूल्य कोण ठरवणार? अर्थात आम्हीच! लवकरच असा एक दिवस उगवेल की विदलनक्षम अणुपदार्थांच्या उत्पादनावरती सर्वचजण स्वेच्छेने नियंत्रण ठेवतील. परंतु भारताच्या तांत्रिक विकासाला बंदिस्त केल्याने भविष्यकाळातील आमची वैज्ञानिक शोध लावण्याची, तंत्रवैज्ञानिक निर्मितीची क्षमता आम्ही गमावून बसू. अन् ती क्षमता म्हणजे आमचा राष्ट्रीय ठेवा आहे. त्या क्षमतेच्या सहाय्याने आमची उद्योजकता व सर्जनशील बुद्धिमत्ता राष्ट्राच्या कामी येणार आहे. तेव्हा तुमच्या तसल्या कराराला आम्ही कसे काय मान्यता देऊ?'' मी माझ्याकडून स्ट्रोब यांना पटवण्याचे प्रयत्न केले. त्यांना आमच्या भावना व मते समजावून सांगितली.

परंतु जरी मतभेद असले तरी आम्ही, म्हणजे भारत व अमेरिका, या प्रश्नावरती एकमेकांना भेटू लागलो व समस्येला वाचा फोडू लागलो आणि आपापले प्रस्ताव देऊ लागलो होतो. माझ्या मते पूर्वीपेक्षा ही प्रगती अधिक होती. आमच्या या भेटीतून आणि चर्चेतून आणखी एक गोष्ट साध्य झाली. ती म्हणजे, भारताला उर्वरित जग अणुबॉम्बने नष्ट करण्याची कसलीही इच्छा नाही, असा निरोप पुन्हा एकदा अप्रत्यक्षपणे दिला गेला. तसेच, आम्ही अण्वस्त्रांच्या मुद्यावरती केव्हाही बसून त्याच्या कारणमीमांसेची चर्चा करण्यास तयार आहोत. शिवाय जागतिक संबंधांचीही आम्ही दखल घ्यायला तयार आहोत. पण कोणत्याही परिस्थितीत आमच्या राष्ट्रीय हिताशी आम्ही तडजोड करण्यास तयार नाही, हाही एक निरोप अमेरिकेला यातून पाठवला गेला. स्ट्रोब यांच्या दिल्लीतील मुक्कामात त्यांनी पंतप्रधान वाजपेयी यांना क्लिंटन यांचे पत्र दिले. तोपर्यंत स्ट्रोब यांच्याशी आमची चर्चा व विचारविनिमय होऊन गेले होते. त्यामुळे पत्र देताना त्यांनी चर्चेचा गोषवाराही त्यांना सांगितला. स्ट्रोब वाजपेयी यांना म्हणाले, "आम्हाला आता एकमेकांची बाजू स्वच्छ समजली आहे. त्या संबंधातील काही पावले टाकण्यासाठी आम्ही गंभीर विचार करीत आहोत. अर्थात, अजूनही मूळ मुद्दे काही सुटलेले नाहीत. समस्या तशीच आहे.''

मग चर्चेची दुसरी फेरी ही ऑगस्टच्या दुसऱ्या पंधरवड्यात वॉशिंग्टन येथे भरवायची ठरली. आता आमचे संवाद व मुद्दे स्पष्ट झाले होते. त्यात कसलाही संदेह राहिला नव्हता. ढोबळपणा संपला होता. वाटाघाटींसाठी परस्पर-सौहार्द, दोन्ही देशात अधिक जवळचे संबंध प्रस्थापित करण्याची इच्छा आणि अन्य काही सुरुवातीच्या गोष्टी हे सर्व एकमेकांना पटलेले असल्याने एक टप्पा आम्ही पार केला होता. उभयपक्षी जरी एकमेकांवरती खूप विश्वास असला तरी दोघांच्या सहमतीला पक्के व्यावहारिक स्वरुप देणे हे खरे आव्हान पुढे उभे होते. पण

आता निदान प्रथमपासून श्रीगणेशा गिरवण्याची गरज नव्हती.

अशा पार्श्वभूमीवरती मी अमेरिकेला गेलो. मागचे सर्व आठवीत विचारमग्न अवस्थेत मी वॉशिंग्टनला पोचलो. यावेळी मी थोडासा विषण्ण मन:स्थितीत होतो. याचे कारण मी माझ्या दिल्लीच्या घरात एका रुग्णाला ठेवले होते. तो माझा बालपणीचा मित्र होता व त्याला कर्करोग झाला होता. शेवटच्या अवस्थेला तो पोचला होता. त्याला ते कळून चुकले होते व त्याने आपल्या जोधपूरच्या घरात रहाण्याचे नाकारले होते. आपल्या मुलाबाळांबरोबर, नातेवाईकांबरोबरही रहाण्यास तो तयार नव्हता. त्याला माझ्याबरोबर रहायचे होते. "जसवंतच्या घरात राहून व्हरांड्यात बसून हिरवळीकडे पहात पहात मी आपले उरलेले आयुष्य घालवणार आहे," असे त्याने त्याच्या घरी सांगून ठेवले होते. आपण लवकरच या जगाचा निरोप घेणार, हे त्याला कळून चुकले होते. त्याला आता बोलणे जड जाऊ लागले होते व त्याच्या हातापायातील त्राण नाहीसे होत चालले होते. पण त्याचे मन मात्र शाबूत होते. सुदैवाने त्याला कसल्याही वेदना नव्हत्या. काही दिवसांनी त्याचे दुखणे एवढे विकोपाला गेले की त्याला चाकांच्या खुर्चीवरती बसवून व्हरांड्यात नेता येणे आम्हाला अशक्य झाले. आम्हाला नाईलाजाने त्याला आहे तशा अवस्थेत पडू द्यावे लागत होते. मी दुसरे काहीही करू शकत नव्हतो. जेव्हा मी त्याला सांगितले की, मी आता वॉशिंग्टनला जात असून लवकरच परत येईन, मग आल्यावरती भेटूच. त्याने ते ऐकून फक्त स्मित केले आणि आपली मान होकारार्थी हलवली. "तुझ्यासाठी मी अमेरिकेहून काय आणू?" असे मी त्याला विचारल्यावरती त्या सुबत्तासंपन्न देशातून एका विशिष्ट वायरलेस सेटची मागणी त्याने केली. घोगरट व अडखळत्या आवाजात मला त्याने ती सांगितली. त्याच्या चेहेऱ्यावरती नेहमी एक प्रसन्न हास्य फुललेले असे. पण आता त्याला मोठ्या कष्टाने स्मित करावे लागत होते. तो स्वत: एक हॅम होता. हॅम म्हणजे स्वत:चा वायरलेस सेट बाळगून केवळ इलेक्ट्रॉनिक विषयाच्या छंदासाठी अन्य तशा मंडळींशी वायरलेसवरून संपर्क साधणारी व्यक्ती. सरकारकडून त्यासाठी परवाना मिळवून तो छंद जोपासणारी हॅम मंडळी आपल्या देशात व जगभर पसरली आहेत. वेळप्रसंगी संकटात त्यांच्याकडून मदतही होते. मी दिल्ली सोडण्यापूर्वी त्याला पाहिजे होता तसला वायरलेस सेट धडपड करून आणून दिला. जेव्हा तो सेट त्याला मिळाला तेव्हा त्याच्या चेहेऱ्यावरती खरा आनंद पसरला. पण एव्हाना त्याच्या शरीरातील ताकद एवढी ओसरली होती की, त्याला तो सेट हाताने चालवता येईना. 'माझा एक सर्वात जुना आणि जिवश्च कंठश्च मित्र माझ्या घरात कर्करोगाने मरत असताना मी जगभर भटकण्याला काय अर्थ आहे?' माझ्या मनात हा विचार रेंगाळत होता आणि एखाद्या

तालवाद्यासारखा तो सारखा सारखा वाजत होता.

२५ ऑगस्ट १९९८ रोजी रविवारी मी वॉशिंग्टनला पोचलो. आता आमची चर्चेची चौथी फेरी होणार होती. नेहमीप्रमाणे दुसऱ्या दिवशी मी लवकर उठलो. ऑगस्ट महिना लवकर संपणार होता. पोटोमॅक नदीवरती पहाटेपूर्वीचे धुके पसरलेले होते. रस्त्यावर जळणारे दिवे त्या धुक्यातून पेंगुळलेले वाटत होते. त्यामुळे व्हिसलरच्या चित्रांची आठवण येत होती. हळूहळू दिवसाचा प्रकाश पसरू लागला. स्वप्नाळू वातावरणावर वास्तवता मात करू लागली. आज रात्रीच्या जेवणासाठी स्ट्रोब मला त्यांच्या घरी घेऊन जाणार होते. ठरल्याप्रमाणे ते वेळेत आले. त्यांनी बरोबर एक आलिशान मर्सिडीज गाडी आणली होती. ती एक कन्व्हर्टिबल स्पोर्टस कार होती. एक झकास निळ्या रंगाचे ते स्टायलिश मॉडेल होते, असे मला आठवते. त्यांच्याकडून ते आपली मैत्री दाखविण्याची धडपड करीत होते. माझा सन्मान करण्यासाठी त्यांनी ती झकपक गाडी आणली होती. पण तसे करण्याची गरज नव्हती. आम्ही त्यांच्या घरी गेलो, मागच्या अंगणात थोडा वेळ बसलो. नंतर आत जाऊन बैठकीच्या खोलीत बसलो. आमच्यातले संवाद हे अगदी सहजगत्या घडत होते. मी त्यावेळी १९४७ सालातील घडमोडींवरती बरेच बोललो. एका शतकात भारतीय उपखंडात किती उलथापालथी बघायला मिळाल्या त्यावर बोललो. परंतु एवढी संकटे, त्या उलथापालथी भारतीयांच्या चिवटपणाने पचवून टाकल्या होत्या. हा परिणाम भारतीय संस्कृतीचा होता. यानंतर मी पश्चिमी जग हे अद्यापपर्यंत 'इस्लाम' समजावून कसा घेत नाही हे त्यांना सांगितले. भारत गेली अनेक वर्षे दहशतवाद्यांच्या आव्हानांना व धोक्यांना कसा तोंड देत आला आहे ते मी त्यांना सांगितले आणि सावधगिरीची सूचना दिली की, तो दहशतवाद– तसे न होवो– कदाचित अमेरिकेतही अवतरेल. मी ही काही धोक्याची सूचना देत नव्हतो. मी फक्त माझी या बाबतीमधली भीती बोलून दाखवित होतो. ती भीती मी माझ्या एका मित्राला, एका मित्र-देशाला बोलून दाखवित होतो.

त्या रात्रीच्या जेवणाला सॅन्डी बर्जर हे राष्ट्रीय सुरक्षा सल्लागार हजर होते. ते आल्यावरती स्ट्रोब बर्जरला म्हणाले, "आम्ही आत्ता अफगाणिस्तानवरती चर्चा करीत होतो." मग मीही त्याच विषयावरती थोडेसे पुढे बोललो. परंतु बर्जरचे माझ्या बोलण्याकडे लक्ष नव्हते. त्यांच्या मनात व्हाईट हाऊसमधील विचार चालले असावेत. त्यामुळे ते अफगाणिस्तानबद्दल काही ऐकण्याच्या मन:स्थितीत नव्हते. मग एकदम त्यांनी "अफगाणिस्तानचे नंतर सांगा," असे म्हणून तो विषय झटकून टाकला आणि सीटीबीटीबद्दल भारताने काय करायचे ठरवले आहे, म्हणून चौकशी केली. तो प्रश्न इतक्या अचानकपणे माझ्यापुढे फेकला

गेला की त्यामुळे आणि बोलण्याच्या विशिष्ट स्वरांमुळे क्षणभर मी सुन्न झालो. मला कल्पना नव्हती की या जेवणाच्या वेळी असे काही काम काढले जाईल. त्यामुळे मी बेसावध होतो. जणू काही एकदम पकडला गेलो होतो. बर्जर यांनी मग वाजपेयी यांनी क्लिंटन यांना पाठवलेल्या पत्राबद्दल काहीतरी सांगितले. ते पत्र आपल्याला राष्ट्राध्यक्षांपुढे ठेवण्यात कशी अडचण येणार आहे, तेही बोलून दाखवले. त्यांच्या बोलण्याचा स्वर असा काही होता की माझी द्विधा मन:स्थिती झाली. त्या बोलण्यावर कशी प्रतिक्रिया दाखवावी, हे मला समजेना. माझ्या यजमानाच्या एका पाहुण्याबरोबर मी कसा काय वाद घालू शकत होतो? मग भले त्यांनी आक्रमकपणे आणि संघर्षाच्या पवित्र्यात आपले दृष्टिकोन मांडले असले तरी. मी एका चांगल्या जोडप्याचा व काळजी वाहणाऱ्या यजमान-गृहिणीचा पाहुणा म्हणून आलो होतो. काहीही न बोलता मी फक्त माझ्या चेहेऱ्यावरती भाव आणू शकत होतो. पण रागाखेरीज दुसरे कोणतेच भाव आणणे मला त्यावेळी शक्य नव्हते. नंतर बऱ्याच वेळाने विचार केल्यावर मला कळून चुकले की सॅन्डी बर्जर हे आपल्या धन्याच्या, राष्ट्राध्यक्षांच्या विषयपत्रिकेचे एक निष्ठावंत रखवालदार होते आणि हा रखवालदार आपली जबाबदारी पार पाडत होता, अत्यंत उत्साहाने आणि कर्तव्यनिष्ठेने!

त्या रात्री मला नीट झोप आली नाही. बराच वेळ मी नुसता पडून होतो. मला जेट लॅग आला होता. नैसर्गिक वेळेतला १२ तासांचा फरक अजून माझ्या शरीराने नीट जुळवून घेतला नव्हता. स्ट्रोबच्या घरच्या पार्टीबद्दलच विचार हळूहळू दिल्लीतील विचारांमध्ये विरून जात होते. परंतु आल्या प्रसंगातून मी एक महत्त्वाचा धडा शिकलो. लोकांशी कसे बोलावे, कशा वाटाघाटी कराव्यात याबद्दल निरनिराळ्या संस्कृतीत निरनिराळ्या तऱ्हा असतात, निरनिराळे दृष्टिकोन असतात. आजच्या प्रसंगावरून मला रेमन्ड कोहेनच्या Negotiating Between Cultures या पुस्तकाची आठवण झाली. जरी दोन्ही पक्षांची भाषा तीच असली, येथे तर ती इंग्रजी होती, तरीही समोरच्या व्यक्तीच्या मनाशी कसे भिडावे हे प्रत्येक संस्कृतीत भिन्न रीतीचे असते. त्यावेळी अमेरिकेवरती अंतर्गत राजकीय दबाव पडत होता. १७ ऑगस्टला क्लिंटन यांना ग्रॅन्ड ज्युरी यांच्यासमोर एका वादग्रस्त लफड्याच्या संदर्भात उभे रहावे लागले होते. मला त्यात अजिबात रस नव्हता. परंतु मला अशी जाणीव झाली की अमेरिकी प्रशासनाला आता काहीना काही विरंगुळ्याची जरूरी आहे. रोज वृत्तसृष्टीच्या टुमण्याला त्यांना तोंड द्यावे लागत होते. त्यापासून त्यांना मुक्ती हवी आहे. जर भारत सीटीबीटीच्या प्रस्तावाला शरण गेला तर ती मुक्ती, तो विरंगुळा त्यांना मिळणार होता.

दुसऱ्या दिवशी परराष्ट्र खात्यात आमची एक औपचारिक बैठक झाली.

मागच्या वेळेसारखेच आम्ही तिथे वेळेआधी जाऊन पोचलो होतो. त्या बैठकीनंतर मात्र मी तेथून न्यूयॉर्कला जाण्यासाठी निघालो. त्या दिवशी मी माझी डायरी उघडून त्यात काही नोंदी केल्या. इकडे दिल्लीत माझा आजारी मित्र कोमात शिरला होता. त्यानंतर तो अत्यंत शांतपणे मृत्यू पावला. जाताना त्याला कसल्याही यातना झाल्या नाहीत. मी डायरीत लिहिले :

मी प्रवासाने शिणलो आहे का? नाही, अजिबात नाही. तसे मी दमायलाच नको आहे. कारण कोणत्याही हालचालींमध्ये पुढचे भवितव्य लपलेले असते. त्या हालचालीमध्ये, कृतीमध्ये, धडपडीमध्ये खरे जीवन सामावलेले असते. जीवन हे पार्थिव, आळशी, मंद व हालचाल न करणाऱ्या गोष्टीत कधीच नसते... थॉमल निगेल हा टाईम्स वृत्तपत्राच्या साहित्य पुरवणीमध्ये लिहितो, "आपले आतले जीवन म्हणजे विचारांचे, भावनांचे, कल्पनाविलासांचे, उत्तेजक शक्तींचे, प्रेरणांचे, उचल खाल्लेल्या प्रवृत्तींचे एक घनदाट जंगल आहे. ते सर्वच्या सर्व जर माणूस बाहेर व्यक्त करू लागला, किंवा आपण एकमेकांच्या मनातील गोष्टी जाणून घेऊ लागलो तर नागरी संस्कृती तरून जाणे अशक्य होईल... कारण मग जनतेत आपापसात मोठ्या प्रमाणात, गटागटात, व्यक्तीव्यक्तीत संघर्ष छेडले जातील."... मी आत्ता न्यूयॉर्कमध्ये आहे. हे शहर, येथली क्षितिजरेषा, रस्ते, दिव्यांनी उजळून निघालेली संध्याकाळ, पोलिसांच्या सायरन वाजवित जाणाऱ्या गाड्या, येथली गर्दी, दुकानांची दर्शनी भागातील सजावट वगैरे वैशिष्ट्ये या अवाढव्य शहरात आहेत. पण ती सारी वैशिष्ट्ये ही काळ आणि घटना यांच्या कोशात बंदिस्त केली गेली आहेत.

इंडियन अमेरिकन फोरम फॉर पोलिटिकल एज्युकेशन या संस्थेचे वार्षिक अधिवेशन २९ ऑगस्टला भरले होते. त्या समारंभात बोलताना स्ट्रोब यांनी सूचित केले की, "कोणतेही आर्थिक निर्बंध उठविताना त्याचा संबंध कोणत्या ना कोणत्या तरी फलद्रूप झालेल्या बोलण्याशी किंवा वाटाघाटींशी असायला हवा." जेसी हेम्स हे सिनेटर होते आणि परराष्ट्र संबंध समितीचे चेअरमन होते. परंतु त्यांनी अचानक आपल्या भूमिकेपासून पलटी मारली. त्याआधी मी त्यांची भेट घेऊन त्यांच्याशी चर्चा केली होती. मी चर्चा केल्यामुळे त्यांचे मत बदलले असे लिहिणे म्हणजे मीच माझी स्तुती केल्यासारखे होईल. निर्बंध लादण्याच्या बाजूचे जेसी हेम्स हे अचानक निर्बंध उठवण्याच्या बाजूचे कसे काय झाले ते कारण समजण्याजोगे नव्हते. याच सिनेटरने भारताच्या अणुचाचण्या झाल्यावरती घातलेल्या

निर्बंधाबद्दल म्हटले होते, ''ग्लेन अॅमेन्डमेन्टनुसार[३१] घातलेले भारतावरचे आर्थिक निर्बंध उठविण्यासाठी मी कधीही पाठिंबा देणार नाही. जर भारताने आपल्या आण्विक महत्त्वाकांक्षा सोडून दिल्या तरच मी निर्बंध उठविण्याबद्दल विचार करेन.'' पण माझ्या अमेरिका-भेटीवर याच सिनेटरच्या मतांमध्ये अचानक नाट्यपूर्ण बदल होऊन त्याने मवाळ दृष्टिकोन कसा काय स्वीकारला? भारतातील आर्थिक निर्बंध उठविण्यास तो पाठिंबा देऊ लागला. अमेरिका-भारत संबंधांची गाडी पुन्हा रुळावर आणली जावी असेही तो प्रतिपादन करू लागला. ''आपल्या सुरक्षिततेला दिल्या जाणाऱ्या सुप्त धमक्यांची काळजी भारताला वाटणे हे स्वाभाविक आहे आणि काळजीपोटी त्यांनी केलेल्या अणुचाचण्या या गरजेच्या होत्या. 'व्यूहात्मक स्वायत्तता' त्यासाठी आवश्यकच होती,'' असेही तो म्हणाला. हा सिनेटर अणुचाचण्यांबद्दल आता भारताचे कौतुक करू लागला. स्ट्रोब यांच्याशी ३ सप्टेंबर रोजी न्यूयॉर्कच्या केनेडी विमानतळावरती संपर्क साधून थोडीशी बातचीत केली. मग आम्ही पुढच्या महिन्यात प्रवासाला सोयिस्कर असलेल्या तारखेला भेटण्याचे ठरवले. मात्र कुठे भेटायचे ती जागा मुक्रर करता आली नाही.

स्ट्रोब आता भारत-अमेरिका संबंधांमध्ये काही रचनात्मक बदल करता येईल का ते पाहू लागले. त्यात आवश्यक तेवढ्या अण्वस्त्रे निर्मितीचा भारताचा हक्कही सामील होता. पण अमेरिकेतील जे लोक, सरकारी अधिकारी वगैरे अण्वस्त्रप्रसारबंदीचे कट्टे पुरस्कर्ते होते त्यांनी भारताविरुद्ध एक कठोर भूमिका घेतली. उदाहरणार्थ,

---

३१. *'ग्लेन अॅमेन्डमेन्ट' या नावाने १९९४ मध्ये अमेरिकेने आर्थिक निर्बंधांचा कायदा पास केला. ज्या देशांकडे अण्वस्त्रे नाहीत त्यांनी जर अण्वस्त्रे बनवली, अणुचाचण्या केल्या तर त्यांच्यावर या कायद्यानुसार आर्थिक निर्बंध लागू होतात. जर अणुस्फोट बिनलष्करी हेतूंसाठी केले असतील तर घातलेले निर्बंध हे 'ब्राऊनबॅक-२ अॅमेन्डमेन्ट' या तरतुदीनुसार उठवण्यात येतात. मात्र तो अधिकार फक्त राष्ट्राध्यक्षाला असतो. जर एखाद्या देशाला फॉरिन असिस्टन्स अॅक्ट आणि आर्म्स कंट्रोल अॅक्ट यानुसार आर्थिक मदत दिली जात असेल तर ती त्या निर्बंधामुळे संपूर्णपणे थोपवता येते. (याला अपवाद मानवी दृष्टिकोनातून राबविले जाणारे प्रकल्प आणि नशिले पदार्थ विरोधी मोहिमेसारखे अन्य खास कार्यक्रम यांना दिली जाणारी मदत.) त्याचबरोबर लष्करी मदतही थांबवण्यात येते. शिवाय यूएस एक्स्पोर्ट-इंम्पोर्ट बँक व ओव्हरसीज प्रायव्हेट इन्व्हेस्टमेन्ट कॉर्पोरेशन, यूएस ट्रेड डेव्हलपमेंट एजन्सी, वर्ल्ड बँक वगैरेंकडून दिली जाणारी आर्थिक मदतही थांबवण्यात येते. फक्त अन्न, वस्त्र, निवारा या सारख्या मूलभूत गरजांसाठी असलेली मदत रोखली जात नाही. तसेच, अमेरिकेकडून त्या देशाला होणारी निर्यात व तंत्रज्ञान यावरतीही बंधन आणता येते.*

त्यावेळी अमेरिकेत एक आवई उठली होती (किंवा उठवण्यात आली होती) की, भारताने सीटीबीटीवरती अमेरिकेच्या मर्जीनुसार सही करण्यासाठी देवाणघेवाणीची भूमिका स्वीकारली असून त्या बदल्यात यूनोतील सिक्युरिटी कौन्सिलमध्ये कायमस्वरूपी सभासदत्वाची मागणी त्यांनी केली आहे. त्यावर अमेरिकेच्या परराष्ट्र खात्याच्या प्रवक्त्याने सांगितले की, ''ही केवळ एक कल्पनाभरारी असून भारत अशा रीतीने आपल्याच मार्गावरती बॉम्ब टाकणार नाही.''

परंतु ज्यांनी कोणी ही आवई उठवली होती त्यांचे हेतू काही प्रमाणात सफल झाले. कारण नंतर लगेच अमेरिकी प्रशासनाने सात भारतीय शास्त्रज्ञांचा व्हिसा रद्द केला. ते शास्त्रज्ञ त्यावेळी अमेरिकेत कामे करीत होते. त्यांना आपली कामे टाकून अमेरिका सोडून भारतात परतावे लागले. शिवाय अमेरिकी प्रशासनाने असेही सूचित केले, की तिथे रहाणाऱ्या आणखी ७५ भारतीय शास्त्रज्ञांच्या वास्तव्याचा विचार केला जात आहे.

अनेक ज्येष्ठ अमेरिकी शास्त्रज्ञांनी प्रशासनाच्या या निर्णयाला विरोध केला आणि शास्त्रीय विचार व संशोधन यांची जी मुक्त देवाणघेवाण चालू असते त्याविरुद्ध एक धोकादायक पायंडा घातला जात आहे, असे सांगितले. नोव्हेंबरमध्ये अमेरिकेच्या ऊर्जा खात्याने याही पुढे जाऊन भारतातील ६३ वैज्ञानिक संस्थांना काळ्या यादीत टाकले. त्यात काही शेतकी संस्था व वैद्यकीय संस्थाही होत्या. अमेरिकेच्या व्यापार खात्याने तर २४० भारतीय व्यापारसंस्था काळ्या यादीत टाकल्या. त्यात काही सार्वजनिक क्षेत्रातील संस्था होत्या तर काही खाजगी क्षेत्रातील होत्या. याशिवाय त्यांच्या उपकंपन्याही होत्या.

अमेरिकेत आता अंतर्गत बदल होऊ लागले होते. त्यामुळे काही अडचणी येऊ लागल्या होत्या. त्या अडचणींचा संबंध क्लिंटन यांच्याशी होता. त्यांची राष्ट्राध्यक्षपदाची दुसरी टर्म ही आता लवकरच संपणार होती. त्यामुळे त्यांच्या डेमोक्रॅटिक पक्षाला आपल्या परराष्ट्रनीतीला समाधानकारक पूर्णविराम देण्याची आवश्यकता वाटू लागली.

लाल सिग्नल पिवळा झाला

नोव्हेंबरच्या सुरुवातीला स्ट्रोब यांनी मला फोन केला. आमचे नेहमीचे ते लांबलचक संभाषण झाल्यावर त्यांनी मला सांगितले, ''काही घटना कळण्यासाठी आणि एकमेकांशी विचारविनिमय करण्यासाठी आपल्याला आता भेटले पाहिजे.'' असे सूतोवाच केले. त्यांनी पुढे सांगितले की, ''राष्ट्राध्यक्ष क्लिंटन आता आपल्याला मिळालेल्या अधिकारानुसार आर्थिक निर्बंध उठवण्याच्या तयारीला लागले आहेत. पण त्याआधी त्यांना अमेरिकी काँग्रेसमधील काही महत्त्वाच्या व्यक्तींशी विचारविनिमय

करायचा आहे. भारताने आपण होऊन केलेल्या प्रयत्नांचे हे सारे फळ आहे. त्याबद्दल त्यांनी भारताचे मनापासून कौतुक केले आहे. तसेच पंतप्रधान वाजपेयी यांनी जी विविध पावले उचलली आणि यूनोच्या जनरल असेंब्लीमध्ये जे भाषण दिले त्यावरती राष्ट्राध्यक्ष क्लिंटन खूष आहेत.'' वाजपेयी यांनी यूनोत जे भाषण केले ते थोडक्यात खाली दिल्याप्रमाणे होते :

भारताने आपली राष्ट्रीय कर्तव्ये आणि सुरक्षिततेचे उपाय यामध्ये मिलाफ साधला असून आजवर आंतरराष्ट्रीय समुदायाशी जे सहकार्य भारत देत आला आहे तेच पुढे चालवायची भारताची इच्छा आहे. आम्ही आता अनेक प्रश्नांवरती, त्यात सीटीबीटीसुद्धा आले, महत्त्वाच्या राष्ट्रांशी बोलणी करीत आहोत. ती बोलणी यशस्वी करण्यासाठी आम्ही चंग बांधला असून सीटीबीटीमधला आमचा प्रवेश हा सप्टेंबर १९९९ च्या आत होईल अशी आमची आशा आहे... (मे १९९८ मधल्या) त्या (अण्वस्त्रांच्या) चाचण्यांमुळे जागतिक अण्वस्त्रे नि:शस्त्रीकरणाच्या आमच्या बांधिलकीच्या भूमिकेला अजिबात बाधा पोचत नाही. त्या मर्यादित चाचण्यांचा कार्यक्रम संपल्यावरती भारताने यापुढच्या भूमिगत अणुचाचण्यांवरती स्वेच्छेने एक बंधन घालून घेतल्याचे जाहीर केले आहे. आमच्या त्या घोषणेला कायदेशीर स्वरूप देण्यासाठी आम्ही त्या दिशेने पावले टाकण्याचा आमचा मानसही संबंधितांना सांगितला आहे. त्या स्वेच्छापूर्ण बंधनाची घोषणा आम्ही जाहीर केल्याने भारताने सीटीबीटीची मूलभूत तत्त्वे व कर्तव्येही स्वीकारल्याचे आपल्याला दिसून आले असेल.

तर अशा ह्या परिस्थितीमुळे स्ट्रोब यांनी म्हटले की, अमेरिकी काँग्रेसच्या महत्त्वाच्या व्यक्तींबरोबरची बोलणी संपली की राष्ट्राध्यक्ष ताबडतोब विशिष्ट निर्बंध उठवल्याचे घोषित करतील. आमचा फोन हा 'कॉन्फरन्स कॉल' होता. त्यामुळे आमच्या संभाषणात राजदूत सिलेस्टी हेही सामील झाले होते. त्यांना वॉशिंग्टनमधील इंडरफर्थ यांच्याशी चर्चा करून या संबंधातील तपशील भरण्याचे काम सांगण्यात आले. इंडरफर्थ हे सुद्धा या कॉन्फरस कॉलमध्ये सामील झाले होते. या कामासाठी नक्की मुदत घालून दिलेली नसली तरी हे सारे काम 'शक्य तितक्या लवकर' उरकण्यास सांगण्यात आले. मग मी मल्टीलॅटरल डेव्हलपमेंट बँकेकडून काही निधी भारताकडे पाठविण्या संदर्भात विचारणा केली. कारण गुजराथ राज्यात अलीकडच्या उन्हाळ्यात चक्री वादळाने धुमाकूळ घालून हाहा:कार उडवून दिला होता. तिथली परिस्थिती सुधारण्यासाठी पैशांची अत्यंत निकड होती. स्ट्रोब यांनी मला हेही सांगितले की, एक अपवाद करून आंतरराष्ट्रीय नाणे निधीच्या एका कार्यक्रमाची शिफारस करण्यात येत आहे. आर्थिक आघाडीवर कोलमडणाऱ्या

पाकिस्तानला सावरून धरण्यासाठी त्या कार्यक्रमाची मदत घेतली जाणार होती. आमची पुढची भेट आता १९ नोव्हेंबर ही ठरली, आणि भेटीची जागा ही रोममध्ये ठरली.

नोव्हेंबर महिन्याच्या सुरुवातीला क्लिंटन यांनी काही प्रमाणात भारतावरील निर्बंध हटवले. यामुळे अमेरिकी कंपन्यांना भारतात (आणि पाकिस्तानात) परत धंदा सुरू करता येऊ लागला. तसेच, या कंपन्यांना यूएस एक्स्पोर्ट-इंपोर्ट बँकेकडून, ओव्हरसीज प्रायव्हेट इन्व्हेस्टमेंट कॉर्पोरेशन आणि ट्रेड अँड डेव्हलपमेंट एजन्सी यांच्याकडून आर्थिक मदत मिळवण्यात व जोखमीचा विमा काढण्यात कोणताही अडथळा आता येणार नव्हता. या खेरीज 'आंतरराष्ट्रीय लष्करी शिक्षण व प्रशिक्षण कार्यक्रम' यावरचीही बंदी उठवली गेली. शिवाय प्रेस्लर ॲमेन्डमेन्टच्या काही भागानुसारची पाकिस्तानवरची बंदीही उठवली. यामुळे पाकिस्तानला आता पूर्ववत अमेरिकेकडून लष्करी व आर्थिक मदतीचा ओघ पुन्हा चालू होणार होता. या खेरीज क्लिंटन प्रशासनाने पाकिस्तानला आंतरराष्ट्रीय नाणेनिधीच्या क्रेडिटला केलेला विरोध मागे घेतला. कारण पाकिस्तानने यापूर्वी त्यांना १ ते ५ अब्ज डॉलर्सच्या तातडीच्या कर्जाची मागणी केली होती. मात्र उच्च तंत्रज्ञानाच्या विक्रीवरील आणि लष्करी साहित्यसामुग्री पुरविण्यावरती घातलेले निर्बंध मात्र तसेच चालू ठेवण्यात आले होते. काही प्रमाणात उठवलेल्या या निर्बंधांचे स्वागत ८ नोव्हेंबर रोजी करताना वाजपेयी यांनी अमेरिकेवरती असा आरोप केला की, आंतरराष्ट्रीय नाणेनिधीच्या पाकिस्तानसाठीच्या कर्जावरील बंदी उठवली, पण भारतावर मात्र ती बंदी तशीच ठेवण्यात आली. यात अमेरिकेची भेदभावाची भूमिका स्पष्ट दिसून येते, असे ते म्हणाले. अमेरिकेच्या परराष्ट्र खात्यातर्फे इंडरफर्थ यांनी वाजपेयींचा हा आरोप फेटाळून लावला व याबाबतीत खुलासा केला की, "हा निर्णय फक्त एक वेळेच्या आणीबाणीच्या प्रसंगापुरताच आहे. पाकिस्तानची आर्थिक परिस्थिती ही कोलमडण्याच्या काठावर पोचल्याने तसा तो निर्णय घेतलेला आहे." परंतु हा काही प्रमाणात निर्बंध उठवण्याचा निर्णय घेण्याआधी एक सूचक घटना घडली होती. अमेरिकेची या प्रश्नावर काय स्थिती झाली आहे याचा खुलासा करणारे भाषण स्ट्रोब यांनी दिले आहे. वॉशिंग्टनच्या ब्रूकिन्ज या संस्थेमध्ये ते भाषण त्यांनी दिले होते. Foreign Affairs या नियतकालिकाच्या सप्टेंबर-ऑक्टोबर १९९८ च्या अंकात Against Nuclear Aparthied (आण्विक वर्णभेदाच्या विरोधात) हा लेख मी लिहिलेला होता. त्या लेखाला उत्तर किंवा खुलासा त्यांनी आपल्या भाषणात केला. ते म्हणाले, "भारतातल्या अणुचाचण्यांमुळे तणाव वाढला होता. गैरसमज व चुकीचे तर्क हेही वाढत गेले होते. त्याचे परिणाम दिसू लागले. त्यामुळे जागतिक आण्विक नि:शस्त्रीकरणाच्या परिणामकारकतेलाच आव्हान

दिले गेले होते. याचा अर्थ आम्हाला आता आमची राजनीती ही त्यावरतीच केंद्रीत करावी लागणार होती. त्याला दुसरा पर्याय नव्हता. मात्र आमची दीर्घकालीन ध्येये आणि हेतू यांना बाधा न पोचता आम्हाला कृतीयोजना आखायची होती.'' यानंतर त्यांनी अमेरिकी तुकडीला या संबंधातील संवाद संपर्कासाठी राजनैतिक तत्त्वांचे मार्गदर्शन केले. ते पुढे म्हणाले, ''प्रथम पी-५ राष्ट्रे, जी-८ राष्ट्रे व दक्षिण आशियासाठी असलेला टास्क फोर्स यांना जी आश्वासने दिली त्या बाजूनेच आपण उभे राहिले पाहिजे. त्यातच ते दीर्घकालीन जागतिक अण्वस्त्रप्रसारबंदी करारांना धरून रहाणे आले. आम्ही चुकूनसुद्धा आणि अप्रत्यक्षरीत्याही 'भारत व पाकिस्तान या देशांनी स्वत:ला अण्वस्त्रप्रसारबंदी करारानुसार अण्वस्त्रांनी सज्ज केले आहे,' असे मानणार नाही. जोपर्यंत हे दोन्ही देश अण्वस्त्रांकडे पाठ फिरवून सर्व आण्विक कृतींवरती सुरक्षिततेची बंधने अण्वस्त्र प्रसारबंदी संघटनेच्या देखरेखीखाली घालीत नाहीत, तोपर्यंत त्यांना त्या संघटनेचे सभासद समजणार नाही. तसेच या सभासदत्वाचे फायदेही त्यांना नाकारले जातील... हे एक खडतर आणि अपरिवर्तनीय असे आमच्या धोरणाचे मार्गदर्शक तत्त्व आहे. आम्ही ते तेवढ्याच कठोरतेने पाळले नाही तर ज्या देशांनी आधीच 'आपण तेवढी आण्विक क्षमता मिळवू शकतो' अशी ग्वाही दिली होती त्यांचा विश्वासघात केल्यासारखे होईल. मग अनवधानाने आम्ही त्यांना अणुस्फोटांसाठी मदत केली तर अण्वस्त्रधारी राष्ट्रांच्या पंगतीत त्यांना नेऊन ठेवल्यासारखे होईल.''

१७ नोव्हेंबर रोजी मी रोमला जाण्यासाठी दिल्ली सोडली. तो एक कंटाळवाणा व साडेनऊ तासाने पॅरिसला पोचवणारा विमानप्रवास होता. पॅरिसला पोचल्यावर रोमला जाणारे अलिटालिया कंपनीचे विमान मी घाईघाईने पकडले. अशा वेळी मला माझ्यासारख्या पण अधिक सोयीसवलती मिळणाऱ्या राजनीतिज्ञांचा हेवा वाटतो. अमेरिकेची परराष्ट्र सेक्रेटरी मॅडेलीन अल्ब्राईट हिचेच उदाहरण घ्या. अमेरिकेने तिच्या दिमतीला एक कायमचे विमान देऊन टाकले होते. त्या विमानात ती राहू शकत होती. जगात कुठेही व केव्हाही ती ते नेऊ शकत होती. पण आता तिची ती नोकरी संपली होती. मग मी तिला एकदा विचारले की तिला कशाबद्दल चुकल्याचुकल्यासारखे वाटते आहे? यावर तिने आपल्या चतुर व हजरजबाबी शैलीत उत्तर दिले, ''ओ: जसवंत, दोन गोष्टींची मला आता फार आठवण येते. पहिले म्हणजे माझ्या रक्तात ते ॲड्रेनिलीन भिनत नाही आणि दुसरे म्हणजे माझे ते 'हवेतले घर' (विमान). मी ते केव्हाही, कुठेही, जगाच्या कानाकोपऱ्यात घेऊन जाऊ शकत होते आणि त्यात रहातही होते. मला त्या विमानाची फार फार आठवण येते.'' आम्हाला काही कारणाने असली सुखसोय पुरवली गेली नव्हती. माझी परराष्ट्र खात्याची तुकडी रोमला पोचली. तिथल्या संध्याकाळने आमचे

स्वागत केले. ह्या दक्षिण युरोपमधील हवामान हे उत्तर युरोपमधील कडाक्याच्या थंडीपुढे खूपच सुखद वाटत होते. मी दुसऱ्या दिवशी सकाळी ताजातवाना होण्यासाठी व्हॅटिकन सिटीला आणि आतल्या सिस्टीन चॅपेलला भेट दिली. तिथला भव्यपणा मात्र प्रभावित करणारा होता. हे एवढे वैभव शतकानुशतके सांभाळणे खरोखरीच कठीण असते. माझ्याकडे फार वेळ नसल्याने मला ती भेट लवकर आटोपती घ्यावी लागली.

नंतर वाटाघाटींसाठी मी बसलो असताना त्यात झालेल्या चर्चेमुळे मला जमिनीवर आणले गेले. स्ट्रोब यांनी आत्यंतिक आग्रह धरीत म्हटले, "आमच्या या ठराविक काळात आटोपणाऱ्या योजनेला तुम्ही धरून रहा." तोपर्यंत कधीही अशी मुदतीची चौकट वाटाघाटीत आणलेली नव्हती. कोणत्याही सलोख्याला, सहमतीला किंवा त्याच्या अंमलबजावणीला अशी कालमर्यादा घातलेली नव्हती. स्ट्रोब यांनी पुढे केलेल्या योजनेला Big Package Approach असे गोंडस नाव दिले होते. ते म्हणाले, "या योजनेत भारताची व्यूहनीती अमेरिका उचलून धरेल. तसेच अमेरिकेचे हेतू आणि अमेरिकेची अण्वस्त्रप्रसारबंदी भूमिका याही गोष्टी साध्य होतील." आम्ही अमेरिकेबरोबर जे संबंध जुळवत होतो त्या संबंधांच्या आणि त्या संबंधांचा जो कल होता त्याच्या आधारांवर अमेरिकेने ही नवी Big Package Approach योजना आमच्यापुढे ठेवली होती. मग स्ट्रोब पुढे अत्यंत उदारपणे म्हणाले, "तुमचा दयाळूपणा, समजावून घेण्याची प्रवृत्ती आणि स्वभावतःच असलेला सज्जनपणा याचे आम्हाला खूप कौतुक वाटते." मग त्यांनी "भारतावरती कधीही दडपण आणले जाणार नाही," असे जोर देऊन म्हटले व पुढे सांगितले, "तसेच अमेरिकेत हेही कळून चुकले आहे की जोरजबरदस्ती केली तरी भारत हा वाकणार नाही." यावर मी सावधगिरीने म्हटले की, "असे पहा, आपण वारंवार भेटलो तरी प्रत्येक भेटीत नेत्रदीपक प्रगती होईल अशी अपेक्षा आम्ही धरीत नाही. कधी कधी अशा वेळा असतात की त्यावेळी नुसते थोडा काळ थांबून विचार करायचा असतो, तोपर्यंत केलेल्या प्रगतीचा आढावा घ्यायचा असतो आणि संपूर्ण परिस्थितीचे नव्याने मूल्यमापन करायचे असते."

रोममधली चर्चेची फेरी ही जराशी वेदनाशामक, भारताच्या भावनांवरती फुंकर घालणारी अशी होती. ती तशी असणे हे अपरिहार्य होते. कारण आमच्या वाटाघाटी अद्यापही 'संयुक्त' (Joint) या शब्दाखाली होत होत्या. त्या आधीच्या भारत-अमेरिका संयुक्त निवेदनातल्यापेक्षा आता होणाऱ्या संयुक्त निवेदनात अधिक काही होते.

जानेवारी १९९९ मध्ये स्ट्रोब हे भारतभेटीसाठी दिल्लीत आले. पुन्हा एकदा त्यांच्याबरोबर सल्लागारांची व अन्य लोकांची मोठी तुकडी होती. चर्चेची

आता ही आठवी फेरी होती. त्यातील काही सत्रे ही सर्वांना सामील करून घेणारी होती, तर काही सत्रात फक्त मी, स्ट्रोब आणि जनरल राल्स्टन एवढेच तिघे होते. आमच्या लष्करातील काही वरिष्ठ व ज्येष्ठ अधिकाऱ्यांना मी जनरल राल्स्टनबरोबर वेगळी चर्चा करण्याची संधी दिली. तीन विविध प्रश्नांवरती ती चर्चा होती. त्यात निवडक क्षेत्रात दोन्ही पक्षांच्या सहकार्याने काही योजना पुन्हा राबवायच्या होत्या. फक्त मी, स्ट्रोब व राल्स्टन सामील असलेल्या चर्चासत्रात आम्ही खूपच मोकळेपणाने आपापले दृष्टिकोन पुढे ठेवीत होतो. त्यामुळे आमच्या चर्चेत भरीव निर्णय घेतले जात होते. मी काढलेल्या टिपणांच्या आधारे याबद्दलचे एक उदाहरण येथे देतो. कारण त्यावेळी बोललेले शब्द जसेच्यातसे मला आता आठवतील असे नाही. मी फक्त त्यावेळी व्यक्त केलेले विचार आणि सार येथे सांगतो. आम्ही सर्वसाधारण स्वरुपाची चर्चा करीत असताना स्ट्रोब यांनी सांगितले की, "मी नुसतीच झाडावरची फळे गोळा करणार नाही. तुम्ही मात्र तुम्हाला हवी ती फळे निवडून गोळा करणार. उरलेली फळे पुढच्या वेळेसाठी सोडून देणार."

"त्याने काय बिघडले, मिस्टर स्ट्रोब? फळे पिकल्यानंतरच ती गोळा करावी लागतात. तशी ती गोळा केली नाही तर झाडावर शेवटी सुकून किंवा कुजून जातील किंवा जमिनीवर पडून सडून जातील. काही फळे तशी आताच त्या अवस्थेला पोचली आहेत तर काही नंतर पोचतील."

"पण असे वाटेल तसे गोळा करणे बरे नाही. काहीतरी काळाच्या चौकटीत राहून आपल्याला काम केले पाहिजे म्हणजे त्या चौकटीत आपण दोघे काहीतरी करून दाखवू शकू."

"बरोबर आहे. पण ही काही आजची कालचौकट नाही. आपण आधी होत राहिलेल्या प्रयत्नांचे वारसदार आहोत. आपल्या आधीच्या, त्यांच्या आधीच्या अशा फार फार आधीच्या लोकांनी काळाच्या चौकटीचा विचार न करता जी झाडे लावलीत त्याची फळे आपण आज चाखतो आहोत. आज आपण पूर्वीच्या लोकांसारखेच प्रयत्न करीत आहोत. ते असे चौकटीत बंदिस्त करून कसे चालतील?"

यावर थोडा वेळ शांतता पसरली. मग मी पुढे म्हणालो, "आपण जर आपल्या दृष्टिकोनांचा मिलाफ केला नाही तर भारत-अमेरिका संबंध आपण कायमचे अधांतरी टांगल्यासारखे होईल. शिवाय मी काही येथे कावेबाजपणे बुद्धिबळे खेळत प्रतिपक्षावर मात करायला बसलो नाही. ही काही बुद्धिबळातील 'सिट्झफ्लिश'[३२] चाल नाही... अन् कृपा करून भारताच्या क्षमतेवरती कोणत्याही मर्यादा घालून माझ्या देशाच्या भवितव्याला बांधून टाकू नका."

काही वेळाने स्ट्रोब म्हणाले, "जसवंत, तुम्ही सतत कळकळीने वागण्यासाठी

आणि तेही तत्त्वानुसार धडपडत असता.''

३१ जानेवारी १९९९ रोजी आमचे एक संयुक्त निवेदन प्रसिद्ध झाले. त्यात आमच्या चर्चेचे सार आले होते. आमचे ते निवेदन असे होते :

> आमच्या चर्चेतून जे काही निष्पन्न झाले त्या बाबतीत आम्हा दोन्ही देशांची शिष्टमंडळे समाधानी आहेत. आमच्या यापूर्वीच्या बैठकांमध्ये दोन्ही देशांचे जे सुरक्षिततेचे दृष्टिकोन व जाणीवा व्यक्त केल्या होत्या त्या यावेळी अधिक स्पष्ट व विस्ताराने समजावून घेण्यात आल्या. दोन्ही देशांच्या जाणीवांचा मिलाफ होण्याच्या दृष्टीने केलेल्या प्रस्तावांसाठी या गोष्टी उपयुक्त होत्या. चर्चेद्वारे अनेक विषयात प्रगती झालेली असून नजीकच्या काळात आणखी प्रगती करू असा दोन्ही शिष्टमंडळांना विश्वास वाटतो.
>
> या बाबतीत पुढच्या टप्प्यांसाठी एक कृती-योजना करावी असेही उभयपक्षी ठरले आहे. अमेरिकी व भारतीय तज्ज्ञांच्या पातळीवरती यापुढे जी चर्चा होईल ती मार्च १९९९ मध्ये होईल. ती चर्चा निर्यात नियंत्रणाबद्दलची असेल. जिनिव्हा येथील नि:शस्त्रीकरणाच्या परिषदेत अमेरिका व भारत यांच्याकडून असे प्रयत्न केले जातील की, त्यानुसार त्यानंतर एकमेकांना 'विदलनक्षम आण्विक पदार्थांच्या साठ्याच्या मर्यादेच्या करारान्वये' एकमेकांशी विचारविनिमय करता येईल. त्याचप्रमाणे अनेक पातळ्यांवरती आम्हाला सहयोगाच्या नवीन योजना सुरू करता येतील. आमच्या ह्या सहकार्याच्या वाटाघाटी संपण्याच्या वेळी जसवंत सिंग व स्ट्रोब टालबोट हेच दोघे फक्त यावरून शेवटचा हात फिरवतील. आमचे एकमेकांशी संपर्क चालू असताना दोन्ही देश हे परस्पर-संबंध वाढवण्यासाठी एक सकारात्मक वातावरण निर्माण करतील. नववे चर्चासत्र हे वर्षाच्या मध्यभागी असेल. त्याच्या तारखा व स्थळ हे दोन्ही देशांनी मिळून ठरवायचे असेल.
>
> दोन्ही शिष्टमंडळांनी आत्तापर्यंत या सहयोगासाठी एवढा वेळ खर्च केला आहे की तेवढा वेळ यापूर्वी कधीही खर्च केला गेला नव्हता, एवढा तो अभूतपूर्व होता. दोन्ही शिष्टमंडळांचे असे मत आहे की हा खर्च केलेला वेळ

---

३२. *हा यिडीश भाषेतला शब्द आहे. याचा शब्दश: अर्थ 'बसून रहाण्याची ताकद' असा होतो. अनेक तास बसून बुद्धिबळे खेळायची आणि डाव जिंकायचे असे ते तंत्र आहे. तोपर्यंत खेळातील आपले लक्ष विचलित होऊ द्यायचे नाही ही त्यातली महत्त्वाची बाब असते. शेवटी सावध सहनशीलता खूप ठेवली तर या तंत्राने डाव जिंकता येतो.*

संपूर्णपणे सत्कारणी लागला असून त्यामुळे भारत-अमेरिका यांच्यामधील एका नवीन व विस्तृत संबंधाचा पाया घातला गेला आहे. भूतकाळात न घडलेल्या गोष्टी आता दोन्ही देशांनी भविष्यात साध्य करायच्या ठरवल्या आहेत.

दिल्लीतील या भेटीच्या वेळी स्ट्रोब यांनी इंडिया इंटरनॅशनल सेंटर या संस्थेत एक व्याखान दिले. त्यामध्ये ते म्हणाले, "अमेरिका व भारत हे दोन्ही देश नैसर्गिकरित्याच एकमेकांचे भागीदार असायला हवेत. पण इतिहासात अनेकवार जसे घडते त्यानुसार दोन्ही देशांजवळ असलेली परिस्थिती व अनुकूल क्षमता या गोष्टी दोन्ही देशांना पूरक ठरल्या नव्हत्या. त्यामुळे दोन्ही देशांचे विविध पातळ्यांवरती जेवढे संघटन व्हायला हवे होते ते होऊ शकले नाही. ही एक वस्तुस्थिती आहे. परंतु ही वस्तुस्थिती अपरिवर्तनीय नाही किंवा ती सर्व काळ तशी रहाणारी नाही." 'इंडिया टुडे' या नियतकालिकाला स्ट्रोब यांनी एक मुलाखत दिली होती. त्यात त्यांनी वाटाघाटीतली प्रगती ही मुद्दाम अधोरेखित केली. ते म्हणाले, "मी आपल्याला सांगतो की वाटाघाटीच्या या फेरीत आम्ही खरोखरीच उत्तम प्रगती केली असून अद्याप अनेक प्रश्नांवरती निर्णायक प्रगती व्हायची आहे. पण ते उरलेले काम उरकण्यासाठी आम्ही आमची कल्पनाशक्ती व राजकीय इच्छाशक्ती पणाला लावू अन् ते काम आम्ही काही महिन्यात पूर्ण करू शकू." त्यांनी या मुलाखतीत 'अमेरिका भारतावरील उरलेसुरले निर्बंधही काढून टाकेल' असे अप्रत्यक्षपणे सुचवले आणि म्हटले, "आम्ही एकमेकांना समजावून घेण्याच्या प्रक्रियेत केव्हाच शिरलो असून एवढी प्रगती केली आहे की त्यापुढे निर्बंधासारखे प्रश्न आता मागे पडले आहेत."

आम्ही दोघे एकमेकांना मे महिन्याच्या तिसऱ्या आठवड्यात मॉस्कोमध्ये भेटलो. त्यावेळी मी रशियाशी द्विपक्षीय बोलणी करण्यासाठी गेलो होतो. एकदा संध्याकाळी मला रहायला दिलेल्या 'दाचा' (घराच्या) बाहेर मी उभा होतो. तेव्हा मला एक ओळखीची व्यक्ती जॉगिंग करीत असताना दिसली. त्या व्यक्तीने अंगावरती स्नीकर्स चढवले होते. मी पहातच राहिलो. कारण ती व्यक्ती स्ट्रोब होती. मग आम्ही दोघे एकमेकांना भेटलो. त्यावेळी ते अमेरिका-रशिया संबंधांच्या देखभाली संदर्भात मॉस्कोत आले होते. आमची ही भेट अनपेक्षितपणे व अचानक झाली होती. त्यामुळे अर्थातच त्यातून फारसे काही निष्पन्न होण्याजोगे नव्हते.

उन्हाळा संपेपर्यंत बरेच काही घडले. ऑक्टोबर १९९९ मध्ये तर ऐतिहासिक वाटाव्यात अशा घटना घडल्या. तो महिना कारगिलच्या घडामोडीनंतरचा होता. त्याच महिन्यात भाजपचे रालोआ सरकार पुन्हा निवडून आले. या महिन्यात आणखी दोन स्मरणीय घटना घडल्या. वाजपेयी यांचा पंतप्रधान म्हणून १३

ऑक्टोबरला शपथविधी झाला. त्याच्या आदल्याच दिवशी नवाझ शरीफ यांना सत्तेच्या खुर्चीतून उखडण्याचा कट यशस्वी झाला. (जनरल मुशर्रफ यांनी "हा कट माझ्याविरुद्ध शरीफ यांचा होता. मीच तो त्यांच्यावर उलटवला," असा उलट दावा केला.) नवाझ शरीफ यांना अटक करून लष्करी कैदेत ठेवले. काही महिन्यांपूर्वीच जनरल मुशर्रफ यांनी कारगिलच्या आक्रमणाचे कारस्थान केले होते. आता ते पाकिस्तानच्या प्रमुखपदी स्थानापन्न झाले.

१३ ऑक्टोबरलाच जगाच्या दुसऱ्या भागात, अमेरिकेच्या सिनेटने सीटीबीटी हा करार फेटाळून लावला. जरी डेमोक्रॅटिक पक्षाने त्या करारावरती १९९६ मध्ये सही केली होती, तरी रिपब्लिकन पक्ष आणि सिनेटमधील रिपब्लिकन नेतृत्व यांना सीटीबीटी मान्य नव्हते. अमेरिकी प्रशासनाने या सीटीबीटीवरती कृती करण्याची विनंती केली होती. तरीही हेल्म्स आणि बहुमताचे रिपब्लिकन नेते ट्रेन्ट लॉट यांनी या कराराला नुसताच विरोध केला नाही तर त्यांनी तो विषय सिनेटमध्ये ऐकण्यासाठी किंवा चर्चेसाठी आणू देण्यास नकार दिला. सप्टेंबरच्या सुरुवातीला डेमोक्रॅटिक पक्षाचे सिनेटर ब्रायन डॉर्गन यांनी रिपब्लिकन पक्षाच्या नेतृत्वाला गंभीरपणे सावध केले की, "जोपर्यंत ते सदनात सीटीबीटीचा करार चर्चेत आणत नाहीत तोपर्यंत आम्ही सिनेटमधील नेहमीच्या कामकाजाला हरकत घेऊ." नंतर एक आश्चर्य करणारी चाल खेळत सिनेटर लॉट यांनी सिनेटमध्ये जाहीर केले की "१३ ऑक्टोबर रोजी बारा तास चालणाऱ्या सिनेटमधील चर्चेनंतर तो करार सदनात मांडू व त्यावरती मतदान घेऊ." त्याप्रमाणे झाल्यावर मतदानात सीटीबीटी कराराचा पराभव झाला. कराराच्या बाजूने ४८ आणि विरुद्ध ५१ अशी मते पडली. करार पास होण्यासाठी दोन तृतीयांश मते म्हणजे ६७ मतांची गरज होती. सीटीबीटीचा हा एक मोठा पराभव होता. राष्ट्राध्यक्ष क्लिंटन यांना हा करार पास होण्याची नितांत आवश्यकता वाटत होती. नुसतीच अण्वस्त्रप्रसारबंदी व्हावी म्हणून त्यांना या करारासाठी मंजुरी नको होती तर, त्याच वेळी आपल्या कारकीर्दीचा ठसा या कराराच्या रूपाने रहावा यासाठी ती मंजुरी आवश्यक वाटत होती. परंतु सिनेटमधील मतदानामुळे भारतावरचा तणाव मात्र दूर झाला. त्यातली दबावाची वाफ निघून गेली. अमेरिकेच्या डंखापासून भारत एकदम मुक्त झाला.

त्या वर्षाच्या शेवटी कंदाहार प्रकरण निर्माण झाले. त्या विमान-अपहरण प्रकरणामुळे मी थकून गेलो होतो व भावनिकदृष्ट्या हताश झालो होतो. नंतर स्ट्रोब यांची व माझी गाठ पडली. ती नवव्यांदा पडली. १८ व १९ जानेवारी २००० रोजी मी लंडनमध्ये असताना ती गाठ पडली होती. आता पूर्वीचे वातावरण ओळखता येणार नाही एवढे बदलून गेले होते. कारगिल प्रकरण संपले होते, कंदाहार प्रकरणही संपले

होते. आम्ही दोघे एकमेकांना वेगळ्या प्रकारे, वेगळ्या संबंधात भेटत होतो. आता नाराजीची कोणतीच भावना उरली नव्हती. उरला होता तो निखळ व खराखुरा स्नेह व विश्वास! अन् मग जसे नेहमी घडते तशीच गोष्ट मला प्रत्ययास आली. 'जर गोष्टी भलत्या दिशेने, चुकीच्या दिशेने जाणार असतील तर त्या तशाच जायला हव्यात.' या उक्तीचा मला प्रत्यय आला.

लंडनमध्ये पूर्वी आमच्या दुर्दैवाने निष्कारण गैरसमज निर्माण झाले होते. जेव्हा आम्हा दोघातली चर्चा संपत आली तेव्हा मी आमच्या परराष्ट्र खात्यातील अधिकाऱ्यांबरोबर एका बाजूला कोपऱ्यात गेलो. तिथे आम्ही थोडा वेळ पत्रकार-परिषद करावयाचे निवेदन तयार करू लागलो. योग्य शब्दांची जुळणी चाललेली होती. परराष्ट्र खात्यातील आलोक प्रसाद व राकेश सूद यांनी एक तात्पुरता व खराखुरा परस्पर संमतीचे मुद्दे असलेला मजकूर एका कागदावर लिहिला होता. तो कागद नंतर फाडून टाकला जाणार होता. परंतु विचारविनिमयासाठी केलेला तो एक कच्चा मसुदा होता. तो मसुदा इंडरफर्थ आणि आयनहॉर्न यांना दाखवायची त्यांची तयारी होती. आंतरराष्ट्रीय वित्तसंस्थांमार्फत जे उरलेसुरले आर्थिक निर्बंध लादले होते ते सर्व पायरी पायरीने कसे संपवायचे ते त्या कागदावर लिहिलेले होते. संयुक्त निवेदनात तो मुद्दा यावा असे आम्हाला वाटत होते. जेव्हा तो कागद स्ट्रोब यांच्या नजरेस पडला तेव्हा अत्यंत चमत्कारिक असा रागाचा आविर्भाव त्यांच्या चेहेऱ्यावरती प्रगट झाला. मग आम्ही तो प्रयत्न तेथेच सोडून दिला आणि जे संयुक्त निवेदन उभयपक्षी तयार झाले होते ते सरतेशेवटी प्रसिद्ध होऊ दिले. ते निवेदन असे होते :

> त्यांनी (स्ट्रोब व जसवंत सिंग यांनी) नि:शस्त्रीकरण आणि अण्वस्त्रप्रसारबंदी यावरती चर्चा केली. सीटीबीटी करार, विदलनक्षम आण्विक पदार्थांच्या उत्पादनात घट करण्याचा (FMCT) करार, संवेदनशील उत्पादने व तंत्रज्ञान यावरील नियंत्रणे आणि संरक्षणात्मक पवित्रे यावरती त्यांनी विशेष करून आपले लक्ष केंद्रीत केले. दोन्ही देशांच्या शिष्टमंडळापुढे या चार मुद्यांवरती सारखी चर्चा होत राहिली.
>
> दोन्ही पक्षांना या प्रश्नाचे महत्त्व पटले असून या संदर्भात काही निश्चित स्वरुपाची प्रगती करायला हवी हेही पटले आहे. या बोलण्यातून एक भारत-अमेरिका संबंधांचा विस्तृत पाया घातला जावा असा दोन्ही पक्षांचा हेतू आहे... दोन्ही पक्षांनी अशी आशा व्यक्त केली आहे, की अमेरिकी राष्ट्राध्यक्षांची भारताला येत्या काही वर्षात भेट व्हावी. त्यामुळे दोन्ही राष्ट्रांमधील परस्परसंबंध व सलोखा वाढेल आणि सहकार्य वृद्धिंगत होईल... ते साध्य

करण्यासाठी येत्या काही महिन्यात सर्व पातळ्यांवरती आपले संपर्क तीव्र करण्याचे उभय पक्षांनी ठरविले आहे.

लंडनच्या त्या बैठकीत भारत व अमेरिकेने दहशतवादविरोधी कार्यासाठी एक संयुक्त कार्यगट स्थापन करण्याचे ठरवले. सर्व बोलणी ही सुरक्षितता आणि अण्वस्त्रप्रसारबंदी यावरतीच जास्त चाललेली होती. परंतु दहशतवादाचा प्रश्नही चर्चेच्या आघाडीवरती आणायला हवा होता, विशेषतः कंदाहार प्रकरणानंतर तर याची आवश्यकता होती. त्या संयुक्त कार्यगटाच्या कामात दहशतवादी गुन्हेगारांना न्यायासनासमोर लवकर खेचून आणण्याचे कामही अंतर्भूत होते. दुर्दैवाने दक्षिण आशिया भागातील अमेरिकेच्या कामाचे अग्रक्रम नंतर बदलल्याने दहशतवादी गुन्हेगारांना पकडण्याचे काम अमेरिकेकडून मागे पडले. मला स्वतःला याचे वैयक्तिकरित्या अत्यंत दुःख झाले. तो कार्यगट हा नुसत्या कंदाहार विमान-अपहरणामुळे स्थापन झाला नव्हता. दहशतवाद ही एक आंतरराष्ट्रीय संकटाची समस्या असल्याने तो विषय टेबलावरती घेण्यात आला होता. सीटीबीटीचा प्रश्न आणि अण्वस्त्रबंदीबाबत अन्य बाबी या तशाच अनिर्णीत अवस्थेत राहून गेल्या. परंतु भारत व पाकिस्तान यांच्या दरम्यान १९९९ मध्ये ज्या घटना घडल्या त्यांना या वाटाघाटीत महत्त्व प्राप्त झाले होते हे विशेष. बीबीसी वृत्त-प्रतिनिधीने माझ्याकडे याबाबत चौकशी केली व "पाकिस्तानबरोबर बोलणी करण्यासाठी कोणते वातावरण आपल्याला अभिप्रेत आहे?" असे विचारले. त्या प्रश्नाला चटकन उत्तर देण्यास मला कसलीही अडचण आली नाही. "जर पाकिस्तानने हिंसाचाराचा मार्ग शपथपूर्वक सोडला तर सर्व काही शक्य होईल. सीमापारच्या दहशतवादाला पाकिस्तान सध्या जे उत्तेजन देत आहे ते त्याने थांबवावे. पाकिस्तानने अन्य प्रतिनिधींकरवी (दहशतवाद्यांकरवी) जे युद्ध भारताविरुद्ध छेडले आहे ते खरे म्हणजे एक गुप्त युद्ध आहे."

स्ट्रोब यांना कंदाहार प्रकरणाबाबत अधिक माहिती हवी होती. मी त्यांना फार फार तर एवढेच सांगू शकलो की, "ते अपहरण अशा प्रकारचे होते की दहशतवाद्यांशी काही वाटाघाटी करता येणे अशक्य होते... कंदाहारमध्ये आमचे कोणीही नव्हते. ती सर्व भूमी आम्हाला परकी होती. त्यामुळे तिथे आमच्यातर्फे कोणीही वाटाघाटी करू शकले नाही." मग मी अपहरणापूर्वी, अपहरण चालू असताना आणि अपहरणानंतर अमेरिकेच्या भूमिकेबद्दलचे माझे काही विचार त्यांना सांगितले. माझ्या मतांना स्ट्रोब यांचा वैयक्तिकरित्या पाठिंबा होता. लंडनमध्येच आम्ही क्लिंटन यांची आगामी भारत-भेट ठरविण्याबद्दल चर्चा केली. त्या भारत-भेटीचा अण्वस्त्रप्रसारबंदी कराराशी कुठेही संबंध येणार नाही, असे स्ट्रोब यांनी

मला पुन्हा एकवार आश्वासन दिले.

आमच्या या वाटाघाटींबद्दल बाहेरच्या जगात निरनिराळे अर्थ लावले जात होते. "भारत हा आता सीटीबीटी करारावर सही करण्याच्या बेतात आला आहे," आणि असे घडवून आणण्यात माझा प्रमुख हात आहे असे बोलले जाऊ लागले. सीटीबीटीवरती भारताने सही करावी ही अमेरिकेची प्रमुख मागणी होती. पण १३ ऑक्टोबर १९९९ रोजी अमेरिकेची सीटीबीटीची गाडी सिनेटमध्ये रुळावरून घसरली. त्यानंतर अमेरिकी प्रशासनाने पूर्वी जे भारतावरती सीटीबीटीसाठी दडपण आणले होते त्यातील नैतिक हवाच निघून गेली. जर कधी प्रसंगानुसार कोणाशी बातचीत करताना सीटीबीटीला चिकटून रहाण्याचा विषय निघाला तर आता इतकी संदिग्ध मते व्यक्त होतात की सीटीबीटीला चिकटून रहाणे म्हणजे तरी काय? असा प्रश्न पडतो.

विभाग ३

क्लिंटन यांचे आगमन, संबंध स्वरूपात बदल

क्लिंटन यांनी भारताला मार्च २००२ मध्ये भेट दिली तेव्हा भारत-अमेरिका संबंधांमध्ये एक मोठा बदल झाला. राष्ट्राध्यक्षांच्या या भेटीमुळे भारत-अमेरिका संबंधांचे स्वरुपच पूर्णपणे बदलून गेले. एवढ्या एका घटनेमुळे संबंधात बदल व्हावे ही अलीकडच्या काळातील एक आश्चर्यकारक घटना होती. कारगिलचा संघर्ष चालू असताना भारत-पाकिस्तानच्या संदर्भात प्रथमच वस्तुस्थिती पाहून अमेरिका तिला चिकटून राहिली. क्लिंटन यांनी पाकिस्तानमध्ये म्हटले, "अमेरिका काश्मिर प्रश्नात मध्यस्थी करणार नाही. फक्त तुम्ही (पाकिस्तान) आणि भारत हा प्रश्न बोलणी करून सोडवू शकाल."पाकिस्तानला उद्देशून केलेले हे बोलणे म्हणजे भारताला एक सुखद अनुभव होता. सीमापार पाठविल्या जाणाऱ्या दहशतवादाचीही त्यांनी निंदा केली आणि काश्मिरमध्ये सार्वमत घेण्याची कल्पना फेटाळून लावली. भारताला भेट दिल्यानंतर अमेरिकेला जाण्यापूर्वी ते पाकिस्तानात उतरले होते आणि तिथे त्यांनी काही तास घालवले होते. आणखीही वक्तव्य त्यांनी तिथे केले. त्यातली दोन तीन महत्त्वाची वाक्ये अशी, "...आजच्या युगात जे कोणी आपल्या सीमारेषा नव्याने व रक्ताने आखू पहाण्यासाठी धडपडतात त्यांना कसलेही लाभ होत नाहीत... काश्मिरच्या प्रश्नावर कोणतेही लष्करी उत्तर नाही. आंतरराष्ट्रीय सहानुभूती, पाठिंबा आणि हस्तक्षेप या तिन्ही गोष्टी एक मोठे व रक्तरंजित संघर्ष छेडल्याने कधीही मिळत नाहीत."

एव्हाना भारतीय अर्थनीतीला चांगली फळे येऊ लागली होती. आपली

आर्थिक स्थिती भक्कम होऊ लागल्याची चिन्हे दिसू लागली होती. स्वावलंबनापुरते उपयोगी असलेले आपले अर्थशास्त्र हे वाजपेयींच्या धोरणाने बदलून जाऊन व्यापारासाठीही ते वापरले जाऊ लागले आणि गुंतवणूक करू लागले होते. अनिवासी भारतीयांनी अमेरिकेत एकामागोमाग एक अशी बरीच आर्थिक शिखरे आपल्या कर्तृत्वाने आणि दृष्टीने जिंकली होती. त्यांचे हे यश भारत-अमेरिका संबंध वाढवणारे होते. आता भारतात आपल्या अर्थनीतीला एक मोठी झेप घेण्यासाठी अनुकूल व लोकप्रिय अशी भावना सर्वत्र पसरली होती. राष्ट्राध्यक्ष क्लिंटन यांच्या भेटीमुळे त्या भावनेला उधाण आले. त्यांच्या आगमनाच्यावेळी भारतातली भावना ही अमेरिकेला अनुकूल व सामावून घेणारी होती. क्लिंटन यांनी म्हटल्याप्रमाणे सारे काही योग्य ते करून दाखवले. आपण जे बोलू ते आता भारतात उचलले जाणार याची नक्कीच त्यांना माहिती होती. त्यांनी भारतीय मनावर योग्य तिथे फुंकर घातली, योग्य ती हृदयाची तार छेडली आणि ''भारत-अमेरिका हे संबंध भारतीय शास्त्रीय संगीतासारखे आहेत. कारण भारतीय शास्त्रीय संगीतात गायकाला आपल्या प्रतिभेचा स्वतंत्र आविष्कार करायला फार मोठा वाव असतो,'' असेही सांगितले.

१९ मार्चला क्लिंटन दिल्लीला आपली कन्या 'चेल्सी' हिच्यासह आले. त्यांच्याबरोबर ६३ अधिकाऱ्यांचा लवाजमा होता आणि १०० पत्रकारांचा ताफा होता. राष्ट्रपती भवनात त्यांचे समारंभपूर्वक स्वागत करण्यात आले. नंतर गांधी स्मृती भवनाला त्यांनी भेट दिली. त्यानंतर पंतप्रधान वाजपेयी यांच्याबरोबर त्यांची अधिकृत बोलणी झाली. ती बोलणी सुमारे दीड तास चालली होती. अण्वस्त्रप्रसारबंदीबाबत क्लिंटन हे ठाम होते, पण ते आक्रमक नव्हते. त्याचबरोबर त्यांनी स्वत:ची सुरक्षितता राखण्यासाठी हव्या त्या उपाययोजना ठरवण्याचा भारताचा हक्कही मान्य केला होता. क्लिंटन यांना भारताने शस्त्रस्पर्धा किंवा अणुचाचण्या यांच्या स्पर्धेत गुंतून पडू नये असे वाटत होते व तसे त्यांनी बोलूनही दाखवले होते. वाजपेयी यांनी त्यावर आपल्या पाहुण्याला पुन्हा आश्वासन दिले की, ''भारताचे धोरण हे अमेरिकेला धमकी देणारे कधीच नव्हते. तसेच भारताला पाकिस्तानबरोबर युद्ध छेडण्याची कोणतीही इच्छा नाही आणि भारत कोणत्याही शस्त्रस्पर्धेत उतरू इच्छित नाही.'' क्लिंटनबरोबर वाजपेयी यांची महत्त्वाची बोलणी अवघ्या दहा मिनिटात आटोपली. त्यावेळी तिथे फक्त ते दोघेच होते, शरीरसंरक्षकसुद्धा नव्हते. त्यानंतर दोघांनी एक संयुक्त व भविष्यवेधी दृष्टी दाखवणारे निवेदन केले. ''आम्ही आता आणखी दाट व घट्ट असे दोन्ही देशात नवीन संबंध निर्माण करणार आहोत,'' अशी ग्वाही त्या निवेदनात दिली गेली. ''शांतता, सामायिक हितसंबंध आणि विशिष्ट भूभागाची व आंतरराष्ट्रीय सुरक्षितता राखण्यासाठी पूरक जबाबदाऱ्या यामध्ये दोन्हीही देश भागीदार रहातील,'' असेही आश्वासन दिले गेले.

“आशिया आणि त्याही पलीकडे जगात एक व्यूहात्मक स्थैर्य राखण्यासाठी आम्ही दोघेही मिळून काम करू,” असे वचन संयुक्त निवेदनात शेवटी होते.

संसदेच्या दोन्ही सभागृहांची एक संयुक्त सभा बोलविण्यात आली व त्यासमोर क्लिंटन यांनी एक भाषण दिले. “आपण दोघांनी एकमेकांची मते, दृष्टिकोन वगैरे नीट आदराने समजावून घेतले पाहिजेत,” असे ते म्हणाले. खरे म्हटले तर भारत पूर्वीपासून अमेरिकेला हेच म्हणत आलेला होता. परंतु अमेरिका भारताच्या तक्रारीकडे लक्ष देत नव्हती. केवळ अन्य कोणाला एखादा मार्ग हवा आहे म्हणून तो मार्ग भारत चोखाळेल असे नाही. ही भारताची प्रवृत्ती त्यांनी मान्य केली. ते पुढे म्हणाले, “तुम्हाला आपल्या कार्यात यश प्राप्त होवो असे अमेरिकेला मनापासून वाटते. मी हे जे म्हणतो आहे ते तुम्ही चांगल्या तऱ्हेने समजावून घ्याल आणि त्यावरती विश्वास ठेवाल. अमेरिकेला भारत हा एक सामर्थ्यशाली देश बनायला हवा आहे, त्याची सुरक्षितता अबाधित रहायला हवी, या देशात एकजूट रहायला हवी आणि अधिक सुरक्षितता व भरभराट आणि अधिक लोकशाहीवादी बनण्यासाठी हा देश एक शक्ती म्हणून पुढे आला पाहिजे.” क्लिंटन जे काही सांगत होते त्या गोष्टी भारतीय संसदपटूंना केव्हाच पटल्या होत्या. पण त्याच गोष्टी अमेरिकन राष्ट्राध्यक्षांच्या तोंडून ऐकण्याची त्यांची इच्छा होती. जेव्हा त्यांनी आपले रसाळ वाणीतले भाषण आणि त्यातील स्मरणीय शब्दप्रयोग संपवले तेव्हा सभागृहात टाळ्यांचा कडकडाट झाला. संसदेमधील सर्व पक्षाच्या व कट्टर मते बाळगणाऱ्या साऱ्या सभासदांनी त्या टाळ्यांच्या गजरात भाग घेतला होता. माझ्या आजवरच्या राजकीय कारकीर्दीत एखाद्या देशाच्या प्रमुखाचे भाषण इतके उचलून धरल्याचे मी कधी पाहिले नव्हते. याचे श्रेय बिल क्लिंटन यांना स्वत:ला दिले पाहिजे. तो प्रचंड प्रतिसाद हा भारताचे अपरिमित औदार्य प्रगट करणारा होता. या देशाच्या आत्म्याला समजावून घेणारा आणि कदर करणारा जर एखादा पाहुणा आला तर त्याला नेहमीच असा भरभरून प्रतिसाद दिला जात असतो.

पंतप्रधान वाजपेयी यांचे भाषणही तेवढेच रसाळ व खिळवून ठेवणारे झाले. आपल्या भाषणाचा समारोप त्यांनी मोठ्या कल्पकतेने व भावनेला हात घालणारा असा केला. त्यामुळे त्याही भाषणाला शोभेसा असा प्रतिसाद श्रोत्यांकडून मिळाला. वाजपेयी म्हणाले होते :

> “राष्ट्राध्यक्ष महोदय, आपल्या भेटीमुळे नवीन शतकातील एक नवीन पर्यटन दोन देशात सुरू होत आहे. त्यामध्ये आपले नैसर्गिक संबंध जुळण्याची सुप्त गोष्ट दडलेली आहे... थोर अमेरिकी कवी वॉल्ट व्हिटमन यांच्या हेलावून सोडणाऱ्या शब्दांची आज इथे मला आठवण येते आहे. Passage to India हा मथळा मला नेहमीच Passage of more than India असा वाटत आलेला

आहे. व्हिटमन याने भारतावरती एक लांबलचक आणि वाखाणणी करणारी जी कविता लिहिली आहे ती आपल्या दोन्ही देशातील जनतेला उद्देशून आहे :

Sail forth-steer for the deep waters only,
Reckless O soul, exploring, I with thee, and thou with me.
For we are bound where no mariner has not yet dared to go?

मिस्टर विल्यम जेफर्सन क्लिंटन महाशय, भारतीय जनतेच्या मी आपल्याला आणि आपल्या महान देशाच्या जनतेला मनापासून शुभेच्छा देतो! आपली भारतभेट ही एक नेहमीच संस्मरणीय ठरेल, अशी मला आशा आहे.''

आणि तशी ती खरोखरीच ठरली.

एका वृत्तपरिषदेत पंतप्रधानांनी या नवीन संबंधांची वेगळी मिती, वेगळे दृश्य सादर केले. ''एक टिकाऊ स्वरुपाचे, राजकीयदृष्ट्या रचनात्मक असलेले आणि जगातील दोन मोठ्या लोकशाह्यांमध्ये आर्थिकदृष्ट्या लाभदायक असलेली भागीदारी,'' असे त्यांनी या संबंधांचे वर्णन केले. ते पुढे म्हणाले, ''राष्ट्राध्यक्ष क्लिंटन आणि मी अशा आम्ही दोघांनी आत्ताच एका 'व्हिजन डॉक्युमेंट' वरती सह्या केल्या. एकविसाव्या शतकातील आमच्या भागीदारीची विषयपत्रिका, तिची रूपरेखा हे नीट उकलून सांगितलेले आहे. जी तत्त्वे लोकशाहीची आहेत व जी पाळल्याने आम्हा दोन्ही देशांच्या मैत्रीचा पाया पक्का होतो त्याला दोघांची बांधिलकी त्या व्हिजन डॉक्युमेंटमध्ये आम्ही व्यक्त केली आहे. तसेच आंतरराष्ट्रीय शांतता, दोन्ही देशांची भरभराट आणि लोकशाहीचे स्वातंत्र्य यासाठीही आम्ही सतत प्रयत्न करीत राहू... विस्तृत प्रमाणात व विविध विषयांवरती मोठ्या प्रमाणात संवाद साधण्यासाठी आम्ही अनेक करार करण्याचे ठरवले आहे.'' ज्या प्रश्नांवरती मी आणि स्ट्रोब यांनी मोठी मेहनत घेतली होती, त्या प्रश्नांचा उल्लेख करताना ते म्हणाले, ''नि:शस्त्रीकरण आणि मोठ्या प्रमाणात जनसंहार करणाऱ्या अण्वस्त्रांच्या प्रसारावरती बंदी याही विषयावर क्लिंटन यांच्याशी माझी चर्चा झाली आहे. यावरती आम्हा दोन्ही देशात अद्यापही संवाद चालू असून या प्रश्नांमुळे आम्हाला एकमेकांचे दृष्टिकोन व विचार अधिक नीट समजले गेले. राष्ट्राध्यक्ष क्लिंटन यांना आम्हाला 'कमीत कमी आण्विक धाक दाखवण्याचे धोरण' का अवलंबिणे भाग पडले ते मी समजावून सांगितले. आम्ही यानंतर परत तसल्या अणुचाचण्या करणार नाही, याची मी त्यांना ग्वाही दिली. तसेच, अणुशस्त्रांच्या स्पर्धेत आम्ही कधीही सामील होणार नाही आणि कोणत्याही देशाविरुद्ध आम्ही प्रथम अणुबॉम्बचा वापर करणार नाही हेही त्यांना सांगितले आहे.''

क्लिंटन जेव्हा भारतात पोचले तेव्हा नंतर लगेच दहशतवाद्यांनी जम्मूमध्ये

एक हल्ला चढवला. चाटी-सिंघपुरा गावात ३५ शीख व्यक्तींची हत्या २० मार्च २००० मध्ये करण्यात आली. याबद्दल वाजपेयी यांनी म्हटले, "ज्या ३५ शिखांची कत्तल निर्दयपणे करण्यात आली... ती घटना म्हणजे वंशच्छेद करण्याचा एक पुरावा आहे. गेली दहा वर्षे सतत एकाच धर्माच्या लोकांना वेचून मारणे हा तशा वंशच्छेदाचा एक भाग आहे. आम्ही तो आजवर अनुभवत आलो आहोत... यामध्ये जिहादच्या पांघरुणाखाली वांशिक दहशतवाद लपला आहे. जिहाद हा एखाद्या सुसंस्कृत समाज असलेल्या देशाच्या परराष्ट्र धोरणाचा भाग असू शकतो ही कल्पना आम्ही आणि आंतरराष्ट्रीय समुदाय फेटाळून लावीत आहोत."

क्लिंटन यांच्याबरोबर आम्ही सहकार्याने अनेक करार केले. शिवाय त्यांची ती सुप्रसिद्ध आग्र्याची भेट घडविण्यात आली. ती अत्यंत जरूरीची होती. येथे मॅडेलिन अल्ब्राईटनी आणि मी एका करारावरती त्यांच्या विनंतीवरून सह्या केल्या. आग्र्यातच सह्या करण्याचा आग्रह धरण्याचे कारण तिला आग्रा शहर खूप आवडले होते. या सुंदर व मुक्त वातावरणात ताजमहालच्या पार्श्वभूमीवरती तिने आपली अनेक छायाचित्रे काढून घेतली. नंतर राष्ट्राध्यक्षांचे 'गल्फस्ट्रीम' नावाचे विमान जयपूरला जाण्यासाठी उडाले तेव्हा ढग जमू लागले होते. काही मिनिटातच पावसाने शिडकावा केला. जणू काही या समारंभाचा आनंद साजरा करण्यासाठी तो अवतरला होता. यानंतरच्या क्लिंटन यांच्या भेटीचा भाग हा राजकीय नव्हता, तो खाजगी स्वरुपाचा होता. त्यात अनेक सांस्कृतिक कार्यक्रम सामावले होते. रणथंबोर येथील अभयारण्याची भेट त्यात होती. त्यावेळी अरण्यात वाघांनी क्लिंटनला दर्शन देऊन जणू काही कृपा केली. राष्ट्राध्यक्षांच्या गाडीच्या मार्गावरती ते वाघ रेंगाळत चाललेले होते. त्यांच्या भेटीच्या काळात होळीचा सण आला होता. मग राजस्थानी खेड्यातील लोकांनी क्लिंटनच्या अंगावरती रंग उडवला. त्यानंतर मुंबईला जाऊन तेथून २५ मार्चला क्लिंटन पाकिस्तानला गेले. ते एका डिकॉय विमानातून गेले. ओसामा बिन लादेनच्या दहशतवाद्यांपासून संरक्षण करण्यासाठी पुरेपूर खबरदारी घेतली होती. पाकिस्तानात ते फक्त पाच तासच थांबले. तेवढ्या वेळात त्यांनी मुशर्रफ यांच्याशी बोलणी केली आणि पाकिस्तानमध्ये पुन्हा लोकशाही लवकर परतली पाहिजे म्हणून बजावले. तसेच जम्मू-काश्मिरमधल्या हरकत-उल-अन्सार सारख्या दहशतवाद्यांना पाकिस्तानची आयएसआय संघटना पाठिंबा देते आहे याचे आपल्याकडे भरपूर पुरावे आहेत हे त्यांनी खडसावून सांगितले. पाकिस्तानी जनतेला उद्देशून त्यांनी तिथल्या रेडिओ व टेलिव्हिजनवरून एक भाषण केले. त्यात त्यांनी म्हटले, "काश्मिरमध्ये पाकिस्तानने अविरतपणे चालवलेल्या खर्चिक मोहीमेमुळे काहीही न होता फक्त पाकिस्तानचा आर्थिक विकास मात्र मागे रखडला जाईल. या भागात तणाव व त्रास वाढत राहिलेला पहाण्याची आता अमेरिकी जनतेला इच्छा राहिली नाही. आपले बळ हे

शांतता प्रस्थापित करण्यासाठी राखून ठेवावे, अशी आमची इच्छा आहे. पण आम्ही बळजबरीने शांतता लादू शकत नाही. 'लाहोरचा जाहीरनामा' ही भारत-पाकिस्तानात शांतता नांदविण्यासाठी केलेली एक योग्य मार्गाने नेणारी कृती होती. अन् त्याच मार्गाने काश्मिरचा प्रश्न सुटू शकतो.'' हे भाषण व असले विचार भारताने अमेरिकेकडून आजवर कधीही ऐकले नव्हते.

ताजा कलम : अमेरिकी राष्ट्राध्यक्षांचा दौरा कधी करुण प्रसंगावाचून, चमत्कारिक प्रसंगावाचून घडला नव्हता. यावेळीही तसेच झाले होते. २१ मार्च रोजी क्लिंटन यांनी बांगला देशातील ढाक्याला एक दिवसाची भेट दिली. पण त्यावेळी जेवणाच्या प्रसंगी घालावयाचे काळे जाकीट ऊर्फ 'टक्सेडो' बरोबर नव्हते. याचे कारण त्यांचा नोकर ते विमानात ठेवण्यास विसरला होता. मग क्लिंटन यांच्या ताफ्यातील एक विमान परत मागे येत असल्याची बातमी ऐकून भारतात परराष्ट्र मंत्रालयाच्या ऑफिसातील अधिकाऱ्यांमध्ये चिंतेचे वातावरण पसरले. मला ती बातमी अगदी खालच्या आवाजात सांगितली गेली. तसेच, ही बातमी पंतप्रधानांनाही कळविण्यास सांगितली. नंतर मला जेव्हा सविस्तर कळले तेव्हा त्या कमनशिबी नोकराचे काय होणार हे मला समजेनासे झाले.

गावापासून थोडेसेच अलीकडे

क्लिंटन यांच्या भेटीनंतर पंतप्रधान वाजपेयी यांनी वॉशिंग्टनला एक भेट देऊन परतफेड केली. १३ ते १७ सप्टेंबर २००० या दिवसात त्यांनी तो दौरा केला. तिथे अमेरिकन काँग्रेसच्या दोन्ही सदनांच्या संयुक्त सभेपुढे त्यांनी एक भाषण दिले. ते भाषण येथे पुन्हा देण्याइतपत सुरेख आहे. वाजपेयी त्यावेळी म्हणाले,

> ''येथे काँग्रेसमध्ये जमलेल्या अनेकजणांनी नुकतेच एक सत्य ऐकले असेल की : भारताच्या शेजारी असलेल्या भूभागाइतका जगातला कोणताही भाग हा अधिक प्रखर अशा दहशतवादाचे उगमस्थळ होऊ शकत नाही. असा हा भाग या एकविसाव्या शतकात आमच्या शेजारी अगदी लागून अस्तित्वात आहे. तो दहशतवाद म्हणजे एक धर्मयुद्ध (जिहाद) आहे असा जरी कोणी दावा केला तरी ते एका राष्ट्राच्या धोरणाचे हत्यार आहे. मग ते कितीही दूर असले तरी त्याचा उपसर्ग आपल्याला होतोच. केवळ त्यापासून आपण दूर आहोत म्हणून कोणीही आत्मसंतुष्ट राहू नये. ही असली दुष्ट शक्ती अंतिमत: विजयी होणार नाही हे तुम्हाला व मलाही ठाऊक आहे. परंतु तरीही या शक्तीचा नि:पात करताना आपल्याला परमावधीच्या यातना होऊ शकतात. म्हणून तर अमेरिका व भारत यांनी मिळून या दहशतवादाशी झुंज देण्याची तयारी केली आहे. आपण आपले प्रयत्न आता दुप्पट जोमाने करावयास हवेत.''

पंतप्रधान वाजपेयी यांच्या अमेरिका भेटीमुळे मला स्वत:ला खूप आनंद झाला, फार समाधान वाटले. त्यावेळी त्यांचा गुडघ्याचा त्रास वाढला होता. खूप वेदना होत होत्या. त्यासाठी एक शस्त्रक्रिया सुचवली गेली होती. पण अमेरिकेच्या दौऱ्यामुळे ती शस्त्रक्रिया करणे मागे पडले. त्यांना हा दौरा पुरा करणे व इच्छित गोष्टी साध्य करणे हे महत्त्वाचे वाटले होते. त्यांची ही कृती मोठ्या धैर्याची व अतिसहनशीलतेची होती. कारण अमेरिकेच्या दौऱ्यात त्यांना खूप धावपळ सहन करावी लागली होती. त्यावेळी गुडघेदुखीने अक्षरश: कमाल मर्यादा गाठली होती. पण तरीही ते त्याला टिकून राहिले. त्यांच्या वयाकडे पहाता त्यांनी फार मोठे व अनुकरणीय असे मनोधैर्य दाखवले होते. वाजपेयींच्या भेटीबद्दल क्लिंटन यांनी असे म्हटले की, "ती भेट खूपच यशस्वी ठरली. त्यामुळे आम्हा दोन देशांचे संबंध हे वेगळ्या वळणाने जाण्यास आत्तापर्यंतच्या साऱ्या प्रयत्नांचे सार्थक झाले. आमचे संबंध आता खूप विस्तृत व गहिरे झाले आहेत." वाजपेयी यांच्या अमेरिका भेटीमागचा विषय 'भारत-अमेरिका संबंध हे दोन समसमान देशातील संबंधांसारखे अधिक खोलवर करणे व रुंद करणे' हा होता. त्या भेटीत कुठेच विसंवादी स्वर किंचितही उमटला नाही. याच भेटीमुळे भारत-अमेरिका लष्करी सहकार्याचा पाया घातला गेला. पोखरण-२ च्या अणुचाचण्या झाल्यानंतर जे आम्ही अथक प्रयत्न केले त्याला शेवटी फळे आली.

१७ सप्टेंबर रोजी राष्ट्राध्यक्ष क्लिंटन आणि फर्स्ट लेडी ऑफ अमेरिका यांनी व्हाईट हाऊसमध्ये एक मेजवानी दिली. त्यासाठी दक्षिणेच्या बाजूला असलेल्या हिरवळीवरती एक अतिभव्य शामियाना उभा केला होता. भारतीय पंतप्रधानांच्या सन्मानार्थ ती मेजवानी आयोजित केलेली होती. विविध क्षेत्रातील ७०० मान्यवर व्यक्ती त्यावेळी हजर राहिलेल्या होत्या. क्लिंटन प्रशासनाने दिलेल्या आजवरच्या मेजवानीत ही एक सर्वात भव्य मेजवानी होती.

परंतु एव्हाना स्ट्रोब यांना व मला समजून चुकले होते की, जी साहसी मोहीम उघडून आम्ही हवे ते साध्य करीत आलेलो होतो ती आता तशीच अर्धवट रहाणार होती. आम्ही आमच्या त्या 'गावाकडच्या रस्त्यावरच्या प्रवासाकडे' मागे वळून पाहू लागलो. आम्हाला तो रस्ता नक्कीच सापडला होता. माझी तशी खात्रीच होती. पण आता त्या गावापर्यंत पोचण्याएवढा वेळ आमच्याकडे उरला नव्हता. ते काम अजूनही पुरे व्हायचे होते.

नंतर अमेरिकेत निवडणुका आल्या आणि डेमोक्रॅटस पक्षाच्या हातून सत्ता गेली. रिपब्लिकन पक्ष सत्तेवरती आला. त्यांच्या पूर्वीच्या काळातील (१९८०-९२) प्रशासनातील कोणाशीही माझी नंतर गाठ पडू शकली नाही. याला अपवाद फक्त जॉर्ज शुल्ट्झ यांचा. ते रोनाल्ड रेगन यांच्या कारकीर्दीत परराष्ट्र सेक्रेटरी होते आणि रिपब्लिकन पक्षातील ते एक वरिष्ठ नेते होते. सप्टेंबर २००० मध्ये सान फ्रान्सिस्को

येथे शुल्ट्झ यांनी माझ्यासाठी मुद्दाम दुपारचा खाना आयोजित केला. मी कोंडालिझ्झा राईस या बाईंनाही भेटलो.

ते गाव आता काही अंतरावर दिसू लागले होते व खुणावू लागले होते.

◆

दहा

रिपब्लिकनांची खेळी

राष्ट्राध्यक्षांचे आगमन

२० जानेवारी २००१ रोजी जॉर्ज डब्ल्यू. बुश यांचा अमेरिकेचे ४३ वे राष्ट्राध्यक्ष म्हणून शपथविधी झाला. त्या दिवशीच्या समारंभावरती थोडासा तणाव पसरला होता. सुरक्षा व्यवस्था अत्यंत कडक ठेवलेली होती. फ्लॉरिडा राज्यातील मतमोजणी पुन्हा पुन्हा करण्यात येत होती. त्यामुळे वातावरण गरम झालेले होते. बुश यांच्या प्रतिस्पर्ध्याने त्यांच्यावरती निवडणुकीत गैरमार्गाच्या युक्त्या केल्याचे आरोप (stolen election) केले होते. पण ते काही असले तरी व्हाईट हाऊसमध्ये आता नवीन व्यक्ती राष्ट्राध्यक्षाच्या पदावरती आरूढ होत होती आणि आपल्या कामाला सुरुवात करणार होती. शपथविधी झाल्यावर थोड्याच वेळात राष्ट्राध्यक्ष बुश यांनी जगाला उद्देशून सांगितले की, आपले नवीन परराष्ट्र धोरण राबविणाऱ्या तुकडीत परराष्ट्र सेक्रेटरी म्हणून जनरल कॉलिन पॉवेल हे असतील आणि कोंडालिझ्झा राईस ह्या बाई सिक्युरिटी ॲडव्हायझर म्हणून असतील. शपथविधी झाल्यानंतर फारसे दिवस न गमावता नवीन परदेशनीतीचे धोरण राबवणारी तुकडी ही भारतामध्ये आली. पूर्वीच्या क्लिंटन प्रशासनात इतकी तत्परता कधी दाखवली गेली नव्हती. तेव्हा भारताला अमेरिकेच्या दारासमोर रांगेत उभे रहावे लागे. नवीन राजवटीचा हा मोठा फरक दिसत होता. अर्थात दुसऱ्या टर्मनंतर सारे चित्र बदलले होते.

१७ जानेवारी २००१ रोजीच आम्हाला कळून चुकले होते, की आता बुश प्रशासनाद्वारेच भारत-अमेरिका मैत्रीचे संबंध हाताळले जाणार. कारण १७ जानेवारी रोजी 'सिनेट फॉरिन रिलेशन्स कमिटी' समोर परराष्ट्र सेक्रेटरी कॉलिन पॉवेल यांनी सांगितले की भारतावर सध्या जे काही उरलेसुरले निर्बंध आहेत ते उठवले जावेत. त्यांनी आपल्या साक्षीत स्पष्ट म्हटले की, "विशेषत: भारताच्या बाबतीत ते सर्व निर्बंध उठवण्यासाठी आत्ताची वेळ ही अत्यंत योग्य आहे. अमेरिकेच्या

परराष्ट्र-नीतीमध्ये भारताचे स्थान फार वरती असायला हवे.'' ६ एप्रिल २००१ रोजी माझ्याकडे संरक्षण खात्याचेही मंत्रीपद देण्यात आले. मग मी कॉलिन पॉवेल, डिफेन्स सेक्रेटरी डोनाल्ड रम्सफेल्ड आणि नॅशनल सिक्युरिटी ॲडव्हायझर कोंडालिझ्झा राईस अशा सर्वांना भेटलो. कोंडालिझ्झा राईस हिच्याशी बोलताना तिथे अचानक जॉर्ज बुश आले व त्यांच्याशी माझे बोलणे ४० मिनिटे झाले. नंतर एका पत्रकार परिषदेत मी सांगितले की बुश यांच्या वागणुकीमुळे ते भारताला सर्वोच्च महत्त्व देत असावेत. अन् तेही त्या भूभागातील देश म्हणून नव्हे, तर तिथे शांतता व स्थैर्य नांदवण्याच्या प्रयत्नातला एक जबाबदार घटक म्हणून भारताला समजण्यात येते आहे.

दोन्ही देशांमधील संवाद आणि सहकार्य हे आता बुश प्रशासनाच्या अखत्यारीत पुढे चालू राहिले होते. आता मी परराष्ट्र खाते व संरक्षण खाते अशी दोन्ही खाती सांभाळत होतो. माझ्यासाठी ही गोष्ट भलतीच आव्हानाची होती, तसेच उराशी बाळगण्याजोगा हा भारतीय राजकारणातला एकमेव स्वरुपाचा अनुभव होता. मला केवढी प्रचंड संधी मिळाली होती! सैन्यासाठी मला आता काहीही करता येणार होते. हे क्षेत्र सोडून मी सार्वजनिक क्षेत्रामधे माझी कारकीर्द सुरू केली होती. त्यावेळी मला कधी चुकूनसुद्धा वाटले नाही की, आपण कधी काळी भारताचे संरक्षण मंत्री होऊ. उलट मी तर विनोदाने नेहमी म्हणत असे, ''जर मी सैन्यात राहिलो असतो तर माझ्यावरती कदाचित 'अजून सैन्य का सोडले नाही?' म्हणून कोर्ट मार्शल झाले असते!''

२० मार्च २००१ रोजी एका सरकारी निवेदनानुसार माझा अमेरिकेत एप्रिल महिन्यात जाण्याचा दौरा ठरला होता. त्याआधी फेब्रुवारीमध्ये जर्मनीतील म्युनिच येथे वार्षिक 'सिक्युरिटी मीट' ठेवलेली होती. त्यावेळी भारताचे नॅशनल सिक्युरिटी ॲडव्हायझर ब्रजेश मिश्रा हे अमेरिकेच्या संरक्षण खात्याचे नवीन सेक्रेटरी डोनाल्ड रम्सफेल्ड यांना भेटले होते. (त्यावेळी तिथे रम्सफेल्ड यांनी अमेरिकेची नॅशनल मिसाईल्स डिफेन्स [NMD], म्हणजे देशाचे रक्षण करण्यासाठी ठेवलेले क्षेपणास्त्रांचे जाळे व कुंपण, ही योजना जाहीर केली. मग त्याबद्दल एकदम गडबड गोंधळ सुरू झाला. ही गोष्ट टाळता येण्याजोगी होती. परंतु ह्या एकपक्षीय निवेदनामुळे जमलेल्या इतर राष्ट्रातील सर्वांनीच आपापले हातपाय आपटून निषेध प्रगट केला.) मी आत्ता वॉशिंग्टनला जाणार होतो. पण ते वॉशिंग्टन पूर्वीचे राहिलेले नव्हते. तिथे खूप राजकीय बदल झालेले होते, वातावरणही बदलले होते. बुश यांना निवडणुकीत फार वरचे स्थान दिले गेलेले होते. ते निवडून आल्याने साऱ्या अमेरिकेला आता सारे काही सुरळीत चालणार असे वाटू लागले. निवडणुकीत कितीही शाब्दिक मुक्ताफळे उधळली, तरी बुश यांना देशाच्या उत्तम अर्थस्थितीचा

आपोआप लाभ झाला होता. शिवाय संरक्षणाची बाजूही भक्कम होती. अशा वेळी ते अमेरिकेचे राष्ट्राध्यक्ष झाले होते. माझ्या दृष्टीने माझी आत्ताची अमेरिका-भेट ही एक जानपहचान करून घेण्याच्या प्रयत्नापुरती होती.

माझे स्वागत समपदस्थ जनरल कॉलिन पॉवेल यांनी केले. त्यांच्या वागण्यात एक लष्करी मोकळेपणा होता. एके काळी मी लष्करात असल्याने माझ्याबद्दल त्यांना जवळीक वाटत होती. मग इकडचे तिकडचे बोलणे करण्यासाठी नुकताच घडलेला विमान-टकरीचा प्रसंग मी गप्पांमध्ये घेतला. तो प्रसंग असा होता : १ एप्रिल २००१ रोजी अमेरिकी लष्कराचे एक टेहळणी विमान (EP-3E Aries11) आणि चीनच्या पीपल्स लिबरेशन आर्मीचे एक लढाऊ जेट विमान (F-8) यांची साऊथ-चायना समुद्रावरती टक्कर झाली. ते हवाईक्षेत्र आंतरराष्ट्रीय हद्दीमध्ये मोडत होते. ते चिनी लढाऊ जेट विमान समुद्रात कोसळले व बुडाले. विमानाबरोबर तो वैमानिकही समुद्रतळाशी गेला. त्या टकरीत अमेरिकी विमानाचेही नुकसान झाले. परंतु ते विमान जवळच्या हैनान बेटावरील विमानतळावर उतरले. ते बेट चीनच्या मालकीचे होते. माझ्याजवळ बोलणी करण्यासाठी कोणताच खास विषय नसल्याने मी त्या विमान-टकरीच्या प्रसंगावरती गप्पा मारू लागलो. कॉलिन पॉवेल यांना मी म्हणालो की, या प्रसंगी अमेरिकेने जो संयम दाखवला, विशेषत: परराष्ट्र खात्याने आणि स्वत: पॉवेल यांनी, तो खरोखरीच कौतुकास्पद आहे. परंतु हे माझे कौतुकाचे उद्गार स्वीकारण्यास पॉवेल थोडेसे सावध होते. कदाचित् मला नक्की काय म्हणायचे ते त्यांना कळले नसावे. किंवा तसे म्हणण्यात माझा काही गुप्त हेतू असावा असे त्यांना वाटले असावे. परंतु मी अत्यंत निर्हेतुकपणे तसे बोललो होतो.

मी कोंडालिझ्झा राईस ह्यांना पण भेटलो. नॅशनल सिक्युरिटी ॲडव्हायझर असलेल्या त्या बाईंचे ऑफिस हे पॉवेल यांच्या ऑफिसच्या मानाने लहान होते. राष्ट्राध्यक्षांशी सिक्युरिटी ॲडव्हायझरचे संबंध कितपत घनिष्ट आहेत, पातळ आहेत त्यावरती त्याचे बरेचसे महत्त्व अवलंबून असते. मग त्यामुळे खोलीचा आकारही लहान मोठा ठेवला जातो. अमेरिकी राष्ट्राध्यक्षांकडे सिक्युरिटी ॲडव्हायझरचे वजन हे सारखे कमी अधिक होत असते. मग त्यानुसार पुढची सारीच आंदोलने होत रहातात.

आम्ही नुकतीच बोलण्याला सुरुवात केली होती. सुमारे दहा मिनिटे झाली असतील. तेवढ्यात खुद्द अमेरिकेचे राष्ट्राध्यक्ष बुश तिथे अचानक उगवले. त्या अचानक भेटीचा मी आपोआप एक लाभार्थी ठरलो. ते अगदी आरामात सहजगत्या आत आले. मग माझी त्यांना ओळख करून देण्यात आली. मी उठून उभा राहिलो होतो. ओळख करून दिल्यावर आम्ही दोघे खाली बसलो व एकमेकांशी बोलू लागलो. सुरुवातीला भारत-अमेरिका संदर्भात आम्ही एकमेकांशी थोडीशी चर्चा

केली. त्यानंतर आमचे बोलणे क्षेपणास्त्राकडून होणाऱ्या संरक्षणाकडे वळले. त्यांना त्या विषयात खूपच रस होता. त्याबद्दल माझी काही मते होती व दृष्टिकोन होते. मी त्यांना सांगितले की, जरी एखादे क्षेपणास्त्र आपल्या दिशेने चाल करून येत असले तरी, जर शक्य असेल तर त्यावर हवेतल्या हवेत मारगिरी करून ते नष्ट करणे हे युद्धाच्या इतर उपायांपेक्षा कितीतरी चांगले आहे. त्या इतर उपायांमध्ये शत्रू आपल्याला हल्ल्याच्या तयारीत असताना आधीच त्यांच्या भूमीत क्षेपणास्त्र-तळावरती हल्ला करून ते नष्ट करून टाकणे हाही उपाय आला. यामुळे क्षेपणास्त्र सोडण्याची शक्यताच नाहीशी केली जाते. हे जरी खरे असले तरी तुम्ही क्षेपणास्त्र कधी सोडणार? तर शत्रूचे क्षेपणास्त्र हवेत आल्याचे रडार यंत्रणेकडून सूचना मिळाल्यावरतीच ना? आपली क्षेपणास्त्रे सोडण्यासाठी धोक्याच्या सूचनेवरती अवलंबून रहावे लागते. अन् किंचित जरी तशी शक्यता किंवा तशी सूचना मिळते न मिळते तोच अमेरिकेची क्षेपणास्त्रे तडकाफडकी आपापल्या तळावरून किंवा विहिरीतून (silo) सुटतात. अमेरिका या अति संवेदनशील सूचना यंत्रणेचा (hair-trigger alert) पद्धतीचा नेहमी पाठपुरावा करीत आलेली आहे. तशी सूचना मिळाल्यावर तात्काळ क्षेपणास्त्रे सोडली जातात. पण ती धोक्याची सूचना कोणत्याही प्रकारची असू शकेल. हेर खात्याकडून आलेली ती पक्की खबर असेल किंवा बदके, बगळे, हंस यांचे उडत आलेले थवेही रडारमध्ये टिपले गेले असतील. पूर्वी खरोखरीच अशा रीतीने फसगत झाल्याची उदाहरणे आहेत. तेव्हा आगाऊ धोक्याची सूचना देणाऱ्या पद्धतीमध्ये दोष असतील किंवा तसे ते दोष मोठ्या प्रमाणात निर्माण झाले तर त्यावर अवलंबून क्षेपणास्त्रे सोडण्यात काहीच अर्थ नाही. त्याऐवजी हवेत प्रवास करीत आपल्यावर चालून येणारे क्षेपणास्त्र पाडणे हेच अधिक उपयुक्त व श्रेयस्कर नाही का? नेमके तेच क्षेपणास्त्र पाडण्यासाठी लागणारे तंत्रज्ञान हे अत्यंत गुंतागुंतीचे आहे आणि क्षेपणास्त्र सोडताना कमालीची अचूकता लागते. एका दृष्टीने ही एक चांगली गोष्ट आहे. त्यामुळे क्षेपणास्त्रे वापरण्याला एक प्रकारे आपोआप आळा (inhibiting factor) बसतो. पहिल्या गल्फ युद्धात (१९९१) इराकची चालून येणारी सोव्हिएत बनावटीची 'स्कड' क्षेपणास्त्रे इस्राएलने अशीच 'पॅट्रिएट' क्षेपणास्त्रे सोडून नष्ट केली होती. ती स्कड क्षेपणास्त्रे तशी जुन्या तंत्रज्ञानावर आधारित असलेली, खूप पूर्वीची व बेभरवशाची होती. त्या क्षेपणास्त्रांनी कुठेही नेत्रदीपक यश मिळवले नव्हते. त्यावेळी अमेरिकेच्या काँग्रेसचे (संसदेचे) अधिवेशन चालू होते. म्हणून बुश यांना माझ्यापाशी फार वेळ थांबता येईना. त्यांना निघणे भाग होते. जर अधिवेशन चालू नसते तर निघताना ते नेहमीप्रमाणे म्हणाले असते, "लवकर गेले पाहिजे. नाहीतर 'फर्स्ट लेडी' नाराज होईल." (राष्ट्राध्यक्षांची पत्नी ही अमेरिकेची पहिली महिला मानली जाते.) मी मनात म्हणालो, "चला, रिपब्लिकनांबरोबर सुरुवात तर ठीक

झाली.'' नंतर मी एका पत्रकार परिषदेत कोंडालिझ्झा राईस यांच्या खोलीत बुश अवचित आल्याने त्यांच्याशी थोडीशी बातचित झाल्याचा उल्लेख केला. मग दणदणीत मथळे देऊन ती बातमी छापण्याची तिथल्या वृत्तपत्रात चढाओढ सुरू झाली. 'क्षेपणास्त्रांच्या सहाय्याने संरक्षण' या विषयावर जुजबी चर्चा झाल्याचेही मी सांगितले. परंतु त्यामुळे एक गरज नसलेली भयानक चर्चा त्या विषयावरती सुरू झाली. मी बोलून दाखवलेली कल्पना ही अर्धवट स्वरुपात व तात्त्विक पातळीवरती होती.

१ मे २००१ रोजी वॉशिंग्टनमधील नॅशनल डिफेन्स युनिव्हर्सिटीत बुश यांनी एक भाषण केले. त्यावेळी त्यांनी आपल्या सरकारच्या धोरणाचा पाया विशद केला. त्यामध्ये त्यांनी 'क्षेपणास्त्राच्या सहाय्याने संरक्षण' यावरती प्रसंगोचित असे भाष्य केले :

> ''काही महिन्यांपूर्वी डिफेन्स सेक्रेटरी रम्सफेल्ड यांना एक काम सांगितले होते. आपली दोस्त राष्ट्रे, आपले तैनात केलेले सैन्य आणि आपला देश यांचे संरक्षण करण्यासाठी जी क्षेपणास्त्रे आपण बसविली आहेत, त्यासाठी लागणारे सर्व उपलब्ध तंत्रज्ञान आणि क्षेपणास्त्रतळांची अवस्था यांचा अभ्यास करण्याचे काम त्यांना मी दिले होते. रम्सफेल्ड यांनी या विषयाकडे नेणाऱ्या अनेक नवीन मार्गांचा, तंत्रज्ञानांचा व कल्पनांचा वेध घेतला. त्या आधारे शत्रूच्या काही धमक्यांना सहज तोंड देता येईल असे उपाय त्यांनी लक्षात आणून दिले. काही बाबतीत तर आपण सध्याच्याच पण अद्याप वापर न केलेल्या तंत्रज्ञानाच्या सहाय्याने बरीचशी चालून येणारी क्षेपणास्त्रे हवेत किंवा अंतराळातून परत हवेत शिरताना नष्ट करू शकतो. ती क्षेपणास्त्रे सुटल्यावर पहिल्या काही मिनिटात, म्हणजे त्यांचा वेग वाढवला जात असताना, आपल्याला त्यांचा मागोवा घेता आला व झटकन ती नष्ट करता आली तर त्याचा मोठा लाभ आपल्याला होईल. याबाबतीत काही प्राथमिक काम झालेले असून सध्याची आगावू सूचना देणारी जी संवेदनक्षम यंत्रणा आहे त्या जागी जर नवीन यंत्रणा बसवली तर मी जे म्हटले ते सहज साध्य होईल. जर ती यंत्रणा समुद्रतळावर किंवा एखाद्या विमानात बसवली तर मर्यादित स्वरुपात का होईना त्याचा अत्यंत परिणामकारक उपयोग संरक्षणासाठी होऊ शकेल. यातून शेवटी एक परिपूर्ण यंत्रणा जन्माला घालण्यासाठी आणखी बरेच प्रयत्न करावे लागणार आहेत. या बाबतीतले जे काही अन्य पर्याय आहेत त्याचा आपण पुढे विचार करणार आहोत. यात तंत्रज्ञानामधील अडचणींची आम्हाला पूर्ण कल्पना असल्याने आम्ही ते आव्हान स्वीकारलेले आहे. आपला देश या अवघड व कौशल्यपूर्ण

कामासाठी सर्वोत्कृष्ट माणसे नेमणार आहे. ज्या आपल्या मित्र-देशांना आणि आपल्या देशाच्या संघटनेत सामील झालेल्या दोस्त-राष्ट्रांना अण्वस्त्रांच्या धमक्या दिल्या जात आहेत, त्यांच्याशी मी या महत्त्वाच्या विषयावर तपशीलवार सल्लामसलत करणार आहे, अन् मी हे सुरुवातीपासूनच स्पष्ट करीत आलेलो आहे...

उच्च पातळीवरील काही प्रतिनिधींना मी आपल्या दोस्त-राष्ट्रांकडे पाठवणार आहे. ती दोस्त-राष्ट्रे ही कॅनडा, ऑस्ट्रेलिया आणि युरोप व आशियातील काही देश आहेत. आमचे प्रतिनिधी त्यांच्याशी एक नवीन सुरक्षा-चौकट तयार करण्यासाठी आणि आजच्या जगातील स्थैर्य तसेच पुढे टिकून रहाण्यासाठी चर्चा करतील. ती चर्चा व सल्लामसलत ही खरीखुरी वास्तववादी असेल. आम्ही आमच्याकडून कधीही एकतर्फी निर्णय घेऊन ते आमच्या मित्रांवरती लादत नसतो. आम्हाला आधी त्यांचे दृष्टिकोन, आमच्या मित्रांचे दृष्टिकोन समजावून घेऊन त्यांची दखल घ्यायची आहे.''

दुसऱ्याच दिवशी भारत सरकारने एक पत्रक वृत्तपत्रात प्रसिद्धीला देऊन बुश यांच्या भाषणाला आपला प्रतिसाद दिला. त्या पत्रकात म्हटले होते, ''आज दुपारी अमेरिकेची नॅशनल सिक्युरिटी अॅडव्हायझर कोंडालिझ्झा राईस यांनी आमच्या परराष्ट्र मंत्र्यांबरोबर टेलिफोनवरून बातचीत केली... अन्य देशांबरोबर माहितीची देवाणघेवाण आणि सल्लामसलत जशी अमेरिकेकडून होते तशीच सल्लामसलत भारताबरोबर अमेरिकेने केली. नॅशनल डिफेन्स युनिव्हर्सिटीमध्ये बुश यांनी जे वक्तव्य केले... त्या नवीन मोठ्या धोरणाबद्दल कोंडालिझ्झा राईस यांच्याबरोबर बोलणे झाले. शीतयुद्धाच्या काळासाठी आखलेल्या व्यूहधोरणाच्या घटकांवर जे सुरक्षा-धोरण रचलेले होते त्यात मोठे बदल करण्याची तयारी बुश प्रशासनाने दाखवलेली आहे. त्या संबंधीचे ते वक्तव्य हे दूरगामी परिणाम करणारे असून भारत त्याचे स्वागत करतो. त्याच वक्तव्यात अमेरिकेने स्वत: होऊन आपल्या आण्विक सामर्थ्यात एकतर्फी घट करण्याची जी घोषणा केली आहे तिचे आम्ही स्वागत करतो. तसेच, किंचित जरी सूचना मिळाली तरी क्षेपणास्त्रे सोडल्या जाण्याच्या अति संवेदनशील अशा जुन्या पद्धतीपासून दूर जाण्याचे जे नवीन धोरण अमेरिकेने ठरवले आहे त्याचेही आम्ही स्वागत करतो.''

मी मुद्दामच सुरक्षेचे नवीन व अपरिहार्य धोरण पक्के करण्यासाठी ते पत्रक काढले. परस्पर संमतीने केल्या जाणाऱ्या विनाशाच्या सिद्धान्ताला (Mutually Assured Destruction ऊर्फ MAD) जे सारे जग इतकी वर्षे बांधले गेले होते, त्यापासून आता हळूहळू मुक्तता होऊ लागली होती. त्याऐवजी अधिक

सहकार्यावर अवलंबून असलेली पद्धत स्वीकारल्याने सुरक्षा-व्यवस्थेत बदल सुरू केले जात होते. काळाच्या पुढे जाऊन चार पावले टाकण्याजोगी ही गोष्ट होती. पण मला हे सारे अधिकृत स्वरुपात आणायचे होते. म्हणून हा प्रतिसाद भारताकडून दिला गेला. अमेरिकेच्या या उत्स्फूर्त प्रयत्नांचे परिशीलन करण्याजोगे होते. मग कोंडालिइझा राईस यांनी सांगितले, ''या संदर्भातला आपला निर्णय कळविण्यासाठी राष्ट्राध्यक्ष बुश हे आपला वैयक्तिक व खास दूत व डेप्युटी सेक्रेटरी ऑफ स्टेट रिचर्ड आर्मिटेज यांना भारतात पाठवित आहेत. ते दिल्लीला येऊन आपल्याशी सल्लामसलत करतील आणि सुरक्षेची व आजच्या जगाची नवी चौकट कशी असावी यावर आपल्याशी चर्चा करतील.''

आर्मिटेज आता स्ट्रोब यांच्या जागी आले होते. ते एक दिवसासाठी दिल्लीला ११ मे रोजी आले. त्यांनी आपल्याबरोबर बुश यांचे एक पत्र पंतप्रधान वाजपेयी यांना देण्यासाठी आणले होते. त्यामध्ये वाजपेयी यांनी दिलेले भारत-भेटीचे निमंत्रण आपण स्वीकारल्याचे बुश यांनी लिहिले होते. याच पत्रात इतर गोष्टींबरोबर बुश यांनी आशिया आणि आशियापार भागातील समान हितसंबंधांना अधिक वाव देण्यासाठी भारताबरोबर जवळून काम करण्याची अमेरिकेने तयारी दर्शवली होती. कारण 'शीतयुद्धातील मापदंडापासून फारकत' आणि 'आमने सामने दंड थोपटून उभे रहाण्यापेक्षा सल्लामसलत व सहकार्य यांच्या पायावर उभे रहाणे अधिक श्रेयस्कर' असे वाजपेयी सरकारने यापूर्वी अमेरिकेला म्हटले होते.

आर्मिटेज यांनी अमेरिकेचा प्रस्ताव पुढे ठेवला. तो प्रस्ताव म्हणजे ती एक 'नवीन व्यूहनीतीची चौकट' होती. त्यात चार घटक होते. ते म्हणजे, अण्वस्त्रप्रसारबंदी, प्रति-अण्वस्त्रप्रसार, क्षेपणास्त्रांच्या सहाय्याने संरक्षण आणि अमेरिकेचा अण्वस्त्रांचा साठा कमी करणे. आर्मिटेज यांनी यामागची तर्कशास्त्रीय उपपत्ती खुलासेवार समजावून सांगितली. आणि सबंध मोठ्या चौकटीत 'क्षेपणास्त्राने संरक्षण' हा केवळ एकच घटक आहे, यावरती त्यांनी भर दिला. आम्हाला ही एक अनेक दृष्टीने स्वागतार्ह प्रगती वाटत होती. पूर्वीच्या मापदंडापासून नक्की मुक्तता मिळत होती. तेव्हा तर कसलीही सल्लामसलत न करता अमेरिका एखाद्या राष्ट्राला सरळ आरोपीच्या पिंजऱ्यात उभी करून आव्हान द्यायची. या पूर्वीच्या पार्श्वभूमीवरती क्षेपणास्त्र-विरोधी पद्धतींच्या मर्यादांचा करार (Limitation of Anti-Ballistic Missile Systems उर्फ ABM करार, जो रशिया व अमेरिकेमध्ये १९७२ साली झाला होता,) आता अमेरिका एकतर्फी रद्द करणार नव्हती. असेच मान्य केलेले अन्य करारही अमेरिका एकतर्फी मोडणार नव्हती. मी त्यालाच जास्त महत्त्व देतो. जगाच्या विभागातील आणि आंतरराष्ट्रीय संबंधांमधील स्थैर्य आणि सुरक्षितता कशी अधिक वाढेल याबाबतीत भारताच्या काय अपेक्षा

आहेत त्या मी आर्मिटेज यांना सांगितल्या. आपला अण्वस्त्रांचा साठा आपण होऊन कमी करण्याचे आणि एकदम अण्वस्त्रे सज्ज न करण्याचे (de-alerting of nuclear weapons) हेतूंचे भारताने मनापासून स्वागत केले. मी आर्मिटेज यांना म्हणालो, "आमच्या दृष्टीने अण्वस्त्रांची स्पर्धा संपवण्याच्या दृष्टीने एक पाऊल पुढे टाकलेले आहे." 'सूचना मिळताक्षणी, कमीतकमी सूचना मिळाली तरी, क्षेपणास्त्रे सोडणे' या सध्याच्या पद्धतीपासून ते सहकार्याच्या नवीन व्यूहनीतीच्या चौकटीकडे जी वाटचाल होती, त्यात माझेही योगदान होते. आता आंतरराष्ट्रीय समुदायापुढे त्यांच्या इच्छेपुढे आणि जबाबदारीपुढे आव्हान ठेवले जाणार होते. अन् तसे घडणे अपरिहार्य होते. यावरून समजून येईल की, 'युद्धात शत्रूवर प्रथम आपल्याकडून अणुहल्ला न करणे', 'अण्वस्त्रधारी नसलेल्या शत्रूवरती अणुहल्ला न करणे' आणि 'आत्ताच्या तडकाफडकी सूचना देणाऱ्या यंत्रणेपासून दूर जाऊन एक विश्वासार्ह यंत्रणा राबवून नवीन जागतिक सुरक्षा व्यवस्थेचा शोध घेणे' या भारताच्या गोष्टी प्रथमपासून अशाच स्वरुपाच्या नव्हत्या काय? मी आर्मिटेजला हा प्रश्न विचारला. त्याने त्यावर काय उत्तर दिले हे महत्त्वाचे नाही. परंतु ११ मे १९९८ नंतरच्या महिन्यात जो काही तणाव निर्माण झाला तेव्हापासून आत्ताच्या सल्ला-मसलतीला अमेरिका आपण होऊन आली येथवर केवढी प्रगती झाली! अन् तीही अवघ्या तीन वर्षात! आता भारत व अमेरिका यांच्यामध्ये वेगाने घटना घडत जातील हे स्पष्ट झाले होते. पूर्वी घातलेला पाया हा भक्कम होता आणि रिपब्लिकनांच्या नवीन धोरणाची चौकट ही वेगाने प्रगती करण्यास सहाय्यभूत ठरू लागली.

मागच्या अंगणातील दहशतवादाचे भूत

दरम्यान भारताच्या शेजारी पाकिस्तानात व अफगाणिस्तानात घटना घडू लागल्या होत्या. तिथली परिस्थिती बिघडत चालली होती. अफगाणिस्तान व तालिबान यांच्यातील संघर्ष काबूल आणि शोमाली मैदान यामध्ये, तसेच पंजशीरचे खोरे आणि उत्तरेची दूरची बाजू यामध्ये वाढत चालला होता. एके दिवशी तालिबानी अमुदर्यापर्यंत पोचले, मजहर-ए-शरीफ पडले, अशा बातम्या यायच्या, तर दुसऱ्या दिवशी ही ठिकाणे पुन्हा प्रतिपक्षाने जिंकून घेतल्याच्या बातम्या यायच्या. तिथल्या डोंगराळ भागात नेहमी असेच घडत असते. समोरासमोरचे तुंबळ रणकंदन घडण्यासाठी अनुकूल जमीन तिथे नव्हती. मे महिन्याच्या शेवटी आमच्या निमंत्रणावरून उत्तरेकडच्या आघाडीचा नेता अहमदशाह मसूद, 'पंजशीरचा सिंह' हा भारतात आला. तो चार दिवस दिल्लीत राहिला. त्याची भेट ही कडेकोट बंदोबस्तात झाली. कारण त्याचा जीव घेण्यासाठी अफगाणिस्तानातील

व पाकिस्तानातील दहशतवादी टपलेले होते. सुदैवाने त्याला मी निवांतपणे भेटून त्याच्याशी मनसोक्त बोलणी करू शकलो. तो अफगाण सेनेचा कमांडर होता. त्याच्या सेनेतील बहुतांशी सैनिक हे ताजिक वंशाचे होते. पाकिस्तानी पाठिंबा असलेल्या सशस्त्र तालिबानींच्या आव्हानाला तोंड देण्यास तो कितपत समर्थ आहे हे त्याच्याशी झालेल्या बोलण्यावरून मला समजले. परंतु सतत यशापयशाच्या आंदोलनावरती खालीवर होणाऱ्या त्याच्या सैन्याला अपुरी व अनिश्चित रसद मिळत असताना पंजशीर खोऱ्यातील लोकसंख्येला तगवून धरीत तो कसा काय लढा देत होता, याचे मला नवल वाटत होते. मसूदचे वागणे अगदी साधेसुधे होते. त्याला वर्तमानकाळाचे पूर्ण भान होते आणि त्याचा पुरेपूर उपयोग कसा करून घेता येईल ते तो पहात असे. त्याला फ्रेंच भाषा येत होती, पण जुजबीच येत होती. त्याला अफगाणिस्तानात जे महत्त्व प्राप्त झाले आणि ज्यामुळे त्याला आंतरराष्ट्रीय स्तरावर प्रसिद्धी मिळाली याचे कारण अफगाणिस्तान जेव्हा सोव्हिएट फौजांनी व्यापला तेव्हा त्याने त्या फौजांना विरोध केला होता. त्यानंतर त्याने तालिबानी फौजांना विरोध केला होता. कारण तेही मूळचे अफगाणिस्तानमधले नव्हते, परके होते. त्याच्या या विरोधामुळे अफगाणिस्तानातील स्वातंत्र्याची भावना पोसली जाऊन उचंबळून येत होती. त्यामुळेच त्याच्याकडे उत्तरेच्या आघाडीचे नेतृत्व चालून आले होते, मग भले तो पश्तुन प्रभावित भागातील ताजिक वंशाचा असला तरी.

मी त्याच्याबरोबर अनेक विषयांवरती लांबलचक बोलणी केली. त्याच्या सैन्याच्या हालचालींबद्दल मी त्याला विचारले, कोणत्या प्रकारचे युद्ध ते खेळतात, तिथला भूभाग कसला आहे, दळणवळण कसे आहे आणि रसद कशी पुरवली जाते, वगैरेवरती मी चर्चा केली. आम्ही 'तिरीच-मिर' खिंड नकाशात पाहून अभ्यासली. ती पाकव्याप्त काश्मिरजवळ होती. मग या खिंडीतून सैन्य पंजशीर दरीत घुसून त्यांच्यावर मागच्या बाजूने कितपत हल्ला चढवू शकेल, यावरती त्याच्याशी चर्चा केली. त्याने त्यावर आपले विचार मांडले. तो बराच वेळ बोलत होता. त्याचे बोलणे तर्कशास्त्राला धरून होते. असा पिछाडीकडून हल्ला करण्याचे लष्करी धाडस कसे टिकणारे नाही हे त्याने सांगितले. "एखादी छोटी गस्तीची तुकडी, कदाचित् पाच सहा दणकट माणसांची असली तरी, ते आपला जीव धोक्यात घालून खिंडीतून पलीकडच्या पंजशीर दरीत उतरू शकतील. परंतु तसे करणे मूर्खपणाचे ठरून ते फक्त मृत्यूलाच भेटू शकतात," असे तो म्हणाला. इंडियन एअरलाईन्सच्या विमानाच्या अपहरणाची तपशीलवार माहिती त्याला होती. मला त्याचे आश्चर्य वाटले. ते अपहरणकर्ते कोण आहेत, आणि आत्ता ते कुठे आहेत तेही त्याला ठाऊक होते. पण मला त्याबद्दल आश्चर्य वाटले नाही. तो सांगत होता, "ते आत्ता पाकिस्तानात आहेत. कारण

तालिबान्यांच्या सहाय्याने त्यांनी ते विमान पळवले होते.'' आमची भेट संपल्यावर त्याला आम्ही विमानाने अफगाणिस्तानात पोचवले. मात्र पाकिस्तानवरून विमान न नेता ते बाजूने वळसा घालून नेले होते. त्याला मी नंतर परत कधीही भेटणार नाही, हे मला त्यावेळी कळले नाही. नंतर काही दिवसातच मी मसूदच्या हेलिकॉप्टरमधून बग्रामहून काबूलला गेलो आणि तिथे तालिबानमुक्त अफगाणिस्तानच्या स्वातंत्र्य समारंभाला हजर राहिलो. शेवटी स्वतंत्र अफगाणिस्तानचे स्वप्न प्रत्यक्षात उतरले, पण त्यावेळी मसूद नव्हता.

खोजा बहाउद्दीन येथे ९ सप्टेंबर २००१ रोजी मसूद एका आत्मघातक्यांच्या हल्ल्यात मारला गेला. त्यानंतर दोनच दिवसांनी ११ तारखेला अमेरिकेतील ते दोन प्रसिद्ध मनोरे दहशतवाद्यांनी पाडले. याचा अर्थ मसूदच्या हत्येची वेळ ही पुढील दुर्घटनेचे दु:श्चिन्ह होते. असे मानले जाते की, ओसामा बिन लादेनने मसूदच्या हत्येचा हुकूम काढला होता. तसे केले की, तालिबानी मंडळी खूष होतील आणि नंतरच्या होणाऱ्या अमेरिकेतील दुर्घटनेनंतर आपल्याला उपकृत झालेल्या तालिबानींकडून अधिक संरक्षण मिळेल. मसूदची हत्या मोरोक्कोतील दोन अरबांनी केली. त्यांनी ''आपण बेल्जमहून आलेले पत्रकार आहोत,'' अशी बतावणी केली होती. दिल्लीतील अफगाणिस्तानचा राजदूत खलिली हा त्यावेळी मसूदला भेटायला गेला होता. हत्येच्या प्रसंगी तो मसूदच्याच शेजारी बसला होता. पण तो सुदैवाने बचावला. मसूदला मात्र प्राणांतिक जखमा झाल्या. त्या साऱ्या प्रसंगाला खलिली साक्षी ठरला. त्याने ते सर्व काही आपल्या डोळ्याने पाहिले. नंतर त्याने सांगितले की पत्रकार म्हणवणाऱ्या त्या दहशतवाद्यांनी मसूदच्या मुलाखतीचे व्हिडिओ चित्रीकरण करण्यासाठी एक व्हिडिओ कॅमेरा आणला होता. त्या कॅमेऱ्यामध्ये बॉंब लपवला होता. ते दोन्ही दहशतवादी मसूदच्या आसपास तीन आठवडे वावरत होते, पहाणी करीत होते, परिस्थितीचा अंदाज घेत होते आणि हल्ल्यापूर्वी टेहेळणी करीत होते. खलिलीला नंतर हेही आठवले, की त्या दोन तथाकथित पत्रकारांनी जेव्हा मसूदच्या छातीवर कॅमेरा रोखला तेव्हा त्याने त्या दोघांना विचारले, ''तुम्ही काय पोटाचे फोटो काढणार आहात का?'' त्या दोन्ही दहशतवाद्यांमधील एकजण त्या बॉंबस्फोटात मरण पावला. दुसरा तिथून पळून जात असता त्याला गोळी घालण्यात आली. त्यांचे पासपोर्ट नंतर तपासले असता ते दुसऱ्यांचे चोरून आणलेले होते असे लक्षात आले. त्यानंतर फ्रेंच सिक्रेट सर्व्हिसने १६ ऑक्टोबर २००१ रोजी जाहीर केले, की त्या दहशतवाद्यांकडचा कॅमेरासुद्धा हा पळवून आणलेला होता. डिसेंबर २००० मध्ये फ्रान्समधील ग्रेनोबल शहरातून त्यांनी तो कॅमेरा चोरला होता. शेवटी तो कॅमेरा मूळचा कोणाचा आहे याचा छडा फ्रेंच सिक्रेट सर्व्हिसने

लावायचे ठरवले आणि त्या कॅमेऱ्याचा मूळ मालक शोधूनही काढला. तेथून मसूदपर्यंत त्या कॅमेऱ्याचा प्रवास कसा झाला हेही शोधून काढले.[३३] त्या प्रवासात अर्थातच पाकिस्तान अंतर्भूत होते.

अफगाणिस्तानात तालिबानी सरकारशी जी 'उत्तरेकडची आघाडी' लढत होती तिला भारत सरकारचे सहकार्य होते. त्याबाबतची माहिती अद्यापही बाहेर प्रसिद्ध झालेली नाही. ती तपशीलवार माहिती बाहेर पडण्यासाठी अजून वाट पहावी लागणार आहे. ते सहकार्य अनेक वर्षे चालत आलेले होते. त्यात अनेकवार अडचणी आल्या होत्या, अनेक स्थित्यंतरामधून ते गेले होते. परंतु तरीही त्यात सातत्य होते आणि अनेक क्षेत्रात ते सहकार्य दिले गेले होते. त्या सहकार्यामुळे 'उत्तरेकडच्या आघाडीला' फार मोठा फायदा झाला होता. विशेषत: अहमदशाह मसूदला व त्याच्या सेनेला खूप सहाय्य मिळाले होते. त्या सहकार्यापैकी एक प्रयत्न म्हणजे आम्ही त्यांना एक रुग्णालय बांधून दिले. ते अफगाणिस्तान-ताजिकीस्तान या सरहद्दीपाशी फरखोर गावात बांधले. मसूदवर जेव्हा हल्ला केला तेव्हा त्याला त्याच्या हेलिकॉप्टरमधून ताबडतोब त्या रुग्णालयात हलविण्यात आले. परंतु बॉम्बचा एक तुकडा त्याची छाती फोडून हृदयापर्यंत घुसला होता. रुग्णालयात नेल्यावर तिथल्या डॉक्टरांनी मसूदचा मृत्यू जाहीर केला. बहुतेक तो बाँबस्फोटात जागेवरतीच तात्काळ मृत्यू पावला असावा. त्याचे हे हेलिकॉप्टर होते त्यातून मी बग्राम ते काबूल असा प्रवास नंतर केला होता. मुक्त झालेल्या अफगाणिस्तानमध्ये जेव्हा हमीद करझाई यांचा शपथविधी झाला त्या समारंभाला हजर रहाण्यासाठी मी तिकडे डिसेंबर २००२ मध्ये गेलो होतो. (पहा : प्रकरण ८). बग्रामहून काबूलला जाताना आपण मसूदच्या हेलिकॉप्टरमध्ये बसलो हे एवढेच त्याच्याबद्दलचे समाधान मला लाभले.

११ सप्टेंबर २००१ रोजी मी माझ्या ऑफिसात काम करीत बसलो होतो. अचानक राघवन् धावत माझ्याकडे आला. राघवन् त्यावेळी मला माझ्या कामात मदत करीत असे. तो आत घुसला तेव्हा त्याच्या चेहेऱ्यावरती काळजी पसरली होती. तो घाईघाईने म्हणाला, "सर, भयंकर घटना घडलेली दिसते आहे. वर्ल्ड ट्रेड सेंटरवरती एका विमानाने टक्कर दिली... न्यूयॉर्कमध्ये." अमेरिकेतील ते दोन मनोरे कसे पाडले हे येथे सांगण्यात अर्थ नाही. त्या हल्ल्यामुळे अमेरिकेचे भलतेच नुकसान होईल ही जी दहशतवाद्यांना आशा वाटत होती, तसे मात्र झाले

३३. *पहा : इंटरनेटवरती en.wikipedia.org/wiki/Ahmed-Shah-Massoud तसेच, ली अॅन्डरसन यांचे New Yorker मासिकात आलेले १ ऑक्टोबर २००१ आणि १० जून २००२ रोजी आलेले A Lion's Death आणि The Assassins हे लेख वाचा.*

नाही. उलट त्याऐवजी अमेरिकेची संपूर्ण ताकद मूलभूतवादी इस्लामच्या जागतिक संकटाविरुद्ध उभी राहिली. तो दिवस असा होता की सारे शिष्टाचार बाजूला टाकून द्यावे लागत होते. भारताच्या पाठिंब्याचे निदर्शक म्हणून मी ताबडतोब अमेरिकी राजदूत रॉबर्ट डी. ब्लॅकविल याला फोन केला आणि म्हटले, "आत्ताच्या अमेरिकेच्या कसोटीच्या काळात जर आमच्याकडून काही मदत हवी असेल तर सांगा, आम्ही ती आनंदाने देऊ. भारत देश, भारतीय जनता व भारत सरकार हे आपल्या दुःखात सहभागी आहेत..." त्याच दिवशी संध्याकाळी मंत्रीमंडळाची सुरक्षा समितीची एक बैठक झाली आणि त्यामध्ये झालेला ठराव वृत्तसंस्थांना कळवला गेला. "मंत्रीमंडळाच्या सुरक्षा समितीला या भयानक गुन्ह्यामुळे धक्का बसला असून आम्ही अमेरिकेच्या, तिथल्या सरकारच्या व जनतेच्या दुःखात सहभागी असून आम्हाला त्यांच्याबद्दल सहानुभूती वाटते. भारतातील सर्व अमेरिकी कॉन्सुलेटस् व दूतावास यांना आम्ही ताबडतोब संरक्षण पुरवावयास सुरुवात केली आहे. दहशतवाद हा एक मानवतेविरुद्ध गुन्हा असून आणि भारत त्याविरुद्ध लढण्यासाठी शपथपूर्वक बांधला गेला आहे. त्याप्रमाणे आम्ही लढत आहोत व लढत राहू..." पंतप्रधान वाजपेयी यांनी बुश यांच्याशी १६ सप्टेंबरच्या संध्याकाळी फोनवरून संपर्क साधला आणि बराच वेळ त्यांच्याशी संवाद केला. दोन्हीही नेत्यांचे दहशतवादाविरुद्ध एकमत आधीच झालेले होते. आपल्याजवळील दहशतवादी संघटनांची माहिती एकमेकांना येथून पुढे देत रहावे असे फोनवरती ठरले. राष्ट्रीय सुरक्षा सल्लागार ब्रजेश मिश्रा यांच्याकडे ते काम सोपवण्यात आले.

सप्टेंबरच्या शेवटी पंतप्रधान वाजपेयी युनोच्या जनरल असेम्ब्लीच्या वार्षिक सभेसाठी न्यूयॉर्कला गेले. त्या काळात युनोच्या सिक्युरिटी कौन्सिलने आंतरराष्ट्रीय दहशतवादाविरुद्ध एक ठराव पास केला होता. अर्थातच तो ठराव अमेरिकेचे दोन मनोरे पाडल्यामुळे पुढे आला होता. परंतु त्या ठरावामध्ये आणखी बरेच काही अंतर्भूत केले होते. त्यामध्ये भारतात दहशतवादाने आजवर किती धुमाकूळ घातला याचा आढावा घेतला होता. त्यात नमूद केलेल्या बऱ्याच गोष्टी आपल्याशी संबंधित होत्या. त्या ठरावाची दखल घेऊन आम्ही त्याला प्रतिसाद देत युनोला कळवले होते, "युनोच्या सिक्युरिटी कौन्सिलच्या १३७३ क्रमांकाचा व २८ सप्टेंबर २००१ रोजी पास केलेला ठराव हा दहशतवादाचे जागतिक गुणधर्म दाखवतो आणि त्याविरुद्ध लढण्यासाठी जागतिक पातळीवरती सहकार्याची नितांत गरज आहे हेही दर्शवितो." त्या ठरावाने सर्व देशांना दहशतवादाला विरोध करण्याचे व तो गाडून टाकण्याचे आवाहन केले होते. शिवाय कोणत्याही दहशतवादी कृत्यांना अर्थपुरवठा करण्यास प्रतिबंध करण्याचे सुचवले होते. तसेच, आपल्या देशातील नागरिकांनी दहशतवाद्यांना आणि त्यांच्या कृत्यात

सहभागी असलेल्यांना कोणत्याही स्वरुपाची मदत देऊ करण्यास प्रतिबंध करावा. जे कोणी दहशतवाद्यांच्या योजनांना अर्थसहाय्य करीत असतील, पाठिंबा देत असतील, त्यांच्या कृत्यात सामील होत असतील त्यांच्यावरती बंधने घातली जावी. तसेच, कोणत्याही देशाने दहशतवाद्यांना आपल्या देशाची भूमी वापरू देऊ नये, मग त्यांची कृत्ये जरी अन्य देश किंवा अन्य लोकसमुदाय यांच्या विरूद्ध असली तरी.'' दहशतवाद्यांविरुद्ध काय करावे याचा मार्गदर्शक साचाच बनवून दिला होता. परंतु भारताच्या बाबतीत तशी वेळ या आधीच यायला हवी होती.

दुसऱ्या दिवशी म्हणजे २ ऑक्टोबर रोजी मी पुन्हा कॉलिन पॉवेल यांना भेटलो. ती एक संपूर्णपणे वेगळीच भेट होती. या भेटीत भारताच्या दहशतवादाविरुद्धच्या भूमिकेचा मी पुनरुच्चार करू शकत होतो, ती भूमिका पक्की करू शकत होतो. कारण आता अमेरिकाही दहशतवादाला बळी पडत चालली होती. भारत व अमेरिका समदुःखी बनले होते. मला खरे तर पेन्टॅगॉनला भेट देण्याची इच्छा होती. डोनाल्ड रम्सफेल्ड यांची गाठ घ्यायची होती. कारण जेव्हा विमान पेन्टॅगॉनवरती पडले, तेव्हा धोक्याचा सायरन वाजू लागला. त्यावेळी रम्सफेल्ड पेन्टॅगॉनमध्ये होते. सायरन थांबताच झटकन ते कोसळलेल्या इमारतीकडे जखमींना मदत करण्यासाठी स्वत: धावले. मला हे जेव्हा कळले तेव्हा मी हेलावून गेलो. म्हणून मला रम्सफेल्ड यांना भेटायचे होते. ते मनोरे व पेन्टॅगॉन यावरती विमाने आदळल्यानंतर भारत व अमेरिका हे दोन्ही देश अधिक एकमेकांजवळ आले. एकमेकांशी असलेले संबंध पूर्वीपेक्षाही अधिक सुधारले. बुश प्रशासनाने भारतावरील सर्व उरले-सुरले आर्थिक निर्बंध उठवले. जेव्हा अल् कायदा व अफगाणिस्तानातील तालिबान यांच्यावर अमेरिकेला हल्ला करायचा होता तेव्हा भारताने अमेरिकेला सहकार्य केले. मग ७ ऑक्टोबर रोजी अफगाणिस्तानावरील हल्ल्याला अमेरिकेने सुरुवात केली. त्याआधी राष्ट्राध्यक्ष बुश यांनी पंतप्रधान वाजपेयी यांना फोन करून सारा आवश्यक तपशील सांगितला. अपेक्षेप्रमाणे अमेरिकेने फक्त विशिष्ट लक्ष्यावरती हल्ले चढविण्यास सुरुवात केली. लोकवस्त्यांना शक्य तितकी कमी झळ पोहोचेल असे पाहिले. अफगाणिस्तानशी व तेथल्या जनतेशी पूर्वापार संबंध असल्याने बुश यांच्या ७ ऑक्टोबर रोजी केलेल्या निवेदनाचे भारताने स्वागत केले. त्या निवेदनात बुश म्हणाले होते, ''अफगाणिस्तानवर जे लक्ष आम्ही केंद्रीत केले आहे ते दहशतवादाविरुद्धच्या युद्धाचाच एक भाग आहे.'' भारताची जागतिक दहशतवादाविरुद्धची भूमिका आणि जगात कुठेही दहशतवाद अवतरला तर त्याविरुद्ध जागतिक कृती झाली पाहिजे ही भारताची भूमिका आता सर्वांनाच ठाऊक झाली होती.

आता घटनामालिकेने वेग धारण केला होता. अफगाणिस्तानवरती हल्ला

चढविल्यानंतर पहिल्या आठवड्यातच कॉलिन पॉवेल भारतात आले. दिल्लीमध्ये आल्यावर पूर्वी ते जे काही बोलले नाहीत ते आता त्यांनी प्रगट केले. ते म्हणाले, "दहशतवादाविरुद्ध अमेरिका व भारत यांची एकी झाली असून त्या वादात भारताविरुद्ध केल्या जाणाऱ्या दहशतवादी कृत्यांचाही समावेश आहे. भारत व अमेरिका हे एकमेकांचे निसर्गतःच दोस्त आहेत आणि ते खांद्याला खांदा भिडवून एकमेकांशेजारी उभे आहेत." पॉवेल यांच्याबरोबर मी तीन प्रश्नांवर प्रामुख्याने चर्चा केली. ते तिन्ही प्रश्न दोन्ही देशांशी परस्पर-संबंधित असे होते. त्यात दहशतवाद, क्षेपणास्त्रामार्फत संरक्षण आणि आण्विक क्षेपणास्त्रे व आंतरखंडीय क्षेपणास्त्रांसह अण्वस्त्रप्रसारबंदी. दहशतवादाच्या प्रश्नावर भारताने ९ सप्टेंबरच्या अमेरिकेतील दुर्घटनेवरती म्हटले की, "तो हल्ला म्हणजे अमेरिकेचे स्वातंत्र्य, नागरी संस्कृती आणि लोकशाही यावरती हल्ला होता." अखेर अमेरिकेला भारताची दहशतवाद-विरोधी भूमिका समजली. परंतु ९ सप्टेंबरच्या हल्ल्यानंतर एकदम अमेरिकेला तसे समजले नव्हते. खूप आधीपासून ते हळूहळू अमेरिकेला हे समजत चालले होते. या लढ्यात भारताचे विचार प्रथमपासून तेच होते. त्यात कुठेही दुटप्पीपणा, द्व्यर्थी विचार नव्हते. पॉवेल यांनी हेही सांगितले की, "भारताशी आत्ता असलेले अमेरिकेचे संबंध हे अधिक वरच्या स्तरावर नेणे हा आमच्या अग्रक्रमाचा एक भाग आहे, असे राष्ट्राध्यक्ष बुश यांनी अत्यंत स्पष्टपणे सांगितले आहे." मग पॉवेल यांनी अमेरिकन धोरणाची वैशिष्ट्ये आणि त्यातील भाग समजावून सांगत म्हटले, "आम्ही सध्या अफगाणिस्तानवरती आमचे जे लक्ष केंद्रीत केले आहे ते तेथील अल्-कायदा ह्या संघटनेला, तिच्या जाळ्याला, उखडून काढण्यासाठी आहे. अफगाणिस्तानचा वापर दहशतवादी कारवाया, कट-कारस्थाने करणे यासाठी इतके दिवस चालला होता. अल्-कायदाने एक प्रकारे अफगाणिस्तानवरती आक्रमण केले होते. आम्ही त्या आक्रमणातून अफगाणिस्तानला मुक्त करणार आहोत. आमचे ध्येय साध्य करणार आहोत..."
परंतु पॉवेल यांच्या भेटीमध्ये एक विसंवादी सूर त्यांनी आधी काढला होता. भारतात येण्याआधी त्यांनी पाकिस्तानला भेट दिली होती आणि तिथे बोलताना ते म्हणाले, "काश्मिर हा एक मध्यवर्ती प्रश्न आहे." ते तसे हेतूपूर्वक बोलले की नाही हे मला कळू शकले नाही. पण त्यांच्या या वक्तव्याविरुद्ध भारतात तीव्र टीका अपरिहार्यपणे झाली. परराष्ट्र मंत्रालयाने आपल्या प्रवक्त्याकरवी जाहीर केले की, "मूळ कारण व त्याचे परिणाम या दोन्हींमध्ये कोणतीही गल्लत व्हायला नको. जम्मू-काश्मिरमधील आत्ताची परिस्थिती ही एका राष्ट्राने पुरस्कृत केलेल्या दहशतवादामुळे उद्भवली आहे, ती परिस्थिती हे काही मूळ कारण नाही."

मग पॉवेल यांची भारतात आल्यावर अवघडलेली परिस्थिती झाली. दिल्लीत झालेल्या पत्रकार-परिषदेत त्यांना त्याबद्दल प्रश्न विचारले गेले. त्यावर त्यांनी त्याचा तोंडी खुलासा करण्याचा प्रयत्न केला. ते म्हणाले, "काश्मिर हा एक मध्यवर्ती प्रश्न आहे. या वाक्यातील ' एक मध्यवर्ती' (a central) हे शब्द मी बोललो नव्हतो. मी फक्त 'मध्यवर्ती' (central) असे म्हणालो होतो. अन् तो शब्दही 'महत्त्वाचा' या अर्थी मी बोललो होतो. अन् तसा तो प्रश्न महत्त्वाचा आहे असे मला वाटते. त्याविरुद्ध जर कोणी अर्थ काढला तर तो चुकीचा ठरेल. परंतु माझ्या बाकीच्या विधानांकडे लक्ष देणेही महत्त्वाचे आहे. मी असे म्हटले होते की, संवाद साधीत आपण पुढे गेले पाहिजे, तणाव कमी करण्यासाठी संवाद साधला पाहिजे, हिंसाचार टाळण्यासाठी आणि मानवी हक्कांचा आदर करण्यासाठीही संवाद साधला पाहिजे. मला वाटते की माझी ही विधाने स्वच्छ आहेत, स्पष्ट आहेत. काश्मिरचा प्रश्न हा भारत व पाकिस्तान यांनी मिळून सोडवावा. अमेरिका ही या दोन्ही देशांचे एक मित्र राष्ट्र आहे. जर आमच्या या दोन्ही मित्रांना आमचे प्रयत्न मदत करणारे ठरतील असे वाटले तरच आम्ही अशी मदत करू." पॉवेल यांनी 'क्षेपणास्त्राद्वारे संरक्षण' म्हणजे काय हेही विशद करून सांगितले. यावर शंका विचारल्या गेल्या की, मग यामुळे चीन आपल्या अणुशस्त्रांच्या साठ्यात वाढ करण्यास उद्युक्त होईल. परिणामी भारत व पाकिस्तान यांच्यातील शस्त्रस्पर्धा दक्षिण आशियात मोठी ठरेल. पॉवेल यांनी या शंका सहज फेटाळून लावल्या व म्हणाले, "नाही, तसे काहीही होणार नाही. आम्ही ज्या प्रकारच्या क्षेपणास्त्राद्वारे संरक्षणाचा कार्यक्रम राबवू इच्छितो आहे... तो अत्यंत मर्यादित आहे. आम्ही आमचा आक्रमक आण्विक साठा कमी करीत नेतो आहोत, त्यात बऱ्यापैकी घट करीत आहोत, अगदी कमी करत नेत आहोत, हे एकदा लोकांना कळले व तशी त्यांनी खात्री करून घेतली की, मग त्यांना आमच्या मर्यादित स्वरुपाच्या क्षेपणास्त्राद्वारे संरक्षणाचे महत्त्व उमजून येईल. मग रशिया किंवा चीन यांच्यापैकी कोणीही नंतरची परिस्थिती ही आपल्याजवळील अणुशस्त्रांच्या धाकाच्या जोरावर बदलू पहाण्यास धजावेल, असे मला वाटत नाही. येथे इस्लामाबादेत जी बोलणी झाली त्यात मला या (काश्मिर) प्रश्नाच्या दोन्ही बाजू कळल्या. मी या निमित्ताने आपल्या पंतप्रधानांबरोबर आमच्या राष्ट्राध्यक्षांच्या व्यूहनीतीच्या चौकटी-बद्दलच्या संकल्पना सांगितल्या आणि 'क्षेपणास्त्राद्वारे संरक्षण' याचे महत्त्व भारतीयांना कळल्याबद्दल त्यांचे आभार मानतो. शस्त्रास्त्रांचे स्वरूप आणि शत्रूला काबूत ठेवण्यासाठी त्यांचा जो विकास केला जातो त्यावरील नियंत्रणाचे महत्त्व हे आम्हा दोन्ही देशांना नीट समजते आहे. तसेच आम्ही अटकाव करून संरक्षण करण्याच्या व्यूहनीतीपासून दुसऱ्या अन्य कोणत्याही व्यूहनीतीकडे वळणार नाही. त्यामुळे

अमेरिका जी योजना आखीत आहे त्यामुळे शस्त्रास्त्रांची स्पर्धा सुरू होण्याचे काहीही कारण नाही.''

कॉलिन पॉवेल यांच्या भेटीमुळे माझ्या विचारांना भरपूर खाद्य मिळाले. भारत व पाकिस्तान यांच्यात इतके संघर्ष असताना आणि पाकिस्तानात अमेरिकी सैन्य प्रत्यक्षात हजर असतानाही लोकशाहीवादी अमेरिका आणि लष्करी पाकिस्तान यांच्यातील संबंध वाढवत नेण्याचा विचार केला जातो हे मला आता स्वाभाविक वाटू लागले. पण मग यामुळे भारत-अमेरिका संबंधांवरती काय परिणाम होईल? त्यामुळे पाकिस्तानबद्दलच्या भारताच्या दृष्टिकोनावरती काय परिणाम होईल? तसेच, आमचा शेजारी पाकिस्तान हा अफगाणिस्तानातील दहशतवादाशी कसा लढा देईल? अन् त्याच वेळी जम्मू-काश्मिरमध्ये दहशतवाद कसा काय पसरवू शकेल? हे सारे गुंतागुंतीचे प्रश्न, गुंतागुंतीची आव्हाने यातून निर्माण होणार नाहीत का? अन् त्या सर्वांचा एकत्रित परिणाम भारतावरती काय होईल? त्या सर्व प्रश्नांची उत्तरे शोधणे ही भारताची जबाबदारी आहे, हे मला कळून चुकले. पण या बाबतीत आम्ही अमेरिकेशी कसलीही तडजोड करणार नाही. कारण ११ सप्टेंबरच्या हल्ल्यानंतर अमेरिका त्या संदर्भातील प्रश्नांमध्ये पूर्ण गुरफटून गेली होती.

नोव्हेंबर २००१च्या सुरुवातीला मी परराष्ट्र खात्याबरोबर संरक्षण खात्याचेही जे मंत्रीपद सांभाळत होतो, ते सोडून दिले. जॉर्ज फर्नांडिस यांच्या गैरहजेरीत मला त्यांचे खाते तात्पुरते सांभाळावे लागले होते. पण आता ते परत आले होते. आल्या आल्या त्यांना भेटायला येणारा पहिला पाहुणा डोनाल्ड रम्सफेल्ड हे होते. मला त्यांच्या भेटीचा खूप आनंद झाला. भारत व अमेरिका यांच्या लष्करी संबंधांवरती आणखी जोर देण्यासाठी या भेटीचा उपयोग होत होता. या भेटीमधील बोलण्यामध्ये अर्थातच अफगाणिस्तान, पाकिस्तान आणि दहशतवाद हे विषय जास्त चर्चिले गेले. या विषयासंदर्भात आता पेन्टॅगॉन आणि संरक्षण मंत्रालय यांना थेट बोलणी करण्यास आता कोणताच अडथळा नव्हता. ५ नोव्हेंबर रोजी राष्ट्राध्यक्ष बुश यांनी पंतप्रधान वाजपेयी यांना ७ व ९ नोव्हेंबर रोजी भेटीचे एक अधिकृत आमंत्रण दिले. त्यावेळी झालेल्या भेटीत बुश यांनी बोलून दाखवले की, भारताची विकसित होण्याची क्षमता ही अफलातून आहे. कारण भारताची सर्वात जास्त निर्यात ही बौद्धिक शक्तीची आहे. भारतावरील एकूण एक आर्थिक निर्बंध उठवून भारताला दहशतवादाशी सामना करता येईल, असेही त्यांनी बोलून दाखवले. ''आता आपण साऱ्यांनी बोलण्यापेक्षा अधिक काही करून दाखवले पाहिजे. काही ना काही उद्दिष्टे साध्य केली पाहिजेत, काही खर्चात कपात केली पाहिजे, दहशतवाद्यांवरती राजनैतिक दडपण वाढवले पाहिजे...

दहशतीपुढे ठामपणे पाय रोवून उभे रहायला हवे.'' अशा शब्दात त्यांनी आपल्या दहशतवादाबद्दलच्या भावना व्यक्त केल्या. बोलण्यामधल्या विषयांची संख्या वाढत चालली. त्यात मानवी हितांसाठी अंतराळ संशोधन क्षेत्रात सहकार्य, संगणकीय दहशतवाद (cyber terrorism), ऊर्जा इत्यादी विषयही उगवले होते.

दरम्यान अफगाणिस्तानात एक राजकीय व्यवस्था राबविण्याची गरज तातडीने निर्माण झाली होती. तसेच जे नागरिक विस्थापित झाले होते त्यांचेही पुनर्वसन करणे गरजेचे होते. अफगाणिस्तान नक्की कशा प्रकारचे आव्हान आपल्यापुढे ठेवते आहे, किंवा त्या देशातील संघर्ष काय आहे हे नीट बारकाईने पाहिले तर सहज समजून येत होते. बुश या युद्धाबाबत म्हणाले, ''हे एक वेगळ्या प्रकारचे युद्ध आहे. घोड्यावरून हिंडणाऱ्या तालिबानी सैनिकांविरुद्ध अत्यंत उच्च प्रकारच्या तंत्रज्ञानाने बनलेल्या शस्त्राने लढण्यासारखे हे युद्ध होते. या युद्धात शत्रूचे सैनिक असा विचार करणारे आहेत की आपण गुहेत लपलो की आपल्याला विसरले जाईल. हे युद्ध असे होते की त्यात जाणीवपूर्वक व पद्धतशीर प्रयत्न करून आपली ध्येये साध्य करून घ्यायला हवीत. आमच्या देशाला ती ध्येये साध्य करून घेण्याएवढा जरी दम नसला तरी ती ध्येये साध्य करून घेण्याचा निश्चय मात्र पक्का आहे, ठाम आहे. अन् आम्ही ती ध्येये साध्य करूच!''

हे सारे घडणे अति आवश्यक होते. कारण एव्हाना नुकताच तालिबानी सैन्याचा उत्तरेकडच्या आघाडीने पराभव केला होता. काबूलमध्ये सत्तांतर झाले आणि उत्तर आघाडीचे सैन्य त्या प्राचीन व ऐतिहासिक राजधानीत चारी बाजूने घुसू लागले. तो दिवस होता १५ नोव्हेंबर २००१.

१ ऑक्टोबर रोजी मी अमेरिकेत असताना मला माझा दिवसभराचा कार्यक्रम पुरा करायचा होता. अनेकांबरोबर भेटी, बैठका, चर्चा, सल्लामसलती उरकायचे होते. व्हाईट हाऊसमधील कोंडालिझ्झा राईस हिला तिच्या ऑफिसात भेटलो. पुन्हा तिथे अचानक राष्ट्राध्यक्ष बुश आले. माझी राईसबरोबर ७५ मिनिटे चर्चा झाली. त्यातील निम्मा वेळ बुश यांच्याबरोबर चर्चा करण्यात गेला. त्या चर्चेत विविध विषय होते. सद्य:स्थिती, अफगाणिस्तान वगैरे बऱ्याच विषयांवरती आमचे बोलणे झाले.

त्याच दिवशी तोपर्यंत जम्मू-काश्मिरच्या विधानसभेवरती दहशतवाद्यांनी एक घातक हल्ला चढवला होता. सुदैवाने त्या भीषण हल्ल्यातून राजकीय नेते बचावले होते. मी ही गोष्ट या आधी सांगितली होती. त्या घटनेमुळे वाजपेयी संतप्त झाले होते. सारा देश खवळला होता. पाकिस्तानने अमेरिकेबरोबर संबंध नव्याने रचले होते. अन् तरीही पाकिस्तान दहशतवादाची निर्यात भारतात करीत

होते. यामुळे भारतापुढे नक्की समस्या उभ्या रहाणार होत्या. पाकिस्तानात लष्करी राजवट असल्याने अशा गोष्टीला आता फक्त तीच राजवट जबाबदार रहात होती. जोपर्यंत लष्कर सत्तेवरती नव्हते तोपर्यंत त्यांना या समस्येचा घटक धरता येत नव्हते. पण आता तेच सत्तेवर असल्याने दहशतवादाच्या निर्यातीला तेच फक्त जबाबदार तर धरले जात होतेच,पण तेच याचे मूळ कारण आहे हे एकदम उघड झाले होते. मी या मुद्यावर जोर देऊन बुश व राईस यांना स्पष्ट करून सांगितले की, कोणत्याही दहशतवादाविरुद्ध एकतर्फी संघर्ष छेडता येत नाही. कारण दहशतवाद जागतिक पातळीवरती पसरला आहे. म्हणून तर माझ्या दृष्टीने अल् कायदा, बिन लादेन किंवा तालिबान यांच्याविरुद्ध कोणत्याही एकट्या दुकट्या देशाने आघाडी उघडून उपयोग नाही. त्यांच्याविरुद्धच्या संघर्षात नुसत्या अमेरिकेने भाग घेऊन उपयोग नाही. मूळच्या दहशतवाद्यांच्या संघटनेपासून अनेक शाखा फुटत गेल्या आहेत. अनेक इतर दहशतवादी संघटनांनी मूळच्यासारखी रूपे धारण करून जन्म घेतला. त्यांचे जाळे जगभर पसरत गेले. त्याचबरोबर मूळ संघटनाही कारवाया करीत राहिलेली आहे. त्यांच्याकडून भारताच्या सहनशीलतेची कठोर कसोटी पाहिली जाऊ लागली. मी हे त्या दोघांना नीट समजावून सांगितले व शेवटी म्हणालो, "माझ्या देशातील निष्पाप नागरिकांवरती मुद्दाम जाणूनबुजून हिंसाचार हे दहशतवादी करू लागले आहेत." म्हणून मी कोंडालिझ्झा राईस व बुश यांना सांगितले की, "भारतातील दहशतवाद निपटण्याची जबाबदारी भारतावरतीच पडते... आम्ही गेली अनेक दशके दहशतवादाशी झुंज देत आहोत आणि देत राहू. जर या संकटाविरुद्ध आम्ही आमचे संरक्षण करू शकलो नाही, तर बाकीचे कसे आमचे संरक्षण करू शकतील? म्हणून तर पाकिस्तान हा तालिबानसारख्या दहशतवादी गटांकडे वळल्याने आमच्या दृष्टीने त्याला सततचे महत्त्व प्राप्त झाले आहे." माझ्या या भेटीनंतर लवकरच मी माझ्या संसदेतील ऑफिसमध्ये काम करीत असताना १३ डिसेंबर २००१ रोजी लोकसभेवरती हल्ला चढवण्यात आला. त्याचे वर्णन मी प्रकरण ८ मध्ये केले आहेच. अशा प्रकारचा संसदेवरचा हल्ला जगातला पहिलाच होता.

त्या हिडीस हल्ल्याचा धिक्कार सबंध जगातून केला गेला. अनेक राष्ट्रप्रमुखांचे, पंतप्रधानांचे, राष्ट्राध्यक्षांच्या सहानुभूतीच्या संदेशांचे ओघ आमच्याकडे सुरू झाले. त्या दहशतवादी वातावरणात अमेरिकेनेही आपला निषेध, धिक्कार व्यक्त केला. त्या काळात त्यासाठी विविध शब्दप्रयोगांचा वापर झाला. परंतु पाकिस्तानची मात्र पंचाईत झाली. जे स्पष्ट आहे, स्वच्छ आहे, धडधडीत सगळ्यांना दिसत आहे ते मान्य करायला पाकिस्तानला जड जाऊ लागले. त्यांची पहिली प्रतिक्रिया ही गोंधळल्याची होती आणि वाटेल तशी केलेली होती. त्या हल्लेखोरांपैकी एकाने

कराचीला हल्ल्याच्या आधी काही मिनिटे मोबाईलवरून फोन केला होता. ही बातमीही नंतर बाहेर फुटून सार्वजनिक झाली होती. परंतु जनरल मुशर्रफ यांनी मात्र "पाकिस्तान एवढे जोखमीचे धाडस कशासाठी करेल? त्यामुळे काय साधले जाईल? अन् ते दहशतवादी कोणत्या प्रकारचे होते? सरळ सर्वांनी मिळून जायचे आणि आपल्याला ठार मारून घ्यायचे, असे त्यांनी का केले?" जनरलच्या दृष्टीने ती एक योग्य चौकशी असली तरी ती फक्त मर्यादित अशा लष्करी स्वरुपाची होती.

जम्मू-काश्मिरच्या विधानसभेवर १ ऑक्टोबर २००१ रोजी झालेला हल्ला आणि १३ डिसेंबर २००१ रोजी संसदेवर झालेला हल्ला, या दोन्हीमध्ये काय हेतू दिसतो? जम्मू-काश्मिरच्या हल्ल्याआधी दोनच मिनिटे मुख्यमंत्री फारुख अब्दुल्ला हे सुदैवाने तिथून बाहेर पडले होते. प्रथम काश्मिरमधील राजकीय नेतृत्व खलास करायचे आणि नंतर देशाचे नेतृत्व संपवायचे, असा तर तो डाव नव्हता ना? जर नेतृत्व संपवायचा हेतू नसेल तर नेतृत्वाला शारीरिक व मानसिक जबर दुखापत करण्याचा हेतू नक्की असला पाहिजे. पाकिस्तानने नंतर जाहीर केले की : "संसदेवरील हल्ल्याची जी सबब सांगितली जाते, की ज्याचा आमच्याकडे पुरावा नाही, ती सबब एवढी टोकाला नेण्याची काय गरज होती? ज्या दोन देशात सुप्त आण्विक सामर्थ्य आहे त्या दोन देशात युद्धाचे वातावरण निर्माण करण्यासाठी आपल्या फौजा या निमित्ताने सरहद्दीवर नेण्याचा डाव यामागे होता. एवढे टोकाला जाणे हे अति वाईट आहे."

परंतु पाकिस्तानने कितीही जरी तसला कांगावा केला तरी खबरदारी म्हणून दरम्यान सैन्याची जमवाजमव व पाठवणी सुरू झाली होती. कारण जर भारताच्या संसदेवरील हल्ल्याचे मूल्यमापन मुशर्रफ सरकार असे करणार असेल तर मात्र भारताला याची दखल गंभीरपणे घेणे भाग होते. शिवाय सबंध भारतभर संतापाची लाट उसळली होती. "आम्ही खूप काळ सहन करीत आलेलो आहोत. आता फार झाले. पाकिस्तानने आता कळस गाठलेला आहे. प्रत्येक वेळी आम्ही कसे काय सहन करायचे?" अशा तऱ्हेची भावना देशभर आणि लोकसभेत उमटली. त्यातून राग, संताप, चीड, प्रक्षोभ आदि व्यक्त होत होते. लोकसभेची इमारत ही देशाच्या लोकशाहीचे एक पवित्र, महान व पूजनीय प्रतीक आहे. भारताच्या सार्वभौमत्वाचे ते एक स्थान आहे. त्यावरती असभ्यपणे दहशतवाद्यांचा हल्ला होणे म्हणजे लोकसभेच्या शुद्धतेला काळिमा फासण्यासारखे आहे. या ऐतिहासिक वास्तूत प्रथमच गोळीबार झाला. ऑटोमॅटिक शस्त्रे कडाडली आणि हातबाँबचे स्फोट दुमदुमले. मृत्यूचा दर्प हवेत पसरला आणि लोकशाहीच्या देवळातील जमिनीवर रक्ताचा सडा शिंपडला गेला आणि प्रेते विखरून पडली. ती अभूतपूर्व

भयानकता शब्दात व्यक्त करणे कठीण आहे. त्या प्रसंगाने निर्माण झालेली प्रक्षुब्धता ही भल्याभल्यांची मन:शांती ढवळून गेली. चिडलेल्या सरकारने सैन्याची जमवाजमव करून ते सरहद्दीवर पाठवून दिले. पाकिस्तानलाही मग आपले सैन्य तिथे आणून उभे करावे लागले. दोन्ही सैन्ये तशीच एकमेकांसमोर वर्षभर सज्ज अवस्थेत उभी होती. (पहा : प्रकरण ८).

जे युद्ध घडलेच नाही

सीमेवरती दोन्ही पक्षांची सैन्ये नुसती खडी होती. पण तरीही त्याचे काही फायदे होते. आण्विक युद्धाची भीती कशी निर्माण केली जाते ते अधिक चांगले समजले. ती भीती अमेरिका व इंग्लंड यांनी मुख्यत्वेकरून व्यक्त केली होती. ही गोष्ट काहीही कारण नसताना प्रगट केलेली मला वाटत होती. आण्विक युद्धाची घंटा वाजवून मुद्दाम ती निर्माण केली गेली होती किंवा सैन्याची जमवाजमव केल्याचा बागुलबोवा दाखवून (कुठल्या तरी भागात) काहीतरी अनियंत्रित स्वायत्तता साध्य करण्याचा हेतू तर त्यामागे नसेल ना? त्या कृत्रिम भीतीचे समर्थन करता येण्याजोगे नव्हते. ती अनाकलनीय होती. कारण त्यावेळी अणुयुद्धाची सुतराम शक्यता नव्हती. भारतात तशी भीती, घबराट जनतेत कुठेही निर्माण झाली नव्हती. भारताने तसली धमकी दिली नव्हती. फक्त अमेरिका व इंग्लंड यांनीच अणुयुद्धाची आवई उठवली होती. मला त्यात फार पूर्वी विस्मृतीत गेलेल्या भूतकाळातील पाश्चिमात्य साम्राज्यवादी दृष्टिकोनाच्या छटा दिसत होत्या. अर्थात ती दोन सार्वभौम राष्ट्रे असल्याने त्यांना आपली मते, अंदाज वगैरे काहीही प्रगट करण्यास कसलीच आडकाठी नव्हती. शिवाय भारत व पाकिस्तान येथे कित्येक हजार ब्रिटिश व अमेरिकी माणसे नोकऱ्या करीत असल्याने त्यांच्या सुरक्षिततेची काळजी त्या त्या देशांना वाटणे सहाजिक होते. आपल्या देशाच्या नागरिकांना भारत व पाकिस्तान सोडून निघून येण्यास सांगणे, नवीन लोकांना इकडे जाऊ न देणे आणि सतत अणुयुद्धाचे तुणतुणे वाजवित रहाणे ही गोष्ट जादाच झाली होती. मला तर हा सारा प्रकार मुद्दाम भीती निर्माण करण्यासाठी खोडसाळ लोकांचा बनाव वाटू लागला होता.

अन्यथा अशी भीती का निर्माण केली गेली होती? कितीही खोल शिरले तरी मला याचे कारण सापडत नव्हते. तसेच, या प्रकारात अमेरिकेने का पुढाकार घेतला तेही समजत नव्हते. परंतु या तथाकथित अणुयुद्धाचा धसका किंवा भीती अन्य कोणत्याही देशांनी मनावर घेतली नव्हती. म्हणजे ही मोठ्या प्रमाणावर केलेली चेष्टा होती? का काहीतरी साध्य करण्यासाठी केलेली ती एक युक्ती होती? ती काहीतरी पाकिस्तानला सावध ठेवणारी गोष्ट असावी. अमेरिकेच्या

अफगाणिस्तानातील तालिबानींबरोबरच्या चकमकी अद्यापही चालूच होत्या. पाकिस्तान हे अमेरिकेचे दोस्त-राष्ट्र असल्याने त्या संघर्षामुळे भारावून जाऊन त्याच्या डोक्यात उन्माद चढेल व जम्मू-काश्मिरमध्ये किंवा अन्यत्र उच्छाद माजवेल. तसे त्याने करू नये म्हणून तर त्याचे सैन्य सरहद्दीवरती गुंतवून ठेवण्यासाठी ती आवई उठवली असेल काय? पण एवढ्या कारणासाठी 'भारत अणुहल्ला करेल' अशी भीती पाकिस्तानला दाखवली तर मग पाकिस्तान नाही का भारतावरती उलट तसलाच हल्ला आधीच करेल. म्हणजे जो हेतू मनात धरला आहे त्याच्या नेमके उलट घडेल. तसे करण्यासाठी पाकिस्तान नक्कीच भारताविरुद्ध आरडाओरडीची एक प्रचार मोहीम उघडेल. नेहमीपेक्षा ती जास्त मोठी आरडाओरड टेलिव्हिजन व रेडिओवरून केली जाईल. का अणुयुद्धाच्या भीतीची आवई उठवून भारतालाच एक सावधगिरीची ताकीद होती काय? 'उगाच युद्धाला प्रवृत्त होऊ नका, अमेरिकेच्या अफगाणिस्तानातील प्रयत्नांशी तडजोड करू नका, पाकिस्तानला फार ताणू नका' अशी ती अप्रत्यक्ष ताकीद होती काय? परंतु हा तर्कही फारसा पटत नाही. कारण भारत पूर्वीपासून तसेच करीत आला होता, फार मोठा संयम बाळगीत आला होता. ते काहीही असो, भारत या युक्तीला फसत नव्हता आणि त्याला हे कृत्रिम अफवा, आवई, भीती वगैरे मान्य नव्हते. पण हा कालखंड उलटल्यानंतर मात्र अणुयुद्ध न केल्याचा आदर्श नमुना घालून दिल्याचा आणि उत्कृष्ट विचारविनिमय करण्याबद्दल भारतावरती स्तुतीसुमनांचा वर्षाव करण्यात आला. ती स्तुतीसुमने अर्थातच कृतज्ञतापूर्वक उधळली गेली होती. मात्र भारताला अशी स्तुतीची गरज नव्हती. त्या संपूर्ण काळाचा मागोवा घेऊन अमेरिकेने भारताच्या कृतीचे मूल्यमापन केले असले पाहिजे, हे यावरून उघड कळून येते होते. ते मूल्यमापन मागील ऐतिहासिक अनुभवांवरून, विशेषत: शीतयुद्धाच्या काळातील अनुभवांवरून केले होते. इंग्लंडकडून मात्र भारताबद्दल असे उद्‌गार काढले गेले, ''भारताकडे अण्वस्त्र निर्मितीची क्षमता बाल्यावस्थेत होती, तरी ह्या असल्या जागतिक विनाशाचे भयानक हत्यार बाळगण्यासाठी आवश्यक असणारी परिपक्वता या देशाकडे नसण्याची शक्यता होती. तसली परिपक्वता फक्त आमच्याकडेच (अमेरिका व इंग्लंड) असून त्या आण्विक गोष्टी कशा हाताळायच्या ते.... इत्यादी, इत्यादी.''

मला ही स्तुती खोचक व उपमर्दकारक वाटली. नेहमीप्रमाणेच भारताबद्दल चुकीचे बोलले गेले होते. आत्तापर्यंत अणुबाँबचा युद्धात वापर हा फक्त अमेरिकेने केला होता. तोही रागाच्या भरात नागरी वस्तीची लक्ष्ये ठरवून केला होता. 'अणुबाँब हाताळणे,' 'परिपक्वता,' इत्यादी शब्द वापरून महान संयम बाळगल्याबद्दल आमचे कौतुक करून भारताची पाठ थोपटण्याचा त्यामुळे त्यांना नैतिक अधिकार

नव्हता, असे मला वाटले. अमेरिकेच्या परराष्ट्र खात्याचा सेक्रेटरी तर मला सरळ सरळ म्हणायचा, "जसवंत, पुन्हा तसले काही करून आमचे अफगाणिस्तानवरील लक्ष विचलित होईल असे काही करू नका." संसदेवरील हल्ल्यानंतर भारताने पाकिस्तानच्या सरहद्दीवरती आपले सैन्य एकवटून पाकिस्तानला धाकात ठेवले होते, काबूत ठेवले होते. त्याचा अर्थ भारत केव्हाही पाकिस्तानबरोबर अणुयुद्ध सुरू करण्याच्या बेतात आहे, असा अर्थ अमेरिकेने लावला होता. त्यातूनच कदाचित अणुयुद्धाची आवई उठली असावी अशी एक शक्यता होती. एक कारगिलचा समर-प्रसंग सोडला तर अमेरिकेला कधीही नीट कळलेच नाही की, 'जम्मू काश्मिरमधील घातक दहशतवादी कृत्ये ही अफगाणिस्तानातील तशाच कृत्यांचा आणखी एक चेहेरा आहे.' शिवाय, मला फक्त सुरुवातीला तशी भीती वाटली होती, पण नंतर मला नीट कळले की ज्या पाकिस्तानला अमेरिकेने आपला लष्करी दोस्त सुरुवातीपासून बनवले होते व ज्याच्यावर बरीच भिस्त ठेवली होती, त्याच पाकिस्तानचा वापर अमेरिकेने आपल्या धोरणाची गाडी आपल्या मर्जीने हाकण्यासाठी 'एक ड्रायव्हर' म्हणून केला होता. याचा अर्थ जगाच्या या भागाला स्वायत्तता देण्याचे जे अमेरिकी धोरण होते त्याला या कृत्याने बाधा आणली. "तुम्ही आमच्या पाठिंब्याखेरीज व मदतीखेरीज अफगाणिस्तानमध्ये काहीही करू शकत नाही" असा संकेत पाकिस्तानी जनरल मंडळी सतत अमेरिकेच्या कानात फुंकत होती. परंतु अमेरिका व इंग्लंड यांनी आपले नेहमीचे धोरण बरेच पातळ केले आणि अफगाणिस्तानच्या कारवाईत पाकिस्तानचा सहभाग फारच थोडा घेतला. परिणामी पाकिस्तानची भूमिका अफगाणिस्तान प्रकरणात अगदीच नगण्य झाली. शिवाय पूर्वी अमेरिका पाकिस्तानकडून काहीही गोष्टी जबरदस्तीने करवून घेऊ शकत होती. पण आता तशी गरज उरली नाही. आता पाकिस्तान अमेरिकेकडून फक्त आर्थिक मदत मागत राहिला. या आर्थिक मदतीच्या नळातूनही फारसा पैसा गळेना. तो नळ जर सारखा सारखा उघडला तर त्यातून पैसा गळणेच शेवटी बंद होईल अशी भीती पाकिस्तानला वाटू लागली. या भागातील अमेरिकेचे धोरण हे असे शेवटी बंद मार्गावरती येऊन ठेपले. निदान आम्हाला दिल्लीत तरी तसे २००२ साली वाटले.

अमेरिकेला व इंग्लंडला अणुयुद्धाची भीती वाटण्यासाठी आणखी एक कारण होते. पण ते कारण त्यांच्यात नाकर्तेपणातून अथवा त्यांच्या सततच्या अपयशातून उद्‌भवले होते. ते अपयश गेली अनेक वर्षे, दशकामागून दशके चालत आलेले होते. पाकिस्तान अण्वस्त्रप्रसारबंदी बेधडक धुडकावून लावून अनेक वर्षे आपला आण्विक शस्त्रसाठा वाढवित होते. पुढे पुढे तर अमेरिका पाकिस्तानच्या या कृत्याकडे दुर्लक्ष करीत राहिली. उदाहरणार्थ, पाकिस्तानच्या

अणुप्रकल्पाचा निर्माता ए. क्यू. खान याचे जे काम चालले होते त्याकडे अमेरिका पहात नव्हती तर कुंभकर्णासारखी झोप काढीत बसली होती. नंतर जेव्हा पाकिस्तानवरती तालिबानवादी अतिरेक्यांचा प्रभाव वाढला तेव्हा पाकिस्तानचे आपल्या अणुप्रकल्पावरचे नियंत्रण शिथील झाले, मोडकळीस आले. मग ए. क्यू. खान यांची 'खान रिसर्च लॅबोरेटरीज' ही कंपनी सरकारी अणुशक्ती आयोगापासून वेगळी झाली. या लॅबोरेटरीला स्वायत्तता मिळाल्याने तिला दाही दिशा मोकळ्या झाल्या, ती मोकाट सुटली, आपल्याला हवे ते करू लागली. पाकिस्तानातील काहुटा येथे असलेल्या या प्रयोगशाळेत आता हळूहळू लांब पल्ल्याच्या क्षेपणास्त्रांचा विकास होत चालला होता. इंटरनॅशनल ॲटॉमिक एनर्जी एजन्सीच्या सुरक्षिततेच्या नियमाखाली ही प्रयोगशाळा येत नाही. येथे प्रामुख्याने अणुस्फोटाला लागणाऱ्या विदलनक्षम अशा युरेनियमची निर्मिती होते. युरेनियम धातूच्या वाफेमधून ते विदलनक्षम युरेनियम केंद्रोत्सारी प्रेरणेने वेगळे केले जाते.[३४] मे १९९८ नंतर नवाझ शरीफ यांनी पुन्हा या लॅबोरेटरीची पुनर्रचना करण्याचा प्रयत्न केला. यामुळे इ.स. २००० मध्ये पाकिस्तानच्या स्ट्रॅटेजिक प्लॅन्स डिव्हिजन या विभागाचा जन्म झाला. या डिव्हिजनकडे पाकिस्तानातील सर्व अण्वस्त्रांवरती ताबा असतो. रावळपिंडी येथील चकलाला येथील लष्करी तळावरती ही डिव्हिजन आहे. ही डिव्हिजन प्रत्यक्षात एक लढाऊ संघटना आहे. मात्र तात्त्विकदृष्ट्या त्या संघटनेकडे पाकिस्तानचे सर्व अणुप्रकल्प बघण्याचे काम असते.

दरम्यान दिल्ली शहर नेहमीप्रमाणेच एक सुस्त व बेफिकीर वागत होते. कोणीही अणुयुद्धाचा विचार करीत नव्हते. कुठेही ब्लॅक-आऊट नाही, अणुबाँबची भीती नाही, युद्ध नाही की काहीही नाही. पूर्वी १९६५ मध्ये आणि १९७१ मध्ये असेच दोन युद्धांचे अनुभव या शहराला आले होते. पहिल्या युद्धात काश्मिरमध्ये सैन्य घुसले होते तर दुसऱ्या युद्धात बांगला देशची निर्मिती झाली

---

३४. *पाकिस्तानच्या अणुशक्ती आयोगाची स्थापना १९५६ साली झाली. या आयोगाची पुनर्रचना १९६४, १९६५ व १९७३ साली करण्यात आली. एका कायद्यान्वये ती एक स्टॅट्यूटरी बॉडी आहे असे समजून आयोगाला बरीच स्वायत्तता बहाल करण्यात आली. १९७२ मध्ये हा आयोग सायन्स अँड टेक्नॉलॉजी रिसर्च डिव्हिजनकडून प्रेसिडेंटस् सेक्रेटरीएटकडे हलविण्यात आला. पाकिस्तान ॲटॉमिक एनर्जी कमिशन (PAEC) ही आता पाकिस्तानातील एक सर्वात मोठी विज्ञान व तंत्रज्ञान संघटना आहे. तिथे ७००० माणसांची भरती झालेली असून त्या संस्थेकडून खूप कार्यक्रम राबविले जातात. संस्थेचा स्वत:चा एक रिॲक्टर (KANUPP) कराची येथे असून प्रयोगासाठी दुसरा रिॲक्टर (PARR-I) इस्लामाबादजवळील निलोर येथे बसवलेला आहे.*

होती. त्यावेळी पाकिस्तानी विमानांनी घाबरत घाबरत दिल्लीवरती एक दोन बॉंब सोडले होते. बस्स, एवढंच! म्हणून २००१-२००२ मध्येही शहरातील चित्रपटगृहे जोरात चालली होती, त्यात गर्दी होत होती, नागरिक दुकानात आनंदाने खरेदी करीत होते, संध्याकाळी फिरायला बाहेर पडत होते. दुकानातील विक्रीच्या आकड्यांवरून भारताची अर्थस्थिती ठणठणीत असल्याचे जाणवत होते. बसेस हिंडत होत्या. मुले नेहमीप्रमाणे शाळेत नाखुशीने जात होती. लंडन व वॉशिंग्टन येथून अणुयुद्धाचे इशारे दिले गेलेले असूनही आणि ब्रिटिश व अमेरिकी नागरिक भारतातून निघून जात असूनही त्या बातम्या फारश्या वृत्तपत्रात उमटत नव्हत्या. असल्या किरकोळ घटनांमुळे कोणी काळजी करीत नव्हते. भारत हा आपल्याच गतीने पुढे चालला होता. त्याच्या मनात व हृदयात अणुयुद्धाची भीती अजिबात नव्हती. मात्र युद्धाबद्दलच्या अज्ञानातून किंवा मृत्यूची अथवा विनाशाची भीती वाटत नसल्याने ते तसे वागत होते, असा प्रकार नव्हता. भारताला हे प्रसंग खूप काळ चांगले ठाऊक झालेले होते.

जेव्हा अमेरिकेने तालिबान आणि अल् कायदा यांच्यावर अफगाणिस्तानात आपली पकड बसवली तेव्हा आणखी माहिती बाहेर येऊ लागली. उदाहरणार्थ, अल् कायद्याच्या तळावरून काही ड्रॉईंग्ज हातात पडली. त्यावरून फारसा काही बोध होईना. पण त्यामुळे ती ड्रॉईंग्ज अण्वस्त्रांची असावीत असा संशय मात्र बळावला. तोपर्यंत दोन पाकिस्तानी अणुशास्त्रज्ञ हे अफगाणिस्तानातील तालिबान्यांच्या सतत संपर्कात होते असे उजेडात आले. त्या दोघांना स्थानबद्ध करून ठेवण्यात आले. त्यातील एकाने आपण ओसामा बिन लादेनची भेट घेतल्याचे कबूल केले. साऱ्या जगाला मग ठाऊक झाले होते की, लादेन हा पाकिस्तानला अणुशस्त्रांचा साठा वाढवायला उत्तेजन देत होता. "त्यामुळे शत्रूवर जरब बसते," असे लादेन म्हणत असे. त्याचे हे म्हणणे थेट स्वरुपाचे होते व बरोबरही होते. अमेरिकेला याचीच खोलवर चिंता वाटत होती. भारत हा अण्वस्त्रांच्या बाबतीत नुकतीच पावले टाकीत असलेला असो वा नसो, परंतु अमेरिका ही मात्र आण्विक धमकी मिळण्याच्या वाटेवरती नवीन होती. भारत अशा अनेक धमक्यांसह आत्तापर्यंत जगत आलेला होता. गेली अनेक दशके पाकिस्तानकडून जेव्हा त्या धमक्या दिल्या जायच्या तेव्हा पश्चिमी जग चक्क दुसरीकडे आपली नजर मुद्दाम वळवायचे. अमेरिका व इंग्लंड या दुक्कलीनेच ती अणुयुद्धाची बातमी उठवली होती. पण त्यासाठी त्यांच्याकडे काहीना काही आधारभूत माहिती १९८० पासून असायला पाहिजे होती. पाकिस्तानचे माजी राष्ट्राध्यक्ष झिया-उल-हक यांनी तर अशी बातमी सोडली होती की, "भारत हा लष्करी कारवाईमध्ये यशाची एक विशिष्ट रेषा ओलांडू पहात आहे. तसे झाले तर मग ताबडतोब भारताला पाकिस्तानकडून एक आण्विक तडाखा दिला जाईल." त्या

बातमीमुळे पश्चिमी राष्ट्रांची झोप उडाली होती. हा प्रसंग 'एक्झरसाईज ब्रासटॅक' या नावाने केल्या जाणाऱ्या भारताच्या लष्करी सरावाच्या वेळी घडला होता. १९८६-८७ मध्ये राजस्थानच्या वाळवंटात भारतीय लष्कराने अभूतपूर्व अशा मोठ्या प्रमाणात लष्करी सरावाच्या हालचाली सुरू केल्याने जनरल झिया अस्वस्थ झाला होता. कारण त्यावेळी पाकिस्तानी सैन्य हे अयोग्य ठिकाणी होते. मग गडबडून जाऊन ते सर्व सैन्य 'ऑपरेशन ट्रायडन्ट' या मोहिमेखाली सीमेवरती झियाने आणून ठेवले. नंतर जनरल झिया गुप्तपणे दिल्लीला विमानाने येऊन पंतप्रधान राजीव गांधी यांना भेटला आणि त्यांच्याकडून त्याने हवी असलेली आश्वासने मिळवली. नंतर अमेरिकेहून रॉबर्ट गेट्स हेही आपल्या मोहिमेवरती (Gates mission) आले होते. (अधिक संदर्भ प्रकरण ४ मध्ये पहा.) भारत-पाकिस्तान यामध्ये आता केव्हाही युद्धाची ठिणगी पडू शकते अशी परिस्थिती उद्‌भवल्याने वातावरण शांत करायला त्यांना अमेरिकेने पाठवले होते. परंतु वाटली तेवढी परिस्थिती गंभीर नव्हती आणि अणुयुद्धाचे ढग नुसतेच पोकळ होते. पण हे सर्व बाजूला ठेवून पाकिस्तानने जी जी मुक्ताफळे उच्चारली होती त्या सर्वांचा मतितार्थ असा होता: "जर आम्ही गाळात जाणार असू तर मग आम्ही नक्कीच भारताला आमच्याबरोबर घेऊन जाऊ. पाकिस्तानचा विनाश होत असेल तर होऊ द्या... पण जाता जाता आम्ही भारताचाही विनाश करू, हे नक्की!" या अशा रक्त गोठवून टाकणाऱ्या धमक्या या मी रुक्ष, कंटाळवाण्या व कसलाही मुद्दा नसलेल्या समजतो. याकडे लक्ष देण्याचे काहीही कारण नाही. कारण पाकिस्तानचा विनाश करणे हे भारताच्या मनात येत नाही, मग पाकिस्तानने कशासाठी घाबरावे व धमक्या द्याव्यात? मी अनेक प्रसंगी स्पष्ट केले आहे, की भारताची अण्वस्त्रक्षमता ही केवळ धाक दाखवण्यासाठी आहे, अणुयुद्ध खेळण्यासाठी नाही. तथापि, अमेरिकेच्या गणितानुसार आपल्या अधिक श्रेष्ठ व वरचढ अशा सैन्यबळावर भारत युद्धक्षेत्रावरती विजय मिळवू शकेल. अन् तीच कदाचित चूक ठरेल. कारण भारताचा विजय सहन न झाल्याने शेवटचा पर्याय म्हणून अणुबॉंबचा वापर केला तर? पाकिस्तान त्यावेळी अशाच पद्धतीने भारताला धमकावित होते. तात्त्विकदृष्ट्या हे शक्य आहे, तरी प्रत्यक्ष व्यवहारात तसे काही घडण्याची शक्यता फारच दूरची आहे. ही काही 'दक्षिण आशियाची पहिली आण्विक आणीबाणीची परिस्थिती' नाही. असा शब्दप्रयोग करण्यात पश्चिमी जगाला आनंद होत असला तरीही तशी परिस्थिती उद्‌भवणार नाही.

१२ जानेवारी २००२ रोजी मुशर्रफ यांनी एक लंबेचवडे भाषण पाकिस्तानला उद्देशून केले. पाकिस्तानच्या चित्रवाणीवरती त्याचे थेट प्रक्षेपण करण्यात आले. त्या भाषणात जनरल मुर्शरफ यांनी आपली आधीची सर्व निवेदने बाजूला ठेवली आणि जाहीरपणे धार्मिक अतिरेक्यांची निंदा केली. त्यांनी पाकिस्तानातील मदरशांमध्ये

(धार्मिक पाठशाळात) सुधारणा केल्या जाव्यात म्हणून आवाहन केले. तसेच अधिकृतरित्या पाच जिहादी अतिरेक्यांच्या गटांवरती बंदी घातली. त्यात लष्कर-ए-तोयबा[३५] आणि जैश-ए-महंमद[३६] या दहशतवादी संघटनांचा समावेश होता. त्या भाषणात मुशर्रफने नेहमीचे त्यांचे आवडते वाक्य ''काश्मिर आमच्या रक्तात वहाते आहे,'' हे उच्चारले. शिवाय काश्मिरमध्ये काम करणाऱ्या दहशतवाद्यांना आपला नैतिक, राजकीय आणि राजनैतिक पाठिंबा व्यक्त केला. तरीही अखेर मुशर्रफ यांनी भारतीय संसदेवरच्या हल्ल्याचा धिक्कार करून तो एक दहशतवादी हल्ला होता हे मानले. त्या हल्ल्याची तुलना ११ सप्टेंबर रोजी अमेरिकेत केलेल्या हल्ल्याबरोबर केली. त्यांच्या भाषणात आणखीही काही होते. ते पुढे म्हणाले, ''कोणत्याही संघटनेला काश्मिरच्या नावाखाली दहशतवादी कृत्ये करता येणार नाहीत.'' मुशर्रफ यांच्या आधीच्या निवेदनापासून खूप दूर आलेले हे नवे निवेदन होते. पण मी ते ऐकूनही सावध होतो. कारण मुशर्रफ यांच्याबरोबर मी पूर्वी अनेकवार बोलणी, चर्चा, वाटाघाटी केल्या होत्या. त्यांचे अनेक अवतार, अनेक रूपे मी त्यावेळी पाहिली होती. दरम्यान अमेरिकेचे परराष्ट्र सेक्रेटरी कॉलिन पॉवेल हे पुन्हा पुन्हा तेच सांगत राहिले की, ''कृपया अफगाणिस्तानमधील आमच्या युद्धाला कमी लेखू नका.'' त्यामुळे थोडासा तणाव कमी झाला, परंतु आम्हाला तरीही गोष्टी कोणत्या दिशेने चालल्या आहेत याची खात्री करून घ्यायची होती.

१४ मे २००२ रोजी पुन्हा एकदा दहशतवाद्यांनी हल्ला केला. जम्मूपासून ८ मैलांवरती कालुचकपाशी तीन दहशतवाद्यांनी एक बस पळवली. त्यात ते तीन दहशतवादी सैनिकांच्या गणवेशात बसले. मग ती बस सैन्याच्या एका रहाण्याच्या तळात घुसवली व तिथे त्यांनी अंदाधुंद गोळीबार केला. त्या तळावर रहाणाऱ्या २२ जणांना त्यांनी ठार केले. त्यात सैनिकांची बायकामुले होती. मग दहशतवाद्यांवर गोळीबार करून त्यांना संपवण्यात आले. पण तोपर्यंत त्यांनी एकूण ३४ जणांची हत्या केली आणि ५० जणांना जखमी केले.

सैन्याच्या तळावरती तिथल्या बायकामुलांची निर्घृण हत्या करण्याने सैनिक

---

३५. *लष्कर-ए-तोयबा ही पाकिस्तानातील मर्कझ-उद-दवा-वाल-इर्शाद (MDI) या धार्मिक संघटनेची सशस्त्र शाखा आहे. ती एक सुन्नी संघटना आहे व १९८९ मध्ये अमेरिकेच्या विरोधात निर्माण झाली.*

३६. *जैश-ए-महंम्मद ही अतिरेकी इस्लामी संघटना पाकिस्तानात २००० साली स्थापन झाली. मसूद अझहर याने ती स्थापन केली. याच मसूदला कंदाहार विमान अपहरण प्रकरणात भारताने सोडून दिले होते. या संघटनेचे उद्दिष्ट काश्मिर पाकिस्तानात आणणे हे आहे.*

चिडून उठले. त्यांचा मान व प्रतिष्ठा दुखावली. सारे सैन्य सुडाने पेटून उठले. याची अद्दल घडविल्याशिवाय रहायचे नाही असे त्यांनी ठरवले. तळावरचे सर्व सैनिक जवळजवळ एक प्रकारच्या बंडाच्या पवित्र्यात उभे राहिले होते. ही घटना माझ्या मते उंटावरची शेवटची काडी ठरावी अशी झाली होती. कारण या आधी पाचच महिन्यांपूर्वी दहशतवाद्यांनी संसदेच्या इमारतीवरती हल्ला केला होता. परंतु कालुचकच्या घटनेत तीव्रता होती. जास्त चीड येण्यास ती घटना प्रवृत्त करणारी होती. मी फार मोठ्या कष्टाने संयम केला. याचे कारण या घटनेला प्रत्युत्तर देण्याची कृती करणे हीच गोष्ट शत्रूला अपेक्षित असावी. त्यासाठी तो तयारीत राहिलेला असणार. त्यातून अफगाणिस्तानात युद्ध चाललेले होते. तेव्हा विचारपूर्वक हा हल्ला चढवून भारताला उद्युक्त करून काहीतरी लाभ मिळवण्याचा शत्रूचा नक्की प्रयत्न असणार. लष्करी व्यूहनीतीनुसार आत्ता प्रत्युत्तर देणे हे बरोबर ठरणार नव्हते. त्यामुळे आपले लष्कर कदाचित एखाद्या मोठ्या सापळ्यात सापडले असते. भारताकडून जर आत्ता हल्ला केला तर शत्रूला हवी ती जागा आणि वेळ यात आपण सापडू. मग त्याऐवजी पर्यायी मार्ग हाच उपयुक्त ठरत होता. त्यात खात्रीने यश होते. पाकिस्तानला पुन्हा असे न करू देण्यास भाग पाडणे हीच भावना माझ्या मनात बलवत्तर ठरू लागली. संसदेवरील हल्ला आणि ही कालुचकची घटना यामुळे पाकिस्तानबरोबरचे संबंध हे पुन्हा मागे फिरले. ते पूर्ववत सुरळीत होण्यास खूप काळ जाणार होता. सरकार आता एका अशक्यप्राय अशा परिस्थितीत सापडले होते. सरकारला शांतच रहावे लागत होते, संयम बाळगावा लागत होता. हा एक अवघड कालखंड होता, त्याच्या आठवणीही वेदनादायी होत्या. पण तरीही हा संयम बाळगण्यात खूप मोठी राजकीय मुत्सद्देगिरी होती. वाजपेयी यांनी ती दाखवून दिली.

शेवटी सप्टेंबर २००२ मध्ये जम्मू-काश्मिरच्या विधानसभेच्या निवडणुका जाहीर झाल्या. सीमेवरती जे लष्कर नुसते खडे करून ठेवले होते त्यामागे निवडणुका हाही एक हेतू होता. त्या निवडणुकीमधले जनतेचे वर्तन हे कौतुकास्पद होते. स्वतंत्रपणे, निर्भिडपणे त्यांनी मतदान केले, न घाबरता मतदान केले. भारतातील लोकशाहीची अब्रू पणाला लागली असताना आणि शत्रूकडून हिंसाचाराचे थैमान चालू असताना निवडणुका पार पाडल्या गेल्या. ताबा रेषेपलीकडून काही किरकोळ अडथळे आणले गेले, परंतु ते लगेच मोडून काढण्यात आले. जम्मू-काश्मिरची जनता खंबीरपणे उभी राहिली आणि मतदानावर बहिष्कार घालण्याचा आदेश न जुमानता मतदानाला गेली आणि त्यांनी आपला हक्क बजावला. आमच्या राजकीय भवितव्याचे आम्हीच पालक आहोत हे त्यांनी दाखवून दिले. राज्यातील सत्ताधारी पक्ष असलेला नॅशनल कॉन्फरन्स पक्षही निवडणूक हरला. मग एक नवीन आघाडीचे सरकार सत्तारूढ झाले. जरी हा सारा भारताचा अंतर्गत मामला असला तरी मला

परराष्ट्र खात्याच्या दृष्टीने ती घटना समाधानकारक वाटली.

दरम्यान सीमेवर ठेवलेले सैन्य तसेच राहू दिले होते. मोठ्या प्रमाणात सीमेवर सैन्य ठेवले की शत्रूवर दबाव येतो. मग शत्रू अन्य कारवाया करण्याऐवजी इकडेच लक्ष देत रहातो. एका जबरदस्तीच्या राजनीतीचे ते एक उदाहरण होते. त्यासोबतच आंतरराष्ट्रीय राजकारणात आक्रमक राजनैतिक भूमिका घेतलेली होती. अन् त्यासाठी एक ठाम लष्करी पवित्रा घेतला होता. त्या पवित्र्यात न जुमानण्याची व वेळप्रसंगी शिक्षा करण्याची सुप्त ताकद व इच्छा दडलेली होती. सीमेवर सैन्य नेऊन तिथे तैनात करणे ही एक गुंतागुंतीची चाल होती, त्यात आव्हान होते व जबरदस्तीची राजनीती होती. कारण त्यातून निघणारा संकेत हा पाकिस्तान व अमेरिका या दोघांना कळावा अशीच आमची इच्छा होती. अमेरिकाही दहशतवादविरोधी लढ्यात भारताची भागीदार होती. पण त्याचबरोबर पाकिस्तानला अफगाणिस्तानात तिने बरोबर घेतले होते. त्यामुळे आमचे जे मापदंड आहेत तेच मापदंड अमेरिका स्वत:च्या हितसंबंधांना धक्का पोचत असेल तर ते पाकिस्तानला कसे लागू करेल? त्याचबरोबर भारताला पाकिस्तानबरोबर शांतता हवी होती. त्यासाठी तो वाटाघाटी करायला तयार होता. ती शांतता सक्तीने लादता येणार नव्हती की तशी लादून काही उपयोगही नव्हता. पाकिस्तानचे परिवर्तन झाले, मनाला पटले, भारताशी अविरतपणे शत्रुत्व करणारा मार्ग सोडला तरच ती शांतता अवतरणार होती. पण तसे शत्रुत्व हे तर पाकिस्तानच्या वेगळ्या राष्ट्रीय प्रतिमेचा एक आवश्यक घटक होता. तसे जर झाले नाही तर पाकिस्तानला भीती वाटते की मग आपण आणि भारतीय वैशिष्ट्य यातला फरक फारच पुसट होईल. वेगळेपणाचे तीव्र कंगोरे, कानेकोपरे बोथट होतील. फाळणीमुळे झालेल्या पाकिस्तानच्या जन्मापासूनची ही व्यथा आहे. एक प्रकारचा मानसिक विकार आणि असुरक्षिततेची भावना यातून ती व्यथा निर्माण झाली. म्हणून तर त्या देशाशी संबंध सुधारण्याची इच्छा असेल तर शांतपणे वाट पहाणे, धीर धरणे हाच एक मध्यवर्ती उपाय आहे. लष्करी राजनीतीचे हत्यार म्हणून व्यूहात्मक संयम बाळगायला हवा. अन् जरी त्या जबरदस्तीच्या राजनीतीचे स्वरुप अप्रत्यक्ष असले तरी ती अंमलात आणणे कठीण आहे. पण तरीही तोच एकमेव असा अचूक उपाय आहे. ही जबरदस्तीची राजनीती किंवा दडपण लादणारी राजनीती, अविवेकीपणा, तर्कहीनता यावरती चालत नाही, हे उघड आहे. मग पाकिस्तानवर त्याची मात्रा कशी चालणार? म्हणून तर हाच संकेत अमेरिकेलाही पोचायला हवा. कारण ते पाकिस्तानची मदत, सेवा घेत आहेत. १ ऑक्टोबर २००१ रोजी जम्मू-काश्मिरच्या विधानसभेवर हल्ला आणि १३ डिसेंबर २००१ रोजी केलेला संसदेवरचा हल्ला या गोष्टी म्हणजे लोकशाहीवर चढवलेले हल्ले होते. ती गोष्ट

भारताने अत्यंत गंभीरपणे घेतलेली होती आणि हेच अमेरिकेलाही समजायला हवे होते. शिवाय त्यानंतर कालुचकच्या तळावरती हल्ला झाला. गंभीर व भीषण घटना सतत एका पाठोपाठ घडवल्या जात होत्या.

माझे असे ठाम मत व विश्वास आहे की, भारताने आपले मार्ग आपण शोधून तेच चोखाळावेत, आपले भवितव्य आपणच ठरवावे, पण पश्चिमी जगाकडे पाहून त्यांचे अनुकरण करू नये. ९ सप्टेंबर रोजी अमेरिकेवर झालेला हल्ला आणि १३ डिसेंबर रोजी भारतीय संसदेवर झालेला हल्ला या गोष्टी लक्षात घ्या. आपल्यावर जेव्हा हल्ला होतो तेव्हा कोणीही बाहेरून आपल्याला वाचवायला येत नाही. आपल्यालाच त्यातून मार्ग काढावा लागतो. भारतातील दहशतवादाशी आपल्याला एकट्यानेच लढायचे आहे. अमेरिकेने आपल्या अनुभवातून आपल्या देशामध्ये अतिरिक्त लष्करीकरण केले आहे. तो देश सार्वभौम असल्याने त्यांनी तसे काही करणे हा त्यांच्या निवडीचा भाग आहे. पण ते काही उत्तर नाही असे मला वाटते. ते उत्तर अमेरिकेला लागू पडत नाही की भारतालाही लागू पडत नाही. आपण निवडलेल्या मार्गावरूनच आपल्याला शांतपणे वाटचाल करायची आहे. त्या वाटेवरील आव्हानांना तोंड द्यायचे आहे. वाटेत कितीही प्रकारचे दहशतवाद आपल्यासमोर येऊन उभे राहिले तरी त्यांना भिडून त्यांच्याशी सामना करायला हवा आहे. याचे कारण भारताजवळ काही असाधारण गुणधर्म आहेत. ते गुणधर्म अजिंक्य आहेत. ते कोणालाही काढून घेता येणार नाहीत. कोणाहीजवळ असणार नाही. एवढी सोशिकता व लवचिकता आपल्याजवळ असल्याने आपण सारे धक्के शोषून ते पचवू शकतो. पण तरीही आपण पुढे जात रहाणार, अशी मला खात्री वाटते.

भारत-पाकिस्तान संदर्भात भारताची नेहमी ठाम भूमिका राहिल्यानेच वातावरणात जाणवण्याजोगा बदल झालेला आहे. तसाच बदल जम्मू-काश्मिरमध्येही झालेला आहे. यामुळे अनेक धोरणात स्थैर्य आले आहे. अशा वेळी माझ्या देशासाठी व स्वत:साठीही जरासे थबकून विचार करण्याची वेळ आली आहे, असे मला वाटते.

जुलै २००२ मध्ये पंतप्रधान वाजपेयी यांनी मला सुचवले की मी आता परराष्ट्र खाते सोडून अर्थ खात्याचे मंत्रीपद संभाळावे. उपपंतप्रधान लालकृष्ण अडवानी यांनीही हेच मला सुचवले. मला त्या खात्याकडे जाण्यात फारसे स्वारस्य नव्हते. त्यामुळे मी थोडासा कचरत होतो. मला असे वाटत होते की, अजूनही परराष्ट्र खात्यासाठी माझी गरज आहे. जी कामे मी सुरू केली ती सारी पुरी करायची आहेत. मग मी एका जवळच्या मित्राचा सल्ला घेतला. एक प्रकारे त्यानेच माझा निर्णय घेतला. त्याने मला सांगितले की, "गेल्या काही वर्षात परराष्ट्र खाते व संरक्षण खाते यांच्या संदर्भात एवढ्या घटना एका मागोमाग घडत गेल्या आहेत व त्यावरती इतक्या कारवाया केल्या गेल्या आहेत, की आता

यापेक्षा अधिक काहीही नवीन घडणार नाही. आणि त्याच घटना व त्याच कारवाया या सतत येथून पुढे घडत रहातील असेही नाही. तेव्हा येथली आव्हाने आता संपत आलेली आहेत. म्हणून जसवंत, आता तू वेगळ्या क्षेत्रात जा. क्षेत्रबदल कर. खातेबदल कर. बदलामध्येच उत्तर दडलेले आहे. पुढचे आव्हान अर्थ खात्यामधले आहे. तिकडेच तू जा.'' त्याच्या या सल्ल्यावर मी काही दिवस विचार केला आणि मग पंतप्रधानांनी सुचवल्याप्रमाणे मी अर्थखात्याचे मंत्रीपद स्वीकारले. ती एक वेगळी कहाणी आहे.

जुन्या गोष्टींसाठी नवी तत्त्वप्रणाली

१३ डिसेंबरनंतर भारताने जबरदस्तीची किंवा भाग पाडणारी (coercive) राजनीती अवलंबिली. त्याच काळात अमेरिकासुद्धा नवीन राजनीतीच्या शोधात होती. बुश यांनी एक महत्त्वाची व्यूहनीती जाहीर केली होती. त्यामध्ये दुसऱ्याच्या आधी आपण एखादी कृती करण्याची (pre-emptive) तत्त्वप्रणाली अंतर्भूत होती. आपल्या त्या एकतर्फी कृतीवरती भर दिलेला होता आणि युनोमध्ये सर्वांबरोबर सल्लामसलती करताना जी अधिरता निर्माण होते तिचीही दखल त्या तत्त्वप्रणालीत घेतली होती. परराष्ट्र मंत्रालय सोडून अर्थ मंत्रालयाचे मंत्रीपद मी स्वीकारल्यावरती बुश यांनी ती व्यूहनीती जाहीर केली होती. तरीही परराष्ट्र मंत्रालयाची काही उर्वरित जबाबदारी माझ्यावरती पडत होती आणि माझा अद्यापही त्या मंत्रालयात रस होता. अमेरिकेने ११ सप्टेंबरच्या हल्ल्यानंतर जी आपली जोरदार व आक्रमक अशी राष्ट्रीय सुरक्षिततेची व्यूहनीती ठरवली होती ती बुश यांनी २० सप्टेंबर २००२ रोजी जाहीर केली. ''अमेरिकेला मिळणाऱ्या धमक्यांना दिलेला तो एक स्पष्ट, दूरगामी व परिणामकारक प्रतिसाद आहे,'' अशा शब्दात त्याचे कौतुक केले जाऊ लागले. परंतु, त्याचबरोबर 'ही आपल्या मूलभूत धोरणापासून दूर नेणारी व त्रासदायक अशी फारकत करणारी व्यूहनीती आहे,' अशीही त्यावरती टीका झालीच.

बुश यांच्या या नवीन व्यूहनीतीमुळे चार उद्दिष्टे किंवा हेतू निर्माण होऊन त्यावर चर्चा सुरू झाली. पहिले उद्दिष्ट असे की नवीन व्यूहनीतीनुसार शत्रूचा देश व मोठ्या प्रमाणात जनसंहार करण्याच्या शोधात असलेल्या दहशतवादी गटांविरुद्ध आपण प्रथम लष्करी कारवाई करायची. नवीन नीतीनुसार अमेरिका आपल्या वर्चस्वाखालील लष्करी अस्तित्वाच्या पुढे कोणत्याही अन्य सत्तेला जाऊ देणार नव्हती. हे दुसरे उद्दिष्ट होते. तिसऱ्या उद्दिष्टानुसार नवीन व्यूहनीती ही विविध स्तरावरील आंतरराष्ट्रीय सहकार्याची बंधने व कर्तव्ये मानणारी होती. ''अन् याबाबतीत जरूर वाटली तर अमेरिका एकट्यानेही कृती करायला कचणार नव्हती.'' चौथ्या उद्दिष्टानुसार, नवीन व्यूहनीतीने जाहीर केले होते की जगात, विशेषत: मुस्लिम जगात, लोकशाही आणि

मानवी हक्क यांचा प्रसार करायचा. यापैकी पहिल्या उद्दिष्टाचे समर्थन करता येण्याजोगे होते. दहशतवाद्यांविरुद्ध अथवा एखाद्या देशाने पुरस्कृत केलेल्या दहशतवाद्यांविरुद्ध, विशेषत: अणुबाँबसारख्या मोठ्या प्रमाणात जनसंहार करणाऱ्या गोष्टी हस्तगत करणाऱ्या दहशतवाद्यांविरुद्ध ताबडतोब अमेरिकेकडून लष्करी कारवाई केली जाणार होती. तशा गोष्टी मिळवणे म्हणजे 'सर्वात गंभीर अशी धमकी देणे' समजले जाणार होते. याबाबतीत अमेरिकेकडून सांगितले गेले की, "सर्वसामान्य बुद्धी आणि स्व-संरक्षणाची प्रेरणा यांच्या सहाय्याने निर्णय घेऊन अमेरिका अशा धमक्यांचा बीमोड, त्या धमक्या पूर्ण वाढायच्या आत करेल." सर्वात आधी लष्करी कृती करण्याचा pre-emptive चा अर्थ अमेरिकेने आणखी विस्तारीत केला आणि पुढील शब्दप्रयोगात तो व्यक्त केला : "जरी (शत्रूच्या) हल्ल्याची जागा व वेळ याबद्दल खात्री नसली तरीही ती कारवाई पार पाडली जाईल." अनेकांचे असे म्हणणे पडले की संभाव्य दहशतवादी कारवायांना आधीच प्रतिबंध करायचा असेल तर हे शब्दप्रयोग कायदेशीरदृष्ट्या व व्यावहारिकदृष्ट्या अपुरे आहेत. त्यात अजून योग्य त्या शब्दांची भर घालायला पाहिजे. अमेरिका आता pre-emptive आणि preventive या दोन शब्दांमधील बारीक रेषेवरून चालू लागली आहे.

लष्करी बळावरील नियंत्रणाच्या नियमांना १९४५ मध्ये युनोच्या अधिकार सनदेमध्ये आंतरराष्ट्रीय मान्यता मिळाली होती. आपल्यावर जर सशस्त्र हल्ला झाला तरच आणि युनोच्या सिक्युरिटी कौन्सिलने परवानगी दिली तरच लष्करी बळ वापरता येत होते. पण आता बुश प्रशासन असे म्हणत होते की स्वसंरक्षणाच्या हक्कातच दहशतवाद्यांविरुद्ध आणि एखाद्या गुंड राष्ट्राविरुद्ध त्यांनी 'अधिक काही करायच्या आत' त्यांच्यावर हल्ला चढवायचा हक्क अंतर्भूत केला पाहिजे. तसेच, जर अणुशस्त्रे किंवा घातक तंत्रज्ञान चुकीच्या हातात पडले तरीही त्यांच्यावर हल्ला करायचा हक्क याच स्वसंरक्षणाच्या हक्कात अंतर्भूत करायला हवा. थोडक्यात, अमेरिकेची ही नवीन व्यूहनीती युनोच्या सनदेलाच एक प्रकारे आव्हान देत होती. मग युनोकडून एक उच्चस्तरीय पॅनेल नेमण्यात आले व ते या गुंतागुंतीचा अभ्यास करू लागले. या पॅनलने आपला अहवाल डिसेंबर २००४ मध्ये सादर केला. दहशतवाद्यांविरुद्ध लष्करी बळ कधी व केव्हा वापरावे यावर मग चर्चा व विचारविनिमय करण्यात आला. युनोच्या सनदेमधील नियमावली उत्क्रांत होत गेली. कोणत्याही राष्ट्राला आपले संरक्षण करण्याचा हक्क असून, तो हक्क नुसत्या दिल्या जणाऱ्या धमक्यांविरुद्ध नव्हे, तर जवळ येऊन ठेवलेल्या संकटाविरुद्धही वापरता येतो. हे दहशतवाद व अण्वस्त्रप्रसार याविरुद्ध जसा बळाचा वापर करता येतो तसाच तो धमक्यांचे निराकरण करण्यासाठीही करता येईल. पण त्यासाठी सिक्युरिटी कौन्सिलकडून आज्ञा घ्यावी लागेल. एखाद्या विशिष्ट व वैचित्र्यपूर्ण परिस्थितीत कोणत्याही राष्ट्राला

आपण होऊन कारवाई करण्याचा अधिकार आहे, असे अमेरिकेने नवीन व्यूहनीतीमध्ये मानले होते. ते मात्र पॅनेलने मान्य केले नाही. तसा जर अधिकार दिला तर जगात अंदाधुंदी माजेल असे पॅनेलचे म्हणणे होते.

परंतु, जरी जुने नियम उत्क्रांत होऊन नवीन झाले तरी त्या उत्क्रांतीमध्ये एका मूलभूत प्रश्नाला उत्तर मिळत नव्हते. आजच्या काळातील धमक्या या युनोच्या स्थापनेच्या काळातील धमक्यांप्रमाणे नव्हत्या. काळ बदलला होता व त्यानुसार धमक्याही बदलल्या होत्या. त्याची दखल या अहवालात न घेतल्याने मूळ प्रश्न तसाच अनुत्तरीत राहिला होता. एखाद्या राष्ट्राने आपल्या सीमेपलीकडे काय केले याची दखल घेण्यापुरता आताचा प्रश्न नव्हता. तर त्या राष्ट्राने सीमेच्या आत, आपल्याच हद्दीत काय केले त्याचीही दखल घेण्याचा प्रश्न उद्‌भवत होता. त्यामध्ये आपल्या देशातील नागरिकांना कशी वागणूक दिली जाते, दहशतवादाला कितपत उत्तेजन दिले जाते, किंवा कोणी मोठ्या प्रमाणात जनसंहार करणारा बॉंब, अस्त्र किंवा अन्य काही तयार करते आहे काय या साऱ्या गोष्टी आल्या. कारण या कृत्यांशी आता आंतरराष्ट्रीय संबंध पोचतो. युनोच्या सभासदांनी असा आग्रह धरायला हवा होता : 'आपल्या नागरिकांचे कोणत्याही हल्ल्यापासून, कोणाच्याही हल्ल्यापासून रक्षण करण्याची प्रत्येक राष्ट्राची जबाबदारी आहे. त्याच कारणान्वये, अन्य देशाच्या सुरक्षिततेला धमकी दिली जाऊ नये म्हणून आपल्या क्षेत्रात दहशतवादाला उत्तेजन, किंवा मोठ्या प्रमाणात जनसंहार करणाऱ्या अस्त्रांचे उत्पादन, किंवा पर्यावरणाला धोका पोचवणाऱ्या गोष्टींचा प्रसार असल्या गोष्टी होऊ न देण्याची जबाबदारीही प्रत्येक राष्ट्राची आहे.' जर ह्या जबाबदाऱ्या पाळण्यात एखाद्या राष्ट्राने कुचराई केली तर त्यावेळी आंतरराष्ट्रीय समुदायाची प्रतिक्रिया कशी असेल? शिवाय ही सुरुवातीची राजनैतिक सौम्य शस्त्रे आणि आर्थिक दबाव यांचा परिणाम होण्यास काहीना काही वेळ हा लागणारच. तसेच, अशीही एखादी परिस्थिती उद्‌भवू शकते की, जेव्हा ती धमकी कार्यान्वित होण्याआधीच फोल ठरवण्यासाठी मर्यादित प्रमाणात फक्त लष्करी कारवाईच परिणामकारक ठरू शकते.

अमेरिकी तत्त्वप्रणालीबद्दल एक समस्या अशी आहे की त्यात दहशतवादी कृत्यांना आगाऊ प्रतिबंध करण्यावरती अतिरिक्त भर दिलेला आहे. शिवाय या तत्त्वप्रणालीनुसार केले जाणारे उपाय हे राजवट बदलण्यासाठी अत्यंत संकुचितपणे वापरले जातात. या उपायांमुळे दहशतवादाला जसा आळा बसतो तसेच त्यामुळे प्रशासनाचे नियम जबरदस्तीने बदलावे लागतात. आणखी एक अडचण अशी आहे की हा प्रतिबंधात्मक उपाय कधी योजायचा ते एखादी जबाबदार अधिकारी व्यक्ती ठरवू शकते. त्या व्यक्तीला निर्णय घेण्याचा तो अधिकार असेल. मग

त्या व्यक्तीच्या निर्णयशक्तीवर सारे काही अवलंबून राहील. अमेरिकेकडे तो निर्णय घेण्याचा अधिकार आल्यावर मग जरी ती धमकी जागतिक स्वरुपाची असली व अनेक राष्ट्रांना त्या धमकीचा उपसर्ग होणार असला तरी अमेरिका पाहिजे तो अर्थ काढून स्वसंरक्षणासाठी कारवाई करू शकेल. अशा परिस्थितीत जो काही निर्णय घेतला जाईल तो एकाच राष्ट्रापुरता रहाणार नाही. तेव्हा 'आपल्या राष्ट्राला धोका आहे' असे कोण ठरवणार? सिक्युरिटी कौन्सिल हे फक्त कारवाईला संमती देण्यापुरतेच आहे. अन् त्यांची कार्यपद्धती व कार्यगती याबद्दल अमेरिका नेहमी अधीर रहाते. कौन्सिलची कार्यगती ही अमेरिकेला नेहमीच मंद वाटते. नेहमीच्या शांतता प्रस्थापित करण्याच्या पद्धतीपलीकडे जाऊन सैन्यबळ वापरण्यास सिक्युरिटी कौन्सिलने फक्त दोनच प्रसंगात तशी परवानगी दिली होती. ते प्रसंग हे १९९१ सालच्या गल्फ युद्धाअगोदरचे होते. पहिला प्रसंग हा कोरियातील युद्धासंबंधी आणि दुसरा प्रसंग हा कांगोतील यादवी संबंधी होता. १९९१ सालापासून मात्र तसे प्रसंग कमीत कमी १७ वेळा आले होते. म्हणून आजच्या जगात प्रतिबंधात्मक लष्करी बळ हे सुरक्षिततेसाठी वापरावे लागणे भाग आहे. हे नीट समजणे ही एक पहिली पायरी आहे. दुसरी पायरी ही त्यातील मापदंडाबद्दलची आहे. तिसरी पायरी ही ते मापदंड संकेतामध्ये बसवण्याची आहे, आणि नंतर त्यांची कार्यवाही करण्याचे अधिकार हे एखाद्या योग्य, कार्यक्षम अशा संस्थेच्या यंत्रणेला देण्याची आहे. बुश प्रशासनाने पहिली पायरी बरोबर रीतीने चढली आहे. जर त्या बाबतीमधील अमेरिकेचे तर्कशास्त्र तुम्ही बरोबर मानले तर दुसऱ्या पायरीचेही तर्कशास्त्र तुम्हाला पटेल. अन् नेहमीप्रमाणे तिसऱ्या पायरीवरती ते तर्कशास्त्र लंगडे पडते. म्हणून तर युनोच्या सिक्युरिटी कौन्सिलला अमेरिकेचा एकतर्फीपणा हा पर्याय ठरत नाही. त्या त्या विभागातील देशांच्या काही एकत्रित संघटना किंवा लोकशाही देशांच्या आघाड्या यांच्याकडून दहशतवादविरोधी लष्करी बळ वापरण्याच्या अमेरिकी उपायाला कायदेशीर स्वरुप देऊ लागले तर सिक्युरिटी कौन्सिलची किंमत कमी केल्यासारखे होईल.

सध्याच्या परराष्ट्रनीतीच्या जंजाळात, आपल्याला चकवा देऊन एक गोष्ट निसटून जाते आहे, ती म्हणजे 'आदर्शवाद.' अन् हा आदर्शवाद वास्तवापासून किती भिन्न आहे! पण ह्या दोन्ही गोष्टी धोरण राबविताना एकाच वेळी पाळता नाही का येणार? आदर्शवादाचे व्यामिश्र स्वरुप, धर्म, मूलभूतवाद, पर्यावरणाचा ऱ्हास या साऱ्या वास्तव जगातील गोष्टी ह्या शांततामय व सुसंस्कृत विश्वातील आदर्शापुढे उभ्या आहेत. आपल्याला कधी ना कधी तरी समजावून घेतले जाईल याची वाट पहात त्या उभ्या आहेत. (२४ एप्रिल २००६ च्या न्यूयॉर्क टाइम्सच्या अंकात हा विचार ओघवत्या भाषेत मॅक्स केम्पलमान याने मांडला आहे.)

'इंडो-अमेरिकाना'चे भवितव्य

जानेवारी २००४ मध्ये भारत व अमेरिका यांच्यामध्ये एक Next Steps in Strategic Partnership (व्यूहनीतीच्या भागीदारीतील पुढील पावले) या नावाचा एक करार झाला. मी परराष्ट्र मंत्री असताना त्या कराराची तयारी करण्यात आली होती. १९९८ च्या अण्वस्त्र चाचण्या झाल्यानंतर वाजपेयी सरकारचे ध्येय हे अमेरिकेबरोबर व्यूहनीतीमधले नुसतेच भागीदार होण्याचे नव्हते, तर त्या करारात एवढे चैतन्य ओतायचे की, अमेरिकेबरोबर फक्त 'नैसर्गिक दोस्ती' न रहाता तो एक व्यावहारिक पातळीवर कार्यरत रहाणारा करार ठरायला पाहिजे. बुश निवडून येण्याच्या आधी त्यांची प्रिन्सिपल फॉरिन पॉलिसी ॲडव्हायझर कोंडालिझ्झा राईस हिने Foreign Affairs या नियतकालिकात एक लेख लिहिला होता. त्यात तिने भारताची ओळख ही दक्षिण आशियातील एक 'उगवती सत्ता' म्हणून करून दिली होती. बुश निवडून आल्यावर त्याने त्या दिशेने झटपट हालचाली करायला सुरुवात केली. त्या हालचाली या अमेरिकेच्या स्वत:च्या व्यूहनीतीच्या दृष्टीवर आधारलेल्या होत्या. त्या दृष्टीनुसार अमेरिकेला भारत देश हा २०२५ पर्यंत एक महासत्ता म्हणून उदयास येणार आहे याची जाणीव झाली होती. त्यावेळी भारत जगातील सर्वात मोठ्या पाच आर्थिक महासत्तांपैकी झालेला असेल हे अमेरिकेला कळून चुकले होते. त्यावेळी भारताची लोकसंख्या जगात सर्वाधिक असेल व त्याचा फायदा असा होईल की या देशात उच्च शिक्षण घेतलेल्या तरुणांची संख्याही जगात जास्त असेल. भारत हा त्यावेळी एक चैतन्याने सळसळणारा, विविध प्रकारचे लोकसमुदाय व समाज असणारा, वैयक्तिक स्वातंत्र्य असलेला, कायदा व सुव्यवस्था यांचे पालन करणारा आणि लोकांनी मुक्त वातावरणात निवडून दिलेले सरकार असणारा देश असेल. राष्ट्राध्यक्ष बुश यांनी हे नेमक्या संक्षिप्त शब्दात असे सांगितले. "ह्या शतकात लोकशाही भारताचे आगमन हे एक जगातील शक्ती म्हणून झालेले आहे, असे दिसून येईल. म्हणून अमेरिकेच्या राष्ट्रीय हितासाठी जगातील एका सर्वात मोठ्या लोकशाहीवादी राष्ट्राशी संबंध वाढवणे जरुरीचे आहे. कारण नवीन जगातील राजकारणाचा आणि अर्थकारणाचा केंद्रबिंदू हा अपरिहार्यपणे विचलित होऊन तो आशियाकडे सरकणार आहे."

अमेरिकेला भारताच्या सुप्त सामर्थ्याची जाणीव झाल्याने व्यूहनीतीच्या भागीदारातील तो पुढचा करार झाला होता. एकमेकांच्या मदतीच्या जोरावर उभय पक्षांकडून नागरी हितासाठी लागणाऱ्या अणुतंत्रज्ञानाची विक्री, संयुक्तपणे अंतराळ संशोधन व क्षेपणास्त्राद्वारे संरक्षण आणि उच्च-तंत्रज्ञानाचा व्यापार या गोष्टीही त्या करारात सामील केल्या होत्या. तेव्हापासून त्या विषयांच्या आघाडीवरती एकमेकांच्या सहकार्याने विकास होत आलेला आहे. नागरी उपयोगासाठीचे अणुतंत्रज्ञान भारताला विकावे असा जो निर्णय

अमेरिकेने नुकताच घेतला आहे, तो याच कराराचा एक परिणाम आहे. ही एक फार महत्त्वाची विक्री भारताला होत आहे. १८ जुलै २००५ रोजी याच कराराचा एक भाग म्हणून आणखी एक उप-करार बुश व मनमोहनसिंग यांनी सह्या करून पक्का केला. त्यानुसार अणुतंत्रज्ञान व अंतराळ संशोधन यातले सहकार्य हे विविध क्षेत्रांसाठी उपयुक्त ठरवले गेले. जरी अण्वस्त्रप्रसारबंदी कराराच्या व्याख्येनुसार अमेरिका भारताला एक अण्वस्त्रधारी राष्ट्र मानत नसली तरीही अमेरिकेने भारताला त्या कराराचे लाभ मिळवून द्यायचे ठरवले आहे. 'एक प्रगत व अणुतंत्रज्ञान बाळगणारे जबाबदार राष्ट्र' म्हणून अमेरिका भारताला मानू लागली असल्याने नागरी हितासाठीचे सर्व अणुतंत्रज्ञान भारताला पुरवले जात आहे.

त्यानंतर दोन्ही देशांच्या विविध पातळ्यांवरती सल्लामसलती सुरू झाल्या. उभय पक्षांचे दृष्टिकोन आता एकत्र वितळवून त्यातून परस्परसामंजस्य बनवण्याचा त्या मागचा हेतू होता. आधीच्या, म्हणजे १८ जुलै २००५ रोजी झालेल्या कराराच्या कार्यवाहीचाच हा पुढचा भाग होता. तो भाग २ मार्च २००६ रोजी घडला आणि तसे निवेदन राष्ट्राध्यक्ष बुश व पंतप्रधान डॉ. मनमोहनसिंग यांनी केले. आणखी एक मैलाचा दगड ओलांडला गेला होता. दोन्ही देशांनी एक योजना तयार करून त्यानुसार भारताचे अणुप्रकल्प तयार केले गेले. त्या अणुप्रकल्पांमधून विजेचे उत्पादन सुरू होणार असून त्यांची तपासणी वारंवार IAEAच्या तपासणीच्या नियमावलीखाली होणार आहे. बाकीच्या वगळलेल्या अणुप्रकल्पांमधून अण्वस्त्रांना लागणाऱ्या अणुइंधनाच्या प्रतीसारखे उत्पादन निर्माण करता येईल. मात्र ते प्रकल्प कोणत्याही परकीय अथवा आंतरराष्ट्रीय तपासणीपासून मुक्त रहातील. भारताने आपल्याकडील अणुप्रकल्पांची अशी विभागणी करण्यास मान्यता दिल्याने जे अणुप्रकल्प विद्युत निर्मितीसाठी नाहीत ते प्रकल्प अणुइंधनावाचून बंद पडणार नाहीत. कारण ते अणुइंधन भारताला नेहमीच अमेरिकेकडून आयात करावे लागत असते.

या करारांचे सुप्त परिणाम अगणित आहेत. ते सारे भरपूर आहेत, पुरेसे आहेत व दीर्घकाळ लाभ देणारे आहेत. त्यातला मुख्य लाभ म्हणजे कोणत्याही आंतरराष्ट्रीय कराराखेरीज अणुइंधनाच्या उत्पादनावरचे भारताचे नियंत्रण अमेरिकेकडून मान्य केले गेले आहे. भारत जो काही आण्विक कार्यक्रम राबवित आहे त्याला आता या करारामुळे नुसती उभयपक्षी नव्हे तर आंतरराष्ट्रीय पातळीवरतीही मान्यता मिळाल्यासारखे आहे. भारताचे अणुप्रकल्प व संबंधित सारे काही आंतरराष्ट्रीय पातळीवरतीही अधिकृतरित्या मान्यता पावत गेले आहे. थोडीफार काटछाट करून भारताचे अणुप्रकल्प तसेच पुढे खंड न पडता चाललेले आहेत. ती काटछाट स्वेच्छेने करू दिल्यामुळेच भारतीय अणुप्रकल्पांना स्पष्ट अधिकृतता लाभली व कायदेशीर स्वरूप प्राप्त झाले आहे, हे ध्यानात घ्यावे. परिणामी भारताची अणुधोरणातील स्वायत्तता, भूमिका आणि कार्य हे

मात्र थोडेसे पातळ झाले, हेही तितकेच खरे आहे. परंतु याची भरपाई अमेरिकेने आपल्या धोरणातील भारताविरुद्धची पूर्वीची राजकीय कलमे काढून टाकण्याने झाली. आता भारत हा अण्वस्त्रधारी समजला जात नाही आणि त्याच बरोबर भारताने अण्वस्त्रप्रसारबंदी करारावरती सही केली नसल्याने तो न्यूक्लिअर सप्लायर्स ग्रूपमध्येही मोडत नाही. परंतु जरी भारत तशा काही खास गटांमध्ये अथवा क्लबमध्ये मोडत नसला तरीही त्याला त्या गटात असल्यासारखे फायदे मिळत आहेत. सगळ्या फायद्या-तोट्यांची बेरीज केली तर भारताचे पारडे जडच आहे असे दिसेल व त्याची समाधानकारक प्रगती चालू राहिली आहे. थोडक्यात, आपल्याला असे म्हणता येईल की जरी भारताला कोणी अण्वस्त्रधारी गटातील सभासद म्हणून संबोधले नाही, तरी त्याला अप्रत्यक्षपणे एक व्हिजिटिंग मेंबर, पाहुणा-सभासद म्हणून स्वीकारले गेले आहे. परंतु अशाने समान दर्जा दिला गेला आहे असे थोडेच आहे?

ही जी काही आण्विक प्रगती भारताने राजनैतिक पातळीवर केली आहे ती काही फार नेत्रदीपक आहे, असे म्हणता येणार नाही. यातून अमेरिकेनेही फार काही साधले आहे असेही म्हणता येणार नाही. मात्र भारताने व अमेरिकेने या नवीन संबंधात काही कमतरता उद्‌भवू देता कामा नये आणि हे संबंध कधीही मागे फिरता कामा नये याची आटोकाट काळजी घेतली पाहिजे. मे १९९८ चे जे तर्कशास्त्र लढवून आपण अणुचाचण्या केल्या त्या तर्कशास्त्रानेच आपल्याला येथवर आणून सोडले आहे आणि त्याबद्दल मला अत्यंत समाधान वाटते आहे. स्ट्रोब यांच्याबरोबर मी दोन्ही देशांच्या दृष्टिकोनात प्रथम मेळ घातला अन् मगच मैत्रीच्या दिशेने दोन्ही देशांची पावले पडू लागली. एकमेकांशी मेळ घालायचे ध्येयच आत्तापर्यंत चालत आलेले आहे. पण आणखीही एक पाऊल पुढे टाकले तर ते ध्येय साध्य होईल. अजूनही काही अडथळे ओलांडायचे असले तरी भारत व अमेरिका आपली अधिक गाढ मैत्री जगाला दाखवतील. आता दोन्ही देशांच्या दृष्टिकोनात परिपूर्णरित्या जरी मेळ नसला तरी जो काही मेळ साधला आहे त्या आधारे पुढे प्रगती करीत रहाता येण्यास तेवढे पुरेसे आहे. मे-जून १९९८ ला पेरलेल्या बीमधून आता एक तरुण वृक्ष उभा राहिला आहे.

माझ्या दृष्टीने हे एक चक्र पुरे करण्यासारखे आहे. माझे मन ११ मे १९९८ तारखेला मागे जाते व नंतर १२ जून १९९८ ला जाते. त्यावेळी मी भारतासाठी अमेरिकेच्या दिशेने एक पाऊल उचलले व त्या देशाला बरोबर वाटचाल करण्याचे आवाहन केले, सहकार्याची विनंती केली, परस्परांना नीट समजावून घ्यावे म्हणून सांगितले. म्हणून आता मला खूप समाधान वाटणे स्वाभाविक आहे. त्या सुरुवातीच्या प्रयत्नांमुळे पुढे सहा वर्षांत अमेरिकेबरोबरचे संबंध वाढत गेलेत. पूर्वी भारत हा एक मागासलेला, खालच्या थरातला, बहिष्कृत असा देश समजला जात होता. त्याच देशाशी अमेरिकेने आता अणुऊर्जा, अंतराळ संशोधन आणि

शस्त्रास्त्रे याबाबतीत सहकार्य केले. अमेरिकी तज्ज्ञांनी विश्लेषण करून आपले मत दिले आहे की, "भारताशी भागीदारी केल्यामुळे अमेरिकेला आपली भू-राजकीय उद्दिष्टे साध्य करता येतील आणि ती उद्दिष्टे चांगली जागतिक कृत्ये ठरतील. म्हणून भारताला अणुऊर्जा क्षेत्रात अमेरिकेने सामावून घेतले पाहिजे, अंतराळ संशोधन आणि दुहेरी वापराच्या उच्च-तंत्रज्ञानात सहभागी करून घेतले पाहिजे. त्यामुळे भारताची भू-राजकीय व्यक्तिरेखा ही उठून दिसेल आणि आर्थिक प्रगती आणखी होईल. कारण भारत अनेक क्षेत्रात जगात सर्वदूर पसरला आहे... असे झाले तरच ही दोन मोठी लोकशाही राष्ट्रे एकत्र काम करू शकतील."

१२ जून १९९८ रोजी मी वॉशिंग्टनमधील स्ट्रोब यांच्या ऑफिसात प्रथम पाऊल टाकले होते. त्यावेळी सुरू केलेल्या कामाचे फलित शेवटी असे असेल याचा अंदाजही त्यावेळी येणे शक्य नव्हते. म्हणून जेव्हा २ मार्च २००६ रोजी अमेरिकेने आणखी एक करार भारताबरोबर केल्याची बातमी माझ्या कानावर आली तेव्हा माझ्या या संदर्भातील मागच्या साऱ्या आठवणी झर्रकन मनामध्ये तरळून गेल्या. मी पुरेपूर समाधान पावलो. २००४ सालच्या निवडणुकीत भारतीय जनता पक्षाला सत्तेवरून पायउतार व्हावे लागले. पण १२ जून १९९८ रोजी घातलेल्या पायाखेरीज आणि आधीचे शर्थीचे प्रयत्न केल्याखेरीज हे फलित मिळणे कठीण होते. माझ्यात आणि स्ट्रोबमध्ये जे संवाद झडले त्यात 'गावाला जाण्याच्या रस्त्याचा' उल्लेख वारंवार आला होता. आम्ही त्या गावाला शेवटी पोचलो, असे समजले तर मात्र ती एक मोठी चूक होईल. मी सरकारमध्ये असो वा नसो, पाथरवटाच्या छिन्नीचा आवाज मला सारखा येत आहे. यातून भारताची उद्याची स्वप्नशिल्पे साकार होत आहेत. भारत व अमेरिकेने गावाला जाण्याच्या रस्त्याचा शोध घेतला, तो रस्ता सापडला आणि त्यावरून दोघांची वाटचाल चालू झाली व ती अजूनही चालूच आहे. गाव तर दृष्टिपथात आले आहे. एकदा तिथे पोचले की मग दोघांचे मिळून एक घर तिथे बांधता येईल. तेवढे अद्याप झाले नाही. परंतु तोपर्यंत थांबायचे नाही, हे नक्की!

◆

अकरा

काही नंतरचे विचार

विभाग १

अर्थशास्त्रातील पशूवृत्ती

मला जेव्हा अर्थमंत्री करण्यात आले तेव्हा अर्थमंत्रालय हे अडचणीतून चालले होते. माझ्या खातेपालटाचे ते मुख्य कारण होते. शेवटी मी नॉर्थ ब्लॉकमधील त्या मंत्रालयात पोचलो. केंद्रीय सेक्रेटरिएटच्या इमारतीच्या उत्तर भागाला नॉर्थ ब्लॉक म्हणतात. येथे गृहमंत्रालय व अर्थमंत्रालय यांची ऑफिसे आहेत. तर साऊथ ब्लॉकमध्ये परराष्ट्र मंत्रालय व संरक्षण मंत्रालय आहेत. या दोन्ही ब्लॉकमधून जाणारा रुंद रस्ता हा 'इंडिया गेट' व 'राष्ट्रपती भवन' यांना जोडतो.

माझ्या लवकरच लक्षात आले की आपल्यापुढे जी आव्हाने आहेत ती खरी अर्थ मंत्रालयात आहेत. येथले पहिले काम म्हणजे आपण अर्थकारणात गमावलेला राष्ट्रीय विश्वास परत कमवायला हवा, हे माझ्या लक्षात आले. तसे केले तरच भारतीय अर्थकारणाला नीट चालना मिळेल. आपल्या देशातील उत्पादनक्षमतेवरची आणि सर्जनशील बुद्धिमत्तेवरची नोकरशाहीकडून शब्दच्छल करीत गुंतागुंत करण्याच्या प्रवृत्तीमधून जी बंधने पडतात ती सारी बंधने दूर केली पाहिजेत. मला या मंत्रालयात रुळण्यासाठी काही दिवस लागले. कारण इथला सारा मामलाच वेगळा होता. इथल्या पद्धती वेगळ्या होत्या. मी एकदा म्हटले होते, "विकासाचे सर्व प्रकल्प हे अर्थ मंत्रालयातून वहात जातात. आम्ही येथे अनेक आठवडे त्या विकासगंगेतील पाणी हे छोट्या माशांसाठी वाचवायचा प्रयत्न करतो. त्यासाठी छोट्या घळया खोदून तेथून काही पाणी वाहू देतो. मगच त्या विकासनद्यांना पुन्हा वाढ होत वाहू देण्यासाठी सोडून देतो." अर्थमंत्रालयाकडून नुसते देशाच्या

अर्थकारणावर नियंत्रण ठेवले जात नाही तर संपूर्ण सरकारच्या आर्थिक कार्यावर प्रभाव टाकून त्याला हवी ती दिशा दिली जाते. म्हणून माझ्या इथल्या कार्यकाळात सुरुवातीला मी अशा निष्कर्षाला आलो की, येथले पहिले व महत्त्वाचे काम हेच आहे की, आर्थिक कारभाराबद्दल नुसत्या नोकरशाहीची नव्हे तर साऱ्या राजकीय समुदायांचीही मनोरचना बदलायला हवी. आपल्या सर्वांना सहजासहजी 'होय' म्हणणे आणि तेही वेळेत म्हणणे हे पुन्हा शिकायला हवे. केंद्रभागी सुधारणा झाल्याखेरीज साऱ्या हालचाली या एक तर फरफटत, रखडत जातील किंवा ठप्प तरी होतील. आम्हाला जी 'कागदपत्रांची सत्ता' नाचवायची सवय लागली आहे ती संपवली पाहिजे. नाही तर आमच्या कृतींना, हालचालींना अर्धांगवायू होईल. 'लायसेन्स राज' ही गोष्ट यातूनच निर्माण होत गेली. प्रत्येक गोष्टीसाठी परवाना लागे आणि त्यासाठी फायलीवरती मंजुरीचा शिक्का पडला पाहिजे. यामुळे नोकरशाहीचा कल हा कामे कुंठीत करण्याकडे होत जातो.

अर्थमंत्री झाल्यावर सुरुवातीच्या दिवसात बातमीदार मंडळी माझे नवीन मंत्रीपद, माझी नवीन भूमिका आणि माझे नवीन काम याबद्दल माझी मते विचारू लागली. माझे अर्थशास्त्रीय व्यवस्थापनामधले कोणतेही शिक्षण झालेले नसताना मी त्याक्षणी उत्तर दिले की, 'गृहिणींच्या पर्समध्ये जास्त पैसे घालणे आणि गरिबांच्या पोटात जास्त अन्न घालणे, हे माझे काम असणार आहे.' माझ्या त्या हजरजबाबी उत्तरामुळे माझ्या लक्षात आले की, खरोखरीच याच उद्‍गाराभोवती साऱ्या अर्थमंत्रालयाने काम करीत राहिले पाहिजे. त्याची किल्ली ही सतत होत रहाणाऱ्या 'वृद्धी'मध्ये आहे, वाढीत आहे. सबंध मंत्रालयाची मानसिकता त्यासाठी बदलली पाहिजे. पण अशी मते ही येथे १९९० पर्यंत पाखंडी ठरवली जात होती. तोपर्यंत भारतीय अर्थकारण हे फक्त मध्यवर्ती हुकूमतीखाली चालले आहे. त्यावरती नोकरशाहीचे दाट सावट पडले होते. तोपर्यंत उत्पादनाची लक्ष्ये ही दिल्लीतील एका सरकारी संघटनेकडून ठरवून दिली जायची. एकदा ते लक्ष्य ठरवून दिले की कोणालाही जादा उत्पादन करता यायचे नाही. तशी चूक जर एखाद्या उद्योगधंद्याने केली, आपल्याला दिलेल्या परवान्यातील उत्पादनाचे उद्दिष्ट त्याने ओलांडण्याची चूक केली की त्याला जबर दंड केला जाई! जेव्हा मी भरपूर उत्पादनावरती जोर देऊ लागलो तेव्हा त्याचे खंडन जुन्या विचारसरणीनुसार होऊ लागले. जादा उत्पादनाला मागणी नसते, तो माल पडून रहातो, वगैरे वगैरे. मग मी एक आयत्या वेळची तत्त्वप्रणाली बनवून ती त्यांच्यापुढे ठेवली. उद्योगाची जास्त वाढ झाली की जास्त पुरवठा करता येतो. जितका पुरवठा करत रहाल त्यामुळे मागणीही वाढत रहाते. परिणामी अधिक पैसा खेळत रहातो. काही वर्षांपूर्वी रिझर्व्ह बँकेचे गव्हर्नर वाय. व्ही. रेड्डी यांनी माझ्याकडे एक कागद

पाठवला होता. त्यावरती फ्रेंच अर्थतज्ज्ञ 'जीन बाप्टिस्टेसे' यांचे एक वाक्य छापलेले होते. ते वाक्य म्हणजेच एक तत्त्वज्ञान होते. ते वाक्य असे होते: *पुरवठा हा आपल्या मागणीला जन्म देतो.* मी त्या वाक्याचा आधार घेऊन बोललो होतो. त्यावर ऐकणाऱ्यांनी माझे कौतुक केले. माझे अर्थशास्त्रातले शिक्षण नसूनही मी एवढा मौलिक विचार मांडला म्हणून त्यांना माझे कौतुक वाटत होते. (गव्हर्नर वाय. व्ही. रेड्डी ह्यांनी लवकर सेवानिवृत्ती घेतली व ते नंतर आंतरराष्ट्रीय नाणेनिधीच्या बोर्डावर संचालक म्हणून गेले.)

मी एकदा मुंबईला भाषण देण्यासाठी गेलो होतो. तिथे अनेक उद्योग व व्यापार संघटनांसमोर मला बोलायचे होते. मी आणि गव्हर्नर रेड्डी त्यासाठी निघालो होतो व जिना उतरू लागलो. मी गेले आठ दिवस अनेक संघटनांच्या सभेत बोलत आलेलो होतो. तेच तेच बोलून मला अक्षरश: वीट आला होता. मी जिना उतरता उतरता तसे रेड्डींना सांगितले व पुढे म्हटले, "मला यावेळी काहीतरी वेगळे सांगायची इच्छा आहे."

रेड्डींनी अर्थकारणाचा अनुभव जन्मभर घेतला होता. त्यांना माझ्या अडचणीची कल्पना आली. चटकन अचूक निर्णय घेण्याचे लाजवाब कौशल्य त्यांच्याकडे होते. त्यांनी मला सावधगिरीने विचारले, "तुम्हाला काय बोलायची इच्छा आहे?"

यावर मी त्यांना म्हणालो, "आपल्या उद्योगपतींमध्ये मला प्रचंड आत्मविश्वास निर्माण करायचा आहे. मला त्यांना सांगायचे आहे की, *'जा, बाहेर जा आणि जग जिंका. बाहेर मुबलक पैसा आहे. तो कमवा. मी तुमच्या बाजूने उभा राहीन, तुम्हाला पाठिंबा देईन. माझे अर्थ मंत्रालयही तुमच्या बाजूने उभे राहील. तसेच रिझर्व्ह बँक आणि गव्हर्नर रेड्डीसुद्धा तुमच्या बाजूने उभे रहातील.'* मला असे बोलायचे आहे."

माझे बोलणे ऐकून जिना उतरता उतरता रेड्डी थांबले. माझे विचार हे सहजगत्या स्वीकारण्याजोगे नव्हते, हे त्यांच्या थांबण्यावरून कळले. त्यांनी काही क्षण विचार केला व म्हटले, "उद्योगधंद्यांनी बाहेरून पैसा मिळवून आणण्यावरती कोणतीही मर्यादा घालायची नाही?"

"होय! कोणतीही मर्यादा नाही. शिवाय येथे आणि भारताबाहेरून कर्ज आणण्यास सारी मदत त्यांना दिली जाईल. मला तो जुना आर्थिक साम्राज्यवाद (Reverse Economic Imperialism) आणायचा आहे!"

यावर गव्हर्नर रेड्डींच्या चेहेऱ्यावर स्मित उमटले नाही. ते गंभीर झाले होते. काही वेळ ते नि:शब्द उभे होते. नंतर त्यांनी हळुवारपणे मला म्हटले, "ठीक आहे, सर! पुढे व्हा आणि तुम्ही तसे निवेदन करा."

पण मला अजून काही त्यांच्याकडून हवे होते. मी म्हणालो, "अन् मला नागरिकांचीही दखल घेतली पाहिजे. त्यांनाही अधिक काही तरी दिले पाहिजे. ते

जेव्हा परदेशात जातात तेव्हा रिझर्व्ह बँक खर्च करण्यासाठी फारच थोडे परकीय चलन त्यांच्या हातावर ठेवते. यातून मार्ग काढण्यासाठी ते जमेल तशी पैशांची तस्करी करू लागतात. आपणच त्यांना तसे करू देण्यास प्रवृत्त करतो.''

एव्हाना रेड्डी यांनी माझा मूड पकडला होता. त्यांनी मला याबद्दल जरासा तपशील विचारला. मी त्यांना थेट म्हणालो, ''परदेशी जाणाऱ्या प्रत्येक व्यक्तीला दरवर्षी एका परदेश भेटीसाठी जास्तीत जास्त २५००० डॉलर्सचे परकीय चलन द्यायला काय हरकत आहे?''

यावर ते सहमत झाले. पण त्यांनी एक अट घातली. ते म्हणाले, ''प्रत्येक भेटीला परकीय चलन देता येणार नाही. त्याऐवजी फक्त एका वर्षापुरतीच तेवढी रक्कम देता येईल, सर.''

मी ते मान्य केले. अशा रीतीने परकीय चलनाच्या गंगाजळीबद्दल काही कालबाह्य नियम अवघ्या काही मिनिटात बदलले गेले. मी येथे ही दोन उदाहरणे देऊन आर्थिक व्यवस्थापनाच्या जुन्या पद्धतीमधले दोष हे किती झटपट दूर करता येतील ते दाखवून दिले आहे. त्याचबरोबर देशातील नैसर्गिक जोश चेतवता येतो आणि उद्योगधंद्यातील आत्मविश्वासही कसा वाढवता येतो तेही दाखवून दिले आहे. असल्या प्रयत्नांमुळेच भारताने आपली गुंतवणूक परदेशात अर्थपूर्ण रीतीने अशी केली आहे की आता त्या गुंतवणुकीकडे पहात जगभरातून हेवा केला जातो.

'संपत्तीची निर्मिती हे पाप आहे' अशा समजुतीच्या पायावर अर्थ मंत्रालय काम करू शकत नाही, मग भले एके काळी आपण समाजवादी तत्त्वप्रणाली व जुनीपुराणी मते शिरोधार्थ मानली होती तरी! माझा एका अर्थशास्त्रीय तत्त्वज्ञानावर नेहमी विश्वास असतो. ते तत्त्वज्ञान भारतीय समाजाच्या संस्कृतीचा पाया आहे. त्या तत्त्वज्ञानामुळेच आपण सारेजण कसून प्रयत्न करतो, जास्तीतजास्त संपत्तीची निर्मिती करतो, अत्युच्च टोकाला जाण्याची धडपड करतो, मग कोणत्या का क्षेत्रात आपण काम करीत असो. कारण आपला तो धर्म बनला आहे. 'धर्म' म्हणजे कर्तव्य करीत रहाण्याचे आपण मानलेले बंधन. त्यानंतर आपण 'वाचवून साठवत रहाणे' हे मानलेले आहे. प्रत्येक भारतीयाच्या मनात ही संकल्पना लहानपणापासून बिंबलेली असते. त्यामुळे तो बचत करतो, साठा करीत रहातो. त्यानंतर येते ती काटकसरीची भावना. 'गरजेपेक्षा एकही कण जादा वापरायचा नाही' असे आपल्याला लहानपणापासून शिकवलेले आहे. त्यामुळे खऱ्या अर्थाने आपला समाज हा बेसुमार खर्च करीत सुटलेला समाज (consumer society) नाही. आपल्याच समाजाचा एक छोटा भाग हा आत्ता तशा उपभोक्ता समाजाची बेफाम खर्च करण्याची लक्षणे दाखवू लागला असला तरी ते सध्या नगण्य प्रमाणात आहे. वाचवणे किंवा बचत करणे या वृत्तीबरोबरच दुसऱ्याला काही ना काही देणे, दान करणे ही गोष्ट धार्मिक कर्तव्यात मोडते. ही गोष्ट, हे कर्तव्य

करणारा शेतकरी असेल, कारागीर असेल किंवा एखादा उद्योगपतीही असेल. अशा या 'भारतीय शहाणपणाबरोबर' मी वाढलो, लहानाचा मोठा झालो. ही वृत्ती मला अर्थ मंत्रालयात आणायची होती. यात मला संपूर्ण नाही तरी बऱ्यापैकी यश मिळाले. अर्थ मंत्रालयानेही तो जोश दाखवला, मोठा आत्मविश्वास व्यक्त केला. परिणामी, अधिक वाढीचा निर्देशांक उगवला. अन् मग त्यानंतर अर्थकारणाच्या प्रवाहाने एक मोठे वळण घेऊन सुधारणांकडे आपला रोख ठेवला. त्यावर्षी देशाचा एकूण राष्ट्रीय उत्पादन वाढीचा निर्देशांक (GDP) हा ८.४ टक्के झाला. म्हणजे आपली, अर्थकारणाची गाडी ही रुळावर आली असून भारताचा विकास हा स्फोटक गतीने होऊ लागला, असे म्हणायला पाहिजे. ती गाडी तशीच जात राहिलेली ठेवणे ही आता एक पहिली गरज ठरली. त्याबद्दल आपण थोडक्यात बघू.

भारतीय अर्थकारणाची आशा

अर्थकारण हे भारतापुढचे क्रमांक एकचे आव्हान आहे यात शंकाच नाही. सर्वत्र विकास होत रहाणे, ग्राहकाची क्रयशक्ती वाढणे, सातत्याने अर्थशास्त्रीय वाढ होत रहाणे, सर्व नागरिकांचे रहाणीमान उंचावणे या गोष्टी अर्थशास्त्रीय आव्हानात येतात. सध्या आपल्यापुढे एका संधीची खिडकी उघडलेली आहे. विशेषत: 'लोकसंख्येमुळे मिळणाऱ्या नफ्याचा हिस्सा' या नावाने भारताला लाभ होऊ लागला आहे. २६ ऑक्टोबर २००५ रोजी गाडगीळ स्मृती व्याख्यानमालेत डॉ. विजय केळकर यांनी India's Economic Future; Moving beyond State Capitalism (भारताचे आर्थिक भवितव्य; राष्ट्रीय भांडवलवादापलीकडे जाताना) यावरती भाषण देताना त्यांनी हे सांगितले. भारताला लोकसंख्येमुळे मिळणारा हा जो आर्थिक नफा किंवा लाभ आहे तो फक्त १० वर्षे किंवा जास्तीत जास्त ३० वर्षे एवढ्या मर्यादित काळापुरताच मिळेल. या काळात भारताने ठामपणे राष्ट्रीय भांडवलवादापलीकडे जात पुढे मुसंडी मारली पाहिजे. भारताने हेतुपूर्वक प्रगत राष्ट्रीय अर्थकारणाकडे सरकले पाहिजे. त्यासाठी आपल्या अर्थ संस्थांमध्ये वेगाने सुधारणा केल्या आणि केंद्र व राज्य पातळीवरती कार्यक्षम खाजगीकरण केले तरच ते साध्य होऊ शकेल. आधुनिक अर्थशास्त्रानुसार आपल्याला अर्थसंस्थांची चौकट बदलायला हवी. त्यातच भारताचे आर्थिक भवितव्य दडले आहे. ते एक स्वयंसिद्ध सत्य आहे आणि डॉ. विजय केळकर यांच्या शब्दांत सांगायचे झाल्यास "आपण वाढ व विकास यांचे आपले स्वत:चे एक मॉडेल विकसित केले पाहिजे. म्हणजे मग आपण प्रगत अर्थकारणाच्या दिशेने पुढे जाऊ शकू. त्यात वाढीला दिले जाणारे उत्तेजन हे अंतर्भूत असेल. मग सुधारित कार्यक्षमतेचे, अधिक आर्थिक सहभागाचे आणि चांगल्या प्रशासनाचे लाभ हे

उदार लोकशाहीत मिळतील.'' नुसती अमेरिकी व ब्रिटिश किंवा पाश्चिमात्यांच्या धोरणांची नक्कल करून आणि तशा अर्थसंस्था काढून काहीही होणार नाही. तशा मार्गावरून चालण्याची चूक भारताने कधीच करू नये.

शिवाय शहरी पायाभूत रचनांची काही क्षेत्रे आहेत. त्याकडे आपले अजून लक्ष गेले नाही. येथले पेचप्रसंग नजरेला दिसतात त्यापेक्षा मोठे आहेत. 'भारत हा आता मुख्यत्वेकरून शेतीप्रधान अर्थकारणावर अवलंबून राहिलेला नाही' ही जी लोकप्रिय संकल्पना अथवा समजूत आहे त्या समजुतीविरुद्ध ते शहरी जगातील पेचप्रसंग उद्‌भवत आहेत. यासाठी शेतीचा दर्जा वाढवला पाहिजे, त्यात भांडवल ओतले पाहिजे. शेवटी शेती हीच भारताची जीवनपद्धती आहे. पण त्या शेतीची उत्पादकता आणि शेतीमालाचे उत्पन्न हे वाढत गेले पाहिजे. ती गोष्ट पाटबंधारे प्रकल्पात वाढ व सुधारणा, पडीक जमिनी लागवडीखाली आणणे, शेतीमाल साठवणुकीसाठी उत्कृष्ट गोदामे बांधणे, विक्रीची व्यवस्था करणे, पायाभूत सोयी निर्माण करणे आणि देशभर शेती उत्पादनाची कोठेही मुक्त वाहतूक करणे अशा गोष्टींनीच आपला हेतू साध्य होईल.

पायाभूत प्रकल्पांवरील पर्यवेक्षक

देशाचा विकास करण्यासाठी व सामाजिक पायाभूत रचना निर्माण करण्यासाठी आमची बांधिलकी सरकारमध्ये असताना होती. तशा अनेक प्रकल्पात एक महत्त्वाकांक्षी प्रकल्प होता. त्यानुसार ज्या खेड्याची लोकसंख्या १००० च्या पुढे आहे त्या खेड्यांना पोचणारे मोटारी जाण्यासारखे रस्ते करायचे. भारतात अशी एकूण खेडी ६,३८,३६५ आहेत. (संदर्भ : २००१ सालची जनगणना. त्यात निर्मनुष्य वस्त्या आणि तात्पुरत्या वस्त्यांची सुद्धा दखल घेतलेली आहे.) मग त्यामागोमाग आणखी एक प्रकल्प आला. शहरी सुविधा ग्रामीण भागात नेण्यासाठी तो प्रकल्प होता. (त्याचे इंग्रजीमधील लांबलचक नाव Provision of Urban Amenities in Rural Areas ऊर्फ PURA) त्या प्रकल्पानुसार खेड्यात रस्ते, वीज, पाणी, शिक्षण, टेलिफोन इ. पोचवायचे. त्या PURA शब्दाचा हिंदीतला उच्चार 'पूरा' असा करून तोच 'संपूर्ण' हा अर्थ या प्रकल्पाला लागू होतो. हा प्रकल्प पूर्ण करणे ही एक मोठी जबाबदारी होती.

अशा प्रकल्पातून आणि रस्तेबांधणीच्या त्या सुवर्णचतुष्कोन प्रकल्पाच्या अनुभवातून मी असा निष्कर्ष काढला आहे की, हे सारे पायाभूत सोयी निर्माण करणारे प्रकल्प वेळेत पुरे व्हायला हवेत. त्यासाठी त्यावर नजर ठेवणाऱ्या एखाद्या पर्यवेक्षकाची, ओव्हरसिअरची गरज आहे. तो पर्यवेक्षक म्हणजे एखादी अधिकृत संस्था असेल. अशी पर्यवेक्षक संस्था असणे हे फार महत्त्वाचे आहे.

आपल्या केंद्रीय रचनेत अशी कोणतीही पर्यवेक्षक संस्था नाही. मग फक्त मंत्रीमंडळाकडून आढावा घेतला जाऊन प्रकल्पावर लक्ष ठेवले जाते. पण तेवढे पुरेसे नाही. त्यामुळे अपेक्षित प्रगती आणि प्रत्यक्षातील प्रगती यामध्ये खूपच अंतर पडते. म्हणून कार्यक्षम अशा पर्यवेक्षक संस्थेची त्यासाठी गरज आहे.

सरकार हे लोकांचे प्रतिनिधित्व करते. ते जनतेकडून कर गोळा करते. त्या बदल्यात सार्वजनिक सेवा, इत्यादी जनतेला पुरवते. या अर्थाने पाहिले तर भारत राज्य हे फारच कमी काम करते असे म्हणावे लागेल. मुळात संपूर्ण प्रमाणात कर गोळा केला जात नाही. तो थोडा गोळा होतो. मग त्या बदल्यात केले जाणारे कामही तेवढेच थोडेसेच असणार. अन् जे काही काम केले जाते ते हलक्या प्रतीचे असते. अन् तरीही सरकार नेहमी जनतेकडून बेसुमार प्रमाणात मागणी करीत असते. म्हणून तर आपल्याला थेट गरिबीची समस्या सोडवायला हवी. अन् दारिद्र्य निर्मूलनाचा सर्वात प्रभावी एकच कार्यक्रम आहे. तो म्हणजे, आपल्या एकूण राष्ट्रीय उत्पादन (GDP) वाढीचा वेग वर नेणे. ह्या मार्गाने दारिद्र्य हमखास हटते हे सिद्ध झाले आहे. दुसऱ्या कोणत्याही मार्गाने ते हटणार नाही. राष्ट्रीय उत्पादन वाढीचा वेग वाढला तर आपोआपच समस्या सुटत जाऊन राष्ट्रीय समाधान वाढते. "GDP वाढले तर त्याचे रूपांतर GNC मध्ये होते," असे मी म्हणत असे. GNC म्हणजे Gross National Contentment (एकूण राष्ट्रीय समाधान) असा शब्दप्रयोग अर्थशास्त्रात नाही, तो मीच माझ्या सोयीकरता बनवला आहे. मी हा शब्दप्रयोग अर्थतज्ज्ञांशी वादविवाद करताना वारंवार वापरायचो. त्यामुळे ती मंडळी गडबडायची. परंतु संपत्तीच्या समान वाटपाच्या भ्रमापायी राष्ट्रीय उत्पन्नाच्या वाढीकडे दुर्लक्ष करणे हे घातक आहे. कारण एकदा तुम्हाला आपला हेतू साध्य झाला असे वाटले की, तुम्ही सरळ उत्पन्नवाढ आणि समान वाटप या दोन्ही गोष्टी सोडून द्याल. परिणामी फक्त दारिद्र्याचे मात्र वाटप होईल. म्हणून आपली नजर ही दरडोई उत्पन्नाच्या निर्देशांकावरती सतत खिळून राहिलेली पाहिजे. तो निर्देशांक हे सर्वांचे आयुष्य बदलून टाकणारे हत्यार आहे, त्यात आपले गरीब नागरिकसुद्धा आलेच.

दारिद्र्य निर्मूलनाच्या निरनिराळ्या सिद्धांतावरती वादविवाद करून काहीतरी निष्कर्षाला येणे, यामध्ये काही आव्हान नाही. खरे आव्हान हे ताबडतोब परिणामकारक उपाययोजना शोधून काढून ती राबविण्यात आहे. म्हणून दारिद्र्य निर्मूलनाचे ध्येय हे अशा कार्यक्रमांमध्ये आहे की ज्यात त्या कार्यक्रमांकडून कार्यक्रमांच्या चुकांची दुरुस्ती केली जाते, त्या कार्यक्रमांकडूनच लक्ष्ये ठरवली जातात आणि ते कार्यक्रम स्वत:ला बरखास्त करून टाकू शकतात. असे काही सुरू करण्याऐवजी दारिद्र्य निर्मूलनासाठी भरमसाठ पैशांचे किती व कसे अंदाजपत्रक असावे व त्याला मंजुरी कशी मिळवावी

यावरती अविरत चर्चासत्रे झडवणे हा काही उपाय नाही. आपल्या कार्यक्रमासाठी किती पैसे मंजूर केले गेले याला फार महत्त्व नसते. तर जे पैसे मंजूर केले त्याचा विनियोग योग्य प्रकारे करून तेवढ्या बदल्यात कितपत हेतू साध्य केले, याला महत्त्व असते. कार्यक्रमांमुळे दारिद्र्याचे निर्मूलन होत नसते किंवा ते शमवले जात नाही. त्या कार्यक्रमातून बदल्यात जे काही मिळवले जाते, घडवले जाते त्यावरती कार्यक्रमाचे यश अवलंबून असते. भारताचा आर्थिक विकास होणे ही एक मूलभूत गरज आहे. ही गरज एवढी महत्त्वाची आहे की ती गरज भागवण्यासाठी हेतुपूर्वक प्रयत्न केल्यावाचून सर्व प्रकारच्या वाढीच्या निर्देशांकांचा काहीही उपयोग होत नाही, उलट अनेकदा ते उत्पादनाला निरुत्साही करणारे ठरतात. म्हणून तसल्या निर्देशांकाकडे पहाण्याऐवजी वर उल्लेखलेला राष्ट्रीय समाधानाचा निर्देशांक हा खरा महत्त्वाचा आहे. 'इंडिया शायनिंग' मोहीम ही आर्थिक व्यवस्थापनाला एक आव्हान होते. कोणताही राजकीय पक्ष त्या प्रचार मोहिमेत नव्हता. भारताने केलेला आर्थिक विकास बाहेरच्या जगाला कळण्यासाठी ती प्रचार मोहीम आखली होती. दुर्दैवाने ती मोहीम फसली. याचे कारण त्या मोहिमेत 'स्वत:ला वेळोवेळी दुरुस्त करणारा घटक' घातला नव्हता. भारतात लोकांच्या वाढत्या अपेक्षांचे व्यवस्थापन कसे करायचे, त्या अपेक्षा पूर्ण करून लोकांचे समाधान कसे करायचे, ही गोष्ट देशाच्या सुधारणांच्या विषयपत्रिकेतील राजकीय अर्थशास्त्र व्यवस्थापनाचा एक भाग आहे.

'दारिद्र्याचे व्यवस्थापन' याबद्दल जी काही मनोवृत्ती राजकारणी पुरुष व सरकारी नोकरवर्ग यांच्यात पूर्वापार चालत आली आहे, ती नव्याने तपासून तिच्यात योग्य तो बदल केला पाहिजे. दारिद्र्याच्या व्यवस्थापनाकडून 'उदयोन्मुख विपुलतेचे अर्थशास्त्र' या पातळीकडे नवीन मनोवृत्ती जायला हवी. हे नवीन विपुलतेचे अर्थशास्त्र एवढ्या वेगाने उदयास येते आहे की तेवढ्याच वेगाने त्याचा लाभ व्यवहारात करून घेण्यासाठी त्वरेने पावले उचलली पाहिजेत. यासाठी लागणारी जी ऊर्जा, जो जोश एव्हाना निर्माण झाला आहे त्याच्या सहाय्याने उत्साही उद्योजक भारताचे रुपांतर करू लागले आहेत. त्यांच्या कार्याचे प्रतिबिंब हे आपल्या संपूर्ण समाजात पडले पाहिजे.

आपल्याला आणखी कायदे करण्याची मुळीच जरूरी नाही. आपल्याला फक्त परिणामकारक, जबाबदारी स्वीकारणारे व उत्तर देणारे सरकार हवे आहे. आपल्याला आणखी नियमांचीही गरज नाही. आपल्याला फक्त वैयक्तिक स्वातंत्र्य आणि थोडेसे पर्याय हवे आहेत. अन् तेही आहे या चौकटीत किंचित जागा व्यापणारे असल्याने याखेरीज बाकी काहीही करायला नको. आपल्याला सरकारी भांडवलशाही नको. त्याऐवजी सरकारच्या नियंत्रणावाचून चालणारे भारतीय अर्थकारण आपल्याला हवे आहे. सरकारी नियंत्रणापासून मुक्तता हे आपल्या अर्थकारणाच्या व्यवस्थापनाचे तत्त्व असायला हवे.

त्या नियंत्रणापलीकडे आपण गेले पाहिजे. खाजगी उद्योजक आणि सर्जनशीलता यांच्यामार्फत ही गोष्ट घडू शकेल. 'एक नवीन भारत' ही कल्पना प्रथम एखादे जहाज बांधावे तशी नीट बांधली पाहिजे. नंतर त्यावर भारताचे निशाण लावून ही कल्पना आधुनिक जागतिक अर्थकारणात सोडली पाहिजे. अर्थशास्त्रीयदृष्ट्या भारत हा आता एका अभूतपूर्व वाढीच्या उंबरठ्यावरती उभा आहे. लोकसंख्येमुळे होणारा लाभ आता येथून पुढे दहा ते तीस वर्षे होणार आहे. त्या काळाचा फायदा आपण उठवला पाहिजे. त्यानंतर मात्र हा 'लोकसंख्येचा लाभ' (demographic dividend) बंद होणार आहे.

विभाग २

सध्याच्या काही स्मृती

कधी कधी असे वाटते की मी ज्या जसोल व खुरी गावात वाढलो ती गावे विसाव्या शतकातील क्वचितच मला वाटायची. ती दोन्ही गावे एकोणिसाव्या शतकात जगत होती. तिथल्या जीवनातील अग्रक्रम व संथ जीवन हे एकोणिसाव्या शतकातले होते. पण त्यानंतर माझ्याच आयुष्यात तिथे जो बदल झाला तो अति वेगाने झाला. 'एक जग संस्कृती'कडे झपाट्याने जो बदल होतो आहे, जे रूपांतर होत चालले आहे ते गेल्या वर्षांच्या मोजणीचे गणित करून समजणार नाही.

विसाव्या शतकाच्या सुरुवातीला भारत बऱ्यापैकी जागा होऊन ताजातवाना झाला होता. त्याला हळूहळू बाहेरच्या जगाचे भान येत गेले. १८५७ साली भारताचे पहिले स्वातंत्र्ययुद्ध झाले. त्याने बसलेले हादरे हे विसावे शतक उजाडेपर्यंत बऱ्यापैकी शोषले गेले होते. एव्हाना लंडनची व्हिक्टोरिया राणी (१८३७-१९०१) मृत्यू पावली होती. इंग्लंडची सत्ता, भारतातील साम्राज्याची प्रतिष्ठा कळसाला पोचली होती. अन् तरीही नंतर साडेचार दशकात या साम्राज्याचे बळ, अधिकार ओसरत गेले. विसाव्या शतकात मोठे बदल झाले. भारताचे स्वातंत्र्य हे त्याचेच प्रतीक ठरले. अनेक साम्राज्ये नाहीशी झाली, राजसत्ता लटपटत इतिहासाच्या गर्तेत कोसळून नाहीशा झाल्या. तुर्कस्तानचे ऑटोमान साम्राज्य, ऑस्ट्रिया-हंगेरीचे साम्राज्य, फ्रान्सचे साम्राज्य ब्रिटिशांचे साम्राज्य आणि अर्थातच रशियाचे साम्राज्यसुद्धा सर्व काही नामशेष होत गेले. ही सर्व साम्राज्ये किती सहजगत्या कोसळली! रशियातील राजेशाही, युरोपातील राजघराणी आणि भारतातील राजेशाह्या, संस्थाने हे सारे नष्ट झाले व त्या साऱ्या राजसत्ता या अंधुक होत जाणाऱ्या काळाच्या सावल्यात विरून गेल्या.

विसाव्या शतकाच्या सुरुवातीला एक विचारप्रणाली जन्माला आली. ती विचारप्रणाली हळूहळू जगात सर्वत्र पसरत गेली. अनेकांना ती आवडली आणि

त्यांनी तिचा स्वीकार केला. त्यात एक एकदम नवीन व क्रांतीकारक विचार होता. ती विचारप्रणाली राबवली तर माणसांच्या सर्व दु:खांचे निराकरण होणार होते, असा दावा केला जात होता. तसेच, त्यात समानतेचा पुरस्कार होता आणि सारी सामाजिक विषमता निपटून काढण्याचे अभिवचन होते. समाज-तत्त्वज्ञानी कार्ल मार्क्स हा जर्मन विद्वान त्यावेळी पॅरिसमध्ये व नंतर लंडनमध्ये रहात होता. त्याने प्रथम आपली कम्युनिझमची संकल्पना जगापुढे मांडली. गेली सत्तर वर्षे ही कम्युनिझमची विचार-प्रणाली भांडवलशाही विचारप्रणालीची स्पर्धक बनली आहे, तिला टक्कर देते आहे. कम्युनिझमकडे पाहून अवघी मानवजात विस्मयचकित झाली होती. यामुळेच रशियात क्रांती झाली व राजेशाही उखडली गेली. 'महान ऑक्टोबर क्रांती' या नावाने ती रशियन क्रांती ओळखली गेली. रशियाचे रूपांतर कम्युनिस्ट राजवटीत झाले. परंतु जुने रशियन साम्राज्य, त्याचा अफाट विस्तार हा तसाच ठेवला गेला. हा विस्तार मध्य युरोपपासून जपानच्या बेटांपर्यंत होता. पृथ्वीवरील जमिनीपैकी १/६ जमीन ही केवळ रशियन भूमी होती. या विस्तृत रशियन भूमीवरती एका मानवी आयुष्याच्या कालखंडात कम्युनिझमचा तो महान विचार उमलत गेला, पुढे त्या विचाराने क्रूरपणे आपला प्रभाव गाजवला आणि शेवटी तो कोसळला, पराभूत झाला, पार विझून गेला. अगदी संपूर्णपणे नाहीसा झाला. ते सारे अवघ्या एका मानवी आयुष्याच्या कालखंडात घडले. याआधी इतिहासात असे कधीही घडले नव्हते. कम्युनिझमच्या काळात जन्माला आलेल्या फॅसिझमचीही शेवटी तीच तऱ्हा झाली. समाजाच्या उच्छेदाची भाषा करणाऱ्या १९व्या शतकातील पंथाचे (nihilist) अस्तित्व फार काळ टिकले नाही. तोच प्रकार अंदाधुंदीच्या तत्त्वावर आधारित असलेल्या पंथाचा झाला. विसाव्या शतकाच्या सुरुवातीला युरोपात तो आपला अंदाधुंदीवाद ही एक गंभीर राजकीय तत्त्वप्रणाली म्हणून जगापुढे मांडत होते. त्यांच्या कल्पना या आजच्या दहशतवादाशी सुसंगत अशा होत्या. हाही पंथ अल्पावधीत संपून गेला. विसाव्या शतकाच्या मध्यभागापूर्वी हळूहळू भिन्न विचारसरणी समोरासमोर येऊन दंड थोपटून उभ्या राहू लागल्या. सिद्धांतवाद, राज्यपद्धती व स्पर्धा यामुळे जगाची वाटणी ही दोन जगात झाली. त्यानंतर 'तिसऱ्या जगाचा' उदय झाला. आपल्यावर वर्षानुवर्षे लादलेल्या साम्राज्यशाहीच्या जोखडातून ते मुक्त झाले. त्या जोखडाची जाणीव तिसऱ्या जगात असलेल्या भारताला प्रथम झाली. भांडवलवाद व कम्युनिझम न अंगिकारता अलिप्ततावाद घेऊन भारत उभा राहिला. विसावे शतक हे संघर्षाचे शतक ठरले. युद्धे, प्रचंड विनाश, आत्यंतिक हिंसाचार हे सारे याच शतकाने अनुभवले.

जागतिक महायुद्धाची कल्पना म्हणजे अवघे जग युद्ध खेळू लागणार असे वाटू लागले. त्यानंतर सर्वंकष युद्धाची कल्पना पुढे आली. यात सारे जग युद्ध

खेळून त्यात संपूर्ण सजीव सृष्टीचा विनाश सामावलेला असतो. आता तसे काही होईल यामुळे सर्वजण धास्तावले. त्यानंतर 'मर्यादित युद्धाची' कल्पना पुढे आली. म्हणजे, ज्यांचा संहार करायचा आहे ते आधी ठरवून ती कारवाई पार पाडणे. नंतर 'शीतयुद्ध' सुरू झाले. थोडक्यात विसावे शतक हे पुरेपूर संहार, हत्याकांडे, विनाश व हिंसाचार यांनी थैमान घातलेले असे होते. परस्पर विचाराने विनाश करण्याचे भूभाग आधीच ठरवले जाऊ लागल्यावर जगाची वाटणी झाल्यात जमा झाली. पण मग त्या 'परस्परसंमतीने केला जाणारा विनाश' (Mutually assured Destruction उर्फ MAD) याचे काय करायचे? याच शतकात जगाची लोकसंख्या वाढत गेली होती. पण इतक्या मोठ्या प्रमाणात जनसंहार झाले की जणू काही आपण आपलाच संहार करून घेत होतो. बाकीची जीवसृष्टी तर कोणाच्याच खिजगणतीत नव्हती. युद्धे व क्रांत्या यात नरसंहार जसा झाला तसाच नरसंहार अनेक देशांच्या सरकारांनी आपल्याच देशातील विरोधकांचा केला. असा अंदाज केला जातो की विसाव्या शतकात सुमारे १८ कोटी माणसे ही माणसांकडूनच मारली गेली. याखेरीज जीवसृष्टीतील अन्य जीवांची किती हत्या केली गेली त्याचा मला पत्ता नाही.

विज्ञान व तंत्रज्ञान यांच्या सहाय्याने माणसाने अक्षरश: दचकवून टाकावी एवढी प्रगती केली आहे. राईट बंधूंनी विमानाचा शोध लावल्यावरती साठ वर्षांतच चंद्रावर माणूस उतरला. ३१ जुलै १९६९ रोजी नील आर्मस्ट्राँग याने चंद्रावर आपले पहिले पाऊल टाकताना म्हटले, "माझे एक पाऊल येथे पडणे म्हणजे मानवाची ती एक भली मोठी उडी आहे." जेव्हा विमानाचा शोध लागून माणूस प्रथम हवेत वर उचलला गेला, त्याबद्दलच्या वर्णनात असे लिहिलेले आहे की, "...ते हवेतले उड्डाण अवघे ५४० फूट आणि फक्त २० सेकंद चालले होते. पण तरीही ते इतिहासातील पहिले उड्डाण होते.... तो दिवस होता १७ डिसेंबर १९०३. डिसेंबर महिन्यातील वारे त्यावेळी नॉर्थ कॅरोलिना राज्यातील 'किटी हॉक' गावात घोंगावत होते. त्याठिकाणी हे ऐतिहासिक उड्डाण झाले. आता जग अधिक लहान केले गेले. ऑर्व्हिल राईट व विल्बर राईट या दोन भावांनी मानवी आयुष्यांच्या मर्यादाच बदलून टाकल्या." आता आपली अंतराळयाने शनीच्या चंद्रावरती उतरू शकतात. अंतराळात फिरणारे छोटे छोटे शिलाखंड (asteroids) हे पृथ्वीवरून डागलेल्या बाँबने उडवून देता येतात. आपल्याला आता ह्यातला चमत्कार वाटेनासा झाला आहे. आपण आपल्या डोळ्यांनी मंगळाचा पृष्ठभाग पाहिला आहे. दूरच्या धूमकेतूची धूळ गोळा करून ती पृथ्वीवर विश्लेषणासाठी आणली आहे! हबल दुर्बिण सोडून आपल्याला अंतराळात खोलवर डोकावून पहाता येते आहे, आपल्या सूर्यमालिकेपलीकडे काय आहे तेही पहाता येते. कधी कल्पना केली नाही इतक्या खोलवरच्या अंतरावर

आपली नजर त्यामुळे पोचते आणि तिथल्या नीरव पोकळीत, शून्य पोकळीत 'दुसरे काही' आहे काय ते बघता येते. जी पोकळी अनादी काळापासून आहे, किंवा काळाचा जन्म होण्याआधीपासूनची आहे त्या जागेत आपण बघू शकतो. ती जागा,ती शून्य पोकळी ही काळाच्या आधी होती. पण काळच नसल्याने 'आधी' हा शब्द आपल्याला वापरता येणार नाही! अशा वेळी मला केनोपनिषदमधला एक श्लोक आठवतो :

यामानसा ना मानुते, येनोहर मनो मातम् ।
तदेव: ब्रह्म त्वम विद्धि नेदम यदिदायुपस्ते ।।

अर्थ : आपल्या मनाच्या सहाय्याने त्याची कल्पना करता येणार नाही, (पण) त्याच्या सहाय्याने मन कल्पना करू शकते, असे म्हटले जाते. फक्त तेच ते 'ब्रह्म' आहे. बाकी याची भक्ती केली जात नाही.

केनोपनिषद १:६

भारत– अनंत व अंतर्गत

विसाव्या शतकाच्या उत्तरार्धात भारताची कामगिरी कितपत ठीक आहे? शेवटी भारताने मन बधीर करणाऱ्या फाळणीच्या प्रसंगातून एक टिकाऊ व कार्यक्षमरित्या चालणारे राष्ट्र निर्माण करण्याचे आव्हान स्वीकारले होते. जमाखर्च किंवा 'नफा व तोटा' अशा धर्तीवर 'यश व अपयश' या पद्धतीने एखाद्या देशाच्या कामगिरीचे मूल्यमापन करता येत नसते, असे निदान मला तरी वाटते. परंतु तरीही साठ वर्षांनंतर आपण कोठे आलो आहोत? या प्रश्नाचे उत्तर शोधायला हवे. संपूर्ण भारत देश हा आता एकसंध व मध्यवर्ती सत्तेखालील राष्ट्र बनलेले आहे. कदाचित् मध्यवर्ती सत्तेचा अंमल जादा असेल पण इतिहासकाळातील मध्यवर्ती सत्तेसारखी ती सत्ता नाही, हे नक्की. आपले अर्थकारण हे प्रवाही आहे आणि ते दिवसेंदिवस प्रगती करीत पुढे जात आहे. पूर्वी जी असंख्य सरकारी बंधने होती व त्यात जी माणसांची सर्जनशीलता अडकून पडायची तसे आता नाही. आपल्या लोकसभेच्या निवडणुका चौदा वेळा यशस्वीरित्या पार पडल्या. ६७ कोटी मतदार त्या मतदानात भाग घेतात. अन् ही गोष्ट अमेरिकेतील २९ कोटी ६० लाख मतदारांपेक्षा आणि पश्चिम युरोपातील ४५ कोटी ७० लाख मतदारांपेक्षा अधिक आहे!

निवडणुका पार पाडण्याचा अनुभव हा नेहमीच काही ना काही शिकवून जातो व आपल्याला स्तिमित करून जातो. अत्यंत थोड्या वेळात जास्तीत जास्त परिपूर्णतेने आपण निवडणुका पार पाडतो. गेल्या साठ वर्षांत आपण जगाला दाखवून दिले आहे की, आमच्या परीने आणि पद्धतीने निवडणुका यशस्वी करून आमची राज्यकारभाराची पद्धत ही योग्य आहे. एक अवघड प्रश्न पूर्वी नेहमी विचारला जाई

की लोकशाही राज्यकारभार पद्धतीत भारतात सत्तांतर हे शांततापूर्णरित्या होईल काय? या प्रश्नाला ते वरील उत्तर आहे. १९७९ ते २००४ या काळात एका शतकातून दुसऱ्या शतकात सीमोल्लंघन झाले, दहा सार्वत्रिक निवडणुका झाल्या, अकरा पंतप्रधान झाले. अन् अजूनही ही लोकशाहीची प्रक्रिया शांतपणे पुढे जात चालली आहे. नैसर्गिक, राजकीय, अंतर्गत व आंतरराष्ट्रीय आव्हाने झेलीत ती पुढे जात चालली आहे. भारतात सतत होत रहाणाऱ्या बदलांकडे नीट पाहिले तर असे दिसून येईल की येथे लोकशाही स्थिर झालेली नाही, अस्थिरता आहे आणि अपरिपक्वताही आहे. असेल तसे कदाचित. परंतु याचीच दुसरी बाजू पाहिली तर असे कळते की, या अफाट विस्तृत देशात, एक अब्जापेक्षा जास्त लोकसंख्येच्या देशात आपण आपल्यासमोर उभ्या असलेल्या आव्हानांना सतत तोंड देत आलो आहोत व उत्तरे शोधत पुढे चाललो आहोत. अन् हे अडथळे ओलांडत जाताना, अवघड समस्यांना भिडून त्यांच्यावरती मात करत जाताना गेली चाळीस वर्षे एकाच पक्षाचा, एकाच कुटुंबाचा, मानसशास्त्रीयदृष्ट्या कमकुवत करणाऱ्या घटकाचा प्रभाव पडत आलेला आहे. फक्त त्याच पक्षाचे आणि कुटुंबाचे भ्रामक चित्रण लोकांपुढे सतत ठेवले जात आहे. या गोष्टीतून भारताने बाहेर पडले पाहिजे. नाहीतर स्वत:लाच नामशेष करणाऱ्या महाजनसत्तेमध्ये व त्याच्या कमकुवत करणाऱ्या जाळ्याच्या धाग्यात भारत कायमचा अडकून पडेल.

अन् त्या अपयशांचे काय? अंतर्गत सुव्यवस्था आणि एकोपा यांचा अभाव हा प्रामुख्याने १९४७ च्या अनुभवातून निर्माण झाला असावा. राज्यपद्धतींमध्ये नसलेला सुसंवाद, नागरिकांमध्ये असमाधान, माथेफिरूसारखा राज्यशासनावरचा उडालेला विश्वास आणि राज्याकडून आश्वासने पुरी होतील यावरचाही उडालेला विश्वास या गोष्टी दखल घेण्याइतपत उदयास आल्या आहेत. आपल्याला अजूनही पुरेशी साक्षरता आणता आली नाही, सर्वांना प्राथमिक शिक्षण देता येत नाही, दारिद्र्याचे निर्मूलन करता येत नाही, आरोग्याच्या किमान गरजा पुरवता येत नाहीत, लोकसंख्या वाढीचा वेग आटोक्यात आणता आला नाही. (हीच लोकसंख्या आपल्याला काही फायदा, Demographic dividend काही वर्षे देणार आहे हा यातला विरोधाभास आहे, हे तात्पुरते बाजूला ठेवा.) कायदापालनासाठी आपण अजूनही नीट वचनबद्ध नाही. निदान तत्त्वत: तरी ती गोष्ट आपण मनापासून मान्य केली पाहिजे. अन् अशा वेळी आपले कायदे करणारी माणसे हे स्वत:चे कायदापालन करण्याचे उदाहरण जनतेसमोर ठेवू शकत नाहीत. जेव्हा कायद्याला धरून रहाण्यात शिथिलता येते आणि कायदेपद्धतींचा गळा घोटून त्या ठप्प केल्या जातात, तेव्हा देशातील सुरक्षिततेची भावना ही उडून जाते. परिणामी प्रशासन हे कायद्याचे पालन जादा व पोकळपणे करू पहाते. सरकारी कर्मचारी हे मालक असल्यासारखे आक्रमकपणे वागू लागतात. मग नागरिकांशी वागण्याच्या त्यांच्या दृष्टिकोनात बदल होतो. यातूनच भ्रष्टाचाराचा जन्म

होतो. आपल्या हक्कांसाठी नागरिक सरकारी कर्मचाऱ्यांना पैसे देऊ लागतात, अन् ते द्यावेच लागतात. मग 'सुविधा शुल्क' (किंवा काम करण्याची फी) या गोंडस नावाखाली लाचेचे देणे-घेणे चालते. एरवी कायद्यानुसार ज्या गुन्हेगारांना शिक्षा व्हायच्या तेच गुन्हेगार भारतीय लोकशाहीचा वापर करून आपल्याला हवे ते उघडपणे मिळवतात. हे पाहिले की मग त्यात फारसे आश्चर्य वाटेनासे होते.

भारताचे एक फार मोठे वैशिष्ट्य असे आहे की, ग्रामीण भागात जे स्वयं-प्रशासन किंवा जो स्थानिक कारभार चालतो तो पारंपरिक सामाजिक चौकटीच्या जाणिवेच्या आधाराने चालवला जातो. पण आता बेभरवसा आणि तणाव, बहुतेकदा राजकीय कारणांमुळे येणारा तणाव, यांचा प्रभाव तिथे वाढल्याने एक वेगळेच चित्र निर्माण झाले आहे. राजकारणामुळे ग्रामीण भारत पार बदलून गेला आहे. 'राखीव जागा' यांची तरतूद काही मुदतीपुरतीच घटनेने ठेवलेली असताना तशा सवलती अविरतपणे चालू आहेत. यामुळे नवीन असमानतेला जन्म मिळाला आहे. या प्रक्रियेत 'जात' ही पुसून टाकली न जाता ती उलट पक्की कोरली जात आहे असे उपरोधिक चित्र उमटले आहे. नवीन हक्क आणि नवीन हक्कदार हे ठळकपणे उदयास आले आहेत. हे नवीन हक्कदार आपला नव्याने सापडलेला वेगळेपणा जपून ठेवीत आहेत. कारण आपल्या या विशिष्ट जातीचा वेगळेपणा गमावला तर त्यामुळे आपल्याला 'राखीव' हक्क गमवावे लागतील, परिणामी आर्थिक संधीही गमावेल अशी त्यांना भीती वाटते. अशा ह्या सामाजिक घडणीला (social engineering) बहुतांशी निवडणुका लक्षात घेऊन राजकीय व्यक्तींकडून पाठिंबा दिला जातो. त्याला दुसरे कोणतेही 'समाजातील सर्व मानव समान आहेत' यासारखे किंवा अधिक समानता आणण्याजोगे महान कारण जबाबदार नाही. किंवा ज्यांना एके काळी सामाजिक हक्क नाकारले होते त्यांना ते देणे ही गोष्ट आता कायमस्वरुपी व अविरत चालणारी होऊन बसली आहे. अन् म्हणूनच शेवटी मूळ उद्देशालाच त्यामुळे बाधा पोचते. प्रस्थापित कायद्यांच्या आधारे अशी ही सामाजिक जडणघडण करण्याने फारसे काही साध्य होणार नाही. समाजाच्या मूलभूत धारणा या कायदेशीर प्रक्रियेने बदलत नसतात. तशा सुधारणांचे प्रयत्न समाजातूनच सुरू व्हावे लागतात. समाज सुधारणांचे प्रयत्न भारताने वेळोवेळी व शतकभर दाखवलेले आहेत. परंतु ती एक मंद व उत्क्रांतीकडे नेणारी क्रिया आहे. अन् आपण आत्ता भरभर सुधारणा व्हाव्यात यासाठी अधीर झालो आहोत. इन्स्टन्ट फूड आणि तात्काळ वितरण असे असलेल्या काळात अधीरता जास्त असते.

१९५२ नंतरच्या घटनांमध्ये 'लोकशाहीचा प्रसार' ही घटना खूप महत्त्वाची आहे. आरक्षण आणि पंचायत राज्य यांची त्यात भर पडल्यावरती देशात एक सामाजिक क्रांती घडली, असे म्हटले पाहिजे. तसे असेल तर मग सर्वत्र

असमाधान का फैलावते आहे, उपहासवृत्ती का पसरली आहे आणि सरकार व नागरिक यांच्यात अंतर का पडत जात आहे?

अर्थातच याचे अंशत: उत्तर हे प्रशासनाच्या शैलीत आणि उद्भवलेल्या परिस्थितीचे स्वरुप यात आहे. तर बाकी उत्तर हे कदाचित् सरकारला नीट फलिते न देता येणाऱ्या यंत्रणेत दडले असेल. तसेच, समाजातील जे स्पर्धक गट आहेत त्यांच्यातल्या दुराव्यामध्येही उत्तराचा काही भाग आहे. या गोष्टी लोकशाहीतील 'निवडणूक' या प्रकाराने निर्माण झाल्या आहेत ही एक मोठी उपरोधिक गोष्ट आहे. त्यामुळे एक प्रकारे लोकशाहीने भारतीय समाजाचे काही भेद पडले आणि त्या भेदालाही पुढे उपभेदांचे फाटे पडले. या सर्व भेदांमधून, उपभेदांमधून निवडणुकीत लाभ मिळवता येतात. काही समाजशास्त्रज्ञ याला 'राजकीय जागृती' असे गोंडस नाव देतात, पण बाकीचे समाजशास्त्रज्ञ तसे म्हणत नाहीत. हे वास्तव प्रथम आपण स्वीकारणे भाग आहे, मग त्यावर काही बोलता येईल.

बाह्य जगातला भारत

१९४७ नंतर समोर येत गेलेल्या आंतरराष्ट्रीय आव्हानांना स्वतंत्र भारत अधिकाधिक हिमतीने तोंड देत गेला. त्यामुळे बरीचशी अंतर्गत खदखद व संघर्ष हे दाबून टाकता आले. परंतु त्यातली एकच मोठी कमतरता आपल्याला दूर करता आली नाही असे दु:खाने म्हणावे लागते. ती कमतरता म्हणजे आपल्या सरहद्दींबद्दलचे वाद अजूनही आपल्या मिटवता आले नाहीत. स्वातंत्र्यानंतर आता ६० वर्षे पुरी होत आहेत तरीही आपल्या शेजाऱ्यांबरोबर आपले संबंध नीट नाहीत, सलोख्याचे नाहीत आणि परस्पर लाभांचेही नाहीत. आपले हे अपयश डाचणारे आहे. त्यामुळे आपल्या लवचिकतेला बंधने पडतात आणि पर्याय वापरण्याचे स्वातंत्र्यही कमी होते. याचे परिणाम अंतर्गत पातळीवरतीही होतात. त्यामुळे देशात सामाजिक पातळीवरती ताणतणाव निर्माण होतात. त्याचा प्रभाव सरकारच्या दृष्टिकोनावरती पडतो व मग पुन्हा बाहेरच्या त्या देशाशी असलेले काहीजणांचे अतूट संबंध आपले प्रदर्शन करतात. आपल्या सर्वांच्या मनावरती फाळणीच्या आठवणींचे दडपण टांगत्या तलवारीसारखे आहे. त्याचा सतत आपल्याला त्रास होत रहातो. पण त्या धक्कादायक घटनेचा भार सतत आपल्या मनावर पडता कामा नये. कारण आधीच आपण सारे दक्षिण आशियातील लोक बऱ्याच गोष्टींचा भार वहातो आहोत. आपल्याला प्रगती करण्यासाठी जी वाटचाल करायची आहे ती असली ओझी खांद्यावर घेऊन करण्यात अर्थ नाही. त्याऐवजी विकासाच्या मार्गावरचा आपला प्रवास हा अत्यंत हलके ओझे बरोबर घेऊन केला पाहिजे. कारण ज्या आव्हानाला आपल्याला भिडायचे आहे ते आव्हान आपल्या सर्व शेजाऱ्यांनी मिळून आपल्यापुढे ठेवले आहे व ते दिसते

त्यापेक्षा खूप मोठे आहे. भारत आपल्या देशाचे क्षेत्रफळ कमी होऊ देणार नाही हे तर उघडच आहे. मग हीच गोष्ट आपल्या राजकारणात प्रगट व्हायला पाहिजे. भारत जसा मोठा आहे तसेच त्याचे राजकारणपटुत्व महान नसले तरी निदान 'मोठे' असायला हवे. ही एक कठीण गोष्ट आहे, पण तरीही ती साध्य करायला हवी. या विषयात आपले प्रगती-पुस्तक फारसे समाधानकारक गुण दाखवित नाही. आपल्या शेजाऱ्यांना भारतावरच्या वर्चस्ववादी प्रवृत्तींचे भय नेहमी वाटते. आम्ही त्याबद्दल निषेध व्यक्त करून म्हणतो की आमच्याकडे असली कोणतीही रचना नाही. पण कदाचित त्या कल्पनेबद्दल आपल्याला नीट उलगडा झाला नसेल. या देशाच्या फाळणीमुळे किमान दोन तरी गोष्टी प्रमुख व श्रेष्ठ ठरल्या आहेत. त्या म्हणजे भारताचा आकार आणि भारताचा सांस्कृतिक ठसा! कोणत्याही दिशेने गेलात तरी तुम्हाला हा भारतीय संस्कृतीचा ठसा हा एक नाही तर दुसऱ्या स्वरुपात दिसतोच. मग त्यापासून खूप दूर गेले तरच तो ठसा पुसट व अंधुक होतो. हा प्रकार भारताने मुद्दाम तयार केलेला नाही. हा आमचा परंपरेने आलेला ठसा आहे, तो अंशत: इस्लामी आहे व बाकीचा बहुतांशी हिंदू आहे.

२००६ हे वर्ष जागतिकदृष्ट्या अधिक अस्थिर वाटते आहे. १९०६ नंतर चीनमध्ये परकीयांविरुद्ध जी चळवळ झाली त्याला बॉक्सरचे बंड म्हणतात. त्यानंतर जगभर अस्थिरता निर्माण झाली होती. त्यापेक्षाही अधिक अस्थिरता जगात येईल असे वाटते. कशामुळे ती अस्थिरता येईल? विशेषत: 'नवीन जगाची व्यवस्था' (New World Order) 'इतिहासाला पूर्णविराम' (End of History) असे तत्सम उद्‌घोष नवीन शतकाचे भवितव्य जाणून घेताना झाले असले, तरी ती अस्थिरता उद्‌भवेल? का पुन्हा एकतर्फी विचारसरणी (unilateralism) डोके वर काढेल? जे काही आता या शतकात नवीन उगवेल ते फारसे असे तत्त्ववादाच्या ('ism') स्वरुपात असणार नाही. साम्राज्यशाही संस्कृतीचे युग आणि जुना रशिया किंवा सोव्हिएत साम्राज्य यांनी आपले राष्ट्रीय हितसंबंध सांभाळण्याच्या नावाखाली जे काही केले होते ते जगाच्या लक्षात आहे. म्हणून तर सध्या अमेरिकेने नेमके तेच धोरण स्वीकारले असल्याने जगाला चिंता वाटते आहे. आपल्या साम्राज्यवादी बुरख्यात असलेल्या अमेरिकेवरती जगात कोणीही विश्वास ठेवायला तयार नाही. कारण अमेरिकेलाही हे एक नवीन आव्हान आहे. 'अमेरिकेच्या मागण्या अशा आहेत का, की ज्यावर नंतर साम्राज्यवाद पोसला जाईल?' सुरुवातीला आपण या प्रश्नावरती आश्चर्य व्यक्त करतो, पण नंतर जेव्हा प्रश्नाचे उत्तर वर उगवते तेव्हा चिंता करू लागतो. कारण साम्राज्यवादाकडे न फिरकण्यासाठी आवश्यक असलेला संयम, सहनशीलता व धीर अमेरिका दाखवत नाही. शेवटी तेही एकतर्फीच निर्णय घेऊन वागत असतात. जर कोणीही याबद्दल आवाज उठवत नसले तरी अशा प्रवृत्तींमुळे जग चिंतीत झाले आहे. आदर्शवादी महत्त्वाकांक्षा असणे हा मनुष्याचा स्वाभाविक

गुणधर्म आहे. हा गुणधर्म आणि राष्ट्रीय हिताची आवश्यक कर्तव्ये यामध्ये अनेक आ वासलेल्या खोल दऱ्या असतात. देशाचे हित सांभाळून आदर्शवादाकडे जाणे कठीण असते. भारताच्या सुरक्षिततेच्या हितांचे संरक्षण करण्याच्या दृष्टीने आपण अशा दऱ्यांवरती असे किती पूल बांधणार?

येथे आणखी दोन विचार लक्षात घेणे जरूरीचे आहे. पहिला विचार असा की, एखाद्या सत्तेच्या व्यूहनीतीच्या दृष्टीने आवश्यक असलेल्या सीमा या कधीही प्रत्यक्षात असलेल्या भौगोलिक सीमांशी जुळत नसतात. आंतरराष्ट्रीय संबंधांचा अभ्यास करताना हा घटक नेहमी लक्षात घेतला जातो. कारण हा घटक अगदी इतिहासकाळापासून चालत आलेला आहे. म्हणून इतरांच्या बाबतीत विचार करताना जसा आपण हा घटक लक्षात घेतो, तसाच तो भारताच्या संरक्षणाबाबत विचार करतानाही लक्षात घ्यायला हवा. यामुळे दुसऱ्या मुद्याकडे आता वळावे लागते आहे. भारताच्या व्यूहशास्त्रदृष्ट्या असलेल्या सरहद्दी जिथे आहेत तिथे आपले महत्त्वाचे राष्ट्रीय हित सामावलेले आहे. म्हणून जेव्हा संरक्षणासाठी व्यूहनीती आपण ठरवतो तेव्हा राजनैतिक, आर्थिक किंवा लष्करी असे व्यूहनीतीचे वेगवेगळे भाग आपल्याला पाडता येत नाहीत. तसे करणे हे शहाणपणाचे ठरत नाही की परिणामकारकही ठरत नाही. म्हणून सर्व गोष्टींचा एकत्रित विचार करायला हवा. सांस्कृतिकदृष्ट्या भारताचा प्रभाव हा दक्षिण आशियाच्या अवघड व अरुंद वाटेतून पसरत गेला. भारताभोवतालच्या सर्व भौगोलिक क्षेत्रात त्यामुळे भारताची छाप उमटली आहे. म्हणून तर चीनचा उल्लेख नुसता 'पूर्व आशिया' असा केला तरी चालतो. त्यामुळे भारताच्या हिताला आव्हान मिळाले की त्या प्रभावक्षेत्रातही त्याची दखल घेतली जाते. जोपर्यंत भारत आपल्या राष्ट्रीय हिताची व्याख्या करीत नाही किंवा त्याला नीट शब्दात मांडत नाही तोपर्यंत भारताच्या सांस्कृतिक सरहद्दींची कल्पना कोणालाच करता येणार नाही. अन् म्हणून त्यानंतर जर त्या हितांना धमकी मिळाली तर ताबडतोब, योग्य व पुरेसा प्रतिसाद मिळणे कठीण जाईल. परिणामी भारताचे हित सरळ सरळ तुडवले जाणार. भूतकाळात नेमके तसेच घडले होते. अजूनही भविष्यकाळात असे काही झाले तर भारताच्या अडचणीत वाढ होईल.

एखाद्या देशाला मिळणाऱ्या धमक्यांविरुद्ध त्याने आधीपासून प्रतिबंधात्मक उपाय योजणे हे योग्य आहे. परंतु 'प्रतिबंधात्मक' नावाखाली आधीच आक्रमक कृत्ये केली तर मात्र प्रश्न निर्माण होतो. अन् प्रचलित असलेल्या आंतरराष्ट्रीय पद्धतींना डावलून जर तसे काही केले तर सारे जग भीतीदायक संभ्रमात पडेल. अमेरिकेमध्ये 'राष्ट्रीय सामर्थ्य' हेच अंतिम राष्ट्रीय उद्दिष्ट ठरवतात. कारण त्यांच्या मते राष्ट्रीय सामर्थ्य आणि राष्ट्रीय उद्दिष्ट ही दोन्हीही सारखीच आहेत. तसे पाहिले तर ते तर्कशास्त्रात बसतेही. याच सिद्धांताचे अनेकजण चहाते आहेत व बरेच देश असेच मानतात. विल्सन यांच्या तत्त्वज्ञानाचे अधिक कट्टर चहाते तर सबंध जगातील घडामोडींची

रचना एक वेगळीच मानतात. ते नंदनवनात असल्यासारखे समजतात, इतिहासाला धुडकावून लावतात आणि आपल्या आदर्शवादानुसार जगाची रचना नव्याने करण्यास तयार असतात. त्यांचा तो आदर्शवाद हा आजच्या वास्तव जगाशी जुळत नाही. त्यातून फक्त स्फूर्ती मिळाली तरी तिचा काहीही उपयोग नसतो. म्हणून तर कालांतराने त्या आदर्शवादी विचाराकडे दुर्लक्ष केले जाते. हे भारताला अनेक शतके ठाऊक आहे. अमेरिकी धोरण हे नक्की कोणत्या दिशेने चालले आहे हे जगाला जाणून घ्यायचे आहे. 'सत्तेच्या मर्यादा जाणून घेण्यात सत्तेचे सार सामावलेले आहे' किंवा किसिंजर ह्याने त्याच्या Does America Need a Foreign Policy? या पुस्तकात म्हटले आहे की, "अमेरिकेचे अंतिम व आव्हानात्मक उद्दिष्ट हे 'आपल्या सामर्थ्यातून नैतिक सहमती निर्माण करण्याचे आहे.' मग त्यामुळे मानवी मूल्यांना उत्तेजन मिळेल. ती मूल्ये लादण्याची गरज उरणार नाही..."

मी जेव्हा आपला शेजारी चीन देशाकडे बघतो तेव्हा मला समजते की, त्या देशाने प्रथम आपल्या आंतरराष्ट्रीय सीमा कशा पक्क्या करून घेतल्या. त्याच वेळी आपल्या देशातील अंतर्गत घडी नीट बसवली. मात्र त्यासाठी बळ वापरल्याने फार मोठी मानवी दुःखाची किंमत मोजावी लागली. त्यानंतर अगदी कठोर व्यवहारवाद अवलंबून जास्त आर्थिक वाढीसाठी कसोशीने प्रयत्न केले. एवढे झाल्यानंतर मग हा चीन जगाच्या रंगमंचावर अवतरला. आपण एकदम वेगळाच मार्ग पत्करला. त्यामुळे आपल्याला वेगळी स्थिती लाभली. आता एवढी वर्षे झाल्यावरती चीनने आपले सामर्थ्य भरपूर वाढवून घेतले. भारतापेक्षा ते जास्तच हुशारीने संपादन केले. त्या सामर्थ्यामुळे चीनला सतत स्फूर्ती व प्रेरणा मिळत गेली आहे व जाते आहे. हे सामर्थ्य चीनने गमावले तर मग त्याचा प्रेरणास्त्रोतच बंद होईल. म्हणून तर आपल्या आदर्श पोथीवादापासून नवीन, आधुनिक व तंत्रवैज्ञानिक राष्ट्र बनवण्यासाठी चीनने वेगाने प्रयत्न केले. एक प्रकारे चीनने आदर्शवादाचे व्यवहारवादात रूपांतर केले. सामर्थ्याचा आणखीही एक विरोधाभासात्मक पैलू आहे. जसजसे सामर्थ्य वाढते तसतसे तेच सामर्थ्य असुरक्षितताही वाढवित नेते. कारण सामर्थ्य वापरून जे काही मिळवले ते मग टिकवून धरावे लागते, सतत टिकवून धरावे लागते, नाहीतर जे कमावले ते गमावले, अशी परिस्थिती येते. हे एक सिद्ध झालेले ऐतिहासिक सत्य आहे. म्हणून तर एक सामर्थ्यवान राष्ट्र स्वतःचे अस्तित्व टिकवण्याकरता, आपले कसलेही नुकसान होऊ नये, आपले काहीही गमावले जाऊ नये, आहे ही अवस्था टिकवून धरण्यासाठी आग्रही प्रवृत्तीचे बनते. मग धाक दडपशाही वापरून राज्य करणाऱ्या देशात त्याचे रूपांतर होते. त्याला दुसरे काहीही करता येत नाही. कारण त्याने कमावलेल्या सामर्थ्याची ती मागणी असते. भारतात आपल्याला हे स्पष्टपणे समजायला हवे.

बलवान मंडळींची एकदा आग्रही व अरेरावी वृत्ती झाली की, त्यांना इतरांकडून आव्हाने दिली जातात आणि त्यांचा एकाधिकार शेवटी भंग पावतो. सामर्थ्य हे शेवटी साथ देत नाही, नकार देते. आजचे सामर्थ्यवान हे उद्या तसे ठेवले जात नाहीत. इतिहासच तसे नेहमी घडवित असतो.

परंतु सामर्थ्याबद्दलची ही निरीक्षणे काहीही असली तरी आपण शांततेच्या मार्गावरूनच चालले पाहिजे. आपण सतत शांतता, सुव्यवस्था आणि आपल्या सीमा वादरहित करणे यासाठी धडपड केली पाहिजे. हे अगदी प्राथमिक ध्येय आहे. एखादे फळ झाडावरून खुडावे तशी शांतता खुडून मिळवता येत नाही. ती मिळवण्यासाठी जोखीम पत्करावी लागते. आपले शेजारी, म्हणजे पाकिस्तान, बांगला देश, नेपाळ किंवा श्रीलंका हे देश केवळ पृथ्वीवरची स्थळे नाहीत. उपमाच द्यायची झाल्यास, आपण सर्व शेजाऱ्यांसह एका वेड्यावाकड्या मार्गावरून प्रवास करतो आहोत व तसाच तो सतत करावा लागणार आहे याचे भान ठेवावे. कारण आपल्या कल्पनेतला आपल्या देशाचा जो प्रासाद किंवा मंदिर उभे करायचे आहे त्या कामावरील पाथरवटांच्या छिन्नीचा आवाज हा सतत आपल्याला ऐकू येत राहिला पाहिजे. आपले शेजारी देश बांगला देश व भूतान पहा. दोन्ही देशांपुढे त्याच तशाच समस्या आहेत पण त्या दोन्ही देशांचे दृष्टिकोन व कृती अगदी भिन्न स्वरुपाची आहेत. या दोन्ही देशात उल्फा संघटनेची बेकायदा व गुन्हेगारी स्वरुपाची कृत्ये घडत आहेत. भूतानचा राजा या उल्फाच्या संकटापुढे स्वत: जमेल तशा रांगड्या पद्धतीने लढा देतो आहे. त्यासाठी त्याचा मुलगा, राज्याचा राजपुत्र, हा लष्करी गणवेश अंगावर चढवून त्याला मदत करतो आहे. त्या उलट बांगला देशात मात्र उल्फा संघटनेला आश्रय दिला जातो व मदत पुरवली जाते.

स्वातंत्र्यानंतर आजवर केलेल्या प्रवासात मध्यभागी, म्हणजे १९७१ मध्ये बांगला देशची स्वातंत्र्य चळवळ सुरू झाली. त्यावेळी बांगला देश हा 'पूर्व पाकिस्तान' या नावाने ओळखला जायचा. मग पश्चिम पाकिस्तान विरुद्ध पूर्व पाकिस्तान हे एकमेकांविरुद्ध उभे राहिले. हिंसाचार वाढत गेला. याचा परिणाम म्हणजे भारत व पाकिस्तान यांच्या युद्धात झाला. त्यावेळी मी सैन्यात नव्हतो. राजीनामा देऊन तेथून बाहेर पडलो होतो. नंतर मी आमच्या गावात, जसोलमध्ये, रहात होतो. त्या ग्रामीण भागात माझी या युद्धाबद्दलची मते तयार झाली. त्यावेळी तिथे मला नेहमी विचारले जायचे, "या युद्धाबद्दल तुम्हाला काय वाटते? पाकिस्तानचे तुकडे झाले याबद्दल तुमचे काय मत आहे? हा नवीन बांगला देश आपला मित्र राष्ट्र म्हणून शेजारी राहील ना?" एक ना दोन, अनेक प्रश्न मला विचारले जायचे. त्यावेळची लोकप्रिय मते ही सर्वांची सारखीच होती. भारताने जे काही केले त्याबद्दल सर्वत्र त्याचे गुणगान गायले जात होते. माझी मते व माझे दृष्टिकोन मात्र वेगळे होते. ती मते मी जाहीरपणे बोलून दाखवित होतो. जे काही घडले ते माझ्या मते दीर्घ काळासाठी भारताला व्यूहात्मक-

दृष्ट्या लाभदायक नव्हते. बांगला देशाची निर्मिती करणे हे भारताला जमले याचे कारण सारे घटक आपल्या बाजूला आले होते व दान आपल्या बाजूला पडले. राजनैतिक, आंतरराष्ट्रीय, अंतर्गत, नागरी प्रशासनात्मक, लष्करी, आर्थिक इत्यादी सर्व घटक त्यावेळी आपल्याला अनुकूल होते. पण तशी संपूर्ण अनुकूलता प्रत्येक वेळी लाभेलच असे नाही. मी त्यावेळी म्हणायचो, "जे झाले त्याबद्दल इतक्यातच आनंद व्यक्त करणे हे अपरिपक्वपणाचे लक्षण असेल. कारण बांगला देशाकडे कृतज्ञतेची भावना प्रगट करण्यासाठी त्यांना आपण राजनैतिकदृष्ट्या बांधून घेतले नाही. त्यातून त्यांनी अद्यापही तशी भावना शेजारधर्म म्हणूनही प्रगट केलेली नाही." माझ्या या बोलण्यावरती त्यावेळी टीका व्हायची. बांगला देश निर्मितीबद्दल जसा आनंद व्यक्त केला जायचा, तसाच पाकिस्तानचे सुमारे १ लाख युद्धकैदी सोडल्याबद्दलही केला जायचा. त्यावेळी टीकाकार म्हणत होते, "पाकिस्तानकडून तशी कोणतीही पूरक बोलणी, कृती वगैरे व्यक्त केली गेली नसताना हे युद्धकैदी सोडून देणे योग्य नाही." किंवा अनेकजणांना त्यावेळी या युद्धकैद्यांच्या बदल्यात काश्मिरचा प्रश्न आपल्या मनाप्रमाणे पाकिस्तानकडून सोडवून घ्यायचा होता. मी हेही मत धोरण म्हणून मानायला तयार नव्हतो. माझे म्हणणे असे होते की अनिश्चित काळपर्यंत युद्धकैदी आपल्या भूमीवरती ठेवून घेणे हे राजनीतीच्या दृष्टीने फार काळ करता येत नसते. युद्धकैद्यांना कसे वागवावे, युद्धबंदी कशी अंमलात आणावी, तह कसे करावेत याबद्दल काही आंतरराष्ट्रीय नियम, संकेत ठरलेले आहेत.

बांगला देशाची पाकिस्तानच्या तावडीतून मुक्तता केल्याबद्दल अनेकांची विविध मते आहेत. भारताच्या मते बांगला देशाने याबद्दल कृतघ्नता दाखवली आहे. कारण आपल्याला स्वातंत्र्य मिळवून देण्यात भारताने काही भूमिका बजावली हे बांगला देश मानायला तयार नाही. "उलट भारताच्या सुरक्षिततेला जी पूर्व पाकिस्तानमुळे धमकी दिली जाई (खरेच तसे होते?) ती यामुळे नाहीशी झाली. त्यामुळे जे काही भारताने केले त्यात त्याचाच फायदा झाला असल्याने कायमची कृतज्ञता दर्शवण्याची अपेक्षा कशी काय केली जाते?" असे बांगला देशाचे म्हणणे होते. भारताच्या अपेक्षा आणि त्याला बांगला देशाचा प्रतिकूल प्रतिसाद किंवा अपेक्षित कृतज्ञता व व्यक्त केलेली कृतघ्नता वगैरेमुळे परिस्थिती अधिक गुंतागुंतीची होऊन जाते. "कोणावर उपकार केलेस तर त्याला त्याची जाणीव करून देऊ नकोस. अन् कोणी जर तुझ्यावरती उपकार केले तर ते कधीही विसरू नकोस" हा माझ्या आजोबांचा उपदेश मला नेहमी आठवतो. त्यामुळे लहानपणचे एक स्मृतीचित्र माझ्या मनात जिवंत होते.

आपण विचार न करता काही करायला गेलो की त्याचे परिणाम असेच होतात. आपल्यापुढे अनेकदा निवडीला वाव नसतो. म्हणून त्या एक लाख युद्धकैद्यांचा उपयोग देवाण-घेवाण करण्यास अथवा 'जशास तसे' नीती वापरण्यासाठी करण्यास अर्थ नव्हता. पाकिस्तान निर्मितीची जी कल्पना होती त्यामागे कोणतेही टिकाऊ तर्कशास्त्र

नव्हते. त्यामुळे 'मुस्लिम म्हणजे एक वेगळे राष्ट्र' ही घोषणा अवघ्या पंचवीस वर्षांत फोल ठरली. त्यामागचे तर्कशास्त्र कोसळले. 'भाषा हीच ओळख' या वास्तवापुढे 'मुस्लिम हे वेगळे राष्ट्र' ही कल्पना कोसळली. तसेच, दुसऱ्या एका पातळीवरती दोन पूर्णपणे भिन्न संस्कृतीच्या, बंगाली व पंजाबी संस्कृतींचा संघर्ष होता. त्या दोन्ही संस्कृतीमधील नैसर्गिक तफावत एवढी मोठी होती की त्यांचे एकमेकांशी जुळणे शक्यच नव्हते. त्यांच्यातील दुराव्यामध्येही भारताशी शत्रुत्व करण्यात खंड पडत नव्हता. ती शत्रुत्वाची भावना पाकिस्तानला सतत गरजेची वाटत होती. कदाचित भारताशी तसे शत्रुत्व केले नाही तर मग आपण व भारत यात तसा फारसा फरकच उरत नाही, हा विचार पाकिस्तानला सतावत होता. भारतापेक्षा आपली ओळख वेगळी आहे यासाठी ते धडपडत होते. त्यातून बंगाली संस्कृती पश्चिम पाकिस्तानी संस्कृतीपेक्षा पूर्णपणे भिन्न. दोघांमध्ये १६०० किलामीटर्सचे अंतर. एकमेकांवर अविश्वास. राज्यात अव्यवस्था आणि गोंधळलेले नेतृत्व. तेव्हा पूर्व पाकिस्तान व पश्चिम पाकिस्तान कसे काय एकत्र राहू शकतील? त्यांच्यातील संघर्षात आपण मधे पडायला नको होते, शांतपणे पहात बसायला हवे होते. त्यांच्यात पूर्वापार चालत आलेल्या चुकीच्या तर्कशास्त्रानुसार जे काही होईल ते होऊ द्यावे. पण त्याऐवजी आपण मधे पडलो, त्यांच्यात हस्तक्षेप केला आणि आता आपला अपेक्षाभंग झाला म्हणून आपण नवल करीत बसलो आहोत. भारताने आपल्या शेजाऱ्यांबरोबर उगाच शब्दच्छल करीत बोलणी करू नयेत किंवा किरकोळ बाबींवर वाटाघाटी करू नयेत. असे काही करणे याला 'अत्यंत छोट्या काळाची राजनीती' म्हणतात. त्या राजनीतीला फारसा अर्थ नसतो. उगाच काही किरकोळ मुद्दे जिंकण्यासाठी तसली बोलणी करण्यात अर्थ नसतो. त्याचा पुढे काहीही उपयोग होत नाही. अन् भारताला असले काही सतत करण्याची सवय आहे. किसिंजर यांनी छानश्या शब्दप्रयोगात आंतरराष्ट्रीय संबंधाबाबत म्हटले आहे, "बारकाईने भविष्यकाळात डोकावून पहाण्यामधून काहीतरी कायमस्वरुपी हातात येण्यासाठी चांगल्या राजनीती-पटूने अविश्रांतपणे धडपड करीत राहिले पाहिजे."

सध्याच्या आंतरराष्ट्रीय संबंधात एक महत्त्वाची बाब प्रकर्षाने जाणवते आहे. ती अशी की, अमेरिकेकडे आत्ता अफाट, बेसुमार व आव्हान न देता येण्याजोगी ताकद एकवटली आहे. आपल्या ताकदीचा उपयोग अमेरिका अधूनमधून करीत असते. कधी कधी तो उपयोग खूप नाजूकपणे व कौशल्याने केला जातो, तर अनेकदा धसमुसळेपणानेही केला जातो. पण प्रत्येक वेळी दुसऱ्या देशातील आपल्या आवडत्या एकछत्री अंमलाची बाजू घेत आपले सामर्थ्य वापरले जाते. परंतु अमेरिकेला एक गोष्ट नक्की समजायला हवी, अन् तशीच ती आपल्यालाही कळायला हवी की, बौद्धिक सत्तेकडून क्वचितच कोणत्याही देशातील एकछत्री सत्तेला भागीदार करून घेता येते. तसेच, हेही खरे आहे की, माहितीवरती नियंत्रण असणे ही गोष्ट शहाणपण व

मुत्सद्देगिरीची बरोबरी करू शकत नाही.

भारताचा अमेरिकेबरोबरच्या संबंधावर ज्या प्रश्नांचा प्रभाव आहे ते प्रश्न तसेच पुढे चालू आहेत. येथे दुःखाने मला असे म्हणावेसे वाटते की, अण्वस्त्रप्रसारबंदीच्या भौगोलिक क्षेत्रांच्या मर्यादा अद्यापही नक्की ठरवल्या गेल्या नाहीत. अमेरिकेचा पाकिस्तानबरोबरच्या संबंधांचा जो नेहमीचा गुंता व गोंधळ झालेला असतो त्या संबंधातही अमेरिकेने ते भौगोलिक क्षेत्र ठरवले नाही. अमेरिकेबरोबर या विषयाचा पाठपुरावा करून कोणत्या ना कोणत्या तरी समाधानकारक निष्कर्षाला येऊन आपण हा विषय पूर्णपणे सोडून दिला पाहिजे, अगदी पूर्णपणे सोडून दिला पाहिजे. हा सारा प्रश्न आपला आपल्यालाच सोडवला पाहिजे. जर भारताला आपल्या सार्वभौम स्वातंत्र्यानुसार वागायचे असेल, तर आपल्या शेजाऱ्याबरोबरच्या समस्या, प्रश्न हे सोडवले पाहिजेत व मगच ते मागे टाकून दिले पाहिजेत. कारण या प्रश्नांमुळे आपले जागतिक संबंध, अमेरिकेशी असलेले संबंध, पाकिस्तानशी असलेले संबंध आणि अन्य देशांशी असलेले संबंध यांच्यावरती मर्यादा पडतात. त्या संबंधांना कमी वाव मिळतो. सततच्या भारत-पाकिस्तान संबंधांचा चोथा चघळण्यामुळे आपली जी आंतरराष्ट्रीय प्रतिष्ठा आहे तिला हळूहळू ओहोटी लागते आहे. त्या आंतरराष्ट्रीय प्रतिष्ठेची गंगाजळी ही हळूहळू झिरपत जाते. भारत-पाकिस्तान संबंधांची जी गुंतागुंत आहे तिला खरोखरीच तोड नाही. याबाबतीत आमच्या नागरिकांच्या फार मोठ्या अपेक्षा आहेत. त्यात अपेक्षांमध्ये खूप पूर्वग्रह मिसळलेले असतात. त्याचबरोबर दोन्ही देशांच्या सरकारांच्या अपेक्षांमध्ये खूपच अंतर आहे. अन् सध्या तरी ती दरी भरून काढता येणे कठीण आहे. यावर कडी म्हणजे जे परकीय अस्तित्व पाकिस्तानात आहे त्यामुळे त्या देशाच्या संबंधात, गुंत्यात आणखीनच भर पडते. ज्या मार्गावर आपली परराष्ट्रनीती या संदर्भात चालली आहे त्या मार्गाकडूनही थोडीशी भर पडत असते. तसेच, जेव्हा नाण्याची दुसरी बाजू तपासण्याची पाळी येते तेव्हा खुद्द या मार्गाकडून काही सक्तीही होते. म्हणून या मार्गाची आखणी वेळोवेळी नेतृत्वाकडून झाली पाहिजे. दोन्ही पक्षांच्या हितासाठी पाकिस्तानात सामाजिक, राजकीय व आर्थिक शांतता नांदली पाहिजे. तर दोन्ही देशांच्या संबंधात सुधारणा होण्याची आशा अधिक वाढेल. दक्षिण आशियाचा हा भूभाग हा जगातील सर्वात अस्थिर असलेल्या भूभागात मोडतो. पाकिस्तानात शांतता असेल तर हा भूभाग शांत राहील. ती शांतता पाकिस्तानात यावी म्हणून भारताने पाकिस्तानला कसे उत्तेजन द्यावे? कशी मदत करावी? अन् तेही तिथल्या एकछत्री अंमलाच्या ध्येयधोरणांना न डिवचता! भारताच्या परराष्ट्र धोरणापुढे हे एक मोठे आव्हान आहे. पण तरीही आपल्याला हा प्रश्न सोडवला पाहिजे, गंभीरपणे सोडवला पाहिजे.

कोसळलेल्या साम्राज्यांचा त्रिकोणबिंदू

ज्या त्रिकोणबिंदूभोवती जगातील तीन साम्राज्ये उभी राहिली व कोसळली तिथे भारताचे स्थान आहे. त्यातले तुर्कस्तानचे ओटोमान साम्राज्य हे विसाव्या शतकाच्या सुरुवातीला कोसळले; ब्रिटिशांचे साम्राज्य विसाव्या शतकाच्या मध्यास कोसळले आणि सोव्हिएट साम्राज्य हे त्याच शतकाच्या शेवटास कोसळले. कोसळणारे व कोसळलेले प्रत्येक साम्राज्य हे पुन्हा गमावलेले भूप्रदेश जिंकून घेऊ पहात असते. किंवा पूर्वीच्या वसाहतीवरील आपला राजकीय व आर्थिक ताबा ठेवू पहाते. जर ते साम्राज्य पूर्णपणे कोसळले असेल तर पुन्हा त्याची नव्याने रचना करण्यासाठी कोणत्याही राजनैतिक शस्त्रक्रियेचा उपयोग होत नाही. कारण मूळच्या कोणत्याच गोष्टीचा तिथे मागमूस उरलेला नसतो. ओटोमान साम्राज्याचेही असेच झाले. पॅलेस्टाईनच्या मोहिमेवरती गेलेल्या जनरल ॲलनबी (पुढे तो फील्ड मार्शल झाला) याच्या हाताखाली एक तरुण अधिकारी होता. त्याचे नाव आर्चिबाल्ड वेव्हेल. पुढे या वेव्हेलने दुसऱ्या महायुद्धात मर्दुमकी गाजवल्याने त्यालाही 'फील्ड मार्शल' हे बिरुद दिले गेले. भारताच्या शेवटच्या व्हॉईसरायच्या आधी हाच वेव्हेल व्हॉईसराय झाला. त्याने आपले एक आत्मचरित्र Allenby, A study in Greatness या नावाने लिहिले. अनेक करार व तह होऊन जे पहिले महायुद्ध समाप्त करण्यात आले त्याबद्दल फ्रॉमकिन याने A Peace to End All Peace हे पुस्तक लिहिले आहे. त्या पुस्तकातील The Fall of the Ottomann Empire and the Creation of the Modern Middle East या प्रकरणात वेव्हेल म्हणतो, "युद्ध संपवण्यासाठी युद्ध घडून गेल्यानंतर 'सर्व शांततेचा शेवट हा एका शांततेत' करण्यासाठी पॅरिसमध्ये जी एक परिषद भरली होती ती यशस्वी झाल्यासारखी वाटली." अशीच गोष्ट पहिल्या महायुद्धानंतर तिथे परत घडली. ओटोमान साम्राज्याच्या पाडावाचा थेट परिणाम ताबडतोब भारतावरती झाला. कारण त्या युद्धात भारताने ब्रिटिशांच्या हाताखाली भाग घेतला होता. शिवाय आजचा आधुनिक मध्यपूर्व भाग त्या पाडावातून उभा राहिला. त्याची निर्मिती ही दोस्त राष्ट्रांनी घेतलेल्या असंख्य निर्णयातून झालेली आहे.

या घडामोडींचा अधिक सत्यान्वेषी वेध घेण्यासाठी आणि भारताशी त्याचा संबंध कसा पोचतो हे पहाण्यासाठी दोन मध्यवर्ती स्वरुपाच्या बाबी आहेत. पहिली बाब म्हणजे त्या ओटोमान साम्राज्याच्या युद्धाचे ऊर्फ 'मोठ्या शिकारीच्या खेळाचे' प्रमुख ध्येय हे भारत होते यात शंकाच नाही. दुसरी बाब म्हणजे ओटोमान साम्राज्यानंतर मध्य आशिया व पश्चिम आशिया हे त्या सतत चालू असलेल्या खेळाचे परिणाम होते. फक्त आता उद्दिष्टे बदलली होती. ओटोमान साम्राज्यानंतर नवीन राष्ट्रे मध्यपूर्वेत उदयास आली. त्यांच्या सरहद्दी या ढोबळ मानाने आखल्या होत्या. ती नवीन राष्ट्रे मुद्दाम निर्माण

करण्यात आली होती आणि त्यांच्या निर्मितीचे काम हे युरोपच्या टेबलावर झाले. त्या टेबलापाशी फक्त युरोपीय राष्ट्रे व अमेरिका एवढेच बसले होते! या भू-राजकीय नकाशे रेखाटण्याचे परिणाम अनेक आशियाई राष्ट्रांना भोगावे लागले. त्यात भारतही होता. त्यावेळी इराक व जॉर्डन हे देश अस्तित्वात नव्हते. ते ब्रिटिशांनी नकाशावर रेघा मारून निर्माण केले. त्या भागात रहाणाऱ्या जनतेला तोपर्यंत नकाशे म्हणजे काय असतात, राष्ट्रे म्हणजे काय वगैरे काहीही ठाऊक नव्हते. तरीही ती माणसे तिथे आनंदाने रहात आलेली होती. मग कुवेतचा संबंध सौदी अरेबियापासून तोडण्यात आला. कुवेत इराकपासून वेगळे करण्यात आले. अन् तीन भिन्न मानववंशीय जनतेचे कडबोळे करून त्यांना 'इराक' हे नाव देण्यात आले. हे तीन भिन्न समाज एकमेकात मिसळून रहाणार नव्हते.

९ मे १९१६ रोजी पॅरिसमध्ये ब्रिटन व फ्रान्स यांनी भरवलेल्या परिषदेत रशियन साम्राज्याच्या संमतीने ओटोमान साम्राज्याचे तुकडे पाडले जाऊ लागले. ते तुकडे वाटेल तसे जोडून नवीन देश तयार केले जात होते. त्यासाठी युरोपीय सत्ता दबाव टाकत होत्या. तुर्कस्तानच्या त्या विस्तृत साम्राज्यातून निरनिराळ्या ठिकाणी तिथल्या महत्त्वाकांक्षांना वाव देण्यासाठी, युरोपसाठी व्यापारवृद्धी होण्यासाठी, त्यांच्या राष्ट्रीय प्रतिष्ठांसाठी, द्वेष व भीती या भावनांना वाट मिळण्यासाठी हा नवीन देशांच्या निर्मितीचा खेळ चाललेला होता. १९१८च्या हिवाळ्यात शेवटी तुर्कस्तान शरण आला. शेवटी एक तह करण्यात आला व खलिफाचा संबंध सत्तेपासून पूर्णपणे तोडण्यास १ व २ नोव्हेंबर १९२२ ह्या तारखा उजाडल्या.

इस्राएलच्या निर्मितीची बीजेही याच भू-राजकीय खेळातली आहेत. ख्रिस्ती धर्माला इस्लामपासून वेगळे करण्यात आले. ते काम फ्रान्सने सिरिया व लेबानन यांची निर्मिती करून केले आणि रशियाने सरहद्दीवरील आर्मेनिया व सोव्हिएट अझरबैझान येथे केले. त्या कोसळलेल्या साम्राज्याच्या ढिगाऱ्यामध्ये भावी कलहाची व संघर्षाची बीजे अशा रीतीने पेरली गेली. हे सारे १९१४ ते १९२२ मध्ये घडले. तिथल्या भूगोलातून नवीन देशांच्या निर्मितीचा आणखी एक परिणाम झाला. पण तो तेवढा ध्यानात येत नाही किंवा ध्यानात घेतला जात नाही. याच ठिकाणी भावी भारताची नकाशा रचण्याची पद्धत निर्माण झाली. ओटोमान साम्राज्याच्या पाडावात आपल्या खंडित देशाची निर्मिती झाली हे भारताला कधीही समजले नाही आणि अजूनही त्याचे संपूर्ण आकलन होत नाही. मध्यपूर्वेत काहीही घडले की त्याचे परिणाम भारतावरती होतील. तसे होणे अपरिहार्य असेल आणि ते नेहमीच तसे होत राहील.

जेव्हा ब्रिटिश साम्राज्य लयाला गेले तेव्हा आपल्या भागातील राजकीय भूगोलाची पुनर्रचना झाली. सोव्हिएट युनियनचे विघटन झाले तेव्हाही तशीच पुनर्रचना झाली. राष्ट्रीय सुरक्षेवरती भूगोलाचा थेट परिणाम घडत असतो. आणि परराष्ट्र धोरण ठरवताना

तो एक नेहमी महत्त्वाचा घटक असतो. ब्रिटिशांनी निघून जाताना एक चिरफाड केलेला भारत मागे ठेवला, एकमेकांपासून दोन समाजांना विलग केले आणि राष्ट्रीय मानसिकतेला तडे पाडले. सोव्हिएट युनियनच्या विघटनापासून मध्य आशियात काही इस्लामी गणतंत्र राष्ट्रांचा पुनर्जन्म झाला. मध्य आशियाची अफाट पसरलेली भूमी ही इस्लामची पार्श्वभूमी आहे. तिथे आता इस्लामिक अरेरावीचा, मुख्यत्वेकरून दक्षिण कॉकेशसमध्ये, नव्याने उदय होतो आहे. या साऱ्या घडामोडींचा भारतावरतीही परिणाम होतो. कित्येक शतकांपूर्वी समरकंदहून बाबर नावाचा एकजण भारतात घुसला आणि त्याने भारताचा इतिहास बदलून टाकला नव्हता का?[३७]

आपल्या दृष्टीने महत्त्वाची अशी अफगाणिस्तानमधे राजकीय उलथापालथ झाली. प्रथम रशियाने त्या देशाचा कब्जा केला आणि नंतर पाश्चिमात्यांचा पाठिंबा असलेल्या फौजांनी कब्जा केला. त्यानंतर पुढच्या साऱ्या गोष्टी घडणे अपरिहार्य होते. हिंदुस्थानच्या दरवाजापाशी किंवा भारताच्या जवळ कधी नव्हे त्या परकीय फौजा आल्या. आपल्याला स्वातंत्र्य मिळाल्यानंतर अवघ्या तीस वर्षांत हे सारे घडले! या सर्वांचे आपल्यावर कशावरून परिणाम होणार नाहीत? अमेरिकेच्या उद्दिष्टांमुळे, परिस्थितीमुळे आणि त्यातून मिळणाऱ्या लाभांमुळे एक दुष्ट शक्ती निर्माण होऊन तिने अफगाणिस्तानचा कब्जा घेतला. त्यातून अव्यवस्था, दहशतवाद, आत्यंतिक आग्रह हे सारे बाहेर पडत गेले. मग तो संघर्ष दहा वर्षे चालला. हीच ती तालिबानची निर्मिती होती. आता पुन्हा तालिबानी डोके वर काढीत आहेत. अन् तेही पाकिस्तानमध्ये आणि अफगाणिस्तानमध्ये. येथूनच त्यांना २००१ मध्ये हाकलून लावण्यात आले होते. किसिंजर यांनी एका ऑस्ट्रेलियन राजनीतीज्ञाचे वाक्य मला ऐकवले. ते वाक्य असे होते, ''आपण जगात सर्वशक्तिमान आहोत हे अमेरिकेला ठाऊक आहे, पण आपण तसे असल्यासारखे वागता कामा नये, हेही अमेरिकेने ध्यानात घ्यावे.''

भारताच्या भोवती अर्धवर्तुळाकारात एक अस्थिरतेचा पट्टा पडला आहे. तो

---

३७. *जहिरुद्दीन महंमद बाबर (१४८३-१५३०) हा ट्रान्सोक्सियाना मधील (हल्लीचे उझबेकीस्तान व ताजिकीस्तान) फरगणा येथे जन्माला आला. तैमूरलंग (१३३६-१४०५) याचा तो वंशज होता. तैमूरलंगने पूर्व इराण व मध्य आशिया येथे बिनविरोध राज्य केले होते. बारा वर्षांचा असताना बाबरला सिंहासनावरून हाकलून देण्यात आले. मग समरकंदहून तो परागंदा झाला. त्याने आपले सारे आयुष्य राज्ये जिंकण्यात व काही गमावण्यात घालवले. हळू हळू तो सरकत सरकत अफगाणिस्तानात गेला व हिंदुस्थानात उतरला. काबूल व हिंदुस्थानच्या काही भागावरती त्याने राज्य केले. शेवटी १५२६ मध्ये त्याने हिंदुस्थानात मोगल साम्राज्याचा पाया घातला.*

पाकिस्तान, अफगाणिस्तान, इराण, इराक, मध्य आशियातील देश ते पार इस्त्राएल व पॅलेस्टिनपर्यंत पोचलेला आहे. पॅलेस्टिनमध्ये फताह संघटना लयाला चालली आहे आणि हमास संघटना वरचढ होत जात आहे. तिथे शांतता प्रस्थापित करता येईल असा कोणताच मार्ग सध्या तरी दिसत नाही. लेबाननमध्ये रफिक हरारी याचा खून झाल्यानंतर तिथे घुसलेल्या सिरियन फौजा परत माघारी गेल्या. हिज्बुल्ला संघटनेची चलती वाढत चालली आहे आणि तिथे पॅलेस्टिनियन लोकांचे सततचे व वाढते अस्तित्व ही एक सुरुंगाची हळू हळू जळत जाणारी वात आहे. भारताच्या उत्तरेला आणि पश्चिमेला जवळ असलेली ही अशी परिस्थिती आहे अन् ती मोठ्या प्रमाणात विस्तारलेली आहे. आपल्या आणखी जवळ म्हणजे श्रीलंकेमध्ये आणि आग्नेय आशियात काय घडते आहे ते पहा. त्यामुळेही आपल्या भागातील स्थैर्याला हादरे बसत आहेत. आपल्या शेजारी राष्ट्रात आत्ता जे प्रमुख घटक आपला प्रभाव टाकीत आहेत ते घटक परकीय आहेत, बाहेरचे आहेत. वसाहतींच्या स्वरुपातील साम्राज्यवाद आता निघून गेलेला आहे. पण त्याच साम्राज्यवादाचे वंशज नक्की जिवंत आहेत. मग ते पाकिस्तानातील अमेरिकी फौजांच्या रूपाने असतील किंवा नाटोच्या रूपाने अफगाणिस्तानात असतील. इराक, पॅलेस्टाईन, लेबानन आणि आता इराण येथे अमेरिका गुंतत चालली आहे. ही एक नवी वास्तवता समोर येते आहे आणि भारताने अद्याप त्याची दखल घेतलेली नाही. परंतु आपण तशी दखल घेवो न घेवो, त्याचे परिणाम अन्य कोणापेक्षाही आपल्याला थेट भिडणार आहेत. आपल्या परराष्ट्र धोरणाला हे एक मोठे आव्हान आहे आणि आपल्या राजनीतीची येथे परीक्षा होणार आहे. या परिणामांना शरण गेलेले देश आत्ताच आपल्या आजुबाजूला दिसू लागले आहेत.

प्राचीन संस्कृतीचा वारसा असलेल्या इराणला पहिल्या महायुद्धापासून सतत दुष्परिणामांना तोंड देत यावे लागले आहे. इराणची परिस्थिती ही अडकित्त्यात अडकल्यासारखी झाली आहे. एकीकडे सतत इस्लामिक रेव्होल्युशनरी मंडळींच्या चळवळी व त्यातून निर्माण होणारी प्रशासनातील अंदाधुंद व्यवस्था आणि दुसरीकडे सतत अनैसर्गिकपणे बाह्य शक्तींची इराणच्या तेलसंपत्तीवरती लोभी नजर व त्यासाठी होत रहाणारे हस्तक्षेप. त्या देशात अमेरिकेच्या परराष्ट्र धोरणाला एकामागून एक अपयश येत चालले आहे. त्या भूभागातील अमेरिकेच्या प्रत्येक अपयशासाठी भारतालाही किंमत मोजावी लागत आहे. इराणवर लगाम घालण्याआधी अमेरिकेने प्रथम इराकला आणि सद्दामला घेरले. नंतर एकदम निरनिराळ्या पंथांमध्ये भडकलेल्या हिंसाचारात इराक कोसळू लागला. पण इराकमधील शिया-सुन्नी संघर्षामुळे अमेरिकेच्या हेतूविरुद्ध थेट इराणचाच फायदा होऊ लागला. पॅलेस्टाईनमधील हमास संघटना किंवा लेबाननमधील हिज्बुल्ला संघटना हिंसाचारामागे असो, पुन्हा त्यात इराणचाच अधिक फायदा आहे आणि त्याचा प्रभाव त्यामुळे वाढतो आहे. पी-५ या पाचही

अण्वस्त्रधारी राष्ट्रांनी अण्वस्त्र प्रसारबंदीचे १९९१ पासून कितीतरी वेळा उल्लंघन केल्याचे पुरावे इंटरनॅशनल अॅटॉमिक एनर्जी एजन्सीकडे (IAEA) आणि अमेरिकेकडे आहेत. शिवाय पाकिस्तानने आणि ए. क्यू. खान यांनीही अण्वस्त्रप्रसारबंदीचा वेळोवेळी भंग केलेला अमेरिकेला ठाऊक आहे. तरीही त्यावेळी ही अमेरिका नावाची महासत्ता स्वस्थ बसली होती. आता इराकऐवजी इराणला अमेरिकेने लक्ष्य बनवले आहे. तोच खेळ, फक्त पात्र बदलले आहे. इराण व आसपासच्या भागातील सारे स्थैर्य मोडून अमेरिकेने इराणला आपल्या यादीत वरच्या क्रमांकावरती आता घेतले आहे. जर कधी इराणमध्ये अमेरिकेने लष्करी कारवाई केली तर त्याचे परिणाम नक्कीच गणती करता येणार नाही एवढे घातक असतील. भारताच्या हिताला ताबडतोब धक्का पोचेल. त्यातून जर भारताने धोरण म्हणून त्या गोंधळात पडायचे ठरवले तर; तसेच आपल्या स्वत:च्या लष्करी व व्यूहात्मक स्वायत्ततेला धरून रहाण्याऐवजी भारताने अमेरिकेच्या हिताच्या अनुषंगाने काही करायचे पसंत केले, तर मात्र भारताने मे १९९८ च्या अणुचाचण्यांमुळे जे काही कमावले ते मोठ्या प्रमाणात गमावल्यासारखे होईल.

रशियाचे अध्यक्ष पुतिन यांनी असा एक विचार व्यक्त केला होता की, "सोव्हिएत रशियाचे जे विघटन झाले ती एक अनर्थकारी घटना रशियासाठी होती आणि जगासाठीही होती. अन् ही घटना राजनीतीचा व व्यूहनीतीचा एक परिपाक होती." त्या घटनेमुळे तिथल्या भागाचा सारा तोल बिघडून अस्थिरता निर्माण झाली, पोकळी निर्माण झाली. मग ती पोकळी भरून काढण्यासाठी बाहेरील सत्ता धडपडू लागल्या. मध्य आशियाच्या अफाट विस्ताराचा भाग हा भारताला लागलेली पार्श्वभूमी आहे, ती ऐतिहासिक आहे, तशीच ती भू-राजकीय वस्तुस्थिती आहे. इतिहासातील अनेक प्रकरणे आपल्याला नेहमी आठवण करून देतील की त्या भूमीशी भारताचे अतूट बंध व संबंध आहेत. जरी सोव्हिएट साम्राज्य कोसळले तरी भारत-रशिया संबंध हे चालूच राहिले पाहिजेत. ते पूर्वीसारखे असणार नाहीत, वेगळे असतील, हे उघडच आहे. पण ते सुधारलेले असतील, अन् नवीन वास्तवतेशी जुळवून घेण्यासाठी नव्याने रचावे लागतील. ते काहीही असो, परंतु ते संबंध असणे हे दोन्ही देशांच्या दृष्टीने हिताचे आहे व महत्त्वाचे आहे हे नक्की. आत्ताचा रशिया हा आपले साम्राज्य कोसळल्याच्या धक्क्यातून सावरला आहे. अजूनही तीन समुद्रांना स्पर्श करण्याइतपत त्याचा विस्तार आहे आणि तो दोन खंडात पसरला आहे. तो भारतालासुद्धा जवळचा आहे. म्हणून आपण आपले पारंपरिक भारत-रशिया संबंध जपले पाहिजेत, वाढवले पाहिजेत. पण ते आजच्या भाषेत आणि सध्याच्या अग्रक्रमानुसार हवेत. केवळ पूर्वीपासून चालत आलेले 'मागील पानावरून पुढे' असलेले व रशियावर अवलंबित्व असलेले संबंध नकोत. रशिया हा आपली स्वत:ची अंतर्गत व्यवस्था

नव्याने मांडत आहे. म्हणजेच नंतर तो परराष्ट्र संबंधांची रचनाही नव्याने करणार हे नक्की. त्याची ती भावी कृती लक्षात घेऊन आपण अनुकूल हालचाली करण्यासाठी सतत तिकडे लक्ष दिले पाहिजे.

मे १९९८ हा महिना भारताच्या दृष्टीने एक सीमोल्लंघन करणारा महिना होता. वसाहतींच्या काळातून, विसाव्या शतकातून भारताने पुढे झेप घेतली होती. म्हणून तर ज्या राष्ट्राध्यक्ष क्लिंटन यांनी एके काळी भारताचा उपहास केला होता त्यांनीच २००१ मध्ये एकविसाव्या शतकातील भारत-अमेरिका संबंधांचा पूल बांधण्याची तयारी दर्शवली. प्रत्यक्षात तो पूल नुसत्या अमेरिकेला जोडणारा नव्हता, तर साऱ्या पश्चिमी जगाला जोडणारा होता. ज्या ज्या पश्चिमी देशांनी पूर्वी भारताकडे गेली पन्नास वर्षे पाठ फिरवली होती त्यांनाही हा पूल जोडत होता. भारत त्या पुलावरून एका शतकाकडून दुसऱ्या शतकाकडे, आंतरराष्ट्रीय संबंधांच्या वेगळ्या युगाकडे जात होता. आंतरराष्ट्रीय घडामोडीत भारत बदललेल्या भूमिकेत येथून पुढे रहाणार होता. आता तो पूल आपण पार केलेला आहे. चौ-एन-लायने एकदा किसिंजर यांना एक चिनी म्हण सांगितली होती. ती म्हण अशी होती, "ज्या पुलावरून तुम्ही पार झालात तो पूल जाळू नका." भारताने असे भविष्यकाळाला जोडणारे अनेक नवीन पूल बांधले पाहिजेत. पश्चिमेकडे, पूर्वेकडे आणि साऱ्या जगाकडे!

विभाग ३

एका समस्येची वृद्धी

सध्याच्या अण्वस्त्रप्रसारबंदीच्या धामधुमीत जगापुढे एक मोठी समस्या नेहमी उभी रहाते. ती म्हणजे अमेरिका आणि पी-५ मधील बाकीची अण्वस्त्रधारी राष्ट्रे यांच्या कृतीचे व कृती न केल्याचे अशा दोन्हींच्या परिणामांना जगाला तोंड द्यावे लागते. इराक हा आता अंतर्गत अव्यवस्थेच्या गर्तेत भिरभिरत कोसळतो आहे. आता इराणची पाळी आली आहे. इराणचा राष्ट्रप्रमुख महमूद अहमदिनेजाद याची सद्दामसारखीच अवस्था केली जाईल काय? यातून अनेक प्रश्न निर्माण होतात आणि हे सर्व मूलभूत स्वरुपाचे आहेत. इराणने अण्वस्त्रप्रसारबंदीच्या करारावर (NPT) सही केलेली आहे. त्यामुळे इंटरनॅशनल ॲटॉमिक एनर्जी एजन्सीला (IAEA) आणि त्या पाच महासत्तांना इराणबद्दल, त्याच्या अणुप्रकल्पाबद्दल काहीच ठाऊक नाही, असे म्हणता येणार नाही. नोव्हेंबर २००३ पासून इराणने आपला विदलनक्षम अशा स्फोटक युरेनियम निर्मितीचा प्रकल्प सुरू केला होता. ह्या कार्यक्रमाची तयारी गेली १८ वर्षे इराण गुप्तपणे करीत होता. या सर्व गोष्टींची जाणीव पी-५ देशांना स्पष्टपणे होती.

२००५ हे वर्ष मात्र खळबळजनक ठरले. त्या नोव्हेंबरमध्ये IAEA च्या इन्स्पेक्टर्सनी स्पष्टपणे जाहीर केले की, त्यांना इराणमध्ये अशी कागदपत्रे सापडली की त्यावरून त्यांना १९८७ पर्यंत काही सामुग्री मिळणार होती. ती सामुग्री ही काही 'कास्टिन्ज' (ओतकामातून निर्माण केलेले यंत्राचे भाग) होती आणि युरेनियम धातूला अर्धगोळ्याचे आकार देण्याची यांत्रिक अवजारे (मशीन टूल्स) होती. अर्धगोलाकृती युरेनियम हे अण्वस्त्रांच्या रचनेत जरूरीचे असते. नंतर असेही उघड झाले की नुसते पाकिस्तान व उत्तर कोरिया एवढेच नव्हेत, तर रशिया व चीन हे देशसुद्धा वेगळ्या रीतीने इराणचा अणुप्रकल्प उभा करून देण्यात सहभागी झाले होते. जर आता फक्त इराणविरुद्ध काही कारवाई करायची असेल व ती कोणत्या का स्वरुपाची असेना, तर मग त्या गुन्ह्यात सामील झालेल्या अमेरिकेच्या मित्र देशांना कसे काय वगळता येईल? तसेच, इतकी वर्षे अमेरिका तिकडे कानाडोळा कशी काय करीत राहिली? अशा या संदर्भात आम्ही विचारतो की, *"मग आता अण्वस्त्रप्रसारबंदी कोणत्या दिशेने चालली आहे?"* का हे सारे अमेरिकेच्या मर्जीनुसार किंवा इच्छेने घडते आहे? CTBT या कराराच्या काळातही असेच घडले होते. म्हणून तर भारताने या करारापासून जरासे दूरच राहिले पाहिजे. मागच्या आठवणी उगाळत न बसता ज्या दिशेने या संबंधी वादविवाद चालू आहेत त्याबद्दल खूप अंतर्मुख होऊन विचार केला पाहिजे. आता सबंध जगातील आण्विक उलाढाली या सारख्या बदलत राहिल्या आहेत. त्या जागतिक परिस्थितीत अशा वेळी भारत नेमका कुठे उभा आहे? अण्वस्त्रप्रसारबंदी संदर्भातील आपल्या दृष्टीने हा खरा प्रश्न आहे. अन् तो आपल्याला सोडवायचा आहे.

स्ट्रोब आणि मी असे आम्ही दोघे आपापल्या सरकारांचे प्रतिनिधीत्व करून वाटाघाटी करीत होतो. दोन्ही देशांच्या सलोख्यासाठी आम्हाला तो गावाकडे नेणारा रस्ता शोधायचा होता. त्यानंतर आम्हाला अण्वस्त्रप्रसारबंदीमुळे निर्माण झालेल्या समस्येवरती उपाय शोधायचा होता. असा हा अग्रक्रम मी ठरवला होता. परंतु स्ट्रोब यांनी त्याच्या उलट अग्रक्रम ठरवला होता. त्यांना अण्वस्त्रप्रसारबंदीची समस्या प्रथम सोडवायला घ्यायची होती. त्या मार्गावरती मला अडचणी सांगणाऱ्या अनेक पाट्या दिसत होत्या. शस्त्रास्त्र नियंत्रण, अण्वस्त्रप्रसारबंदी, मोठ्या प्रमाणात संहार घडवणारी शस्त्रे, इत्यादी. मला त्यांचा तो उलटा अग्रक्रम पटत नव्हता. म्हणून मी त्याबद्दल फारसे बोलत नव्हतो. माझ्या मते ती एक जागतिक समस्या असून त्यावर शेवटी विचार व्हावा. त्याआधी आपल्यातील अन्य महत्त्वाचे प्रश्न सोडवून घ्यावेत. जर सबंध जगातील आण्विक समस्या अनिश्चित अशा प्रवाही किंवा अर्धप्रवाही अवस्थेत आल्या असतील तर मग आम्ही दोन्ही देशातील सलोख्यांसाठी तो सामायिक रस्ता कसा शोधून काढणार? शांतता व सलोख्याच्या गावाकडे जाणारा तो रस्ता आधी न शोधता नुसतीच जागतिक समस्या सोडवत

बसले तर त्यातून काय निर्माण होईल? एखादा प्राणी तयार करायला घ्यावा आणि शेवटी एका अनैसर्गिक, काल्पनिक व विचित्र प्राण्याची शिल्पाकृती तयार व्हावी असा तो प्रकार ठरेल. अण्वस्त्रमुक्त जग बनावे ह्यासाठी भरपूर चिंतन आवश्यक आहे. त्याऐवजी त्या गंभीर विषयाला जाणीवपूर्वक दोन देशातील एका साध्या समस्येचे किंवा प्रश्नाचे स्वरुप देऊन तो सोडवणे, म्हणजे कदाचित त्या प्रश्नाचे गांभीर्य कमी करण्याचा तर तो प्रकार होता काय? तसे असेल तर त्यात दडलेल्या इतर प्रश्नांचे काय? उदाहरणार्थ, जर दहशतवाद्यांच्या हातात मोठ्या प्रमाणात संहार करणारी अण्वस्त्रे पडली तर? मग ती अण्वस्त्रे असोत किंवा घातक रसायने असोत किंवा जैवशस्त्रे असोत. मूळ समस्येचे महत्त्व कमी केले तर याही उपसमस्येचे महत्त्व कमी केल्यासारखे होते. मग हे सगळेच धोरण आत्मघातकी ठरेल. म्हणून नेहमी अग्रक्रम बदलणे, वाटाघाटीत एखादे पक्के ध्येय आधी मुक्रर न करणे यामुळे बोलणी करण्याची कामे अधिक गुंतागुंतीची होऊन बसतात व मग अवघड होतात. आजवर जे अमेरिकेचे धोरण चालत आले होते त्यात 'आधीच उपाययोजना करणे, प्रतिबंधात्मक तरतूद करणे आणि संबंधित नियमावली अथवा संहिता बदलणे' या तीन गोष्टी असायच्या. पण आता त्या फार काळ उपयोगाच्या नाहीत, असे मला वाटते. अण्वस्त्रप्रसारबंदीसाठी विदलनक्षम अशा स्फोटक अणुपदार्थांचे उत्पादन करणारे कारखाने जबरदस्तीने बंद करायला लावणे यावरतीच फक्त लक्ष केंद्रीत करणे उचित ठरेल? कदाचित हाही व्यावहारिक उपाय असू शकेल. परंतु सर्व प्रश्न सोडवण्यासाठी मुळात एखादी दिशा, धोरण ठरवून त्या मार्गावरती उभय पक्षांनी वाटचाल नको का करायला? वाटाघाटींसाठी दोन भिन्न रस्ते असूच शकत नाही. एक 'आहेरे'वाल्यांचा रस्ता व दुसरा 'नाहीरे'वाल्यांचा रस्ता!

अमेरिका व रशिया यांच्याकडे आण्विक शस्त्रसाठा हा १,७०० ते २,००० अणुबाँबएवढा आहे. तेही अणुबाँब (warheads) आपापल्या क्षेपणास्त्रांवर जय्यत तयारीत बसलेल्या अवस्थेत आहेत. एवढे हे अणुबाँब युद्धात वापरले जातील की नाही याची शंकाच आहे. पण त्यांची नावे, वर्णने आणि पवित्रे याबद्दची माहिती ही भयप्रद आहे. त्यामुळे अनेक समस्या व आव्हाने उभी राहू शकतात. विशेषत: सुरक्षिततेसाठी केलेल्या आत्ताच्या रचनेला, शस्त्रास्त्रांना, दारुगोळ्याच्या साठ्याला त्यांचा नक्कीच धोका आहे. आपली शस्त्रे सारखी प्रगत अवस्थेत ठेवण्याइतपतचे तंत्रज्ञान किंवा तांत्रिक क्षमता ज्या देशांकडे आहे, त्यांच्या अणुचाचण्यांवर बंदी घालण्यापेक्षा त्यांच्या विदलनक्षम अशा स्फोटक अणुपदार्थांच्या उत्पादनावर बंदी घालणे हा एक उपाय सध्या चर्चिला जातो आहे. पण यामुळे एक प्रश्न उठतो. जर अशा उत्पादनावर नियंत्रण ठेवले, अन् तसे ते ठेवावे, तर आत्ताचे अण्वस्त्रसाठे निकामी करायला काय हरकत आहे? अण्वस्त्रसाठ्यात खूप मोठी कपात करणे का

नाही जमणार? ही गोष्ट अमेरिकेने आणि सोव्हिएट रशियाने पूर्वी एकदा करून दाखवली होती. त्यासाठी आधी एक करार (Strategic Arms Reduction Treaty ऊर्फ START) ३१ जुलै १९९१ मध्ये दोन्ही देशात झाला होता. मुळात हा करार रोनाल्ड रेगन यांनी राष्ट्राध्यक्ष असताना अमेरिकेतर्फे सुचवला होता. त्यानंतर त्यात थोडा बदल करून सुधारित करारावर चर्चा झाली व तो पक्का करून टाकला गेला. त्यानंतर पाचच महिन्यात सोव्हिएट संघराज्य विलय पावले. या करारानुसार अणुबाँबच्या संख्येवरती व ते वाहून नेणाऱ्या क्षेपणास्त्रांच्या संख्येवरती दोन्ही बाजूंवरती बंधने पडली. हा करार प्रत्यक्षात अमेरिका आणि रशिया व अन्य राष्ट्रे (बेलारुस, कझागस्तान व युक्रेन) यांच्यात झाला. बेलारुस, कझागस्तान व युक्रेन या तिन्ही राष्ट्रांकडची अण्वस्त्रक्षमता तेव्हापासून आता शून्य झाली आहे.

परंतु, नागरी सुखसोयींसाठी अणुशक्तीचा वापर मग कसा काय करायचा? शिवाय अण्वस्त्रांची खातरजमा करून घेणे, त्या संबंधातील नियम व संकेत पाळणे, अण्वस्त्रांखेरीज अन्य प्रकारची (जैव व रासायनिक) मोठ्या प्रमाणात संहार करणाऱ्या अस्त्रांची तपासणी करणे या गोष्टी पुढच्या पिढ्यांना कश्या समजणार? शेवटी असे दिसते की संहारक शस्त्रास्त्रांवर नियंत्रण ठेवण्याचा एकही अर्थपूर्ण उपाय असेल असे वाटत नाही. परंतु त्याचबरोबर छोट्या शस्त्रास्त्रांचा जो बेसुमार प्रसार होतो आहे तो प्रश्न उभा करून त्यावरती चर्चा करून उपाय शोधायला हवेत. हे एक अत्यंत दुर्लक्ष केले गेलेले क्षेत्र आहे. आजकाल दहशतवाद्यांच्या हातात अशीच शस्त्रे असतात. अंगावर सहज बाळगून नेतायेण्याजोग्या या शस्त्राने एका माणसाकडून अनेकांचे बळी काही क्षणात घेता येतात. दहशतवाद ही एक मानसशास्त्रीय विकृती आहे.अशा विकृत मनाच्या माणसांच्या हातात शस्त्रे पडू देऊन उगाच का आपल्या समस्या अनेक पटींनी वाढवायच्या?

दुःखाची अत्याधुनिक कारणे

दहशतवाद हा भारताला येथून पुढे सारखा सतावत रहाणार. जरी ११ सप्टेंबरच्या अमेरिकेतील हल्ल्यानंतर दहशतवादाची चौकट, स्वरुप वगैरे बदलले तरीही त्याचा उपयोग होणार नाही. कारण ते स्वरुप पुन्हा बदलले जाऊ शकते. परंतु ह्या समस्येपासून आपली तशी सहजासहजी सुटका होणार नाही आणि आपल्याला त्यापासून पळूनही जाता येणार नाही. दहशतवादाचा परिणाम हा ते कृत्य पहाणाऱ्याला अक्षरशः हादरवून टाकणारा असतो. सिनेमात कितीही त्याची हुबेहूब नक्कल केली तरी त्यावरून कधीही कल्पना करता येणार नाही. प्रत्यक्षातले दृश्य हे भयानक व थरकाप उडवणारे असते. अनेकांच्या डोळ्यासमोर अशी घातपाती कृत्ये व तीही सातत्याने होऊ लागली तर लोकांच्या संवेदनक्षमता बधीर

होऊन बसतील. त्याच वेळी आपल्याला दहशतवाद हा एक नेहमीचा व हट्टी रोग आहे याची जाणीव करून दिली जाते. चित्रवाणीच्या संपर्काची ताकद आपल्या घरात ती दृश्ये पाठवून आपल्या नागरिकांना आपण किती असुरक्षित आहोत याचीच जाणीव करून देतात. त्यातून निर्माण काय होते? तर संताप व चीड! ती चीड वैयक्तिक असते, सामूहिक असते व सार्वत्रिक असते. प्रत्येक दहशतवादी कृत्य हे आपल्याला आठवण करून देणारे असते, रिमाईंडर असते. पहाणाऱ्याला एका दृश्याद्वारे दिलेला जबरदस्त धक्का असतो. प्रत्येक दहशतवादी कृत्य हे त्याची विनाशक शक्ती किती मोठी आहे त्याची जाणीव करून देत असते. आपल्या सद्य:स्थितीच्या इतिहासानुसार पाहिले तर दहशतवाद हे एक जवळजवळ तत्त्वज्ञानात रुपांतर पावले गेले आहे. अंतर्गत व आंतरराष्ट्रीय संबंधातील एक जबरदस्त हत्यार बनले आहे. भारतातल्या दहशतवादामुळे दोन देशांमधल्या संबंधांची व अंतर्गत घडामोडींची व्याख्या नव्याने करायची पाळी आली आहे. या ठिकाणी ज्या समस्यांचा मी उल्लेख केला, त्या समस्या नीट समजल्या नाहीत असे मला दु:खाने म्हणावेसे वाटते. आपण त्या समस्यांवर आत्तापर्यंत केलेले उपायही तात्पुरते आहेत. अन् असे जेव्हा तात्पुरते काही केले जाते तेव्हा शेवटी त्या मार्गाने नक्की अपयश ठेवलेले असते. कारण आता दहशतवादाने सहनशीलता, सातत्य, हिंसाचार, संघर्ष, हत्याकांड आणि मृत्यूसुद्धा या शब्दांच्या व्याख्या नाट्यपूर्णरित्या नव्याने केल्या आहेत. या सर्वांवरती कळस म्हणजे सर्व बंधनातून मुक्त असलेले उपाय. दहशतवादाशी लढताना जिनिव्हा-संकेत, रेडक्रॉस, सामाजिक बंधने वगैरेंचा काहीही उपयोग होत नाही. निरपराध लोकांना लक्ष्य करताना कसलीही पर्वा केली जात नाही. उलट, दहशत पसरवायची असेल तर अतिरेकी मुद्दाम व मुख्यत्वेकरून निरपराध लोकांना लक्ष्य बनवतात.

भारताला युद्ध ठाऊक आहे, शांतता माहिती आहे आणि समेटही परिचयाचा आहे. तसेच छुपे युद्ध, भाडोत्री युद्ध, दुसऱ्या देशाने पुरस्कृत केलेला दहशतवाद, सीमेपलीकडून आलेला दहशतवाद सारे काही भारत सहन करीत आलेला आहे. दहशतवाद युद्धाची व्याख्या नव्याने करतो, त्यांच्याशी तह ही संकल्पनाच अस्तित्वात नसते, आणि त्यांची शांततेची संकल्पनाच ही पूर्णपणे वेगळी असते. हे सर्व बरीच वर्षे भारताला समजले आहे. पूर्वीच्या मानवी संघर्षाच्या भूमीवरून आणि सरहद्दीवरून होणारे कलह, सैद्धांतिक कलह, शीतयुद्धासारखे प्रकार, विजय किंवा वसाहतवाद या साऱ्या गोष्टी म्हणजे दैवाने प्रतिपक्षाला केलेल्या शिक्षा आहेत असे समजून त्यांचा बिनदिक्कत वापर करून हिंसाचार घडवला जाई. अजूनही हा युक्तिवाद तसाच अस्तिवात आहे. परंतु वेळ आली की तशा कृत्यांची जबाबदारी कोणीही घेत नाही, जो तो आपली जबाबदारी खालच्या माणसांवर ढकलतो. परंतु दहशतवाद हा

कोणत्याही प्रकारचे मापदंड स्वीकारत नाही. राजकीय भूगोलाची तो नव्याने व्याख्या करतो, त्याला कोणत्याही सीमा नसतात. दहशतवादाला कोणत्याही तत्त्वज्ञानाच्या पाठिंब्याची गरज नसते. कारण दहशतवाद हेच एक तत्त्वज्ञान आहे. आपल्या कृत्याने तो लोकांच्या मनाचा कब्जा घेतो व तिथे जबरदस्त धाक पसरवतो. अशा रीतीने तो भू-राजकारणाचे नवीन चित्र समोच्चरेषांनी (कंटूर) रेखाटतो. राष्ट्रीय सार्वभौमत्वाची संकल्पना ही आता नवीन सनातन्यांकडून धुडकावून लावली जाते. दहशतवादीही नेमके हेच करतात. परंतु दहशतवाद ही गोष्ट जगाला काही नवीन नाही. इतिहास-काळात खून, खूनसत्रे घडवली जातच होती. पण आताचा दहशतवाद म्हणजे नवीन वातावरणात त्याचा पुरस्कार केला जातो. ते एक स्वीकृत तत्त्वज्ञान आहे असे न म्हणता, तेच एकमेव तत्त्वज्ञान आहे, असे म्हणण्यापर्यंत आता मजल गेली आहे. सुसंस्कृत समाज व सुव्यवस्थेवरची नागरिकांची भिस्त हे दहशतवादाला प्रथम बळी पडतात. इतस्ततः किंवा दोन चार विखुरलेल्या ठिकाणी घातपाती कृत्ये घडली की समाजातला सुव्यवस्थेवरचा विश्वास ढासळायला लागतो. शांततेशी मिळते-जुळते असे जे जे काही असते ते दहशतवादाला बळी पडते. त्यामुळे लोकशाहीला दहशतवाद्यांनी आपले लक्ष्य केलेले असते. तिच्यावर केव्हाही हल्ला होऊ शकतो. म्हणून लोकशाहीला 'चालती बोलती जखमी लोकशाही' असेही संबोधले जाते. त्यानंतर पाळी येते ती वैयक्तिक स्वातंत्र्य आणि मुक्त विचार यांची. कारण यातूनच लोकशाहीला बळ मिळत असते. म्हणून स्वातंत्र्याचे सामर्थ्य व लोकशाही यांचे रूपांतर दहशतवादी दुर्बलतेमध्ये करून टाकतात. दहशतवाद हा प्रथम तंत्रज्ञानाचा वापर करतो, मग संपर्क माध्यमांकडे तो वळतो. इंग्लंडच्या माजी पंतप्रधान मार्गारेट थॅचर यांनी म्हटल्यानुसार दहशतवादाला प्रसिद्धीची जरूरी असते. दहशतवाद हे फक्त एक आक्रमक हत्यार म्हणून परिणामकारक आहे. कारण ते हत्यार घबराट पसरवली तरच नीट चालते. मग ज्या समाजात खुल्या व मुक्त वृत्तसंस्था आहेत, जिथे अभिव्यक्तीच्या हक्काबाबत कसलीही तडजोड कायद्यानेही करता येत नाही, अशा खुल्या समाजावरती ते घबराटीचे हत्यार चालवले जाते, तिथेच ते परिणामकारक ठरते. दुसरे असे की दहशतवाद अजूनही आपल्या आधुनिक वित्तसंस्थांचा आणि बँकांचा विश्वास सहज कमावू शकतात. त्यांची तेवढी क्षमता अजूनही आहे. तिसरे असे की, वाहत्या भांडवलाकडून दहशतवादाचा प्रसार सुलभ होण्यास मदत होते. तशीच मदत देशातली व दोन देशामधली काही माणसे ही दहशतवादाला करीत असतात. त्यामुळेही दहशतवादाचा प्रसार वाढू शकतो. स्वातंत्र्याची जी वैशिष्ट्ये आहेत त्यावर दहशतवाद्यांचा डोळा असतो. कारण ती वैशिष्ट्ये ही लोकशाही समाजाचे अंगभूत घटक असतात. आपले खरेखुरे सामर्थ्य ज्यात आहे असे लोकशाही मानते, त्या सामर्थ्याच्या घटकातील कच्च्या दुव्यांवरती दहशतवाद्यांकडून

घाला घातला जातो. शेवटी सामर्थ्य हेच दुबळे ठरते, हा केवढा विरोधाभास आहे!

दहशतवादाबद्दलच्या आपल्या सध्याच्या संकल्पना आणि त्यासाठी केला जाणारा सत्तेचा वापर– कठोर उपाययोजना आणि मन वळवण्यासारखी सौम्य उपाययोजना असे दोन्ही तऱ्हेचा वापर– हा फार काळ तसा करून उपयोगाचा नाही. त्या उपाययोजना बाद झाल्या म्हणून समजाव्यात. याचे कारण दहशतवाद हा कठोर व सौम्य उपायांना दाद देत नसतो. दहशतवाद हा खरोखर सर्व प्रकारच्या शासनाला, सत्तेला नेहमीच आव्हान देत असतो व त्यांच्यापुढे प्रश्न उभे करीत असतो. आंतरराष्ट्रीय व्यवस्थेची त्यांना पर्वा नसते. कारण त्यांच्या सिद्धातांच्या शब्दकोशात 'सत्तेचा समतोल' असे काही नसते. 'प्रभाव क्षेत्र' नसते आणि 'दोन सैन्यांची युती' असेही नसते. त्यांच्यासमोर फक्त एकच लक्ष्य असते, ते म्हणजे दहशतीचा एकछत्री अंमल सर्वत्र पसरवणे. म्हणून ते सर्व प्रस्थापित नियम, बंध, तह, समेट, मर्यादा सारे काही झुगारून देतात, पायदळी तुडवतात. ते भौगोलिक सीमा मानीत नाहीत की कोणतेही नैतिक मापदंड स्वीकारत नाहीत. त्यांची अशी बेबंद वागणूक असली तरी काहीजण त्यांचा एक हत्यार म्हणून वापर करून घेतात व ते त्यांचे राष्ट्रीय धोरण म्हणूनही ठरवितात. अशा धोरणामुळे फारसा खर्च न येता, थोड्या काळासाठी का होईना या दहशतवादाच्या हत्याराने बरेच साध्य होते. मग त्यात सोय दिसते म्हणून त्या वाटेने येणाऱ्या अंतिम संकटाकडे डोळेझाक केली जाते.

मला नेहमी नवल वाटते की, एखादी व्यक्ती एखाद्या राष्ट्राविरुद्ध युद्ध पुकारू शकत असताना, एखादे राष्ट्र मात्र एखाद्या व्यक्तीविरुद्ध कसे काय युद्ध पुकारू शकत नाही? याचे कारण दहशतवादी संघटना या मधमाशीच्या पोळ्यासारख्या असतात. मात्र त्यातील प्रत्येक छोट्या घरातील मधमाशी ही फक्त राणी मधमाशीवर अवलंबून असते, तसा प्रकार येथे नसतो. एकेक दहशतवादी किंवा त्यांचे गट हे स्वतंत्रपणे आपापल्या संघटनेशी जोडलेले असतात. प्रत्येक गट हा स्वयंपूर्ण असतो व स्वतंत्रपणे कार्य करतो. शरीरातील पेशीसमूहासारखाच (टिश्यू) हा प्रकार आहे. तो आपल्याप्रमाणेच दुसरा तसाच गट तयार करू शकतो. अंदाधुंदी माजवण्यावर ते जगत असल्याने, निदान तत्त्वत: तरी, काही काळ ते नेतृत्वावाचून जगू शकतात. फक्त दहशतवादी माणसे आपण शोधू लागलो तर आपल्या ज्ञानाला मर्यादा घातल्यासारखे होईल. कारण ते जरी सापडले तरी त्यांची संघटना जिवंतच रहाते. म्हणून दहशतवादाशी सामना देणे हे एक वेगळेच आव्हान आहे. यातील मुख्य काम हे की, ज्या भूमीत दहशतवादी आसरा घेऊन वाढतात तिथे त्यांची मुळे रुजायच्या आत त्यांना उखडून टाकले गेले पाहिजे. त्यानंतर त्या संघटनेला पोषक वातावरण मिळणार नाही व संरक्षण घेणे अवघड जाईल अशी व्यवस्था केली पाहिजे. म्हणजे

त्यांची वाढ होणे, फोफावणे थांबेल. सध्याच्या व्यवस्थेत शत्रूने ढवळाढवळ केल्याने अस्थिरतेची शक्यता निर्माण झालेल्या परिस्थितीबद्दल आपण येथे तात्त्विक खल करीत नाही. जे काही सध्या अस्तित्वात आहे ते उधळून लावायचे हा दहशतवादाचा प्रमुख हेतू असतो. कोणतेही दहशतवादी कृत्य हे 'आमच्याशी तडजोड करा' असे सांगणारे नसते. ते कृत्य हे केवळ व्यक्त केलेले एक विधान असते, जाहीर निवेदन असते. शेवटी एखादा दहशतवादी किंवा त्याचे कृत्य याला लोकशाहीत असतो तसा राजकीय अर्थ नसतो. काय वाटेल ते करून जुलूम, जबरदस्ती करून सध्याच्या राजकीय मंचावरती त्यांना प्रभाव टाकण्याची आणि सर्व राजकीय समीकरणे नव्याने मांडण्याची त्यांची तीव्र इच्छा असते. दहशत हा एक उपाय आहे आणि शेवटही आहे. येथे कधीही विसंवाद किंवा मतभेद नसतात. दहशतवादाचा आणखीही एक गुणधर्म आहे तो लक्षात घ्यायला हवा. तो म्हणजे *'जनतेचे प्रतिनिधीत्व न करणाऱ्या माणसांचा एक अत्यंत लहान गट हा फार मोठी सत्ता मिळवण्याचा प्रयत्न करीत असतो.'* तरीही हे दहशतवादी गट कायम लहानच रहात असल्याने त्यांना प्रतिबंध करणाऱ्या पारंपरिक पद्धतींना त्यांची विनाशक शक्ती खूपच कमी प्रतिसाद देणारी ठरते. म्हणून तर दहशतवादी कृत्ये अनेकदा 'नाहीरे'वाल्यांच्या हातात एक कायदेशीर हत्यार आहे, असा भ्रम निर्माण करतात. अशा या दहशतवादी कृत्यांना जेव्हा 'प्रसिद्धीची संजीवनी' किंवा 'प्रसिद्धीचा प्राणवायू' मिळतो तेव्हा त्यांना काहीसे जीवदान मिळाल्यासारखे होते. अन् म्हणून ज्या जमिनीवर दहशतवाद्यांना प्रथम काम करण्यास सुरुवात करू दिली गेली, त्या जमिनीतून त्यांची मुळे, त्यांची व्यवस्था उखडून काढून टाकली जात नाही, तोपर्यंत आपण फक्त सापाशी खेळत राहिल्यासारखे होईल, सापाला ठार केल्यासारखे होणार नाही.

'आपण करू ती पूर्व' अशी दंडेली वृत्ती आणि इतरांपेक्षा स्वत:ला वेगळे मानणारी आपली अलगता, यांच्यात सापडलेल्या अमेरिकेला ११ सप्टेंबर नंतर कळून चुकले की, आपली अलगता आपल्या किल्ल्यात येऊन हिसकावून घेतली गेली आहे. कदाचित ती अलगता अमेरिकेला परत कधीही मिळणार नसेल. त्या दोन मनोऱ्यावर केलेल्या हल्ल्याचे स्वरुप पहाता त्यात सुसूत्रता, समन्वय साधणे वगैरे बरेच गुण एकवटले होते. त्यावाचून तो हल्ला कधीच यशस्वी झाला नसता. जगभर अंदाधुंदी पसरवणाऱ्या दहशतवाद्यांना हे एवढे परिणामकारकरित्या कसे जमले? ते इतके कार्यक्षम झालेले असतील याची कोणालाही तोपर्यंत कल्पना आलेली नव्हती. म्हणून तर या हल्ल्यानंतर सारे जग चिंतीत होऊन नवीन बदलाबद्दल विचार करू लागले. आपली परिपूर्ण व्यूहनीती ही आता अशी असायला हवी. त्यात सातत्याने पिच्छा पुरवणे, चिकाटी, इच्छाशक्ती, निश्चय, स्वतंत्र जगाच्या नैतिक संस्कृतीला पुन्हा बळ प्राप्त करून देणे आणि अशा दहशतवादाला, सुसंस्कृत जगाला, येथून पुढे सामोरे

जावे लागणार आहे याची जाणीव असणे या गोष्टींचा समावेश असायला हवा. या सर्वांपेक्षाही, दहशतवादाशी लढा देण्यासाठी आपण स्वत: दहशतवादी बनण्याचा एक जो सापळा आहे, त्यात आपण सापडता कामा नये. तरच आपण सुसंस्कृत राहू. ही एक आवश्यक बाब लक्षात ठेवली पाहिजे. दहशतवाद्यांशी लढता लढता आपण त्यांचीच प्रतिरूपे (clones) बनता कामा नये. त्यांच्याच पद्धती नकळत अवलंबता कामा नयेत. मानवी संस्कृतीचे मापदंड ते धुडकावतात म्हणून आपणही तसे करता कामा नये.

भारताचे संरक्षण– धोके व जाणीवा

भारताचे संरक्षण[३८] हा विषय १८५७ पासून चालू होतो. त्यावेळच्या स्वातंत्र्य-युद्धानंतर इंग्रजांनी संपूर्ण भारताला नि:शस्त्र करून खच्ची करून टाकले होते. त्यांचे हे कृत्य म्हणजे भारतीयांना दिलेली शिक्षा होती. साऱ्या भारतीय पुरुषांविरुद्ध सूड उगवण्यासाठी इंग्रजांनी ही कारवाई केलेली होती. आता कोणालाही कसलेही शस्त्र जवळ बाळगता येणार नव्हते. पुरुषांना नि:शस्त्र करणे ही केवळ एक कृती नव्हती, तर तो एक मानसिक आघात केलेला होता. माझ्या कल्पनेनुसार प्रथमच अशा रीतीने भारताला नैतिकदृष्ट्या अपंग बनवलेले होते. १८५८ मध्ये ब्रिटिशांची भारतातील सर्व ठिकाणची सत्ता एकवटून तिचे एका मध्यवर्ती सत्तेत रूपांतर झाले. तोपर्यंत भारतातील सर्व पुरुष मंडळी ही बरोबर नेहमी शस्त्र बाळगत आलेली होती. त्या काळातील ती एक स्वेच्छेने स्वत:वर लादून घेतलेली सक्ती होती. अंगावर शस्त्र असणे हे पुरुषांना आभूषण बाळगल्यासारखे वाटायचे. तसेच, त्यांना त्यामुळे हल्ल्यापासून बचाव करता यायचाच, शिवाय एक मानसिक आधार वाटायचा. अकबर बादशहाच्या (१५५६-१६०५) दरबारातील अबुल फज्ल या विद्वानाने राज्यकारभार, प्रशासन आणि त्यावेळचा कालखंड यावरती एक 'ऐने अकबरी' नावाचा ग्रंथ लिहून ठेवला आहे. त्यात त्याने सांगितले आहे की, उत्तर हिंदुस्थानात त्यावेळी (सोळाव्या शतकात) सुमारे ४० ते ४२ लाख सशस्त्र लोक लष्करी सेवेसाठी तत्पर होते. तसेच, विंध्य पर्वताच्या पलीकडे, म्हणजे सबंध दक्षिण हिंदुस्थानात एवढीच सशस्त्र लोकांची संख्या असणार हे नक्की. डर्क कोफ (Dirk Kolf) याने त्याच्या Naukar, Rajput & Sepoy या ग्रंथात त्याचे १४५० ते १८५० या काळातील हिंदुस्थानातील लष्करी पेशाचे कर्मचारी यांच्यावर केलेले संशोधन दिलेले आहे. त्यातही लष्करी सेवेसाठी

---

३८. *जसवंतसिंग यांचे Defending India हे पुस्तक भारत व ब्रिटनमध्ये १९९९ साली मॅकमिलन कंपनीने प्रसिद्ध केले. या पुस्तकात त्यांनी स्वातंत्र्यकाळातील देशाच्या सुरक्षिततेची आव्हाने कशी पेलावायची याचे एक सर्वसमावेशक विश्लेषण केले आहे.*

उपलब्ध असलेल्या सशस्त्र व्यक्तींच्या मोठ्या संख्येची कल्पना येते. फार काय त्याही आधी, काही शतकांपूर्वी विजयनगरचे साम्राज्य[३९] दक्षिणेत होते. ते कोणत्याही क्षणी आपले दहा लाख सैन्य रणांगणात आणू शकायचे. खऱ्या अर्थाने शस्त्र बाळगण्याचे, त्याचा एक सामाजिक मापदंड बनवण्याचे काम शिखांचा दहावा व शेवटचा धर्मगुरू गोविंदसिंह (१६६६-१७०८) याने केले. त्या काळात शस्त्र बाळगण्याची आत्यंतिक गरज होती. म्हणून शिखांनी कृपाण नेहमी जवळ ठेवावे असा दंडक त्याने घालून दिला. धैर्य व ताकद याचे कृपाण हे प्रतीक समजले गेले होते. त्याचबरोबर ते श्रद्धेचेही प्रतीक समजले गेले. गुरू गोविंदसिंह यांचे उद्दिष्ट हे सर्व देशाला मानसिकदृष्ट्या सशस्त्र करणे हे होते. जमीन कसणाऱ्या साध्या शेतकऱ्यानेसुद्धा ताठ मानेने सशस्त्र उभे राहून दडपशाहीविरुद्ध चार हात केले पाहिजेत, असे त्याचे म्हणणे होते. तो इस्लामी दडपशाही, जुलूमशाही याविरुद्ध लढत होता. परंतु त्यामागचे तत्त्व मात्र अपरिवर्तनीय होते.

मी सैन्यातील माझ्या कमिशनचा राजीनामा देऊन बाहेर पडल्यानंतर बऱ्याच वर्षांनंतरची ही घटना आहे. सैन्यात असताना मी अंगावरती कधीही माझे शस्त्र बाळगले नाही. अगदी लष्करी सरावाच्या वेळीही कधी वापरले नव्हते. कदाचित तो माझा एक वैयक्तिक तऱ्हेवाईकपणा असेल. नंतर मी खासदार झालो. त्यानंतर जेव्हा जेव्हा मी माझ्या आईला भेटून दिल्लीला जाण्यासाठी निघायचो, तेव्हा निरोप देताना ती हटकून मला विचारायची, "तुझे शस्त्र तू बरोबर घेतलेस ना?" तिची ही चौकशी काळजीपोटी नव्हती. परंतु जवळ आपले स्वत:चे शस्त्र बाळगणे हे आत्मविश्वासाचे व प्रतिष्ठेचे लक्षण असते या भावनेपोटी ती विचारायची. तिच्या शेवटच्या दिवसापर्यंत ती तशी चौकशी मी निघताना करायची.

उत्तर प्रदेश, बिहार आणि मध्य प्रदेश या राज्यातील ग्रामीण जनता त्या जुन्या काळात जवळ शस्त्रे बाळगायची. त्यामुळे सैनिक भरतीसाठी तिथे मोठे क्षेत्र

---

३९. *विजयनगरचे साम्राज्य १३३६ मध्ये स्थापन झाले. भारतातील देवळांच्या स्थापत्यशास्त्राची पुनर्रचना याबद्दल ते साम्राज्य प्रसिद्ध होते. भारतीय संस्कृतीची पुनर्स्थापना, संगीताला आश्रय, कला व साहित्य या संबंधातही ते प्रसिद्ध पावले होते. जनतेचे हित व कल्याण हे त्या साम्राज्याचे मुख्य हेतू होते. आत्ताची कर्नाटक, आंध्र प्रदेश, महाराष्ट्र राज्ये मिळून त्याचा विस्तार होता. विजयनगर म्हणजे सुवर्णकाळ असे समीकरण त्यावेळी झाले होते. त्याची राजधानी कर्नाटकातील हंपी येथे होती. गोवळकोंड्याची कुतुबशाही, विजापूरची आदिलशाही व अहमदनगरची निजामशाही या मुस्लीम राजवटींनी मिळून हंपीवर हल्ला केला आणि त्यातील सर्वांची कत्तल केली. शेवटी हंपी हे एक ओसाड व भग्न शहर बनले.*

उपलब्ध होते. परंतु दुर्दैवाने सैन्यातल्या नोकऱ्या त्यावेळी फारशा नसल्याने ही सर्व सशस्त्र मंडळी बेकार रहात. त्यावेळी त्यांना 'बेकार' न म्हणता 'उम्मीदवार' म्हटले जायचे. आजही तोच शब्द वापरात आहे. भारतीय सैन्यात त्यावेळी सर्व प्रांतातून उमेदवार भरतीसाठी येत. 'जात' हा घटक विचारात घेतला जायचा नाही. त्यामुळे सर्व थरातील उमेदवार दाखल व्हायचे. आजचे सैन्यातील मराठा लाईट इन्फन्ट्री किंवा शीख लाईट इन्फन्ट्री हे विभाग नंतर निर्माण झाले. 'जात' हा घटक अलीकडेच भेद निर्माण करणारा झाला आहे. त्यामुळे सैन्यातील गतिमानता कमी होते. चौदाव्या शतकापासून ते अठराव्या शतकापर्यंत 'राजपूत' सशस्त्र माणूस हा सैनिक म्हणून सहज उपलब्ध व्हायचा. हिंदू सैनिकाचे एक जादा वैशिष्ट्य होते. त्याच्या कुटुंबातील सारे भाऊबंद हे सैन्यात भरती झालेले असायचे. त्यामुळे एक भाऊ सैन्यात जेव्हा काम करायचा तेव्हा दुसरा भाऊ सैन्यातून रजा घेऊन गावाकडे जात असायचा. तर तिसरा भाऊ हा आपली सैन्यातली रजा गावाकडे घरी व्यतीत करीत असायचा. पुरुषाने सशस्त्र रहाणे हे भारतीयांच्या रक्तात किती पूर्वीपासून भिनलेले होते! शतकानुशतके भारतीय जनता शस्त्रे बाळगीत होती व चालवीत होती. असे असताना इंग्रजांनी सर्वांना शस्त्रे बाळगायची बंदी केली त्याचा किती नाट्यपूर्ण व महत्त्वाचा परिणाम त्यावेळी जनतेवर झाला असेल! आजचा पाकिस्तान, बांगला देश हे ब्रिटिश इंडियातील नि:शस्त्रीकरण केलेल्या पट्ट्यात मोडतात. हिंदुस्थानचा जो भाग 'ब्रिटिश' नव्हता आणि ब्रिटिश वसाहतीचाही भाग नव्हता, तिथे मात्र नि:शस्त्रीकरण झाले नव्हते. आपण साऱ्या जणांनी लहानपणापासून शस्त्रे कशी चालवायची, कशी बाळगायची याचे शिक्षण घेतलेले आहे. मग भले ते शस्त्र साधे लाठीसारखे का असेना. अन् हे प्रशिक्षण १९६० पर्यंत दिले जात होते. त्यानंतर मात्र शस्त्रे बाळगण्यासाठी परवाना पद्धत लागू झाली.

आणखीही एकदा मोठ्या प्रमाणात नि:शस्त्रीकरण झाले होते. ते अहेतुकरित्या झाले होते व ते मोठे दु:खपूर्ण होते. ते काम गांधीजींनी केले. (खरे म्हणजे, त्यांना जे अभिप्रेत होते त्याची ती दुसरी बाजू होती) त्यांनी भारताला स्वातंत्र्य मिळवून देण्यासाठी शांती व अहिंसेचा मार्ग यांचा पुरस्कार केला होता व तशी त्यांची शिकवण होती. ती शिकवण स्वातंत्र्यप्राप्तीच्या कार्यात त्यांना निर्णायक वाटत होती. म्हणून त्यांनी ती अंगिकारली होती. वैयक्तिक वागणुकीसाठी त्या शिकवणीचे रूपांतर चिरंतन तत्त्व, सत्य यामध्ये केले गेले. त्या तत्त्वाला चिकटून रहाणारी ही अनुग्रहीत मंडळी होती. त्यांनी स्वेच्छेने व मनानेही नि:शस्त्र रहाण्याचे व्रत पत्करले. मग पुढे असे झाले की, काही विशिष्ट श्रद्धेच्या मूलभूत तत्त्वांशी ह्या दृष्टिकोनाचा मिलाफ करण्यात आला. अशा रीतीने भारताच्या वैशिष्ट्यपूर्ण सैनिकी वृत्तीला लष्करी नैपुण्याला आणि तर्कशास्त्राला आणखी खालच्या पायरीवर

ढकलून देण्यात आले. यात १९४७ नंतर लष्करी निरक्षरतेची आणि सैन्यावरील अविश्वसनीय अशा मुलकी नियंत्रणाची भर पडली. इंग्रजांनी केलेले नि:शस्त्रीकरण आणि गांधीजींमुळे झालेले नि:शस्त्रीकरण या दोन्हींच्या एकत्रित परिणामामुळे भारताच्या संरक्षण व्यवस्थेची मानसिकता व दृष्टिकोन हे गढूळ झाले, त्यात उलथापालथ झाली. एक राष्ट्र म्हणून, एक संस्कृती म्हणून आपल्याला जाणीव रहात नाही. याचा परिणाम म्हणून भारतीय भूमीचे, भारतीय अवकाशाचे रक्षण करण्याच्या जबाबदारीत आपण कमी पडतो.

मी येथे जो मुद्दा मांडतो आहे त्याचा भारताच्या लष्करी व्यूहनीतीच्या संस्कृतीशी थेट संबंध आहे. आपली अशी समजूत आहे की, व्यूहनीतीच्या उपयोगाचा विचार हा फक्त लष्करानेच करायचा. ही एक नेहमीचीच चूक सर्वजण करीत असतात. व्यूहनीतीची संस्कृती ही काही विशिष्ट क्षेत्रात निर्माण होत नसते. त्यावरती अनेक घटकांचा प्रभाव पडत असतो. त्यात नागरी संस्कृती (civilization), पारंपरिक संस्कृती, उत्क्रांती आणि मुलकी समाजाचा कारभार या साऱ्यांचा प्रभाव पडतो. राष्ट्राची राजकीय संस्कृती, नागरिक यांच्याकडून व्यूहनीती-संस्कृती एखाद्या जोड-उत्पादनासारखी निर्माण होत असते. तावून सुलाखून निघालेल्या देशाच्या कारभारावरून, सामर्थ्याची संकल्पना जाणून घेऊन ते वापरण्यावरून आणि सामर्थ्याच्या मर्यादाही जाणून घेण्यावरून त्या देशाची व्यूहनीती-संस्कृती ठरत असते. शिवाय सामर्थ्य म्हणजे नुसते लष्करी सामर्थ्य नसते. ते राजनीतीमध्येही असते, आर्थिक स्वरुपाचे असते, विघातक असते व मनमिळाऊही असू शकते. तसेच, कल्पना आणि विचार यातही सामर्थ्य सामावलेले असते. या सर्व क्षेत्रात देशाचे सामर्थ्य वापरता येते. परंतु प्रथम राजकीय-लष्करी नेतृत्वाला देशाच्या सामर्थ्याबद्दल नीट समजले पाहिजे. येथे इतिहास आणि वांशिक स्मृती या व्यूहनीतीच्या विचारावरती आणि व्यूहनीती-संस्कृतीवरती आपला प्रभाव टाकतात. अन् तशीच भौगोलिक जाणीवसुद्धा आपला प्रभाव टाकतात. ही शेवटची गोष्ट अर्थपूर्ण आहे. कारण त्यातूनच आपल्या देशाच्या संपूर्ण भूमीची, एकूण क्षेत्राची जाणीव जन्म घेते.

म्हणून जेव्हा आपण 'भारताचे संरक्षण' असे शब्द बोलतो तेव्हा ते शब्द देशाच्या चतु:सीमेमधील भूमीचे रक्षण एवढाच त्याचा अर्थ असतो, का त्या भूमीवरील यच्चयावत गोष्टींचे रक्षण असा एकत्रित अर्थ असतो? भारताचे थोडे फार नुकसान करता येईल, अन् तेही नुसत्या लष्करी उपायांनी नव्हे. पण 'भारत' हे राष्ट्र मात्र कधीही जिंकता येणार नाही. 'भारताचे संरक्षण' ही एक फार मोठी बाब आहे व त्यात विविध घटक अंतर्भूत आहेत.

आता काही विशिष्ट प्रश्नांकडे आपण वळू. लष्करी धमक्यांचीच गोष्ट पहा.

बहुतेक साऱ्या लष्करी धमक्यांचे मूल्यमापन हे पारंपरिक शस्त्रांच्या वापराच्या संदर्भात, सुधारित तंत्रज्ञानाच्या संबंधात केले जाते. परंतु तंत्रज्ञानाच्या वेगामुळे जगात आपल्या-जवळच्या शस्त्रांपेक्षाही वरचढ शस्त्रे कुठे ना कुठे वापरायला सुरुवात झालेली असते. त्यामुळे त्या संदर्भात आपले मूल्यमापन कमी पडते. धमकीचा वापर कशासाठी केला जातो आहे यावरती आपले मूल्यमापन आधारलेले असते. परंतु आता ही कल्पना बदलली गेली आहे. अनेकदा धमक्या या कोणत्याही राष्ट्राच्या सरकारकडून न येता त्या बिनसरकारी पातळीवर काम करणाऱ्यांकडून येतात. त्यांना अर्थातच कोणत्या ना कोणत्या तरी सरकारचे पाठबळ पुरवले गेलेले असते. या धमक्या पारंपरिक शस्त्रांच्या सहाय्याने किंवा मोठ्या प्रमाणात संहार घडवणाऱ्या (WMD) अस्त्रांच्या आधाराने केलेल्या असतात. किंवा कधी कधी त्या धमक्या देणाऱ्यांना कसल्याही उत्तराची गरज नसते. केवळ नुकसान करण्यासाठी आत्मघातकी हल्ल्याची ती धमकी असते. मग अशा वेळी आपण काय करायचे? असले कोड्यात पाडणारे प्रश्न आपण फक्त आपल्यालाच विचारू शकतो. सध्याच्या सुरक्षादलांना असली कोडी पडलेली असतात व ती त्यांना सोडवावी लागतात. त्यामानाने आर्थिक धमक्या हाताळणे बऱ्यापैकी सोपे असते. आपल्या अंतर्गत ऊर्जास्त्रोतावरील हल्ले किंवा शेअर मार्केटसारख्या राष्ट्रीय आर्थिक स्थळांवरील हल्ले हे जागतिकीकरणाला किंवा वर्ल्ड ट्रेड ऑर्गनायझेशनला आव्हान देता येत नाही म्हणून रचले जातात. गेल्या ८० वर्षांत जगात माणसाने अविचाराने पेट्रोलियमचा बेसुमार वापर केला. त्याने जेवढी ऊर्जा वापरली त्याच्या अवघी ३ टक्के ऊर्जा निसर्गात परत केली. त्यामुळे अनेक तऱ्हेने दुरुस्त करण्यापलीकडे नुकसान झालेले आहे. पेट्रोलियम तेल वापरून ऊर्जा मिळवण्यात पश्चिमी जग आघाडीवरती आहे. त्यामुळे हा एक संघर्षाचा घटक बनला आहे. पेट्रोलियममुळे औद्योगिक क्रांतीला एक मोठा रेटा मिळाला हे जरी खरे असले तरी त्याच पेट्रोलियमचा पुरवठा दोन जागतिक महायुद्धांना आणि इतर युद्धांना झाला होता. हेच पेट्रोलियम जाळल्यामुळे वातावरण दूषित होऊन पृथ्वीचे तापमान वाढत चालले आहे. काहीजणांच्या मते तर आपल्या निसर्गाचा ३० टक्के भाग हा केवळ प्रदूषणामुळे नष्ट झाला आहे. परंतु व्यापारातली वाढ व जागतिकीकरण हे पेट्रोलियममुळेच अधिक घडले. त्याच वेळी आपल्या नैतिक व आध्यात्मिक मूल्यात घसरण होत गेली आहे. स्वस्त तेलाचे आणि त्याच्या भरमसाठ उपयोगाचे हे युग संपुष्टात येण्यास आता सुरुवात झाली आहे. यापुढे आपल्याला तेलाच्या उत्पादनात सतत घसरण झालेली दिसत रहाणार, तर त्याच वेळी त्याच्या जागतिक मागणीत वाढ होत चाललेली दिसणार. मग सहाजिकच ऊर्जेची किंमत वाढत जाणार.

वित्तीय बाजारपेठेविषयीचे तज्ज्ञ हे आता 'सुपर प्राईस स्पाईक' म्हणजे 'विक्री-मूल्यात जबरदस्त वाढ' याबद्दल बोलू लागले आहेत. हे कसले अमेरिकी पद्धतीचे दु:श्चिन्ह आहे? याबद्दल थोडक्यात पण स्पष्ट बोलायचे झाल्यास, क्रूड तेलाच्या पिपांचे दर एकदम भलतेच वाढणार असे दिसते. त्या दरावरती जागतिक अन्नधान्याचे दर अवलंबून असतात. जसा तेलाचा पुरवठा कमी होत जाईल आणि अन्नधान्याची मागणी वाढत जाईल, लोकसंख्येत भर पडेल आणि ऊर्जेचा पुरवठा कमी पडत जाईल तसतश्या नवीन गोंधळाच्या जागा तयार होत जातील. शिवाय मध्यपूर्वेतील तेलसाठ्यावर पश्चिमी जगाचा ताबा भविष्यकाळात राहीलच असे नाही. म्हणून तर जागतिक सुरक्षितता आणि अन्नधान्याची सुरक्षा यांच्यावर येत्या दशकात संकटे येऊ शकतात, अन् म्हणून दहशतवादाखेरीज आपले मुख्य लक्ष आजपासून ऊर्जास्रोत, पाणी आणि अन्नधान्य याकडे ठेवले पाहिजे. शिवाय जनतेचे स्थलांतरही घडू शकेल. त्याचेही काही दुष्परिणाम घडू शकतील. कारण अनियंत्रित स्थलांतरामुळे पुन्हा आपले ऊर्जास्रोत, जलसाठे व धान्यसाठे यावरती आणखी ताण पडेल. धान्य-साठ्यावर ताण पडला की मग आपल्याला त्याच्या संरक्षणाच्या नेहमीच्या कल्पना किती अपुऱ्या आहेत हे समजून येईल. आणखी पुढे जाऊन असे म्हणता येईल की आपल्या भांडवलाची गुंतवणूक व सोडवणूक कुठे कशी करावी या हक्कांचे महत्त्व मग कळू लागेल. आपल्या शेजारी देशातील निसर्ग-परिस्थिती बिघडली, खराब झाली, की मग आपल्या राष्ट्रीय आर्थिक स्थितीलाही धमक्या दिल्या जाऊ लागतील. मग त्या धमक्या हेतुपूर्वक असो किंवा नसो, पण तेही एक प्रकारचे आपल्यावरील आक्रमण असेल. उदाहरणासाठी कल्पना करून पहा. जर भारतातील लांबलचक नद्यांचे जाळे तुंबले किंवा त्यातील पाणी प्रदूषित केले किंवा एखाद्या भागातील हवामान बदलासाठी काही प्रयत्न केले गेले, तर काय होईल याची कल्पना करा. गेली अनेक वर्षे मला हिमालयाची लांबलचक पर्वतराजी ही जागतिक हवामानात बदल करू शकणारी वाटत आलेली आहे. हिमालय आणि दक्षिण अमेरिकेतील ॲमेझॉनचे जंगल या दोन्हींमुळे जागतिक हवामान ठरते. जर ॲमेझॉनच्या जंगलात मूलभूत बदल तुम्ही करायला गेलात, त्याची व्याप्ती किंवा वृक्षांची दाटी कमी अधिक करू पाहू लागलात तर त्याचे परिणाम अत्यंत विनाशकारी होतील. ते परिणाम नुसते दक्षिण अमेरिकेलाच भोगायला लागतील असे नव्हे, तर ते साऱ्या जगाला भोगावे लागतील. त्याचप्रमाणे हिमालयात काही मूलभूत बदल केले तर त्याचे परिणाम नुसत्या भारताला नव्हे, तर साऱ्या जगाला भोगावे लागतील. म्हणून हाही एक राष्ट्रीय सुरक्षिततेचा प्रश्न बनू शकतो. कारण जनतेचे अनियंत्रित स्थलांतर आंतरराष्ट्रीय सीमा ओलांडून होऊ लागले की, त्यातून आपल्या अर्थकारणाला,

सामजिक एकसंधतेला आणि सार्वजनिक प्रामाणिकतेला आव्हान मिळेल.

याखेरीज विविध अंतर्गत कारणांवरूनही देशाला धमक्या मिळू शकतात. मग ती कारणे विविध राजकीय तत्त्वज्ञानांवरून असो किंवा मूलभूतवाद्यांची असो किंवा धार्मिक, राजकीय अथवा सामाजिक असो, कदाचित बेकारीवरून होणारे संघर्ष असो. तर कधी कधी चुकीच्या कल्पनाही उद्रेकास कारणीभूत ठरत असतात. उदाहरणार्थ, माओवादी लोकांच्या चळवळीमुळे शरीराची एखादी नाडी ठसठसत रहावी तसे भारतात देशभर झालेले आहे. म्हणून, देशाच्या सुरक्षिततेचा विचार करताना तो नेहमी सर्वांगीण व सर्वसमावेशक असा असावा. त्यासाठी सर्व संबंधित कार्यालये, संस्था, संघटना यांनी सतत माहिती गोळा करीत राहिले पाहिजे व त्या माहितीचे विश्लेषण केले पाहिजे. त्यातून मग संभाव्य धमक्यांवर आधीच उपाय शोधता येतील. मग वेळ येताच त्या धमक्यांना निपटता येतील किंवा त्यांची तीव्रता कमी करून टाकता येईल. त्या सर्व संस्था व कार्यालये यांनी एकमेकांच्या सहकार्याने व देशभक्तीच्या भावनेने ती कामे केली पाहिजेत. त्यांच्या कामाला राजकीय नेतृत्वाने अग्रक्रम दिला पाहिजे. कारण त्या संस्थाच भावी धमक्यांच्या संकटाविरुद्धची हत्यारे आहेत. मी येथे हे जे काही सांगितले आहे ते अति संक्षिप्त स्वरुपात केवळ कल्पना येऊ देण्यासाठी सांगितलेले आहे. त्या सर्व गोष्टी एकत्र केल्यावर मग 'भारताचे संरक्षण' हा विषय तयार होतो.

''बाकीचे सारे परमेश्वरावरती सोपवा'' – सिसेरो[४०]

मला वाटते की मी आता येथे थांबलेच पाहिजे. कुठून कशी सुरुवात करावी हे कळणे जसे कठीण असते तसेच कुठे कधी थांबावे हे कळणेही कठीण असते. मानवी दृष्टीपलीकडे असलेला काळ हा फार विस्तृत पसरलेला आहे. त्यातले काही अंधारी कोपरे हे तर आपण कधीच पाहू शकणार नाही. पुढचा रस्ता कसा असेल याची संपूर्ण कल्पना आपल्याला कधीच येणार नाही, किंवा तो रस्ता आधी ठरवताही येणार नाही. ती गोष्ट मानवी इच्छेच्या व कल्पनाशक्तीच्या बाहेरची आहे. म्हणून तर एक विशिष्ट मर्यादा अशी येते की त्यानंतर नुसते शांत बसावे लागते.

जसोल आणि खुरी या उन्हातल्या गावात माझे बालपण गेले. तिथे अजूनही अधूनमधून जाळ करायचा असेल तर चकमक व गारगोटी वापरली जाते. ती दोन्ही गावे फार दूर नाहीत. ती माझ्याजवळ माझ्या स्मृतीत ठाण मांडून बसलेली

---

४०. *मॉन्टेग्यू याने सिसेरोचे हे उद्गार आपल्या Of the Art of Discussion या निबंधात दिलेले आहेत.*

आहेत. पण प्रत्यक्षातील ते जुनेपण आता उरले नाही. तिथून मी प्रवासाला सुरुवात केली म्हणून तर 'आज' मी येथे येऊन पोचलो. हा आजचा दिवस केवळ काळाच्या गणितानुसार उगवलेला नाही. आपला हा 'आजचा दिवस' हा आपले जग काय आहे ते ठरवतो व दाखवतो. त्या उन्हातल्या जगातील आठवणी मागे पडल्या, ते जगही आता फार दूर गेले. आपण आजच्या या जगात जमिनीवरती पक्के पाय रोवून उभे आहोत. हे विश्व जेव्हा निर्माण झाले तेव्हाच्या काळाची प्राचीन साद ऐकण्याची धडपड आपण करीत आहोत. त्यावेळी विश्वाची उत्पत्ती कशी झाली असेल यासाठी आपण नेहमी विचारीत असतो : "त्या विश्व उत्पत्तीच्या काळाच्याही आधी काय होते? ती सारी पोकळी शांततेने भरून गेली असेल. तिथे काहीही नसल्याने आणि अजूनही काळाचा उदय झालेला नसल्याने त्यालाच 'शून्य' असे संबोधले गेले असेल काय?" आजच्या काळात असा शोध घेण्याच्या या विलक्षण विचारात मला मानवजातीच्या त्याच त्याच मूलभूत प्रश्नांची आठवण येते : "मी कोठून आलो? मी कोठे जाणार आहे? या साऱ्यामागे कोणती ऊर्जा आहे? का हे जे काही घडते आहे ते आपोआप कसेही घडते आहे? का ही परमेश्वराची माया किंवा लीला आहे?"

कधी कधी मी सेंट ऑगस्टीन याचे लिखाण परत परत वाचत असतो. ऑगस्टीन (इ.स. ३५४-४३०) हा हिप्पो गावातील रहिवासी होता व तो एक मोठा तत्त्ववेत्ता होता आणि ईश्वराच्या शोधासाठी धडपडणारा महान बुद्धिमान माणूस होता. त्याने आपले चरित्रात्मक पुस्तक Confessions हे इ. स. ४००च्या सुमारास लिहिले होते. त्याचे हे पुस्तक जगभर अत्यंत लोकप्रिय ठरले आहे. त्या पुस्तकातले विचार वाचले की माझ्या मनाला शांती लाभते. त्यात त्याने एके ठिकाणी म्हटले आहे : *"हे परमेश्वरा! माझे काय अज्ञान आहे त्याचेच मला ज्ञान नाही."*

मला वाटते की माझीही तशीच अवस्था झाली आहे. अन् त्यात सारे काही आले. हो ना?

◆

परिशिष्ट १

१८ जून १९९८ रोजी अमेरिकेने लादलेल्या
आर्थिक निर्बंधांचे अधिकृत निवेदन

मे महिन्यात भारत व पाकिस्तान यांनी केलेल्या अणुचाचण्यांमुळे युनायटेड स्टेट्सने या दोन्ही देशांवरती आर्थिक निर्बंध लादले आहेत. असे निर्बंध लादण्यात आम्हाला भावी अणुचाचण्या करणाऱ्या सर्वांना उद्देशून एक जोरदार संकेत द्यायचा असून; भारतीय व पाकिस्तानी सरकारांच्या वागण्यावरती अधिकाधिक प्रभाव टाकायचा असून; तिथल्या जनतेऐवजी सरकारला लक्ष्य करून आमच्या देशाच्या हितांचे कमीतकमी नुकसान कसे होईल ते आम्हाला पहायचे आहे.

आमचे उद्दिष्ट असे आहे की, भारत व पाकिस्तान यांनी आपल्या यापुढच्या अणुचाचण्या थांबवाव्यात, सर्वसमावेशक चाचणीबंदीच्या करारावरती (Comprehensive Test Ban Treaty) कसल्याही अटी न घालता ताबडतोब सह्या कराव्यात, अण्वस्त्रे किंवा क्षेपणास्त्रे यांच्या चाचण्या करू नयेत की ती सज्ज करू नयेत, विदलनक्षम स्फोटक पदार्थांमध्ये कपात करण्याच्या करारावरती (Fissile Material Cut-off Treaty) जिनिव्हामध्ये वाटाघाटी करण्यासाठी सहकार्य द्यावे, संवेदनशील पदार्थ आणि तंत्रज्ञान हे अन्य देशांना देण्याबाबत स्वत:वर निर्बंध घालून घ्यावेत आणि काश्मिरसह सर्व प्रश्नांवरती द्विपक्षीय तणाव कमी करावेत. त्यासाठी युनायटेड स्टेटसने खालील निर्बंध लादलेले आहेत :

● फॉरिन असिस्टन्स ॲक्ट अन्वये (याला कायद्यानुसार संकटकालीन मानवी मदत, अन्न किंवा अन्य शेतकी माल यासारखे अपवाद करून) सर्व प्रकारची मदत थोपविण्यात येते आहे किंवा पूर्णपणे संपविण्यात येते आहे. भारतासाठी ज्या २ कोटी १० लाख डॉलर्सची आर्थिक विकासासाठी मदत आणि गृहनिर्माण योजनेसाठी हमी दिली जात होती ते सर्व पूर्णपणे थांबवलेले आहे. भारतासाठी जे ६० लाख डॉलर्स ग्रीनहाऊस गॅस योजनेसाठी दिले जाणार होते ते थोपवून धरण्यात येत आहेत. तसेच, ट्रेड डेव्हलपमेंट एजन्सीकडून

आता यापुढे नवीन कोणत्याही योजनेच्या प्रस्तावावरती विचार केला जाणार नाही. पाकिस्तानला दिल्या जाणाऱ्या बहुतेक साऱ्या मदतीवरती प्रतिबंध घातले गेलेले आहेत.

● आर्म्स एक्स्पोर्ट कंट्रोल ॲक्टखाली जी लष्करी स्वरुपाची विक्री या दोन्ही देशांना केली जात होती आणि अमेरिकन युद्ध साहित्याच्या यादीत असलेल्या कोणत्याही एका उत्पादनाच्या व्यापारी विक्रीचे जे परवाने नुतनीकरण करून दिले जाते होते, ते सर्व आता पूर्णपणे बंद केले गेलेले आहे. तसेच, भारताला पूर्वी मंजूर केलेल्या वस्तूंची निर्यात व त्यासाठीची विक्रीनंतरची सेवा ही थोपविण्यात येत आहे.

● अमेरिकी सरकारच्या क्रेडिटसाठी सर्व नवीन आश्वासने किंवा वचने आणि अमेरिकी सरकारच्या शेअर्सकडून (EXIM, OPIC, CCC) दिली जाणारी क्रेडिट्स हमी थांबविण्यात येत आहे. प्रशासनाकडून फक्त कायद्यानुसार अन्न व शेतकी माल यासाठी कमॉडिटीज् क्रेडिट कॉर्पोरेशन (CCC) क्रेडिट्स देण्यात येतील. ओव्हरसीज प्रायव्हेट इन्व्हेस्टमेन्ट कॉर्पोरेशन (OPIC) हे फक्त नुकतेच पाकिस्तानमध्ये पुन्हा उघडले होते. तथापि, भारत हा OPIC च्या पहिल्या पाच देशांमध्ये असल्याने दरवर्षी त्याला सुमारे ३० कोटी डॉलर्सची मदत OPIC मधून दिली जाते. पाकिस्तानात यूएस एक्स्पोर्ट इम्पोर्ट बँक (EXIM) नुकतीच पुन्हा उघडली असून ११ लाख डॉलर्सची रक्कम व्याज म्हणून मंजूर होणे बाकी आहे; तसेच, भारताला ५० कोटी डॉलर्सचा अर्थपुरवठा करणे बाकी आहे; या दोन्ही गोष्टी आता थोपविलेल्या आहेत.

● आंतरराष्ट्रीय अर्थसंस्थांकडून भारताला व पाकिस्तानला मूलभूत मानवी गरजा वगळून अन्य गरजांसाठी (non-BHN) लागणारे कर्ज देण्याचा प्रस्ताव हा जी-८ देशांच्या पाठिंब्याने पुढे ढकलण्यात येत आहे. ग्लेन ॲमेन्डमेन्टच्या परिणामांना आणखी आधार देण्यासाठी भारताला व पाकिस्तानला जे (non-BHN) आंतरराष्ट्रीय अर्थसंस्थेकडून कर्ज देण्याचे प्रस्ताव होते त्यालाही युनायटेड स्टेट्स विरोध करीत आहे. तसेच, भारताला आंतरराष्ट्रीय अर्थसंस्थांकडून जे १ अब्ज ७१ कोटी डॉलर्सचे कर्ज याआधी मंजूर झाले होते तेही पुढे ढकलण्यात येत आहे. अशाच कर्जाचा प्रस्ताव पाकिस्तानकडून आंतरराष्ट्रीय अर्थसंस्थांकडे न आल्याने जी २ कोटी ५० लाख डॉलर्सची मदत आंतरराष्ट्रीय नाणेनिधीमार्फत दिली जाणार होती ती आर्थिक निकषावर बसत नसल्याने पुढे ढकलण्यात येत आहे.

● युनायटेड स्टेट्सकडून अमेरिकी बँकांना 'भारत व पाकिस्तान यांच्या सरकारांना कोणतेही कर्ज हे क्रेडिटवरती देऊ नये' असे आदेश देण्यात येतील.

● आण्विक हेतूंसाठी किंवा क्षेपणास्त्रांच्या नियंत्रणासाठी किंवा दोन्हींच्या उपयोगासाठी जे जे सुटे भाग, यंत्रसामुग्री लागते त्यांची निर्यात युनायटेड स्टेट्सकडून थांबवली जाईल. तसेच, आण्विक किंवा क्षेपणास्त्र यांच्या प्रकल्पांसाठी किंवा दोन्हींसाठी लागणाऱ्या कोणत्याही गोष्टींची निर्यात युनायटेड स्टेट्सकडून थांबवण्यात येईल.

● युनायटेड स्टेट्स हे सरकारी लष्करी संस्थांसाठी असलेली नियंत्रणे अधिक कठोर करेल.

● न्यूक्लिअर रेग्युलेटरी कंट्रोलकडून दिल्या जाणाऱ्या परवान्याअन्वये किंवा ऊर्जा खात्याकडून मान्यता दिल्यानुसार जी आण्विक निर्यात भारत व पाकिस्तान यांना केली जाते त्याला युनायटेड स्टेट्सने नकार दिलेला असून तो नकार तसाच पुढे चालू ठेवण्यात येईल.

◆

परिशिष्ट २

(प्रकरण ८ च्या संदर्भात)

परराष्ट्र मंत्री व संरक्षणमंत्री श्री. जसवंत सिंग यांनी १७ जुलै २००१ रोजी आग्रा येथील पत्रकार परिषदेत केलेले निवेदन

पंतप्रधान श्री. अटलबिहारी वाजपेयी यांनी दिलेल्या निमंत्रणावरून पाकिस्तानचे अध्यक्ष हिज एक्सलन्सी, जनरल परवेझ मुशर्रफ यांनी भारताला १४ ते १६ जुलै २००१ रोजी भेट दिली.

भारत व पाकिस्तान यांच्यात चांगले शेजारी-संबंध असावेत या दृष्टिकोनाला धरून पंतप्रधानांनी अध्यक्ष जनरल परवेझ मुशर्रफ यांना शांतता व सलोख्याच्या मार्गावर वाटचाल करण्यासाठी बोलावले होते. त्या उदात्त ध्येयावरच्या निष्ठेमुळे, ते साध्य केल्यावर अनेकांचे कल्याण त्यातून साधणार आहे. म्हणून आम्ही ते ध्येय क्षणिक किंवा तात्पुरते समजत नाही. आमची त्या ध्येयावरील निष्ठा आम्ही सिमला व लाहोर येथे आणि नुकतीच अध्यक्ष मुशर्रफ यांच्या भेटीच्या वेळी प्रगट केली.

परस्परविश्वास वाढविण्याचा मार्ग हा अध्यक्ष मुशर्रफ यांच्या भेटीच्या आधी आम्ही घोषित केला होता. आमच्याकडून हा मार्ग संपूर्णपणे चोखाळला जाईल. आमची अशी श्रद्धा आहे की जेव्हा त्या मार्गावरती आम्हा दोघांची वाटचाल सुरू होईल तेव्हा आमच्या संबंधात महत्त्वाची भर पडेल.

पाकिस्तानच्या अध्यक्षांच्या भेटीदरम्यान त्यांनी आमच्या संपूर्ण नेतृत्वाशी विस्ताराने चर्चा केली. पंतप्रधानांशी त्यांनी एकट्याने तीन वेळा चर्चा केली. काल रात्री निघताना शेवटच्या निरोपाच्या चर्चासत्रात त्यांनी तासभर बोलणे केले. शिष्टमंडळांच्या बैठकीमधील बोलण्यात तपशीलवार चर्चा झाली. या सर्व बैठकांमध्ये सलोखा व मनमोकळेपणा प्रगट झाला होता. त्या चर्चासत्रांमुळे दोन्ही बाजूंना एकमेकांचे दृष्टिकोन, संबंध व अपरिहार्यता हे समजावून घेण्याची मौल्यवान संधी मिळाली होती.

दोन्ही देशांच्या सहमतीबद्दलचा जो मजकूर आहे त्यावर गंभीरपणे विचारविनिमय करण्यात आला. प्रशासकीय पातळीवर आणि राजकीय पातळीवरती अनेक तास चर्चा झाल्या. त्यावेळी चर्चा करताना भारताने संकोच न बाळगता आपल्या हातचे काहीही राखून ठेवले नाही. समोरच्या पक्षाचा विश्वास कमावण्यासाठी आणि भविष्यकालीन उभयपक्षी संबंध ठेवण्यासाठी ही गोष्ट गरजेची होती. मात्र याबाबतीत अधिक काही सांगणे हे येथे उचित होणार नाही. तथापि, हे मात्र जरूर सांगितले पाहिजे की, वाटाघाटी चालू असताना भारताने सारे आंतरराष्ट्रीय संकेत पाळले. एक परिपक्व आणि जबाबदार लोकशाही म्हणून आम्ही आमच्या शेजाऱ्यांशी असलेले संबंध वाढवण्यासाठी वाटाघाटी केल्या. त्यात कोठेही सार्वजनिक स्वरुपाच्या संबंधांबद्दल चर्चा केली नाही.

दोन्ही बाजूंकडून एका समान निवेदनावरती सहमत न झाल्याने आम्हाला त्याबद्दल अर्थातच खेद वाटतो. परस्पर संबंधाबद्दलचे दृष्टिकोन समजावून घेण्यात अडचण आल्याने हे असे घडले. हे सांगण्यात आम्ही कोणत्याही गोपनियतेचा भंग केला नाही. संकुचित, अर्धवट व एकच एक दृष्टिकोन हे कोणत्याही उपयोगाचे नाहीत याबद्दल भारताची खात्री आहे. आमचे लक्ष हे संपूर्ण संबंधांवर असावे, फक्त एखाद दुसऱ्या भागावर नसावे. सर्व महत्त्वाचे प्रश्न, मग त्यात जम्मू-काश्मिरचा प्रश्नही आलाच, सोडवण्यासाठी आम्ही धडपडत असलो तरीही, दोन्ही पक्षात विश्वास व आत्मविश्वास आणि परस्परांना लाभदायक असे संबंध वाढावेत यासाठी आमचे प्रयत्न आहेत. आमचे हे प्रयत्न सिमला व लाहोर येथे झालेल्या करारावरती आधारलेले आहेत.

आम्ही पाकिस्तानला या भेटीत खूप प्रकारे स्पष्ट केले आहे की, सीमापारचा दहशतवाद व हिंसाचार यांना मिळत असलेले उत्तेजन आम्हाला बिलकुल मान्य नाही आणि म्हणून त्या गोष्टी ताबडतोब थांबल्याच पाहिजेत. या मुद्यावर कोणताही भ्रम नसावा. असल्या आव्हानांना तोंड देण्यासाठी भारताकडे जबर इच्छाशक्ती आहे व तो त्यात यशस्वी होईल.

पाकिस्तानच्या अध्यक्षांच्या भेटीतील सूत्रे आम्ही पकडू. तसेच, पाकिस्तानबरोबर शांतता, मैत्री आणि सहकार्य प्रत्यक्षात उतरविण्यासाठी आम्ही अविरतपणे प्रयत्न करीत राहू.

◆